இலகு தமிழில் இனிக்கும் தமிழ் இலக்கணம்

சிங்கப்பூர் சித்தார்த்தன்

நர்மதா

நர்மதா பதிப்பகம்

நல்ல நூல் வெளியீட்டாளர்கள்
10, நானா தெரு, (தி.நகர் தலைமை
அஞ்சலகத்தை ஒட்டிய தெரு), பாண்டிபஜார்,
தி. நகர், சென்னை – 600 017. தொலைபேசி : 24334397
98402 26661, 98409 32566, 99400 45044

காணிக்கை

ஈன்றெடுத்த அன்னை,
ஆளாக்கிய தந்தை,
அறிவு புகட்டிய ஆசிரியர்கள்,
தமிழுணர்வு ஊட்டிய சான்றோர்கள்
ஆகியோருக்கு இந்நூல் காணிக்கை

Pages : 616
Price : Rs. 500.00

❏ Elagu Thamizhil Enikkum Thamizh Elakkanam - A treatise and guide to learn Tamil Grammar - by Siddharthan ❏ This Edition: May 2017 ❏ Published by T.S. Raamalingam, Narmadha Pathipagam, Chennai - 600 017 ❏ D.T.P. Execution at: M/s. P.S. Muthu Graphics, Chennai – 600 015 ❏ Printed at: M/s. Malar Printers, Chennai – 600 034 ❏

உட்பொதிவு

- அணிந்துரை — 12
- மதிப்புரை — 16
- என்னுரை — 20
- மொழியும் இலக்கணமும் — 22

1
எழுத்தியல்

1) முதல் எழுத்து — 25
   உயிர் - ஒலிப்பிறப்பு (26), உயிர் - ஒலியளவு (27)
2) உயிரெழுத்து ஒலியளவில் மாறுபடுதல் — 28
3) சுட்டெழுத்து — 30
   அகச்சுட்டு - புறச்சுட்டு (31)
4) வினாவெழுத்து — 32
5) மெய்யெழுத்து — 35
   மூவகை (36), பிறப்பிடம் (36), முயற்சி (37),
   உயிர்மெய் (37), ஆய்த எழுத்து (37)
6) உயிர்மெய் — 38
7) வல்லின எழுத்துகளின் ஒலி வேறுபாடு — 40
8) எழுத்துகளின் நிலை — 45
   சொல்லின் முதலில் வரும் எழுத்துகள் (45),
   சொல்லின் இறுதியில் வரும் எழுத்துகள் (48), மெய் மயக்கம் (48)
9) எழுத்துப் போலி — 50
10) இலக்கணப் போலி — 52
    வழக்கு (52)
11) குற்றியலுகரம் (1) — 55
12) குற்றியலுகரம் (2) — 57
    வன்றொடர்க் குற்றியலுகரம் (57), மென்றொடர்க் குற்றியலுகரம் (58),
    இடைத்தொடர்க் குற்றியலுகரம் (58), உயிர்த் தொடர்க் குற்றியலுகரம் (58),
    நெடில் தொடர்க் குற்றியலுகரம் (59), ஆய்தத் தொடர்க் குற்றியலுகரம் (59),
    குற்றியலிகரம் (59)
13) குற்றியலுகரமா? முற்றியலுகரமா? — 60
14) குற்றியலுகரமா? முற்றியலுகரமா? (2) — 62
15) எழுத்தியல் பின்னிணைப்பு — 65

4

2

புணரியல்

1) **ஒலிச் சேர்க்கை** 69

2) **சொல் தொடர்** 71
தொகா நிலைத் தொடர் (71), தொகை நிலைத் தொடர் (72),
நிலைமொழி - வருமொழி (72)

3) **தொடர் வகைகள்** 73

1. தொகா நிலைத் தொடர் 73
வினைமுற்றுத் தொடர் (73), பெயரெச்சத் தொடர் (73),
வினையெச்சத் தொடர் (73), எழுவாய்த் தொடர் (73),
விளித்தொடர் (74), வேற்றுமைத் தொடர் (74), இடைத் தொடர் (75),
உரித்தொடர் (75), அடுக்குத் தொடர் (76)

2. தொகை நிலைத் தொடர் 76
வேற்றுமைத் தொகை (76), உருபும் பயனும் உடன் தொக்க தொகை (77),
அல்வழித் தொகை (78), வினைத் தொகை (78), பண்புத் தொகை (79),
இரு பெயரொட்டுப் பண்புத் தொகை (80), உவமைத் தொகை (81),
உம்மைத் தொகை (82), அன்மொழித் தொகை (82)

4) **புணர்ச்சி வகை** 84
இயல்புப் புணர்ச்சி (85), விகாரப் புணர்ச்சி (85), தோன்றல் (85),
திரிதல் (86), கெடுதல் (86), மெய் இரட்டித்தல் (86), உடம்படுமெய் (87),
இரு வகை (87),

5) **நான்கு பிரிவுகள்** 89
மெய்யீறும் உயிர் முதலும் (89), உயிர் ஈறும் உயிர் முதலும் (89),
உயிர் ஈறும் மெய் முதலும் (89), மெய்யீறும் மெய் முதலும் (90)

6) **மெய்யீறும் உயிர் முதலும்** 91
இயல்பு (91), மெய் விரிதல் (91), ர், ழ் (92), ஞ், ந், வ் (92),
மகர மெய்யும் உயிரும் (92), எழுவாய்த் தொடர் (93),
பெயரெச்சத் தொடர் (93), விளித்தொடர் (93), வேற்றுமைத் தொடர் (93),
அடுக்குத் தொடர் (94), வினைமுற்றுத் தொடர் (94), தொகை நிலைத் தொடர் (95),
வேற்றுமைத் தொகை (95), உருபும் பயனும் உடன்தொக்க தொகை (97),
அல்வழி (99), பண்புத் தொகை (99), உவமைத் தொகை (99),
உம்மைத் தொகை (100), வினைத்தொகை (100),
வகர உடம்படு மெய் (101), அத்துச்சாரியை (102)

7) **உயிரீறும் உயிர் முதலும்** 103
உடம்படு மெய் (103), வகர உடம்படு மெய் (103), ஓரெழுத்தொரு மொழி (104),
அ (104), ஆ (104), ஊ, ஓ (104), விதி விலக்கு (105), ஆயிடை (106),
மாயிரு (106), யகர உடம்படு மெய் (106), ஐ (107), ஈ (108), ஏ (108),
தேவாரம் (109), சேவடி (109), உகர ஈறு (110), குற்றியலுகரம் (110),
வன்றொடர் (110), மென்றொடர் (111), இடைத்தொடர் (111),
உயிர்த்தொடர் (111), ஆய்தத் தொடர் (112), நெடில் தொடர் (112),

குற்றுகரம் சேர்ந்த ட், ற் (112), எழுவாய்த் தொடர் (113),
வினைமுற்றுத் தொடர் (113), வேற்றுமைத் தொகை (113), விளி (114),
ஏனைய தொடர்கள் (114), மூன்றாம் வேற்றுமை விரி (115),
அடுக்குத் தொடர் (115), இடைச்சொல் (116), எண்ணுப்பெயர் (116),
வினாவும் சுட்டும் (116), இரட்டிக்கும் இடங்கள் (117),
ஆறாம் வேற்றுமைத் தொகை (117), உருபும் பயனும் உடன் தொக்க தொகை (117),
வேற்றுமை விரி (118), பண்புத் தொகை (119), ஆறு (120), நூறு (121),
தனிக்குறிலின் பின் உகரம் (121), தனிக்குறிலின் பின் உகரம் (121),
அது, இது, எது (121), நடு, மடு... (122), புது, ஏது (123),
தனிக்குறிலின் பின் (123), சொல்லீறாக அமையும் மற்ற உகரங்கள் (123),
சுட்டும் வினாவும் (124)

8) உயிரீறும் மெய் முதலும் 126

எழுவாய்த் தொடர் (126), நிலைமொழி ஈற்றில் குற்றுகரம் –
உயிர்த்தொடர் (126), மென்தொடர் (126), நெடில்தொடர் (127),
இடைத்தொடர் (127), ஆய்தத் தொடர் (127), வன்றொடர்க் குற்றுகரம் (127),
நிலைமொழி : சுட்டு, வினா (127), இரண்டுக்கு மேற்பட்ட சொர்கள் (128),
ஒரெழுத்தொருமொழி (130), எழுவாய்த் தொடரில் (131),
வேற்றுமைத் தொடர் (131), இரண்டாம் வேற்றுமை – விரி (131),
தொகை (133), உருபும் பயனும் உடன் தொக்க தொகை (135), டு, று (136),
இரண்டாம் வேற்றுமைத் தொகையில் நிலை மொழி ஈற்றில் டு, று (137),
மயக்கம் தரும் இடம் (137), மூன்றாம் வேற்றுமை (139), விரி (139),
தொகை (140), உருபும் பயனும் உடன் தொக்க தொகை (140),
நான்காம் வேற்றுமை – விரி (141), தொகை (141),
ஐந்தாம் வேற்றுமை – விரி (143), இல்+இருந்து (143),
ஒரு சொல் தன்மை (144), ஆறாம் வேற்றுமை – விரி (145), தொகை (145),
ஏழாம் வேற்றுமை – விரி (146), தொகை (146),
உருபும் பயனும் உடன் தொக்க தொகை (147), விளி வேற்றுமை (147),
வினை முற்றுத் தொடர் (149), எதிர்மறை (150), உண்டு (150),
ஏவல் (150), வியங்கோள் (151), எதிர்மறைக்குறிப்பு வினைகளுக்குப் பின்
வல்லினம் (151), இன்றி, அன்றி...(152), தெரிநிலை (153), இல்லாத (154),
இல் - இல்லாத (154), அல்லாத (155), உடன்பாட்டுக் குறிப்பு – வினைகளுக்குப்பின்
வல்லினம் (155), எச்சம் (155), வினையெச்சத் தொடர் (156), வல்லினம் மிகும்
இடங்கள் (157), இகர ஈறு (157), வன்றொடர் (157), அகர ஈறு (158), ஆய்,
போய் (158), ஈறு கெட்ட எதிர்மறை வினையெச்சம் (159), வலி மிகாத இடங்கள் –
இடைத்தொடர் (159), மென்றொடர் (160), உயிர்த்தொடர் (161), வல்லினம் மிகும்
தொடர்கள் (162), வல்லினம் மிகாத தொடர்கள் (182), பெயரெச்சத் தொடர் (182),
எதிர்மறைப் பெயரெச்சத் தொடர் (163), ஈறுகெட்ட எதிர்மறைப் பெயரெச்சத்
தொடர் (164), ஈறுகெட்ட எதிர்மறைப் பெயரெச்சமும் எதிர்மறை வினை
முற்றும் (164), வினைத் தொகை (164), சுட்டு, வினாக்களுக்குப் பின்
வல்லினம் (165), என்னே... (166), ஏது (167), அவை, இவை, எவை, யாவை (167),
அ, இ, எ, என்னும் சுட்டு வினாக்களுக்குப் பின் மெய் – வல்லினம் (167),
இடையினமும் மெல்லினமும் (168), அங்கு, இங்கு, எங்கு என்னும் சொற்களுக்குப்
பின் வல்லினம் (172), ஏகாரம் (172), ஆங்கு, ஈங்கு, ஆண்டு, ஈண்டு... (173),
அப்படி, இப்படி, என்னும் சொற்களுக்குப் பின் வல்லினம் (175), படி (176),
அவ்வாறு... (176), அவ்வளவு... (176), அத்துணை... (176), அத்தனை... (177),
முன்னே, பின்னே முதலிய சொற்களுக்குப் பின் வல்லினம் (177), முன்னே...(177),

முன்பு... (178), முன்னை... (178), முந்தி... (179), முன்னாலே...(179), பிறகு... (179), பல சில என்னும் சொற்களுக்குப் பின் வல்லினம் (180), என், என்று என்னும் சொற்களுக்குப்பின் வல்லினம் (184), என்று (185), வேறு பல இடைச் சொற்களின் பின் வல்லினம் – இனி (185), தனி (186), சற்று (186), மற்று, மற்றை, மற்ற (186), வேறு (187), வேற்றார் (187), பிற (187), கூட (188), ஆவது (188), வெறுமனே (189), வாளா (189), ஐயோ (189), அந்தோ (189), ஆகா, ஓகோ (189), சீச்சீ (189), அட, அடடா (189), அம்மாவோ முதலிய சொற்கள் (190), ஆ, ஏ, ஓ. (190), அடுக்குத் தொடர் (191), இரட்டைக் கிளவி (192), எச்ச வினை வடிவம் (193), முற்றுவினை வடிவம் (194), பொருள் (194), உரிச்சொல் தொடர் (195), அல்வழித் தொகைநிலைத் தொடர்கள் (195), பண்புத்தொகை (195), இருபெயரொட்டுப் பண்புத்தொகை (196), உவமைத் தொகை (196), உம்மைத்தொகை (196), ஒரெழுத்தொருமொழிக்குப் பின் வல்லினம் (197), பூ (197), தீ (198), மா (199), பை (200), பையா? பசுமையா? (201), பை - மற்றொரு பொருள் (202), கை (203), பொருள் வேறுபாடு (204), மை (204), ஒரெழுத்தொருமொழியுடன் பன்மை விகுதி (205), அஃறிணைப் பெயருடன் 'கள்' விகுதி (205), மெல்லின இடையின மெய்யை ஈற்றிலுடைய சொற்கள் (207), ம் (207), ண் (207), ன் (208), ய் (208), ர் (208), ல் (208), அஃறிணைப் பன்மைச் சுட்டு, வினாக்களுடன் 'கள்' விகுதி (210), பன்மை குறிக்கும் வேறு சில சொற்களுடன் 'கள்' விகுதி (212), வினையாலணையும் பெயர் (உயர்திணை) (213), 'மை' ஈற்றுப் பண்புப் பெயரை நிலைமொழியாகக் கொண்ட தொடர்கள் (214), ஈறுபோதல் (215), ஈறுபோதலும் ஆதி நீடலும் (215), பொருள் மயக்கம் (216), இடை உகரம் 'இ' ஆதல் (216), அஃறிணை (217), தன்னொற்று இரட்டல் (218), இரு வகை (219), பொருள் மாறுபாடு (220), மை விகுதி கெடாமை (220), எண்ணுப் பெயர்ப் புணர்ச்சி (221), ஒன்று (221), இரண்டு (221), மூன்று (222), நான்கு (222), ஐந்து (222), ஆறு (222), ஏழும் ஒன்பதும் (222), எட்டும் பத்தும் (222), இருபது (223), ஆயிரத்தின் முன் எண்ணடை (227), எண்ணுப் பெயர்கள் அடுக்கிவருதல் (228), எண்ணுப் பெயர் திரிந்து புணர்தல் (229), ஒன்று (229), இரண்டு (229), மூன்று (230), நான்கு (231), ஐந்து (231), ஆறு (231), ஏழு (231), எட்டு (232), ஒன்பது (233), பத்து (233), எண்ணுப்பெயருடன் பால் காட்டும் விகுதி (233), எண்ணுடன் ஆம், ஆவது (235), எண்ணுடன் வேற்றுமை (235), மிகுதிப் பொருள் உணர்த்தல் (235), லட்சம் (237), வேறுபாடு (238), ஆறும் நூறும் (238), கீழ்வாயிலக்கம் (239), கீழ்வாயிலக்கங்களுக்குப் பின் வல்லினம் (244), பாதி (245), எண்களும் இடைச்சொற்களும் (245), முதலும் ஒன்றும் (246), ஒன்பது - தொண்ணூறு - தொள்ளாயிரம் (246), திசைப் பெயர்த் தொடர்கள் (250),

9) **மெய் ஈறும் மெய் முதலும்** 254

சொல்லிறுதி எழுத்துகள் (254), சொல் முதல் எழுத்துகள் (254), இரண்டு ஒலிகளும் சேர்தல் (254), மெல்லினத்தின் பின் மெய் (255), ஞகரத்திற்குப் பின் வல்லினம் (255), ண்+ம் (259), ணகரத்தின் பின் இடையினம் (260), ண்+வ் (260), ண்+ய் (260), னகரத்தின் பின் மெய் – னகரத்தின் பின் வல்லினம் (261), தன் (262), என் (263), உன் (263), ஏன் (263), என் - எனது (264), இன் (வி.எ.விகுதி) (264), இன் (265), அன் (266), எழுவாய்த் தொடர் (266), வினைமுற்றுத் தொடர் (266), னகர ஈற்று வினையாலணையும் பெயர் (267), னகர மெய்யின் பின் 'த' (267), 'த' ஏன் 'ற' / ட என மாறுகிறது? (268), ன் + ந (271), நிலை மொழியில் தனிக்குறிலை அடுத்து னகர மெய் (271), ஏனைய சொற்கள் (271), னகரத்தின் பின் மகரம் (272), னகரத்தின் பின் ய, வ, ன் + வ (272), ன் + ய (272), மகரத்தின் பின் மெய், மகரத்தின் பின் வல்லினம் (273), வேற்றுமைத் தொடர் (273), எழுவாய்த் தொடர் (276),

பெயரெச்சத் தொடர் (276), வினைமுற்றுத் தொடர் (276), வினையெச்சத் தொடர் (276), விளித் தொடர் (277), உம்மைத் தொகை (277), உவமைத் தொகை (278), பண்புத் தொகை (278), வினைத்தொகை (279), வேறு சில தொடர்கள் (279), தோறும் (279), எல்லாம் (279), மகர மெய்க்குப் பின் மெல்லினம் (280), மகரத்தின் பின் மகரம் (280), அ) வேற்றுமைத்தொகை (280), ஆ) பண்புத்தொகை (280), இ) உவமைத் தொகை (281), மகரத்தின் பின் தந்நகரம் (282), இன்னொரு வகை (282), மகரத்தின் பின் இடையினம் (283), மகரத்தின் பின் வகரம் (283), மகரத்திப் பின் யகரம் (284), இடையினத்தின் பின் மெய் (284), எகரத்தின் பின் வல்லினம் (284), உவம உருபு சேர்தல் (287), உம்மைத் தொகை (287), வினைத்தொகை (287), ள்+கள் (287), இருவகை (288), ள்+த (288), கவனத்திற்கொள்க (289), எகரத்தின் பின் மெல்லினம் (289), எகரத்தின் பின் இடையினம் (292), லகரத்தின் பின் மெய் (293), லகரத்தின் பின் வல்லினம் (293), பலவகைத் தொடர்கள் (293), எழுவாய்த் தொடர் (296), விளித்தொடர் (296), வினைத்தொகை (296), உவம உருபு முதலிய இடைச்சொற்கள் (296), உம்மைத் தொகை (297), லகரத்தின் பின் மெல்லினம் (299), ரகரத்தின் பின் மெய் (302), ரகரத்தின் பின் வல்லினம் (302), உருபும் பயனும் உடன் தொக்க தொகை (303), இருபெயரொட்டுப் பண்புத் தொகை (303), ழகரத்தின் பின் மெய் (309), அடுக்குத் தொடர் (311),

10) சாரியை 313
அற்றுச் சாரியை – எல்லாம், யாவும் (313), அவை, இவை, எவை ஆகியவற்றுடன் அற்றுச் சாரியை (314), அவைகள், இவைகள்... (315), அவை என்னும் பெயர் (315), சில, பல (316), ஆகியவை, முதலியவை... (316), இன் சாரியை (ஆறாம் வேற்றுமை) (317), இன் சாரியை (எல்லாம், யாவும்...) (321), அவன், அவள், அவர் (321), அன் சாரியை (323), ஆறாம் வேற்றுமையுடன் அன் சாரியை (324), அன் சாரியையும் நான்காம் வேற்றுமையும் (325), யாது, யாவை (325), யார், யாவர் (326), மற்றது, கேட்டது, காண்பது... (326), உகரச் சாரியை (327), மூன்று சாரியைகள் (330), வினைச் சொல்லில் அன் சாரியை (330), அம் சாரியை (330), அசைச் சொற்கள்: தான், தாம்... (330), ஏ (331), ஆம் (331),

11) வேற்றுமை உருபு ஏற்கும்போது திரிந்து வழங்கும் பெயர்கள் 333
தன்மைப் பெயர்கள் (333), முன்னிலைப் பெயர்கள் (333), படர்க்கைப் பெயர்கள் (334)

12) சேர்த்து ஒலிப்பதா? பிரித்து ஒலிப்பதா? 335
வேற்றுமை (335), உடன் (335), கூட, விட முதலான இடைச்சொற்கள் : விட (336), காட்டிலும் (336), கூட (336), தான் (337), தான் - பிரதிப்பெயர் (337), வரை (338), படி, ஆறு (338), மேல், கீழ், முன், பின் (339), தோறும் (339), பொழுது - தனிச்சொல் (341), இடை, இடையே (341), ஆனால், ஆயின் (342), ஆயினும், ஆனாலும், போதிலும் (342), போதிலும் (342), ஆதலால், ஆகையால், ஆகலின் (343), துணை வினை - கொள், விடு (343), இரு (346), முதல்வினை (346), வா, போ (347), இல்லை (348), இடு (349), உள் (350), ஆகு (351), உறு (351), தெளிவு - சரளம் - இனிமை (352), மனம் இருந்தால் (352)

13) வடசொல் புணர்ச்சி 354
தீர்க்க சந்தி (354), குணசந்தி (354), விருத்தி சந்தி (355), சர்வ - ஐசுவரியம் - சர்வைசுவரியம் (355), வடசொல் புணர்ச்சியில் வல்லினம் மிகாமை (355),

8

14) **புணரியல் பின்னிணைப்பு** 357
(1) யகரத்தின் பின் மெல்லினம் (357), (2) குற்றியலிகரம் (357), (3) தமிழுடன் அகரச் சாரியை (358), (4) மென்றொடர்க் குற்றியலுகரத்தின் பின் வல்லினம் (358), (5) 'இ' என்னும் சுட்டுடன் உயிர் சேர்தல் (359), (6) வினைத்தொகை - ஒரு விளக்கம் (359), (7) சுவரா? சுவறா? (360), (8) இன்னொரு விதம் (360)

3

சொல்லியல்

1) **மொழியும் சொல்லும்** 361

2) **சொல்லும் பொருளும்** 361

3) **சொல் வகை** 363

4) **பெயர்ச்சொல்** 364
பெயரின் இயல்பு (364), அறுவகைப் பெயர் (365), மூவகை (365), உயர்திணைப் பெயர்கள் (366), அஃறிணைப் பெயர்கள் (366), தன்மை, முன்னிலைப் பெயர்கள் (366), முன்னிலை மரியாதைப் பன்மை (369), எல்லாம் (373), எல்லாம் - பலபொருட்சொல் (378), எல்லாம் என்னும் சொல்லுடன் முற்றும்மை (380), வினையாலணையும் பெயர் (381), இடைச்சொற்களினின்று... (388), உவம உருபுகளினின்று... (388), வினையாலணையும் பெயர் (எதிர்மறை) (390), தொழிற் பெயர் (391), அம் விகுதி (392), அல் விகுதி (392), ஐ விகுதி (392), கு விகுதி (392), கை விகுதி (392), சி விகுதி (392), தல் விகுதி (392), பு விகுதி (393), மை விகுதி (393), வி விகுதி (393), வு விகுதி (393), வை விகுதி (393), முதல் திரிதல் (394), மெய் இரட்டித்தல் (394), வினையடியே பெயராதல் (394), வினையாலணையும் பெயரும் தொழிற் பெயரும் (395),

5) **வேற்றுமை** 397
முதல் வேற்றுமை (397), இரண்டாம் வேற்றுமை (398), மூன்றாம் வேற்றுமை (399), நான்காம் வேற்றுமை (401), கு+ஆக (403), ஐந்தாம் வேற்றுமை (404), நின்று - நீங்கல் (404), இருந்து - நீங்கல் (405), இருந்து - வேறுபொருள் (405), இன் - நீங்கல் (406), இன் - ஒப்பு (406), எல்லை, ஏது (407), ஆறாம் வேற்றுமை (407), ஏழாம் வேற்றுமை (409), பால் (411), மாட்டு (412), விளி வேற்றுமை (413), ஏ (413), ஆ (414), 'இ' - 'ஈ' யாதல் (414), 'ஐ', 'ஆய்' ஆதல் (415), ஈறயல் நீளுதல் (415),ஈர் (416), ஓ (416), விளியேற்காதவை (420), தொகை (420)

6) **வேற்றுமை மயக்கம்** 422

7) **வழுவமைதி** 424
திணை (425), பால் (426), இடம் (427), இருதிணைக் கலப்பு (428), எண் (428), காலம் (429),

8) **இலக்கியத்தில் பேச்சு வழக்கு** 443
வினைச்சொல் – அஃறிணை (443), உயர்திணை (444), எச்சவினை(445), எதிர்மறை (445), எப்போ? (445),

9)	மரபு – கள் விகுதி	446

சில – பல (449), எத்தனை – எவ்வளவு (451), உயர்திணையில் 'கள்' விகுதி (451), வினையாலணையும் பெயரும் அடையும் (453),

10)	ஆகுபெயர்	455

இடவாகு பெயர் (455), பொருளாகுபெயர் (455), சினையாகுபெயர் (456), எண்ணாகு பெயர் (456), ஏனைய அளவையாகு பெயர்கள் (457), உவமையாகு பெயர் (457), கருவியாகு பெயர் (458)

11)	எல்லாம் – ஒன்றும்	460
12)	முயற்சி என்னும் சொல்	463
13)	தான் என்னும் சொல்	466
14)	'தான்' என்னும் இடைச்சொல்லும் ஏகாரமும்	469

ஏ – வினாப்பொருள் (472), ஏ – எண்ணுப்பொருள் (472), ஏழாம் வேற்றுமைத் தொகையில் ஏகாரம் (474), பிரிநிலை (474)

15)	செப்பும் வினாவும்	475

செப்பு வினாவாதல் (475), வினா செப்பாதல் (478), வினாவே விடையாதல் (479)

16)	பல்வகை வினாக்கள்	480

அறியா வினா (480), ஐய வினா (481), அறிவினா (483), கொளல் வினா? (483), ஏவல் வினா (484), கொடை வினா (484), வேண்டுகோள் (484)

17)	மற்றும் என்னும் சொல்	485

வினைமாற்று (485), அசைநிலை (486), பிறிது, பின்பு (486), மற்றையது... (486), இன்றைய வழக்கில் மற்றும் என்னும் சொல் (487), மற்றும் - ஆகிய (491)

18)	வினைச்சொல்	493

வினை வகைகள் (493), தெரிநிலை - குறிப்பு (493), உடன்பாடு (498), எதிர்மறை (499), செயப்படுபொருள் குன்றாவினை (501), செயப்படு பொருள் குன்றிய வினை (503), தன்வினை - பிறவினை (504), (1) வினையாலணையும் பெயர்கள் (506), (2) தொழிற் பெயர்கள் (507), 'செய்' சேர்ந்து பிறவினை (508), வை சேர்ந்து பிறவினை (508), ஏவல் வினை (509), இ - விகுதி (510), ஐ - விகுதி (510), ஆய் விகுதி (511), மின் விகுதி (511), ர் விகுதி (511), ஆய், ஈர் விகுதிகள் (எதிர்கால வினைவடிவில்) (511), ஏவல் + அடா (511), ஏவல் + அடி (512), ஏவல் + ஏன் (512), வியங்கோள் வினை (512), 'க' விகுதி (512), 'இ' விகுதி (513), 'ய' விகுதி (513), 'ர்' விகுதி (513), அல் விகுதி (514), வியங்கோள் - எதிர்மறை (514), க விகுதி - இன்னொரு வகை (514), வியங்கோளும் மரபும் (515), வியங்கோளா? (515), செயப்பாட்டு வினை - வேறு சில வடிவங்கள் (518)

19)	முற்று வினை	518

தன்மை (519), முன்னிலை (519), திணையும் பாலும் (519), படர்க்கை (519), ஒற்றுமையும் வேற்றுமையும் (519), சொல்லிலக்கணம் (520), விகுதி (521), தன்மை விகுதிகள் - "ஏன்" (521), அன் விகுதி (522), என் விகுதி (522), ஓம் விகுதி (522), அம் விகுதி (522), ஏம் விகுதி (523), எம், ஆம் (523), முன்னிலை ஒருமை வினைமுற்று – ஆய் விகுதி (523), ஐ விகுதி (523), இ விகுதி (524),

முன்னிலைப் பன்மை ஈர் விகுதி (524), படர்க்கை (உயர்திணை) ஆண்பால் (525), பெண்பால் (525), பலர்பால் (525), அஃறிணை வினைமுற்று (527), ஒன்றன்பால் (527), பலவின் பால் (528), எதிர்மறை வினைமுற்று (530), இடை நிலை (531), த் - இடைநிலை - இயல்பு (531), த் - இரட்டித்தல் (532), பிறவினை - தகரம் இரட்டித்தல் (532), தன்வினை - தகரம் இரட்டித்தல் (532), முதல் குறுகுதல் (533), ட் - இடைநிலை (533), ன்ற் - இடைநிலை (533), இன் - இடைநிலை (533), பகுதி திரிதல் (534), நிகழ்கால இடைநிலைகள் கிறு - கின்று (534), வ் - இடைநிலை (535), ப் - இடைநிலை (535), படர்க்கை (அஃறிணை) (535), செய்கு என்னும் வாய்ப்பாட்டு வினை (536)

20) எச்சவினை — 536
பெயரெச்சம் (536), எதிர்மறைப் பெயரெச்சம் (537), ஈறுகெட்ட எதிர்மறைப் பெயரெச்சம் (537), வினைத்தொகை (538), குறிப்புப் பெயரெச்சம் (538), வினையெச்சம் (538), செய்யின் (540), எதிர்மறை வினையெச்சம் (541), மே விகுதி (542), உடன்பாட்டுக் குறிப்பு வினையெச்சம் (543), அடுக்கி வருதல் (544)

21) ஆம், போம் முதலிய சொற்கள் — 547

22) துணைவினைகள் — 548
இடு (548), இரு (549), உள்ள, உள்ளது முதலியன (550), விடு (550), படு (551), வினைப்படுத்தும் வினை (551), பிறவினை வடிவம் (552), ஆடு (552), வை (552), பார் (552), கொள் (553), கொடு (554), உறு (554), எதிர்மறை (555)

23) இடைச்சொல் — 555
உம்மை (555), 1. முற்றும்மை (555), எண்ணுப் பெயருடன் முற்றும்மை (556), முற்று - எச்சம் (557), 2. எண்ணும்மை (557), எண்ணும்மை - வினையுடன் தொகை (558), 3. ஐயவும்மை (558), 4. எச்சவும்மை (559), 5. சிறப்பும்மை (560), 6. தெரிநிலையும்மை (561), 7. ஆக்கவும்மை (563), 8. எதிர்மறையும்மை (563), 9. உம்மை: வேறு சில பொருள் உம்மை - உடன் (564), உம்மை - கூட 564), உம் - உறுதி (565), உம் - அறவே இல்லாமை (565), கூட - உடன் நிகழ்ச்சிப் பொருள் (566), உம்மை - முரண்பாடு (566), பலவகை உம்மை சேர்ந்துவரல் (566), உம் - தனிச்சொல் (567), 2. ஆம் (567), 3. இன்னும் சில... – 1. படி - ஆறு (569), 2. சும்மா (570), 3. வாளா (571), 4. வெறுமனே (571), 5. ஆவது (572), 6. ஆயினும் (573), 7. இந்தா (573), 8. தோறும் (574), 9. ஏனையவை (575), குறிப்பிடைச் சொற்கள் (575)

24) உரிச்சொல் — 576

25) வாக்கியம் — 577
சொல் தொடர் (577), பயனிலை (577), பெயர்ப் பயனிலை (578), எழுவாய் (579), எழுவாய் பயனிலை இயைபு (579), பயனிலையாக எதிர்மறை வினைமுற்று (580), எது எழுவாய்? (583), தோன்றா எழுவாய் (587), தோன்றாப் பயனிலை (593), செயப்படு பொருள் (594), செயப்பாட்டுவினை (594), எதிர்மறை வாக்கியம் (595), ஒவ்வொரு என்னும் தொடர் (597), பத்திரிகை முதலியன (598), வேற்றுமை உருபும் எண்ணும்மையும் (600), பல வகை உரை நடை (600)

26) பின்னிணைப்பு – 1 பல்வகை உரைநடை — 602
27) பின்னிணைப்பு – 2 நாம் – நாங்கள் — 606
28) பின்னிணைப்பு – 3 ஒருமையைக் குறிக்கும் பன்மை — 606
29) பின்னிணைப்பு – 4 ஆகட்டும் என்னும் சொல் — 607

நூலாசிரியரைப் பற்றி...

சித்தார்த்தன் (பா.கேசவன்) சிங்கப்பூரில் ஆங்கில உயர்நிலைப் பள்ளி, தொடக்கக் கல்லூரி, உமறுப் புலவர் தமிழ்மொழி நிலையம், தேசிய கல்விக் கழகம் (ஆசிரியர் பயிற்சிக் கல்லூரி) முதலானவற்றில் தமிழாசிரியராகப் பணியாற்றியவர்.

சிங்கப்பூர்க் கல்வி அமைச்சில் பாடநூல் எழுத்தாளராகவும், கல்வி மேம்பாட்டு அதிகாரியாகவும் பொறுப்பு வகித்த சித்தார்த்தன், சிங்கப்பூர்ப் பாடத்திட்ட மேம்பாட்டுக் கழகத்தில் அறநெறிக் கல்வித் திட்டக்குழு, கல்வித் தொழில்நுட்பப் பிரிவு ஆகியவற்றிலும் பணியாற்றினார்.

தமிழ்மொழி, இலக்கியப் பாடத்திட்டக் குழுவின் செயலாளராகவும், தமிழ்க்கல்வி தொடர்பான மற்றும் பல குழுக்களில் உறுப்பினராகவும் இருந்து பணியாற்றியவர்.

சிங்கப்பூர்த் தமிழ் எழுத்தாளர் கழகம், தமிழர் பேரவை ஆகியவற்றின் தலைவராகவும், தமிழ்மொழி பண்பாட்டுக் கழகச் செயலாளராகவும் பணியாற்றியவர்.

இப்போது நிருத்தியாலயா கவின் கலைக் கழகத்தின் துணைத் தலைவராகவும், பாஸ்கர் கலைக்கழகத்தின் இயக்குநர்களில் ஒருவராகவும் இருக்கிறார்.

இளமைதொட்டே பல்வேறு இதழ்களில் கட்டுரைகள் எழுதிவரும் சித்தார்த்தன் நாடக ஆசிரியருமாவார். சிங்கை வானொலியில் ஒலிபரப்பான இவரது 'எளிய இலக்கணம்' நேயர்களின் ஒருமித்த பாராட்டைப் பெற்றது.

சிங்கப்பூர்க் கல்வி அமைச்சின் தொடக்கநிலைத் தமிழ்ப் பாட நூல்களுக்குப் பான்பேக் பதிப்பகத்தின் சார்பில் மொழியியல் ஆலோசகராக இருக்கிறார்.

'இலகு தமிழில் இனிக்கும் தமிழ் இலக்கணம்' என்ற இந்த நூல் தமிழக அரசின் சிறந்த நூலுக்குரிய பரிசை 2005-ஆம் ஆண்டு பெற்றிருக்கிறது. 2006-ஆம் ஆண்டு அனந்தாச்சாரி அறக்கட்டளையின் விருதையும் பெற்றுள்ளது இந்த நூல்.

அணிந்துரை

வை. திருநாவுக்கரசு

(வளர்தமிழ் இயக்கத் தலைவர், சிங்கப்பூர்)

மொழி, இலக்கியம், இலக்கணம் ஆகியவை ஒன்றையொன்று தழுவியும் ஒன்றுக்கொன்று துணைநின்றும் வளர்வன. ஆனால் இம்மூன்றும் மொழியைப் பயன்படுத்துவோரின் கரம்பற்றியே நடைபயில இயலும். அதேநேரத்தில், மொழி, இலக்கியம், இலக்கணம் ஆகியவற்றின் வரை முறைகளைப் பெருமளவு அறிந்தும் மதித்தும் நடவாமல் ஒருமொழியினர் தம் மொழிக்கு ஆக்கமளிக்கவியலாது. இதுவே எல்லா மொழிகளுக்கும் அமைந்த பொது நடைமுறை.

மாந்தருக்காக மாந்தர் உருவாக்கிய அற்புதக் கருவி மொழி. எனவே, அது மாந்தரின் போக்குகளுடன் இணைந்தும் மாற்றங்களுக்கு ஈடுகொடுத்தும், தேவைக்கு ஏற்பத் தன்னைச் சரிப்படுத்திக்கொள்ளும் தன்மையுடையது. அத்தன்மையைப் பேணினால் மட்டுமே ஒருமொழி உயிர்ப்பும் பயனும்மிக்க மொழியாய்ச் சீரிளமைத் திறத்தோடு வளர இயலும்.

தமிழ்மொழியைப் பயன்படுத்துவோர் காலங்காலமாக இப்பொதுத்தன்மையைப் போற்றிக் காத்துவந்துள்ளனர் என்பதன் அடையாளமே இன்றைய தமிழ்மொழியின் வளப்பம். எனினும், கடந்த நூறு ஆண்டு களில் தமிழ்மொழியைப் பயன்படுத்து வோரின் வாழ்க்கை மட்டுமன்றி, மொழிச் சூழலும் மொழியின் பயன்பாடும் பெரிதும் மாறிவிட்டன. குறிப்பாக, கடந்த ஐம்பதாண்டுகளாக மாற்றங்களின் வேகம் ஆண்டுக்கு ஆண்டு அதிகரித்து வருகிறது. இதற்கான காரணங்கள் பல.

எப்போதையும்விட இப்போது, தமிழ் பேசும் மக்கள் பல நாடுகளில் பரவி வாழ்கின்றனர். அங்கெல்லாம், குறிப்பாக, இளைய தலைமுறையினர் வெவ்வேறு மொழிகளின் செல்வாக்குக்கிடையே தமிழைக் கற்கின்றனர். சிங்கப்பூர், மலேசியா போன்ற நாடுகளில் பாலர் வகுப்பிலிருந்து பல்கலைக் கழகம் வரை தமிழ் கற்பிக்கப் படுகிறது. ஆஸ்திரேலியாவிலும் ஐரோப்பிய நாடுகள் சிலவற்றிலும், அமெரிக்கப் பல்கலைக் கழகங்களிலும் தமிழைக் கற்கவும் ஆராயவும் வாய்ப்புகள் பெருகி யுள்ளன. மிக முக்கியமாக, தமிழைத் தாய் மொழியாகக் கொண்டிராதவர்கள் பலர் இப்போது தமிழ்மொழியைக் கற்கிறார்கள்.

மற்றொரு நிலையில் பார்க்கும்போது, தொடர்புச் சாதனங்கள், பொழுதுபோக்குக் கருவிகலன்கள், கணினி ஆகியவை வாழ்க்கையின் இன்றியமையாத் துணை களாய் ஊடுருவி, மொழிப் பயன்பாட்டில் பெரிய மாற்றங்களைத் திணித்தபடி இருக்கின்றன. காட்சிவழியிலும் புதிய சாதனங்கள் வழியிலும் புதுப்பயன்பாட்டுக்கு உள்ளாகிறது தமிழ்மொழி. பயன்பாட்டுக்குத் தக்கவாறு வளைந்து கொடுக்கவேண்டிய இயல்பான நெருக்குதல் தமிழுக்கு ஏற்பட் டுள்ளது.

தமிழ் இன்று குறிப்பிட்ட எல்லைக்குள் வழங்கும் மொழி அல்ல. அது இப்போது

எல்லைக்குள் அடங்காத குவலய மொழி. உலகத்தோடு ஒன்றுபட்டு, பிற மொழிகளின் நெருக்குதலுக்கும் செல்வாக்குக்கும் ஈடுகொடுத்து வளரும் கட்டாயம் தமிழுக்கு ஏற்பட்டுள்ளது. பழைமைவளம் செறிந்த மொழியாயினும், தமிழ் தன் பாரம்பரியக் கட்டுகள் சிலவற்றைத் தளர்த்திக்கொண்டு அது தன் நடையில் புதிய துள்ளலைச் சேர்த்தாக வேண்டும். உலகந்தழுவிய போட்டிச் சூழலை எதிர்கொள்ளும் பொருட்டு மனிதரின் எல்லா நடவடிக்கைகளும் மாற்றங்காணும்போது, மொழிமட்டும் போட்டியிட்டு முன்னேறாமல் எங்ஙனம் மூலையில் ஒதுங்க இயலும்?

எனவே, இன்றைய வாழ்க்கைச்சூழலில், தமிழ் கற்றலும், கற்பித்தலும், எழுதுதலும், எழுதுவித்தலும் புதுவழிகளில் சென்றாக வேண்டும். இவற்றிற்கான முயற்சிகளும் அடையாளங்களும், இலக்கியப் போக்குகளிலும் தமிழ்மொழியின் பயன்பாட்டிலும் தலைதூக்கியுள்ள போதிலும், தமிழ் இலக்கணத்தைப் பொறுத்தவரையில் புதுத் தேவைகளுக்கு ஏற்ற வழிகளில் திரும்புவதில் தயக்கநிலையே ஆட்சி செய்கிறது.

தொல்காப்பியர் வகுத்த விதிகள் இன்றையத் தமிழுக்கும் பொருந்துகின்றன என்பது இந் நூலின் ஆசிரியர் சித்தார்த்தனின் கருத்து. பல்வேறு சூழல்களில் தொல்காப்பியரை மேற்கோள் காட்டி இக்கருத்தை நிறுவுகிறார். நச்சினார்க்கினியர், இளம்பூரணர் போன்ற உரையாசிரியர்கள் தத்தம் காலத்திய மொழிவழக்கை, குறிப்பாக இலக்கிய வழக்கை எடுத்துக்காட்டி விதிகளை விளக்கினர். பின்னர் வந்த இலக்கண ஆசிரியர்களும் அவ்வழியிலேயே நடந்தனர். சித்தார்த்தன், இலக்கண விதிகள் பலவற்றுக்கும் அன்றைய இலக்கியங்களிலிருந்தும் இன்றைய இலக்கியங்களிலிருந்தும் எடுத்துக்காட்டுகளை முன்வைத்து, தொல்காப்பிய விதிகளைப் பொருத்திக் காட்டுகிறார்.

இன்றைய உலகவழக்கும் முற்றாக வேறுபட்டுவிடவில்லை என்பதையும் இன்றைய பேச்சு வழக்கை எடுத்துக்காட்டி சித்தார்த்தன் விளக்குகிறார். காலப்போக்கில், சில சொற்கள் வழக்கிழப்பதும், சில சொற்கள் புதுப்பொருள் ஏற்பதும் இயல்பு. ''கடிசொல் இல்லை காலத்துப் படினே'' என்னும் தொல்காப்பிய நூற்பாவை ஆசிரியர் இக்கருத்துக்கு ஆதரவாகக் காட்டுகிறார். தமிழ்மொழியில் நேர்ந்துள்ள மாற்றங்கள் மொழியின் அடிப்படைக் கூறுகளில் ஏற்பட்ட மாற்றங்கள் அல்ல என்னும் கருத்து இந்நூல் முழுதும் ஒலிக்கிறது.

எனவே, பழைய இலக்கியத் தமிழுக்குப் பொருந்திய இலக்கண விதிகள் பல இன்றைய நடைமுறைத் தமிழுக்குப் பொருந்தவில்லை என்பதைவிட, பொருத்திக்காட்டும் முயற்சி இல்லை என்பதே சரியானதாக இருக்கக்கூடும். இலக்கணம் கற்பிப்போருக்குத் தெளிவான வழிகாட்டுதல் இல்லாத குறையால், அவர்கள் கடைப்பிடிக்கும் கற்பித்தல் முறை, தமிழ் கற்கும் மாணவர்களை வீணான குழப்பத்திற்கு ஆளாக்குகிறது. தமிழ் இலக்கணத்துக்கு அஞ்சி, தமிழே கடுமையான மொழி என்று பழிசுமத்தி அதனின்று விலகியோடச் சிலர் முயல்கின்றனர். தமிழ் நாட்டிலும் இலங்கையிலும் இத்தகைய நிலைமை இல்லை என்று சிலர் சாதித்தாலும் தமிழ் கற்பிக்கப்படும் ஏனைய நாடுகளில் அத்தகைய நிலைமை இருப்பதை மறைக்க வியலாது.

எண்ணிப்பார்த்தால், தமிழ் இலக்கணம் பற்றி எழும் சங்கடங்களில் முதன்மையானது அதைக் கற்பிக்கும் முறையிலுள்ள குறை என்று தோன்றுகிறது. இலக்கணத்தைத் தனிப் பாடமாகக் கற்பிக்க முனைவதும், நினைவில் நிற்கக்கூடிய நடைமுறை வாக்கியங்கள், பயன்பாடு முதலிய எடுத்துக்காட்டுகள் வழியாக இலக்கணக் கூறுகளை விளக்குவதற்கு மாறாக, கணக்கற்ற இலக்கணப் பெயர்களுக்கு முக்கியத்துவம் கொடுப்பதும் சில குறைகள்.

இலக்கணத்தின் இறுதிப் பயன், ஒரு மொழியைக் கற்போருக்கு அம்மொழியின் வரையறைக்குட்பட்டுப் பிழையின்றிப் பேசவும் எழுதவும் உதவுவதேயாகும். தமிழ்மொழிச் செப்பத்துக்கு அடிப்படையான இலக்கண விதிகளை, புதிய தலைமுறை மாணவர்கள் எளிதில் புரிந்துகொள்ளும் எடுத்துக்காட்டுகளுடன் விளக்கும்

தீர்க்கமான வகைமுறை ஒன்றை நடை முறைப்படுத்துவதே இப்போதுள்ள முக்கிய தேவை.

இப்பணி, மொழியியலாருக்கும் இலக் கணப் புலவர்களுக்கும் உள்ள கடமையாகும். நிகழும் மாற்றங்களைச் சீர்தூக்கிப் பார்த்துச் சரிசெய்யத் தவறினாலோ காலந்தாழ்த்தி னாலோ மொழியின் இயல்பான வளர்ச்சி தடைப்படும். மொழியைப் பயன்படுத்தி வந்தோர் தங்கள் புதிய தேவைகளுக்கு வேறுமொழியின் துணையையே நாடுவர். இந்தப் போக்கு தமிழை ஏற்கெனவே நெருங்கிவிட்டதோ என்னும் அச்சம் உண்மையானது.

தமிழ் இலக்கண உலகில் புதிய பார்வையும் புதிய அணுகுமுறைகளும் அவசரத் தேவைகள் என்பதைத் தமிழறி ஞர்கள் சிலர் அண்மை ஆண்டுகளாக எடுத்துரைத்து வருகின்றனர். அவை விழுமிய கருத்துக்களே ஆயினும், அனை வராலும் ஏற்கப்படாமல் அவை தனி மனிதர் கருத்து என்று விடப்பட்டால் பலனில்லை. பின்னர், வழிதான் என்ன? பல்கலைக் கழகங்கள், தமிழ்வல்லார் குழுக்களை ஒன்றிணைத்து, இன்றைய நடைமுறைக்கு ஏற்பத் தமிழிலக்கணத்தை எளிய நடையில் அமைக்க வேண்டும். அப்போது அந்த இலக்கணம், அனைவரும் பின்பற்றத்தக்க நல்லதோர் வழிகாட்டியாய் விளங்கும்.

இப்பொறுப்பை நிறைவேற்ற யார் முன்னிற்பது? தமிழ்நாட்டுப் பல்கலைக் கழகங்கள் தலைமை ஏற்பதே பொருந்தும். எனினும், இலங்கைத் தமிழறிஞர்கள் கூட்டுறவோடும், தமிழைப் பயிற்றுவிக்கும் சிங்கப்பூர், மலேசிய நாடுகள், தமிழாய்வு செய்யும் அமெரிக்க, ஐரோப்பியப் பல்கலைக் கழகங்கள் ஆகியவற்றின் ஆலோசனை யுடனும் இப்பணியில் இறங்குவது சிறந்த வழி. தமிழ் நாட்டுக்கும் இலங்கைக்கும் வெளியே, பல நாடுகளில் தமிழ்மொழி பல வழிகளில் வீறும் வளர்ச்சியும் கண்டு வருவதால், அந்நாடுகளின் பங்களிப்பு தமிழின் உலகத் தகுதியை ஏற்கும் முறை யான செயலாகும்.

திரு. சித்தார்த்தன் அவர்களுடைய இந்நூல், தமிழகத்துக்கு வெளியே தமிழ் வளர்ச்சியில் ஓங்கியெழுந்துள்ள அக்கறைக்குச் சான்று. தமிழாசிரியராகவும் பாடநூல் எழுதுபவராகவும் பல ஆண்டுகள் பட்டறிவு பெற்றவர் அவர். இலக்கணத் துறையில் அவருடைய ஈடுபாடு மிகவும் ஆழமானது. சிங்கப்பூர் வானொலியில் தமிழ் இலக்கணம் பற்றிய அவருடைய வாராந்தர விளக்கவுரை பல ஆண்டுகள் நீடித்தமை ஓர் அதிசயம். இலக்கண விளக்கங்களை எளிமையாகவும் சுவைபடவும் சொல்லும் சித்தார்த்தனின் ஆற்றலே வானொலி உரைகளின் வெற்றிக்கு அடிப்படையாய் இருந்தது. அந்த அடிப்படைக்கு இந்நூலில் இன்னும் அதிக உரமும் இனிமையும் சேர்த்திருக்கிறார் ஆசிரியர்.

பல்வேறு இலக்கணக் கூறுகளையும் அவற்றின் பயன்பாட்டு மரபுகளையும் எடுத்துக்காட்டுகள் மூலமாகப் புரியவைக்கும் ஆசிரியரின் பாங்கு சிறப்பானது. இதனையும் மிஞ்சும் அம்சம், இக்காலத் தமிழ் அறிஞர்கள், எழுத்தாளர்கள், கவிஞர்கள் ஆகியோருடைய படைப்புகளிலிருந்து அவர் சுட்டும் எடுத்துக்காட்டுகள். இன்றைய நடைமுறை இலக்கியத்தை மேற்கோள் காட்டி இன்றைய தமிழுக்குத் தேவையான இலக்கணக் கூறுகளை மனத்தில் பதியச் செய்வது நல்ல உத்தி. இதனால் இலக்கியத் தைச் சுவைத்தபடி இலக்கண வரைமுறை களைப் புரிந்துகொள்ள முடிகிறது. அப்போது இலக்கணமும் இனிக்கிறது.

ஒலிகளின் சேர்க்கையே புணர்ச்சி இலக்கணம் என்பதை விரிவாக விளக்கும் ஆசிரியர் சித்தார்த்தன், புணரியலின் முதல் அத்தியாயத்திற்கு 'ஒலிச்சேர்க்கை' என்பதைத் தலைப்பாக அமைத்திருக்கிறார். உணர்த்த விரும்பும் பொருளைப் பொறுத்தே, சொற்கள் சேர்ந்து ஒலிப்பதும் பிரிந்து ஒலிப்பதும் அமைகின்றன. இதற்கு உதாரண மாகப் ''பொற்சிலை அழகாக இருந்தது', 'பொன் சிலை செய்யப் பயன்பட்டது' என்னும் வாக்கியங்களை ஆசிரியர் சுட்டிக் காட்டியிருப்பது குறிப்பிடத்தக்கது. எழுவாய் போலவே பயனிலையும் மறைந்து நிற்ப

துண்டு என்பதைத் 'தோன்றாப் பயனிலை' என்னும் தலைப்பில் விரிவாக விளக்குகிறார்.

தமிழ் கற்போருக்கும் கற்பிப்போருக்கும் சித்தார்த்தனின் இந்நூல் பெருந்துணையாய் இருக்கும். கல்வி நிலைய நூலகங்களிலும் பொது நூலகங்களிலும் இந்நூல் இடம்பெற வேண்டும். எழுதும் தமிழ் பிழையின்றி அமையவேண்டும் என்னும் அக்கறையுள்ள எழுத்தாளர்களுக்கும் செய்தியாளர்களுக்கும் இந்நூல் அருந்துணையாய் அமையும்.

நூலின் அளவும் பருமனும் இதனை வாங்கிப் பயன்படுத்துவோர் எண்ணிக்கையை மட்டுப்படுத்தக்கூடும். அப்படி நிகழுமாயின், நூலின் பயன் பலரைச் சென்றடையாது. இதனைத் தவிர்க்க, இந்நூலின் முக்கிய கூறுகளைச் சுருக்கி, அகரவரிசைப்படுத்தி, கையடக்கப் பதிப்பு ஒன்றை வெளியிட வேண்டும். குறிப்பாக அத்தகைய பதிப்பு தமிழ் கற்கும் மாணவர்களுக்குப் பேருதவியாய் இருக்கும். சித்தார்த்தன் அப்பணியையும் விரைவாக நிறைவேற்றுவார் என்று நம்புகிறேன்.

ஆசிரியர் சித்தார்த்தனுக்கு என் பாராட்டும் வாழ்த்துகளும்.

16.02.2003

வை. திருநாவுக்கரசு
தலைவர், வளர்தமிழ் இயக்கம்
சிங்கப்பூர்.

மதிப்புரை

புதுமைதாசன்

முன்னாள் மேல்நிலை நிர்வாகத் தயாரிப்பாளர்
சிங்கப்பூர் ஒலிபரப்புக் கழகம் – இந்தியப் பகுதி

இவ்வையத்தின் மிகத் தொன்மை வாய்ந்த மொழிகளுள் ஒன்றாய்த் திகழ்வது அமிழ்தினுமினிய அருந்தமிழ்மொழி. சீரிளமைத்திறங்குன்றாது–எத்திசையும் புகழ் மணக்க – இலக்கிய வளமும் செழுமையும் பெற்றிலங்கும் உயர்தனிச் செம்மொழி தமிழ்!

பண்டைத் தமிழ் இலக்கண நூல்களுள் மிகப் பழைமையும் முதன்மையும் வாய்ந்த தாய்ப் போற்றப்பெறும் தொல்காப்பியம், ஏறத்தாழ ஈராயிரத்து ஐந்நூறு ஆண்டு களுக்கு முன்னர்த் தோன்றிய நூலெனின், அதற்குப் பன்னூறு ஆண்டுகளுக்கு முன்னரே தமிழ் மொழி இலக்கிய, இலக்கண வளமிகுந்த மொழியாய்ச் சிறப்புற்றிருத்தல் வேண்டும் என்பர் நற்றமிழறிஞர். ஒல்காப் பெரும்புகழ் தொல்காப்பியனார், தம்மினும் முன்னோரை **உயர்மொழிப்புலவர், யாப்பறி புலவர், நுணங்குமொழிப் புலவர், நூனவில் புலவர், சொல்லியற் புலவர், தொன்னெறிப் புலவர்** எனப் பெருமையுறக் கூறுதலையும் இங்கு நினைவுகூர்தல் வேண்டும்.

நற்றமிழ் வளர்த்த அந்நல்லோராகிய தொல்லோரையும் அவர்வழி வந்த பின்னோரையும் மனத்திலிறுத்துதலுடன், செந்தமிழின் தொன்மையையும் வன்மை யையும் போற்றிப் பேணுதல் இன்றைத் தமிழரின் இன்றியமையாக் கடனாம்!

''தமிழ்'' என்னுஞ் சொல், முதன் முதலில் காணப்பெறும் முதன்மை நூல் தொல்காப் பியம். **''தமிழென் கிளவி''**, **''செந்தமிழ் நிலத்து''** என வரும் தொல்காப்பிய நூற்பாத் தொடர் களும், பனம்பாரனார்தம் தொல்காப்பியப் பாயிரத்தில் வரும் **''தமிழ்கூறும் நல்லுலகத்து''** என்னும் தொடரும் தமிழின் தொன்மை யையும் பெற்றியையும் கூறுவனவாம்.

இன்னும், சங்க இலக்கியங்களாகிய பாட்டினுள்ளும் தொகையினுள்ளும் தமிழென்னுஞ் சொல் வருதலைக் காணல் இயலும்.

இடைக்கழிநாட்டு நல்லூர் நத்தத்தனார் பாடிய சிறுபாணாற்றுப்படையில் வரும், **''தமிழ்நிலை பெற்ற தாங்கரு மரபின்''** என்னும் தொடரிலும், புறநானூற்றில், காவிரிப் பூம்பட்டினத்துக் காரிக்கண்ணனார் பாடிய பாடலில் வரும், **''தமிழ்கெழு கூடல் தண்கோல் வேந்தே''** என்னும் தொடரிலும், குடபுலவிய னார் பாடிய பாடலில் வரும் **''தமிழ்தலை மயங்கிய தலையாலங்கானம்''** என்னும் தொட ரிலும் ''தமிழ்'' என்னுஞ் சொல் வந்திருத் தலையும் நோக்குதல் வேண்டும்.

''தமிழ்'' என்னுஞ் சொல் இனிமைப் பொருளுணர்த்துதலைப் பண்டைத் தமிழ்ப் பெரும் இலக்கியங்கள் பலவற்றுள்ளும் இனிது காணலாம் :

''தமிழ் தழீஇய சாயலவர்'' எனத் திருத்தக்க தேவர்தம் சீவக சிந்தாமணியும், **''தமிழ்ப் பாட்டிசைக்குந் தாமரையே''** எனக் கம்பர்தம் இராமாயணமும், **''தண்ணார் தமிழ்''** என மாணிக்கவாசகர்தம் திருவாசகமும், **''தேருந்தோறும் இனிதாம் தமிழ்''** எனப் பொய்யா நாவினர் பொய்யாமொழியார்தம் தஞ்சைவாணன் கோவையும் இனிமைத் தமிழின் சிறப்பை இனிது இயம்புவனவாம்.

இனிமையேயன்றி நீர்மையுந் தமிழுக்குள தாதலின், **''இனிமையு நீர்மையுந் தமிழெனலாகும்''** எனப் பிங்கல முனிவர்தம் பிங்கலந்தை என்னும் பிங்கல நிகண்டு பீடுறப் பாடுதலையும் நினைவு கூர்தல் வேண்டும்.

இனிமை தருவனவற்றுக்குத் தமிழ் என்னுஞ்சொல் அடையாயடுத்து வருதலையும் நறுந்தமிழ் இலக்கியங்கள் சிலவற்றுள் நலமுறக் காணலாம் :

''தமிழென்னும் இனிமையையுடைய வையைப்புனல்'' என்னும் பொருளில், **''தமிழ் வையைத் தண்ணம் புனல்''** என எட்டுத்தொகை நூல்களுள் ஒன்றாகிய ஓங்கு பரிபாடலும், ஒண்டமிழ் நாட்டினுக்கு உயர்வளஞ் சுரந்து உயர்வு கண்டமையால், காவிரியைத் **''தண்டமிழ்ப்பாவை''** என மணிமேகலைப் பதிகமும் புகழாரஞ்சூட்டி மகிழ்தலை ஓர்ந்து தெளியலாம்.

செந்தமிழ், பைந்தமிழ், அருந்தமிழ், நறுந்தமிழ், தீந்தமிழ், முத்தமிழ், ஒண்டமிழ், தண்டமிழ், வண்டமிழ், தெளிதமிழ், இன்றமிழ், தென்றமிழ், நற்றமிழ், தெய்வத்தமிழ், மூவாத் தமிழ், கன்னித்தமிழ் எனப் போற்றிச் சிறப்பிக்கப் பெறுவது என்றுமுள தென்றமிழ்!

ஓரொருகால், வில்லுக்குச் சேரன், நெல்லுக்குச் சோழன், சொல்லுக்குப் பாண்டியன் என மூவேந்தரும் பாராட்டப் பெறுவராயினும், தமிழுடன் அம்மூவரையும் இணைத்துப் பேசுங்கால், சேரன் செப்பிய தமிழ், சோழன் சொல்லிய தமிழ், பாண்டியன் பகர்ந்த தமிழ் எனச் சிறப்பிக்கப் பெற்றதையும் நினைவுகூர்தல் வேண்டும்.

முன்னைப் பழைமைக்கும் பழைமையாய்ப் பின்னைப் புதுமைக்கும் புதுமையாய்ப் பொலிந்து சிறப்பதுடன், கால வேற்றுமைக் கேற்ப வளர்ந்து செழிக்கும் தனித்தன்மையும் மிக்குடையது தண்டமிழ் மொழி!

கால மாறுதலால் முற்காலத்துத் தோன்றிய இலக்கணங்களுள் சில பிற்காலத்தில் மறைதலும் புதியன புகுதலும் குற்றமல்ல வாம் என நன்னூல் நவில்தற்போன்று மொழியில் மாற்றங்கள் நிகழ்தல் இயல்பேயாம்.

புதியன புகுதல் தமிழுக்குப் புதியதன்று; அது பண்டுதொட்டு நிகழ்ந்து வருவதாம். பண்டை இலக்கண நூல்களுள் மிகத் தொன்மையும் முதன்மையும் வாய்ந்ததாய்த் திகழ்வது தொல்காப்பியம். அதற்குச் சற்றேறத்தாழ ஆயிரத்தெழுநூறு ஆண்டுகளுக்குப் பின்னர், முன்னோர் மொழியைப் பொன்னேபோற் போற்றிய பன்னருஞ் சிறப்பிற் பவணந்தியார் என்னும் தவநெறிச் சான்றோர், மொழியில் புதியன புகுதலையும் போற்றியவர்.

முன்னோர் மொழியை முனைந்து போற்றியதுடன், பொன்னார் தமிழில் புதியனவும் புகுத்தி மரபு நெறிகாத்த மாண்புடைச் சான்றோர் அவர்.

எனவே, மொழியில் புதியன புகுதல் இயல்பெனினும், அப்புதியன மொழியினைப் பெருமையுறச் செய்தல் வேண்டும்; சிறுமை செய்யின் மொழிக்குக் கேடாம்! மரபு பிறழ்ந்து இலக்கண நெறி குன்றி எழுதப்படுவன அனைத்திற்கும் நன்னூல் நூற்பாவை மேற்கோள் காட்டுதல் பொருந்தாது. மரபு வழுவாது-இலக்கண நெறி பிறழாது புகுவனவற்றையே நன்னூல் ஏற்கும் என்பது தேற்றம். **''மரபுநிலை திரியின் பிறிது பிறிதாகும்''** என்னும் தொல்காப்பியத் தொன்மொழியை என்றென்றும் நினைவிற் கொள்ளுதல் வேண்டும்.

தமிழ்மொழியை எளிதாய்க் கற்பதற்கும் எழுதுதற்கும் ஏற்ப, அவ்வப்பொழுது இலக்கண நூல்கள் இயற்றப்பெற்று வருகின்றன. ஆயின், தமிழ் இலக்கண நூல் இயற்றிப் பதிப்பித்தலில், இது காறும் எங்கும் மேற்கொள்ளப்பெற்றிராத ஓர் அரிய முயற்சி இப்பொழுது முதன்முறையாய்த் திருவினையாக்கம் பெற்றிருக்கின்றது.

மரபுநிலை திரியாது-இலக்கண நெறி குன்றாது நற்றமிழை நலமுறக் கற்றல் வேண்டும்; கற்றலுக்கேற்பப் பேசுதலும் எழுதுதலும் வேண்டும் என்னும் சீரிய நோக்கில் செந்தமிழ் வல்லார், நண்பர் **சித்தார்த்தன்** அவர்கள், அனைவர்க்கும் உறுபயன் நல்குமாறு **''இலகு தமிழில் இனிக்கும் தமிழ் இலக்கணம்''** என்னும் விழுமிய நூலினை அரிதின் முயன்று மிகப்

பெரும் நூலாய் உருவாக்கியிருக்கின்றார். பல்வேறு துறையினராலும் நன்கு அறியப் பெற்ற சித்தார்த்தன் அவர்கள், கல்வி, இலக்கியம், கலை, சமூகம் ஆகிய துறை களில் பன்னெடுங்காலம் அயராது அரும்பணி யாற்றி வருபவர்.

ஆயிரத்துத் தொள்ளாயிரத்து எண்பது களின் தொடக்கத்திலிருந்து தொண்ணூறு களின் இடைப்பகுதிவரை – ஏறத்தாழ பதினைந்தாண்டுகள் அவர் வானொலிக்கு எழுதிவந்த **''எளிய இலக்கணம்''** என்னும் நெடுந்தொடர் மாணவர்கள், கல்வியாளர்கள், பொதுவினர் எனப் பல்வேறு பிரிவினரையும் நன்கு கவர்ந்த நிகழ்ச்சியாகும். வானொலி யில் ஒலியேறிய அத்தொடரின் அடிப்படை யில் ஆயின், அதனினும் விரிவும் செறிவும் பொருந்திய முறையில் அவர் இந்நூலை எழுதியிருக்கின்றார்.

இந்நூலின் முதன்மை நோக்கம் யாதென் பதை நூலாசிரியர், **''இலக்கணம் என்பது ஓர் ஒழுங்குமுறை. அது நம்முள் இருக்கிறது. நமக்குத் தெரியாமலே அது நமக்கு உதவிக்கொண்டிருக் கிறது. இலக்கணம் நமக்கு எப்படி உதவுகிறது என்பதைப் புரிந்துகொண்டால், நாம் மொழியை மேலும் திருத்தமாகப் பேசவும் எழுதவும் முடியும். இந்த இலக்கண விதிமுறைகளை அனைவரும் எளிதில் புரிந்துகொள்வதற்கு உதவுவதே 'இலகு தமிழில் இனிக்கும் தமிழ் இலக்கணம்' என்னும் இந்த நூலின் முக்கிய நோக்கம்''** என்று குறிப்பிடுகின்றார்.

எழுத்து, சொல், பொருள், யாப்பு, அணி என்னும் ஐந்திலக்கணத்துள், நன்னூல் போன்றே இந்நூலும் எழுத்திலக்கணம், சொல்லிலக்கணம் இரண்டையும் விரிவாய் விளக்குகின்றது. அவற்றுடன், முற்றுச் சொற்றொடரமைப்பையும் விரித்துரைக் கின்றது.

பிற்கால இலக்கண நூல்கள் பலவும் அவற்றுக்கு முன்னர்த் தோன்றிய நூல்களுள் காணப்பெறும் மேற்கோள்களையும் எடுத்துக் காட்டுகளையுமே பெரிதும் பின்பற்றுவன வாயின. ஆயின், இந்நூலாசிரியர்தம் அணுகு முறை முற்றும் மாறாயது; இலக்கணம் கற்க விழைவார் அனைவரையும் கவர்ந்து ஈர்ப்பது. நூலாசிரியர், பண்டை இலக்கியங்கள் முதல் தற்கால இலக்கியங்கள் ஈறாய் அனைத் திலும் தேர்ந்த பயிற்சியுடையராதலின், அவற்றை ஆழமுறத் தேர்வு செய்து தம் எடுத்துக்காட்டுகளுக்குப் பொருந்தியவாறு பயன்படுத்தியிருக்கும் முறை, நூலை மிகு சிறப்புடன் அணிசெய்கின்றது!

எடுத்துக்காட்டாய், இலக்கணத்துள் கூறப்பெறும் முதற்போலி, இடைப்போலி, கடைப்போலியாகிய மொழிஇறுதிப்போலி என்னும் மூவகைப் போலியுள், மொழி இறுதிப் போலியைக் குறிப்பிடுங்கால், **அறம், திறம், நயம், குலம்,** மறம் ஆகியன முறையே **அறன், திறன், நயன், குலன்,** மறன் என மாறும் என்பதற்கு ஆசிரியர், பின்வரும் குறட் பாக்களை எடுத்துக்காட்டுகின்றார் :

அறனறிந்து வெஃகா அறிவுடையார்ச் சேரும்
திறனறிந் தாங்கே திரு.

நயனில சொல்லினுஞ் சொல்லுக சான்றோர்
பயனில சொல்லாமை நன்று.

இலனென்னும் எவ்வம் உரையாமை ஈதல்
குலனுடையான் கண்ணே உள.

அறனிழுக்கா தல்லவை நீக்கி மறனிழுக்கா
மான முடைய தரசு.

இலக்கணத்துள், வழக்கு என்பது இயல்பு வழக்கு, தகுதி வழக்கு என இருவகை யாகும். இயல்பு வழக்கென்பது இலக்கண முடையது, இலக்கணப்போலி, மரூஉ என மூவகையாய் வரும். இம்மூன்றனுள், மரூஉ என்பது பற்றி விளக்கும் ஆசிரியர், **''வைத்திருக்கும்போது''** என்னும் இலக்கண முடைய சொல், மருவி வழங்குங்கால் அது **'வச்சிருக்கும்போது'** என மாறும் என்பதற்குச் சுப்ரதீபக் கவிராயர்தம் நேரிசை வெண்பா ஒன்றை மேற்கோள் காட்டுகின்றார் :

கச்சிருக்கும் போது கரும்பானேன்
கைக்குழந்தை
வச்சிருக்கும் போது மருந்தானேன்
- நச்சிருக்கும்
கண்ணார் கரும்பானார் காணவுநான்
வேம்பானேன்
அண்ணா மலையரசுக் கு.

உவமைத் தொகையை விளக்குதற்குப் பின்வரும் நாமக்கல் கவிஞர்தம் அறுசீர்க் கழிநெடிலடி ஆசிரிய விருத்தமொன்றை எடுத்துக்காட்டுகின்றார் :

மானென அவளைச் சொன்னால்
மருளுதல் அவளுக் கில்லை
மீன்விழி உடைய ளென்றால்
மீனிலே கருமை யில்லை
தேன்மொழிக் குவமை சொன்னால்
தெவிட்டுதல் தேனுக் குண்டு
கூன்பிறை நெற்றி யென்றால்
குறைமுகம் இருண்டு போகும்.

இப்பாடலில் வரும் மீன்விழி, கூன்பிறை நெற்றி என்பனவற்றை உவமைத் தொகைகளுக்குச் சிறந்த எடுத்துக்காட்டுகளாய்க் குறிப்பிடுகின்றார்.

அன்றை, இன்றை, என்றை, அற்றை, இற்றை, எற்றை என்னுஞ் சொற்களுக்குப் பின் வரும் வலி மிகும் என்பதற்கு,

"அற்றைத் திங்கள் அவ்வெண் ணிலவில்
எந்தையும் உடையேமெங் குன்றும்
பிறர்கொளார்
இற்றைத் திங்கள் இவ்வெண் ணிலவில்
வென்றெறி முரசின் வேந்தரெம்
குன்றுங் கொண்டார்யாம் எந்தையும் இலமே."

எனப் பாரிமகளிர் பாடிய புறநானூற்றுப் பாடலில் வரும்,

"அற்றைத் திங்கள் அவ்வெண் ணிலவில்"

"இற்றைத் திங்கள் இவ்வெண் ணிலவில்"

என்னும் வரிகளை எடுத்துக்காட்டியிருத்தல் இனிது கவர்கிறது.

இலக்கண எடுத்துக்காட்டுகளுக்குப் பொருந்துவனவாய் அமைந்த திரைப்பாடல்கள் வரிகளையும் சிற்சில இடங்களில் பொருத்தமுறப் பயன்படுத்தியிருக்கின்றார், ஆசிரியர்.

பூனைக்குரிய குணம், குரங்குக்குரிய குணம், முதலைக்குரிய குணம் என்னும் தொடர்கள், நான்காம் வேற்றுமை உருபும் பயனும் உடன்தொக்க தொகையாய் மாறுங்கால், அப்பொழுது இவை, **பூனைக்குணம், குரங்குக் குணம், முதலைக்குணம்** என அமையும் என்று குறிப்பிட்டுக் கவிஞர் பட்டுக்கோட்டை கல்யாண சுந்தரத்தின் பின்வரும் பாடல் வரிகளைக் குறிப்பிடுகின்றார் :

உறங்கையிலே பானைகளை உருட்டுவது
பூனைக்குணம் - காண்பதற்கே
உருப்படியாய் இருப்பதையும் கெடுப்பதுவே
குரங்குக்குணம் - ஆற்றில்
இறங்குவோரைக் கொன்று இரையாக்கல்
முதலைக்குணம் - ஆனால்
இத்தனையும் மனிதரிடம் மொத்தமாய்
வாழுதடா.

"கூட" என்னும் சொல், அகரவீற்று வினையெச்சமாகவோ, இடைச்சொல்லாகவோ வருங்கால், அதற்குப் பின் வரும் வலி மிகும் என்றும், ஆயின், அச்சொல், வன்தொடர்க் குற்றியலுகரம் ஒழிந்த ஏனைய பெயர்ச்சொற்களையடுத்து வருமாயின், அப்பெயர்ச் சொற்களுக்குப் பின்வரும் வலி மிகாது என்றும், விளக்குதற்குப் பல எடுத்துக்காட்டுகள் தருதலுடன், பின்வரும் கவிஞர் கண்ணதாசன் பாடலையும் குறிப்பிடுகின்றார் :

மழைகூட ஒருநாளில் தேனாகலாம்
மணல்கூட ஒருநாளில் பொன்னாகலாம்
ஆனாலும் அவையாவும் நீயாகுமா?
அம்மாவென் றழைக்கின்ற சேயாகுமா?

சித்தார்த்தன் அவர்கள், எளிய முறையில் எண்ணற்ற எடுத்துக்காட்டுகளுடன் உருவாக்கியிருக்கும் இவ்விலக்கணப் பெருநூல், மாணவர்க்கும், கல்வியாளர்க்கும், தமிழ் நலம் பேணுவார் அனைவர்க்கும் பேருதவி நல்கவல்ல அரிய நூல். பள்ளி நூலகங்கள், பொது நூலகங்கள், உயர்கல்வி நிலையங்கள், தமிழ் தொடர்புடைய நிறுவனங்கள் அனைத்திலும் இருத்தற்குரிய இன்றியமையாத நூல் இந்த இலகு தமிழில் இனிக்கும் தமிழ் இலக்கணம்.

செந்தமிழின் செவ்விய வளர்ச்சிக்குச் சீர்மை சேர்க்கும் இச் செம்மைநிறை நூலைத் தண்ணார் தமிழின்பால் தளராப் பற்றும், பெருமையும் மிக்குடைய அனைவரும் இனிது பாராட்டி வரவேற்பர் என்பதுறுதி.

இந்த அரிய நூலை ஆக்கிப் படைத்த ஆசிரியர்க்கு என் உளமார்ந்த பாராட்டுகள்.

சிங்கப்பூர்

புதுமைதாசன்
(பி. கிருஷ்ணன்)

என்னுரை

இலகு தமிழில் இனிக்கும் தமிழ் இலக்கணம் என்னும் இந்த நூலுக்கு அடிப்படையாக அமைந்தது நான் எழுதிய 'எளிய இலக்கணம்' என்னும் வானொலித் தொடர். 1981–ஆம் ஆண்டு பிற்பகுதியில், சிங்கப்பூர் ஒலிபரப்புக் கழகத்தின் இந்தியப் பகுதித் தலைவராக இருந்த நண்பர் எம்.கே. நாராயணன் அவர்கள் வானொலியில் ஒலிபரப்புவதற்காகத் தமிழ் இலக்கணத் தொடர் ஒன்று எழுதுமாறு என்னிடம் கூறினார். இது எனக்கு மிகவும் பிடித்த பணியென்றாலும், பல்வேறு அலுவல்களுக் கிடையே இதற்கு நேரம் ஒதுக்கவேண்டுமே என்று சற்றுத் தயங்கினேன். ஆனால், அவர் விடுவதாக இல்லை. 1982 சனவரியில் ஒரு நாள் தொலைபேசி மூலம் தொடர்புகொண்டு, அந்த ஆண்டு ஒலிபரப்புத் திட்டத்தில் தமிழ் இலக்கணத் தொடர் சேர்க்கப்பட்டுவிட்ட தாகவும், உடனே எழுதத் தொடங்குமாறும் அன்புக் கட்டளை இட்டுவிட்டார். வேறு வழியில்லை; எழுதத் தொடங்கினேன். அவருக்கு என் உளமார்ந்த நன்றி உரித் தாகுக.

இலக்கணம் என்றாலே கசப்பு மருந்து சாப்பிடுவது போல்தான் பலருக்கும் தோன் றும். அதனால், வானொலியில் இந்த நிகழ்ச்சி அனைவரும் விரும்பிக்கேட்கும் வண்ணம் அமைய வேண்டும் என்று எண்ணி னேன். எனவே, தொல்காப்பியம் முதலான இலக்கண நூல்களை மீண்டும் படிக்க லானேன். (இன்னும் படித்துக்கொண்டுதான் இருக்கிறேன்.)

தொல்காப்பியத்தைப் படித்தபோது 'நவில் தொறும் நூல்நயம் போலும்' என்று ஐயன் திருவள்ளுவர் கூறியது இலக்கியத்திற்கு மட்டுமன்று; இலக்கணத்திற்கும் பொருந்தும் என்பதைத் தெளிவாக உணர முடிந்தது.

கடந்த நூற்றாண்டில்தான் மொழியியல் ஆராய்ச்சி மேலைநாடுகளில் வளரத் தொடங்கியது. இந்தத் துறையில் ஆய்வு மேற்கொண்ட அறிஞர்கள் கூறும் கருத்துக்கள் பல, குறைந்தது 2500 ஆண்டு கட்கு முன் தோன்றிய தொல்காப்பியத்தில் பொதிந்து கிடப்பதைக் காணும்போது வியப்பும் பெருமிதமும் அடையாதார் யாரும் இருக்க முடியாது. இதனைப் பேராசிரியர் டாக்டர் சி. இலக்குவனார் அவர்களுடைய கருத்து உறுதிப்படுத்துகிறது :

''இன்று நமக்குக் கிடைத்துள்ள பழந்தமிழ் நூல்களுள் தொல்காப்பியமே தமிழர் வாழ்வின் பலதுறை பற்றி அறி வதற்குத் துணை புரிவதாகும். இதனைத் தமிழ்ப் புலவர் மட்டுமே தேர்வு கருதிக் கற்று வருகின்றனர். இஃது இலக்கண நூல்தான் என்றாலும், ஏனைய மொழிகளிலுள்ள இலக்கண நூல் போன்றதன்று; அண்மை நூற்றாண்டில் தோன்றி வளர்ந்து வரும் மொழியாராய்ச்சியும், மேலை நாட்டவரால் விரும்பிப் போற்றப்பட்டுவரும் இலக்கிய ஆராய்ச்சியும், பண்பாட்டுக் கலைகளாம் உயிரியல், உளவியல், வாழ்வியல் முதலியனவும் தன்னகத்தே கொண்டு இலங்குகின்றது.''

மொழியியல் ஆய்வுகள் தொடர்ந்து, புதிய புதிய உண்மைகள் தோன்றினாலும், தொல்காப்பியத்தின் பெருமை மேலும் தெளிவாகுமே தவிர, ஒருபோதும் மங்காது; மறையாது. இத்தகைய தொல்காப்பியம் உணர்த்தும் கருத்துக்களில் மூன்றை மட்டும் இங்கே குறிப்பிட விழைகிறேன். அவை யாவன :

1. மொழி காலப்போக்கில் மாறும் இயல் புடையது.

2. இலக்கண விதிகளை வகுக்கும்போது இலக்கிய வழக்கை மட்டுமல்ல; உலக வழக்கையும் ஆராய வேண்டும்.

3. உலக வழக்கிலோ இலக்கிய வழக்கிலோ இல்லாத புதிய விதிகளை உருவாக்கு வது அல்ல, மொழியறிஞர் இலக்கண ஆசிரியர் ஆகியோரது பணி; இருப்ப வற்றைத் தொகுத்தும் வகுத்தும் செப்பமுறப் பதிவு செய்வதே அவர்தம் கடமையாகும்.

தொல்காப்பியர் வழி நின்று, அவர் கூறிய விதிகளை நினைவில் நிறுத்தி, உலக வழக்கு, இலக்கிய வழக்கு இரண்டையும் ஆழ்ந்து நோக்கி, எளிய இலக்கணம் என்னும் தொடரை வானொலிக்காக எழுதினேன். 1996 வரை ஏறத்தாழப் பதினைந்து ஆண்டு கள் வாரந்தோறும் அது ஒலிபரப்பாயிற்று. அதைக்கேட்டு இன்புற்று, என்னைப் பாராட்டி ஊக்குவித்த சிங்கப்பூர் மலேசியத் தமிழாசிரியப் பெருமக்கள், நண்பர்கள், மாணவர்கள், பொதுமக்கள் ஆகிய அனை வரும் இது நூல் வடிவில் வரவேண்டும் என்று விருப்பம் தெரிவித்தனர்.

நூலாக்கம் செய்வதற்காக எளிய இலக்கணத் தொடரின் எழுத்துப்படியை மீண்டும் நோக்கியபோது அதை முற்றாக மாற்றியமைக்க வேண்டும் என்று தோன்றி யது. எனவே, எளிய இலக்கணத்தை அடிப் படையாகக் கொண்டு, நூலைப் புதிதாகவே எழுத வேண்டியதாயிற்று. மேலும், புதிய பகுதிகள் பலவும் இதில் சேர்க்கப்பட்டுள்ளன. நூல் புது வடிவில் அமைவதற்கு முக்கிய காரணங்கள் இரண்டு. ஒன்று, இன்றைய மொழி வழக்கிற்குரிய முழுமையான இலக்கணமாக இது அமைய வேண்டும் என்பது; மற்றொன்று, அனைவருக்கும் இது சுவையும் பயனும் தர வேண்டும் என்பது.

எழுத்தியல், புணரியல், சொல்லியல் என மூன்று பகுதிகள் இந்த நூலில் உள்ளன. சொல்லியலின் இறுதியில் வாக்கியம் அல்லது முற்றுத் தொடர்பற்றி விரிவாக ஆராயப்படுகிறது. தமிழை அறிந்து, அதைச் செவ்வனே பேசவும் எழுதவும் விரும்பும் அனைவருக்கும் இந்த நூல் உற்ற துணை யாக இருப்பதோடு, தமிழ் இலக்கணத்தின் எளிமையையும் அதன் வழி தமிழின் இனிமையையும் உணரவும் உதவும் என்று நம்புகிறேன்.

இந்த நூலுக்கு அரியதோர் அணிந்துரை வழங்கியுள்ள எனது அன்பிற்கும் மதிப்பிற்கு முரிய நண்பரும், பத்திரிகைத் துறையில் மட்டுமல்லாது பல்வேறு துறைகளிலும் பட்டறிவு மிக்கவரும், சிங்கப்பூர் வளர்தமிழ் இயக்கத் தலைவருமான திரு. வை. திருநாவுக்கரசு அவர்களுக்கும், இந்த நூலுக்கு நல்லதோர் மதிப்புரை நல்கியதோடு அவ்வப்போது ஆலோசனைகளும் வழங்கிய எனது கெழுதகை நண்பரும், தமிழ்ப் புலமை மிக்கவரும், நாடகம் சிறுகதை முதலான இலக்கியத் துறைகளில் தனி முத்திரை பதித்தவருமான புதுமைதாசன் (பி. கிருஷ்ணன்) அவர்களுக்கும், இந்த நூலைச் சிறப்பான முறையிலே வெளியிட்ட நர்மதா பதிப்பகத்தினர்க்கும், குறிப்பாகச் சிரமம் பாராமல் எனக்கு முழு ஒத்துழைப்புத் தந்ததோடு ‘இலகு தமிழில் இனிக்கும் தமிழ் இலக்கணம்’ என்ற எழில்மிகு தலைப்பும் தந்த அதன் உரிமையாளரும் எனது அருமை நண்பருமான திரு. டி. எஸ். இராமலிங்கம் அவர்களுக்கும், இந்த நூலை எழுதும் நேரத்தில் எனக்கு ஏதேனும் ஒரு வகையில் உதவி புரிந்த ஏனையோருக்கும் எனது உளங்கனிந்த நன்றியை உரித்தாக்குகிறேன்.

இனிக்கட்டும் தமிழ் இலக்கணம்!
செழிக்கட்டும் இன்பத் தமிழ்!

சிங்கப்பூர்
21.2.2003

அன்புடன்
சித்தார்த்தன்

■■■

*தொல்காப்பியம் குறிக்கும் 'வடசொல்' என்பது எது?

'குமரி முனைக்கும் இமயமலைக்கும் இடையே உள்ள பூப்பரப்பின் பொதுமொழியாக ஒரு காலத்தில் இருந்தது நம் பைந்தமிழ்'

- பேரறிஞர் அண்ணா

தொல்காப்பியம் குறிக்கும் 'வடசொல்' என்பது சமற்கிருதச் சொல்லைக் குறிப்ப தாகவே உரையாசிரியர்களும் பிறரும் கூறுகிறார்கள். இவ்வாறு பொருள் கொள் வது பொருந்துமா என்பதை வரலாற்று நோக்கிலும் மொழியியல் அடிப்படை யிலும் ஆராய்வதே இந்தக் கட்டுரையின் நோக்கமாகும்.

எந்த மொழியிலும் பேச்சுமொழி தோன்றிப் பல நூற்றாண்டுகள் சென்ற பின்னரே எழுத்தும், இலக்கணமும் தோன்றுகின்றன என்பது அனைவரும் அறிந்த உண்மையாகும். மொழியின் உயிர் நாடியாக விளங்கும் ஒலியின் குறியீடாக அமைவதே அதன் வரிவடிவமாகும்.

தமிழ் மொழியில் எழுத்து என்பது ஒலி வடிவம், வரி வடிவம் என்னும் இரண்டையும் குறிக்குமெனினும், இந்த இரண்டில் ஒலி வடிவமே முதன்மையாக விளங்குவதைத் தொல்காப்பிய எழுத் ததிகாரம் தெளிவாக உணர்த்துகிறது. இப்போது,

'வடசொற்கிளவி வடவெழுத்து ஓரீஇ
எழுத்தொடு புணர்ந்த சொல்லா கும்மே'

என்னும் (தொல் - சொல் - 401) நூற்பாவைப் பார்ப்போம். இந்த நூற்பா வில் நிற்கும் 'வடசொல்', 'வடவெழுத்து' என்பன எவற்றைக் குறிக்கின்றன? 'வடசொற் கிளவி வட எழுத்து ஓரீஇ' என்னும் தொடரை முழுமையாக நோக்கும்போது, இங்கே 'வடசொல்' என்பது சமற்கிருதச் சொல்லைக் குறிக்க வில்லை என்பது தெளிவாகத் தெரிகிறது. ஏனெனில், தொல்காப்பியம் தோன்றிய காலத்தில் சமற்கிருதம் என்ற மொழியே இல்லை. ஆரிய மொழியே இருந்தது. அந்த மொழிக்கு எழுத்து இல்லை.

'நினைக்கப்படுவது' என்னும் பொரு ளுடைய 'ஸ்மிருதி' என்னும் சொல்லும் 'கேட்கப்படுவது' என்னும் பொருளுடைய 'ஸ்ருதி' என்னும் சொல்லும் அவ்வட நூலுக்குப் பெயராய் அமைந்ததனை உற்று நோக்குமிடத்து, அவை நினைக்கப்பட்டும், கேட்கப்பட்டும் வந்தனவேயல்லாது எழுத்திலிட்டு எழுதப்படவில்லை என்பது போதரும்' என்று மறைமலையடிகளார் தெளிவாக எடுத்துக்காட்டுகிறார்.

ஆரியர் இந்தியாவிற்கு வந்த காலத்தில், "அவருக்கு எழுத்துமில்லை. இலக்கிய முமில்லை. முன்னோர் வரலாற்றுக் கதை களும், சிறுதெய்வ வழுத்துக்களும் செவி மரபாகவே வழங்கிவந்தன" என்று தேவநேயப் பாவாணர் கூறுவதும் இதனையே வலியுறுத்துகிறது.

* இக்கட்டுரை இந்நூலாசிரியரால் 'உலகத் தமிழ்ச் செம்மொழி மாநாட்டி'ல் (ஜூன் 2010, கோயம்புத்தூர்) படிக்கப்பெற்றது.

அவ்வாறாயின், வடசொல் என்பது வேறு எந்த மொழியைக் குறிக்கிறது? இதற்கு விடை காண வரலாற்றுக் காலத்திற்கு முந்திய இந்தியாவைச் சற்றுப் பார்க்க வேண்டும்.

ஏறத்தாழ எண்ணாயிரம் ஆண்டுகளுக்கு முன்பே வாழ்க்கையின் பல்வேறு துறைகளிலும் வளர்ச்சியின் உச்ச நிலையை அடைந்திருந்த சிந்துவெளி நாகரிகம் திராவிட நாகரிகம் என்பதும், அவர்கள் தனிச்சிறப்பு வாய்ந்த ஒரு மொழிக்குச் சொந்தக்காரர்கள் என்பதும், அந்த மொழி தனித்தன்மை வாய்ந்த வரி வடிவத்தைக் கொண்டிருந்தது என்பதும் அரப்பா - மொகஞ் - சோதாரோ ஆராய்ச்சிகள் வாயிலாக வரலாற்றாசிரியர்கள் கண்டறிந்து கூறும் உண்மையாகும்.

இந்தியாவின் தொல்பழங்குடியினராகிய (பூர்வீகக் குடிகள்) திராவிடர்கள் பேசிய மொழி தமிழ் என்பதையும், ஆரியர்கள் இந்தியாவுக்கு வருவதற்கு முன்னரும் வந்த பின்னரும் இந்தியாவின் வடபுலத்தில் தமிழ் மொழி பலவாறு திரிந்து, அதன் விளைவாகப் பல்வேறு மொழிகள் கிளைத்தன என்பதையும் வி.ஆர். இராமச்சந்திர தீட்சிதர், ஹீராஸ் பாதிரியார் போன்ற அறிஞர்களின் ஆராய்ச்சி முடிவுகள் உறுதிப்படுத்துகின்றன. இந்தியாவின் தொல்பழங்குடியினரான திராவிடர்கள் பேசிய மொழியினின்றே ஆரிய மொழியின் பல கிளைகளும் துரானிய மொழிகளின் கிளைகளும் தோன்றியிருக்க வேண்டும் என்னும் கால்வின் கெஃபார்ட் (Calvin Kephart) என்ற அறிஞரின் கருத்தும் தமிழ்மொழியின் திரிந்த வடிவங்களே வட இந்தியாவிலும் அதற்கு அப்பாலும் வழங்கி வந்தன என்பதை உறுதிப்படுத்துகிறது. ஜான் மார்ஷல், வின்சென்ட் ஸ்மித், பேராசிரியர் சுந்தரம் பிள்ளை போன்றோரின் கருத்துகளும் இதற்கு அரண் செய்கின்றன. குறிப்பாக, பேராசிரியர் சுந்தரம் பிள்ளை உண்மையான இந்தியா தெற்கில்தான் உள்ளது என்றும், வடக்கே செல்லச் செல்ல அது பல்வேறு மாற்றங்களுக்கும் கலப்புக்கும் ஆளாகிவிட்டது என்றும் கூறுவது மொழியைப் பொறுத்தவரையில் முற்றிலும் பொருந்தும் என்று சொல்லலாம்.

வட இந்திய மொழிகள் பலவற்றில் திராவிட மொழிக்கூறுகள் அமைந்திருப்பதைச் சுட்டிக்காட்டி, அவற்றிற்கு மூலமாக விளங்குவது இந்தியாவின் மிகப் பழமை வாய்ந்த திராவிட மொழி (Proto Dravidian Language) என்று மேலை நாட்டு மொழியியல் அறிஞர்களும் கூறுகின்றனர். வட இந்திய மொழி வாக்கியம் ஒன்றை எடுத்துக்கொண்டு, அதன் வாக்கிய அமைப்பை மாற்றாமலே சொற்களை மட்டும் தமிழாக்கினால், அது முறையான தமிழ் வாக்கியம் ஆகிவிடும் என்று பி.டி. சீனிவாச ஐயங்கார் கூறுவதும் இக்கருத்தை உறுதிப்படுத்துவதைக் காணலாம்.

இதனையே மறைமலையடிகளாரும், மக்களுடைய முற்பருவத்தில் தோன்றியது தமிழ்மொழி என்று கூறுகிறார்.

மேலும் அடிகளார், "தமிழர்க்குத் தொல்காப்பியம் ஒன்றே மிகப் பழைய நூல் என்பது, உரையாசிரியர் நச்சினார்க்கினியர், "சில்வாழ்நாட் பல்பணிச் சிற்றறிவினோர் அறிதல் வேண்டி, வியாசர் வேதங்களை நான்கு கூறாகப் பகுக்கு முன்னரே தொல்காப்பியம் இயற்றப்பட்டது என்று ஓதுமாற்றால் நன்கு உணரப்படும்" என்று கூறுவது தொல்காப்பியத்தின் தொன்மையையும், அதற்கும் பல்லாயிரம் ஆண்டுகட்கு முன்னரே எழுத்தும் இலக்கியமும் பெற்றுத் திகழ்ந்த தமிழ் மொழியின் நீண்ட வரலாற்றையும் தெளிவாக உணர்த்துகிறது.

தமிழ் நெடுங்கணக்கைப் பார்த்தே, வெறும் பேச்சு மொழியாக இருந்த ஆரிய மொழியானது எழுத்துகளை உருவாக்கிக் கொண்டு, எழுத்து மொழியாகவும் இலக்கிய மொழியாகவும் செப்பமுற்றது என்பதும், அதுவே சமற்கிருதம் (சீர்திருத்தப் பட்ட மொழி) என்பதும் உலகறிந்த உண்மை.

எனவே, சமற்கிருதம் தோன்றுவதற்கு முன், இந்தியாவின் வட பகுதியில் வழங்கிய பிராகிருதம் உள்ளிட்ட மொழிகள் திராவிட மொழிகள் என்று கூறி, அவற்றை மூவகைப்படுத்துவார், தேவநேயப்பாவாணர்.

"வட இந்தியப் பிராகிருதமும் ஒரு காலத்தில் திரவிடமாயிருந்து திரிந்ததே. அது வேதக் காலத்துக்கு மிக முந்திய காலமாகும். ஆகவே, வேத ஆரியர் வருகைக்கு முன், இந்தியப் பழங்குடி மக்கள் மொழிகள் எல்லாம், தெற்கில் தமிழும், வடக்கில் திரவிடமுமாக இருவேறு நிலைப் பட்டிருந்தன என்று அறிதல் வேண்டும். திரவிடமும் தென்திரவிடம், நடுத்திரவிடம், வடதிரவிடம் என மூவகைப்பட்டிருந்தது. தென்திரவிடம் வடுகு போன்ற கொடுந் தமிழ்; நடுத்திரவிடம் மராட்டியமும் கூர்ச்சரமும்; வடதிரவிடம் வடஇந்தியப் பிராகிருதம்," என்று அவர் கூறுகிறார்.

இதுகாறும் எடுத்துக்காட்டிய வர லாற்றுக் குறிப்புகளிலிருந்து தொல்காப்பிய நூற்பாவில் காணப்படும் வடசொல் என்பது சமற்கிருதச் சொல்லாக இருக்க முடியாது என்பது ஐயத்திற்கிடமின்றித் தெளிவாகிறது அல்லவா? இதிலிருந்து நாம் அறியும் உண்மை என்ன? பாவாணர் குறிப்பிடும், இந்தியாவின் வடபகுதியில் வழங்கிய தமிழின் திரிபு மொழிகளையே (திராவிட மொழிகளையே) தொல்காப் பியர் 'வடசொல்' என்னும் தொடரால் குறிப்பிடுகிறார் என்பதே அந்த உண்மை யாகும்.

'அந்த மொழிகளுக்கு எழுத்துகள் உண்டா?' என்ற கேள்வி எழலாம். ஒரு மொழியினின்று திரிந்து வழங்கும் மொழி உடனே புதிய எழுத்துகளை அமைத்துக் கொள்வதில்லை. மொழியிலே திரிபு ஏற்படுவதும் குறுகிய காலத்தில் அல்ல. மொழித்திரிபானது படிப்படியாக வளர்ந்து, முற்றிலும் புதிய மொழிபோல் தோன்று வதற்குப் பல நூற்றாண்டுகள்கூட ஆகலாம். எனவே, வரிவடிவம் இருந்ததா இல்லையா என்று ஆராய்வதை விடுத்து, மொழித்திரிபு மெல்ல மெல்ல நிகழ்ந்துகொண்டிருக்கும் காலக்கட்டத்தில் திரிந்து வழங்கும் அந்த மொழியின் ஒலி வடிவம் தமிழ்மொழியின் ஒலிவடிவத்தினின்று வேறுபட்டு நின்றதா என்பதையே நாம் இங்கே கவனிக்க வேண்டும்.

ஏனெனில், மொழித்திரிபு என்பது முதன்முதலில் ஒலி வடிவத்திலேயே அதாவது, பேச்சு மொழியிலேயே ஏற்படு கிறது. எடுத்துக்காட்டாக, இன்று பிரிட்டி ஷாரும் அமெரிக்கரும் ஆங்கில மொழியை ஒரே விதமாக ஒலிப்பதில்லை. ஆனால், அவர்கள் ஒரே வரிவடிவத்தைத்தான் பயன்படுத்துகிறார்கள். இந்த ஒலி வேறுபாடே இந்த இருசாராரையும் வேறுபடுத்திக் காட்டுகிறது. அதனாலேயே, ஜார்ஜ் பெர்னார்ட் ஷா, 'ஒரே மொழியால் பிரிக்கப்பட்டிருக்கும் இரண்டு நாடுகள், இங்கிலாந்தும் அமெரிக்காவும்' என்று கூறினார். பெர்னார்ட் ஷாவின் கூற்றி லுள்ள உண்மையை ஆழ்ந்து சிந்தித்துப் பார்க்க வேண்டும். பழங்கால ஆங்கிலம் (Old English), இடைக்கால ஆங்கிலம் (Middle English), நவீன ஆங்கிலம் (Modern English) என்னும் ஆங்கில மொழி வரலாறும் ஒலித்திரிபால் மொழி முற்றிலும் மாறி ஒரு புதுமொழியாகத் தலைதூக்குவதற்குச் சான்றாகத் திகழ்கிறது.

ஒரு மொழியின் தனித்தன்மைக்கும், அதன் நிலைப்பாட்டிற்கும் ஒலி வடிவம் எவ்வளவு இன்றியமையாதது என்பதைப் பாவாணரின் கூற்று தெளிவாக உணர்த்து கிறது:

"முதன் முதலில் வடதிசையாற் பெயர்பெற்ற மொழி வடுகு என்னும் தெலுங்கே. அது வேதக் காலத்திலேயே தமிழினின்று திரிந்திருந்தது" என்று கூறும் பாவாணர், வடுகு எவ்வாறு தமிழினின்று வேறுபட்டு, எடுப்பொலியும் வலிப் பொலியும் மிகுந்து விளங்குகிறது என்பதைச் சுட்டிக்காட்டி, அதன் வலிப் பொலிக்கு எடுத்துக்காட்டாக இங்க்கா (இன்னும்), கொஞ்ச்செமு (கொஞ்சம்), அண்ட்டாரு (என்றார்), எந்த்த (எவ்வளவு), கும்ப்பு (கும்பு) என்னும் சொற்களைக் குறிப்பிடுகிறார்.

மேலும் இத்தகைய வன்மெலிவலி இணைகள் தமிழில் மருந்துக்கும் காணக் கிடையா என்றும், தமிழில் உள்ளவை எல்லாம் ங்க, ஞ்ச, ண்ட, ந்த, ம்ப, ன்ற ஆகிய மென்மெலிவலி இணைகளே என்றும் அவர் தெளிவுபடுத்துகிறார்.

இன்னும் வடக்கே செல்லச்செல்லத் திராவிட மொழிகள் இவ்வாறே வல்லொலி பெற்றுப் படிப்படியாக மாறிவிட்டதையும், பலுச்சித்தானத்தில் வழங்கும் பிராகுவி மொழி (திராவிட மொழி) வல்லொலி யுடன் மூச்சொலியும் பெற்றிருப்பதையும் சுட்டிக்காட்டி, ஒலி வடிவத்தின் இன்றியமையாமையை விளக்குகிறார், பாவாணர்.

ஒலித் திரிபால் ஒரு மொழி பல மொழிகளாக மாறியதை இதுகாறும் கூறியவற்றால் தெள்ளிதில் உணரலாம். ஒலி மாற்றத்துடன் பிறமொழிக் கலப்பும் சேரும்போது, இந்த மாற்றம் விரைந்து நிகழ்கிறது. ஒரு மொழியில் நேரும் ஒலித்திரிபுகள் அந்த மொழிக்கு எத்தகைய தீங்கை உண்டாக்கும் என்பதையும், அதனால் அந்த மொழி எவ்வாறு சீர்குலைந்து சின்னாபின்னமாகிக் கெடும் என்பதையும் மொழியியல் அடிப்படையில் ஆராய்ந்து கூறிய மொழியியல் அறிஞர் தொல்காப்பியர், எழுத்துக்களின் பிறப்பு, ஒலிப்புமுறை, ஒலி அளவு ஆகியவற்றுக்கு அவர் அளித்திருக்கும் முதன்மையை எழுத்ததிகாரத்தில் காண்கிறோம். "நாலாயிர ஐயாயிரமாண்டுகளுக்குமுன் தோன்றியுள்ள முழுமுதல் தனித்தமிழ்த் தொல்காப்பியத்தின்கண் காணப்படும் ஒலிநுட்ப அமைதி வியக்கத்தக்க தொன்றாகும்" என்று பா.வே. மாணிக்க நாயக்கர் கூறுவதைக் காண்க.

தொல்காப்பியரின் நுட்ப ஆராய்ச்சித் திறனை, "முந்துநூல் கண்டு முறைப்பட எண்ணி" என்று தொல்காப்பியச் சிறப்புப் பாயிரத்தில் பனம்பாரனார் தெளிவாகக் குறிப்பிடுகிறார். இந்தப் பாயிர வரியைக் கூர்ந்து நோக்கி ஆழ்ந்து சிந்தித்தால், தொல்காப்பியரின் நுட்ப ஆராய்ச்சித் திறன் மட்டுமன்று; அவரது இலக்கிய இலக்கணப் புலமை மட்டுமன்று; அவரது வரலாற்றறிவும் மொழிநூலறிவும்கூடத் தெற்றெனப் புலனாகின்றன. இதனையே தொல்காப்பியப் பொருளதிகாரம் காட்டும் தமிழர் வாழ்வியலானது தொல்காப்பியத் திற்கு ஓராயிரம் ஈராயிரம் ஆண்டுகளுக்கு முன்னர் வாழ்ந்த தமிழரிடையே நடை முறையில் இருந்த பழக்க வழக்கங்களை யும், பண்பாட்டையும் காட்டுவதாகத் தேவநேயப் பாவாணர், பி.டி. சீனிவாச ஐயங்கார் போன்றோர் கூறுகின்றனர்.

''வடாஅது பனிபடு நெடுவரை வடக்கும்
தெனாஅது உருகெழு குமரியின்
தெற்கும்''

என்னும் புறநானூற்றுப் பாடல் வரிகளும்,

''வடதிசைக் கங்கையும் இமயமும்
கொண்டு
தென்றிசை யாண்ட தென்னவன் வாழி''

என்னும் சிலப்பதிகார வரிகளும், இந்தியா முழுவதும் பரவியிருந்த தமிழரின் ஆட்சியையும், நாகரிகத்தையும் புலப்படுத்துகின்றன. இத்தகைய வரலாற்றுச் செய்திகளை நன்கு அறிந்தவர் தொல்காப்பியர்.

தொல்காப்பியச் சொல்லதிகாரத்தில் எச்சவியலில் காணப்படும் முதல் நூற்பா,

''இயற்சொல் திரிசொல் திசைச்சொல்
வடசொல்லென்று
அனைத்தே செய்யுள் ஈட்டச் சொல்லே''
(சொல் - 397)

என்பது. இந்த நூற்பாவில் நிற்கும் 'திசைச்சொல்' என்பது தமிழ்கூறும் நல்லுலகத்தை ஒட்டி அமைந்த பகுதிகளில் வழங்கிய கொடுந்தமிழையே குறிக்கிறது என்பதும் அந்தக் கொடுந்தமிழே பின்னர்த் தெலுங்கு, முதலான திராவிட மொழிகளாயின என்பதும் தேவநேயப் பாவாணர் கருத்து.

''வடவேங்கடம் தென்குமரி
ஆயிடைத்
தமிழ்கூறு நல்லுலகத்து
வழக்கும் செய்யுளும் ஆயிருமுதலின்
எழுத்தும் சொல்லும் பொருளும் நாடி''

என்று கூறிய பனம்பாரனார்,

''செந்தமிழ் இயற்கை சிவணிய
நிலத்தொடு''

என்று அடுத்த வரியிலேயே கூறுகிறார். இங்கே சிவணிய நிலம் என்பது செந்தமிழ் வழங்கும் நிலப்பகுதியை ஒட்டியுள்ள பகுதி என்று பொருள் தருவதாகக் கொள்வதே பொருத்தமுடையதாகும்.

இயற்சொல், திரிசொல், திசைச்சொல், வடசொல் எனச் சொற்கள் நாற்பிரிவாக அமைந்த முறையை விளக்கும் தேவநேயப் பாவாணர், முதலாவதாகத் தன்சொல், அயற்சொல் என்னும் முறையில் தென்சொல் வடசொல் என்ற பாகுபாடும், பின்பு தன் சொல்லுள் செந்தமிழ் கொடுந்தமிழ் என்னும் முறையில் நாட்டுச் சொல், திசைச்சொல் என்ற பாகுபாடும், பின்பு நாட்டுச் சொல்லுள் இயல்பும் திரிபும்பற்றி இயற்சொல் திரிசொல் என்ற பாகுபாடும்கொண்டு இயற்சொல், திரிசொல், திசைச்சொல், வடசொல் என்று அமையலாயின என்று கூறுகிறார்.

செந்தமிழ் நிலத்தை ஒட்டிய பகுதிகளில் அன்று வழங்கிய கொடுந்தமிழைத் திசைச்சொல் என்று குறிப்பிட்ட தொல்காப்பியர் வேங்கடத்திற்கு அப்பால் வடபுலத்தில் தமிழ் திரிந்து முற்றிலும் வேறுபட்டு, புதுமொழி போல் வழங்கிய நிலையில், அந்த மொழிச் சொற்களை 'வடசொல்' என்று கூறினார் என்று கொள்வதே மிகவும் பொருத்தமாகு மன்றோ? தமிழ் இவ்வாறு வேறுபட்டு அக்காலத்திலேயே புதுமொழியாக உருவெடுத்ததற்குக் காலச் சேய்மையும், இடச் சேய்மையுமே (Distance of Time and Space) முக்கியக் காரணமாகும். எனவே, தொல்காப்பியம் தோன்றுவதற்கு வெகுகாலத்திற்கு முன்னரே இந்த மாற்றம் படிப்படியாக நிகழத் தொடங்கிவிட்டது என்பதையும் நம்மால் ஊகித்தறிய முடிகிறது.

அந்நாளில் வடபுலத்தார்க்கும், தென்புலத்தார்க்கும் பல்வேறு வகையான தொடர்புகள், குறிப்பாக வாணிகம் போன்ற தொடர்புகள் இருந்திருப்பதைச் சிலப்பதிகாரம், பட்டினப்பாலை போன்ற சங்க இலக்கியங்கள் குறிப்பிடுகின்றன. இத்தொடர்பு காரணமாக வடபுலத்தில்

வழங்கிய திராவிடமொழிச் சொற்கள் தமிழில் கலந்திருக்கவும் வாய்ப்பு உண்டு. இத்தகைய கலப்பால் (வல்லொலியும், வெடிப்பொலியும், மூச்சொலியும் பெற்று விளங்கிய வடசொற்களின் கலப்பு) வடவேங்கடம் தென்குமரிக்கு இடைப் பட்ட நிலத்தில் வழங்கிய செம்மொழி யாகிய தமிழ் சிதைந்து சின்னாபின்னமாக இடந்தரக் கூடாது என அறிவுறுத்து வதற்காகவே,

''வடசொற் கிளவி வடவெழுத்து ஓரீஇ
எழுத்தொடு புணர்ந்த சொல்லாகும்மே''

என்று கூறிப் போந்தார் தொல்காப்பியர். இந்த விதி எந்த மொழிக்கும் பொருந்தும் எனினும், அவர் காலத்தில் இந்தியாவின் வடபுலத்தில் வழங்கிய திராவிட மொழிச் சொற்களையும், அவற்றின் ஒலிகளையுமே 'வடசொல்' என்றும் 'வடஎழுத்து' என்றும் தொல்காப்பியர் குறிப்பிட்டார் என்பதே மிகவும் பொருத்தமுடையதாகும்.

எப்பொருள் எத்தன்மைத் தாயினும்
அப்பொருள்
மெய்ப்பொருள் காண்ப தறிவு [குறள் 355]

குறிப்பு:

1. தொல்காப்பியம்
2. புறநானூறு
3. சிலப்பதிகாரம்
4. ஞ. தேவநேயப் பாவாணர் – தமிழ் வரலாறு, தமிழர் வரலாறு
5. வி.ஆர். இராமச்சந்திர தீட்சிதர் – தமிழர் தோற்றமும் பரவலும்
6. பி.டி. சீனிவாச ஐயங்கார் – தமிழர் வரலாறு [கி.பி. 600 வரை]
7. டாக்டர் மு. வரதராசனார் – மொழி வரலாறு
8. Gilbert Slater – இந்திய நாகரிகத்தில் திராவிடப் பண்பு
9. Steven Roger Fischer - A History of Language

இலகு தமிழில் இனிக்கும் தமிழ் இலக்கணம்

மொழியும் இலக்கணமும்

இலக்கணம் பள்ளிப் படிப்போடு முடிந்து விட்டது என்று நம்மில் பலர் எண்ணுகிறோம். சில சமயங்களில் இலக்கணம் ஆசிரியர்கள் நம் மீது சுமத்தும் வீண் சுமையாகக்கூடத் தோன்றுகிறது. நாம் சற்றுச் சிந்தித்துப் பார்ப்போமாயின், இலக்கணம் என்பது பாடப் புத்தகத்தோடு நின்றுவிடவில்லை என்பதும், அது நம் அன்றாடப் பேச்சிலும் எழுத்திலும் இரண்டறக் கலந்து நிற்கிறது என்பதும் தெளிவாகப் புலப்படும்.

நம் கருத்தைப் பிறருக்கு உணர்த்துவதற்குச் சொற்களையும், சொற்றொடர்களையும் பயன்படுத்துகிறோம். இந்தச் சொற்களும் சொற்றொடர்களும் எல்லோர்க்கும் ஏற்புடைய முறையில் அமைந்தால்தான் அவை முழுமையான பொருளுடையனவாகக் கொள்ளப்படும். அப்போதுதான் பேசுபவரின் கருத்தும் கேட்பவர்க்குப் புரியும்.

பின்வரும் வாக்கியத்தைக் கவனியுங்கள்: ''நீலக்கோல நெடுவானத்தை இரவெல்லாம் வெண்மதியும், விண்மீன்களும், கவின் முகில்களும் அழகு செய்கின்றன.'' இது பல சொற்கள் கொண்ட நிறைவான பொருள் தரும் முற்றுச் சொற்றொடர் அல்லது வாக்கியம். இந்தச் சொற்றொடரிலுள்ள சொற்கள் ஒவ்வொன்றும் தனிப்பொருள் உடையன. அதே வேளையில், இவை அனைத்தும் சேர்ந்து முறைப்படி அமைந்த ஒரு சொற்றொடர் ஆகும்போது அவை ஒவ்வொன்றுக்கும் உரிய தனிப்பொருளுடன் மேலும் ஒரு புதுக்கருத்தும் தோன்றுகிறது.

மேற்கூறிய வாக்கியத்திலுள்ள சொற்களையே பின்வருமாறு இடம் மாற்றி அமைத்து, ''நெடுவானத்தை வெண்மதியும், இரவெல்லாம் நீலக்கோல அழகு விண்மீன்களும் செய்கின்றன கவின்முகில்களும்'' என்று கூறினால் அதிலே பொருளும் இல்லை: சுவையும் இல்லை: கேட்பவர்க்கும் நாம் பேசுவது புரியாது.

நம்முடைய பேச்சும், எழுத்தும் நம் கருத்தைப் பிறருக்குத் தெளிவாக உணர்த்தும் கருவிகளாக அமைந்துள்ளனவா? இந்தக் கேள்விக்குக் கிடைக்கும் விடையே நாம் மொழியைத் திருத்தமாகப் பேசுகிறோமா என்பதையும் திருத்தமாக எழுதுகிறோமா என்பதையும் நிர்ணயிக்கும் அளவுகோலாகும். எனவே, மக்கள் ஒருவருக்கொருவர் தொடர்பு கொள்வதற்கு ஏற்ற சாதனமாக விளங்கும் மொழி தன் பணியைச் செவ்வனே நிறை வேற்றுவதற்கு அந்த மொழியைப் பேசும் எல்லோர்க்கும் ஏற்புடைய சில விதிமுறை களையே நாம் இலக்கணம் என்று கூறு கிறோம்.

புலி, கொன்ற, யானை என்னும் மூன்று சொற்களையும் எடுத்துக் கொள்வோம். இவை ஒவ்வொன்றையும் தனித் தனியே எடுத்துக் கொண்டு பார்த்தால் இவை ஒவ்வொன்றுக் கும் தனித் தனிப் பொருள் இருப்பது தெரிகிறது. இவை மூன்றையும் சேர்த்துப் ''புலி கொன்ற யானை'' என்னும் தொடராகக் கொண்டால் அப்போது மேலும் ஒரு புதிய பொருள் தோன்றுகிறது. ஆனால்

இங்கேயும் சற்று மயக்கம் ஏற்படுகிறது. புலியைக் கொன்ற யானையா, அல்லது புலியால் கொல்லப்பட்ட யானையா என்னும் கேள்வி எழுகின்றது. ''புலியைக் கொன்ற யானை'' என்று புலி என்னும் சொல்லுடன் இரண்டாம் வேற்றுமை உருபு 'ஐ' சேர்த்து எழுதினால் ஐயத்திற்கு இடம் இல்லாமற் போகிறது. இதையே சற்று மாற்றி ''யானையைக் கொன்ற புலி'' என்று கூறும்பொழுது வேறு ஒரு கருத்து புலப்படுகின்றது.

மேற்கூறிய எடுத்துக்காட்டுகள் நமக்கு எதனை உணர்த்துகின்றன? நாம் கண்ட நிகழ்ச்சியை அல்லது கேட்ட செய்தியை அல்லது நம் உள்ளத்தில் தோன்றும் உணர்ச்சியைப் பிறருக்குத் தெரிவிக்க எண்ணும்போது அதற்கேற்ற சொற்களைக் கையாளுகிறோம்; அது மட்டுமல்ல; அந்தச் சொற்களை அதற்கேற்ற முறையிலே வரிசைப்படுத்தி அமைக்கிறோம். மேலும் தெளிவு கருதி வேற்றுமை உருபு முதலான இடைச் சொற்களையும், துணைவினைகளையும், இடைநிலைகளையும், விகுதிகளையும் தக்கவாறு சேர்க்கிறோம்.

இதிலிருந்து ஓர் உண்மை தெளிவாகிறது. இலக்கணம் என்பது ஓர் ஒழுங்கு முறை. அது நம்முள் இருக்கிறது. நமக்குத் தெரியாமலே அது நமக்கு உதவிக்கொண்டிருக்கிறது. இலக்கணம் நமக்கு எப்படி உதவுகிறது என்பதைப் புரிந்துகொண்டால் நாம் மொழியை மேலும் திருத்தமாகப் பேசவும் எழுதவும் முடியும். இந்த இலக்கண விதிமுறைகளை அனைவரும் எளிதில் புரிந்து கொள்வதற்கு உதவுவதே ''இலகு தமிழில் இனிக்கும் தமிழ் இலக்கணம்'' என்னும் இந்த நூலின் முக்கிய நோக்கமாகும்.

'உயர் தனிச் செம்மொழி' என்று அறிஞர் போற்றும் தமிழ் மொழிக்குரிய இலக்கணத்தை எழுத்து, சொல், பொருள் என்று மூன்று வகையாகப் பிரித்துள்ளனர். எனினும், இன்றைய தேவையைக் கருத்திற்கொண்டு மொழிக்கு உயிர் நாடியாக விளங்கும் எழுத்து, சொல், சொற்றொடர் அல்லது வாக்கியம் இவை பற்றியே இந்த நூலில் ஆராய இருக்கின்றோம்.

மொழிக்கு உயிர் நாடியாகத் திகழும் ஒலிவடிவமே எழுத்து எனப்படும். எனினும், நாம் கேட்கும் ஒலிகளெல்லாம் எழுத்தாவதில்லை. வானத்தில் பறக்கும் பறவைகளின் ஒலிகள், வனத்தில் உறையும் விலங்குகளின் ஒலிகள், இயற்கையின் இயக்கங்களான இடியும், மழையும், காற்றும் எழுப்பும் ஒலிகள் – இவையும் இவை போன்ற ஏனைய ஒலிகளும் எழுத்தாவதில்லை. வேறு எந்த ஒலி எழுத்தாகின்றது? பொருள் பொதிந்த சொல்லுக்கு அடிப்படையாக விளங்கும் ஒலியே எழுத்தெனப்படும். இவ்வாறு செவிக்குப் புலனாகும் ஒலிவடிவாய் நிற்கும் எழுத்துகள் கண்ணுக்குப் புலனாகும் வகையில் கோடுகளின் உதவியால் அவற்றிற்கு வடிவம் கொடுக்கும்போது அவை வரிவடிவம் எனப்படுகின்றன. ஒலிவடிவான எழுத்துகளின் சின்னமாக விளங்குகின்ற காரணத்தாலேயே வரிவடிவத்திற்கும் எழுத்து என்னும் பெயர் வழங்கலாயிற்று. இந்த எழுத்துகளின் எண்ணிக்கை, அவற்றின் வகைகள், ஒலித்தன்மை, அளவு, ஒலி வேறுபாடுகள் போன்றவற்றை விளக்குவதே எழுத்திலக்கணமாகும்.

எழுத்துகளின் தொகுதியே சொல் என்பதை நாம் அறிவோம். எனினும் எழுத்துகளை எப்படிச் சேர்த்தாலும் சொல்லாகிவிடும் என்று எண்ணக்கூடாது. ''வானொலி'' என்னும் சொல்லை எடுத்துக்கொள்வோம். இதிலுள்ள மூன்று எழுத்துகளும் அதாவது ஒலிகளும் சேர்ந்து பொருளுடைய சொல்லாக அமைந்துள்ளன. இந்த மூன்று ஒலிகளையும் நாம் இடம் மாற்றி ''லினொவா'' என்று எழுதினால் அது பொருளுடைய சொல்லாக அமையவில்லை. எனவே, ஓர் எழுத்து தனித்து நின்றோ அல்லது ஒன்றுக்கு மேற்பட்ட எழுத்துகள் சேர்ந்து நின்றோ ஒரு பொருளைத் தரும்போதுதான் அது சொல்லாகும். இந்தச் சொற்கள் பெயர், வினை, இடை, உரி என நான்கு வகைப்படும். இவற்றின் இயல்புகளையும் வகைகளையும், உட்பிரிவுகளையும் விளக்குவது சொல்லியலாகும். திணை, பால், எண், இடம், காலம், வேற்றுமை, வேற்றுமை மயக்கம் போன்றவையும் இப்பகுதியில் அடங்கும்.

சொற்களைத் தனியாகப் பார்க்காமல், சொற்றொடர் அல்லது வாக்கியமாகப் பார்க்கும்போது சொற்களுக்குத் தனித்தனியே உள்ள பொருளுடன் மேலும் ஒரு பொருள் புலனாவதை நாம் முன்பு கண்டோம்.

மொழியின் தொடக்க காலத்தில் மனிதன் கருத்தை அறிவிக்கச் சொற்றொடர்கள் அல்லது வாக்கியங்களையே பயன்படுத்தினான் என்பது மொழி அறிஞர்களின் கருத்தாகும். இன்னும் அதே நிலைதான் உள்ளது. தனிச் சொற்களைக் கொண்டு ஒருவர் தம் கருத்துகளை முழுமையாகவும், தெளிவாகவும் வெளிப்படுத்துதல் இயலாது. எனவே, மொழியின் பயனை முழுமையாக்கும் சொற்றொடரியல் பற்றிச் சொற்றொடரிலக்கணம் என்னும் பகுதியில் விரிவாகப் பார்ப்போம்.

தமிழ் மொழிக்கே சிறப்பாக உரிய இலக்கணக்கூறு புணரியலாகும். இந்தப் பகுதி நம்மில் பலரை மலைப்புறச் செய்கிறது. இந்த இலக்கணப் பகுதியின் அடிப்படைத் தத்துவத்தைப் புரிந்துகொண்டால் நம் மலைப்பு நீங்கும்; மகிழ்ச்சி தோன்றும். நாம் ஒன்றன் பின் ஒன்றாகப் பல சொற்களை ஒலிக்கும் போது விரைவு, உணர்ச்சி, முயற்சிச் சிக்கனம், எளிமை முதலிய காரணங்களால் சொல்லொலிகள் மாறுபடுகின்றன. இயற்கையாகத் தோன்றும் இந்த ஒலி வேறுபாடுகளை விளக்குவதே புணரியலாகும். நாம் எளிதாகவும், இனிதாகவும் பேசுவதற்கும், எழுதுவதற்கும் இந்தப் புணரிலக்கணம் பெருந்துணை புரிகின்றது. செய்யுள்களைப் பதம் பிரித்துப் பொருள் உணரவும் இது நமக்கு உதவுகிறது.

தமிழ் மொழிக்கு இலக்கணம் வகுத்த அறிஞர்கள் அவர்கள் காலத்திற்கு முன் பல நூற்றாண்டுகளாக மக்கள் பேசியும், எழுதியும் வந்த மொழியமைப்பை நன்கு ஆராய்ந்து, இலக்கண விதிகளை வகுத்துள்ளனர். அண்மைக் காலத்தில் தோன்றி வளர்ந்து வரும் கலையான மொழியியலை ஒட்டித் தமிழ் இலக்கணம் அமைந்திருப்பதற்கும் இதுவே காரணமாகும். பண்டைத் தமிழ் இலக்கணமான தொல்காப்பியம் வெறும் இலக்கண நூலாக மட்டும் கருதப்படவில்லை. மொழியியல் ஆராய்ச்சி நூலாகவும் அறிஞர்கள் அதனைப் போற்றுகின்றனர்.

எந்த மொழியிலும் காலப்போக்கில் மாற்றங்கள் ஏற்படுவது இயல்பு. தமிழ் மொழியும் இதற்கு விலக்கன்று. எனினும், தமிழ் மொழியில் நேர்ந்துள்ள அத்தகைய மாற்றங்கள் மொழியின் அடிப்படைக் கூறுகளில் ஏற்பட்ட மாற்றங்கள் அல்ல. மேலும் அவை சிறுபான்மையே. ஏறத்தாழ 2500 ஆண்டுகளுக்கு முன்பு தொல்காப்பியர் வகுத்த தமிழ் இலக்கணம் இன்றைய வழக்கிலுள்ள தமிழ் மொழிக்கும் பயன்படும் தன்மையதாய் இருப்பதே இதற்குத் தக்க சான்றாகும். அதனால்தான் **''உன் சீரிளமைத் திறம் வியந்து செயல் மறந்து வாழ்த்துதுமே''** என்று பேராசிரியர் சுந்தரம் பிள்ளை பாடினார் போலும்! இத்தகைய சிறு மாற்றங்களுக்கு ஏற்பத் தேவையாயின் புது விதிகளை வகுத்துக் கொள்ளவும் நாம் தயங்க வேண்டியதில்லை. ''பழையன கழிதலும், புதியன புகுதலும் வழுவல கால வகையினானே'' என்னும் முதுமொழியைக் கருத்தில் இருத்தித் தமிழ்ப் பேரறிஞர்கள் இத்துறையில் கவனம் செலுத்துவார்களாயின் பெரும்பலன் கிட்டும்.

நம் முன்னோர் காட்டிய வழியில் சென்று, தமிழிலக்கணக் கூறுகளை நன்கு அறிந்து கொள்வோமாக! அதன் வாயிலாக, தொன்று நிகழ்ந்த தனைத்தும் உணர்ந்திடும் சூழ்கலைவாணர்களும் இவள் என்று பிறந்தவள் என்றுணராத இயல்பினளாகிய தமிழன்னையை என்றும் இளமைக் கோலத்தில் வீற்றிருக்கச் செய்வோமாக!

1

எழுத்தியல்

1. முதல் எழுத்து

'மொழி' என்னும் சொல்லை நாம் அன்றாடம் பயன்படுத்துகிறோம். தமிழ் மொழி, ஆங்கில மொழி, சீன மொழி, மலாய் மொழி என்று கூறும்போது அந்த மொழி என்னும் சொல் குறிக்கும் பொருளும் நமக்குத் தெளிவாகத் தெரிகிறது; அது பெயர்ச்சொல் என்பதும் புரிகிறது. இந்த மொழி என்னும் பெயர்ச்சொல் எதிலிருந்து வந்தது? 'மொழி' என்னும் வினைச் சொல்லிலிருந்தே வந்தது. 'மொழி என்னும் வினைக்குச் 'சொல்' அல்லது 'பேசு' என்பது பொருளாகும்.

இந்தச் சொல் ஆராய்ச்சி நமக்கு ஓர் உண்மையைப் புலப்படுத்துகின்றது. மொழி எனப்படுவது ஒலி வடிவமான பேச்சு மொழியையே குறிக்கின்றது என்பதுதான் இந்த 'மொழி' என்னும் சொல் உணர்த்தும் உண்மையாகும். உலகிலுள்ள எந்த மொழியை எடுத்துக்கொண்டாலும், முதலில் தோன்றியது ஒலி வடிவமான பேச்சு மொழியே என்பதும், அதன் பின்னரே வரி வடிவமான எழுத்து மொழி தோன்றியது என்பதும் புலனாகும். இன்றும் சில மொழிகள் வரிவடிவம் பெறாமல் ஒலி வடிவம் மட்டுமே பெற்றுள்ளன என்பதும் இக்கருத்துக்கு அரண் செய்கின்றது.

எனவே, மொழிக்கு அடிப்படையாக – முதற் காரணமாக – அமைவது ஒலியாகும். ஒலியின்றேல் மொழி இல்லை என்று தயங்காது கூறலாம். அந்த ஒலியையே நம் முன்னோர்கள் எழுத்தென்று குறித்தனர். இந்த ஒலி வடிவத்தின் சின்னமாக விளங்கும் வரி வடிவத்திற்கும் பின்னர் அதே பெயர் அமையலாயிற்று. எழுத்திற்கு இலக்கணம் கூற வந்த தொல்காப்பியர் எழுத்தின் பிறப்பு என்னும்போது ஒலியின் பிறப்பையும் எழுத்தின் அளவு என்னும்போது ஒலியின் அளவையுமே குறிப்பிடுகின்றார்.

'உலகம்' என்னும் சொல்லை எடுத்துக் கொண்டு அதிலுள்ள ஒலி வடிவங்களைக் கூறுபடுத்தினால், உ,ல,க,ம் முதலிய ஒலி வடிவங்களின் தொகுதியே 'உலகம்' என்னும் சொல் என்பது புலனாகும். மேலும், இந்த 'உலகம்' என்னும் சொல்லிலுள்ள உ,ல,க,ம் என்னும் எழுத்துகளை ஆராய்ந்தால் இவற்றில் உ, ல், அ, க், அ, ம் என்னும் அடிப்படை ஒலிகள் அமைந்திருப்பதைக் காணலாம்.

இவ்வாறு மொழியின் அடிப்படைக் கூறுகளான ஒலி வடிவங்கள் எழுத்துகள் எனப்படுகின்றன. தமிழ் மொழியிலுள்ள இந்த எழுத்துகள் முதலெழுத்து, சார்பெழுத்து என இருபெரும் பிரிவுகளாகப் பிரிக்கப் பட்டுள்ளன. மொழிக்கு அடிப்படையாக உள்ள இன்றியமையாத ஒலி வடிவங்களையே முதலெழுத்து என்று தமிழ் இலக்கணம் கூறுகிறது. இந்த ஒலி வடிவங்களே சார்பெழுத்து எனப்படும் ஏனைய ஒலி வடிவங்களுக்கும் ஆதாரமாக உள்ளன. முதலெழுத்து எனப்படும் இந்த அடிப்படை ஒலிவடிவங்கள் முப்பதாகும். உயிர் பன்னிரண்டும், மெய் பதினெட்டுமாகிய முப்பது எழுத்துகளே முதலெழுத்து எனப் படுகின்றன. ஏனைய சார்பெழுத்துகள் இந்த உயிரையும், மெய்யையும் அடிப்படையாகக் கொண்டு தோன்றுவன ஆதலின் தமிழ் எழுத்துகள், அதாவது தமிழ் மொழிக்குரிய அடிப்படை ஒலிகள், முப்பது என்பது

தெளிவு. ''எழுத்தெனப்படுப அகரம் முதல் னகர இறுவாய் முப்பஃது என்ப'' என்று தொல்காப்பியம் கூறுகின்றது.

உயிரும் மெய்யும் இணைந்து உருவாகும் உயிர்மெய் எழுத்துகளும் ஆய்த எழுத்தும் மற்றும் குற்றியலுகரம் முதலானவையும் சார்பெழுத்துகளாகும். அவற்றைப் பற்றிப் பின்னர் விரிவாக ஆராய்வோம். பொதுவாக முதலெழுத்துகளைப் பற்றியும் குறிப்பாக உயிரெழுத்துகளைப் பற்றியும் இப்போது பார்ப்போம்.

தமிழ்மொழியின் அடிப்படை ஒலிகளான முதலெழுத்துகளுக்கு 'உயிர்' என்றும், 'மெய்' என்றும் பெயர் அமைந்திருப்பது சிந்தனைக் குரியதாகும். 'உயிர்' என்றால் அனைவருக்கும் தெரியும். 'மெய்' என்றால் உடம்பு. உயிர் உடலை விட்டுப் பிரிந்த பின்னர் அந்த உடலுக்கு இயக்கம் இல்லை என்பதும் நாம் அறிந்ததே. அதேபோல மெய்யெழுத்து தனித்து நின்றால் அதற்கு ஒலியில்லை; இயக்கம் இல்லை. உயிரோடு சேரும்பொழுது தான் அதற்கு இயக்கம் உண்டு. 'தமிழ்' என்ற சொல்லை எடுத்துக் கொள்வோம். த, மி இரண்டையும் நாம் தனித்து ஒலிக்க முடியும். ஆனால், அதே சொல்லிலுள்ள ('ழ்' என்னும்) மெய்யெழுத்தை மட்டும் தனியே எடுத்துக் கொண்டு ஒலித்துப் பாருங்கள். நிச்சயமாக ஒலிக்க முடியாது. அதனால்தான் மெய் யெழுத்துகளைத் தனியே ஒலிக்க வேண்டி யிருந்தால் அவற்றின் முன் 'இ' என்னும் உயிரொலியைச் சேர்த்து 'இழ்', 'இர்', 'இக்' என்று ஒலிக்கின்றோம். உயிர்மெய் என்னும் பெயரும் இதனை வலியுறுத்துவதாக அமை கின்றது. 'க்' என்னும் மெய்யுடன் 'அ' என்னும் உயிர் சேர்ந்தால் 'க' என்னும் உயிர் மெய் தோன்றுகிறது. இதனை ஒலிக்கும் போதும் 'க்' என்னும் மெய்யொலியே முதலில் தோன்றுகிறது என்பது கவனித்துப் பார்த்தால் தெரியும். ஆனால், 'உயிர் மெய்' என்று உயிரை முதலில் வைத்த காரணம் உயிரினாலேயே உடல் இயங்குகிறது என்னும் உண்மையை வலியுறுத்தற்கேயாகும்.

உயிர் - ஒலிப்பிறப்பு

முதலெழுத்தாகிய முப்பது எழுத்துகளில் உயிர் பன்னிரண்டு என்றும் உடல் பதினெட்டு என்றும் முன்னர்க் கண்டோம். அவற்றுள் உயிர் எழுத்துகள் பன்னிரண்டைப் பற்றியும் இப்போது விரிவாகக் காண்போம்.

அ, ஆ, இ, ஈ, உ, ஊ, எ, ஏ, ஐ, ஒ, ஓ, ஔ என உயிர் எழுத்துகள் பன்னிரண்டு. இந்த எழுத்துகள் அல்லது ஒலிகள் தோன்றும் விதத்தை முதலில் பார்ப்போம். எந்தப் பொருளின் தோற்றத்திற்கும் காலமும், இடமும், முயற்சியும் துணை நிற்கின்றன என்பதை நாம் அறிவோம். எழுத்துகளும் இந்த மூன்றையும் துணைக்கொண்டே பிறக்கின்றன. எழுத்துகளை இயல்பாகவும், கவனமாகவும் ஒலித்துப் பார்க்கும்போது இந்த உண்மை விளங்கும்.

நாம் பேச நினைக்கும்பொழுது அதற் கேற்ற ஒலிகளை உருவாக்கும் முயற்சியில் நம் உள்ளமும், உடலும் ஈடுபடுகின்றன. அம்முயற்சியின் விளைவாக நம் உடலில் உள்ள உயிர்க்காற்றானது மார்பு, கழுத்து, தலை, மூக்கு ஆகிய இடங்களைத் தாக்கிக் கொண்டு, இதழ், பல், நாக்கு, மேல்வாய் ஆகியவற்றின் வழியாக வெளிப்படுகின்றது. அவ்வாறு வெளிப்படுங்கால் ஏற்படும் ஒலி களே எழுத்துகளாகும்.

அ, ஆ என்னும் இரண்டு உயிரெழுத்து களையும் வாய்விட்டு ஒலித்துப் பாருங்கள். உயிரின் முயற்சியால் உள்ளிருந்து எழும் காற்றானது முதலில் கழுத்தில் (குரல்வளை யில்) பொருந்திப் பின்னர் வாயைத் திறத்த லாகிய முயற்சியால் யாதொரு தடையுமின்றி வாய்வழியாக வெளிப்படும் ஒலிகளாக இந்த இரண்டு எழுத்துகளும் இருப்பதை உணர லாம். இதனால், இந்த இரண்டு எழுத்துகளும் பிறக்கும் இடம் கழுத்து என்பதையும் இந்த எழுத்துகள் பிறப்பதற்கான முயற்சி வாய்திறத்தல் என்பதையும் அறியலாம்.

இ, ஈ, எ, ஏ, ஐ ஆகிய ஐந்து எழுத்துகளை யும் வாய்விட்டு உச்சரித்துப் பாருங்கள். உயிரின் முயற்சியால் உள்ளிருந்து எழும் காற்றானது முதலில் கழுத்தில் பொருந்திப் பின்னர் வாய் திறத்தலோடு கீழ்வாய்ப் பல்லின் அடியை அடி நாக்கின் ஓரம் பொருந்துதலாகிய முயற்சியால் வெளிப்படும் ஒலிகளாக இந்த ஐந்து எழுத்துகளும் விளங்கு வதைக் காணலாம். எனவே, இவ்வொலிகள் பிறக்கும் இடம் கழுத்து என்பதையும், இவை பிறப்பதற்கான முயற்சி வாய் திறத்தலோடு

கீழ்வாய்ப் பல்லின் அடியை அடி நாக்கின் விளிம்பு பொருந்துதல் என்பதையும் உணரலாம்.

உ, ஊ, ஒ, ஓ, ஔ என்னும் ஐந்து எழுத்துகளையும் ஒலித்துப் பார்த்தால் உயிரின் முயற்சியால் உள்ளிருந்து எழும் காற்றானது முதலில் கழுத்தில் பொருந்திப் பின்னர் இதழ் குவிதலாகிய முயற்சியால் செவிக்குப் புலனாகும் ஒலிகளாய் இந்த எழுத்துகள் வெளிப்படுவதை அறியலாம். எனவே, இந்த எழுத்துகள் பிறக்கும் இடம் கழுத்து என்பதும், இவை பிறப்பதற்கான முயற்சி இதழ் குவித்தல் என்பதும் புலனாகும்.

உயிர் - ஒலியளவு

இந்த உயிர் எழுத்துகள் பன்னிரண்டும் அவற்றின் ஒலி அளவைக் கருத்திற் கொண்டு குறில், நெடில் என இரு பிரிவுகளாகப் பிரிக்கப்படுகின்றன. குறுகிய அல்லது குறைந்த ஓசை உடையவை குறில் எனப் படும். நீண்ட ஓசை உடையவை நெடில் எனப்படும்.

அன்பு, ஆதவன், இடம், ஈகை, உண்மை, ஊக்கம் முதலிய சொற்களைக் கவனமாக ஒலித்தால் அன்பு, இடம், உண்மை ஆகிய சொற்களின் முதல் எழுத்துகளான அ, இ, உ ஆகிய உயிரெழுத்துகள் குறுகிய ஓசை யுடையனவாக இருப்பதையும், ஆதவன், ஈகை, ஊக்கம் ஆகிய சொற்களின் முதல் எழுத்துகளான ஆ, ஈ, ஊ என்னும் உயிர்கள் நீண்ட ஓசை உடையனவாக இருப்பதையும் அறியலாம்.

குறுகிய ஓசையுடைய அ, இ, உ, எ, ஒ என்னும் ஐந்து எழுத்துகளும் குறில் எனப் படும். நீண்ட ஓசையுடைய ஆ, ஈ, ஊ, ஏ, ஐ, ஓ, ஔ என்னும் ஏழு எழுத்துகளும் நெடிலாகும்.

'குறில், நெடில் என்று பொதுவாகச் சொன்னால் போதுமா? இவற்றிற்குத் திட்ட வட்டமான அளவு எதுவும் கிடையாதா?' என்று கேட்கத் தோன்றுகிறதல்லவா? நிச்சயமாக உண்டு. குறில், நெடில் என்னும் எழுத்துகளின் ஒலியளவைக் காட்டும் கருவி மாத்திரை எனப்படும்.

கண் இமைக்கும் அல்லது கை நொடிக்கும் நேரத்தையே இலக்கண நூலார் மாத்திரை என்று குறிப்பிடுகின்றனர். குறிலின் ஒலி அளவு ஒரு மாத்திரை. நெடிலின் ஒலி அளவு இரண்டு மாத்திரை.

நெடில் என்றவுடன் அதை மிகவும் நீட்டி ஒலிக்க வேண்டும் என்று சிலர் தவறாகக் கருதுகின்றனர். அவ்வாறு அளவுக்கு மேல் நீட்டி ஒலிப்பதால் மொழியின் இனிமை குன்றுகிறது. மேலும், ஒலிப்பதும் எளிதாக இல்லை. கண்ணிமைப் பொழுது அல்லது கை நொடிப் பொழுது என்னும் கால அளவைச் சரியாகப் புரிந்துகொண்டால் பேசுவது எளிதாக இருக்கும். செய்யுளில் மட்டும் நெடிலைச் சில வேளைகளில் ஓசை நயம் கருதி இரண்டு மாத்திரைக்கு அதிகமாகவும் நீட்டிச் சொல்லுதல் உண்டு. அதற்கு அளபெடை என்று தனி இலக்கணம் வகுத்துள்ளனர் இலக்கண நூலார். எனவே, உரைநடையில் நெடில் தனக்குரிய இரண்டு மாத்திரை அளவுக்கு மேற்போகாமல் ஒலிப்பதுதான் இயற்கையாக இருக்கும்; இனிமையாகவும் இருக்கும்.

2

உயிரெழுத்து ஒலியளவில் மாறுபடுதல்

குறில், நெடில் என இருவகைப்படும் உயிர் எழுத்துகளில் சில, சொற்களின் கூறுகளாக அமையும்போது சில இடங்களில் அவற்றின் இயல்பான ஒலியளவு குறைகின்றது. உயிர் எழுத்துகளில் 'இ', 'உ' என்னும் குறில்களும், 'ஐ', 'ஔ' என்னும் நெடில்களும் தம் இயல்பான ஓசையின் அளவு குறைந்து ஒலிக்கும் இயல்புடையன.

'இ' என்னும் குறில் தன் இயல்பான அளவாகிய ஒரு மாத்திரையினின்றும் குறைந்து ஒலிக்கும் போது அது குற்றியலிகரம் எனப்படும். 'உ' என்னும் குறில் தன் ஒலியளவாகிய ஒரு மாத்திரைக்கும் குறைவாக ஒலிக்கும் போது அதனைக் **குற்றியலுகரம்** என்று கூறுகின்றோம். 'ஐ' என்னும் நெடில் தனக்குரிய ஓசையளவில் குறைந்து ஒலிக்கும் போது அதனை **''ஐகாரக் குறுக்கம்''** என்று கூறுவர். அவ்வாறே 'ஔ' என்னும் நெடில் ஓசை குறைந்து ஒலிக்கும்போது அதனை **ஔகாரக் குறுக்கம்** என்று கூறுகின்றோம்.

ஒலியின் அளவில் குறையும் இயல்புடைய இந்த நான்கு உயிரெழுத்துகளில் குற்றியலிகரம் பெரும்பான்மையும் செய்யுளுக்கே உரியது. குற்றியலுகரம் தமிழ் மொழியின் இன்றியமையா இலக்கணக் கூறுகளில் ஒன்று. எனவே, இந்தக் குற்றியலுகரம் பற்றி நாம் பின்னர் விரிவாக ஆராய்வோம். இப்போது 'ஐகாரக் குறுக்கம், 'ஔகாரக் குறுக்கம்' ஆகிய இரண்டையும் பார்ப்போம்.

'ஐ', 'ஔ' ஆகிய இரண்டு உயிரெழுத்துகளும் நெடில் என்றும், அதாவது, நீண்ட ஓசையுடையன என்றும் - இவை ஒவ்வொன்றிற்கும் ஒலியளவு இரண்டு மாத்திரை என்றும் முன்பு கண்டோம். இந்த இரண்டு எழுத்துகளும் எந்தெந்த இடங்களில் அளவு குறைந்து ஒலிக்கின்றன என்பதையும் அவற்றின் குறைந்த அளவு என்ன என்பதையும் இப்போது பார்ப்போம்.

இரண்டு மாத்திரை அளவுடைய 'ஐ' என்னும் நெடில் தனித்து நின்று தன்னைச் சுட்டும்போது மட்டுமே இரண்டு மாத்திரை அளவு ஒலிக்கின்றது. ஆனால், இந்த 'ஐ' சொல்லில் அமையும்போது அதன் ஒலியளவு குறைகின்றது. சொல்லில் அதனுடைய நிலை எதுவாக இருப்பினும் - அதாவது முதல், இடை, கடை என்னும் மூவிடங்களில் அது எங்கு வந்தாலும் அது தன் ஒலியின் அளவில் குறைந்தே ஒலிக்கும். இப்போது 'ஐ' என்னும் எழுத்தை முதலாகக் கொண்ட சொற்களை எடுத்துக் கொள்வோம்.

சைவம், தையல், வைரம், மையல் முதலிய சொற்களைக் கவனமாக உச்சரித்துப் பாருங்கள். அவ்வாறே சாரம், தாமரை, வாசம், மாதம் முதலிய சொற்களையும் உச்சரித்துப் பாருங்கள். சைவம், தையல் முதலான சொற்கள் 'ஐ' என்னும் உயிர் சேர்ந்த மெய்யை முதலில் கொண்டுள்ளன. சாரம், தாமரை முதலான சொற்கள் 'ஆ' என்னும் உயிர் சேர்ந்த மெய்யை முதலாகக் கொண்டுள்ளன.

'ஐ', 'ஆ' இரண்டும் இரண்டு மாத்திரை அளவுடைய நெட்டெழுத்துகள். எனினும், நாம் மேலே எடுத்துக்காட்டிய சொற்களை உச்சரிக்கும்போது சாரம், தாமரை, வாரம் முதலிய சொற்களிலுள்ள 'ஆ' என்னும் நெடிலைக் காட்டிலும் 'சைவம்', 'தையல்', 'வைரம்' முதலிய சொற்களிலுள்ள 'ஐ' என்னும் நெடிலின் ஒலியளவு குறைந்திருப்பதை அறியலாம். 'ஐ' என்னும் நெடிலானது சொல்லின் முதலில் வருங்கால் தனக்குரிய இரண்டு மாத்திரை அளவினின்று குறைந்து ஒலிக்கிறது. அதே வேளையில், குறிலைவிடச் சற்று நீண்டு ஒலிப்பதையும் உணரலாம். எடுத்துக்காட்டாக, வைரம், வாரம், வரம் என்னும் மூன்று சொற்களையும் இப்போது கவனிப்போம்.

'வைரம்' என்னும் சொல்லிலுள்ள 'வை' என்னும் நெடிலின் ஒலி 'வாரம்' என்னும் சொல்லிலுள்ள 'வா' என்னும் நெடிலின் ஒலியை விடக் குறைவாக இருக்கின்றது. அதே வேளையில் 'வரம்' என்னும் சொல்லிலுள்ள 'வ' என்னும் குறிலின் ஒலியைவிடச்

சற்று அதிகமாகவும், அதாவது நீண்டும் இருக்கின்றது. 'ஐ' என்னும் எழுத்தின் ஒலி சொல்லின் முதலில் வரும் போது நெடிலை விடச் சற்றுக் குறைந்தும், குறிலைவிடச் சற்று நீண்டும் இருப்பதால் அது நெடிலுக்குரிய இரண்டு மாத்திரையும் இல்லாமல், குறிலுக்குரிய ஒரு மாத்திரையும் இல்லாமல் குறில், நெடில் ஆகிய இரண்டுக்கும் இடைப்பட்ட ஒன்றரை மாத்திரை அளவுடையதாகின்றது.

'ஐ' என்னும் எழுத்திற்குப் பதிலாக 'அ', 'ய்' என்றும் எழுதலாம் என்று தொல்காப்பியம் கூறுகின்றது. 'அ'வுக்கு ஒரு மாத்திரையும், 'ய்'க்கு அரை மாத்திரையும் எனக் கொண்டால் 'அ', 'ய்' என்னும் இரண்டு எழுத்துகள் சேர்ந்த 'அய்' என்பதன் ஒலி ஒன்றரை மாத்திரை என்னும் உண்மை விளங்கும்.

> **''கைவேல் களிற்றொடு போக்கி வருபவன்**
> **மெய்வேல் பறியா நகும்''**

என்னும் குறட்பாவைப் பாருங்கள். இங்கே 'கைவேல்' என்னும் சொல்லும், 'மெய்வேல்' என்னும் சொல்லும் அடி எதுகைகளாக அமைந்திருக்கின்றன. முதலடியிலுள்ள 'கை' என்பதைக் 'கய்' எனக் கொண்டால்தான் இந்த அடி எதுகை பொருத்தமாகிறது. ஏனெனில், செய்யுளடியின் இரண்டாவது எழுத்து ஒன்றி வருவதே எதுகை.

> **''ஐயுணர்வு எய்தியக் கண்ணும் பயமின்றே**
> **மெய்யுணர்வு இல்லா தவர்க்கு''**

என்னும் குறட்பாவில் நிற்கும் ஐ, மெய் என்னும் சொற்களையும் நோக்குக.

இந்த எடுத்துக்காட்டுகளிலிருந்து 'ஐ' என்பது சொல்லின் முதலில் ஒன்றரை மாத்திரை ஒலிப்பது உறுதியாகின்றது. எனவே, 'ஐ' என்னும் நெடில் சொல்லின் முதலில் வரும்போது ஒன்றரை மாத்திரையே ஒலிக்க வேண்டும். ஏனைய நெடில்களைப் போல் இரண்டு மாத்திரை அளவு நீட்டியொலித்தல் கூடாது.

இந்த ஐகாரம் சொல்லின் இடையிலும், கடைசியிலும் வரும்போது அதன் ஒலி ஒன்றரை மாத்திரை அளவுகூட இல்லை. அதனினும் குறைந்துவிடுகின்றது. 'ஐவர்' என்னும் சொல்லின் முதலில் உள்ள 'ஐ' ஒலியையும், 'இசைவு', 'மலை' என்னும் சொற்களின் இடையிலும், கடையிலும் உள்ள 'ஐ' ஒலியையும் கூர்ந்து கவனித்தால் இந்த வேறுபாடு விளங்கும்.

'மறையோன்', 'மறவன்' ஆகிய சொற்களை உச்சரித்துப் பார்த்தால் 'றை', 'ற' ஆகியவற்றின் ஒலியளவு ஒரே மாதிரி இருப்பது தெரியும். இதே போலக் 'கலை', 'கலி' என்னும் சொற்களை உச்சரிக்கும் போதும், இச்சொற்களிலுள்ள 'லை', 'லி' ஆகியவற்றின் ஒலி ஒரே அளவுடையதாக இருக்கின்றது. சொல்லின் இடையிலும், கடையிலும் வரும் 'ஐ' என்னும் எழுத்தின் ஒலியளவு குறிலின் அளவேயாகும். அதாவது, ஒரு மாத்திரை அளவுடையதே ஆகும்.

ஐ என்னும் நெட்டெழுத்தானது சொல்லின் முதலில் வரும்போது ஒன்றரை மாத்திரையளவும், சொல்லின் இடையிலும், கடையிலும் வரும்போது ஒரு மாத்திரையளவும் ஒலிக்க வேண்டும். இவ்வாறு 'ஐ' என்னும் நெடில் சொல்லின் முதல், இடை, கடை ஆகிய மூவிடங்களிலும் தன் அளவில் குறைந்து ஒலிப்பதையே ஐகாரக் குறுக்கம் என்று குறிப்பிடுகின்றோம்.

'ஐ' போலவே 'ஔ' என்பதும் இரண்டு மாத்திரை ஒலியளவுடைய நெட்டெழுத்தாகும். 'ஔ' சொல்லின் முதலில் தனித்தும் வரலாம்; அல்லது மெய்யுடன் சேர்ந்தும் வரலாம். இது சொல்லின் இடையிலும், கடையிலும் வாராது.

சொல்லின் முதலில் வரும் 'ஔ'வும் ஐகாரம் போலவே குறுகி ஒலிக்கும். 'ஔ' என்னும் தனியெழுத்தையும் 'ஔவை' என்னும் சொல்லையும் உச்சரித்துப் பாருங்கள். தனித்து நிற்கும் 'ஔ' என்னும் எழுத்தின் ஒலியைக் காட்டிலும் 'ஔவை' என்னும் சொல்லில் நிற்கும் 'ஔ' என்னும் எழுத்தின் ஒலி அளவில் குறைந்து நிற்பது புலனாகும். 'ஔவை' என்பதை 'அவ்வை' என்று எழுதி ஒலித்தாலும் இரண்டும் ஒரே அளவு ஒலியுடையவையாகவே இருக்கும்.

எனவே, சொல்லின் முதலில் நிற்கும் 'ஔ'இன் ஒலியளவும் 'அ', 'வ்' என்னும் எழுத்துகளின் ஒலியளவுக்குச் சமம் என்பது தெளிவாகப் புலப்படுகிறது. இதிலிருந்து, 'ஔ' சொல்லின் முதலில் நிற்கும்போது

அதன் ஒலியளவு ஒன்றரை மாத்திரை என்பது தெளிவாகிறதல்லவா? பௌவம், கௌரி, மௌனம் முதலிய சொற்களையும் ஒலித்துப் பாருங்கள். சொல்லின் முதலில் வரும்போது ஔகாரத்தை ஒன்றரை மாத்திரையளவே ஒலிக்க வேண்டும். இதனையே ஔகாரக் குறுக்கம் என்று இலக்கண நூலார் கூறுகின்ற னர்.

■■■

3

சுட்டெழுத்து

உயிர் எழுத்துகளை ஒலியளவை அடிப்படையாகக் கொண்டு குறில், நெடில் என இரண்டாகப் பிரித்த இலக்கண நூலார், அவை பயன்படும் முறையின் அடிப்படை யில் **'சுட்டெழுத்து'** என்றும் **'வினா வெழுத்து'** என்றும் இரு வகையாகப் பிரித்துள்ளனர். அவற்றுள் சுட்டெழுத்து களைப் பற்றி முதலில் பார்ப்போம்.

பின் வரும் வாக்கியங்களைக் கவனி யுங்கள் :

''**இது** தமிழ் இலக்கண நூல்''

''**அது** தமிழ் இலக்கிய நூல்''

இந்த இரு வாக்கியங்கள் வாயிலாக நாம் என்ன அறிந்துகொள்கிறோம்? இரண்டு நூல்கள் இருக்கின்றன. அவற்றுள் ஒன்று இலக்கணம்; மற்றொன்று இலக்கியம். இந்த இரண்டு நூல்களும் பேசுபவர், கேட்பவர் ஆகிய இருவரின் கண்ணுக்கும் புலனாகக் கூடிய தூரத்தில் இருக்கின்றன. இலக்கண நூல் பேசுபவர்க்கு மிக அண்மையில் இருக் கின்றது. இலக்கிய நூல் சற்று அப்பால் இருக்கின்றது. இவ்வளவையும் இந்த இரு வாக்கியங்கள் நமக்கு உணர்த்துகின்றன.

பேசுபவர், கேட்பவர் ஆகிய இருவரின் கண்ணுக்கும் புலப்படக் கூடிய தூரத்தில் அந்த நூல்கள் இருக்கின்றன என்பதைப் பேசுபவர் அவற்றைச் சுட்டிக் காட்டுவதன் வாயிலாக நாம் அறிய முடிகிறது. அவ்வாறு சுட்டிக் காட்ட 'அது', 'இது' என்னும் சொற்கள் உதவுகின்றன. அவற்றுள்ளும் குறிப்பாக 'அ', 'இ' என்னும் எழுத்துகளே சுட்டுதலாகிய தொழிலைச் செய்கின்றன. எனவே, இவை சுட்டெழுத்துகள் எனப்படுகின்றன.

இலக்கிய நூலைவிட இலக்கண நூல் பேசுபவர்க்கு மிக அண்மையில் இருப்பதாக அறிகிறோம் அல்லவா? இந்த வேறுபாட்டை அந்த வாக்கியங்கள் எவற்றின் வாயிலாக உணர்த்துகின்றன? 'அ', 'இ' என்னும் எழுத்துகள் வாயிலாக உணர்த்துகின்றன. தொலைவில் உள்ளதைச் சுட்டும்பொழுது அது என்றும் அருகில் உள்ளதைச் சுட்டும் பொழுது இது என்றும் குறிப்பிடுகிறோம். 'அ', 'இ' என்னும் இரண்டு எழுத்துகளையும் அகற்றிவிட்டு அந்த இடத்தில் வேறு எந்த எழுத்தை அமைத்தாலும் அவை சுட்டிக் காட்டுதலாகிய தொழிலைச் செய்வதில்லை.

'இ' என்பது அண்மையில் உள்ளதையும், 'அ' என்பது சேய்மையில் உள்ளதையும் சுட்டுகின்றன என்று கண்டோம். இந்த 'அண்மை', 'சேய்மை' என்பவை காலம் இடம் இரண்டிற்கும் பொருந்தும்.

''எல்லோரும் **இங்கே** வந்துவிட்டார்கள்; **அங்கே** யாரும் இல்லை.'' இந்த வாக்கியத் தில் 'இங்கே' என்பது பேசுபவர்க்கு அருகில் உள்ள இடம் என்பதையும், 'அங்கே' என்பது சற்றுத் தொலைவில் உள்ள இடம் என்பதை யும் இந்த இரு சொற்களிலும் உள்ள 'இ', 'அ' என்னும் எழுத்துகள் உணர்த்துகின்றன.

''**அந்தக்** காலம் மலையேறிவிட்டது.''

''**இந்தக்** காலத்தில் எதையும் விஞ்ஞானக் கண்கொண்டு பார்க்கிறோம்.''

''அந்தக் காலம் வரும்போது பார்த்துக் கொள்வோம்.''

இந்த வாக்கியங்களில் உள்ள 'இந்த', 'அந்த' என்னும் சொற்களைக் கவனியுங்கள்.

இந்த மூன்று வாக்கியங்களிலும் 'இந்த' என்னும் சொல் ஓரிடத்திலும், 'அந்த' என்னும் சொல் இரண்டு இடங்களிலும் வந்துள்ளன. 'இந்தக் காலம்' என்பது நிகழ்காலத்தைக் குறிக்கின்றது. ''அந்தக் காலம் மலையேறி விட்டது'' என்று சொல்லும்போது 'அந்தக் காலம்' என்பது இறந்த காலத்தையும், ''அந்தக் காலம் வரும்போது பார்த்துக் கொள்வோம்'' என்னும் வாக்கியத்தில் 'அந்தக் காலம்' என்பது எதிர்காலத்தையும் குறிக்கின்றன. பேசுபவர், அந்தப் பேச்சு நிகழும் நிகழ்காலத்துடன் ஒப்பிடும்போது அவர் குறிப்பிடும் இறந்த காலமும், எதிர்காலமும் அவரைப் பொறுத்தவரையில் சற்றுத் தொலைவானவை என்பதில் ஐயமில்லை. எனவே, இந்த வேறுபாட்டை அவர் 'இந்த', 'அந்த' என்னும் சொற்களால் உணர்த்த முடிகின்றது. 'அ', 'இ' என்னும் சுட்டெழுத்துகள் கால, இட வேறுபாடுகளை ஒப்பிட்டு உணர்த்தப் பயன்படுகின்றன.

அகச்சுட்டு - புறச்சுட்டு

'இவன்' – 'அவன்', 'இவள்' – 'அவள்', 'இவர்' – 'அவர்', 'இவை' – 'அவை', 'இங்கு' – 'அங்கு', 'இன்று' – 'அன்று' முதலான சொற்களை நோக்குங்கள். இந்தச் சொற்களும் 'இது' – 'அது' என்னும் சொற்களைப் போலவே சுட்டுப் பொருளில் வழங்குகின்றன. இந்தச் சொற்களில் 'இ' என்பது அண்மைப் பொருளையும், 'அ' என்பது சேய்மைப் பொருளையும் சுட்டுகின்றன. இங்கே 'இ', 'அ' என்னும் சுட்டெழுத்துகள், அவற்றைத் தனியே பிரித்து எடுக்க முடியாத அளவுக்கு அந்தச் சொற்களின் அங்கங்களாக அமைந்துள்ளன. அதாவது சொல்வேறு, சுட்டு வேறு என்று பிரித்துக் காணமுடியாதவாறு சொல்லினுள்ளேயே சுட்டும் அடங்கியுள்ளது. இவ்வாறு அமையும் சுட்டுகள் அகச்சுட்டுகள் எனப்படும்.

'இப்பொழுது – அப்பொழுது', 'இவ்வூர் – அவ்வூர்', 'இந்தப் பள்ளி – அந்தப் பள்ளி' முதலிய சொற்றொடர்களில் உள்ள சுட்டுகளையும், சொற்களையும் தனித்தனியே பிரித்தறிய முடியும். இந்தத் தொடர்களில் உள்ள சுட்டுகளை அகற்றிவிட்டால் 'பொழுது', 'ஊர்', 'பள்ளி' என்னும் சொற்கள் எஞ்சி நிற்கின்றன. இந்தச் சொற்களுடன் 'அ', 'இ', 'அந்த', 'இந்த' என்னும் சுட்டுகள் சேர்ந்து சுட்டுப் பொருளைத் தருகின்றன. இவ்வாறு சொல்லோடு சேர்ந்து சுட்டுப் பொருளைத் தரும் அதே வேளையில் அந்தச் சொல்லோடு சங்கமமாகி விடாமல் தனியே நிற்கும் சுட்டு 'புறச்சுட்டு' எனப்படும்.

'அந்த', 'இந்த' என்னும் சொற்கள் இப்போது சுட்டுப் பொருளில் மிகுதியாக வழங்குகின்றன. அன்றாடப் பேச்சிலும், எழுத்திலும் இவற்றை மிகுதியாகக் காணலாம். பண்டைய இலக்கியத்தில் இவை அருகியே காணப்படுகின்றன. எனவே, இலக்கண நூலார் இவை பற்றிக் குறிப்பிடாது விட்டனர் போலும்! இன்றைய வழக்கில் இவை முக்கிய இடம் பெற்றுவிட்டமையால் இவற்றை நாம் இனி ஒதுக்கிவிடுதல் எளிதன்று. 'அந்த', 'இந்த' என்னும் இவ்விரு சொற்களிலும் சுட்டும் தொழிலைச் செய்வன 'அ', 'இ' என்னும் சுட்டெழுத்துகளே.

'ஆங்கு' – 'ஈங்கு', 'ஆண்டு' – 'ஈண்டு' முதலான சொற்கள் பேச்சு வழக்கில் இல்லை. எனினும் எழுத்து வழக்கில் இன்றும் உள்ளன. இந்தச் சொற்களிலே உள்ள 'ஆ', 'ஈ' என்னும் உயிர் நெடில்களும் சுட்டுப் பொருளில் வழங்குகின்றன. 'ஆ', 'ஈ' என்னும் உயிர் நெடில்களைச் சுட்டாகக் கொண்டு அமையும் சொற்களும் கூட அவற்றின் குறில்களாகிய 'அ', 'இ' என்னும் எழுத்துகளையும் சுட்டாகக் கொண்டு அமைவது குறிப்பிடத்தக்கது. ''அங்கு – ஆங்கு'', ''இங்கு – ஈங்கு'', ''அங்ஙனம் – ஆங்ஙனம்'', ''இங்ஙனம் – ஈங்ஙனம்'' முதலிய சொற்களில் 'அ–ஆ', 'இ–ஈ' ஆகிய குறில், நெடில் இரண்டுமே சுட்டுப் பொருளில் வழங்குகின்றன. மேலும், குறில், நெடில் இரண்டையுமே சுட்டாகக் கொண்டு அமைந்த சொற்கள் அல்லது 'ஆ', 'ஈ' என்னும் நெடில் எழுத்துகள் மட்டுமே சுட்டாகப் பயன்படும் சொற்கள் விரல் விட்டு எண்ணக்கூடிய ஒரு சில சொற்களே. எனவே, 'ஆ', 'ஈ' ஆகிய நெடில்களைச் சுட்டாகக் கொள்வது மிகையெனக் கருதவும் இடம் உண்டு. இந்த நெடில் ஓசையுடைய 'ஆ', 'ஈ' ஆகிய எழுத்துகளைச் சுட்டாகக் கொள்ளும் சொற்கள் இன்றைய எழுத்து வழக்கிலும் மிக அருகியே காணப்படுகின்றன. பேச்சு வழக்கில் அறவே இல்லை என்று சொல்லி விடலாம். எனவே, இலக்கண நூலார் வழக்கில் பெரும்பான்மையாகவுள்ள 'அ',

'இ' என்னும் குற்றெழுத்துகளையே சுட்டாகக் கொண்டனர்.

'அ' சேய்மைச் சுட்டு என்றும் 'இ' அண்மைச் சுட்டு என்றும் முன்பு கண்டோம். 'அ', 'இ' - இந்த இரண்டும் சுட்டாக வழங்கத் தொடங்கிய காலத்தை வரையறுத்தல் எளிதன்று. எனினும், அவை கால வெள்ளத்தில் அடித்துச் செல்லப்படாமல் நிலைத்து நிற்பதற்குக் காரணம் அவை அறிவியல் அடிப்படையில் அமைந்திருப்பதேயாகும்.

"அண்மைப் பொருளைக் கைகாட்டிச் சுட்டும்பொழுது கை நீளாமல் நிற்றலும், சேய்மைப் பொருளைக் காட்டும்போது நீண்டு நிற்றலும் போலவே, நாவால் குறிக்கும்போது நா ஒரு சிறிது குறுகி நின்று, இகரவுயிரால் அண்மைப் பொருளைச் சுட்டலும், நீண்டு அமைந்து அகரவுயிரால் சேய்மைப் பொருளைச் சுட்டலும் காணலாம். கையால் சுட்டும்போது கைக்கு உள்ள முயற்சியையே, ஒலியால் குறித்துச் சுட்டும்போது நாக்கு மேற்கொள்கிறது என அறிஞர் சிலர் கருதுகின்றனர்" என்று டாக்டர் மு.வரதராசனார் குறிப்பிடுகின்றார். இந்தக் கருத்து, சுட்டெழுத்தாகிய 'அ', 'இ' ஆகியவை இயற்கை நியதியை ஒட்டி அமைந்திருப்பதை எடுத்துக் காட்டுகின்றது.

'அ', 'இ' என்னும் சுட்டுகளுடன் 'உ' என்னும் உயிரெழுத்தும் பழங்காலத்தில் சுட்டெழுத்தாக வழங்கியிருக்கின்றது. தொல்காப்பியத்திலும், நன்னூலிலும் 'அ', 'இ', 'உ' என்னும் மூன்றும் சுட்டெழுத்துகளெனக் குறிக்கப்படுகின்றன. 'அவன்', 'இவன்', 'உவன்', 'அது', 'இது', உது' என்னும் சொற்கள் அக்காலத்தில் வழக்கில் இருந்தன. இவற்றுள் 'அ', 'இ' என்னும் சுட்டுகள் இன்று போலவே அன்றும் முறையே சேய்மைப் பொருளையும், அண்மைப் பொருளையும் குறிக்கப் பயன்பட்டன. அண்மையும் இல்லாமல், சேய்மையும் இல்லாமல் இரண்டுக்கும் இடைப்பட்டதையும், பின்புறத்தில் இருப்பதையும் குறிக்க 'உ' என்னும் சுட்டு பயன்பட்டது. ஆனால், இந்த 'உ' என்னும் சுட்டெழுத்து இன்று வழக்கில் இல்லை. பழந்தமிழ் இலக்கியங்களில்கூட இது மிகவும் அருகியே வழங்குவதாக அறிஞர்கள் கூறுகின்றனர். 'உவன்', 'உது' முதலான அகச் சுட்டுகளும், 'உப்பக்கம்' போன்ற புறச்சுட்டுகளும் இன்று அறவே வழக்கில் இல்லை. எனவே, 'உ' என்னும் சுட்டெழுத்தைப் பற்றி நாம் கவலைப்பட வேண்டியதில்லை.

இதுகாறும் கூறியவற்றால் 'அ', 'இ' என்பன சுட்டெழுத்துகள் என்பதையும், 'அ' சேய்மையில் உள்ளதையும், 'இ' அண்மையில் உள்ளதையும் குறிக்கின்றன என்பதையும் இந்தச் சுட்டெழுத்து, சொல்லில் பிரிக்க முடியாத அங்கமாக இடம்பெறும்போது 'அகச்சுட்டு' என்றும், பிரிக்கக் கூடியவாறு ஒட்டு நிலையில் அமையும்போது 'புறச்சுட்டு' என்றும் வழங்குகிறது என்பதையும் அறிந்து கொள்ளலாம்.

4

வினாவெழுத்து

தமிழ் மொழியிலுள்ள 'சுட்டு', 'வினா' என்னும் இருவகை எழுத்துகளில் சுட்டெழுத்துப் பற்றி முன்பு பார்த்தோம். இப்பொழுது வினாவெழுத்துப் பற்றிப் பார்ப்போம். பின்வரும் வாக்கியங்களைக் கவனியுங்கள்:

"கவிதை எளிமையாகவும், இனிமையாகவும் இருக்கின்றதா?"

"அது காலத்தின் கண்ணாடியாக விளங்குகின்றதா?"

இந்த இரண்டு வாக்கியங்களையும் கேட்ட மாத்திரத்தில் அவை வினா வாக்கியங்கள் என்று நாம் அறிந்துகொள்கிறோம். இந்த வாக்கியங்களின் இறுதியில் அமைந்திருக்கும் 'இருக்கின்றதா?', 'விளங்குகின்றதா?' என்னும் சொற்களில் ஒட்டிக்கொண்டிருக்கும்

'ஆ' என்னும் எழுத்தே இந்த வாக்கியங்கள் வினாவாக அமையக் காரணமாக உள்ளது. இந்த 'ஆ' என்னும் எழுத்தை அகற்றி விட்டால் இந்த வாக்கியங்கள் இரண்டும் செப்பாக மாறிவிடும். அப்பொழுது இரண்டு வாக்கியங்களும் பின்வருமாறு அமையும்.

''கவிதை எளிமையாகவும், இனிமை யாகவும் **இருக்கின்றது**.''

''அது காலத்தின் கண்ணாடியாக **விளங்கு கின்றது**.''

முன்பு எடுத்துக்காட்டிய வினா வாக்கியங் களில் இருந்த 'ஆ' என்னும் எழுத்தை அகற்றியவுடன், அவை வினா வாக்கியம் என்னும் தகுதியை இழந்துவிட்டன; செப்பாக மாறிவிட்டன. எனவே, 'ஆ' என்னும் எழுத்தை வினாவெழுத்து என்று கூறுகிறோம்.

பின்வரும் வாக்கியங்களைப் பார்ப்போம்:

''அன்பிற்கும் **உண்டோ** அடைக்குந்தாழ்?''

''யாழும் குழலும் மழலையின் இனி மைக்கு **ஈடாகுமோ?**''

இந்த வாக்கியங்கள் வினாவாக அமையக் காரணமாக இருப்பது 'ஓ' என்னும் எழுத்து. முதல் வாக்கியத்திலுள்ள 'உண்டோ' என்னும் சொல்லிலும், இரண்டாவது வாக்கியத் திலுள்ள 'ஈடாகுமோ' என்னும் சொல்லிலும் உள்ள 'ஓ' என்னும் எழுத்தை நீக்கிவிட்டால் அவை செப்பு வாக்கியமாக மாறிவிடும். எனவே, 'ஓ' என்பதும் வினாவெழுத்தாகும்.

'ஆ', 'ஓ' ஆகிய இரு எழுத்துக்களையும் எந்தச் சொல்லுடன் சேர்த்தாலும் அந்தச் சொல் வினாவாக மாறிவிடும். பெயர்ச்சொல், வினைச்சொல் என்னும் இருவகைச் சொற் களுடனும் சேர்ந்து அவற்றை வினாவாக மாற்றுவதுடன், இந்தச் சொற்கள் எந்த வாக்கியத்தில் அமைகின்றனவோ அந்த வாக்கியத்தையும் வினாவாக – அதாவது வினா வாக்கியமாக – மாற்றும் ஆற்றல் இந்த இரண்டு எழுத்துகளுக்கும் இருக்கின்றது.

''இனிமையும், எளிமையும் உடையதுதான் சிறந்த கவிதை.'' இந்த வாக்கியத்தில் பொருத்தமான இடத்தில் 'ஆ', 'ஓ' என்னும் வினாவெழுத்துகளைச் சேர்ப்பதன் மூலம் இந்த வாக்கியத்தை வினா வாக்கியமாக மாற்ற முடியும். கவிதை என்னும் சொல்லில் 'ஆ' என்னும் வினாவெழுத்தைச் சேர்த்துக் **'கவிதையா'** என்று ஆக்கினால், அப்போது வாக்கியம் ''இனிமையும், எளிமையும் உடை யதுதான் சிறந்த **கவிதையா?**'' என்றாகும். இந்த 'ஆ' என்னும் வினாவெழுத்தைத் **தான்** என்னும் சொல்லில் சேர்த்தால், ''இனிமையும் எளிமையும் **உடையதுதானா** சிறந்த கவிதை?'' என்று மாறும். இவ்வாறு 'தான்' 'கவிதை' என்னும் சொற்களுடன் 'ஓ' என்னும் வினாவெழுத்தைச் சேர்க்கும்போதும் இந்த வாக்கியம் வினா வாக்கியமாக மாறும்.

'ஆ', 'ஓ' என்னும் எழுத்துகள் சொல்லின் இறுதியில் சேரும்போது அந்தச் சொல் வினாவாக மாறுகின்றது. **'எ'** என்னும் குறிலோ, சொல்லுக்கு முதலில் அமைந்து, அந்தச் சொல்லை வினாவாக மாற்றுகிறது. எந்தப் பெயர்ச் சொல்லுக்கு முன் 'எ' என்னும் உயிர்க்குறில் அமைந்தாலும், அந்தப் பெயர்ச் சொல் வினாவாக மாறும். அந்தச் சொல் அமைந்துள்ள வாக்கியமும் வினாவாக மாறிவிடும். பின்வரும் வாக்கியங்களைப் பார்ப்போம்:

''தொல்காப்பியம் **எக்காலத்தில்** தோன்றி யது?''

''முக்கனியில் சிறந்தது **எக்கனி?**''

இந்த இரு வாக்கியங்களையும் வினாவாக மாற்றியது எது என்று கேட்டால் 'எ' என்னும் எழுத்து என்று உடனே கூறிவிடுவோம். 'எக்காலத்தில்?', 'எக்கனி?' என்னும் சொற் களில் முதலில் இருக்கும் 'எ' என்னும் எழுத்தே இந்த இரண்டு வாக்கியங்களும் வினாவாக மாறக் காரணமாகும். எனவே, 'எ' என்பதும் வினாவெழுத்தாகும்.

மேற்கூறிய வாக்கியத்தில் உள்ள 'எக்காலத் தில்', 'எக்கனி' என்பவற்றையே நாம் சில சமயங்களில் **'எந்தக் காலத்தில்?', 'எந்தக் கனி?'** என்றும் கூறுகிறோம். 'எ' என்பதற் கும் 'எந்த' என்பதற்கும் பொருளில் வேறு பாடோ, மாறுபாடோ இல்லை. இரண்டும் ஒரே பொருள் தருவனவே. இன்றைய மொழி வழக்கில் 'எந்த' என்னும் சொல்லே மிகுதியும் பயன்படுத்தப்படுகின்றது. எனவே, 'எந்த' என்னும் சொல்லின் முதல் எழுத்தாகிய 'எ' என்பது வினாவெழுத்தேயாகும்.

'எப்பொருள்?', 'எந்நாடு?', 'எவ்வுலகம்?' போன்ற சொற்களும் இவை

போன்ற இன்ன பிற சொற்களும் வினாவாக அமைவதற்கு 'எ' என்னும் வினாவெழுத்தே காரணம். இந்தச் சொற்களில் 'எ' என்னும் வினாவெழுத்து இணைந்திருந்த போதிலும், அதனைப் பிரித்து அறியக்கூடிய வகையில் அமைந்திருக்கின்றது. அவ்வாறின்றி, **வினாவெழுத்து சொல்லின் அங்கமாக – பிரிக்க முடியாத கூறாக அமைவதும் உண்டு.** அத்தகைய சொற்களில் வினா வெழுத்து சொல்லின் முதல் எழுத்தாக அமையும். இத்தகைய சொற்கள் வினா வெழுத்தின் அடியாகப் பிறப்பதால் இவற்றை **வினாப்பெயர்** என்றும் கூறுவர். பின்வரும் சொற்களைக் கவனியுங்கள் :

'எது', 'எவை', 'எவன்', 'எவள்', 'எவர்', 'எங்கு', 'என்ன' என்னும் சொற்களைப் பாருங்கள். இந்தச் சொற்களில் 'எ' என்னும் வினாவெழுத்துச் சொல்லினின்று தனியே பிரித்தறிய முடியாதவாறு அமைந்திருக் கின்றது. எனினும், இச்சொற்கள் வினாவாக அமைவதற்கு 'எ' என்னும் வினாவெழுத்தே காரணம் என்பது தெளிவாகப் புரிகின்றது.

'ஏது?', 'ஏன்?' முதலான சொற்களும் வினாச் சொற்களே. இவை வினாவாக அமையக் காரணமான எழுத்து 'ஏ' என்பதில் யாருக்கும் ஐயம் ஏற்பட முடியாது. **எனவே, 'ஏ' என்னும் நெடிலும் வினாவெழுத்தாகும்.** 'ஏ' என்னும் வினாவெழுத்தின் அடியாகப் பிறந்த 'ஏவன்', 'ஏவள்' போன்ற வினாப் பெயர்களும் முற்காலத்தில் வழக்கில் இருந் தன. ஆனால், இன்று அவை வழக்கில் இல்லை.

'எது', 'எவை', 'எவன்', 'எவள்', 'எவர்', 'எங்கு' முதலான வினாப் பெயர்கள் முறையே 'யாது', 'யாவை', 'யாவன்', 'யாவள்', 'யாவர்', 'யாங்கு' எனவும் வழங்கும். 'யாது', 'யாவை', 'யாங்கு' முதலான சொற்களில் வினாக் குறிப்பாக அமைவது 'யா' என்னும் உயிர் மெய் நெடிலாகும். எனவே, இந்த 'யா' என்னும் உயிர் மெய் நெட்டெழுத்தும் வினாவெழுத்து எனப்படும். 'யாவன்', 'யாவள்', 'யாவர்' முதலான சொற்கள் இக்கால வழக்கில் மிகுதியாக இல்லை. இவற்றிற்குப் பதிலாக 'யார்' என்னும் வினாப் பெயரே இன்று பெரும்பான்மையாக வழக்கில் உள்ளது. இந்த 'யார்' என்னும் வினாப் பெயர் சில சமயங்களில், 'யா' என்னும் உயிர்மெய்க்குப் பதிலாக 'ஆ' என்னும் உயிர் நெடில் அமைந்து 'ஆர்' என்றும் வழங்குவதுண்டு. இந்த 'ஆர்' என்னும் வினா உலக வழக்கில் பெரும் பான்மையாக இல்லை. இலக்கிய வழக்கிலே மிகுதியாக உள்ளது.

'ஏ' என்னும் வினாவெழுத்து 'ஏது', 'ஏன்' முதலான வினாப் பெயர்களில் சொல்லின் அங்கமாக அமைந்து வினாப் பொருளை உணர்த்துகின்றது என்று கண்டோம். அதோடு மட்டும் நின்றிடாமல், இந்த 'ஏ' என்னும் வினாவெழுத்து, 'ஆ', 'ஓ' என்னும் வினா வெழுத்துகளைப் போல் சொல்லின் இறுதி யிலும் நின்று வினாப் பொருள் தருவது உண்டு. பின்வரும் வாக்கியங்களைக் கவனி யுங்கள் :

''உங்களிடம் நிறையச் செல்வம் இருப்ப தால் நீங்கள் இலவசமாகவே சிகிச்சை **செய்யலாமே?''**

''தனக்கு **மிஞ்சித்தானே** தான தருமம்?''

இந்த இரண்டு வாக்கியங்களும் வினா வாக்கியங்கள். **'செய்யலாமே', 'மிஞ்சித் தானே'** என்னும் சொற்களில் சேர்ந்துள்ள ஏகாரமே இவ்வாக்கியங்கள் வினாவாக அமையக் காரணமாக இருக்கின்றது. இந்த ஏகாரத்தை அகற்றிவிட்டால் அவை வெறும் செப்பு வாக்கியங்களாக மாறிவிடும். வினாவெழுத்தாகிய ஏகாரம் சேர்ந்த 'செய்யலாமே' என்பது 'செய்யலாம் அல்லவா?' என்னும் பொருளையும், 'மிஞ்சித்தானே' என்பது மிஞ்சியல்லவா? என்னும் பொருளையும் தருகின்றன. **''அல்லற்பட்டு ஆற்றாது அழுத கண்ணீரன்றே செல்வத்தைத் தேய்க்கும் படை''** என்னும் குறள் கேள்வியாக அமைந் துள்ளது. அவ்வாறு இதைக் கேள்வியாக மாற்றியது 'கண்ணீரன்றே' என்னும் தொடரில் உள்ள 'ஏ' என்னும் வினாவெழுத்தேயாகும். 'கண்ணீரன்றே' என்னும் சொல் 'கண்ணீர் அல்லவா?' என்னும் பொருளுடையது.

நாம் முன்பு எடுத்துக்காட்டிய 'செய்ய லாமே', 'மிஞ்சித்தானே' என்னும் சொற்களி லுள்ள ஏகாரமும், இப்பொழுது கூறிய குறட் பாவிலுள்ள 'கண்ணீரன்றே' என்னும் சொல்லி லுள்ள ஏகாரமும் வினாப்பொருளில் அமைந் துள்ளன.

'ஆ', 'எ', 'ஏ', 'ஓ' ஆகிய உயிர் எழுத்துகளும் 'யா' என்னும் உயிர் மெய்யெழுத்தும் வினாவெழுத்துகளாகும். 'எ', 'யா' என்னும் எழுத்துகள் சொல்லின் முதலில் அமைந்து அந்தச் சொல்லை வினாவாக மாற்றுகின்றன. 'ஆ', 'ஓ' என்னும் எழுத்துகள் சொல்லின் இறுதியில் நின்று அந்தச் சொல்லை வினாவாக மாற்றுகின்றன. 'ஏ' என்னும் உயிர் எழுத்து சொல்லின் முதலிலும், இறுதியிலும் அமைந்து வினாப்பொருள் தருகின்றது.

ஆ, ஓ, ஏ என்னும் எழுத்துகள் வினாப் பொருளன்றி வேறு பொருளும் தரக்கூடியன. அப்போது இந்த எழுத்துகள் 'இடைச்சொல்' என்னும் தகுதி பெற்று விளங்குகின்றன. எனவே, அவை எழுத்தியலில் வரவில்லை.

5
மெய்யெழுத்து

ஒவ்வொரு மொழியிலும் தனியொலி, சார்பொலி, கலப்பொலி என மூவகை ஒலிகள் உண்டு. தமிழ் மொழியில் உள்ள உயிர்கள் பன்னிரண்டும் உடல்கள் பதினெட்டுமாகிய முதல் எழுத்துகளே தனியொலிகளாகும். உயிரும் உடலும் சேர்ந்து அமைகின்ற 'உயிர்மெய்' எழுத்துகள் சார்பெழுத்துகள் அல்லது சார்பொலிகளாகும். இந்தத் தனியொலிகளும், சார்பொலிகளும் கலந்து உருவாகும் ஏனைய ஒலிகளே கலப்பொலிகள் எனப்படும்.

தமிழ் மொழியின் உயிர்நாடியாக விளங்கும் - முதல் எழுத்துகள் எனப்படும் - உயிர், மெய் என்பவற்றுள் உயிர் எழுத்துகள் பற்றி இதுவரை பார்த்தோம். இப்போது 'உடல்கள்' எனப்படும் பதினெட்டு 'மெய்யெழுத்துகள்' பற்றிப் பார்ப்போம்.

"ஔகார இறுவாய்ப் பன்னீரெழுத்தும் உயிரென மொழிப" என்று கூறினார் தொல்காப்பியர். அதாவது 'அ' முதல் 'ஔ' ஈறாகப் பன்னிரண்டெழுத்தும் உயிர் எனப்படும். இவ்வாறு உயிர் எழுத்துகளுக்கு வரம்பு கட்டிய தொல்காப்பியனார், "னகார இறுவாய்ப் பதினெண் எழுத்தும் மெய்யென மொழிப" என்று மெய்யெழுத்தின் இலக்கணம் கூறுகின்றார். அதாவது 'க்' முதல் 'ன்' வரையுள்ள பதினெட்டு எழுத்துகளும் மெய்யெழுத்து எனப்படும்.

மெய்யெழுத்துகளின் அளவு அரை மாத்திரையாகும். உயிரெழுத்துகளின் ஒலி யளவு குறிலுக்கு ஒரு மாத்திரையும், நெடிலுக்கு இரண்டு மாத்திரையும் என முன்பு கண்டோம். உயிரும் மெய்யும் இணைந்து உருவாகும் உயிர் மெய்யின் அளவு என்ன? 'க்' என்னும் மெய்யும், 'அ' என்னும் உயிரும் சேர்ந்து உருவாவது 'க' என்னும் உயிர்மெய். இதன் அளவு 'க்' என்னும் மெய்க்கு உரிய அரை மாத்திரையும், 'அ' என்னும் உயிர்க்கு உரிய ஒரு மாத்திரையும் சேர்ந்து ஒன்றரை மாத்திரை எனக் கொள்ளலாமோ எனின், கூடாது. ஏனென்றால், அரை மாத்திரை ஒலியளவுடைய மெய்யானது, ஒரு மாத்திரை ஒலியளவுடைய உயிர்க்குறிலுடன் சேரும் போது, தனக்குரிய ஒலியளவான அரை மாத்திரையை இழந்துவிடுகின்றது. எனவே, உயிர்க்குறிலுக்குரிய ஒரு மாத்திரையளவே உயிர்மெய்யும் ஒலிக்கும். 'அ' என்னும் உயிரையும், 'க' என்னும் உயிர்மெய்யையும் ஒலித்துப் பார்த்தால் இந்த உண்மை விளங்கும். உயிர் மெய் நெடிலின் அளவும் உயிர் நெடிலின் அளவாகிய இரண்டு மாத்திரையே.

தனி மெய் எழுத்துகள் சொல்லின் முதலில் வருவது இல்லை; அவை சொல்லின் இடையிலும் இறுதியிலும் வரும். அவ்வாறு வரும்போது அவற்றின் ஒலியளவு அரை மாத்திரை எனக் கொள்ள வேண்டும். மகர

மெய் மட்டும் சில இடங்களில் தன் அரை மாத்திரை அளவில் குறுகி, கால் மாத்திரை யாக ஒலிக்கும். இதனை மகரக் குறுக்கம் என்பர். டண்ணகர (ண்), றன்னகர (ன்) மெய்களுக்குப் பின்னும் வகர உயிர்மெய்க்கு முன்னும் இவ்வாறு மகரம் குறுகுதல் உண்டு. 'ண்', 'ன்' – இவற்றிற்குப் பின் மகர மெய் குறுகுதல் செய்யுளுக்கே உரியது. ஆனால், வகர மெய்க்கு முன் குறுகுதல் உலக வழக்கிலும், அதாவது, பேச்சு நடையிலும் பயின்று வருவதாகையால் அதனை நாம் நினைவில் இருத்துதல் அவசியமாகும். 'தரும்வள்ளல்', 'வரும்வணிகன்' போன்ற சொற்றொடர்களின் ஒலிப்பு முறைகளைக் கூர்ந்து கவனித்தால், 'வ' முன் நிற்கும் 'ம்' தன் இயல்பான அரை மாத்திரை அளவினும் குறைந்து ஒலிப்பதைக் காணலாம்.

உயிர் எழுத்துகள் ஒலியளவில் வேறு படுகின்றன என்பதையும், அவற்றை ஒலிக் கும் விதத்தில் வேறுபாடு இல்லை என்பதை யும் முன்னர்க் கண்டோம். ஆனால், மெய்யெழுத்துகளோ இவற்றிற்கு மாறுபட்டு விளங்குகின்றன. அவை ஒலியளவில் வேறு படவில்லை; ஒலிக்கும் விதத்தில் வேறுபடு கின்றன.

மூவகை

'க்' முதல் 'ன்' ஈறாகவுள்ள மெய்யெழுத்து கள் பதினெட்டு. அவற்றின் ஒலியளவில் வேற்றுமை இல்லாததால் அவை குறில் என்றும், நெடில் என்றும் பிரிவதற்கில்லை. ஆனால், அவற்றை உச்சரிக்கும் முறையில் வேறுபாடு உள்ளது. மெய்யெழுத்துகளில் சில எழுத்துகளை அழுத்தமாகவும், சில எழுத்துகளை மென்மையாகவும், சில எழுத்து களை அதிக அழுத்தமும் அதிக மென்மையும் இல்லாமலும் ஒலிக்க வேண்டியுள்ளது. இவ்வாறு உச்சரிப்பு வேறுபடும் காரணத் தாலேயே, மெய்யெழுத்துகளை வல்லினம், மெல்லினம், இடையினம் என்று மூன்று வகையாகப் பிரித்துள்ளனர்.

க், ச், ட், த், ப், ற் என்ற ஆறு மெய் யெழுத்துகளும் வல்லினத்தைச் சேர்ந்தவை.

ங், ஞ், ண், ந், ம், ன் என்ற ஆறு மெய் யெழுத்துகளும் மெல்லினத்தைச் சேர்ந்தவை.

ய், ர், ல், வ், ழ், ள் என்ற ஆறு மெய்யெழுத்துகளும் இடையினத்தைச் சேர்ந்தவை.

உயிர் எழுத்துகள் உச்சரிக்கும் அளவில் வேறுபடுகின்றன; உச்சரிக்கும் முறையில் வேறுபடவில்லை. மெய்யெழுத்துகளோ, உச்சரிக்கும் முறையில் வேறுபடுகின்றன; உச்சரிக்கும் அளவில் வேறுபடவில்லை. இந்த வேறுபாட்டை நாம் நினைவில் வைத்துக் கொண்டால் உச்சரிப்பில் தவறோ, தடு மாற்றமோ ஏற்படாது.

பிறப்பிடம்

உயிர் எழுத்துகள் பிறக்கும் இடத்தையும், அவை பிறப்பதற்கான முயற்சியையும் முன்பு கண்டோம். மெய்யெழுத்துகள் பிறக்கும் இடத்தையும், அவை பிறப்பதற்கான முயற்சியையும் இப்போது பார்ப்போம்.

மெய்யெழுத்துகளுள் வல்லினமாகிய க், ச், ட், த், ப், ற் என்னும் எழுத்துகளை இயல்பாக ஒலித்துப் பார்த்தால், அவை மார்பை இடமாய்க் கொண்டு பிறத்தல் தெரியும். எனவே, இவற்றின் பிறப்பிடம் மார்பாகும்.

மெல்லினமாகிய ங், ஞ், ண், ந், ம், ன் என்னும் ஆறு மெய்யெழுத்துகளையும் இயல்பாய் ஒலித்துப் பார்த்தால், அவை மூக்கை இடமாகக் கொண்டு வெளிப்படுதல் தெளிவாகும். எனவே, மெல்லின எழுத்து களின் பிறப்பிடம் மூக்காகும்.

இடையின எழுத்துகளாகிய ய், ர், ல், வ், ழ், ள் என்னும் ஆறு எழுத்துகளையும் இயல்பாக ஒலித்துப் பார்த்தால் இவை கழுத்தை இடமாகக் கொண்டு தோன்றுதல் விளங்கும். எனவே, இடையின எழுத்துகளின் பிறப்பிடம் கழுத்தாகும்.

வல்லின எழுத்துகள் மார்பையும், மெல்லின எழுத்துகள் மூக்கையும், இடையின எழுத்துகள் கழுத்தையும் இடமாகக் கொண்டு பிறக்கின்றன. உயிரெழுத்துகளும் கழுத் தையே இடமாகக் கொண்டு பிறக்கின்றன. இதனையே நன்னூல், **''ஆவி இடைமை இடம் மிடறாகும் மேவும் மென்மை மூக்கு உரம்பெறும் வன்மை''** என்று கூறுகின்றது. 'உயிருக்கும் இடையினத்துக்கும் பிறப்பிடம் கழுத்து; மெல்லினத்துக்குப் பிறப்பிடம் மூக்கு; வல்லினத்திற்குப் பிறப்பிடம் மார்பு.

இதுவே மேற்கூறிய நன்னூல் சூத்திரத்தின் பொருள்.

முயற்சி

இனி இவை பிறப்பதற்கான முயற்சிகள் யாவை என்பதைப் பார்ப்போம் :

'க்', 'ங்' என்னும் ஒலிகள் வாய் திறத்தலோடு அடி நாக்கு மேலண்ணத்தைப் பொருந்துவதால் பிறக்கின்றன.

'ச்', 'ஞ்' என்னும் ஒலிகள் வாய் திறத்தலாகிய முயற்சியோடு, நடுநாக்கு மேல் வாயின் நடுப்பகுதியைப் பொருந்துதலாகிய முயற்சியும் சேர்ந்து பிறக்கின்றன.

'ட்', 'ண்' என்னும் மெய்யெழுத்துகளின் ஒலிகளும் வாய் திறத்தலோடு நாக்கின் நுனி வளைந்து மேலண்ணத்தைப் பொருந்துதலாகிய முயற்சியால் பிறக்கின்றன.

'த்', 'ந்' என்னும் ஒலிகள் வாய் திறத்தலோடு மேல்வாய்ப் பல்லின் அடிப்பகுதியை நாக்கின் நுனி நன்றாகப் பொருந்துவதால் பிறக்கின்றன.

'ப்', 'ம்' என்பவை மேலுதடும் கீழுதடும் நன்கு பொருந்துவதாகிய முயற்சியால் பிறக்கின்றன.

'ய்' என்பது வாய்திறத்தலோடு மேலண்ணத்தின் அடிப்பகுதியை அடிநாக்குப் பொருந்துவதால் பிறக்கின்றன.

'ர்', 'ழ்' என்னும் ஒலிகள் வாய் திறத்தலோடு நாக்கின் நுனி மேலண்ணத்தைத் தடவுதலாகிய முயற்சியால் பிறக்கின்றன.

'ல்' என்னும் எழுத்து வாய் திறத்தலோடு மேல்வாய்ப் பல்லின் அடியை நா விளிம்பு தடித்துத் தடவுதலால் பிறக்கின்றது.

'ள்' என்னும் எழுத்து வாய் திறத்தலோடு, நா விளிம்பு தடித்து, மேல்வாயில் நன்கு பொருந்துவதால் பிறக்கின்றது.

'வ்' என்பது வாய் திறத்தலோடு மேல் வாய்ப் பல்லைக் கீழுதடு நன்கு பொருந்துதலாகிய முயற்சியால் பிறக்கின்றது.

'ற்', 'ன்' என்னும் எழுத்துகள், வாய் திறத்தலோடு, மேலண்ணத்தை நாக்கின் நுனி நன்றாகப் பொருந்துதலாகிய முயற்சியால் பிறக்கின்றன.

இதுவரை முதல் எழுத்துகளின் ஒரு பிரிவான மெய்யெழுத்துகளின் பிறப்பு, உச்சரிப்பு முறையால் அவை வேறுபடுதல் முதலியவற்றைப் பார்த்தோம்.

உயிர்மெய்

உயிர், மெய் ஆகியவற்றின் சேர்க்கையால் தோன்றும் உயிர்மெய், சார்பெழுத்து எனப் படும். இந்தச் சார்பெழுத்துகளின் பிறப்பு அவற்றிற்குரிய முதலெழுத்துகளின் பிறப்பை ஒத்ததேயாகும். பிறப்பிடம், முயற்சி இரண்டிலும் சார்பெழுத்துகள் தத்தம் முதலெழுத்துகளைப் போன்றே அமையும். குற்றியலுகரம் முதலான சார்பெழுத்து களுக்கும் இது பொருந்தும்.

ஆய்த எழுத்து

தமிழில் 'ஆய்த' எழுத்து என்று ஒன்று உண்டு. அது தனியான நிலையை உடையது. அந்த எழுத்தின் வரிவடிவம் மூன்று (ஃ) புள்ளிகளாகும். அது உயிர் எழுத்தும் அன்று; மெய்யெழுத்தும் அன்று. மூன்று புள்ளிகளை உடைய இந்த ஆய்த எழுத்து உயிரோடும் சேராமல், மெய்யோடும் சேராமல் தனித்து நிற்பதால் இதனைத் 'தனிநிலை' என்றும் வழங்குவதுண்டு.

இந்த ஆய்த எழுத்து, சார்பெழுத்துகளில் ஒன்றாகும். இதன் பிறப்பிடம் தலையாகும். இது வாயைத் திறத்தலாகிய முயற்சியால் பிறக்கின்றது.

ஆய்தம் வல்லின எழுத்தின் முன் அமையும்போது அந்த வல்லின எழுத்தை மெல்லொலி பெறச் செய்யும் ஆற்றல் வாய்ந்ததாக விளங்குகிறது. எஃகு, அஃது, வெஃகாமை முதலிய சொற்களை உச்சரித்துப் பார்த்தால் இந்த உண்மை விளங்கும்.

■■■

6

உயிர்மெய்

தமிழ் மொழியின் அடிப்படை ஒலிகளான உயிர், மெய் எனப்படும் முதல் எழுத்துகள் பற்றி முன்பு பார்த்தோம். இந்த முதல் எழுத்துகளை அடிப்படையாகக் கொண்டு தோன்றும் சார்பெழுத்துகளான உயிர்மெய் எழுத்துகள் பற்றி இப்போது பார்ப்போம். உயிர் எழுத்துகள் பன்னிரண்டு என்றும், மெய்யெழுத்துகள் பதினெட்டு என்றும் முன்பு கண்டோம். இந்த மெய்யெழுத்துகள் ஒவ்வொன்றுடனும் பன்னிரண்டு உயிரெழுத்துகளும் தனித்தனியே சேரும் பொழுது மொத்தம் இருநூற்றுப் பதினாறு உயிர்மெய் எழுத்துகள் தோன்றும்.

'க்' என்னும் மெய்யெழுத்தையும், 'அ' என்னும் உயிரெழுத்தையும் சேர்த்தால் 'க' என்னும் உயிர்மெய் உருவாகிறது. இவ்வாறே 'க்' என்னும் மெய்யெழுத்துடன் 'அ' முதல் 'ஔ' ஈறாகவுள்ள பன்னிரண்டு உயிரெழுத்துகளும் சேரும்போது 'க' முதல் 'கௌ' ஈறாக உள்ள பன்னிரண்டு உயிர்மெய் எழுத்துகள் தோன்றுகின்றன. இதுபோன்றே 'க்' முதல் 'ன்' ஈறாக உள்ள பதினெட்டு மெய்யெழுத்துகளுடன் பன்னிரண்டு உயிரெழுத்துகளும் சேரும்போது 216 உயிர்மெய் எழுத்துகள் உருவாகின்றன.

தமிழ் மொழியின் அடிப்படை ஒலிகளான உயிர், மெய் ஆகியவற்றை ஆதாரமாகக் கொண்டு பிறக்கும் 'உயிர்மெய்' ஒலி அளவிலும், இயல்பிலும் 'உயிர்', 'மெய்' எனப்படும் முதல் எழுத்துகளையே தழுவி நிற்கின்றது. முதல் எழுத்துகளைச் சார்ந்து வருவதாலேயே இவை சார்பெழுத்துகள் என வழங்குகின்றன.

'முருகன்' என்னும் சொல்லை எடுத்துக் கொள்வோம். இதில் உள்ள ஒலிகளைத் தனித்தனியே பிரித்தால், ம், உ, ர், உ, க், அ, ன் என்னும் அடிப்படை ஒலிகள் இருப்பதை அறியலாம். இந்த அடிப்படை ஒலிகளைப் பிரித்து எழுதினாலும் 'முருகன்' என்னும் சொல் கிடைக்கும். ஆங்கில மொழியில் உயிரையும் மெய்யையும் தனித்தனியே எழுதும் முறையே பின்பற்றப்படுகிறது என்பதை நாம் அறிவோம். 'முருகன்' என்னும் சொல்லை முன்பு கூறியபடி உயிர், மெய் ஒலிகளைத் தனித்தனியே அமைத்து எழுதிப் பார்த்தால் அதில் காலமும், சக்தியும் விரய மாவதை உணரலாம். எனவே, எளிமையும், சிக்கனமும் கருதியே மெய்யெழுத்துகளில் சிறு சிறு மாற்றங்களைச் செய்து உயிர்மெய் வரிவடிவங்களைப் படைத்துக்கொண்டனர் நம் முன்னோர். எனவே, உயிரும் மெய்யும் இல்லையேல் 'உயிர்மெய்' என்பதும் இல்லை. 'உயிர்மெய்' என்னும் பெயரே இதனை விளக்கி நிற்கின்றது.

உயிர் எழுத்துகள் அவற்றின் ஓசையளவை அடிப்படையாகக் கொண்டு குறில், நெடில் என இருவகையாகப் பிரிக்கப்பட்டிருக் கின்றன என்று முன்பு கண்டோம். இந்த உயிரெழுத்துகளைச் சார்ந்து வருகின்ற உயிர்மெய் எழுத்துகளும் குறில், நெடில் என இருவகைப்படும்.

'ம' என்னும் எழுத்தை எடுத்துக்கொள் வோம். இதில் 'ம்' என்னும் மெய்யும், 'அ' என்னும் உயிரும் உள்ளன. இந்த 'அ' என்னும் உயிர் குறுகிய ஓசையுடையது என்பதும், அதன் ஓசையளவு ஒரு மாத்திரை என்பதும் உங்களுக்குத் தெரியும். எனவே, இந்த 'ம' என்னும் உயிர்மெய்யும் அதில் அடங்கியுள்ள 'அ' என்னும் உயிர்க்குறிலின் அளவாகிய ஒரு மாத்திரையே பெறும். எனவே, 'ம' என்பது உயிர்மெய்க்குறில். இவ்வாறே ஐந்து உயிர்க் குறில் எழுத்துகளும் பதினெட்டு மெய்களுட னும் தனித்தனியே சேரும்பொழுது தொண்ணூறு உயிர்மெய்க் குறில்கள் அல்லது குற்றெழுத்துகள் தோன்றுகின்றன.

'மா' என்னும் உயிர்மெய்யில் 'ம்' என்னும் மெய்யும், 'ஆ' என்னும் உயிரும் அடங்கி யுள்ளன. 'ஆ' என்பது இரண்டு மாத்திரை அளவுடைய நெடில். எனவே, 'மா' என்பதும் நெடிலாகும். அதன் அளவு இரண்டு மாத்திரை. இவ்வாறே ஏழு உயிர் நெடில் எழுத்துகளும், பதினெட்டு மெய்களுடனும் தனித்தனியே சேரும்பொழுது மொத்தம் நூற்றிருபத்தாறு உயிர்மெய் நெடில்கள் உரு

வாகின்றன. உயிர்மெய்யெழுத்துகள் ஒலியள வில் உயிரெழுத்தின் அளவையே பெறுகின் றன.

மெய்யெழுத்து, உயிருடன் சேர்ந்து 'உயிர்மெய்' ஆகும்போது தனக்குரிய அரை மாத்திரையை இழந்துவிடுகிறது என்பதை முன்பே கூறியுள்ளோம்.

ஒலியளவில் உயிரைத் தழுவி நிற்கும் 'உயிர்மெய்' எழுத்துகள் ஒலியழுத்தத்தில் மெய்யெழுத்துகளைத் தழுவி நிற்கின்றன. மெய்யெழுத்துகள் ஒலியளவில் வேறுபடுவ தில்லை என்றும், ஒலிக்கும் முறையில் வேறுபடுகின்றன என்றும் முன்பு கண்டோம். ஒலியழுத்தத்தில் மெய்யெழுத்துகள் அடை கின்ற வேறுபாட்டை உயிர்மெய்யெழுத்து களும் அடைகின்றன.

மெய்யெழுத்துகள் வல்லினம், மெல்லி னம், இடையினம் என்று மூன்று வகையாகப் பிரிக்கப்பட்டிருக்கின்றன என்பதை முன்பு கண்டோம். உயிர்மெய்யெழுத்துகளும் அவ்வாறே மூன்று வகையாகப் பிரிக்கப்படு கின்றன. க், ச், ட், த், ப், ற் என்னும் ஆறு வல்லின மெய்களுடனும் உயிர் பன்னி ரண்டும் தனித்தனியே சேரும்பொழுது எழுபத்திரண்டு வல்லின உயிர்மெய் எழுத்துகள் தோன்றுகின்றன. இவ்வாறே ங், ஞ், ண், ந், ம், ன் என்னும் மெல்லின மெய் ஆறுடனும் உயிர் பன்னிரண்டும் சேரும் பொழுது எழுபத்திரண்டு மெல்லின உயிர்மெய் எழுத்துகள் உருவாகின்றன. அது போன்றே, ய், ர், ல், வ், ழ், ள் என்னும் இடையின மெய் ஆறுடனும் உயிர் பன்னி ரண்டும் சேரும்பொழுது எழுபத்திரண்டு இடையின உயிர்மெய்யெழுத்துகள் பிறக் கின்றன.

மெய்யெழுத்துகள் பிறக்கும் இடத்தையும், அவை பிறப்பதற்குரிய முயற்சியையும் நாம் முன்பு கண்டோம். உயிர்மெய் எழுத்துகளின் இடப்பிறப்பும், முயற்சியும், இந்த உயிர் மெய்யெழுத்துகள் தோன்றுவதற்கு ஆதாரமாக உள்ள மெய்யெழுத்துகளின் இடப்பிறப்பை யும் முயற்சியையுமே ஒத்து இருக்கின்றன. எனவே, மெய்யெழுத்துகளின் ஒலிப்பு முறையை நினைவிலிருத்தினால், உயிர்மெய் எழுத்துகளைச் சரியாக உச்சரிக்க முடியும். குறிப்பாக 'ண, ன;' 'ல, ள, ழ' போன்ற ஏறக்குறைய ஒரே தன்மையான ஒலியுடைய எழுத்துகளை உச்சரிக்கும் முறையை நன்கு மனத்தில் பதிய வைத்துக்கொண்டு, அவற்றைக் கவனமாக உச்சரித்துப் பழகினால், நுட்பமான ஒலிவேறுபாடுகளைக்கூட நன்கு உணர்ந்து, சரியாக உச்சரிக்க முடியும்.

தமிழுக்கே உரிய சிறப்பெழுத்து ழகரம். ''எனினும், பேச்சில் மிகத் தவறாகவும், பல்வேறு வகையாகவும் ஒலிக்கப்படும் எழுத்தும் அதுவே. ழகரத்தைச் சில பகுதி களில் உள்ளவர்கள் ளகரமாகவும், சிலர் யகரமாகவும், சிலர் சகரமாகவும் ஒலிப்பர். ழகரத்தை நன்கு ஒலிப்பவர் சிலரே'' என்று டாக்டர் மு.வரதராசனார் அவர்கள் கூறுவது முற்றிலும் உண்மை; மிகையன்று. இந்த ழகரம் மாணவர்களை மட்டுமன்று, பெரியவர் களையும் தடுமாற்றம் அடையச் செய்கின்றது. நாவின் நுனி அண்ணத்தை வருட 'ழ' பிறக்கும் என்னும் தொல்காப்பிய விதியை நினைவில் இருத்துவோமானால், இந்தக் குறையை எளிதாக அகற்ற முடியும். நாவின் நுனி மேல்வாயை இலேசாகத் தொட வேண்டும். 'தொடவேண்டும்' என்று சொல் வதை விடத் 'தொடுவது போல் சொல்ல வேண்டும்' என்று சொல்வது மிகப் பொருத்த மாக இருக்கும். அப்போதுதான் 'ழ'கரத்தின் சரியான ஒலி பிறக்கும்.

குறில், நெடில் வேறுபாடுகளும், லகர, ளகர, ழகர வேறுபாடுகளும், ணகர, னகர வேறுபாடுகளும் தமிழ்மொழிக்கு இன்றி யமையாதனவாக விளங்குகின்றன. இச்சொற் களின் ஒலி வேறுபாடுகளை உணர்ந்து சரியாக உச்சரிக்கத் தவறுவோமானால், நாம் பேசுவதன் பொருளை மற்றவர் உணர்ந்து கொள்ள முடியாத நிலை ஏற்பட்டுவிடும். தவறாக உச்சரிப்பது தவறாக எழுதுவதற்கும் அடிகோலிவிடும். 'தொடு' என்பதற்கும், 'தோடு' என்பதற்கும் உள்ள பொருள் வேறுபாடு உங்களுக்குத் தெரியும். இவற்றை நாம் சரியாக உச்சரிக்கத் தவறினால், இந்தப் பொருள் வேறுபாட்டை உணர்த்த முடியா தல்லவா? 'மணம்' என்றால் வாசனை அல்லது திருமணம் என்று பொருள். 'மனம்' என்றால் உள்ளம் என்று பொருள். இந்த மணம், மனம் என்னும் சொற்களின் பொருள் வேறுபாட்டை உணர்த்துவது இந்தச் சொற்களிலுள்ள ணகர, னகர ஒலி வேறு

பாடுகளே ஆகும். இந்த வேறுபாடுகள் நம் உச்சரிப்பில் தெளிவாகப் புலப்பட வேண்டும். இல்லையேல், நாம் எந்தப் பொருளை உணர்த்தும் நோக்கத்துடன் இந்தச் சொற்களைப் பயன்படுத்துகிறோமோ அந்தப் பொருளை உணர்த்த முடியாமல் போய் விடும். ஒலி இல்லையேல் மொழி இல்லை. எனவே, அந்த ஒலியை நாம் சரியாகப் பயன்படுத்தவில்லை என்றால், ஒருவரோடொருவர் தொடர்புகொள்ளும் சாதனமாக விளங்கும் மொழி தன் பணியைச் செவ்வனே செய்தல் முடியாது.

இதுகாறும் கூறியவற்றால் உயிரையும், மெய்யையும் அடிப்படையாகக் கொண்டு உயிர்மெய் தோன்றுகிறது என்று அறிந்தோம். மேலும், உயிர்மெய் ஒலியளவில் உயிரையும், ஒலிப்பு முறையில் மெய்யையும் ஆதாரமாகக் கொண்டு திகழ்கிறது என்றும் கண்டோம். க, கா, கி, கீ, கு, கூ, கெ, கே, கை, கொ, கோ, கௌ முதலான உயிர்மெய்யெழுத்துகளைக் கவனமாக உச்சரித்துப் பார்த்தால், இவற்றுள் 'க்' என்னும் மெய்யின் ஒலியும், அ, ஆ, இ, ஈ முதலான பன்னிரண்டு உயிர்களின் ஒலிகளும் சேர்ந்திருப்பது புலனாகும். எனவே, உயிர்மெய்யெழுத்துகளை ஒலிக்கும் முயற்சியில், மெய்யெழுத்தை ஒலிக்கும் முயற்சி, உயிரெழுத்தை ஒலிக்கும் முயற்சி ஆகிய இரண்டுமே கலந்திருக்கின்றன. எனவே, உயிர், மெய் ஆகிய அடிப்படை ஒலிகளை ஒலிக்கும் முறையை அறிந்துகொண்டால், உயிர்மெய் எழுத்துகளை நன்கு உச்சரிக்க முடியும்.

■■■

7

வல்லின எழுத்துகளின் ஒலி வேறுபாடு

வல்லினம், மெல்லினம், இடையினம் ஆகிய மூன்றனுள் மெல்லினம், இடையினம் இரண்டும், சொல்லின் முதல், இடை, கடை என்னும் மூவிடங்களில் எங்கு அமைந்தாலும், தம் இயல்பான ஒலியினின்று மாறுபடுவதில்லை. ஆனால், வல்லின எழுத்துகள், சொல்லில் அமையும் இடத்தைப் பொறுத்து, தம் ஒலியில் மாறுபடுகின்றன.

பின்வரும் குறளைச் சொல்லிப் பாருங்கள்:

**''கற்க கசடறக் கற்பவை கற்றபின்
நிற்க அதற்குத் தக''**

இந்தக் குறளின் முதல் அடியிலுள்ள நான்கு சீர்களிலும் 'க' முதல் எழுத்தாக அமைந்துள்ளது. கற்க, கசடற, கற்பவை, கற்றபின் ஆகிய சொற்களின் முதல் எழுத்தாகிய 'க' தனக்கு இயல்பான வல்லொலி உடையதாகும். கம்பன், காப்பியம், கிழக்கு, குறள், கோவை இப்படிக் 'க' என்னும் எழுத்தை முதலில் உடைய சொற்களை ஒலித்துப் பார்த்தால் 'க'வுக்குரிய அவ்வோசையில் எந்த மாற்றமும் ஏற்படவில்லை என்பது புலனாகும். சொல்லின் முதல் எழுத்தாக அமையும்போது 'க' முதல் 'கௌ' ஈறாக வுள்ள பன்னிரண்டு உயிர்மெய் எழுத்துகளும் தமக்குரிய வல்லோசையே பெறும்.

நாம் மேலே கூறிய குறளை மீண்டும் பார்ப்போம். அதிலுள்ள 'கற்க', 'நிற்க', 'அதற்கு' என்னும் சொற்களைக் கவனியுங்கள். இந்த மூன்று சொற்களிலும் 'க' வல்லின றகர ஒற்றை அடுத்து வந்துள்ளது. இங்கேயும் 'க' தனக்கு இயல்பான வல்லொலியே பெற்று நிற்கின்றது. சொற்குவியல், ஆடற்கலை, பொற்காசு, பாற்குடம், சொற்கோட்டம் முதலிய சொற்களை ஒலிக்கும்போதும் 'க' வல்லோசை பெற்று விளங்குவதைக் காணலாம். எனவே, வல்லின 'றகர' ஒற்றை அடுத்து வரும்போது க முதல் கௌ ஈறாக உள்ள பன்னிரண்டு உயிர்மெய் எழுத்துகளும் வல்லோசை பெற்று நிற்கின்றன.

'ஆக்கம்', 'ஊக்கம்', 'தேக்கு', 'எக்காலம்', 'இக்கூட்டம்' முதலான சொற்களை ஒலித்துப் பாருங்கள். இங்கும் 'க' வல்லோசை பெற்றே நிற்கின்றது. இந்தச் சொற்களில் ககர மெய் இரட்டித்து வந்துள்ளது. அதாவது 'க்' என்னும் மெய்யெழுத்தை அடுத்து, ககர உயிர்மெய் வந்துள்ளது. எனவே, க முதல் கௌ வரையில் உள்ள பன்னிரண்டு உயிர் மெய்களும் 'க்' என்னும் மெய்யை அடுத்து வரும்போது வல்லோசை பெறுகின்றன.

'கேட்க', 'ஆட்கொள்', 'உட்கார்', 'வெட் கம்' முதலிய சொற்களை ஒலிக்கும்போது 'க' வல்லொலியே பெறுகின்றது. எனவே, 'ட்' என்னும் வல்லின மெய்யை அடுத்து வரும்போது 'க' வரிசையிலுள்ள பன்னிரண்டு உயிர்மெய் எழுத்துகளும் வல்லொலியுடை யனவாக விளங்குகின்றன.

'க' வரிசை உயிர்மெய் எழுத்துகள் சொல் லின் முதலில் வரும்போதும், சொல்லின் இடையில் இரட்டித்து வரும்போதும், 'ற்', 'ட்' என்னும் வல்லின மெய்களை அடுத்து வரும்போதும் வல்லினத்துக்குரிய வல் லோசை பெற்று விளங்குகின்றன.

''தூங்குக தூங்கிச் செயற்பால; தூங்கற்க தூங்காது செய்யும் வினை''

என்னும் குறட்பாவை எடுத்துக் கொள்வோம். இந்தக் குறளிலுள்ள 'தூங்குக', 'தூங்கி', 'தூங்கற்க', 'தூங்காது' என்னும் சொற்களைக் கவனியுங்கள். இந்தச் சொற்களில் 'க' என்னும் வல்லின உயிர்மெய் தன் இன எழுத்தான 'ங்' என்னும் மெல்லின மெய்யை அடுத்து நிற்கும் இடங்களைப் பாருங்கள். இந்தச் சொற்களை உச்சரிக்கும்போது, 'ங்' என்னும் மெய்யை அடுத்து வந்துள்ள ககர உயிர்மெய் நாம் முன்பு எடுத்துக்காட்டிய 'ககர' ஒலியினின்று வேறு படுவது தெளிவாகத் தெரிகிறது. இங்கு வல்லின எழுத்தான 'க' வன்மை குறைந்து காணப்படுகிறது. 'K' என்னும் ஆங்கில எழுத்தை ஒத்த ஒலியுடைய 'க'வானது, 'ங்' என்னும் மெய்யை அடுத்து வரும்போது 'give', 'gate' போன்ற சொற்களில் உள்ள 'g' ஒலியை ஒத்திருக்கின்றது. பாக்கு, பாங்கு, மடக்கு, மடங்கு, வழக்கு, வழங்கு போன்ற சொற் களைக் கவனமாக உச்சரித்தால் இந்தக் 'க' ஒலியில் ஏற்படும் மாற்றத்தை உணரலாம்.

'கழகம்' என்னும் சொல்லைக் கவனி யுங்கள். இதனைக் கவனமாக ஒலித்தால், இந்தச் சொல்லின் முதலில் உள்ள 'க'வும், இடையில் உள்ள 'க'வும் வேறுபட்டு ஒலிப்பதை அறியலாம். முதலில் உள்ள 'க' வல்லோசை பெற்று விளங்குகிறது. இடை யில் உள்ள 'க' மெல்லோசை பெற்று விளங்குகிறது. அதாவது, இடையில் உள்ள 'க' கிட்டதட்ட 'h' ஒலியை ஒத்திருக்கின்றது. **முகம், புகழ், மேகம்** முதலிய சொற்களில் 'க' என்னும் உயிர்மெய் இடையில் வந்துள்ளது; **உலகு, அழகு, நகை** முதலிய சொற்களில் இறுதியில் வந்துள்ளது. இடையில் வரும்போதும், இறுதியில் வரும்போதும் 'க' மெல்லோசையே பெறும். இதற்குக் காரணம் இந்தச் சொற்களில் 'க'வுக்கு முன்னால் உள்ள எழுத்து உயிர் மெய்யாக இருப்பதே. உயிர்மெய்க்குப் பதிலாக உயிர் எழுத்து இருந்தாலும் 'க' மென்மையான ஒலியே பெறும். அகம், ஈகை, அகழி, இகழ், ஏகினான் முதலிய சொற்களை ஒலித்துப் பாருங்கள்.

வாழ்க, வளர்க, வெல்க, கொள்கலம், பல்கலை, நல்குரவு, ஆள்கின்றார், சாய்கின்றது முதலிய சொற்களில் வந்துள்ள 'க'வும் மெல்லோசை உடையதே. இங்கு, 'க' என்னும் எழுத்து, ழ், ர், ல், ள், ய் என்னும் இடையின மெய்யெழுத்துகளை அடுத்து வந்துள்ளது. எனவே, உயிர் அல்லது உயிர் மெய்யை அடுத்து வருவது போலவே மேலே எடுத்துக்காட்டிய இடையின மெய்களை அடுத்து வரும்போதும் 'க' ஒலி மென்மை யடைகின்றது. இதுபோலவே ஏனைய வல்லின எழுத்துகளும் இடத்திற்கேற்ப ஒலி வேறுபாடு அடைகின்றன.

வல்லினமாகிய 'ச' சொல்லின் முதலில் வரும்போது வல்லோசை பெறுவதில்லை; மாறாக மெல்லோசை பெறுகின்றது. **சில, சீர், சுவை, சூளுரை, செயல், சைவம், சோர்வு** முதலிய சொற்களை உச்சரித்துப் பாருங்கள். இந்தச் சொற்களின் முதல் எழுத்தாக அமைந் துள்ள 'ச' வரிசை எழுத்துகள் மெல்லோசை பெறுகின்றன. ஆங்கில 's' ஒலியை ஒத்துள்ளது இது. சொல்லின் இடையிலும், இறுதியிலும் உயிர் அல்லது உயிர்மெய்யை அடுத்து வரும்போது 'ச' இவ்வாறே மெல்லோசை பெறுகின்றது. **பாசம், பசி, இசை, பேசு, காசோலை** முதலிய

சொற்களை ஒலித்துப் பாருங்கள். இதற்கும் சொல்லின் முதலில் வருகின்ற 'ச' ஒலிக்கும் எந்தவித வேற்றுமையும் இல்லை.

'ச' என்னும் எழுத்து வல்லோசை பெறும் இடங்களை இப்போது பார்ப்போம். **இரைச்சல், அலைச்சல், பச்சை, பச்சிலை, அச்சு** முதலிய சொற்களில் இரட்டிக்கும் போது 'ச' வல்லோசை பெறுவதை நோக்குக.

முயற்சி, கற்சிலை, சொற்சுவை முதலிய சொற்களில் வரும் 'ச' வல்லோசை பெறு கின்றது. இந்தச் சொற்களில் 'ச' ற் என்னும் வல்லின மெய்யை அடுத்து வந்துள்ளது. எனவே, இரட்டிக்கும்போதும் 'ற்' என்னும் வல்லின மெய்யை அடுத்து வரும்போதும் 'ச' வல்லோசை பெறும்.

இன்சொல், வன்சொல் போன்ற சொற் களில் றன்னகரத்தை (ன்) அடுத்து வரும் 'ச' மெல்லோசை பெறும்.

கட்சி, ஆட்சி, காட்சி, மாட்சி, புரட்சி போன்ற சொற்களில் 'ட்' என்னும் வல்லின மெய்யை அடுத்து வரும் சகரம் முற்றிலும் வேறுபட்டு ஒலிப்பதைக் காண்கிறோம். இங்கு அது ஆங்கில எழுத்துகளான 'tch' என்பவற்றின் கூட்டொலியை ஒத்துள்ளது. ஆயினும், **கட்செவி பொருட்சுவை, நாட் சம்பளம்** போன்ற இரண்டு சொற்கள் சேர்ந்து அமைந்த சொற்றொடர்களில் 'ட்' என்னும் மெய்யை அடுத்து வரும் 'ச' தனக்குரிய வல்லோசை பெறுகின்றது.

மஞ்சம், தஞ்சம், அஞ்சாமை, வஞ்சினம் முதலிய சொற்களை ஒலிக்கும்போது 'ச' என்னும் எழுத்தின் ஒலி மாறுபடுவதை அறியலாம். இந்தச் சொற்களில் 'ஞ்' என்னும் தன் இன எழுத்தை அடுத்து வரும் 'ச' கிட்டத்தட்ட ஆங்கில எழுத்து 'j' க்கு ஒப்பான ஒலியைப் பெறுகின்றது.

'த' என்னும் வல்லினம் சொல்லின் முதலில் வரும்போதும், இடையில் அல்லது கடையில் இரட்டித்து வரும்போதும் 'க' என்னும் உயிர்மெய்யைப் போலவே வல்லோசை பெறும். **தமிழ், திங்கள், துணை, தொலைவு, தோகை** முதலிய சொற்களில் வந்துள்ள முதல் எழுத்தாகிய 'த' வல்லோசை உடையது. **பத்து, வித்தை, எத்திசை, கொடுத்தார்** முதலிய சொற்களில் இரட்டித்து வருகின்ற 'த'வும் வல்லோசை உடையதே.

இது, அது, மாதம், பாதை, மதில் போன்ற சொற்களில் உயிர் அல்லது உயிர் மெய்யை அடுத்து வரும் 'த' மெல்லோசை பெறு கின்றது.

பந்து, தந்தம், சந்தை, அந்தி முதலான சொற்களிலும் 'த' ஒரு வித மெல்லோசை பெறுகின்றது. இங்கு 'த' தன் இன எழுத்தான 'ந்' என்னும் மெய்யை அடுத்து வந்துள்ளது. இந்தச் சொற்களில் வந்துள்ள 'த'வின் ஒலி 'தமிழ்' என்னும் சொல்லிலுள்ள 'த' ஒலிக் கும், 'மாதம்' என்னும் சொல்லிலுள்ள 'த' ஒலிக்கும் இடைப்பட்ட ஒலியாக உள்ளது. அதாவது, 'பந்து', 'தந்தம்' முதலான சொற்களில் அமைந்துள்ள 'த' என்னும் எழுத்து வல்லோசை உடையதாகவும் இல்லை; மெல்லோசை உடையதாகவும் இல்லை. இது ஆங்கில எழுத்துகளான 'd, h' இரண்டும் சேர்ந்து அமைகின்றபோது உண்டாக்கும் ஒலியை ஒத்திருக்கின்றது.

சேர்தல், வாழ்தல், செய்தி முதலிய சொற் களில் இடையின மெய்யை அடுத்து அமையும் 'த' மெல்லோசை பெறுகின்றது. 'ட்', 'ற்' என்னும் இரண்டு மெய்களையும் அடுத்து க, ச, ப என்னும் எழுத்துகள் வருவதுபோல் 'த' வராது.

படம், தடாகம், நாடகம், பாடுதல், படை, முடி, கொடை, ஈடுபடு முதலிய சொற்களை உச்சரித்துப் பாருங்கள். இந்தச் சொற்களில் இடையிலும், இறுதியிலும் வந்துள்ள டகரம் மெல்லோசை உடையதாகும். இந்த டகரம் உயிர் அல்லது உயிர்மெய்யெழுத்தை அடுத்து வந்திருப்பதும் கவனிக்கத் தக்கது.

'றகரம்' அதாவது வல்லின 'ற' பெரும் பான்மையும் தவறாக உச்சரிக்கப்படுகின்றது. இது வல்லினம் என்பதாலும், இடையின 'ரகரம்' ஒன்று இருப்பதாலும் இவற்றை வேறு படுத்திக் காட்ட வேண்டும் என்ற நோக்கத் துடன் பலர் றகரத்திற்குத் தேவைக்கு மேல் அழுத்தம் கொடுக்கின்றனர். அதனால், சொல் நயமும், ஓசை நயமும் கெடுகின்றன. ஏனைய வல்லின எழுத்துகளைப் போலவே, றகரமும் சொல்லின் இடையில் வரும்போது, அதாவது

உயிர் அல்லது உயிர்மெய்யை அடுத்து வரும்போது மெல்லோசை பெறுகின்றது. இரட்டிக்கும் இடம் தவிர மற்ற இடங்களில் 'ற' மெல்லோசையே பெறுகின்றது.

'ச' என்னும் எழுத்து சொல்லின் முதலில் வரும்போது மெல்லோசை பெறுகின்றது என்று முன்பு கூறினோம். இரு சொற்கள் சேர்ந்த சொற்றொடரில் வருமொழியின் முதல் எழுத்து 'ச'வாக இருந்து வலிமிகுமாயின், அப்பொழுது வருமொழியின் முதலில் உள்ள 'ச' வல்லோசை பெறும். இப்பொழுது இந்தச் சொற்களைப் பார்ப்போம் :

படித்துச் சொன்னார், எடுத்துச் சென்றான், செவிச் செல்வம், தமிழ்ச் சங்கம், அண்மைச் சுட்டு, பெயர்ச் சொல் முதலிய சொற்களில் வருமொழியின் முதல் எழுத்தாகிய 'ச' வல்லோசை பெற்றுள்ளது. இந்தச் சொற்றொடர்களில் நிலைமொழிகளாகிய படித்து, எடுத்து, செவி, தமிழ், அண்மை, பெயர் முதலிய சொற்களின் பின் வலி மிகுந்திருப்பதே, அதாவது 'ச்' என்னும் ஒலி தோன்றியிருப்பதே காரணமாகும். இவ்வாறின்றி, சொன்னார், சென்றான், செல்வம், சங்கம் முதலிய சொற்கள் தனித்து வருமானால், அப்போது இந்தச் சொற்களின் முதல் எழுத்தாகிய 'ச' மெல்லோசை பெறும்.

இரு சொற்கள் சேர்ந்து சொற்றொடராக அமையும்போது, சில வேளைகளில் இடையிலே வல்லொற்று மிகாமல் இருக்கும். அதாவது, 'ச்' என்னும் எழுத்துத் தோன்றாமல் இருக்கும். அவ்வாறு வலிமிகாத சமயத்தில் வருமொழியின் முதலில் உள்ள 'ச' மெல்லோசையே பெறும். இப்போது அம்மாதிரியான சொற்கள் சிலவற்றைப் பார்ப்போம் :

யார் சொன்னார், இனிய சொல், பொருள் சேர்த்தல், நல்ல செய்தி, ஏற்ற சமயம் முதலிய சொற்றொடர்களில் வருமொழியின் முதல் எழுத்தாகிய 'ச' மெல்லோசை பெற்றுள்ளது. இடையிலே வல்லொற்று மிகாமையே இதற்குக் காரணம்.

க, த, ப என்னும் வல்லின எழுத்துகள், தனிச் சொல்லில் முதல் எழுத்தாக அமையும் போதும், சொற்றொடரில் வருமொழியில் முதல் எழுத்தாக அமைந்து வலிமிகும் போதும் ஒரே விதமான வல்லோசை பெறுகின்றன. 'ச' மட்டும் இவற்றினின்று வேறுபட்டு விளங்குகின்றது.

'ப' என்னும் வல்லினமும், க, த என்னும் எழுத்துகளைப் போலவே, சொல்லின் முதலிலும் இரட்டிக்கும்போதும் வல்லோசை பெறுகின்றது. **பணி, புகழ், பொன்** ஆகிய சொற்களில் பகர உயிர்மெய் முதல் எழுத்தாக அமைந்துள்ளது. **கப்பம், காப்பு, செழிப்பு** என்னும் சொற்களில் 'ப' இரட்டித்துள்ளது. இந்தச் சொற்களை உச்சரித்துப் பார்த்தால் 'ப' வல்லோசை பெற்று விளங்குவதைக் காணலாம். **நுட்பம், தட்பம், உட்பொருள்** முதலிய சொற்களில் 'ட்' என்னும் வல்லின மெய்யை அடுத்து வரும் 'ப'வும் வல்லோசை பெறுகின்றது. இவ்வாறே, **கற்பாறை, சொற்பொருள், நற்பயன்** போன்ற சொற்களில் 'ற்' என்னும் வல்லின மெய்யை அடுத்து வரும்போதும் வல்லோசை பெறுகின்றது.

கபடம், ஆபத்து, விபத்து, அபயம் போன்ற சொற்களில் உயிரையும் உயிர் மெய்யையும் அடுத்துவரும் பகரம் மெல்லோசை பெறும். **சால்பு, சார்பு** என்னும் சொற்களிலும் பகரம் மெல்லோசை பெற்று நிற்கிறது. ல், ர் என்னும் இடையின மெய்களை அடுத்து நிற்பதே இதற்குக் காரணம்.

கப்பம், கம்பம்; காப்பு, காம்பு; செப்பு, செம்பு முதலிய சொற்களை இப்பொழுது பார்ப்போம். இவற்றை ஒலிக்கும்போது 'பகரம்' எல்லாவற்றிலும் ஒரே விதமாக ஒலிக்கவில்லை என்பதை அறியலாம். 'கப்பம்', 'கம்பம்' என்னும் இரண்டு சொற்களையும் எடுத்துக் கொள்வோம். கப்பம் என்பதிலே 'ப' வல்லொலியும், 'கம்பம்' என்பதிலே 'ப' மெல்லொலியும் பெறுகின்றது. 'கப்பம்' என்பதிலே ப இரட்டித்திருப்பதும், 'கம்பம்' என்பதிலே 'ப' தன் இனமான மகர ஒற்றை அடுத்து வந்திருப்பதுமே இந்த ஒலி வேறுபாட்டிற்குக் காரணமாகும். **கம்பா், ஆம்பல், வேம்பு, கொம்பு** போன்ற சொற்களையும் இவைபோன்ற இன்ன பிற சொற்களையும் உச்சரிக்கும்போது 'ப'வை மென்மையாகவே ஒலித்தல் வேண்டும்.

அன்பு, பண்பு, இன்பம் முதலான சொற்களில் 'ன்', 'ண்' ஆகிய மெய் எழுத்துகளை அடுத்துவரும் 'ப'வின் ஒலியும் கம்பர், அம்பு, தம்பி முதலான சொற்களில் வரும் 'ப'வின் ஒலியும் ஒரே தன்மையுடையன. கம்பர், இன்பம் முதலிய சொற்களில் வரும் 'ப' ஒலி ஆங்கில ஒலியான 'b' க்கு நிகராகும்.

'ட்', 'ற்' என்னும் இரண்டு வல்லின எழுத்துகளும் சொல்லின் முதலில் வருவதில்லை. இக்காலத்தில், சில பிற மொழிச் சொற்களைத் தமிழில் எடுத்தாளும் போது 'ட' சொல்லின் முதலில் பயன்படுத் தப்படுகின்றது. ஆனால், வல்லின றகரம் ஒருபோதும் சொல்லின் முதலில் வருவது கிடையாது. இந்த இரண்டு எழுத்துகளும் சொல்லின் இடையில் இரட்டிக்கும்போது வல்லோசை பெறுகின்றன. **கட்டடம், தொட்டில், நெட்டை** முதலிய சொற்களில் இரட்டித்து வரும் 'டகரம்' வல்லோசை பெறுகின்றது. காடு, காட்டு; பாடு, பாட்டு; படை, பட்டை முதலிய சொற்களை உச்சரித்துப் பார்த்தால், 'டகரம்' உயிரை அடுத்து அல்லது உயிர்மெய்யை அடுத்து வரும்போது மெல்லொலி பெறுவதையும், இரட்டிக்கும் இடத்தில் வல்லொலி பெறு வதையும் அறியலாம். தன் இன எழுத்தான மெல்லின ணகரத்தை (ண) அடுத்து வரும் போது மெல்லொலி பெறுகிறது. **கண்டு, கட்டு, அண்டை, அட்டை; திரண்ட, திரட்ட; தொண்டு, தொட்டு** ஆகிய சொற்களை உச்சரித்துப் பார்த்தால் 'ணகர' மெய்யைத் தொடர்ந்து வரும் 'ட'வானது இரட்டிக்கும் 'ட'வை விட மென்மையாக ஒலிப்பதை அறியலாம்.

இவ்வாறே வல்லின 'றகர'மும் இரட் டிக்கும்போது வல்லோசை பெறுகின்றது. உயிர் அல்லது உயிர்மெய்யை அடுத்து வரும்போதும், தன் இன எழுத்தான றன்னகரத்தை, அதாவது 'ன்' என்னும் மெய்யைத் தொடர்ந்து வரும்போதும் மெல்லோசை பெறுகிறது. **மாற்றம், போற்று, கற்றோர், வெற்றி** முதலான சொற்களில் இரட்டித்து வரும் 'ற' வல்லோசை பெறும். **ஆறுகிறது, கூறுகிறார், அறிகிறோம், மறுமை** போன்ற சொற்களில் 'ற' மெல் லோசை பெற்று விளங்குகிறது. போற்று கிறோம், மாற்றுகிறோம், சாற்றுகிறோம் போன்ற சொற்களில் 'ற்' ஐ அடுத்துள்ள 'று' ஒலிப்பதையும் 'கி'யை அடுத்துள்ள 'றோ' ஒலிப்பதையும் நன்கு கவனித்தால் இந்த ஒலி வேறுபாடு புலனாகும். 'கி' என்னும் உயிர்மெய்யை அடுத்துள்ள 'றோ' மெல் லோசை பெற்று விளங்குகிறது. இப்பொழுது இந்தச் சொற்களைப் பார்ப்போம். அன்று, அற்று; கன்று, கற்று; ஆன்ற, ஆற்ற போன்ற சொற்களைக் கவனமாக ஒலித்துப் பார்த்தால் அன்று, கன்று, ஆன்ற என்னும் சொற்களில் உள்ள 'ற' மெல்லோசை பெற்று விளங்கு வதைக் காணலாம். தன் இனமான றன்னகர மெய்யை அடுத்து வரும்போது வல்லின றகரம் மெல்லோசை பெறுகின்றது.

'ஆய்தம்' என்னும் தனிநிலை எழுத்துப் பற்றி முன்பு கூறினோம். இந்த எழுத்து, **வெஃகாமை, அஃது, பஃறுளி** போன்ற சொற்களில் இடம்பெற்றுள்ளது. இந்த ஆய்த எழுத்தைத் தொடர்ந்து வரும் வல்லின எழுத்துகளும் மெல்லோசை பெறுகின்றன. 'ப'வுக்கு முன் ஆய்த எழுத்தை அமைத்தால் அப்பொழுது 'ப' ஆங்கில 'f' ஒலிக்கு நிகரான ஓசையைப் பெறும். எனவே, 'f' ஒலியுடைய பிறமொழிச் சொற்களைத் தமிழில் எழுதும் போது ஆய்தத்தையும் அதனை அடுத்துப் பகரத்தையும் எழுதுகிறோம்.

எந்த மொழியிலும் அடிக்கடி பயன் படுத்தப்படும் எழுத்துகளும் அந்த எழுத்து களைக் கொண்ட சொற்களும் ஒலித்தற்கு எளியனவாய் இருத்தல் இயல்பு. ஆரம்பத்தில் ஒலித்தற்கு அரியனவாய் உள்ள ஒலிகள் கூட நாளடைவில் மாற்றமடைந்து ஒலித்தற்கு எளியனவாய் மாறிவிடுகின்றன. வல் லெழுத்துகள் சொல்லின் இறுதியில் அமையு மாயின் அவற்றை உச்சரிப்பது எளிதன்று. இதனாலேயே தமிழ் மொழியில் வல்லின எழுத்துகள் ஆறும் சொல்லின் இறுதியில் வருவதில்லை. **நாடு, காடு, தேடு** என்ப வற்றையும் **நாட், காட், தேட்** என்பவற்றை யும் ஒலித்துப் பாருங்கள். அப்போது நாடு, காடு, தேடு என்பவை ஒலித்தற்கு எளிதாய் இருப்பதை உணரலாம். 'வாக்' என்னும் வட மொழிச் சொல்லும் தமிழில் புகுந்தபோது 'வாக்கு' என்றே மாறியது. எனவே, வல்லின எழுத்துகள் இடத்திற்கேற்ப ஒலி மாறுபடவும் மென்மையடையவும் காரணம் அவ்வாறு அவற்றை மாற்றும்போது உச்சரிப்பது எளிமையாக இருப்பதே.

ஓர் எழுத்தின் ஒலியில் அதற்கு முன் உள்ள எழுத்தொலியின் தாக்கம் இருப்பதை இந்த ஒலி வேறுபாடுகளைக் கூர்ந்து கவனித்தால் அறியலாம். குற்றியலுகரம், முற்றியலுகரம் போன்ற இலக்கணக் கூறுகளும் வலிமிகுத லும் இதனை உறுதிப்படுத்துகின்றன. 'நாடு' என்னும் சொல்லுடன் 'இல்' என்னும் வேற்றுமை உருபு சேரும்பொழுது 'நாட்டில்' என்றும் 'நடு' என்னும் சொல்லுடன் அதே வேற்றுமை உருபு சேரும்பொழுது 'நடுவில்' என்றும் மாறக் காரணம் என்ன? 'நாடு' என்னும் சொல்லின் முதல் எழுத்து நெடிலாக வும், 'நடு' என்பதில் முதல் எழுத்துக் குறிலாக வும் இருப்பதுதானே? எனவே, முதல் எழுத்துகளின் ஒலியளவிலே உள்ள வேறு பாடு, வேற்றுமை உருபு சேரும்பொழுது 'டு' என்னும் எழுத்து மாறவும், மாறாதிருக்கவும் காரணமாக இருக்கின்றது. இதேபோல, 'கண்டுகொண்டேன்' என்பதையும், 'கேட்டுக் கொண்டேன்' என்பதையும் ஒலிக்கும்போது முதற்சொல்லில் 'கொ' மென்மையாகவும், இரண்டாவது சொல்லில் 'கொ' வன்மை யாகவும் ஒலிக்கக் காண்கிறோம். இதற்குக் காரணம் முதற் சொல்லில் 'கொவுக்கு' முன் 'க்' இல்லை. இரண்டாவது சொல்லில் 'க்' இருக்கிறது. எனவே, பல ஒலிகள் தொடர்ந்தமைந்த சொற்களில் ஓர் ஒலியின் தாக்கம் மற்றோர் ஒலியை அல்லது மற்ற ஒலிகளைப் பாதிக்கிறது.

அறிஞர் கார்டுவெல் அவர்கள் வல்லின எழுத்துகள் மெல்லொலி பெறுவது தமிழில் தொன்றுதொட்டு இருந்து வருவதாகக் கருதுகிறார். ஆனால், தந்நகரத்திற்கும் (ந) றன்னகரத்திற்கும் (ன) உள்ள மிக நுட்பமான வேறுபாட்டைக் கூடத் தெளிவுபடுத்திய தொல்காப்பியர் இதுபற்றி எதுவும் குறிப்பிடவில்லை. அவர் காலத்தில் இந்த வேறுபாடு இல்லாமல் இருந்திருக்கலாம் என்று அறிஞர்கள் கருதுகின்றனர். ''ஒரு மொழியில் சொற்களும், சொற்பொருள்களும் வளர்ந்து பெருகுதல் போல ஒலிகளும் வளர்ந்து பெருகியிருத்தல் கூடும்; அவ்வாறு நாளடைவில் தமிழில் தோன்றிய ஒலிகளே இந்த மெல்லொலிகள்'' என்பது அவர்கள் கருத்து.

■■■

8

எழுத்துகளின் நிலை

சொல்லின் முதலில் வரும் எழுத்துகள்

உயிர், மெய், உயிர்மெய் எழுத்துகள் எல்லாமே சொல்லின் முதல், இடை, கடை என்னும் மூவிடங்களிலும் வருவதில்லை. எந்தெந்த எழுத்துகள் எங்கெங்கு வரும் என்பதை இப்போது விரிவாகப் பார்ப்போம்.

உயிர் அல்லது உயிர்மெய் எழுத்துகளே சொல்லின் முதலில் வரும். மெய்யெழுத்து கள் ஒருபோதும் சொல்லின் முதலில் வாரா. ஸ்தலம், ஸ்நானம், ஸ்திரீ போன்ற சொற் களில் முதல் எழுத்தாக மெய்யெழுத்து வந்திருக்கிறதே என்னும் ஐயம் சிலருக்குத் தோன்றலாம். இவை தமிழ்ச் சொற்கள் அல்ல. எனவே, ஒரு சொல்லில் முதலெழுத்து மெய்யெழுத்தாக இருக்குமாயின், அது தமிழ்ச் சொல் அல்ல என்று திண்ணமாகக் கூறிட லாம். 'ஸ்தலம்' என்பதைத் தமிழ் மரபுப்படி 'தலம்' என்று சொல்வதையும் நோக்குக.

உயிர் எழுத்துகள் பன்னிரண்டும் சொல்லின் முதலில் வரும். அகம், ஆடல், இடை, ஈதல், உணவு, ஊர், எண், ஏரி, ஐந்து, ஒலி, ஓசை, ஔவையார் ஆகிய சொற்களை நோக்குக. இந்தச் சொற்களில் 'அ' முதல் 'ஔ' ஈறாகவுள்ள பன்னிரண்டு உயிர் எழுத்துகளும் சொல்லின் முதல் எழுத்தாக வந்துள்ளன.

உயிர் எழுத்துகள் சொல்லின் இடையிலும் இறுதியிலும் ஒருபோதும் வாரா. செய்யுளில் ஓசை நயம் கருதி, சில சமயங்களில், நீண்ட ஓசை உடைய நெட்டெழுத்துகளை இரண்டு மாத்திரை அளவுக்கு அதிகமாகவும் ஒலிப்ப

துண்டு. அப்போது அந்த நெடிலின் ஒலி அளவைக் குறிக்கும்பொருட்டு, அந்த நெடிலுக்குரிய குறில் எழுத்தாகிய உயிர் இடம்பெறுவதுண்டு. அப்போதும் இந்த உயிர் எழுத்து தனித்து ஒலிப்பதில்லை. அதற்கு முன்னுள்ள நெடிலை இரண்டு மாத்திரைக்கு மேல் நீட்டி ஒலிக்க வேண்டும் என்பதைக் காட்டும் அடையாளமாகவே இது விளங்குகின்றது. இது உயிரளபெடை எனப்படும்.

மெய்யெழுத்துகள் சொல்லின் முதலில் வருவதில்லை என்று கூறினோம். அவை தனி மெய்யாக வருவதில்லை. ஆனால், உயிருடன் சேர்ந்து உயிர்மெய்யாக வருகின்றன. எனினும், எல்லா மெய்யும் எல்லா உயிரோடும் சேர்ந்து வருவதில்லை.

க், த், ந், ப், ம் என்னும் மெய்யெழுத்துகள் ஒவ்வொன்றும் பன்னிரண்டு உயிரோடும் சேர்ந்து மொழிக்கு முதலில் வரும். **கனி, காய், கிளை, கீழ், குடை, கூடம், கெழுதகை, கேள்வி, கைம்மாறு, கொத்து, கோடை, கௌரவம்** ஆகியவற்றை எடுத்துக்காட்டாகக் கொள்ளலாம். இவற்றில் 'க' முதல் 'கௌ' ஈறாகவுள்ள பன்னிரண்டு உயிர்மெய் எழுத்துகளும் மொழிக்கு முதலில் வந்துள்ளன. இவ்வாறே த், ந், ப், ம் என்னும் நான்கு மெய்களும் பன்னிரண்டு உயிரோடும் சேர்ந்து மொழிக்கு முதலில் வரும். இவற்றுள் 'ஔ' என்னும் உயிர் சேர்ந்து அமைந்த உயிர்மெய் எழுத்துகளை, அதாவது, கௌ, தௌ, நௌ, பௌ, மௌ என்னும் எழுத்துகளை முதலாகக் கொண்டு அமைந்த சொற்கள் மிகக் குறைவு. இவற்றுள்ளும் பெரும்பான்மை வடசொற்களாக உள்ளன. மேலும் இச்சொற்கள் இரண்டு விதமாக எழுதப்படுகின்றன. 'கௌதாரி' என்பதைக் கவுதாரி என்றும் எழுதுகிறோம். அதாவது 'கௌ' என்பதற்குப் பதிலாகக் 'க, வு' என்னும் எழுத்துகளைப் பயன்படுத்துகிறோம். அதே போலப் 'பௌவம்' என்பதைப் 'பவ்வம்' என்றும் எழுதுகிறோம். 'பௌ' என்னும் எழுத்திற்குப் பதிலாகப் 'ப, வ்' என்னும் எழுத்துகளைப் பயன்படுத்துகிறோம்.

வல்லின எழுத்துகளில் க, த, ப என்பவை சொல்லின் முதல் எழுத்துகளாக வரும். 'ட, ற' என்னும் வல்லின எழுத்துகள் மொழிக்கு முதலில் வருவதில்லை. எனவே, எஞ்சியுள்ளது 'ச' என்னும் வல்லின எழுத்து. இந்தச் 'ச' இலக்கண அறிஞர்களிடையே விவாதத்தை எழுப்பவும் காரணமாக அமைந்தது.

''சகரக் கிளவியும் அவற்றோரற்றே அ, ஐ, ஔ என்னும் மூன்றலங் கடையே'' என்பது தொல்காப்பியச் சூத்திரம். 'ச்' என்னும் மெய்யெழுத்து அ, ஐ, ஔ தவிர்த்த ஏனைய உயிர்களோடு மட்டுமே சொல்லின் முதலில் வரும் என்பது இதன் பொருள். இவற்றுள் 'சௌ' என்னும் எழுத்து மொழிக்கு முதலில் வராது என்பதை அனைவரும் ஒப்புக் கொள்கின்றனர். 'சௌ' என்னும் எழுத்தை முதலாகக் கொண்டு அமைந்த **சௌக்கியம், சௌபாக்கியம், சௌந்தரியம்** முதலான சொற்கள் தமிழ்ச் சொற்கள் அல்ல; வடமொழிச் சொற்கள். ஆனால், ச, சை ஆகிய இரண்டு எழுத்துகளையும் முதல் எழுத்தாகக் கொண்ட தமிழ்ச் சொற்கள் பல உள்ளன. **சட்டம், சரடு, சருகு, சமம்** போன்ற எண்ணற்ற சொற்களில் 'ச' முதல் எழுத்தாக இருக்கின்றது. அதுபோலவே **சைகை, சைவம்** போன்ற சொற்களில் சை முதல் எழுத்தாக உள்ளது. எனவே, 'சௌ' தவிர்த்த ஏனைய பதினோர் எழுத்துகளும் சொல்லின் முதலில் வரும் என்பதை வலியுறுத்துவோர் முன்பு கூறிய தொல்காப்பியச் சூத்திரத்திற்குப் பாட வேறுபாடு காட்டுகின்றனர்.

''சகரக் கிளவியும் அவற்றோரற்றே அவை 'ஔ' என்னும் ஒன்றலங் கடையே'' என்று இருக்க வேண்டும் என்பது அவர்கள் கருத்து. 'சகர' வரிசையில் உள்ள பன்னிரண்டு உயிர்மெய் எழுத்துகளில் 'சௌ' தவிர்த்த ஏனைய பதினோர் எழுத்துகளும் மொழிக்கு முதலில் வரும் என்பது மேற்கூறிய நூற்பாவின் பொருள். இன்னும் சிலர் 'ச', 'சை' என்னும் எழுத்துகளை முதலாகக் கொண்ட சொற்கள் தோன்றுவதற்கு முன்பே தொல்காப்பியம் இயற்றப்பட்டது. அதனால், தொல்காப்பியர் இவற்றைச் சொல்லின் முதல் எழுத்துகளாகக் கொள்ளவில்லை என்று கூறுவர். இந்த ஆராய்ச்சி எப்படியாவது முடிவடையட்டும். இன்று நாம் கவனத்திற் கொள்ள வேண்டியது இதுதான். தமிழில் கலந்துள்ள வடசொற்களுக்கு முதல் எழுத்தாக இருக்கும் 'சௌ' என்னும் எழுத்தை ஒதுக்கிவிட்டாலும், சகர வரிசையில் உள்ள ஏனைய பதினோர் உயிர்மெய் எழுத்துகளும் சொல்லின் முதலில் வரும் என்று நிச்சயமாகக் கூறலாம்.

மெல்லின வகையில் 'ந்', 'ம்' இரண்டும் பன்னிரண்டு உயிருடனும் சேர்ந்து சொல்லின் முதலில் வரும் என்று கண்டோம். ஏனைய மெல்லின எழுத்துகளில் டண்ணகரம் (ண்), றன்னகரம் (ன்) இரண்டும் சொல்லின் முதலில் ஒரு போதும் வாரா. 'ங்' என்னும் மெய்யும் எந்த உயிருடனும் சொல்லின் முதலில் வருவதில்லை. இங்ஙனம், அங்ஙனம் முதலான சொற்களில் உள்ள 'ஙனம்' என்பது தனிச் சொல் என்றும், அதில் இ, அ என்னும் சுட்டுகள் சேர்ந்து இங்ஙனம், அங்ஙனம் என்று வருகிறது என்றும் சிலர் கூறுவர். அவ்வாறு கூறுவது பொருத்தமாகத் தோன்றவில்லை. சுட்டெழுத்தை அகற்றிய பின்பும் அந்தச் சொல் தனித்து நின்று பயன் தருமாயின் அதைத் தனிச் சொல் என்று கொள்ளலாம். ஆயின், 'ஙனம்' என்னும் சொல் எங்கும் தனித்து நின்று பொருள் தருவதில்லை. 'ங்' என்னும் மெய் **'தங்கம்'**, **'சங்கம்'** முதலான சொற்களில் பயன்படு கிறது. **இங்ஙனம், அங்ஙனம்** போன்ற இரண்டொரு சொற்களில் 'ங' பயன்படுகிறது. இவற்றைத் தவிர 'ங' வரிசையில் உள்ள ஏனைய உயிர்மெய்யெழுத்துகள் பயனற்றன வாகவே உள்ளன. இதனால்தான் ஔவையாரும் **''ஙப்போல் வளை''** என்றார். 'ங்' என்னும் எழுத்து ஒன்றின் பயனாலேயே அதன் இனமான பன்னிரண்டு உயிர்மெய் களும் வாழ்கின்றன. அதாவது 'ங்' என்னும் மெய் தன் இனமான பன்னிரண்டு உயிர்மெய் களையும் வாழ வைக்கிறது. அதுபோல ஒருவன் தன் சுற்றத்தை வாழ வைக்க வேண்டும் என்று ஔவையார் கூறுகின்றார்.

மெல்லின எழுத்துகளில் எஞ்சி இருப்பது 'ஞ்' என்னும் மெய். இந்த 'ஞ்' என்னும் மெய்யெழுத்து அ, ஆ, எ, ஒ என்னும் உயிர்களோடு சேர்ந்து மொழிக்கு முதலில் வரும் என்று இலக்கண நூலார் கூறியுள்ளனர். ஆனால், இன்று **ஞாலம், ஞாயிறு** போன்ற சொற்கள் மட்டுமே வழக்கில் உள்ளன. ஏனையவை வழக்கிழந்துவிட்டன. இவ்வாறு 'ஞா' என்னும் உயிர்மெய்யை முதலாகக் கொண்ட சொற்களும் விரல் விட்டு எண்ணக் கூடியவையே.

இடையின எழுத்துகளில் யகர வரிசையில், ய, யா, யு, யூ, யோ, யௌ முதலிய எழுத்துகளை முதலாகக் கொண்ட சொற்கள் உள்ளன. இவற்றுள் **யானை, யாது, யார்,** யாவை போன்ற 'யா' என்னும் எழுத்தை முதலாகக் கொண்ட சொற்களே தமிழ்ச் சொற்களாக உள்ளன. **யுகம், யூகம், யோகம், யௌவனம்** முதலான சொற்கள் வடமொழிச் சொற்கள். எனவே, தொல்காப்பியர், **''ஆவோடல்லது யகரம் முதலாது''** என்று கூறுகின்றார். அதாவது, யகரமெய், 'ஆ' என்னும் உயிரோடு மட்டுமே சேர்ந்து சொல்லின் முதலில் வரும் என்று கூறுகின்றார். எனினும், மேற்கூறிய வடசொற்களையும் கருத்திற்கொண்டு நன்னூல் ஆசிரியர், ய, யா, யு, யூ, யோ, யௌ என்னும் ஆறு எழுத்துகளும் மொழிக்கு முதலாகும் என்று கூறுகின்றார். யகர வரிசையில் உள்ள ஏனைய எழுத்துகள் ஒரு போதும் மொழிக்கு முதலில் வருவதில்லை.

வகர மெய் உ, ஊ, ஒ, ஓ என்னும் நான்கு உயிர்களுடனும் சேர்ந்து சொல்லின் முதலில் வராது. இந்த உயிர்களுடன் சேர்ந்து வகர மெய் (வு, வூ, வொ, வோ முதலானவை) சொல்லின் முதலில் வந்தால் ஒலிப்பது கடினமாக இருக்கும். எனவே, இவற்றை முதலாகக் கொண்ட சொற்கள் தோன்ற வில்லை. ஏனைய எட்டு உயிர்களோடும் வகர மெய் சொல்லின் முதலாக வரும். **வளம், வாழ்க, வினை, வீடு, வெள்ளி, வேல், வைகறை, வௌவால்** – இவ்வாறு எட்டு உயிர்களுடன் சேர்ந்து வகர மெய் சொல்லின் முதலில் வருகின்றது.

ர, ல, ழ, ள ஆகிய இடையின எழுத்துகள் நான்கும் சொல்லின் முதலில் வருவதில்லை. இன்று, ர, ல என்னும் எழுத்துகளை முதலா கக் கொண்ட **ரதம், ராகம், லாபம், லிங்கம்** போன்ற சொற்கள் வழக்கில் உள்ளன. ர, ல ஆகியவை முதலில் வருவதில்லை என்பதாலேயே இவற்றுடன் 'இ' சேர்த்து **இரதம், இராகம், இலாபம், இலிங்கம்** என்று எழுதும் வழக்கமும் இருந்து வருகின்றது. ரங்கசாமியை அரங்கசாமி என்றும், ராமனை, இராமன் என்றும் ருசியை உருசி என்றும் எழுதும் வழக்கம் இதனாலேயே ஏற்பட்டது. ரப்பர், லண்டன் போன்ற பிறமொழிச் சொற்களையும் பெயர்களையும் மாற்றாமல் எழுதுவது பொருத்தமானது. 'ரப்பர்' என்னும் சொல்லை 'இரப்பர்' என்று எழுதினால் பொருள் மாறுபடுகின்றது. எனவே, ர, ல ஆகிய எழுத்துகளை முதலாகக் கொண்ட பிறமொழிப் பெயர்கள் பல தமிழில்

அப்படியே எழுதப்படுகின்றன. இடையின எழுத்துகளில் ழ், ள் ஆகிய இரண்டு மெய்யெழுத்துகளும் எந்த உயிருடனும் சேர்ந்து சொல்லின் முதலில் வருவதில்லை.

சொல்லின் இறுதியில் வரும் எழுத்துகள்

இதுவரை சொல்லின் முதலில் வரும் எழுத்துகளைப் பற்றிப் பார்த்தோம். இனி சொல்லின் இறுதியில் வரும் எழுத்துகளைப் பற்றிப் பார்ப்போம்.

எ, ஒ என்னும் உயிர்க் குறில்களுடன் சேர்ந்து எந்த மெய்யெழுத்தும் சொல்லுக்கு இறுதியில் வருவதில்லை. 'ஔ' என்னும் உயிர் **'கௌ', 'வௌ'** என்னும் சொற்களில் மட்டும் இறுதிநிலை எழுத்தாக உள்ளது. இவையும் இன்று பெரும்பான்மையும் **'கவ்வு', 'வவ்வு'** என்று வழங்குகின்றன. அதாவது 'கௌ'**வுக்குப் பதிலாகக் 'க, வ், வு'** என்றும், 'வௌ'**வுக்குப் பதிலாக 'வ, வ், வு'** என்றும் எழுதப்படுகின்றன. எனவே, 'எ, ஒ, ஔ' என்னும் உயிர்களுடன் கூடிய மெய்களை இறுதியாகக் கொண்ட சொற்கள் இன்று வழக்கில் இல்லை. ஏனைய ஒன்பது உயிர்களும் மெய்களுடன் கூடிச் சொல்லின் இறுதியில் இடம் பெறுகின்றன.

மெய்யெழுத்துகளில் க், ச், ட், த், ப், ற் என்னும் வல்லின மெய் ஆறும் சொல்லுக்கு ஈறாக வருவதில்லை. அதனால்தான் இந்த ஒலிகளை இறுதியாக உடைய பிறமொழிச் சொற்களைத் தமிழில் எழுதும்போது நாம் அவற்றுடன் குற்றியலுகரம் சேர்த்து எழுதுகிறோம். ங், ஞ், ண், ந், ம், ன் என்னும் மெல்லின மெய் ஆறில் 'ங்' தவிர்த்த ஏனைய ஐந்து மெய்களும் சொல்லுக்கு இறுதியில் இடம் பெறும். எனினும் இன்றைய வழக்கில் ண், ம், ன் என்னும் மூன்று மெய்களே இறுதியில் இடம் பெறுகின்றன. ஏனையவை இன்று வழக்கில் இல்லை. பண்டைக் கால இலக்கிய வழக்கில் கூட 'ஞ், ந்' ஆகிய இரண்டு மெய்களை இறுதியில் கொண்ட சொற்கள் மிகச் சிலவே. ய், ர், ல், வ், ழ், ள் என்னும் இடையின மெய்கள் ஆறும் சொல்லின் இறுதியில் இடம்பெறும். 'வ்' என்னும் மெய்யை இறுதியில் கொண்ட சொற்கள் இன்று வழக்கில் இல்லை. எனவே, மெய்யெழுத்துகளில், ண், ம், ன் என்னும் மெல்லினம் மூன்றும், ய், ர், ல், ழ், ள் என்னும் இடையினம் ஐந்தும் ஆக எட்டு எழுத்துகளே சொல்லுக்கு இறுதியில் வரும். ஏனைய பத்தும் மொழிக்கு ஈறாக அமைவ தில்லை.

மெய் மயக்கம்

பக்கம், மச்சம், எஞ்ஞான்று, திண்ணம், பொம்மை, ஒவ்வொரு முதலான சொற்களை நோக்குங்கள். இவற்றில் க்க, ச்ச, ஞ்ஞ, ண்ண, வ்வ – இப்படி மெய்யெழுத்துகள் இரட்டித்து வந்துள்ளன. தமிழ் எழுத்துகளில் ர், ழ் என்னும் இரண்டு எழுத்துகளைத் தவிர மற்ற எல்லா மெய்களும் இரட்டித்து வருதல் இயல்பு.

இரட்டித்தல் என்பது ஒரே மெய் இரண்டு முறை வருவது. சற்று முன்பு கூறிய எடுத்துக் காட்டுகளை நினைவிற் கொள்ளவும். இவ்வாறு ஒரே மெய் இரட்டித்து வருவதை உடனிலை மெய்மயக்கம் என்று கூறுவர். இவ்வாறின்றி ஒரு மெய்யுடன் வேறொரு மெய் வந்து சேர்வதும் உண்டு. **பண்பு, வாழ்வு, உண்டு, வேட்கை, சார்பு, மன்றம்** முதலிய சொற்களில் ஒரு மெய்யுடன் வேறொரு மெய் வந்து சேர்வதைக் காணலாம். இங்கு ண், ழ், ட், ர், ன் முதலிய மெய்களை அடுத்து, பு, வு, டு, கை, ற முதலிய உயிர்மெய்கள் வந்துள்ளன. இவ்வாறு மெய்யை அடுத்து வருவது உயிர்மெய்யாக இருப்பினும் அவற்றை மெய் என்றே கொள்வது வழக்கம். ஏனெனில், இந்த உயிர்மெய்களை ஒலிக்கும்போது முதலில் ஒலிப்பது மெய்யேயாகும். பின்னரே உயிர் ஒலிக்கின்றது. உயிர்மெய்களைக் கவனமாக ஒலித்துப் பார்த்தால் இந்த நுட்பமான வேறுபாட்டை அறியலாம். இவ்வாறு ஒரு மெய்யை அடுத்து வேறொரு மெய் வருவது வேற்றுநிலை மெய் மயக்கம் எனப்படும்.

உடனிலை மெய் மயக்கம், வேற்றுநிலை மெய் மயக்கம் இரண்டிலும் மெய்யை அடுத்து வருவது உயிர்மெய்யே தவிர தனி மெய் அன்று. இரண்டு தனி மெய்கள் பொதுவாக இரட்டித்து வருவதில்லை. ய், ர், ழ் – என்னும் மூன்று மெய்களும் இதற்கு விதிவிலக்காய் அமைந்துள்ளன. இந்த மெய்களை அடுத்துத் தனி மெய்கள் வருவது உண்டு.

இப்பொழுது இந்தச் சொற்களைப் பார்ப் போம் : **காய்ச்சல், பாய்ந்தது, வேய்ங்குழல்,**

காய்த்தல், வாய்ப்பு ஆகிய சொற்களில் 'ய்' என்னும் மெய்யை அடுத்து, 'ச், ந், ங், த், ப் என்னும் மெய்கள் வந்துள்ளன.

இப்பொழுது இந்தச் சொற்களைக் கவனியுங்கள் : **வளர்க்க, பார்த்தல், வளர்ந்தது, உணர்ச்சி, எதிர்ப்பு** ஆகிய சொற்களில் 'ர்' என்னும் மெய்யை அடுத்து, க், த், ந், ச், ப் என்னும் மெய்கள் வந்துள்ளன.

வாழ்க்கை, புகழ்ச்சி, வாழ்த்து, காழ்ப்பு, ஆழ்ந்த என்னும் சொற்களைக் கவனியுங்கள். இந்தச் சொற்களில் 'ழ்' என்னும் மெய்யைத் தொடர்ந்து க், ச், த், ப், ந் என்னும் மெய்கள் வந்துள்ளன.

இந்த எடுத்துக்காட்டுகளிலிருந்து, 'ய்', 'ர்', 'ழ்' என்னும் தனிமெய்களை அடுத்து வேறொரு தனிமெய் வரும் என்பதை அறியலாம். அதாவது இரு தனிமெய்கள் சேர்ந்தாற்போல வருகின்றன. ய், ர், ழ் என்னும் மெய்களைத் தவிர வேறு எந்த மெய்யைத் தொடர்ந்தும் தனிமெய்யெழுத்து வராது.

செய்யுளில் மட்டும் இதற்கு விதிவிலக்கு உண்டு. செய்யுளில் ஓசை நயம் கெடாமல் இருக்கச் சில இடங்களில் ஒரே மெய் இரண்டு முறை அடுத்தடுத்து வருவதுண்டு. இதனை **ஒற்றளபெடை** என்று இலக்கண நூலார் கூறுவர். மெய்யெழுத்தை ஒற்றெழுத்து என்றும் சொல்வதுண்டு. ஒற்றெழுத்து அளபெடுப்பதால் ஒற்றளபெடை என்னும் பெயர் அமையலாயிற்று.

சற்று முன்பு கூறிய, வாழ்க்கை, உணர்ச்சி, வாய்ப்பு போன்ற சொற்களில் உள்ள இரு மெய்களையும் முழுமையாக உச்சரித்தல் வேண்டும். இவ்வாறு அடுத்தடுத்து வருகின்ற இரண்டு மெய்களும் அவை ஒலிக்கும் அளவிலோ, அவற்றின் ஒலி அமைப்பிலோ எந்தவித மாறுபாடும் அடைவதில்லை. இந்த நேரத்தில் நாம் இன்னொன்றையும் நினைவிற் கொள்வது நல்லது. மெய்யெழுத்துகள் அனைத்தும், அவை சொல்லின் இடையில் வந்தாலும் சரி, சொல்லின் இறுதியில் வந்தாலும் சரி அவற்றை முழுமையாக ஒலிப்பதே முறையாகும். 'வந்தனர்', 'கண்டனர்' என்னும் சொற்களை எடுத்துக் கொள்வோம். இவற்றின் இறுதியில் உள்ள 'ர்' என்னும் மெய்யின் ஒலி வடிவம் முழுமையாக அமையாவிட்டால் 'வந்தன', 'கண்டன' என்று அஃறிணைப் பன்மையாக மாறிவிடும். மெய்யெழுத்துகளில் மகரம் மட்டுமே சில வேளைகளில் குறுகி ஒலிக்கும். இதுபற்றி நாம் முன்பே விளக்கியிருக்கிறோம்.

சொல்லின் இடையில் மெய்யெழுத்துகளும் உயிர்மெய் எழுத்துகளும் வரும். உயிர் எழுத்துகள் சொல்லின் இடையில் வருவதில்லை. அளபெடை, குற்றியலுகரம், ஐகாரக் குறுக்கம் போன்ற இடங்களில் தவிர மற்ற இடங்களில் எழுத்துகள் தம் ஒலியளவில் மாறுவதில்லை. ஒலிப்பு முறையிலும், வல்லின எழுத்துகள் தவிர்த்த ஏனைய எழுத்துகள் எந்தவித மாற்றமும் அடைவதில்லை. இந்த வல்லின எழுத்துகளில் ஏற்படும் மாற்றமும் ஓர் ஒழுங்குமுறைக்கு உட்பட்டே அமைகிறது. மேலும், இந்த மாற்றம் வல்லின உயிர் மெய்யில் உள்ள மெய்யொலியில் ஏற்படும் மாற்றமேயாகும். அதனோடு கலந்திருக்கும் உயிரொலியில் எந்தவித மாற்றமும் இல்லை. எனவே, அவை ஒலியின் அளவிலும் மாறுவதில்லை.

■■■

9
எழுத்துப் போலி

ஒரு சொல்லில் நிற்கும் எழுத்துகளில் ஒன்றிற்குப் பதிலாக வேறோர் எழுத்து வருவது உண்டு. இப்படி எழுத்து மாறுவதால், அந்தச் சொல்லின் பொருள் மாறுவதில்லை. இந்த எழுத்து மாற்றம் குறிப்பிட்ட ஒரு சில சொற்களில் மட்டுமே நிகழ்கிறது. இவற்றுள் சில செய்யுளுக்கு மட்டுமே உரியவை; சில உலக வழக்கிலும் காணப்படுகின்றன. இத்தகைய எழுத்து மாற்றத்தை 'எழுத்துப் போலி' என்று இலக்கண நூலார் குறிப்பிடுகின்றனர். 'போலி' என்றால் 'போல இருப்பது' என்று பொருள்.

மொழி முதற்போலி, மொழி இடைப்போலி, மொழி இறுதிப்போலி என்று எழுத்துப் போலி மூன்று வகைப்படும். மொழி என்பதற்கு இங்கே 'சொல்' என்று பொருள். மயல், மையல் என்னும் சொற்களை எடுத்துக் கொள்வோம். இவை இரண்டும் ஒரே பொருள் உடையவை. மயல் என்றால் மயக்கம், விருப்பம் என்று பொருள். இதனை 'மையல்' என்றும் எழுதுகிறோம்; சொல்லுகிறோம். இந்தச் சொல்லில் உள்ள முதல் எழுத்தான 'ம'வுக்கு 'மை' போலியாக வந்திருக்கிறது.

'ஞயம் பட உரை' என்றார் அவ்வையார். 'நயம்பட உரை' என்பதே 'ஞயம்பட உரை' என்றாகியிருக்கிறது. அதாவது, 'நயம்' என்னும் சொல்லில் உள்ள 'ந' என்னும் எழுத்துக்குப் பதிலாக 'ஞ' என்னும் எழுத்து வந்துள்ளது. அதாவது 'ந'வுக்கு 'ஞ' போலியாக அமைந்துள்ளது.

இப்பொழுது எடுத்துக்காட்டிய இரண்டு சொற்களிலும் மாறியிருப்பது முதல் எழுத்து. இவ்வாறு முதல் எழுத்து மாறுவது மொழிமுதற் போலி எனப்படும்.

'பழமை' என்னும் சொல் நாம் அன்றாட வழக்கில் பயன்படுத்துவது. நமக்கு நன்கு பழக்கமான சொல். எனினும் இந்தச் சொல் நம்மில் பலருக்குச் சில சமயங்களில் மயக்கத்தைத் தருகின்றது.

இந்தச் சொல்லின் பொருளில் நமக்குக் குழப்பம் ஏற்படுவதில்லை. ஆனால், இதனைப் 'பழமை' என்று எழுதுவதா? அதாவது, இடையிலே உள்ள எழுத்து 'ழ'வா? அல்லது 'பழைமை' என்று இடையிலே 'ழை' அமைத்து எழுதுவதா? இதுவே நமக்கு ஏற்படும் ஐயமாகும். இந்த ஐயம் ஏற்படக் காரணம், இந்தச் சொல் இரண்டு வகையாகவும் எழுதப்படுவதேயாகும்.

இரண்டு வகையாகவும் எழுதலாம். இதுவும், எழுத்துப் போலி என்னும் இலக்கண வரம்புக்குள்ளேதான் அமைகிறது. அதாவது 'ழ'வுக்கு 'ழை' போலி.

இவ்வாறு இடையிலே உள்ள ஓர் எழுத்துக்குப் போலியாக மற்றோர் எழுத்து வருவது மொழியிடைப் போலி எனப்படும்.

'இளமை' என்பது 'இளைமை' என்றும், 'அரசர்' என்பது அரைசர் என்றும் அமைவதை நூல்களிலே காணலாம். முன்னையதில் இடையிலே உள்ள 'ள'வுக்கு 'ளை'யும், பின்னையதில் இடையில் உள்ள 'ர'வுக்கு 'ரை'யும் போலியாக வந்திருக்கின்றன. இவையும் மொழியிடைப் போலி என்னும் வகையையே சாரும்.

கலம் – கலன்; நிலம் – நிலன் என்னும் சொற்களைக் கவனியுங்கள். இந்தச் சொற்களில் கடைசி எழுத்தாகிய 'ம்', 'ன்' ஆக மாறியுள்ளது. அதாவது 'கலம்' என்பது 'கலன்' என்றும், 'நிலம்' என்பது 'நிலன்' என்றும் மாறியுள்ளன. இந்தச் சொற்களின் கடைசி எழுத்து மாறினாலும் அவற்றின் பொருள் மாறவில்லை. இது மொழி இறுதிப் போலி எனப்படும்.

இவ்வாறே புலம் என்பது புலன் என்றும், நலம் என்பது நலன் என்றும், புறம் என்பது புறன் என்றும் வழங்குகின்றன.

'ம்' என்னும் எழுத்துக்கு 'ன்' என்னும் எழுத்து மொழியிறுதிப் போலியாக வரும். இவ்வாறு வருகின்ற சொற்கள் எல்லாம் அஃறிணைப் பெயர்களாக இருப்பதை இப்பொழுது கூறிய எடுத்துக்காட்டுகளிலிருந்து அறியலாம். மேலும், இவை மூன்றெழுத்துச் சொற்களாக இருக்கின்றன.

இந்த மூன்று எழுத்துகளிலும் முதல் இரண்டு எழுத்துகள் குறில்களாக இருக்கின்றன. எனவே, மூன்று எழுத்தையுடைய ஒரு சொல் அஃறிணைப் பெயராக இருப்பதோடு முதல் இரண்டு எழுத்துகளும் குறிலாகவும் கடைசி எழுத்து மகர மெய்யாகவும் இருந்தால் இறுதியிலுள்ள மகர மெய்க்குப் போலியாக னகர மெய் வரும்.

''அறன்அறிந்து வெஃகா அறிவுடையார்ச்
சேரும்

திறன்அறிந்து ஆங்கே திரு''

''நயன்இல சொல்லினும் சொல்லுக
சான்றோர்

பயன்இல சொல்லாமை நன்று''

''இலன்என்னும் எவ்வம் உரையாமை ஈதல்
குலன்உடையான் கண்ணே உள''

''அறன்இழுக்கா தல்லவை நீக்கி
மறன்இழுக்கா

மான முடைய தரசு''

இந்தக் குறட்பாக்களில் நிற்கும் அறன், திறன், நயன், குலன், மறன் என்னும் சொற்களில் ஈற்றெழுத்தாகிய மகரத்திற்குப் பதிலாக னகரம் வந்திருப்பதை நோக்குக.

திறம், மறம், பக்கம், கூவம் என்னும் சொற்கள் முறையே **திறல், மறல், பக்கல், கூவல்** எனவும் வழங்குவதுண்டு. இந்தச் சொற்களின் இறுதியில் உள்ள மகர மெய்யானது லகர மெய்யாக மாறியுள்ளது. அதாவது 'ம்' 'ல்' ஆக மாறியுள்ளது. இப்படி மகரத்திற்கு லகரமும் போலியாக வரும். இதுவும் மொழியிறுதிப் போலியே.

சாம்பல், பந்தல், குடல், திடல் என்னும் சொற்கள் முறையே **சாம்பர், பந்தர், குடர், திடர்** எனவும் வழங்குகின்றன. இந்தச் சொற்களின் இறுதியில் உள்ள 'ல்' 'ர்' ஆக மாறுகிறது. அதாவது, சொல்லின் இறுதியில் உள்ள லகர மெய்க்குப் பதிலாக ரகர மெய் வந்திருக்கிறது. அதாவது லகரத்திற்கு ரகரம் போலியாக வருகின்றது. இந்த எழுத்து மாற்றமும் சொல்லின் இறுதியில் நிகழ்வதால் இதுவும் மொழியிறுதிப் போலியாகும்.

செதில், மதில் என்னும் சொற்கள் **செதிள், மதிள்** என்றும் எழுதப்படுவதைக் காணலாம். இங்கே மொழியிறுதியில் லகரத்திற்கு ளகரம் போலியாக வந்துள்ளது.

இதுவரை மொழியிறுதிப் போலியில் ஓர் எழுத்து இன்னோர் எழுத்தாக மாறுவதைக் கண்டோம். இதிலிருந்து சற்று வேறுபட்ட இன்னொரு வகை மொழியிறுதிப் போலியும் உண்டு.

இப்பொழுது, **இடக்கு, சிறகு, சுரும்பு, வண்டு, வெற்பு** முதலான சொற்களை எடுத்துக் கொள்வோம். இந்தச் சொற்கள் குற்றியலுகரத்தை இறுதியில் உடைய சொற்கள். சில சமயங்களில் இவற்றுடன் 'அர்' சேர்ந்து அமைவதும் உண்டு. **'இடக்கு'** என்னும் சொல்லுடன் 'அர்' சேர்ந்து **'இடக்கர்'** என்று மாறும். இதேபோல, **சிறகு, சுரும்பு, வண்டு, வெற்பு** முதலிய சொற்களிலும் இறுதியில் 'அர்' சேர்ந்து, அவை முறையே **சிறகர், சுரும்பர், வண்டர், வெற்பர்** என மாறும். இவ்வாறு குற்றியலுகர ஈற்றுடன் 'அர்' சேர்வதும் மொழியிறுதிப் போலி எனப்படும்.

'ஐ' என்பதை 'அ,ய்' என்றும், 'ஔ' என்பதை 'அ,வ்' என்றும் எழுதலாம் என்று முன்பு கண்டோம். இவற்றையும் 'எழுத்துப் போலி' வகையில் சேர்க்கின்றது இலக்கணம். அதாவது, 'ஐ'க்கு 'அ,ய்' என்பனவும், 'ஔ'வுக்கு 'அ,வ்' என்பனவும் போலியாகும். இவற்றை நாம் போலி எனக் கொண்டாலும், இவற்றிற்கும், நாம் இதுவரை பார்த்த ஏனைய போலி வகைகளுக்கும் வேறுபாடு உண்டு. 'ஐ' என்று எழுதினாலும், 'அ,ய்' என்று எழுதினாலும் ஒலியில் எந்தவித மாற்றமும் இல்லை. அதுபோலவே 'ஔ' என்னும் ஒலிக்கும் 'அ,வ்' என்பவற்றின் கூட்டொலிக்கும் வேறுபாடு இல்லை. ஆனால், கலம் – கலன்; இடக்கு – இடக்கர்; அரசன் – அரைசன்; மயல் – மையல் போன்ற மற்றப் போலி வகைகளில் சொல்லின் ஒலி மாறுபடுகின்றது.

இதுவரை மொழி முதலிலும், இடையிலும், கடையிலும் வரும் போலிகளைப் பற்றிப் பார்த்தோம். இத்தகைய எழுத்துப் போலி எல்லாச் சொற்களுக்கும் பொருந்தும் என்று எண்ணிவிடல் கூடாது. மயல் என்பது மையல் என்று மாறுவது போலச் சொல்லின் முதலில் வரும் 'ம' எல்லாம் 'மை'யாக

மாறுவதில்லை. **ச, ஞ, ய என்னும் எழுத்து களின் முன் நிற்கும் 'அ', 'ஐ' – ஆக மாறும்** என்பது விதி. மயல் – மையல்; இலஞ்சி – இலைஞ்சி; அரசர் – அரைசர் என்னும் சொற்களைப் பார்ப்போம். இவற்றில் 'ய'வுக்கு முன் உள்ள 'ம' மை-ஆகவும், 'ஞ'வுக்கு முன் உள்ள 'ல' லை-ஆகவும், 'ச'வுக்கு முன் உள்ள ர – ரை-ஆகவும் மாறியுள்ளன. இந்த விதிக்கு உட்படாத சில சொற்களும் உண்டு. முன்பு எடுத்துக்காட்டிய பழமை – பழைமை என்பன இந்த விதிக்கு மாறுபட்டு நிற்கின்றன. உலக வழக்கிலும், இலக்கிய வழக்கிலும் இவ்வாறு இரண்டு விதமாக எழுதப்படும் சொற்களையே இலக்கண அறிஞர்கள் 'போலி' என்னும் இலக்கணப் பிரிவில் அடக்கியுள்ளனர்.

■■■

10

இலக்கணப் போலி

'**போ**லி' என்னும் பிரிவில் இடம்பெறும் மற்றொன்று 'இலக்கணப் போலி.' போலி என்பது மரபு என்றும் வழங்குகிறது. அதாவது, தொன்று தொட்டு உலக வழக்கிலும், இலக்கிய வழக்கிலும் இடம் பெற்றிருப்பது என்று பொருள். இலக்கண அறிஞர்களும், மொழி வல்லுநர்களும் அதை ஏற்றுக்கொண்டு, அதற்கு வாழ்வு தந்துள்ளனர். நெடுங்காலமாக மொழியில் வழங்கி வரும் இந்தப் போலி, இலக்கணமுடையது போன்று இருப்பதால் இலக்கணப் போலி எனப்படுகிறது.

வழக்கு

ஒரு பொருளைக் குறிக்க இயற்கையாய் அமைந்திருக்கின்ற சொல்லால் அப் பொருளைக் குறிப்பது இயல்பு வழக்கு எனப்படும். **இலக்கணமுடைய இயல்பு வழக்கு, இலக்கணப் போலி இயல்பு வழக்கு, மரூஉ இயல்பு வழக்கு என இது மூன்று வகைப்படும்.**

ஒரு பொருளை அல்லது செயலைக் குறிப்பதற்கு அமைந்த ஒரு சொல் எவ்வித மாறுபாடும் அடையாமல், அந்தப் பொருளை அல்லது செயலைக் குறிப்பது இலக்கண முடைய இயல்பு வழக்காகும். அதாவது, அந்தச் சொல் இடமாறுபாடு அடையாமலும், திரியாமலும், சிதையாமலும் அமைந்து, தனக்குரிய பொருளை உணர்த்தும். **மரம், மலை, கடல், ஆறு, தீ, கனி** முதலிய **வற்றை இலக்கணமுடைய இயல்பு** வழக்கிற்கு எடுத்துக்காட்டாகக் கொள்ளலாம்.

போல இருப்பது 'போலி' என்று முன்பே கண்டோம். இலக்கணம் இல்லாததும், தொன்றுதொட்டு வழங்கி வருவது காரண மாக இலக்கணமுடையது போன்றிருப்பதும் இலக்கணப் போலி இயல்பு வழக்காகும். **''முன்றில்''** என்னும் சொல்லை எடுத்துக் கொள்வோம். இந்தச் சொல் நெடுங்காலமாக இலக்கியங்களில் வழங்கி வருகின்றது. 'முன்றில்' என்பதற்கு வீட்டின் முன்னுள்ள வெளியிடம் என்பது பொருளாகும். இச்சொல் **'இல்முன்'** என்றிருப்பதே முறையாகும். ஆனால், அது எந்தக் காரணத்தாலோ முன் பின்னாக மாறி 'முன்றில்' என்று தொன்று தொட்டு வழங்கி வருகின்றது. இதுபோலவே, **'நகர்ப்புறம்'** என்பது **'புறநகர்'** என்றும், **'இல்வாய்'** என்பது **'வாயில்'** என்றும், **'பொதுவில்'** என்பது **'பொதியில்'** என்றும் வழங்குகின்றன. இவை இலக்கணத்திற்குப் புறம்பாக அமைந்திருந்தாலும், இவை உலக வழக்கிலும், இலக்கிய வழக்கிலும் நீங்கா இடம்பெற்றுவிட்டன. எனவே, இலக்கண நூலாரும் இவற்றை ஏற்றுக்கொண்டு இலக்கணப் போலி இயல்பு வழக்கு எனக் குறித்துள்ளனர்.

தொன்றுதொட்டு, இலக்கணமுடையது போல் வழங்கி வருவது இலக்கணப் போலி

என்று கண்டோம். ஆனால், **'மரூஉ'** என்பது சொற்கள் இலக்கணம் சிதைந்து வழங்குவ தாகும். இது, இலக்கணப் போலியைப் போல் தொன்றுதொட்டு வழங்கி வருவதன்று. தொடக்கத்தில் இலக்கணம் சிதையாமல் வழங்கிய சொல், இடைக்காலத்திலே இலக்கணம் சிதையப் பெற்று வழங்கத் தொடங்கியதாகும். இப்படி இலக்கணம் சிதையப் பெற்று வழங்கத் தொடங்கிய சொல் இலக்கிய வழக்கிலும் இடம் பெற்றுவிட்டது. எனவே, இலக்கண நூலாரும் அதனை ஏற்றுக்கொண்டு, 'மரூஉ' இயல்பு வழக்கு எனக் குறிப்பிடலாயினர். **'அருமந்த பிள்ளை'** என்னும் சொல்லை எடுத்துக் கொள்வோம். இது **'அருமருந்தன்ன பிள்ளை'** என்றிருக்க வேண்டும். 'அருமருந்து போன்ற பிள்ளை' என்பது இதன் பொருள். என்ன காரணத்தாலோ 'அருமருந்தன்ன பிள்ளை' என்பது இடைக்காலத்திலே திரிந்து 'அருமந்த பிள்ளை' என்று வழங்கலாயிற்று. இலக்கியத்திலும் இடம் பெற்றுவிட்டது. இவ்வாறே **'சோழநாடு'** என்பது **'சோணாடு'** என்றும், **'குளவாம்பல்'** என்பது **'குளாம்பல்'** என்றும், **'பெயர்'** என்பது **'பேர்'** என்றும், **'தசை'** என்பது **'சதை'** என்றும், **'கோவில்'** என்பது **'கோயில்'** என்றும் வழங்கலாயின. **'யாக்கை'**, **'யாறு'**, **'யானை'**, **'யார்'** முதலான சொற்களும் முதல் எழுத்துத் திரிந்து **'ஆக்கை'**, **'ஆறு'**, **'ஆனை'**, **'ஆர்'** என்று வழங்குகின்றன. **'சிங்கப்பூரைச்'** **'சிங்கை'** என்பதும், **'தஞ்சாவூ'ரைத்** **'தஞ்சை'** என்பதும், இவை போலவே ஏனைய ஊர்ப் பெயர்கள் திரிந்து வழங்குவதும் 'மரூஉ' இயல்பு வழக்கின் பாற்பட்டனவாகும். இதுபோலவே, **'என் தந்தை'** என்பது **'எந்தை'** என்றும், **'நும் தந்தை'** என்பது **'நுந்தை'** என்றும் வழங்கலாயின.

வினைச் சொற்கள் பலவும் பேச்சு வழக்கிலே திரிந்தே வழங்குகின்றன. **'ஆயிற்று'** என்பது **'ஆச்சு'** என்றும், **'வருகிறது'** என்பது **'வருகுது'** அல்லது **'வருது'** என்றும், **'இருக்கிறது'** என்பது **'இருக்கு'** என்றும் மாறி வழங்குவதை நாம் அன்றாடப் பேச்சு வழக்கிலே காணலாம். இவையும் இவை போன்ற இன்ன பிற வினைச் சொற்களும் இவ்வாறு திரிந்து வழங்குவது பேச்சு வழக்கில் மட்டுமன்று; இவை இலக்கிய வழக்கிலும் இடம்பெற்று விட்டன. இப்படி மருவி வழங்கும் சொற்களும் 'மரூஉ இயல்பு வழக்'கின் பாற்படுகின்றன. இப்பொழுது இந்தப் பாடலைப் பார்ப்போம் :

> **''கச்சிறுக்கும் போது கரும்பானேன்**
> **கைக்குழந்தை**
> **வச்சிருக்கும்போது** மருந்தானேன் –
> **நச்சிருக்கும்**
> **கண்ணார் கரும்பானார் காணவுநான்**
> **வேம்பானேன்**
> **அண்ணா மலையர சுக்கு!''**

இது சுப்ரதீபக் கவிராயர் இயற்றிய பாடல். இதில் **'வைத்திருக்கும்போது'** என்பது **'வச்சிருக்கும்போது'** என்று மருவி வந்துள் ளது. இப்பொழுது பாரதியாரின் இந்தப் பாடல் அடிகளைக் கவனியுங்கள்.

> **''தரித்திரம் போகுது! செல்வம் வருகுது!**
> **படிப்பு வளருது! பாவம் தொலையுது!''**

இந்த வரிகளில் **'போகிறது'**, **'வருகிறது'** முதலிய சொற்கள் **'போகுது'**, **'வருகுது'** என்று மருவி வந்துள்ளன.

இவ்வாறு வினைச் சொற்கள் மருவி வழங்குவது பேச்சு நடையில் இயல்பு. இவை கவிதைகளில் இடம்பெற்று, இலக்கிய வாழ்வும் பெற்றுள்ளன. ஆனால், இவ்வாறு மருவி வழங்கும் வினைச் சொற்களை எழுத்து வழக்கில் (உரைநடையில்) பயன்படுத்துவது முறையன்று. 'இருக்கிறது', 'வருகிறது' என்றே எழுதுதல் வேண்டும். இத்தகைய வினைச் சொற்கள் தவிர்த்த ஏனைய 'மரூஉச் சொற்கள்', பேச்சு வழக்கு, எழுத்து வழக்கு, கவிதை ஆகிய மூன்றிலும் இடம் பெறலாம். இடைக்காலத்தில் சிதைந்த வடிவம் பெற்றன இந்த 'மரூஉ'ச் சொற்கள். எனினும், இவற்றின் சிதையா வடிவமும் இன்னும் வழக்கி லுள்ளன. எனவே, இவற்றை இரண்டு வகை யாகவும் எழுதலாம்.

ஆனால், இலக்கணப் போலியில் இரண்டு வடிவத்திற்கு இடம் இல்லை. இலக்கண முடையது போலத் தோன்றும் இலக்கணம் இல்லாத வடிவமே தொன்றுதொட்டு வழக்கில் உள்ளது. இலக்கணப் போலி என்பது முன்பு இலக்கண முறைப்படி

அமைந்து பின்னர் சிதையவில்லை. தொடக்கத்திலேயே இலக்கணப் பொருத்தமற்ற இந்த வடிவம் அமைந்துவிட்டது.

இலக்கணமுடைய இயல்பு வழக்கு, இலக்கணப் போலி இயல்பு வழக்கு, மரூஉ இயல்பு வழக்கு ஆகிய மூன்றும், சொற்கள் எப்பொருளைக் குறிக்க வேண்டுமோ அப்பொருளைக் குறிப்பதால், இயல்பு வழக்கு எனப்படுகின்றன. ஆனால், இடத்தையும், சமயத்தையும் நோக்கி, ஒரு பொருளை அதற்கென இயற்கையாய் அமைந்த சொல்லால் குறிக்காமல் வேறுவிதமாகக் குறிக்க நேரலாம். அப்படிக் குறிக்கும்போது அது **'தகுதி வழக்கு'** எனப்படும். இந்தச் செய்தியை, இந்தச் சமயத்தில் இப்படிக் குறிப்பதுதான் தகுதி என்று கருதி வழங்குவதால் அது 'தகுதி வழக்கு' என்னும் பெயர் பெற்றது.

''இடக்கர் அடக்கல் தகுதி வழக்கு', 'மங்கலத் தகுதி வழக்கு', 'குழூஉக் குறித் தகுதி வழக்கு'' எனத் தகுதி வழக்கு மூவகைப்படும்.

நாகரிகமற்ற சொற்களை மறைத்து அவற்றின் பொருளை நாகரிகமான மற்றச் சொற்களால் உணர்த்துதல் 'இடக்கர் அடக்கல்' எனப்படும். இதனை,

'அவையல் கிளவி மறைத்தனர் கிளத்தல்'

என்றார் தொல்காப்பியர். பலர் முன்னிலையில் உரைக்கத் தகாத சொல்லை மறைத்து வேறொரு சொல்லால் அதன் பொருளை உணர்த்துதல் என்பது இதன் பொருள். 'கால் கழுவுதல்' முதலான சொற்கள் இடக்கர் அடக்கல் தகுதி வழக்கின் பாற்பட்டதாகும். சொல்லத் தகாத சொற்களைப் பயன்படுத்துவது அநாகரிகமானதும், அருவருப்பானது மாகையால் அத்தகைய சொற்களை நயத்தக்க நாகரிகமுடைய யாரும் பயன்படுத்துவதில்லை.

சில சொற்களைக் கூறுவதை அமங்கலமாகக் கருதுவது தமிழர் மரபு. எனவே, அத்தகைய அமங்கலமான சொற்களை நீக்கி, அவற்றின் பொருளைப் பிற சொற்களால் குறிப்பது 'மங்கலத் தகுதி வழக்கு' எனப்படும். **'செத்தான்'** என்பது அமங்கலமான சொல். எனவே, அந்தச் சொல்லைப் பயன்படுத்தாமல், **'துஞ்சினான்', 'மறைந்தான்', 'காலமானான்'** போன்ற சொற்களால் 'செத்தான்' என்னும் பொருளை உணர்த்துவது வழக்கம். இது மங்கலத் தகுதி வழக்கு எனப்படும். **'சுடுகாட்டை' 'நன்காடு'** என்பதும் இது போன்றதே.

ஒரு தொழிலைச் செய்பவர்கள் அல்லது ஒரு கூட்டத்தார் ஒரு கருத்தை அல்லது செய்தியை மற்றவர் அறியாவண்ணம் தங்களுக்குள் இரகசியமாகப் பேசுவது 'குழூஉக் குறி'யாகும். 'குழூஉக் குறி' என்பது 'ஒரு குழுவினர்க்குரிய அடையாளம்' என்னும் பொருள்படும். அவர்கள் தங்களுக்குள் பேசிக்கொள்ளும்போது ஒரு சொல்லை மறைத்து, அதன் பொருளை வேறொரு சொல்லால் உணர்த்துவர். அவ்வாறு அவர்கள் பயன்படுத்தும் சொல் அந்தப் பொருளுக்குரிய 'குறி' அல்லது 'அடையாள'மாகும். அந்தக் கூட்டத்தாரைத் தவிர, மற்றவர்கள் அந்தக் குழுவினர் பயன்படுத்தும் குறி அல்லது அடையாளச் சொல்லின் பொருளை அறிந்துகொள்வது இயலாத ஒன்று. **பொன்னைப் 'பறி'** என்பதும், **பாலில் நீரைக் கலப்பதை 'இடைபோடல்'** என்பதும் குழூஉக் குறிகள் என்பர்.

■■■

11

குற்றியலுகரம் (1)

எழுத்துகளின் ஒலியளவு பற்றி முன்பு பார்த்தோம் அல்லவா? அப்போது குறிலின் ஒலியளவு ஒரு மாத்திரை என்றும், நெடிலின் ஒலியளவு இரண்டு மாத்திரை என்றும் கண்டோம். சில எழுத்துகள் சில இடங்களில் தமக்குரிய ஒலியளவினின்று குறைந்து ஒலிப் பதும் உண்டு. அவை, **ஐகாரக் குறுக்கம், ஔகாரக் குறுக்கம், மகரக் குறுக்கம், ஆய்தக் குறுக்கம், குற்றியலிகரம், குற்றிய லுகரம்** எனப்படும். இவற்றுள், குற்றிய லிகரம், குற்றியலுகரம் தவிர ஏனையவை பற்றி நாம் முன்பே விரிவாக விளக்கி யுள்ளோம். இப்போது குற்றியலுகரம் பற்றிப் பார்ப்போம்.

'உ' என்பது ஓர் உயிர் எழுத்து. அது ஒரு மாத்திரை அளவுடைய குறில் அல்லது குற்றெழுத்து எனப்படும். இந்த உகரம் சில இடங்களில் தனக்குரிய ஒரு மாத்திரை அளவிலும் குறைந்து ஒலிப்பதுண்டு. அப்படி ஒலியளவு குறைந்த உகரத்தைக் குற்றியலுகரம் என்றும், உகரக் குறுக்கம் என்றும் கூறு கிறோம். குற்றியலுகரம் என்றாலும், உகரக் குறுக்கம் என்றாலும் பொருள் ஒன்றுதான். அதாவது, ஒலியளவு குறைந்த உகரம் என்பது அதன் பொருள்.

உகரம் சொல்லின் முதலிலும் வரலாம்; இடையிலும் வரலாம்; கடைசியிலும் வரலாம். சொல்லின் முதலில் வரும் உகரத்தைப் பார்ப்போம். **'உலை'** என்பது உகரத்தை முதலிலே கொண்ட சொல். இதை 'அலை', 'இலை' போன்ற சொற்களுடன் ஒப்பிட்டு ஒலித்துப் பாருங்கள். 'அலை', 'இலை' என்னும் சொற்களில் உள்ள 'அ', 'இ' என்பவற்றின் ஒலியளவுக்கும், 'உலை' என்னும் சொல்லில் உள்ள உகரத்தின் ஒலியளவுக்கும் வேறுபாடு இல்லை என்பது புலப்படும். எனவே, சொல்லின் முதலில் உள்ள 'உகரம்' ஏனைய உயிர்க்குறில்களைப் போலவே தனக்குரிய ஒரு மாத்திரை அளவுடன் முற்றாக ஒலிக்கின்றது.

'உண்மை', 'உயர்வு' போன்ற சொற்களில் நாம் சற்று முன்பு எடுத்துக் காட்டிய 'உலை' என்னும் சொல்லில் உள்ளது போலவே 'உகர' உயிர், சொல்லின் முதலில் தனித்து நிற்கிறது. அவ்வாறில்லாமல், அது மெய்யுடன் சேர்ந்தும் சொல்லின் முதலில் வரலாம். **'குணம்', 'சுண்ணம்', 'புகழ்'** முதலிய சொற்களைக் கவனியுங்கள். இவற்றில் உகரம் மெய்யுடன் சேர்ந்து சொல்லின் முதலில் வந்துள்ளது. இந்தச் சொற்களை உச்சரித்துப் பார்த்தாலும், சொல்லின் முதலில் உள்ள உகரம் தனக்குரிய ஒரு மாத்திரை அளவு ஒலிப்பதை உணரலாம். அதாவது, அது தன் ஒலியில் குறுகாமல் முற்றுகரமாக ஒலிப்பதை அறியலாம். எனவே, உகரம் சொல்லின் முதலில் தனி உயிரெழுத்தாக வந்தாலும், அல்லது மெய்யுடன் சேர்ந்து உயிர்மெய்யாக வந்தாலும் அது தன் ஒலியளவில் குறைவ தில்லை. அது முழுமையான ஒலியளவுடைய 'உகரம்.' அதன் ஒலியளவு ஒரு மாத்திரை. எனவே, அது முற்றியலுகரம் எனப்படும்.

மொழியின் முதலில் வருவதுபோலவே, மொழியின் இடையிலும், அதாவது, சொல்லின் நடுவிலும், உகரம் வரும். உயிர் எழுத்துகள் சொல்லின் இடையிலும், இறுதியிலும் ஒருபோதும் வருவதில்லை. எனவே, சொல்லின் இடையில் உகரம் மெய்யுடன் சேர்ந்து, உயிர்மெய் வடிவில் வரும். அவ்வாறு சொல்லின் இடையில் வரும் உகரமும் ஒலியளவு குறைவுபடாத முற்றியலுகரமே. **'உருவம்', 'முதுமை', 'பேசும்', 'நல்குரவு', 'எடுப்பு'** முதலிய சொற்களை ஒலித்துப் பாருங்கள். இவற்றில், ர், த், ச், க், ட் என்னும் மெய்யெழுத்து களுடன் சேர்ந்து ரு, து, சு, கு, டு என்னும் உயிர்மெய் வடிவத்தில், சொற்களின் இடையில் உகரம் வந்துள்ளது. இவ்வாறு இடையில் வரும் உகரமும் தன் ஒலியள வாகிய ஒரு மாத்திரைக்குக் குறையாமல் ஒலிக்கின்றது. எனவே இதுவும் முற்றியல் உகரமே.

சொல்லின் முதலிலும், இடையிலும் உகரம் தனித்து வந்தாலும், மெய்யுடன் சேர்ந்து உயிர்மெய் உருவத்தில் வந்தாலும் தன்

ஒலியளவில் குறையாது என்று கண்டோம். எனவே, ஒலியளவில் குறுகும் உகரம் ஒன்று இருக்குமாயின், அது சொல்லின் இறுதியில் வரும் உகரமாகவே இருக்க வேண்டும் என்பது தெளிவாகின்றது. சொல்லின் இறுதி யில் வரும் உகரம், எந்தெந்த இடங்களில், தன் ஒலியளவாகிய ஒரு மாத்திரைக்கும் குறைந்து ஒலிக்கும் என்பதை இப்பொழுது பார்ப் போம்.

'ஏடு' என்னும் சொல்லை எடுத்துக் கொள்வோம். இந்தச் சொல்லின் இறுதியில் 'டு' என்னும் உயிர்மெய்யெழுத்து நிற்கின்றது. இந்த 'டு' என்னும் உயிர்மெய்யில் 'ட்' என்னும் மெய்யும், 'உ' என்னும் உயிரும் சேர்ந்துள்ளன. இந்தச் சொல்லின் இறுதியில் உள்ள எழுத்து 'டு' என்று சொன்னாலும், இறுதியில் ஒலிப்பது 'உ' என்னும் உயிர்க் குறிலே என்பது கவனமாக உச்சரித்துப் பார்த்தால் புலப்படும். 'டு' என்னும் உயிர் மெய்யிலுள்ள மெய்யையும், உயிரையும் தனித்தனியே பிரிக்கும்போதும் 'ட்+உ' என்றே பிரிக்கிறோம். அதாவது, 'ட்' என்னும் மெய் முதலிலும் 'உ' என்னும் உயிர் இறுதியிலும் நிற்கின்றன. எனவே, உகரத்தை இறுதியாகக் கொண்ட சொல் என்பது மெய்யுடன் கூடிய உகரத்தை இறுதியில் கொண்ட சொல் என்பதையே குறிக்கும். தனி உயிர் சொல்லின் இறுதியில் வராது என்பது உங்களுக்குத் தெரியும்.

நாம் இப்பொழுது எடுத்துக்காட்டிய 'ஏடு' என்னும் சொல்லையே மீண்டும் பார்ப்போம். இந்த 'ஏடு' என்னும் சொல்லை 'எடு' என்னும் சொல்லுடன் ஒப்பிட்டு உச்சரித்துப் பாருங் கள். 'எடு' என்னும் சொல்லின் இறுதியிலுள்ள உகர ஒலியைவிட 'ஏடு' என்னும் சொல்லின் இறுதியிலுள்ள 'உகர' ஒலியின் அளவு குறைந்திருப்பது புலனாகும். எடுத்துக் காட்டாக இன்னும் சில சொற்களைப் பார்ப்போம். **தொடு – தோடு; எது – ஏது; அறு – ஆறு; அடு – ஆடு; உறு – ஊறு** என்னும் சொற்களைக் கவனமாக உச்சரித்துப் பாருங்கள். தோடு, ஏது, ஆறு, ஆடு, ஊறு என்னும் சொற்களின் இறுதியில் உள்ள உகரம், தொடு, எது, அறு, அடு, உறு என்னும் சொற்களின் இறுதியில் உள்ள உகரத்தைக் காட்டிலும் ஒலியளவில் குறைந்திருப்பது புலனாகும். இப்பொழுது எடுத்துக்காட்டிய சொற்கள் எல்லாம் இரண்டு எழுத்துகளை யுடைய சொற்கள்.

தொடு – தோடு; எது – ஏது; அறு – ஆறு; அடு – ஆடு; உறு – ஊறு என்னும் இந்த இணைகள் ஒவ்வொன்றிலும் உள்ள இரண்டு சொற்களிலும் இறுதி எழுத்து ஒரே எழுத்தாக இருக்கின்றது. முதல் எழுத்து ஒன்றில் குறிலாகவும், மற்றொன்றில் நெடிலாகவும் உள்ளது, 'தொடு – தோடு' என்பதுபோல. இப்பொழுது எடுத்துக்காட்டிய எல்லாச் சொற்களையும் உச்சரித்துப் பார்த்தால், நமக்கு ஓர் உண்மை விளங்குகின்றது. முதல் எழுத்தைக் குறிலாக உடைய சொல்லின் இறுதியில் வரும் உகரத்தைவிட, முதல் எழுத்து நெடிலாக உடைய சொல்லின் இறுதியில் வரும் உகரம் ஒலியளவில் குறைந்திருப்பது புலனாகின்றது. எனவே, **இரண்டு எழுத்துகளைக் கொண்ட சொற் களில் முதலெழுத்து நெடிலாக இருந்தால், இறுதியில் வரும் உகரம் குறுகும்.**

இரண்டுக்கு மேற்பட்ட எழுத்துகளைக் கொண்ட சொற்களின் இறுதியில் உள்ள உகரத்தின் நிலை என்ன?

படகு, பத்து, அன்பு, தட்டு, அச்சு, பற்று முதலான சொற்களைக் கவனமாக உச்சரித்துப் பாருங்கள். அதேபோல, **கதவு, எழு, எண்ணு, உலவு** முதலிய சொற்களையும் உச்சரித்துப் பாருங்கள். படகு, பத்து, அன்பு, தட்டு, அச்சு, பற்று என்னும் சொற்களின் இறுதியில் உள்ள உகரம், கதவு, எழு, எண்ணு, உலவு என்னும் சொற்களின் இறுதியில் உள்ள உகரத்தைவிட அளவு குறைந்து ஒலிப்பதைக் காணலாம். இந்த வேறுபாட்டிற்குக் காரணம் என்ன? படகு, பத்து, அன்பு, தட்டு, அச்சு, பற்று என்னும் சொற்களின் இறுதியில் உள்ள உகரம், முறையே, க், த், ப், ட், ச், ற் என்னும் மெய்களுடன் சேர்ந்து வந்துள்ளது. இவை எல்லாம் வல்லின மெய்கள். கதவு, எழு, எண்ணு, உலவு என்னும் சொற்களின் இறுதி யில் உள்ள உகரம் இடையின, மெல்லின மெய்களுடன் சேர்ந்து வந்துள்ளது. இடையின மெய்களுடன் சேர்ந்து சொல்லின் இறுதியில் வரும் உகரத்தைக் காட்டிலும், **வல்லின மெய்யுடன் சேர்ந்து சொல்லின் இறுதியில் வரும் உகரம் ஒலியளவில் குறையும்.** எனவே, மூன்றெழுத்துச் சொல்லானாலும், மூன்றிற்கும் மேற்பட்ட எழுத்துகளைக்

கொண்ட சொல்லானாலும், சொல்லின் இறுதியில் உள்ள உகரம் வல்லின எழுத்துடன் சேர்ந்து வருமாயின், அந்த 'உகரம்' அளவு குறைந்து ஒலிக்கும் குற்றியலுகரமாகும்.

இரண்டெழுத்துகளைக் கொண்ட சொற்களில், முதலெழுத்து நெடிலாக இருந்தால், இறுதியில் வல்லின எழுத்துடன் சேர்ந்த உகரம் அளவு குறைந்து ஒலிக்கும் குற்றியலுகரமாகும்.

''நெட்டெழுத் திம்பரும் தொடர்மொழி ஈற்றும்
குற்றிய லுகரம் வல்லா றூர்ந்தே''

என்பது தொல்காப்பியம். குற்றியலுகரம் வல்லெழுத்துகள் ஆறினோடும் சேர்ந்து, ஈரெழுத்துடைய சொல்லானால், நெட்டெழுத்தின் பின்னும், இரண்டுக்கு மேற்பட்ட எழுத்துகளைக் கொண்ட சொல்லானால், சொல்லின் இறுதியிலும் நிற்கும் என்பது இந்தத் தொல்காப்பிய நூற்பாவின் பொருள்.

குற்றியலுகரம் உகரத்திற்குரிய ஒலியளவைக் காட்டிலும் குறைந்தது என்பதை இதுவரை விரிவாகப் பார்த்தோம். அப்படியானால், குற்றியலுகரத்தின் ஒலியளவு என்ன? உகரத்தின் ஒலியளவாகிய ஒரு மாத்திரையானது பாதியாகக் குறைந்து, அதாவது அரை மாத்திரையாக ஒலிக்கும்.

''மெய்யின் அளவே அரையன மொழிப
அவ்வியல் நிலையும் ஏனை மூன்றே''

என்பது தொல்காப்பியம். மெய்யெழுத்தின் அளவு அரை மாத்திரை. அதுபோன்றே, சார்பெழுத்தாகிய குற்றியலுகரம், குற்றியலிகரம், ஆய்தம் ஆகிய மூன்றிற்கும் ஒலியளவு அரை மாத்திரையாகும்.

குற்றியலுகரம் முற்றியலுகரத்தினின்று ஒலியளவில் மட்டும் வேறுபடவில்லை; இன்னுமொரு வேறுபாடும் உள்ளது. **உகரத்தை ஒலிப்பதற்கு இதழ்களைக் குவிக்க வேண்டும். குற்றியலுகரத்தை ஒலிப்பதற்கு இதழ் குவிக்கும் முயற்சி தேவை இல்லை.** 'குணம்' என்னும் சொல்லையும், 'கிழக்கு' என்னும் சொல்லையும் ஒலித்துப் பாருங்கள். 'குணம்' என்னும் சொல்லிலுள்ள 'கு'வை ஒலிக்க இதழ் குவிக்க வேண்டும். 'கிழக்கு' என்னும் சொல்லிலுள்ள 'கு'வை ஒலிக்க இதழ் குவிக்க வேண்டியதில்லை.

■■■

12

குற்றியலுகரம் (2)

சொல்லின் இறுதியில் வல்லின மெய்யுடன் சேர்ந்து வரும் உகரம் குற்றியலுகரம் என்று பார்த்தோம் அல்லவா? இவ்வாறு ஓசை குறைந்து ஒலிக்கும் உகரம், அதற்கு முன்னுள்ள எழுத்தை அடிப்படையாகக் கொண்டு, ஆறு வகையாகப் பிரிக்கப் பட்டுள்ளது. அவை யாவை என்பதை இப்போது பார்ப்போம்.

வன்றொடர்க் குற்றியலுகரம்

சுக்கு, பேச்சு, பட்டு, கொத்து, காப்பு, பற்று என்னும் சொற்களைக் கவனியுங்கள். இந்தச் சொற்களின் இறுதியில் உள்ள உகரம், வல்லின மெய்யுடன் சேர்ந்து வந்திருப்பதால், குற்றியலுகரம் எனப்படும். சுக்கு, பேச்சு, பட்டு, கொத்து, காப்பு, பற்று என்னும் இந்தச் சொற்களின் இறுதியில் கு, சு, டு, து, பு, று என்னும் உகரமேறிய வல்லின மெய்கள் வந்துள்ளன. இந்த வல்லின மெய்களுக்கு முன்னால் உள்ள எழுத்துகளைச் சற்றுக் கவனிப்போம்.

கு, சு, டு, து, பு, று என்னும் உகரம் சேர்ந்த வல்லின மெய்களுக்கு முன் அதே வல்லின மெய்களே வந்துள்ளன. அதாவது வல்லின மெய்யைத் தொடர்ந்து 'உ'கரம் சேர்ந்த வல்லின மெய் வந்துள்ளது. இவ்வாறு வல்லின மெய்யைத் தொடர்ந்து வரும் வல்லினத்தோடு சேர்ந்த உகரம் வன்றொடர்க் குற்றியலுகரம் எனப்படும். கற்பு, நட்பு முதலியனவும் இந்த வகையைச் சார்ந்தவையே.

மென்றொடர்க் குற்றியலுகரம்

இப்பொழுது இந்தச் சொற்களைக் கவனியுங்கள். சங்கு, பஞ்சு, வண்டு, ஐந்து, அம்பு, கன்று என்னும் சொற்களை நன்கு கவனித்தால், நாம் சற்று முன்பு பார்த்த 'சுக்கு', 'பேச்சு' போன்ற சொற்களிலிருந்து இவை வேறுபட்டு விளங்குவது புலனாகும். சங்கு, பஞ்சு, வண்டு, ஐந்து, அம்பு, கன்று என்னும் சொற்களிலும் இறுதியில் வந்திருப்பது வல்லின மெய்களுடன் கூடிய உகரமே. ஆனால், இவற்றில் குற்றியலுகரத்திற்கு முன் உள்ள எழுத்துகள் வன்றொடர்க் குற்றியலுகரச் சொற்களில் உள்ள எழுத்துகளினின்று வேறு படுகின்றன. வன்றொடர்க் குற்றியலுகரத்தில், வல்லின மெய்யுடன் கூடிய உகரத்திற்கு முன் உள்ள எழுத்துகளும் அதே வல்லின மெய்களாகவே இருந்தன. சங்கு, பஞ்சு, வண்டு, ஐந்து, அம்பு, கன்று என்னும் சொற்களில், கு, சு, டு, து, பு, று என்னும் குற்றியலுகரங்களின் முன் உள்ள எழுத்துகள், அவற்றின் இனமான மெல்லின மெய்களாக உள்ளன. சங்கு என்னும் சொல்லில் 'க'வின் இனமான 'ங'வும், பஞ்சு என்னும் சொல்லில் 'ச'வின் இனமான 'ஞ'வும் வந்துள்ளன. இவ்வாறே வண்டு, ஐந்து, அம்பு, கன்று என்னும் சொற்களிலும் முறையே 'ட'வின் இனமான 'ண'வும், 'த'வின் இனமான 'ந'வும், 'ப'வின் இனமான 'ம'வும், 'ற'வின் இனமான 'ன'வும் வந்திருக்கின்றன. ங, ஞ, ண, ந, ம, ன ஆகிய ஆறும் மெல்லினம். எனவே, அவற்றைத் தொடர்ந்து வரும் குற்றியலுகரம் மென்றொடர்க் குற்றியலுகரம் எனப்படும்.

தன் இன எழுத்தான மெல்லினம் மட்டும் அல்லாமல், வேறு மெல்லின மெய்களை அடுத்தும் சில இடங்களில் குற்றியலுகரம் வருவதுண்டு. அன்பு, பண்பு போன்ற சொற்களை இதற்கு எடுத்துக்காட்டாகக் கூறலாம். இந்த இரு சொற்களிலும் இறுதியில் உள்ள 'பு' குற்றியலுகரம் அதற்கு முன் உள்ள 'ன்', 'ண்' ஆகியவை மெல்லின மெய்கள். இவற்றிற்கும் நாம் முன்பு கூறிய பஞ்சு, வண்டு, அம்பு போன்ற சொற்களுக்கும் ஒரு வேறுபாடு உண்டு. பஞ்சு, வண்டு, அம்பு என்னும் சொற்களிலுள்ள மெல்லின மெய்கள், அவற்றை அடுத்து நிற்கும் குற்றியலுகரத்தின் இன எழுத்துகளாகும். ஆனால், 'அன்பு', 'பண்பு' என்னும் சொற்களில் குற்றியலுகரமாகிய 'பு'வுக்கு முன் உள்ள 'ன்', 'ண்' இரண்டும் 'ப'வின் இன எழுத்துகள் அல்ல. எனினும், அவை மெல்லின மெய்களே. எனவே, இத்தகைய சொற்களில் உள்ள குற்றியலுகரமும் மென்றொடர்க் குற்றியலுகரம் எனப்படும்.

இடைத்தொடர்க் குற்றியலுகரம்

இப்பொழுது இந்தச் சொற்களைப் பார்ப்போம். கொய்து, மாழ்கு, சால்பு, சார்பு என்னும் சொற்களின் இறுதியில் உள்ள து, கு, பு என்னும் எழுத்துகளும் குற்றியலுகரங்களே. ஆனால், அவற்றின் முன் உள்ள மெய்யெழுத்துகள் மெல்லினமும் அல்ல, வல்லினமும் அல்ல. கொய்து, மாழ்கு, சால்பு, சார்பு என்னும் சொற்களில் குற்றியலுகரத்துக்கு முன் உள்ள ய், ழ், ல், ர் என்னும் எழுத்துகள் இடையினம். இவ்வாறு இடையின மெய்களைத் தொடர்ந்து வரும் குற்றியலுகரம் இடைத்தொடர்க் குற்றியலுகரம் எனப்படும்.

உயிர்த் தொடர்க் குற்றியலுகரம்

இதுவரை நாம் பார்த்த வன்றொடர், மென்றொடர், இடைத்தொடர்க் குற்றியலுகரங்கள் யாவும் மெய்யெழுத்துகளைத் தொடர்ந்து வருபவை. மெய்யெழுத்துகளேயன்றி, உயிர்மெய்யெழுத்துகளைத் தொடர்ந்தும் குற்றியலுகரம் வரும். இப்பொழுது, இந்தச் சொற்களைப் பார்ப்போம் : அழகு, தராசு, முகடு, பெரிது, அளபு, கிணறு முதலான சொற்களின் இறுதியில் உள்ள கு, சு, டு, து, பு, று என்பவை குற்றியலுகரங்கள். அவற்றுக்கு முன் உள்ள எழுத்துகளைக் கவனியுங்கள். அழகு என்னும் சொல்லில் 'கு'வுக்கு முன் 'ழ' உள்ளது. இவ்வாறே, தராசு, முகடு, பெரிது, அளபு, கிணறு என்னும் சொற்களில் முறையே, 'சு'வுக்கு முன் 'ரா'வும், 'டு'வுக்கு முன் 'க'வும், 'து'வுக்கு முன் 'ரி'யும், 'பு'வுக்கு முன் 'ள'வும், 'று'வுக்கு முன் 'ண'வும் உள்ளன. கு, சு, டு, து, பு, று என்னும் குற்றியலுகரங்களுக்கு முன் உள்ள இந்த எழுத்துகள் எல்லாம் உயிர்மெய் எழுத்துகள்.

இவை ஒவ்வொன்றிலும் உயிர், மெய் ஆகிய இரண்டு எழுத்துகள் உள்ளன. இந்த

எழுத்துகளில் உள்ள உயிரையும், மெய்யையும் தனித்தனியே பிரித்தோமானால்,

ழ என்பது ழ்+அ எனவும்,
ரா என்பது ர்+ஆ எனவும்,
க என்பது க்+அ எனவும்,
ரி என்பது ர்+இ எனவும்,
ள என்பது ள்+அ எனவும்

ண என்பது ண்+அ எனவும் பிரியும். அவ்வாறு பிரியும்போது, மெய் முன்னரும், உயிர் பின்னரும் நிற்கின்றன. எனவே, இறுதியில் உள்ள குற்றியலுகரத்திற்கு நெருக்கமாக உள்ள ஒலி உயிரொலியாகும். அதனாலேயே, உயிர்மெய்யைத் தொடர்ந்து வரும் குற்றியலுகரம் உயிர்த் தொடர்க்குற்றிய லுகரம் என வழங்குகிறது. தனி உயிர் எழுத்து, சொல்லின் இடையில் வாராது என்பது நாம் அறிந்ததே.

நெடில் தொடர்க் குற்றியலுகரம்

இரண்டே எழுத்துகளையுடைய சொற் களில் முதல் எழுத்து நெடிலாக – நீண்ட ஓசை உடையதாக – இருந்தால் அதனை அடுத்து வரும் 'உகரம்' குற்றியலுகரம் என்று முன்பு பார்த்தோம் அல்லவா? **பாகு, காசு, நாடு, ஏது, சாறு** முதலான சொற்கள் அந்த வகையைச் சேர்ந்தவை. இவை நெடில் தொடர்க் குற்றியலுகரம் எனப்படும்.

ஆய்தத் தொடர்க் குற்றியலுகரம்

'அஃது', 'எஃகு' என்னும் சொற்களைப் பார்ப்போம். இந்தச் சொற்களின் இறுதி யிலுள்ள 'து', 'கு' என்னும் குற்றியலுகரங்கள் ஆய்த எழுத்தைத் தொடர்ந்து நிற்கின்றன. ஆய்த எழுத்தைத் தொடர்ந்து வரும் குற்றிய லுகரங்கள் ஆய்தத் தொடர்க் குற்றியலுகரம் எனப்படும்.

குற்றியலுகரங்கள் அவற்றிற்கு முன் உள்ள எழுத்தின் அடிப்படையில் வகைப்படுத்தப் படுகின்றன. சொல்லின் இறுதி எழுத்துக்கு முன்னுள்ள எழுத்துக்கு 'ஈற்றயல்' என்னும் இலக்கணப் பெயர் வழங்குகிறது. இந்த ஈற்றயல் எழுத்துகளே குற்றியலுகரத்திற்குப் பெயர் அமையவும் காரணமாக இருக்கின்றன.

இதுவரை கூறியதிலிருந்து குற்றியலுகரம் ஆறு வகைப்படும் என்று அறிந்தோம். அவை, வன்றொடர்க் குற்றியலுகரம், மென்றொடர்க் குற்றியலுகரம், இடைத்தொடர்க் குற்றிய லுகரம், உயிர்த்தொடர்க் குற்றியலுகரம், நெடில் தொடர்க் குற்றியலுகரம், ஆய்தத் தொடர்க் குற்றியலுகரம் என்பவையாகும்.

இந்தக் குற்றியலுகரம் தமிழுக்கே உரிய சிறப்பொலியாகும். புணரியலில் குற்றிய லுகரப் புணர்ச்சிக்கு என விரிவாகவும், தெளி வாகவும் அமைந்த தனி விதிகள் உள்ளன. முற்றியலுகரப் புணர்ச்சிக்கும், குற்றியலுகரப் புணர்ச்சிக்கும் மிகுந்த வேறுபாடு உள்ளது. குற்றியலுகரப் புணர்ச்சியில் நாம் தடுமாறா மல் இருக்க, குற்றியலுகர வகைகளை நாம் நினைவில் வைத்துக்கொள்வது அவசிய மாகும்.

குற்றியலிகரம்

குற்றியலுகரம் போலவே குற்றியலிகரம் என்று ஒன்று உள்ளது. குறுகி ஒலிக்கும் 'இகரம்' குற்றியல் இகரம் எனப்படும். இதனை இகரக் குறுக்கம் என்றும் சொல்வ துண்டு. இந்தக் குற்றியலிகரம் இன்று உலக வழக்கில் இல்லை என்று சொல்லலாம். எனினும் அதுபற்றித் தெரிந்து வைத்துக் கொள்வது, செய்யுள்களைப் பதம் பிரித்துப் பொருள் உணர உதவும்.

**''குழலினிதி யாழினி தென்பதம் மக்கள்
மழலைச் சொற் கேளாதவர்''**

என்னும் குறட்பாவை நோக்குக. இந்தக் குறட்பாவில் 'குழலினிதியாழினிது' என்னும் தொடரே நாம் கவனத்திற்கொள்ள வேண்டி யது. இந்தத் தொடரைப் பிரித்தால் ''குழல் – இனிது – யாழ் – இனிது'' என்றமையும்.

''இனிது – யாழ்'' என்னும் சொற்கள் சேரும்போது 'இனிதியாழ்' என்று மாறியுள் ளன. 'இனிது' என்னும் சொல்லிலுள்ள இறுதி எழுத்தாகிய குற்றியலுகரம் குற்றியலிகரமாகி உள்ளது. அதாவது 'து' 'தி'யாக மாறியுள்ளது. குற்றியலுகரத்தை அடுத்து வரும் சொல்லின் முதல் எழுத்து 'யா'வாக இருந்தால் 'உகரம்' இகரமாகத் திரியும். அவ்வாறு திரிந்த இகரம்தான் குற்றியலிகரம்.

'ஆறு–யாது' என்பது 'ஆறியாது' என்றும், 'குரங்கு – யாது' என்பது 'குரங்கியாது' என்றும் திரியும். இவ்வாறே ஏனைய குற்றிய லுகரங்களும் புணர்ச்சியின்போது வருமொழி

யில் 'யா' முதலெழுத்தாக வரும்போது குற்றியலிகரமாகத் திரியும். 'கேண்மியா', 'சென்மியா' முதலான வழக்கற்ற சொற்களில் மகர மெய்யுடன் கூடிய இகரமும் குற்றிய லிகரமாகும். குற்றியலிகரத்தின் அளவும் அரை மாத்திரையே.

■■■

13

குற்றியலுகரமா? முற்றியலுகரமா? (1)

முற்றியலுகரம் தன் ஒலியளவில் குறை யாது முழுமையாக ஒலிக்கும் என்பது இலக்கண விதியாகும். ஆனால், உலக வழக்கிலும், இலக்கிய வழக்கிலும் இதற்கு மாறான நிலையைக் காண்கிறோம். அதை இப்பொழுது சற்று விரிவாகப் பார்ப்போம்.

இப்பொழுது, **அது, இது, எது** என்னும் சுட்டு, வினாப் பெயர்களை எடுத்துக் கொள்வோம். இலக்கண விதிப்படி இந்தச் சொற்களின் இறுதியில் உள்ள வல்லின மெய்யுடன் கூடிய உகரம், அதாவது 'து' என்னும் ஒலி தன் அளவில் குறையாத முற்றியலுகரமாகும். இதன் அளவு ஒரு மாத்திரை என்பதை முன்பே கூறியுள்ளோம். 'அது', 'இது', 'எது' என்னும் சொற்கள் இரண்டு எழுத்துகளைக் கொண்ட சொற்களாக இருப்பதும், அவற்றின் முதல் எழுத்து, குறிலாக இருப்பதுமே இறுதியில் உள்ள உகரம் முற்றியலுகரம் என்பதற்கு இலக்கண விதிப்படி அமைந்த காரணங்கள்.

முற்றியலுகரத்தை ஒலிப்பதற்கு இதழ் குவிக்கும் முயற்சி தேவை என்றும், குற்றியலுகரத்தை ஒலிப்பதற்கு இதழ் குவிக்கும் முயற்சி தேவை இல்லை என்றும் முன்பு கண்டோம். 'அது', 'இது', 'எது' என்னும் சொற்களைக் கவனமாக உச்சரித்தால், இதழ் குவிக்கும் முயற்சி இன்றியே இவற்றின் இறுதியில் உள்ள உகரம் ஒலிப்பது தெளிவாகும்.

'தும்மல்', 'துன்பம்', 'துயரம்' முதலிய சொற்களின் முதலில் உள்ள 'து' என்னும் எழுத்தை உச்சரிப்பதற்கும், 'அது', 'இது', 'எது' என்னும் சொற்களின் இறுதியில் உள்ள 'து' என்னும் எழுத்தை ஒலிப்பதற்கும் தெளிவான வேறுபாடு உள்ளது. 'தும்மல்', 'துன்பம்', 'துயரம்' போன்ற சொற்களில் முதல் எழுத்தாக அமைந்துள்ள 'து'வை ஒலிக்கும்போது இதழ் குவித்து ஒலிக் கின்றோம். 'அது', 'இது', 'எது' என்னும் சொற்களின் இறுதியில் உள்ள 'து'வை ஒலிக்கும்போது இதழ் குவிக்காமலே ஒலிக்கின்றோம்.

மேலும், 'பத்து', 'ஏது', 'சாது' போன்ற சொற்களின் இறுதியில் உள்ள உகரத்தின் ஒலியையே 'அது', 'இது', 'எது' என்னும் சொற்களின் இறுதியில் உள்ள உகரத்தின் ஒலியும் ஒத்திருக்கிறது. பத்து, ஏது, சாது என்னும் சொற்களின் இறுதியில் உள்ள உகரம் குற்றியலுகரம். எனவே, அவற்றைப் போலவே ஒலிக்கும் 'அது', 'இது', 'எது' என்னும் சொற்களின் இறுதியில் உள்ள உகரமும் குற்றியலுகரம் எனக் கொள்ள வேண்டியிருக்கிறது.

'பகு', 'பாகு' என்னும் சொற்களையும் கவனமாக ஒலித்துப் பாருங்கள். இந்த இரண்டு சொற்களின் இறுதியில் உள்ள உகரத்திற்கும் ஒரே தன்மையான ஒலி அமைந்திருப்பதைக் காணலாம். 'கும்பம்' என்னும் சொல்லிலுள்ள 'கு'வையும், 'பகு' என்னும் சொல்லிலுள்ள 'கு'வையும் ஒலிக்கும்போது 'கும்பம்' என்னும் சொல்லின் முதலிலுள்ள 'கு'வுக்கு இதழ் குவிக்கும் முயற்சி தேவைப்படுவதையும், 'பகு' என்னும் சொல்லின் இறுதியில் உள்ள 'கு'வுக்கு இதழ் குவிக்கும் முயற்சி தேவைப் படாததையும் உணரலாம்.

புகு, அறு, கொடு, முது என்னும் சொற்களைக் கவனமாக உச்சரித்துப் பாருங்கள். இந்தச் சொற்களின் இறுதியில் உள்ள உகரம் குற்றியலுகரம் போலவே

ஒலிக்கின்றது. இந்தச் சொற்களின் இறுதியில் உள்ள உகரத்தை ஒலிப்பதற்கும் இதழ் குவிக்கும் முயற்சி தேவை இல்லை.

எனவே, இரண்டெழுத்துச் சொற்களில், முதல் எழுத்து குறிலாக இருப்பினும், வல்லின மெய்யுடன் கூடிவரும் இறுதி உகரம் தன் ஒலியளவில் குறைகின்றது. அது குற்றியலுகரமாகவே ஒலிக்கின்றது.

புணர்ச்சி இலக்கணமும் இந்தக் கருத்தை வலியுறுத்துகின்றது.

''உயிர்வரின் உக்குறள் மெய்விட் டோடும்'' என்பது நன்னூல் கூறும் குற்றிய லுகரப் புணர்ச்சி விதியாகும். குற்றிய லுகரத்தை ஈற்றில் உடைய சொல் நிலை மொழியாக அமைந்து, வருமொழியின் முதல் எழுத்து உயிராக இருக்குமானால், அப்போது நிலை மொழியின் இறுதியில் உள்ள குற்றிய லுகரம், தன்னோடு சேர்ந்துள்ள மெய்யை மட்டும் விட்டுவிட்டுத் தான் மறைந்துவிடும் என்பது இந்தப் புணர்ச்சி விதியின் பொருள். நிலைமொழி என்பது முதலில் இருக்கின்ற சொல்லையும், வருமொழி என்பது அதனுடன் வந்து சேருகின்ற சொல்லையும் குறிக்கும். 'அறிவுடைய' என்னும் சொற் றொடரை எடுத்துக் கொண்டால், இதில் 'அறிவு' என்பது நிலைமொழி; 'உடைய' என்பது வருமொழி.

'சங்கு', 'பஞ்சு', 'வண்டு', 'பத்து', 'அன்பு', 'நன்று' என்னும் சொற்கள் குற்றியலுகரத்தை இறுதியில் உடைய சொற்கள். இவற்றுடன் உயிரை முதல் எழுத்தாகக் கொண்ட சொற்களைச் சேர்க்கும் போது, இந்தச் சொற்களின் இறுதியில் உள்ள குற்றியலுகரம் மறைந்துவிடும். எஞ்சி நிற்கும் மெய்யுடன் வருமொழி முதலில் உள்ள உயிர் சேர்ந்து உயிர்மெய் உருவாகும். குற்றிய லுகரத்தை இறுதியில் உடைய 'சங்கு' என்னும் சொல்லுடன் உயிர் எழுத்தை முதலாகக் கொண்ட 'ஒலி' என்னும் சொல்லைச் சேர்த்தால் 'சங்கொலி' என்றாகும். 'சங்கு' என்னும் சொல்லின் இறுதியில் உள்ள குற்றியலுகரம், அதாவது ஒலி குறைந்த 'உ' மறைந்து விடுகிறது. எஞ்சி நிற்கும் 'க்' என்னும் மெய்யுடன் வருமொழி முதலில் உள்ள 'ஒ' என்னும் உயிர் சேர்ந்து 'கொ' என்னும் எழுத்து உருவாகின்றது. எனவே, 'சங்கு – ஒலி' என்பது சங்கொலி என்று மாறுகிறது. இதுபோலவே, பஞ்சு, வண்டு, பத்து, அன்பு, நன்று என்னும் சொற்களுடன் உயிரெழுத்தை முதலாகக் கொண்ட சொற்கள் வந்து சேரும்பொழுது, இவற்றிலுள்ள குற்றியலுகரம் மறைந்து, வருமொழியின் முதலில் உள்ள உயிர், நிலைமொழியின் ஈற்றில் எஞ்சி நிற்கும் மெய்யுடன் சேர்கின்றது. **'பஞ்சு – இல்லை'** என்பது **'பஞ்சில்லை'** என்றும், **'வண்டு – ஆடும்'** என்பது **'வண்டாடும்'** என்றும், **'பத்து + அடுக்கு'** என்பது **'பத்தடுக்கு'** என்றும், **'அன்பு + உடன்'** என்பது **'அன்புடன்'** என்றும், **'நன்று + அன்று'** என்பது **'நன்றன்று'** என்றும் மாறுகின்றன. இவற்றில் நிலைமொழியாக இருக்கும் சொற்கள் எல்லாம் குற்றியலுகரத்தை ஈற்றில் உடையவை. எனவே, புணர்ச்சி விதியின்படி அமைந்துள்ளன.

இப்பொழுது 'அது' என்னும் சொல்லை எடுத்துக்கொள்வோம். இதன் முதல் எழுத்து குறிலாக இருப்பதால் இதன் இறுதியில் உள்ள 'உகரம்' முற்றியலுகரம். இந்த 'அது' என்னும் சொல்லுடன் வேற்றுமை உருபு சேரும்போது குற்றியலுகரம் போலவே புணர்கின்றது. 'அது' என்னும் சொல்லுடன் இரண்டாம் வேற்றுமை உருபு 'ஐ' சேர்ந்தால், **'அதை' அல்லது 'அதனை'** என்று மாறுகின்றது. இது போலவே மற்ற வேற்றுமை உருபுகள் சேரும்பொழுதும், குற்றியலுகரம் மறைந்து விடுகின்றது. **'அதனால்', 'அதனுடன்', 'அதற்கு', 'அதிலிருந்து', 'அதனுடைய', 'அதன்கண்'** என்று மாறுகின்றது. நிலை மொழி ஈற்றிலுள்ள 'உகரம்' மெய்யை விட்டு மறைய, எஞ்சியுள்ள மெய்யுடன் வருமொழி முதலில் உள்ள உயிர் சேர்ந்து உயிர்மெய் உருவாகின்றது. இவ்வாறே 'இது', 'எது' என்னும் சொற்களுடனும் வேற்றுமை உருபுகள் சேருகின்றன.

'இதோ வந்துவிட்டார்' என்னும் சொற் றொடரையும் **'இதுவோ, அதுவோ** தெரிய வில்லை' என்னும் சொற்றொடரையும் கவனியுங்கள். 'இதோ வந்துவிட்டார்' என்னும் சொற்றொடரில் 'இதோ' என்னும் சொல்லில் உள்ள 'ஓ' இடைச் சொல்லாகும். 'இதுவோ', 'அதுவோ', 'தெரியவில்லையே' என்னும் தொடரில் 'இதுவோ', 'அதுவோ' என்னும் சொற்களில் உள்ள 'ஓ' வினாவெழுத்தாகும். 'இதோ' என்னும் சொல்

குற்றியலுகரப் புணர்ச்சி விதியை ஒட்டி அமைந்துள்ளது. 'இதுவோ', 'அதுவோ' என்பவை முற்றியலுகரப் புணர்ச்சி விதிக்கு ஏற்ப அமைந்துள்ளன. 'இது' என்னும் சொல்லுடன் 'ஓ' சேரும்பொழுது ஓரிடத்தில் 'இதோ' என்றும், இன்னோரிடத்தில் 'இதுவோ' என்றும் அமைவது எதைக் காட்டுகிறது? பொருள் தெளிவே முதலிடம் பெறுகிறது என்பதை அல்லவா? நிலைமொழியின் ஈற்றிலுள்ள உகரத்தின் ஒலியளவை மட்டும் அடிப்படையாகக் கொண்டு அமைந்தால், இரண்டும் ஒரே மாதிரியாக இருக்கும். இந்த வேறுபாடு தோன்றாது.

'அது – ஐ' என்பதை 'அதை' என்று கூறுகிறோம். ஆனால், 'அது – உம்' என்பதை 'அதுவும்' என்று சொல்கிறோம். 'அது – உம்' என்பதை 'அதும்' என்று சொல்வதைவிட 'அதுவும்' என்று சொல்வது எளிமையாகவும், ஒலிநயம் உடையதாகவும் இருப்பதே இதற்குக் காரணமாகும்.

'இது – இல்லை' என்பதை 'இது வில்லை' என்றும், 'இதில்லை' என்றும் இரண்டு விதமாக எழுதலாம் என்று இலக்கண நூலார் கூறுகின்றனர். இவ்வாறே 'எது – அறம்' என்பது 'எதுவறம்' என்றும், 'எதறம்' என்றும் எழுதப்படுகின்றது. அது, இது, எது போன்ற சொற்களில் உள்ள 'உகரம்' குறுகி ஒலிப்பதாலேயே இங்கே புணர்ச்சி விதி நெகிழ்ந்து கொடுக்கின்றது.

எனவே, இரண்டெழுத்துச் சொற்களில் முதலெழுத்து குறிலாக இருக்கும்போதும், வல்லின மெய்யை ஊர்ந்து வரும் இறுதி உகரம் பெரும்பாலும் குற்றியலுகரம் போலவே ஒலிக்கின்றது; புணர்கின்றது.

"யாதனின் யாதனின் நீங்கியான் நோதல்
அதனின் அதனின் இலன்"

என்னும் குறளில் நிற்கும் யாதனின், அதனின் என்பவை இதற்குச் சான்றாகும்.

▬▬▬

14

குற்றியலுகரமா? முற்றியலுகரமா? (2)

வல்லினம் தவிர்த்த ஏனைய மெய்களுடன் கூடி வரும் 'இறுதி உகரம்' முற்றியலுகரமா? குற்றியலுகரமா? மெல்லின, இடையின, மெய்களுடன் கூடிச் சொல்லின் இறுதியில் வரும் 'உகரம்' முற்றியலுகரம் என்பது இலக்கணம் கூறும் விதியாகும். ஆயினும், இன்று, மெல்லின, இடையின, மெய்களுடன் கூடிச் சொல்லின் இறுதியில் வரும் உகரங்களும் குறுகியே ஒலிக்கின்றன.

உகரத்துடன் கூடிச் சொல்லின் இறுதியில் வரும் மெல்லின, இடையின, மெய்களில் குறிப்பிடத்தக்கது வகர மெய்யாகும். 'உயர்வு', 'தாழ்வு', 'கனவு', 'நிலவு', 'இரவு', 'பரிவு' போன்ற எண்ணற்ற சொற்களில் 'உகரம்' வகர மெய்யுடன் கூடிச் சொல்லின் இறுதியில் வருகின்றது. இவ்வாறு வரும் உகரத்தை முற்றியலுகரம் என்று வழங்கினாலும், அது, தன் ஒலியளவில் குறைந்து குற்றியலுகரம் போலவே ஒலிப்பதைக் கவனமாக உச்சரித்தால் உணரலாம்.

"இவ்வாறு ஈற்றில் அமையும் உகரத்தை முற்றுகரம் எனக் கொள்வது பொருந்துவதாக இல்லை.... 'உலகு' என்ற சொல்லின் முதல் உகரத்திற்கும், ஈற்றுகரத்திற்கும் உள்ள அவ்வளவு வேறுபாடு 'உறவு' என்னும் சொல்லின் முதலுகரத்திற்கும், ஈற்றுகரத்திற்கும் உள்ளது" என்று டாக்டர் மு.வரதராசனார் குறிப்பிடுகின்றார்.

'அளவு', 'கதவு', 'மகவு', 'நிறைவு', 'சாய்வு' போன்ற சொற்களை, அதாவது வகர மெய்யுடன் கூடிய உகரத்தை இறுதியில் கொண்ட சொற்களைக் கவனமாக உச்சரித்துப் பாருங்கள். இவற்றின் இறுதியில் உள்ள

உகரம் குறுகி ஒலிப்பதும், அதனை உச்சரிக்கும்போது இதழ்கள் குவியாமல் இருப்பதும் தெளிவாகப் புலப்படும்.

வகர மெய்யுடன் கூடிய உகரத்தை இறுதியாகக் கொண்ட சொற்களுடன், உயிரெழுத்தை முதலாகக் கொண்ட சொற்கள் வந்து சேரும்போது குற்றியலுகரம் போலவே இவை புணருகின்றன. அதாவது வகர மெய்யுடன் கூடிய உகரம் மறைந்து, எஞ்சியுள்ள மெய்யுடன், வருமொழியின் முதலில் உள்ள உயிர் வந்து சேர்கின்றது. "உயிர்வரின் உக்குறள் மெய்விட்டோடும்" என்னும் குற்றியலுகரப் புணர்ச்சி விதிக்கு ஏற்பவே இந்தச் சொல் புணர்ச்சி அமைகின்றது.

இப்பொழுது 'தொலைவு-இல்' என்னும் இரண்டு சொற்களையும் எடுத்துக் கொள்வோம். இவற்றைச் சேர்த்து எழுதும்போது 'தொலைவில்' என்று மாறுகின்றது. 'தொலைவு' என்னும் சொல்லின் ஈற்றுகரம் கெட்டு, அதாவது மறைந்து, எஞ்சியுள்ள வகர மெய்யுடன், வருமொழியின் முதலில் உள்ள உயிரெழுத்தாகிய 'இ' சேர்ந்து 'வி' உண்டாகிறது. எனவே, இரண்டையும் சேர்த்துச் சொல்லும்போது 'தொலைவில்' என்று கூறுகிறோம். இதுபோலவே, 'வாழ்வு – உண்டு' என்பதை 'வாழ்வுண்டு' என்றும், 'தகவு-உடையார்' என்பதைத் 'தகவுடையார்' என்றும், 'நினைவு-இல்லை' என்பதை 'நினைவில்லை' என்றும் கூறுகிறோம்.

உலக வழக்கிலும் இலக்கிய வழக்கிலும் பெரும்பான்மையாக உள்ள வகர மெய்யுடன் கூடிச் சொல்லின் இறுதியில் வரும் உகரம் குற்றியலுகரம் போலவே ஒலிப்பதுடன், புணர்ச்சியின்போதும் குற்றியலுகரப் புணர்ச்சி விதியையே தழுவி அமைந்திருக்கின்றது.

'கண்', 'பொன்', 'மண்', 'கொள்', 'சொல்', 'எண்' முதலிய சொற்களை ஒலிக்கும்போது, 'கண்ணு', 'பொன்னு', 'மண்ணு', 'கொள்ளு', 'சொல்லு', 'எண்ணு' என்று இறுதியில் உகரம் சேர்த்து ஒலிப்பதைப் பேச்சு வழக்கிலும் மிகுதியாகக் காணுகின்றோம். ஒலிப்பதற்கு எளிமையாக இருக்கும்பொருட்டு உகரம் இறுதியில் சேர்க்கப்படுகின்றது. இந்த உகரத்தை 'ஒலித்துணை உகரம்' என்று டாக்டர் மு.வரதராசனார் குறிப்பிடுகின்றார்.

மேலும், 'எண்ணுகிறார்', 'எண்ணுவீர்', 'எண்ணுகிறோம்', 'எண்ணுவார்' போன்ற சொற்களில் இந்த 'ஒலித்துணை உகரம்' வினையடியிலிருந்து வினைச் சொற்கள் பிறப்பதற்கும் இன்றியமையாததாக உள்ளது.

'இரவு', 'கனவு', 'நிலவு' என்னும் சொற்கள் முற்காலத்தில் செய்யுளுக்கே உரியனவாக இருந்தன. 'இரா', 'கனா', 'நிலா' என்னும் சொற்களே அந்நாளில் உலகியலில் பெருவழக்காய் இருந்தன. நாளடைவில் இரவு, கனவு, நிலவு என்னும் சொற்கள் உலக வழக்கில் நிலைபெறவே, இரா, கனா, நிலா என்னும் சொற்கள் மெல்ல மெல்ல மறைந்து வருகின்றன. இதிலிருந்து இந்த ஒலித்துணை உகரத்தின் ஆற்றல் தெளிவாகின்றது. இரவு, கனவு, நிலவு போன்ற சொற்கள் ஒலித்தற்கு எளிமையாக இருப்பதே அவை நிலையான வாழ்வு பெறக் காரணமாகும்.

'கண்', 'சொல்', 'கொள்' முதலான சொற்கள் ஒலித்துணை உகரம் பெற்று கண்ணு, சொல்லு, கொள்ளு என்று வழங்குவது போலவே, 'பார்', 'கேள்', 'நால்', 'வாழ்', 'தேர்' முதலான சொற்களும் ஒலித்துணை உகரம் பெற்றுப் 'பாரு', 'கேளு', 'நாலு', 'வாழு', 'தேரு' என வழங்குகின்றன. இவை பேச்சில் மிகுதியாகவும், எழுத்தில் ஒரு சில இடங்களிலும் காணப்படுகின்றன. 'பார்', 'கேள்', 'வாழ்', 'காண்' போன்ற அடிச் சொற்கள் முன்னிலைப் பன்மையில் ஏவலாக அமையும்போது 'பாருங்கள்', 'கேளுங்கள்', 'வாழுங்கள்', 'காணுங்கள்' என்று அமைகின்றன. இந்தச் சொற்களிலும் ஒலித்துணை உகரம் இன்றியமையாததாக விளங்குகின்றது.

'காண்', 'வாழ்', 'ஆள்', 'செல்', 'கொள்' முதலிய சொற்கள் எதிர்கால வினைமுற்றாக அமையும்போது ஒலித்துணை உகரம் பெறுவதும் உண்டு. பெறாமல் அமைவதும் உண்டு. இந்தச் சொற்கள் எதிர்காலத்தில் அமையும்போது, 'காணுவோம்', 'வாழுவோம்', 'ஆளுவோம்', 'செல்லுவோம்', 'கொள்ளுவோம்' என ஒலித்துணை உகரம் பெற்று அமைகின்றன. அவ்வாறின்றி, காண்போம், வாழ்வோம், ஆள்வோம், செல்வோம், கொள்வோம் என ஒலித்துணை உகரம் பெறாமலும் அமைகின்றன. காணு, வாழு, சொல்லு முதலான சொற்களின் ஈற்றில்

அமைந்துள்ள ஒலித்துணை உகரமும் குற்றியலுகரம் போன்றே ஒலிக்கின்றது.

‘ஏழு’ என்னும் சொல்லின் இறுதியில் உள்ள ‘ழகர’ மெய்யுடன் கூடிய உகரமும் குற்றியலுகரம் போன்றே ஒலிப்பதைக் கவனமாக உச்சரித்துப் பார்த்தால் உணரலாம். மேலும் இந்த ஏழு என்னும் சொல் நிலைமொழியாக அமைந்து, வருமொழி முதலில் உயிரெழுத்து இருந்தால், ‘ஏழு’ என்னும் சொல்லின் ஈற்றுகரம் மறைந்து, எஞ்சியுள்ள ‘ழகர’ மெய்யுடன் வருமொழி முதலிலுள்ள உயிர் சேர்கின்றது. இது குற்றியலுகரப் புணர்ச்சி விதியைத் தழுவி அமைந்துள்ளது. **‘ஏழு – உலகம்’** என்பது **‘ஏழுலகம்’** என்றே அமையும். ஒருபோதும் முற்றியலுகரம் போல் ‘வகர உடம்புடுமெய்’ பெற்று அமைவதில்லை.

‘மழுவேந்தி’, ‘கொலுவிருந்தான்’, ‘உருவமைந்தது’ போன்ற மிகச் சில சொற்றொடர்கள் மட்டுமே, முற்றியலுகரப் புணர்ச்சி விதிக்கேற்ப வகர உடம்படு மெய் பெற்று அமைந்துள்ளன. இவையும் பேசும் போது குறுகியே ஒலிக்கின்றன.

‘‘இ, ஈ, ஐ வழி யவ்வும், ஏனை
உயிர்வழி வவ்வும், ஏமுன் இருமையும்
உயிர்வரின் உடம்படுமெய் என்றாகும்’’

என்பது நன்னூல் சூத்திரம். இ, ஈ, ஐ என்னும் உயிர் எழுத்துகளில் ஏதேனும் ஒன்று நிலைமொழியின் இறுதியில் அமைந்து வருமொழியின் முதலில் உயிர் வருமானால் யகர உடம்படுமெய் தோன்றும். **‘கலை – உலகம்’** என்னும் சொற்களைச் சேர்த்தால், **‘கலையுலகம்’** என்றாகும். அதாவது, **‘கலை–ய்–உலகம்’** என்று அது விரிகிறது. நிலைமொழியின் ஈற்றிலுள்ள ‘ஐ’யையும், வருமொழியின் முதலிலுள்ள ‘உ’வையும் இணைக்கும் பாலமாக அமைந்துள்ளதே, இடையில் தோன்றிய ‘யகர’மெய். அதுவே ‘யகர உடம்படுமெய்’ எனப்படுவது. அ, ஆ, உ, ஊ, எ, ஏ, ஒ, ஓ, ஔ ஆகிய உயிர் எழுத்து களில் ஏதேனும் ஒன்று நிலைமொழியின் ஈற்றில் அமைந்து, வருமொழி முதலில் உயிர் எழுத்து வருமானால் வகர உடம்படு மெய் தோன்றும். **‘நா – உலர்ந்தது’** என்னும் சொற் களைச் சேர்த்து ஒலிக்கும்போது, **‘நாவுலர்ந் தது’** என்று மாறும். **‘நா–வ்–உலர்ந்தது’** என்றாகின்றது. இடையிலே தோன்றிய ‘வ்’, ‘நா’ என்னும் எழுத்தின் இறுதியில் உள்ள ‘ஆ’வையும், வருமொழியின் முதலிலுள்ள ‘உ’வையும் இணைக்கும் பாலமாக அமைந்துள்ளது. இவ்வாறு இணைப்புப் பாலமாகத் தோன்றிய ‘வகரமெய்’யே ‘வகர உடம்படுமெய்’ எனப்படுவது. ‘ஏ’ முன் இந்த இரண்டில் ஏதேனும் ஒன்று தோன்றலாம். **‘சே–அடி’ ‘சேயடி’** என்றும் புணர்கின்றது; **‘சேவடி’** என்றும் புணர்கின்றது. இப்பொழுது கூறிய நன்னூல் சூத்திரத்தின் விளக்கம் இது.

உயிரெழுத்துகள் நிலைமொழியின் ஈற்றில் அமையும்போது, வருமொழி முதலில் உயிர் வந்தால், இடையிலே ‘யகர’ அல்லது வகர உடம்படு மெய் தோன்றுகிறது. இது, நிலைமொழியின் ஈற்றிலுள்ள உயிர் முழுமை யாக ஒலிப்பதை உறுதிப்படுத்துகிறது. ஆனால், ‘உகரம்’ நிலைமொழியின் ஈற்றில் வரும்போது மட்டும் நிலைமை வேறு விதமாக இருக்கின்றது. கிட்டத்தட்ட எல்லா ‘உகர’ ஈற்றுச் சொற்களும் புணரும்போது, ‘வகர உடம்படு மெய்’ தோன்றுவதற்குப் பதிலாக, நிலைமொழியின் ஈற்றுகரம் கெடுவதே வழக்கமாக இருக்கின்றது. எனவே, ஈற்றுகரம் குறுகி ஒலிப்பது ஐயத்திற் கிடமின்றித் தெளிவாகின்றது. ‘‘குறிலாகிய உகரம் உயிர் எழுத்துகளுள் மிக எளியது; நிலைபேறில்லாதது. அதனாலேயே அது ஒலி நயத்திற்காகப் பல சொற்களின் இறுதியில் சேர்க்கப்படுகின்றது’’ என்று கால்டுவெல் அவர்கள் கூறுகின்றார்.

எனவே, சொல்லின் இறுதியில் வரும் ‘உகரம்’ அனைத்துமே ஒலியளவில் குறுகி யவை. இதழ் குவிக்கும் முயற்சியின்றி ஒலிப்பவை என்றால் அது மிகையாகாது.

‘‘காதலர் தூதொடு வந்த கனவினுக்கு
யாதுசெய் வேன்கொல் விருந்து’’

‘‘நனவினான் கண்டதூஉம் ஆங்கே
கனவும்தான்
கண்ட பொழுதே இனிது’’

‘‘உலைவிடத் தூறஞ்சா வன்கண்
தொலைவிடத்து
தொல்படைக் கல்லால் அரிது’’

''துன்பம் உறவரினும் செய்க **துணிவாற்றி**
இன்பம் பயக்கும் வினை''

''அறிவுடையார் எல்லா முடையார் **அறிவிலார்**
என்னுடைய ரேனும் இலர்''

''**தொல்வரவும்** தோலும் கெடுக்கும் தொகையாக
நல்குர வென்னும் நசை''

இந்தக் குறட்பாக்களில் அமைந்திருக்கும் கனவினுக்கு, நனவினான், கனவும், உலைவிடத்து, தொலைவிடத்து, துணிவாற்றி, அறிவுடையார், அறிவிலார், தொல்வரவும், நல்குரவென்னும் என்னும் தொடர்கள் குற்றியலுகரப் புணர்ச்சி விதியைத் தழுவியே புணர்ந்திருப்பதை நோக்குக.

■■■

எழுத்தியல்

பின்னிணைப்பு - 1

மெய் இரட்டித்தல்

அத்தியாயம் 8–இல் (எழுத்துகளின் நிலை) மெய்மயக்கம் என்னும் பகுதியில் ர், ழ் இரண்டும் தவிர மற்ற மெய்யெழுத்துகள் எல்லாம் இரட்டிக்கும் என்பதைப் பார்த்தோம். இவ்வாறு இரட்டிக்கும் எழுத்துகளில் சில எல்லா இடங்களிலும் இரட்டிப்பதில்லை. சில எழுத்துகள் எல்லா இடங்களிலும் இரட்டிக்கும்.

எடுத்துக்காட்டு :

பக்கம்	–	**ஊக்கம்**
பச்சை	–	**மூச்சு**
சட்டம்	–	**சாட்டை**
சத்தம்	–	**காத்தல்**
உப்பு	–	**காப்பு**
குற்றம்	–	**கூற்றம்**

குறிலை அடுத்து நிற்கும்போது இரட்டிப் பதைப் போலவே நெடிலை அடுத்து நிற்கும் போதும் வல்லின மெய் இரட்டிப்பதை மேற்காணும் எடுத்துக்காட்டுகள் புலப்படுத்து கின்றன. வல்லினம் மட்டுமே இவ்வாறு எல்லா இடங்களிலும் இரட்டிக்கும் இயல் புடையது. ஏனைய மெய்கள் இவ்வாறு எல்லா இடங்களிலும் இரட்டிப்பதில்லை.

எடுத்துக்காட்டு :

கண்ணகி
மன்னன்
எந்நாடு
நம்மூர்
வல்லவன்
வெள்ளம்
மெய்யறிவு
செவ்விதழ்
செஞ்ஞாயிறு
எங்ஙனம்

இந்தச் சொற்களில் மெல்லின, இடையின மெய்கள் இரட்டித்திருக்கின்றன. இந்த மெய்களுக்கு முன் நிற்கும் எழுத்து குறில். இவ்வாறு குறிலை அடுத்து வரும்போது மட்டுமே இவை இரட்டிக்கும். நெடிலை அடுத்து வரும்போது இவை இரட்டிப்ப தில்லை.

ர், ழ் ஆகிய இடையின மெய்கள் எந்த இடத்திலும் இரட்டிப்பதில்லை. குறில், நெடில் இரண்டிற்கும் இது பொருந்தும்.

''மெய்ந்நிலைச் சுட்டின் எல்லா எழுத்தும்
தம்முன் தாம்வரூஉம் ரழவலங் கடையே''

(தொல்காப்பியம்)

ர, ழ இரண்டும் நீங்கலாக மற்ற எல்லா எழுத்தும் இரட்டிக்கும் என்பது இதன் பொருள்.

இந்த இரண்டு மெய்களும் இன்னொரு வகையிலும் ஏனைய மெய்களினின்று வேறு

படுகின்றன. இரண்டெழுத்துச் சொற்களில் மற்ற மெய்கள் குறில், நெடில் இரண்டையும் அடுத்து வரும்.

எடுத்துக்காட்டு :

கண்	–	காண்
என்	–	ஏன்
நம்	–	நாம்
வெல்	–	வேல்
செய்	–	சேய்
அள்	–	ஆள்

ரகரம், ழகரம் ஆகிய இரு மெய்களும் நெடிலை மட்டுமே அடுத்து வரும்; இவை ஒருபோதும் குறிலை அடுத்து வாரா.

எடுத்துக்காட்டு :

பார், தேர், யார், ஊர், சேர், நேர், பாழ், வாழ், தாழ், வீழ், கூழ்.

இதனை,

**''அவற்றுள்
ரகார ழகாரம் குற்றொற் றாகா''**

என்று **தொல்காப்பியம்** கூறுகிறது. குறிலை அடுத்து ரகர, ழகர மெய்கள் வாரா என்பது இதன் பொருள். இரண்டெழுத்துச் சொற்களுக்கு மட்டுமே இது பொருந்தும். இரண்டுக்கு மேற்பட்ட எழுத்துகளைக் கொண்ட சொற்களில் மற்ற இடையின, மெல்லின மெய்களைப் போல இவை குறிலையும் அடுத்து வரலாம்.

எடுத்துக்காட்டு :

நகர், மலர், வளர், பகிர், தகர், புகழ், மகிழ், அகழ், இதழ், நெகிழ்.

மெய் மயக்கம்

ஒரு மெய்யைத் தொடர்ந்து வேறொரு மெய் வருதல் வேற்று நிலை மெய் மயக்கம் எனப்படும்.

எடுத்துக்காட்டு :

1) நற்குணம்
2) கொற்கை
3) நட்பு
4) பொற்சிலை
5) வெட்கம்

வல்லினத்தை அடுத்து வல்லினம் நிற்கிறது.

6) வாழ்க
7) சார்பு
8) வெல்க
9) அன்பு
10) காண்க

இடையினத்தையும் மெல்லினத்தையும் அடுத்து வல்லினம் நிற்கிறது.

ட், ற் இரண்டையும் அடுத்து, க, ச, ப மூன்றும் வரும்; **த வராது.** சொற் புணர்ச்சியில் ட், ற் இவற்றுடன் த சேர வேண்டிய நிலை ஏற்பட்டால் நிலை மொழி ஈறு, வருமொழி முதல் இரண்டுமே டகர–மாகவோ அல்லது றகரமாகவோ மாறிவிடும்.

எடுத்துக்காட்டு :

**பொற்றாமரை
நற்றாள்
மக்கட்டொகை
அருட்டொண்டு**

க, ச, த, ப ஆகிய வல்லின மெய்கள் வேற்று நிலை மெய் மயக்கம் என்னும் விதிப்படி ஒன்றோடொன்று சேர்வதில்லை. எனினும், இன்றைய வழக்கில் ஒரு வல்லின மெய்யோடு வேறொரு வல்லின மெய் சேர்ந்து வருவதைக் காண்கிறோம்.

எடுத்துக்காட்டு :

சக்தி, பக்தி, சப்தம், திருப்தி, விரக்தி, குயுக்தி, சமத்காரம்.

தமிழ் மரபை ஒட்டி இவை முறையே, **சத்தி, பத்தி, சத்தம், திருத்தி, விரத்தி, குயுத்தி, சமத்துக்காரம்** என்று வழங்குவதையும் காணலாம்.

எனினும், **சகர மெய்யை ஒட்டி வேறொரு வல்லின மெய் வருவதில்லை.**

வல்லின மெய்யை ஒட்டி இடையின, மெல்லின மெய்கள் வாரா. அதனால்தான், **சாத்வீகம், வியாக்யானம், அத்வைதம், ரத்னம்** போன்ற சொற்களைத் தமிழில் எழுதும்போது முறையே **சாத்துவீகம், வியாக்கியானம், அத்துவைதம், இரத்தினம்** என்று எழுதுகிறோம்.

**''வடசொற் கிளவிவடவெழுத்து ஓரீஇ
எழுத்தொடு புணர்ந்த சொல்லா கும்மே''**

(தொல்)

வடசொற்களைப் பயன்படுத்த வேண்டிய நிலை ஏற்படுமாயின், வடமொழி ஒலிகளை நீக்கித் தமிழ் ஒலிகளில் அவற்றை எழுத வேண்டும் என்பது இதன் பொருள். அதுமட்டுமன்றி, தமிழ் மொழி மரபையும் கருத்திற்கொள்ள வேண்டும் என்பது இங்கே மறைமுகமாக உணர்த்தப்படுகிறது.

ஆங்கிலேயர்கள் பிறமொழிச் சொற்களை எடுத்தாளும்போது, தமது மொழி மரபுக் கேற்ப அவற்றை மாற்றிக்கொள்கிறார்கள்.

எடுத்துக்காட்டு :

தமிழ்	→	Tamil
சந்தனம்	→	Sandal
கட்டு மரம்	→	Catamaran
மிளகுத் தண்ணி	→	Mulligatawny

ஆங்கில மொழியின் வளர்ச்சிக்கும், வளத்திற்கும் இதுவும் ஒரு முக்கிய காரணமாகும். தொல்காப்பியர் கூறியதை நாம் மறந்துவிட்டோம். ஆனால், தொல்காப்பியம் படிக்காமலேயே இந்த விதியைச் செயற் படுத்தி வருகிறார்கள், ஆங்கிலேயர்கள். தொல்காப்பியர் கூறிய விதி எல்லா மொழிக்கும் பொருந்தும் என்பதையும் இது உணர்த்துகிறது.

மனிதர்களின் பெயர்களையும், இடங் களின் பெயர்களையும் குறிப்பிடும்போது, அவற்றின் இயல்பான ஒலிக்கு ஏற்பச் சொல்லுவதும், எழுதுவதும் பொருத்தமானது.

எடுத்துக்காட்டு :

எட்வர்டு
அட்லி
ஆக்ரா
வியட்நாம்
காட்மாண்டு

இவற்றை விதி விலக்காகவே கொள்ள வேண்டும்.

∎

பின்னிணைப்பு - 2
எழுத்தொலிப் பிறப்பு

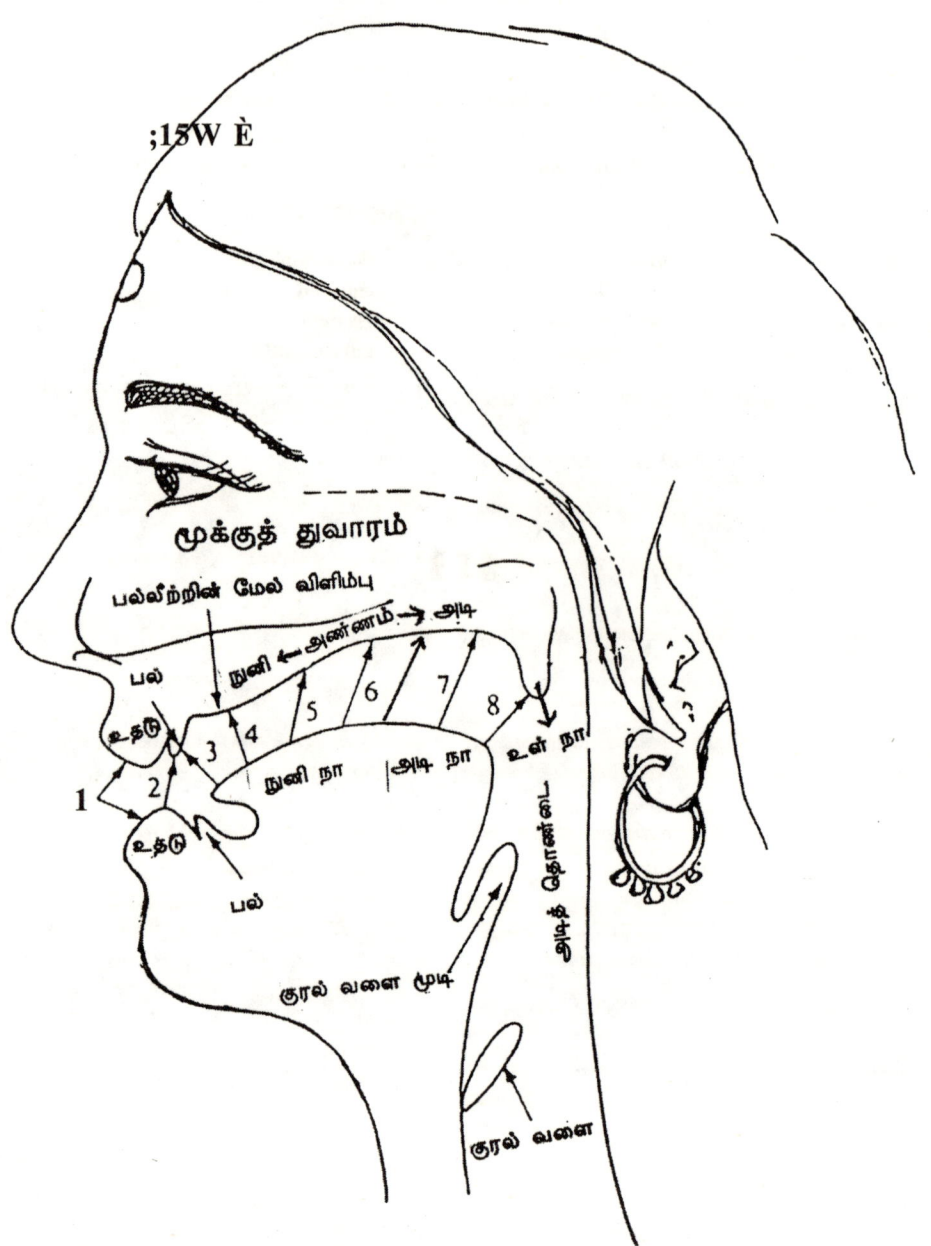

1. இதழ் குவிதல், 2. உதடும் பல்லும் பொருந்துதல், 3. நாவிளிம்பு பல்லைத் தொடுதல், 4. நுனி அண்ணத்தை நா பொருந்துதல், 5 & 6. இடை அண்ணத்தை நா பொருந்துதல், 7 & 8. அடி அண்ணத்தை அடி நா பொருந்துதல்.

2

புணரியல்

1. ஒலிச் சேர்க்கை

மொழிக்கு மூல காரணமாக விளங்கும் ஒலியே புணரியலுக்கும் அடிப்படையாக அமைந்துள்ளது. 'புணர்ச்சி' என்பதற்கு இரண்டு பொருள்களின் சேர்க்கை என்று பொருள். இலக்கணத்தில் 'புணர்ச்சி' என்னும் சொல் இரண்டு ஒலிகளின் சேர்க்கையைக் குறிக்கிறது. குறில், நெடில் எனப்படும் உயிரெழுத்துகள், வல்லினம், மெல்லினம், இடையினம் எனப்படும் மெய்யெழுத்துகள் ஆகியவற்றை ஒலிக்கும் முறைகளையும் அவற்றின் ஒலியளவுகளையும் நாம் இங்கு நினைவுபடுத்திக்கொள்வது, புணர்ச்சி இலக்கணத்தை நன்கு புரிந்துகொள்ள உதவும்.

புணர்ச்சி இலக்கணம் இயற்கையை ஒட்டி அமைந்துள்ளது. நாம் பேசும்போது பல ஒலிகள் தொடர்ந்து எழுகின்றன. அவ்வாறு எழும் ஒலிகள் ஒன்றோடொன்று இணைகின்றன. அப்படி ஓர் ஒலி மற்றோர் ஒலியுடன் இணையும்போது சில மாற்றங்கள் நிகழ்கின்றன. இந்த மாற்றங்களால் ஒலி தோன்றுவதற்குக் காரணமான உறுப்புகளின் முயற்சி எளிதாகின்றது. எளிமை மட்டுமல்ல, பேசும்போது ஒலி நயமும் உண்டாகிறது.

'பொன்-எழில்', 'கண்-இல்லை' என்னும் தொடர்களை இயற்கையாகப் பேசும் வேகத் தில் சொல்லிப் பாருங்கள் 'பொன்னெழில்' என்றும் 'கண்ணில்லை' என்றும் அவை ஒலிப்பதை உணரலாம். இதனால்தான் 'தனிக்குறில் முன் ஒற்று, உயிர்வரின் இரட்டும்' என இலக்கண விதி வகுத்தனர்.

ஒலியுறுப்புகளின் முயற்சியை எளிதாக்கு வதே புணர்ச்சி இலக்கணத்தின் நோக்கம் என்பதற்கு யகர, வகர உடம்படுமெய்கள் நல்ல சான்றாக விளங்குகின்றன. நிலை மொழியின் ஈற்றிலுள்ள உயிரையும் வருமொழியின் முதலிலுள்ள உயிரையும் இணைக்கும் பாலமாக யகர, வகர உடம்படு மெய்கள் அமைந்திருக்கின்றன என்பதை முன்பு பார்த்தோம்.

நிலைமொழியின் ஈற்றில் "இ, ஈ, ஐ" என்னும் உயிர் இருக்கும்போது வருமொழி முதலில் எந்த உயிரெழுத்து வந்தாலும் "யகர உடம்படுமெய்" தோன்றும் என்பது விதி. நாம் சற்றுச் சிந்திப்போமானால், இந்த விதி இயற்கையை ஒட்டி அமைந்தது என்பது தெளிவாகும். நிலைமொழி ஈற்றில் நிற்கும் "இ, ஈ, ஐ" என்ற எழுத்துகளின் ஒலி தோன்றுவதற்கு வாயைத் திறந்து கீழ்வாய்ப் பல்லின் அடியை நாக்கின் நுனி பொருந்தச் செய்ய வேண்டும். அந்த ஒலியை அடுத்தாற் போல் வருமொழியின் முதல் எழுத்தான உயிரின் ஒலி தோன்றுவதற்கு மறுபடியும் வாயைத் திறக்க வேண்டும். அப்படி நாம் வாயைத் திறக்க முயலும்போது, கீழ்வாய்ப் பல்லின் அடியில் பொருந்தியிருந்த நாக்கின் நுனி பெயர்ந்து, அடி நாக்கு கீழண்ணத்தைப் பொருந்துகிறது. அடிநாக்கு கீழண்ணத்தைப் பொருந்தும்போது "யகர" மெய்யொலி தோன்றுவதை நீங்கள் அறியலாம். எனவே, இ, ஈ, ஐ என்ற உயிர்களின் பின் உயிர் வந்தால் யகர உடம்படு மெய் தோன்றுவது இயல்பு.

"அ, ஆ" என்ற உயிர் எழுத்துகள் வாயைத் திறப்பதாலும், "உ, ஊ, ஒ, ஓ, ஔ" என்னும் உயிர் எழுத்துகள் இதழ் குவித்தலாலும் பிறக்கின்றன. இந்த ஒலியை அடுத்து, வருமொழியின் முதலில் நிற்கும் உயிர்

எழுத்துகளின் ஒலி தோன்றுவதற்கு மறுபடியும் வாய் திறக்க வேண்டும். முன்பு திறந்த வாய் திறந்தவாறே இருந்தால் வேறு உயிர் ஒலி தோன்றாது. வாயை மூடித் திறந்தால்தான் உயிர் ஒலி தோன்றும். அவ்வாறு வாயை மூடித் திறக்க முயலும் போது மேற்பல் கீழுதட்டில் படுகிறது. பின்பு வாய் மீண்டும் திறக்கிறது. மேற்பல் கீழுதட்டில் படும்போது 'வகர மெய்' ஒலி தோன்றுகிறது. எனவே, **அ, ஆ, உ, ஊ, ஒ, ஓ, ஔ** என்னும் உயிர்களுக்குப் பின் உயிர் வரும்போது, **'வகர மெய்'** தோன்றுவது இயற்கையாகும். இப்படிப்பட்ட சொற்றொடர்களை நீங்கள் கவனமாக உச்சரித்துப் பார்த்தால் இந்த உண்மையை உணரலாம்.

தொல்காப்பியரும் அவருக்குப் பின் வந்த இலக்கண ஆசிரியர்களும் ஒலியியல் அடிப்படையிலேயே எழுத்தியல், புணரியல் இரண்டையும் ஆக்கியுள்ளனர். புணர்ச்சியில் ஓர் எழுத்து மற்றோர் எழுத்தாகத் திரிவது, இருக்கின்ற எழுத்து மறைவது, புதிய எழுத்து தோன்றுவது முதலியன ஒலியியல் அடிப் படையில் அமைந்த இலக்கண விதிகளாகும். எனவே, புணர்ச்சி இலக்கணம் எழுத்து, பேச்சு இரண்டுக்கும் இன்றியமையாததாக விளங்கு கின்றது.

செய்யுள்களைப் பதம் பிரித்துப் பொருள் உணரவும் புணர்ச்சி இலக்கணம் அவசிய மாகின்றது.

''கண்டுகேட் டுண்டுயிர்த் துற்றறியும் ஐம்புலனும்
ஒண்டொடி கண்ணே யுள''

என்னும் குறட்பாவிலுள்ள சொற்களைத் தனித்தனியே பிரிக்கும்போது 'கண்டு – கேட்டு – உண்டு – உயிர்த்து – உற்று – அறியும் – ஐந்து – புலனும் – ஒண்மை – தொடி – கண்ணே – உள' என்று வரும். இப்படிப் பிரித்தால்தான் இந்தக் குறட்பாவின் பொருளையும் நாம் தெளிவாக உணர முடியும். இப்படிப் பிரித்துக் குறளை அச்சிட்டு விட்டால் நமக்குத் தொல்லை இல்லையே என்று நீங்கள் கருதலாம். அவ்வாறு செய்யும்போது செய்யுளின் ஓசை நயம் கெடுவது மட்டுமல்ல; அதனைப் படிக்கும்போது அது இயற்கையாக அமையாமல், செயற்கையாகத் தோன்றுகிறது.

சேர்த்துச் சொல்ல வேண்டிய தொடர் களைப் பிரித்து, அவற்றில் உள்ள சொற் களைத் தனித்தனியே ஒலிப்பது பேச்சு மொழிக்கும் பொருத்தமானது அன்று. அவ்வாறு பிரிப்பது இயற்கைக்கு மாறானது; மொழியின் இனிமை குன்றச் செய்கிறது. 'ஒலிபரப்புக் கழகம்' என்னும் தொடரை எடுத்துக்கொள்ளுங்கள். 'ஒலிபரப்புக் கழகம்' என்று ஒரு தொடராகச் சொல்லும்போது எவ்வளவு இயல்பாகவும், எளிமையாகவும், இனிமையாகவும் இருக்கின்றது? அதனையே 'ஒலி – பரப்பு – கழகம்' என்று தனித்தனியே சொல்லும்போது அது இயற்கையாகவும் இல்லை, எளிமையாகவும் இல்லை, இனிமை யாகவும் இல்லை. மேலும், இப்படிப் பிரித்துச் சொல்வதற்கு நேரமும் அதிகம் செலவாகிறது.

மேலும், தொடர்களைத் தனித்தனிச் சொல்லாகப் பிரிக்கும்போது, அந்தத் தொடர் உணர்த்தும் பொருள் கெட்டுவிடும். 'தெய்வப் புலவர்' என்னும் தொடர் தரும் பொருளைத் 'தெய்வம்', 'புலவர்' என்னும் சொற்கள் தனித்து நிற்கும்போது தரவில்லை. இதுபோலவே 'சங்கத் தமிழ்', 'காக்கைச் சிறகு' போன்ற தொடர்களைப் பிரித்துச் சொன்னால் அவை தாம் உணர்த்த வேண்டிய பொருளை உணர்த்தும் ஆற்றலை இழந்து விடுகின்றன.

இந்த வாக்கியத்தைப் பார்ப்போம்:

'சொற்களின் மதிப்பு முழுப்பயன் அளிக்க வேண்டுமேயானால், அவை தோன்றும் சந்தர்ப்பத்திலிருந்து அவற்றைப் பிரித்துக் காண முடியாது.'

இந்த வாக்கியத்திலுள்ள சொற்களெல்லாம் சேர வேண்டிய முறைப்படி சேர்ந்திருப் பதால்தான் இது பொருள் தரும் வாக்கியமாக அமைகின்றது. சொற்கள் சேர வேண்டிய முறைப்படி சேராமல் தனித்தனியே நிற்கு மானால், இந்த வாக்கியத்திலுள்ள வரிசைப்படி அமைந்திருந்தாலும், அது ஒரு வாக்கியமாகத் தோன்றாது; படிப்பதும் எளிதாக இருக்காது; பொருளும் விளங்காது. அப்படி இந்த வாக்கியத்திலுள்ள சொற்களைத் தனித்தனியே பிரித்துச் சொல்வோமானால், அது ஓர் அழகான சிலையின் கையையும், காலையும், தலையையும் தனித்தனித் துண்டுகளாக்கிப் பார்ப்பதற்கு ஒப்பாகும்.

பல சொற்களைத் தொகுத்துப் பொருள் தரும் தொடராகக் கூறும்போது, நாம் முன்பே குறிப்பிட்டது போலச் சில ஒலி மாற்றங்கள் நிகழ்கின்றன. அந்த ஒலி மாற்றங்கள் தவிர்க்க முடியாதவையாகவும் அமைந்துள்ளன. அதனால்தான் 'புணர்ச்சி இலக்கணம்' தமிழ் இலக்கணத்தின் முக்கிய கூறாக விளங்குகின்றது.

அதாவது, இது சொற்களைச் சேர்ப்பதற்குரிய இலக்கணம் – சொற்கள் சேரும்போது ஏற்படும் ஒலி மாற்றங்களைக் குறிக்கும் இலக்கணம் – எனப்படும்.

இத்தகைய ஒலி மாற்றங்கள் செய்யுள், உரைநடை இரண்டுக்கும் உரியவை. இந்தச் செய்யுளைப் பாருங்கள் :

'பொருதடக்கை வாளெங்கே மணிமார்
                                  பெங்கே
போர் முகத்தி லெவர்வரினும்
                             புறங்கொடாத
பருவயிரத் தோளெங்கே யெங்கே யென்று
பயிரவியைக் கேட்பாளைக் காண்மின்
                                 காண்மின்'

இது கலிங்கத்துப் பரணியிலுள்ள ஒரு பாடல். இந்தச் செய்யுளைப் பதம் பிரித்து வைத்துக்கொண்டு படித்துப் பாருங்கள். ஒவ்வொரு சொல்லையும் தனித்தனியாகப் படிப்பதற்கு அது உதவும். ஆனால், பாடலை முழுமையாக, ஓசை நயம் குன்றாமல், படிப்பதற்கு உதவாது. பாடலின் நயம் குறையாமல் படிக்க முயலும்போது, முதல் சொல்லின் இறுதியிலும், அதற்கு அடுத்த சொல்லின் முதலிலும் உள்ள தனி ஒலிகள் சேர்ந்து கூட்டொலிகள் உருவாவதை உணரலாம்.

இத்தகைய ஒலிமாற்றங்கள் நிகழவில்லை யானால், நாம் ஒரு பாடலையோ, உரை நடையில் அமைந்த ஒரு வாக்கியத்தையோ மொழியினிமை குன்றாமல் படிக்க முடியாது.

எனவே, புணர்ச்சி இலக்கணம் தமிழ் மொழியின் உயிர்நாடி என்று சொல்வது மிகையாகாது. அதனால்தான் நம் முன்னோர்கள் புணரியலைத் தமிழ் மொழி ஒலி வடிவத்தின் ஒரு கூறாகக் கருதினர்.

■■■

2

சொல் தொடர்

ஒரு மொழிக்கு அடிப்படையான ஒலிகளே எழுத்துகள் என்பதை நாம் அறிவோம். இந்த எழுத்துகள் தனித்தோ அல்லது பல சேர்ந்தோ நின்று பொருள் தரும்போது அவை சொல்லாகின்றன. சொற்கள் முறைப்படி தொடர்ந்து நின்று பொருள் தரும்போது சொல் தொடர் அல்லது வாக்கியம் உருவாகின்றது. அவ்வாறு அமையும் சொற்றொடர் அல்லது வாக்கியத்தில் சொற்கள் ஒன்றையொன்று தொடர்ந்து நிற்கும் முறைகளைப் பற்றி விளக்குவது 'தொடர் இலக்கணம்' எனப்படும்.

தொகா நிலைத் தொடர்

'தொடர்' என்னும் சொல்லே அதில் ஒன்றுக்கு மேற்பட்ட சொற்கள் இருக்கின்றன என்பதை உணர்த்துகின்றது. தொடர் என்பது இரண்டு அல்லது இரண்டுக்கு மேற்பட்ட சொற்களால் ஆனது. இப்போது இந்தத் தொடரைக் கவனியுங்கள்: 'சிந்தையில் ஆயிரம் எண்ணம் வளர்ந்து சிறந்தது இந்நாடு.'

இந்தத் தொடரில் இரண்டுக்கு மேற்பட்ட சொற்கள் இருக்கின்றன. இந்தச் சொற்கள் ஒன்றோடொன்று பொருள் தொடர்பு பெற்று விளங்குகின்றன. 'சிந்தையில்' என்னும் சொல்லை அடுத்து வருவது 'ஆயிரம்' என்னும் சொல். இந்த இரண்டு சொற்களுக்கும் இடையில் எதுவும் மறைந்திருக்க வில்லை. அவ்வாறு மறையாமலே பொருள் தொடர்பு ஏற்பட்டு விடுகின்றது. இப்படியே

'ஆயிரம்' என்னும் சொல்லுக்கும் 'எண்ணம்' என்னும் சொல்லுக்கும் தொடர்பு ஏற்படுகின்றது. இதுபோலவே, 'எண்ணம்' என்னும் சொல்லுடன் 'வளர்ந்து' என்னும் சொல்லும், 'வளர்ந்து' என்னும் சொல்லுடன் 'சிறந்தது' என்னும் சொல்லும், சிறந்தது என்னும் சொல்லுடன் 'இந்நாடு' என்னும் சொல்லும் பொருள் தொடர்புடையனவாக விளங்குகின்றன. இந்த வாக்கியத்தைப் பல தொடர்களாகப் பிரிக்கலாம். அப்போது இதில் ஐந்து தொடர்கள் இருப்பது புலனாகும்: **சிந்தையில் – ஆயிரம், ஆயிரம் – எண்ணம், எண்ணம் – வளர்ந்து, வளர்ந்து – சிறந்தது, சிறந்தது – இந்நாடு.** இப்படிப் பிரித்துப் பார்க்கும்போது இரண்டிரண்டு சொற்களைக் கொண்ட ஐந்து தொடர்கள் இருப்பதை அறிகிறோம்.

'சிந்தையில் ஆயிரம் எண்ணம் வளர்ந்து சிறந்தது இந்நாடு' என்னும் இந்த வாக்கியத்தில் எந்தச் சொல்லும் மறைந்திருக்கவில்லை. எனவே, இது தொகா நிலைத் தொடராகும்.

தொகை நிலைத் தொடர்

'**நஞ்சுண்டு கண்டம் கறுத்த செஞ்சடைக் கடவுள்**' என்னும் தொடர் சிவபெருமானைக் குறிக்கின்றது. இந்தத் தொடரில் பல சொற்கள் அமைந்துள்ளன. இவற்றையும் இரண்டிரண்டு சொற்கள் கொண்ட பல தொடர்களாகப் பிரிக்கலாம். அவ்வாறு பிரித்துப் பொருள் காணும்போது, இடையிலே சில சொற்கள் மறைந்திருப்பதையும், அவற்றையும் சேர்த்துப் பார்க்கும்போதுதான் பொருள் நிறைவு பெறுவதையும் உணர முடியும். '**நஞ்சுண்டு**' என்னும் தொடரை எடுத்துக் கொள்வோம். இதில் இரண்டு சொற்கள் உள்ளன. இந்தத் தொடரைப் பிரிக்கும்போது, '**நஞ்சு உண்டு**' என்னும் இரண்டு சொற்களும் இந்தத் தொடரில் இருப்பதை அறிகிறோம். இந்தத் தொடரை விரித்துப் பார்த்தால் '**நஞ்சை – உண்டு**' என்றாகும். அதாவது, '**நஞ்சு – ஐ – உண்டு**' என்று விரியும். இடையிலே 'ஐ' மறைந்திருக்கின்றது. இதுபோலவே '**செஞ்சடை**' என்னும் தொடரில் '**செம்மை – சடை**' என்னும் இரண்டு சொற்கள் இருக்கின்றன.

இவை முழுமையான பொருள் தர வேண்டுமானால் **செம்மை – ஆகிய – சடை** என்று விரிதல் வேண்டும். எனவே, இங்கே ஆகிய என்னும் சொல் மறைந்திருக்கின்றது.

இரண்டு சொற்கள் சேர்ந்து சொற்றொடர் அமையும்போது, அந்த இரண்டு சொற்களுக்கும் இடையே, ஒன்று அல்லது ஒன்றுக்கு மேற்பட்ட சொற்கள் மறைந்திருக்குமானால், அந்தத் தொடர் '**தொகை நிலைத் தொடர்**' எனப்படும். 'தொகை நிலை' என்றால் ஏதோ ஒன்று மறைந்து நிற்பது அல்லது தொக்கி நிற்பது என்று பொருள்.

நிலைமொழி – வருமொழி

ஒரு தொடரில் இரண்டு சொற்கள் இருக்கும் என்று கண்டோம். இந்த இரண்டு சொற்களில் முதலில் நிற்கும் சொல் '**நிலைமொழி**' எனப்படும். அதனுடன் வந்து சேருகின்ற சொல் – அதாவது நிலைமொழியை அடுத்து நிற்கும் சொல் – **வருமொழி** எனப்படும். '**அறநூல்**', '**காடேகினான்**', '**தாமரை மலர்**' என்னும் தொடர்கள் ஒவ்வொன்றிலும் இரண்டு சொற்கள் இருக்கின்றன. 'அறநூல்' என்னும் தொடரைப் பிரித்தால் '**அறம் – நூல்**' என்னும் இரண்டு தனிச் சொற்கள் கிடைக்கின்றன. இவற்றுள் முதலில் உள்ள 'அறம்' என்னும் சொல் நிலைமொழியாகும். அதனோடு வந்து சேரும் 'நூல்' என்னும் சொல் 'வருமொழி' எனப்படும். இவ்வாறே, 'காடேகினான்' என்னும் தொடரைப் பிரித்தால், 'காடு' என்பது நிலைமொழி, 'ஏகினான்' என்பது வருமொழி. 'தாமரை மலர்' என்னும் தொடரில் 'தாமரை' என்பது நிலைமொழி, 'மலர்' என்பது வருமொழி. இப்படி எந்தத் தொடரைப் பிரித்தாலும் இரண்டிரண்டு சொற்கள் இருப்பதை அறியலாம். நிலைமொழி, வருமொழி ஆகிய இரண்டும் சேர்ந்து ஒரு தொடராகின்றன. புணர்ச்சி இலக்கணத்தில் நிலைமொழி, வருமொழி என்னும் இரண்டு சொற்களும் மிகவும் இன்றியமையாதவையாகும். இந்த இரண்டு சொற்களும் இல்லாமல் புணர்ச்சி இலக்கணம் இல்லை என்று சொல்லலாம்.

3

தொடர் வகைகள்

1. தொகா நிலைத் தொடர்

இரண்டு சொற்கள் சேர்ந்து ஒரு தொடர் உருவாகின்றது என்பதையும், அவ்வாறு அமையும் தொடர் தொகா நிலைத்தொடர், தொகை நிலைத்தொடர் என இருவகைப் படும் என்பதையும் முன்பு பார்த்தோம். இந்த இருவகைத் தொடர்களில் ஒன்றான தொகா நிலைத் தொடர் ஒன்பது வகைப்படும் அவையாவன:

1) வினைமுற்றுத் தொடர்
2) பெயரெச்சத் தொடர்
3) வினையெச்சத் தொடர்
4) எழுவாய்த் தொடர்
5) விளித் தொடர்
6) வேற்றுமைத் தொடர்
7) இடைத் தொடர்
8) உரித் தொடர்
9) அடுக்குத் தொடர்

இப்போது கூறிய ஒன்பது தொடர்களுக்கும் அவ்வாறு பெயர் அமையக் காரணம் என்ன? ஒரு தொடரில் இரண்டு சொற்கள் இருக்கும் என்றும், முதலில் உள்ளது 'நிலைமொழி' என்றும், அடுத்து வருவது 'வருமொழி' என்றும் முன்பு கண்டோம். இந்த நிலை மொழியை அடிப்படையாகக் கொண்டே இந்தப் பெயர்கள் அமைந்துள்ளன.

வினைமுற்றுத் தொடர்

நிலைமொழி வினைமுற்றாக இருந்தால், அது வினைமுற்றுத் தொடர் எனப்படும். **'வந்தான் கண்ணன்'** என்னும் தொடரைக் கவனியுங்கள். இதில் நிலைமொழி 'வந்தான்' என்பது. இது வினைமுற்று. வினைமுற்றை நிலைமொழியாகக் கொண்ட இந்தத் தொடர் வினைமுற்றுத் தொடர். வருமொழி என்ன என்பது பற்றி நாம் ஆராய வேண்டுவதில்லை. ஒரு தொடர் என்ன தொடர் என்று அறிய 'நிலைமொழி' என்ன என்று பார்த்தால் போதும்.

முடிந்த கருத்தை உடையது வினைமுற்று. **'கண்டாள் கண்ணகி', 'புறப்பட்டாள் அரண் மனைக்கு', 'கூறினாள் வழக்கை'** முதலியன வினைமுற்றுத் தொடர்கள். வினைச்சொல் முடிவான பொருளைத் தராமல் இருந்தால் அது 'எச்சவினை' எனப்படும். எச்சவினை இரண்டு வகைப்படும் : பெயர்ச் சொல்லைக் கொண்டு முடிவது பெயரெச்சம்; வினைச் சொல்லைக் கொண்டு முடிவது வினையெச்சம்.

பெயரெச்சத் தொடர்

பெயரெச்சத்தை நிலைமொழியாகக் கொண்டது 'பெயரெச்சத் தொடர்.' **முடிந்த கதை, சொன்ன சொல், வளர்ந்த மரம், பறக்கின்ற விமானம், பாடும் பறவை** முதலியன பெயரெச்சத் தொடர்கள். முடிந்த, சொன்ன, வளர்ந்த, பறக்கின்ற, பாடும் என்னும் சொற்கள் நாம் இப்போது எடுத்துக் காட்டிய தொடர்களில் நிலைமொழிகளாக இருக்கின்றன. இவை பெயரெச்சங்கள். எனவே, இவை பெயரெச்சத் தொடர் எனப்படும்.

வினையெச்சத் தொடர்

'ஓடி வா', 'சென்று கண்டேன்', 'படித்துச் சொல்', 'எடுத்துப் போனார்', 'அலைந்து திரிந்தான்', 'வந்து போவார்', 'நிமிர்ந்து நில்', 'பேசிப் பழகுகிறான்' முதலிய தொடர்களைக் கவனியுங்கள். இந்தத் தொடர்களில் நிலைமொழியாக உள்ள ஓடி, சென்று, படித்து, எடுத்து, அலைந்து, வந்து, நிமிர்ந்து, பேசி முதலிய சொற்கள் வினை யெச்சங்கள். எனவே, இவை வினையெச்சத் தொடர்கள்.

எழுவாய்த் தொடர்

'வந்தான் கண்ணன்' என்னும் தொடரை மாற்றிக் **'கண்ணன் வந்தான்'** என்றும் சொல்லலாம். இப்போது 'கண்ணன்' என்னும் பெயர்ச்சொல் முதலில் உள்ளது

என்றாலும், இதனைப் பெயர்ச்சொல் தொடர் என்று கூறுவதில்லை. பெயர்ச் சொற்கள் வேற்றுமை உருபு ஏற்கும் தகுதி உடையவை. இந்த வேற்றுமை உருபுகள் சில சமயங்களில் வெளிப்படையாகவும், சில சமயங்களில் மறைந்தும் வருவது உண்டு. வெளிப்படை யாக வருவதை 'வேற்றுமை விரி' என்றும், மறைந்து நிற்பதை 'வேற்றுமைத் தொகை' என்றும் கூறுகிறோம். ஒரு பெயர்ச் சொல்லில் வேற்றுமை உருபு இல்லாமல் இருந்தால் – அதாவது வேற்றுமை உருபு வெளிப்படை யாகவோ, மறைவாகவோ இல்லாமல் இருந் தால், அந்தச் சொல் முதல் வேற்றுமையாகும். முதல் வேற்றுமைதான் எழுவாயாக அமையும். இப்போது நாம் எடுத்துக் கொண்டுள்ள 'கண்ணன் வந்தான்' என்னும் தொடரிலும் 'கண்ணன்' என்னும் பெயர்ச் சொல் எழுவாயாகவே உள்ளது. எனவே, 'கண்ணன் வந்தான்' என்னும் தொடர் எழுவாய்த் தொடர் எனப்படும்.

'கண்ணன் வந்தான்' என்னும் தொடரில் உள்ள 'கண்ணன்' என்னும் பெயர்ச் சொல்லில் வேற்றுமை உருபு எதுவும் இல்லை. அதாவது வெளிப்படையாகவும் இல்லை; மறைவாக வும் இல்லை. இப்படி, வேற்றுமை உருபு ஏற்காத பெயர்ச்சொல் முதல் வேற்றுமை என்று முன்பு கூறினோம். எனினும், இதனை 'முதல் வேற்றுமைத் தொடர்' என்று கூறுகின்ற வழக்கம் இல்லை. 'எழுவாய்த் தொடர்' என்று சொல்வதே வழக்கமாகும். ஏனெனில், முதல் வேற்றுமைக்கு எழுவாய் வேற்றுமை என்ற பெயரும் உண்டு.

விளித்தொடர்

வேற்றுமை மொத்தம் எட்டு வகைப்படும். முதல் வேற்றுமையை எழுவாய் வேற்றுமை என்று கூறுவதுபோல, எட்டாம் வேற்று மையை 'விளி வேற்றுமை' என்று சொல்லுகிறோம். 'விளித்தல்' என்பதற்கு 'அழைத்தல்' என்று பொருள். எனவே, எட்டாம் வேற்றுமை உருபு ஏற்ற பெயர்ச் சொற்களை, அல்லது எட்டாம் வேற்றுமைப் பொருள் தரும் பெயர்ச் சொற்களை நிலைமொழியாகக் கொண்ட தொடர்கள் யாவும் 'விளித்தொடர்' எனப்படும்.

'கண்ணா வா' என்னும் தொடரைக் கவனி யுங்கள். இந்தத் தொடரில் 'கண்ணா' என்னும் சொல் நிலைமொழி. இங்கே, 'கண்ணன்' என்னும் பெயர்ச்சொல் 'கண்ணா' என்று விளியாக மாறியுள்ளது. 'கண்ணன்' என்னும் பெயருடைய ஒருவனை அழைக்கும்போது 'கண்ணா' என்று சொல்லுவோம். அழைக்கும் பொருளுடைய – அதாவது, விளிக்கும் பொருளுடைய 'கண்ணா' என்னும் சொல்லை நிலை மொழியாகக் கொண்ட 'கண்ணா வா' என்னும் தொடர் விளித்தொடராகும். இதில் 'கண்ணா' என்னும் நிலைமொழி எட்டாம் வேற்றுமை உருபு ஏற்றிருந்தாலும் இதனை எட்டாம் வேற்றுமைத் தொடர் என்று சொல்லும் வழக்கம் இல்லை. இதுபோலவே, 'ஒளியே வா', 'இருளே போ', 'மதியே வாழி' முதலியனவும் விளித்தொடர்களேயாகும்.

வேற்றுமைத் தொடர்

முதல் வேற்றுமையையும் எட்டாம் வேற்றுமையையும் நிலைமொழியாகக் கொண்ட தொடர்கள் தவிர மற்ற ஆறு வேற்றுமைகளில் – அதாவது, இரண்டு முதல் ஏழு வரையுள்ள ஆறு வேற்றுமைகளில் ஏதேனும் ஒரு வேற்றுமை உருபை ஏற்று வரும் பெயர்ச் சொல்லை நிலைமொழியாகக் கொண்ட தொடர் 'வேற்றுமைத் தொடர்.' வேற்றுமைத் தொடரில் நிலைமொழியாக அமைந்த பெயர்ச் சொல்லில் வேற்றுமை உருபு மறையாமல் இருந்தால் அது ''வேற்றுமைத் தொகா நிலைத் தொடர்'' எனப்படும்.

'வீட்டைக் கட்டினான்' என்னும் தொடரை எடுத்துக் கொள்வோம். இந்தத் தொடரில் இரண்டாம் வேற்றுமை உருபு ஏற்ற 'வீடு' என்னும் பெயர்ச்சொல் நிலைமொழி யாக இருக்கின்றது. 'வீடு' என்னும் பெயர்ச் சொல்லே முதலில் இருந்தாலும், 'வீட்டைக் கட்டினான்' என்னும் தொடரைப் 'பெயர்ச் சொல் தொடர்' என்று சொல்லுகின்ற வழக்கம் இல்லை. வேற்றுமை உருபேற்ற பெயர்ச் சொற்களை நிலைமொழியாகக் கொண்ட தொடர்களுக்கு அந்தந்த வேற்றுமையின் பெயர்களே வழங்குகின்றன. 'வீட்டைக் கட்டினான்' என்னும் தொடரில் 'வீடு' என்னும் பெயர்ச்சொல்லுடன் 'ஐ' என்னும் வேற்றுமை உருபு சேர்ந்து, 'வீட்டை' என்று மாறியிருக்கின்றது. இப்படி 'ஐ' உருபு ஏற்ற 'வீடு' என்னும் சொல்லே நிலைமொழி

யாக அமைகின்றது. அதாவது 'வீட்டை' என்னும் சொல்லே இந்தத் தொடரில் நிலைமொழியாகும்.

'வீடு' என்னும் சொல்லுடன் சேர்ந்துள்ள 'ஐ' என்பது இரண்டாம் வேற்றுமை உருபு. எனவே, இந்தத் தொடரை இரண்டாம் வேற்றுமைத் தொடர் என்று சொல்லுகிறோம். மேலும், 'வீட்டைக் கட்டினான்' என்னும் தொடரில் வேற்றுமை உருபு நாம் ஊகித்து உணரும் வகையில் மறைந்திருக்கவில்லை. நாம் பார்த்த மாத்திரத்தில் அல்லது கேட்ட மாத்திரத்தில் அது நமக்குப் புலப்படும் வகையில், வெளிப்படையாகவே உள்ளது. ஆதலால், 'வீட்டைக் கட்டினான்' என்னும் தொடரை இரண்டாம் வேற்றுமைத் தொகா நிலைத்தொடர் என்று சொல்லுகிறோம்.

இவ்வாறே மற்ற வேற்றுமை உருபுகளை ஏற்ற பெயர்ச்சொற்களை நிலைமொழியாகக் கொண்ட தொடர்களுக்கும் அந்தந்த வேற்றுமையின் பெயர்கள் வழங்குகின்றன. 'பேனாவால் எழுதுகிறான்' என்பது ஒரு தொடர். இதன் நிலைமொழி மூன்றாம் வேற்றுமை உருபு ஏற்ற பெயர்ச்சொல். எனவே, இது மூன்றாம் 'வேற்றுமைத் தொகா நிலைத் தொடர்.' 'பாடசாலைக்குச் சென்றான்' என்பது நான்காம் வேற்றுமைத் தொகா நிலைத் தொடர். 'வீட்டினின்று புறப்பட்டான்' – ஐந்தாம் வேற்றுமைத் தொகா நிலைத் தொடர். 'அவனுடைய புத்தகம்' – ஆறாம் வேற்றுமைத் தொகா நிலைத் தொடர். 'வீட்டில் இருந்தான்' – ஏழாம் வேற்றுமைத் தொகா நிலைத் தொடர்.

எனவே, எட்டு வகையான வேற்றுமைப் பொருளுடைய பெயர்ச்சொற்களை நிலைமொழியாகக் கொண்ட தொடர்களை மூன்று வகையாகப் பிரிக்கலாம். அவை, எழுவாய்த் தொடர், விளித்தொடர், வேற்றுமைத் தொடர் எனப்படும். 'வேற்றுமைத் தொடர்' என்பதுடன் அந்தந்த வேற்றுமைக்குரிய எண்ணையும் சேர்த்து இரண்டாம் வேற்றுமைத்தொடர், மூன்றாம் வேற்றுமைத் தொடர் என்று வழங்குகிறோம்.

இடைத் தொடர்

பெயர்ச்சொல், வினைச்சொல் என்பது போலத் தமிழில் இடைச்சொற்கள் என்ற ஒருவகைச் சொற்கள் இருக்கின்றன. இந்த இடைச் சொற்கள் பற்றிச் சொல்லியலில் விரிவாகப் பார்ப்போம். வேற்றுமை உருபுகளும், உவம உருபுகளும், ஏ, ஓ, உம், கொல் போன்றனவும் இடைச் சொற்கள் எனப்படும். இந்தச் சொற்கள் தனித்து நின்று பொருள் தரும் ஆற்றல் உடையவை அல்ல. இவை பெயர் அல்லது வினைச் சொற்களுடன் சேர்ந்து நிற்கும் போதே பொருளுடையவையாக விளங்குகின்றன. இடை என்பதற்கு 'நடுவு' என்ற பொருளுடன் 'இடம்' என்ற பொருளும் உண்டு. பெயர், வினைகளின் அகத்திலோ அல்லது புறத்திலோ இடம் பெற்றுப் பொருள் தருவதாலேயே இவற்றிற்கு இடைச் சொற்கள் என்னும் பெயர் ஏற்பட்டது. இடைச் சொற்களில் சில ஓசை நயத்திற் காகவும், விரைவு, வியப்பு, அச்சம், இரக்கம் முதலியவற்றைக் குறிக்கவும் வரும்.

'மற்றொன்று' என்னும் தொடரை எடுத்துக் கொள்வோம். இதில் 'மற்று – ஒன்று' என்னும் இரண்டு சொற்கள் இருக்கின்றன. இந்தத் தொடரில் நிலைமொழியாக அமைந்த 'மற்று' என்பது இடைச்சொல். எனவே, 'மற்றொன்று' என்பது 'இடைச் சொல் தொடர்.' 'இடைச்சொல் தொடர்' என்பதையே சுருக்கமாக 'இடைத்தொடர்' என்று வழங்குகிறோம். 'அவரே சொன்னார்', 'சொல்லவே இல்லை' என்னும் தொடர்களைக் கவனியுங்கள். முதல் தொடரில் 'அவரே' என்பது நிலைமொழி. இரண்டாவது தொடரில் 'சொல்லவே' என்பது நிலைமொழி. இந்த இரு தொடர்களிலும் 'அவர்', 'சொல்ல' என்னும் சொற்களுடன் 'ஏ' என்னும் இடைச்சொல் சேர்ந்து உறுதிப் பொருளைத் தருகின்றது. இப்படி 'இடைச் சொல்' சேர்ந்து நிற்கும் பெயர் அல்லது வினை நிலைமொழியாக இருந்தால் அந்தத் தொடர் இடைத்தொடர் எனப்படும். வேற்றுமை உருபு சேர்ந்த சொல் நிலைமொழியாக அமையும்போது வேற்றுமைத் தொடர் என்று வழங்குவது போன்றதே இதுவும்.

உரித்தொடர்

சால, உறு, தவ, நனி முதலியவை உரிச் சொற்கள். உரிச்சொற்கள் பெயர், வினை முதலியவற்றுடன் சேர்ந்து நின்று அவற்றின் பண்பைச் சிறப்பிக்கும் இயல்புடையன. இத்தகைய உரிச்சொற்களில் ஒன்று நிலை மொழியாக அமையுமானால், அத்தொடர்,

'உரிச்சொல்தொடர்' அல்லது 'உரித்தொடர்' எனப்படும். 'சாலப்புகழ்ந்தான்', 'உறு துணை', 'கழிபேருவகை' முதலியவற்றில் நிலைமொழியாக உள்ள சால, உறு, கழி என்னும் சொற்கள் உரிச்சொற்கள். எனவே இவை உரித்தொடர்களாகும்.

அடுக்குத் தொடர்

இறுதியாக அடுக்குத் தொடரைப் பார்ப் போம். அடுக்குத் தொடர் என்பது ஒரே சொல் இரண்டு முறை அடுக்கி வருவது. விரைவு, அச்சம், வியப்பு, வெறுப்பு போன்ற உணர்ச்சிகளின் உந்துதலால், ஒரே சொல்லை இரண்டு முறை சொல்வதுண்டு. 'பாம்பு பாம்பு', 'ஓடு ஓடு', 'போ போ' என்று சொல்வதை நீங்கள் கேட்டிருக்கலாம். 'பாம்பு பாம்பு' என்பது அச்சம் காரணமாகவும், 'ஓடு ஓடு' என்பது விரைவு காரணமாகவும், 'போ போ' என்பது வெறுப்புக் காரணமாகவும் அமைந்த தொடர்கள். ஏனைய தொடர்களுக்கும் அடுக்குத் தொடருக்கும் சிறிது வேறுபாடு இருக்கின்றது. மற்றத் தொடர்களில் நிலை மொழியே அத்தொடருக்குப் பெயராக அமைகின்றது. ஆனால், அடுக்குத் தொடரில் ஒரு சொல் இரண்டுமுறை அடுக்கி வருகின்ற தன்மையே பெயர்க்காரணமாக அமைகின்றது.

■■■

2. தொகை நிலைத் தொடர்

சில சமயங்களில் சொற்களோ, வேற்றுமை உருபுகளோ மறைந்து நின்றும் பொருள் தருவதுண்டு. இவ்வாறு சொல் அல்லது வேற்றுமை உருபு மறைந்து நிற்கும் தொடரைத் 'தொகை நிலைத் தொடர்' என்று சொல்லுகிறோம்.

தொகை நிலைத் தொடர் இரண்டு வகைப்படும். ஒன்று 'வேற்றுமைத் தொகை', மற்றொன்று 'அல்வழித்தொகை.'

வேற்றுமைத் தொகை

'மாணவன் பள்ளிக்குச் செல்கிறான்' என்னும் வாக்கியத்தை எடுத்துக்கொள் வோம். இதைச் சிறிது மாற்றி 'மாணவன் பள்ளி செல்கிறான்' என்றும் சொல்லலாம். இந்த இரண்டு வாக்கியங்களிலும் 'மாணவன், செல்கிறான்' என்னும் சொற்கள் அப்படியே இருக்கின்றன. இந்த இரண்டிற்கும் இடையில் இருக்கும் சொல்லில் மட்டுமே சிறிது மாற்றம் தெரிகிறது. முதல் வாக்கியத்தில் 'பள்ளி' என்னும் சொல்லுடன் நான்காம் வேற்றுமை உருபு 'கு' சேர்ந்து 'பள்ளிக்கு' என்று அமைந் திருக்கின்றது.

அடுத்த வாக்கியத்தில் நான்காம் வேற்றுமை உருபு இல்லை. 'பள்ளி' என்னும் சொல் மட்டுமே இருக்கிறது.

உருபு ஏற்காத பெயர்ச்சொல் முதல் வேற்றுமை என்பதையும், முதல் வேற்றுமை எழுவாயாக அமையும் என்பதையும் முன்பு பார்த்தோம். 'மாணவன் பள்ளி செல்கிறான்' என்னும் வாக்கியத்தில் 'பள்ளி' என்னும் சொல் எழுவாயாக அமையவில்லை. மேலும், 'பள்ளி செல்கிறான்' என்பது 'பள்ளிக்குச் செல்கிறான்' என்னும் பொருள் தரும் தொடராகவே அமைந்திருக்கின்றது. 'பள்ளி செல்கிறான்' என்னும் தொடரில் நான்காம் வேற்றுமை உருபான 'கு' மறைந்துள்ளது. எனவே, 'பள்ளி செல்கிறான்' என்னும் தொடர் 'வேற்றுமைத் தொகை நிலைத் தொடர்' எனப்படும்.

'மலர் மணம் தருகிறது' என்பது ஒரு வாக்கியம். இந்த வாக்கியத்தில் 'மலர்', 'மணம்', என்னும் இரண்டு பெயர்ச் சொற்கள் இருக்கின்றன. இவற்றுள் 'மலர்' என்பது எழுவாய். அதாவது முதல் வேற்றுமை. எனவே, அதில் வேற்றுமை உருபு எதுவும் மறைந்திருக்க வழி இல்லை. இன்னொரு பெயர்ச்சொல் 'மணம்' என்பது. இதில் ஏதேனும் வேற்றுமை உருபு மறைந்திருக் கின்றதா என்று பார்ப்போம். 'தருகிறது' என்னும் சொல்லை எடுத்துக்கொண்டு அதனுடன் 'எது' என்னும் வினாப்பெயரைச் சேர்த்து 'எது தருகிறது?' என்று கேட்டால்

'மலர் தருகிறது' என்னும் பதில் கிடைக்கிறது. 'மலர் எதைத் தருகிறது?' என்னும் கேள்வியை எழுப்பினால், 'மலர் மணத்தைத் தருகிறது' என்னும் பதில் கிடைக்கும்.

எனவே, 'மலர் மணம் தருகிறது' என்னும் வாக்கியத்தின் முழுமையான வடிவம் 'மலர் மணத்தைத் தருகிறது' என்பதாகும். ''மணத்தைத் தருகிறது' என்னும் பொருளிலேயே 'மணம் தருகிறது' என்னும் தொடர் அமைந்துள்ளது. 'மணம் தருகிறது' என்னும் தொடரில் இரண்டாம் வேற்றுமை உருபான 'ஐ' மறைந்திருக்கிறது. எனவே, இதுவும் வேற்றுமைத் தொகை நிலைத் தொடராகும்.

இதில் இரண்டாம் வேற்றுமை உருபு மறைந்திருப்பதால் இது 'இரண்டாம் வேற்றுமைத் தொகை நிலைத் தொடர்' எனப்படும்.

'வீடு திரும்பினேன்' என்பதை விரித்தால் 'வீட்டுக்குத் திரும்பினேன்' என்று மாறும். எனவே, 'வீடு திரும்பினேன்' என்னும் தொடர் 'நான்காம் வேற்றுமைத் தொகை நிலைத் தொடர்.'

இதேபோல 'மலை வீழ் அருவி' என்னும் தொடரை விரித்தால் 'மலையினின்று வீழ்கின்ற அருவி' என்றாகும். இந்தத் தொடரின் நிலைமொழியான 'மலை' என்பது 'மலையினின்று' என்று விரிகின்றது. 'நின்று' என்பது ஐந்தாம் வேற்றுமை உருபு. 'மலை வீழ் அருவி' என்னும் தொடரில் ஐந்தாம் வேற்றுமை உருபு மறைந்திருப்பதால் இந்தத் தொடர் 'ஐந்தாம் வேற்றுமைத் தொகை நிலைத் தொடர்' எனப்படும்.

'புலித்தோல்', 'கைத்திறன்', 'கலைப் பெருமை' என்னும் தொடர்களை விரிவு படுத்தினால், 'புலியினுடைய தோல்', 'கையினுடைய திறன்', 'கலையினுடைய பெருமை' என்று வரும். இந்த மூன்று தொடர்களிலும் மறைந்து நிற்பது 'உடைய' என்னும் ஆறாம் வேற்றுமை உருபு. எனவே, இந்தத் தொடர்கள் 'ஆறாம் வேற்றுமைத் தொகை நிலைத் தொடர்'களாகும்.

'நீர் மூழ்கி' என்பது 'நீரில் மூழ்கி' என்று விரியும். இந்தத் தொடரில் 'இல்' என்னும் ஏழாம் வேற்றுமை உருபு மறைந்திருக் கின்றது. எனவே, 'நீர் மூழ்கி' என்பது 'ஏழாம் வேற்றுமைத் தொகை நிலைத் தொடர்' எனப்படும்.

உருபும் பயனும் உடன் தொக்க தொகை

ஒரு தொடரின் நிலைமொழியில் வேற்றுமை உருபு மாத்திரம் மறைந்திருப்பதைப் பற்றி இதுவரை பார்த்தோம். சில சமயங்களில் வேற்றுமை உருபுடன் வேறொரு சொல்லும் மறைந்திருக்கும். அதுபற்றி இப்போது பார்ப்போம். 'துணிக்கடை' என்பது இரண்டு சொற்களைக் கொண்ட ஒரு தொடர். 'துணியை விற்கும் கடை' என்பது இதன் முழுமையான வடிவம். எனவே, 'துணிக் கடை' என்னும் தொடரில் 'ஐ' என்னும் வேற்றுமை உருபும் 'விற்கும்' என்னும் சொல்லும் மறைந்து நிற்கின்றன. 'துணிக்கடை' என்னும் தொடரில் 'ஐ' மாத்திரம் சேர்த்து, 'துணியைக் கடை' என்று சொன்னால் பொருள் நிறைவு பெறவில்லை. 'விற்கும்' என்னும் சொல்லையும் சேர்த்தால் தான் முழுமையான அர்த்தம் ஏற்படுகின்றது. இரண்டாம் வேற்றுமை உருபாகிய 'ஐ' மறைந்திருப்பதுடன், அதன் பயனான 'விற்கும்' என்னும் சொல்லும் மறைந்திருப்பதால், 'துணிக்கடை' என்னும் தொடர் 'இரண்டாம் வேற்றுமை உருபும் பயனும் உடன் தொக்க தொகை' எனப்படும்.

'பொன்னகை' என்னும் தொடர் 'பொன்னால் செய்த நகை' என்று விரியும். இந்தத் தொடரில் 'ஆல்' என்னும் மூன்றாம் வேற்றுமை உருபும், அதன் பயனாகிய 'செய்த' என்னும் சொல்லும் மறைந்திருக் கின்றன. எனவே, 'பொன்னகை' என்பது 'மூன்றாம் வேற்றுமை உருபும் பயனும் உடன் தொக்க தொகை' எனப்படும்.

'அறிஞர் பண்பு' என்னும் தொடரை விரித்தால் 'அறிஞர்க்குத் தகுதியான பண்பு' என்றாகும். இந்தத் தொடரில் நான்காம் வேற்றுமை உருபாகிய 'கு'வும் அதன் பயனாகிய 'தகுதியான' என்னும் சொல்லும் மறைந்திருப்பதால் இது 'நான்காம் வேற்றுமை உருபும் பயனும் உடன் தொக்க தொகை' எனப்படும்.

'கனிப்பொருள்' என்னும் தொடரை விரித்தால் 'கனியிலிருந்து வெட்டி

யெடுக்கும் பொருள்' எனப்படும். இந்தத் தொடரில் ஐந்தாம் வேற்றுமை உருபும் பயனும் மறைந்திருப்பதால் இது 'ஐந்தாம் வேற்றுமை உருபும் பயனும் உடன் தொக்க தொகை' எனப்படும். (இங்கே கனி என்பதற்குச் சுரங்கம் என்று பொருள்.)

'பள்ளிப் படிப்பு', 'வீட்டுப்பாடம்' என்னும் தொடர்களை நாம் அன்றாடம் வழங்குகிறோம். இந்தத் தொடர்கள் 'பள்ளியில் படிக்கும் படிப்பு' என்றும், 'வீட்டில் செய்யும் பாடம்' என்றும் விரியும். இவற்றில் ஏழாம் வேற்றுமை உருபும் பயனும் மறைந்திருப்பதால் இவை 'ஏழாம் வேற்றுமை உருபும் பயனும் உடன் தொக்க தொகை' எனப்படும்.

தொடர் இலக்கணம் என்பது தொடர் தரும் பொருள் காரணமாக அமைவது. எனவே, ஒரு தொடர் எந்த வேற்றுமைத் தொகை என்பதை அந்தத் தொடர் தரும் பொருளைக் கொண்டே முடிவு செய்ய வேண்டும். 'தங்கப் பேழை' என்னும் தொடரைக் கவனியுங்கள். இதனைத் 'தங்கத்தை வைக்கும் பேழை' என்று விரித்தால் 'இரண்டாம் வேற்றுமை உருபும் பயனும் உடன் தொக்க தொகை'. 'தங்கத்தால் செய்த பேழை' என்று விரித்தால் 'மூன்றாம் வேற்றுமை உருபும் பயனும் உடன் தொக்க தொகை'. எனவே, இடம் நோக்கிப் பொருள் கொள்வது இன்றியமையாதது.

முதல் வேற்றுமை எழுவாய் வேற்றுமை யாகையால், அதில் வேற்றுமைத் தொகையோ, உருபும் பயனும் உடன் தொக்க தொகையோ அமைவதில்லை. இவ்வாறே எட்டாம் வேற்றுமையிலும் இரு வகையான தொகையும் அமைவதில்லை. ஆறாம் வேற்றுமைத் தொகையுண்டு. ஆனால் உருபும் பயனும் உடன் தொக்க தொகை அமையும் வழக்கமில்லை. மூன்றாம் வேற்றுமையில் உருபும் பயனும் உடன் தொக்க தொகை உண்டு. ஆனால், உருபு மட்டும் மறைந்து நிற்கும் வேற்றுமைத் தொகை அமைவதில்லை.

உருபும் பயனும் உடன் தொக்க தொகையையும் வேற்றுமைத் தொகை என்று வழங்குதல் மரபு.

அல்வழித் தொகை

தொகை நிலைத் தொடர்களில் மற்றொன்று 'அல்வழித் தொகை' என்பது. இது ஐந்து வகைப்படும். அவை வருமாறு :

1) வினைத் தொகை
2) பண்புத் தொகை
3) உவமைத் தொகை
4) உம்மைத் தொகை
5) அன்மொழித் தொகை

வினைத் தொகை

தொகா நிலைத் தொடரில் பெயரெச்சத் தொடர் பற்றிப் பார்த்தோம் அல்லவா? அதனுடன் வினைத்தொகை நெருங்கிய தொடர்புடையது.

'விரிந்த மலர்' என்பது பெயரெச்சத் தொடர். பெயர்ச் சொல்லைக் கொண்டு முடிந்து, பொருள் நிறைவடையும் எச்சவினை 'பெயரெச்சம்' எனப்படும். 'விரிந்த மலர்' என்னும் தொடரில் 'விரிந்த' என்னும் எச்சவினை 'மலர்' என்னும் பெயர்ச் சொல்லைக் கொண்டு முடிகிறது. 'விரிந்த' என்பது பெயரெச்சம். எனவே இது பெயரெச்சத் தொடர். இந்தத் தொடரில் உள்ள 'விரிந்த' என்னும் பெயரெச்சம் இறந்த காலத்தைக் குறிக்கின்றது.

'வளர்கின்ற கலை' என்னும் தொடரைப் பார்ப்போம். இந்தத் தொடரில் 'வளர்கின்ற' என்னும் பெயரெச்சம் நிலை மொழியாக இருப்பதால் இதுவும் பெயரெச்சத் தொடரே. இங்கே 'வளர்கின்ற' என்பது நிகழ் காலத்தைக் குறிக்கின்றது.

'கொல்லும் களிறு' என்னும் தொடரில், 'கொல்லும்' என்னும் நிலைமொழி பெயரெச்சம். ஆகையால், 'கொல்லும் களிறு' என்னும் தொடரும் பெயரெச்சத் தொடர். இந்தத் தொடரில் கொல்லும் என்னும் சொல் எதிர்காலத்தைக் குறிக்கின்றது. 'பெயரெச்சத் தொடரில்' நிலைமொழி பெயரெச்சமாக இருப்பதோடு, அந்தப் பெயரெச்சம் காலத்தையும் காட்டுகிறது.

'விரிந்த மலர்', 'வளர்கின்ற கலை', 'கொல்லும் களிறு' என்னும் தொடர்களையே நாம் சற்று மாற்றியும் அமைக்கலாம். அதாவது, 'விரி மலர்', 'வளர்கலை',

'கொல்களிறு' என்றும் சொல்லலாம். அவ்வாறு மாற்றி அமைப்பதால் பொருள் மாறுபடுவதில்லை. 'விரிந்த மலர்', 'வளர்கின்ற கலை', 'கொல்லும் களிறு' என்பவற்றைப்போலவே 'விரி மலர்', 'வளர்கலை', 'கொல்களிறு' என்பவற்றிலும் விரிதல், வளர்தல், கொல்லுதல் முதலிய செயல்கள் குறிக்கப்பெறுகின்றன. ஆனால், அவற்றின் காலம், 'விரிமலர்', 'வளர்கலை', 'கொல் களிறு' என்னும் தொடர்களில் புலப்படவில்லை. எனவே, காலம் காட்டாமல் நிற்கும் 'பெயரெச்சத்தை', 'நிலைமொழி'யாகக் கொண்ட தொடரே ''வினைத்தொகை'' எனப்படும்.

'அலைகடல்', 'எழுஞாயிறு', 'ஓங்கு புகழ்', 'தளர்நடை', 'செய்தொழில்', 'உயர் மனம்', 'தாழ்நிலை', 'வளர்பிறை' போன்றனவும் வினைத்தொகைகளேயாகும். இந்தத் தொடர்களில் உள்ள நிலைமொழி களைக் கவனியுங்கள். 'அலை', 'எழு', 'ஓங்கு', 'தளர்', 'செய்' முதலியன வினையடிச் சொற்களாக இருக்கின்றன. எனினும், இவை பெயரெச்சப் பொருள் உடையவை. இவ்வாறு 'பெயரெச்ச வடிவம்' பெறாமலே, பெயரெச்சப் பொருள் தரும் வினைச் சொற்களை 'நிலைமொழி'களாகக் கொண்ட தொடர்கள் 'வினைத்தொகை' எனப்படும்.

இந்த வினைத்தொகையைச் செய்யுளிலே மிகுதியாகக் காணலாம். **'ஓடு மீன் ஓட உறுமீன் வருமளவும் வாடியிருக்குமாம் கொக்கு'** என்னும் தொடர் ஒரு செய்யுளிலே வருகின்றது. இதில் **'ஓடு மீன்'** என்பது வினைத்தொகை. **'கடல் சூழ் புவியில் நின்போலும் மன்னர் உளர் அல்லர்'** என்பது கலிங்கத்துப் பரணியிலுள்ள பாடல் ஒன்றின் பகுதி. இதில் 'கடல் சூழ் புவியில்' என்னும் தொடரிலுள்ள **'சூழ் புவி'** என்பது வினைத் தொகை.

வினைத்தொகையில் தொக்கி நிற்பது எது? 'சூழ் புவி' என்பதை விரித்தால் 'சூழ்ந்த புவி' என்றாகும். 'சூழ்' என்னும் சொல் 'சூழ்ந்த' என்ற பொருள் தந்தாலும் முழுப் பெயரெச்ச வடிவம் பெறவில்லை. குறை வடிவமாக உள்ளது. முழுப்பெயரெச்ச வடிவம் மறைந் திருப்பதால், அல்லது தொக்கி நிற்பதால் இதனைத் 'தொகை' என்று சொல்கிறோம். 'நிலை மொழி' வினைச் சொல்லாக இருப்ப தால் இது 'வினைத்தொகை' எனப்படு கின்றது.

'வினைத்தொகை' என்பது காலங்காட்டாத பெயரெச்சத்தை நிலைமொழியாகக் கொண்ட தொடர் என்று கண்டோம். 'காலங்காட்டாத பெயரெச்சம்' என்றால் அதற்குக் காலமே இல்லை என்று பொருள் அல்ல. 'காலம்' அங்கே மறைந்திருக்கின்றது. அதாவது அது முக்காலத்திற்கும் பொருந்தும். எந்தக் காலம் என்பதை நாம் இடம் நோக்கித்தான் கொள்ள வேண்டும். **'ஓங்கு புகழ்'** என்னும் தொடரை **'ஓங்கிய புகழ்'** என்றும் விரிக்கலாம். **'ஓங்குகின்ற புகழ்'** என்றும் விரிக்கலாம். **'ஓங்கும் புகழ்'** என்றும் விரிக்கலாம். இதேபோல **'வளர் கலை'** என்பது **'வளர்ந்த கலை'** என்றும், **'வளர்கின்ற கலை'** என்றும், **'வளரும் கலை'** என்றும் விரியும். அந்தத் தொடர் அமைந்திருக்கும் சூழலைப் பொறுத்து, அதன காலத்தை நாம் முடிவு செய்து கொள்ள வேண்டும்.

பண்புத் தொகை

பண்பு என்பதற்குக் 'குணம்' அல்லது 'தன்மை' என்று பொருள். ஒரு பொருளின் தன்மையைக் காட்டும் சொல் நிலைமொழி யாகவும், அந்தப் பண்பை உடைய பொருளைக் குறிக்கும் சொல் வருமொழியாக வும் அமைந்து, அந்த நிலைமொழி வருமொழிகளுக்கிடையே ஆகிய என்னும் சொல் மறைந்திருக்குமானால் அது 'பண்புத்தொகை' எனப்படும். **'ஆகிய'** என்னும் சொல் பண்புருபு என வழங்குகிறது.

இப்போது **'தண்ணீர்'** என்னும் தொடரை எடுத்துக்கொள்வோம். இது 'தண்மை ஆகிய நீர்' என்று விரியும். இங்கே 'தண்மை', 'நீர்' என்னும் சொற்களுக்கிடையே உள்ள ஆகிய என்னும் சொல் மறைந்திருக்கின்றது. 'தண்மை' என்றால் குளிர்ச்சி. 'தண்மை' என்பது பண்புப் பெயர். இது நீரின் தன்மையை – பண்பை விளக்குகின்றது. தண்மை, நீர் என்னும் சொற்களுக்கிடையே ஆகிய என்னும் பண்புருபு மறைந்திருப்பதால் இது பண்புத் தொகை எனப்படுகிறது.

'முத்தமிழ்', 'ஐம்பொறி', 'அறுசுவை' என்னும் தொடர்களை விரித்தால், முறையே **'மூன்றாகிய தமிழ்'** என்றும், **'ஐந்தாகிய பொறி'** என்றும், **'ஆறாகிய சுவை'** என்றும்

அமையும். இந்தத் தொடர்களில் நிலை மொழிகளாக உள்ள மூன்று, ஐந்து, ஆறு என்னும் சொற்கள் எண்ணுப் பெயர்களாகும். இவை தாம் விளக்கும் பொருகள்கள் 'எண்ணிக்கையில் என்ன தன்மை' உடையன என்று அறிவிக்கின்றன. இந்த நிலை மொழிகளுக்கும், வருமொழிகளுக்கும் இடையே ஆகிய என்னும் சொல் மறைந்து அல்லது தொக்கி நிற்கின்றது. எனவே இவற்றைப் 'பண்புத் தொகை நிலைத் தொடர்' என்று சொல்கிறோம்.

நீல வானம், செந்தாமரை, பச்சிலை முதலிய தொடர்களில் 'வானம்', 'தாமரை', 'இலை' முதலியவற்றின் நிறமாகிய தன்மையை நிலைமொழிகள் உணர்த்து கின்றன. 'நீலவானம்' என்பது 'நீலமாகிய வானம்' என்றும், 'செந்தாமரை' என்பது 'செம்மையாகிய தாமரை' என்றும், 'பச்சிலை' என்பது 'பசுமையாகிய இலை' என்றும், விரியும். எனவே, இவை 'பண்புத்தொகை' என வழங்குகின்றன.

'சிற்றூர்', 'நெடுஞ்சாலை', 'பெருங் கடல்' முதலியவற்றில் வருமொழியின் அளவாகிய தன்மையைக் குறிக்கும் சொற்கள் நிலை மொழிகளாக அமைந்திருப்பதோடு, 'ஆகிய' என்னும் பண்புருபும் மறைந்திருக் கின்றது. எனவே, இவையும் பன்புத்தொகை எனப்படும்.

'உப்பு நீர்', 'கசப்பு மருந்து', 'இனிப்புப் பண்டம்' முதலியவற்றில் நிலைமொழிகளாக உள்ள பண்புப் பெயர்கள் நீர், மருந்து, பண்டம் முதலியவற்றின் சுவையைக் குறிக் கின்றன. இந்தத் தொடர்களிலும் 'நிலை மொழிக்கும்', வருமொழிக்கும் இடையே 'ஆகிய' என்னும் சொல் தொக்கி நிற்கின்றது. இந்தத் தொடர்களும் 'பண்புத் தொகை நிலைத் தொடர்கள்' எனப்படும்.

வட்ட மேசை, சதுரப் பலகை முதலியன வும் பண்புத் தொகைகளே. இவற்றில் மேசை, பலகை முதலியவற்றின் வடிவத்தை நிலை மொழிகள் விளக்குகின்றன. இங்கேயும் ஆகிய என்னும் பண்புருபு மறைந்திருப்பதைக் காண்க.

ஒரு பொருளின் குணம், சுவை, நிறம், வடிவம், அளவு முதலியவற்றுள் ஏதேனும் ஒன்றைக் குறிக்கும் சொல் நிலைமொழி யாகவும், அந்தப் பண்புக்குரிய பொருளைக் குறிக்கும் சொல் வருமொழியாகவும் அமைந்து, இவை இரண்டிற்கும் இடையே இருக்க வேண்டிய ''ஆகிய'' என்னும் சொல் மறைந்திருக்குமானால் அது 'பண்புத்தொகை' எனப்படும். 'பண்புத்தொகை' என்றாலும், 'பண்புத்தொகை நிலைத்தொடர்' என்றாலும் பொருள் ஒன்றுதான்.

இரு பெயரொட்டுப் பண்புத் தொகை

பண்புத்தொகையில் இன்னொரு வகை உண்டு. அது **'இரு பெயரொட்டுப் பண்புத் தொகை'** எனப்படும். நாம் இதுவரை பார்த்த பண்புத்தொகையில் நிலைமொழி பண்பாக வும், வருமொழி அப்பண்பைப் பெற்றிருக் கும் பொருளாகவும் இருப்பதைக் கண்டோம். ஆனால், இருபெயரொட்டுப் பண்புத் தொகை யில் நிலைமொழி, வருமொழி ஆகிய இரண்டு சொற்களும் பொருள்களைக் குறிக்கும் சொல்லாகவே அமையும். அப்போது இந்த இரண்டு பொருள்களுக்கு முரிய தொடர்பு அல்லது ஒற்றுமையைக் குறிக்கும் 'ஆகிய' என்னும் சொல் மறைந் திருக்கும்.

'மல்லிகை மலர்' என்னும் தொடரை எடுத்துக்கொள்வோம். இந்தத் தொடரில் **'மல்லிகை', 'மலர்'** என்னும் இரண்டு சொற்கள் இருக்கின்றன. இரண்டும் பெயர்ச்சொற்கள். 'மலர்' என்பது எந்த மலரையும் குறிக்கும் பொதுப் பெயர். 'மல்லிகை' என்பது குறிப்பிட்ட ஒரு வகை மலரையே குறிக்கும் சிறப்புப் பெயர். எனவே, 'மல்லிகை' என்னும் சிறப்புப் பெயர் நிலைமொழியாகவும், மலர் என்னும் பொதுப் பெயர் வருமொழியாகவும் அமைந்துள்ளன. இந்தத் தொடர் **'மல்லிகை ஆகிய மலர்'** என்று விரியும். இங்கே மறைந்து அல்லது தொக்கி நிற்பது 'ஆகிய' என்னும் சொல். ஆகவே, 'மல்லிகை மலர்' என்னும் தொடரை 'இரு பெயரொட்டுப் பண்புத்தொகை' என்று சொல்லுகிறோம். இதற்கு முன் பார்த்த 'பண்புத்தொகை'யிலும் மறைந்து நிற்பது 'ஆகிய' என்னும் சொல்லே. **'காலை நேரம்'** என்னும் தொடரை விரித்தால் **'காலை ஆகிய நேரம்'** என்றாகும். 'காலை' என்பது சிறப்புப் பெயர். 'நேரம்' என்பது பொதுப்பெயர். ஆகவே, இது 'இரு பெயரொட்டுப் பண்புத் தொகை.' **'சித்திரை மாதம்', 'ஞாயிற்றுக்**

கிழமை', 'தென்னை மரம்', 'ரோஜாச் செடி', 'தாமரைப்பூ', 'இசைக்கலை' முதலியனவும் இரு பெயரொட்டுப் பண்புத் தொகைகளாகும். இந்தத் தொடர்களில் நிலைமொழி சிறப்புப் பெயராகவும், வருமொழி பொதுப் பெயராகவும் அமைந் திருக்கின்றன. மேலும், இந்தத் தொடர்கள் ஒவ்வொன்றிலும் நிலைமொழி வருமொழி களுக்கிடையில் "ஆகிய" என்னும் சொல் மறைந்திருக்கின்றது.

உவமைத் தொகை

'உவமைத் தொகை'யைப் பார்ப்போம். ஒரு பொருளை மற்றொரு பொருள் ஒத்திருப் பதைக் காட்டுவது உவமை. குணத்தில், தொழிலில் அல்லது பயனில் ஒன்றை மற்றொன்று ஒத்திருக்கலாம். இந்த ஒற்றுமை யைக் காட்டப் 'போல', 'ஒத்த', 'அன்ன' முதலிய சொற்களைப் பயன்படுத்துகிறோம். இந்தச் சொற்கள் 'உவம உருபுகள்' எனப் படும்.

'மதி போன்ற முகம்', 'தேனொத்த மொழி', 'மலரன்ன திருவடி' என்னும் தொடர்களைக் கவனியுங்கள். இவற்றில் 'போன்ற', 'ஒத்த', 'அன்ன' என்னும் சொற்கள் இடையில் நின்று, அவற்றின் முன்னும் பின்னும் உள்ள சொற்கள் குறிக்கும் பொருள் களுக்கிடையே உள்ள ஒற்றுமையை எடுத்துக்காட்டுகின்றன. 'மதி போன்ற முகம்' என்னும் தொடரில் முகம் மதிக்கு ஒப்பிடப் படுகின்றது. இந்த ஒப்புமையை உணர்த்தும் சொல் 'மதி', 'முகம்' என்னும் இரு சொற்களுக்கும் இடையில் இருக்கும் 'போன்ற' என்னும் சொல்லாகும். 'தேனொத்த மொழி' என்னும் தொடரில் மொழியின் இனிமை, தேனின் இனிமைக்கு ஒப்பிடப் படுகின்றது. இந்த ஒப்புமையை 'ஒத்த' என்னும் சொல் எடுத்துக்காட்டுகின்றது. இதேபோல 'மலரன்ன திருவடி' என்னும் தொடரில் திருவடியின் மென்மை மலரின் மென்மையை ஒத்திருப்பதை 'அன்ன' என்னும் சொல் உணர்த்துகின்றது. இவ்வாறு, நாம் ஒரு பொருளின் தன்மையை விளக்க வரும்போது, இனிமையும் தெளிவும் கருதி, பலருக்கும் தெரிந்திருக்கும் வேறொரு பொருளின் தன்மையோடு அதனை ஒப்பிட்டுக் கூறுகிறோம். அவ்வாறு ஒப்பிடு வதை உணர்த்த, இப்போது எடுத்துக்காட்டிய 'போன்ற', 'ஒத்த', "அன்ன" முதலான சொற்களைப் பயன்படுத்துகிறோம்.

இவ்வாறு, இரண்டு பொருள்களை ஒப்பிடுவதற்கு உதவும் 'உவம உருபு'கள் சில சமயங்களில் மறைந்து நின்றும் பொருள் தருவதுண்டு. 'உவம உருபு' மறைந்து நின்று பொருள் தரும் தொடர் 'உவமைத் தொகை' எனப்படும். சற்று முன்பு எடுத்துக்காட்டிய 'மதி போன்ற முகம்', 'தேனொத்த மொழி', 'மலரன்ன திருவடி' என்னும் தொடர்களையே 'மதி முகம்', 'தேன்மொழி', 'மலர்த் திருவடி' என்று சொன்னாலும் பொருள் மாறுபடுவதில்லை. ஆனால், இங்கே 'போன்ற', 'ஒத்த', 'அன்ன' என்னும் 'உவம உருபுகள்' மறைந்து நிற்கின்றன. 'மதி முகம்' என்னும் தொடரை பிரித்துப் பொருள் காணும்போது 'மதி போன்ற முகம்' என்றே மாறும். இவ்வாறே மற்ற இரு தொடர் களையும் பிரிக்கும் போது இடையிலே 'உவம உருபு' மறைந்து நிற்பதை அறியலாம்.

'மானென அவளைச் சொன்னால்,
மருளுதல் அவளுக்கில்லை,
மீன் விழி உடையளென்றால்
மீனிலே கருமையில்லை,
தேன்மொழிக் குவமை சொன்னால்
தெவிட்டுதல் தேனுக்குண்டு
கூன்பிறை நெற்றியென்றால்
குறைமுகம் இருண்டு போகும்'

(நாமக்கல் கவிஞர்)

இந்தப் பாடலில் வந்துள்ள 'மீன் விழி', 'கூன் பிறை நெற்றி' என்னும் இரண்டு தொடர்களும் 'உவமைத் தொகைக்கு' நல்ல உதாரணங்கள். 'மீன் விழி' என்பது 'மீன் போன்ற விழி' என்றும், 'கூன்பிறை நெற்றி' என்பது 'கூன்பிறை போன்ற நெற்றி' என்றும் விரியும். 'கூன் பிறை' என்பதற்கு வளைந்த பிறை என்று பொருள். இந்த இரண்டு தொடர்களிலும் உவம உருபு மறைந்து நிற்பதால் இவை 'உவமைத் தொகை' எனப்படுகின்றன. செய்யுளின் பொருளை எளிதில் உணர்வதற்கு 'உவமைத் தொகை' பற்றிய இலக்கணம் மிகவும் உதவியாக இருக்கும். பொருள் தெளிவும் அழகும் கருதிப் புலவர்கள் உவமையைக் கையாளுகின்றனர். உவம உருபு மறைந்து நின்று பொருள் தரும் உவமைத் தொகைகளும் செய்யுள்களில் மிகுதியாக உண்டு. உவமைத் தொகை பற்றி

அறிந்திருந்தால் செய்யுளின் பொருளும் சுவையும் நுகர்ந்து இன்புறலாம்.

உம்மைத் தொகை

அல்வழித் தொகைகளுள் 'உம்மைத் தொகை'யும் ஒன்று. 'உம்' என்பது ஓர் இடைச்சொல். இந்த இடைச்சொல் மறைந்து நின்று பொருள் தருவது 'உம்மைத் தொகை' எனப்படும். **'உற்றார் உறவினர்'**, **'விருப்பு வெறுப்பு'**, **'நன்மை தீமை'**, **'இரவு பகல்'**, **'தாய் தந்தை'** என்னும் தொடர்களை விரித்தால் இவை முறையே **'உற்றாரும் உறவினரும்'**, **'விருப்பும் வெறுப்பும்'**, **'நன்மையும் தீமையும்'**, **'இரவும் பகலும்'**, **'தாயும் தந்தையும்'** என்று அமையும். இந்தத் தொடர்களில் 'உம்' என்னும் இடைச்சொல் தொக்கி நிற்பது, அவற்றை விரிக்கும் போது தெளிவாகின்றது. இப்படி 'உம்' என்னும் இடைச்சொல் மறைந்து நின்று பொருள் தரும் தொடர் 'உம்மைத் தொகை' அல்லது 'உம்மைத் தொகை நிலைத் தொடர்' எனப்படும்.

மற்றத் தொகை நிலைத் தொடர்களுக்கும் 'உம்மைத் தொகை'க்கும் ஒரு வேறுபாடு உண்டு. 'ஏனைய தொகைகளில் நிலை மொழி, வருமொழிகளுக்கிடையில் ஒன்று அல்லது ஒன்றுக்கு மேற்பட்ட சொற்கள் மறைந்து நிற்பதைக் கண்டோம். ஆனால், உம்மைத் தொகையில், நிலைமொழி, வருமொழிகளுக்கு இடையில் மட்டுமல்ல; தொடரின் இறுதியிலும் 'உம்' என்னும் இடைச்சொல் மறைந்திருக்கின்றது. அதாவது, 'உம்' என்னும் சொல் இரண்டு இடங்களில் மறைந்து நிற்கின்றது.

உம்மைத் தொகை நிலைத் தொடரில் இரண்டு சொற்களுக்கு மேலும் இருப்ப துண்டு. 'சேர சோழ பாண்டியர்' என்னும் தொடரில் மூன்று சொற்கள் உள்ளன. இந்தத் தொடர் **'சேரரும் சோழரும் பாண்டியரும்'** என விரியும். இங்கே மூன்று இடங்களில் 'உம்' மறைந்திருப்பதைக் காணலாம்.

'உம்' என்னும் சொல்லுக்குப் பல பொருள் உண்டு. 'உம்மைத் தொகை'யில் வரும் 'உம்' எண்ணைக் குறிப்பதாகவே அமையும். அதனால், இது 'எண்ணும்மை' எனப்படும்.

''காக்கை குருவி எங்கள் சாதி–உயர்
கடலும் மலையும் எங்கள் கூட்டம்''

என்னும் பாரதியின் பாடலில் உள்ள **'காக்கை குருவி'** என்னும் தொடர் உம்மைத் தொகைக்கு நல்ல உதாரணமாகும்.

அன்மொழித் தொகை

'நூல்கள் அறிவுக்கு உணவு ஊட்டுகின்றன' இந்த வாக்கியத்தில் 'உணவு' என்னும் சொல்லுடன் 'ஐ' என்னும் இரண்டாம் வேற்றுமை உருபு சேர்த்து, 'நூல்கள் அறிவுக்கு உணவை ஊட்டுகின்றன' என்று சொன்னால் போதும், பொருள் தெளிவாகிவிடும். இதே போல 'ஏடெடுத்துப் பார்த்தேன்' என்பதை 'ஏட்டை எடுத்துப் பார்த்தேன்' என்று விரித்தால் போதும், பொருள் மயக்கமின்றிப் புரிந்து விடும்.

'உற்றார் உறவினர் வந்தனர்' என்னும் தொடரை 'உற்றாரும் உறவினரும் வந்தனர்' என்று விரித்தால் போதும், பொருள் தெளிவு ஏற்பட்டுவிடும்.

'உற்றார் உறவினர் உதவியை நாம் மறக்கக் கூடாது' என்னும் வாக்கியத்தைக் கவனியுங்கள். இந்த வாக்கியத்தையும் முன் சொன்ன வாக்கியம் போல 'உற்றாரும் உறவினரும் உதவியை நாம் மறக்கக் கூடாது' என்று சொன்னால் பொருள் நிறைவு பெறவில்லை. இந்த வாக்கியத்தைக் கேட்கும் போதே அதில் ஏதோ குறையிருப்பது புலனா கிறது. இந்த வாக்கியத்தின் முற்பகுதியான 'உற்றாரும் உறவினரும் உதவியை' என்னும் தொடரில்தான் ஏதோ ஒன்று குறைந்துள்ளது. இந்தத் தொடரை உற்றாரும் **'உறவினரும் செய்த உதவியை'** என்று விரித்தால் தான் அது நிறைவான பொருளைத் தரும். எனவே, இங்கே **'உற்றார் உறவினர் உதவி'** என்பது **'உற்றாரும் உறவினரும் செய்த உதவி'** என்று விரிகின்றது. இந்தத் தொடரில் 'உம்' என்னும் இடைச்சொல் மறைந்திருப்பதோடு 'உற்றாரும் உறவினரும் என்பதற்குப் பிறகு 'செய்த' என்னும் சொல்லும் மறைந்திருக் கிறது. இப்படி அமைவது **''உம்மைத் தொகையின் புறத்துப் பிறந்த அன்மொழித் தொகை''** எனப்படும்.

இது போலவே, வேற்றுமைத் தொகை, பண்புத்தொகை, உவமைத்தொகை, வினைத் தொகை ஆகியவற்றின் புறத்திலும் அன்மொழித்தொகை பிறப்பதுண்டு.

'கோடையிலே இளைப்பாற்றிக் கொள்ளும் வகை கிடைத்த குளிர்தருவே! தரு நிழலே! நிழல் கனிந்த கனியே!' என்பது இராமலிங்க அடிகளாரின் பாடலிலே ஓர் அடி. இந்தப் பாடலிலே 'குளிர் தருவே', 'தருநிழலே' என்னும் இரண்டு தொடர்களையும் கவனியுங்கள். 'குளிர்ந்த தருவே' என்பது 'குளிர் தருவே' என்னும் தொடரின் விரிவாகும். இது 'வினைத்தொகை'. இதனுடன் நின்று விட்டால், இங்கே பொருள் நிறைவு பெறவில்லை. ஏனெனில், இந்தப் பாடலில் இராமலிங்க அடிகளார் இயற்கையை முன்னிறுத்திப் பேசவில்லை; இறைவனை முன்னிறுத்திப் பேசுகின்றார். எனவே, இங்கே 'குளிர் தருவே' என்பது குளிர்ந்த தருவைக் குறிக்கவில்லை; பக்தர்களுக்குக் குளிர்ந்த தருவாகத் திகழும் இறைவனைக் குறிக்கின்றது. எனவே, 'குளிர் தருவே!' என்பது 'குளிர்ந்த தருவாகிய இறைவனே!' என்று விரிந்தால்தான் பொருள் நிறைவு பெறுகின்றது.

'குளிர் தருவே' என்பது 'குளிர்ந்த தருவே' என்றாகும்போது வினைத்தொகை என்று கண்டோம். நாம் இப்போது குறிப்பிட்ட பாடலில் இந்தத் தொடரின் பொருள் நிறைவு பெறத் 'தரு' என்னும் வருமொழிக்குப் பின் 'ஆகிய', 'இறைவன்' என்னும் சொற்களைச் சேர்க்க வேண்டியுள்ளது. எனவே 'குளிர் தருவே' என்னும் தொடர் 'வினைத்தொகைப் புறத்துப் பிறந்த அன்மொழித்தொகை' எனப்படும்.

இப்போது 'தருநிழலே' என்னும் தொடரைப் பார்ப்போம். 'தருநிழல்' என்பது 'தருவினுடைய நிழல்' என்று விரியும். எனவே, 'தருநிழல்' என்பது 'ஆறாம் வேற்றுமைத் தொகை''. ஆனால், இந்தப் பாடலிலே 'தரு நிழல்' என்று குறிப்பிடும் போது அடிகளார் வெறும் மரத்தின் நிழலைக் குறிப்பிடவில்லை, அடியார்க்கு நிழலாக விளங்கும் இறைவனையே குறிப்பிடுகின்றார். எனவே, இந்தச் சந்தர்ப்பத்தில் 'தருநிழலே!' என்பது 'தருவினுடைய நிழலாகிய இறைவனே!' என்று விரியும். ஆகவே, 'தருநிழலே' என்னும் தொடர் 'வேற்றுமைத் தொகைப் புறத்துப் பிறந்த அன்மொழித்தொகை' எனப்படும்.

'கண்டுகேட்டு உண்டுயிர்த்து உற்றியும்
ஐம்புலனும்
ஒண்தொடி கண்ணே உள'

இந்தக் குறளின் இரண்டாவது அடியின் முதலிலே உள்ள 'ஒண்தொடி' என்னும் தொடரை எடுத்துக் கொள்வோம். 'ஒண்தொடி' என்பது 'ஒண்மை ஆகிய தொடி' என்று விரியும். நிலை மொழிக்கும் வருமொழிக்கும் இடையே 'ஆகிய' என்னும் 'பண்புருபு' மறைந்திருப்பதால் இது பண்புத்தொகை. 'ஒண்தொடி' என்றால் 'ஒளிபொருந்திய வளையல்' என்று பொருள். 'காணல்' கேட்டல், உண்ணல், உயிர்த்தல், உற்றறிதல் ஆகிய ஐம்புலனுணர்வுகளும் 'ஒண்தொடி'யின் கண்ணே உள்ளன' என்பது இந்தக் குறட்பாவின் பொருளாகும். 'ஐம்புலனுணர்வுகளும் ஒளிமிக்க வளையலில் உள்ளன என்று கொள்வது பொருந்தாது. இங்கே 'ஒண்தொடி' என்பது 'ஒளிபொருந்திய வளையலைக் குறிக்கவில்லை', 'ஒளிமிக்க வளையலை அணிந்த பெண்ணைக்' குறிக்கின்றது. எனவே, **'ஒண்மை ஆகிய தொடியை அணிந்தவள்'** என்பது **'ஒண்தொடி'** என்னும் தொடரின் பொருளாகும். ஆகவே, 'ஒண்தொடி' என்பது **'பண்புத்தொகைப் புறத்துப் பிறந்த அன்மொழித்தொகை''** எனப்படும்.

'மீன்விழி', 'தேன்மொழி', 'மதிமுகம்' போன்ற தொடர்கள் 'மீன் போன்ற விழி'யையும், 'தேன் போன்ற மொழி'யையும், 'மதி போன்ற முகத்தை'யும் குறிக்குமானால், இவை உவமைத்தொகையாகும். இந்தத் தொடர்கள் தம் உருவில் மாறாமல் நின்று 'மீன் போன்ற விழியை உடைய பெண்'ணையும், 'தேன் போன்ற மொழியை உடைய பெண்'ணையும், 'மதி போன்ற முகத்தையுடைய பெண்'ணையும் குறிக்குமானால், அப்போது இவை 'உவமைத் தொகைப் புறத்துப் பிறந்த அன்மொழித் தொகை' எனப்படும்.

'தேன்மொழியைக் காண மீன்விழி ஓடி வந்தாள்' என்னும் வாக்கியத்தைக் கவனியுங்கள். இந்த வாக்கியத்தில், 'தேன்மொழி' என்பது 'தேன் போன்ற மொழியை உடையவள்' என்றும், 'மீன்விழி' என்பது 'மீன் போன்ற விழியை உடையவள்' என்றும் பொருள் தருகின்றன. இந்த இரு தொடர்களி

லும் நிலைமொழி, வருமொழிகளுக்கிடையே 'போன்ற' என்னும் 'உவம உருபு' மறைந்து நிற்பதோடு, வருமொழிக்குப் பின்னரும், அதாவது, தொடரின் இறுதியிலும் 'உடைய வள்' என்னும் சொல் தொக்கி நிற்கின்றது. எனவே, இவை 'உவமைத் தொகைப் புறத்துப் பிறந்த அன்மொழித் தொகை' எனப்படும்.

இதுவரை கூறியதிலிருந்து 'அன்மொழித் தொகை' என்பது, 'வேற்றுமைத் தொகை', 'பண்புத்தொகை', 'வினைத்தொகை', 'உம்மைத்தொகை', 'உவமைத்தொகை' இவற்றுள் ஏதேனும் ஒன்றின் புறத்துப் பிறக்கும் எனக் கண்டோம். ஏனைய தொகை களில் நிலைமொழிக்கும் வருமொழிக்கும் இடையே சொல் அல்லது உருபு மறைந் திருக்கும். 'அன்மொழித்தொகை'யில் இடை யில் மட்டுமின்றி, இறுதியிலும் சொல் அல்லது சொற்கள் தொக்கி நிற்கும். ஒரு தொடர் அன்மொழித் தொகையா, அல்லவா என்பதை அந்தத் தொடர் தரும் பொருளைக் கொண்டே முடிவு செய்ய வேண்டும். முன்பு நாம் எடுத்துக்காட்டிய பாடலிலே 'மீன் விழி உடையள் என்றால் மீனிலே கருமை இல்லை' என்று ஓர் அடி வந்துள்ளது. இந்த அடியிலே உள்ள 'மீன் விழி' என்பது 'உவமைத்தொகை' என்று கண்டோம். இங்கே 'மீன் விழி' என்பது 'மீன் போன்ற விழியைத் தான் குறிக்கின்றது, 'மீன் போன்ற விழியை உடையவள்' என்று பொருள் கொள்ள வேண்டியதில்லை. 'மீன் விழி' என்னும் தொடரை அடுத்து 'உடையள்' என்னும் சொல் வந்திருப்பதால் அங்கே எதுவும் மறைந்திருக்கவில்லை. எனவே, இங்கே 'மீன்விழி' என்பது அன்மொழித் தொகை அன்று. எனவே, இடம் நோக்கிப் பொருள் கொள்ளுதல் இன்றியமையாதது.

மேலும், 'தொடர் இலக்கணம்' என்பது, பொருளை அடிப்படையாகக் கொண்டு அமைவது. எனவே ஒரு தொடர் என்ன தொடர் என்பதை அறிவதற்கு அந்தத் தொடர் தரும் பொருளை நாம் கவனிக்க வேண்டும்.

■■■

4

புணர்ச்சி வகை

ஒரு தொடரில் 'நிலைமொழி'யின் இறுதி யிலும், 'வருமொழி'யின் முதலிலும் உள்ள ஒலிகள் சில வேளைகளில் மாறுபடுவதுண்டு, சில சமயங்களில் எந்த மாற்றமும் அடை யாமல் இருப்பதும் உண்டு. இப்படிப்பட்ட ஒலி மாற்றங்களைப் பற்றிக் கூறுவது **'புணரிலக்கணம்'** எனப்படும். இந்தப் புணரிலக்கணத்திற்கு ஆதாரமாக அமைவது **தொடரிலக்கணம்**. 'புணரிலக்கணத்தில்' நாம் பார்க்க இருக்கும் ஒலி மாற்றங்கள் தொடர் இலக்கணம் தரும் பொருளோடு நெருங்கிய தொடர்புடையன. ஏனென்றால் பொருளில் லாமல் சொல்லும் இல்லை; சொல் தொடரும் இல்லை.

இரண்டு சொற்கள் சேரும்போது நிலை மொழி இறுதியிலும் வருமொழி முதலிலும் உள்ள 'ஒலிகள்' இடத்திற்கேற்ப மாறுபாடு அடைந்தோ, அடையாமலோ இருக்கும் என்று கூறினோம். இந்த இடத்தில் ஒன்றை நினைவிற்கொள்வது நல்லது. மொழிக்கு அடிப்படை ஒலி. ஒலி வடிவே எழுத்து. எனவே, ஒலி வடிவின் சின்னமாக – அடையாளமாக – விளங்கும் வரி வடிவும் எழுத்தென்று வழங்கி வருகிறது. இரண்டு சொற்கள் சேரும்பொழுது உண்டாகும் ஒலி வேறுபாடுகளே, அவற்றின் வரிவடிவமாக விளங்கும் எழுத்திலும் குறிக்கப்படுகின்றன. எனவே, புணரிலக்கணம் என்பது ஓர் எழுத்தின் ஒலி மற்றோர் எழுத்தின் ஒலியுடன் கலந்து ஒலிப்பது என்று பொருள்படும்.

'புணரிலக்கணம்' என்பது இரண்டு வகைப்படும்: ஒன்று **'இயல்புப் புணர்ச்சி'**, மற்றொன்று **'விகாரப் புணர்ச்சி'**. இயற்கை யாக ஒன்றுபடும் ஒலியுடைய எழுத்துகள் கூடுவதை 'இயல்புப் புணர்ச்சி' என்று சொல்கிறோம். மாறுபட்ட ஒலியுடைய எழுத்துகள் கூடும்போது, அவற்றின் ஒலி வேறுபட்டு அமைவதால், அதனை 'விகாரப் புணர்ச்சி' என்கிறோம்.

இயல்புப் புணர்ச்சி

முதலில் இயல்புப் புணர்ச்சியைப் பார்ப்போம். நிலைமொழி, வருமொழி ஆகிய இரண்டு சொற்களும் தம் ஒலியில் எவ்வித மாற்றமும் அடையாமல் இருப்பதே 'இயல்புப் புணர்ச்சி' எனப்படும்.

'நாடு புகழும்', **'நல்லவர் போற்றுவர்'**, **'கடல் பெரிது'** என்னும் தொடர்களைக் கவனியுங்கள். இந்தத் தொடர்களில் 'நிலைமொழி', 'வருமொழி' ஆகிய இரண்டு சொற்களிலும் எவ்வித ஒலி மாற்றமும் நிகழவில்லை. அவை தனிச் சொற்களாக இருக்கும்போது எப்படி இருக்குமோ, அப்படியே அவை தொடராக அமையும் போதும் இருக்கின்றன. இந்தத் தொடர்களில் நிலைமொழி, வருமொழி ஆகிய இரண்டும் தம் இயல்பான ஒலியினின்று மாறாமல் அப்படியே இருப்பதால் இவற்றை 'இயல்புப் புணர்ச்சி' என்று சொல்லுகிறோம்.

இப்பொழுது இந்தத் தொடர்களைக் கவனியுங்கள்: **'நானல்ல'**, **'மனமுண்டு'**, **'நீரில்'**, **'நூலெங்கே'**, **'பாலாழி'**. இவை எந்த வகையான புணர்ச்சியைச் சேர்ந்தவை என்று பார்ப்போம். **'நானல்ல'** என்னும் தொடரைப் பிரித்தால் **'நான்+அல்ல'** என்னும் இரண்டு சொற்கள் கிடைக்கின்றன. இதில் 'நான்' என்பது நிலைமொழி; 'அல்ல' என்பது வருமொழி. நிலைமொழியின் இறுதி யிலுள்ள 'ன்' என்னும் மெய்யும், வருமொழி யின் முதலிலுள்ள 'அ' என்னும் உயிரும் சேர்ந்து 'ன' என்னும் உயிர்மெய் தோன்றி யுள்ளது. 'ன' என்னும் உயிர்மெய்யில் 'ன்' என்னும் மெய் ஒலியும் 'அ' என்னும் உயிர் ஒலியும் இருக்கின்றன. உயிரும் மெய்யும் சேர்ந்து உயிர்மெய் தோன்றியிருந்தாலும், உயிரொலியும், மெய்யொலியும் புதிதாகத் தோன்றிய உயிர் மெய்யிலும் உள்ளன. அதாவது, மெய்யொலியும் உயிரொலியும் இயற்கையாக ஒன்றுபட்டுள்ளன. ஏனைய தொடர்களும் இவ்வாறே புணரும். அவை தம் ஒலியில் மாற்றம் அடையாமலே ஒன்று பட்டுள்ளன. எனவே, இவற்றையும் 'இயல்புப் புணர்ச்சி' என்று கூறுகிறோம்.

விகாரப் புணர்ச்சி

இப்பொழுது 'விகாரப் புணர்ச்சி' என்றால் என்ன என்று பார்ப்போம். 'விகாரம்' என்றால் 'வேறுபாடு' அல்லது 'மாறுபாடு' என்று பொருள். ஒரு தொடரிலுள்ள நிலைமொழி யின் இறுதி ஒலியும், வருமொழியின் முதலொலியும் சேரும்போது, அந்த ஒலிகள் முன்னிருந்தபடியே இல்லாமல், ஏதேனும் மாற்றமடையுமானால் அத்தகைய புணர்ச் சியை 'விகாரப் புணர்ச்சி' என்று வழங்கு கிறோம். அதாவது, ஒலிகள் தம் இயல்பான நிலையினின்று மாறுபடுவதையே 'விகாரப் புணர்ச்சி' என்னும் தொடர் குறிக்கின்றது.

தோன்றல்

'விகாரப் புணர்ச்சி' மூன்று வகைப்படும். அவை **'தோன்றல்'**, **'திரிதல்'**, **'கெடுதல்'** என்பன. தோன்றல் என்பது, ஒரு தொடரின் நிலைமொழியின் இறுதியிலும், வருமொழி யின் முதலிலும் இருக்கும் ஒலிகளுடன் புதிதாக ஓர் ஒலி வந்து சேர்வது. **'பெயர்ச் சொல்'**, **'கடைத்தெரு'**, **'போர்க்களம்'**, **'வழித்துணை'** என்னும் தொடர்களைக் கவனியுங்கள். 'பெயர்ச்சொல்' என்னும் தொடரைப் பிரித்தால் 'பெயர்-சொல்' என்னும் இரு சொற்கள் கிடைக்கின்றன. 'பெயர்' என்னும் நிலைமொழியும், 'சொல்' என்னும் வருமொழியும் தம் ஒலியில் மாறாமல் நிற்கின்றன. அதே வேளையில் இந்த இரண்டிற்குமிடையே புதிய 'ஒலி' ஒன்று தோன்றியுள்ளது. அதுவே 'ச்' என்னும் ஒலியாகும்.

இவ்வாறே 'கடை' என்னும் சொல்லும் 'தெரு' என்னும் சொல்லும் சேரும்பொழுது, 'கடைத்தெரு' என்னும் தொடர் அமைகிறது. இங்கே புதிதாகத் தோன்றியுள்ளது 'த்' என்னும் ஒலியாகும். 'போர்' – 'களம்' என்னும் சொற்கள் சேர்ந்து 'போர்க்களம்' என்னும் தொடர் அமைகின்றது. இதில் 'க்' என்னும் புதிய ஒலி தோன்றியிருப்பதைக் காணலாம். இதேபோல 'வழி' என்னும் நிலைமொழிக்கும் 'துணை' என்னும் வருமொழிக்கு மிடையே 'த்' என்னும் ஒலி புதிதாகத் தோன்றியிருக்கிறது. நிலைமொழி யும், வருமொழியும் ஒலி மாற்றம் அடை யாமல் அப்படியே இருக்க, இவற்றிற் கிடையே புதிதாக 'ஓர் ஒலி தோன்று வதைத்தான் 'தோன்றல் விகாரம்' என்று இலக்கண நூலார் குறிப்பிடுகின்றனர்.

திரிதல்

இப்பொழுது விகாரப் புணர்ச்சியின் மற்றொரு பிரிவான 'திரிதல்' பற்றிப் பார்ப்போம்: 'திரிதல்' என்பதற்கு ஓர் ஒலி வேறோர் ஒலியாக மாறுதல் என்று பொருள். 'கடல்-கரை' என்னும் இரண்டு சொற்களும் சேரும்போது 'கடற்கரை' என்றாகும். இங்கே நிலைமொழியின் ஈற்றிலுள்ள 'ல்', 'ற்' ஆக மாறியுள்ளது. அதாவது இங்கே 'ல்' என்னும் ஒலி 'ற்' என்னும் வேறோர் ஒலியாக மாற்றம் அடைந்திருக்கின்றது.

இது போலவே, 'பொன்-காலம்' என்பது 'பொற்காலம்' என்றும், 'நூல்-பா' என்பது 'நூற்பா' என்றும், 'முள்-புதர்' என்பது 'முட்புதர்' என்றும் ஒலி மாற்றம் பெறுகின்றன. 'பொற்காலம்' என்னும் தொடரில், நிலைமொழியாகிய 'பொன்' என்னும் சொல்லின் இறுதி ஒலியாகிய 'ன்', 'ற்' ஆக மாறியிருக்கிறது. 'நூற்பா' என்னும் தொடரில், 'நூல்' என்னும் சொல்லின் இறுதியிலுள்ள 'ல்' என்னும் 'ஒலி'யும் 'ற்' ஆக மாறியிருக் கின்றது. 'முட்புதர்' என்னும் தொடரில், முள் என்னும் சொல்லின் இறுதியிலுள்ள 'ள்' என்னும் ஒலி 'ட்' என்னும் ஒலியாக மாற்றமடைந்திருக்கிறது. இந்த எடுத்துக் காட்டுகளின் மூலமாக ஓர் ஒலி வேறோர் ஒலியாக மாறுவதைக் காணலாம். இதையே இலக்கண நூலார் 'திரிதல்' என்று கூறுகின்றனர்.

கெடுதல்

விகாரப் புணர்ச்சியின் இன்னொரு பிரிவு 'கெடுதல்' என்பதாகும். 'கெடுதல்' என்றால், இருக்கின்ற ஒன்று 'மறைவது' அல்லது 'நீங்குவது' என்று பொருள். இரண்டு சொற்கள் சேர்ந்து ஒரு தொடராக அமைகின்ற நேரத்தில், அங்கிருக்கின்ற ஏதேனும் ஓர் ஒலி மறைந்து விடுவது கெடுதல் விகாரம் எனப்படும்.

'அறம்' என்னும் சொல்லையும் 'நூல்' என்னும் சொல்லையும் சேர்த்து ஒலிக்கும் போது 'அற நூல்' என்று சொல்லுகிறோம். இந்தத் தொடரில் நிலைமொழியின் ஈற்றி லுள்ள 'ம்' என்னும் ஒலி மறைந்து விட்டது. இவ்வாறே 'மனம்'-'நிலை' என்னும் இரு சொற்களையும் சேர்த்து ஒலிக்கும்போது 'மனநிலை' என்று சொல்லுகிறோம். இங்கேயும் நிலைமொழியாகிய 'மனம்' என்னும் சொல்லின் இறுதி ஒலியான 'ம்' மறைந்து விட்டது. இவ்வாறு இருக்கின்ற ஒலி மறைந்து விடுவது 'கெடுதல் விகாரம்' எனப்படும்.

இப்போது, 'வேறு', 'இல்லை' என்னும் சொற்கள் சேரும்போது உண்டாகும் ஒலி மாற்றங்களைக் கவனிப்போம். 'வேறு'-'இல்லை' என்னும் இரண்டு சொற்களையும் சேர்த்து ஒலித்தால் வேறில்லை என்று மாறும். 'வேறு' என்னும் நிலைமொழியின் இறுதியிலுள்ள உகரம் குற்றியலுகரம்.

'வேறு' - 'இல்லை' என்னும் சொற்கள் சேரும்போது நிலைமொழியின் இறுதி யிலுள்ள குற்றியலுகரம் மறைந்து விடுகிறது. எஞ்சியுள்ள 'ற்' என்னும் மெய்யுடன் வருமொழி முதலிலுள்ள 'இ' என்னும் உயிர் சேர்ந்து 'றி' என்னும் உயிர் மெய் தோன்று கிறது. மெய்யும் உயிரும் சேர்ந்து உயிர்மெய் தோன்றுவது இயல்புப் புணர்ச்சி என்று முன்பே குறிப்பிட்டோம். ஆனால், இந்தப் புணர்ச்சியில் குற்றியலுகரம் மறைவதால், இது கெடுதல் விகாரம் எனப்படும்.

மெய் இரட்டித்தல்

இரண்டு சொற்கள் சேரும்போது வரு மொழியின் முதலில் வல்லினம் இருந்தால், சில சமயங்களில் இரட்டிக்கும் என்பதை முன்பு பார்த்தோம்.

வல்லின எழுத்துகள் மாத்திரமின்றி, மற்ற மெய்யெழுத்துகளும் இவ்வாறு இடையில் தோன்றுவதுண்டு. 'இந்நாள்', 'அவ்வீடு', 'இஞ்ஞாலம்', 'எம்மரம்' முதலிய தொடர் களைக் கவனியுங்கள். இந்தத் தொடர்களில் 'அ, இ, எ' என்னும் சுட்டு, வினா எழுத்து களை அடுத்து நாள், வீடு, ஞாலம், மரம் என்னும் சொற்கள் வந்துள்ளன. இந்தச் சொற்களின் முதலில் உள்ள 'நா, வீ, ஞா, ம' என்னும் எழுத்துகளுக்குரிய மெய்யெழுத்து கள் தோன்றியுள்ளன. அதாவது அதே இன மெய்யெழுத்துகள் தோன்றியுள்ளன.

வல்லின எழுத்துகளானாலும் சரி அல்லது மெல்லின, இடையின எழுத்துகளானாலும் சரி அவற்றின் முன் அதே இன மெய் தோன்றுவதை மெய் இரட்டித்தல் என்றும்

சொல்வதுண்டு. ஒரு சொல்லின் முதல் எழுத்தாக உயிர் மெய் இருந்தாலும், ஒலி அடிப்படையில் நோக்கும்போது முதலில் உள்ளது மெய்யெழுத்தேயாகும். உயிர்மெய் யெழுத்துகளைக் கவனமாக ஒலித்துப் பார்த்தால் இந்த உண்மையை உணரலாம். எழுத்தியலிலும் இதுபற்றிக் கூறியுள்ளோம். எனவே, சொற்கள் சேரும்போது வருமொழி முதலில் நிற்கும் 'மெய்' இரண்டு முறை ஒலிப்பதால், அதாவது, இரட்டித்து ஒலிப்ப தால் மெய் இரட்டித்தல் என்று கூறுகிறோம்.

நிலைமொழி, வருமொழிகளுக்கிடையே வேறொரு புதிய எழுத்து தோன்றுதலும் உண்டு. **'அ-உயிர்'** என்னும் இரண்டு சொற் களையும் சேர்க்கும்போது 'அவ்வுயிர்' என்னும் தொடர் உருவாகிறது. இங்கே நிலைமொழியில் உள்ள **'அ'** என்னும் உயிரும் வருமொழி முதலிலுள்ள **'உ'** என்னும் உயிரும் அப்படியே இருக்கின்றன. இடையிலே **'வ்'** என்னும் மெய் தோன்றி யுள்ளது. தோன்றியது மாத்திரமின்றி, அது இரட்டித்தும் இருக்கிறது. 'அவ்வுயிர்' என்னும் தொடரிலுள்ள ஒலிகளை தனித் தனியே பிரித்துப் பார்த்தால் 'அ-உயிர்' என்னும் சொற்களுக்கிடையே இரண்டு 'வ்' ஒலிகள் இருப்பதை உணரலாம். இதுவும் மெய் இரட்டித்தலே.

உடம்படுமெய்

'தெருவோரம்' என்பது இரண்டு சொற்கள் கொண்ட ஒரு தொடர். இதில் **'தெரு'**, **'ஓரம்'** என்னும் இரண்டு சொற்கள் இருக்கின்றன. இந்த இரண்டு சொற்களும் சேர்ந்து 'தெருவோரம்' என்னும் தொடர் அமையும் போது, இங்கே புதிதாகத் தோன்றியிருப்பது **'வ்'** என்னும் ஒலியாகும். நிலைமொழியாகிய 'தெரு' என்னும் சொல்லின் இறுதியிலுள்ள **'உ'** என்னும் ஒலியும், வருமொழியாகிய 'ஓரம்' என்னும் சொல்லின் முதலிலுள்ள **'ஓ'** என்னும் ஒலியும் சேரும்போது அவற்றை எளிமையாக ஒலிப்பதற்கு உதவுவது புதிதாகத் தோன்றும் 'வ்' என்னும் ஒலியாகும். **'வந்தவுடன்'**, **'சென்றவுடன்'**, **'மாவிலை'**, **'தேவாரம்'** முதலிய தொடர்களைப் பிரித்தால் நிலை மொழிக்கும் வருமொழிக்கும் இடையே 'வ்' என்னும் ஒலி தோன்றியிருப் பதை அறியலாம்.

'கையெழுத்து' என்பது ஒரு தொடர். இந்தத் தொடரில் 'கை-எழுத்து' என்னும் இரண்டு சொற்கள் இருக்கின்றன. நிலை மொழியாகிய 'கை' என்னும் சொல்லின் இறுதியில் உள்ள **'ஐ'** என்னும் ஒலியும், வருமொழியாகிய 'எழுத்து' என்னும் சொல்லின் முதலில் உள்ள **'எ'** என்னும் ஒலியும் சேரும்போது, அவற்றின் ஒலி எளிமையாகவும் இயல்பாகவும் அமையும் பொருட்டு **'ய்'** என்னும் ஒலி இடையிலே தோன்றியுள்ளது. **'சாலையோரம்'**, **'நிலை யற்றது'**, **'மாலையில்'**, **'ஒளியுண்டு'**, **'வழி யில்லை'** என்னும் தொடர்களைப் பிரித்துப் பார்க்கும்போது, நிலைமொழிக்கும் வருமொழிக்கும் இடையே 'ய்' என்னும் ஒலி தோன்றியிருப்பது புலப்படும். இவ்வாறு தோன்றும் ஒலிகளை **'உடம்படுமெய்'** என்று இலக்கண நூலார் கூறுவர். **'வ்'** தோன்றுவது **'வகர உடம்படுமெய்'** எனப்படும். **'ய்'** தோன்றுவது **'யகர உடம்படுமெய்'** எனப்படும்.

இந்த வகர, யகர உடம்படுமெய்கள் தோன்றும் தொடர்களைக் கூர்ந்து கவனித்தால் ஓர் உண்மையை உணரலாம். அதாவது, இந்த 'உடம்படுமெய்கள்' தோன்றும் தொடர் களிலுள்ள நிலைமொழியின் கடைசியிலும், வருமொழியின் முதலிலும் உள்ள ஒலிகள் உயிரொலிகளாக இருக்கும். இந்த உடம்படு மெய்களும் தோன்றல் விகாரத்தின் பாற்பட்டனவே.

இரு வகை

சில சமயங்களில் 'கெடுதல்', 'தோன்றல்' என்னும் இரண்டு வகையான மாற்றங்களும் ஒரே சமயத்தில் நிகழ்வதுண்டு. இப்பொழுது **'மரவேர்'** என்னும் தொடரை எடுத்துக் கொள்வோம். இந்தத் தொடரில் **'மரம்-வேர்'** என்னும் இரண்டு சொற்கள் இருக்கின்றன. இவை இரண்டும் சேர்ந்து ஒரு தொடராகும் போது 'மரவேர்' என்றாகின்றது. இங்கே நிலைமொழியாகிய 'மரம்' என்னும் சொல்லின் இறுதி எழுத்தான 'ம்' நீங்கி விட்டது. அதாவது, இலக்கண முறைப்படி பார்த்தால், 'ம்' கெட்டுவிட்டது.

இப்பொழுது **'மரக்கிளை'** என்னும் தொடரை எடுத்துக் கொள்வோம். இந்தத் தொடரில் **'மரம்-கிளை'** என்னும் இரு

சொற்கள் உள்ளன. இவை சேர்ந்து ஒரு தொடராக அமையும்போது நிலைமொழியாகிய மரத்தின் கடைசி எழுத்தாகிய **'ம்'** நீங்கி விடுகிறது. எனவே, எஞ்சிநிற்பது 'மர' என்பது மட்டுமே. இந்த **'மர'** என்பதோடு 'கிளை' என்னும் சொல் வந்து சேருங்கால் **'மரக்கிளை'** என்னும் தொடர் உருவாகின்றது. இப்பொழுது இங்கே புதிதாகத் தோன்றியிருக்கும் ஒலி **'க்'** ஆகும். எனவே, 'மரம்-கிளை' என்னும் சொற்கள் சேர்ந்து 'மரக்கிளை' என்னும் தொடர் உருவாகும் போது, அங்கே **'கெடுதல்'**, **'தோன்றல்'** ஆகிய இரண்டும் ஒருங்கே நிகழ்கின்றன. 'மரக்கிளை' என்னும் தொடரில் 'ம்' இருந்த இடத்தில் **'க்'** தோன்றியிருப்பதால் இதனையும் 'திரிதல்' என்று எண்ணி மயங்கக்கூடும். 'திரிதல்' என்பது ஒலி நீங்காமல் இருந்தவாறே மாறுதல். **'கல்–சிலை'** என்னும் சொற்கள் சேரும்போது **'கற்சிலை'** என்னும் தொடர் அமைகின்றது. 'கல்' என்னும் நிலைமொழியின் இறுதியிலுள்ள 'ல்' என்னும் ஒலியே 'ற்' என்று மாறுகின்றது. 'ல்' என்னும் 'இடையொலி' வருமொழியின் முதலிலுள்ள 'சி' என்னும் 'வல்லொலி'க்கு ஏற்ப 'ற்' என்னும் வல்லொலியாக மாறுகின்றது. 'ல்' மறைந்து விடுமேயானால், அதாவது கெட்டுவிடுமேயானால், எஞ்சி நிற்கும் 'க'வுடன் 'சிலை' என்னும் சொல் சேரும் போது 'கச்சிலை' என்றுதான் அமையுமே தவிர 'கற்சிலை' என்று அமையாது. இதிலிருந்து 'ல்' என்னும் 'ஓசை' எங்கும் சென்றுவிடவில்லை; அங்கேயே இருக்கிறது என்பதை உணரலாம். **'மணப்பொருள்'**, **'மணற்கேணி'** என்னும் தொடர்களை நன்கு கவனியுங்கள். 'மணப்பொருள்' 'மணம்–பொருள்' என்று பிரியும். 'மணற்கேணி' என்பது 'மணல்–கேணி' என்று பிரியும். 'மணம்-பொருள்' என்னும் சொற்கள் சேரும்போது நிலைமொழியின் இறுதியில் உள்ள 'ம்' மறைந்துவிடவே, எஞ்சியுள்ள 'மண' என்பதுடன் 'பொருள்' என்னும் சொல் சேருகிறது. அப்போது 'ப்' தோன்றி 'மணப் பொருள்' என்று அமைகின்றது. 'மணல்–கேணி' என்னும் சொற்கள் சேரும்போது நிலைமொழியின் இறுதியில் உள்ள 'ல்' மறைந்து விடுமேயானால் மீதியுள்ள 'மண' என்பதுடன் 'கேணி' என்னும் சொல் சேர்ந்து 'மணக் கேணி' என்றல்லவா ஆகும்? அவ்வாறின்றி 'மணற்கேணி' என்று தொடர் அமைவதால் 'ல்' எங்கும் போய்விடவில்லை என்பது தெளிவாகிறது. எனவே, 'கெடுதல்', 'தோன்றல்' இரண்டும் ஒருங்கே நிகழ்வது வேறு; திரிதல் வேறு.

'பொற்சிலை மிகவும் அழகாக இருந்தது'. 'பொன் சிலை செய்யப் பயன்பட்டது' இந்த இரண்டு வாக்கியங்களையும் கவனியுங்கள். முதல் வாக்கியத்தில் 'பொன்-சிலை' என்னும் சொற்கள் 'பொற்சிலை' என்று மாறியுள்ளன. அடுத்த வாக்கியத்தில் 'பொன்-சிலை' என்னும் சொற்கள் எந்த மாற்றமும் அடையாமல் இயல்பாக உள்ளன. முதல் வாக்கியத்திலுள்ள 'பொற்சிலை' என்பது 'பொன்னால் செய்யப்பட்ட சிலை' என்று விரியும். இது 'மூன்றாம் வேற்றுமை உருபும் பயனும் உடன் தொக்க தொகை'. இரண்டாவது வாக்கியத்தில் உள்ள பொன் எழுவாய். எனவே, அது மாற்றமின்றி இயல்பாக உள்ளது. இதனை மாற்றிப் 'பொற்சிலை செய்யப் பயன்பட்டது' என்று சொன்னால் இங்கே பொருள் மயக்கம் ஏற்படுகிறது. இவ்வாறு சொற்கள் சேரும் போது ஏற்படும் ஒலி மாற்றங்கள் அவை தரும் பொருளையே அடிப்படையாகக் கொண்டு அமைகின்றன.

■■■

5
நான்கு பிரிவுகள்

ஒரு தொடரிலுள்ள இரண்டு சொற்கள் சேரும்போது உண்டாகும் ஒலி மாற்றங்களுக்கு, அந்தந்தத் தொடரில் நிற்கும் நிலைமொழியின் இறுதியிலும் வருமொழியின் முதலிலுமுள்ள ஒலிகளே காரணமாக அமைகின்றன. எனவே, இந்த ஒலிகளின் அடிப்படையில் தொடர்களைப் பிரிக்கும் போது அவை நான்கு வகையாக அமையும். மொழிக்கு அடிப்படையான உயிரும் மெய்யுமே இந்த நால்வகைத் தொடர்களுக்கும் ஆதாரமாக அமைகின்றன. அவை யாவை?

மெய்யீறும் உயிர் முதலும்

நிலைமொழி இறுதியில் மெய்யெழுத்தும் வருமொழி முதலில் உயிரெழுத்தும் வருவது ஒரு வகை. இது 'மெய்யீறும் உயிர் முதலும்' எனப்படும். இந்தத் தொடர்களைக் கவனியுங்கள்: 'பொருள்-உண்டு', 'கண்-ஒளி', 'குற்றம்-இல்லை', 'கப்பல்-ஓட்டினான்', 'புத்தகம் - எங்கே'. இந்தத் தொடர்களில் நிலைமொழியின் இறுதியில் மெய்யெழுத்தும் வருமொழியின் முதலில் உயிரெழுத்தும் உள்ளன. 'மெய் ஈறும் உயிர் முதலும்' கொண்ட தொடர்கள் இவை.

உயிர் ஈறும் உயிர் முதலும்

நிலைமொழியின் இறுதியிலும் வருமொழியின் முதலிலும், அதாவது இரண்டு இடங்களிலும் உயிர் எழுத்து வருவது இன்னொரு வகை. இதனை 'உயிர் ஈறும் உயிர் முதலும்' என்று கூறுகிறோம். 'அலை-ஓசை', 'தேடி-அலைந்தான்', 'பேச-எழுந்தான்', 'வந்து-இருந்தார்' என்னும் தொடர்களில் நிலைமொழி இறுதியிலும் வருமொழி முதலிலும் உயிர் எழுத்துகள் வந்துள்ளன. இந்தத் தொடர்களில் வருமொழியாகவுள்ள 'ஓசை', 'அலைந்தான்', 'எழுந்தான்', 'இருந்தார்' முதலிய சொற்களில் முதலில் உள்ள எழுத்துகள் உயிரெழுத்துகளாக உள்ளன. ஆனால், இவற்றின் நிலைமொழிகளாகிய அலை, தேடி, பேச, வந்து முதலிய சொற்களின் இறுதியில் தனி உயிர் எழுத்துகள் இல்லை, உயிர் மெய்களே வந்துள்ளன. என்றாலும், இவற்றை நாம் 'உயிர் ஈறு' என்றே கூறுகிறோம் ஏன்?

இப்போது 'மு' என்னும் உயிர்மெய்யை எடுத்துக் கொள்வோம். 'ம்' என்னும் மெய்யொலியுடன் 'உ' என்னும் உயிரொலியைச் சேர்த்தால் 'மு' என்னும் உயிர் மெய்யாகிய கூட்டொலி கிடைக்கின்றது. அதாவது, 'ம்' என்னும் மெய்யொலி முன்னேயும், 'உ' என்னும் உயிரொலி பின்னேயும் அமைகிறபோதுதான் 'மு' என்னும் உயிர் மெய் தோன்றுகிறது.

இதற்கு மாறாக, உயிரொலியை முன்னும் மெய்யொலியைப் பின்னும் அமைத்தால், 'உம்' என்னும் சொல்தான் கிடைக்குமே தவிர, 'மு' என்னும் உயிர்மெய் தோன்றாது. 'உயிர்மெய்' எழுத்தில் முதலில் மெய்யும் அதனை அடுத்து உயிரும் நிற்கின்றன. எனவே, உயிர்மெய் எழுத்து சொல்லின் இறுதியில் வருமானால், அதனை உயிர் ஈறாகக் கொள்ள வேண்டும். அதே போல, உயிர்மெய் சொல்லின் முதலில் வருமானால், அதனை மெய் முதலாகக் கொள்ள வேண்டும். 'உயிர்மெய்' எழுத்து எங்கு வந்தாலும் இந்த விதி பொருந்தும்.

சற்று முன்பு எடுத்துக்காட்டிய தொடர்களின் நிலைமொழிகளை மீண்டும் நோக்குவோம்.

'அலை' என்னும் சொல்லின் ஈற்றொலி 'ஐ', 'தேடி' என்னும் சொல்லின் ஈற்றொலி 'இ', 'பேச' என்னும் சொல்லின் ஈற்றொலி 'அ', 'வந்து' என்னும் சொல்லின் ஈற்றொலி 'உ', இப்படி இவற்றின் கடைசியில் உள்ள ஒலிகள் உயிரொலிகளாக இருப்பதால் இவற்றை உயிரீற்றுச் சொற்கள் என்கிறோம்.

உயிர் ஈறும் மெய் முதலும்

இப்போது, 'உயிர் ஈறும் மெய் முதலும்' உடைய தொடர்களைப் பார்ப்போம். இந்த வகையைச் சார்ந்த தொடர்களில், நிலைமொழியின் இறுதியில் உயிரும் வருமொழியின் முதலில் மெய்யும் இருக்கும்.

'அலை-கடல்', 'தேடி-பார்த்தேன்', 'பேச-சொன்னார்', 'வந்து-சென்றார்' என்னும் தொடர்களைக் கவனியுங்கள். இந்தத் தொடர்களில் நிலைமொழியின் ஈற்றொலி உயிராகவும் வருமொழியின் முதலொலி மெய்யாகவும் உள்ளன. எனவே, இவை உயிரீறும் மெய் முதலும் உடைய தொடர்கள்.

மெய்யீறும் மெய் முதலும்

இன்னொரு வகை 'மெய்யீறும் மெய் முதலும்' உடைய தொடராகும். இப்பொழுது இந்தத் தொடர்களைக் கவனியுங்கள்:

'சொல்-தொடர்', 'பேசும்-மொழி', 'நண்பர்-சொன்னார்', 'புறம்-கண்டு' என்னும் தொடர்களில் நிலைமொழியின் இறுதியிலும் வருமொழியின் முதலிலும் மெய்யெழுத்துகளே உள்ளன. 'சொல்-தொடர்' என்னும் தொடரில் நிலைமொழி 'சொல்'. இதன் கடைசி எழுத்து 'ல்', வருமொழி 'தொடர்'. இந்தச் சொல்லின் முதலில் நிற்பது உயிர்மெய் என்றாலும் முதலில் ஒலிப்பது 'த்' என்னும் மெய். எனவே, இந்தத் தொடர் 'மெய்யீறும் மெய் முதலும்' கொண்ட தொடராகும். இதுபோலவே, ஏனைய தொடர்களிலும் நிலை மொழியின் ஈற்றிலும் வருமொழியின் முதலிலும் மெய்யெழுத்துகள் வந்துள்ளன.

இந்த நான்கு வகையான தொடர்களிலும் ஏற்படும் ஒலிமாற்றங்கள் நிலைமொழியின் இறுதியிலும் வருமொழியின் முதலிலுமே பெரும்பாலும் நிகழ்கின்றன. மாற்றம் நிகழ்வதும் நிகழாமல் இருப்பதும் முன்பு கூறிய தொடர் இலக்கண அடிப்படையில் அமைகின்றன. 'வானம் பெரிது', 'வான நூல்' என்னும் இரு தொடர்களையும் கவனியுங்கள். முதல் தொடரில் 'வானம்' என்னும் நிலை மொழியும் 'பெரிது' என்னும் வருமொழியும் எவ்வித மாற்றமும் அடையாமல் இயல்பாகவே சேர்ந்துள்ளன. ஆனால், இரண்டாவது தொடரில் 'வானம்' என்னும் நிலைமொழியில் உள்ள கடைசி ஒலியான 'ம்' மறைந்து விட்டது. அதாவது கெட்டு விட்டது. இதற்குக் காரணம், 'தொடர் இலக்கண' அடிப்படையில் பார்க்கும்போது இந்த இரு தொடர்களும் வெவ்வேறு பொருள் உடையவை என்பதேயாகும். 'வானம் பெரிது' என்பது எழுவாய்த் தொடர். 'வானநூல்' என்பது இரண்டாம் வேற்றுமை உருபும் பயனும் உடன் தொக்க தொகை நிலைத் தொடர். எனவே, புணரியலில் தொடர் இலக்கணத்தின் பணி மிகவும் முக்கியமானது.

சொற்கள் சேரும்போது ஏற்படும் ஒலி மாற்றங்களுக்கு இன்னொரு காரணமும் உண்டு. நிலைமொழியின் இறுதி ஒலி மட்டுமின்றிச் சில வேளைகளில் அதற்கு முன்னுள்ள ஒலியும் இத்தகைய மாற்றங்கள் ஏற்படக் காரணமாக அமைகிறது. இப்போது 'நடுவில்', 'நாட்டில்' என்னும் இரு தொடர்களையும் எடுத்துக்கொள்வோம். இந்தத் தொடர்கள் 'நடு-இல்' என்றும் 'நாடு-இல்' என்றும் பிரியும். இந்த இரண்டு தொடர்களிலும் நிலைமொழியின் இறுதியில் இருப்பது 'டகர மெய்யுடன் கூடிய உகர ஒலி' இரண்டிலும் 'இல்' என்னும் ஏழாம் வேற்றுமை உருபு வருமொழியாக அமைந்துள்ளது. இவ்வாறிருக்க ஒன்று 'நடுவில்' என்றும், மற்றொன்று 'நாட்டில்' என்றும் மாறக் காரணம், நிலைமொழியின் இறுதி எழுத்துக்கு முன்னுள்ள எழுத்தேயாகும். ஒன்றில் குறிலும், மற்றொன்றில் நெடிலும் அமைந்திருக்கின்றன.

■■■

6
மெய்யீறும் உயிர் முதலும்

நிலைமொழியின் இறுதியிலும் வருமொழியின் முதலிலும் நிற்கும் எழுத்துகளைக் கொண்டு தொடர்களை நான்கு வகையாகப் பிரித்தோம் அல்லவா? அந்த நான்கு வகைகளில் ஒன்று நிலைமொழியின் இறுதியில் மெய்யெழுத்தையும் வருமொழியின் முதலில் உயிரெழுத்தையும் கொண்ட தொடராகும். இந்தத் தொடரில் நிலைமொழியின் ஈற்றில் நிற்கும் மெய்யும் வருமொழியின் முதலில் நிற்கும் உயிரும் சேரும்போது ஏற்படும் மாற்றத்தை இப்போது பார்ப்போம்.

இயல்பு

'பாடல்–ஒன்று', 'தமிழ்–இனிமை', 'ஏன்–இல்லை', 'மான்–ஓடிற்று' என்னும் தொடர்களில் நிலைமொழியின் ஈற்றில் மெய்யும் வருமொழி முதலில் உயிரும் இருக்கின்றன. இவை சேர்ந்து ஒலிக்கும்போது 'பாடலொன்று', 'தமிழினிமை', 'ஏனில்லை', 'மானோடிற்று' என்று மாறும். இப்படி நிலைமொழி ஈற்றிலுள்ள மெய்யுடன் வருமொழி முதலிலுள்ள உயிர் சேர்ந்து இவை 'உயிர்மெய்'யாக மாறுவது இயல்புப் புணர்ச்சியாகும்.

இப்பொழுது கூறிய தொடர்களில் உள்ள நிலைமொழிகளை மீண்டும் கவனியுங்கள். இந்தச் சொற்கள் இரண்டு அல்லது மூன்று எழுத்துகளை உடைய சொற்களாக உள்ளன. பாடல்–ஒன்று, தமிழ்–இனிமை என்னும் தொடர்களில் நிலைமொழிகளாக உள்ள சொற்கள் மூன்றெழுத்துச் சொற்களாக உள்ளன. மூன்று அல்லது மூன்றுக்கு மேற்பட்ட எழுத்துகளைக் கொண்ட சொற்கள் நிலைமொழியாக அமைந்து, அந்த நிலைமொழியின் கடைசி எழுத்து மெய்யெழுத்தாக இருக்குமானால், வருமொழி முதலிலுள்ள உயிர் அந்த மெய்யுடன் சேர்ந்து உயிர்மெய்யாக மாறி விடும். இதனையே நன்னூல், 'உடல்மேல் உயிர் வந்து ஒன்றுவது இயல்பே' என்று கூறுகிறது.

மூன்றுக்கு மேற்பட்ட எழுத்துகள் இருப்பினும் இவற்றைப்போல இயல்பாகவே புணரும். 'ஒருவர்–எழுந்தார்', 'தடங்கல்–இல்லை', 'அலுவல்–உண்டு' போன்ற தொடர்களைக் கவனியுங்கள். இவை சேரும்போது, 'ஒருவரெழுந்தார்', 'தடங்கலில்லை', 'அலுவலுண்டு' என்று இயல்பாகவே புணரும். மூன்று அல்லது மூன்றுக்கு மேற்பட்ட எழுத்துகளைக் கொண்ட சொற்கள் நிலைமொழியாக இருந்தால் இறுதி எழுத்து மெய்யெழுத்தா என்று மட்டும் பார்த்தால் போதும். வெறொன்றையும் கவனிக்க வேண்டுவதில்லை.

ஆனால், நிலைமொழி இரண்டெழுத்துடைய சொல்லானால், அப்போது அதன் முதல் எழுத்து என்ன என்பது முக்கியமாகக் கவனிக்க வேண்டிய ஒன்று. சற்று முன்பு எடுத்துக்காட்டிய, 'ஏன்–இல்லை', 'யார்–என்றார்', 'மான்–ஓடிற்று' என்னும் தொடர்களைக் கவனியுங்கள். இந்தத் தொடர்களில் நிலைமொழிகளாகவுள்ள 'ஏன்', 'யார்', 'மான்' முதலிய சொற்கள் இரண்டு எழுத்துகளாலானவை. இந்தச் சொற்களின் முதல் எழுத்துகளான 'ஏ', 'யா', 'மா' முதலியன நெடிலாக உள்ளன. இதிலிருந்து ஒரு விதியை நீங்கள் ஊகித்து அறியலாம். 'மெய்யீறும் உயிர் முதலு' மாக அமைந்த தொடர்களில், நிலைமொழி இரண்டெழுத்துச் சொல்லாக இருக்கும்போது நிலைமொழியின் முதலெழுத்து நெடிலாக இருந்தால், அது இயல்பாகப் புணரும். அதாவது நிலைமொழியின் ஈற்று மெய்யுடன் வருமொழியின் முதலிலுள்ள உயிர் சேர்ந்து உயிர்மெய்யாக மாறும். 'தூண்–இல்லை', 'வாய்–உண்டு', 'தாய்–ஐ', 'பால்–ஆழி' முதலியவற்றைச் சேர்க்கும்போது அவை மெய்யுடன் உயிர் சேர்ந்து இயல்பாகப் புணர்கின்றன.

மெய் விரிதல்

'காண்–என்றான்', 'கண்–என்றான்' என்னும் இரு தொடர்களையும் இப்பொழுது கவனியுங்கள். 'காண்–என்றான்' என்பது முன்பு எடுத்துக்காட்டிய தொடர்களைப்போல 'காணென்றான்' என்று இயல்பாகப்

புணர்கிறது. ஆனால், இரண்டாவது கூறிய 'கண்–என்றான்' என்பது, அப்படி இயல்பாகப் புணரவில்லை. மாறாக, 'கண்ணென்றான்' என்று புணர்கிறது. 'கண்–என்றான்' என்னும் இரண்டு சொற்களுக்குமிடையே இன்னொரு 'ண்' தோன்றியுள்ளது. அதாவது, 'கண்–ண்–என்றான்' என்றாகின்றது. இப்படி நிலைமொழியின் ஈற்றிலுள்ள ஒரு மெய் இரண்டாக மாறுவது 'மெய் விரிதல்' எனப்படும்.

'சொல்–அழகு', 'மெய்–எழுத்து', 'மண்–இல்', 'விண்–ஒலி', 'பொன்–எழில்' என்னும் தொடர்கள் சேரும்போது 'சொல்லழகு', 'மெய்யெழுத்து', 'மண்ணில்', 'விண்ணொலி', 'பொன்னெழில்' என்று மாறுகின்றன. 'கண்ணென்றான்' என்னும் தொடர் போலவே இவற்றிலும் நிலைமொழியின் ஈற்றிலுள்ள மெய் விரிந்திருக்கின்றது.

நாம் இப்பொழுது பார்த்த தொடர்களில் நிலைமொழியின் முதல் எழுத்து குறிலாக இருப்பதைக் கவனியுங்கள். 'காண்–என்றான்' என்னும் தொடரில் நிலைமொழியின் முதல் எழுத்து நெடிலாக இருப்பதால், நிலை மொழியின் கடைசி ஒலியும் வருமொழியின் முதல் ஒலியும் இயல்பாகக் கூடுகின்றன. ஆனால், 'கண்–என்றான்' என்னும் தொடரில் நிலைமொழியின் முதல் எழுத்து குறிலாக இருப்பதால், நிலைமொழியின் ஈற்றிலுள்ள மெய் விரிந்து, அவ்வாறு விரிந்த மெய்யுடன் வருமொழியின் முதலிலுள்ள உயிர் சேர்ந்து 'கண்ணென்றான்' என்று அமைகிறது.

தனிக்குறிலை அடுத்து வரும் மெய்யுடன் வருமொழியின் முதல் எழுத்தான உயிர் வந்து சேரும்போது நிலை மொழியின் ஈற்று மெய் விரிந்து புணரும். இது விகாரப்புணர்ச்சி எனப்படும்.

முன்பு கூறிய எட்டு மெய்களில் 'மகர மெய்' தவிர்த்த வேறு எந்த மெய் நிலைமொழியின் கடைசியில் வந்தாலும், நாம் இதுவரை பார்த்த விதிகளின்படியேதான் புணரும். நிலைமொழியும் வருமொழியும் சேர்ந்து அமைகின்ற தொடர் என்ன தொடர் என்பதைப் பார்க்க வேண்டியதில்லை. என்ன தொடரானாலும் இந்த விதிகளுக்கு ஏற்பவே புணரும். நிலைமொழி இறுதியில் மகரம் தவிர்த்த மெய் இருந்து வருமொழி முதலில்

உயிர் வரும் எந்தத் தொடருக்கும் இந்த விதிகள் பொருந்தும்.

ர், ழ்

சொல்லின் இறுதியில் வரும் மெய்களில் 'ர், ழ்' என்னும் இரண்டும் அடங்கும். எனினும், இவை தனிக்குறிலை அடுத்து வருவதில்லை. எனவே, தனிக்குறிலை அடுத்து வரும் மெய் விரிந்து புணரும் என்பது 'ர், ழ்' தவிர்த்த ஏனைய மெய்களுக்கே பொருந்தும். மேலும் 'ர், ழ்' என்னும் இரண்டு மெய்களும் 'தம்மொடு தாம் மயங்காத தன்மையன' அதாவது இந்த இரண்டு மெய்களும் ஒருபோதும் இரட்டித்து வாரா.

ஞ், ந், வ்

'ஞ், ந், வ்' என்னும் எழுத்துக்களை இறுதியில் கொண்ட சொற்கள் மிகச்சில பழந்தமிழில் இடம்பெற்றுள்ளன. இந்த எழுத்துகளை இறுதியில் கொண்ட சொற்கள் நிலைமொழியாக அமையும்போது மற்ற மெய்களை இறுதியில் கொண்ட சொற்களைப் போலவே புணரும்.

மகர மெய்யும் உயிரும்

மகர மெய் தவிர்த்த ஏனைய மெய்களுடன் உயிர் வந்து சேரும்போது அது என்ன தொடர் என்று நாம் ஆராய வேண்டிய அவசியம் இல்லை. ஆனால், நிலைமொழி ஈற்றில் நிற்கும் மகர மெய் மட்டும் இந்த விதிக்கு மாறுபட்டு நிற்கிறது. மகர மெய்யுடன் உயிர் சேரும்போது ஏற்படும் மாற்றம் அது என்ன தொடர் என்பதைப் பொறுத்தது.

ஆணவம்–ஒழிந்தது என்னும் தொடரில் உள்ள நிலைமொழியின் கடைசியில் 'ம்' என்னும் மெய் இருக்கின்றது. வருமொழியின் முதலில் 'ஒ' என்னும் உயிர் இருக்கின்றது. இவை இரண்டும் சேரும்போது 'ஆணவமொழிந்தது' என்றாகும். 'ம்', 'ஒ' இரண்டும் சேர்ந்து, அதாவது 'ம்' என்னும் மெய்யுடன் 'ஒ' என்னும் உயிர் சேர்ந்து 'மொ' என்னும் உயிர்மெய் தோன்றியுள்ளது. இது இயல்புப் புணர்ச்சி. இங்கே 'ம்' கெடவில்லை.

இப்பொழுது 'அகம்–ஒழுக்கம்' என்னும் சொற்கள் சேர்ந்து ஒரு தொடராகும்போது என்ன 'ஒலி மாற்றம்' நிகழ்கின்றது என்று

பார்ப்போம். 'அகம்–ஒழுக்கம்' என்னும் இரு சொற்களும் சேரும்பொழுது 'அகவொழுக்கம்' என்றாகும். இங்கே 'அகம்' என்னும் சொல்லிலுள்ள 'ம்' மறைந்துவிடுவதாலேயே 'அகவொழுக்கம்' என்னும் தொடர் உண்டாகிறது. அதாவது அக-ஒழுக்கம் என்றாகி, பின்னர் இரண்டு ஒலிகளையும் சேர்க்க இடையில் 'வ்' தோன்றுவதால் 'அகவொழுக்கம்' என்று அமைகிறது. இங்கே 'வ்' ஏன் வருகிறது என்பதைப் பின்னர் பார்ப்போம். இங்கே நாம் கவனிக்க வேண்டியது 'அகம்' என்னும் சொல்லின் கடைசி எழுத்தான 'ம்' கெட்டு விட்டது என்பதே.

இப்படிச் சில இடங்களில் மகர மெய் கெட்டும், சில இடங்களில் கெடாமலும் இருக்கக் காரணம் அது அமைந்துள்ள தொடரேயாகும். எனவே, எங்கெங்கு கெடும், எங்கெங்கு கெடாது என்பதற்குத் தொடர் இலக்கணத்தை நினைவுபடுத்திக் கொள்வது நல்லது. எந்தெந்தத் தொடர்களில் மகர மெய் கெடாமல் இருக்கும் என்பதை முதலில் பார்ப்போம்.

சொல் தொடர்கள் 'தொகா நிலைத் தொடர்', 'தொகை நிலைத் தொடர்' எனப் பொதுவாக இரு வகைப்படும் என்று முன்பு பார்த்தோம். இவற்றுள் 'தொகாநிலைத் தொடர்களில்' மகர ஈற்று நிலைமொழியுடன் உயிரை முதலாகக் கொண்ட வருமொழி சேரும்போது மகரம் கெடாது. மற்ற மெய்யெழுத்துகளைப் போலவே, மகர மெய்யுடன் உயிர் சேர்ந்து இயல்பாகப் புணரும்.

எழுவாய்த் தொடர்

'பணம்–இருக்கிறது', 'துன்பம்–ஒழிந்தது', 'நேரம்–இல்லை', 'தெய்வம்–உண்டு', 'மனம்–இளகியது' என்னும் தொடர்கள் சேரும்பொழுது முறையே 'பணமிருக்கிறது', 'துன்பமொழிந்தது', 'நேரமில்லை', 'தெய்வமுண்டு', 'மன மிளகியது' என்றாகும். இவை இயல்பாகப் புணர்ந்துள்ளன. இந்தத் தொடர்களில் மகரம் கெடவில்லை. இவை தொகாநிலைத் தொடர்களில் ஒரு வகையான எழுவாய்த் தொடராகும். எழுவாய்த் தொடரில் 'மகரம்' கெடாது.

பெயரெச்சத் தொடர்

'பாயும்–ஒளி', 'கேட்கும்–ஒலி', 'காணும்–இடம்', 'ஆடும்–அரவம்', 'ஓடும்–ஆறு' என்னும் தொடர்களைக் கவனியுங்கள். இவற்றிலும் நிலைமொழியின் ஈற்றில் மகர மெய்யும் வருமொழி முதலில் உயிரும் வந்துள்ளன. இவை சேரும்பொழுது, 'பாயுமொளி', 'கேட்குமொலி', 'காணுமிடம்', 'ஆடுமரவம்', 'ஓடுமாறு' என்று இயல்பாகப் புணர்கின்றன. இங்கேயும் மகரம் கெடவில்லை. ஏனெனில், இவை பெயரெச்சத் தொடர்கள்.

இந்தத் தொடர்களின் நிலைமொழிகளாகிய பாயும், கேட்கும், காணும், ஆடும், ஓடும் முதலியன வினைமுற்றுக்கள் போல் தோன்றினாலும் இவை வினைமுற்றுக்கள் அல்ல. இவை பெயரெச்சங்கள். இவற்றைச் 'செய்யும்' என்னும் வாய்பாட்டுப் பெயரெச்சம் என்பர் இலக்கண நூலார்.

விளித்தொடர்

'கற்பகம்–ஆடு', 'மங்களம்–ஓடு', 'கமலம்–உண்' என்னும் தொடர்களைக் கவனியுங்கள். இவை கற்பகமே ஆடு, மங்களமே ஓடு, கமலமே உண் என்னும் விளிப்பொருளில் வந்துள்ளன. எனவே, இவை விளித்தொடர் எனப்படும். விளிப் பொருள் தரும் சொற்கள் எட்டாம் வேற்றுமை என்பது உங்களுக்குத் தெரியும். இந்தத் தொடர்களில் உள்ள நிலைமொழியும் வருமொழியும் சேரும்பொழுது முறையே 'கற்பகமாடு', 'மங்கள மோடு', கமலமுண்' என, நிலைமொழியின் ஈற்றிலுள்ள மகர மெய்யுடன் வருமொழியின் முதலிலுள்ள உயிர் சேர்ந்து இயல்பாகப் புணரும். எனவே, விளித்தொடரிலும் மகர மெய் கெடாது.

வேற்றுமைத் தொடர்

'ஊரகம்–இருந்தது' என்னும் தொடரில் நிலைமொழியில் சேர்ந்துள்ள 'அகம்' என்னும் சொல் ஏழாம் வேற்றுமை உருபுகளுள் ஒன்று. ஊர் என்னும் பெயர்ச் சொல்லுடன் 'அகம்' என்னும் ஏழாம் வேற்றுமை உருபு சேர்ந்து 'ஊரகம்' என்றாயிற்று. இது ஏழாம் வேற்றுமை விரி. அதாவது ஏழாம் வேற்றுமைத் தொகா நிலைத்தொடர். ஏனென்றால், இங்கே வேற்றுமை உருபு

மறைந்திருக்கவில்லை. இந்தத் தொடரிலும், நிலைமொழியின் ஈற்றிலுள்ள மகரமெய் யுடன் வருமொழி முதலிலுள்ள உயிர் சேர்ந்து, **'ஊரகமிருந்தது'** என்று இயல்பாகப் புணர்கிறது. இந்தத் தொடரிலும் மகர மெய் கெடவில்லை. **புத்தகமெடுத்தான், இல்லமடைந்தான்** என்னும் தொடர்களையும் நோக்குக. இவை வேற்றுமைத் தொகை நிலைத் தொடர்கள்.

அடுக்குத் தொடர்

'அரவம்–அரவம்' என்பது அடுக்குத் தொடர். தொடர் இலக்கணத்தில் இதுபற்றி விளக்கியிருக்கிறோம். அடுக்குத்தொடரிலும் நிலைமொழி ஈற்றிலுள்ள மகர மெய்யுடன் வருமொழி முதலிலுள்ள உயிர் சேர்ந்து இயல்பாகப் புணரும் அதாவது, **'அரவம்–அரவம்'** என்பது **'அரவமரவம்'** என்றாகும். எனவே, அடுக்குத்தொடரிலும் மகரமெய் கெடாது.

வினைமுற்றுத் தொடர்

'துயிலும்–அலவன்', **'பறக்கும்–அன்றில்'**, **'ஆடும்–அரவம்'**, **'ஓடும்–ஆடு'** என்னும் தொடர்களைக் கவனியுங்கள். இவை, **அலவன் துயிலும், அன்றில் பறக்கும், அரவம் ஆடும், ஆடு ஓடும்** என்னும் பொருளில் அமையுமானால் வினை முற்றுத் தொடர் எனப்படும். நிலைமொழி என்ன என்பதைக் கொண்டே ஒரு தொடருக்குப் பெயர் அமைகின்றமையால் இவற்றை வினைமுற்றுத் தொடர்கள் என்று சொல்லுகிறோம். சற்று முன்பு கூறிய தொடர்களில் வினைமுற்றுகள் நிலைமொழி யாக உள்ளன. எழுவாயாகிய பெயர் முன்னும், பயனிலையாகிய வினை முற்று பின்னும் அமைவதுதான் பொது வழக்கு. எனினும் செய்யுளில் வினைமுற்று முன்னால் அமைவதைப் பெருவாரியாகக் காணலாம். உரைநடையிலும் சிறுபான்மை இப்படி அமைவது உண்டு. உணர்ச்சி காரண மாகவோ, வினைக்கு முக்கியத்துவம் கொடுப் பது காரணமாகவோ வினைமுற்றை முன்னே அமைப்பது வழக்கம். சில வேளைகளில் ஓசை நயம், நடையழகு முதலியன காரண மாகவும் முதலில் வினைமுற்று இடம் பெறுவதுண்டு.

கம்பராமாயணத்தில் சீதையைத் தேடிச் சென்ற அனுமன் திரும்பி வந்து இராமனைக் காணும்போது, **'கண்டனென் கற்பினுக் கணியை'** என்று சொல்கிறான். அதாவது 'கண்டேன் சீதையை' என்கிறான். சீதையைக் காணாது வருந்தியிருக்கும் இராமனுக்கு ஆறுதல் அளிக்கும் வகையில் 'கண்டேன்' என்னும் சொல்லை முதலில் கூறியதாகக் கம்பர் பாடலை அமைக்கின்றார். சிலப்பதி காரத்தின் நோக்கத்தை உணர்த்த வந்த இளங்கோவடிகள்,

> 'சிலப்பதிகாரம் என்னும் பெயரால்
> நாட்டுதும் யாமோர் பாட்டுடைச் செய்யுள்'

என்று பாடலின் இறுதியடியை அமைக்கின் றார்.

'நாட்டுதும் யாம்' என்று வினையை முன்னமைத்திருத்தல் நம் சிந்தனைக்குரியது.

> 'கவலை துறந்திங்கு வாழ்வது வீடென்று
> காட்டும் மறைகளெல்லாம்'

என்று பாரதியார் பாடுகின்றார். **'மறை களெல்லாம் காட்டும்'** என்பதையே கவிஞர் **'காட்டும் மறைகளெல்லாம்'** என்று கூறு கின்றார். இவ்வாறு வினைமுற்றை முன்னமைத்துக் கூறும் முறை தமிழில் தொன்று தொட்டு இருந்து வருவதாகும். அதனாலேயே 'வினைமுற்றுத் தொடர்' என்னும் இலக்கணப் பகுதியும் உண்டாயிற்று.

சற்று முன்பு கூறிய தொடர்களை மீண்டும் நோக்குவோம்: **துயிலும்–அலவன், பறக்கும்–அன்றில், ஆடும்–அரவம், ஓடும்–ஆடு** என்னும் தொடர்கள் சேரும்போது **'துயிலுமலவன்'**, **'பறக்குமன்றில்'**, **'ஆடுமரவம்'**, **'ஓடுமாடு'** என்று இயல்பாகப் புணர்கின்றன. எனவே, வினைமுற்றுத் தொடரிலும் 'மகரம்' கெடுவதில்லை.

துயிலும்–அலவன், பறக்கும்–அன்றில், ஆடும்–அரவம், ஓடும்–ஆடு முதலியவற்றின் நிலைமொழிகளையும், முன்பு நாம் பெயரெச்சத் தொடரில் குறிப்பிட்ட **பாயும்–ஒளி, கேட்கும்–ஒலி, காணும்–இடம்** முதலியவற்றில் உள்ள நிலைமொழிகளையும் ஒப்பிட்டுப் பார்த்தால் இரண்டிற்கும் வேறுபாடு தோன்றவில்லை. இப்படி, வினைமுற்றுத் தொடரிலும், பெயரெச்சத் தொடரிலும் இருக்கின்ற நிலைமொழிகளின்

அமைப்பு ஒரே விதமாக இருக்கும்போது, ஒரு தொடர் வினைமுற்றுத் தொடரா அல்லது பெயரெச்சத் தொடரா என்பதை எப்படி அறிவது? இடம் நோக்கித் தான் பொருள் கொள்ள வேண்டும்.

'கவலை துறந்திங்கு வாழ்வது வீடென்று **காட்டும் மறைகளெல்லாம்'** என்னும் பாடலடியில் **'மறைகளெல்லாம் காட்டும்'** என்னும் பொருள் அமைந்துள்ளது. அதாவது 'காட்டும் மறைகளெல்லாம்' என்னும் தொடரில் 'காட்டும்' என்னும் சொல் முடிவான பொருளைத் தருகின்றது. எனவே, அதை 'வினைமுற்றுத் தொடர்' என்று சொல்கிறோம்.

'வெள்ளைத் தாமரைப் பூவில் இருப்பாள்
வீணை செய்யும் ஒலியில் இருப்பாள்'

என்பதும் பாரதியார் பாடலின் ஒரு பகுதியே. இதில் இரண்டாவது வரியிலுள்ள 'வீணை செய்யும் ஒலியில் இருப்பாள்' என்பதில் முடிந்த பொருளைக் காட்டுவது 'இருப்பாள்' என்னும் வினைமுற்று. 'செய்யும் ஒலி' என்பதில் 'செய்யும்' என்னும் சொல் பெயரெச்சமாக அமைந்துள்ளது. எனவே, இடம் நோக்கிப் பொருள் கொள்வது இன்றியமையாதது.

தொகை நிலைத் தொடர்

தொகா நிலைத் தொடர்களில் நிலை மொழியின் ஈற்றில் மகர மெய்யும் வருமொழியின் முதலில் உயிரும் இருந்தால், மகர மெய் கெடாமல் இயல்பாகப் புணர்வதைப் பார்த்தோம்.

தொகை நிலைத் தொடர்களில் நிலை மொழி ஈற்றில் மகர மெய்யும் வருமொழி முதலில் உயிரும் அமையும்போது மகர மெய்யின் நிலை என்ன என்பதை இப்போது பார்ப்போம்.

வேற்றுமைத் தொகை

கடிதம் – எழுதினான், காவியம் – இயற்றினான், செல்வம் – ஈட்டினார், தங்கம் – எடுத்தனர் என்னும் தொடர்களைக் கவனியுங்கள். இந்தத் தொடர்கள் **கடிதத்தை எழுதினான், காவியத்தை இயற்றினான், செல்வத்தை ஈட்டினார், தங்கத்தை எடுத்தனர்** என்று விரியும். 'கடிதம்– எழுதினான்', 'காவியம் – இயற்றினான்', 'செல்வம் – ஈட்டினார்', 'தங்கம் – எடுத்தனர்' என்னும் தொடர்களில் இரண்டாம் வேற்றுமை உருபாகிய 'ஐ' மறைந்திருக்கிறது. எனவே, இந்தத் தொடர்கள் இரண்டாம் வேற்றுமைத் தொகை நிலைத் தொடர்கள்.

இந்தத் தொடர்களில் நிலைமொழியின் கடைசி ஒலியும் வருமொழியின் முதல் ஒலியும் சேரும்போது, இவை, **'கடிதமெழுதி னான்'**, **'காவியமியற்றினான்'**, **'செல்வ மீட்டினார்'**, **'தங்கமெடுத்தனர்'** என இயல்பாகப் புணரும். எனவே, இரண்டாம் வேற்றுமைத் தொகையில் மகரம் கெடாது.

'செல்வம்–அடைந்த–பயன்' என்னும் தொடரை இப்போது பார்ப்போம்: இந்தத் தொடர் **'செல்வத்தால் அடைந்த பயன்'** என்று விரியும். இந்தத் தொடரில் மூன்றாம் வேற்றுமை உருபு 'ஆல்' மறைந்திருக்கிறது. ஆதலால், இது மூன்றாம் வேற்றுமைத் தொகை. **செல்வம்–அடைந்த** என்பது **'செல்வமடைந்த'** என்றே சேரும். எனவே, நிலை மொழியின் ஈற்றிலுள்ள மகர மெய்யுடன் வருமொழியின் முதலிலுள்ள உயிர் சேர்ந்து இயல்பாகப் புணர்ந்துள்ளது. எனவே, மூன்றாம் வேற்றுமைத் தொகை யிலும் மகரம் கெடவில்லை.

'மரகதம்–அன்னை' என்னும் தொடர் **மரகதத்திற்கு அன்னை** என்று விரியும். எனவே, 'மரகதம்–அன்னை' என்னும் தொடர் முறைப் பொருளில் அமைந்த நான்காம் வேற்றுமைத் தொகையாகும். இதுவும் **'மரகதமன்னை'** என்று இயல்பாகவே புணரும். எனவே, நான்காம் வேற்றுமைத் தொகையிலும் மகரம் கெடாது.

'விமானம்–இறங்கினார்' என்னும் தொடர் **விமானத்திலிருந்து இறங்கினார்** என்று விரியும். எனவே, இது ஐந்தாம் வேற்றுமைத் தொகையாகும். இந்தத் தொடரி லும் **'விமானம்–இறங்கினார்'** என்பது **'விமானமிறங்கினார்'** என்று இயல்பாகப் புணர்கிறது. இங்கேயும் மகரம் கெடவில்லை.

'குளம்–ஆடினான்' என்னும் இரு சொற்களையும் சேர்த்தால் **'குளமாடினான்'** என்று புணரும். இதுவும் இயல்புப் புணர்ச்சிதான். **'குளமாடினான்'** என்னும் தொடர் **'குளத்தில் ஆடினான்'** என்று

விரியுமாதலால் இது ஏழாம் வேற்றுமைத் தொகை. ‘குளமாடினான்’ என்னும் தொடர் இயல்புப் புணர்ச்சியாதலால், ஏழாம் வேற்றுமைத் தொகையிலும் ‘மகரம்’ கெடாது என்பது புலனாகும்.

இதுவரை கூறிய எடுத்துக்காட்டுகளி லிருந்து இரண்டு, மூன்று, நான்கு, ஐந்து, ஏழு ஆகிய ஐந்து வேற்றுமைத் தொகைகளில் நிலைமொழி ஈற்றிலுள்ள மகரம் கெடாது என்பதை அறிந்தோம். வேற்றுமைத் தொகை களில் எஞ்சியிருப்பது ஆறாம் வேற்றுமைத் தொகையாகும். ஆறாம் வேற்றுமைத் தொகையில் நிலைமொழியின் ஈற்றிலுள்ள மகரத்தின் நிலை என்ன என்பதை இப்போது பார்ப்போம்.

‘கடிதம்—உறை’ என்னும் இரு சொற்களையும் எடுத்துக் கொள்வோம். இந்த இரு சொற்களும் சேர்ந்து ஒரு தொடராக அமையும்போது ‘கடித உறை’ என்று மாறும். இந்தத் தொடரில் நிலைமொழியாகிய ‘கடிதம்’ என்னும் சொல்லின் இறுதி எழுத்து மறைந்து விட்டது. அதாவது நிலைமொழி யின் இறுதி எழுத்தாகிய ‘ம்’ கெட்டுவிட்டது. இதற்குக் காரணம் என்ன? **‘கடித உறை’** என்னும் தொடரை விரித்தால் **‘கடிதத்தி னுடைய உறை’** என்றாகும். எனவே, ‘கடித உறை’ என்னும் தொடரில் மறைந்திருப்பது ஆறாம் வேற்றுமை உருபாகிய ‘உடைய’ என்னும் சொல். ‘கடித உறை’ என்னும் தொடர் ஆறாம் வேற்றுமைத் தொகை என்பது இதிலிருந்து புலனாகின்றது. ‘கடிதம்-உறை’ என்னும் இருசொற்களும் புணரும்போது ‘கடித உறை’ என்றமைவதால் ஆறாம் வேற்றுமைத் தொகையில் ‘ம்’ கெடும் என்பதை அறியலாம்.

‘வைரம்—ஒளி’ என்னும் சொற்கள் சேரும்போது, **‘வைர ஒளி’** என்றாகின்றன. **‘முகம்—அழகு’** என்னும் இருசொற்களும் **‘முக—அழகு’** என்றும், **‘புத்தகம்—அட்டை’** என்னும் இரு சொற்களும் **‘புத்தக அட்டை’** என்றும் புணர்கின்றன. **‘வைர ஒளி’**, **‘முக அழகு’**, **‘புத்தக அட்டை’** ஆகிய தொடர்கள் முறையே, **‘வைரத்தினுடைய ஒளி’ என்றும்**, **‘முகத்தினுடைய அழகு’ என்றும்**, **‘புத்தகத்தினுடைய அட்டை’** என்றும் விரியும். இந்தத் தொடர்களில் ஆறாம் வேற்றுமை உருபு மறைந்திருப்பதால் இவை ஆறாம் வேற்றுமைத் தொகைகள். இவற்றில் நிலைமொழியின் ஈற்றிலுள்ள மகரம் கெட்டு விட்டது. எனவே, ஆறாம் வேற்றுமைத் தொகையில், நிலைமொழியின் ஈற்றில் மகர மெய்யும் வருமொழியின் முதலில் உயிரும் இருந்தால் நிலைமொழி ஈற்றில் உள்ள மகரம் கெடும்.

இப்போது, இந்தத் தொடர்களைக் கவனியுங்கள். **‘நம்—இசை’**, **‘தம்—உள்ளம்’**, **‘எம்—உயிர்’** ஆகிய தொடர்கள் **‘நம்முடைய இசை’** என்றும், **‘தம்முடைய உள்ளம்’** என்றும் **‘எம்முடைய உயிர்’** என்றும் விரியும். இவற்றில் ஆறாம் வேற்றுமை உருபு மறைந்திருப்பதால் இவை ஆறாம் வேற்றுமைத் தொகை நிலைத் தொடர்கள். இவை எவ்வாறு புணர்கின்றன என்று பார்ப்போம்.

‘நம்—இசை’ என்பது **‘நம்மிசை’** என்றும், **‘தம்—உள்ளம்’** என்பது **‘தம்முள்ளம்’** என்றும், **‘எம்—உயிர்’** என்பது **‘எம்முயிர்’** என்றும் புணர்கின்றன. இந்தத் தொடர்களில் மகரம் கெடவில்லை; அது மட்டுமல்ல; மகரம் விரிந்துள்ளது. அதாவது, நிலைமொழிக்கும் வருமொழிக்கும் இடையே மேலும் ஒரு மகர மெய் புதிதாகத் தோன்றியுள்ளது. அதாவது, ‘நம்-இசை’ என்பது ‘நம்-ம்-இசை’ என்று அமைந்து ‘நம்மிசை’ என்று மாறுகின்றது.

கடித உறை, வைர ஒளி, முக அழகு, புத்தக அட்டை முதலான ஆறாம் வேற்றுமைத் தொகை நிலைத் தொடர்களில் நிலைமொழி ஈற்றிலுள்ள மகர மெய் கெட்டது என்று பார்த்தோம். ஆனால், நம்மிசை, தம்முள்ளம், எம்முயிர் முதலிய தொடர்கள் ஆறாம் வேற்றுமைத் தொகைகளாக இருந்தும் இவற்றில் மகர மெய் கெடவில்லை, மாறாக விரிந்துள்ளது. இதற்குக் காரணம் என்ன?

கடித உறை, வைர ஒளி, முக அழகு, புத்தக அட்டை முதலிய தொடர்களின் நிலைமொழி களைக் கவனியுங்கள். கடிதம், வைரம், முகம், புத்தகம் முதலியன அத்தொடர்களின் நிலைமொழிகளாகும். இந்தச் சொற்கள் அனைத்தும் இரண்டுக்கு மேற்பட்ட எழுத்து களாலானவை. எனவே, இந்தத் தொடர்களில் நிலைமொழிகளின் இறுதியிலுள்ள மகரம் கெட்டது.

ஆனால், நம்மிசை, தம்முள்ளம், எம்முயிர் ஆகிய தொடர்களின் நிலைமொழிகள் இரண்டு எழுத்துகளாலானவை. மேலும், **நம், தம், எம்** என்னும் இந்த இரண்டெழுத்துச் சொற்களின் முதலெழுத்து குறிலாக இருக்கின்றது. அதனாலேயே, நம்மிசை, தம்முள்ளம், எம்முயிர் என்பவை ஆறாம் வேற்றுமைத் தொகை நிலைத் தொடர்களாக இருந்தாலும் மகரம் கெடாமல் விரிந்தள்ளது.

ஆறாம் வேற்றுமைத் தொகை நிலைத் தொடரில், நிலைமொழி இரண்டெழுத்துச் சொல்லாக இருந்து, ஈற்றயல், அதாவது அந்தச் சொல்லின் முதலெழுத்து குறிலாக இருந்தால் 'மகரமெய்' கெடாது. மற்ற ஆறாம் வேற்றுமைத் தொகை நிலைத் தொடர்களில் மகர மெய் கெடும்.

உருபும் பயனும் உடன்தொக்க தொகை

வேற்றுமைத் தொகை நிலைத் தொடரில் உருபும் பயனும் உடன் தொக்க தொகை என்பது இன்னொரு வகை. இந்த வகைத் தொடர்களில் நிலைமொழி ஈற்றில் மகர மெய்யும் வருமொழி முதலில் உயிரும் வரும்போது மகர மெய்யின் நிலை என்ன என்பதை இப்போது பார்ப்போம்.

எழுவாய் (முதல்) வேற்றுமையும், விளி (எட்டாம்) வேற்றுமையும் நீங்கலாக மற்ற ஆறு வேற்றுமைகளும் வேற்றுமைத் தொகையாக அமையும். ஆனால், உருபும் பயனும் உடன் தொக்க தொகை என்பது இரண்டு, மூன்று, நான்கு, ஐந்து, ஏழு ஆகிய ஐந்து வேற்றுமைகளுக்கு மட்டுமே உண்டு. முதல் வேற்றுமை, எட்டாம் வேற்றுமை இவற்றுடன் ஆறாம் வேற்றுமையிலும் உருபும் பயனும் உடன் தொக்க தொகை அமைவதில்லை.

'இலக்கணம்–ஏடு' என்னும் சொற்களை எடுத்துக் கொள்வோம். இந்தச் சொற்களைச் சேர்த்து ஒரு தொடராக அமைக்கும்போது **'இலக்கண ஏடு'** என்றாகும். இங்கே 'ம்' மறைந்துவிட்டது. அதாவது நிலைமொழியின் ஈற்று மெய்யாகிய மகரம் கெட்டுவிட்டது. இதற்குக் காரணம் என்ன என்பதை அறிந்து கொள்வதற்கு இது என்ன தொடர் என்பதைக் கவனிக்க வேண்டும். **'இலக்கண ஏடு'** என்னும் தொடர் **'இலக்ணத்தைக் கூறும் ஏடு'** என்று விரியும். எனவே, இது இரண்டாம் வேற்றுமை உருபும் பயனும் உடன் தொக்க தொகை. இந்த எடுத்துக்காட்டிலிருந்து இரண்டாம் வேற்றுமை உருபும் பயனும் உடன்தொக்க தொகையில் நிலைமொழியின் ஈற்றில் நிற்கும் 'மகரம்' கெடும் என்பது புலனாகிறது.

'மரம்–உளி' என்னும் சொற்கள் சேரும் போது **'மரவுளி'** (மர உளி) என்றாகும். இங்கேயும் நிலைமொழியின் ஈறான 'மகர மெய்' கெட்டது. மரவுளி என்பதும் இரண்டாம் வேற்றுமை உருபும் பயனும் உடன் தொக்க தொகை. இது **'மரத்தை வெட்டும் உளி'** என்று விரியும். இரு தொடர்களிலும் இரண்டாம் வேற்றுமை உருபாகிய 'ஐ' மறைந்திருப்பதோடு, அதன் பயனாகிய 'கூறும்', 'வெட்டும்' என்னும் சொற்களும் மறைந்துள்ளன. உருபும் அதன் பயனும் மறைந்திருப்பதாலேயே இவற்றை 'உருபும் பயனும் உடன் தொக்க தொகை' என்று கூறுகிறோம். இதுபற்றித் 'தொடர் இலக்கணம்' என்னும் பகுதியில் விளக்கம் காண்க. மற்ற வேற்றுமைகளின் உருபும் பயனும் உடன் தொக்க தொகைகளும் இவ்வாறே அமையும்.

'தங்கம்–இழை' என்னும் சொற்கள் புணர்ந்து சொற்றொடராகும்போது **'தங்க இழை'** என்று அமையும். 'தங்க இழை' என்னும் தொடர் **'தங்கத்தால் செய்த இழை'** என விரியும். இது மூன்றாம் வேற்றுமை உருபும் பயனும் உடன் தொக்க தொகை. இந்தத் தொடரிலும் நிலைமொழி ஈற்று 'மகரம்' கெட்டது. அதாவது மறைந்து விட்டது. ('இழை' என்றால் ஆபரணம் என்று பொருள்).

'கரம்–ஒலி' என்னும் சொற்கள் **'கரவொலி'** என்னும் தொடராக அமைகின்றன. **'கரத்தால் செய்யும் ஒலி'** என விரியுமாதலால் இதுவும் மூன்றாம் வேற்றுமை உருபும் பயனும் உடன் தொக்க தொகையாகும். இந்தத் தொடரிலும் நிலைமொழியின் ஈற்றிலுள்ள மகர மெய் கெட்டு விட்டது.

'காப்பிய இலக்கணத்தைத் தழுவி அமைந்த நூல்களே பெருங்காப்பியங்கள் என்னும் சிறப்புப் பெற்றன'. இந்த வாக்கியத்

தின் முதலிலுள்ள 'காப்பிய இலக்கணத்தை' என்னும் தொடரை எடுத்துக்கொள்வோம். இது 'காப்பியத்திற்குரிய இலக்கணத்தை' என்று விரியும். எனவே, 'காப்பிய இலக்கணம்' என்னும் தொடர் நான்காம் வேற்றுமை உருபும் பயனும் உடன் தொக்க தொகையாகும். 'காப்பிய இலக்கணம்' என்னும் தொடரில் நிலைமொழியின் கடைசி எழுத்தான 'மகர மெய்' கெட்டு விட்டது.

'அரசன் தன் குல உரிமையை நிலை நாட்டினான்' என்னும் வாக்கியத்திலுள்ள 'குல உரிமை' என்னும் தொடரைக் கவனியுங்கள். இந்தத் தொடர் 'குலம்-உரிமை' என்னும் சொற்களைக் கொண்டு அமைந்த தொடராகும். இந்தத் தொடரிலும் நிலை மொழியின் இறுதி எழுத்தான மகரமெய் கெட்டுவிட்டது. 'குல உரிமை' என்னும் தொடர் **குலத்திற்கு உரிய உரிமை** என்று விரியும். எனவே, இதுவும் நான்காம் வேற்றுமை உருபும் பயனும் உடன் தொக்க தொகையாகும்.

சிங்கப்பூர் ரயில் நிலையத்தில் நின்று கொண்டிருக்கும் ஒருவர், 'கோலாலம்பூர் ரயில் இன்னும் சிறிது நேரத்தில் வந்து விடும்' என்று சொல்கிறார். இந்த வாக்கியத்தில் 'கோலாலம்பூர் ரயில்' என்னும் தொடர் தரும் பொருள் என்ன? 'கோலாலம்பூரிலிருந்து வரும் ரயில்' என்பதே அந்தத் தொடரின் பொருளாகும். எனவே, 'கோலாலம்பூர் ரயில்' என்னும் தொடர் ஐந்தாம் வேற்றுமை உருபும் பயனும் உடன் தொக்க தொகையாகும்.

இப்போது, இந்த ஐந்தாம் வேற்றுமை உருபும் பயனும் உடன் தொக்க தொகையில் நிலைமொழியின் ஈற்றில் 'மகர மெய்' வந்தால் அதன் நிலை என்ன என்று பார்ப்போம்.

'சயிலம்-அருவி' என்னும் சொற்களை எடுத்துக் கொள்வோம். 'சயிலம்' என்றால் மலை என்று பொருள். 'சயிலம்-அருவி' என்னும் சொற்கள் சேர்ந்து தொடராகும்போது 'சயில அருவி' என்று அமையும். 'சயில அருவி' என்பது **சயிலத்திலிருந்து விழும் அருவி** என்று விரியும். இது ஐந்தாம் வேற்றுமை உருபும் பயனும் உடன் தொக்க தொகை. எனவே, இந்தத் தொடரில் மகரம் கெட்டது.

வியாபார இலாபம் என்பது வியாபாரம்-இலாபம் என்னும் இரு சொற்கள் கொண்ட தொடர். வியாபாரத்திலிருந்து கிடைக்கும் இலாபம் என இது விரியும். எனவே, இது ஐந்தாம் வேற்றுமை உருபும் பயனும் உடன் தொக்க தொகை.

1. நாதசுரம்-இசை = நாதசுர இசை
2. வடபுலம்-அகதிகள் = வடபுல அகதிகள்
3. அரசாங்கம்-அறிவிப்பு = அரசாங்க அறிவிப்பு

என்னும் தொடர்கள் முறையே நாதசுரத்திலிருந்து வரும் இசை, வடபுலத்திலிருந்து வந்த அகதிகள், அரசாங்கத்திலிருந்து வரும் அறிவிப்பு என விரியும். எனவே, இவையும் ஐந்தாம் வேற்றுமை உருபும் பயனும் உடன் தொக்க தொகைகளாகும்.

இந்தத் தொடர்களிலும் நிலைமொழி ஈற்று மகரம் மறைந்துவிட்டதை நோக்குக.

வைர ஒளி என்னும் தொடர் வைரத்தினுடைய ஒளி என்று விரியுமானால் அது ஆறாம் வேற்றுமைத் தொகையாகும். வைரத்திலிருந்து வீசும் ஒளி என்று விரியும் போது, அது ஐந்தாம் வேற்றுமை உருபும் பயனும் உடன் தொக்க தொகையாகும். இரண்டிலுமே மகரம் கெடும் என்பதை நினைவிற் கொள்க.

இன்று சில இடங்களில் ஐந்தாம் வேற்றுமை உருபும் பயனும் உடன் தொக்க தொகையில் மகரம் மறையாமல் நிற்பதையும் காண்கிறோம்.

எடுத்துக்காட்டு :

1. விழுப்புரம் வண்டி வந்துவிட்டதா?
2. கும்பகோணம் பஸ் எப்போது வரும்?
3. நீடாமங்கலம் இரயில் இங்கே நிற்குமா?

விழுப்புரம் வண்டி
கும்பகோணம் பஸ்
நீடாமங்கலம் இரயில்

என்னும் தொடர்களை முறையே

விழுப்புரத்திலிருந்து வரும் வண்டி
கும்பகோணத்திலிருந்து வரும் பஸ்
நீடாமங்கலத்திலிருந்து வரும் இரயில்

என்று விரித்தால், இவை ஐந்தாம் வேற்றுமை உருபும் பயனும் உடன் தொக்க தொகை களாகும். இந்தத் தொடர்களில் நிலை மொழி ஈற்று மகரம் கெடுவதே விதி என்றாலும், இவற்றில் மகரம் கெடவில்லை. இவற்றை நாம் விதி விலக்காகவே கொள்ள வேண்டும்.

விழுப்புரம் வண்டி
கும்பகோணம் பஸ்
நீடாமங்கலம் இரயில்

என்னும் தொடர்களை

விழுப்புரத்திற்குப் போகும் வண்டி
கும்பகோணத்திற்குப் போகும் பஸ்
நீடாமங்கலத்திற்குப் போகும் இரயில்

என்றும் விரிக்கலாம். அப்போது இவை நான்காம் வேற்றுமை உருபும் பயனும் உடன் தொக்க தொகையாகும். நான்காம் வேற்றுமை யிலும் மகரம் கெடுவதே விதியாகையால், இங்கேயும் இவை விதிவிலக்காகவே அமைகின்றன.

'நகர ஆய்வு நிலையங்கள்' என்னும் தொடரைக் கவனியுங்கள். இது 'நகரத்தி லுள்ள ஆய்வு நிலையங்கள்' என்று விரியும். எனவே, இது ஏழாம் வேற்றுமை உருபும் பயனும் உடன் தொக்க தொகை. இதிலும் நிலைமொழியின் ஈற்றிலுள்ள மகர மெய் கெட்டது.

இதுவரை கூறியதிலிருந்து, இரண்டு, மூன்று, நான்கு, ஐந்து, ஏழு ஆகிய வேற்றுமைகளின் உருபும் பயனும் உடன் தொக்க தொகை நிலைத் தொடரில், நிலைமொழியின் ஈற்றில் மகர மெய்யும் வருமொழி முதலில் உயிரும் வந்தால், நிலைமொழி ஈற்றிலுள்ள மகர மெய் கெடும் என்னும் விதியை அறியலாம்.

வேற்றுமை உருபும் பயனும் உடன் தொக்க தொகையில் நிலை மொழி ஈற்றி லுள்ள மகர மெய் கெடும். உருபு மட்டும் மறைந்திருக்கும் வேற்றுமைத் தொகை யானால் மகர மெய் கெடாது. வருமொழி முதலிலுள்ள உயிருடன் சேர்ந்து இயல்பாகப் புணரும். இரண்டு, மூன்று, நான்கு, ஐந்து, ஏழு ஆகிய ஐந்து வேற்றுமைகளுக்கும் இது பொருந்தும். ஆறாம் வேற்றுமை மட்டும் இதற்கு விதிவிலக்காக அமைகிறது.

அல்வழி

தொகைநிலைத் தொடர்களில் வேற்றுமை, அல்வழி என்று இரண்டு உண்டல்லவா? வேற்றுமைத் தொகையில் மகர ஈற்றின் நிலை என்ன என்பதை முன்பு கண்டோம். அல்வழித் தொடரில் மகர ஈற்றின் நிலை என்ன என்பதை இப்போது பார்ப்போம்.

அல்வழித் தொகையானது, வினைத் தொகை, பண்புத்தொகை, உவமத் தொகை, உம்மைத்தொகை, அன்மொழித் தொகை என ஐந்து பிரிவுகளைக் கொண்டது. இந்த ஐந்து பிரிவுகளையும் ஒவ்வொன்றாக எடுத்துக் கொண்டு, இவற்றில் நிலை-மொழியின் ஈற்றில் மகர மெய்யும் வருமொழி முதலில் உயிரும் வரும்போது அவை எப்படிப் புணர்கின்றன என்பதை இப்போது பார்ப்போம்.

பண்புத் தொகை

இவற்றுள் பண்புத்தொகை, உவமைத் தொகை ஆகிய இரண்டில் மட்டுமே மகரம் கெடும். 'சதுரம்–ஓடு' என்னும் இரு சொற்களும் சேர்ந்து 'சதுர ஓடு' என்னும் தொடர் அமைகின்றது. இது 'சதுரமாகிய ஓடு' என விரியும். இந்த இரு சொற்களுக்கும் இடையிலே 'ஆகிய' என்னும் பண்புருபு மறைந்திருக்கின்றது. எனவே, இந்தத் தொடரில் நிலைமொழி ஈற்று மகர மெய் கெட்டு விட்டது. 'வட்டம்–அகல்' என்னும் சொற்கள் சேர்ந்து 'வட்ட அகல்' என்னும் தொடர் அமைகின்றது. இத்தொடர் 'வட்டமாகிய அகல்' என்று விரியுமாதலால் இதுவும் பண்புத்தொகையே. இங்கேயும் நிலைமொழி ஈற்றிலுள்ள மகர மெய் கெட்டுவிட்டது. இவற்றிலிருந்து பண்புத் தொகையில் நிலைமொழி ஈற்று மகரம் கெடும் என்பதை அறியலாம்.

உவமைத் தொகை

'பவளம்' – 'இதழ்' என்னும் இரண்டு சொற்களும் சேரும்போது 'பவள இதழ்' என்னும் தொடர் அமைகிறது. 'பவள இதழ்' என்றால் 'பவளம் போன்ற இதழ்' என்று பொருள். இதழுக்குப் பவளம் உவமையாக வந்துள்ளது.

இதனை எடுத்துக்காட்டுவது 'போன்ற' என்னும் உவமை உருபு. விளக்கப்படும்

பொருளை 'உபமேயம்' என்றும், விளக்கு வதற்குத் துணையாக அமையும் பொருளை 'உபமானம்' என்றும் கூறுவார்கள். சற்று முன்பு கூறிய 'பவளம் போன்ற இதழ்' என்னும் தொடரில் இதழ் உபமேயம், பவளம் உபமானம். இந்த இரண்டையும் தொடர்பு படுத்துவது 'போன்ற' என்னும் உவமை உருபு. 'பவளம் போன்ற இதழ்' என்னும் தொடர் 'பவள இதழ்' என்று அமையும் போதும் அதே பொருளைத் தருகின்றது. 'பவள இதழ்' என்னும் தொடரில் உவமானம் உவமேயம் இரண்டும் உள்ளன. ஆனால், இவ்விரண்டையும் தொடர்பு படுத்தும் 'உவம உருபு' இல்லை. அது மறைந்திருக்கின்றது அல்லது தொக்கி நிற்கின்றது. உவமை உருபு மறைந்து நின்று பொருள் தரும் தொடர் உவமைத்தொகை. எனவே 'பவள இதழ்' என்னும் தொடர் உவமைத்தொகை. இந்தத் தொடரின் நிலைமொழி பவளம், வருமொழி இதழ். நிலைமொழியின் ஈற்றில் மகர மெய் உள்ளது. வருமொழியின் முதலில் உயிரெழுத்து இருக்கின்றது. இந்த இரண்டு சொற்களும் சேர்ந்து 'பவள இதழ்' என்னும் தொடர் அமைகின்றது. இந்தத் தொடரில் நிலை மொழியின் ஈற்றிலுள்ள மகர மெய் மறைந்து விட்டது. ஆகவே, உவமைத் தொகையில் நிலைமொழி ஈற்றில் மகர மெய்யும் வருமொழி முதலில் உயிரும் வந்தால், நிலைமொழி ஈற்றிலுள்ள மகரம் கெடும்.

'அமுதம்–இசை' என்னும் சொற்கள் சேர்ந்து **'அமுத இசை'** என்னும் தொடர் உருவாகியுள்ளது. **'அமுத–இசை'** என்னும் தொடருக்கு **'அமுதம் போன்ற இசை'** என்று பொருள். எனவே, இதுவும் உவமைத் தொகை. இந்தத் தொடரிலும் நிலைமொழி ஈற்றிலுள்ள மகர மெய் மறைந்து விட்டது.

உம்மைத் தொகை

அல்வழியில் பண்புத்தொகை, உவமைத் தொகை இரண்டும் தவிர வேறு தொகைகளில் மகரம் கெடாது. உம்மைத்தொகையை முதலில் பார்ப்போம். **'பங்கயமல்லி நிறைந்த குளம்'** என்பது **'பங்கயமும் அல்லியும் நிறைந்த குளம்'** என்று விரியும். **'பங்கய மல்லி'** என்னும் தொடரில் 'உம்' என்னும் இடைச் சொல் மறைந்திருப்பதால் இது உம்மைத் தொகை. இந்த இரண்டு சொற்களும் சேரும் போது 'பங்கயமல்லி' என்னும் தொடர் அமைகின்றது. இங்கே மகர மெய் மறையவில்லை. எனவே, உம்மைத் தொகையில் மகர மெய் கெடாது. **'ஆபரணம் ஆடை அணிந்து'** என்னும் தொடரைக் கவனி யுங்கள். **'ஆபரணமும் ஆடையும் அணிந்து'** என்பது இதன் பொருள். இங்கேயும் நிலை மொழி ஈற்றில் நிற்கும் மகரம் கெடவில்லை.

வினைத்தொகை

காலம் காட்டாத பெயரெச்சம் வினைத் தொகை என்பது உங்களுக்குத் தெரியும். **'வளர்பிறை', 'விளை பொருள்'** முதலியன வினைத்தொகைகள்.

வினைத்தொகைகளில் நிலை மொழியாக அமையும் வினையடிச் சொற்களில் மகர மெய்யை இறுதியில் கொண்ட சொற்களைக் காண்பது அரிது. எனவே, வினைத்தொகை களில் நிலைமொழி ஈற்றில் மகர மெய்யை உடைய தொடர்களுக்கு உதாரணம் காட்டுவது இயலாத ஒன்றாகும்.

வினைத்தொகை போலவே 'அன்மொழித் தொகையிலும்' 'மகர' ஈற்றை உடைய நிலைமொழிகள் அமைவது அரிது. மேலும் அன்மொழித்தொகை செய்யுளிலேயே மிகுதி யும் வழங்கி வருகின்றது. எனவே, அதுபற்றி யும் நாம் இப்போது ஆராய வேண்டிய தில்லை.

புணர்ச்சி விதிகளைத் தெளிவாக உணர்த்து வதற்கு உதவும் வகையில், நிலைமொழி ஈற்றிலும் வருமொழி முதலிலும் உள்ள எழுத்துகளை அல்லது ஒலிகளை அடிப்படையாகக் கொண்டு, நான்கு வகையான தொடர்களை அமைத்துக் கொண் டோம். அவற்றுள் ஒரு வகை நிலைமொழி ஈற்றில் மெய்யையும் வருமொழி முதலில் உயிரையும்கொண்ட தொடர். இந்தத் தொடரின் புணர்ச்சி விதிகளை இதுவரை பார்த்தோம்.

அந்த விதிகள் வருமாறு:

1. ஒரு தொடரில் நிலைமொழியின் ஈற்றில் மகர மெய் தவிர்த்த மற்ற மெய்யொலி களும் வருமொழி முதலில் உயிரும் இருந்தால் மெய்யுடன் உயிர் சேர்ந்து இயல்பாகப் புணரும். 'மெய்யீறு' என்பது சொல்லின் இறுதியில் வரும் மெய்

யெழுத்துகளையும் உயிர் என்பது வருமொழி முதலில் வரும் அ முதல் ஔ வரையுள்ள பன்னிரண்டு உயிர் எழுத்து களையும் குறிக்கும். இது எல்லாத் தொடர் களுக்கும் பொருந்தும்.

2. நிலைமொழி இரண்டு எழுத்துகளை யுடைய சொல்லாக அமைந்து, முதலெழுத்து குறிலாகவும், கடைசி எழுத்து மெய்யாகவும் இருந்தால், வருமொழி முதலில் உயிர் வரும்போது, நிலைமொழி ஈற்று மெய் இரண்டாக விரி ந்து, பின்னர் மெய்யுடன் உயிர் சேர்ந்து இயல்பாய்ப் புணரும். இதனையே தனிக்குறிலைச் சார்ந்த மெய் இரண்டாய் விரியும் என்று சுருக்கமாகச் சொல்லு கிறோம்.
3. தொகா நிலைத் தொடரில் நிலைமொழி ஈற்றிலுள்ள மகரம் கெடாது.
4. தொகை நிலைத் தொடராக இருந்தால், ஆறாம் வேற்றுமைத் தொகை தவிர மற்ற வேற்றுமைத் தொகைளில் நிலைமொழி ஈற்றிலுள்ள மகரம் கெடாது. ஆறாம் வேற்றுமைத் தொகையில் மட்டும் நிலைமொழி ஈற்றிலுள்ள மகர மெய் கெடும்.
5. வேற்றுமை உருபும் பயனும் உடன் தொக்க தொகையில் நிலைமொழியின் ஈற்றில் உள்ள மகரம் கெடும்.
6. அல்வழியில், பண்புத்தொகையிலும் உவமத்தொகையிலும் நிலைமொழி ஈற்றிலுள்ள மகரம் கெடும்.

வகர உடம்படு மெய்

பல்வேறு தொடர்களில் நிலைமொழி ஈற்றில் மகர மெய்யும் வருமொழி முதலில் உயிரும் நிற்கும்போது, அவை எவ்வாறு புணர்கின்றன என்பதையும், அப்படிப் புணரும்போது மகர மெய்யின் நிலை என்ன என்பதையும் இதற்கு முன்பு பார்த்தோம். அப்போது, பல தொடர்களில் மகரம் மறைந்து விடுவதையும் கண்டோம்.

நிலைமொழி ஈற்றில் நிற்கும் மகரம் மறைந்த பின்பு, சொல்லின் இறுதியில் நிற்கும் உயிருடன் வருமொழி முதலில் நிற்கும் உயிர் சேரும்போது என்ன நிகழ்கிறது என்பதை இப்போது காண்போம்.

'அகம்–ஒழுக்கம்' என்னும் இரண்டு சொற்களும் சேர்ந்து 'அகவொழுக்கம்' என்னும் தொடர் உருவாவதை முன்பு பார்த்தோம். நிலைமொழியாகிய 'அகம்' என்னும் சொல்லின் ஈறாகிய 'மகர மெய்' கெட்டு 'அக' என்பது மட்டும் எஞ்சி நிற்கிறது. அதனுடன் 'ஒழுக்கம்' என்னும் வருமொழி சேர்ந்து 'அக ஒழுக்கம்' என்றாகின்றது. இந்த 'அக-ஒழுக்கம்' என்னும் சொற்களுக்கிடையே 'வ்' என்னும் மெய்யெழுத்து தோன்றி, 'அக–வ்–ஒழுக்கம்' என்றாகிப் பின்னர் 'அகவொழுக்கம்' என்று மாறுகிறது என்று கண்டோம்.

இடையில் 'வ்' என்னும் ஒலி தோன்றும் காரணத்தை இப்போது பார்ப்போம். மகரம் கெட்டு விட்டதால் அல்லது மறைந்து விட்டதால், எஞ்சி நிற்கும் 'அக' என்னும் இரண்டு எழுத்துகளில் இறுதியில் நிற்பது 'க' என்னும் உயிர் மெய்யாகும். அந்தக் 'க' என்னும் உயிர்மெய்யில் 'க்' என்னும் மெய்யும் 'அ' என்னும் உயிரும் உள்ளன. அதாவது, 'க' என்பது 'க்–அ' என்பவற்றின் கூட்டொலியாகும். இந்தக் கூட்டொலியில் முதலில் 'க்' என்னும் மெய்யொலியும், அடுத்து 'அ' என்னும் உயிரொலியும் நிற்கின்றன. எனவே, 'அக' என்பதன் இறுதி ஒலி 'அ' என்னும் உயிர். 'ஒழுக்கம்' என்பதன் முதல் ஒலி 'ஒ' என்னும் உயிர். 'அக-ஒழுக்கம்' என்னும் இரண்டு சொற்களும் சேர்ந்து தொடராக அமையும்போது 'அக' என்பதன் இறுதி ஒலியான 'அ'வும் 'ஒழுக்கம்' என்பதன் முதல் ஒலியான 'ஒ'வும் இணைய வேண்டும். இரண்டு உயிர் ஒலிகள் இணைந்து ஒலிப்பது இயலாத ஒன்று. இதனை எழுத்தியலில் விளக்கியுள்ளோம். இந்த இரண்டு உயிரொலிகளையும் இணைக்கும் பாலமாக 'வ்' என்னும் மெய் தோன்றுகிறது. இதனை 'உடம்படுமெய்' என்று இலக்கண நூலார் கூறுகின்றனர். இந்த 'வ்' என்னும் ஒலி தோன்றவில்லை என்றால் நிலைமொழியின் இறுதியிலுள்ள 'அ' என்னும் உயிரும் வருமொழியின் முதலிலுள்ள 'ஒ' என்னும் உயிரும் தனித்தனியேதான் ஒலிக்கும். இந்த இரண்டு ஒலிகளையும் இணைந்து ஒலிக்கச் செய்வதே உடம்படுமெய்யின் பணியாகும். 'உடம்படு' என்பது 'உடன்படு' என்பதன் மறு வடிவம். இரண்டிற்கும் பொருள் ஒன்றே.

இரண்டு உயிரொலிகள் ஒத்து நடக்கத் துணைபுரிவதால் இந்தப் பெயர் அமைந்தது.

இப்பொழுது இந்த எடுத்துக்காட்டுகளைப் பாருங்கள்: **'மனம்–அமைதி'** என்பது **மன அமைதி** என்று மாறுகின்றது. நிலைமொழியின் இறுதியிலும் வருமொழியின் முதலிலுமுள்ள உயிரொலிகளை இணைக்க 'வ்' தோன்றுகிறது. எனவே, **மன–வ்–அமைதி= 'மனவமைதி'** என்றாகிறது. **'பவளம்–இதழ்' பவளவிதழ்'** என்று மாறுவதும் இந்த விதியின் அடிப்படையில்தான்.

'மவ்வீறு ஒற்றழிந்து உயிரீறு ஒப்ப' என்று நன்னூல் கூறுகின்றது. மகரத்தை ஈற்றிலுடைய சொற்கள் நிலைமொழியாகும்போது மகரம் கெடுமாயின், அவை உயிரீற்றுச் சொற்கள் போலப் புணரும் என்பது இந்தச் சூத்திரத்தின் பொருள்.

இவ்வாறு உயிரீறு போல் புணரும்போது பெரும்பாலும் தோன்றுவது வகர உடம்படு மெய்யேயாகும்.

அத்துச்சாரியை

மகர மெய்யை ஈற்றிலுடைய சொற்களுடன் வேற்றுமை உருபு சேரும் போது அத்துச் சாரியை வரும்.

'மனத்துக்கண் மாசிலன் ஆதல் அனைத் தறன் ஆகுல நீர பிற' என்னும் குறட்பாவில் நிற்கும் **'மனத்துக்கண்'** என்னும் சொல்லைப் பாருங்கள். இங்கே ''மனம்' என்னும் சொல்லுடன் 'கண்'என்னும் ஏழாம் வேற்றுமை உருபு சேர்ந்து உள்ளது. ஆனால், **'மனம்–கண்'** என்னும் இரண்டு சொல்லும் சேர்ந்து **'மனக்கண்'** என்று அமையவில்லை. 'மனக்கண்' என்றால் அதன் பொருள் வேறு. 'மனம்' என்னும் சொல்லுடன் வேற்றுமை உருபு 'கண்' சேரும் போது, இடையிலே அத்துச்சாரியை சேர்ந்து 'மனத்துக்கண்' என்றாகியிருக்கிறது.

''நன்மைகளின் விளை நிலமாக இருக்கும் **அறத்தைப்** போல் ஒருவருடைய வாழ்க்கைக்கு ஆக்கம் தரக்கூடியது எதுவுமில்லை; அந்த **அறத்தை** மறப்பதை விடத் தீமையானதும் வேறில்லை'' என்னும் பகுதியில் 'அறத்தை' என்னும் சொல் இரண்டு இடங்களில் வந்திருக்கிறது. இரண்டாம் வேற்றுமை உருபேற்ற சொல் இது. 'அறம்' என்னும் சொல்லுடன் வேற்றுமை உருபு 'ஐ' சேரும் போது, இடையிலே 'அத்து'ச் சாரியை தோன்றி அறத்தை என்றமைகிறது.

இதே போல மகர மெய்யை ஈற்றிலுடைய சொற்களுடன் எந்த வேற்றுமை உருபு சேர்ந்தாலும் அத்துச் சாரியை வரும்.

''அறத்தான் வருவதே இன்பம் மற்
மற்றெல்லாம்
புறத்த புகழு மில''

என்னும் குறட்பாவிலே நிற்கும். **'அறத்தான்'** என்பது மூன்றாம் வேற்றுமை உருபு ஏற்ற சொல். ('ஆன்' என்னும் மூன்றனுருபு பழைய வழக்கு. 'அறத்தால்' என்பது இதன் பொருள்). இதுவும் 'அத்து'ச் சாரியை பெற்றிருக்கிறது.

''அறத்திற்கே அன்புசார் பென்ப அறியார்
மறத்திற்கும் அஃதே துணை''

என்னும் குறட்பாவில் **'அறத்திற்கு' 'மறத்திற்கு'** என்னும் சொற்களில் நான்காம் வேற்றுமை உருபு 'கு' சேரும் போது அத்துச் சாரியை வந்திருப்பதை நோக்குக.

இந்தச் சொற்களில் அத்துச் சாரியையுடன் 'இன்' சாரியையும் சேர்ந்துள்ளது. **'அறத்திற்கு'** என்பதைப் பிரிக்கும்போது, 'அறம்-அத்து- இன்-கு' என்றமையும். **'மறத்திற்கு'** என்பதும் இவ்வாறே நான்கு பிரிவாக அமையும்.

மகர மெய்யீற்றுச் சொற்களுடன் வேற்றுமை சேரும் போது 'இன்' சாரியை வரலாம். வராமலும் இருக்கலாம். ஆனால், அத்துச் சாரியை கட்டாயம் வரவேண்டும். 'இன்' சாரியை இல்லாமல் இந்தச் சொற்களை 'அறத்துக்கு', 'மறத்துக்கு' என்றும் சொல்லலாம்.

''அறத்தினூஉங்கு ஆக்கமு மில்லை
அதனை
மறத்தலி னூஉங்கில்லை கேடு''

என்னும் குறட்பாவில், **'அறத்தினூஉங்கு'** என்னும் தொடர் அறத்தினும் மேம்பட்ட என்னும் பொருளில் அமைந்துள்ளது. இங்கே **'அறத்தின்'** என்பதில் உள்ள **'இன்'** ஒப்புப் பொருள் தரும் ஐந்தாம் வேற்றுமை உருபு. இந்தத் தொடரும் அத்துச்சாரியை பெற்றிருப்பதை நோக்குக.

"நிலத்தியல்பான் நீர்திரிந் தற்றாகும்
                                  மாந்தர்க்கு
இனத்தியல்ப தாகும் அறிவு''

இந்தக் குறளில் அமைந்திருக்கும் 'நிலத்தியல்பு' 'இனத்தியல்பு' என்னும் தொடர்களைக் கவனியுங்கள் இந்தத் தொடர்கள் முறையே 'நிலத்தினது இயல்பு' 'இனத்தினது இயல்பு' என்று பொருள் தருகின்றன. இங்கே 'அது' என்னும் ஆறாம் வேற்றுமை உருபு மறைந்திருக்கிறது. மகர மெய்யை ஈற்றிலுடைய பெயர் ஆறாம் வேற்றுமைத் தொகையாக இருந்தாலும் விரியாக இருந்தாலும் அத்துச் சாரியை பெறும் என்பதை மட்டும் கவனத்திற் கொள்க.

'இல்', 'கண்' போன்ற ஏழனுருபுகள் மறைந்து நிற்க, மகர ஈற்றுப் பெயர் அத்துச் சாரியை மட்டும் பெற்று இடப்பொருள் உணர்த்துவதை இலக்கிய வழக்கில் மிகுதியாகக் காணலாம்.

"தந்தை மகற் காற்றும் நன்றி அவையத்து
முந்தி யிருப்பச் செயல்''

இந்தக் குறளில் நிற்கும் 'அவையத்து' என்பது அவையத்தின் கண் என்னும் பொருளுடையது. இங்கே ஏழனுருபு மறைந்து நிற்பதை நோக்குக. (அவையம் + அத்து = அவையத்து).

உடன் நிகழ்ச்சிப் பொருள் தரும் 'உடன்' என்னும் மூன்றாம் வேற்றுமை உருபை மகர மெய்யை ஈற்றிலுடைய பெயருடன் சேர்க்கும் போது அத்துச்சாரியை இல்லாமல் சிலர் எழுதுவதைக் காண்கிறோம். இது, பொருள் மயக்கத்திற்கு இடம் தரும். 'பழமுடன் விழுந்தது' என்பதும் 'பழத்துடன் விழுந்தது' என்பதும் வெவ்வேறு பொருள் தருவதைக் காண்க. எனவே, மகர ஈற்றுச் சொல்லுடன் வேற்றுமை உருபு சேரும் போது அத்துச் சாரியை கட்டாயம் வரவேண்டும் என்பதை நினைவில் நிறுத்துக.

7
உயிரீறும் உயிர் முதலும்

உடம்படு மெய்

நிலைமொழி ஈற்றிலும் வருமொழி முதலிலும் உயிரெழுத்து வருவதே 'உயிரீறும் உயிர் முதலும்' கொண்ட தொடர். இங்கே 'உயிரீறு' என்பது உயிர் மெய்யில் நிற்கும் உயிரே. இதுபற்றி முன்பே விரிவாக விளக்கியிருக்கிறோம். 'உயிர் முதல்' என்பது வருமொழியின் முதலில் நிற்கும் தனியுயிரைக் குறிக்கின்றது.

இந்த இரண்டு உயிர் ஒலிகளும் சேரும் போது என்னென்ன ஒலி மாற்றங்கள் ஏற்படு கின்றன என்பதை இப்போது ஆராய்வோம். உயிரொலிகளைச் சேர்க்கும் பாலமாக வகர 'உடம்படு மெய்'யும் 'யகர உடம்படு மெய்'யும் அமைகின்றன. இவற்றுள் வகர உடம்படு மெய் வரும் இடங்களை முதலில் பார்ப்போம்.

வகர உடம்படு மெய்

ஒரு தொடரில் நிலைமொழியின் இறுதி யில் அ, ஆ, ஊ, ஓ என்னும் நான்கு உயிரெழுத்துகளில் ஏதேனும் ஒன்று இருந்து, வருமொழி முதலில் பன்னிரண்டு உயிர்களில் எது வந்தாலும் 'வகர உடம்படு மெய்' தோன்றும்.

கேட்ட—ஒலி, கண்ட—ஊர், உயர்ந்த— உலகம், கண்ட—உடன், சென்ற—இடம் என்னும் தொடர்கள் புணரும்போது கேட்டவொலி, கண்டவூர், உயர்ந்தவுலகம், கண்டவுடன், சென்றவிடம் என்று மாறுகின்றன. இந்தத் தொடர்களில் நிலைமொழியின் இறுதியில் 'அ' என்னும் உயிரும் வருமொழி முதலில் 'ஒ', 'ஊ', 'உ', 'இ' முதலிய உயிர்களும் உள்ளன. இந்த இரண்டு உயிரொலிகளையும் இணைக்க

இடையிலே **'வ்'** என்னும் வகர உடம்படுமெய் தோன்றியுள்ளது. இந்த 'வ்' என்னும் மெய்யுடன் வருமொழி முதலிலுள்ள உயிர் சேர்ந்து **'வொ', 'வூ', 'வு', 'வி'** முதலிய உயிர் மெய்கள் தோன்றியுள்ளன.

தணியா—ஆசை, காணா—உலகு, செல்லா—இடம் முதலிய தொடர்களில் உள்ள நிலை மொழியும் வருமொழியும் சேரும் போதும் இடையிலே வகர உடம்படுமெய் தோன்றும். இவை முறையே, **தணியா வாசை, காணாவுலகு, செல்லாவிடம்** என்று புணரும். இந்தத் தொடர்களிலும் வகர உடம்படு மெய்யுடன் வருமொழி முதலி லுள்ள உயிர் சேர்ந்து வகர உயிர் மெய் தோன்றியுள்ளது.

இந்த உதாரணங்களில் நிலைமொழியின் இறுதியில் 'அ', 'ஆ' என்னும் உயிர்கள் வந்திருப்பதைக் காணலாம். நிலைமொழியின் இறுதியில் 'அ', 'ஆ' என்னும் உயிர்களில் ஏதேனும் ஒன்று அமைந்து, வருமொழி முதலில் உயிரெழுத்து வருமானால் 'வகர உடம்படுமெய்' தோன்றும். வருமொழி முதலில் உயிர் வர வேண்டும். அவ்வளவு தான். அது என்ன எழுத்து என்று பார்க்க வேண்டிய அவசியம் இல்லை. அது உயிரெழுத்தா என்று கவனித்தால் போதும். ஆனால், நிலைமொழியின் இறுதியில் உள்ள உயிரெழுத்தைத்தான் என்ன எழுத்து என்று கவனிக்க வேண்டும்.

ஓரெழுத்தொரு மொழி

அ, ஆ என்னும் எழுத்துகள் ஒன்றுக்கு மேற்பட்ட எழுத்துகளைக் கொண்ட சொல்லின் இறுதியில் வரும்போது 'வகர உடம்படுமெய்' தோன்றும் என்று கண்டோம். இவை 'ஓரெழுத்தொரு மொழி'யாக அமையும்போது அவற்றின் நிலை என்ன என்று இப்போது பார்ப்போம்.

அ

இவற்றுள் **'அ'** என்பது சுட்டெழுத்தாக அமையும்போது, தனித்து நின்று நிலை மொழியாகும். **'அ', 'இ'** என்னும் சுட்டெழுத்துகளும் **'எ'** என்னும் வினா வெழுத்தும் நிலைமொழியாக இருக்கும் போது எவ்வாறு புணரும் என்பதைப் பிறகு பார்ப்போம்.

ஆ

'ஆ' ஓரெழுத்தொரு மொழி. இதற்குப் **'பசு'** என்று பொருள். இரக்கம், இகழ்ச்சி, வியப்பு முதலான உணர்ச்சிகளைக் குறிக்கும் ஒலியாகவும் இந்த 'ஆ' என்னும் எழுத்து அமையும். இந்த ஓரெழுத்தொரு மொழி, நிலைமொழியாக அமையும்போது முன்பு கூறிய விதியின்படியே 'வகர உடம்படுமெய்' தோன்றும். 'ஆவின் கன்று' என்றால் 'பசுவின் கன்று' என்று பொருள். **'ஆவின்'** என்பது **'ஆ–இன்'** என்று பிரியும். **ஆ–என்றான்** என்பது **'ஆவென்றான்'** என்று மாறும். இந்த உதாரணங்களிலிருந்து, 'ஆ' என்னும் ஓரெழுத்தொருமொழி நிலைமொழியாக இருக்கும்போது 'வகர உடம்படு மெய்' தோன்றுவதைக் காணலாம்.

இந்த 'ஆ' என்னும் உயிர், தனித்து நின்று நிலைமொழியாக அமைவது போலவே, சில சமயங்களில் மெய்யுடன் கூடி உயிர் மெய் யாகவும் நின்று நிலைமொழியாக அமையும். அப்போதும் முன்பு கூறிய விதிக்கிணங்கவே புணரும்.

கா, நா, பா, மா முதலியன பல பொருளுடைய சொற்கள். இவற்றில் முறையே க், ந், ப், ம் என்னும் மெய்களுடன் 'ஆ' என்னும் உயிர் சேர்ந்துள்ளது. நாம் முன்பு கூறியபடியே இந்த உயிர்மெய் எழுத்துகளில் இறுதியில் ஒலிப்பது 'ஆ' என்னும் உயிரொலி யாகும்.

கா–இல், நா–ஐ, பா–இனிமை, மா–இலை முதலிய தொடர்கள் புணரும்போது **காவில், நாவை, பாவினிமை, மாவிலை** என்று அமைகின்றன. இந்தத் தொடர்களிலும் 'வகர உடம்படுமெய்' தோன்றியிருப்பதைக் காணலாம்.

ஊ, ஓ

'ஊ', 'ஓ' என்னும் எழுத்துகளை நிலைமொழி ஈற்றில் கொண்ட சொற்களும் இந்த விதியைத் தழுவியே புணர்கின்றன. **'பூ உதிர்ந்தது', 'போ என்றான்'** என்னும் தொடர்களை நோக்குங்கள் இந்தத் தொடர்களில் நிற்கும் இரண்டு சொற்களையும் சேர்த்து ஒலிக்கும்போது இவை முறையே **'பூ வுதிர்ந்தது', 'போவென்றான்'** என்று மாறும்.

இந்தத் தொடர்களிலும், நிலைமொழி ஈற்றிலும் வருமொழி முதலிலும் உள்ள உயிர்களைச் சேர்த்து ஒலிப்பதற்கு ஏதுவாக 'வகர உடம்படு மெய்' தோன்றியுள்ளது.

'ஊ என்பது ஓர் உயிரெழுத்து' என்னும் வாக்கியத்தைப் பார்ப்போம். இந்த வாக்கியத்திலுள்ள **'ஊ என்பது'** என்னும் தொடரைக் கவனியுங்கள். இந்தத் தொடரிலுள்ள **'ஊ-என்பது'** என்னும் இரு சொற்களும் சேரும்போது **'ஊவென்பது'** என்று மாறும். நிலைமொழியாகவுள்ள **'ஊ'** என்னும் உயிரையும் வருமொழியின் முதலிலுள்ள **'எ'** என்னும் உயிரையும் இணைக்க இடையிலே 'வ்' என்னும் மெய் தோன்றியுள்ளது.

இப்போது **பூவிதழ்** என்னும் தொடரைக் கவனியுங்கள். **'பூவிதழ்'** என்னும் தொடரில் **'பூ–இதழ்'** என்னும் இரு சொற்கள் இருக்கின்றன. இந்த இரு சொற்களும் புணரும் போது இடையிலே **'வ்'** என்னும் மெய் தோன்றுகிறது. எனவே, **'பூ–இதழ்'** என்பது **'பூ–வ்–இதழ்'** என்றாகின்றது. இடையிலே உள்ள 'வ்' என்னும் மெய்யுடன் வருமொழி முதலிலுள்ள 'இ' சேர்ந்து **'வி'** ஆக மாறுகின்றது. ஆகவே, **'பூ–இதழ்'** என்னும் தொடர் **'பூவிதழ்'** என்று மாறுகின்றது. இந்த எடுத்துக்காட்டுகளிலிருந்து 'ஊ' என்பது தனியுயிராகவோ அல்லது மெய்யுடன் சேர்ந்து தனி உயிர் மெய்யாகவோ நிலைமொழியாக அமைந்து, வருமொழி முதலில் உயிர் வரும்போது இடையில் 'வகர உடம்படு மெய்' தோன்றும் என்பதை அறியலாம். ஒன்றுக்கு மேற்பட்ட எழுத்துகள் அமைந்த சொல்லுக்கும் இதே விதிதான்.

இனி, **'ஓ'** என்னும் உயிர் நிலைமொழியாக நின்று வருமொழி முதலில் உயிர் வந்தால் என்ன மாற்றம் நிகழ்கிறது என்று பார்ப்போம்.

'ஓவென்று கூவினான்' என்பது ஒரு வாக்கியம். இந்த வாக்கியத்தில் **'ஓவென்று'** என்பது 'ஓ–என்று' என்னும் இரு சொற்களைக் கொண்ட ஒரு தொடர். **'ஓ–என்று'** என்னும் இரு சொற்களும் புணரும்போது இடையிலே வகர மெய் தோன்றுகிறது. அதனால்தான் 'ஓ-என்று' என்னும் சொற்கள் புணரும்போது 'ஓவென்று' என்று மாறுகின்றன.

'கோ' என்பது அரசன் என்னும் பொருளுடைய ஓரெழுத்தொரு மொழி. **'கோ–ஐ'** என்பது **'கோவை'** என்று மாறுகின்றது. **'போ–என்றான்'** என்பது **'போவென்றான்'** என்றும், **'சோ–என்று'** என்பது **'சோவென்று' என்றும் மாறும். 'ஓ'** என்பது தனியுயிராகவோ அல்லது மெய்யுடன் சேர்ந்து தனியுயிர் மெய்யாகவோ நிலைமொழியாக அமைந்து, வருமொழி முதலில் உயிர் வரும்போது 'வகர உடம்படு மெய்' தோன்றும். ஒன்றுக்கு மேற்பட்ட எழுத்துகள் அமைந்த சொல்லா னாலும் இதே விதிதான். **'இளங்கோவை'** என்னும் தொடரை நோக்குக.

விதி விலக்கு

'ஆ', 'ஓ' என்னும் இரண்டு ஒலிகளும் ஓரெழுத்தொரு மொழியாக அமையும்போது, சில இடங்களில் மாத்திரம் இந்த விதிக்கு மாறாக அமைவதுண்டு.

'கோயில்' என்னும் சொல்லை எடுத்துக் கொள்வோம். நம்மில் பலரை மயங்க வைக்கிறது இந்தச் சொல். **'கோயில்'** என்று எழுதுவதா, **'கோவில்'** என்று எழுதுவதா' என்று குழம்புகிறோம். 'கோயில்' என்பது ஒரு சொல்லாக வழங்கினாலும், **'கோ–இல்'** என்னும் இரு சொற்களைக் கொண்டு அமைந்த ஒரு 'கூட்டுச் சொல்'லாகும். **'கோ–இல்'** என்னும் இரு சொற்கள் சேரும்போது **'கோவில்'** என்று அமைவதே பொருத்தமாகும்.

இருப்பினும், கோயில், கோவில் என்னும் இரு சொற்களும் நெடுங்காலமாக வழங்கி வருகின்றன. பேச்சு நடையில் மட்டுமல்ல, அறிஞர்களின் எழுத்து நடையிலும் இரண்டு விதமான சொற்களும் காணப்படுகின்றன.

புணர்ச்சி விதியின்படி பார்க்கும்போது, 'கோயில்' என்பது விதிக்குப் புறம்பான தாகும். இலக்கண விதிக்குப் புறம்பானதை எப்படி ஏற்றுக்கொள்ளலாம் என்ற கேள்வி எழுவது நியாயமே. ஆனாலும், பேச்சிலும் எழுத்திலும் வழங்கி வருவதோடு, இலக்கண நூலாராலும் 'கோயில்' என்னும் வடிவம் ஏற்றுக்கொள்ளப்பட்டுள்ளது.

'கோவில்' என்று முற்காலத்தில் வழங்கிய சொல், பிறகு 'கோயில்' என்று மருவி

வழங்கலாயிற்று. எனவே, இலக்கண நூலார் இதனை மரூஉ என்று குறிப்பிடலாயினர். எனவே, 'கோவில்' என்பதே இலக்கண முறைப்படி அமைந்த சரியான வடிவமாகும். எனினும், 'கோயில்' என்பது உலக வழக்கிலும் இலக்கிய வழக்கிலும் இடம் பெற்று நிலைத்துவிட்டமையால், மொழி அறிஞர்கள் அதனை ஏற்றுக்கொண்டு 'மரூஉ'என்னும் வகையில் சேர்த்துள்ளனர். எனவே, இதனை எப்படி எழுதினாலும் தவறில்லை.

ஆயிடை

'ஆயிடை' என்பது ஒரு தொடர். **'ஆ+இடை'** என்னும் இரண்டு சொற்கள் கொண்ட தொடர் இது. அந்த இடம் என்பது இதன் பொருள். **'அ—இடை'** என்னும் தொடரில் உள்ள 'அ' என்னும் சுட்டு நீண்டு அமைந்ததே **'ஆ—இடை'** என்னும் தொடர். **'ஆ—இடை'** என்பது புணரும்போது விதிப்படி **'ஆவிடை'** என்றே அமைய வேண்டும். அவ்வாறின்றி **'ஆயிடை'** என்று அமைந்துள்ளமையால் இதனை விதி விலக்காகக் கொள்ளல் வேண்டும். இவ்வாறு சுட்டு நீண்டு அமையும்போது 'யகர மெய்' இடையிலே தோன்றும். இவ்வாறு சுட்டு நீள்வது செய்யுளுக்கே உரியதாகும்.

மாயிரு

'மா' என்பது உரிச்சொல்லாகவும் அமையலாம். இதற்குப் 'பெரிய அல்லது சிறந்த' என்று பொருள். இந்த உரிச்சொல்லாகிய 'மா' நிலைமொழியாக அமையும்போது பொது விதியினின்று மாறுபடுகின்றது. புணர்ச்சி விதியின்படி 'வகர மெய்' தோன்றுவதற்குப் பதிலாக 'யகர மெய்' தோன்றுகின்றது. **'மாயிரு ஞாலம்'**, **'மாயிரு விசும்பு'** என்பன இலக்கியங்களில் காணப்படும் தொடர்களாகும். எனவே, இதனையும் நாம் விதி விலக்காகவே கொள்ள வேண்டும்.

இந்த இடத்தில் நாம் ஒன்றை நினைவிற் கொள்ளல் வேண்டும். 'ஆ', 'ஓ' முதலிய உயிர்கள் நிலைமொழியின் ஈற்றில் நிற்கும் போது வருமொழி முதலில் உயிர் வந்தால் இடையிலே வகர மெய், யகர மெய் ஆகிய இரண்டிலே ஏதேனும் ஒன்று வரும் என்று எண்ணிவிடக் கூடாது. இந்த இடங்களில் 'வகர உடம்படுமெய்'யே இலக்கண விதிக்குப் பொருந்துவதாகும். ஆனால், தொன்று தொட்டு, ஒரு சில தொடர்களில் மட்டும், இந்த விதிக்கு மாறாக 'யகர மெய்' தோன்றுகிறது. அத்தகைய தொடர்கள் யாவை என்பதைப் பிரித்துக்காட்டி அவற்றை 'இலக்கணப் போலி' என்றும், 'மரூஉ' என்றும் மொழி வல்லுநர்கள் வழங்குகின்றனர். 'மரபு' என்றும் இவற்றைக் குறிப்பிடலாம். இவ்வாறு மரபாக வழங்கி வரும் ஒரு சில தொடர்களைத் தவிர மற்றவற்றில் 'வகர மெய்'யே தோன்றும்.

ஏனைய உயிர்

அ, ஆ, ஊ, ஓ நீங்கலாக எஞ்சியுள்ள உயிரெழுத்துகள் எட்டாகும். அவை, **இ, ஈ, உ, எ, ஏ, ஐ, ஒ, ஔ** என்பன. இவற்றுள் எ, ஒ என்னும் உயிர்க்குறில்கள் இரண்டும் சொல்லின் இறுதியில் வருவதில்லை, 'ஓரெழுத்தொருமொழி'யாகவும் அமைவதில்லை. **'ஔ'** என்னும் உயிரும் **'கௌ'**, **'வௌ'** என்னும் உயிர்மெய்களும் ஓரெழுத்தொருமொழிகளில் தவிர வேறு எந்த இடத்திலும் சொல்லின் இறுதியில் வருவது கிடையாது. இந்தக் **'கௌ'**, **'வௌ'** என்னும் சொற்களும்கூட இன்று பெரும்பாலும் **'கவ்வு'**, **'வவ்வு'** என்று எழுதப்படுகின்றன. எனவே, எ, ஒ, ஔ என்னும் எழுத்துகளைத் தவிர ஏனைய உயரெழுத்துகள் நிலைமொழி இறுதியில் வரும்போது, வருமொழி முதலில் உயிர் வந்தால் அவை சேரும் விதத்தை இனிமேல் பார்ப்போம்.

பன்னிரண்டு உயிர்களில் 'அ, ஆ, ஊ, ஓ' ஆகியவை பற்றி முன்பு பார்த்தோம். 'எ, ஒ, ஔ' என்னும் மூன்று எழுத்துகளும் சொல்லின் இறுதியில் வருவதில்லை. எனவே, எஞ்சியுள்ளவை 'இ, ஈ, உ, ஏ, ஐ' என்னும் ஐந்து எழுத்துகள். இவற்றுள் 'உ' என்னும் உயிர் நிலைமொழியின் இறுதியில் வந்தால் எவ்வாறு புணரும் என்பதற்குப் பல சிறப்பு விதிகள் உள்ளன. எனவே, இதைப் பற்றி நாம் பிறகு விரிவாகப் பார்ப்போம்.

யகர உடம்படு மெய்

மற்ற நான்கு உயிர்களில் 'இ' என்னும் உயிரெழுத்தை முதலில் பார்ப்போம்:

கிளி—அழகு, புலி—ஆட்டம், கனி—இல்லை, புவி—ஈர்ப்பு, பணி—உண்டு, வெளி—ஊர், மணி—என்ன, அணி—ஏது,

மதி–ஐ, பிடி–ஒன்று, விதி–ஓடு, மூதாட்டி–ஔவை என்னும் இந்தத் தொடர்களில் நிலைமொழியின் இறுதியில் 'இ' என்னும் உயிர் நிற்கின்றது. வருமொழி முதலில் அ முதல் ஔ வரையிலான பன்னிரண்டு உயிர்களும் வந்துள்ளன.

இந்தத் தொடர்கள் புணரும்போது முறையே **கிளியழகு, புலியாட்டம், கனியில்லை, புவியீர்ப்பு, பணியுண்டு, வெளியூர், மணியென்ன, அணியேது, மதியை, பிடியொன்று, விதியோடு, மூதாட்டி யெளவை** என்று மாறுகின்றன. இந்தத் தொடர்களை உற்று நோக்கினால் அதில் புதிய ஒலி ஒன்று சேர்ந்திருப்பதை அறியலாம். **கிளி–அழகு** என்னும் இரண்டு சொற்களையும் எடுத்துக் கொள்வோம். 'கிளி-அழகு' என்னும் தொடரில் நிலைமொழியின் இறுதியில் ஒலிப்பது **'இ'** என்னும் உயிர். வருமொழி முதலில் நிற்பது **'அ'** என்னும் உயிர். இந்த இரண்டும் சேரும்போது **'கிளியழகு'** என்று மாறும். **'கிளி–அழகு'** என்பது **'கிளியழகு'** என்றாகும்போது, இந்த இரண்டு சொற்களுக் கும் இடையிலே புதிதாகத் தோன்றியிருப்பது 'ய்' என்னும் ஒலியாகும். **'கிளி–அழகு'** என்பது **'கிளி+ய்+அழகு'** என்று மாறு கின்றது. பின்னர், 'கிளி' என்னும் நிலை மொழி எந்த மாற்றமும் அடையாமல் அப்படியே இருக்க, வருமொழி முதலில் உள்ள 'அ' என்னும் உயிர், புதிதாக வந்த **'ய்'** என்னும் மெய்யுடன் சேர்ந்து 'ய' என்ற உயிர் மெய் தோன்றுகிறது. எனவே, **'கிளி-ய்-அழகு'** என்பது 'கிளியழகு' என்று மாறுகின்றது.

நிலைமொழியின் இறுதியில் 'இ' என்னும் உயிர் இருக்கும்போது வருமொழி முதலில் பன்னிரண்டு உயிரெழுத்துகளில் எது வந்தாலும் இந்த இரண்டு உயிரொலிகளையும் சேர்ப்பதற்கு இடையிலே 'ய்' என்னும் மெய்யொலி தோன்றும், அவ்வாறு தோன்றும் புதிய ஒலியே 'யகர உடம்படுமெய்' எனப் படுகிறது.

ஐ

'வளை–ஓசை', 'கலை–ஏடு', 'விலை–இல்லை', 'கதை–இல்', 'கற்பனை–ஆக', மலை–அளவு' என்னும் தொடர்கள் ஒவ் வொன்றிலும் உள்ள இரண்டு சொற்களையும் சேர்த்து ஒலிக்கும்போது அவை முறையே **வளையோசை, கலையேடு, விலை யில்லை, கதையில், கற்பனையாக, மலை யளவு** என்று ஒலிக்கின்றன. இந்தத் தொடர்களிலும் புதிதாகச் சேர்ந்திருக்கும் ஒலி 'ய்' என்னும் மெய்யொலி என்பதை நன்கு கவனித்தால் உணரலாம்.

'வளை–ஓசை' என்னும் இரண்டு சொற் களையும், விட்டொலிக்காமல் சேர்த்து ஒலித்துப் பாருங்கள். இந்த இரண்டு சொற்களுக்கும் இடையிலே 'ய்' என்னும் மெய்யொலி தோன்றி, அந்தத் தொடர் 'வளையோசை' என்று ஒலிப்பது புலனாகும்.

மற்றத் தொடர்கள் அனைத்தையும் கூர்ந்து கவனித்தால் 'வளையோசை' என்னும் தொடரில் நிகழ்ந்த ஒலி மாற்றம் இவற்றிலும் நிகழ்ந்திருப்பதைக் காணலாம்.

எனவே, நிலைமொழியின் ஈற்றில் 'ஐ' என்னும் உயிரொலி நிற்கும்போது, வரு மொழி முதலில் பன்னிரண்டு உயிரொலி களில் எது வந்தாலும் 'யகர உடம்படு மெய்' தோன்றும்.

'இ', 'ஐ' எழுத்துகள் 'ஓரெழுத்தொரு மொழியாக இருக்கும்போது, அவை நிலைமொழியானால் எவ்வாறு புணரும் என்று இப்போது பார்ப்போம்.

இவற்றுள் சுட்டெழுத்தாக மட்டுமே **'இ'** நிலைமொழியாக நிற்கும். வேறு எந்த நிலையிலும் **'இ'** தனியுயிராகவோ அல்லது மெய்யுடன் சேர்ந்து உயிர்மெய்யாகவோ ஓரெழுத்தொரு மொழியாக வருவதில்லை.

'ஐ' தனியுயிராகவும், மெய்யுடன் சேர்ந்து உயிர் மெய்யாகவும் ஓரெழுத்தொரு மொழியாக அமைவதுண்டு. இந்த ஓரெழுத்தொருமொழிகள் நிலைமொழியாக அமையும்போது, 'ஐ' என்னும் ஒலியை ஈற்றிலுடைய நிலைமொழிகளைப் போலவே புணரும். **'கை–இல்', 'பை–உடன்', 'மை–இட்டு'** என்ற தொடர்களிலுள்ள சொற்கள் சேரும்பொழுது முறையே **கையில், பையுடன், மையிட்டு** என்று மாறும். நிலைமொழி ஈற்றில் 'ஐ' என்னும் உயிர் இருக்கும்போது வருமொழி முதலில் உயிர் வந்தால் 'யகர உடம்படுமெய்' தோன்றும் என்னும் விதிக்கேற்பவே இவை சேர்கின்றன. எனவே, 'ஐ' ஒன்றுக்கு மேற்பட்ட எழுத்து

களையுடைய சொல்லின் இறுதியில் நின்றாலும், ஓரெழுத்தொருமொழியாக அமைந்தாலும் வருமொழி முதலில் உயிர் வந்தால் 'யகர உடம்படுமெய்' தோன்றும்.

ஈ

நிலைமொழி ஈற்றில் 'ஈ' என்னும் உயிரொலி நிற்கும்போதும் இவ்வாறே 'யகர உடம்படுமெய்' தோன்றும். இந்த 'ஈ' என்னும் உயிர் ஓரெழுத்தொரு மொழியிலும் விளி வேற்றுமையிலும் மட்டுமே நிலைமொழியின் ஈற்றொலியாக அமைகின்றது.

'ஈ—ஐ', **'நீ—ஓ'**, **'தீ—இல்லை'** என்னும் தொடர்களைக் கவனியுங்கள். இந்தத் தொடர்கள் ஒவ்வொன்றிலும் உள்ள இரண்டு சொற்களும் சேரும்போது முறையே, **'ஈயை'**, **'நீயோ'**, **'தீயில்லை'** என்று மாறுகின்றன. எனவே, 'ஈ' என்னும் உயிர், நிலைமொழியின் ஈற்றொலியாக அமையும்போது, வருமொழி முதலில் உயிர் வந்தால் யகர உடம்படுமெய் தோன்றும் என்பது புலனாகின்றது.

விளித்தொடர்

'தம்பீ, இங்கே வா', **'நம்பீ, என்ன செய்கிறாய்?'** என்னும் வாக்கியங்களிலுள்ள, **'தம்பீ'**, **'நம்பீ'** என்னும் சொற்கள் எட்டாம் வேற்றுமை உருபு ஏற்றுள்ள சொற்கள். இந்த வாக்கியங்களிலுள்ள **'தம்பீ—இங்கே'**, **'நம்பீ—என்ன'** என்னும் சொற்களைச் சேர்த்து, இவை ஒவ்வென்றையும் ஒரு தொடராகக் கொள்ளும்போது, முன்பு கூறியது போலவே 'யகர உடம்படு மெய்' தோன்றி, **'தம்பீயிங்கே'** என்றும், **'நம்பீயென்ன'** என்றும் புணரும். ஆனால், இவற்றை நாம் அப்படிச் சேர்த்து ஒலிக்கும் வழக்கம் இல்லை. **'விளி'** என்றால் அழைத்தல் என்று பொருள். ஒருவரை அழைக்கும்போது மாத்திரமே விளி வேற்றுமை உருபு சேர்க்கின்றோம். நாம் ஒருவரை அழைத்து, அவரிடம் ஒன்றைச் சொல்லும்போது, நாம் இரண்டு காரியங்களைச் செய்கின்றோம். அதாவது, ஒருவருடைய கவனத்தை நம் பக்கம் திருப்பும் நோக்கத்தில் அவரை அழைக்கின்றோம். அடுத்து, நாம் அவரிடம் சொல்ல விரும்புவதைச் சொல்கின்றோம். இந்த இரண்டு காரியங்களும் தனித்தனியானவை என்பதை உணர்த்துவதற்காகவே, விளி வேற்றுமை ஏற்ற பெயருக்குப் பின் காற்புள்ளி அல்லது உணர்ச்சிக் குறியிடுகின்றோம்.

எனவே, விளிவேற்றுமை உருபேற்ற சொல்லையும் அதனை அடுத்து வரும் சொல்லையும் சேர்த்து ஒலிக்கும் அல்லது சேர்த்து எழுதும் வழக்கம் உரைநடையில் மட்டுமன்று, கவிதையிலும் இல்லை. பண்டைய வழக்கிலும் பிரித்து ஒலிப்பதே பெரும்பான்மையாக உள்ளது. எல்லாவிதத் தொடருக்கும் இது பொருந்தும். சிலப்பதிகார வழக்குரை காதையில் வரும் இந்த வரிகளைக் கவனியுங்கள்.

> **'வாயிலோயே! வாயிலோயே!**
> **அறிவறை போகிய பொறியறு நெஞ்சத்து**
> **இறைமுறை பிழைத்தோன் வாயிலோயே!'**
>
> **'நற்றிறம் படராக் கொற்கை வேந்தே!**
> **என்காற் பொற் சிலம்பு மணியுடை**
> **அரியே'**

இந்த வரிகளில் இடம்பெற்றிருக்கும் **'வாயிலோயே'**, **'வேந்தே'** முதலிய விளிப் பெயர்கள் அவற்றிற்கு அடுத்த சொல்லுடன் சேராமல் நிற்பதை நோக்குக.

கவியரசு கண்ணதாசனின் இயேசு காவியத்தில் வரும் இந்த வரிகளைக் கவனியுங்கள்:

> **'எருசலேம் மங்கையரே! – எனக்காக அழ**
> **வேண்டாம்,**
> **எதிர்காலத்தில் வருகின்ற மக்களுக்காய்**
> **மழலைக்காய் அழுதிடுங்கள்'**
>
> **'அன்புத் தந்தையே! அன்புத் தந்தையே!**
> **ஆத்மாவை உன் அன்புக் கரங்களில்**
> **இப்பொழுதே நான் ஒப்படைக்கிறேன்!'**

இங்கேயும் **'மங்கையரே'**, **'தந்தையே'** என்னும் விளிப்பெயர்கள் தனித்து நின்று ஒலிப்பதைக் காண்க.

ஏ

இப்போது 'ஏ' என்னும் உயிர், நிலைமொழியின் ஈற்றில் நிற்கும்போது ஏற்படும் மாற்றத்தைப் பார்ப்போம். **'பொருளே—இல்லை'**, **'எங்கே–உள்ளது'**, **'யாரே அறிவார்'** என்னும் தொடர்களில் நிலைமொழி ஈற்றில் 'ஏ' என்னும் உயிர் நெடிலும் வருமொழி முதலில் இ, உ, அ முதலிய உயிர்களும் வந்துள்ளன.

'பொருளே–இல்லை', 'எங்கே–உள்ளது', 'யாரே–அறிவார்' என்னும் தொடர்களிலுள்ள நிலைமொழி, வருமொழி இரண்டையும் விட்டொலிக்காமல், சேர்த்தொலிக்கும்போது, இந்தத் தொடர்கள் **'பொருளேயில்லை', 'எங்கேயுள்ளது', 'யாரேயறிவார்'** என்று ஒலிக்கின்றன. இங்கே நிலைமொழி ஈற்றிலுள்ள 'ஏ' என்னும் உயிரையும் வருமொழி முதலிலுள்ள உயிரையும் இணைக்க இடையிலே 'ய்' என்னும் யகர உடம்படுமெய் தோன்றியுள்ளது.

நிலைமொழியின் இறுதியில் 'ஏ' என்னும் உயிர் நெடில் நின்று, வருமொழி முதலில் உயிர் வருமானால் யகர உடம்படுமெய், வகர உடம்படுமெய் இவற்றுள் ஏதேனும் ஒன்று வரும் என்பது நன்னூல் கூறும் இலக்கண விதி. இதனையே, **'ஏ முன் இருமையும்'** என்று நன்னூலார் கூறுகின்றார். இந்த விதிக்கிணங்க நிலைமொழியின் இறுதியில் 'ஏ' என்னும் இடைச்சொல் நிற்கும்போதும், இரண்டு 'உடம்படுமெய்களில்' ஏதேனும் ஒன்று தோன்றலாம் என்று மொழி நூலார் கூறுகின்றனர். **'அவனே–யழகன்'** என்றும் சொல்லலாம். **'அவனே–வழகன்'** என்றும் சொல்லலாம் என்று அவர்கள் கூறுகின்றனர். எனினும் மிகுதியாக வழக்கில் உள்ளது எது என்று பார்க்கும்போது, 'யகர உடம்படுமெய்' என்பது தெளிவாகப் புலப்படும். எனவே, பெரும்பான்மை வழக்கைக் கருதி, 'ஏ' என்னும் இடைச்சொல்லை அடுத்து உயிர் வரும்போது 'யகர உடம்படுமெய்' தோன்றும் என்று கொள்ளலாம். மேலும் இத்தகைய தொடர்களை ஒலிக்கும் போதும் 'யகர உடம்படுமெய்' தோன்றுவதே இயல்பாகவும், எளிமையாகவும், இனிமையாகவும் உள்ளது.

தேவாரம்

அப்பர், சம்பந்தர், சுந்தரர் ஆகிய மூன்று நாயன்மார்களும் பாடியருளிய பக்திப் பாடல்கள் **'தேவாரம்'** என்று வழங்கி வருகின்றன. இந்தத் 'தேவாரம்' என்னும் சொல்லுக்கு என்ன பொருள்? இந்தச் சொல்லின் பொருளை ஆராய்வதற்கு முன்னால், 'தேவாரம்' என்பது ஒரு சொல்லா அல்லது சொல் தொடரா என்று பார்க்க வேண்டும்.

'தேவாரம்' என்பது இரண்டு சொற்களைக் கொண்ட ஒரு தொடர். இந்தத் தொடரில் **'தே–ஆரம்'** என்னும் இரண்டு சொற்கள் இருக்கின்றன. 'தே' என்றால் தெய்வம் என்று பொருள். 'ஆரம்' என்றால் மாலை என்று பொருள். இங்கே 'மாலை' என்பது பாக்களாலான 'பாமாலை'யைக் குறிக்கும். 'தெய்வத்திற்குச் சூட்டிய பாமாலை' என்பது இந்தத் தொடரின் பொருள்.

எனவே, 'தேவாரம்' என்னும் தொடரில் உள்ள 'தே' என்னும் நிலைமொழி ஒரு பெயர்ச்சொல், இடைச்சொல் அன்று. 'ஏ' என்னும் உயிரொலியை இறுதியில் உடைய 'தே' என்னும் பெயர்ச்சொல் நிலைமொழியாக இருக்கும்போது வருமொழி முதலில் உயிர் வந்தால் வகர உடம்படுமெய் தோன்றும் என்பதற்கு இந்தத் 'தேவாரம்' என்னும் தொடரே நல்ல எடுத்துக்காட்டாகும்.

சேவடி

இப்பொழுது **'சேவடி'** என்னும் தொடரைக் கவனியுங்கள். இந்தத் தொடரில் **'சே–அடி'** என்னும் இரு சொற்கள் உள்ளன. இந்த இரு சொற்களையும் சேர்த்து ஒரு தொடராக்கும் போது **'சேவடி', 'சேயடி'** என்று இருவிதமாகவும் அமைவதுண்டு. **'சேயடி'** என்று சொல்லும்போது யகர உடம்படுமெய்யும் **'சேவடி'** என்று சொல்லும் போது வகர உடம்படுமெய்யும் தோன்றுகின்றன.

'சே–அடி' என்னும் இரு சொற்களும் இவ்வாறு இரண்டு வகையாகவும் புணர்வதற்கு என்ன காரணம் என்று பார்ப்போம். இதற்கு, இந்தத் தொடரின் நிலைமொழியின் பொருள் என்ன என்று பார்க்க வேண்டும். 'சே' என்றால் 'செம்மை' என்று பொருள். 'அடி' என்றால் தூர் அல்லது பாதம் என்று பொருள். (இந்தத் தொடரின் புணர்ச்சி இலக்கணத்தைத் தெரிந்துகொள்வதற்கு வருமொழியின் பொருள் என்ன என்பது முக்கியமல்ல. நிலைமொழியின் பொருளைத் தான் நாம் கவனிக்க வேண்டும்). 'செம்மை' என்னும் பொருளுடைய 'சே' என்னும் சொல் நிலைமொழியாக நிற்கும் போது வருமொழி முதலில் உயிர் வந்தால் 'யகர உடம்படுமெய்' அல்லது 'வகர உடம்படுமெய்' தோன்றும் என்பது விதி. 'சேவடி' என்பதே உலக வழக்கில் பெரும் பான்மை எனினும் இலக்கியத்

தில் ‘சேயடி’, ‘சேவடி’ என்னும் இரண்டு தொடர்களும் காணப்படுகின்றன. எனவே, இரண்டு ‘உடம்படுமெய்’களில் ஏதேனும் ஒன்று தோன்றும் என்னும் விதி அமையலாயிற்று.

இதுவரை கூறியதிலிருந்து, ஒரு தொடரின் நிலைமொழி இ, ஈ, ஐ என்னும் ஒலிகளை ஈற்றிலுடையதாக இருக்கும்போது, வருமொழி முதலில் உயிர் வந்தால் யகர உடம்படுமெய் தோன்றும் என்றும், ‘ஏ’ என்னும் உயிர் நிலைமொழி ஈறாக அமைந்து வருமொழி முதலில் உயிர் வந்தால் யகர அல்லது வகர உடம்படுமெய் தோன்றும் என்றும், ஏனைய உயிர்கள் நிலைமொழி ஈற்றில் அமையும் போது ‘வகர உடம்படுமெய்’ தோன்றும் என்றும் கண்டோம். இதனையே நன்னூலார்

‘இ, ஈ, ஐ வழியவ்வும், ஏனை
உயிர்வழி வவ்வும், ஏமுன் இருமையும்
உயிர்வரின் உடம்படுமெய் என்றாகும்’

என்று கூறுகிறார்.

உகர ஈறு

நிலை மொழி ஈற்றில் ‘உ’ தவிர்த்த ஏனைய உயிர்களில் ஏதேனும் ஒன்று இருக்கும்போது வருமொழி முதலில் உயிர் வந்தால் எப்படி அந்த ஒலிகள் சேர்கின்றன என்பதை இதுவரை பார்த்தோம். நிலைமொழி ஈற்றில் ‘உ’ என்னும் உயிரொலி இருக்கும்போது வருமொழி முதலில் உயிரொலிகளில் ஏதேனும் ஒன்று வந்தால் அவை எப்படிப் புணர்கின்றன என்பதை இனிக் காண்போம்.

அதற்கு முன், இந்த ‘உகரம்’ எல்லா இடங்களிலும் ஒரே விதமாக ஒலிப்பதில்லை என்பதை நாம் கருத்தில் கொள்ள வேண்டும். இந்த ‘உகர ஒலி’ வேறுபாட்டை எழுத்திய லில் விரிவாக விளக்கியுள்ளோம். ஒன்று குற்றியலுகரம்; மற்றொன்று முற்றியலுகரம்.

குற்றியலுகரம்

இப்பொழுது எழுத்தியலில் பார்த்த குற்றியலுகரத்தையும் அதன் வகைகளையும் நினைவில் வைத்துக்கொள்ளுங்கள். புணரி யலில் இவை மிகவும் முக்கியமானவை.

இப்பொழுது, நிலைமொழி இறுதியில் குற்றியலுகரம் இருக்கும்போது வருமொழி முதலில் உயிர் வந்தால் எப்படிப் புணரும் என்பதைப் பார்ப்போம்:

வன்றொடர்

பட்டு—ஆடை, கட்டு—ஓடு, உப்பு—இல்லை, கொக்கு—ஐ, காற்று—ஓட்டம் முதலிய தொடர்களைக் கவனியுங்கள். இவற்றில் நிலைமொழியின் ஈற்றில் குற்றிய லுகரங்கள் உள்ளன. இவற்றின் ஈற்றயலை நோக்கும்போது இவை வன்றொடர்க் குற்றியலுகரம் என்பது புலனாகும். இந்தத் தொடர்களில் வருமொழி முதலில் ஆ, இ, ஐ, ஓ முதலிய உயிர்கள் உள்ளன.

பட்டு—ஆடை = பட்டாடை, கட்டு—ஓடு = கட்டோடு, உப்பு—இல்லை = உப்பில்லை, **கொக்கு—ஐ = கொக்கை, காற்று—ஓட்டம் = காற்றோட்டம்.** இப்படி இவை சேர்கின்றன. வன்றொடர்க் குற்றியலுகரம் நிலைமொழி யின் ஈற்றில் அமைந்து வருமொழி முதலில் உயிர் வரும்போது என்ன மாற்றம் ஏற்படுகிறது? ‘பட்டு—ஆடை’ என்னும் இரண்டு சொற்களும் சேரும்போது இந்தத் தொடர் ‘பட்டாடை’ என்று மாறுகின்றது. நாம், இதற்கு முன், ஏனைய உயிரெழுத்துகள் நிலை மொழியின் ஈற்றில் அமைந்து வருமொழி முதலில் உயிர் வரும்போது, அந்த இரண்டு உயிர்களையும் இணைக்கும் பாலமாக யகர உடம்படுமெய் அல்லது வகர உடம்படுமெய் தோன்றுவதைக் கண்டோம். ஆனால், ‘பட்டு—ஆடை’ என்னும் இரு சொற் களும் சேர்ந்து ‘பட்டாடை’ என்றாகும்போது, அவ்வாறு உடம்படுமெய் எதுவும் தோன்ற வில்லை. புதிய ஒலி தோன்றாதது மட்டு மல்ல, இருக்கும் ஒலியே குறைந்திருப்பது போல் தோன்றுகிறது. குறைந்த ஒலி எது?

‘பட்டு—ஆடை’ என்னும் தொடரில் நிலைமொழியாகிய ‘பட்டு’ என்னும் சொல் லின் இறுதி எழுத்து ‘டு’ என்னும் உயிர் மெய். இதில் ‘ட்’ என்னும் மெய்யும், ‘உ’ என்னும் உயிரும் உள்ளன. இறுதியிலுள்ள ‘உ’ என்னும் உயிர் குறுகிய ஒலியுடையதாகும். குறுகிய ஒலியுடைய இந்த உகரமே புணர்ச்சியின் போது மறைந்துவிட்டது. ‘பட்டு’ என்னும் நிலைமொழியின் இறுதியிலுள்ள குற்றிய லுகரம் மறைந்து விட்டதால் எஞ்சியுள்ளவை ‘பட்ட்’ என்னும் ஒலிகளே. இப்பொழுது இறுதியிலுள்ள ஒலி ‘ட்’ என்னும்

மெய்யாகும். இந்த 'ட்' என்னும் மெய்யுடன் வருமொழி முதலிலுள்ள **'ஆ'** என்னும் உயிர் சேர்ந்து, **'டா'** என்னும் உயிர் மெய் தோன்று கிறது. எனவே, **பட்டு–ஆடை = பட்டாடை** என்று மாறுகின்றது. இதுபோலவே, சற்று முன்பு எடுத்துக்காட்டிய ஏனைய தொடர் களிலும் நிலைமொழி இறுதியிலுள்ள குற்றியலுகரம் மறைந்து, எஞ்சியுள்ள மெய்யுடன் வருமொழி முதலிலுள்ள உயிர் சேர்ந்து உயிர் மெய்கள் தோன்றியுள்ளன. நட்பு, கற்பு போன்ற வன்றொடர்க் குற்றிய லுகரங்களுக்கும் இது பொருந்தும்.

குற்றியலுகரம், வன்றொடர், மென் றொடர், இடைத் தொடர், உயிர்த்தொடர், நெடில் தொடர், ஆய்தத் தொடர் என ஆறு வகைப்படும் என்பது நீங்கள் அறிந்ததே. சற்று முன்பு நாம் பார்த்த, வன்றொடர்க் குற்றிய லுகரத்தை நிலை மொழி ஈற்றில் உடைய தொடர்களில் வருமொழி முதலில் உயிர் வரும்போது, குற்றியலுகரம் மறைந்து விடுவதைக் கண்டோம்.

எல்லாக் குற்றியலுகரங்களுக்கும் இது பொருந்தும். அது வன்தொடர்க் குற்றிய லுகரமா, மென்றொடர்க் குற்றியலுகரமா அல்லது வேறு வகையைச் சார்ந்ததா என்றெல்லாம் பார்க்க வேண்டிய அவசிய மில்லை. நிலைமொழியின் ஈற்றொலி குற்றியலுகரமா என்று மட்டும் பார்த்தால் போதும். இதனையே, நன்னூல் **'உயிர்வரின் உக்குறள் மெய்விட்டோடும்'** என்று கூறு கின்றது. வருமொழி முதலில் உயிர் வரும் போது, நிலைமொழியின் ஈற்றில் நிற்கும் குற்றியலுகரம் தான் சார்ந்து நிற்கும் மெய்யை விட்டு அகன்றுவிடும் என்பது இதன் பொருள்.

மென்றொடர்

சங்கு–ஒலி, **வண்டு–இனம்**, பந்து– **ஆடினான்**, **நன்று–அன்று** என்னும் தொடர் களைப் பாருங்கள். இந்தத் தொடர்களில் நிலைமொழியின் ஈற்றிலுள்ள உகரம் குற்றியலுகரம். ஈற்றயலைக் கொண்டு பார்க்கும்போது இவை மென்தொடர்க் குற்றியலுகரங்கள் என்பது புலனாகும். இங்கேயும், நிலைமொழி, வருமொழி ஆகிய இரண்டு சொற்களையும் விட்டொலிக்காமல், சேர்த்து ஒலிக்கும்போது நிலைமொழியின் ஈற்றிலுள்ள குற்றியலுகரம் மறைந்து விடுவதைக் காணலாம்.

சங்கு–ஒலி = சங்கொலி; வண்டு–இனம் = வண்டினம்; பந்து–ஆடினான்= பந்தாடினான்; நன்று–அன்று = நன்றன்று என இவை புணர்கின்றன. இந்தக் குற்றிய லுகரங்கள் தம் இன எழுத்துகளான ங், ண், ந், ன் என்னும் மெல்லின மெய்களை அடுத்து வந்துள்ளன. **க், ச், ட், த், ப், ற் என்னும் ஆறு வல்லின மெய்களுக்கும் ங், ஞ், ண், ந், ம், ன் என்னும் ஆறு மெல்லின மெய்களும் இன எழுத்துகளாகும். அதாவது 'க்' என்பதற்கு 'ங்' என்பது இன எழுத்து. இப்படியே 'ச்'சுக்கு 'ஞ்', 'ட்'டுக்கு, 'ண்', 'த்'க்கு, 'ந், ப்–புக்கு' ம், 'ற்'–றுக்கு ன் என வல்லினம் ஒவ்வொன்றுக்கும் ஒரு மெல்லினம் இன எழுத்தாக உள்ளது.**

இப்படித் தன் இன எழுத்தேயன்றி சில வேளைகளில் மற்ற மெல்லினங்களும் வல்லினத்திற்கு முன் வருவதுண்டு. நன்கு, அன்பு, பண்பு முதலியன அப்படிப்பட்ட சொற்கள். இவ்வகையான சொற்கள் நிலை மொழியாக அமையும்போதும் முன்பு கூறிய விதியே பொருந்தும். அதாவது வருமொழி முதலில் உயிர் வந்தால் நிலைமொழி ஈற்றிலுள்ள குற்றியலுகரம் மறைந்துவிடும். **அன்பு–ஆக = அன்பாக என்றும், பண்பு– உடையார் = பண்புடையார்** என்றும் மாறுவதைக் கவனியுங்கள்.

இடைத்தொடர்

சார்பு, சால்பு, போழ்து முதலியன இடைத் தொடர்க் குற்றியலுகரச் சொற்கள். **சார்பு– ஆக, சால்பு–உடையார், போழ்து–இல்** என்னும் தொடர்களிலுள்ள நிலைமொழி, வருமொழி இரண்டையும் விட்டொலிக் காமல், சேர்த்து ஒலிக்கும்போது **சார்பாக, சால்புடையார், போழ்தில்** என்று ஒலிக் கின்றன. வன்றொடர், மென்றொடர்க் குற்றிய லுகரங்கள் போலவே, இங்கேயும் நிலை மொழி ஈற்றிலுள்ள குற்றியலுகரம் மறைந்து விட்டது.

உயிர்த்தொடர்

அழகு–உடன், மரபு–இல், பழுது–அன்று என்னும் தொடர்களைக் கவனியுங்கள். உயிர்த்தொடர்க் குற்றியலுகரச் சொற்கள்

இவற்றின் நிலைமொழிகளாக உள்ளன. இந்தத் தொடர்களிலுள்ள இரண்டு சொற்களையும் விட்டொலிக்காமல், சேர்த்தொலிக்கும்போது நிலைமொழி ஈற்றிலுள்ள குற்றியலுகரம் மறைந்துவிடுகின்றது. எஞ்சியுள்ள வல்லினமெய்யுடன் வருமொழி முதலிலுள்ள உயிர் சேர்ந்து உயிர்மெய் தோன்றுகிறது. எனவே, **அழகு–உடன் = அழகுடன், மரபு–இல் = மரபில், பழுது–அன்று = பழுதன்று** என இவை மாறுகின்றன.

ஆய்தத் தொடர்

இதுபோலவே, ஆய்தத் தொடர்க் குற்றியலுகரமும் வருமொழி முதலில் உயிர் வந்தால் மறைந்துவிடும். **'எஃகு–ஓடு'** என்பது, **'எஃகோடு'** என்றும், **'அஃது–அன்றி'** என்பது **'அஃதன்றி'** என்றும் மாறுவதைக் கவனியுங்கள்.

இதுவரை, வன்தொடர், மென்தொடர், உயிர்த்தொடர், இடைத்தொடர், ஆய்தத் தொடர் ஆகிய ஐந்து வகைக் குற்றியலுகரப் புணர்ச்சிகளைப் பார்த்தோம்.

நெடில் தொடர்

இனி, நெடில் தொடர்க் குற்றியலுகரத்தைப் பார்ப்போம். நெடில் தொடர்க் குற்றியலுகரத்தை நிலைமொழி ஈற்றில் கொண்ட தொடர்களில் நிலைமொழியும் வருமொழியும் சேரும்போது இரண்டு வகையான மாற்றங்கள் ஏற்படும்.

'தர்மன் சூதாட்டத்தில் நாட்டையும் மற்றுமுள்ள செல்வங்கள் அனைத்தையும் இழந்து காடேகினான்' என்னும் வாக்கியத்திலுள்ள **'சூதாட்டம்'** என்னும் தொடரை முதலில் எடுத்துக்கொள்வோம். இந்தத் தொடரில் **'சூது–ஆட்டம்'** என்னும் இரண்டு சொற்கள் உள்ளன. இந்த இரண்டு சொற்களையும் சேர்த்தொலிக்கும்போது, இவை **'சூதாட்டம்'** என்று மாறுகின்றன. அடுத்து, மேற்காணும் வாக்கியத்திலுள்ள **'காடேகினான்'** என்னும் தொடரைப் பார்ப்போம். இந்தத் தொடரில் **'காடு–ஏகினான்'** என்னும் இரு சொற்கள் உள்ளன. இந்த இரண்டு சொற்களையும் சேர்த்து ஒலிக்கும்போது, **'காடேகினான்'** என்று இவை மாறுகின்றன.

'சூதாட்டம்', 'காடேகினான்' என்னும் இருதொடர்களிலும் நிலைமொழியாக இருப்பவை 'சூது', 'காடு' என்னும் நெடில் தொடர்க் குற்றியலுகரச் சொற்கள்.

வருமொழி முதலில் உயிர்வரும்போது குற்றியலுகரம் மெய்யை விட்டு அகன்று விடும் என்னும் விதியின்படியே இவை இரண்டும் புணர்ந்துள்ளன.

இப்போது, அதே வாக்கியத்திலுள்ள **'நாட்டை'** என்னும் சொல்லை எடுத்துக் கொள்வோம். இந்தத் தொடரில் **'நாடு'** என்னும் சொல்லுடன் **'ஐ'** என்னும் வேற்றுமை உருபு சேர்ந்துள்ளது. **நாடு–ஐ = நாட்டை** என்று மாறியுள்ளது. முன்பு கூறிய விதியின்படி குற்றியலுகரம் மறைந்துவிடுவது மட்டுமே நிகழுமானால், நாடு–ஐ = 'நாடை' என்று அமைய வேண்டும். மாறாக, **'நாடு–ஐ'** என்பது **'நாட்டை'** என்றாகியிருக்கிறது. எனவே குற்றியலுகரம் மறைவதோடு, வேறொரு மாற்றமும் ஏற்பட்டுள்ளது. அது என்ன?

'நாடு–ஐ' என்பது 'நாடை' என்றாகாமல் 'நாட்டை' என்றாவதால், குற்றியலுகரம் மறைவதோடு வேறு ஓர் ஒலி மிகுந்திருப்பதைக் காணலாம். அதாவது, முன்பு இருந்த 'ட்' என்னும் மெய் இரட்டித்துள்ளது. எந்தெந்த இடங்களில் இப்படி மெய் இரட்டிக்கும் என்று பார்ப்போம்.

ஆறு வல்லின மெய்களுள் ட், ற் என்னும் இரண்டு மெய்களும் குற்றியலுகரத்துடன் சேர்ந்து சொல்லின் இறுதியில் நிற்கும்போது இவ்வாறு இரட்டிக்கும். நெடில் தொடர், உயிர்த்தொடர்க் குற்றியலுகரச் சொற்களில் மட்டுமே இப்படி இரட்டிப்பது வழக்கம். அதுவும் எல்லா இடங்களிலும் இரட்டிப்பதில்லை எந்தெந்த இடங்களில் இரட்டிக்கும் என்பதைத் தெளிவாகப் புரிந்து கொள்வது அவசியமாகும்.

குற்றுகரம் சேர்ந்த ட், ற்

புணரியலின் தொடக்கத்தில் புணரியலுக்கு அடிப்படையான தொடரிலணக்கத்தை விரிவாக விளக்கியுள்ளோம். இப்போது அவற்றை ஒவ்வொரு தொடராக எடுத்துக் கொண்டு, எந்தெந்தத் தொடர்களில், குற்றியலுகரம் சேர்ந்த ட், ற் என்னும் மெய்கள்

இரட்டிக்கின்றன என்பதையும், எந்தெந்த இடங்களில் அவை இரட்டிக்கவில்லை என்பதையும் பார்ப்போம்.

முதலில், குற்றியலுகரம் மறைந்த பிறகு, இரட்டிக்காமல் இயல்பாகப் புணரும் தொடர்களைப் பார்ப்போம்.

எழுவாய்த் தொடர்

'காடு அழிந்தது' என்னும் வாக்கியத்தைக் கவனியுங்கள். இந்த வாக்கியத்தில் 'காடு' என்பது எழுவாய், அழிந்தது என்பது பயனிலை. எனவே, **'காடு அழிந்தது'** என்னும் தொடர் எழுவாய்த் தொடர். இப்பொழுது இந்தத் தொடரிலுள்ள இரண்டு சொற்களையும் தனித்தனியே ஒலிக்காமல் சேர்த்தொலித்துப் பாருங்கள். அப்போது இந்தத் தொடர் **'காடழிந்தது'** என மாறும். இதிலிருந்து எழுவாய்த் தொடரில் குற்றிய லுகரம் சேர்ந்து நிற்கும் மெய் இரட்டிக்காது என்பது புலனாகின்றது.

ஓடு–உடைந்தது, சுவடு–இல்லை, ஏடு–அகன்றது, கோடு–உயர்ந்தது என்னும் தொடர்களைக் கவனியுங்கள். இவை யாவும் எழுவாய்த் தொடர்கள். இந்தத் தொடர் களிலுள்ள நிலைமொழி வருமொழி இரண்டையும் சேர்த்து ஒலித்துப் பாருங்கள். **'ஓடு–உடைந்தது'** என்பது **'ஓடுடைந்தது'** என்றும், **'சுவடு–இல்லை'** என்பது **'சுவடில்லை'** என்றும், **'ஏடு–அகன்றது'** என்பது **'ஏடகன்றது'** என்றும், **'கோடு–உயர்ந்தது'** என்பது **'கோடுயர்ந்தது'** என்றும் மாறுகின்றன.

இதுபோலவே, குற்றியலுகரம் சேர்ந்த 'ற்' என்னும் மெய்யும் எழுவாய்த் தொடரில் இரட்டிக்காது.

'ஆறு–ஓடும்', 'தவறு–இல்லை' என்னும் தொடர்களும் எழுவாய்த் தொடர்களே. இந்தத் தொடர்களிலுள்ள நிலைமொழி, வருமொழி இரண்டையும் சேர்த்தொலிக்கும்போது அவை 'ஆறோடும்', 'தவறில்லை' என மாறுகின்றன.

வினைமுற்றுத் தொடர்

'பாடு–என்றாள்', 'ஆடு–என்றனர்', 'கூறு–என்றான்' என்னும் தொடர்களைக் கவனியுங்கள். இவை வினைமுற்றுத் தொடர்கள். இந்தத் தொடர்களில் **'பாடு', 'ஆடு', 'கூறு'** என்னும் வினைமுற்றுகள் நிலைமொழிகளாய் நிற்கின்றன. இந்தத் தொடர்களிலுள்ள நிலைமொழி, வருமொழி இரண்டையும் சேர்த்து ஒலிக்கும்போது **'பாடென்றாள்', 'ஆடென்றனர்', 'கூறென்றான்'** என மாறுகின்றன. இதிலிருந்து, எழுவாய்த் தொடர் போலவே, வினைமுற்றுத் தொடரிலும் குற்றியலுகரம் ஏறிய மெய் இரட்டிக்காது என்பது தெளி வாகிறது.

இப்போது நாம் எடுத்துக்காட்டிய வினை முற்றுத் தொடர்கள் நெடில் தொடர்க் குற்றிய லுகரத்தை நிலைமொழியாகக் கொண்டவை. வினைமுற்றுத் தொடரில் உயிர்த்தொடர்க் குற்றியலுகரம் நிலைமொழி ஈற்றில் நிற்கும்போதும் வருமொழி முதலில் உயிர் வந்தால், குற்றியலுகரம் சார்ந்த மெய் இரட்டிக்காது. **'கழறு–என்றான்'** என்பது **'கழறென்றான்'** என்று மாறுவதைக் கவனி யுங்கள். ('கழறு' என்றால் 'சொல்' என்று பொருள்.)

வேற்றுமைத் தொகை

வேற்றுமை உருபு மறைந்து நின்று பொருள் தருமாயின் அதனை வேற்றுமைத் தொகை என்று கூறுகிறோம். வேற்றுமைத் தொகை நிலைமொழியாக அமையும் தொடர் வேற்றுமைத் தொகை நிலைத்தொடர் எனப்படும் என்பது உங்களுக்குத் தெரியும். வேற்றுமைத் தொகை நிலைத் தொடர்களில் குற்றியலுகரம் ஏறிய ட், ற் என்னும் மெய்களின் நிலை என்ன என்பதை இப்போது பார்ப்போம்.

'மக்கள் தம் கடும் உழைப்பால் காடழித்து நாடமைத்தனர்' என்னும் வாக்கியத்திலுள்ள 'காடழித்து', 'நாடமைத்தனர்' என்னும் தொடர்களைக் கவனியுங்கள். 'காடழித்து' என்னும் தொடரைக் 'காடு–அழித்து' என்றும், 'நாடமைத்தனர்' என்னும் தொடரை 'நாடு–அமைத்தனர்' என்றும் பிரிக்கலாம். 'காடு அழித்து, நாடு அமைத்தனர்' என்னும் தொடர்களிலுள்ள நிலைமொழி வருமொழி இரண்டையும் சேர்த்தொலிக்கும்போது, 'ட்' என்னும் மெய் இரட்டிக்கவில்லை.

'காடழித்து', 'நாடமைத்தனர்' என்னும் இரண்டு தொடர்களையும் விரித்தால், **'காட்டை அழித்து, நாட்டை அமைத்தனர்'**

என்றாகும். எனவே, இந்த இரண்டு தொடர்களிலும் 'ஐ' என்னும் இரண்டாம் வேற்றுமை உருபு மறைந்துள்ளது. இவை இரண்டாம் வேற்றுமைத் தொகை நிலைத் தொடர்கள். இந்த எடுத்துக் காட்டுகளிலிருந்து, நிலைமொழி ஈற்றில் குற்றியலுகரம் ஏற்றுள்ள மெய் இரண்டாம் வேற்றுமைத் தொகை நிலைத் தொடரில் இரட்டிக்காது என்பது புலனாகின்றது.

'நாடாளும்', 'ஏடெடுத்து', 'ஆறடைந்தான்' முதலிய தொடர்கள் முறையே 'நாட்டையாளும்', 'ஏட்டை எடுத்து', 'ஆற்றையடைந்தான்' என விரியும். ஆகவே, 'நாடாளும்', 'ஏடெடுத்து', 'ஆறடைந்தான்' என்பன இரண்டாம் வேற்றுமைத் தொகைகள். எனவே, குற்றியலுகரம் சார்ந்த ட், ற் என்னும் மெய்கள் இரட்டிக்கவில்லை.

நெடில் தொடர்க் குற்றியலுகரச் சொற்கள் இவை. உயிர்த்தொடர்க் குற்றியலுகரச் சொற்கள் நிலைமொழியாக அமையும் போதும் இரண்டாம் வேற்றுமைத்தொகையில் குற்றியலுகரம் சேர்ந்த மெய் இரட்டிக்காது.

'கயிறு–எடுத்தான்' என்னும் தொடரை எடுத்துக்கொள்வோம். இந்தத் தொடர் 'கயிற்றை எடுத்தான்' என்று விரியும். எனவே, இது இரண்டாம் வேற்றுமைத் தொகை. 'கயிறு-எடுத்தான்' என்னும் தொடரிலுள்ள நிலைமொழி வருமொழி இரண்டையும் விட்டொலிக்காமல், சேர்த்தொலிக்கும் போது 'கயிறெடுத்தான்' என்று மாறும். எனவே, இரண்டாம் வேற்றுமைத் தொகையில் உயிர்த்தொடர்க் குற்றியலுகரம் நிலை மொழியாக அமையும் போதும், குற்றியலுகரம் நீங்கியபின் எஞ்சியுள்ள மெய் வருமொழி முதலிலுள்ள உயிருடன் இயல்பாகப் புணருமேயன்றி இரட்டிக்காது. 'தவறு–இழைத்தான்' என்னும் தொடர் 'தவறிழைத்தான்' என்று மாறுவதையும் கவனியுங்கள். இதிலும், ஈற்றிலுள்ள குற்றியலுகரம் சார்ந்த 'ற்' என்னும் மெய் இரட்டிக்கவில்லை. 'தவறிழைத்தான்' என்பது 'தவற்றை இழைத்தான்' என்று விரியும். ஆகவே, இதுவும் இரண்டாம் வேற்றுமைத் தொகை.

'காடேகினான்' என்பது 'காட்டிற்கு ஏகினான்' என்று விரியும். எனவே, இது நான்காம் வேற்றுமைத் தொகை. 'காடு–ஏகினான்' என்னும் சொற்கள், சேர்த்தொலிக்கும்போது 'காடேகினான்' என்று மாறுகின்றன. எனவே, நான்காம் வேற்றுமைத் தொகையிலும் குற்றியலுகரம் சேர்ந்த மெய் இரட்டிக்கவில்லை.

'கூடு–அகன்ற–பறவை' என்னும் தொடரின் பொருள் 'கூட்டினின்று அகன்ற பறவை' என்பதாகும். 'கூடு–அகன்ற' என்னும் தொடர் கூட்டினின்று அகன்ற என்று விரிவதால் இது ஐந்தாம் வேற்றுமைத் தொகையாகும். 'கூடு–அகன்ற' என்னும் இரு சொற்களையும் விட்டொலிக்காமல் சேர்த்தொலித்தால் 'கூடகன்ற' என்று மாறும். இதிலும் நிலை மொழியின் ஈற்றிலுள்ள குற்றியலுகரம் சேர்ந்த மெய் இரட்டிக்கவில்லை.

'காடுறை விலங்குகள்' என்னும் தொடர் 'காட்டில் உறையும் விலங்குகள்' என விரியும். எனவே, 'காடுறை' என்னும் தொடர் ஏழாம் வேற்றுமைத் தொகை. 'காடு–உறை' என்பது 'காடுறை' என்று மாறியுள்ளது. எனவே, ஏழாம் வேற்றுமைத் தொகையிலும் நிலைமொழியின் ஈற்றில் நிற்கும் குற்றியலுகரத்துடன் கூடிய மெய் இரட்டிக்கவில்லை. இந்த வேற்றுமைத் தொகைகளில் உயிர்த் தொடர்க் குற்றியலுகரம் நிலைமொழியாக இருந்தாலும் மெய் இரட்டிக்காது.

விளி

இப்பொழுது, 'என்னருமைத் தாய் நாடே!' என்னும் தொடரின் இறுதியிலுள்ள 'நாடே' என்பதைக் கவனியுங்கள். 'நாடு' என்னும் சொல்லுடன் 'ஏ' என்னும் எட்டாம் வேற்றுமை உருபு சேர்ந்து 'நாடே' என்று மாறியுள்ளது. இந்தத் தொடரிலும் நிலைமொழியின் இறுதியில் குற்றியலுகரம் மறைந்தபின் எஞ்சியுள்ள மெய்யுடன் 'ஏ' என்னும் உயிர் சேர்ந்து இயல்பாகப் புணர்ந்துள்ளது. எனவே, பெயருடன் விளியுருபு சேரும்போது மெய் இரட்டிக்காது. உயிர்த் தொடர்க் குற்றியலுகரமும் இதுபோலவே இரட்டிக்காது.

ஏனைய தொடர்கள்

இரண்டு முதல் ஏழு வரையுள்ள ஆறு வகையான வேற்றுமைத் தொகைகளில்

மூன்றாம் வேற்றுமைத் தொகையும், ஆறாம் வேற்றுமைத் தொகையும் நீங்கலாக, ஏனைய நான்கு வகையான வேற்றுமைத் தொகை களில் நிலைமொழி ஈற்றில் நிற்கும் குற்றியலுகரம் சேர்ந்த ட், ற் என்னும் மெய்கள் வருமொழி முதலில் உயிர் வரும்போது இரட்டிக்காது என்று கண்டோம்.

மூன்றாம் வேற்றுமை பெரும்பாலும் விரியாகவே அமையும். தொகையாக அமைவது மிகச் சிறுபான்மையே. அதிலும், நெடில் தொடர், உயிர்த் தொடர்க் குற்றிய லுகரச் சொற்களை நிலைமொழியாய்க் கொண்ட தொடர்களைக் காண்பது அரிது.

ஆறாம் வேற்றுமைத் தொகையில் நிலைமொழி ஈற்றிலுள்ள குற்றியலுகரம் ஏறிய ட், ற் ஆகிய மெய்கள் இரட்டிக்கும். அதுபற்றிப் பிறகு விரிவாகப் பார்ப்போம்.

பெயரெச்ச, வினையெச்சத் தொடர்களில் 'டு', 'று' என்னும் எழுத்துகளை ஈற்றிலு டைய நெடில் தொடர், உயிர்த்தொடர்க் குற்றியலுகரங்கள் நிலைமொழியாக அமைதல் அரிது. இடைச்சொல் தொடரிலும் இதே நிலைதான். பெயர் அல்லது வினை யுடன் இடைச்சொற்கள் சேர்ந்த பின்னரே இடைச்சொல் தொடர் உருவாகின்றது. எனவே, இடைத்தொடரில் நெடில் அல்லது உயிர்த்தொடர்க் குற்றியலுகரங்களை ஈற்றில் கொண்ட சொற்கள் நிலைமொழியாக அமையும் வாய்ப்பு இல்லை. உரித்தொடரும் இது போன்றதே.

இடைச்சொல் தொடர் போலவே விளித்தொடரும் விளியுருபு ஏற்ற பின்பே நிலைமொழியாக அமையும். எனவே, அங்கேயும் நெடில் அல்லது உயிர்த்தொடர்க் குற்றியலுகரங்கள் நிலைமொழி ஈற்றில் நிற்கும் வாய்ப்பு இல்லை. சில வேளைகளில் விளியுருபு ஏற்காமலே விளிப்பொருள் தரும் தொடர் அமைவதுண்டு. விளியுருபு ஏற்றா லும், ஏற்காமலே விளிப்பொருள் தந்தாலும், விளிப்பொருளில் அதாவது, அழைக்கும் முறையில் அமைந்துள்ள பெயரை, அடுத்து வரும் சொல்லுடன் சேர்த்தொலிக்காமல், தனித்து ஒலிப்பதே முறையாகும். எனவே, இந்தத் தொடரில் ஒலிச்சேர்க்கை பற்றிக் கவலைப்பட வேண்டியதில்லை.

மூன்றாம் வேற்றுமை விரி

வேற்றுமைத் தொகா நிலைத் தொடரும் வேற்றுமை உருபு ஏற்ற பின்னரே அமைவது. இரண்டு முதல் ஏழு வரையுள்ள ஆறு வேற்றுமைகளில் மூன்றாம் வேற்றுமை உருபு ஏற்கும்போது மட்டும் பெயர்ச்சொல் 'டு' என்னும் குற்றியலுகரத்தை இறுதியில் பெறுகின்றது. உதாரணமாக அன்று என்னும் சொல்லுடன் **'ஒடு'** அல்லது **'ஓடு'** என்னும் மூன்றாம் வேற்றுமை உருபு சேரும்பொழுது **'அன்றொடு'**, அல்லது **'அன்றோடு'** என்றாகும்.

மூன்றாம் வேற்றுமை உருபேற்று நிற்கும் இந்தச் சொல், அதாவது **அன்றோடு,** என்னும் சொல், அதன் இறுதி ஒலியைக் கொண்டு பார்க்கும்போது குற்றியலுகரச் சொல். ஈற்றயல் ஒலியைக் கொண்டு பார்த்தால் உயிர்த் தொடர்க் குற்றியலுகரம். இந்தச் சொல் நிலைமொழியக அமைந்து வருமொழி முதலில் உயிர் வந்தால் எவ்வாறு புணர்கிறது என்று பார்ப்போம். இப்போது **'அன்றோடு அழிந்தது'** என்னும் தொடரைக் கவனியுங் கள். இந்தத் தொடரிலுள்ள இரண்டு சொற் களையும் சேர்த்தொலிக்கும்போது **'அன்றோ டழிந்தது'** என்று மாறுகின்றது. நிலை மொழி யின் ஈற்றிலுள்ள குற்றியலுகரம் மறைந்தபின் எஞ்சியுள்ள மெய் வருமொழி முதலிலுள்ள உயிருடன் இயல்பாகப் புணர்ந்துள்ளது. இரட்டிக்கவில்லை. 'அன்றொடு' என்று அமைந்தாலும் இப்படியே இயல்பாகப் புணரும்.

அன்றோடு அல்லது அன்றொடு என்பது உயிர்த்தொடர்க் குற்றியலுகரம். மூன்றாம் வேற்றுமை உருபாகிய 'ஒடு' அல்லது 'ஓடு' பெயர்ச் சொல்லுடன் சேரும்போது நெடில் தொடர்க் குற்றியலுகரச் சொல் அமையும் வாய்ப்பு இல்லை. வேறு எந்த வேற்றுமை உருபு பெயர்ச் சொல்லுடன் சேர்ந்தாலும் 'டு' அல்லது 'று'வை இறுதியில் உடைய நெடில் தொடர்க் குற்றியலுகரமோ உயிர்த்தொடர்க் குற்றியலுகரமோ அமையும் வாய்ப்பு இல்லை.

அடுக்குத் தொடர்

'டு', 'று' இவற்றுள் ஏதேனும் ஒன்றை நிலைமொழி ஈற்றிலும், உயிரை வருமொழி

முதலிலும் கொண்டு அடுக்குத் தொடர் அமையுமானால் அப்போது நிலைமொழி ஈற்றிலுள்ள குற்றியலுகரம் மறைந்துவிட, எஞ்சியுள்ள மெய் வருமொழி முதலிலுள்ள உயிருடன் இயல்பாகப் புணரும், இரட்டிக்காது. 'ஓடு ஓடு' என்பது அடுக்குத் தொடர். இந்த இரண்டு சொற்களையும் சேர்த்தொலிக்கும்போது 'ஓடோடு' என்று மாறும். ஆனால், அடுக்குத் தொடரில் நிலைமொழி வருமொழி இரண்டையும் சேர்த்தொலிப்பதில்லை.

இடைச்சொல்

டு, று என்னும் குற்றியலுகரங்களை ஈற்றிலுடைய சொற்கள், நெடில் தொடர் அல்லது உயிர்த்தொடர்க் குற்றியலுகரங்களாக இருந்தாலும், 'உம்' என்னும் இடைச்சொல் வந்து சேரும்போது மெய் இரட்டிக்காமல் இயல்பாகவே புணரும். நாடு-உம்=நாடும், வீடு-உம்=வீடும், தவறு-உம்=தவறும் என்று இயல்பாகப் புணர்ந்துள்ளதைக் கவனியுங்கள்.

'ஏ' என்னும் இடைச்சொல் வருமொழி யாக அமையும்போதும், டு, று என்னும் எழுத்துகளை ஈற்றிலுடைய குற்றிய லுகரச் சொற்களின் ஈற்றிலுள்ள வல்லின மெய் இரட்டிப்பதில்லை. 'எங்கள் நாட்டிற்கு நிகர் எங்கள் நாடே' என்னும் வாக்கியத்திலுள்ள 'நாடே' என்னும் தொடரைக் கவனியுங்கள். 'நாடு-ஏ' என்பது நாடே என்று இயல்பாகப் புணர்ந்துள்ளது. (இங்கு 'ஏ' என்பது உறுதிப் பொருள் காட்டும் இடைச்சொல்).

ஆ, ஓ முதலிய வினாவெழுத்துகள் வரு மொழியாக அமையும்போதும், நிலைமொழி ஈற்றில் குற்றியலுகரத்துடன் கூடி நிற்கும் ட், ற் என்னும் மெய்கள் இரட்டிப்பதில்லை. 'நாடு-ஆ' என்பது 'நாடா' என்றும், 'நாடு-ஓ' என்பது 'நாடோ' என்றும், 'தவறு-ஆ' என்பது 'தவறா' என்றும் 'தவறு-ஓ' என்பது 'தவறோ' என்றும் மாறுகின்றன.

எல்லாம் எங்கும்...

எல்லாம், எங்கும், ஆக, இங்கே, அங்கே, எங்கே, என்று, என, இன்றி, அன்றி, ஆனால், என்ன, எனில், ஆயின் போன்ற சொற்கள் வருமொழியாக அமையும்போதும், நிலை மொழி ஈற்றில் நிற்கும் குற்றியலுகரத்துடன் கூடிய மெய்கள் இரட்டிப்பதில்லை.

நாடு-எல்லாம் = நாடெல்லாம், வீடு-எங்கும் = வீடெங்கும், தவறு-ஆக = தவறாக, கிணறு-இங்கே = கிணறிங்கே, மேடு-அங்கே = மேடங்கே, ஆறு – என்று = ஆறென்று, களிறு-என = களிறென, தவறு-இன்றி = தவறின்றி, வீடு-அன்றி = வீடன்றி, ஓடு-ஆனால் = ஓடானால், கேடு-என்றால் = கேடென்றால், தவறு-எனில் = தவறெனில், ஏடு-ஆயின் = ஏடாயின் என்னும் தொடர்களைக் கவனியுங்கள். இந்தத் தொடர்களிலுள்ள இரண்டு சொற்களையும் சேர்த்தொலிக்கும்போது நிலைமொழி இறுதி யிலுள்ள டு, று முதலிய குற்றியலுகரம் சேர்ந்த மெய்கள் இரட்டிக்கவில்லை. இவ்வாறே அன்ன, ஒத்த, அனைய முதலிய உவம உருபுகள் வந்து சேரும்போதும் குற்றியலுகரம் சேர்ந்த 'ட்', 'ற்' என்னும் மெய்கள் இரட்டிப்பதில்லை.

எண்ணுப்பெயர்

டு, று என்னும் எழுத்துகளை ஈற்றி லுடைய நெடில் தொடர், உயிர்த்தொடர்க் குற்றியலுகரங்களுடன் உயிரை முதலிலுடைய எண்ணுப் பெயர்களான ஒன்று, இரண்டு முதலியன வந்து சேரும்போதும் ட், ற் என்னும் மெய்கள் இரட்டிப்பதில்லை. கயிறு-ஒன்று = கயிறொன்று என்றும், நாடு-ஐந்து = நாடைந்து என்றும் இயல்பாகப் புணர்வதைக் கவனியுங்கள்.

வினாவும் சுட்டும்

எது, ஏது, என்ன முதலிய வினாப் பெயர்கள் வருமொழியாக அமையும்போதும், நெடில் தொடர், உயிர்த்தொடர்க் குற்றிய லுகரச் சொற்களின் இறுதியில் உள்ள டு, று முதலியவற்றின் மெய்கள் இரட்டிப்பதில்லை. 'வீடேது' என்னும் தொடரைக் கவனியுங்கள். 'வீடு-ஏது' என்னும் சொற்கள் சேர்த்தொலிக் கும்போது 'வீடேது' என்றாகின்றன. இப்போது 'தவறெது' என்னும் தொடரைப் பார்ப்போம். இந்தத் தொடரில் 'தவறு-எது' என்னும் இரு சொற்கள் உள்ளன. இவை

இரண்டையும் சேர்த்தொலிக்கும் போது 'தவறெது' என்று இந்தத் தொடர் மாறுகின்றது. 'தவறு–என்ன' என்பது 'தவறென்ன' என்று மாறுகின்றது.

'அது', 'இது' என்னும் சுட்டுப் பெயர்கள் வருமொழியாக அமையும்போதும் நிலை மொழியாக நிற்கும் குற்றியலுகர மெய்கள் இரட்டுவதில்லை. 'கேடு–அது' = 'கேடது' என்றும், தவறு–இது = தவறிது என்றும் ஒலிப்பதைக் கவனியுங்கள்.

ஆறு வகைக் குற்றியலுகரங்களில் நெடில் தொடர், உயிர்த்தொடர் எனப்படும் இருவகைக் குற்றியலுகரங்களும் வருமொழி முதலில் உயிர் வரும்போது சில சமயங்களில் ஏனைய குற்றியலுகரங்கள் போல் புணரும். சில சமயங்களில் குற்றியலுகரம் நீங்கியபின்பு எஞ்சியுள்ள மெய் இரட்டிக்கும். இப்படி இரட்டிப்பது ட், ற் என்னும் மெய்களின் மீது குற்றியலுகரம் ஏறி நிற்கும்போது மட்டுமே நிகழும். நெடில் தொடர், உயிர்த்தொடர்க் குற்றியலுகரங்கள் சேர்ந்த ட், ற் என்னும் மெய்கள் இரட்டிப்பதற்கும் இரட்டிக்காமல் இருப்பதற்கும் இவை அமைந்துள்ள தொடரே காரணமாக அமைகின்றது. ட், ற் என்னும் மெய்கள் தவிர்த்த மற்ற வல்லின மெய்கள் நெடில்தொடர், உயிர்த்தொடர்க் குற்றியலுகரச் சொற்களின் இறுதியில் நின்றாலும், ஒருபோதும் இரட்டிப்பதில்லை.

டு, று என்னும் குற்றியலுகர ஒலிகளை இறுதியில் கொண்ட நெடில் தொடர், உயிர்த்தொடர்க் குற்றியலுகரச் சொற்கள் நிலைமொழியாய் அமைந்து, வருமொழி முதலில் உயிர் வந்தால் அவை இரட்டிக்காமல் இயல்பாகப் புணரும் இடங்கள் யாவை என்பதை இதுவரை பார்த்தோம். இவற்றை நீங்கள் நினைவில் இருத்திக்கொண்டால் ஒருபோதும் மயக்கம் ஏற்படாது.

இரட்டிக்கும் இடங்கள்

நெடில்தொடர், உயிர்த்தொடர்க் குற்றியலுகரச் சொற்களின் இறுதியில் நிற்கும் குற்றியலுகரம் ஏறிய ட், ற் என்னும் எழுத்துகள், வருமொழி முதலில் உயிர் வரும்போது எந்தெந்த இடங்களில் இரட்டிக்காமல் இயல்பாகப் புணரும் என்பதை இதுவரை பார்த்தோம். குற்றியலுகரத்துடன் கூடி நிற்கும் இந்த ட், ற் என்னும் மெய்கள் எந்தெந்தத் தொடர்களில் இரட்டிக்கும் என்பதை இப்போது பார்ப்போம்.

ஆறாம் வேற்றுமை நீங்கலாக ஏனைய வேற்றுமைத் தொகைகளில் நிலை மொழியின் ஈற்றில் நிற்கும் குற்றியலுகரம் ஏறிய ட், ற் என்னும் மெய்கள் வருமொழி முதலில் உயிர் வரும்போது இரட்டிக்கும் வழக்கம் இல்லை என்பதை இதற்கு முன் பார்த்தோம். ஆறாம் வேற்றுமைத் தொகையில் அவற்றின் நிலை என்ன என்பதை இப்போது பார்ப்போம்.

ஆறாம் வேற்றுமைத் தொகை

ஞாயிறு–ஒளி = ஞாயிற்றொளி என்றும், காடு–அழகு = காட்டழகு என்றும் புணர்கின்றன. ஞாயிற்றொளி என்பது ஞாயிற்றினுடைய ஒளி என்றும், காட்டழகு என்பது காட்டினுடைய அழகு என்றும் விரியும். எனவே, ஞாயிற்றொளி, காட்டழகு என்பன ஆறாம் வேற்றுமைத் தொகை நிலைத் தொடர்கள். இந்த இரண்டு தொடர்களிலும் ஆறாம் வேற்றுமை உருபு மறைந்துள்ளது. ஞாயிற்றொளி, காட்டழகு என்னும் தொடர்களில் நிலைமொழி ஈற்றிலுள்ள குற்றியலுகரம் மறைந்தபின், எஞ்சியுள்ள மெய் இரட்டித்துள்ளது. வேற்றுமைத் தொகைகளில் ஆறாம் வேற்றுமைத் தொகையில் மட்டுமே குற்றியலுகரம் சார்ந்த ட், ற் என்னும் மெய்கள் இரட்டிக்கும்.

உருபும் பயனும் உடன் தொக்க தொகை

வேற்றுமைத் தொகைகளில் உருபும் பயனும் உடன் தொக்க தொகை என்னும் ஒரு வகை உண்டு என்று முன்பே கூறியிருக்கிறோம். அதை இப்போது நினைவுபடுத்திக் கொள்வோம். 'நாடாளும்' என்பது 'நாட்டை ஆளும்' என்று விரிவதால் வேற்றுமை உருபு மட்டும் மறைந்துள்ளது. எனவே, 'நாடாளும்' என்னும் தொடர் இரண்டாம் வேற்றுமைத் தொகை. 'நாட்டரசன்' என்பது 'நாட்டை ஆளும் அரசன்' என்று விரியும். எனவே, இந்தத் தொடரில், இரண்டாம் வேற்றுமை உருபாகிய 'ஐ' மறைந்திருப்பதோடு அதன் பயனாகிய 'ஆளும்' என்னும் சொல்லும் மறைந்திருக்கிறது. இப்படி உருபும் பயனும் மறைந்திருப்பதால், இதனை உருபும் பயனும் உடன்தொக்க தொகை என்று கூறுகிறோம்.

'நாடு-அரசன்' என்னும் சொற்களைச் சேர்த்தொலிக்கும்போது இந்தத் தொடர் 'நாட்டரசன்' என்று மாறுகின்றது. எனவே, இரண்டாம் வேற்றுமை உருபும் பயனும் உடன் தொக்க தொகையில் குற்றியலுகரம் ஏறிய மெய் இரட்டிக்கும். குற்றியலுகரம் ஏறிய ட், ற் என்னும் இரண்டு மெய்களுக்கும் இது பொருந்தும். நாட்டரசன் என்பதை ஆறாம் வேற்றுமைத் தொகையாகவும் கொள்ளலாம்.

'கயிற்றேணி' என்னும் தொடரைக் கவனியுங்கள். இது 'கயிற்றால் செய்த ஏணி' என்று விரியும். இதில் 'ஆல்' என்னும் மூன்றாம் வேற்றுமை உருபும், அதன் பயனாகிய 'செய்த' என்னும் சொல்லும் மறைந்துள்ளன. எனவே, 'கயிற்றேணி' என்னும் தொடர் மூன்றாம் வேற்றுமை உருபும் பயனும் உடன் தொக்க தொகை நிலைத்தொடர்.

'கயிறு-ஏணி' என்னும் இரு சொற்களையும் சேர்த்தொலிக்கும்போது அவை 'கயிற்றேணி' என்று மாறுகின்றன. அதாவது, நிலைமொழியாகிய 'கயிறு' என்னும் சொல்லி லுள்ள குற்றியலுகரம் நீங்கிய பின் எஞ்சியுள்ள 'ற்' என்னும் மெய் இரட்டியுள்ளது. மூன்றாம் வேற்றுமை உருபும் பயனும் உடன் தொக்க தொகையில் குற்றியலுகரம் ஏறிய 'ட்' என்னும் மெய் நிலைமொழியின் ஈற்றில் நிற்கும்போதும் இவ்வாறு இரட்டிக்கும்.

'வீட்டிலக்கணம்' என்னும் தொடரை எடுத்துக் கொள்வோம். இது வீட்டிற்கு உரிய இலக்கணம் என்று விரியும். இது நான்காம் வேற்றுமை உருபும் பயனும் உடன் தொக்க தொகை. 'வீடு-இலக்கணம்' என்னும் இரண்டு சொற்களும் சேர்ந்து 'வீட்டிலக் கணம்' என்னும் தொடர் உருவாகியுள்ளது. இதிலிருந்து, நான்காம் வேற்றுமை உருபும் பயனும் உடன் தொக்க தொகையிலும் குற்றியலுகரம் சேர்ந்து நிலைமொழி ஈற்றில் நிற்கும் ட், ற் என்னும் மெய்கள் இரட்டிக்கும் என்பதை அறியலாம்.

'மிடற்றொலி' என்னும் தொடரைக் கவனியுங்கள். 'மிடறு-ஒலி' என்னும் இரண்டு சொற்கள் சேர்ந்து 'மிடற்றொலி' என்னும் தொடர் உருவாகியுள்ளது. (மிடறு என்றால் குரல்வளை என்று பொருள்.) 'மிடற்றொலி' என்பது 'மிடற்றிலிருந்து வரும் ஒலி' என்று விரியும். எனவே, இது ஐந்தாம் வேற்றுமை உருபும் பயனும் உடன் தொக்க தொகை. இந்தத் தொடரிலும் நிலைமொழி ஈற்றில் குற்றியலுகரம் ஏறிய 'ற்' என்னும் மெய் இரட்டித்துள்ளது.

'நாட்டாடவர்' என்னும் தொடர் 'நாட்டில் உள்ள ஆடவர்' என்று விரியும். இது ஏழாம் வேற்றுமை உருபும் பயனும் உடன் தொக்க தொகை. 'நாடு-ஆடவர்' என்னும் இரண்டு சொற்களையும் சேர்த்தொலிக்கும்போது 'நாட்டாடவர்' என்னும் தொடர் உருவா கின்றது. இந்தத் தொடரிலும் நிலைமொழி ஈற்றிலுள்ள குற்றியலுகரம் ஏறிய 'ட்' என்னும் மெய் இரட்டித்துள்ளது.

இதுவரை இரண்டு, மூன்று, நான்கு, ஐந்து, ஏழு ஆகிய வேற்றுமைகளின் உருபும் பயனும் உடன்தொக்க தொகையில் நிலைமொழியாக நிற்கும் குற்றியலுகரம் ஏறிய ட், ற் என்னும் மெய்கள் இரட்டிக்கும் என்று கண்டோம். நெடில் தொடர், உயிர்த்தொடர்க் குற்றிய லுகரங்களுக்கு மட்டுமே இது பொருந்தும்.

ஆறாம் வேற்றுமையில் உருபும் பயனும் தொக்கி வருவதில்லை. எழுவாய் வேற்றுமை யாகிய முதல் வேற்றுமையிலும், விளி வேற்றுமையாகிய எட்டாம் வேற்றுமையிலும் உருபும் பயனும் உடன் தொக்க தொகை அமையும் வாய்ப்பு இல்லை.

வேற்றுமை விரியில், அதாவது டு, று என்னும் குற்றியலுகரங்களை இறுதியில் உடைய பெயர்கள் வேற்றுமை உருபேற்கும் போது, அவற்றின் நிலை என்ன என்பதை இனிக் காண்போம்:

வேற்றுமை விரி

நெடில்தொடர், உயிர்த்தொடர்க் குற்றிய லுகரச் சொற்களின் இறுதியில் குற்றிய லுகரத்துடன் கூடி நிற்கும் ட், ற் என்னும் மெய்கள் வேற்றுமை உருபு ஏற்கும் போது இரட்டிக்கும்.

வீடு-ஐ = வீட்டை என்றும், வயிறு-ஐ = வயிற்றை என்றும் மாறியுள்ளன. எனவே, இரண்டாம் வேற்றுமை உருபேற்கும்போது குற்றியலுகரம் ஏறிய மெய்கள் இரட்டித் துள்ளன.

'கயிறு-ஆல் = கயிற்றால்' என்றும், 'கூடு-ஓடு = கூட்டோடு' என்றும், 'ஆடு-

உடன் = ஆட்டுடன்' என்றும் மாறுகின்றன. எனவே, மூன்றாம் வேற்றுமை உருபேற்கும் போதும் குற்றியலுகரத்துடன் கூடி நிற்கும் 'ட்', 'ற்' என்னும் மெய்கள் இரட்டிக்கின்றன.

வீட்டுக்கு, நாட்டுக்கு என்னும் சொற்களைக் கவனியுங்கள். இவற்றில் **வீடு, நாடு** என்னும் சொற்களுடன் **'கு'** என்னும் நான்காம் வேற்றுமை உருபு சேர்ந்துள்ளது. இவற்றைப் போலவே **சோறு–கு= சோற்றுக்கு** என்று மாறுகின்றது. எனவே, நான்காம் வேற்றுமை உருபேற்கும்போதும் குற்றியலுகரத்துடன் கூடி நிலைமொழி ஈற்றில் நிற்கும் ட், ற் என்னும் மெய்கள் இரட்டிக்கும் என்பது புலனாகின்றது.

உதட்டிலிருந்து, ஆற்றிலிருந்து, வீட்டினின்று, நாட்டினின்று என்னும் சொற்களைக் கவனியுங்கள். **உதடு, ஆறு, வீடு, நாடு** என்னும் சொற்கள் ஐந்தாம் வேற்றுமை உருபேற்கும்போது **உதட்டிலிருந்து, ஆற்றிலிருந்து, வீட்டினின்று, நாட்டினின்று** என்று மாறியுள்ளன. எனவே, ஐந்தாம் வேற்றுமை உருபேற்கும்போதும் நிலைமொழி ஈற்றில் குற்றியலுகரம் ஏற்று நிற்கும் ட், ற் என்னும் மெய்கள் இரட்டிப்பதைக் காண்கிறோம்.

மாட்டினுடைய, கயிற்றினுடைய என்னும் சொற்களைக் கவனித்தால், **மாடு, கயிறு** என்னும் சொற்களுடன் ஆறாம் வேற்றுமை உருபாகிய **'உடைய'** சேர்ந்திருப்பது புலனாகும். இங்கேயும் நிலைமொழி ஈற்றிலுள்ள குற்றியலுகரத்துடன் கூடி நிற்கும் 'ட்', 'ற்' என்னும் மெய்கள் இரட்டித்துள்ளன. இந்த இடத்தில் நாம் ஒன்றை நினைவுபடுத்திக் கொள்வது நல்லது. அதாவது ஆறாம் வேற்றுமை விரியில் பெரும்பாலும் அது, உடைய போன்ற உருபுகளைச் சேர்க்காமல் **'இன்'** என்னும் சாரியை மட்டும் சேர்த்துச் சொல்வதே வழக்கமாக உள்ளது. **'மாட்டின் கொம்பு'** என்றும், **'கயிற்றின் நுனி'** என்றும் கூறுவதே வழக்கமாகும். மேலும், ஆறாம் வேற்றுமையில் மட்டுமே தொகை, விரி இரண்டிலும் நிலைமொழி ஈற்றிலுள்ள குற்றியலுகரம் ஏறிய ட், ற் என்னும் மெய்கள் இரட்டிக்கின்றன. மற்ற வேற்றுமைகளில் தொகையில் இரட்டிப்பதில்லை; விரியில் மட்டுமே இரட்டிக்கின்றன.

வீட்டில், கிணற்றில் என்னும் சொற்களைக் கவனியுங்கள். இவற்றில் **வீடு, கிணறு** என்னும் சொற்கள் **'இல்'** என்னும் ஏழாம் வேற்றுமை உருபேற்றுள்ளன. எனவே, ஏழாம் வேற்றுமை உருபேற்கும் போதும், குற்றியலுகரம் ஏற்று நிற்கும் ட், ற் என்னும் மெய்கள் இரட்டிக்கும்.

வேற்றுமை விரி, வேற்றுமைத் தொகை, வேற்றுமை உருபும் பயனும் உடன் தொக்க தொகை ஆகிய மூன்று நிலைகளிலும், நிலைமொழி ஈற்றில் குற்றியலுகரம் சேர்ந்து நிற்கும் ட், ற் என்னும் மெய்கள் வருமொழி முதலில் உயிர் வரும்போது எவ்வாறு மாறுகின்றன என்பதை இதுவரை பார்த்தோம். அந்த விதிகளை மீண்டும் நினைவுபடுத்திக் கொள்வோம்.

1) நெடில் தொடர், உயிர்த்தொடர்க் குற்றியலுகரங்களின் இறுதியில் நிற்கும் குற்றியலுகரம் சேர்ந்த ட், ற் என்னும் மெய்கள் எழுவாய்த் தொடரிலும், விளி வேற்றுமை உருபேற்கும்போதும் இரட்டிப்பதில்லை. ஆறாம் வேற்றுமைத் தொகை தவிர்த்த ஏனைய வேற்றுமைத் தொகைகளிலும் இரட்டிப்பதில்லை.

2) நெடில் தொடர், உயிர்த்தொடர்க் குற்றியலுகரச் சொற்களின் இறுதியில் குற்றியலுகரத்துடன் கூடி நிற்கும் ட், ற் என்னும் மெய்கள், இரண்டு முதல் ஏழு வரையிலுள்ள வேற்றுமை உருபுகளை ஏற்று வேற்றுமை விரியாக அமையும்போதும், ஆறாம் வேற்றுமைத் தொகையிலும், மற்ற வேற்றுமைகளின் உருபும் பயனும் உடன் தொக்க தொகையிலும் இரட்டிக்கும்.

பண்புத் தொகை

தொடர் இலக்கணம் என்னும் பகுதியில் பண்புத்தொகை பற்றி விரிவாக விளக்கியிருக்கிறோம். இப்போது அதனை நினைவு படுத்திக் கொள்வோம். **'காட்டரண்'** என்பது **'காடு'–'அரண்'** என்னும் இரண்டு சொற்களைக் கொண்ட ஒரு தொடர். 'காட்டரண்' என்னும் தொடரில் ஆகிய என்னும் சொல் மறைந்து நிற்பதால் இது பண்புத்தொகை எனப்படுகிறது.

பண்புத்தொகைகளில் நிலை மொழி ஈற்றில், நெடில் அல்லது உயிரை அடுத்து டு, று என்னும் குற்றியலுகரங்கள் நின்றால்,

வருமொழி முதலில் உயிர் வரும்போது குற்றியலுகரம் ஏறிய ட், ற் என்னும் மெய்கள் இரட்டிக்கும்.

'மேடு—நிலம்' என்னும் இரு சொற்களையும் சேர்த்தொலிக்கும்போது **'மேட்டு நிலம்'** என்னும் தொடர் அமைகிறது. இங்கே 'மேடு' என்னும் நிலைமொழியின் ஈற்றிலுள்ள குற்றியலுகரம் சேர்ந்த 'ட்' என்னும் மெய் இரட்டித்துள்ளது. **'மேட்டு நிலம்'** என்பது **'மேடாகிய நிலம்'** என்று விரியுமாதலால் இதுவும் பண்புத்தொகையே.

நெடில்தொடர், உயிர்த்தொடர்க் குற்றியலுகரங்களின் இறுதியில் நிற்கும் குற்றியலுகரத்துடன் கூடிய ட், ற் என்னும் மெய்கள் இரட்டிப்பதற்கும், இரட்டிக்காமல் இருப்பதற்கும் அவை அமைந்திருக்கும் தொடர்களே காரணம் என்று கூறினோம். இந்தத் தொடரிலக்கண விதிக்கு விலக்காக அமையும் இடம் ஒன்று உள்ளது. அதனை இப்போது பார்ப்போம்:

ஆறு

'ஆறு' என்பது இரு பொருளுடைய ஒரு சொல். ஒன்று ஆறு என்னும் எண்ணைக் குறிப்பது; இன்னொன்று நதியைக் குறிப்பது. ஒரு தொடரில் 'ஆறு' என்னும் சொல் நிலைமொழியாக அமையும்போது அது என்ன தொடர் என்று பார்ப்பதற்கு முன்பு, 'ஆறு' என்னும் சொல் அந்தத் தொடரில் என்ன பொருளில் அமைந்துள்ளது என்று பார்க்க வேண்டும்.

'ஆறு' என்னும் சொல் **நதி** என்னும் பொருளில் நிலைமொழியாக நிற்குமானால், நாம் இதுவரை கூறிய தொடர் இலக்கண விதியின் அடிப்படையில் அது புணரும். எனவே, அது என்ன தொடர் என்று அறிந்து, அதற்கேற்ப 'ஆறு' என்னும் சொல்லின் இறுதியில் நிற்கும் குற்றியலுகரம் ஏறிய 'ற்' என்னும் மெய் இரட்டிக்குமா, இரட்டிக்காதா என்பதை முடிவு செய்ய வேண்டும்.

'ஆறு' என்னும் சொல் எண்ணைக் குறிக்குமானால், அது என்ன தொடர் என்று பார்க்க வேண்டிய அவசியமே இல்லை. ஏனென்றால், எண்ணைக் குறிக்கும் 'ஆறு' என்னும் சொல் நிலைமொழியாக அமையும் போது, அது என்ன தொடராக இருந்தாலும் அதிலுள்ள குற்றியலுகரத்துடன் கூடிய 'ற்' என்னும் மெய் ஒருபோதும் இரட்டிக்காது.

'ஆறா இது?' என்னும் வாக்கியத்தை எடுத்துக் கொள்வோம். இந்த வாக்கியத்திலுள்ள 'ஆறா' என்னும் தொடரைக் கவனியுங்கள். 'ஆறு' என்னும் சொல்லுடன் 'ஆ' என்னும் வினாவெழுத்து சேர்ந்து 'ஆறா' என்னும் தொடர் அமைகிறது. 'ஆ', 'ஓ' என்னும் வினாவெழுத்துகள் சேரும்போது 'ட்', 'ற்' என்னும் மெய்கள் இரட்டிக்கும் வழக்கம் இல்லை என்பதை முன்பே கண்டோம். எனவே, 'ஆறு' என்னும் சொல் நதி என்னும் பொருளில் அமைந்தாலும், சரி, எண்ணைக் குறிப்பதாக அமைந்தாலும் சரி 'ஆ', 'ஓ' முதலான வினாவெழுத்துகள் வருமொழியாக அமையும்போது 'ற்' என்னும் மெய் இரட்டிக்காது.

இப்பொழுது 'ஆறு' என்னும் சொல்லுடன் வேற்றுமை உருபு சேரும் பொழுது எவ்வாறு மாறுகிறது என்று பார்ப்போம்:

'நதி' என்னும் பொருளுடைய **'ஆறு'** என்னும் சொல்லுடன் ஏழாம் வேற்றுமை உருபாகிய 'இல்' சேரும்போது **'ஆற்றில்'** என்று மாறுகிறது. இதுபோலவே, இரண்டாம் வேற்றுமை உருபு 'ஐ' சேரும்போது **'ஆற்றை'** என்றும், மூன்றாம் வேற்றுமை உருபாகிய 'ஓடு' சேரும்போது **'ஆற்றோடு'** என்றும், நான்காம் வேற்றுமை உருபாகிய 'கு' சேரும்போது **'ஆற்றுக்கு'** என்றும் இந்தச் சொல் மாறுகின்றது. பொது விதிக்கு ஏற்ப இவை அமைந்துள்ளன.

இப்பொழுது இந்த வாக்கியத்தைக் கவனியுங்கள்: **'பத்தில்' 'ஆறைக்' கழித்தால் மீதி நான்கு'.** இந்த வாக்கியத்தில் 'ஆறை' என்னும் சொல் எண்ணைக் குறிக்கிறது. மேலும், வாக்கியத்தின் கருத்து அடிப்படையில் நோக்கும்போது, 'ஆறை' என்பது 'ஆறு' என்னும் சொல்லுடன் இரண்டாம் வேற்றுமை உருபாகிய 'ஐ' சேர்ந்து அமைந்த தொடர் என்பதும் தெளிவாகிறது. இந்த வாக்கியத்தில் எண்ணைக் குறிக்கும் 'ஆறு' என்னும் சொல் இரண்டாம் வேற்றுமை உருபு ஏற்கும்போது, பொதுவான விதிக்கிணங்க, ஆற்றை என்று மாறவில்லை. 'ஆறை' என்று மாறியுள்ளது. அதாவது, வேற்றுமை உருபேற்கும்போது, குற்றியலுகரத்துடன் கூடிய 'ற்' என்னும் மெய் இரட்டிக்கவில்லை.

இப்பொழுது இந்த வாக்கியங்களைக் கவனியுங்கள்: 'பத்தை **ஆறால்** பெருக்கினால், அறுபதாகும்'. **'ஆறிலிருந்து** நான்கைக் கழித்தால் மீதி இரண்டு' இந்த வாக்கியங்களிலும் 'ஆறு' என்னும் சொல் வேற்றுமை உருபேற்று, ஆறால், ஆறிலிருந்து என மாறியுள்ளது. இவற்றில் 'ற்' என்னும் மெய் இரட்டிக்கவில்லை.

'ஆறைந்து முப்பது', 'ஆறேழு நாற்பத் திரண்டு' இந்த வாக்கியங்களைக் கவனியுங்கள். இங்கே, **'ஆறு–ஐந்து = ஆறைந்து'** என்றும், **'ஆறு–ஏழு = ஆறேழு'** என்றும் மாறியுள்ளன. இவை போலவே **'ஆறு– ஆண்டு'** என்பது **ஆறாண்டு** என்று மாறுகிறது.

நூறு

நூறாண்டு, நூற்றாண்டு என்னும் இரு தொடர்களையும் கவனியுங்கள். பலருக்கு மயக்கத்தை உண்டாக்கும் தொடர்கள் இவை. இந்த இரு தொடர்களிலும் **'நூறு–ஆண்டு'** என்னும் இரு சொற்களே உள்ளன. இருப்பினும், ஓரிடத்தில் 'நூறாண்டு' என்றும் மற்றோர் இடத்தில் 'நூற்றாண்டு' என்றும் புணரக் காரணம் என்ன? இதற்கு நாம் அந்தத் தொடர் தரும் பொருள் என்ன என்பதை அறிய வேண்டும்.

இப்பொழுது, இந்த வாக்கியத்தைக் கவனியுங்கள். **'நாம் இருபதாம் நூற்றாண்டில் வாழ்கிறோம்'** இந்த வாக்கியத்தில் 'நூற்றாண்டு' என்னும் தொடர் 'Century' என்னும் பொருளில் அமைந்துள்ளது. **'கடந்த நூறாண்டுகளில் விஞ்ஞானம் அதிவேகமாக வளர்ந்துள்ளது'** இந்த வாக்கியத்தில் 'நூறாண்டுகள்' என்னும் தொடர் 'One Hundred Years' என்னும் பொருளைத் தருகின்றது. எனவே, Century என்னும் பொருளில் வழங்கும்போது 'நூற்றாண்டு' என்றும், 'One Hundred Years' என்னும் பொருளில் வழங்கும்போது 'நூறாண்டு' என்றும் சொல்ல வேண்டும்.

நெடில் தொடர், உயிர்த்தொடர், ஆய்தத் தொடர், வன்தொடர், மென் தொடர், இடைத் தொடர் என்னும் அறுவகைக் குற்றியலுகரச் சொற்களும் நிலைமொழியாக அமைந்து, வருமொழி முதலில் உயிர் வந்தால் அவை எவ்வாறு புணரும் என்பதைப் பார்த்தோம். அவற்றை மீண்டும் நினைவு படுத்திக் கொள்வோம்:

1) நிலைமொழி ஈற்றில் நிற்கும் குற்றியலுகரம் வருமொழி முதலில் உயிர் வரும்போது மறைந்துவிடும். அப்படிக் குற்றியலுகரம் நீங்கிய பின் எஞ்சியுள்ள மெய்யுடன் வருமொழி முதலிலுள்ள உயிர் சேர்ந்து உயிர்மெய் தோன்றும். இந்த விதி ஆறுவகைக் குற்றியலுகரங்களுக்கும் பொருந்தும்.

2) நெடில் தொடர், உயிர்த்தொடர்க் குற்றியலுகரங்களின் இறுதியில் நிற்கும் குற்றியலுகரம் ஏறிய 'ட், ற்' என்னும் மெய்கள் சில இடங்களில் இரட்டித்து, வருமொழி முதலிலுள்ள உயிருடன் சேரும். மற்ற வல்லின மெய்கள் இரட்டிக்கும் வழக்கம் இல்லை. 'ட்', 'ற்' என்னும் மெய்கள் இரட்டிப்பதும் இரட்டிக்காததும் அவை அமைந்திருக்கும் தொடரையே பொறுத்தது. இவற்றை நீங்கள் நினைவில் இருத்திக் கொண்டால், குற்றியலுகரப் புணர்ச்சியில் மயக்கம் ஏற்படாது.

தனிக்குறிலின் பின் உகரம்

குற்றியலுகரங்களுள் ஒன்று நெடில் தொடர்க் குற்றியலுகரம். இரண்டெழுத்துச் சொல்லில் முதலெழுத்து நெடிலாக இருந்தால், அதனை அடுத்து வரும் உகரம் குற்றியலுகரமாகும். முதலெழுத்து குறிலாக இருந்தால் அதனை அடுத்து வரும் உகரம் என்ன உகரம் என்பது எழுத்தியலில் *(அத். 13)* விளக்கப்பட்டுள்ளது.

அது, இது, எது

அது, இது, எது என்னும் சொற்கள் சில சமயங்களில் இரண்டு விதமாகவும் புணர்வதுண்டு. முற்றியலுகரப் புணர்ச்சி விதியைத் தழுவியும் புணரலாம், குற்றியலுகரப் புணர்ச்சி விதியைத் தழுவியும் புணரலாம். அப்படி இரண்டு விதமாகவும் புணரும் இடங்கள் யாவை?

இது–அல்ல = இதுவல்ல என்றும், **அது–உம் = அதுவும்** என்றும் மாறும். இதுவல்ல, அதுவும் என்னும் தொடர்களில் வகர உடம்படுமெய் தோன்றியுள்ளது. அதாவது, 'இது-அல்ல' என்பது 'இது-வ்-அல்ல' என்றாகிப் பிறகு 'இதுவல்ல' என்று மாறு

கிறது. அதுபோலவே 'அது–உம்', அது–வ்–உம்' என்றாகிப் பிறகு 'அதுவும்' என்று மாறுகிறது.

இந்த இரு தொடர்களும் வகர உடம்படு மெய்யின் துணையில்லாமல், குற்றியலுகரம் போலவும் புணரலாம். **'அது–அல்ல'** என்பது **'அதல்ல'** என்றும், **அது–உம்** என்பது **'அதும்'** என்றும் புணரும். எனினும், வகர உடம்படுமெய் பெறுவதே சிறந்தது.

'அது–ஏ' என்னும் இரு சொற்களையும் சேர்த்தொலிக்கும்போது **'அதே'** என்றும் ஒலிக்கலாம், 'அதுவே' என்றும் ஒலிக்கலாம். முன்னது குற்றியலுகரப் புணர்ச்சி விதியின் படியும் பின்னது முற்றியலுகரப் புணர்ச்சி விதியின்படியும் புணர்ந்துள்ளன.

அஃது, இஃது என்னும் சொற்கள் இவ்வாறு இரண்டு விதமாகப் புணர்வ தில்லை. இவை குற்றியலுகரப் புணர்ச்சி விதியைத் தழுவியே புணரும். எ-டு: அஃது+ஏ=அஃதே; அஃது+உம்=அஃதும்.

'ஓ' என்பது பல பொருள் தரும் ஓர் இடைச்சொல். **'அது'**, **'இது'** என்னும் சுட்டுப் பெயர்களுடன் இந்த 'ஓ' என்னும் இடைச்சொல் இரண்டு விதமாகவும் புணர் கின்றது. **'அது–ஓ'** என்பது **'அதோ'** என்றும் புணரலாம், அல்லது **'அதுவோ'** என்றும் புணரலாம். இந்த இரு தொடர்களும் புணரும் விதத்தால் பொருளிலும் மாறுபடுகின்றன. ஏதேனும் ஒன்றைச் சுட்டிக்காட்டிப் பேசும் போது **'அதோ'** என்று சொல்லுகிறோம். **'அதுவோ?'** என்று கேட்கும்போது வினாப் பொருள் தொனிக்கின்றது. 'எது' என்னும் சொல்லும் இப்படியே இரண்டுவிதமாகவும் புணரும்.

எ-டு :

1. **அதுவோ, இதுவோ** என்று புரியாமல் திகைத்தான்.
2. **அதோ** தெரிகிறதே அந்தக் கட்டிடம் தான்.
3. பொது நலம் எனப்படுவது **இதுவே.**
4. அவனுக்கு எப்போதும் **இதே** சிந்தனை தான்.
5. **இதுவோ** பெரிய காரியம்.
6. **இதோ** வந்துவிடுகிறேன்.
7. இந்தத் தத்துவங்களைக் கடந்து நிற்பது **எதுவோ அதுவே** உருவமற்ற ஒன்று.
8. சொற்களின் வாயிலாகப் புலப்படுத்தும் **அதே** கருத்தைப் படங்களின் வாயிலாக நன்கு உணர்த்த முடியும்.
9. **எதோ** சொல்ல வேண்டுமென்றாயே என்ன அது?

இந்த வாக்கியங்களில் தடித்த எழுத் திலுள்ள சொற்களைக் கூர்ந்து கவனித்தால் இவற்றின் நுட்பமான பொருள் வேறுபாடு புரியும்.

அது, இது, எது என்னும் சொற்களின் இறுதியில் நிற்கும் உகரம் குற்றியலுகரம் போலவே ஒலிக்கின்றது. மேலும், பெரும் பாலான இடங்களில் குற்றியலுகர விதியின் படியே புணர்கின்றது.

நடு, மடு...

நடு, மடு, வடு போன்ற சொற்கள் நிலைமொழியாக அமைந்து வருமொழி முதலில் உயிர் வருமானால், வகர உடம்படுமெய் பெற்றே புணரும். எ-டு: **நடு–இல் = நடுவில், மடு–உண்டு = மடுவுண்டு, வடு–அற்ற = வடுவற்ற.**

பசு, கொசு போன்ற சொற்கள் நிலை மொழியாக நின்று வருமொழி முதலில் உயிர் வருமானால் வகர உடம்படுமெய் தோன்றும். **பசு–எங்கே** என்பது **'பசுவெங்கே'** என்றும், **'கொசு–இல்லை'** என்பது **'கொசுவில்லை'** என்றும் புணர்வதைக் கவனியுங்கள்.

'மறு' என்னும் சொல் நிலைமொழியாக அமைந்து வருமொழி முதலில் உயிர் வந்தால் வகர உடம்படுமெய் தோன்றும். **'மறு–இன்றி'** என்னும் இரு சொற்களையும் சேர்த்தொலிக்கும்போது **'மறுவின்றி'** என்று மாறும்.

சுட்டு, வினா தவிர்த்த ஏனைய இரண் டெழுத்துச் சொற்களில் குறிலை அடுத்து நிற்கும் 'து' வருமொழி முதலில் உயிர் வந்தால் எவ்வாறு புணர்கிறது என்று பார்ப் போம்: **'பொது–இல்'** என்னும் இரு சொற்களையும் சேர்த்தொலிக்கும்போது **'பொதுவில்'** என்று கூறுகிறோம். வகர உடம்படுமெய் தோன்றுகிறது.

புது, ஏது

புதிய என்னும் பொருளுடைய 'புது' என்னும் சொல் நிலைமொழியாக அமையும் போது வருமொழி முதலில் உயிர் வருமானால், அதற்கு ஒரு சிறப்பு விதி உண்டு. அதன்படி புது-ஆடை = புத்தாடை என்றும், புது-உயிர் = புத்துயிர் என்றும் மாறும்.

'ஏது' என்பது இரு பொருளுடைய சொல். ஒன்று, 'எது' என்னும் பொருள் தரும் வினாப்பெயர். மற்றொன்று, காரணம் அல்லது நிமித்தம் என்னும் பொருளுடையது.

'ஏது' என்னும் சொல் வினாப்பெயராக அமையும்போது, நெடில்தொடர்க் குற்றிய லுகரமாகும். எனவே, புணரும் போதும் குற்றியலுகர விதியின்படி புணரும். 'ஏது-ஓ' என்பது 'ஏதோ' என்று புணர்வதைக் கவனியுங்கள்.

'காரணம்' என்னும் பொருளில் 'ஏது' என்னும் சொல் நிலைமொழியாக அமையும் போது வருமொழி முதலில் உயிர் வந்தால், முற்றியலுகரப் புணர்ச்சி விதிக்கு ஏற்ப வகர உடம்படுமெய் தோன்றும். குற்றியலுகரம் தமிழ்மொழிக்கே சிறப்பாக உரியது. எனவே, வடமொழிச் சொற்களைத் தமிழில் வழங்கும் போது அவற்றை முற்றியலுகரமாகவே ஒலிப்பது வழக்கம்.

'போதுவாய் என்னுடனே என்றான்
புலைநரகுக்கு
ஏதுவாய் நின்றான் எடுத்து'

என்பது புகழேந்தியார் பாடலின் ஒரு பகுதி. இங்கே 'ஏதுவாய்' என்னும் தொடரில் நிலைமொழியாக நிற்கும் 'ஏது' என்னும் சொல் 'காரணம்' என்னும் பொருள் தரும் வடமொழிச் சொல். எனவே, ஏது-ஆய் என்பது வகர உடம்படுமெய் பெற்று 'ஏதுவாய்' என்று புணர்ந்துள்ளது. 'என்ன' என்னும் பொருளுடைய 'ஏது' என்னும் சொல் நிலைமொழியானால், ஒருபோதும் வகர உடம்படுமெய் தோன்றாது.

தனிக்குறிலின் பின்

இரண்டெழுத்துச் சொல்லில் குறிலை அடுத்து நிற்கும் வல்லின மெய் சார்ந்த உகரத்தைக் குற்றியலுகரமாகக் கொள்ள வில்லை இலக்கண நூலார்.

எனினும், இரண்டெழுத்துச் சொல்லில் குறிலை அடுத்து, மெய்யுடன் கூடி நிற்கும் உகரம் தனக்குரிய ஒரு மாத்திரை அளவில் குறைந்தே ஒலிக்கின்றது. உற்று நோக்கினால் அந்த உகரத்தை ஒலிக்கும்போது இதழ் குவியாமல் இருப்பதையும் உணரலாம். மேலும், இந்தச் சொற்கள் நிலைமொழியாக அமையும்போது வருமொழி முதலில் உயிர் வந்தால் பெரும்பாலான இடங்களில் குற்றிய லுகரப் புணர்ச்சி விதியைத் தழுவியே புணர்கின்றன.

சொல்லீறாக அமையும் மற்ற உகரங்கள்

வல்லின மெய்யுடன் சேர்ந்து சொல்லின் இறுதியில் நிற்கும் உகரம் வருமொழி முதலில் உயிர் வந்தால் எப்படிப் புணர்கிறது என்பதை இதற்குமுன்பு பார்த்தோம். இடையின, மெல்லின மெய்களுடன் கூடிச் சொல்லின் இறுதியில் நிற்கும் உகரம் வருமொழி முதலில் உயிர் வந்தால் என்ன ஆகும் என்பதை இனிப் பார்ப்போம்.

இடையின மெய்களுடன் சேர்ந்து நிலை மொழி ஈற்றில் நிற்கும் உகரம் வருமொழி முதலில் நிற்கும் உயிருடன் எப்படிச் சேருகிறது என்பதைத் தெரிந்து கொள்வதற்கு முன், எழுத்தியலில் உள்ள 'முற்றியலுகரமா? குற்றியலுகரமா?' என்னும் தலைப்புக் கொண்ட கட்டுரையை ஒரு முறை பார்த்துக் கொள்ளுங்கள்.

இடையின மெய்களுடன் சேர்ந்து சொல்லின் இறுதியில் நிற்கும் உகரங்களில் மிகப் பெரும்பாலானவை குற்றியலுகரம் போலவே ஒலிப்பது அந்தக் கட்டுரையில் விரிவாக விளக்கப்பட்டுள்ளது.

இந்த உகரத்தை ஈற்றில் உடைய சொற்கள் நிலைமொழியாக அமைந்து வருமொழி முதலில் உயிர் வந்தால் அவை புணரும்போது குற்றியலுகர விதியின்படியே பெரும்பாலும் புணர்கின்றன. 'உறவு-இல்லை', 'தகவு-உடையார்', 'இரவு-அன்று', 'ஏழு-இலை' 'கதவு-ஆடியது', 'கனவு-உலகம்' என்னும் தொடர்களிலுள்ள நிலைமொழி வருமொழி இரண்டையும் விட்டொலிக்காமல், சேர்த் தொலிக்கும்போது, அவை, முறையே உறவில்லை, தகவுடையார், இரவன்று, ஏழிலை, கதவாடியது, கனவுலகம் என்று புணர்கின்றன. இந்தத் தொடர்களின்

நிலைமொழி ஈற்றிலுள்ள உகரம் வருமொழி முதலிலுள்ள உயிருடன் சேரும்பொழுது முற்றியலுகர விதிக்கிணங்க வகர உடம்படு மெய் தோன்றவில்லை. குற்றியலுகர விதியின் படி உகரம் மறைந்து, எஞ்சி நிற்கும் மெய் யுடன் வருமொழி முதலிலுள்ள உயிர் சேர்ந்துள்ளது.

உகரத்தை இறுதியில் உடைய சொற்களு டன் வேற்றுமை உருபுகள் சேரும்போதும் இப்படியே குற்றியலுகரம் மறைந்துவிடும். **கனவு–ஐ = கனவை** என்றும், **இரவு–இல் = இரவில்** என்றும், **அறிவு–உடைய = அறிவுடைய** என்றும் மாறுவதைக் கவனி யுங்கள்.

இவ்வாறு, நிலைமொழி ஈற்றில் நிற்கும் உகரம் வருமொழி முதலிலுள்ள உயிருடன் சேரும்போது, அது என்ன தொடராக இருந்தாலும், அந்த உகரம் மறைந்துவிடும். எனவே, அது என்ன தொடர் என்று பார்க்க வேண்டிய அவசியமில்லை.

இடையின மெல்லின மெய்களுடன் சேர்ந்து நிற்கும் உகரம், குறிலை முதலாக உடைய இரண்டெழுத்துச் சொல்லின் இறுதியில் நிற்கும்போது வருமொழி முதலில் உயிர் வந்தால் எப்படிப் புணர்கின்றது என்பதை இப்போது காண்போம்.

அணு, கணு, உரு, கரு, மரு, கழு, மழு, கொலு, தரு, பளு முதலியன இரண் டெழுத்துச் சொற்கள். இந்தச் சொற்களின் முதலெழுத்து குறில். இறுதி எழுத்து மெல்லின அல்லது இடையின மெய்யுடன் உகரம் சேர்ந்து அமைந்த உயிர்மெய்யெழுத்து.

அணு–ஐ = அணுவை, கணு–இல் = கணுவில், உரு–அற்ற = உருவற்ற, கரு–இல் = கருவில், மரு–உடைய = மரு வுடைய, கழு–ஏற்றுதல் = கழுவேற்றுதல், கொலு–இருத்தல் = கொலுவிருத்தல், தரு–ஐ=தருவை, பளு–ஆக = பளுவாக.

இந்தத் தொடர்களில் நிலைமொழியாக நிற்பவை குறிலை முதலிலும் உகரத்துடன் கூடிய மெல்லின, இடையின மெய்களை இறுதியிலும் கொண்ட இரண்டெழுத்துச் சொற்கள். வருமொழி முதலில் எல்லாச் சொற்களிலும் உயிர் வந்துள்ளது. இந்தத் தொடர்கள் ஒவ்வொன்றிலுமுள்ள இரண்டு சொற்களையும் விட்டொலிக்காமல், சேர்த் தொலிக்கும்போது வகர உடம்படுமெய் தோன்றியுள்ளது.

செய்யுள்களில் உயிரை முதலாகக் கொண்ட சொற்கள் குற்றுகரத்துடன் சேரும் போது வகர உடம்படுமெய் தோன்றுகிறது. எ-டு: **காண்பதுவும், கேட்பதுவே, சொல்வது வும். காண்பது–உம் = காண்பதும், கேட்பது–ஏ=கேட்பதே, சொல்வது–உம் = சொல்வ தும்** எனக் குற்றியலுகரம் மறைந்துவிடுவதே இயற்கையானது. ஆனால், செய்யுளில் ஓசை நயம் காரணமாக வகர உடம்படுமெய் தோன்றியுள்ளது. கருத்துச் செறிவு, சொல்லழகு, ஓசை நயம் முதலியன காரண மாக விதியை மீறும் உரிமை கவிஞர்களுக்கு உண்டு. ஆனால், உரைநடையில் இலக்கண விதியைத் தழுவிச் செல்வதே முறையாகும்.

குறிலை முதலில் உடைய இரண் டெழுத்துச் சொல் தவிர, ஏனைய சொற்களின் இறுதியில் நிற்கும் உகரம், வல்லினம், மெல்லினம், இடையினம் ஆகிய எந்த ஒரு மெய்யுடன் கூடி நின்றாலும், அந்தச் சொற்கள் நிலைமொழியாக அமைந்து வருமொழி முதலில் உயிர் வந்தால், அந்த உகரம் மறைந்துவிடும்.

குறிலை முதலிலுடைய இரண்டெழுத்துச் சொல் நிலைமொழியாக அமையும்போது, அந்தச் சொல்லின் இறுதியில் மெல்லின, இடையின மெய்களுடன் கூடி நிற்கும் உகரம் வருமொழி முதலில் உயிர் வரும்போது மறையாது. மாறாக, வகர உடம்படுமெய் தோன்றும். முதலில் குறிலையுடைய இரண்டெழுத்துச் சொல்லின் இறுதியில் நிற்கும் உகரம் வல்லின மெய் சார்ந்து நிற்குமானால், வருமொழி முதலில் உயிர் வரும்போது சில இடங்களில் குற்றியலுகரப் புணர்ச்சி விதியைத் தழுவியும், சில இடங்களில் முற்றியலுகரப் புணர்ச்சி விதியைத் தழுவியும், வேறு சில இடங்களில் இரண்டு விதமாகவும் புணரும்.

சுட்டும் வினாவும்

'அ', 'இ' என்னும் சுட்டெழுத்துகளும், 'எ' என்னும் வினாவெழுத்தும் நிலைமொழி யாக அமையும்போது வருமொழி முதலில் உயிர் வந்தால் எப்படிப் புணரும் என்பதை இப்போது பார்ப்போம்:

1. அ+அலை = அவ்வலை
2. இ+உலகு = இவ்வுலகு
3. எ+ஏடு = எவ்வேடு

இந்தத் தொடர்கள் எல்லாவற்றிலும் நிலை மொழியையும் வருமொழியையும் இணைக்க 'வ்' என்னும் மெய் தோன்றியுள்ளது. அதோடு அந்த 'வ்' இரட்டித்துமுள்ளது. எனினும் இந்த 'வ்' வகர உடம்படுமெய் அன்று. ஏனென்றால், இ-உலகு=இவ்வுலகு: என்று மாறி யுள்ளது. இந்த வழக்கு முரணானது. இ, ஈ, ஐ ஆகியவற்றின் பின் யகர உடம்படுமெய்யே தோன்றும்; வகர உடம்படுமெய் தோன்றாது. எனவே, 'அ', 'இ' என்னும் சுட்டெழுத்து களின் பின்னும் 'எ' என்னும் வினா வெழுத்தின் பின்னும் 'வ்' தோன்றுவதைச் சிறப்பு விதியாகக் கொள்ள வேண்டும்.

ஒரு தொடரில் நிலைமொழி ஈற்றிலும் வருமொழி முதலிலும் உயிர் வரும்போது, அந்த இரண்டு உயிரொலிகளும் எவ்வாறு சேர்கின்றன என்பதை இதுவரை விரிவாகப் பார்த்தோம். நாம் கற்றதை மனத்தில் நன்கு பதிய வைத்துக்கொள்வதற்குப் பின் வரும் குறட்பாக்கள் உதவியாக இருக்கும்:

1. அகர முதல வெழுத்தெல்லா மாதி
   பகவன் முதற்றே யுலகு.
2. தனக்குவமை யில்லாதான் தாள்
                  சேர்ந்தார்க்கல்லால்
   மனக்கவலை மாற்ற லரிது.
3. வானின் றுலகம் வழங்கி வருதலால்
   தானமிழ்த மென்றுணரற் பாற்று.
4. துப்பார்க்குத் துப்பாய துப்பாக்கித்
                  துப்பார்க்குத்
   துப்பாய தூஉ மழை.
5. சிறப்பொடு பூசனை செல்லாது வானம்
   வறக்குமேல் வானோர்க்கு மீண்டு.
6. நீரின் றமையா துலகெனின் யார்யார்க்கும்
   வானின் றமையா தொழுக்கு.
7. இருமை வகைதெரிந் தீண்டறம் பூண்டார்
   பெருமை பிறங்கிற் றுலகு.
8. சுவையொளி யூறோசை நாற்றமென்
                  றைந்தன்
   வகைதெரிவான் கட்டே யுலகு.
9. பற்றுக பற்றற்றான் பற்றினை யப்பற்றைப்
   பற்றுக பற்று விடற்கு.
10. பிணியின்மை செல்வம் விளைவின்ப
                   மேமம்
    அணியென்ப நாட்டிற்கிவ் வைந்து.
11. எண்ணென்ப வேனை யெழுத்தென்ப
                   விவ்விரண்டும்
    கண்ணென்ப வாழு முயிர்க்கு.
12. செவிக்குண வில்லாத போழ்து சிறிது
    வயிற்றுக்கு மீயப் படும்.
13. அறிவுடையா ரெல்லா முடையா
                   ரறிவிலார்
    என்னுடைய ரேனு மிலர்.
14. கண்டுகேட் டுண்டுயிர்த் துற்றறியு
                   மைம்புலனும்
    ஒண்டொடி கண்ணே யுள.
15. உடம்பொ டுயிரிடை யென்னமற் றன்ன
    மடந்தையொ டெம்மிடை நட்பு.
16. மருந்தென வேண்டாவாம் யாக்கைக்
                   கருந்திய
    தற்றது போற்றி யுணின்.
17. மருவுக மாசற்றார் கேண்மையொன் றீந்தும்
    ஒருவுக வொப்பிலார் நட்பு.
18. கேட்டினு முண்டோ ருறுதி கிளைஞரை
    நீட்டி யளப்பதோர் கோல்.
19. பன்மாயக் கள்வன் பணிமொழி
                   யன்றோநம்
    பெண்மை யுடைக்கும் படை.
20. உவந்துறைவ ருள்ளத்து ளென்று
                   மிகந்துறைவர்
    ஏதில ரென்னுமிவ் வூர்.

நாம் இதுவரை பார்த்த புணர்ச்சி விதிகளை நினைவிற்கொண்டு, மேற்காணும் குறட்பாக் களில் தடித்த எழுத்திலுள்ள தொடர்களைக் கவனித்துப் பாருங்கள்.

8
உயிரீறும் மெய் முதலும்

எழுவாய்த் தொடர்

ஒரு தொடரில் நிலைமொழி ஈற்றில் உயிரும் வருமொழி முதலில் மெய்யும் அமையும்போது அவை எவ்வாறு புணர்கின்றன என்பதைத் தொடரியலை ஆதாரமாகக் கொண்டு இனிக் காண்போம்.

இந்த வாக்கியங்களைக் கவனியுங்கள்:

ஞாயிறு தோன்றியது.
கலை வாழும்.
காற்றாடி சுழல்கிறது.

இந்த வாக்கியங்கள் ஒவ்வொன்றிலும் இரண்டு சொற்கள் இருப்பதால், இவை ஒவ்வொன்றையும் ஒரு தொடராகக் கொள்ளலாம்.

இந்தத் தொடர்கள் ஒவ்வொன்றும் முழுமையான கருத்தைத் தெரிவிப்பதால் இவற்றை முற்றுச் சொற்றொடர் அல்லது வாக்கியம் என்று கூறுகிறோம்.

ஞாயிறு தோன்றியது, கலை வாழும், காற்றாடி சுழல்கிறது என்னும் இந்தத் தொடர்கள் முழுமையான வாக்கியங்கள் என்பதற்கேற்ப இவை ஒவ்வொன்றிலும் எழுவாயும்; பயனிலையும் உள்ளன. 'ஞாயிறு தோன்றியது' என்னும் வாக்கியத்தில் 'ஞாயிறு' என்பது எழுவாய். 'தோன்றியது' என்பது பயனிலை. இதனை ஒரு தொடராகக் கொள்ளும்போது 'ஞாயிறு' என்னும் எழுவாய் நிலைமொழியாகவும் 'தோன்றியது' என்னும் பயனிலை வருமொழியாகவும் அமைகின்றன. நிலைமொழி எழுவாயாக இருப்பதால் இதனை 'எழுவாய்த் தொடர்' என்று கூறுகிறோம். இதுபோலவே, கலை வாழும், காற்றாடி சுழல்கிறது என்னும் தொடர்களிலும் எழுவாய் நிலமொழியாகவும் பயனிலை வருமொழியாகவும் அமைந்துள்ளன. எனவே, இவை எழுவாய்த் தொடர் எனப்படுகின்றன.

எழுவாய்த் தொடரில் நிலைமொழி ஈற்றில் உயிரும் வருமொழி முதலில் மெய்யும் அமையும்போது, அவை எந்த மாற்றமும் அடையாமல் இயல்பாகவே புணரும். ஞாயிறு தோன்றியது, கலை வாழும், காற்றாடி சுழல்கிறது என்னும் தொடர்கள் ஒவ்வொன்றிலுமுள்ள நிலைமொழி வருமொழி இரண்டையும் விட்டொலிக்காமல் சேர்த்தொலிக்கும்போதும் இவற்றில் எந்தவிதமான ஒலிமாற்றமும் ஏற்படவில்லை.

ஞாயிறு தோன்றியது, காற்றாடி சுழல்கிறது என்னும் தொடர்களில் வருமொழி முதலில் வல்லின மெய் உள்ளது. இந்தத் தொடர்களிலுள்ள நிலைமொழி வருமொழி இரண்டையும் விட்டொலிக்காமல் சேர்த்தொலிக்கும்போது இவை எவ்வித ஒலிமாற்றமும் அடையவில்லை. எனவே, இந்தத் தொடர்களில் வல்லினம் மிகாது என்பது புலனாகின்றது.

நிலைமொழி ஈற்றில் குற்றுகரம்

உயிர்த்தொடர்

'ஞாயிறு தோன்றியது' என்னும் தொடரை மீண்டும் கவனியுங்கள். இந்தத் தொடரில் நிலைமொழியாக உள்ள 'ஞாயிறு' என்னும் சொல் குற்றியலுகரத்தை ஈற்றில் உடையது. எனினும் இந்தத் தொடரில் வல்லினம் மிகவில்லை. 'ஞாயிறு' என்பது உயிர்த் தொடர்க் குற்றியலுகரச் சொல்.

மென்தொடர்

எழுவாய்த் தொடரில் ஏனைய குற்றியலுகரச் சொற்கள் நிலைமொழியாக அமையும் போது வருமொழி முதலில் வல்லினம் வருமாயின் எப்படிப் புணரும் என்பதை இப்பொழுது பார்ப்போம்.

'குண்டு பாய்ந்தது',
'கன்று கதறியது',
'பஞ்சு பறந்தது',
'குரங்கு தாவியது',
'பாம்பு கடித்தது'

என்னும் தொடர்களைக் கவனியுங்கள். இவையும் எழுவாய்த் தொடர்களே. இவற்றில் நிலைமொழியாக உள்ள குண்டு, கன்று, பஞ்சு, குரங்கு, பாம்பு முதலியன மென் தொடர்க் குற்றியலுகரச் சொற்கள். இந்தத் தொடர்களிலும் வல்லினம் மிக வில்லை. இந்தத் தொடர்களிலுள்ள நிலை மொழி, வருமொழி இரண்டையும் விட்டொலிக்காது சேர்த்து ஒலித்துப் பார்த்தால் இந்த உண்மையை உணரலாம்.

நெடில்தொடர்

'நாடு கண்டது',

'ஆறு பெருகிற்று',

'ஆடு கத்துகிறது',

'ஏடு கிழிந்தது'

என்னும் தொடர்களும் எழுவாய்த் தொடர்களே. இவற்றில் நிலை மொழி நெடில் தொடர்க் குற்றியலுகரமாகும். வருமொழி முதலில் வல்லினம் உள்ளது. இந்தத் தொடர்களிலுள்ள நிலைமொழி, வருமொழி இரண்டையும் சேர்த்தொலிக்கும் போதும், அவை இயல்பாகவே ஒலிக்கும். எனவே, எழுவாய்த் தொடரில் நிலைமொழி நெடில் தொடர்க் குற்றியலுகரமாக இருக்கும்போதும் வல்லினம் மிகாது.

இடைத்தொடர்

'அமிழ்து கொட்டியது' என்னும் தொடரைக் கவனியுங்கள். இதுவும் எழுவாய்த் தொடர். இதன் நிலைமொழி இடைத்தொடர்க் குற்றியலுகரச் சொல். வருமொழி முதலில் வல்லினமெய் உள்ளது. இந்தத் தொடரும் இயல்பாகவே புணரும்; வல்லினம் மிகாது.

ஆய்தத் தொடர்

'எஃகு பெரிது' என்னும் தொடர் எழுவாய்த் தொடர். இதன் நிலை மொழி ஆய்தத் தொடர்க் குற்றியலுகரச் சொல். எழுவாய்த் தொடரில் ஆய்தத் தொடர்க் குற்றியலுகரம் நிலை மொழியாக அமையும் போதும் இயல்பாகவே புணரும்; வல்லினம் மிகாது.

எழுவாய்த் தொடரில், உயிர்த்தொடர், மென்றொடர், நெடில்தொடர், இடைத் தொடர், ஆய்தத் தொடர்க் குற்றியலுகரச் சொற்கள் நிலைமொழியாக அமைந்து, வருமொழி முதலில் வல்லினம் வருமாயின், வல்லினம் இரட்டிக்காது என்பதை இதுவரை பார்த்தோம்.

வன்றொடர்க் குற்றுகரம்

குற்றியலுகர வகைகளில் இன்னொன்று வன்றொடர்க் குற்றியலுகரம் என்பது. காற்று, மூக்கு, உப்பு, பத்து, மூச்சு, பூட்டு முதலியன வன்றொடர்க் குற்றியலுகரச் சொற்கள். இந்தச் சொற்கள் எழுவாய்த் தொடரில் நிலை மொழியாக அமையும்போது எப்படிப் புணர்கின்றன என்று இப்போது பார்ப்போம்.

'காற்றுத் தள்ளுகிறது',

'மூக்குச் சிவந்தது',

'உப்புக் கரிக்கும்',

'பத்துக் குறைகிறது',

'மூச்சுத் திணறியது',

'பூட்டுப் பெரியது'

என்னும் தொடர்களைக் கவனமாக உச்சரித்துப் பாருங்கள். இந்தத் தொடர்களி லுள்ள நிலைமொழி, வருமொழி இரண்டை யும் விட்டொலிக்காமல் சேர்த்தொலிக்கும் போது வருமொழி முதலிலுள்ள வல்லின மெய் மிகுவதை அல்லது இரட்டிப்பதைக் காணலாம். எனவே, எழுவாய்த் தொடரில் வன்றொடர்க் குற்றியலுகரம் நிலைமொழி யாக அமையும்போது மாத்திரம் வல்லினம் மிகும். எழுவாய்த் தொடரில் வன்றொடர்க் குற்றியலுகரம் நிலைமொழியாக அமையும் போது வல்லினம் மிகுந்தால்தான் அந்தத் தொடர் இயல்பாகவும் இனிமையாகவும் அமையும். எனவே, வன்றொடர்க் குற்றிய லுகரத்தை நிலைமொழியாகக் கொண்ட எழுவாய்த் தொடரில் கட்டாயம் வல்லினம் மிக வேண்டும்.

நிலைமொழி : சுட்டு, வினா

இப்பொழுது, இந்தத் தொடர்களைக் கவனியுங்கள்: **'அது போயிற்று', 'இது போதாது', 'எது கண்டது'** என்னும் தொடர் களும் எழுவாய்த் தொடர்களே. இந்தத் தொடர்களில் அது, இது என்னும் சுட்டுப் பெயர்களும் எது என்னும் வினாப்பெயரும் நிலைமொழிகளாக உள்ளன. இந்த வகைத் தொடர்களில் வல்லினம் மிகாது.

1. பலா கிடந்தது; மா பழுத்தது;
2. மாணவி சொன்னாள்; கிளி பேசியது;
3. கனவு கலைந்தது; உணவு குறைந்தது;
4. மல்லிகை கமழ்ந்தது; தலை தாழ்ந்தது;

இந்தத் தொடர்கள் எல்லாம் எழுவாய்த் தொடர்கள். இவற்றில் நிலைமொழி ஈற்றில் உயிரும் வருமொழி முதலில் வல்லின மெய்யும் வந்துள்ளன. இந்தத் தொடர்களி லுள்ள நிலைமொழி, வருமொழி இரண்டை யும் சேர்த்தொலிக்கும்போதும் இவை இயல்பாகவே ஒலிக்கும். அதாவது, எந்த ஓர் ஒலி மாற்றமும் நிகழ்வதில்லை. எனவே, எழுவாய்த்தொடரில் நிலைமொழி ஈற்றில் உயிரும் வருமொழி முதலில் வல்லின மெய்யும் வரும்போது வல்லினம் மிகாது. வன்றொடர்க் குற்றியலுகரம் நிலைமொழி யாக அமையும்போது மட்டும் வல்லினம் மிகும்.

இரண்டுக்கு மேற்பட்ட சொற்கள்

இதுவரை பார்த்த தொடர்கள் யாவும் எழுவாய், பயனிலை ஆகிய இரண்டை மட்டுமே கொண்ட தொடர்கள். அப்படி இல்லாமல், எழுவாய்க்கும் பயனிலைக்கும் இடையிலே வேறு சொற்கள் வரும்போது எழுவாய்த் தொடரில் உள்ள நிலைமொழியும் வருமொழியும் எப்படிப் புணரும் என்பதை இப்போது பார்ப்போம்.

'மாதவி சொன்னாள்' என்பது ஒரு வாக்கியம். இதில் எழுவாய், பயனிலை ஆகிய இரண்டு சொற்களே உள்ளன. எனவே, இது எழுவாய்த் தொடர்.

'மாதவி சொன்னாள்' என்ற வாக்கியம் 'மாதவி என்ன சொன்னாள்' என்பதைப் புலப்படுத்தவில்லை. 'மாதவி என்ன சொன்னாள்?' என்று கேட்கும்போது அதற்கு 'மாதவி கதை சொன்னாள்' என்று விடை கிடைப்பதாக வைத்துக்கொள்வோம். இந்த வாக்கியத்தில், அதாவது, 'மாதவி கதை சொன் னாள் என்னும் வாக்கியத்தில், எழுவாய்த் தொடரில் நிலைமொழியும் வருமொழியும் எப்படிப் புணர்கின்றன என்று பார்ப்போம்.

தொடர்கள் அமையும் விதத்தைத் தொடரியலில் விரிவாக விளக்கியிருக் கிறோம். அதனை இப்போது நினைவு படுத்திக்கொள்ளுங்கள். அந்த அடிப் படையில், 'மாதவி கதை சொன்னாள்' என்னும் வாக்கியத்தில் இரண்டு தொடர்கள் உள்ளன. 'மாதவி-கதை' என்பது ஒரு தொடர்; 'கதை-சொன்னாள்' என்பது மற்றொரு தொடர். 'மாதவி கதை சொன்னாள்' என்னும் வாக்கியத்தில் மாதவி எழுவாயாக இருப்பதால் 'மாதவி-கதை' என்னும் தொடரும் எழுவாய்த் தொடரே யாகும். 'மாதவி-கதை' என்னும் இரு சொற்களுக்கும் இடையில் வல்லினம் மிகாது. எனவே, எழுவாய்க்கும் பயனிலைக்கும் இடையில் வேறு சொல் வந்தாலும் எழுவாய்த் தொடரில் வல்லினம் மிகாது.

1. கண்ணகி புகார் நகரில் வாழ்ந்தாள்.
2. தோகை சிறியதாக இருந்தது.
3. நாடு சிறந்து விளங்கியது.
4. இளங்கோ சிலப்பதிகாரம் இயற்றினார்.
5. ஞாயிறு தன் ஒளியால் உலகைக் காக்கிறான்.

இந்த வாக்கியங்களில் எழுவாய்க்கும் பயனிலைக்கும் இடையிலே ஒன்று அல்லது ஒன்றுக்கு மேற்பட்ட சொற்கள் உள்ளன. வாக்கியத்தின் முதற்சொல் எழுவாயாக உள்ளது. எழுவாய்க்கும் அதனைத் தொடர்ந்து வரும் சொல்லுக்கும் இடையிலே வல்லினம் மிகாது என்பதை இந்த வாக்கியங்களைக் கவனமாக உச்சரித்துப் பார்த்தால் உணரலாம்.

நாம் இதுவரை காட்டிய உதாரணங்களில் வினைமுற்று, பயனிலையாக அமைந்துள் ளது. சில சமயங்களில் பெயர்ச்சொற்களும் பயனிலையாக அமைவதைக் காணலாம். அப்படிப் பெயர்ச் சொற்களைப் பயனிலை களாகக் கொண்ட வாக்கியங்களில் எழுவாய்த் தொடரில் வல்லினம் மிகுமா அல்லது மிகாதா என்பதை இப்போது பார்ப்போம்:

1. எறும்பு சிறிய பிராணி.
2. காற்று கண்ணுக்குப் புலப்படாத பொருள்.
3. இது கண்ணைக் கவரும் ஓவியம்.
4. புகழேந்தி சிறந்த தமிழ்ப் புலவர்.

இந்த வாக்கியங்களில் பெயர்ச்சொற்கள் பயனிலைகளாக அமைந்துள்ளன.

'எறும்பு சிறிய பிராணி' என்னும் வாக்கியத்தில் 'எறும்பு' எழுவாய். பிராணி பயனிலை. பிராணி எத்தகையது என்பதைக் குறிக்கச் 'சிறிய' என்னும் சொல் இடையிலே உள்ளது. 'எறும்பு சிறிய பிராணி' என்னும் வாக்கியத்தில் இரு தொடர்கள் உள்ளன. 'எறும்பு-சிறிய' என்பது ஒரு தொடர். 'சிறிய-பிராணி' என்பது ஒரு தொடர்.

'எறும்பு சிறிய பிராணி' என்னும் வாக்கியத்தில் 'எறும்பு-சிறிய' என்னும் தொடர் எழுவாய்த் தொடராகும். 'எறும்பு-சிறிய' என்னும் தொடரைக் கவனமாக ஒலித்தால் அது இயல்பாக ஒலிப்பதை உணரலாம். எனவே, இங்கேயும் எழுவாய்த் தொடரில் வல்லினம் மிகவில்லை.

1. காற்று கண்ணுக்குப் புலப்படாத பொருள்.
2. இது கண்ணைக் கவரும் ஓவியம்.
3. புகழேந்தி சிறந்த தமிழ்ப் புலவர்.

இந்த வாக்கியங்களில் காற்று, இது, புகழேந்தி என்பன எழுவாயாக உள்ளன. எழுவாயாக நிற்கும் இந்தச் சொற்களையும், இவற்றை அடுத்து வரும் சொற்களையும் சேர்த்தொலிக்கும்போது, அவை இயல்பாகவே ஒலிக்கின்றன. அதாவது, அவற்றின் ஒலியில் மாற்றம் ஏதும் ஏற்படவில்லை. எனவே, பெயர்ச் சொற்கள் பயனிலையாக நிற்கும் எழுவாய்த் தொடர்களிலும் வல்லினம் மிகாது.

வன்தொடர்க் குற்றியலுகரச் சொல் எழுவாயாக நிற்கும்போது எழுவாய்த் தொடரில் வல்லினம் மிகும் என்று முன்பு கூறினோம். சற்று முன்பு எடுத்துக்காட்டிய 'காற்று, கண்ணுக்குப் புலப்படாத பொருள்' என்னும் வாக்கியத்தில் எழுவாயாக நிற்கும் 'காற்று' என்னும் சொல் வன்தொடர்க் குற்றியலுகரமாக இருந்தபோதிலும் ஏன் வல்லினம் மிகவில்லை என்ற ஐயம் எழுவது இயல்பு.

நாம் முன்பு எடுத்துக்காட்டிய வன் தொடர்க் குற்றியலுகரத்தை எழுவாயாகக் கொண்ட எழுவாய்த் தொடர்களை மீண்டும் கவனியுங்கள் :

1. காற்றுத் தள்ளுகிறது.
2. மூக்குச் சிவந்தது.
3. உப்புக் கரிக்கும்.
4. பத்துக் குறைகிறது.
5. மூச்சுத் திணறியது.
6. பூட்டுப் பெரியது.

இந்த வாக்கியங்களில் எழுவாயும் பயனிலையும் மாத்திரமே உள்ளன. எழுவாய் நிலைமொழியாகவும் பயனிலை வருமொழி யாகவும் அமைந்த இந்த வாக்கியங்களை ஒரு தொடர் வாக்கியங்கள் என்று சொல்லலாம். மேலும், இந்த வாக்கியங்களின் பயனிலை களைக் கவனியுங்கள். பயனிலைகள் யாவும் வினைமுற்றுகளாகவே உள்ளன. எனவே, எழுவாய்த் தொடரில் எழுவாயைத் தொடர்ந்து பயனிலை நின்று, அந்தப் பயனிலையும் வினைமுற்றாக அமையு மானால், கட்டாயம் வல்லினம் மிக வேண்டும்.

இப்பொழுது 'காற்று கண்ணுக்குப் புலப்படாத பொருள்' என்னும் வாக்கி யத்தைக் கவனியுங்கள். இதில் 'காற்று' என்பது எழுவாய், 'பொருள்' என்பது பயனிலை. அது எப்படிப்பட்ட பொருள் என்பதை விளக்கும் சொற்களே 'கண்ணுக்கு' 'புலப்படாத' என்பவை. எழுவாயாகிய காற்றுக்கும், பயனிலையாகிய பொருளுக்கும் இடையிலே உள்ள 'கண்ணுக்குப் புலப்படாத' என்னும் தொடர், 'பொருள்' என்னும் பயனிலையைத் தழுவி நிற்கிறது. எனவே, 'காற்று' என்னும் எழுவாயோடு இந்தத் தொடருக்குள்ள நெருக்கத்தைவிடப் 'பொருள்' என்னும் பயனிலையோடு இந்தத் தொடருக்குள்ள நெருக்கம் அதிகம். எனவே, நாம் பேசும்போது, 'காற்று' என்று சொன்ன பிறகு சற்று இடைவெளி விட்டு, பின்னர், 'கண்ணுக்குப் புலப்படாத பொருள்' என்னும் மூன்று சொற்களையும் சேர்த்தொலிக் கின்றோம். இந்த வாக்கியத்தை நீங்கள் கவனமாகச் சொல்லிப்பாருங்கள். அப்போது, இந்த வாக்கியத்திலுள்ள நான்கு சொற்களில் எந்த இரு சொற்களுக்கு இடையில் அதிக இடைவெளி இருக்கிறது என்பது தெரியும். இதனாலேயே சில சமயங்களில், எழுவாய்க்கும் பயனிலைக்கும் இடையிலே பல சொற்கள் அமைந்த நீண்ட வாக்கியங் களை எழுதும்போது, எழுவாய்க்குப் பிறகு, காற்புள்ளி இடும் வழக்கம் இருக்கிறது.

'நாட்டிலே இப்போது பல்வேறு துறைகளிலேயும் மறுமலர்ச்சி ஏற்பட்டுக் கொண்டிருக்கிறது' என்னும் வாக்கியத்திலே மறுமலர்ச்சி என்பது எழுவாய்; ஏற்பட்டுக் கொண்டிருக்கிறது என்பது பயனிலை. இந்த வாக்கியத்திலே எழுவாயும் பயனிலையும் அடுத்தடுத்து உள்ளன. ஆனால், எழுவாய் முதலிலே வரும்படி வாக்கியத்தை அமைப்போமானால், அப்போது, இந்த வாக்கியம் 'மறுமலர்ச்சி, நாட்டிலே இன்று பல்வேறு துறைகளிலேயும் ஏற்பட்டுக்கொண்டிருக் கிறது' என்று மாறும். இந்த வாக்கியத்தைச் சொல்லும்போது 'மறுமலர்ச்சி' என்னும் எழுவாய்க்குப் பக்கத்திலே சிறிது நிறுத்தா விட்டால் பொருள் மயக்கம் ஏற்படும். **'மறுமலர்ச்சி, நாட்டிலே பல்வேறு துறைகளிலேயும் ஏற்பட்டுக்கொண்டிருக்கிறது'** என்று சொல்வதற்குப் பதிலாக 'மறுமலர்ச்சி நாட்டிலே' என்று சேர்த்தொலிப்போமானால், இந்தத் தொடரின் பொருளே மாறிவிடும். அதாவது, 'மறுமலர்ச்சியடைந்த நாட்டிலே' என்று பொருள்படும். அப்போது, வாக்கியம் தெளிவற்றதாகிவிடும். எனவே, 'மறுமலர்ச்சி, நாட்டிலே பல்வேறு துறைகளிலேயும் ஏற்பட்டுக்கொண்டிருக்கிறது என்று சொல்லும்போது, 'மறுமலர்ச்சி' என்னும் சொல்லுக்குப் பிறகு சிறிது நிறுத்த வேண்டியது அவசியமாகிறது.

'காற்று, கண்ணுக்குப் புலப்படாத பொருள்' என்ற வாக்கியத்தை மீண்டும் கவனியுங்கள். 'காற்று' என்னும் எழுவாய்க்குப் பிறகு நிறுத்தாமல், 'காற்று-கண்ணுக்கு' என்னும் இரு சொற்களையும் சேர்த்து, 'காற்றுக் கண்ணுக்கு' என்று சொன்னால், அப்போது பொருள் மாறிவிடும். 'காற்றுக் கண்ணுக்கு' என்றால் 'காற்றினுடைய கண்ணுக்கு' என்று பொருள். எனவே, 'காற்றுக் கண்ணுக்குப் புலப்படாத பொருள்' என்று தொடர் அமையுமானால், அப்போது 'காற்று' எழுவாயாக இருக்காது; ஆகவே, இந்தத் தொடரை நாம் 'எழுவாய்த் தொடர்' என்று கூற முடியாது. 'காற்று, கண்ணுக்குப் புலப்படாத பொருள்' என்னும் வாக்கியத்தில் காற்று எழுவாயாக அமையுமானால் வல்லினம் மிகாமல் இருப்பதே முறையாகும்.

1. கொக்கு, பெரிய பறவை
2. கறுப்பு, துக்கத்தின் சின்னம்
3. திருட்டு, கெட்ட பழக்கம்
4. மேடைப் பேச்சு, சக்தி வாய்ந்த கலை

இந்த வாக்கியங்களில் எழுவாய்த் தொடரில் நிலைமொழி வன்றொடர்க் குற்றிய லுகரமாக இருந்தபோதிலும் வல்லினம் மிகவில்லை. மேலும், இந்த வாக்கியங்களைச் சொல்லும்போது எழுவாய்க்குப் பிறகு சிறிது நிறுத்தவேண்டியிருப்பதையும் கவனியுங்கள்.

எனவே, எழுவாய்த் தொடரில் எழுவாயும் பயனிலையும் அடுத்தடுத்து நிற்கும்போது மட்டுமே, நிலைமொழி வன்தொடர்க் குற்றிய லுகரமாக இருக்குமானால், வல்லொற்று மிகும். இத்தகைய வாக்கியங்களில் எழுவாயை அடுத்து வரும் பயனிலை பெரும்பாலும் வினைமுற்றாகவே இருக்கும்.

ஓரெழுத்தொருமொழி

தீ, பூ முதலியன ஓரெழுத்தொரு மொழிகள். இத்தகைய சொற்கள் எழுவாயாக அமைந்து வருமொழி முதலில் வல்லினம் வந்தால், சில சமயங்களில் வல்லினம் மிகுந்தும், சில சமயங்களில் மிகாமலும் புணர்வதைக் காண்கிறோம்.

'தீ–பற்றியது' என்பது **'தீப்பற்றியது'** என்று மாறுகிறது. **'பூ–கமழும்'** என்பது **'பூக்கமழும்'** என்று மாறுகிறது. இந்த இரு தொடர்களிலும் வல்லினம் மிகுந்துள்ளது. எனவே, எழுவாய்த் தொடரில் **'தீ'**, **'பூ'** என்னும் ஓரெழுத்தொரு மொழிகளுக்குப் பின் வல்லினம் மிகும் என்பது புலனாகிறது.

'ஆ', 'கா', என்னும் ஓரெழுத்தொரு மொழிகளைப் பாருங்கள். ('ஆ' என்றால் 'பசு', 'கா' என்றால் 'சோலை'). இவை போலவே, மை, பை, கை, மா, நீ, தை முதலியனவும் ஓரெழுத்தொரு மொழிகள். இவற்றை நிலைமொழியாகக் கொண்ட எழுவாய்த் தொடர்களில் வல்லினம் மிகுமா என்பதை இப்போது பார்ப்போம்.

ஆ–தின்றது = ஆ தின்றது.

கா–செழித்தது = கா செழித்தது.

மை–கொட்டியது = மை கொட்டியது.

மா–பழுத்தது = மா பழுத்தது.

கை–செய்யும் = கை செய்யும்.

தை–கழிந்தது = தை கழிந்தது.

நீ–பார்த்தாய் = நீ பார்த்தாய்.

இந்தத் தொடர்கள் எல்லாம் எழுவாய்த் தொடர்கள். இந்தத் தொடர்களில் வல்லினம் மிகவில்லை. எனவே, ஓரெழுத்தொரு மொழி நிலைமொழியாக அமையும்போதும், தீ, பூ போன்ற இரண்டொரு சொற்களைத் தவிர மற்ற இடங்களில் வல்லினம் மிகாது.

இதுவரை பார்த்த எழுவாய்த் தொடருக்குரிய புணர்ச்சி விதிகளை மீண்டும் சுருக்கமாக நினைவுபடுத்திக் கொள்வோம்:

எழுவாய்த் தொடரில்

1. வல்லினம் மிகாது.

2. எழுவாய்க்கும் பயனிலைக்கும் இடையில் வேறு சொல் வந்தாலும் வராவிட்டாலும் இந்த விதியைத் தழுவியே புணரும்.

3. நிலைமொழி வன்தொடர்க் குற்றியலுகரமாக இருந்தால் மட்டுமே வல்லினம் மிகும். அதுவும் எழுவாயும் பயனிலையும் அடுத்தடுத்து அமையும்போது மட்டுமே. (இத்தகைய தொடரில் பயனிலை பெரும்பாலும் வினைமுற்றாகவே இருக்கும்).

4. ஓரெழுத்தொருமொழி எழுவாயாக நிற்கும்போதும் வல்லினம் மிகாது. (தீ, பூ போன்ற ஒரு சில சொற்கள் இதற்கு விதி விலக்காக அமைகின்றன.)

வேற்றுமைத் தொடர்

வேற்றுமைத் தொடரில் உயிரீறும் மெய் முதலும் அமையும்போது அந்தத் தொடர் எப்படிப் புணர்கிறது என்பதை இப்போது பார்ப்போம்.

இரண்டாம் வேற்றுமை

விரி

இந்த வகையில் இரண்டாம் வேற்றுமைத் தொகா நிலைத் தொடரை முதலில் எடுத்துக் கொள்வோம். இப்பொழுது இந்தத் தொடர்களைக் கவனியுங்கள்.

1. புத்தர் அரசைத் துறந்தார்.
2. அவள் முகம் மதியைப் போன்றது.
3. இனிய இசையைக் கேட்டு மக்கள் மெய் மறந்திருந்தார்கள்.
4. பாம்பைக் கண்டால் படையும் நடுங்கும்.
5. செய்வதைத் திருந்தச் செய்.
6. அவர் தம் வேலையைச் செய்கிறார்.

இந்த வாக்கியங்களிலுள்ள இரண்டாம் வேற்றுமைத் தொடர்களை மட்டும் இப்போது பார்ப்போம்:

1. அரசை–துறந்தார் = அரசைத் துறந்தார்
2. மதியை–போன்றது = மதியைப் போன்றது
3. இசையை–கேட்டு = இசையைக் கேட்டு
4. பாம்பை–கண்டால் = பாம்பைக் கண்டால்
5. செய்வதை–திருந்த = செய்வதைத் திருந்த
6. வேலையை–செய்கிறார் = வேலையைச் செய்கிறார்

இந்தத் தொடர்கள் யாவும் இரண்டாம் வேற்றுமைத் தொடர்கள். நிலைமொழி இரண்டாம் வேற்றுமை உருபேற்றிருப்பதால், இவற்றை இரண்டாம் வேற்றுமை விரி என்று சொல்லுகிறோம்.

இப்பொழுது 'அரசைத் துறந்தார்' என்னும் தொடரைக் கவனியுங்கள். இந்தத் தொடரில் 'அரசு–ஐ–துறந்தார்' என மூன்று சொற்கள் உள்ளன. இந்தத் தொடரில் இடையில் நிற்கும் 'ஐ' என்பது இரண்டாம் வேற்றுமை உருபு. வேற்றுமை உருபுகள் தனித்து நின்று பொருள் தருவதில்லை. அவை ஏதேனும் ஒரு பெயர்ச்சொல்லுடன் ஒட்டி நின்றுதான், அதாவது ஒரு பெயர்ச் சொல்லைத் தழுவி நின்றுதான், பொருள் தரும். தனிச் சொல்லாக நின்று பொருள் தரும் சக்தி வேற்றுமை உருபுகளுக்கு இல்லாததால் இவற்றை நாம் தனிச் சொற்களாகக் கொள்வதில்லை.

எனவே, 'அரசு-ஐ-துறந்தார்' என்னும் தொடரில் நடுவில் உள்ள 'ஐ' நிலைமொழியாகிய 'அரசு' என்னும் சொல்லுடன் சேர்ந்து 'அரசை' என்று மாறும்போது, நிலைமொழியின் ஒரு பகுதியாகவே கருதப்படும். ஆகவே, 'அரசைத் துறந்தார்' என்னும் தொடரில் 'அரசை' என்பது நிலைமொழியாகவும், 'துறந்தார்' என்பது வருமொழியாகவும் அமையும்.

'அரசை-துறந்தார்' என்னும் இரு சொற்களில் வருமொழியாகிய 'துறந்தார்'

என்னும் சொல் மெய்யை முதலாக உடையது. அதாவது 'த' என்னும் வல்லின மெய் முதலாக அமைந்துள்ளது. இந்தத் தொடரிலுள்ள 'அரசை--துறந்தார்' என்னும் இரு சொற்களையும் சேர்த்தொலிக்கும்போது, 'அரசைத் துறந்தார்' என்றாகும். அப்போது வருமொழி முதலிலுள்ள 'த்' என்னும் ஒலி இரட்டிப்பதைக் காணலாம். நிலைமொழி இரண்டாம் வேற்றுமை உருபேற்ற சொல்லாக அமைந்து, வருமொழி முதலில் க், ச், த், ப் என்னும் வல்லின மெய்களுள் ஏதேனும் ஒன்று வந்தால் வல்லினம் மிகும்.

'அரசைத் துறந்தார்', 'மதியைப் போன்றது', 'இசையைக் கேட்டு', 'பாம்பைக் கண்டால்', 'செய்வதைத்திருந்த', 'வேலையைச் செய்கிறார்' என்னும் தொடர்களிலுள்ள நிலைமொழியையும், வருமொழியையும் சேர்த்து ஒலிக்கும்போது, வருமொழி முதலிலுள்ள வல்லினம் இரட்டிப்பது புலனாகும்.

மேலே குறிப்பிட்ட தொடர்களில் அரசை, மதியை, இசையை, பாம்பை, செய்வதை, வேலையை என்னும் இரண்டாம் வேற்றுமை உருபு ஏற்ற சொற்கள் நிலைமொழிகளாக உள்ளன. இந்தச் சொற்களிலுள்ள இரண்டாம் வேற்றுமை உருபாகிய 'ஐ'யை நீக்கிவிட்டால் அரசு, மதி, இசை, பாம்பு, செய்வது, வேலை என்னும் சொற்கள் எஞ்சி நிற்கும். இந்தச் சொற்கள் யாவும் உயிரீற்றுச் சொற்கள். இவற்றுடன் இரண்டாம் வேற்றுமை உருபு 'ஐ' சேர்ந்த பிறகும் இவை உயிரீற்றுச் சொற்களாகவே உள்ளன.

இப்பொழுது இந்த வாக்கியங்களைக் கவனியுங்கள்:

1. சிங்கப்பூரைக் காண வெளிநாட்டார் பலரும் வருகின்றனர்.
2. இயற்கை அழகில் மனத்தைப் பறிகொடுத்தேன்.
3. கண்ணன் வீட்டுப் பாடத்தைச் செய்தான்.
4. கனி இருக்கக் காயைத் தின்பது அறிவுடைமையாகுமா?

சிங்கப்பூரைக் காண, மனத்தைப் பறிகொடுத்தேன், பாடத்தைச் செய்தான், காயைத் தின்பது என்னும் தொடர்கள் இரண்டாம் வேற்றுமைத் தொடர்கள். இரண்டாம் வேற்றுமை விரியில் வல்லினம் மிகும் என்னும் விதிக்கேற்ப, இந்தத் தொடர்களிலுள்ள நிலைமொழி, வருமொழி இரண்டையும் சேர்த்தொலிக்கும்போது வல்லின ஒலி இரட்டிக்கிறது.

இந்தத் தொடர்கள் பெரும்பாலும் நாம் முன்பு எடுத்துக் காட்டிய தொடர்களையே ஒத்திருக்கின்றன. ஆனால், ஒரு வேறுபாடு. முன்பு எடுத்துக்காட்டிய தொடர்களில் நிலைமொழி வேற்றுமை உருபு சேர்வதற்கு முன்பே உயிரீறாக இருந்தது. ஆனால், இப்பொழுது எடுத்துக்காட்டிய தொடர்கள் அப்படிப்பட்டவை அல்ல. இந்தத் தொடர்களின் நிலைமொழிகளை இப்பொழுது நன்கு கவனியுங்கள். **சிங்கப்பூரை, மனத்தை, பாடத்தை, காயை** என்னும் நிலைமொழிகளிலுள்ள 'ஐ' என்னும் இரண்டாம் வேற்றுமை உருபை எடுத்துவிட்டால் எஞ்சி நிற்பவை **சிங்கப்பூர், மனம், பாடம், காய்** என்னும் சொற்களாகும். இந்தச் சொற்களின் ஈறு மெய்யாக உள்ளது. ஆயினும், இவற்றுடன் 'ஐ' என்னும் இரண்டாம் வேற்றுமை உருபு சேர்ந்தபிறகு, இந்தச் சொற்கள் சிங்கப்பூரை, மனத்தை, பாடத்தை, காயை என்று மாறுகின்றன. எனவே, வேற்றுமை உருபேற்ற சொற்கள் நிலைமொழியாக நிற்கும்போது இவற்றை உயிரீறாகக் கொள்ள வேண்டும். நிலைமொழி ஈறு உயிர் என்று சொல்லும்போது, வேற்றுமை உருபேற்றபின் உள்ள நிலையையே அது குறிக்கின்றது. வேற்றுமை உருபேற்ற பின் ஒரு சொல்லின் ஈற்றொலி மெய்யாக இருக்குமானால், அப்போது அதனை மெய்யீறு என்று கொள்ள வேண்டும். எனவே நாம், இப்போது எடுத்துக் கொண்டுள்ள 'உயிரீறும் மெய் முதலும்' என்னும் பகுதியில் 'வேற்றுமைத் தொடர்' என்று சொல்லும்போது வேற்றுமை உருபேற்ற பிறகு உயிரீறாக உள்ள சொற்களையே அது குறிக்கிறது. இது எல்லா வேற்றுமைகளுக்கும் பொருந்தும்.

வல்லின மெய் தவிர்த்த ஏனைய மெய்கள் வருமொழி முதலில் நிற்குமானால் அப்போது நிலை மொழி ஈறும் வருமொழி முதலும் எப்படிச் சேர்கின்றன என்பதை இப்போது பார்ப்போம்.

- பெரியோரை மதிக்க வேண்டும்.
- எப்போதும் நல்லதை நினைப்போம்.
- செயங்கொண்டார் கலிங்கத்துப்பரணியை நல்கினார்.
- அறிவை வளர்ப்பது நம் கடமை.

இந்த வாக்கியங்களிலுள்ள இரண்டாம் வேற்றுமைத் தொடர்களைக் கவனியுங்கள்:

- பெரியோரை – மதிக்க = பெரியோரை மதிக்க.
- நல்லதை – நினைப்போம் = நல்லதை நினைப்போம்.
- கலிங்கத்துப்பரணியை – நல்கினார் = கலிங்கத்துப்பரணியை நல்கினார்.
- அறிவை – வளர்ப்போம் = அறிவை வளர்ப்போம்.

இந்தத் தொடர்களில் இரண்டாம் வேற்றுமை உருபேற்ற சொற்கள் நிலைமொழியாகவும், மெல்லின, இடையின மெய்களை முதலாகக் கொண்ட சொற்கள் வருமொழியாகவும் உள்ளன. இந்தத் தொடர்களிலுள்ள நிலைமொழி, வருமொழி இரண்டையும் சேர்த்தொலிக்கும்போது, அவற்றில் எந்தவித ஒலி மாற்றமும் ஏற்படுவதில்லை. இவை இயல்பாகப் புணர்கின்றன.

தொகை

புத்தர் அரசு துறந்தார்.

அவள் முகம் மதி போன்றது.

இனிய இசை கேட்டு மக்கள் மெய் மறந்திருக்கிறார்கள்.

இந்த வாக்கியங்கள் நாம் முன்பு எடுத்துக்காட்டிய வாக்கியங்களிலிருந்து சிறிது வேறுபட்டுள்ளன. 'அரசைத் துறந்தார்' என்பது 'அரசு துறந்தார்' என்றும், 'மதியைப் போன்றது' என்பது 'மதி போன்றது' என்றும், 'இசையைக் கேட்டு' என்பது 'இசை கேட்டு' என்றும் மாறியுள்ளன. இந்த மாற்றம் வாக்கியத்தின் கருத்தை எந்த வகையிலும் பாதிக்கவில்லை. 'புத்தர் அரசைத் துறந்தார்' என்பதற்கும் 'புத்தர் அரசு துறந்தார்' என்பதற்கும் பொருளில் வேறுபாடு எதுவுமில்லை. அரசு துறந்தார் என்பதும் அரசைத் துறந்தார் என்னும் பொருளையே தருகின்றது. எனவே, 'அரசு துறந்தார்' என்பது இரண்டாம் வேற்றுமைப் பொருள் தரும் தொடர். ஆனால், 'அரசைத் துறந்தார்' என்பதைப் போல 'அரசு துறந்தார்' என்பதில் இரண்டாம் வேற்றுமை கண்ணுக்கும் செவிக்கும் புலனாகும் வகையில் அமையவில்லை. அது மறைந்திருந்து தன் பொருளை உணர்த்துகின்றது. இதுபோலவே, 'மதி போன்றது' என்னும் தொடரிலும் 'இசை கேட்டு' என்னும் தொடரிலும் இரண்டாம் வேற்றுமை மறைந்திருந்து பொருள் உணர்த்துகின்றது. இந்தத் தொடர்களில் இரண்டாம் வேற்றுமை மறைந்து நிற்பதால், அதாவது தொக்கி நிற்பதால் இவற்றை இரண்டாம் வேற்றுமைத் தொகை என்று சொல்கிறோம்.

இந்தத் தொடர்களிலுள்ள நிலைமொழி, வருமொழி இரண்டையும் விட்டொலிக்காமல் சேர்த்தொலித்துப் பாருங்கள். அவ்வாறு சேர்த்தொலிக்கும்போது, இந்த இரு சொற்களும் எவ்வித மாற்றமுமின்றி இயல்பாகவே ஒலிக்கும். 'அரசு துறந்தார்', 'மதி போன்றது', 'இசை கேட்டு' என்னும் தொடர்களை ஒலிக்கும்போது, வருமொழி முதலிலுள்ள வல்லின மெய்கள் சற்று மென்மையாக ஒலிப்பதையும் உணரலாம். வல்லினம் மிகுமானால், இவை மெல்லொலியைப் பெற முடியாது. எனவே, இரண்டாம் வேற்றுமைத் தொகையில் வல்லினம் மிகாது என்பது தெளிவாகிறது.

1. அவர் வேலை செய்கிறார்.
2. கண்ணன் மருந்து சாப்பிட்டான்
3. தங்கை கதை கேட்கிறாள்.
4. தம்பி வரலாறு படிக்கிறான்.
5. வலை போட்டு மீன் பிடித்தார்கள்.
6. கடிகாரம் மணி காட்டும்.

வேலை செய்கிறார், மருந்து சாப்பிட்டான், கதை கேட்கிறாள், வரலாறு படிக்கிறான், வலைபோட்டு, 'மணி காட்டும்' ஆகிய தொடர்கள் இரண்டாம் வேற்றுமைத் தொகை நிலைத் தொடர்கள். இந்தத் தொடர்களிலுள்ள நிலைமொழியையும் வருமொழியையும் விட்டொலிக்காமல், சேர்த்தொலிக்கும்போது அவை இயல்பாகவே புணர்வதைக் காணலாம்.

ஆனால், இந்த விதிக்கு மாறாக, இரண்டாம் வேற்றுமைத் தொகையில் வல்லினம் மிகும் இடங்களும் உண்டு. இப்பொழுது இந்தத் தொடர்களைக் கவனியுங்கள்:

1. கொக்குப் பிடித்தான்
2. முத்துக் கோர்த்தாள்
3. கணக்குப் பார்த்தான்
4. வழக்குத் தீர்த்தார்
5. உப்புத் தின்றான்

இந்தத் தொடர்கள் எல்லாம் இரண்டாம் வேற்றுமைத் தொகை நிலைத் தொடர்கள். 'கொக்குப் பிடித்தான்' என்பது 'கொக்கைப் பிடித்தான்' என்றும், 'முத்துக் கோர்த்தாள்' என்பது 'முத்தைக் கோர்த்தாள்' என்றும், 'கணக்குப் பார்த்தான்' என்பது 'கணக்கைப் பார்த்தான்' என்றும், 'வழக்குத் தீர்த்தார்' என்பது 'வழக்கைத் தீர்த்தார்' என்றும், 'உப்புத் தின்றான்' என்பது 'உப்பைத் தின்றான்' என்றும் விரியும்.

இந்தத் தொடர்களில் உள்ள 'நிலை மொழி', வருமொழி இரண்டையும் சேர்த் தொலிக்கும்போது வல்லினம் மிகுவதைக் காணலாம்.

இந்தத் தொடர்களில் வல்லினம் மிகக் காரணம் என்ன? 'கொக்கு', 'முத்து', 'கணக்கு', 'வழக்கு', 'உப்பு' ஆகிய சொற்கள் நாம் இப்பொழுது கூறிய தொடர்களில் நிலைமொழிகளாக உள்ளன. இவை வன்தொடர்க் குற்றியலுகரச் சொற்கள். வன்தொடர்க் குற்றியலுகரச் சொல் நிலை மொழியாக அமையும்போது இரண்டாம் வேற்றுமைத் தொகையில் வல்லினம் மிகும்.

வன்தொடர்க் குற்றியலுகரம் ஒழிந்த ஏனைய குற்றியலுகரச் சொற்கள் நிலை மொழியாக அமையுமானால், இரண்டாம் வேற்றுமைத் தொகையில் வல்லினம் மிகாது.

இப்பொழுது இந்தத் தொடர்களைக் கவனியுங்கள்:

'நாடு கண்டார்',

'பஞ்சு கொடுத்தான்',

'பொழுது போக்கினோம்',

'அமிழ்து சாப்பிட்டான்',

'எஃகு தீட்டினான்'

என்னும் இந்தத் தொடர்களும் இரண்டாம் வேற்றுமைத் தொகை நிலைத் தொடர்களே. இந்தத் தொடர்களில் நாடு, பஞ்சு, பொழுது, அமிழ்து, எஃகு என்னும் சொற்கள் நிலை மொழிகளாக உள்ளன. இவை, நெடில் தொடர், மென்தொடர், உயிர்த்தொடர், இடைத்தொடர், ஆய்தத்தொடர்க் குற்றிய லுகரங்கள். இந்தத் தொடர்களில் வல்லினம் மிகவில்லை. எனவே, வன்தொடர்க் குற்றிய லுகரம் நிலைமொழியாக அமையும்போது மட்டுமே இரண்டாம் வேற்றுமைத் தொகை யில் வல்லினம் மிகும். ஏனைய குற்றிய லுகரங்கள் நிலைமொழியாக அமையும்போது வல்லினம் மிகாது.

இப்பொழுது இந்தத் தொடர்களைக் கவனியுங்கள்:

1. மை தீட்டினாள், 2. கை காட்டினார், 3. பை திறந்தாள்.

இந்தத் தொடர்களும் இரண்டாம் வேற்றுமைத் தொகை நிலைத் தொடர்களே. இந்தத் தொடர்களிலுள்ள நிலைமொழி, வருமொழி இரண்டையும் சேர்த்தொலிக்கும் போது இவை எந்தவித ஒலிமாற்றமும் அடையாமல் இயல்பாகவே புணர்கின்றன. எனவே, இரண்டாம் வேற்றுமைத் தொகை யில் கை, மை, பை என்னும் ஓரெழுத் தொருமொழிகள் நிலை மொழியாக அமையும்போது வல்லினம் மிகாது.

'பூ–பறித்தான்' என்னும் தொடர் சேர்த்தொலிக்கும்போது 'பூப்பறித்தான்' என்று மாறுகிறது. இதுவும் இரண்டாம் வேற்றுமைத் தொகை நிலைத் தொடரே. எனினும், இந்தத் தொடரில் வல்லினம் மிகுகிறது. எனவே, இரண்டாம் வேற்றுமைத் தொகையில் 'பூ' என்னும் ஓரெழுத்தொரு மொழி நிலைமொழியாக நிற்கும்போது வல்லினம் மிகும்.

'விழா–கண்டேன்', **'நிலா–பார்த்தேன்'** என்னும் தொடர்களும் இரண்டாம் வேற்றுமைத் தொகை நிலைத் தொடர்களே. இவை 'விழாவைக் கண்டேன்' என்றும், 'நிலாவைப் பார்த்தேன்' என்றும் விரியும். இந்தத் தொடர்களைச் சேர்த்தொலிக்

கும்போது **‘விழாக் கண்டேன்’** என்றும், **‘நிலாப் பார்த்தேன்’** என்றும் மாறும். இந்தத் தொடரிலும் வல்லினம் மிகுகின்றது. எனவே, முதலெழுத்துக் குறிலாகவும், இறுதியெழுத்து ‘ஆ’ என்னும் உயிர் நெடிலாகவும் அமைந்த இரண்டெழுத்துச் சொல் நிலைமொழியாக அமையும்போது இரண்டாம் வேற்றுமைத் தொகையில் வல்லொற்று மிகும்.

இரண்டாம் வேற்றுமைத் தொகையில் வல்லொற்று மிகாது என்பதே பொது விதி. இந்த விதிக்கு விலக்காகச் சில இடங்களில் இரண்டாம் வேற்றுமைத் தொகையில் வல்லொற்று மிகுவதை இதுவரை பார்த்தோம். அப்படி மிகும் இடங்களைச் சிறப்பு விதியாகக் கொள்ள வேண்டும்.

சில வேளைகளில், ஒரு தொடர் எழுவாய்த் தொடரா அல்லது இரண்டாம் வேற்றுமைத் தொகை நிலைத் தொடரா என்று சந்தேகம் உண்டாகும்படியும் தொடர்கள் அமையலாம்.

‘பசி தந்த சுவை’, ‘கல்வி தந்த செல்வம்’, ‘சீதை கண்ட இராமன்’ என்னும் தொடர்கள் மயக்கம் தருவன. இவை எழுவாய்த் தொடராகவும் அமையலாம். இரண்டாம் வேற்றுமைத் தொகைநிலைத் தொடராகவும் அமையலாம்.

‘பசி தந்த சுவை’ என்பது ‘பசி சுவையைத் தந்தது’ என்ற பொருளையும் தரலாம்; ‘சுவை பசியைத் தந்தது’ என்ற பொருளையும் தரலாம். ‘பசி தந்த சுவை’ என்பது ‘பசி சுவையைத் தந்தது’ என்று பொருள் தருமானால், அப்போது அது எழுவாய்த் தொடர். ‘சுவை பசியைத் தந்தது’ என்று பொருள் தருமானால், அப்போது அது இரண்டாம் வேற்றுமைத் தொகை நிலைத் தொடர்.

இதுபோலவே, ‘கல்வி தந்த செல்வம்’ என்னும் தொடர். ‘கல்வி செல்வத்தைத் தந்தது’ என்னும் பொருளில் அமையும்போது எழுவாய்த் தொடராகும் ‘செல்வம் கல்வியைத் தந்தது’ என்னும் பொருளில் அமையும்போது இரண்டாம் வேற்றுமைத் தொகை நிலைத் தொடராகும். சீதை கண்ட இராமன் என்பது ‘சீதை இராமனைக் கண்டாள்’ என்ற பொருளைத் தருமானால், எழுவாய்த் தொடராகும். ‘இராமன் சீதையைக் கண்டான்’ என்னும் பொருள் தருமானால் இரண்டாம் வேற்றுமைத் தொகை நிலைத் தொடராகும்.

இப்படி எழுவாய்த் தொடரா அல்லது இரண்டாம் வேற்றுமைத் தொகை நிலைத் தொடரா என்னும் சந்தேகம் உண்டாகும் தருணத்தில், அந்தத் தொடரை இரண்டாம் வேற்றுமைத் தொகையாக அமைக்காமல், உருபு சேர்த்து வேற்றுமை விரியாக எழுது வதே நல்லது.

எனவே, ‘பசி தந்த சுவை’, ‘கல்வி தந்த செல்வம்’, ‘சீதை கண்ட இராமன்’ என்னும் தொடர்கள் இரண்டம் வேற்றுமைத் தொகை நிலைத்தொடர்களானால், அவற்றைப் ‘பசியைத் தந்த சுவை’ என்றும், ‘கல்வியைத் தந்த செல்வம்’ என்றும், ‘சீதையைக் கண்ட இராமன்’ என்றும் சந்தேகத்திற்கிடமில்லாமல் அமைப்பது நல்லது. இவை எழுவாய்த் தொடரானால், ‘பசி தந்த சுவை’, ‘கல்வி தந்த செல்வம்’, சீதை கண்ட இராமன்’ என்றே அமையும். எழுவாய்த் தொடரானாலும் சரி, இரண்டாம் வேற்றுமைத் தொகை நிலைத் தொடரானாலும் சரி, வல்லினம் மிகாது.

இரண்டாம் வேற்றுமைத் தொகையில் வல்லொற்று மிகாது என்பது பொது விதி என்பதையும் இந்த விதிக்கு மாறாக வல்லொற்று மிகும் இடங்களும் சில உண்டு என்பதையும் நினைவிற் கொள்க.

உருபும் பயனும் உடன் தொக்க தொகை

இரண்டாம் வேற்றுமை ‘உருபும் பயனும் உடன் தொக்க தொகை’யை நிலை மொழியாகக் கொண்ட தொடரில் வருமொழி முதலில் வல்லினம் வந்தால் அப்போது எப்படிப் புணரும் என்பதை இப்போது பார்ப்போம். (தொகை நிலைத்தொடர் பற்றிய அத்தியாயத்தில் உருபும் பயனும் உடன் தொக்க தொகைக்கு விளக்கம் காண்க.)

1) அரண்மனைக் காவலர்கள் புலவரைத் தடுத்தனர்.

2) கண்ணன் தேநீர்க் கோப்பையை எடுத்தான்.

3) பழக்கூடை கனமாக இருந்ததால் சிறுவன் அதை மிகவும் சிரமப்பட்டுத் தூக்கி வந்தான்.

4) மைக்கூடு சாய்ந்து மையெல்லாம் கொட்டி விட்டது.

இந்த வாக்கியங்களிலுள்ள **'அரண்மனைக் காவலர்கள்'**, **'மைக்கூடு'** ஆகிய தொடர்களை நன்கு கவனியுங்கள். இவை இரண்டாம் வேற்றுமை உருபும் பயனும் உடன் தொக்க தொகை நிலைத் தொடர்கள்.

இந்தத் தொடர்களில் நிலை மொழி ஈற்றில் உயிரும் வருமொழி முதலில் வல்லின மெய்யும் வந்துள்ளன. இந்தத் தொடர்களிலுள்ள இரண்டு சொற்களையும் சேர்த்தொலிக்கும்போது, வருமொழி முதலிலுள்ள வல்லின மெய் இரட்டிப்பது புலனாகும்.

நாம் சற்று முன்பு எடுத்துக்காட்டிய வாக்கியங்களிலுள்ள **'தேநீர்க்கோப்பை'**, **'பழக்கூடை'** என்னும் இரு தொடர்களையும் மீண்டும் கவனியுங்கள். இவற்றுள் முதல் தொடரில் தேநீர்- கோப்பை' என்னும் இரு சொற்களும், இரண்டாவது தொடரில் 'பழம்-கூடை' என்னும் இரு சொற்களும் உள்ளன. இந்த இரு தொடர்களிலும் நிலை மொழி, வருமொழி இரண்டையும் சேர்த் தொலிக்கும் போது வல்லினம் மிகுகின்றது. ('பழம்-கூடை' என்பதில் மகரம் கெட்டு வல்லினம் மிகுந்திருக்கிறது.)

எனவே, இரண்டாம் வேற்றுமை உருபும் பயனும் உடன் தொக்க தொகையில் நிலை மொழி ஈறு உயிராக இருந்தாலும், மெய்யாக இருந்தாலும் வருமொழி முதலில் வல்லினம் வந்தால் அது கட்டாயம் மிகும்.

வல்லினமெய் அல்லாத ஏனைய மெய்கள் வருமொழி முதலில் வருமானால், அப்போது நிலை மொழி ஈறும் வருமொழி முதலும் எப்படிப் புணரும் என்று பார்ப்போம்.

'மழை முகில்', **'வாழ்க்கை முறை'** என்னும் இந்தத் தொடர்கள் இரண்டாம் வேற்றுமை உருபும் பயனும் உடன் தொக்க தொகைநிலைத் தொடர்கள். 'மழை முகில்' என்பது 'மழையை உடைய முகில்' என்றும் 'வாழ்க்கை முறை' என்பது 'வாழ்க்கையை நடத்தும் முறை' என்றும் விரியும்.

இந்தத் தொடர்களில் நிலை மொழி இறுதியில் உயிரும் வருமொழி முதலில் வல்லினமல்லாத மெய்களும் வந்திருக்கின்றன. இந்தத் தொடர்களிலுள்ள நிலைமொழி, வருமொழி இரண்டும் இயல்பாகவே புணருகின்றன.

டு, று

இரண்டாம் வேற்றுமை உருபும் பயனும் உடன் தொக்க தொகை நிலைத்தொடர்களில் நிலை மொழியாக நிற்கும் நெடில் தொடர், உயிர்த்தொடர்க் குற்றியலுகரச் சொற்களின் கடைசியில் உகரமேறிய ட், ற் என்னும் மெய்கள் இரட்டிக்கும்.

எடுத்துக்காட்டு :

1) **நாட்டு மன்னனுக்குக்** கடமையே பெரிது.

2) மனித சமுதாயத்தின் வளர்ச்சியை அறிந்து கொள்வதற்கு உலக **வரலாற்று நூல்கள்** துணை நிற்கின்றன.

இந்த வாக்கியங்களிலுள்ள 'நாட்டு மன்னன்', 'வரலாற்று நூல்' என்னும் தொடர்களைக் கவனியுங்கள். 'நாட்டு மன்னன்' என்பது 'நாட்டையாளும் மன்னன்' என்றும், 'வரலாற்று நூல்' என்பது 'வரலாற்றைக் கூறும் நூல்' என்றும் விரியும். எனவே, 'நாட்டு மன்னன்', வரலாற்று நூல்' என்னும் தொடர்கள் இரண்டாம் வேற்றுமை உருபும் பயனும் உடன் தொக்க தொகைகளாகும்.

'நாட்டு மன்னன்' என்பதில் 'நாடு – மன்னன்' என்னும் இருசொற்கள் உள்ளன. 'வரலாற்று நூல்' என்னும் தொடரில் 'வரலாறு–நூல்' என்னும் இரண்டு சொற்கள் இருக்கின்றன. 'நாடு–மன்னன்' என்னும் சொற்களைச் சேர்த்தொலிக்கும்போது 'நாட்டு மன்னன்' என்றும், 'வரலாறு–நூல்' என்னும் சொற்களைச் சேர்த்தொலிக்கும்போது 'வரலாற்று நூல்' என்றும் இவை மாறுகின்றன. இந்தத் தொடர்களில் நிலைமொழி ஈற்றிலுள்ள குற்றியலுகரம் சேர்ந்த மெய் இரட்டித்துள்ளது.

நிலை மொழி ஈற்றில் உயிரையும் வருமொழி முதலில் மெய்யையும் உடைய இரண்டாம் வேற்றுமைத் தொடரில் நிலை மொழி ஈறும் வருமொழி முதலும் எப்படிப் புணர்கின்றன என்பதை இதுவரை பார்த்தோம். அந்த விதிகளை மீண்டும் நினைவு படுத்திக் கொள்வோம் :

1) இரண்டாம் வேற்றுமைத் தொகாநிலைத் தொடரில், அதாவது, வேற்றுமை உருபு மறையாமல் நிற்கும் போது, வருமொழி

முதலில் வல்லினம் வந்தால், அது மிகுந்தே புணரும்.

2) இரண்டாம் வேற்றுமைத் தொகையில் வல்லினம் மிகாது என்பதே பொதுவிதி. எனினும், இந்த விதிக்கு மாறாக வல்லினம் மிகும் இடங்களும் சில இருக்கின்றன.

3) இரண்டாம் வேற்றுமை உருபும் பயனும் உடன் தொக்க தொகையில் எல்லா இடங்களிலும் வல்லினம் மிகும்.

4) நெடில் தொடர், உயிர்த்தொடர்க் குற்றியலுகரச் சொற்களின் இறுதியிலுள்ள உகரம் சேர்ந்த ட், ற் என்னும், மெய்கள் இரண்டாம் வேற்றுமை விரியிலும் உருபும் பயனும் உடன் தொக்க தொகையிலும் இரட்டிக்கும்.

இரண்டாம் வேற்றுமைத் தொகையில் நிலை மொழி ஈற்றில் டு, று

உருபு மட்டும் மறைந்து நிற்கும் இரண்டாம் வேற்றுமைத் தொகையில் குற்றியலுகரத்துடன் கூடி நிற்கும் ட், ற் என்னும் வல்லின மெய்கள் இரட்டிக்குமா என்பதை இப்போது பார்ப்போம்.

1) இராமன் **காடு அடைந்தான்.**

2) இராமன் **ஆறு கடக்கக்** குகன் உதவினான்.

3) முருகன் **வீடு வாங்கினான்.**

4) குருவி **கூடு கட்டியது.**

5) மனித இனத்தின் முன்னேற்றத்தை அறிந்து கொள்வதற்கு **வரலாறு படிக்க** வேண்டும்.

இங்கே இரண்டாம் வேற்றுமைத் தொகை நிலைத் தொடர்களில் நிற்கும் இரு சொற்களையும் சேர்த்தொலிக்கும்போது, நிலை மொழி ஈற்றில் குற்றியலுகரம் ஏற்று நிற்கும் ட், ற் என்னும் மெய்கள் இரட்டிக்கவில்லை. இரண்டாம் வேற்றுமைத் தொகையில் இவை இரட்டிக்காமலே புணரும். இந்த வாக்கியங்களைப் பாருங்கள்.

1) **காடழித்து நாடு காணும்** முயற்சியில் மக்கள் ஈடுபட்டுள்ளனர்.

2) நல்ல நூல்களைப் படிப்பதால் அறிவு **மேம்பாடடையும்.**

3) **பழச்சாறருந்துவது** உடம்புக்கு நல்லது.

இந்த வாக்கியங்களிலுள்ள **'காடழித்து', 'நாடு காணும்' 'மேம்பாடடையும்', 'பழச்சாறருந்துவது'** என்னும் தொடர்களைக் கவனியுங்கள். இவையும் இரண்டாம் வேற்றுமைத் தொகை நிலைத் தொடர்களே. இவற்றில் நிலை மொழி ஈற்றிலுள்ள குற்றியலுகம் சேர்ந்த ட், ற் என்னும் மெய்கள் இரட்டிக்காமல் இயல்பாக புணர்ந்திருப்பதைக் கவனியுங்கள்.

இரண்டாம் வேற்றுமை உருபு மட்டும் மறைந்து நிற்கும் தொகையில் குற்றியலுகரம் சேர்ந்த ட், ற் என்னும் மெய்கள் ஒரு போதும் இரட்டிப்பதில்லை.

மயக்கம் தரும் இடம்

இரண்டாம் வேற்றுமைத் தொடரில் நம்மில் பலருக்கு மயக்கம் ஏற்படும் இடம் ஒன்று உண்டு. அதனை இப்போது பார்ப்போம்.

1) அவன் மாலை கண்டான்.

2) கண்ணன் தேரை பார்த்தான்

3) இராமன் வாளை பிடித்தான்.

4) அது பாவை போல் இருந்தது.

5) புலவர் கோவை பாடினார்.

இந்த வாக்கியங்களை ஒலிக்கும்போது நன்றாகக் கவனித்தால், 'மாலை கண்டான்', 'தேரை பார்த்தான்', 'வாளை பிடித்தான்', 'பாவை போல்', 'கோவை பாடினார்' என்னும் தொடர்களில் வல்லொற்று மிகாமல் ஒலிப்பதை உணரலாம்.

இந்தத் தொடர்கள் இரண்டாம் வேற்றுமைத் தொகை நிலைத் தொடர்கள். எனவே இங்கு வல்லொற்று மிகவில்லை.

'மாலை கண்டான்' என்பது **'மாலையைக் கண்டான்'** என்றும், **'தேரை பார்த்தான்'** என்பது **'தேரையைப் பார்த்தான்'** என்றும், **'வாளை பிடித்தான்'** என்பது **'வாளையைப் பிடித்தான்'** என்றும், **'பாவை போல்'** என்பது **'பாவையைப் போல்'** என்றும், **'கோவை பாடினார்'** என்பது **'கோவையைப் பாடினார்'** என்றும் விரியும்.

எனவே, மாலை, தேரை, வாளை, பாவை, கோவை என்னும் சொற்களிலுள்ள இறுதி ஒலியாகிய 'ஐ' அந்தச் சொற்களில் இயல்

பாகவே உள்ளது. இரண்டாம் வேற்றுமை உருபு சேர்ந்ததால் உண்டானது அல்ல. இந்தச் சொற்களில் இரண்டாம் வேற்றுமை உருபு சேரும்போது 'மாலை' என்பது 'மாலையை' என்றும், 'தேரை' என்பது 'தேரையை' என்றும் 'வாளை' என்பது 'வாளையை' என்றும் 'பாவை' என்பது 'பாவையை' என்றும் 'கோவை' என்பது 'கோவையை' என்றும் மாறுவதைச் சற்று முன்பு கண்டீர்கள். மேலும், இந்தத் தொடர்கள் இரண்டாம் வேற்றுமைத் தொகையாக அமையும்போது வல்லொற்று மிகாமல் இருப்பதையும் விரியாக அமையும்போது வல்லொற்று மிகுவதையும் கவனமாக உச்சரித்துப் பார்த்தால் உணரலாம்.

இந்தத் தொடர்களில் நிலை மொழியாக நிற்கும் மாலை, தேரை, வாளை, பாவை, கோவை ஆகிய சொற்களின் பொருள் என்ன? 'மாலை' என்பது 'மலர்மாலை'யையும் 'தேரை' என்பது 'தவளை'யையும், 'வாளை' என்பது ஒரு வகை மீனையும், 'பாவை' என்பது 'பதுமை'யையும், 'கோவை' என்பது ஒரு வகைப் பாடலையும் குறிக்கும்.

இப்பொழுது இந்த வாக்கியங்களைக் கவனியுங்கள்.

1) அவன் மாலைக் கண்டான்.

2) கண்ணன் தேரைப் பார்த்தான்.

3) இராமன் வாளைப் பிடித்தான்.

4) அது பாவைப்போல் இருந்தது.

5) புலவர் கோவைப் பாடினார்.

நாம் சற்று முன்பு எடுத்துக்காட்டிய வாக்கியங்களிலுள்ள சொற்கள்தான் இந்த வாக்கியங்களிலும் உள்ளன. இந்த வாக்கியங்களைச் சொல்லும்போது 'மாலைக் கண்டான்', 'தேரைப் பார்த்தான்', 'வாளைப் பிடித்தான்', 'பாவைப்போல்', 'கோவைப் பாடினார்' என்னும் தொடர்களில் நிலை மொழிக்கும் வருமொழிக்கும் இடையே வல்லொற்று தோன்றுவது புலனாகின்றது. இதற்குக் காரணம், இந்தத் தொடர்கள் இரண்டாம் வேற்றுமை விரியாக அமைந் திருப்பதுதான். 'மால்' என்னும் சொல்லுடன் 'ஐ' என்னும் இரண்டாம் வேற்றுமை உருபு சேர்வதால் 'மாலை' என்று மாறுகிறது. இது போலவே, 'தேர்-ஐ' 'தேரை' என்றும்,

'வாள்-ஐ' 'வாளை' என்றும், 'பா-ஐ' 'பாவை' என்றும், 'கோ-ஐ' 'கோவை' என்றும் மாறியுள்ளன.

இந்தத் தொடர்களிலுள்ள நிலைமொழி களின் பொருளைப் பார்ப்போம்: 'மால்' என்றால் திருமால் அல்லது விஷ்ணு என்று பொருள். 'தேர்' என்றால் ரதம், 'வாள்' என்றால் கத்தி. 'பா' என்பது பாடலையும், 'கோ' என்பது அரசனையும். குறிக்கும்.

எனவே, 'மாலை' என்னும் சொல் ஒரு வாக்கியத்தில் மலர்மாலையையும் இன்னொரு வாக்கியத்தில் திருமாலையும் குறிக்கின்றது. ஆனால், ஒரு சின்ன வேறுபாடு. மலர்மாலையைக் குறிக்கும் 'மாலை' என்னும் சொல் வேற்றுமை உருபு ஏற்காமல் தொகையாக அமைந்துள்ளது. திரு மாலைக் குறிக்கும் 'மாலை' என்னும் சொல் இரண்டாம் வேற்றுமை உருபு ஏற்றுள்ளது. இதேபோலத் தேரை, வாளை, பாவை, கோவை முதலிய சொற்களும் முதலில் எடுத்துக்காட்டிய வாக்கியங்களில் வேற்றுமை உருபு சேராத வெறும் பெயர்ச்சொற்களாக வும், இரண்டாவதாக எடுத்துக்காட்டிய வாக்கியங்களில் வேற்றுமை உருபு சேர்ந்த பெயர்ச் சொற்களாகவும் இருக்கின்றன.

எனவே, 'ஐ' என்னும் ஒலியை இறுதியில் உடைய சொற்கள் எல்லாம் இரண்டாம் வேற்றுமை உருபு ஏற்ற சொற்கள் என்று கொள்ளக்கூடாது. எனவே, ஒரு தொடர் இரண்டாம் வேற்றுமைத் தொடராக அமையும்போது அந்தத் தொடர் இரண்டாம் வேற்றுமை விரியா அல்லது தொகையா என்பதை நிச்சயப்படுத்திக்கொள்ள வேண்டும். இதற்கு, நிலை மொழியின் கடைசியில் உள்ள 'ஐ' என்னும் ஒலி இரண்டாம் வேற்றுமை சேர்ந்ததால் ஏற்பட் டதா அல்லது அந்தப் பெயர்ச் சொல்லில் இயல்பாகவே உள்ளதா என்பதை அறிய வேண்டும்.

இரண்டாம் வேற்றுமையைச் செயப்படு பொருள் வேற்றுமை என்றும் சொல்வதுண்டு. 'எதை' அல்லது 'யாரை' என்னும் கேள்விக்குக் கிடைக்கும் பதிலே செயப்படு பொருள். எனவே, செயப்படுபொருள் இரண்டாம் வேற்றுமை விரியாகவோ தொகையாகவோ இருக்கலாம். ஆனால், 'எதை' அல்லது 'யாரை' என்று கேள்வி

கேட்கும்போது கிடைக்கும் பதில் இரண்டாம் வேற்றுமை உருபு சேர்ந்தே வரும்.

'அவன் வேலை செய்தான்' என்னும் வாக்கியத்தைக் கவனியுங்கள். 'அவன் எதைச் செய்தான்?' என்று கேட்டால் அதற்கு, 'அவன் வேலையைச் செய்தான்' என்று விடை கிடைக்கும். 'வேலை' என்ற சொல்லுடன் 'ஐ' சேர்ந்து 'வேலையை' என்றாவதால் முதலில் கூறிய 'வேலை செய்தான்' என்னும் தொடர் இரண்டாம் வேற்றுமைத் தொகை என்பது தெளிவாகிறது.

'அவன் வேலைச் செய்தான்' என்பது ஒரு வாக்கியம். இங்கே 'அவன் எதைச் செய்தான்?' என்று கேட்டால், அப்போது 'அவன் வேலைச் செய்தான்' என்று விடை கிடைக்கும். இங்கே வேற்றுமை மறைந்து நிற்கவில்லை. 'வேல்' என்னும் சொல்லுடன் 'ஐ' சேர்ந்து 'வேலை' என்று மாறி, வேற்றுமை விரியாக உள்ளது. 'அவன் வேலை செய்தான்' என்னும்போது வல்லொற்று மிகாமல் இருப்பதையும், 'அவன் வேலைச் செய்தான்' என்று சொல்லும் போது வல்லொற்று மிகுவதையும் கவனியுங்கள். முதல் வாக்கியத்திலுள்ள 'வேலை' என்னும் சொல்லும் அடுத்த வாக்கியத்திலுள்ள 'வேல்' என்னும் சொல்லும் முற்றிலும் வேறுபட்ட பொருளுடைய சொற்கள். எனவே, இரண்டாம் வேற்றுமைத் தொடரில் வல்லொற்று மிகுமா என்று பார்ப்பதற்கு முன் அந்தத் தொடர் இரண்டாம் வேற்றுமைத் தொகையா அல்லது விரியா என்பதை நிச்சயப்படுத்திக்கொள்ள வேண்டும்.

மூன்றாம் வேற்றுமை

ஆல், ஆன், ஒடு, ஓடு, உடன், கொண்டு முதலியன மூன்றாம் வேற்றுமை உருபுகள். மூன்றாம் வேற்றுமைத் தொகா நிலைத் தொடர், தொகை நிலைத் தொடர் ஆகிய இரண்டிலும், நிலைமொழி ஈற்றில் உயிரும் வருமொழி முதலில் மெய்யும் அமையும் போது அவை எப்படிப் புணர்கின்றன என்பதை இப்போது பார்ப்போம்.

விரி

முதலில் தொகா நிலைத் தொடரை எடுத்துக்கொள்வோம். தொகா நிலைத் தொடர் என்பது மூன்றாம் வேற்றுமை விரியை நிலை மொழியாகக் கொண்ட தொடர்.

எடுத்துக்காட்டு :

1) கத்தியால் வெட்டினான்.
2) கோடாரிகொண்டு மரத்தைப் பிளந்தான்.
3) ஆசிரியரோடு மாணவர்கள் சென்றனர்.
4) என்னுடன் வாருங்கள்.

இந்தத் தொடர்கள் யாவும் மூன்றாம் வேற்றுமை உருபேற்ற பெயர்ச்சொல்லை நிலை மொழியாகவுடைய தொகா நிலைத் தொடர்கள். இவற்றில் 'கத்தியால் வெட்டினான்', 'என்னுடன் வாருங்கள்' என்னும் தொடர்களை நாம் இப்போது ஆராய வேண்டிய அவசியம் இல்லை. ஏனெனில், நாம் இப்போது உயிரீறும் மெய் முதலுமாக உடைய தொடர்களையே ஆராய்கிறோம். ஆகவே, நாம் இப்போது 'கோடாரி கொண்டு மரத்தை', 'ஆசிரியரோடு மாணவர்கள்' என்னும் தொடர்களை மட்டும் எடுத்துக் கொள்வோம்.

இந்தத் தொடர்களிலுள்ள நிலைமொழி, வருமொழி இரண்டையும் சேர்த்தொலிக்கும் போது இவை எவ்வித மாற்றமுமின்றி இயல்பாகவே ஒலிக்கின்றன. எனவே, இவற்றை இயல்புப் புணர்ச்சி என்று சொல்கிறோம் 'ஆசிரியரோடு மாணவர்கள்' என்பதற்குப் பதிலாக 'ஆசிரியரொடு மாணவர்கள்' என்றாலும் இயல்பாகவே புணரும்.

'ஒடு' 'கொண்டு' என்னும் மூன்றாம் வேற்றுமை உருபுகளை ஏற்று நிற்கும் பெயர்ச் சொற்கள் நிலை மொழியாக அமையும்போது வருமொழி முதலில் வல்லினம் வருமானால், அப்போது இவை எப்படிப் புணர்கின்றன?

1) அவன் கையில் பணத்தோடு கடை வீதிக்குச் சென்றான்.
2) நான் உன்னோடு தனிமையில் பேச வேண்டும்.
3) வீரன் வேல்கொண்டு சிங்கத்தைத் தாக்கினான்.
4) தொழிலாளர்கள் வாள்கொண்டு பலகையை அறுத்தனர்.

இப்பொழுது இந்த வாக்கியங்களிலுள்ள மூன்றாம் வேற்றுமைத் தொடர்களைப் பார்ப்போம். **'பணத்தோடு கடை வீதி', 'உன்னோடு தனிமையில்', 'வேல்கொண்டு சிங்கத்தை', 'வாள்கொண்டு பலகையை'** என்னும் தொடர்கள் மூன்றாம் வேற்றுமைத் தொகா நிலைத் தொடர்கள்.

இந்தத் தொடர்கள் நிலை மொழி ஈற்றில் உயிரும் வருமொழி முதலில் வல்லின மெய்யும் அமைந்த தொடர்களாகும். இவற்றிலுள்ள நிலைமொழி வருமொழி இரண்டையும் சேர்த்தொலிக்கும்போது எவ்வித ஒலி மாற்றமும் நிகழவில்லையாதலால், இங்கே வல்லினம் மிகவில்லை என்பது தெளிவாகின்றது. எனவே, மூன்றாம் வேற்றுமைத் தொகா நிலைத் தொடரில் வல்லினம் மிகாது என்று அறிகிறோம்.

என்னொடு போந்த இளங்கொடி நங்கை தன்
வண்ணச் சீறடி மண் மகள் அறிந்திலள்.

இவை சிலப்பதிகார வரிகள். இங்கே 'என்னொடு போந்த' என்னும் தொடரில் நிலை மொழி ஒடு என்னும் உருபேற்றுள்ளது. 'ஓடு' என்றாலும் 'ஒடு' என்றாலும் பொருள் ஒன்றே. 'என்னொடு போந்த' என்னும் தொடரிலுள்ள நிலை மொழி வருமொழி இரண்டையும் சேர்த்தொலிக்கும் போது அவை இயல்பாகவே ஒலிக்கின்றன. வல்லினம் மிகவில்லை.

''கண்ணொடு கண்ணிணை நோக்கொக்கின் வாய்ச்சொற்கள்
என்ன பயனும் இல''

''பாலொடு தேன் கலந்தற்றே பணிமொழி
வாலெயிறு ஊறிய நீர்''

இந்தக் குறட்பாக்களிலுள்ள **'கண்ணொடு கண்ணிணை', 'பாலொடு தேன்'** என்னும் தொடர்கள் மூன்றாம் வேற்றுமைத் தொகா நிலைத் தொடர்கள். இந்தத் தொடர்களிலும் வல்லினம் மிகவில்லை.

தொகை

மூன்றாம் வேற்றுமை உருபு மட்டும் மறைந்து நிற்கும் மூன்றாம் வேற்றுமைத் தொகையைக் காண்பது அரிதாக உள்ளது. 'தலை வணங்கினான்', 'தலை சுமந்தான்' போன்ற இரண்டொரு தொடர்களில் மட்டுமே மூன்றாம் வேற்றுமை தொகையாக அமைகிறது. இந்தத் தொடர்களிலும் வல்லினம் மிகும் வழக்கம் இல்லை.

உருபும் பயனும் உடன் தொக்க தொகை

ஒரு தொடரில் நிலை மொழி இறுதியில் உயிரும் வருமொழி முதலில் மெய்யும் நிற்கும் போது, அது மூன்றாம் வேற்றுமை உருபும் பயனும் உடன் தொக்க தொகையாக இருந்தால், அந்தத் தொடரிலுள்ள நிலை மொழியும் வருமொழியும் எப்படிச் சேர்ந்து ஒலிக்கின்றன என்பதை இப்போது பார்ப்போம்.

இந்த வாக்கியங்களைப் பாருங்கள் :

1) **வெள்ளித் தட்டில்** பழங்கள் இருந்தன.
2) பத்திரம் **இரும்புப் பெட்டியில்** இருந்தது.
3) **செப்புத் தகட்டில்** எழுத்துகள் பொறிக்கப் பட்டிருந்தன.

இங்கே தடித்த எழுத்திலுள்ள தொடர்கள் முறையே **'வெள்ளியால் செய்த தட்டு'** என்றும், **'இரும்பால் செய்த பெட்டி'** என்றும், **'செம்பினால் செய்த தகடு'** என்றும் விரியும். மூன்றாம் வேற்றுமை உருபும் பயனும் மறைந்திருப்பதால், இந்தத் தொடர்களை நாம் மூன்றாம் வேற்றுமை உருபும் பயனும் உடன் தொக்க தொகை நிலைத் தொடர்கள் என்று கூறுகிறோம்.

வெள்ளித்தட்டு, இரும்புப் பெட்டி, செப்புத்தகடு என்னும் தொடர்களை மீண்டும் கவனியுங்கள். 'வெள்ளி-தட்டு' என்னும் இரண்டு சொற்கள் சேர்ந்து 'வெள்ளித்தட்டு' என்னும் தொடர் உருவாகியுள்ளது. இதுபோலவே, 'இரும்பு-பெட்டி' 'இரும்புப் பெட்டி' என்றும், 'செம்பு-தகடு' செப்புத் தகடு' என்றும் புணர்ந்துள்ளன. அதாவது, இந்தத் தொடர்களிலுள்ள இரண்டு சொற்களையும்- நிலைமொழி, வருமொழி யாகிய இரண்டு சொற்களையும் – சேர்த் தொலிக்கும் போது, வருமொழி முதலிலுள்ள வல்லினம் மிகுகின்றது. இந்தத் தொடர் களைக் கவனமாக உச்சரித்தால் இந்த வல்லின ஒலி மிகுவதை உணரலாம். எனவே, மூன்றாம் வேற்றுமை உருபும் பயனும் உடன் தொக்க தொகையில் வல்லினம் மிகும் என்பதை நினைவில் நிறுத்துக.

'வெள்ளி நகை', 'இரும்பு மேசை', 'கண்ணாடி வளையல்' என்னும் தொடர்களும் மூன்றாம் வேற்றுமை உருபும் பயனும் உடன் தொக்க தொகைகளே. முன்பு எடுத்துக்காட்டிய தொடர்களில், வருமொழி முதலில் வல்லினம் இருந்தது. இந்தத் தொடர்களில் வல்லினம் தவிர்த்த ஏனைய மெய்கள் வருமொழி முதலில் உள்ளன. இந்தத் தொடர்களிலுள்ள நிலைமொழி, வருமொழி இரண்டையும் விட்டொலிக்காமல் சேர்த்தொலிக்கும்போது, அவை 'வெள்ளி நகை', 'இரும்பு மேசை', 'கண்ணாடி வளையல்' என்று இயல்பாகவே ஒலிக்கின்றன. எந்தவித ஒலிமாற்றமும் இந்தத் தொடர்களில் ஏற்படாததால்; இவற்றை இயல்புப் புணர்ச்சி என்று சொல்லுகிறோம்.

நான்காம் வேற்றுமை

விரி

நான்காம் வேற்றுமைத் தொடரில் வருமொழி முதலில் மெய் நிற்கும்போது நிலை மொழி ஈறும் வருமொழி முதலும் எவ்வாறு புணரும் என்பதை இப்போது பார்ப்போம்.

நான்காம் வேற்றுமை உருகு. எனவே, நான்காம் வேற்றுமைத் தொடரில் நிலை மொழியின் ஈறு உயிராகும்.

1) நான் இப்போதுதான் வீட்டுக்கு வந்தேன்.
2) கண்ணன் நேற்று பள்ளிக்கு வரவில்லை.
3) நாம் நமது நாட்டுக்கு நம் கடமையைச் செய்ய வேண்டும்.

இந்த வாக்கியங்களில் நிற்கும் 'வீட்டுக்கு வந்தேன்', 'பள்ளிக்கு வரவில்லை', 'நாட்டுக்கு நம்' ஆகியவை நான்காம் வேற்றுமைத் தொடர்கள். இவை இயல்பாகப் புணர்ந்திருப்பதைக் கவனியுங்கள். இந்தத் தொடர்களில் நிலை மொழி ஈறும் வருமொழி முதலும் சேரும்போது எந்த மாற்றமும் நிகழவில்லை. இவை போலவே, மெல்லின, இடையின மெய்களில், வருமொழி முதலில் எது வந்தாலும் இயல்பாகவே புணரும்.

நான்காம் வேற்றுமைத் தொடரில், வருமொழி முதலில் வரும் வல்லினம் இரட்டிக்கும்.

எடுத்துக் காட்டு :

1) அவன் வீட்டுக்குப் போனான்.
2) இளங்கோ பள்ளிக்குச் சென்றான்.
3) வளவன் தஞ்சைக்குச் சென்றான்.

இந்த வாக்கியங்களில் உள்ள 'வீட்டுக்குப் போனான்', 'பள்ளிக்குச் சென்றான்', 'தஞ்சைக்குச் சென்றான்' என்னும் தொடர்களில் வல்லினம் மிகுவதை நோக்குக.

தொகை

நான்காம் வேற்றுமைத் தொகையில், அதாவது, உருபு மறைந்து நின்று நான்காம் வேற்றுமைப் பொருள் தரும்போது, வல்லினம் மிகாது.

எடுத்துக்காட்டு :

1) அவர் தம் சுற்றுப்பயணத்தை முடித்துக் கொண்டு நாடு திரும்பினார்.
2) காடு சென்ற புலவர் அங்குத் தலைமறை வாக வாழ்ந்த மன்னனைக் கண்டு மனம் நொந்தார்.

இந்த வாக்கியங்களில் உள்ள 'காடு சென்ற', 'நாடு திரும்பினார்' என்னும் தொடர்கள் நான்காம் வேற்றுமைத் தொகை நிலைத் தொடர்கள், இவை முறையே 'காட்டுக்குச் சென்ற', 'நாட்டுக்குத் திரும்பினார்' என்று விரியும். இந்த நான்காம் வேற்றுமைத் தொகை நிலைத்தொடர்களில் வல்லினம் மிகவில்லை.

1) வேலை முடிந்து வீடு திரும்ப வெகு நேரம் ஆயிற்று.
2) இளங்கோ வெளிநாடு போயிருக்கிறான்.

இந்த வாக்கியங்களில் இடம்பெற்றுள்ள 'வீடு திரும்ப', 'வெளிநாடு போய்' என்னும் தொடர்களிலும் வல்லினம் மிகவில்லை. இந்தத் தொடர்களில் நிலைமொழியாக நிற்பவை அஃறிணைப் பெயர்கள். இத்தகைய தொடர்களில் உயர்திணைப் பெயர் நிலை மொழியாக நின்றாலும் வல்லினம் மிகாது. இந்த வாக்கியங்களை நோக்குக:

1) **கண்ணகி** கணவன் கோவலன்.
2) செங்குட்டுவன் **கண்ணகி கோயில்** கட்டினான்.

இந்த வாக்கியங்களில் நிற்கும் **'கண்ணகி கணவன்', 'கண்ணகி கோயில்'** என்னும் தொடர்கள் நான்காம் வேற்றுமைத் தொகை நிலைத் தொடர்கள். இவை முறையே **'கண்ணகிக்குக் கணவன்', 'கண்ணகிக்குக் கோயில்'** என்று விரியும். இங்கேயும் வல்லினம் மிகவில்லை என்பதைக் கவனத்திற் கொள்க.

இன்று, **'கண்ணகி கணவன்' 'கண்ணகி கோயில்'** போன்றவற்றைக் **'கண்ணகியின் கணவன்', 'கண்ணகியின் கோயில்'** என்று விரித்து, ஆறாம் வேற்றுமைத் தொகையாகக் கொள்வதே பெரு வழக்காக உள்ளது. 'கண்ணகி கணவன்' என்னும் தொடர் உறவுப் பொருள் தருவது என்றும், எனவே, அது, கண்ணகிக்குக் கணவன்' என்று நான்காம் வேற்றுமை உருபேற்று அமைவதே முறை யானது என்றும் நம் முன்னோர்கள் விதி வகுத்துள்ளனர். ஆகவே, 'கண்ணகி கணவன்' என்பதை நான்காம் வேற்றுமைத் தொகை யாகக் கொள்வதே பொருத்தமானது.

'செங்குட்டுவன் கண்ணகி கோயில் கட்டினான்' என்னும் வாக்கியத்தில் நிற்கும் 'கண்ணகி கோயில்' என்பதும் நான்காம் வேற்றுமைத் தொகையே. இதே போன்ற வேறு சில வாக்கியங்களை இப்போது பார்ப்போம்.

1) நாட்டிற்காகத் தம் இன்னுயிரையும் கொடுத்த தியாகிகளுக்கு நினைவுச் சின்னம் எழுப்பினார்கள், மக்கள்.

2) ஆட்டனத்தி ஆதிமந்தி ஆகியோருக்காக மருதி தன்னையே தியாகம் செய்தாள். அவளுக்கு நினைவாலயம் அமைத்தான், சோழ மன்னன்.

இந்த வாக்கியங்களில் உள்ள **'தியாகி களுக்கு நினைவுச் சின்னம்', 'அவளுக்கு நினைவாலயம்'** என்பன நான்காம் வேற்றுமைத் தொடர்கள். இவை எந்தப் பொருளில் அமைந்திருக்கின்றனவோ, அதே பொருளில்தான் 'செங்குட்டுவன் கண்ணகி கோயில் கட்டினான்' என்னும் வாக்கியத்தில் நிற்கும் **'கண்ணகி கோயில்'** என்னும் தொர்டரும் அமைந்திருக்கிறது. எனவே, இதை நான்காம் வேற்றுமைத் தொகையாகக் கொள்வதே முறையாகும்.

சில இடங்களில் 'கண்ணகி கோயில்' என்பது ஆறாம் வேற்றுமைத் தொகையாகவும் அமையலாம்.

'நாங்கள் கண்ணகி கோயிலைப் போய்ப் பார்த்தோம்', என்னும் வாக்கியத்தில், **'கண்ணகி கோயில்'** என்பது **'கண்ணகியின் கோயில்'** என்று விரியும்.

''அமெரிக்க அதிபர் காந்தி நினை விடத்திற்குச் சென்று, மலர் வளையம் வைத்து அஞ்சலி செலுத்தினார் என்னும் வாக்கியத்தில் நிற்கும் 'காந்தி நினைவிடம்' என்னும் தொடர் தரும் பொருளையே, ''நாங்கள் கண்ணகி கோயிலைப் போய்ப் பார்த்தோம்'' என்னும் வாக்கியத்தில் நிற்கும் 'கண்ணகி கோயில்' என்னும் தொடரும் தருவதை நோக்குக. எனவே, 'கண்ணகி கோயில்', 'காந்தி நினைவிடம்' போன்ற தொடர்களுக்கு இடம் நோக்கியே பொருள் கொள்ள வேண்டும். இங்கே ஒன்றைக் கவனத்திற் கொள்வது நல்லது. நான்காம் வேற்றுமைத் தொகையாக இருந்தாலும் சரி, ஆறாம் வேற்றுமைத் தொகையாக இருந்தாலும் சரி, நிலை மொழி உயர்திணையாக இருந்தால் வல்லினம் மிகாது என்பதே அது. இப்படி ஐயம் எழக்கூடிய இடங்களில், அந்தத் தொடர்களைத் தொகையாக அமைக்காமல் வேற்றுமை உருபு சேர்த்து விரியாக அமைப்பதே சிறந்தது.

உருபும் பயனும் உடன் தொக்க தொகை

'பெரியார் பண்பு', 'சிறியோர் செயல்' என்னும் தொடர்களைக் கவனியுங்கள். **'பெரியாருக்குரிய பண்பு', 'சிறியோருக் குரிய செயல்'** என்று இந்தத் தொடர்களுக்குப் பொருள் கொண்டால், இவை நான்காம் வேற்றுமை உருபும் பயனும் உடன் தொக்க தொகையாகும்.

'பெரியார் பண்பு', சிறியோர் செயல்' என்னும் தொடர்களுக்கு முறையே, **'பெரியாரது பண்பு' 'சிறியோரது செயல்'** என்றும் பொருள் கொள்ளலாம். அப்போதும் இந்தத் தொடர்கள் 'பெரியார் பண்பு', 'சிறியோர் செயல்' என்று இயல்பாகவே புணரும்; வல்லினம் மிகாது. இந்தத் தொடர்களில் நிலைமொழி உயர்திணையாக இருப்பதே இதற்குக் காரணம்.

இத்தகைய தொடர்களில் நிலை மொழி அஃறிணையாக இருந்தால் வல்லினம் மிகும்.

"உறங்கையிலே பானைகளை உருட்டுவது
பூனைக்குணம் – காண்பதற்கே
உருப்படியாய் இருப்பதையும் கெடுப்பதுவே
குரங்குக் குணம் – ஆற்றில்
இறங்குவோரைக் கொன்று இரையாக்கல்
முதலைக் குணம் – ஆனால்
இத்தனையும் மனிதரிடம் மொத்தமாய்
வாழுதடா."

[பட்டுக்கோட்டை கல்யாண சுந்தரம்].

இந்தப் பாடலில் உள்ள 'பூனைக்குணம்', 'குரங்குக் குணம்', 'முதலைக்குணம்' என்னும் மூன்று தொடர்களையும் பாருங்கள். 'பூனைக்குரிய குணம்', 'குரங்குக்குரிய குணம்', 'முதலைக்குரிய குணம்' என்று இந்தத் தொடர்களுக்குப் பொருள் கொள்ளும் போது, இவை நான்காம் வேற்றுமை உருபும் பயனும் உடன் தொக்க தொகைகளாகும். இந்தத் தொடர்களில் வல்லினம் மிகுந்திருக்கிறது. இங்கே, பூனை, குரங்கு, முதலை என்னும் அஃறிணைப் பெயர்கள் நிலை மொழியாக நிற்கின்றன. நான்காம் வேற்றுமை உருபும் பயனும் உடன் தொக்க தொகையில் நிலை மொழி அஃறிணை யானால் வல்லினம் மிகும்.

இந்தத் தொடர்களுக்குப் பூனையின் குணம், குரங்கின் குணம், முதலையின் குணம் என்று பொருள் கொண்டால், அப்போது இவை ஆறாம் வேற்றுமைத் தொகைகளாகும். அப்போதும், இந்தத் தொடர்களில், நிலைமொழி அஃறிணையாக இருப்பதால், வல்லினம் மிகும்.

நான்காம் வேற்றுமைத் தொடர், வேற்றுமை விரியாக அமையும்போது, வருமொழி முதலில் நிற்கும் வல்லினம் மிகும்; அதாவது இரட்டிக்கும் என்பதையும், வேற்றுமைத் தொகையாக அமையும்போது வல்லினம் மிகாது என்பதையும் உருபும் பயனும் உடன் தொக்க தொகையாக அமையும்போது, நிலைமொழி அஃறிணை யாக இருந்தால் வல்லினம் மிகுந்தும், உயர்திணையாக இருந்தால் வல்லினம் மிகாமலும் அமையும் என்பதையும் நினைவிற் கொள்க.

ஐந்தாம் வேற்றுமை

விரி

இல், இன், நின்று, இருந்து என்பன ஐந்தாம் வேற்றுமை உருபுகளாகும். இவற்றுள் நின்று, இருந்து என்பன சொல்லுருபுகள். இந்த உருபுகளின் இறுதியில் உயிர் நிற்கிறது. எனவே, இந்த உருபுகளை ஏற்று வரும் பெயர்கள் நிலை மொழியாகவும் மெய்யை முதலிலுடைய சொல் வருமொழியாகவும் அமையும் போது, அந்தத் தொடரில் நிலை மொழி ஈறும் வருமொழி முதலும் எவ்வாறு புணர்கின்றன என்பதை இப்போது பார்ப்போம்.

"பல நூல்களிலிருந்து கற்கும் அறநெறி கள் அனைத்தையும் திருக்குறளிலிருந்து நாம் கற்க முடியும்".

இந்த வாக்கியத்தில் நிற்கும் 'நூல்களி லிருந்து கற்கும்' 'திருக்குறளிலிருந்து நாம்' என்னும் இரு தொடர்களும் ஐந்தாம் வேற்றுமைத் தொடர்கள். இந்தத் தொடர் களில் நிற்கும் நிலைமொழியும் வருமொழி யும் சேரும்போது எந்த ஒலி மாற்றமும் நிகழ வில்லை. நன்றாகக் கவனித்து இந்த இரு சொற்களையும் (நிலை மொழியையும் வருமொழியையும்) ஒலித்துப் பார்த்தால், இவை இயல்பாகப் புணர்வதை உணரலாம். குறிப்பாக, <u>நூல்களிலிருந்து கற்கும்</u> என்னும் தொடரைக் கவனியுங்கள். இந்தத் தொடரில் வருமொழி முதலில் வல்லினம் நிற்கிறது. இவை இயல்பாகப் புணர்வதால், வல்லினம் மிகாது என்பது தெளிவாகத் தெரிகிறது அல்லவா?

1) அவர் வீட்டிலிருந்து புறப்பட்டார்.
2) இது எங்கிருந்து கிடைத்தது?
3) இதிலிருந்து தெரிவது என்ன?
4) எங்களுக்கு நாளையிலிருந்து பள்ளி விடுமுறை.
5) அவன் இங்கிருந்து கிளம்பி ஒரு மணி நேரம் ஆகிறது.

இல் + இருந்து

இந்த வாக்கியங்களில் இடம்பெற்றிருக் கும் ஐந்தாம் வேற்றுமைத் தொடர்களிலும்

வல்லினம் மிகவில்லை. இந்தத் தொடர்களில் 'இருந்து' என்னும் ஐந்தாம் வேற்றுமை உருபு நிலை மொழியாக நிற்கும் பெயருடன் சேர்ந்திருக்கிறது. 'வீட்டிலிருந்து', 'இதிலிருந்து', 'நாளையிலிருந்து' என்னும் சொற்களை மீண்டும் பாருங்கள். வீடு, இது, நாளை என்னும் சொற்களுடன் 'இருந்து' என்னும் ஐந்தாம் வேற்றுமை உருபு மட்டும் சேரவில்லை. அதற்கு முன் 'இல்' என்னும் ஏழாம் வேற்றுமை உருபும் சேர்ந்துள்ளது. வீடு, இது, நாளை என்பன அஃறிணைப் பெயர்கள். வேற்றுமை உருபேற்கும் சொல் படர்க்கை உயர்திணையாகவோ, தன்மை, முன்னிலைப் பெயர்களாகவோ இருந்தால், அப்போது 'இல்' என்பதற்குப் பதிலாக 'இடம்' என்னும் ஏழனுருபு சேரும். நம்மிடமிருந்து, அவரிடமிருந்து, நண்பர் களிடமிருந்து, உங்களிடமிருந்து, என்னும் சொற்களைக் கவனியுங்கள்.

'இது எங்கிருந்து கிடைத்தது?' 'அவன் இங்கிருந்து கிளம்பி ஒரு மணி நேரம் ஆகிறது' என்னும் வாக்கியங்களில் நிற்கும் 'எங்கிருந்து', 'இங்கிருந்து' என்னும் தொடர் களில் எங்கு, இங்கு என்னும் சொற்களுடன் 'இருந்து' என்னும் ஐந்தாம் வேற்றுமை உருபு மட்டுமே சேர்ந்திருக்கிறது. மற்றத் தொடர்கள் போல் இடையிலே 'இல்' வரவில்லை? 'இங்கு', 'அங்கு' என்னும் சுட்டுப் பெயர் களுடனும் 'எங்கு' என்னும் வினாப் பெயருட னும் 'இருந்து' என்னும் உருபு சேரும்போது இடையிலே 'இல்' வராது. அங்கு, இங்கு, எங்கு என்னும் சொற்கள் ஏகாரம் பெற்று அங்கே, இங்கே, எங்கே, என்றும் அமையும். அப்போதும் 'இருந்து' என்னும் உருபு சேரும் போது, இடையிலே 'இல்' வராது.

ஒரு சொல் தன்மை

இந்த உருபு பற்றிய இன்னொரு முக்கிய மான விஷயத்தை நாம் இங்கே குறிப்பிட வேண்டும். இன்று, நூற்றுக்குத் தொண்ணூறு விழுக்காட்டினருக்கு மேல், 'இருந்து' என்னும் ஐந்தாம் வேற்றுமையைப் பெயரு டன் சேர்க்காமல், பிரித்தே எழுதுகின்றனர்.

வேற்றுமை உருபுகள் 'இடைச் சொல்' வகையைச் சேர்ந்தவை. 'இடைச்சொல்' தனித்து நின்று பொருள் தராது. பெயர் அல்லது வினையுடன் சேர்ந்து நின்று, அவற்றின் பண்பிலோ, செயலிலோ மாற்றம் நிகழ்வதை உணர்த்துவது தான் இடைச் சொற்களின் பணியாகும். பெயர்ச்சொல்லில் இத்தகைய வேறுபாட்டை உண்டாக்குவ தாலேயே 'வேற்றுமை' என்னும் பெயர் உண்டாயிற்று. எனவே, வேற்றுமை உருபைப் பெயருடன் சேர்த்து எழுத வேண்டுமே தவிரப் பிரித்து எழுதல் கூடாது.

1) அவன் அறையில் இருந்து படித்தான்.
2) அவன் அறையிலிருந்து வெளியே வந்தான்.

இந்த இரண்டு வாக்கியங்களிலும் 'இருந்து' என்னும் சொல் வெவ்வேறு பொருள் தருகிறது. முதல் வாக்கியத்தில் 'இருந்து' என்பது வினையெச்சம், இரண்டா வது வாக்கியத்தில் 'இருந்து' என்பது ஐந்தாம் வேற்றுமை உருபு. இந்த வேறுபாட்டைப் புரிந்துகொண்டால் எங்கே சேர்த்து எழுத வேண்டும், எங்கே பிரித்து எழுத வேண்டும் என்பது தெளிவாகப் புரியும். எழுதுவதில் மட்டுமல்ல; ஒலிப்பதிலும் இந்த வேறுபாடு தெரிய வேண்டும்.

மற்றோர் ஐந்தாம் வேற்றுமை உருபு 'நின்று' என்பது. இந்த உருபேற்று நிற்கும் பெயர்ச் சொல்லுக்குப் பிறகும் வல்லினம் மிகாது. நாம் சற்று முன்பு பார்த்த 'அவர் வீட்டிலிருந்து புறப்பட்டார்' என்னும் வாக்கியத்தை கவனியுங்கள். இதை 'அவர் வீட்டினின்று புறப்பட்டார்' என்றும் சொல்லலாம். இரண்டுக்கும் பொருள் ஒன்றே. 'வீட்டினின்று புறப்பட்டார்' என்னும் தொடரில் வல்லினம் மிகவில்லை. 'வீட்டிலிருந்து', 'வீட்டினின்று' என்னும் சொற்களின் கடைசியில் நிற்கும் 'து', 'று' ஆகியவை மென்றொடர்க் குற்றியலுகரங்கள். மென்றொடர்க் குற்றியலுகரங்களுக்குப் பின் வல்லினம் மிகாது என்னும் விதியைத் தழுவி இவை புணர்ந்திருக்கின்றன. 'நின்று' என்பது இன்றைய வழக்கில் இல்லை. இலக்கிய வழக்கில் மட்டுமே உள்ளது.

ஐந்தாம் வேற்றுமை, தொகையாகவோ, உருபும் பயனும் உடன் தொக்க தொகை யாகவோ அமைவது மிகவும் அரிதாகவே காணப்படுகிறது. எனவே, இப்போது நாம் அவற்றைப்பற்றிக் கவலைப்பட வேண்டிய தில்லை.

ஆறாம் வேற்றுமை

விரி

'அது', 'உடைய' என்பன ஆறாம் வேற்றுமை உருபுகள். இந்த உருபுகளின் இறுதியில் 'து', 'ய' என்னும் எழுத்துகள் நிற்பதால் இவை உயிரீற்றுச் சொற்கள். எனவே, இந்த உருபுகளை ஏற்று நிற்கும் பெயர்களும் உயிரீற்றுச் சொற்களாகவே அமையும் என்பது சொல்லாமலே விளங்கும்.

ஆறாம் வேற்றுமை உருபேற்ற பெயர்கள் நிலை மொழியாக அமையும்போது, வருமொழி முதலில் மெய் நின்றால் அந்தத் தொடரில் என்ன மாற்றம் நிகழ்கிறது என்பதை இப்போது பார்ப்போம். இந்தத் தொடர்களைக் கவனியுங்கள். **நமது நாடு, எமது பண்பாடு, பறவையினது சிறகு, மானினுடைய கொம்பு, கல்வியினுடைய பெருமை** என்பன ஆறாம் வேற்றுமைத் தொடர்கள். இந்தத் தொடர்களில் நிலை மொழியும் வருமொழியும் இயல்பாகச் சேர்ந்திருப்பதைக் கவனியுங்கள். இவற்றைச் சேர்த்து ஒலித்தாலும் அல்லது பிரிந்து ஒலித் தாலும் இவற்றிலுள்ள நிலை மொழியின் ஈற்றொலியும், வருமொழியின் முதல் ஒலியும் எந்த மாற்றமும் அடையவில்லை. மேலும், எமது பண்பாடு, பறவையினது சிறகு, மானினுடைய கொம்பு, கல்வியினுடைய பெருமை என்னும் தொடர்களில் வருமொழி முதலில் நிற்கும் வல்லினம் மிகாமல் இயல்பாக ஒலிப்பதை நோக்குக. எனவே, ஆறாம் வேற்றுமைத் தொடரில் வல்லினம் மிகாது என்பதை நினைவிற் கொள்க.

நாம் சற்று முன்பு பார்த்த 'பறவையினது சிறகு', 'மானினுடைய கொம்பு', 'கல்வி யினது பெருமை' என்னும் தொடர்களில் நிலை மொழியாக நிற்பவை ஆறாம் வேற்றுமை உருபேற்ற பெயர்கள். இந்தப் பெயர்களையும் இவை ஏற்று நிற்கும் ஆறாம் வேற்றுமை உருபையும் பிரிக்கும் போது இடையிலே 'இன்' என்னும் ஒரு சொல் நிற்பதைக் காணலாம். இது சாரியை. இது பற்றிப் பிறகு பார்ப்போம்.

தொகை

'மானினுடைய கொம்பு' என்பதைப் பெரும்பாலும் 'மான்கொம்பு' என்றே சொல்கின்றோம். 'மான்கொம்பு' என்பது ஆறாம் வேற்றுமைத் தொகை.

''காக்கைச் சிறகினிலே நந்தலாலா– நின்றன் கரிய நிறம் தோன்றுதையா நந்தலாலா'' என்னும் பாரதியின் பாடலிலே நிற்கும் **''காக்கைச் சிறகு''** என்னும் தொடர் ஆறாம் வேற்றுமைத் தொகை. ''காக்கை யினுடைய சிறகு' என்று இது விரியும்.

''பாட்டுத் திறத்தாலே– இவ்வையத்தைப் பாலித்திட வேணும்'' என்னும் பாரதியின் பாடலிலே நிற்கும் **''பாட்டுத் திறத்தாலே''** என்பதும் ஆறாம் வேற்றுமைத் தொகையே. 'பாட்டினுடைய திறம் என்று' இது விரியும். இந்த இரு தொடர்களிலும் வல்லினம் மிகுந்திருக்கிறது.

பசுத்தோல், யானைத்தலை, குதிரைக் கொம்பு, கலைச்சிறப்பு, வாழ்க்கைப்பயன் என்பவை ஆறாம் வேற்றுமைத் தொகை நிலைத் தொடர்கள். இந்தத் தொடர்களிலும் வல்லினம் மிகுந்திருப்பதை நோக்குக.

'மரத்தின் கிளை' போன்ற ஆறாம் வேற்றுமைத் தொடர்கள் 'இன்' சாரியை பெறாமல் 'அத்துச்சாரியை' மட்டும் பெற்று வரலாம். அப்போதும் வல்லினம் மிகும். 'மரத்துக் கிளை' என்னும் தொடரில் வல்லினம் மிகுந்திருப்பதை நோக்குக.

'தமிழினத்தின் பெருமை' என்பது 'இன்' சாரியை இல்லாமல், **'தமிழினத்துப் பெருமை'** என்று நிற்கும் போது வல்லினம் மிகுவதையும் கவனியுங்கள். மரத்துக்கிளை, இனத்துப் பெருமை என்னும் தொடர்கள், சாரியை எதுவும், பெறாமல், **'மரக்கிளை', 'இனப்பெருமை'** என்றும் அமைவதுண்டு. அப்போதும் வல்லினம் மிகும். இந்தத் தொடர்களைச் சரியாக ஒலித்துப் பார்த்தாலே, இவற்றில் வல்லினம் மிகுந்திருப்பது தெளிவாகத் தெரியும்.

இந்தத் தொடர்களில் நிலை மொழியாக நிற்கும் சொற்கள் அஃறிணைப் பெயர்கள். உயர்திணைப் பெயர் நிலைமொழியாக அமைந்தால் அப்போது வல்லினம் மிகுமா?

''கேடு தீர்க்கும் அமுதமென் **அன்னை கேண்மை கொள்ள** வழியிவை கண்டீர்'' என்னும் பாரதியின் பாடல் வரிகளைப் பாருங்கள். கலை மகளின் அன்பைப் பெறும்

வழிகளைக் கூறி, **'அன்னை கேண்மை கொள்ள வழியிவை கண்டீர்'** என்று முடிக்கின்றார். **'அன்னை கேண்மை'** என்பது **'அன்னையினுடைய கேண்மை'** என்று விரியும். (கேண்மை-நட்பு) இது ஆறாம் வேற்றுமைத் தொகை. இந்தத் தொடரில் வல்லினம் மிகவில்லை. காரணம் என்ன? இந்தத் தொடரில் நிலை மொழியாக நிற்கும் 'அன்னை' என்னும் சொல் உயர் திணையாக இருப்பதே அதற்குக் காரணம். ஆறாம் வேற்றுமைத் தொகையில் நிலை மொழி உயர்திணையாக இருந்தால் வல்லினம் மிகாது. நாம் முன்பு பார்த்த 'நாங்கள் கண்ணகி கோயிலைப் பார்த்தோம்' என்னும் வாக்கியத்தில் நிற்கும் 'கண்ணகி கோயில்' என்னும் தொடரும் இதுபோன்றதே.

இந்த மூதுரைப்பாடலைப் பாருங்கள்.

''நல்லாரைக் காண்பதுவும் நன்றே; நலமிக்க
நல்லார் சொற் கேட்பதுவும் நன்றே – நல்லார்
குணங்கள் உரைப்பதுவும் நன்றே அவரோ
டிணங்கி யிருப்பதுவும் நன்று''

இந்தப்பாடலில் நிற்கும் **'நல்லார் சொல்'**, **'நல்லார் குணங்கள்'** என்னும் தொடர்கள் ஆறாம் வேற்றுமைத் தொகை நிலைத் தொடர்கள். இந்தத் தொடர்களில் வல்லினம் மிகவில்லை. இந்தத் தொடர்களில் நிலை மொழியாக நிற்பவை உயர்திணைப் பெயர்கள். இந்தப் பெயர்கள் மெய்யீற்றுச் சொற்களாக இருக்கின்றன. நிலைமொழி உயர்திணையாக இருந்தால், அது மெய்யீறாக இருந்தாலும் சரி, உயிரீறாக இருந்தாலும் சரி, வல்லினம் மிகாது.

எடுத்துக்காட்டு :

1) தந்தை சொல் மிக்க மந்திரமில்லை.
2) தலைவி செயல் தோழிக்கு வியப் பளித்தது.
3) கண்ணகி கதையே சிலப்பதிகாரம்.
4) பாரதி பாட்டு, படிப்போரை வீறு கொண்டு எழச் செய்யும்.
5) பாரதியின் குறுங்காவியங்களில் ஒன்று பாஞ்சாலி சபதம்.

இந்த வாக்கியங்களில் உள்ள **தந்தை சொல், தலைவி செயல், கண்ணகி கதை, பாரதி பாட்டு, பாஞ்சாலி சபதம்** ஆகியவை ஆறாம் வேற்றுமைத் தொகை நிலைத் தொடர்கள். இந்தத் தொடர்களிலும் நிலை மொழி உயர்திணையாக இருப்பதால் வல்லினம் மிகவில்லை.

ஆறாம் வேற்றுமையில் உருபும் பயனும் உடன் தொக்க தொகை அமைவதில்லை.

உயிரீறும் மெய்முதலும் கொண்ட ஆறாம் வேற்றுமைத் தொடர்களை விரிவாகப் பார்த்தோம். அவற்றில் முக்கியமாக நினைவிற் கொள்ள வேண்டியவை இவை.

1) ஆறாம் வேற்றுமை விரியில் வல்லினம் மிகாது.
2) ஆறாம் வேற்றுமைத் தொகையில் நிலை மொழி அஃறிணையாக இருந்தால் வல்லினம் மிகும்; உயர்திணையாக இருந்தால் மிகாது.

ஏழாம் வேற்றுமை

விரி

இன்று வழக்கிலுள்ள ஏழாம் வேற்றுமை உருபுகள் இல், கண், இடம் ஆகியவை. இவை மெய்யை ஈற்றிலுடைய சொற்களாக இருப்பதால், இவற்றை ஏற்று வரும் பெயர்களும் மெய்யீற்றுச் சொற்களாகவே இருக்கும். எனவே, ஏழாம் வேற்றுமைத் தொடர் விரியாக அமையும் போது நிலை மொழி உயிரீற்றுச் சொல்லாக இருக்காது. ஆகையால், 'உயிரீறும் மெய் முதலும்' என்னும் இந்தப் பகுதியில் அவை இடம் பெறும் வாய்ப்பு இல்லை.

தொகை

'நீர் மூழ்கிக் கப்பல்', **'நாடு வாழ் மக்கள்'**, **'காடுறை விலங்குகள்'** என்பன ஏழாம் வேற்றுமைத் தொகை நிலைத் தொடர்கள். 'நீர் மூழ்கிக் கப்பல்' என்பது நீரில் மூழ்கிச் செல்லும் கப்பல் என்றும், 'நாடு வாழ் மக்கள்' என்பது நாட்டில் வாழும் மக்கள் என்றும், 'காடுறை விலங்குகள்' என்பது காட்டில் உறையும் விலங்குகள் என்றும் விரியும். இவற்றுள் **'நாடு வாழ்'** என்பது உயிரீற்றையும் மெய் முதலையும் கொண்ட தொடர். இந்தத்

தொடரில் நிலை மொழியும் வருமொழியும் சேரும்போது எந்த மாற்றமும் நிகழவில்லை. அதாவது இயல்பாகவே இவை புணர்ந்திருக்கின்றன.

"அவன் அந்த நகர் தங்கித் தன் கடமைகளை முடித்து ஊர் திரும்பினான்" என்னும் வாக்கியத்தில் நிற்கும் 'நகர் தங்கி' என்னும் தொடர் ஏழாம் வேற்றுமைத் தொகை. உருபு சேரும்போது இது 'நகரில் தங்கி' என்றாகும். 'நகர் தங்கி' என்னும் தொடரில் வல்லினம் மிகவில்லை. 'நகர்' என்பதைப் 'பதி' என்றும் சொல்வதுண்டு. அப்போது இந்தத் தொடர் 'பதிதங்கி' என்றமையும். 'நகர் தங்கி' என்பதிலே நிலைமொழி ஈறு மெய்; 'பதி தங்கி' என்பதிலே நிலைமொழி ஈறு உயிர். இந்த இரண்டிலுமே வல்லினம் மிகவில்லை. ஏழாம் வேற்றுமைத் தொகையில் வல்லினம் மிகாது என்பது விதி.

இந்த விதிக்கு மாறாக இலக்கிய வழக்கில் சில இடங்களில் வல்லினம் மிகுந்து வருவதைக் காண்கிறோம்.

"ஆற்றுப் பெருக்கற்றடி சுடுமந் நாளுமவ் வாறு
ஊற்றுப் பெருக்கால் உலகூட்டும் –
ஏற்றவர்க்கு
நல்ல குடிப்பிறந்தார் நல்கூர்ந்தாரானாலும்
இல்லையென மாட்டார் இசைந்து"

இது நல்வழிப்பாடல். இந்தப் பாடலின் மூன்றாவது அடியில் நிற்கும் 'குடிப் பிறந்தார்' என்பது 'குடியில் பிறந்தார்' என்று விரியும். இந்தத் தொடரில் வல்லினம் மிகுந்திருக்கிறது. ஏழாம் வேற்றுமைத் தொகையில் வல்லினம் மிகாது என்னும் பொது விதிக்கு மாறாக அமையும் இடங்களும் உண்டு என்பதற்கு இந்தப் பாட்டு நல்ல எடுத்துக் காட்டாகும். (நல்ல குடிப்பிறந்தார் என்பதற்கு 'நல்ல பண்புள்ள குடும்பத்தில் பிறந்தவர்' என்று பொருள்).

"எப்பொருள் எச்சொலின் எவ்வாறு உயர்ந்தோர் செப்பினர் அப்படிச் செப்புதல் மரபே" என்னும் நன்னூல் நூற்பாவையே நாம் இங்கே வழிகாட்டியாகக் கொள்ள வேண்டும். ஐயத்திற்குரிய இடங்களில் முன்னோர் காட்டிய வழியில் செல்வதுதான் முறையாகும்.

உருபும் பயனும் உடன் தொக்க தொகை

ஏழாம் வேற்றுமை உருபும் பயனும் உடன் தொக்க தொகையில் வல்லினம் மிகும். 'சோலைக் குயில்', 'கூண்டுக் கிளி' என்பவை ஏழாம் வேற்றுமை உருபும் பயனும் உடன் தொக்க தொகை நிலைத் தொடர்கள். இந்தத் தொடர்கள் முறையே 'சோலையில் வாழும் குயில்' என்றும், 'கூண்டில் உள்ள கிளி' என்றும் விரியும். இந்த இரண்டு தொடர்களிலும் வல்லினம் மிகுந்திருக்கிறது.

1. உறைவாள்
2. பத்திரிகைச் செய்தி
3. கைப்பொருள்
4. கைக்குட்டை
5. கைக்காப்பு
6. கைவளை
7. ஆடிப்பெருக்கு
8. கோடைமழை
9. குளத்துநீர்
10. கடல் பிராணிகள்
11. வலைமீன்

முதலியனவும் ஏழாம் வேற்றுமை உருபும் பயனும் உடன் தொக்க தொகைகளாகும். இவற்றில் வருமொழி முதலில் வல்லினம் நிற்கும் தொடர்களில் வல்லினம் மிகுந்திருக்கிறது. ஏழாம் வேற்றுமை உருபும் பயனும் உடன் தொக்க தொகையில் வல்லினம் மிகும் என்பதை இந்த எடுத்துக்காட்டுகள் மூலம் உணரலாம்.

விளி வேற்றுமை

'விளித்தல்' என்பதற்கு 'அழைத்தல்' என்று பொருள். இரண்டு முதல் ஏழு வரையுள்ள மற்ற வேற்றுமைகளுக்கும் இதற்கும் வேறுபாடு உண்டு. வேற்றுமை விரி, தொகை, உருபும் பயனும் உடன் தொக்க தொகை என மற்ற வேற்றுமைகளுக்கு அமைவது போல விளி வேற்றுமைக்கு அமைவதில்லை இதனால்தான் மற்ற வேற்றுமைகளை வேற்றுமையியலில் விளக்கிய தொல்காப்பியர், விளி வேற்றுமைக்கு 'விளி மரபு' எனத் தனிப்பகுதி அமைத்துக் கூறுகிறார்.

ஒருவரை அழைக்கும்போது, அவர் பெயரில் ஒலி மாற்றம் நிகழலாம்; நிகழாமலும் இருக்கலாம். (இவற்றைப்பற்றி எல்லாம் 'விளிவேற்றுமை' என்னும் பகுதியில் விரிவாகப் பார்ப்போம்.) விளியாக அமையும் பெயர் நிலை மொழியாக நிற்கும் தொடர் 'விளித் தொடர்' எனப்படும். இந்தத் தொடரில் நிலை மொழி ஈறு உயிராகவும் வருமொழி முதல் மெய்யாகவும் அமையும் போது இந்த இரு சொற்களின் நிலை என்ன என்பதை இப்போது பார்ப்போம்.

விளித் தொடரில் நிலைமொழியும் வருமொழியும் சேராமல் தனித்து நின்றே அந்தத் தொடரின் பொருளைத் தெளிவாக உணர்த்துகின்றன என்பதை முன்பே விளக்கியிருக்கிறோம்.

''என்று முகமன் இயம்பா தவர் கண்ணும்
சென்று பொருள் கொடுப்பர் தீதற்றோர்-
துன்றுசுவை
பூவின் பொலிகுழலாய்! பூங்கை புகழவோ
நாவிற் குதவும் நயந்து''

இந்த நன்னெறிப் பாடலில் நிற்கும் **'குழலாய் பூங்கை'** என்னும் தொடர் விளித் தொடர்.

''முருகிற் சிவந்த கழுநீரும்
முதிரா இளைஞர் ஆருயிரும்
**திருகிச் செருகும் குழல் மடவீர்!
செம்பொற் கபாடம் திறமினோ''**

கலிங்கத்துப்பரணியில் 'கடை திறப்புப் பகுதியில் உள்ள பாடல் இது. இந்தப் பாடலில் நிற்கும் **'மடவீர் செம்பொன்'** என்பது விளித்தொடர்.

**''காணி நிலம் வேண்டும்– பராசக்தி!
காணி நிலம் வேண்டும்''**

பாரதியின் இந்தப் பாடலிலே நிற்கும் **'பராசக்தி காணி நிலம்'** என்பது விளித் தொடர்.

''கண்ணுக்குள் பாவையே கட்டமுதை நான் பசியோடுண்ணப்போம்போது நீ ஓர் தட்டுத் தட்டி விட்டாய்.'' பாரதிதாசனின் சஞ்சீவி பர்வதத்தின் சாரலிலே உள்ள வரிகள் இவை. **பாவையே கட்ட முதை'** என்பது விளித் தொடர்.

''சுழன்றோடும் **பெரு வெள்ளமே!
வாழ்க்கைச் சுழலில்** அகப்பட்டவள்
வந்திருக்கிறேன்; ஏற்றுக்கொள்.
மலைமோதி அலைமோதிச் செல்லும்
மாநதியே! வாழ்வில் நிலைமாறிப்
போனவள் வந்திருக்கிறேன்;
என்னை வரவேற்றிடு''

கலைஞரின் இந்தக் கனித் தமிழ் வசனத்திலே நிற்கும் **பெரு வெள்ளமே வாழ்க்கை' மாநதியே வாழ்வில்** என்னும் தொடர்கள் விளித் தொடர்கள்.

''கோடையிலே இளைப்பாற்றிக்
கொள்ளும் வகை கிடைத்த
குளிர்தருவே! தருநிழலே! நிழல் கனிந்த
கனியே!
ஓடையிலே ஊறுகின்ற தீஞ்சுவைத்
தண்ணீரே!
உகந்த தண்ணீரிடை மலர்ந்த சுகந்த
மணமலரே!
மேடையிலே வீசுகின்ற மெல்லிய
பூங்காற்றே!
மென்காற்றில் **விளைசுகமே! சுகத்திலுறும்
பயனே!**
ஆடையிலே எனை மணந்த **மணவாளா!**
பொதுவில்
ஆடுகின்ற **அரசே!** என் அலங்கல்
அணிந்தருளே.

வள்ளலாரின் திருவருட்பாவிலே ஓர் அருட்பா இது. இந்த அருட்பாவிலே நிற்கும் குளிர் தருவே, தருநிழலே, நிழல் கனிந்த கனியே, தீஞ்சுவைத்தண்ணீரே, மணமலரே, பூங்காற்றே, விளைசுகமே, சுகத்திலுறும் பயனே, மணவாளா, அரசே ஆகியவை விளியாக அமைந்திருக்கின்றன. இவற்றில் 'மணவாளா' என்பது மட்டும் ஈறு குறைந்து, ஈற்றயல் நீண்டிருக்கிறது. மற்ற எல்லாப் பெயர்களும் 'ஏ' என்னும் விளியுருபு ஏற்றிருக்கின்றன.

'பராசக்தி காணி நிலம்', 'பாவையே கட்டமுதை', 'பெருவெள்ளமே வாழ்க்கைச் சுழலில்', 'மாநதியே வாழ்வில்', 'மணமலரே மேடையில்', 'மணவாளா பொதுவில்' என்னும் தொடர்களில் நிலை மொழி ஈற்றில் உயிரும் வருமொழி முதலில் மெய்யும் உள்ளன. இவற்றைச் சேர்த்து ஒலிக்கும் வழக்கம் இல்லை. அப்படியே சேர்த்து

ஒலித்தால்கூட இவற்றின் ஒலியில் எந்த மாற்றமும் நிகழாது.

'பராசக்தி காணி நிலம்', 'பாவையே கட்டமுதை', 'மணவாளா பொதுவில்' என்னும் தொடர்களில் வருமொழி முதலில் நிற்கும் வல்லினம் மிகவில்லை. விளித் தொடரில் நிலைமொழியும் வருமொழியும் தனித்தனியே நின்று, இயல்பாகவே ஒலிக்கும். குறிப்பாக வருமொழி முதலில் நிற்கும் வல்லினம் ஒதுபோதும் மிகாது.

இலக்கிய வழக்கில் மட்டுமன்று; உலக வழக்கிலும் இதே நிலை தான்.

1) அண்ணா! பேசுங்கள்.

2) தம்பீ! கேள்.

3) அம்மா! பாடுங்கள்.

4) ஐயா! கூறுங்கள்.

5) கண்ணா! செய்தித்தாள் படித்தாயா?

6) இளங்கோ! பள்ளிக்குப் புறப்பட்டு விட்டாயா?

இந்த விளித் தொடர்களை நன்றாக உச்சரித்துப் பார்த்தால், இவற்றில் உள்ள ஒவ்வொரு சொல்லும் இயல்பாக ஒலிப்பதை அறியலாம். இத்தகைய தொடர்களில் நிலை மொழியையும் வருமொழியையும் பிரித்தே ஒலிக்க வேண்டும்.

வினை முற்றுத் தொடர்

வினை முற்றை நிலைமொழியாகக் கொண்டு அமைவது வினைமுற்றுத் தொடர். இந்தத் தொடரில் நிலை மொழியும் வருமொழியும் எப்படிச் சேருகின்றன என்பதை இப்போது பார்ப்போம்.

'குறள் கூறுகிறது' என்பது எழுவாய்த் தொடர். இதைக் **'கூறுகிறது குறள்'** என்று மாற்றியமைத்தால் அப்போது இது வினை முற்றுத் தொடர். ஏனெனில், இப்போது இந்தத் தொடரில் முதலில் நிற்பது 'கூறுகிறது' என்னும் வினைமுற்று.

இந்தத் தொடரில் நிலைமொழியின் இறுதியில் நிற்பது உயிர்; வருமொழியின் முதலில் நிற்பது வல்லின மெய். இந்த இரண்டையும் சேர்த்து ஒலிக்கும்போது, இந்தத் தொடரின் ஒலியில் எந்த மாற்றமும் ஏற்படவில்லை. எனவே, இங்கே வல்லினம் மிகவில்லை என்பது தெளிவாகத் தெரிகிறது.

''காண்பதெல்லாம் மாயை என்று அழ காகப் பாடுகிறார், பாடகர். அவர் கையிலே ஒளி வீசுகிறது கல் பதித்த மோதிரம்''

இந்த வாக்கியத்திலே **'வீசுகிறது கல் பதித்த மோதிரம்'** என்னும் தொடரில் நிற்கும் 'வீசுகிறது' என்னும் வினை முற்றைத் தொடர்ந்து 'கல்' என்னும் சொல் அமைந் திருக்கிறது. இந்தத் தொடரிலும் வல்லினம் மிகவில்லை.

''சிங்கத்தின் குகையிலே சதி நடத்தி விட்டன சிறு நரிகள்'' என்னும் வாக்கியத் தில் நிற்கும் **'நடத்தி விட்டன சிறு நரிகள்'** என்னும் தொடரிலும் வல்லினம் மிக வில்லை. சற்று முன்பு பார்த்த எடுத்துக் காட்டுக்களில் நிற்கும் கூறுகிறது, வீசுகிறது என்பன அஃறிணை ஒருமை (ஒன்றன்பால்) வினை முற்றுக்கள். இப்பொழுது பார்த்த தொடரில் நிற்கும் 'நடத்திவிட்டன' என்பது அஃறிணைப் பன்மை (பலவின்பால்) வினைமுற்று. எதுவாக இருந்தாலும் சரி, வினை முற்றுத் தொடரில் வல்லினம் மிகாது.

இந்த வாக்கியங்களைக் கவனியுங்கள்.

1) சில சமயங்களில் 'புயல்' நடை மாறித் தென்றலாகத் **தவழ்கிறது பாவேந்தர் பாரதிதாசனின் கவிதை.**

2) ஏச்சாலும் பேச்சாலும் வருகின்ற இன்ன லிலும் இன்பத்தைத் **தருகிறது தமிழ்த் தொண்டு.**

3) அவன் இருக்கிறான் மரத்தின் உச்சியில்; ஆனால், அவன் மனம் **இருக்கிறது தரையில்.**

4) நெல்மணிகளைப் **பார்க்கிறது சிறு குருவி.**

5) இன்று தொலைக்காட்சி உலகத்தையே கொண்டுவந்து **நிறுத்துகிறது கண்முன்.**

இந்த வாக்கியங்களில் நிற்கும் வினை முற்றுத் தொடர்களிலும் வல்லினம் மிகவில்லை.

''பல கறிக்குழம்பு, பாலோடு சோறு சர்க்கரைப் பொங்கலைத் தமிழ்மனை கண்டது தினசரி இது போல் தெவிட்ட உண்டவர்

'சென்றநாள்' நினையச் **செய்தது தை நாள்**
'வாழ்க என்தாயே! வாழ்த்து உன் சேய்களை''
(கண்ணதாசன்)

இந்தப் பாடலில் நிற்கும் **'செய்தது தை நாள்'** என்னும் தொடர் வினை முற்றுத் தொடர். இந்தத் தொடரில் நிலை மொழியாக நிற்பது 'செய்தது' என்னும் இறந்த கால வினைமுற்று. இங்கேயும் வல்லினம் மிகவில்லை.

எதிர்மறை

''அடினும் பால் பெய்து கைப்பறாது
பேய்ச் சுரைக்காய்'' *(நறுந்தொகை)*

பேய்ச் சுரைக்காயைப் பால் விட்டுக் காய்ச்சினாலும் அதன் கசப்பு நீங்காது என்பது இதன் பொருள். **'கைப்பறாது பேய்ச் சுரைக்காய்'** என்னும் தொடரில் நிற்கும் **'அறாது பேய்ச் சுரைக்காய்'** என்பது வினை முற்றுத் தொடர். 'அறாது' என்பது எதிர்மறை வினைமுற்று.

1) பூரியோர்க்கு **இல்லை சீரிய ஒழுக்கம்**
2) பெற்றோர்க்கு **இல்லை சுற்றமும் சினமும்**
3) விருந்திலோர்க்கு **இல்லை பொருந்திய ஒழுக்கம்**
4) வெள்ளைக்கு **இல்லை கள்ளச்சிந்தை**

(கொன்றை வேந்தன்)

இந்த வினைமுற்றுத் தொடர்களில் நிலை மொழியாக நிற்பது 'இல்லை' என்னும் குறிப்பு வினை முற்று. இந்தத் தொடர்களிலும் வல்லினம் மிகவில்லை.

1) யானைக் **கில்லை தானமும்** தருமமும்.
2) பூனைக் **கில்லை தவமும்** தயையும்.
3) சிதலைக் **கில்லை செல்வமும்** செருக்கும்

(நறுந்தொகை)

இவையும் கொன்றைவேந்தன் தொடர்கள் போலவே அமைந்துள்ளன. இந்த வரிகளிலும் வினைமுற்றுத் தொடர்களில் வல்லினம் மிகவில்லை.

உண்டு

''ஐயமுண்டு பயமில்லை மனமே- இந்த
ஜன்மத்திலே **விடுதலையுண்டு;**
நிலையுண்டு
பயனுண்டு பக்தியினாலே- நெஞ்சிற்
பதிவுற்ற குல சக்தி **சரணுண்டு**
பகையில்லை
புயலுண்டு குன்றத்தைப் போல- சக்தி
பொற்பாத **முண்டு அதன் மேலே;**
நியம மெல்லாம் சக்தி நினைவின்றிப்
பிறிதில்லை;
நெறியுண்டு குறியுண்டு குல சக்தி
வெறியுண்டு
மதியுண்டு செல்வங்கள் சேர்க்கும்- தெய்வ
வலியுண்டு தீமையைப் போக்கும்;
விதியுண்டு தொழிலுக்கு விளைவுண்டு
குறைவில்லை
விசனப் பொய்க்கடலுக்குக் குமரன் கைக்
கணையுண்டு''

(பாரதியார்)

இந்தப் பாடலில் நிற்கும் வினைமுற்றுத் தொடர்களை நோக்குக. இவற்றில் நிலை மொழியாக நிற்பது 'உண்டு' என்னும் குறிப்பு வினைமுற்று. இங்கேயும் வல்லினம் மிகவில்லை.

ஏவல்

''ஓடி விளையாடு பாப்பா! – நீ
ஓய்ந்திருக்கலாகாது பாப்பா!
கூடி விளையாடு பாப்பா – ஒரு
குழந்தையை வையாதே பாப்பா!
சின்னஞ்சிறு குருவிபோலே – நீ
திரிந்து பறந்துவா பாப்பா!
வன்னப் பறவைகளைக் கண்டு – நீ
மனதில் மகிழ்ச்சி கொள்ளு பாப்பா!
''காலை எழுந்தவுடன் படிப்பு – பின்பு
கனிவு கொடுக்கும் நல்ல பாட்டு
மாலை முழுதும் விளையாட்டு – என்று
வழக்கப் படுத்திக் கொள்ளு பாப்பா!

''பொய் சொல்லக்கூடாது பாப்பா!
– என்றும்
புறஞ் சொல்ல லாகாது பாப்பா!
தெய்வம் நமக்குத் துணை பாப்பா! – ஒரு
தீங்கு வரமாட்டாது பாப்பா!
பாதகம் செய்பவரைக் கண்டால் – நாம்
பயங் கொள்ளலாகாது பாப்பா!

மோதி மிதித்து விடு பாப்பா! – அவர்
முகத்தில் உமிழ்ந்து விடு பாப்பா!''

(பாரதியார்)

இந்தப் பாடலில் நிற்கும் வினைமுற்றுத் தொடர்களில் நிலை மொழியாக நிற்கும் சொற்களில் **விளையாடு, வையாதே, பறந்து வா** முதலியன ஏவல் வினைகள். **சொல்ல லாகாது, வரமாட்டாது** முதலியன எதிர் மறை வினைகள். இந்தத் தொடர்களிலும் வல்லினம் மிகவில்லை.

வியங்கோள்

''தூங்குக தூங்கிச் செயற்பால தூங்கற்க
தூங்காது செய்யும் வினை''

என்னும் குறட்பாவில் இடம் பெற்றிருக் கும் **'தூங்குக தூங்கி', 'தூங்கற்க தூங்காது'** என்னும் தொடர்கள் வினைமுற்றுத் தொடர்கள். இந்தத் தொடர்களில் நிலை மொழியாக நிற்கும் 'தூங்குக', 'தூங்கற்க' என்னும் சொற்கள் விங்கோள் வினை முற்றுக்கள்.

''கற்க கசடறக் கற்பவை கற்றபின்
நிற்க அதற்குத் தக''

''எண்ணித் துணிக கருமம் துணிந்தபின்
எண்ணுவம் என்பது இழுக்கு''

''குற்றமே காக்க பொருளாகக் குற்றமே
அற்றம் தரூஉம் பகை''

''கொக்கொக்க கூம்பும் பருவத்து மற்றதன்
குத்தொக்க சீர்த்த விடத்து''

இந்தக் குறட்பாக்களில் நிற்கும் **'கற்க கசடற', நிற்க அதற்கு, 'துணிக கருமம்', காக்க பொருளாக', ஒக்க கூம்பும்', 'ஒக்க சீர்த்த'** என்பவையும் வியங்கோள் வினை முற்றுத் தொடர்களே. இவற்றில் 'நிற்க அதற்கு' என்னும் தொடரைத் தவிர மற்றத் தொடர்களில் வருமொழி முதலில் வல்லினம் அமைந்திருக்கிறது. இந்தத் தொடர்களிலும் வல்லினம் மிகவில்லை. **'வாழ்க தமிழ்', வளர்க செல்வம்', 'வெல்க படை', 'செல்க களம்', 'பெருகுக திறன்' 'உயர்க பண்பாடு'** என்னும் வியங்கோள் தொடர்களிலும் வல்லினம் மிகாமல் இருப்பதை நோக்குக.

''யானை கொன்றது புலியை''
''யானையால் கொல்லப்பட்டது புலி.''

என்னும் இரு தொடர்களும் வினைமுற்றுத் தொடர்களே. **'கொன்றது புலியை'** என்னும் தொடரில் நிலைமொழியாக நிற்பது 'கொன் றது' என்னும் செய்வினை. **'கொல்லப்பட்டது புலி'** என்னும் தொடரில் நிலை மொழியாக நிற்பது 'கொல்லப்பட்டது' என்னும் செயப் பாட்டு வினை' இந்தத் தொடர்களிலும் வல்லினம் மிகவில்லை.

வினைமுற்றுத் தொடர்கள் பலவற்றை இதுவரை பார்த்தோம். வினைமுற்றுத் தொடரில் நிலைமொழி எந்த வகை வினையாக இருந்தாலும் வல்லினம் மிகாது.

எதிர்மறைக்குறிப்பு வினைகளுக்குப் பின் வல்லினம்

'அள்ளாது குறையாது, இல்லாது பிறவாது' என்னும் தொடரில் நிற்கும் 'இல்லாது' என்னும் வினையெச்சம் 'இல்' என்னும் எதிர் மறைக்குறிப்பு வினையினின்று தோன்றியது.

''கணவனை இழந்தோர்க்குக் காட்டுவது
இல்லென்று
இணையடி தொழுது வீழ்ந்தனளே
மடமொழி''

(சிலப்பதிகாரம்)

இங்கே 'இல்' என்னும் சொல் 'இல்லை' என்று பொருள் தருவதை நோக்குக.

''கேடும் பெருக்கமும் இல்லல்ல
நெஞ்சத்துக்
கோடாமை சான்றோர்க்கணி''

''சொற்கோட்டம் இல்லது செப்பம் ஒரு
தலையா
உட்கோட்டம் **இன்மை** பெறின்''

(குறள்)

இந்தக் குறட்பாக்களில் நிற்கும் 'இல்லல்ல', 'இல்லது', 'இன்மை' என்னும் சொற்களை நோக்குக. இவை முறையே 'இல்லாதவை அல்ல', 'இல்லாதது', 'இல்லாமை' என்னும் பொருள் தருகின்றன.

''நன்றி மறப்பது **நன்றன்று நன்றல்லது**
அன்றே மறப்பது நன்று''

(குறள்)

இங்கே நன்றன்று, நன்றல்லது என்னும் தொடர்களில் நிற்கும் 'அன்று', 'அல்லது' என்னும் சொற்களையும் நோக்குக.

"கேடில் விழுச்செல்வம் கல்வி ஒருவற்கு
மாடல்ல மற்ற யவை"
(குறள்)

'கேடில்' என்பது 'கேடில்லாத' என்னும் பொருளையும், 'மாடல்ல' என்பது செல்வ மல்ல என்னும் பொருளையும் தருகின்றன.

"ஐயுணர் வெய்தியக் கண்ணும் பயமின்றே
மெய்யுணர் வில்லா தவர்க்கு" (குறள்)

'பயமின்றே' என்னும் தொடரில் நிற்கும் 'இன்று' என்னும் சொல் 'இல்லை' என்னும் பொருளுடையது.

இல், இல்லை, இன்று, அன்று, அல்ல என்னும் எதிர்மறைப் பொருள் உணர்த்தும் குறிப்பு வினைகளை இதுவரை பார்த்தோம். இவற்றுள், இல்லை, இன்று, அன்று, அல்ல என்பன உயிரீற்றுச் சொற்கள். இவற்றை நிலை மொழியாகக் கொண்ட தொடர்களில் வல்லினம் மிகுமா என்பதை இப்போது பார்ப்போம்.

'இல்லை' என்னும் சொல் நிலை மொழியாக நிற்கும் தொடரில் வல்லினம் மிகாது என்பதை முன்பே விளக்கியிருக்கிறோம்.

இன்று, அன்று, என்னும் எதிர்மறைக் குறிப்பு வினைகள் இன்றைய வழக்கில் பெரும்பாலும் இல்லை. இருப்பினும், அவை தொடரின் இறுதியில் வருவதே வழக்கம். எனவே, இந்தச் சொற்களைப் பற்றி நாம் இப்போது கவலைப்பட வேண்டியதில்லை. இவை, தொடரின் முதலில் வந்தாலும் வல்லினம் மிகாது.

'அல்ல' என்பது இன்றைய வழக்கில் மிகுதியாகப் பயன்படுவது என்றாலும், இதுவும் தொடரில் நிலை மொழியாக அமைவது அரிதாகவே காணப்படுகிறது. 'அல்ல' என்னும் சொல்லை நிலை மொழியாகக் கொண்ட தொடர்களை இலக்கிய வழக்கில் காண்கிறோம்.

"நாடென்ப நாடா வளத்தன நாடல்ல
நாட வளந்தரு நாடு" (குறள்)

'நாட வளந்தரு நாடு நாடல்ல' என்பதே 'நாடல்ல நாட வளந்தரு நாடு' என்று மாறி நிற்கிறது.

"கவையாகிக் கொம்பாகிக் காட்டகத்தே
                    நிற்கும்
அவையல்ல நல்ல மரங்கள்" (மூதுரை)

'நல்ல மரங்கள் அவை அல்ல' என்பதே இங்கே 'அவை அல்ல நல்ல மரங்கள்' என மாறி அமைந்திருப்பதையும் நோக்குக.

'அல்ல' என்பது நிலை மொழியாக நின்று வருமொழி முதலில் வல்லினம் வருமாயின், அப்போது வருமொழி முதலில் நிற்கும் வல்லினம் மிகாது.

1) இவை பெருமைக்குரிய செயல்கள் அல்ல.

2) அவை தேக்கு மரங்கள் அல்ல.

3) இவை குயில்கள் அல்ல.

இந்த வாக்கியங்களைப் பொருள் மாறாத வாறு இப்படி மாற்றலாம்:

1) இவையல்ல பெருமைக்குரிய செயல்கள்.

2) அவையல்ல தேக்கு மரங்கள்.

3) இவையல்ல குயில்கள்.

அல்ல பெருமை, அல்ல தேக்கு, அல்ல குயில்கள் என்னும் தொடர்களைக் கவனியுங்கள். இந்தத் தொடர்களில் வல்லினம் மிகவில்லை.

"எல்லா விளக்கும் விளக்கல்ல
                    சான்றோர்க்குப்
பொய்யா விளக்கே விளக்கு" (குறள்)

'விளக்கல்ல சான்றோர்க்கு' என்னும் தொடரையும் நோக்குக.

இன்றி, அன்றி...

ஆனால், 'இன்று', 'அன்று' என்னும் குறிப்பு வினை முற்றுக்களினின்று தோன்றிய 'இன்றி', 'அன்றி' என்னும் எச்ச வினைகள் இன்றைய வழக்கிலும் மிகுதியாக உள்ளன.

"அரங்கின்றி வட்டாடி யற்றே நிரம்பிய
நூலின்றிக் கோட்டி கொளல்"

(குறள்)

அரங்கின்றி, நூலின்றி என்னும் தொடர்களில் நிற்கும் 'இன்றி' என்பது எச்சவினை. 'இல்லாமல்' என்பது இதன் பொருள். 'இன்றி' என்னும் சொல்லுக்குப் பின் வல்லினம் மிகும். **'நூலின்றிக் கோட்டி கொளல்'** என்னும் தொடரை நோக்குக.

''எள்ளா திருப்ப இழிஞர் போற்றற்குரியர்
விள்ளா அறிஞரது வேண்டாரே- தள்ளாக்
கரைகாப் புளநீர் **கட்டுகுள மன்றிக்**
கரைகாப் புளதோ கடல்''

(நன்னெறி)

இந்தப் பாடலில், 'அன்றிக்கரை' என்னும் தொடரில் வல்லினம் மிகுந்திருக்கிறது. அன்றி, இன்றி என்னும் சொற்களுக்குப் பின் வல்லினம் மிகும்.

எடுத்துக்காட்டு :

1) அழகு, இளமை, மணம் ஆகியவற்றை உடைய ஒன்று எல்லாவற்றையும் கடந்து **மாறுதலின்றித் திகழ்கிறது.**

2) இப்பொழுதும் சில உள்ளூறுப்புக்கள் **பயனின்றிக் கிடக்கின்றன.**

3) அவர்கள் இயற்கையினுள் **பிரிவின்றிக் கிடக்கும்** அழகைப் போற்றினர்.

4) ''புலன்களைத் தீய வழியினின்றுங் காத்து, அவற்றை நல்வழிப்படுத்த அப்பர் **முயன்றாரேயன்றிப் புலன்களை** அழித்துத் தாமும் அவற்றுடன் அழிய முயன்றா ரில்லை''

5) தொடக்கத்தில் சிறு முயற்சி செய்தல் வேண்டும். பின்னர், **முயற்சியின்றிச் செயல்** இயல்பாக நிகழ்ந்து வரும்.

6) புலன்களைத் தீய வழியில் செல்லாது தடுப்பது **மட்டுமன்றித் தூய நல்வழியில்** அவற்றைச் செலுத்தவும் முயலல் வேண்டும்.

இந்த வாக்கியங்களில் அன்றி, இன்றி என்னும் சொற்களுக்குப் பின் வல்லினம் மிகுந்திருப்பதை நோக்குக.

'இல்லாது' என்பதைப் போலவே 'அல்லாது' என்பதும் குறிப்பு வினையெச்சமாகும். 'அல்லாது' என்னும் சொல்லுக்குப் பின் வல்லினம் மிகாது.

எடுத்துக்காட்டு :

1) நல்ல நூல்களைப் படிப்பதால் நம் மனம் நல்வழியில் செல்லுமே **அல்லாது தீய வழியில்** ஒருபோதும் செல்லாது.

2) உடற்பயிற்சி செய்வது உடல் நலத்தை **மட்டுமல்லாது தெளிவான** அறிவையும் நல்குகிறது.

இன்றி, அன்றி, இல்லாது, அல்லாது என்பவற்றைப் போலவே, 'இல்லாமே', 'அல்லாமே' என்பதும் எதிர்மறைக்குறிப்பு வினையெச்சங்களாகும். இவை இன்றைய எழுத்து வழக்கில் (உரை நடையில்) இல்லை என்றாலும், கவிதையிலும் பேச்சு வழக்கிலும் உள்ளன. இந்தச் சொற்களுக்குப் பின்னும் வல்லினம் மிகாது.

''காலைத் துயிலெழுந்து, காலிரண்டும் முன்போலே
சோலைக் கிழுத்திட நான் சொந்தவுணர் **வில்லாமே**
சோலையினில் வந்துநின்று சுற்றுமுற்றும் தேடினேன்''

(பாரதியார்)

'இல்லாமே சோலையினில்' என்னும் தொடரை நோக்குக. இங்கே வல்லினம் மிகவில்லை.

''தனக்கொருத்தி **இல்லாமே**
தனிச்சிருக்கும் சாமியிடம்
எனக்கொருத்தி வேணுமின்னு கேக்க வந்தாரோ?

(பட்டுக்கோட்டை கல்யாண சுந்தரம்)

'இல்லாமே தனிச்சிருக்கும்' என்னும் தொடரையும் நோக்குக.

இதுபோலவே, 'அல்லாமே' என்னும் சொல்லுக்குப் பின்னும் வல்லினம் மிகாது. 'கொடூர வார்த்தைகளைப் பேசியதும் **''அல்லாமே கொடூரமான** செயல்களைச் செய்யவும் துணிந்து விட்டார்கள்'' இந்த வாக்கியத்தில் **'அல்லாமே கொடூரமான'** என்னும் தொடரில் வல்லினம் மிகவில்லை.

தெரிநிலை

இல்லாமே, அல்லாமே என்னும் குறிப்பு வினையெச்சங்கள் போன்ற வடிவங்கள் தெரிநிலை வினையெச்சங்களிலும் அமைவதுண்டு.

''அல்லாதென் வார்த்தை அவர் சிறிதும்
நம்பாமே
புல்லாக எண்ணிப் புறக்கணித்துப்
போய்விட நான்
அக்கணத்தே தீயில் அமிழ்ந்து விழ
நேரினும்''
(பாரதியார்)

இந்தப் பாடற் பகுதியில் நிற்கும் 'நம்பாமே' என்னும் வினையெச்சம் அந்த வகையைச் சேர்ந்தது. இந்த வடிவில் அமையும் தெரிநிலை வினையெச்சங்களுக்குப் பின்னும் வல்லினம் மிகாது. 'நம்பாமே புல்லாக' என்னும் தொடரை நோக்குக.

இல்லாத

இல்லை, அல்ல, இன்று, அன்று என்னும் எதிர்மறைக் குறிப்பு வினைகளினின்று தோன்றும் குறிப்புப் பெயரெச்சங்களை இப்போது பார்ப்போம்.

''இடிப்பாரை இல்லாத ஏமரா மன்னன்
கெடுப்பா ரிலானுங் கெடும்''

''செவிக்குண வில்லாத போழ்து சிறிது
வயிற்றுக்கும் ஈயப் படும்''
(குறள்)

'இல்லாத ஏமரா மன்னன்' 'இல்லாத போழ்து' என்னும் தொடர்களில் நிற்கும் 'இல்லாத' என்பது எதிர்மறைக்குறிப்புப் பெயரெச்சம். மற்றப் பெயரெச்சங்கள் போலவே இந்தப் பெயரெச்சத்திற்குப் பின்னும் வல்லினம் மிகாது. 'இல்லாத போழ்து' என்னும் தொடரை நோக்குக.

வாய்மை எனப்படுவதியாதெனின்
யாதொன்றும்
தீமை யிலாத சொலல்''
(குறள்)

இங்கே இரண்டாவது அடியில் நிற்கும் 'இலாத சொலல்' என்னும் தொடரை நோக்குக. இந்தத் தொடரில் நிலை மொழியாக நிற்பது 'இலாத' என்னும் சொல். 'இல்லாத' என்பதே 'இலாத' என்று மாறி நிற்கிறது. இது இடைக்குறை. இரண்டிற்கும் பொருள் ஒன்றே. இந்தத் தொடரிலும் வல்லினம் மிகவில்லை.

'இல்லாத' என்பது ஈறுகெட்டு 'இல்லா' என்று அமையும்போது, இந்தச் சொல்லுக்குப் பின் வல்லினம் மிகும்.

எடுத்துக்காட்டு :

1) 'சிலவற்றில் பொருத்தமில்லாப் பொருளும் உண்டு'

2) 'அந்த இன்பம் அழகுள்ள இயற்கைப் படைப்புக்கள் அனைத்திலும் உண்டு. அழகில்லாப் படைப்பும் உண்டோ?'

3) 'அவை மாறுதலில்லாக் கடவுளுக்கே உண்டு'

பொருத்தமில்லாப் பொருள், அழகில்லாப் படைப்பு, மாறுதலில்லாக் கடவுள்' என்னும் தொடர்களை நோக்குக.

'தோற்ற ஒடுக்கமிலாப் படைப்பே அழகாகும்' என்னும் வாக்கியத்தில் நிற்கும் 'ஒடுக்க மிலாப் படைப்பு' என்னும் தொடரை நோக்குக. இந்தத் தொடரில் 'இல்லாப் படைப்பு' என்பது 'இலாப்படைப்பு' என்று அமைந்திருக்கிறது. 'இல்லா' என்பது 'இலா' என்று ஆகியிருக்கிறது. இது 'இடைக்குறை' என்பதை முன்பே குறிப்பிட்டோம். 'இலா' என்னும் சொல் நிலை மொழியாக நிற்கும் தொடரிலும் வல்லினம் மிகும். 'இலாப் படைப்பு' என்னும் தொடரில் வல்லினம் மிகுந்திருப்பதை நோக்குக. 'அறிவுடன் தொடர்பிலாச் செயல் செம்மையாக அமையாது' என்னும் வாக்கியத்தில், 'தொடர்பிலாச் செயல்' என்னும் தொடரிலும் வல்லினம் மிகுந்திருப்பதை நோக்குக.

இல் - இல்லாத

''கேடில் விழுச்செல்வம் கல்வி ஒருவற்கு
மாடல்ல மற்றை யவை''

''பயனில்சொல் பாராட்டு வானை
மகனெனல்
மக்கட் பதடி யெனல்'' (குறள்)

'கேடில் விழுச்செல்வம்' 'பயனில் சொல்' என்னும் தொடர்களை நோக்குக. 'கேடில்', 'பயனில்' என்பன 'கேடில்லாத', 'பயனில்லாத' என்னும் பொருளில் அமைந் திருக்கின்றன. 'உயர்தோற்றம்', 'செய் பொருள்' போன்ற தொடர்களில் நிற்கும் 'உயர்', 'செய்' என்னும் வினையடிகள் பெயரெச்சப் பொருள் தருவன என்பதை முன்பு பார்த்தோம். இவை காலம் காட்டாத பெயரெச்சங்கள் என்பதையும் அப்போது கண்டோம். 'கேடில் விழுச்செல்வம்', 'பயனில் சொல்' முதலிய தொடர்களில்

நிற்கும் 'இல்' என்பதும் 'உயர்தோற்றம்', செய்பொருள் முதலிய தொடர்களில் நிற்கும் உயர், செய் போன்ற வினையடிச் சொற்களை ஒத்ததே.

இல்பொருள், செய்பொருள் என்னும் தொடர்களை ஒப்பிட்டுப் பார்த்தால் இந்த இரு தொடர்களும் அமைப்பு முறையில் ஒரே விதமாக இருப்பதைக் காணலாம். இரண்டிலும் நிலைமொழியாக நிற்பது வினையடிச் சொல். இரண்டுமே பெயரெச்சப் பொருள் உணர்த்துகின்றன. குறிப்பு வினை போலவே வினைத் தொகையும் காலத்தைக் குறிப்பாக உணர்த்துகிறது. குறிப்பு வினை எந்த வடிவிலும் காலம் காட்டாது.

அல்லாத

'இல்' என்னும் எதிர்மறைக் குறிப்பு வினையினடியாகப் பிறக்கும் இல்லாத, இலாத, இல்லா, இலா என்னும் பெயரெச்சங்கள் போலவே, 'அல்' என்னும் எதிர்மறைக்குறிப்பு வினையினின்று அல்லாத, அலாத, அல்லா, அலா என்னும் பெயரெச்சங்கள் தோன்றுகின்றன.

''கல்லாத மாந்தர்க்குக் கற்றுணர்ந்தார்
சொற்கூற்றம்
அல்லாத மாந்தர்க்கு அறம் கூற்றம்''
(மூதுரை)

'அல்லாத மாந்தர்க்கு' என்னும் தொடரில் நிற்கும் 'அல்லாத' என்பது பெயரெச்சம். 'அல்லாத' என்னும் சொல்லுக்குப் பின்னும் வல்லினம் மிகாது.

எடுத்துக்காட்டு :

1) அறமல்லாத செயல்
2) தீமையல்லாத சொல்லே வாய்மையாகும்.

'அல்லாத' என்பது இடைக்குறைந்து 'அலாத' என்று நின்றாலும் வல்லினம் மிகாது.

'அல்லாத' என்பது ஈறுகெட்டு 'அல்லா' என்றும் அமையும்போது வல்லினம் மிகும்.

எடுத்துக்காட்டு :

1) **தீயவையல்லாத் தெய்வத் தன்மைகள்** ஒருவனது வாழ்வை மேம்படுத்தும்.
2) புலனடக்கம் என்பது புலன்களை **நன்னெறியல்லாத் தீ நெறியில்** செலுத்தாமையைக் குறிக்கிறது.

இது, இடைக்குறைந்து 'அலா' என்றமையும்போதும் வல்லினம் மிகும்.

எடுத்துக்காட்டு :

1) **அறமலாச் செயல்**
2) **தீயவையலாத் தெய்வத் தன்மைகள்**
3) **நன்னெறியலாத் தீ நெறி.**

உடன்பாட்டுக் குறிப்பு வினைகளுக்குப்பின் வல்லினம்

''மடல் பெரிது தாழை மகிழினிது கந்தம்
உடல் சிறிய ரென்றிருக்க வேண்டா''
(மூதுரை)

'மடல் பெரிது தாழை', 'மகிழினிது கந்தம்' என்னும் இரு தொடர்களையும் கவனியுங்கள். குறிப்பாக, 'பெரிது தாழை', 'இனிது கந்தம்' என்னும் தொடர்களை நோக்குக.

இந்தத் தொடர்களில் வல்லினம் மிக வில்லை.

''மலரினும் மெல்லிது காமம் சிலரதன்
செவ்வி தலைப்படு வார்''
(குறள்)

'மெல்லிது காமம்' என்னும் தொடரிலும் வல்லினம் மிகவில்லை. இந்த மூன்றும் குறிப்பு வினைமுற்றுத் தொடர்கள்.

1) **எளிது சொல்லுதல்**
2) **அரிது செய்தல்**
3) **இனிது பகிர்ந்துண்டு** வாழ்தல்

இந்தத் தொடர்களைச் சொல்லிப் பாருங்கள். எளிது, அரிது, இனிது என்னும் சொற்களுக்குப் பின் வல்லினம் மிகாமல் ஒலிப்பதை உணரலாம். எனவே, குறிப்பு வினை முற்றுகளுக்குப் பின் வல்லினம் மிகாது என்பதை நினைவிற் கொள்க.

எச்சம்

''இவ்வுரை கேட்டதுச் சாதனன் -
அண்ணன்
இச்சையை மெச்சி எழுந்தனன்-இவன்

செவ்வி சிறிது புகலுவோம் - இவன்
தீமையில் அண்ணனை வென்றவன்''
(பாரதியார்)

'சிறிது புகலுவோம்' என்னும் தொடரை நோக்குக. இங்கே 'சிறிது' என்பது வினை முற்றாக நிற்கவில்லை; வினையடையாக நிற்கிறது. எப்படி அமைந்தாலும் இந்தச் சொற்களுக்குப் பின் வல்லினம் மிகாது.

சிறிது சிறிதாக

புதிது புதிதாக

இனிது சொல்வார்

அரிது செய்வார்

என்னும் தொடர்களையும் நோக்குக.

'சிறிது' என்னும் சொல் வினை முற்றாகவும் வினையடையாகவும் நிற்பதை இப்போது பார்த்தோம். சிறிய என்பது குறிப்புப் பெயரெச்சம் அல்லது பெயரடை. இதே பொருளில் வழங்கும் இன்னொரு சொல் 'சின்ன' என்பது. சிறிய என்னும் சொல்லுக்குப் பின் வல்லினம் மிகாது. ஆனால் 'சின்ன' என்னும் சொல்லுக்குப் பின் வல்லினம் மிகும்.

''**சின்னப் பயலே சின்னப்** பயலே சேதி
கேளடா''
''**சின்னச் சின்ன** இழை பின்னிப் பின்னி
வரும்
சித்திரக் கைத்தறிச் சேலையடி''
(பட்டுக்கோட்டையார்)

''**சின்னக்குயிலின்** சிறு குலத்திலே தோன்றி
என்ன பயன் பெற்றேன்? எனைப்
போலோர் பாவியுண்டோ?
(பாரதியார்)

'சின்னப் பயலே', 'சின்னச் சின்ன', 'சின்னக் குயிலின்' என்னும் தொடர்களில் வல்லினம் மிகுந்திருப்பதை நோக்குக.

''**சின்னஞ்சிறு கிளியே** கண்ணம்மா
செல்வக் களஞ்சியமே''
(பாரதியார்)

என்னும் பாடலில் நிற்கும் 'சின்னஞ்சிறு' என்னும் தொடரில் நிலைமொழியாக நிற்பது சின்னம்' என்னும் சொல். அதனால் தான், 'சின்னம்-சிறு' என்னும் இரண்டு சொற்களும் சேரும்போது 'சின்னஞ்சிறு' என்றாகிறது.

மேலும் 'பென்னம்பெரிய', 'கன்னங்கரிய' என்பவற்றைப் போலச் 'சின்னஞ்சிறு', 'சின்னஞ்சிறிய என்பவற்றையும் ஒரு சொல்லாகக் கொள்வதே பொருத்தமாகும். 'சின்னச் சின்ன', 'சின்னஞ்சிறு' என்னும் சொற்கள் பொருளில் சற்று வேறுபடுவதை யும் நோக்குக. 'சின்னச் சின்ன' என்பது சிறிய சிறிய என்னும் பொருளிலும், 'சின்னஞ்சிறு' என்பது 'மிகச்சிறிய' என்னும் பொருளிலும் வழங்குகின்றன.

'சின்னச் சின்ன இழை'

'சின்னஞ்சிறு குருவி'

என்னும் இரு தொடர்களையும் ஒப்பிட்டுப் பார்த்தால் வேறுபாடு உணரலாம்.

வினையெச்சத் தொடர்

வினையெச்சத் தொடரில் வருமொழி முதலில் வல்லினம் நின்றால் எவ்வாறு புணரும் என்பதை இப்போது பார்ப்போம்.

''தனித்தனிமுக் **கனிபிழிந்து** வடித்தொன்றாக்
கூட்டிச்
சர்க்கரையும் கற்கண்டின் பொடியுமிகக்
கலந்தே
தனித்தநறுந் தேன்பெய்து பசும்பாலும்
தெங்கின்
தனிப்பாலும் சேர்த்தொருதீம் பருப்பிடியும்
விரவி
இனித்தநறு நெய்யளைந்தே இளஞ்சூட்டி
னிறக்கிக்
கொடுத்த சுவைக் கட்டியினு மினித்திடுந்
தெள்ளமுதே!
அநித்தமறத் திருப்பொதுவில் விளங்கு நடத்
தரசே
அடிமலர்க்கென் சொல்லணியா
மலங்கலணிந் தருளே!
(திருவருட்பா)

இந்தப் பாடலில் நிற்கும் பின் வரும் தொடர்கள் வினையெச்சத் தொடர்கள்:

1) பிழிந்து வடித்து
2) வடித் தொன்றா
3) கூட்டிச் சர்க்கரை
4) கலந்தே தனித்த
5) பெய்து பசும்பாலும்
6) சேர்த்தொரு

7) விரவி இனித்த
8) அளைந்தே இளஞ்சூட்டில்
9) இறக்கிக் கொடுத்த
10) அணிந்தருளே

இந்தத் தொடர்களில் 'கூட்டிச் சர்க்கரை', 'கலந்தே தனித்த', 'பெய்து பசும்பாலும்', 'இறக்கிக் கொடுத்த' என்னும் நான்கு தொடர்களே நாம் கவனிக்க வேண்டியவை. ஏனெனில், இந்தத் தொடர்களில்தான் வருமொழி முதலில் வல்லினம் நிற்கிறது.

இவற்றில் இரண்டு தொடர்களில் வல்லினம் மிகுந்திருக்கிறது; இரண்டு தொடர்களில் வல்லினம் மிகவில்லை. வினையெச்சங்கள் பல வகைப்படும். வினையெச்சத் தொடரில் வல்லினம் மிகுவதும் மிகாமலிருப்பதும் நிலைமொழியாக நிற்கும் வினையெச்சம் எந்த வகையைச் சார்ந்தது என்பதைப் பொறுத்ததே. இவற்றை ஒவ்வொன்றாகப் பார்ப்போம்.

வல்லினம் மிகும் இடங்கள்

சற்று முன்பு பார்த்த தொடர்களில், 'கூட்டிச் சர்க்கரை', 'இறக்கிக் கொடுத்த' என்னும் இரண்டிலும் வல்லினம் மிகுந்திருக்கிறது. இதற்குக் காரணம், இந்த இரு தொடர்களும் இகர ஈற்று வினையெச்சங்களை நிலை மொழியாகக் கொண்டவை. அதாவது, நிலை மொழி இறுதியில் நிற்பது 'இ' என்னும் உயிர்.

இகர ஈறு

இந்தக் குறட்பாக்களைப் பாருங்கள்.

1) தூங்குக **தூங்கிச் செயற்பால** தூங்கற்க
தூங்காது செய்யும் வினை

2) துப்பார்க்குத் துப்பாய **துப்பாக்கித்**
துப்பார்க்குத்
துப்பாய தூவு மழை

3) **பழியஞ்சிப் பாத்தூண்** உடைத்தாயின்
வாழ்க்கை
வழியெஞ்சல் எஞ்ஞான்றும் இல்.

4) வாணிகம் செய்வார்க்கு வாணிகம் **பேணிப்**
பிறவும் தமபோல் செயின்

5) **எண்ணித் துணிக** கருமம் துணிந்தபின்
எண்ணுவம் என்பது இழுக்கு

மேற்காணும் குறட்பாக்களில் நிற்கும் வினையெச்சத் தொடர்களில் தூங்கி, ஆக்கி, அஞ்சி, பேணி, எண்ணி என்னும் வினையெச்சங்கள் நிலைமொழியாக நிற்கின்றன. இவை யாவும் இகர ஈற்று வினையெச்சங்கள். இந்தத் தொடர்களிலும் வல்லினம் மிகுந்திருப்பதை நோக்குக.

''போலிப் புகழ்தனை **நாடிப்–பிச்சை**
போடும் மனிதர்கள் கோடி''

''ஊரில் மதிப்புற **வேண்டிச் – சில**
உதவிகள் செய்பவன் ஆண்டி''

''பச்சை விளம்பரம் **காணப்-பொருள்**
பற்றிக் கொடுப்பது வீணே''
(கண்ணதாசன்)

இந்தப் பாடலில் நிற்கும் இகர ஈற்று வினையெச்சத் தொடர்களை நோக்குக. இகர ஈற்று வினையெச்சத் தொடரில் வருமொழி எதுவாக இருந்தாலும் வல்லினம் மிகும்.

வன்றொடர்

''வாரி எதைக் கொடுத்தாலும்- அதை
மறைத்துக் கொடுப்பவன் மன்னன்''
(கண்ணதாசன்)

இந்தப் பகுதியில் நிற்கும் 'மறைத்துக் கொடுப்பவன்' என்பது வினையெச்சத் தொடர். இந்தத் தொடரில் நிலை மொழி ஈற்றில் நிற்பது 'து' விகுதி. அதோடு, 'மறைத்து' என்னும் சொல்லில் 'து'வுக்கு முன் 'த்' இருக்கிறது. எனவே, இது வன்றொடர்க் குற்றியலுகரம். வன்றொடர்க் குற்றியலுகரத்திற்குப் பின் வல்லினம் மிகும் என்னும் விதிக்கு ஏற்ப இந்தத் தொடரிலும் வல்லினம் மிகுந்திருக்கிறது.

''**கதங்காத்துக் கற்றடங்கல்** ஆற்றுவான்
செவ்வி
அறம் பார்க்கும் ஆற்றின் நுழைந்து''

''அழுக்கா றெனவொரு பாவி
திருச்செற்றுத்
தீயுழி உய்த்து விடும்''

இந்தக் குறட்பாக்களில் வினையெச்சத் தொடர்களில் நிலை மொழியாக நிற்பவை 'காத்து' 'செற்று' என்னும் வினையெச்சங்கள்.

கீழ்க்காணும் பாடல் வரிகள் பாரதிதாசனின் 'சஞ்சீவி பர்வதத்தின் சாரல்' என்னும் காவியத்தில் உள்ளவை:

1) சஞ்சீவி பர்வதத்தில் தையலெனைக் கூட்டிப் போய்க் கொஞ்சம் **பறித்துக் கொடுத்தால்** உயிர்வாழ்வேன்.

2) ஊரிலுள்ள பெண்களெல்லாம் உள்ளத் தைப் பூர்த்தி செயும்

சீரியர்க்கு **மாலையிட்டுச் சீரடைந்து** வாழ்கின்றார்

3) வஞ்சி அப்போது மணவாளன் மலைப் பதனைக் கொஞ்சம் **அவமதித்துக் கோவை** உதடு திறந்தாள்...

4) ஊறும் பகுத்தறிவை இல்லா **தொழித்து விட்டுச் சாறற்ற** சக்கையாய்ச் சத்துடம் பைக் **குன்ற வைத்துப்**

பொற்புள்ள மாந்தர்களைக் கல்லாக்கியே...

5) செவ்வையாய் **யோசித்துச் செப்பாயோ** ஓர் மார்க்கம்

மேற்காணும் பாடல் வரிகளில் நிற்கும் வினையெச்சத் தொடர்களிலும் வன்றொடர்க் குற்றியலுகரத்தை இறுதியிலுடைய சொற்கள் நிலை மொழியாக நிற்கின்றன.

''நாடிழந்து நகரிழந்து **நலிவுற்றுச் சாவு** என்னும் துன்பத்தின் வருகையை **எதிர் பார்த்துக் காட்டில்** வாழ்கிறான் வள்ளல் குமணன்'' என்னும் வாக்கியத்தில் நிற்கும் 'நலிவுற்றுச் சாவு', 'எதிர்பார்த்துக் காட்டில்' என்னும் தொடர்களும் வன்றொடர்க் குற்றிய லுகரத்தை ஈற்றில் உடைய வினையெச்சங் களை நிலை மொழியாகக் கொண்ட தொடர் களே. நாம் இதுவரை பார்த்த தொடர்களில் வல்லினம் மிகுந்திருக்கிறது. இவற்றிலிருந்து, வன்றொடர்க் குற்றியலுகரத்தை ஈற்றிலுடைய வினையெச்சத்திற்குப் பின் வல்லினம் மிகும் என்பது தெளிவாகத் தெரிகிறது அல்லவா?

அகர ஈறு

வினையெச்சங்களில் இன்னொரு வகை அகரத்தை, அதாவது 'அ' என்னும் உயிரை, இறுதியில் உடையது. இத்தகைய வினை யெச்சத் தொடர்களில் வல்லினம் மிகுமா என்பதை இனிக்காண்போம்.

''அடக்க முடையார் அறிவிலரென் றெண்ணிக்
கடக்கக் கருதவும் வேண்டா – மடைத்தலையில்
ஓடுமீன் **ஓட** உறுமீன் வருமளவும்
வாடி இருக்குமாம் கொக்கு''

(மூதுரை)

இந்தப் பாடலில் தடித்த எழுத்திலுள்ள இரு தொடர்களும் அகர ஈற்று வினையெச்சத் தை நிலை மொழியாகக் கொண்டவை.

இவற்றில், 'கடக்கக் கருதவும்' என்னும் தொடரில் வருமொழி முதலில் நிற்கும் வல்லின மெய்யாகிய 'க்' இரட்டித்திருக்கிறது. அகர ஈற்று வினையெச்சத்தை நிலை மொழி யாகக் கொண்ட தொடரில் வல்லினம் மிகும் என்பதை இந்தத் தொடர் உணர்த்துகிறது.

1) கற்க **கசடறக் கற்பவை** கற்றபின்
நிற்க **அதற்குத்** தக.

2) தந்தை மகற்காற்றும் நன்றி அவையத்து
முந்தி **இருப்பச் செயல்**

3) அகனமர்ந்து ஈதலின் நன்றே முகனமர்ந்து
இன்சொலன் **ஆகப்பெறின்**

இந்தக் குறட்பாக்களில் அகர ஈற்று வினையெச்சங்களை நிலை மொழியாகக் கொண்டு அமைந்திருக்கும் தொடர்களிலும் வலி மிகுந்துள்ளது.

1) காட்டில் அலைந்து திரியும் நிலையைப் பெற்றதோடு துன்பம் குமணனை விட்டு விடவில்லை. அது சாவின் வடிவில் அவனைத் **துரத்தத் தொடங்கியது.**

2) சாவு தரும் துன்பத்தை மறந்த் துன்பங்களுடன் ஒப்பிட்டுப் பார்க்கத் **தவறவில்லை,** திருவள்ளுவர்.

3) குமணன் தன் தலையை வெட்டித் **தரத் தானே** முன் வருகிறான்.

இந்த வாக்கியங்களில் நிற்கும் அகர ஈற்று வினையெச்சத் தொடர்களையும் நோக்குக. இதுவரை நாம் எடுத்துக்காட்டிய தொடர்களி லிருந்து அகர ஈற்று வினையெச்சத் தொடரில் வல்லினம் மிகும் என்பது தெளிவாகத் தெரிகிறது.

ஆய், போய்

வினையெச்சங்களில் இன்னொரு வகை யகர மெய்யை, அதாவது 'ய்' என்னும் எழுத்தை இறுதியில் உடையது. இந்த வகை வினையெச்சங்கள் நிலை மொழியாக நிற்கும்

போதும் வல்லினம் மிகும். இந்த யகர ஈற்று எச்சங்கள் 'ஆய்', 'போய்' என்னும் சில சொற்களிலேயே அமைந்திருக்கின்றன.

''அறத்தாற்றின் இல் வாழ்க்கை ஆற்றின்
புறத்தாற்றில்
போஒய்ப் பெறுவ தெவன்''

என்னும் குறளில் நிற்கும் 'போஒய்ப் பெறுவது' என்னும் தொடர் இந்த வகையை சேர்ந்தது. 'போஒய்' என்னும் சொல்லில் நிற்கும் 'ஒ' அளபெடை. இதனை நீக்கி விட்டால், அப்போது இந்தச் சொல் 'போய்' என்னும் தன் இயல்பான வடிவத்தைப் பெறும். 'போய்ப் பெறுவது' என்னும் தொடரில் வல்லினம் மிகுந்திருப்பதை நோக்குக.

''துள்ளி வரும் பகையின்- தலைகளைக்
கிள்ளி வரும் வீரனைத்தான்
பிள்ளையாய்ப் பெற்றிருந்தேன்''

(கலைஞரின் சங்கத்தமிழ்)

இந்தப் பகுதியில், பிள்ளையாய்ப் பெற்றிருந்தேன் என்னும் தொடரில் நிலை மொழியாக நிற்பது யகர மெய்யை இறுதியிலுடைய பிள்ளையாய் என்னும் சொல். இந்தத் தொடரிலும் வல்லினம் மிகுந்திருப்பதை நோக்குக.

ஈறு கெட்ட எதிர்மறை வினையெச்சம்

''காக்கை **கரவாக் கரைந்துண்ணும்**
ஆக்கமும்
அன்ன நீ ரார்க்கே உள''

என்னும் குறட்பாவில் நிற்கும் 'கரவாக் கரைந்து' என்னும் தொடர் வினையெச்சத் தொடர். இதில் நிலை மொழியாக நிற்கும் 'கரவா' என்பது ஈறுகெட்ட எதிர்மறை வினையெச்சம். 'கரவாது' என்பதே ஈறுகெட்டுக் 'கரவா' என்றாகியிருக்கிறது.

''நஞ்சுடைமை தானறிந்து நாகம்
கரந்துறையும்
அஞ்சாப் புறங்கிடக்கும் நீர்ப்பாம்பு –

(மூதுரை)

இந்தப் பாடலில், 'அஞ்சாப் பறங் கிடக்கும்' என்னும் தொடரில் நிற்கும் 'அஞ்சா' என்பதும் ஈறுகெட்ட எதிர்மறை வினையெச்சமே. 'கரவாக் கரைந்துண்ணும்', 'அஞ்சாப் புறங்கிடக்கும்' என்னும் இரு தொடர்களிலும் வல்லினம் மிகுந்திருக்கிறது. 'கரவா' 'அஞ்சா' போன்ற ஈறு கெட்ட எதிர்மறை வினையெச்சங்கள் இலக்கிய வழக்கில் உள்ளன. இன்றைய வழக்கில் இவற்றைக் காண முடியவில்லை.

வலி மிகாத இடங்கள்

இடைத்தொடர்

''தனித்தநறும் தேன்பெய்து பசும்பாலும் தெங்கின் தனிப்பாலும் சேர்த்தொரு தீம் பருப்பிடியும் விரவி'' என்னும் வரிகள் நாம் முன்பு பார்த்த வள்ளலாரின் பாடலில் உள்ளவை. இந்தப் பாடற் பகுதியில் இடம் பெற்றுள்ள **'பெய்து பசும்பாலும்'** என்னும் தொடர் வினையெச்சத் தொடர். இங்கே நிலைமொழியாக நிற்பது 'பெய்து' என்னும் வினையெச்சம். இதுவும் 'து' விகுதி பெற்ற வினையெச்சம். இதிலுள்ள 'து' குற்றியலுகரம், அதற்கு முன் நிற்பது யகர மெய். எனவே, இது இடைத் தொடர்க் குற்றியலுகரம். பெய்து பசும்பாலும் என்னும் தொடரில் வல்லினம் மிகவில்லை.

''சமன் **செய்து சீர் தூக்கும்** கோல்போல்
அமைந்தொருபால்
கோடாமை சான்றோர்க் கணி''

இந்தக் குறளில் நிற்கும் 'செய்து சீர் தூக்கும்' என்பது வினையெச்சத் தொடர்.

''அடினும் பால் **பெய்து கைப்பறாது**
பேய்ச் சுரைக்காய்'' என்னும் வரியில் நிற்கும் 'பெய்து கைப்பறாது' என்பது வினையெச்சத் தொடர்.

கீழ்க்காணும் வாக்கியங்களில் நிற்கும் வினையெச்சத் தொடர்களை நோக்குக.

1) வேடன் மானை **அம்பெய்து கொன்றான்.**
2) பெருமுயற்சி **செய்து** பெற்ற செல்வத்தை எவரேனும் இழக்கத் துணிவரோ?
3) மனித நல்லியல்புக்கு இடையூறு **செய்து கெடுக்கப்** பலதிறப்பேய்கள் இருக் கின்றன.
4) மணிமேகலை தன் தோழியுடன் மலர் வனம் சென்று மலர் **கொய்து திரும்பி னாள்.**

'செய்து சீர்தூக்கும்', 'பெய்து கைப்பறாது', 'எய்து கொன்றான்', 'செய்து பெற்ற', 'செய்து கெடுக்க', 'கொய்து திரும்பினாள்' என்னும் வினையெச்சத் தொடர்களில் வல்லினம் மிகவில்லை. 'செய்து', 'பெய்து' போன்ற வடிவில் அமையும் வினையெச்சங்களுக்குப் பின் வல்லினம் மிகாது என்பது இந்த எடுத்துக்காட்டுகளிலிருந்து தெரிகிறது.

மென்றொடர்

இதேபோல, **வளர்ந்து கலந்து** போன்ற மென்றொடர்க் குற்றியலுகரத்தை ஈற்றிலுடைய வினையெச்சங்களுக்குப் பின்னரும் வல்லினம் மிகாது.

''அறம்பொருள் இன்பம் உயிரச்சம் நான்கின்
திறந்தெரிந்து தேறப் படும்''

''குடிப்பிறந்து குற்றத்தின் நீங்கி வடுப்பரியும்
நாணுடையான் கட்டே தெளிவு''

''கடனறிந்து காலம் கருதி இடனறிந்
தெண்ணி உரைப்பான் தலை''

இந்தக் குறட்பாக்களில் நிற்கும் 'தெரிந்து தேறப்படும்', 'பிறந்து குற்றத்தின்', 'அறிந்து காலம்' என்பன வினையெச்சத் தொடர்கள். இந்தத் தொடர்களில் மென்றொடர்க் குற்றிய லுகரத்தை ஈற்றிலுடைய வினையெச்சங்கள் நிலை மொழிகளாக உள்ளன. எனவே, இந்தத் தொடர்களில் வல்லினம் மிகவில்லை.

''அவரு வந்தார் இவரு வந்தார் ஆடினார் முடிவில்
எவருக்குமே தெரியாமே ஓடினார் – மனதில்
இருந்ததெல்லாம் **மறந்து கண்ணை** மூடினார்!!

(பட்டுக்கோட்டை கல்யாண சுந்தரம்)

''சின்னஞ் சிறு குருவி போலே – நீ
திரிந்து பறந்து வா பாப்பா!

''பாலைப் **பொழிந்து தரும்** பாப்பா –
அந்தப் பசுமிக நல்லதடி பாப்பா!''

(பாரதியார்)

மறந்து கண்ணை, திரிந்து பறந்து, பொழிந்து தரும் என்னும் தொடர்களும் அத்தகையனவே.

1) செல்வம் **வளர்ந்து பெருகுகிறது.**
2) உண்மையை **அறிந்து பேச** வேண்டும்.
3) பாடலைப் பொருள் **உணர்ந்து படித்தால்** தான் அதன் சுவையை உணர முடியும்.
4) இது தேன் **கலந்து காய்ச்சிய** பால்.
5) ஆற்றில் போட்டாலும் **அளந்து போட** வேண்டும்.

இந்த வாக்கியங்களில் நிற்பவை மென்றொடர்க் குற்றியலுகரத்தை ஈற்றிலுடைய வினையெச்சத் தொடர்கள். இத்தகைய தொடர்களிலும் வல்லினம் மிகவில்லை.

''.......... .... அவன்
கருத்துக்கு ஏற்றதொரு கன்னியிளமானைக்
களம் **சென்று திரும்பிய** பின் மணமுடிக்கக்
காத்திருந்தேன்''

(கலைஞரின் சங்கத்தமிழ்)

இந்தக் கவிதைப் பகுதியில் இடம் பெற்றுள்ள 'சென்று திரும்பிய' என்பது வினையெச்சத் தொடர். இதில் நிலை மொழியாக நிற்கும் வினையெச்சம் 'சென்று' என்பது கலந்து, உணர்ந்து முதலிய வினையெச்சங்கள் போலவே இதுவும் மென்றொடர்க் குற்றியலுகரச் சொல். எனவே, இந்தத் தொடரில் வல்லினம் மிகவில்லை.

''கண்ணின்று கண்ணறச் சொல்லினும் சொல்லற்க
முன்னின்று பின்னோக்காச் சொல்''

இந்தக் குறட்பாவிலே 'கண்ணின்று' என்பதைக் 'கண்-நின்று' என்று பிரிக்க வேண்டும். 'நின்று' என்பது வினையெச்சம் 'நின்று' என்பது அடுத்து நிற்கும்'கண்ணற' என்னும் சொல்லுடன் சேர்ந்து **நின்று கண்ணற** என்று அமைகிறது. 'நின்று கண்ணற' என்பது வினையெச்சத் தொடர். அடுத்த வரியில் நிற்கும் முன்னின்று என்பதை 'முன்- இன்று' என்று பிரித்து, இதில் வருமொழியாக நிற்கும் 'இன்று' என்பது ஈறு திரிந்த குறிப்பு வினையெச்சம் என்று கூறுவர். உரையாசிரியர்கள். எனவே, **'இன்று பின்னோக்கா''** என்பது வினையெச்சத் தொடர். நாம் கவனிக்க வேண்டியது இந்தத் தொடர்களில் வல்லினம் மிகவில்லை என்பதே.

1) உணவை நன்றாக **மென்று தின்ன** வேண்டும்.

2) எவ்வளவு கடுமையான பிரச்சினையாக இருந்தாலும், அதற்குத் தீர்வு காண நம்மால் இயன்ற அளவு **முயன்று பார்க்க** வேண்டும்.

3) **ஈன்று புறந்தருதல்** என் தலைக் கடனே.

இந்த வாக்கியங்களில் நிற்கும் 'மென்று தின்ன', 'முயன்று பார்க்க' 'ஈன்று புறம்' என்னும் தொடர்களிலும் வல்லினம் மிகவில்லை.

"ஒன்றென்று கொட்டு முரசே- அன்பில்
ஓங்கென்று கொட்டு முரசே!
நன்றென்று கொட்டு முரசே!- இந்த
நானில மாந்தருக் கெல்லாம்"

'இலகு சீருடை நாற்றிசை நாடுகள்
யாவும் **சென்று புதுமை** கொணர்ந் திங்கே"

(பாரதியார்)

இந்தப் பகுதியில் நிற்கும் 'என்று கொட்டு', 'சென்று புதுமை', என்பனவும் முன்பு எடுத்துக் காட்டிய வினையெச்சத் தொடர்கள் போன்றவையே.

"உழுதுண்டு வாழ்வாரே வாழ்வார்
மற்றெல்லாம்
தொழுதுண்டு பின்செல் பவர்"

என்னும் குறட்பாவில் 'தொழுதுண்டு' என்னும் தொடரில் வருமொழியாக நிற்கும் 'உண்டு' என்பது வினையெச்சம். எனவே, 'உண்டுபின் செல்பவர்' என்பது வினை யெச்சத் தொடர். இந்தத் தொடரில் வல்லினம் மிகவில்லை.

"உழவுக்கும் தொழிலுக்கும் வந்தனை
செய்வோம்-வீணில்
உண்டு களித்திருப்போரை நிந்தனை
செய்வோம்"

என்னும் பாரதி பாடலில் நிற்கும் 'உண்டு களித்து' என்னும் தொடரையும் நோக்குக.

"கண்டுகேட் டுண்டுயிர்த் துற்றறியும் ஐம்புலனும்
ஒண்டொடி கண்ணே உள"

(குறள்)

"என்று முகமன் இயம்பாதவர் கண்ணும் **சென்று பொருள்** கொடுப்பர் தீதற்றோர்"

(நன்னெறி)

'கண்டு கேட்டு', 'சென்று பொருள்' என்னும் தொடர்களும் நாம் சற்று முன்பு பார்த்த தொடர்களைப் போன்றவையே.

உயிர்த்தொடர்

"சொல்லில் உயர்வு தமிழ்ச் சொல்லே – அதைத்
தொழுது படித்திட பாப்பா!"

(பாரதியார்)

இந்தப் பகுதியில் இடம் பெற்றிருக்கும் 'தொழுது படித்திடடி' என்பது வினையெச்சத் தொடர். இந்தத் தொடரில் நிலை மொழியாக நிற்கும் 'தொழுது' என்பது உயிர்த் தொடர்க் குற்றியலுகரச் சொல். இதை நிலை மொழியாகக் கொண்ட 'தொழுது படித்திடடி' என்னும் தொடரிலும் வல்லினம் மிக வில்லை.

"ஆண்டாண்டு தோறும் **அழுது புரண்டாலும்**
மாண்டார் வருவரோ மாநிலத்தீர் –

(நல்வழி)

இந்தப் பாடலில் நிற்கும் 'அழுது புரண்டாலும்' என்னும் தொடரும் பாரதியார் பாடலில் உள்ள 'தொழுது படித்திடடி' என்னும் தொடரை ஒத்ததே. இந்த இரு தொடர்களிலும் நிலை மொழியாக நிற்கும் வினையெச்சங்கள் ஒரே தன்மையானவை.

"**உழுது பயிர் செய்து** உலகுக்கு உணவளிப்போரே உண்மையில் வாழ்ப வர்கள்" என்று வள்ளுவர் கூறுகிறார்.

இந்த வாக்கியத்தில் நிற்கும் 'உழுது பயிர் செய்து' என்னும் தொடரையும் நோக்குக.

உழுது, தொழுது, அழுது முதலிய வினையெச்சங்களுக்குப் பின் வல்லினம் மிகாது.

வினையெச்சத் தொடர்கள் சிலவற்றில் வல்லினம் மிகுவதையும், சிலவற்றில் வல்லினம் மிகாதிருப்பதையும் இதுவரை பார்த்தோம். அவற்றை மீண்டும் நினைவு படுத்திக் கொள்வோம்.

வல்லினம் மிகும் தொடர்கள்

எடுத்துக்காட்டு :

1) சொல்லிக் கொடுத்தார்.
2) அள்ளித் தந்தார்.
3) திரும்பிப் பார்த்தேன்.
4) எடுத்துக் கூறினார்.
5) கற்றுக் கொண்டோம்.
6) அழைத்துச் சென்றனர்.
7) படிக்கச் சொன்னார்.
8) அள்ளக் குறையாது.
9) சொல்லத் தெரியவில்லை.
10) போய்ப் பார்த்தார்கள்.
11) ஆடிப் பாடினர்.
12) ஓடிப்போயிற்று.

வல்லினம் மிகாத தொடர்கள்

எடுத்துக்காட்டு :

1) செய்து பார்ப்போம்.
2) பெய்து கெடுத்தது.
3) எய்து கொன்றான்.
4) அறிந்து பேசு.
5) வளர்ந்து செழித்தது.
6) மறந்து போயிற்று.
7) பறந்து திரிந்தது.
8) அழுது புலம்பினாள்.
9) தொழுது பாடினேன்.
10) நின்று பார்த்தோம்.
11) சென்று கண்டோம்.
12) வென்று திரும்பினார்.
13) கண்டு களித்தோம்.
14) கொண்டு சென்றனர்.

இந்தத் தொடர்களை நினைவில் நிறுத்தினால், வினையெச்சத் தொடர்களில் எங்கெங்கே வல்லினம் மிகும் என்பதும் எங்கெங்கே மிகாது என்பதும் நினைவில் நிற்கும். வருமொழி எதுவாக இருந்தாலும் விதி இதுதான்.

''அல்லற்பட் டாற்றாது அழுதகண்
ணீரன்றே
செல்வத்தைத் தேய்க்கும் படை''

இந்தக் குறட்பாவில் நிற்கும் 'ஆற்றாது அழுத' என்பது வினையெச்சத்தொடர். இந்தத் தொடரில் 'ஆற்றாது' என்னும் எதிர்மறை வினையெச்சம் நிலைமொழியாக நிற்கிறது. இதுபோன்ற எதிர்மறை வினையெச்சத் தொடர்களில் வருமொழி முதலில் வரும் வல்லினம் மிகாது.

''அள்ளாது குறையாது இல்லாது பிறவாது'' என்னும் தொடரில் நிற்கும் 'அள்ளாது' 'இல்லாது' என்பன எதிர்மறை வினையெச்சங்கள். இந்தத் தொடரில் 'குறையாது', 'பிறவாது' என்னும் வருமொழிகளின் முதலில் வல்லினம் நிற்கிறது. இங்கே வல்லினம் மிகவில்லை.

''பொய்க்கோ உடலும் பொருளுயிரும்
வாட்டுகிறோம்
பொய்க்கோ **தீராது புலம்பித்** துடிப்பதுமே''
(பாரதியார்)

இந்தப் பாடற் பகுதியில் நிற்கும் 'தீராது புலம்பி' என்பதும் எதிர்மறை வினையெச்சத் தொடர். பின்வரும் தொடர்களும் அந்த வகையைச் சார்ந்தவையே.

1) சொல்லாது சென்றார்.
2) பார்க்காது போனார்.
3) தேடாது கிடைக்குமா?
4) உழைக்காது பொருள் வருமா?
5) செல்லாது போகும்.
6) ஆடாது பாடாது
7) வாராது போகுமா?
8) நில்லாது செல்க.
9) ஆற்றாது கண்ணீர் விட்டார்.
10) தாங்காது சாய்ந்தது.

இத்தகைய எதிர்மறை வினையெச்சத் தொடர்களில் ஒருபோதும் வல்லினம் மிகாது.

பெயரெச்சத் தொடர்

பெயரெச்சத்தை நிலை மொழியாகக் கொண்ட தொடர்களில் நிலை மொழி ஈற்றில் உயிரும் வருமொழி முதலில் மெய்யும் நிற்கும் போது அந்த இரண்டு சொற்களும் இயல்பாகவே புணரும். குறிப்பாக வருமொழி முதலில் நிற்கும் வல்லினம் மிகாது.

எடுத்துக்காட்டு :

1) மாட்டு வண்டி, குதிரை வண்டி போன்ற வண்டிகள் கூட இல்லாமல் எல்லோரும் காலால் நடந்தே **சென்ற காலமும்** உண்டு.
2) பிற மொழிகளிலிருந்து கடன் **வாங்குகிற சொற்களைத்** தமிழ்மொழியின் ஒலி

வடிவத்திற்கேற்ப மாற்றிக்கொள்ள வேண்டும்.

3) நாடகக் கலை காலந்தோறும் மாறுதலடைந்து **வளர்ந்து வருகிற கலை.**

இந்த வாக்கியங்களில் நிற்கும் சென்ற காலம், வாங்குகிற சொற்கள், வளர்ந்து வருகிற கலை ஆகியவை பெயரெச்சத் தொடர்கள். இந்தத் தொடர்களில் வருமொழி முதலில் வல்லினம் நிற்கிறது. இந்தத் தொடர்களைக் கவனமாக ஒலித்துப் பாருங்கள். அப்போது, இந்தத் தொடர்களில் ஒலி மாற்றம் ஏதும் நிகழவில்லை என்பதை உணரலாம். மேலும் நிலை மொழி வருமொழி இரண்டையும் சேர்த்து ஒலிக்கும் போது, வருமொழி முதலிலுள்ள வல்லினம் தனக்குரிய வன்மை சற்றுக் குன்றி, மென்மை பெற்று விளங்குவதையும் காணலாம். அதாவது இவை, சென்ற காலம், வாங்குகிற சொற்கள். வளர்ந்து வருகிற கலை என ஒலிக்கின்றன. எனவே, இந்தத் தொடர்களில் வல்லொற்று மிகவில்லை என்பது தெளிவாகப் புலனாகிறது.

பேசிய பேச்சு, படித்த பாடம், வளர்ந்த பையன், அழிகிற பொருள், சொன்ன சொல், கண்ட காட்சி, தேடிய கல்வி, வளர்கிற செல்வம், இயற்றிய கவிதை என்னும் தொடர்களிலுள்ள நிலைமொழி, வருமொழி இரண்டையும் சேர்த்தொலிக்கும் போது அவை இயல்பாக ஒலிப்பதை உணரலாம்.

பெயரெச்சத் தொடரில் வல்லின மெய் அல்லாத மெல்லின, இடையின மெய்கள் வருமொழி முதலில் வந்தாலும் இவை இயல்பாகவே புணரும்.

எடுத்துக்காட்டு : உயர்ந்த மொழி, வளர்ந்த நட்பு, நிறைந்த வளம், தளர்ந்த நடை, சொல்லுகிற வார்த்தை, பெய்கிற மழை.

''அருட் சோதித் தெய்வம் எனை **ஆண்டு கொண்ட தெய்வம்**
அம்பலத்தே **ஆடுகின்ற ஆனந்தத்** தெய்வம்
பொருட்சாரும் மறைகளெல்லாம் **போற்றுகின்ற தெய்வம்**
போதாந்தத் தெய்வம் உயர் நாதாந்தத் தெய்வம்
இருட்பாடு நீக்கி ஒளி ஈந்தருளும் தெய்வம்
எண்ணிய நான் எண்ணியவாறெனக் கருளும் தெய்வம்
தெருப் பாடல் உவந்தெனையும் சிவமாக்கும் தெய்வம்
சிற்சபையில் **விளங்குகின்ற தெய்வமதே** தெய்வம்''

(திருவருட்பா)

இந்தப் பாடலில் உள்ள பெயரெச்சத் தொடர்களை நோக்குக.

1) **ஈன்ற பொழுதின்** பெரிதுவக்கும் தன்மகனைச்
சான்றோன் எனக் **கேட்ட தாய்.**

2) அமிழ்தினும் ஆற்ற இனிதே தம் மக்கள்
சிறுகை **அளாவிய கூழ்.**

3) அன்போ **டியைந்த வழக்கென்ப** ஆருயிர்க்கு
என்போ **டியைந்த தொடர்பு**

4) இலமென்று வெஃகுதல் செய்யார் புலம்வென்ற
புன்மையில் காட்சி யவர்.

5) தீயினாற் **சுட்டபுண்** உள்ளாறும் ஆறாதே
நாவினாற் **சுட்ட வடு.**

மேற்காணும் குறட்பாக்களில் நிற்கும் பெயரெச்சத் தொடர்களையும் நோக்குக.

பெயரெச்சங்கள் இரண்டு வகைப்படும். ஒன்று தெரிநிலைப்பெயரெச்சம், மற்றொன்று குறிப்புப் பெயரெச்சம். தெரிநிலை போலவே குறிப்பிலும் வலி மிகாது.

எடுத்துக்காட்டு :

1) நல்ல பையன்.
2) பெரிய கப்பல்.
3) சிறிய பெட்டி.
4) அரிய செயல்.
5) இனிய தமிழ்.

இவை குறிப்புப் பெயரெச்சத் தொடர்கள். இவற்றில் வல்லினம் மிகவில்லை.

எதிர்மறைப் பெயரெச்சத் தொடர்

''விரிக்காத தோகைமயில்! வண்டு வந்து
மடக்காத வெள்ளைமலர்! நிலவு கண்டு
சிரிக்காத அல்லிமுகம்! செகத்தில் யாரும்
தீண்டாத இளமைநலம்! பருவ ஞானம்!''

(கண்ணதாசன்)

இந்தப் பாடலில் நிற்கும்

(1) விரிக்காத தோகைமயில்
(2) மடக்காத வெள்ளைமலர்
(3) சிரிக்காத அல்லிமுகம்
(4) தீண்டாத இளமைநலம்

என்னும் தொடர்களை நோக்குக. இந்தத் தொடர்களில் நிலைமொழியாக நிற்கும் சொற்கள் எதிர்மறைப் பெயரெச்சங்கள். நிலைமொழியும் வருமொழியும் இயல்பாகப் புணர்ந்திருக்கின்றன. குறிப்பாக, விரிக்காத தோகைமயில் என்னும் தொடரில் வல்லினம் மிகவில்லை.

எதிர்மறைப் பெயரெச்சத் தொடர்களில் வல்லினம் மிகாது. பின்வரும் தொடர்களை நோக்குக:

1) தேடாத செல்வம்
2) பாடாத பாட்டு
3) சொல்லாத சொல்
4) எழுதாத கவிதை
5) தீராத தாகம்
6) செல்லாத காசு
7) வரையாத படம்
8) காணாத பொருள்
9) அழியாத புகழ்
10) ஆறாத துயரம்

ஈறுகெட்ட எதிர்மறைப் பெயரெச்சத் தொடர்

எதிர்மறைப் பெயரெச்சங்களின் இறுதியில் நிற்கும் 'த' என்னும் எழுத்தை நீக்கி விட்டால், அப்போது இவை ஈறுகெட்ட எதிர்மறைப் பெயரெச்சம் எனப்படும்.

ஈறுகெட்ட எதிர்மறைப் பெயரெச்சத்தை நிலை மொழியாகக் கொண்ட தொடரில் வல்லினம் மிகும்.

எடுத்துக்காட்டு :

1) தேடாச் செல்வம்
2) பாடாப் பாட்டு
3) சொல்லாச் சொல்
4) எழுதாக் கவிதை
5) தீராத் தாகம்
6) செல்லாக் காசு
7) வரையாப் படம்

8) காணாப் பொருள்
9) அழியாப்புகழ்
10) ஆறாத் துயரம்

"எழுபிறப்பும் தீயவை தீண்டா
பழிபிறங்காப்
பண்புடை மக்கட் பெறின்"

"விருப்பறாச் சுற்றம் இயையின் அருப்பறா
ஆக்கம் பலவும் தரும்"

மேற்காணும் குறட்பாக்களில் நிற்கும் பிறங்காப் பண்புடை, அறாச்சுற்றம், அறா ஆக்கம் என்பன ஈறு கெட்ட எதிர்மறைப் பெயரெச்சத்தை நிலைமொழியாகக் கொண்டவை.

ஈறுகெட்ட எதிர்மறைப் பெயரெச்சமும் எதிர்மறை வினை முற்றும்

"உடைமையும் வறுமையும் ஒருவழி நில்லா" (நறுந்தொகை)

இந்த வரியில் நிற்கும் "நில்லா" என்பது எதிர்மறை வினைமுற்று. "ஓடாக் குதிரை" என்பதில் நிலை மொழியாக நிற்கும் 'ஓடா' என்பது ஈறுகெட்ட எதிர்மறைப் பெயரெச்சம். "குதிரைகள் ஓடா" என்பதில் வருமொழியாக நிற்கும் 'ஓடா' என்பது வினைமுற்று. இது பலவின் பாலைக் குறிப்பது. இவை உரை நடையில் பெரும் பாலும் தொடரின் முன் வருவதில்லை. செய்யுளில்கூட இவற்றைக் காண்பது அரிது. இந்த மாதிரி வினைமுற்று நிலை மொழியாக அமையும்போது வல்லினம் மிகாது.

வினைத் தொகை

"வெள்ளைத் தாமரைப்பூவில் இருப்பாள்
வீணை செய்யும் ஒலியில் இருப்பாள்
கொள்ளை இன்பம் குலவு கவிதை
கூறுபாவலர் உள்ளத் திருப்பாள்"

(பாரதியார்)

கூறுபாவலர் என்பது வினைத் தொகை. இது காலம் காட்டாத பெயரெச்சத் தொடர். 'கூறிய பாவலர்', 'கூறுகின்ற பாவலர்', 'கூறும் பாவலர்' என முக்காலத்துக்கும் பொருந்தக் கூடியது. இடம் நோக்கியே காலத்தை உணர வேண்டும். 'கூறு பாவலர்' என்னும் தொடரில் 'கூறு' என்பது நிலை மொழி. பாவலர் என்பது வருமொழி.

இந்த இரண்டு சொற்களும் சேரும்போது இயல்பாகவே புணர்கின்றன; வல்லினம் மிகவில்லை. வினைத் தொகையில் வல்லினம் மிகாது என்னும் விதியைத் தழுவி இவை புணர்ந்திருக்கின்றன.

கீழ்க்காணும் வினைத்தொகைகளையும் நோக்குக.

1) வளர் பிறை
2) வளர் கலை
3) செய் தொழில்
4) தேடு கல்வி
5) உயர் கல்வி
6) மறை பொருள்
7) தேய் பிறை
8) சுடு சொல்
9) எழுது கோல்
10) அலை கடல்

''பாங்கினிற் கையிரண்டும்
தீண்டி யறிந்தேன்
பட்டுடை **வீசுகமழ்** தன்னி லறிந்தேன்''

(பாரதி)

இந்தப் பாடற் பகுதியில் நிற்கும் 'வீசுகமழ்' என்னும் தொடரை நோக்குக.

''அற்றார் **அழிபசி** தீர்த்தல்
அஃதொருவன்
பெற்றான் பொருள்வைப் புழி''

'வானுயர் தோற்றம் எவன்செய்யும்
தன்நெஞ்சம்
தானறி குற்றப் படின்''

இந்தக் குறட்பாக்களில் நிற்கும் அழிபசி, உயர் தோற்றம், அறிகுற்றம் ஆகியவையும் வினைத் தொகைகளே. இந்த எடுத்துக் காட்டுகள் அனைத்திலும் வல்லினம் மிகவில்லை.

சுட்டு, வினாக்களுக்குப் பின் வல்லினம்

இது, அது என்னும் சுட்டுகளையும், எது, யாது, என்ன என்னும் வினாக்களையும் நிலை மொழியாகக் கொண்ட தொடர்களை இப்போது பார்ப்போம்.

1) **இது தெளிவாகத்** தெரியவில்லை.

2) **அது தெரியாதா** உமக்கு?

3) **எது கேட்டாலும்** பேசாமல் இருக்கிறான்.

4) **யாது செய்வது** என்று புரியவில்லை.

5) இதிலிருந்து **என்ன தெரிகிறது?**

இந்த வாக்கியங்களில் இடம் பெற்றிருக் கும். 'இது தெளிவாக', 'அது தெரியாதா' 'எது கேட்டாலும்', 'யாது செய்வது' 'என்ன தெரிகிறது' என்னும் தொடர்களைக் கவனமாக ஒலித்துப் பாருங்கள்.

இந்தத் தொடர்களில் வல்லினம் மிக வில்லை என்பது புலனாகும். அது, இது, எது, யாது, என்ன என்னும் சொற்களை நிலை மொழியாகக் கொண்ட தொடர்களில் வல்லினம் மிகாது.

'.......................உன்னைத்
தந்த நாள் **அதுதான்;** இந்தத்
தணியாச் சுகம் என் நெஞ்சில்
வந்த நாள் **அதுதான்''**

(கண்ணதாசன்)

இந்தப் பாடலில் இடம் பெற்றிருக்கும் 'அதுதான்' என்னும் தொடரிலும் வல்லினம் மிகவில்லை. இதே போல, 'இதுதான், 'எது தான்', 'யாதுதான்' என்னும் தொடர்களிலும் வல்லினம் மிகாது.

'இந்நேரம் என்ன **இது சப்தம்'** என்றே எழுந்து வந்தாள் சூதறியா இளமாங் கன்னி'

(கண்ணதாசன்)

என்னும் பாடற்பகுதியில் உள்ள 'இது சப்தம்' என்னும் தொடரையும் நோக்குக.

இப்பொழுது இந்த வாக்கியங்களை நோக்குக.

1) வெளியுணர்வு பொய்ம்மையானது. **அது பொறுமை,** அமைதி, சாந்தம், அன்பு, அருள், ஒப்புரவு முதலிய அருங்குணங் களை வளர்க்கும் ஆற்றல் இல்லாதது. **அது** பற்றிய பேச்சு ஈண்டு வேண்டுவதில்லை.

2) உள்ள உருவச் சேர்க்கையால் தலை காட்டும் உள்ளுணர்வு வாளா இராது. **அது தன்னை** மேலும் மேலும் விளங்கச் செய்யவே விரையும்.

3) மேலே மேலே கடந்து **அது செல்லினும்** அதனால் விழுமிய ஒன்றன் செயலைக் காண்டல் இயலவில்லை.

4) அன்னவர் உள்ளம் எதுபற்றி நினைக்கிறதோ? வாய் எதுபற்றிப் பேசுகிறதோ?

5) சட உலகங்களை இயக்கும் ஒன்றிருத்தல் வேண்டும். அது சடமாக இருத்தலாகாது. அது சடத்துக்கு மாறுபட்ட சித்தாய் இருத்தல் வேண்டும்.

6) கடவுள் இயற்கையை உடலாகக் கொண்டமையால் அது தோன்றி நின்றழியும் உருவமாகப் பரிணமித்ததாகாது.

7) ஒன்றுடன் ஒன்றைத் தேய்த்தால் அதுதீயை எழுப்பி ஒளி காட்டுவது இயல்பு.

இந்த வாக்கியங்களில் 'அது', 'எது' என்னும் சொற்களை நிலை மொழியாகக் கொண்டு நிற்கும் தொடர்களை நோக்குங்கள். 'அது பொறுமை', 'அதுபற்றிய', 'அது தன்னை', 'அது செல்லினும்', எது பற்றி, 'அது சடமாக', 'அது சடத்துக்கு', அது தோன்றி, 'அதுதீயை', என்னும் தொடர்களில் நிற்கும் இரண்டு சொற்களையும் சேர்த்து ஒலிக்கும் போதும் அவை இயல்பாகவே ஒலிக்கின்றன. இவற்றில் வல்லினம் மிகவில்லை. எனவே, அது, இது, எது, யாது என்னும் சொற்கள் நிலை மொழியாக நிற்கும் தொடர்களில் ஒருபோதும் வல்லினம் மிகாது என்பதை நினைவு வைத்துக்கொள்ளுங்கள்.

'காதலர் தூதொடு வந்த கனவினுக்கு
யாது செய்வேன்கொல் விருந்து'

என்னும் குறட்பாவில் இடம் பெற்றிருக்கும் 'யாது செய்வேன்' என்னும் தொடரில் வல்லினம் மிகவில்லை.

'கற்றதனால் யாது பயன்?' என்னும் தொடரைக் கவனியுங்கள். இங்கே **யாது பயன்** என்னும் தொடரிலும் வல்லினம் மிகவில்லை.

'என்ன' என்னும் சொல், நிலைமொழியாக அமையும்போதும் வல்லினம் மிகாது.

'அவன் என்ன சொன்னான்?' 'நீங்கள் என்ன கண்டீர்கள்?', 'என்ன செய்ய முடியும்?' என்னும் வாக்கியங்களில் உள்ள 'என்ன சொன்னான்', 'என்ன கண்டீர்கள்', 'என்ன செய்ய' என்னும் தொடர்களைக் கவனியுங்கள்.

'சேவகன்சீர் கேளாத செவி என்ன செவியே
திருமால்சீர் கேளாத செவி என்ன செவியே

கரியவனைக் காணாத கண்ணென்ன
கண்ணே
கண்ணிமைத்துக் காண்பார்தம்
கண்ணென்ன கண்ணே'

(சிலப்பதிகாரம்)

'என்ன' என்னும் சொல்லிற்குப் பின் வல்லினம் மிகாது என்பதை நினைவில் நிறுத்த இந்தப் பாடல் உதவும்.

என்னே...

'என்ன' என்னும் பொருளில் 'என்னே', 'என்னை' என்னும் சொற்கள் இலக்கியங்களில் வழங்குவதைக் காணலாம். இந்தச் சொற்களை நிலைமொழியாகக் கொண்ட தொடர்களிலும் வல்லினம் மிகாது.

'மன்னுலகில் அடியேனை என்னே துன்ப
வலையிலகப்பட இயற்றி மறைந்தாய்
அந்தோ'

(வள்ளலார்)

இங்கே 'என்னே துன்ப' என்னும் தொடரில் வல்லினம் மிக வில்லை.

'காயிலே புளிப்பதென்னே கண்ண
பெருமானே! - நீ
கனியிலே இனிப்பதென்னே கண்ண
பெருமானே!
நோயிலே படுப்பதென்னே கண்ண
பெருமானே! - நீ
நோன்பிலே உயிர்ப்பதென்னே
கண்ணபெருமானே!

(பாரதியார்)

இந்தப் பாடலிலும் 'என்னே' என்னும் சொல்லுக்குப்பின் வலி மிகவில்லை.

இதே போல 'என்னை' என்னும் வினாப் பொருள் உணர்த்தும் சொல் நிலை மொழியாக அமையும் போதும் வல்லினம் மிகாது.

1) என்னை கண்டாய்?

2) என்னை பகர்ந்தனையோ?

என்னும் தொடர்களைப் பாருங்கள்.

(இரண்டாம் வேற்றுமை உருபேற்ற 'என்னை' என்பது வேறு).

ஏது

வினாப்பொருள் தரும் சொற்களில் 'ஏது' என்பதும் ஒன்று. இதனை நிலை மொழியாகக் கொண்ட தொடரிலும் வல்லினம் மிகாது.

எடுத்துக்காட்டு :

'அண்ணன் ஒருவனையன்றியே – புவி
அத்தனைக்கும் தலையாயினோம்
– என்னும்
எண்ணம் தனதிடைக் கொண்டவன்
– அண்ணன்
ஏது சொன்னாலும் மறுத்திடான்...'

'சூதர் மனைகளிலே – அண்ணே தொண்டு
மகளிருண்டு
சூதிற் பணயமென்றே – அங்கோர்
தொண்டச்சி போவதில்லை
ஏது கருதி வைத்தாய் – அண்ணே
யாரைப் பணயம் வைத்தாய்...'

(பாரதியார்)

'ஏது சொன்னாலும்', 'ஏது கருதி' என்னும் தொடர்களை நோக்குக.

அது, இது என்னும் சுட்டுப் பெயர்களுக்குப் பின்னும், எது, ஏது, யாது, என்ன, என்னே, என்னை, என்னும் வினாப்பெயர்களுக்குப் பின்னும் வல்லினம் மிகாது என்பதை நினைவில் நிறுத்துக.

அஃது, இஃது என்னும் சொற்களுக்குப் பின் வரும் சொல்லின் முதலெழுத்து உயிராகவே இருக்கும் – விதி விலக்காக மெய்வந்தாலும், இந்தத் தொடர்களில் வலி மிகாது.

அவை, இவை, எவை, யாவை

அது, இது, எது, யாது, என்ன என்னும் சொற்களை நிலை மொழியாகக் கொண்ட தொடர்களில் வல்லினம் மிகாதது போலவே, இவற்றின் பன்மை வடிவங்களான அவை, இவை, எவை என்னும் சொற்கள் நிலை மொழியாக நிற்கும்போதும் வல்லினம் மிகாது.

எடுத்துக்காட்டு :

1) **அவை ச**ட்ட நூல்கள்.
2) **இவை கணித** நூல்கள்.
3) **எவை போர்க்** கருவிகள்?

'கேடு தீர்க்கும் அமுதமென் அன்னை
கேண்மை கொள்ள **வழியிவை கண்டீர்'**
(பாரதியார்)

'இவை கண்டீர்' என்னும் தொடரையும் நோக்குக.

1) **இவைதான்** நல்ல நூல்கள்
2) **அவைதான்** எனக்குப் பிடித்த பாடல்கள்
3) **எவைபற்றி** நீர் பேசுகிறீர்?

இந்த வாக்கியங்களில் நிற்கும் இவைதான், அவைதான், எவைபற்றி என்னும் தொடர் களிலும் வல்லினம் மிகவில்லை.

எந்த வகைத் தொடராக இருந்தாலும் இந்தச் சொற்களுக்குப்பின் வல்லினம் மிகாது. 'யாவை' என்னும் சொல்லுக்கும் இதே விதிதான்.

அ, இ, எ, என்னும் சுட்டு வினாக்களுக்குப் பின் மெய்

வல்லினம்

அ, இ, என்னும் சுட்டுகளை நிலை மொழி யாகக் கொண்ட தொடரில் வல்லினம் மிகும்.

எடுத்துக்காட்டு :

இக்காலம், இப்பாடம், இப்புத்தகம், இத்தாள், இக்குடை, இப்பெயர்.

இவற்றைச் சொல்லும்போதே இவற்றில் வல்லினம் மிகுவது புலப்படும். இந்தத் தொடர்களில் 'இ' என்னும் அண்மைச் சுட்டு நிலை மொழியாக நிற்கிறது. இதே போல 'அ' என்னும் சேய்மைச் சுட்டு நிலை மொழியாக நிற்கும்போதும் வல்லினம் மிகும்.

எடுத்துக்காட்டு :

அக்காலம்; அப்படை, அத்திரை, அச்சிலை, அக்கோயில், அத்துறைமுகம்

இதுபோலவே 'எ' என்னும் வினா வெழுத்து நிலை மொழியாக நிற்கும்போதும் வல்லினம் மிகும்.

எடுத்துக்காட்டு :

எக்காலம், எப்படை, எப்பொழுது, எத்துறை, எத்தகுதி, எக்குடி

'எப்பொருள் யார் யார்வாய்க் கேட்பினும்
அப்பொருள்
மெய்ப்பொருள் காண்ப தறிவு'

இந்தக் குறட்பாவில் நிற்கும் **'எப்பொருள்', 'அப்பொருள்'** என்னும் தொடர்களை நோக்குக.

'இப்படை தோற்கின் **எப்படை** ஜெயிக் கும்?'

என்னும் மனோன்மணீய வரியில் நிற்கும் 'இப்படை', எப்படை என்னும் தொடர்களை யும் நோக்குக.

இந்த வாக்கியங்களை நோக்குக.

1) **அக்காட்சியை** மறுப்போர் இல்லை.
2) **அப்பெயர்கள்** ஒவ்வொன்றிலும் ஒரு சிறப்புப் பொருள் விளங்குகிறது.
3) **இத் தண்புனல்** அருவியாக வீழும் அழகிய காட்சி கண்ணையும் கருத்தையும் கவருகிறது.
4) திருக்குறள் **எக்காலத்திற்கும்** உரியது.
5) **இக்கரைக்கு அக்கரை** பச்சை.
6) **எச்சமயத்தோர்** சொல்வதும் தீ தொழிய நன்மை செய்ய வேண்டும் என்பதே.
7) **இச்செய்யுளை** இயற்றிய புலவர் பெயர் தெரியவில்லை.

இந்த வாக்கியங்களில் அ.இ என்னும் சுட்டுகளையும் 'எ' என்னும் வினாவையும் நிலை மொழியாகக் கொண்ட தொடர்களில் வல்லினம் மிகுந்திருப்பதை நோக்குக.

இடையினமும் மெல்லினமும்

'இ', 'அ', 'எ' என்னும் எழுத்துகளை நிலை மொழியாகக் கொண்ட தொடர்களில், வருமொழி முதலில், மெல்லின, இடையின மெய்கள் நிற்கும்போதும் அவை இரட்டிக்கும்.

மெல்லின மெய்களில் தந்நகரம், மகரம், அதாவது, ந, ம இரண்டும் சொல்லின் முதலில் வரும். ஞகரம் (ஞ) ஒரு சில சொற் களிலேயே முதலில் வருகின்றது. இடையின எழுத்துகளில் வகரம் (வ) சொல்லின் முதலில் வருவது பெரும்பான்மையாகக் காணப்படு கிறது. யகரம் (ய) சொல்லின் முதலில் வருவது மிகக்குறைவே. சுட்டெழுத்து 'யகர' மெய்யுடன் சேர்வதற் குரிய புணர்ச்சி விதியும் சற்று மாறுபட்டது. 'ந', 'ம' என்னும் மெல்லின மெய்களும் 'வ' என்னும் இடையின மெய்யும் வருமொழி முதலில் வரும்போது, நிலை மொழியாக நிற்கும் 'அ', 'இ' என்னும் சுட்டுகளுடனும் 'எ' என்னும் வினாவுடனும் எவ்வாறு புணர்கின்றன என்பதை இப்போது பார்ப்போம்.

'நாநலம் என்னும் நலன் உடைமை
அந்நலம்
யாநலத் துள்ளதூஉம் அன்று'

'ஊரவர் கௌவை எருவாக அன்னைசொல்
நீராக நீளும் **இந்நோய்**'

என்னும் குறட்பாக்களில் இடம் பெற்றி ருக்கும் 'அந்நலம்', 'இந்நோய்' என்னும் தொடர்களைக் கவனியுங்கள். 'அ –நலம்',= 'அந்நலம்' என்றும் 'இ' – நோய் = 'இந்நோய்' என்றும் புணர்ந்திருக்கின்றன. அதாவது, வருமொழி முதலில் நிற்கும் தந்நகர மெய் இரட்டித்திருக்கிறது.

அந்நாள், அந்நேரம் அந்நிலை, இந்நாடு, அந்நூல், இந்நிகழ்ச்சி முதலான தொடர்களி லும் வருமொழி, முதலில் நிற்கும் தந்நகரம் இரட்டித்திருப்பதை நோக்குக.

'**எந்நன்றி** கொன்றார்க்கும் உய்வுண்டாம்
உய்வில்லை
செய்ந்நன்றி கொன்ற மகற்கு'

என்னும் குறளில் நிற்கும் 'எந்நன்றி' என்னும் தொடரைக் கவனியுங்கள். இந்தத் தொடரில் 'எ' என்னும் வினா, நிலை மொழியாகவும் 'நன்றி' என்னும் சொல் வருமொழியாகவும் அமைந்திருக்கின்றன. இந்த இரண்டு சொற்களும் சேரும்போது வருமொழி முதலில் நிற்கும் தந்நகரம் இரட்டித் திருக்கிறது. **'எந்நாள்', 'எந்நிலை', 'எந்நூல்', 'எந்நோய்'** என்னும் தொடர்களி லும் தந்நகரம் இரட்டித்திருப்பதைக் கவனி யுங்கள்.

'அ', 'இ' என்னும் சுட்டுகள் 'எ' என்னும் வினா ஆகியவற்றுள் ஏதேனும் ஒன்று நிலை மொழியாகவும், மகரத்தை முதலிலுடைய சொல் வருமொழியாகவும் அமையும்போது, வருமொழி முதலில் நிற்கும் மகரம் இரட்டிக்கும்.

'உடன்பிறந்தார் சுற்றத்தார் என்றிருக்க
வேண்டா
உடன் பிறந்தே கொல்லும் வியாதி-
உடன் பிறவா
மாமலையிலுள்ள மருந்தே பிணி தீர்க்கும்
அம்மருந்து போல்வாரும் உண்டு'

(மூதுரை)

இப்பாடலின் இறுதியடியில் நிற்கும் 'அம்மருந்து' என்னும் தொடரைக் கவனியுங்கள் 'அ – மருந்து' 'அம்மருந்து' என்றாகியுள்ளது. அதாவது வருமொழி முதலில் நிற்கும் மகரம் இரட்டித்துள்ளது.

அம்மலை, இம்மேனி, எம்மாடம், இம்முகில், அம்முகம், எம்மேடு முதலிய தொடர்களில் 'அ', 'இ' என்னும் சுட்டுகளையும் 'எ' என்னும் வினாவையும் அடுத்து வரும் மகரம் இரட்டித்திருப்பதை நோக்குக.

இந்த இடத்தில் இன்னொன்றையும் கவனத்திற்கொள்வது நல்லது. 'எம்மாடம்', 'எந்நாடு' என்னும் தொடர்களை 'எம் – மாடம்', 'எம் –நாடு' என்றும் பிரிக்கலாம்.

'எம்மாடம்', 'எந்நாடு' என்னும் தொடர்களை எ – மாடம், எ – நாடு என்று பிரிக்கும்போது, முறையே எந்த மாடம், எந்த நாடு என்று பொருள்படும். 'எம் – மாடம்', 'எம் –நாடு என்று பிரிக்கும்போது எங்கள் மாடம், எங்கள் நாடு என்று பொருள்படும். எனவே, சொற்களைப் பிரிக்கும்போது, இலக்கண விதிப்பொருத்தம் மட்டும் பார்த்தால் போதாது; பொருட்பொருத்தமும் பார்க்க வேண்டும்.

'குணநலம் சான்றோர் நலனே பிறநலம்
எந்நலத் துள்ளதூஉம் அன்று'

என்னும் குறட்பாவில் இரண்டாவது அடியில் நிற்கும் 'எந்நலம்' என்னும் தொடர் 'எந்த நலம்' என்று பொருள் தருகிறது. எனவே, இந்தத் தொடர் 'எ' என்னும் வினாவை நிலைமொழியாகவும், 'நலம்' என்னும் சொல்லை வருமொழியாகவும் கொண்டு அமைந்திருக்கிறது என்று சொல்கிறோம்.

'தந்நெஞ்சத் தெம்மைக் கடிகொண்டார்
நாணார்கொல்
எந்நெஞ்சத் தோவா வரல்'

என்னும் குறட்பாவில் இரண்டாவது அடியில் நிற்கும் 'எந்நெஞ்சம்' என்னும் தொடரை 'எம் – நெஞ்சம்' என்று பிரிக்க வேண்டும். ஏனெனில் 'எந்நெஞ்சம்' என்னும் தொடர் இங்கே 'எம்முடைய நெஞ்சம்' என்று பொருள் தருகிறது.

இன்றைய வழக்கில் 'எம்முடைய நெஞ்சம்', 'எம்முடைய நாடு' என்று பொருள் தரும் தொடர்களை 'எம் நெஞ்சம்', 'எம் நாடு' என்று பிரித்தே எழுதுகிறோம். அதனால், ஐயம் ஏற்பட வழியில்லை. ஆனால், பண்டைய இலக்கிய வழக்கில் இவை சேர்த்தே எழுதப்பட்டிருக்கின்றன. எனவே, இந்த வேறுபாட்டைத் தெரிந்துவைத்துக் கொள்வது நல்லது.

மெல்லின எழுத்துகளில் மொழி முதலில் வரும் மற்றொரு மெய் 'ஞகர'மாகும். 'ஞாயிறு', 'ஞாலம்', 'ஞானம்', 'ஞானி', 'ஞாபகம்', முதலிய சொற்களில் ஞகர மெய் முதலில் நிற்பதைக் கவனியுங்கள்.

'இ', 'அ' என்னும் சுட்டுகளும் 'எ' என்னும் வினாவும் நிலை மொழியாக அமைந்து 'ஞகர மெய்'யை முதலிலுடைய சொல் வருமொழியாக அமைந்தால், இந்த இரண்டு சொற்களையும் சேர்த்தொலிக்கும் போது வருமொழி முதலில் நிற்கும் 'ஞகரம்' இரட்டிக்கும்.

'அவா என்ப எல்லா உயிர்க்கும்
எஞ்ஞான்றும்
தவாஅப் பிறப்பீனும் வித்து'

இந்தக் குறட்பாவின் முதலடியின் இறுதியில் நிற்கும் 'எஞ்ஞான்றும்' என்னும் தொடரை நோக்குங்கள்.

எ – ஞான்றும் = எஞ்ஞான்றும் என்று புணர்ந்திருக்கிறது. வருமொழி முதலில் நிற்கும் ஞகர மெய் இங்கே இரட்டித்திருக்கிறது. இதே போல,

இ – ஞாலம் = இஞ்ஞாலம்

அ – ஞாயிறு = அஞ்ஞாயிறு

எ – ஞானம் = எஞ்ஞானம்

இ – ஞானி = இஞ்ஞானி

என்னும் தொடர்களிலும் ஞகரம் இரட்டித்திருப்பதை நோக்குக.

'அ', 'இ' என்னும் சுட்டுகளும் 'எ' என்னும் வினாவும் நிலை மொழியாக நிற்கும் போது வருமொழி முதலில் 'வகரம்' வந்தால், நகரம், மகரம் ஆகியவற்றைப் போலவே, அந்த வகரமும் இரட்டிக்கும்.

'இன்ப வருக்கமெல்லாம் நிறைவாகி
இருக்கின்ற பெண்கள் நிலை இங்
கிவ்விதமாய் இருக்குதண்ணே இதில்
யாருக்கும் வெட்கமில்லை'
(பாரதிதாசன்)

இந்தப் பாடற் பகுதியில் மூன்றாவது அடியில் 'இவ்விதமாய்' என்னும் தொடர் அமைந்திருக்கின்றது. 'இ – விதம்' = இவ்விதம் என்றாகியிருக்கிறது. இந்தத் தொடரில் வருமொழி முதலில் நிற்கும் 'வகரம்' இரட்டித்திருக்கிறது.

'வானே **அவ்வானுலவும்** காற்றே'

'விண்ணுள் வெளியே **அவ்வெளி** விளங்கு வெளியே'

'எங்கும் மலிவகையாய் **எவ்வகையும்** ஒன்றாய்'

(அருட்பா)

'அவ்வான்', 'அவ்வெளி', 'எவ்வகை' என்னும் தொடர்களில் நிலைமொழியாக 'அ' என்னும் சேய்மைச் சுட்டு, 'எ' என்னும் வினா ஆகியவையும், வருமொழி முதலில் வகரமும் நிற்கின்றன. இவை புணரும்போது வகர மெய் இரட்டித்திருப்பதைக் கவனியுங்கள்.

அ – விதம் = அவ்விதம்

இ – வேலை = இவ்வேலை

எ – வழி = எவ்வழி

இ – வீடு = இவ்வீடு

எ – வண்ணம் = எவ்வண்ணம்

என்னும் தொடர்களையும் நோக்குக.

இந்த இடத்தில் ஒன்றைக் கவனத்திற் கொள்வது நல்லது. இவ்விடம் என்னும் தொடரைப் பாருங்கள். இதை இ – விடம் என்றும் பிரிக்கலாம்; இ – விடம்' என்றால் 'இந்த விடம்' என்று பொருள்; 'இ – இடம்' என்றால் 'இந்த இடம்' என்று பொருள்.

அதே போல், 'இவ்வேர்' என்பதை 'இ – வேர்' என்றும், 'இ – ஏர்' என்றும் பிரிக்கலாம்; 'இவ்வில்' என்பதை 'இ – வில்' என்றும், 'இ – இல்' என்றும் பிரிக்கலாம். 'இவ்வாள்' என்பதும் அவ்வாறே 'இ – வாள்' என்றும், 'இ – ஆள்' என்றும் அமையும். இத்தகைய மயக்கம் தரும் தொடர்கள் அமையும்போது, அந்தத் தொடர் தரும் பொருள் என்ன என்பதையே முதலில் பார்க்க வேண்டும். இன்று, பெரும்பாலும் 'இ' என்பதற்குப் பதிலாக 'இந்த' என்னும் சொல் சுட்டுப் பொருள் உணர்த்துகிறது. எனவே, இத்தகைய குழப்பத்திற்கு இடமில்லை எனினும், இந்த விதியைத் தெரிந்து வைத்துக்கொள்வது கவிதையைப் பொருளு ணர்ந்து படிக்க உதவும்.

வருமொழி முதலில் 'யகரம்' வரும் போது 'அ', 'இ', 'எ' என்னும் இடைச் சொற்கள் வகர ஈறு பெற்று வரும். **அ – யானை = அவ்யானை** என்றும், **இ – யுகம் =இவ்யுகம்** என்றும், **எ – யாழ் = எவ்யாழ்** என்றும் புணர்வதைக் கவனியுங்கள். அவ்யானை, இவ்யுகம் போன்ற தொடர்கள், இக்கால வழக்கில் பெரும்பாலும் இல்லை. உரை நடையில் இவை அறவே இல்லையென்று சொல்லலாம். இக்கால வழக்கில் 'அ', 'இ', 'எ' என்னும் இடைச்சொற்களுக்குப் பதிலாக 'அந்த', 'இந்த', 'எந்த' என்னும் இடைச்சொற்கள் மிகுதியாக வழங்குகின்றன. எனவே, 'அந்த யானை', இந்த யுகம் 'எந்த யாழ்' என்னும் தொடர்களே இக்கால வழக்கில் மிகுதியாக உள்ளன.

திரு. வி.க. அவர்கள் அ, இ என்னும் சுட்டு களையும் 'எ' என்னும் வினாவையுமே பெரும்பான்மையும் பயன்படுத்துவார். அத்தகைய வாக்கியங்கள் சிலவற்றைக் காண்க.

1) **அப் பல பொருளுள்** சிறப்பாகக் குறிக்கத் தக்கன நான்கு.

2) **அப் பெயர்கள்** ஒவ்வொன்றிலும் ஈண்டு மல்லாட வேண்டுவதில்லை.

3) அன்னார் **அவ்வடிவமில்லா** மற்ற இடங் களில் பழிபாவங்களைச் செய்யினும் செய்வர்.

4) **இப் புலப்பாடு** அகப்புற வேற்றுமையைக் களைவதாகும்.

5) **இச் செய்யுட்கணுள்ள** உள்ளுறை அறிஞர் கருத்தைக் கவரும்.

6) **அக் கடலினின்றும்** இரண்டொரு துளி எடுத்துச் சொட்டுகிறேன்.

7) **எக் கூட்டத்தவர் எம்மொழியால்** போற்றும் **எப்பொருளாயினும், அப்பொருட்கண்** இறையியல்புகள் காணப்பெறின், அதைக் கோடலே அறிவுடைமையாகும்.

8) **அந்நுண்மைப்பொருள்** யாண்டும் நீக்கமற நிற்பது.

9) அஞ்ஞாயிறு தனது இளவெயிலைக் குறிஞ்சிக் காடுகளின் பச்சை மேனியில் உமிழும்போது அங்கே அழகு அரும்புகிறது.

10) இயற்கை எத்துணைக்காலம் எவ்வெவ் வழியில் தொழிற்படினும், அஃது இளைத்துச் சலித்துச் சாய்வதில்லை.

'அ', 'இ', 'எ' என்னும் இடைச்சொற்கள், பண்டைய இலக்கிய வழக்கில் மிகுதியாகக் காணப்படுகின்றன. இந்தச் சொற்களினின்று தோன்றிய 'அந்த', 'இந்த', 'எந்த' என்னும் இடைச்சொற்களை நிலை மொழியாகக் கொண்ட தொடர்களில் வருமொழி முதலில் வல்லினம் வரும்போது அவை எவ்வாறு புணர்கின்றன என்பதை இப்போது பார்ப்போம்.

1) அந்தக் காலம் மலையேறி விட்டது.
2) இந்தக் கோபுரத்தின் வனப்பு நம் கண்ணைக் கவர்கிறது.
3) முயற்சி செய்தால் எந்தத் துறையிலும் முன்னேறலாம்.

இந்த வாக்கியங்களில் இடம் பெற்றிருக்கும் 'அந்தக்காலம்', 'இந்தக் கோபுரம்', 'எந்தத்துறையிலும்' என்னும் தொடர்களைக் கவனியுங்கள். இந்தத் தொடர்களை உச்சரிக்கும்போது நன்கு கவனித்தால் இவற்றில் வல்லினம் மிகுந்திருப்பதை உணரலாம்.
அந்த – காலம் = அந்தக்காலம் என்றும்,
இந்த – கோபுரம் = இந்தக்கோபுரம் என்றும்,
எந்த – துறை = எந்தத்துறை என்றும் புணர்ந்திருக்கின்றன. அதாவது, 'அந்த', 'இந்த', 'எந்த' என்னும் சொற்களுக்குப் பின் வல்லினம் மிகுந்திருக்கிறது. இந்தப் பக்கம், அந்தக்காடு, எந்தப்புலி, இந்தச் சோலை, அந்தத் தடயம், எந்தச் சமயம் என்னும் தொடர்களையும் கவனியுங்கள். எனவே, அந்த, இந்த, எந்த, என்னும் சொற்களுக்குப் பின் வல்லினம் மிகும் என்பதறிக.

'அ', 'இ', 'எ' என்பவை நிலை மொழி யாக நின்றாலும், 'அந்த', 'இந்த', 'எந்த' என்னும் சொற்கள் நிலை மொழியாக நின்றாலும் புணர்ச்சி விதி ஒன்றே.

'இந்தப் பதர்களையே நெல்லாமென எண்ணி இருப்பேனோ?

எந்தப் பொருளிலுமே உள்ளே நின்று இயங்கியிருப்பவளே'

(பாரதியார்)

'இந்தப் பதர்களையே', 'எந்தப் பொருளிலுமே' என்னும் தொடர்களையும் நோக்குக.

அந்த, இந்த, எந்த என்னும் சொற்கள் நிலைமொழியாக நிற்குமாயின் வருமொழி முதலில் வரும் வல்லினம் அல்லாத மெய் இரட்டிக்காது. அதாவது, இத்தகைய தொடர்களில் நிலை மொழியும் வருமொழியும் இயல்பாகவே புணரும்.

'அந்த நாள் முதல் இந்த நாள் வரை வானம் மாறவில்லை'

(கண்ணதாசன்)

இந்தப் பாடலில் இடம் பெற்றிருக்கும் 'அந்த நாள்', 'இந்த நாள்', என்னும் தொடர்களைக் கவனியுங்கள்.

1. இந்த மண்
2. இந்த வாரம்
3. எந்த நாள்
4. அந்த மலை
5. அந்த யாழ்
6. எந்த வீடு
7. இந்த நூல்
8. இந்த ஞாயிறு
9. இந்த ஞாலம்
10. எந்த வகை
11. எந்த நாடு
12. எந்த மான்
13. அந்த வழி
14. அந்த மூலிகை
15. அந்த வாழ்க்கை

என்னும் தொடர்களைக் கவனியுங்கள். இவை இயல்பாகவே புணர்ந்திருக்கின்றன. எனவே, 'அந்த', 'இந்த', 'எந்த' என்னும் சொற்களை அடுத்து வரும் சொல்லின் முதலெழுத்து வல்லினம் தவிர்த்த வேறு எந்த மெய்யாக இருந்தாலும் இயல்பாகவே புணரும். வல்லினம் வந்தால் மட்டுமே இரட்டிக்கும்.

அங்கு, இங்கு, எங்கு என்னும் சொற்களுக்குப் பின் வல்லினம்

'கை வண்ணம் **அங்குக் கண்டேன்;** கால் வண்ணம் **இங்குக்கண்டேன்'** கம்பரின் இந்தப் பாடல் வரியில் நிற்கும் 'அங்குக் கண்டேன்', 'இங்குக் கண்டேன்' என்னும் தொடர்களில் வல்லினம் மிகுந்திருக்கிறது. அங்கு, இங்கு, எங்கு என்னும் சொற்களுக்குப் பின் வல்லினம் மிகும் என்பது விதி. எனினும், இந்த விதிக்கு மாறாகச் சில இடங்களில் இந்தச் சொற்களுக்குப் பின் வல்லினம் மிகாமல் இருப்பதையும் காண்கிறோம். இத்தகைய தொடர்களில் வல்லினம் மிகாமல் எழுதலாம் என்று மொழியறிஞர் தேவநேயப் பாவாணர் கூறுகிறார். இவை மென்றொடர்க் குற்றியலுகரச் சொற்கள் என்பது காரணமாக இருக்கக்கூடும்.

'**எங்கெங்குக் காணினும்** சக்தியடா!- தம்பி
ஏழுகடல் அவள் வண்ணமடா!- **அங்குத்
தங்கும்**வெளியினிற் கோடியண்டம்-அந்தத்
தாயின் கைப்பந்தென ஓடுமடா!'
(பாரதிதாசன்)

'எங்குக் காணினும்' 'அங்குத் தங்கும்' என்னும் தொடர்களில் வல்லினம் மிகுந்திருக்கிறது.

'காணி நிலம் வேண்டும்- பராசக்தி
காணி நிலம் வேண்டும் – **அங்கு
தூணில்** அழகியதாய் – நன்மாடங்கள்
துய்ய நிறத்தினதாய் – அந்தக்
காணி நிலத்திடையே – ஓர் மாளிகை
கட்டித் தர வேண்டும் – **அங்கு
கேணி** யருகினிலே –தென்னை மரக்
கீற்றும் இளநீரும்
பத்துப் பன்னிரண்டு – தென்னைமரம்
பக்கத்திலே வேணும் – நல்ல
முத்துச் சுடர்போலே – நிலாவொளி
முன்பு வரவேணும் – **அங்கு
கத்தும்** குயிலோசை – சற்றே வந்து
காதிற் பட வேணும்'

(பாரதியார்)

இந்தப் பாடலில் தடித்த எழுத்திலுள்ள தொடர்களைக் கவனியுங்கள். 'அங்கு' என்னும் சொல்லை நிலைமொழியாகக் கொண்ட 'அங்கு தூணில்' 'அங்கு கேணி', 'அங்கு கத்தும்' என்னும் தொடர்களில் வல்லினம் மிகவில்லை.

'சென்றிடுவீர் எட்டுத் திக்கும்- கலைச்
செல்வங்கள் யாவும் **கொணர்ந்திங்கு
சேர்ப்பீர்!**

இந்தப் பாடற்பகுதியில் நிற்கும் 'இங்கு சேர்ப்பீர்' என்னும் தொடரிலும் வல்லினம் மிகவில்லை.

இதுவரை நாம் பார்த்த தொடர்களில் 'இங்கு', 'அங்கு', 'எங்கு' என்னும் சொற்களுக்குப் பின் வல்லினம் மிகுவதையும் கண்டோம்; மிகாமல் இருப்பதையும் கண்டோம். இப்படி இரண்டு விதமாகவும் எழுதலாம் என்றால் எதைப்பின்பற்றுவது? இங்கே நம் செவிதான் நமக்குத் துணை. இத்தகைய தொடரில் நிற்கும் இரண்டு சொற்களையும் சேர்த்துச் சொல்லும்போது வல்லினம் மிகுந்தால் செவிக்கினிமை தருகின்றதா? மிகாவிட்டால் இனிமை தருகின்றதா என்பதையே இங்கே நாம் அளவுகோலாகக் கொள்ள வேண்டும்.

ஏகாரம்

'அங்கு', 'இங்கு', 'எங்கு' என்னும் சொற்கள் 'ஏ' என்னும் அசைபெற்று, 'அங்கே', 'இங்கே', 'எங்கே' என்று வழங்குகின்றன. இப்படி 'ஏ' என்னும் அசைபெற்று வழங்குவது இன்றைய வழக்கில் மிகுதியாக உள்ளது.

இந்தச் சொற்கள் 'ஏ' என்னும் அசைபெற்று நிற்கும்போது, வல்லினம் மிகாது.

எடுத்துக்காட்டு :

1) ஆகையால் எல்லோரும் **அங்கே
தனித்தனிதான்**
ஏகமனதாகி அவர் நம்மை
எதிர்ப்பதெங்கே?
(பாரதிதாசன்)

2) கேடுற்ற மன்னரறம் கெட்ட சபை
தனிலே
கூடுதலும் **அங்கே போய்க்** 'கோ' வென்-
றலறினாள்
(பாரதியார்)

தடித்த எழுத்திலுள்ள 'அங்கே தனித்தனி தான்', 'அங்கே போய்' என்னும் தொடர்களில் வல்லினம் மிகவில்லை.

1) இதை **இங்கே போட்டது** யார்?

2) அவர் **எங்கே போனார்?**

3) **அங்கே சென்றவர்** யார்?

இந்த வாக்கியங்களில் உள்ள 'இங்கே போட்டது', 'எங்கே போனார்', 'அங்கே சென்றவர்' என்னும் தொடர்களிலும் வல்லினம் மிகவில்லை.

இந்தச் சொற்களில் மட்டுமல்ல, வேறு எந்தச் சொல்லில் இந்த 'ஏ' சேர்ந்து நின்றாலும் வல்லினம் மிகாது.

'வந்தனம் **இவட்கே செய்வ** தென்றால்
வாழி யஃதிங் கெளிதன்று கண்டீர்'
(பாரதியார்)

'இவட்கே செய்வது' என்னும் தொடரை நோக்குக. இவளுக்கே செய்வது என்பதே 'இவட்கே செய்வது' என்று உகரச் சாரியை பெறாமல் நிற்கிறது.

'இவட்கே' என்பது நான்காம் வேற்றுமை உருபேற்ற சொல். நான்காம் வேற்றுமை விரிக்குப்பின் வல்லினம் மிகும். இங்கே நான்காம் வேற்றுமை உருபுடன் 'ஏ' என்னும் அசை சேர்ந்திருப்பதால் வல்லினம் மிக வில்லை. 'ஏ காரம்' இல்லாமல் வல்லினம் மிகும் தொடர், 'ஏ காரம்' சேர்ந்த பின் வல்லினம் மிகாது. எல்லாத் தொடர்களுக்கும் இது பொருந்தும்.

'வள்ளுவன் தன்னை **உலகினுக்கே – தந்து**
வான்புகழ் கொண்ட தமிழ்நாடு'
(பாரதியார்)

இந்தப்பகுதியில் நிற்கும் 'உலகினுக்கே தந்து' என்னும் தொடரையும் நோக்குக.

'சோலையிலோர் நாள் **எனையே
தொட்டிழுத்து** முத்த மிட்டான்
துடுக்குத் தனத்தை என் சொல்வேன்'

'**மண்படைப்பே காதலெனில்** காதலுக்கு
மறுப்பெதற்குக் கட்டுப்பாடெதற்குக்
கண்டார்?'

'தூய நற் **காதலர்க்கே – பெருந்**
தொல்லை தரும் புவியில்
மாய்க நமதுடல்கள்....'

'தன்னந் தனிப்பட என்னை **விட்டே –
பெற்ற**
தாயும் கடைக்கு நடந்து விட்டாள்'

'**சோலையிலே பூத்த** தனிப் பூவோ நீ தான்!
சொக்கவெள்ளிப் பாற்குடமோ, அமுத
ஊற்றோ'

'தூக்கி விட்டான்! தூக்கி விட்டான்! தூக்கிப்
போய்த் தூளாக
ஆக்கிச் சமுத்திரத்தில் **அப்படியே
போட்டி**டுவான்'

'நல்லறிவை நாளும் உயர்த்தி **உயர்த்தியே
புல்லறிவைப்** போக்கிப் புதுநிலை
தேடல் வேண்டும்'

பாரதிதாசனின் பாடல் வரிகள் இவை. இங்கே ஏகாரம் பெற்று நிற்கும் தொடர் களைக் கவனியுங்கள். இந்தத் தொடர்களில் நிற்கும் ஏகாரத்தை நீக்கி விட்டால், பெரும் பாலான தொடர்களில் வல்லினம் மிகும். எனவே ஏகாரம் சேர்ந்த தொடர் என்ன தொடராக இருந்தாலும் வல்லினம் மிகாது.

ஆங்கு, ஈங்கு, ஆண்டு, ஈண்டு...

'அங்கு', 'இங்கு' என்னும் சொற்களின் முதலில் நிற்கும் உயிர் நீண்டு, இவை 'ஆங்கு', 'ஈங்கு' என்றும் வழங்குகின்றன.

1) அடிமண்ணும் சுடும் **ஆங்கே** தீக்கங் கில்லை.

2) **ஈங்கது** வேண்டாம் கண்ணே!

3) அன்ன யாவினும் புண்ணியம் கோடி
ஆங்கோர் ஏழைக் கெழுத்தறிவித்தல்

4) **யாங்குப் பெற்றனர்** இத்திறனை?

இந்த வாக்கியங்களில் ஆங்கு, ஈங்கு, யாங்கு என்னும் சொற்கள் இடம் பெற்றுள்ளன. இவை முறையே, அங்கு, இங்கு, எங்கு என்று பொருள் தருவதை நோக்குக. கடைசி வாக்கியத்தில் 'யாங்குப் பெற்றனர்' என்னும் தொடர் அமைந்துள்ளது.

இந்தத் தொடரில் வல்லினம் மிகுந்திருக் கிறது. இவ்வாறே ஆங்கு, ஈங்கு என்னும் சொற்களுக்குப் பின்னும் வல்லினம் மிகும்.

நாம் சற்று முன்பு பார்த்த 'அடிமண்ணும் சுடும் ஆங்கே தீக்கங்கில்லை' என்னும் தொடரை மறுபடியும் பாருங்கள். இந்தத் தொடரில் வல்லினம் மிகவில்லை. 'ஆங்கு' என்னும் சொல்லுடன் 'ஏகாரம்' சேர்ந்திருப் பதே இதற்குக் காரணம்.

'நெல்லுக் கிறைத்த நீர் வாய்க்கால்
வழியோடிப்
புல்லுக்கு **மாங்கே பொசியுமாம்** –
(மூதுரை)

இந்தப் பாடலில் நிற்கும் 'ஆங்கே' பொசியுமாம் என்னும் தொடரையும் நோக்குக. ஆங்கு, ஈங்கு முதலிய சொற்களுடன் ஏகாரம் சேர்ந்து நிற்கும்போது வல்லினம் மிகாது.

ஆண்டு, ஈண்டு, யாண்டு என்னும் சொற்களும் அங்கு, இங்கு, எங்கு என்னும் பொருள் உடையவை. இந்தச் சொற்களுக்குப் பின் வல்லினம் மிகும்.

எடுத்துக்காட்டு :

1) பழந்தமிழ்ப் புலவர்களுள் நக்கீரர் ஒருவரை **ஈண்டுக் கோடல்** பொருத்தமானது.

2) அவர் **ஆண்டுக் கண்ட** தென்னை?

3) நீங்கினால் சுடுவதும் நெருங்கினால் குளிர்வதுமான இந்தப் புதுமைத் தீயை **யாண்டுப் பெற்றாள்** இவள்.

அன்று – இன்று – என்று

'அங்கு', 'இங்கு' முதலியன இடப்பொருள் உணர்த்தும் சொற்கள். 'அன்று', 'இன்று', 'என்று' என்பவை காலப்பொருள் உணர்த்தும் சொற்கள். இந்தச் சொற்களை நிலைமொழியாகக் கொண்ட தொடர்களை இப்போது பார்ப்போம்.

'**இன்றுபோய்** நாளை வா' என்னும் தொடரிலுள்ள 'இன்று', 'போய்' என்னும் சொற்கள் இரண்டும் இயல்பாகச் சேர்ந்திருக்கின்றன. அதாவது, இந்தத் தொடரில் வல்லினம் மிகவில்லை.

'நன்றி ஒருவற்குச் செய்தக்கால் அந்நன்றி **என்று தருங்கொல்** என வேண்டா –
(மூதுரை)

இந்தப் பாடலின் இரண்டாவது அடியில் நிற்கும் 'என்று தருங்கொல்' என்னும் தொடரிலும் வல்லொற்று மிகவில்லை. இப்பொழுது இந்தத் தொடர்களைக் கவனியுங்கள்.

'**இன்றுபோல்** என்றும் மகிழ்ச்சி இலகுகவே'

'ஆதலால் குள்ளனை அணுவும் நம்பாதே என்ற பழமொழி **அன்று பிறந்தது**'

'**இன்று கருதுக** குடிகளே, மறவரே, நாளைக்கே குடியரசினை நாட்டலாம்'

'**இன்று திறல் நாடு** சென்றே – அங்கு இயலும் நிலைமைகள் யாவையும் இங்கே அன்றன்று உரைத்திட வேண்டும்'

'என்று மன்னன் இயம்பினான். அகத்தியன் **அன்றுதான்** ஒருபடி அதிகாரம் ஏறினான்'

'**என்று தணியும்** இந்தச் சுதந்திர தாகம்?'

இந்த எடுத்துக்காட்டுகளில் இடம் பெற்றுள்ள 'இன்றுபோல்', 'அன்று பிறந்தது', 'இன்று கருதுக', 'இன்று திறல் நாடு', 'அன்றுதான்', 'என்று தணியும்' என்னும் தொடர்களில் வல்லினம் மிகவில்லை. நிலைமொழி, வருமொழி இரண்டையும் சேர்த்து ஒலிக்கும்போது இவை இயல்பாகவே ஒலிக்கின்றன.

இந்தத் தொடர்களை மீண்டும் கவனியுங்கள். 'இன்றுபோல்' என்னும் தொடரில் வருமொழியாக நிற்கும் 'போல்' என்பது உவம உருபு. 'அன்று பிறந்தது' 'இன்று கருதுக' 'என்று தணியும்' என்னும் தொடர்களில் வினைச்சொற்கள் வருமொழியாக நிற்கின்றன. 'அன்றுதான்' என்னும் தொடரில் உறுதிப்பொருள் தரும் 'தான்' என்னும் இடைச்சொல் வருமொழியாக நிற்கிறது. வருமொழி எதுவாக இருந்தாலும் அன்று, இன்று, என்று என்னும் சொற்களுக்குப் பின் வல்லினம் மிகாது.

அன்று, இன்று, என்று என்னும் சொற்கள் அன்றை, இன்றை, என்றை என்றும், அன்றைக்கு, இன்றைக்கு, என்றைக்கு என்றும், அற்றை, இற்றை, எற்றை என்றும் திரிந்து வழங்குவதைக் காண்கிறோம். இவற்றுள் அன்றை, இன்றை, என்றை, அற்றை, இற்றை, எற்றை ஆகியவை இலக்கிய வழக்கில் மட்டும் உள்ளன.

இந்தச் சொற்களை நிலைமொழியாகக் கொண்ட தொடர்களில் வல்லினம் மிகும்.

எடுத்துக்காட்டு :

'**அன்றைப் பகலோர்** அரும்பதித்தங்கி'
(சிலம்பு)

'குன்றத் தனையிரு நிதியைப் படைத்தோர் **அன்றைப் பகலே** யழியினு மழிவர்'
(நறுந்தொகை)

அன்றைப் பொழுது, அன்றைக்கூலி, அன்றைக்காலை, அன்றைச் செய்தி

என்னும் தொடர்களையும் கவனியுங்கள். இவ்வாறே, இன்றை, என்றை என்னும் சொற்கள் நிலை மொழியாக நிற்கும் தொடர்களிலும் வல்லினம் மிகும்.

இன்று எழுத்திலும் பேச்சிலும் அன்றைக்கு, இன்றைக்கு, என்றைக்கு என்னும் சொற்கள் மிகுதியாக வழங்குகின்றன. இந்தச் சொற்களை நிலைமொழியாகக் கொண்ட தொடர்களிலும் வல்லினம் மிகும்.

'இன்றைக்குச் சொல்வோ ரெல்லாம்
என் கடன் இறுப்பாரோ
இழவுக்கு வந்தவ ரெல்லாம்
தாலியறுப்பாரோ'
(மாயூரம் வேதநாயகம் பிள்ளை)

இந்தப் பாடலில் 'இன்றைக்குச் சொல்வோர்' என்னும் தொடரில் வல்லினம் மிகுந்திருக்கிறது.

1) **இன்றைக்குக் கோயில்களின்** நிலை எப்படியிருக்கிறது?

2) **அன்றைக்குக் கலையின்** தெய்வீகத் தன்மை போற்றப்பட்டது.

3) மர வழிபாடு **என்றைக்குத் தோன்றியதோ** தெரியவில்லை.

இந்த வாக்கியங்களில் இடம் பெற்றிருக்கும் 'இன்றைக்குக் கோயில்', 'அன்றைக்குக்கலை', 'என்றைக்குத் தோன்றியதோ' என்னும் தொடர்களில் வல்லொற்று மிகுந்திருக்கிறது.

அன்று, இன்று, என்று என்னும் சொற்களின் மற்றொரு வகை வடிவமாகிய 'அற்றை', 'இற்றை', 'எற்றை' என்னும் சொற்கள் நிலை மொழியாக நிற்கும்போதும், வல்லினம் மிகும்.

'இற்றைத் தமிழன் எப்படியோ வந்து
விட்டான்
கொற்றவரே உம்மிடத்துக் கூட்டி வந்தேன்'
(கண்ணதாசன்)

இந்தப் பாடற்பகுதியில் இடம் பெற்றிருக்கும் 'இற்றைத் தமிழன்' என்னும் தொடரில் வல்லினம் மிகுந்திருக்கிறது.

'அற்றைத் திங்கள் அவ்வெண்ணிலவில்'
'இற்றைத் திங்கள் இவ்வெண்ணிலவில்'
(புறநானூறு)

இந்தப் பாடல் வரிகளில் நிற்கும் 'அற்றைத் திங்கள்', 'இற்றைத் திங்கள்' என்னும் தொடர்களிலும் வல்லொற்று மிகுந்திருப்பதைக் கவனியுங்கள்.

இதுவரை பார்த்தவற்றை மீண்டும் நினைவு படுத்திக்கொள்வோம்.

1) அங்கு, இங்கு, எங்கு என்னும் சொற்களுக்குப் பின் வல்லினம் மிகுவதும் உண்டு; மிகாமல் இருப்பதும் உண்டு.

2) ஆங்கு, ஈங்கு, யாங்கு, ஆண்டு, ஈண்டு, யாண்டு என்னும் சொற்களுக்குப் பின் வல்லினம் மிகும்.

3) அன்று, இன்று, என்று என்னும் சொற்களுக்குப் பின் வல்லினம் மிகாது.

4) அன்றை, இன்றை, என்றை, அன்றைக்கு, இன்றைக்கு, என்றைக்கு, அற்றை, இற்றை, எற்றை என்னும் சொற்களுக்குப் பின் வல்லினம் மிகும்.

அப்படி, இப்படி, என்னும் சொற்களுக்குப் பின் வல்லினம்

'எப்படிப் பாடினரோ அடியார் அப்படிப் பாட நான் ஆசை கொண்டேன் சிவமே.

இந்தப்பாடலை நன்கு கவனித்தால் 'எப்படிப் பாடினரோ' 'அப்படிப் பாட' என்னும் தொடர்களில் வல்லினம் மிகுந்து ஒலிப்பது தெரியும்.

'எப்படித்தம் உடல் வளர்த்தும் எது
செய்தாலும்
என்னென்ன காயகற்பம்
இழைத்துண்டாலும்
தப்பிடவே முடியாது தடையில்லாமல்
தலை சிறந்த மனிதர்களும் சாக வேண்டும்.
முப்பொழுதும் உலக நலம் மூச்சாய்க்
கொண்டு
முறைதவறாத் தவவாழ்வே முடித்த காந்தி
இப்படித்தம் உயிர் கொடுத்த பெருமை
யன்றோ
என்றென்றும் நின்றொளிரும்
இரவியாகும்.?
(நாமக்கல் கவிஞர்)

'இப்படித் திட்டமிட்ட இழிகுணத்தார்
செப்படி வித்தை காட்டிச் செயல்புரிந்தார்'

'-------------------------உனைக்
கொன்று குவித்த இன்ப உணர்வுத்
தூண்டுதலை **எப்படித்தான்**
மென்று விழுங்கி வாழ்ந்தாயோ என
எண்ணி வருந்துகின்றேன்'
(கலைஞர் மு.க.)

இந்தக் கவிதைகளில் இப்படி, அப்படி, எப்படி என்னும் சொற்களுக்குப்பின் வல்லினம் மிகுந்திருப்பதை நோக்குக.

படி

'**பார்த்தபடி நின்றிருந்த** காளை அங்கு
பதிந்தபடி நின்றிருந்த மாதைத் தொட்டுச்
சேர்த்தபடி பஞ்சணையில் அமர வைத்தான்
சிரித்தபடி கூந்தலுக்குள் மீன்பிடித்தான்'
(கண்ணதாசன்)

'பார்த்தபடி நின்றிருந்த', 'பதிந்தபடி நின்றிருந்த', 'சேர்த்தபடி பஞ்சணையில்', 'சிரித்தபடி கூந்தலுக்குள்' என்னும் தொடர்களில், 'பார்த்தபடி' 'பதிந்தபடி', 'சேர்த்தபடி', 'சிரித்தபடி' என்னும் சொற்கள் நிலை மொழியாக நிற்கின்றன. குறிப்பாக, 'சேர்த்தபடி பஞ்சணையில்', சிரித்தபடி கூந்தலுக்குள்' என்னும் தொடர்களைக் கவனியுங்கள். பின்னைய **வழக்குப்படி பேரின்பம்** என்னும் தொடரையும் நோக்குக.

இந்தத் தொடர்களில் வல்லினம் மிக வில்லை. இப்படிப் பெயர் அல்லது வினையுடன் சேர்ந்து வரும் 'படி' வேறு, அப்படி, இப்படி, எப்படி என்னும் சுட்டு, வினாக்களில் நிற்கும் 'படி' வேறு. எனவே, இந்த இரண்டையும் ஒன்றாக எண்ணிக் குழப்பிக் கொள்ளக் கூடாது.

அவ்வாறு...

அப்படி, இப்படி, எப்படி என்னும் சொற்கள் தரும் பொருளையே அவ்வாறு, இவ்வாறு, எவ்வாறு என்னும் சொற்களும் தருகின்றன. ஆனால், இந்தச் சொற்கள்– அவ்வாறு, இவ்வாறு, எவ்வாறு என்னும் சொற்கள் – நிலைமொழியாக நிற்கும் தொடரில் வல்லினம் மிகாது.

எடுத்துக்காட்டு :

1) **இவ்வாறு பெண்ணாசையைக்** கடிந்து கூறிய அருணகிரியார் பெண்ணைப் போற்றாமல் இல்லை.
2) இயற்கையைப் பாடும் புலவனின் உள்ளத்தில் இயற்கையும் அதன் உறுப்புக் களும் **எவ்வாறு படிகின்றன** என்பது சொல்லாமலே விளங்கும்.
3) ஞாயிற்றின் ஒளியை **எவ்வாறு கூறுவது?**
4) திங்களின் நிலவை **எவ்வாறு செப்புவது?**
5) **அவ்வாறு செய்தது** யார்?

அவ்வளவு...

சுட்டு, வினாக்களில் இன்னொரு வகை இவ்வளவு, அவ்வளவு, எவ்வளவு என்னும் சொற்கள். இந்தச் சொற்கள் நிலை மொழியாக நிற்கும் தொடர்களிலும் வல்லினம் மிகாது.

எடுத்துக்காட்டு :

1) **எவ்வளவு காலம்** பொறுத்திருப்பது?
2) **இவ்வளவு தூரம்** நடந்தா வந்தீர்கள்?
3) **அவ்வளவு செல்வம்** இருந்தும் என்ன பயன்?

'எவ்வளவு காலம்', 'இவ்வளவு தூரம்', 'அவ்வளவு செல்வம்' என்னும் தொடர்களை நோக்குக.

'என்னடி! பெண்ணே நான் **எவ்வளவு**
சொன்னாலும்
சொன்னபடி கேட்காமல் தோஷம்
விளைக்கின்றாய்'
'அவ்விரண்டு மூலிகையில் ஆரணங்கே நீ
ஆசை
இவ்வளவு கொண்டிருத்தல் இப்போது
தான் அறிந்தேன்'
(பாரதிதாசன்)

'எவ்வளவு சொன்னாலும்', 'இவ்வளவு கொண்டிருத்தல்' என்னும் தொடர்களையும் நோக்குக.

அத்துணை...

அவ்வளவு, இவ்வளவு, எவ்வளவு என்னும் பொருள் தரும். அத்துணை, இத்துணை, எத்துணை என்னும் சொற் களுக்குப் பின் வல்லினம் மிகும்.

எடுத்துக்காட்டு :

1) **இத்துணைச் சிறப்பு** வாய்ந்த திருக் குறளுக்குப் பலர் உரை எழுதியுள்ளனர்.

2) **அத்துணைச் செல்வமும்** அறப் பணிக்கே பயன்பட வேண்டும் என்பது அவர் விருப்பம்.

3) **எத்துணைப் புகழ்** பெற்றாலும் என்ன பயன்? அவரிடம் அடக்கம் இல்லையே.

இந்த வாக்கியங்களில் நிற்கும் 'இத் துணைச் சிறப்பு', 'அத்துணைச் செல்வம்', 'எத்துணைப் புகழ்' என்னும் தொடர்களில் வல்லினம் மிகுந்திருப்பதை நோக்குக.

அத்தனை...

எண்ணிக்கையைக் குறிக்கும் அத்தனை, இத்தனை, எத்தனை என்னும் சொற்களுக்குப் பின் வல்லினம் மிகாது.

'எத்தனை காலம் சுமந்திருந்தாள் நமக்
கெத்தனை கஷ்ட மனுபவித்தாள்
அத்தனை கஷ்டமும் நாமறந்தோமவள்
அத்தனை குற்றமு மேபொறுத்தாள்'
(நாமக்கல் கவிஞர்)

இந்தப் பாடலில் நிற்கும் 'எத்தனை காலம்', 'எத்தனை கஷ்டம்', 'அத்தனை கஷ்டம்', 'அத்தனை குற்றம்' என்னும் தொடர் களை நோக்குக. 'எத்தனை', 'அத்தனை' என்னும் சொற்களை நிலை மொழியாகக் கொண்ட தொடர்களில் வல்லினம் மிகவில்லை.

'இத்தனை தீமைக்கும் ஏற்ற மருந்து
இந்திய ஞானிகள் கண்ட மருந்து
உத்தமர் யாரும் உவக்கும் மருந்து
உலகத்தில் துன்பம் ஒழிக்கும் மருந்து''
(நாமக்கல் கவிஞர்)

இந்தப் பாடலில் நிற்கும் 'இத்தனை தீமைக்கும்' என்னும் தொடரிலும் வல்லினம் மிகவில்லை.

இப்படி, அப்படி, எப்படி என்னும் சொற் களுக்குப் பின்னும், இத்துணை, அத்துணை, எத்துணை என்னும் சொற்களுக்குப் பின்னும் வல்லினம் மிகும். இவ்வாறு, அவ்வாறு, எவ்வாறு என்னும் சொற்களுக்குப் பின்னும், இவ்வளவு, அவ்வளவு, எவ்வளவு என்னும் சொற்களுக்குப் பின்னும், இத்தனை, அத்தனை, எத்தனை என்னும் சொற்களுக்குப் பின்னும் வல்லினம் மிகாது.

முன்னே, பின்னே முதலிய சொற்களுக்குப் பின் வல்லினம்

முன், பின் என்னும் சொற்கள் முன்னே, பின்னே, முன்பு, பின்பு, முன்னை, பின்னை எனப் பலவிதமாக வழங்குகின்றன.

இந்தச் சொற்களை நிலைமொழியாகக் கொண்ட தொடர்களை இப்போது ஒவ்வொன் றாகப் பார்ப்போம்.

இந்தப் பாடலை நோக்குக.

'நல்லது நீ சென்று நடந்த கதை கேட்டுவா
வல்ல சகுனிக்கு மாண்பிழந்த நாயகர் தாம்
என்னை **முன்னே** கூறி இழந்தாரா? தம்மையே
முன்ன மிழந்து முடித்தென்னைத் தோற்றாரா?
சென்று சபையில் இச்செய்தி தெரிந்து வா'
என்றவளும் கூறி இவன் போகிய **பின்னர்**
தன்னந் தனியே தவிக்கும் மனத்தாளாய்
வன்னங் குலைந்து மலர் விழிகள் நீர் சொரிய
உள்ளத்தை அச்சம் உலைவுறுத்தப் பேய்கண்ட
பிள்ளையென வீற்றிருந்தாள். **பின்ன**நந்தத்
தேர்ப்பாகன்
மன்னன் சபைசென்று, 'வாள்வேந்தே'
ஆங்கந்தப்
பொன்னரசி தாள் பணிந்து 'போதருவீர்'
என்றிட்டேன்'என்னை முதல்வைத் திழந்த
பின்பு தன்னை என்
மன்னர் இழந்தாரா? மாறித் தமைத் தோற்ற
பின்னரெனைத் தோற்றாரா?' என்றே நும்
பேரவையை
மின்னற் கொடியார் வனவிவரத் தாம்
பணித்தார்
வந்து விட்டேன் என்றுரைத்தான்
(பாரதியார்)

இந்தப் பாடலில் நிற்கும் முன்னே, முன்னம், பின், பின்னர், பின்பு என்னும் சொற்களை நோக்குக.

முன்னே...

இப்பொழுது, என்னை **முன்னே கூறி** இழந்தாரா? என்னும் தொடரைக் கவனியுங் கள். இந்தத் தொடரின் உள் தொடராய் 'முன்னே கூறி' என்னும் தொடர் நிற்கிறது. இத் தொடரில் வல்லினம் மிகவில்லை.

'செல்வாய் விதுரா' நீ சிந்தித்திருப்பதேன்?
வில்வாள் நுதலினாள், மிக்க
எழிலுடையாள்

முன்னே பாஞ்சாலர் முடிவேந்தர்
ஆவிமகள்
இன்னே நாம் சூதில் எடுத்த விலைமகள்
பால்...'
(பாரதியார்)

என்னும் பாடற்பகுதியில் 'முன்னே பாஞ்சாலர்' என்னும் தொடரும் இயல்பாகப் புணர்ந்திருப்பதை நோக்குங்கள். இப்பொழுது இந்த வாக்கியங்களைக் கவனியுங்கள்.

1) அழகிய கட்டடம் முதல் முதல் சிற்பியின் உள்ளத்தில் கருக்கொள்கிறது; **பின்னே கல்**, மண், சுண்ணம், மரம், இரும்பு முதலியவற்றின் சேர்க்கையால் உருக் கொள்கிறது.

2) உள்ளத்துக்கும் உருவத்துக்கும் உள்ள தொடர்பு **பின்னே பேசப்போகும்** உள்ளுணர்வும் வழிபாடும் என்னும் பொருளிலும் கலந்து வரும்.

3) உள்ளம் தோற்றமுடைய தென்றும் ஒடுக்க முடையதென்றும் **முன்னே சொல்லப்** பட்டது.

4) பல நூற்றாண்டுகளுக்கு **முன்னே கட்டப்பட்ட** கோயில்கள் அக்காலக் கட்டடக் கலையின் சிறப்பை உணர்த்தும் கருவிகளாகத் திகழ்கின்றன.

5) கோயில்கள் தோன்றுவதற்கு **முன்னே கடவுள்** வழிபாடு இல்லையென்று சொல்வது பொருந்தாது.

இந்த வாக்கியங்களில் 'முன்னே', 'பின்னே' என்னும் சொற்களை நிலை மொழிகளாகக் கொண்டு அமைந்திருக்கும் தொடர்களை நோக்குக. 'பின்னே கல்', 'பின்னே பேசப்போகும்', 'முன்னே சொல்லப் பட்டது', 'முன்னே கட்டப்பட்ட', 'முன்னே கடவுள்' என்னும் தொடர்கள் இயல்பாகப் புணர்ந்திருக்கின்றன. இவற்றில் வல்லொற்று மிகவில்லை. 'முன்னே', 'பின்னே' என்னும் சொற்களுக்குப் பின் வல்லொற்று மிகாது என்பதை நினைவிற் கொள்ளுங்கள்.

முன்பு...

முன், பின் என்ற பொருள் தரும் சொற்களில் இன்னொரு வகை 'முன்பு', 'பின்பு' என்பன. இந்தச் சொற்கள் நிலை மொழியாக நிற்கும்போதும் வல்லினம் மிகாது.

'-----------------அவ்வண்ணம்
மிகுவதன் முன்பு சகுனியும் – 'ஐய
வேறொரு தாயிற் பிறந்தவர்-வைக்கத்
தகுவரென்றிந்தச் சிறுவரை-வைத்துத்
தாயத்திலே இழந்திட்டனை'
(பாரதியார்)

இந்தப் பாடலில் இடம் பெற்றிருக்கும் 'முன்பு சகுனியும்' என்னும் தொடரைக் கவனியுங்கள். இந்தத் தொடரில் வல்லினம் மிகவில்லை.

'தாயத்தைக் கையில் பற்றினான் - **பின்பு சாற்றி** விருத்தமங் கொன்றையே'
(பாரதியார்)

என்னும் பாடற்பகுதியில் உள்ள 'பின்பு சாற்றி' என்னும் தொடரும் இயல்பாகவே புணர்ந்திருக்கிறது. சற்று முன்பு எடுத்துக் காட்டிய பாடலில், 'என்னை முதல் வைத்திழந்த பின்பு தன்னை என் மன்னர் இழந்தாரா? என்னும் வரியில் உள்ள 'பின்பு தன்னை' என்னும் தொடரை நோக்குங்கள் இந்தத் தொடரும் இயல்பாகவே புணர்ந்திருக்கிறது.

முன்னை...

'முன்னை', 'பின்னை' என்னும் சொற்களும் 'முன்', 'பின்' என்னும் சொற்களினின்று தோன்றியவையே.

'முன்னைப் பழம் பொருட்கும் முன்னைப் பழம் பொருளே
பின்னைப் புதுமைக்கும் பேர்த்துமப் பெற்றியனே'
(திருவாசகம்)

இந்தப் பாடற் பகுதியில் இடம் பெற்றிருக்கும் 'முன்னைப் பழம் பொருள், 'பின்னைப்புதுமை' என்னும் தொடர்களை நோக்குக. இந்தத் தொடர்களில் வல்லினம் மிகுந்திருக்கிறது.

'தன்னை மறந்தவனாதலால் - தன்னைத் தான் பணயமென வைத்தனன் – பின்பு முன்னைக் கதையன்றி வேறுண்டோ?
– அந்த மோசச் சகுனி கெலித்தனன்'
(பாரதியார்)

இந்தப் பாடலில் நிற்கும் 'முன்னைக் கதையன்றி' என்னும் தொடரிலும் வல்லினம் மிகுந்திருப்பதைக் கவனியுங்கள்.

முந்தி...

'முன்', 'பின்' என்னும் பொருள் தரும் சொற்கள் பல உண்டு. இவை முன், பின் என்னும் சொற்களின் மாற்று வடிவங்களாகத் திகழ்கின்றன. 'முந்தி', 'பிந்தி' என்னும் சொற்கள் இத்தகைய மாற்று வடிவங்களில் ஒரு வகை. இந்தச் சொற்களை நிலை மொழியாகக் கொண்ட தொடர்கள் புணரும் விதத்தை இப்போது பார்ப்போம்.

'சிந்தித்துச் சிந்தித்து முடிவிலே தன்
சிந்தையினை அவளுக்குச் சொல்லித் தீர்க்க
முந்தித்தன் நிலை காலம் புதிய வீடு
முற்றிலுமே மறந்தானாய்ப் போந்ததற்கும்'
(கண்ணதாசன்)

என்னும் பாடற்பகுதியில் 'முந்தித்தன் நிலை' என்னும் தொடரைக் கவனியுங்கள். இந்தத் தொடரில் வல்லினம் மிகுந்திருக்கிறது. எனவே, 'முந்தி' என்னும் சொல்லுக்குப் பின் வல்லினம் மிகும் என்பது தெரிகிறது.

இதே போல, 'பிந்தி' என்னும் சொல்லுக் குப் பின்னும் வல்லினம் மிகும்.

'படைக்கு **முந்திக்கொள்**; பந்திக்குப் **பிந்திக்கொள்**' என்னும் புதுமொழியை நோக்குக. இங்கே 'முந்திக்கொள்', 'பிந்திக் கொள்' என்னும் இரண்டு தொடர்களிலும் வல்லினம் மிகுந்திருப்பதை நோக்குக. 'முந்தி', 'பிந்தி' என்பவை 'முந்து', 'பிந்து' என்பவற்றின் எச்சமாகவும் அமையும்.

முன்னாலே...

'முன்', 'பின்', என்னும் சொற்கள் சில சமயங்களில் 'முன்னாலே', 'பின்னாலே' என்றும் அமைவதுண்டு. அப்போது, இவற்றை நிலை மொழியாகக் கொண்டு அமையும் தொடரில் வல்லினம் மிகாது.

'செவ்வான விண்மீன்போல் அவர்
பின்னாலே சீடர் பலர் வந்தார்கள்...'
(கண்ணதாசன்)

'பின்னாலே சீடர்' என்னும் தொடரைப் பாருங்கள். இந்தத் தொடரில் வல்லினம் மிகவில்லை. இதே போல் 'முன்னாலே' என்னும் சொல்லுக்குப் பின்னும் வல்லினம் மிகாது.

எடுத்துக்காட்டு :

1) அவர்கள் முன்னாலே சென்றார்கள்.
2) அவர்கள் பின்னாலே பலர் வந்தனர்.
3) முன்னாலே போகிறவர் யார்?
4) முன்னாலே போவது நல்லதா?
   பின்னாலே போவது நல்லதா?

பிறகு...

'பின்' என்னும் பொருள் தரும் இன்னொரு சொல் 'பிறகு' என்பது. இந்தச் சொல் நிலை மொழியாக அமையும் தொடரிலும் வல்லினம் மிகாது.

'செத்த **பிறகு** சிவலோகம் வைகுந்தம்
சேர்ந்திடலா மென்றே எண்ணியிருப்பார்
பித்த மனிதர், அவர் சொலும் சாத்திரம்
பேயுரையா மென்றிங்கு ஊதேடா சங்கம்'
(பாரதியார்)

இந்தப் பாடலில் நிற்கும் 'பிறகு சிவலோகம்' என்னும் தொடரை நோக்குக.

பிறகு பார்ப்போம்; பிறகு காண்போம் என்னும் தொடர்களையும் காண்க.

முன்னர், பின்னர், முன்னம், பின்னம், முன்னால், பின்னால், முன், பின் என்னும் சொற்கள் ஏகாரம் பெறும்போது இவை உயிரீற்றுச் சொற்களாக அமையும். அப்போது, இந்தச் சொற்களுக்குப் பின் வல்லினம் மிகாது.

முன்னை, பின்னை, முந்தி, பிந்தி என்னும் சொற்கள் சில சமயங்களில் முன்னைய, பின்னைய, முந்திய, பிந்திய என்றும் அமைவ துண்டு. அவ்வாறு அமையும்போது இந்தச் சொற்களுக்குப்பின் வல்லினம் மிகாது.

எடுத்துக்காட்டு :

1) **முன்னைய** காலத்தில் மக்கள் இயற்கை யோடு இயைந்த வாழ்க்கை நடத்தினர்.
2) **பின்னைய** காலத்தில் செயற்கை வாழ்க்கையில் ஆர்வம் காட்டலாயினர்.
3) முதற் சங்க காலம் தொல்காப்பியருக்கு **முந்திய** காலம் என்பது அறிஞர் கருத்து.
4) **பிந்திய** காலத்தில் தோன்றியது நான் காவது தமிழ்ச் சங்கம்.

மேல், கீழ் என்னும் சொற்கள் ஏகாரம் பெற்று 'மேலே', 'கீழே' என்று அமையும். அப்போது இந்தச் சொற்களை நிலை மொழியாகக் கொண்ட தொடரில் வல்லினம் மிகாது.

எடுத்துக்காட்டு :

'தேசு வெயிலதுதான் தேக்குநிழற் **கீழே பொற்**
காசு கிடப்பது போல் காட்சி தர...'
(பாரதிதாசன்)

இந்தப் பாடல் வரிகளில் நிற்கும் 'கீழே பொற்காசு' என்னும் தொடரில் வல்லினம் மிகவில்லை.

இந்த வாக்கியங்களை நோக்குக:

1) **மேலே பாருங்கள்.**
2) **மேலே செல்க.**
3) குரங்கு மரத்தின் **மேலே தாவியது**
4) மரத்தின் **கீழே தங்கினார்.**
5) மாடியிலிருந்து **கீழே குதித்தால்** என்ன ஆகும்?

இந்த வாக்கியங்களில் மேலே, கீழே என்னும் சொற்களுக்குப் பின் வல்லினம் மிகவில்லை.

பல சில என்னும் சொற்களுக்குப் பின் வல்லினம்

'தெள்ளு தமிழ்ப் புலவோர்கள் – **பல**
தீஞ்சுவைக் காவியம் செய்து கொடுத்தார்.
சாத்திரங்கள் **பல தந்தார்** – இந்தத்
தரணியெங்கும் புகழ்ந்திட வாழ்ந்தேன்'
(பாரதியார்)

'பல தீஞ்சுவைக் காவியம்', 'பல தந்தார்' என்னும் தொடர்களில் வல்லினம் மிகவில்லை. இதிலிருந்து, 'பல' என்னும் சொல்லுக்குப் பின் வல்லினம் மிகாது என்பது தெரிகிறது அல்லவா? இதே போல் 'சில' என்னும் சொல்லுக்குப் பின்னும் வல்லினம் மிகாது.

இப்பொழுது **'சில கருத்துகள்' 'பல சாலைகள்'** என்னும் தொடர்களைக் கவனியுங்கள். இந்த இரு தொடர்களையும் கவனமாக ஒலித்துப் பாருங்கள். அப்போது இந்தத் தொடர்கள் வல்லினம் மிகாமல் இயல்பாகவே ஒலிப்பது புலனாகும்.

பல, சில என்னும் சொற்கள் நிலைமொழியாக அமையும்போது இந்தச் சொற்களின் ஈற்றிலுள்ள அகரம் கெட்டும் புணர்வதுண்டு. அதாவது, பல, சில என்னும் சொற்களின் ஈற்றில் நிற்கும் உயிரொலியான அகரம் மறைந்துவிட, எஞ்சி நிற்கும் லகர மெய்யுடன் வருமொழி முதலில் உள்ள ஒலி வந்து சேரும். இப்படிச் சேரும்போது, சில சமயங்களில் இயல்பாகவும், சில சமயங்களில் விகாரப்பட்டும் புணரும்.

இப்பொழுது, இந்தத் தொடர்களைக் கவனியுங்கள்.

பல்கலை, பல்பொருள் என்னும் தொடர்களில் நிலைமொழியாகிய 'பல' என்னும் சொல் அகரம் கெட்டுப் 'பல்' என்று நின்றபோதிலும் 'பல' என்னும் பொருளே தருகின்றது. 'பல்' என்னும் சொல்லுடன் வந்து சேரும் சொல்லின் முதல் எழுத்து வல்லினமாக இருப்பின், பெரும்பாலும் இயல்பாகவே புணரும்.

'பல – மலர்' என்னும் இரு சொற்களும் எப்படிப் புணர்கின்றன என்று இப்போது பார்ப்போம். 'பல – மலர் = பலமலர்' என்று புணர்வதே பெரும்பான்மை எனினும் இலக்கிய வழக்கில், 'பல' என்னும் சொல்லின் ஈற்றிலுள்ள அகரம் கெட்டு, எஞ்சி நிற்கும் 'பல்' என்னும் சொல்லுடன், 'மலர்' என்னும் சொல் வந்து சேரும்போது 'பன்மலர்' என்றாகும்.

இவ்வாறே, 'பலமுறை' என்பது 'பன்முறை' என்றும், 'பலமொழி' என்பது 'பன்மொழி' என்றும், திரிவதைக் கவனியுங்கள். நிலைமொழியின் ஈற்றில் 'லகரமெய்' நிற்கும் போது, வருமொழி முதலில் 'மகரமெய்' வந்தால், 'லகரமெய்' றன்னகர மெய்யாகத் திரியும் என்னும் விதிக்கேற்ப இவை புணர்ந்துள்ளன. இதுபோலவே, பல நாள் = பன்னாள் என்றும் மாறுவதைக் கவனியுங்கள். முன்பு கூறியது போலவே, வருமொழி முதலில் தந்நகரம் வரும்போது நிலைமொழி ஈற்றிலுள்ள 'லகரமெய் றன்னகரமாகத் திரியும் என்னும் விதிக்கேற்பப் புணர்ந்துள்ளன. 'பல நாள்' என்பது 'பல்நாள்' என்று மாறிப் பின்பு 'பன்னாள்' என்று ஆகியிருக்கிறது. அதே போலச் 'சில நாள்' என்பது 'சில் நாள்' என்று மாறிப் பிறகு

'சின்னாள்' என்று ஆகியுள்ளது. எனினும், இக்கால வழக்கில் பலமுறை, பலமொழி, பலநாள், சில நாள் என்று வழங்குவதே பெரும்பான்மையாகும்.

சில, பல – தம் முன் தாம்

சில, பல என்னும் சொற்கள் தம் முன் தாம் வரும்போது புணரும் விதத்தை இப்போது பார்ப்போம். இதை இரட்டித்தல் என்று சொல்லுகிறோம். அதாவது, 'சில' என்னும் சொல்லோ, அல்லது 'பல' என்னும் சொல்லோ ஒரு தொடரில் நிலைமொழியாகவும் வருமொழியாகவும் அமைவதாகும்.

'பல' என்னும் சொல் நிலை மொழி, வருமொழி ஆகிய இரண்டு நிலைகளிலும் அமையும்போது, நான்கு விதமாகப் புணரும்.

'பல – பல = பலபல' என்று இயல்பாகப் புணரும். இங்கே 'பல' என்னும் சொல் இரண்டு முறை ஒலித்தாலும், அந்தச் சொல்லின் இயல்பான ஒலியில் எந்த மாற்றமும் இல்லை.

இந்தப் 'பல' என்னும் சொல் தன்முன் தான் வரும்போது இன்னொரு விதமாகவும் புணர்வதுண்டு. அப்பொழுது, வருமொழியாக நிற்கும் 'பல' என்னும் சொல்லின் முதலிலுள்ள வல்லின மெய்யாகிய 'ப்' இரட்டிக்கும். அதாவது, வல்லின ஒலி மிகும். அப்போது, அந்தத் தொடர் 'பலப்பல' என்று ஒலிக்கும். இந்தத் தொடரில் 'ப்' ஒலி இரட்டித்திருப்பதைத் தவிர வேறு மாற்றம் ஏதும் நிகழவில்லை.

இன்னொரு வகை, நிலைமொழியாக நிற்கும் 'பல' என்னும் சொல்லின் ஈற்றிலுள்ள அகரம் கெடுவது. 'பலகலை' என்பது 'பல்கலை' என்றும் புணரும் என்று முன்பு குறிப்பிட்டோம் அல்லவா? இதே போல, 'பலபல' என்பது நிலைமொழி ஈற்று அகரம் கெட்டு 'பல்பல' என்றொலிக்கும். இதில், நிலை மொழியின் இறுதியில் நின்ற அகரம் மறைந்ததைத் தவிர வேறு மாற்றம் ஏதுமில்லை.

நான்காவது வகையில் இரண்டு விதமான மாற்றங்கள் நிகழ்கின்றன. ஒன்று, நிலை மொழியாக நிற்கும் 'பல' என்னும் சொல்லின் ஈற்றிலுள்ள அகரம் கெடுவது; இன்னொன்று, அவ்வாறு, அகரம் கெட்ட பின்பு, எஞ்சி நிற்கும் 'ல்' வல்லின 'ற்' ஆக மாறுவது. 'பல – பல' என்பது 'பல் – பல' என்றாகிப் பின்னர், 'பற்பல' என்று மாறுகிறது. வருமொழி முதலில் வல்லினம் வந்தால், நிலை மொழி ஈற்றிலுள்ள லகரம் றகரமாகத் திரியும் என்னும் விதிக்கிணங்க இந்தப் புணர்ச்சி அமைந்துள்ளது.

எனவே, பல என்னும் சொல் தன் முன் தான் வரும்போது, 'பலபல' என்றும், 'பலப்பல' என்றும், 'பல் பல' என்றும் 'பற்பல' என்றும் நான்கு விதமாகப் புணரும்.

இதுபோலவே, 'சில' என்னும் சொல்லும் தன் முன் தான் வரும்போது 'சில சில' என்றும், 'சிலச்சில' என்றும், 'சில் சில' என்றும், 'சிற்சில' என்றும் நான்கு விதமாகப் புணரும்.

பின்வருவனவற்றை நோக்குக.

1) சுண்ண மிடிப்பார்தம் சுவை மிகுந்த
   பண்களிலும்
   பண்ணை மடவார் பழகு பல
   பாட்டினிலும்.

2) என்று பல பேசுவதும் என்னுயிரைப்
   புண்-செய்யவே
   கொன்றுவிட எண்ணிக் குரங்கின் மேல்
   வீசினேன்

3) சாத்திரங்கள் பல தேடினேன்

4) தெய்வம் பலபல சொல்லிப் – பகைத்
   தீயை வளர்ப்பவர் மூடர்

5) சாத்திரங்கள் பலபல கற்பாராம்
   சவுரியங்கள் பலபல செய்வாராம்

6) நீடு பல்படை தாங்கி முன் நிற்கவும்
   கூடு திண்மை குறைந்தனை என்பதென்?

7) வெட்டுக் கனிகள் செய்து தங்கம்
   முதலாம்
   வேறுபல பொருளும்
   குடைந்தெடுப்போம்

8) பூமிப்பந்தின் கீழ்ப்புறத் துள்ள
   பற்பல தீவினும் பரவி...

9) எந்தை நின்னொடு வாதிடல்
   வேண்டேன்
   என்று பன்முறை கூறியும் கேளாய்
   (பாரதியார்)

'தனக்கு அடிப்படையாக நிற்கும்
அழகைப் **பலப்பல** வடிவங்களாக
இயற்கை காட்டிக் காட்டி உலகைக்
கவர்ந்து மகிழ்ச்சி ஊட்டுகிறது'

(திரு.வி.க.)

பாரதியார் பாடல் வரிகளிலும் திரு.வி.க. வின் வாக்கியத்திலும் உள்ள 'பல' என்னும் சொல்லை நிலைமொழியாகக் கொண்ட தொடர்களைக் கவனியுங்கள்.

'**பல சொல்லக்** காமுறுவர் மன்றமா சற்ற
சில சொல்லல் தேற்றா தவர்'

'**பன்மாயக்** கள்வன் பணிமொழி
அன்றோநம்
பெண்மை உடைக்கும் படை'

என்னும் குறளில் நிற்கும் இத்தகைய தொடர்களையும் நோக்குக.

உவம உருபுகளுக்குப் பின் வல்லினம்

போல, அன்ன, ஒத்த முதலிய உவம உருபுகள் நிலைமொழியாக நிற்கும் தொடர்களில் வருமொழி முதலில் நிற்கும் வல்லினம் மிகுமா என்பதை இப்போது பார்ப்போம்.

முதலில் 'போல' என்னும் உவம உருபு நிலைமொழியாக நிற்கும் தொடர்களைப் பார்ப்போம்.

'வருமுன்னர்க் காவாதான் வாழ்க்கை
எரிமுன்னர்
வைத்தூறு போலக் கெடும்'

இந்தக் குறளில் நிற்கும் 'போலக்கெடும்' என்னும் தொடரை நோக்குக. 'போல' என்னும் உவம உருபுக்குப்பின் வல்லினம் மிகுந்திருக்கிறது.

'என்பி லதனை வெயில்**போலக் காயுமே**
அன்பி லதனை அறம்'

'அரம் பொருத **பொன்போலத் தேயும்**
உரம்பொருது
உட்பகை உற்ற குடி'

இந்தக் குறட்பாவிலும் 'போல' என்னும் உவம உருபுக்குப் பின் வல்லினம் மிகுந்துள்ளது. 'போல' என்னும் உவம உருபுக்குப் பின் வல்லினம் மிகும் என்பது விதி.

'போல்' என்பது 'போலே' என்றும், 'போல' என்பது 'போலவே' என்றும் 'ஏகாரம்' பெற்று அமைவதுண்டு. எப்படி அமைந்தாலும் பொருள் ஒன்றே.

'காற்றடித்ததிலே மரங்கள்
கணக்கிடத்தகுமோ?
நாற்றினைப் போலே சிதறி நாடெங்கும்
வீழ்ந்தனவே'

(பாரதியார்)

'நாற்றினைப் போலே சிதறி' என்னும் தொடரை நோக்குக. இங்கே 'போலே' என்னும் உவம உருபுக்குப் பின் வல்லினம் மிகவில்லை.

இந்தப் பாடல் வரிகளையும் நோக்குக.

'மேகங்கள் என்று
விளித்ததனால் கார்கூந்தல்
காகங்கள் **போலே**
ககனத்துப் பாய்ந்ததுவோ'

'புல்லுவான் போயதனால்
புலியாகத் தென்றல் வந்து
கொல்லும் **வாள்போலே**
கொன்று மறைத்ததுவோ'

(கண்ணதாசன்)

இங்கேயும் 'போலே' என்னும் சொல்லுக்குப் பின் வல்லினம் மிகவில்லை. எனவே, 'போலே' என்னும் சொல் நிலை மொழியாக நிற்கும் போது வருமொழி முதலில் வல்லினம் வந்தால் ஒருபோதும் மிகாது என்பதை நினைவிற் கொள்க.

'போலே' என்னும் சொல் போன்றே 'போலவே' என்னும் சொல் நிலைமொழியாக அமையும்போதும் வல்லினம் மிகாது.

கண்ணைக்காக்கும் **இரண்டிமை போலவே**
காதலின் பத்தைக் காத்திடு வோமடா'

(பாரதியார்)

இந்தப் பாடலில் நிற்கும் 'இரண்டிமை போலவே காதலின்பத்தை' என்னும் தொடரைப் பாருங்கள்.

இவ்வாறே 'போன்ற', 'போன்று' என்னும் சொற்களுக்குப் பின்னும் வல்லினம் மிகாது.

எடுத்துக்காட்டு :

தேன் போன்ற குரல்
மீன் போன்ற கண்

கார் போன்ற கூந்தல்
மலை போன்ற செல்வம்
நிலவு போன்ற குளிர்ச்சி
மலர் போன்ற பாதம்

இந்த வாக்கியங்களை நோக்குக.

1) காண்பவர் நெஞ்சம் **கடல்மீனைப் போன்று தடுமாறுகின்றது.**

2) நாற்றுக்குள் இளங்காற்று நடித்தல் **போன்று பெண்ணணங்கு ஆடுகின்றாள்.**

3) **கற்சிலை போன்று** காளை அங்கு நின்றான்.

இந்த வாக்கியங்களில் 'போன்று' என்னும் சொல்லுக்குப் பின் வல்லினம் மிகாதிருப் பதை நோக்குக.

'நினைப்பவர் போன்று நினையார் கொல்
தும்மல்
சினைப்பது **போன்று கெடும்'**

என்னும் குறளையும் காண்க.

உவம உருபுகளில் இன்னொன்று 'அன்ன' என்பது. இந்தச் சொல்லுக்குப் பின்னும் வல்லினம் மிகாது.

'கடலன்ன காமம் உழந்தும் மடலேறாப்
பெண்ணிற் பெருந்தக்க தில்'

'மலரன்ன கண்ணாள் முகமொத்தியாயின்
பலர்காணத் தோன்றல் மதி'

'பொய்யாமை அன்ன புகழில்லை
எய்யாமை
எல்லா அறமும் தரும்'

இந்தக் குறட்பாக்களில், 'கடலன்ன காமம்', 'மலரன்ன கண்ணாள்', 'பொய்யாமை அன்ன புகழில்லை' என்னும் தொடர்களில் 'அன்ன' என்னும் உவம உருபுக்குப் பின் வல்லினம் மிகாதிருப்பதை நோக்குக.

'அன்ன' என்னும் சொல் போன்றதே 'அனைய' என்னும் சொல்லும். 'அனைய' என்னும் சொல்லுக்குப் பின்னும் வல்லினம் மிகாது. சற்று முன்பு பார்த்த குறட்பாக்களில் நிற்கும் 'கடலன்ன காமம்', 'மலரன்ன கண்ணாள்' என்னும் தொடர்களில் 'அன்ன' என்பதற்குப் பதிலாக 'அனைய' என்னும் சொல்லை அமைத்தாலும் வல்லினம் மிகாது. 'கடலனைய காமம்', 'மலரனைய கண்ணாள்' என்று இயல்பாகவே புணரும்.

'வெள்ளத் தனைய இடும்பை
அறிவுடையான்
உள்ளத்தின் உள்ளக் கெடும்' (குறள்)

இடும்பை என்றால் துன்பம். 'வெள்ளத் தனைய துன்பம்' என்னும் தொடரில் வல்லினம் மிகவில்லை.

உவம உருபுகளில் மற்றொன்று 'ஒப்ப' என்பது. இப்பொழுது இந்த வாக்கியத்தைக் கவனியுங்கள்.

'கடலில் மீன் பிடிப்பவர் இருள் நீக்க வைத்திருக்கும் சுடர், யானையின் முகத்துள்ள சுட்டியில் வைத்த சுடரை **ஒப்பத் தோன்றும்'.**

இந்த வாக்கியத்தில் 'சுடரை ஒப்பத் தோன்றும்' என்பது 'சுடரைப் போலத் தோன்றும்' என்று பொருள் தருகிறது. 'ஒப்பத் தோன்றும்' என்னும் தொடரில் 'ஒப்ப' என்னும் சொல்லுக்குப் பின் வல்லினம் மிகுந்திருப்பதைக் கவனியுங்கள்.

'ஐயப் படாஅது அகத்தது உணர்வானைத்
தெய்வத்தோடு **ஒப்பக் கொளல்'**

இந்தக் குறட்பாவிலும் 'ஒப்ப' என்னும் சொல்லுக்குப்பின் வல்லினம் மிகுந்திருக் கிறது.

இப்பொழுது இந்தக் கலிங்கத்துப் பரணியின் பாடலைக் கவனியுங்கள் :

'அருமறை **ஒத்த குலத்து** அருள்நெறி **ஒத்த**
குணத்து
அபயன் உதித்த குலத்து உபய குலத்து
முதல்'

'அருமறை ஒத்த குலத்து அருள்நெறி ஒத்த குணத்து' என்பது இந்தப் பாடலின் முதலடி. இங்கே 'ஒத்த' என்னும் சொல், இரண்டு இடங்களில் வருகிறது. ஒத்த என்பதற்குப் 'போன்ற' என்று பொருள். அருமறை போன்ற குலத்து, அருள்நெறி போன்ற குணத்து என்று கூறும்போதும், பொருள் மாறாதிருப்பதைக் கவனியுங்கள். இந்தத் தொடர்களில் 'ஒத்த' என்னும் சொல்லுக்குப் பின் வல்லினம் மிகவில்லை.

உவம உருபுகளில் இன்னொன்று 'என' என்பது. இதற்குப் பின் வல்லினம் மிகும்.

'சுரி குழல் அசைவுற அசைவுறத்
துயிலெழும் மயில் என **மயில் எனப்**

பரிபுரம் ஒலி எழ ஒலி எழப்
பனிமொழி யவர் கடை திறமினோ!'
(கலிங்கத்துப்பரணி)

இந்தப் பாடலில் 'மயில் எனப் பரிபுரம்' என்னும் தொடரில் வல்லினம் மிகுந்திருப் பதை நோக்குக.

'வண்ணத்தோகை **மயிலெனச் சோலை** தனில்
பொழுதெலாம் மகிழலாம்
கலையெலாம் பழகலாம்...'
(பட்டுக்கோட்டை கல்யாணசுந்தரம்)

'மயிலெனச் சோலை தனில்' என்னும் தொடரிலும் வல்லினம் மிகுந்திருப்பதை நோக்குக.

'என்னையொன்று மறியாத இளம்பருவம் தனிலே
என்னுளத்தே அமர்ந்தருளி யான் மயங்குந்தோறும்
அன்னையெனப் பரிந்தருளி அப்போதைக் கப்போது
அப்பனெனத் தெளிவித்தே அறிவுறுத்தி நின்றாய்'
(அருட்பா)

'அன்னெயெனப் பரிந்தருளி', 'அப்ப னெனத் தெளிவித்தே' என்னும் தொடர்களில் 'என' என்னும் உவம உருபுக்குப் பின் வல்லினம் மிகுந்திருக்கிறது. 'என' என்னும் சொல் 'போல' என்ற பொருள் தரும் உவம உருபாக மட்டுமின்றி 'என்று' என்னும் பொருள் தரும் சொல்லாகவும் அமையும். எந்தப் பொருளில் வந்தாலும் புணர்ச்சி விதி ஒன்றுதான். அதாவது, இந்தச் சொல்லுக்குப் பின் வல்லினம் மிகும்.

உவம உருபுகளில் இன்னொன்று 'என்ன' என்பது 'என்ன' என்னும் உவம உருபுக்குப் பின்னும் வல்லினம் மிகும்.

'இழிந்தாலும் நம்மையிங்கே ஏற்றுவா ரென்றடைந்தால்
ஏற்றுவார் போலே பின்னும் இழியவைப் பாருக்குப்
பழந்தான் நழுவி மெல்லப் பாலில் **விழுந்ததென்னப்**
பசப்பிப் பசப்பிப் பண்டம் பறிப்பவர்க்கு'

இந்தப் பாடலின் மூன்றாவது வரியை நோக்குங்கள். 'பழந்தான் நழுவி மெல்லப் பாலில் விழுந்ததென்ன' என்னும் வரியின் இறுதியில் நிற்கும் 'என்ன' என்பது உவம உருபாகும். 'பழம் நழுவி மெல்லப் பாலில் விழுந்ததைப் போல்' என்பது இதன் பொருள். 'விழுந்ததென்னப் பசப்பி' என்னும் தொடரை நோக்குங்கள். இந்தத் தொடரில் 'என்ன' என்னும் உவம உருபுக்குப் பின் வல்லொற்று மிகுந்திருக்கிறது.

'என்ன' என்னும் சொல் வினாவாகவும் அமைகிறது; உவம உருபாகவும் அமைகிறது. வினாவாக நிற்கும்போது வல்லினம் மிகா மலும் உவம உருபாக அமையும்போது வல்லி னம் மிகுந்தும் வருவதைக் காண்கிறோம். எனவே, 'என்ன' என்னும் சொல் ஒரு தொடரில் வரும்போது, அது என்ன பொருள் தருகிறது என்பதைக் கவனத்தில் கொள்ள வேண்டியது அவசியமாகும்.

இதுவரை உவம உருபுகளில் எவற்றிற்குப் பின் வலிமிகும்; எவற்றிற்குப் பின் வலி மிகாது என்பதை விரிவாகப் பார்த்தோம். இவற்றில் 'அன்ன' 'அனைய' போன்றவை இலக்கிய வழக்கிலே மட்டும் காணப் படுபவை; 'போல', 'போன்ற', போன்று முதலியவை உலக வழக்கிலும் (பேச்சிலும் எழுத்திலும்) பயன்படுத்தப்படுபவை. குறிப்பாக இன்றைய உரை நடையில் உள்ள இந்தச் சொற்கள் நம் கவனத்திற்கு உரியவை.

என, என்று என்னும் சொற்களுக்குப்பின் வல்லினம்

என, என்று என்பன எந்தப் பொருளில் அமைந்தாலும் புணர்ச்சி விதி ஒன்றுதான் என்பதை முன்பு பார்த்தோம். இப்போது, அதனைச் சற்று விரிவாகப் பார்ப்போம்.

''குற்றம் எத்தனை அத்தனை எல்லாம்
குணமெனக் கொளும் குணக்கடல் என்றே
(அருட்பா)

இந்தப் பாடலில், 'குணமெனக் கொள்ளும்' என்னும் தொடரில் 'என' என்னும் சொல்லுக்குப் பின் வல்லினம் மிகுந்திருக்கிறது. இங்கே 'என' என்பதற்கு 'என்று' என்பது பொருள்.

'**பொள்ளென** வாங்கே புறம் வேரார் காலம் பார்த்து
உள்வேர்ப்பர் ஒள்ளி யவர்'
(குறள்)

'பொள்ளென' என்பது குறிப்பு மொழி. இது இடைச்சொல் வகையைச் சேர்ந்தது. விரைவு காட்டும் சொல் 'பொள்' என்பது அதனுடன் 'என' என்னும் சொல்லும் சேர்ந்து 'பொள்ளென' என்றாகியுள்ளது.

'கிட்டாதாயின் **வெட்டென** மற'
(கொன்றைவேந்தன்)

'வெட்டென' என்பதும் விரைவு காட்டும் குறிப்பு மொழியே. இப்படிக் குறிப்பு மொழியாக அமையும் போதும் 'என' என்னும் சொல்லுக்குப் பின் வல்லினம் மிகும்.

எடுத்துக்காட்டு :

'மென்மலர்க் கரத்தாலே- சென்று
மீட்டனள் **வெடுக்கெனத் தாட்டிகத்தால்'**
(பாரதிதாசன்)

''**கலகலவெனச்** சிரித்தான்- பழிக்
கவற்றையோர் சாத்திரமெனப் பயின்றான்''

''கோற்றொடியார் **குக்குவெனக்
கொஞ்சும்** ஒலியினிலும்''

''வஞ்சக் குயிலி மனத்தை இரும்பாக்கிக்
கண்ணிலே பொய்ந்நீர் **கடகடெனத்
தானூற்றப்**
பண்ணிசைபோல் இன்குரலால் பாவியது
கூறிடுமாம்''
(பாரதியார்)

என்று

'வளர்ந்த தென்னையின் மட்டைக் கிடையில் பன்னாடை எனும் பஞ்சு மெத்தை மேல் **கீச்சுக் கீச் சென்று கிளிக்குஞ்சு** பாடியது அருகில் ஈன்ற அன்னை இருந்தாள்''
(பாரதிதாசன்)

இங்கே, 'கீச்சுக்கீச்சென்று கிளிக்குஞ்சு பாடியது' என்னும் தொடரில், 'கீச்சுக் கீச்சென்று' என்பதும் குறிப்பு மொழியே. இங்கே, 'என' என்னும் சொல்லுக்குப் பதில் 'என்று' என்னும் சொல் அமைந்திருக்கிறது. எனவே, வல்லினம் மிகவில்லை.

1) அவன் **கணீரென்று பேசி** அவையினரைக் கவர்ந்தான்.

2) அவள் **கோவென்று கதறினாள்.**

3) ஏதோ **படாரென்று சத்தம்** கேட்டது.

4) **பளாரென்று கன்னத்தில்** அறைந்தான்.

5) **திடீரென்று கேட்டால்** என்ன செய்வது?

இந்த வாக்கியங்களில் நிற்கும் 'கணீரென்று பேசி', 'கோவென்று கதறினாள்', 'படா ரென்று சத்தம்', 'பளாரென்று கன்னத்தில், 'திடீரென்று கேட்டால்' என்னும் தொடர் களும் குறிப்பு மொழித் தொடர்களே. இந்தத் தொடர்களில் வல்லினம் மிகவில்லை. நிலை மொழி இறுதியில் 'என்று' என்னும் சொல் நிற்பதே காரணம். 'என்று' என்னும் சொல் லுக்குப் பதிலாக 'என' என்னும் சொல்லை அமைத்தால் இந்தத் தொடர்களில் வல்லினம் மிகும்.

வேறு பல இடைச் சொற்களின் பின் வல்லினம்

இனி

''கடை விழியில் அன்பொழுகப் பார்த்தும்,
ஏக்கம்
காட்டியும் தன் தவறெண்ணி ஏகினானே!
விடமறியாக் காளை உனை **இனிக்
காண்பானா?**
(கண்ணதாசன்)

''------------------------------ஒளி
மங்கி யழிந்தனர் பாண்டவர்-புவி
மண்டலம் நம்ம **தினிக் கண்டீர்''**
(பாரதியார்)

''என்றும் துன்பமில்லை **இனிச்
சோகமில்லை''**
(பட்டுக்கோட்டையார்)

இந்தப் பகுதிகளில் இடம் பெற்றுள்ள 'இனிக் காண்பானா?', 'இனிக் கண்டீர்', 'இனிச் சோகமில்லை' என்னும் தொடர்களை நோக்குக. 'இனி' என்னும் இடைச் சொல்லை நிலை மொழியாகக் கொண்ட தொடர்கள் இவை. இந்தத் தொடர்களில் வல்லினம் மிகுந்திருக்கிறது.

இந்தத் தொடர்களையும் நோக்குக.

1) **இனிப் பார்ப்போம்.**

2) **இனிச் செய்தி** கிடைக்காது.

3) **இனித் தாங்க** முடியாது.

4) **இனிப் பொறுப்பதில்லை.**

5) இனிப் படிப்போம்.
6) இனித் திருந்தி வாழ்வார்கள்.
7) இனிக் கவலை இல்லை.
8) இனிச் சாதிக் கொடுமைகள் நீங்கும்.
9) இனிக் கலைகள் வளரும்.
10) இனிப் பனி பெய்யாது.

'இனி' என்னும் சொல்லை நிலை மொழி யாகக் கொண்ட தொடர்களில் வல்லினம் மிகும்.

தனி

இப்போது 'தனி' என்னும் சொல்லைப் பார்ப்போம். ''ஆகையால் எல்லோரும் அங்கே தனித்தனிதான்'' என்னும் தொடரில் நிற்கும் 'தனித்தனி' என்பது ஒரு தொடர். 'தனி' என்னும் சொல் இரண்டு முறை வந்திருக்கிறது. இந்தத் தொடரில் வல்லினம் மிகுந்திருப்பதை நோக்குக.

'மூலத் தனிப்பொருளை மோனத்தே
சிந்தை செய்யும்'
(பாரதியார்)

இங்கே 'தனிப்பொருள்' என்னும் தொடரை நோக்குக. இந்தத் தொடரிலும் வல்லினம் மிகுந்திருக்கிறது. எனவே, 'தனி' என்னும் சொல்லுக்குப் பின் வல்லினம் மிகும் என்பதறிக. பின்வரும் தொடர்களையும் பாருங்கள்:

1) தனித்தன்மை
2) தனிப்பாடல்
3) தனிச்சிறப்பு
4) தனிக்குணம்
5) தனித்தொகுதி

சற்று

'சற்று' என்னும் சொல் வன்றொடர்க் குற்றியலுகரமாக இருப்பதால், இதன் பின் வல்லினம் மிகும் என்பது சொல்லாமலே விளங்கும்.

'மன்னவர் நீதி சொலவந்தாய்- பகை
மாமலையைச் சிறு மட்குடம் கொள்ளச்
சொன்னதோர் நூல் *சற்றுக் காட்டுவாய்*'
(பாரதியார்)

''ஆடா தசையாமல் வாடி நின்றான்
சற்றுப்பின்'
வாடாத பூ முடித்த வஞ்சி வரக்கண்டான்''
(பாரதிதாசன்)

இந்தப் பகுதியில் நிற்கும் 'சற்றுக் காட்டு வாய்' 'சற்றுப்பின்' என்னும் தொடர்களில் 'சற்று' என்னும் சொல்லுக்குப் பின் வல்லினம் மிகுந்திருக்கிறது.

இந்தத் தொடர்களை நோக்குக :

1) சற்றுப் பொருத்திடுக
2) சற்றுக் கூறுவீர்
3) சற்றுத் திரும்புக
4) சற்றுக் காண்போம்
5) சற்றுப் பெரிய

மற்று, மற்றை, மற்ற

இந்த மூன்றும் ஒரே பொருளுடையவை. இவற்றுள் மற்று என்பது வெறும் அசையாக வும் வருவதை இலக்கியங்களில் காணலாம்.

''பணிவுடையன் இன்சொலன் ஆதல்
ஒருவற்கு
அணியல்ல மற்றுப் பிற''
(குறள்)

இங்கே, 'மற்று' என்னும் சொல் அசையாக நிற்கிறது. 'மற்றுப்பிற' என்னும் தொடரில் வல்லினம் மிகுந்திருக்கிறது. 'மற்று' என்பது 'வேறு' என்னும் பொருளும் தரும். எந்தப் பொருளில் வந்தாலும் 'மற்று' என்னும் சொல்லுக்குப் பின் வல்லினம் மிகும்.

'ஒற்றைக் குடும்பம் தனிலே-பொருள்
ஓங்க வளர்ப்பவன் தந்தை;
மற்றைக் கருமங்கள் செய்தே-மனை
வாழ்ந்திடச் செய்பவள் அன்னை''
(பாரதியார்)

'மற்றைக் கருமங்கள் என்னும் தொடரை நோக்குக. இங்கே, 'மற்றை' என்பது 'மற்ற' என்னும் பொருள் தருகிறது. 'மற்றை' என்னும் சொல்லுக்குப் பின்னும் வல்லினம் மிகும்.

எடுத்துக்காட்டு :

1) மற்றைச் செல்வம்
2) மற்றைக் கலைகள்

3) **மற்றைப் பொருள்**

4) **மற்றைத் தொழில்**

இன்று இலக்கிய வழக்கு, உலக வழக்கு இரண்டிலும் மிகுதியாகக் காணப்படுவது **'மற்ற'** என்னும் சொல்லே. இந்த வாக்கியங் களை நோக்குக.

1) தொல்காப்பியர் காலத்துக்கு முன்னரே தமிழ் மக்கள் குறிஞ்சி நிலம் விடுத்து, **மற்றப் பகுதிகளில்** குடி புகுந்து வாழ்க்கை நடத்தினார்கள்.

2) கோயில் போல **மற்றக் கட்டிடங்கள்** ஓவியங்களால் அணி செய்யப்பெற்றிருப் பதைக் காண்பது அரிது.

3) கருத்தை இயற்கையுடன் தொடர்பு படுத்தும் செயற்கைக்கும் **மற்றச் செயற் கைக்கும்** வேற்றுமை உண்டு.

இந்த வாக்கியங்களில் நிற்கும் 'மற்றப் பகுதிகளில்', 'மற்றக் கட்டிடங்கள்', 'மற்றச் செயற்கைக்கும்' என்னும் தொடர்களில் வல்லினம் மிகுந்திருப்பதை நோக்குக.

1) **மற்றப் புலவர்கள்**

2) **மற்றக் காப்பியங்கள்**

3) **மற்றச் சமயங்கள்**

4) **மற்றத் தகுதிகள்**

என்னும் தொடர்களையும் நோக்குக. 'மற்ற' என்னும் சொல்லுக்குப் பின் வல்லினம் மிகும்.

வேறு

''பரந்த பொருளெல்லாம் பாரறிய **வேறு தெரிந்து** திறந்தொறும் சேரச் – சுருங்கிய
சொல்லால் விரித்துப் பொருள்
விளங்கச் சொல்லுதல்
வல்லாரார் வள்ளுவரல்லால்'
(திருவள்ளுவமாலை)

இந்தப் பாடலில், 'வேறு தெரிந்து' என்னும் தொடரில் வல்லினம் மிகவில்லை.

'வேறு கதியறியேன்; வேந்தன்
சதுர்வருணம்
*சீறும் எனில் இந்த உடல் தீர்ந்த பின்னும்
சீறிடுமோ?''*
(பாரதிதாசன்)

இங்கே 'வேறு கதி' என்னும் தொடரிலும் வல்லினம் மிகவில்லை.

''இயற்கை வழிபாட்டிற்கு அந்த இயற்கைக் கூறுகளில் எதையேனும், அல்லது இயற்கையுடன் ஆற்றுப்படுத்த வல்ல **வேறு பொருளையேனும்** துவக்கத்தில் கொள்ள லாம்.

இந்த வாக்கியத்தில் நிற்கும் 'வேறு பொருள்' என்னும் தொடரையும் நோக்குக. கீழ்க்காணும் தொடர்களையும் பாருங்கள்:

1) **வேறு சமயம்**

2) **வேறு தொழில்**

3) **வேறு பள்ளி**

4) **வேறு கிளை**

5) **வேறு பறவை**

வேற்றார்

இந்தத் தொடர்களில் நிற்கும் இரு சொற்களையும் சேர்த்து ஒலித்தாலும் வல்லினம் மிகாமல், இவை இயல்பாகப் புணர்வதை அறியலாம். 'மாற்றார்' என்ப தற்குப் 'பகைவர்' என்று பொருள் அமைவது போல 'வேற்றார்' என்பதற்கும் 'அயலார்', 'பகைவர்' என்னும் பொருள் அமைகிறது. எனவே, வேற்றார், வேற்றூர் போன்ற சொற்களை இரண்டு சொற்கள் கொண்ட தொடராகக் கருதாமல், ஒரு சொல் தன்மையுடையவையாய்க் கொள்ளுவதே பொருத்தமாகும். எனவே, 'வேறு' என்னும் சொல் ஒரு தொடரில் நிலை மொழியாக அதாவது, தனிச் சொல்லாக அமையும்போது, அதில் குற்றியலுகரம் ஏறி நிற்கும் றகர மெய் இரட்டிக்காது.

''**வேறு வினைப்**பொதுச் சொல் ஒருவினை
கிளவார்''

''அதனோ டியைந்த **வேறு வினைக்**கிளவி''

என்னும் தொல்காப்பிய நூற்பாக்களில் நிற்கும் 'வேறுவினை' என்னும் தொடரும் இதை உறுதிப்படுத்துகிறது.

பிற

'மற்ற' என்னும் பொருள் தரும் இன்னொரு சொல் 'பிற' என்பது. 'பிற' என்ப தற்கு மற்றவை என்ற பொருளும் உண்டு.

'பணிவுடையன் இன்சொலன் ஆதல் ஒருவற்கு
அணியல்ல **மற்றுப் பிற'**

(குறள்)

இங்கே 'பிற' என்பது 'மற்றவை' என்னும் பொருள் தருகிறது.

''செல்லா இடத்துச் சினம்தீது செல்லிடத்தும்
இல்லதனின் **தீய பிற''**

(குறள்)

இங்கே 'தீய பிற' என்பதற்கு 'வேறு தீமை' என்று பொருள்.

எந்தப் பொருளில் வந்தாலும் சரி, 'பிற' என்னும் சொல்லுக்குப் பின் வல்லினம் மிகாது.

பிற சமயம், பிற தேசம் முதலிய தொடர்களை நோக்குக.

கூட

'கூட' என்பது பல பொருளுடைய சொல். இது இடையாகவும் வினையாகவும் அமையும். வினையாக அமையும் போது 'கூட' என்னும் சொல், 'கூடு' என்னும் வினையடியாகப் பிறந்த அகர வீற்று வினையெச்சமாகும். அகர வீற்று வினை யெச்சத்திற்குப் பின் வல்லினம் மிகும் என்பதை முன்பே பார்த்தோம்.

இந்தச் சொல் இடைச் சொல்லாக அமையும் போது வல்லினம் மிகுமா என்பதை இப்போது பார்ப்போம்.

''**மழைகூட** ஒரு நாளில் தேனாகலாம்
மணல்கூட ஒரு நாளில் பொன்னாகலாம்''

(கண்ணதாசன்)

இங்கே இடம்பெற்றிருக்கும் 'கூட' என்பது இடைச்சொல். 'கூட' என்னும் இடைச் சொல்லுக்குப் பின் வல்லினம் மிகும்.

எடுத்துக்காட்டு :

1) சிறு **புள்கூடத் தன்** குஞ்சைக் காக்கத் தன்னுயிர் கொடுக்கும்.

2) **இதுகூடச் சரியாகுமா?**

3) அவன் பேசுவது **கொஞ்சம்கூடப் பொருத்தமில்லை.**

4) நான் **அவர்கூடப் போகவில்லை.**

5) மாணவர்கள் **ஆசிரியர்கூடச் சென்றனர்.**

ஆவது

'கூட' என்னும் சொல் போலவே 'ஆவது' என்பதும் பல பொருளுடைய சொல். இதுவும் வினைச் சொல்லாகவும் இடைச் சொல் லாகவும் நின்று பொருள் தருவது. இது எந்தப் பொருளில் வந்தாலும் இதன் பின் வல்லினம் மிகாது.

எடுத்துக்காட்டு :

1) நீங்கள் ஒரு **கட்டுரையாவது கதையாவது** எழுதிக் கொடுங்கள்.

2) **ஐந்தாவது பத்தாவது தேறுமா?**

3) **பேனாவாவது பென்சிலாவது கொண்டுவா.**

4) வாழ்வாவது மாயம், அது **மண்ணாவது திண்ணம்** என்பது திண்ணைப் பேச்சு வேதாந்தம்.

5) **இப்பொழுதாவது தெரிகிறதா?**

6) இப்படிப்பட்ட கொடுமையை **எங்காவது பார்த்ததுண்டா?**

7) **பாலாவது சாப்பிடுகிறீர்களா?**

8) **இனியாவது புரிந்துகொள்ளுங்கள்.**

9) **எதையாவது செய்யுங்கள்.**

சும்மா

''**சும்மா கெடந்த** நிலத்தைக் கொத்திச் சோம்பலில்லாமே ஏர் நடத்தி''

(பட்டுக்கோட்டையார்)

''சிந்தையை அடக்கியே
சும்மா இருக்கின்ற திறமரிது''

(தாயுமானார்)

'சும்மா' என்பதும் பல பொருள் தரும். ஓர் இடைச்சொல்.

'சும்மா' என்னும் சொல்லை நிலை மொழியாகக் கொண்ட தொடரிலும் வல்லினம் மிகாது.

எடுத்துக்காட்டு :

1) **சும்மா தொந்தரவு** செய்யாதே.

2) எதுவும் **சும்மா கிடைக்காது.**

3) நான் **சும்மா சொன்னேன்.**

4) **சும்மா பார்த்துக்கொண்டிருக்கிறாயே.**

வெறுமனே

'வெறுமனே' என்னும் சொல்லும் 'சும்மா' என்னும் பொருளுடையதே. இந்த வெறுமனே என்னும் சொல்லுக்குப் பின்னும் வல்லினம் மிகாது.

எடுத்துக்காட்டு :

1) **வெறுமனே பேசிக்** காலம் கழிப்பது வீணர்களின் வேலை.

2) **வெறுமனே பார்த்துக்கொண்டிருக்க** முடியுமா?

3) **வெறுமனே காலம்** கழிப்பதால் என்ன பயன்?

4) **வெறுமனே கதை** பேசிக்கொண்டிருக் கிறான்.

வாளா

'சும்மா' என்னும் பொருள் தரும் இன்னொரு சொல் 'வாளா' என்பது. இதன் பின்னரும் வல்லினம் மிகாது.

எடுத்துக்காட்டு :

1) காலம் **வாளா கழிந்தது.**

2) அவன் **வாளா சென்றனன்.**

3) அவர்கள் **வாளா பேசிக்கொண்டிருந்தனர்.**

'வாளா' என்னும் சொல் இன்றைய உரை நடையில் அரிதாகவே காணப்படுகிறது.

அந்தோ, ஐயோ, ஆகா, ஓகோ முதலியன

இவை யாவும் உணர்ச்சியைப் புலப் படுத்தும் சொற்கள். இந்தச் சொற்களின் பின்னும் வல்லினம் மிகாது.

ஐயோ

'முன்பு நான் உங்களுக்கு முத்தம்
கொடுக்கையிலே
சொன்ன **'ஐயையோ' தொடங்கி**
இதுவரைக்கும்''
''**ஐயகோ சாகின்றாள்!** அவளைக் காப்பீர்''
(பாரதிதாசன்)

ஐயையோ, ஐயகோ என்னும் சொற்களுக்குப் பின் வல்லினம் மிகவில்லை. இதே போல 'ஐயோ' 'ஐயே' என்னும் சொற்களுக்குப் பின்னும் வல்லினம் மிகாது.

அந்தோ

''வரை மட்டும் ஓங்கி வளர்ந்த என் ஆசை
தரை மட்டம் ஆயினதோ? **அந்தோ!**
தனிமையில்
ராணி விஜயா நடத்தி வைத்த
சூழ்ச்சியினைக்
காண இதயம் கலக்கம் அடைந்திடுதே''

'அந்தோ தனிமையில்' என்னும் தொடரில் 'வல்லினம் மிகாதிருப்பதை நோக்குக.

ஆகா, ஓகோ

'ஆகா! பாரடீ சுடர்ப்பரிதியை'

ஓகோ! செழும்பொற் சுடரோ?

இந்த வாக்கியங்களில் 'ஆகா', 'ஓகோ' என்னும் சொற்களுக்குப் பின் வல்லினம் மிகாதிருப்பதை நோக்குக.

சீச்சீ

'சீச்சீ' என்பது இகழ்ச்சிக்குறிப்பு. இதன் பின்னரும் வல்லினம் மிகாது.

எடுத்துக்காட்டு :

சீச்சீ பேயே சிறிது போழ் தேனும்
இனியென் முகத்தின் எதிர்நின் றிடாதே''
(பாரதியார்)

''துயிலா? அட! **சீச்சீ!**
தூங்கும் புவியைத்
தனியாக விட்டு விட்டுத்
தாவினேன் பொன்னுலகம்''
(கண்ணதாசன்)

அட, அடடா

'துயிலா? **அட! சீச்சீ** ' என்னும் தொடரை மீண்டும் கவனியுங்கள். 'அடசீச்சீ' என்பதைச் சேர்த்து ஒலிக்கும்போது வல்லினம் மிகா திருப்பதை உணரலாம். 'அட' என்னும் சொல்லுக்குப் பின்னும் வல்லினம் மிகாது.

இதுபோலவே, 'அடடா' என்னும் சொல்லுக்குப் பின்னும் வல்லினம் மிகாது.

அடடா! தங்கத்தின் விலை ஏறுமென்று தெரிந்திருந்தால் சென்ற மாதமே நகை வாங்கியிருப்பேனே!

'அடடா தங்கத்தின்' என்னும் தொடரை நோக்குக. இங்கே வல்லினம் மிகவில்லை.

அம்மாவோ முதலிய சொற்கள்

''எல்லாம் அசைவில் இருப்பதற்கோ
சக்திகளைப்
பொல்லாப் பிரமா புகுத்து விட்டாய்,
அம்மாவோ!
காலம் படைத்தாய், கடப்பதிலாத்
திக்கமைத்தாய்''
(பாரதியார்)

'அம்மாவோ' என்னும் சொல்லுக்குப் பின்னும் வல்லினம் மிகாது. **'அம்மாவோ காலம் படைத்தாய்'** என்பதை ஒரு தொடராகக் கொண்டு பாருங்கள். 'அம்மாவோ' என்னும் சொல்லுக்குப் பின் வல்லினம் மிகாதிருப்பது தெரியும்.

'அம்மாவோ' என்பது 'அம்மவோ' என்றும் அமையும். எப்படி அமைந்தாலும் வல்லினம் மிகாது.

எடுத்துக்காட்டு :

'அம்மவோ! காலம் செய்யும் கோலத்தை என்னென்று சொல்வேன்!'

1) **அப்பப்பா!** சத்தம் தாங்க முடியவில்லை.

2) **அப்பாடா தொல்லை** விட்டது.

இந்த வாக்கியங்களில் 'அப்பப்பா சத்தம்', 'அப்பாடா தொல்லை' என்னும் தொடர்களை நோக்குக. இந்தத் தொடர்களில் வல்லினம் மிகவில்லை.

உணர்ச்சிகளைப் புலப்படுத்தும் இவையும் இவை போன்ற சொற்களும் நிலைமொழியாக நிற்கும் தொடர்களில் வல்லினம் மிகாது.

ஆ, ஏ, ஓ.

'நகையும் உவகையும் கொல்லும்
சினத்தின்
பகையும் **உளவோ பிற'**

'அறிவினான் **ஆகுவதுண்டோ**
பிறிதின்நோய்
தந்நோய்போற் போற்றாக்கடை'

'கூற்றமோ கண்ணோ பிணையோ
மடவரல்
நோக்கமிம் மூன்றும் உடைத்து'
(குறள்)

இந்தக் குறட்பாக்களில் நிற்கும் 'உளவோ பிற', 'ஆகுவதுண்டோ பிறிதின் நோய்', 'கூற்றமோ கண்ணோ பிணையோ' என்னும் தொடர்களைப் பாருங்கள். இங்கே நிலை மொழியாக நிற்கும் தொடர்களில் 'ஓ' என்னும் வினாவெழுத்து சேர்ந்து நிற்கிறது. எனவே, 'உளவோ பிற', 'உண்டோ பிறிது', 'கூற்றமோ கண்ணோ பிணையோ' என்னும் தொடர்களில் வல்லினம் மிகவில்லை.

''பெண்ணுக்குப் பேச்சுரிமை வேண்டாம்
என்கின்றீரோ?
மண்ணுக்கும் கேடாய் மதித்தீரோ
பெண்ணினத்தை''

'சித்(தி)ரநிகர் பெண்டிர்களைச் சீரழிக்கும்
பாரதநற்
புத்(தி)ரர்களைப் **பற்றியன்றோ பூலோகம்**
தூற்றுவது?
(பாரதிதாசன்)

'மதித்தீரோ பெண்ணினத்தை', 'பற்றியன்றோ பூலோகம்' என்னும் தொடர்களையும் நோக்குக. பின்வரும் தொடர்களும் இந்த வகையைச் சேர்ந்தவையே.

1) **இதுவோ தீயது?**

2) **அழியுமோ தருமம்?**

3) **கேட்பரோ கதையை?**

4) **வேண்டாமோ பேச்சுரிமை?**

5) **கனிச்சாறு அல்லவோ தமிழ்?**

6) **வந்ததோ செய்தி?**

7) **புரிந்தனரோ சதி?**

'ஓ' என்பது வினாவாக மட்டுமன்றி வேறு பல பொருளும் தரும். எந்தப் பொருளில் வந்தாலும் 'ஓ' என்னும் எழுத்துச் சேர்ந்த சொல் நிலை மொழியாக நிற்கும் தொடர்களில் வல்லினம் மிகாது.

இந்தத் தொடர்களில் 'ஓ' என்னும் வினாவெழுத்துக்குப் பதிலாக 'ஆ' என்னும் வினாவெழுத்தைச் சேர்த்தாலும் வல்லினம் மிகாது.

எடுத்துக்காட்டு :

1) **இதுவா தீயது?**
2) **அழியுமா தருமம்?**
3) **கேட்பாரா கதையை?**
4) **வேண்டாமா பேச்சுரிமை?**
5) கனிச்சாறு **அல்லவா தமிழ்?**
6) **வந்ததா செய்தி?**
7) **புரிந்தனரா சதி?**

'ஆடும் மயிலே ஆடல் நிறுத்து!அடிமை
எனக்குன் **ஆட்டமா தேவை?'**
'நெஞ்சினை முறித்தா வாய்க்கோர்
உணவு?
நெற்றியைப் **பிளந்தா சிகைக்குமை** நீவல்?'
(கண்ணதாசன்)

'ஆட்டமா தேவை', 'பிளந்தா சிகைக்குமை' என்னும் தொடர்களில் வல்லினம் மிகாதிருப்பதை நோக்குக.

'ஏ' என்பதும் சொல்லுடன் சேர்ந்து நின்று வினாப்பொருள் உணர்த்தும். இந்த 'ஏ' நிலைமொழி இறுதியில் நிற்கும்போதும் வல்லினம் மிகாது.

எடுத்துக்காட்டு :

1) **நீதானே செய்தாய்?**
2) **அவரே சொன்னார்?**
3) **இவன்தானே படித்தான்?**
4) **நீங்களே கண்டீர்கள்?**
5) **பொய்யல்லவே பெண்ணே?**

கொல்

ஆ, ஓ என்னும் வினாவெழுத்துகளைப் போலவே சொல்லின் இறுதியில் நின்று, வினாப்பொருள் உணர்த்தும் சொல் 'கொல்' என்பது. இதுவும் இடைச்சொல்லே. 'கொல்' என்பது தனித்து நின்று பொருள் தரும்போது அது வினைச்சொல். உயிரைக் கொல்வது என்பது அதன்பொருள். மற்றச் சொற்களுடன் சேர்ந்து நிற்கும்போது அது வினா?

'ஈத்துவக்கும் இன்பம் **அறியார்கொல்**
தாமுடைமை
வைத்திழக்கும் வன்கணவர்'
(குறள்)

'அறியார்கொல்' என்பது வினா. 'அறியாரோ' என்பது இதன் பொருள்.

'பெண்டிரும் **உண்டுகொல்** பெண்டிரும்
உண்டுகொல்
கொண்ட கொழுநற் குறுகுறை
தாங்குறூஉம்
பெண்டிரும் **உண்டுகொல்** பெண்டிரும்
உண்டுகொல்
(சிலப்பதிகாரம்)

'உண்டுகொல்' என்பது வினா. உண்டோ என்பது இதன் பொருள்.

'அணங்குகொல் ஆய்மயில் கொல்லோ
கனங்குழை
மாதர்கொல் மாலுமென் நெஞ்சு'
(குறள்)

இங்கேயும் 'கொல்' என்னும் சொல் வினாப் பொருள் உணர்த்துவதை நோக்குக. 'ஆய்மயில் கொல்லோ' என்பதில் 'கொல்' என்னும் சொல்லுடன் சேர்ந்துள்ள 'ஓ' அசை.

அறியார்கொல், உண்டுகொல், அணங்கு கொல், ஆய்மயில்கொல், மாதர் கொல், என்னும் தொடர்களை மீண்டும் கவனியுங்கள். இந்தத் தொடர்களில் வல்லினம் மிகவில்லை. 'கொல்' என்னும் வினாவானது வினை, பெயர் இரண்டுடனும் சேர்ந்து வரும். நிலைமொழியாக நிற்கும் சொல் எதுவாக இருந்தாலும் 'கொல்' என்னும் சொல் வருமொழியாக அமையும்போது வல்லினம் மிகாது.

'கொல்' என்னும் வினாச்சொல் இன்று உரைநடை வழக்கில் இல்லை. திரு.வி.க. போன்ற பெருமக்கள் இச்சொல்லை எடுத்தாண்டுள்ளனர். தற்கால இலக்கியத்தில் குறிப்பாகக் கவிதையில் இச்சொல் வழக்கைக் காணலாம்.

அடுக்குத் தொடர்

ஒரே சொல் இரண்டு முறை அடுக்கி வருவது அடுக்குத் தொடர். சில சமயங்களில் மூன்று முறையும் வரலாம். இரண்டு முறை

வருவதே பெரும்பான்மை. வியப்பு, இரக்கம், இகழ்ச்சி, வெகுளி, விரைவு, அச்சம், உவகை முதலிய உணர்ச்சிகளின் வெளிப்பாடே அடுக் குத் தொடர். இந்தத் தொடர்களில் அடுக்கி வரும் சொற்களுக்கிடையே வல்லினம் மிகுமா என்பதை இப்போது பார்ப்போம்.

'கண்ணாடிக் கன்னத்தைக் காட்டி என்
உள்ளத்தைப்
புண்ணாக்கிப் போடாதே; **போ போ**
மறைந்து விடு
'கொள்ளாத ஆச்சரியம்! பரிசுதனைக்
கொடுத்துவிடு! கொடுத்து விடு!
சீக்கிரத்தில்'
(பாரதிதாசன்)

'போ போ', 'கொடுத்து விடு கொடுத்து விடு' என்னும் தொடர்களில் வல்லினம் மிகவில்லை.

'**தொட்டுவிடத் தொட்டுவிடத்** தொடரும்-கை
பட்டுவிடப் பட்டுவிட மலரும்
பக்கம் வரப் பக்கம் வர மயங்கும்-உடல்
வெட்கம் வந்து வெட்கம் வந்து குலுங்கும்
முத்துமுத்துப் புன்னகையைச் சேர்த்துக்-கன்னி
முன்னும் பின்னும் அன்னநடை கோர்த்து
எட்டி எட்டிச் செல்லுவதைப் பார்த்து-
நெஞ்சைத்
தட்டித் தட்டி விட்டதடி காற்று
கொஞ்சிக்கொஞ்சி எண்ணங்களை விளக்கும்-
சொல்லைக்
கொட்டிக் கொட்டி வர்ணனைகள் அளக்கும்
அஞ்சி அஞ்சிக் கன்னி உடல் நடக்கும்-இடை
கெஞ்சிக் கெஞ்சிக் கையிரண்டில் தவிக்கும்
அள்ளி அள்ளி வைத்துக்கொள்ளத் துடிக்கும்
சொல்லிச் சொல்லிப் பாடங்களைப் படிக்கும்
துள்ளித் துள்ளிச் சின்ன உடல் நடிக்கும்-
கன்னம்
கிள்ளிக் கிள்ளி மெல்ல மெல்லச் சிரிக்கும்'
(கண்ணதாசன்)

இந்தப் பாடலில் அடுக்குத் தொடர்கள் நிறைந்துள்ளன. இந்தத் தொடர்கள் பெரும் பாலானவற்றில் வல்லினம் மிகுந்திருக்கிறது. இந்தத் தொடர்களில் அடுக்கி வருபவை இகர அல்லது அகர ஈற்று வினையெச்சங்களாக இருப்பதே இதற்குக் காரணம். இந்த வகை வினையெச்சங்களின் முன் வல்லினம் மிகும் என்பதை முன்பே விளக்கியிருக்கிறோம். அடுக்குத் தொடரில் வல்லினம் மிகுமா, மிகாதா என்பதை அந்தத் தொடரில் நிற்கும் சொல் எந்த வகையினது என்பதைக் கொண்டே முடிவு செய்ய வேண்டும். அடுக்குத் தொடருக்கு எடுத்துக்காட்டாகத் 'தீத்தீத்தீ' என்னும் தொடரைக் குறிப்பிட்ட இலக்கண நூலாரும் வல்லொற்று மிகுத்து எழுதியிருப்பது குறிப்பிடத்தக்கது.

'சாதிநூறு சொல்லுவாய் **போ போ போ**
தரும மொன்று இயற்றிலாய் **போ போ போ**
நீதி நூறு சொல்லுவாய் காசொன்று
நீட்டினால் வணங்குவாய் **போ போ போ**'
(பாரதியார்)

இங்கே 'போ' என்பது மூன்று முறை அடுக்கி வந்திருக்கிறது. 'போ' என்பது இரண்டு முறை அடுக்கி வந்ததை முன்பு பார்த்தோம். அடுக்குத் தொடரில் ஒரு சொல் நான்குமுறை வரலாம் என்று வரம்பு கட்டுகிறது நன்னூல். இந்தத் தொடரிலும் வல்லினம் மிகவில்லை. அடுக்குத் தொடரில் ஒரு சொல் இரண்டு முறை வந்தாலும் நான்கு முறை வந்தாலும் புணர்ச்சி விதி ஒன்று தான்.

ஒரு சொல் அடுக்கி வருவது போல ஒன்றுக்கு மேற்பட்ட சொற்கள் கொண்ட தொடரும் அடுக்கி வரலாம். அப்போதும் புணர்ச்சி விதியில் மாற்றமில்லை.

'**பாழுந்தாயே! பாழுந் தாயே!**
என் சாவுக்கே உனை இங்கு அழைத்தேன்'
'**மண்ணாய்ப் போக மண்ணாய்ப் போக!**
மனம் பொருந்தா மணம் மண்ணாய்ப்
போக'
(பாரதிதாசன்)

இரட்டைக் கிளவி

இரண்டு சொற்கள் சேர்ந்து நின்று பொருள் தருவது இரட்டைக் கிளவி. அடுக்குத் தொடருக்கும் இரட்டைக் கிளவிக்கும் முக்கிய வேறுபாடு ஒன்று உண்டு. அடுக்குத் தொடரில் இரண்டு முறையோ, அதற்கு மேலோ அடுக்கி வரும் சொல் தனித்து நிற்கும்போதும் பொருளுடையது. 'ஒளிபடைத்த கண்ணினாய் வா வா வா' என்னும் தொடரில் மூன்று முறை அடுக்கி வந்திருக்கும் 'வா' என்பது தனித்து நின்றும் பொருள் தரும் ஆற்றல் உடையது.

'கண்ணா வா' என்னும் தொடரில் 'வா' என்பது தனித்து நின்று பொருள் உணர்த்துவதை நோக்குக.

இரட்டைக் கிளவியில் உள்ள இரண்டு சொற்களும் சேர்ந்து நிற்கும் போதுதான் பொருள் உடையதாக அமையும். 'கிளவி' என்றால் சொல் என்று பொருள்.

'கானப் பறவை கலகலெனும் ஓசையிலும்' என்னும் தொடரில் நிற்கும் 'கலகல' என்பது இரட்டைக்கிளவி. இந்த இரண்டில் ஒன்று மட்டும் நின்று பொருள் தராது.

அடுக்குத் தொடருக்கும் இரட்டைக் கிளவிக்கும் உள்ள இந்த வேறுபாட்டை நினைவிற் கொள்க. 'இரட்டைக் கிளவி' என்று சொல்லும்போதே அது இரண்டு சொற்கள் கொண்ட தொடர் என்பது புலனாகிறதல்லவா? இந்தத் தொடரில் நிற்கும் இரண்டு சொற்களுக்கும் இடையே வல்லினம் மிகாது.

'கலகலவெனச் சிரித்தான்' என்னும் வாக்கியத்தில் நிற்கும் 'கலகல' என்னும் தொடரை நோக்குக. இதனை ஒலிக்கும் போதே இங்கே வல்லினம் மிகாதிருப்பதை உணர முடிகிறதல்லவா?

'சென்று நான் பார்க்கையிலே செஞ்ஞாயிற்றொண்கதிரால்
பச்சைமர மெல்லாம் **பளபளவென**...'
'கண்ணிலே பொய்ந்நீர் **கடகடெனத்**
தானூற்றப்
பண்ணிசைபோல் இன்குரலாற் பாடியது கூறிடுமால்'

(பாரதியார்)

இந்தப் பாடற் பகுதியில் நிற்கும் 'பளபள', 'கடகட' என்னும் தொடர்களில் வல்லினம் மிகவில்லை.

சலசல, படபட, தடதட, குடுகுடு, கிடுகிடு, கசகச முதலிய தொடர்களிலும் வல்லினம் மிகாதிருப்பதை நோக்குக.

இரட்டைக் கிளவிகளில் பெரும்பாலானவை ஒலிக்குறிப்பாக அமைகின்றன. ஒளியையும் விரைவு, வெறுப்பு முதலிய உணர்ச்சிகளையும் வெளிப்படுத்தும் திறனுடையவையாகவும் சில விளங்குகின்றன.

'கலகலவென', 'பளபளவென', 'கடகடவென' என்னும் தொடர்களில் இரட்டைக் கிளவியுடன் 'என' என்னும் சொல் சேர்ந்து நிற்கிறது. தொடரின் இறுதியில் நிற்கும் 'என' என்னும் சொல்லுக்குப் பின் வல்லினம் மிகும் என்பதை முன்பே விளக்கியிருக்கிறோம்.

எச்ச வினை வடிவம்

சில வேளைகளில் இரட்டைக் கிளவிகள் வினையெச்ச, பெயரெச்ச வடிவங்கள் பெற்றும் அமைவது உண்டு.

1) வீரத்தைப் பற்றி விதவிதமான கதை கூறும் பேராசிரியர் இந்தச் செய்தியைக் கேட்டதும் **வெடவெடத்துப் போய்விட்டார்**.
2) அவன் **படபடத்துப்போய்ப்** பேச முடியாமல் நின்றான்.
3) அந்தக் கட்டிடம் **கலகலத்துப்போய்** நிற்கிறது.

இந்த வாக்கியங்களில் 'வெடவெட', 'படபட', 'கலகல' என்னும் இரட்டைக் கிளவிகள் வினையெச்ச வடிவில் அமைந்துள்ளன. முன்பு குறிப்பிட்டது போலவே, 'படபட' 'கலகல' என்னும் சொற்களுக்கு இடையே வல்லினம் மிக வில்லை. ஆனால், வெடவெடத்து, படபடத்து, கலகலத்து என்னும் சொற்களின் இறுதியில் வல்லினம் மிகுந்திருக்கிறது.

இந்த வினையெச்ச வடிவங்கள் வன்றொடர்க் குற்றியலுகரமாக இருப்பதே இதற்குக் காரணம்.

இரட்டைக் கிளவிகள் வினையெச்ச வடிவம் பெறுவதைப் போலவே பெயரெச்ச வடிவமும் பெறும்.

1) அவன் **தழுதழுத்த** குரலில் பேசினான்.
2) அவனுடைய **வழவழத்த** பேச்சு நம்பிக்கை ஊட்டுவதாக இல்லை.
3) **பளபளப்பான** கண்ணாடி குழந்தைக்கு விளையாட்டுப் பொருளாகத் தோன்றியது.

இந்த வாக்கியங்களில், 'தழுதழுத்த', 'வழவழத்த', 'பளபளப்பான' என்னும் சொற்களுக்குப் பின் வல்லினம் மிகவில்லை. பெயரெச்சங்களுக்குப் பின் வல்லினம் மிகாது.

என்னும் விதியைத் தழுவி இவை சேர்ந்திருக்கின்றன.

முற்றுவினை வடிவம்

இரட்டைக் கிளவிகள் வினைமுற்று வடிவிலும் அமையும்.

எடுத்துக்காட்டு :

1) அவனுடைய குரல் **தழுதழுத்தது.**

2) கோவலனும் கண்ணகியும் புகார் நகரை விட்டு நீங்கிய செய்தியைக் கேட்டதும் மாதவியின் நெஞ்சு **படபடத்தது.**

3) வைரக்கல் **பளபளக்கிறது.**

பொருள்

இரட்டைக் கிளவிகளுக்கு இடம் நோக்கியே பொருள் கொள்ள வேண்டும்.

1) **அவன் கலகலவெனச்** சிரித்தான்.

2) அந்தக் கட்டிடம் **கலகலத்துப்** போய் நிற்கிறது.

3) அவன் **கலகலப்பாகப்** பேசினான்.

இந்த மூன்று வாக்கியங்களையும் கூர்ந்து கவனித்தால், இவற்றில் இரட்டைக் கிளவிகள் வெவ்வேறு பொருள் தருவதை உணரலாம். முதல் வாக்கியத்தில் 'கலகல' என்பது ஒலிக்குறிப்பாக நிற்கிறது; இரண்டாவது வாக்கியத்தில் 'கட்டுக்குலைதல்' என்னும் பொருள் தருகிறது; அடுத்ததில் உற்சாகத்தைக் குறிக்கிறது.

'குற்றமுள்ள நெஞ்சு **குறுகுறுக்கும்'**

என்னும் பழமொழியில் 'குறுகுறுக்கும்' என்பது 'உறுத்தும்' என்னும் பொருள் தருகிறது.

'குறுகுறுவென நடந்து வந்தும்
குறும்புகள் செய்து கொஞ்சி மகிழ்ந்தும்
இருகை நீட்டி இட்டும் தொட்டும்
கிறுகிறுவெனச் சுற்றியும் பற்றியும்'
(கலைஞர் மு.க.)

இங்கே 'குறுகுறு' என்பது குழந்தை 'குறுகக் குறுக' நடத்தலைக் குறிக்கிறது. இந்த இரண்டு இடங்களில் ஒரே சொல் முற்றிலும் வேறான பொருள் தருவதை நோக்குக.

மேற்காணும் கவிதையில் 'கிறுகிறுவெனச் சுற்றியும் பற்றியும்' என்னும் தொடரில் 'கிறுகிறு' என்பது விரைவுக்குறிப்பாக நிற்கிறது.

'கிறுகிறு' என்பது மயக்கம், தலைசுற்றல் முதலியவற்றையும் குறிக்கும் இப்படிப் பல்வேறு பொருள் உணர்த்தும் ஆற்றல் உடையவை இரட்டைக்கிளவிகள்.

இரட்டைக்கிளவியில் இரண்டு சொற்களும் சேர்ந்து நின்றே பொருள் தரும். தனித்து நின்று பொருள் தராது என்று சற்று முன்பு குறிப்பிட்டோம். அடுக்குத் தொடரில் அடுக்கி நிற்கும் சொல் தனித்து நின்று பொருள் தருவதையும் அப்போது கண்டோம்.

அடுக்குத் தொடரா, இரட்டைக் கிளவியா என்று ஐயுறும் வகையில் அமையும் தொடர் ஒன்று உண்டு.

'கோடி கோடி இன்பம் தரவே
தேடி வந்த செல்வம்
கொஞ்சும் சதங்கை **கலீர் கலீ**ரென
ஆட வந்த தெய்வம்'

இந்தப் பாடலில் நிற்கும் 'கலீர் கலீர்' என்னும் தொடரை நோக்குக. இரட்டைக் கிளவி போல் ஒலித்தாலும் இது இரட்டைக் கிளவி அல்ல. 'கலீர் கலீர்' என்னும் சொற்கள் சேர்ந்து நின்று மட்டும் அல்ல; பிரிந்து நின்றும் பொருள் தரும். அடுக்குத் தொடர் போலப் பிரிந்து நின்று பொருள் தந்தாலும், இது வெறும் ஒலிக் குறிப்பாகவே அமைவதால் இதை இரண்டு அடுக்கு ஒலிக் குறிப்பு என்று கூற இடமுள்ளது.

எப்படியாயினும் ஆகுக. இத்தகைய தொடர்களிலும் வல்லினம் மிகாது. 'கலீர் கலீர்' என்னும் தொடரில் வல்லினம் மிகவில்லை. 'கணீர் கணீர்', 'திடீர் திடீர்', 'பளீர் பளீர்' என்னும் தொடர்களும் இந்த வகையைச் சேர்ந்தவையே. இந்தத் தொடர்களிலும் வல்லினம் மிகவில்லை.

இரட்டைக்கிளவியாக இருந்தாலும் சரி, இரண்டு அடுக்கு ஒலிக்குறிப்பாக இருந்தாலும் சரி இந்தத் தொடரில் நிற்கும் இரண்டு சொற்களுக்கிடையே வல்லினம் மிகாது.

உரிச்சொல் தொடர்

பெயரோடும் வினையோடும் சேர்ந்து நின்று, பெயர் குறிக்கும் பொருளுக்குரிய பண்பையும், வினை குறிக்கும் தொழிலுக்குரிய பண்பையும் விளக்கும் சொற்களே உரிச்சொற்கள் என்பன. இலக்கியங்களில் காணப்படும் இத்தகைய சொற்கள் மிகப் பல. அவற்றுள் மிகுதியாகப் பயின்று வரும் சொற்கள் சில.

சால, உறு, தவ, தட, நனி, கழி, மா என்பன அத்தகைய சொற்கள்.

'சித்தம் வருந்துகையில் தேமொழியே நீயவனை
மாலையிட வாக்களித்தாய் மையலினா லில்லை, அவன்
சால வருந்தல் சகிக்காமல் சொல்லி விட்டாய்'
(பாரதியார்)

'சால வருந்தல்' என்னும் தொடரில் நிற்கும் 'சால' என்பது 'மிக' என்னும் பொருள் தருகிறது.

'பீலிபெய் சாகாடும் அச்சிறும் அப்பண்டம்
சால மிகுத்துப் பெயின்'
(குறள்)

'சால மிகுத்து' என்பதற்கு 'மிக அதிகமாக' என்று பொருள். இந்த எடுத்துக்காட்டுகளிலிருந்து சால என்பது மிகுதிப் பொருள் உணர்த்துவதை அறியலாம்.

ஏனைய சொற்களும் இதே போல மிகுதிப் பொருள் உணர்த்துபவையாகும். இவற்றுள் சால, தட, தவ என்னும் சொற்களுக்குப் பின் வல்லினம் மிகும்.

'பால் நினைந்து ஊட்டும் தாயினும்
சாலப் பரிந்து நீ பாவியேனுடைய
ஊனினை உருக்கி உள்ளொளி பெருக்கி'
(திருவாசகம்)

'பொரு**தடக்கை** வாளெங்கே மணிமார் பெங்கே
(கலிங்கத்துப்பரணி)

'..................... உள்ளது
தவச்சிறிது ஆயினும் மிகப்பலர் என்னாள்'
(புறநானூறு)

சாலப்பரிந்து, தடக்கை, தவச்சிறிது என்னும் தொடர்களில் வல்லினம் மிகுந்திருப்பதை நோக்குக.

உறு, நனி, கழி, மா என்னும் சொற்களுக்குப்பின் வல்லினம் மிகாது.

எடுத்துக்காட்டு :

'உற்றுழி உதவியும் **உறுபொருள்** கொடுத்தும்
பிற்றைநிலை முனியாது கற்றல் நன்றே'
'**நனிபேதையே** நயனில் 'கூற்றம்'
(புறநானூறு)

'**நனிபசு** பொழியும் பாலும்' (பாரதிதாசன்)

'என்னுயிருக் கழவில்லை அந்தோ! என்றன்
எழுதாத சித்திரம் போல் இருக்கு மிந்த
மன்னுடல் வெட்டப்படுமோர் **மாபழிக்கு**
மனநடுக்கம் கொள்ளுகின்றேன்!...'
(பாரதிதாசன்)

கழிபேருவகை
மாபெரும் கூட்டம்

உறுபொருள், நனிபேதை நனிபசு, மாபழி, கழிபேருவகை, மாபெருங்கூட்டம் ஆகிய தொடர்களில் வல்லினம் மிகாதிருப்பதை நோக்குக.

இன்றைய உரைநடையில் மிகுதியாக வழங்கும் சொல் மிகுதிப்பொருள் தரும் இந்த 'மா' என்னும் சொல்.

அல்வழித் தொகைநிலைத் தொடர்கள்

அல்வழித் தொகை நிலைத் தொடர்களில் பண்புத் தொகை, உவமைத் தொகை, உம்மைத் தொகை, வினைத்தொகை ஆகியன குறிப்பிடத்தக்கவை. இவற்றில் வினைத் தொகை பற்றி முன்பு பார்த்தோம். ஏனைய தொடர்களில் வல்லினம் மிகுமா என்பதை இப்போது பார்ப்போம். இந்தத் தொகை நிலைத் தொடர்கள் பற்றி முன்பே விரிவாக விளக்கியிருக்கிறோம்.

பண்புத்தொகை

'தாமரை பூத்த குளத்தினிலே-முகத்
தாமரை தோன்ற முழுகிடுவாள்
(பாரதிதாசன்)

'அன்புக்கடல் ஓரத்திலே ஆசை
அலைமோதுதே'
(பட்டுக்கோட்டையார்)

முகத்தாமரை, அன்புக்கடல், இரண்டும் பண்புத்தொகைநிலைத் தொடர்கள். 'அன்புக் கடல்' என்னும் தொடரில் நிலை மொழியாக நிற்பது 'அன்பு' என்னும் உயிரீற்றுச் சொல். இங்கே வல்லினம் மிகுந்திருக்கிறது.

'புண்படைத்த என்நாடே, **கைம்மைக் கூர்வேல்**
பொழிகின்றாய் மங்கையர்மேல்!
அழிகின்றாயே'
இனிமைத் தமிழ்மொழி எமது- எமக்(கு)
இன்பம் தரும்படி வாய்த்த நல் அமுது!
(பாரதிதாசன்)

'கைம்மைக் கூர்வேல்', 'இனிமைத் தமிழ்' என்பன பண்புத் தொகை நிலைத் தொடர்கள். இந்தத் தொடர்களிலும் வல்லினம் மிகுந்திருப் பதை நோக்குக.

பண்புத் தொகையில் நிலை மொழி ஈறு மெய்யாக இருந்தாலும் வல்லினம் மிகும்.

'துன்பச் சுமைதனைத் தூக்கி வைத்தார்' என்னும் வாக்கியத்தில் நிற்கும் 'துன்பச் சுமை' என்பது 'துன்பமாகிய சுமை' என்று விரியும். இந்தத் தொடரிலும் வல்லினம் மிகுந்திருப்பதை நோக்குக. 'தமிழ்ச்சொல்' 'முகத்தாமரை' ஆகிய மெய்யீற்றுச் சொற் களையும் காண்க.

இருபெயரொட்டுப் பண்புத்தொகை

'மாலைப் போதில் சோலையின் பக்கம்
சென்றேன் குளிர்ந்த தென்றல் வந்தது'
(பாரதிதாசன்)

'மாலைப்போது' என்பது இருபெயரொட் டுப் பண்புத்தொகை. இந்தத் தொடரில் வல்லினம் மிகுந்திருப்பதை நோக்குக.

மல்லிகைப்பூ, தைத்திங்கள், வெள்ளிக் கிழமை, சாமந்திச்செடி, சிங்கைத்தீவு முதலியனவும் இரு பெயரொட்டுப் பண்புத் தொகைகளே. இத்தகைய தொடர்களில் வல்லினம் மிகும்.

உவமைத் தொகை

'**முல்லைச் சிரிப்பு** உடையாள்'

இந்தத் தொடரில் நிற்கும் 'முல்லைச் சிரிப்பு' உவமைத்தொகை, 'முல்லை போன்ற சிரிப்பு' என்பது இதன் பொருள். உவமைத் தொகையிலும் வல்லினம் மிகும்.

'கண்ணாடிக் கன்னத்தைக் காட்டி என்
உள்ளத்தைப்
புண்ணாக்கிப் போடாதே; போபோ
மறைந்து விடு'
(பாரதிதாசன்)

'கண்ணாடிக் கன்னம்' என்னும் தொடரும் உவமைத் தொகையே. 'கண்ணாடி போன்ற கன்னம்' என்று இது விரியும். இந்தத் தொடரிலும் வல்லினம் மிகுந்திருப்பதை நோக்குக.

உவமைத் தொகையில் நிலை மொழி மெய்யீற்றுச் சொல்லாக இருந்தாலும் வல்லினம் மிகும்.

எடுத்துக்காட்டு :

மலர்க்கண், தளிர்க்கை, என்பவை மலர் போன்ற கண், தளிர் போன்ற கை என்று விரியும்.

உம்மைத்தொகை

'**படை குடி கூழமைச்சு நட்பரண்** ஆறும்
உடையான் அரசரு ளேறு' (குறள்)

'படை குடி கூழ் அமைச்சு நட்பு அரண் ஆறும்' என்னும் தொடர் படையும் குடியும் கூழும் அமைச்சும் நட்பும் அரணும் ஆகிய ஆறும்' என்று விரியும். எனவே, இது உம்மைத்தொகை. இந்தத் தொடரில் நிற்கும் 'படைகுடி' என்னும் தொடரைப் பாருங்கள். 'படையும் குடியும்' என்பதில் 'உம்' மறைந்து 'படைகுடி' என்று அமைந்திருக் கிறது. இந்தத் தொடரில் வல்லினம் மிக வில்லை. உம்மைத் தொகையில் வல்லினம் மிகாது.

எடுத்துக்காட்டு :

இரவு பகல், இலை தழை, உறவு பகை, கல்வி செல்வம், தலைகால் (புரியாமல்), ஏரி குளம், வரவு செலவு.

ஓரெழுத்தொருமொழிக்குப் பின் வல்லினம்

ஒரெழுத்தொரு மொழி நிலைமொழியாக அமையும்போது சில தொடர்களில் வல்லினம் மிகுவதையும் சில தொடர்களில் மிகாமல் இருப்பதையும் இதற்கு முன்பு பார்த்தோம். ஓரெழுத்தொரு மொழியை நிலை மொழி யாகக் கொண்ட தொடர்கள் சிலவற்றில் வலிமிகுவதற்குப் பதிலாக வருமொழி முதலில் நிற்கும் வல்லினத்தின் இன வெழுத்துத் தோன்றுவதைக் காண்கிறோம். அத்தகைய தொடர்களை இப்போது பார்ப்போம்.

பூ

'பூந்துகள் கொட்டுகின்ற தென்றலே-
உன்னைப்
பூவோ பொழில் என்பதோ தென்றலே?
'சாய்ந்தாடும் **பூங்கிளையில்** தென்றலே
தட்டுப் பந்தாடுகின்ற தென்றலே'

இந்தப் பாடல் வரியில் நிற்கும் 'பூந்துகள்', 'பூங்கிளை' என்னும் இரண்டு தொடர் களையும் கவனியுங்கள். 'பூந்துகள்' என்பது 'பூவினுடைய துகள்' என்று விரியும் இது ஆறாம் வேற்றுமைத் தொகை.

'பூந்துகள்' என்னும் தொடரைப் 'பூவில் உள்ள துகள்' என்றும் விரிக்கலாம். அப்போது இது ஏழாம் வேற்றுமை உருபும் பயனும் உடன்தொக்க தொகையாகும்.

இப்பொழுது 'பூங்கிளை' என்னும் தொடரைக் கவனியுங்கள்.

இது பூவை உடைய கிளை என விரியும். இது இரண்டாம் வேற்றுமை உருபும் பயனும் உடன் தொக்க தொகை. 'பூக்கமழும்' என்பது எழுவாய்த் தொடர் என்பதையும், 'பூப்பறித் தாள்' என்பது இரண்டாம் வேற்றுமைத் தொகை என்பதையும் முன்பு பார்த்தோம். இந்த இரண்டு, தொடர்கள் தவிர மற்றத் தொடர்களில் 'பூ' என்பது நிலைமொழியாக நிற்கும்போது பெரும்பாலும் வருமொழி முதலில் நிற்கும் வல்லினத்தின் இன எழுத்துத் தோன்றுவதைக் காண்கிறோம். இத்தகைய தொடர்கள் சிலவற்றில் சில சமயங்களில் வல்லினம் மிகுகிறது; சில சமயங்களில் இன எழுத்துத் தோன்றுகிறது.

'பூங்கிளை' என்னும் தொடரை மீண்டும் கவனியுங்கள். இது இரண்டாம் வேற்றுமை உருபும் பயனும் உடன் தொக்க தொகை. 'பூக்காடு' என்பதும் இரண்டாம் வேற்றுமை உருபும் பயனும் உடன் தொக்க தொகையே. எனினும் ஓரிடத்தில் வல்லினம் மிகுந்திருக் கிறது. ஓரிடத்தில் இனவெழுத்துத் தோன்றி யிருக்கிறது. இரண்டுமே சரிதான். எனினும், இனவெழுத்துத் தோன்றுவதே மிகுதியாகக் காணப்படுகிறது. அதுவே சிறப்புடையதாக வும் கருதப்படுகிறது.

'இல்வளர் முல்லையொடு மல்லிகை
அவிழ்ந்த
பல்பூஞ்சேக்கைப் பள்ளியுட் பொலிந்து'
'பயில் **பூங்கோதைப்** பிணையலிற்
பொலிந்து'
'இணர்ததையும் **பூங்கானல்** என்னையும்
நோக்கி'
'எதிர் **பூஞ்செவ்வி** இடைநிலத்து யாத்த
முதிர் **பூந்தாழை** முடங்கல் வெண்தோட்டு'
(சிலப்பதிகாரம்)

பூஞ்சேக்கை, பூங்கோதை, பூங்கானல், பூந்தண் பொழில், பூஞ்செவ்வி, 'பூந்தாழை' என்னும் தொடர்களில் இன எழுத்துத் தோன்றியிருப் பதைக்கவனியுங்கள்.

'பூம்பாட்டுப் பாடிப்
பொன்கூட்டை எனக் கீந்த
மேம்பாட்டுப் **பூங்குயிலே**
விரைந்த இடம் ஏதோடி'
(கண்ணதாசன்)

'பூம்பாட்டு', 'பூங்குயில்' என்னும் தொடர் களைக் கவனியுங்கள். 'பூ' என்பதற்கு 'மலர்' என்னும் பொருள் மட்டுமல்ல, பொலிவு, அழகு என்னும் பொருளும் உண்டு. 'பூம்பாட்டு' 'பூங்குயில்' என்னும் தொடர்களில் 'பூ' என்னும் சொல் அழகு என்னும் பொருள் தருகிறது. இந்தத் தொடர் களிலும் வருமொழி முதலில் நிற்கும் வல்லினத்தின் இனவெழுத்துத் தோன்றியிருப் பதை நோக்குக. 'பூங்குயில்' என்பதைப் 'பூப் போன்ற மென்மையான குயில்' என்றும் கொள்ளலாம். பொருள் எதுவாயினும் புணர்ச்சி விதி ஒன்றே.

'அன்னப்**பூம்பாவாய்!** தேனமுதக்காற்றே!
அழியாத புகழ்பெற்றான்
சோணாட்டேந்தல்'

'பொன்னிப் **பூங்கரை**யோரம் திரிவாய்!
இந்தப்
புவிபோற்றும் கருவூரில் வளர்வாய்'
(கண்ணதாசன்)

'பூம்பாவாய்', 'பூங்கரை' என்னும் தொடர்களிலும் 'பூ' என்னும் சொல் அழகிய என்னும் பொருளே தருகிறது.

இந்த எடுத்துக்காட்டுக்களிலிருந்து 'பூ' என்னும் சொல் எந்தப் பொருளில் வந்தாலும், இத்தகைய தொடர்களில் வருமொழி முதலில் நிற்கும் வல்லினத்தின் இன எழுத்துத் தோன்றும் என்பது தெளிவாகிறது.

பூந்தோட்டம், பூங்கா, பூந்தாது, பூஞ்சோலை, பூம்பொழில், பூங்குளம், பூந்தார், பூங்காற்று, பூம்புணை, பூங்குழல், பூம்புகார், பூங்கொடி முதலிய தொடர்களை யும் நோக்குக. எழுவாய்த் தொடர், இரண்டாம் வேற்றுமைத் தொகை ஆகிய இரண்டையும் தவிர மற்ற இடங்களில் 'பூ' என்னும் சொல் நிலை மொழியாக நிற்கும் தொடரில் வருமொழி முதலில் நிற்கும் வல்லினத்தின் இனவெழுத்துத் தோன்றும். 'பூக்கூடை', 'பூக்குடம்', 'பூச்செண்டு' முதலிய தொடர்களை விதிவிலக்காகக் கொள்ள வேண்டும்.

தீ

'**பூங்கொடி**யை எண்ணிப் பொருமி;
புதுப்பாட்டுத்
தீங்குயிலைக் கூவியே தேடினான்'
(கண்ணதாசன்)

'பூங்கொடி' என்னும் தொடரைப் போலவே, 'தீங்குயில்' என்னும் தொடரிலும் வருமொழி முதலில் நிற்கும் வல்லினத்தின் இனவெழுத்துத் தோன்றியிருக்கிறது.

'தீ' என்பது பலபொருள் ஒரு சொல். 'தீ' என்பது நெருப்பு என்னும் பொருளில் நிலை மொழியாக அமையும்போது வல்லினம் மிகுவதை முன்பு பார்த்தோம். **தீச்சுடர், தீப்பிழம்பு, தீக்காய்தல், தீக்கதிர், தீக் குளித்தல், தீக்குருவி** என்பன அத்தகைய தொடர்கள்.

'அகலா தணுகாது **தீக்காய்வார்** போல்க
இகல்வேந்தர்ச் சேர்ந்தொழுகு வார்'

'ஒன்றானும் **தீச்சொல்** பொருட்பயன்
உண்டாயின்
நன்றாகா தாகி விடும்'

'பாத்தூண் மரீஇ அவனைப் பசியென்னும்
தீப்பிணி தீண்டல் அரிது'
(குறள்)

'தீக்காய்வார்', 'தீச்சொல்', 'தீப்பிணி' என்னும் தொடர்களை நோக்குக. 'தீக்காய்வார்' என்னும் தொடரில் 'தீ' என்பதற்கு நெருப்பு என்று பொருள். 'தீச் சொல்', 'தீப்பிணி' என்னும் தொடர்களில் 'தீ' என்பதற்குத் 'தீய' என்று பொருள்.

'நெருப்பு', 'தீய' என்னும் பொருளுடைய 'தீ' என்னும் சொல் நிலை மொழியாக நிற்கும் தொடரில் நாம் முன்பே குறிப்பிட்டது போல வல்லினம் மிகும்.

'தீ' என்னும் சொல்லுக்கு இன்னும் ஒரு பொருளும் உண்டு. 'இனிமை' என்பதே அந்தப் பொருள். 'தீ' என்னும் சொல் நிலை மொழியாக நிற்கும்போது, 'இனிமை' என்னும் பொருள் தருமாயின், வல்லினம் மிகாது; மாறாக, அதன் இனவெழுத்துத் தோன்றும் என்பது ஒருசாரார் கருத்து. நாம் சற்று முன்பு எடுத்துக்காட்டிய 'தீங்குயில்' என்னும் தொடர் அந்த வகையைச் சார்ந்தது என்பது அவர்களுடைய வாதம்.

'இந்த உருவெய்தித் தன் ஏற்றம் விளக்குதல்
போல்
இன்னிசைத் **தீம்பாடல்** இசைத்திருக்கும்
விந்தைதனை'
'மாதர் **தீங்குரற்** பாட்டில் இருப்பாள்'
(பாரதியார்)

'தென்றல் தேர் ஏறும் செல்வத்
தீந்தமிழ் நாவில் கூட்டி
இன்பத்தைச் செய்கின்றார்'

'**தீங்கனியைத்** தேடி நின்றார் அவையோ
ரெல்லாம்
செங்கனிவாய்க் கோலமயில் வந்தாள்
மெல்ல'
(கண்ணதாசன்)

தீம்பாடல், தீங்குரல், தீந்தமிழ், தீங்கனி என்னும் தொடர்களை நோக்குக. இந்தத் தொடர்கள், இனிய பாடல், இனிய குரல், இனிய தமிழ், இனிய கனி என்று பொருள் தருகின்றன.

இந்தத் தொடர்களில் நிலை மொழியாக நிற்பது 'தீ' என்னும் சொல் அல்ல; 'தீம்' என்னும் சொல்லே என்பது மற்றொரு சாரார் கருத்து. அதனால்தான் வருமொழி முதலில் நிற்கும் வல்லினத்தின் இனவெழுத்துத் தோன்றுகிறது என்பது அவர்கள் வாதம்.

இத்தகைய தொடர்களில் நிலைமொழியாக நிற்பது 'தீ' என்னும் சொல்லாயினும் சரி, 'தீம்' என்னும் சொல்லாயினும் சரி 'இனிமை' என்னும் பொருள் தரும்போது வருமொழி முதலில் நிற்கும் வல்லினத்தின் இனவெழுத்தே தோன்றும்; வல்லினம் மிகாது.

'ஓடையில் ஊறுகின்ற
தீஞ்சுவைத் தண்ணீரே' (அருட்பா)

'தீஞ்சுவை' என்னும் தொடரையும் நோக்குக. 'தீஞ்சுவை' என்றால் 'இனிய சுவை' என்று பொருள்.

மா

'மா' என்னும் சொல் மிகுதிப்பொருள் உணர்த்தும் உரிச்சொல்லாக நிற்கும்போது, வல்லொற்று மிகாமல் இயல்பாகப் புணர்வதைப் பார்த்தோம்.

'**மாகவிஞர்** பொன்னுலகில்
மன்னவனாய் வீற்றிருக்கும்
என்னை அறியாயா-
இழந்தாயே பேரின்பம்! (கண்ணதாசன்)

'மாகவிஞர்' என்பது உரிச்சொல் தொடர். எனவே, வல்லினம் மிகவில்லை.

மாவிலை, **மாம்பழம், மாங்கன்று** என்பன நாம் நன்கு அறிந்த தொடர்கள். இங்கே 'மா' என்பது ஒரு தாவர வகையைக் குறிக்கிறது. இந்தப் பொருளில் 'மா' என்னும் ஓரெழுத் தொருமொழி நிலை மொழியாக நிற்கும் போது வருமொழி முதலில் வல்லினம் வந்தால், அதன் இனவெழுத்துத் தோன்றும். 'மாம்பழம்', 'மாங்கன்று' என்னும் தொடர் களை நோக்குக.

'எல்லாம் மாமரங்கள்-அதில்
எங்கும் மாமரங்கள்
இல்லை மற்ற மரங்கள்
இதுதான் **மாந்தோப்பு'**
(பாரதிதாசன்)

'செந்தமிழ்ப் தென்புதுவை என்னும்
திருநகரின்
மேற்கே சிறுதொலைவில் மேவுமொரு
மாஞ்சோலை'
(பாரதியார்)

'**மாங்கனி**யில் ஒன்று மரத்திலிருந்துதிர்ந்து
தலையிலே வீழ்ந்து சரங்குலைத்துப்
போனதடா'
'**மாங்கீற்றுக்** கன்னங்கள்
வாங்கிய முத்தங்கள் சொல
மாங்காடு நோக்கியடி
வைத்து நடந்தனவோ'
(கண்ணதாசன்)

இந்தப் பாடற் பகுதிகளில் நிற்கும் மாந்தோப்பு, மாஞ்சோலை, மாங்கனி, மாங்கீற்று, மாங்காடு என்னும் தொடர்களை நோக்குக. மாந்தளிர், மாஞ்செடி, மாங்காய் முதலியனவும் இந்த வகையில் அமைந்த வையே.

'மா' என்னும் சொல்லுக்கு 'மாவு' என்னும் பொருளும் உண்டு. 'மா' என்னும் சொல் 'மாவு' என்னும் பொருளில் நிலை மொழி யாக அமையும்போது வல்லினம் மிகும்.

'முல்லைச் சிரிப்பினர் செங்காந்தள்
விரல்களால்
முன்றிலை வீட்டினை **மாக்கோலம்**
ஆக்கினர்'

'மாக்கோலம்' என்னும் தொடரில் நிற்கும் 'மா' என்பதற்கு 'மாவு' என்று பொருள். 'மாத்தோசை', 'மாப்பண்டம்' முதலியனவும் இந்த வகையைச் சேர்ந்தவை. இவை மூன்றாம் வேற்றுமை உருபும் பயனும் உடன் தொக்க தொகைகள்.

'மா' என்பதற்குக் 'கரிய' என்னும் பொருளும் இலக்கிய வழக்கில் காணப்படு கிறது. 'மாப்புகை' என்னும் தொடர் புறநானூற்றில் உள்ளது. 'கரியபுகை' என்பது இதன் பொருள்.

'மாங்குயில் கூவிடும் பூஞ்சோலை-எமை
மாட்ட நினைக்கும் சிறைச்சாலை'

இங்கே, 'மாங்குயில்' என்பதற்குக் கருமை நிறக் குயில் என்றும் பொருள் கொள்ளலாம். அழகிய குயில் என்றும் பொருள் கொள்ள லாம்.

'மா' என்பது 'பெரிய' என்னும் பொருளில் வரும்போது சில இடங்களில் வல்லினம் மிகுகிறது. அத்தகைய தொடர்களில் **'மாக்கடல்'** போன்ற வெகு சில தொடர்களே இன்றும் வழக்கில் உள்ளன. **'இந்து மாக்கடல்'** என்பது இதற்கு நல்ல சான்றாகும். **'மாக்கடல்** முகந்து மணிநிறக் கருவி' என்பது நற்றிணைப் பாடல் வரி.

சில தொடர்களில் 'மா' என்னும் உரிச் சொல்லுக்குப் பின் வலி மிகுகிறது; சில தொடர்களில் மிகவில்லை. எனவே, எங்கே வல்லினம் மிகும், எங்கே மிகாது என்பதை மரபை ஒட்டியே முடிவு செய்ய வேண்டும்.

இரண்டாம் வேற்றுமைத் தொகையில் 'மா' என்பது நிலை மொழியாக நிற்கும்போது, வருமொழி முதலில் வல்லினம் வருமாயின் அந்தத் தொடரில் எந்த மாற்றமும் ஏற்படாது. இயல்பாகவே புணரும்.

உரவுநீர் **மாகொன்ற** வேலேந்தி ஏத்திக்
குரவை தொடுத்தொன்று பாடுகம் வாதோழி'
(சிலப்பதிகாரம்)

இந்தப் பாடலில் இடம்பெற்றிருக்கும் 'மாகொன்றவேல்' என்னும் தொடரைக் கவனியுங்கள். 'மாமரமாய் நின்ற சூர பதுமனைக் கொன்ற முருகன் கை வேல்' என்பதையே 'மாகொன்றவேல்' என்று இளங்கோவடிகள் குறிப்பிடுகின்றார். 'மாகொன்றவேல்' என்பது 'மாவினைக் கொன்றவேல்' என்று விரியும். இது இரண்டாம் வேற்றுமைத்தொகை நிலைத் தொடர். இரண்டாம் வேற்றுமைத் தொகையில் வல்லினம் மிகாது என்னும் விதிக் கிணங்க 'மாகொன்ற' என்னும் தொடரில் வல்லினம் மிகவில்லை.

'பூப்பறித்தாள்' என்பதும் இரண்டாம் வேற்றுமைத்தொகையே. இங்கே வல்லினம் மிகுந்திருக்கிறது. ஓரெழுத்தொருமொழி நிலை மொழியாக அமையும்போது இரண்டாம் வேற்றுமைத் தொகையிலும் வல்லினம் மிகும் என்பதை முன்பு பார்த்தோம். எனினும், 'மா' என்பது நிலை மொழியாக அமையும்போது இரண்டாம் வேற்றுமைத் தொகையில் வல்லினம் மிகாது என்னும் பொது விதியைத் தழுவி புணர்கிறது.

'மா மரம்' என்னும் பொருளில் 'மா' என்பது நிலை மொழியாக நிற்கும் எழுவாய்த் தொடரிலும் வல்லினம் மிகாது. 'மா பெரிது', 'மா சாய்ந்தது', 'மா தாழ்ந்தது' என்னும் தொடர்களைக் கவனியுங்கள்.

'மா, பலா, வாழை' என்பதை முக்கனி என்று சொல்கிறோம். 'மா, பலா, வாழை' என்னும் தொடரிலும் வல்லினம் மிகாமல் இருப்பதைக் கவனியுங்கள். 'மா, பலா, வாழை' என்பது 'மாவும், பலாவும், வாழையம்' என விரியும்.

ஓரெழுத்தொருமொழி நிலை மொழியாக அமைந்தாலும் உம்மைத் தொகையில் வல்லினம் மிகாது.

எடுத்துக்காட்டு :

1) **கை கால்** ஓட வில்லை
2) **பூ பொட்டு** இல்லாமல்

கை கால், பூ பொட்டு என்பன உம்மைத் தொகை. இவை முறையே கையும் காலும், பூவும் பொட்டும் என விரியும்.

பை

இலக்கியங்களில், குறிப்பாகக் கவிதையில் பரவலாகக் காணப்படும் சொல் 'பை' என்பது. இதுவும் பல பொருளுடைய ஒரு சொல் இந்தச் சொல் நிலைமொழியாக நிற்கும்போது, அந்தத் தொடரில் வல்லினம் மிகுமா என்பதை இப்போது பார்ப்போம்.

''இன்மழலைப் **பைங்கிளியே!** எங்கள் உயிரானாள்
நன்மையுற வாழும் நகரெது சொல்?''

''வளனின் வந்ததோர் **பைந்நிறம்** வாய்ந்தனை''

''முட்புன்னைப் **பைங்கிளையில்**''

பைங்கிளி, பைந்நிறம், பைங்கிளை என்னும் தொடர்கள் முறையே 'பச்சைக்கிளி', 'பசுமையான நிறம்', 'பசுமையான கிளை' என்று பொருள் தருகின்றன. எனவே, இந்தத் தொடர்களில் நிற்கும் 'பை' என்னும் சொல், 'பச்சை' அல்லது 'பசுமை' என்னும் பொருள் தருவதைக் காண்க.

''பனைநீங்கிப் **பைந்தொடி** சோரும் துணைநீங்கித்
தொல்கவின் வாடிய தோள்'' (குறள்)

'பைந்தொடி' என்பதற்குப் 'பசுமையான பொன்னாலான தொடி' என்று பொருள்.

'பை' என்பதற்கு 'அழகு' என்ற பொருளும் உண்டு. எனவே, 'பைந்தொடி' என்பதற்கு அழகிய வளையல்கள் என்றும் பொருள் கொள்ளலாம்.

''கட்டுரை யாட்டியேன் யான் நின்
கணவற்குப்
பட்ட கவற்சியேன் **பைந்தொடி** கேட்டி''
(சிலப்பதிகாரம்)

இங்கே 'பைந்தொடி' என்பதற்கு 'அழகிய வளையை உடைய பெண்' அல்லது 'பசுமையான பொன்னாலான வளையணிந்த பெண்' என்று பொருள்.

''காவல் அரசிருந்த கண்ணியரில்
மூத்தவனைப்
பாவில் வடித்தெடுப்பேன் **பைந்தமிழீர்**
வாழ்த்துக நீர்''
(கண்ணதாசன்)

'பைந்தமிழ்' என்னும் தொடரிலுள்ள 'பைந்தமிழ்' என்பதும் 'பசுமையான தமிழ்' என்று பொருள் தருவதை நோக்குக.

'பை' என்னும் சொல் 'பசுமை', அழகு முதலிய பொருள்களில் பெயரடையாக அமைவதை இப்போது பார்த்தோம். இந்தத் தொடர்களில் பைங்கிளி, பைங்கிளை, பைந்தொடி, பைந்தமிழ் ஆகியவை வரு மொழி முதலில் வல்லினத்தையுடைய தொடர்கள்.

இவற்றில் நிலைமொழியும் வருமொழியும் புணரும் போது வருமொழி முதலில் நிற்கும் வல்லினத்தின் இனவெழுத்துத் தோன்றியிருப் பதைக் கவனியுங்கள். 'பை' என்னும் சொல்லுக்குப் பல பொருள் உண்டு. இவற்றில் எந்தப் பொருளில் 'பை' என்னும் சொல் நிலைமொழியாக நின்றாலும் இவ்வாறே புணரும். அதாவது வருமொழி முதலில் நிற்கும் வல்லினத்தின் இன வெழுத்துத் தோன்றும். பைந்தளிர், பைங்கொடி, பைம்புனம், பைங்கண், பைம் பொழில், பைங்கூழ், பைந்தார், பைந்தழை, பைஞ்சுனை, பைந்தாது, பைம்பயிர், பைங் கால் முதலிய தொடர்களையும் கவனியுங்கள்.

பையா? பசுமையா?

'பை' என்னும் சொல்லுக்குப் 'பசுமை' என்னும் பொருளும் உண்டு என்பதைச் சற்று முன்பு பார்த்தோம் எனவே, 'பசுமை' என்னும் நிலைமொழியே புணர்ச்சியின் போது 'பை' எனத் திரிந்து நிற்பதாகக் கொள்வாரும் உண்டு. ஆனால் 'பசுமை' எனபது நிலைமொழியாக நின்று புணரும்போது, அதன் ஈற்றிலுள்ள 'ஐ' மறைந்து, 'பசும்' என நின்று வருமொழியுடன் சேருவதைக் காண்கிறோம்.

'சோலைப் **பசுங்கிளியே** தொன்மறைகள்
நான்குடையான்
வாலை வளரும் மலை கூறய்!-
(பாரதியார்)

என்னும் பாடலில் வந்திருக்கும் 'பசுங் கிளியே' என்னும் தொடரைக் கவனியுங்கள் 'பசுமை – கிளி' 'பசுங்கிளி' எனச் சேர்ந்திருக் கிறது.

''ஏகையும் மாலையும் இருளொடுதுறந்த
பாசார் மேனிப் **பசுங்கதிர்** ஒளியவும்.

''நெய்கனி **பசுங்காய்** தூங்கும்
துறைவனை''

''விசும்பு தவழ் புரிசை வெம்ப முற்றிப்
பசுங்கண் யானை வேந்துபுறத்திறுப்ப''

''நெடுங்கண் ஆரத் தலங்குசினை வலந்த
பசுங்கேழ் இலைய நறுங்கொடி
முசுண்டை''

''**பசும்பூண்** வழுதி மருங்கை அன்ன என்
அரும் பெறல் ஆய்கவின் தொலைய''.

இந்தப் பகுதிகளில் இடம் பெற்றிருக்கும் 'பசுங்கதிர்', 'பசுங்காய்', 'பசுங்கண்', 'பசுங் கேழ்' 'பசும்பூண்' என்னும் தொடர்களைக் கவனியுங்கள். **'பசுமை – கதிர் = பசுங்கதிர்'** என்றும் **'பசுமை – காய் = பசுங்காய்'** என்றும், **'பசுமை – கண் = பசுங்கண்'** என்றும், **'பசுமை – கேழ் = பசுங்கேழ்'** என்றும், **'பசுமை – பூண் = பசும்பூண்'** என்றும் புணர்ந்திருக்கின்றன. இவை பண்டைய இலக்கியங்களில் காணப்படும் தொடர்கள் இன்றைய இலக்கியங்களிலும் இத்தகைய தொடர்களைக் காணலாம். சற்று முன்பு எடுத்துக்காட்டிய 'சோலைப் பசுங்கிளியே என்று தொடங்கும் பாடலில் இடம் பெற்றிருக்கும் 'பசுங்கிளி' என்னும் தொடரும் இவ்வாறு அமைந்ததே.

''வீட்டினுள் இருக்க உள்ளம்
விரும்பிடவில்லை;சிற்றூர்ப்

பாட்டையில் குளிர்மை தோய்ந்த
பசுமர நிழலில் சென்றேன்''

''நச்சுப் புல் நீக்கி நலஞ்சேர் உரமிட்டு
வளர்த்தோம் மகிழ்ந்தோம் வயலில்
பசுநெல்

கிளைப் **பசும்பாம்பாய்க்கிளைத்து**
வளர்ந்தது.''

''கோடெல்லாம் தழைபோர்த்துன்
பசுமேனி காட்டும்
குளம் குட்டை நெறிகின்ற பொன்னலை
மேல் நாட்பூ''

''மேனி எனப்பொலியும் மிக்கொளிசெய்
நற்றளிரும்
ஆன கிளிச்சிறகின் ஆர்ந்த **பசுந்தளிரும்**
கொத்தாய் இருக்கும் . . . . . .''

பசுமரம், பசுநெல், பசும்பாம்பு, பசுமேனி பசுந்தளிர் ஆகிய தொடர்களிலும் பசுமை என்பதே நிலைமொழியாக நிற்கிறது.

இது வரை நாம் பார்த்த தொடர்களிலிருந்து 'பசுமை' என்பது நிலைமொழியாக நிற்கும் போது அதன் ஈற்றிலுள்ள 'ஐ' கெட்டு எஞ்சியுள்ள 'பசும்' என்பது வருமொழியுடன் சேருவதைக் காண்கிறோம். வருமொழி முதலில் வல்லினம் வரும்போது 'பசும்' என்னும் சொல்லின் இறுதியில் நிற்கும் மகரம் வல்லினத்தின் இனமாகத் திரிகிறது. பசுங்கிளி, பசுந்தளிர், பசும்பாம்பு முதலியன இந்த வகையில் அமைந்த தொடர்கள்.

வருமொழி முதலில் மெல்லினம் அல்லது இடையினம் வரும்போது 'பசும்' என்னும் சொல்லின் இறுதியில் நிற்கும். மகரம் மறைந்து விடும். **பசுமரம், பசுநெல், பசுமேனி** முதலிய தொடர்களில் வருமொழி முதலில் மெல்லினம் நிற்பதைக் கவனியுங்கள்.

''தன்னுறு விழுமம் அறியா மென்மெலத்
தெறுகதிர் இன்றுயிற் **பசுவாய்** திறக்கும்''
(நற்றிணை)

'பசுவாய்' என்னும் தொடரை நோக்குங்கள். 'பசுமை-வாய்-பசுவாய்' எனப் புணர்ந்து நிற்கிறது. இந்தத் தொடரில் வருமொழி முதலில் இடையினமாகிய வகரம் நிற்கிறது. நிலைமொழி ஈற்றில் 'ஐ' சேர்ந்து நிற்கும் மகரம் மறைந்து விட்டதைக் கவனியுங்கள்.

'பசுமை' என்பது நிலைமொழியாக நிற்கும்போது பசுந்தளிர், பசுங்கொடி, பசுநெல், பசுவாய் என்பவற்றைப் போன்றே தொடர்கள் அமையும். எனவே, பைங்கொடி, பைந்தளிர், பைந்நிறம் முதலிய தொடர்களில் நிலைமொழியாக நிற்பது 'பை' என்னும் ஓரெழுத்தொரு மொழியே.

'பைந்நிறம்' என்னும் தொடர் நாம் எடுத்துக்காட்டிய பாடலில் இடம் பெற்றிருப் பதைப் பார்த்தோம். இந்தத் தொடரில் வருமொழி முதலில் நிற்கும் தந்நகரம் இரட்டித்திருக்கிறது. இது போலவே, மை, கை, பூ போன்ற ஓரெழுத்தொரு மொழிகளுக் குப் பின்வரும் மெல்லினம் இரட்டிப்பதை இலக்கியங்களில் காண்கிறோம்.

ஆனால், மெல்லின மெய்கள் இரட்டிக் காமல் புணர்வதே பெரும்பான்மையாகும். எனவே, உரைநடையில் இவை இரட்டிக் காமல் இருப்பதே சிறப்புடையது.

பை - மற்றொரு பொருள்

தோற்பை, துணிப்பை முதலியவற்றைக் குறிக்கும் 'பை' என்னும் சொல் இன்று அன்றாட வழக்கில் உள்ளது. இந்தச் சொல்லை நிலை மொழியாகக் கொண்ட வேற்றுமைத் தொகைகளில் வல்லினம் மிகாது.

எடுத்துக்காட்டு :

1. நான் அந்தக் கடையில் ஓர் அழகான பை **பார்த்தேன்.**
2. அவர் **ஒரு** பை **கொடுத்தார்.**
3. அவள் **ஒரு** பை **தைத்தாள்.**

எழுவாய்த் தொடரிலும் 'பை' என்னும் சொல்லுக்குப் பின் வல்லினம் மிகாது.

எடுத்துக்காட்டு :

1. பை **கிழிந்து** போயிற்று.
2. பை **தரையில்** விழுந்தது.

'பைத்தோல்' (பைக்குத் தேவைப்படும் தோல்), **'பைப்பொருள்'** (பையில் உள்ள

பொருள்) போன்ற உருபும் பயனும் உடன் தொக்க தொகைகளில் வல்லினம் மிகும். இத்தகைய தொடர்களைக் காண்பது அரிதாக உள்ளது.

கை

''கோவலன் சென்று கொள்கையின் இருந்த
காவுந்தி ஐயையைக் **கைதொழுதேத்தி**''
(சிலப்பதிகாரம்)

''**கைகொடுத்த** நேயர் தோளில்
மெய்கொடுத்த தோகையர்
ஐகொடுத் தெழுந்த ஊடல்
கைகொடுத்து மாற்றுவான்''
(கண்ணதாசன்)

''தமிழ் எங்கள் உயிருடலாமே என்றும்
தலைதாழ்த்திக் **கைகூப்பி** வணங்குவம்
நாமே''

இந்தப் பாடற் பகுதிகளில் நிற்கும் 'கைதொழுது', 'கைகொடுத்த', 'கைகூப்பி' என்னும் தொடர்களில் நிலைமொழியாகக் கையும் வருமொழி முதலில் வல்லினமும் இடம் பெற்றுள்ளன. இந்தத் தொடர்களில் வல்லினம் மிகவில்லை 'கைதொழுது' என்பது மூன்றாம் வேற்றுமைத் தொகை நிலைத் தொடர். 'கைகொடுத்த', 'கைகூப்பி' என்பன இரண்டாம் வேற்றுமைத் தொகை நிலைத் தொடர்கள். மூன்றாம் வேற்றுமைத் தொகையில் நிலைமொழி ஐகாரம் சேர்ந்த ஓரெழுத்தொருமொழியாயின் வல்லினம் மிகாது என்பது விதி. இரண்டாம் வேற்று மைத் தொகையில் பொதுவாக வல்லினம் மிகாது. இப்போது நாம் பார்த்த தொடர்கள் இந்த விதிகளுக்கு ஏற்பப் புணர்ந்திருக் கின்றன.

கை கழுவி, கைகட்டி, கைகாட்டி, கை போட்டு, கைகொட்டி, கைதட்டி, கை பார்த்து, கைதொட்டு, கைபிடித்து, கை கொடுத்து, கைசேர்த்து, கைகோத்து முதலிய தொடர்களிலும் வல்லினம் மிகாதிருப்பதை நோக்குக. இவை யாவும் இரண்டாம் வேற்றுமைத் தொகை நிலைத் தொடர்கள். 'கைகொட்டி', 'கைகாட்டி' என்பன இரண்டாம் வேற்றுமைத் தொகை யாகவோ அல்லது மூன்றாம் வேற்றுமைத் தொகையாகவோ அமையலாம். எதுவாக இருந்தாலும் இத்தகைய தொடர்களில் வல்லி னம் மிகாது. இந்தத் தொடர்களில் நிலை மொழியாக நிற்பது 'கை' என்னும் சொல். வருமொழியாக நிற்பவை வல்லின எழுத்தை முதலில் உடைய வினையெச்சங்கள். இந்த வினையெச்சங்கள், வினை முற்றாகவோ, பெயரெச்சமாகவோ. தொழிற் பெயராகவோ (கை கழுவுதல் போன்றவை) அல்லது ஏவல் வினையாக நிற்கும் வினையடிச் சொல்லா கவோ அமைந்தாலும் இந்தத் தொடர்களில் வல்லினம் மிகாது.

கைத்தடி, கைக்குட்டை முதலான ஏழாம் வேற்றுமை உருபும் பயனும் உடன் தொக்க தொகையில் வல்லினம் மிகும்.

'கைப்பற்றுதல்' என்னும் தொடரில் 'கை-பற்றுதல்' என்பது வல்லினம் மிகுந்து கைப்பற்றுதல் என்று இருக்கிறது. இது, 'கையைப் பற்றுதல்' என்று விரிந்தால் இரண்டாம் வேற்றுமைத்தொகை. கையால் பற்றுதல் என்று விரிந்தால் மூன்றாம் வேற்றுமைத்தொகை. இந்த இரண்டிலும் வல்லினம் மிகாது என்பது விதி. ஆனால், இன்றைய வழக்கில் இந்தத் தொடர் வல்லினம் மிகுத்துத்தான் எழுதப்படுகிறது; பேசப்படுகிறது. இதை இரண்டு சொல் சேர்ந்த ஒரு தொடராகக் கருதாமல் ஒரு சொல்லாகவே கருதுவது இதற்குக் காரணமாக இருக்கலாம்.

'காவல் துறையினர் திருடனைக்
கைது செய்து திருட்டுப் பொருள்களையும்
கைப்பற்றினர்,'

என்னும் வாக்கியத்தில் நிற்கும் 'கைப்பற்றி னர்' என்னும் தொடரை நோக்குக.

'கைப்பற்றுதல்' என்பதற்கு மணம் புரிதல் என்ற பொருளும் உண்டு. 'கைப்பிடித்தல்' என்பதற்கும் 'மணம்' என்றே பொருள். இந்தச் சொல் 'கைபிடித்தல்' எனவும் வழங்குகிறது. 'கைப்பற்றுதல்' போலவே 'கைப்பிடித்தல்' என்பதும் இரண்டாம் வேற்றுமைத் தொகையாகவோ, மூன்றாம் வேற்றுமைத் தொகையாகவோ அமையலாம்.

'கைத்தாங்கல்' என்பதும் இத்தகைய சொல்லே. இது மூன்றாம் வேற்றுமைத் தொகை. இப்படிப்பட்ட சந்தர்ப்பங்களில் நாம் மரபையே பின்பற்ற வேண்டும்.

'கை' என்னும் சொல்லை நிலைமொழியாகக் கொண்ட தொடரில் வருமொழி முதலில் மெல்லினம் வந்தால், அந்த இரு சொற்களும் இயல்பாகவே புணரும். கை மாறுதல், கை மீறுதல், கை மேல், கை முதல், கை மருந்து, முதலிய தொடர்களில் வருமொழி முதலில் நிற்கும் மகரம் சில சமயங்களில் இரட்டிப்பதையும் காண்கிறோம். இன்றைய உரைநடையில் மகரம் இரட்டிக்காமல் இயல்பாகப் புணர்வதே பெருவழக்காகும். எனவே, இந்தத் தொடர்களில் மகரம் இரட்டிக்காமல் எழுதுவதே சிறந்தது.

பொருள் வேறுபாடு

கை மாறுதல், கைம்மாறு இரண்டு சொற்களையும் நோக்குக. இரண்டு சொற்களும் வெவ்வேறு பொருள் உடையவை. 'கைமாறுதல்' என்பது ஒருவர் கையிலிருந்து வேறு ஒருவர் கைக்குச் செல்லுதல், விற்றல் போன்ற பல பொருள் தரும் ஒரு சொல். 'கைம்மாறு' என்பதற்குப் பதிலுதவி என்று பொருள். மேலும், கைம்மாறு என்பதை ஒரே சொல்லாகக் கொள்வதே பொருத்தமானது. பதிலுதவி என்னும் பொருள் தரும் 'கைம்மாறு' என்பதில் மகரம் இரட்டித்தே வரும். இல்லாவிடில் பொருள் மாறிவிடும். **கைம்மாறு** வேறு; **கைமாறு** வேறு.

''**கைம்மாறு** வேண்டா கடப்பாடு
மாரிமாட்(டு)
என்னாற்றும் கொல்லோ உலகு''
(குறள்)

இங்கே, 'கைம்மாறு' என்னும் சொல் 'பதிலுதவி' என்று பொருள் தருவதை நோக்குக.

மை

'மை' என்ற சொல்லுக்குப் பின்னும் வேற்றுமைத் தொகையில் வல்லினம் மிகாது.

''கைவிடுத்துப் போனபின்பு
கனியெடுப்ப தில்லைகாண்!
மைகொடுத்த விழியிடை
மைமடுப்ப தில்லை காண்!''
(கண்ணதாசன்)

இந்தப் பாடலில், 'மைகொடுத்த' என்னும் தொடரை நோக்குக 'கைகொடுத்த' என்பது போலவே 'மைகொடுத்த' என்பதும் இரண்டாம் வேற்றுமைத் தொகை. எனவே வல்லினம் மிகவில்லை.

'மைதீட்டுதல்', 'மைதயாரித்தல்', 'மைபூசுதல்' முதலிய தொடர்களும் இந்த வகையைச் சேர்ந்தவையே.

''சித்திரப் படத்துட் புக்குச்
செழுங்கோட்டின் மலர்புனைந்து
மைத்தடங்கண் மணமகளிர்
கோலம்போல் வனப்பெய்தி''
(சிலப்பதிகாரம்)

'மைத்தடங்கண்' என்பது இரண்டாம் வேற்றுமை உருபும் பயனும் உடன் தொக்க தொகை. எனவே, வல்லினம் மிகுந்திருக்கிறது. 'மைக்கூடு' என்பதும் இது போன்றதே.

பை, மை, கை என்னும் சொற்கள் நிலைமொழியாக நின்று வருமொழியுடன் சேரும்போது என்ன மாற்றம் அடைகின்றன என்பதை இதுவரை பார்த்தோம். அவற்றை மீண்டும் நினைவுபடுத்திக் கொள்வோம்:

1. 'பை என்பது 'பசுமை' என்னும் பொருளில் நிலைமொழியாக அமையும்போது வருமொழி முதலில் வல்லினம் வந்தால் அதன் இன எழுத்துத் தோன்றும்.
2. தோற்பை, துணிப்பை முதலியவற்றைக் குறிக்கும் 'பை' என்பது நிலைமொழியாக நிற்கும்போது வேற்றுமைத் தொடர்களின் விதியைத் தழுவியே புணரும்.
3. 'கை' என்னும் சொல் நிலைமொழியாக நிற்கும்போது பொது விதியைத் தழுவியே புணரும். 'கைபிடித்தல்' போன்ற தொடர்கள் இருவகையாகவும் புணர்கின்றன. அதாவது வல்லினம் மிகுந்தும் மிகாமலும் புணர்கின்றன. கைப்பற்றுதல், கைம்மாறு கைக்கூலி,கையுறை, கைம்முடை போன்றவற்றை ஒரு சொல்லாகக் கொள்வதே முறையாகும். வருமொழி முதலில் மெல்லினம் வரும்போது இயல்பாகப் புணர்வதே பொருத்தமாகும்.
4. 'மை' என்னும் சொல் நிலைமொழியாக நிற்கும்போது, அது அந்தத் தொடரின் புணர்ச்சி விதியைத் தழுவியே புணரும்.

ஓரெழுத்தொருமொழியுடன் பன்மை விகுதி

கை, பை போன்ற சொற்களுடன் பன்மை விகுதி 'கள்' சேரும் போது இயல்பாகவே புணரும். ஆனால், பூ, ஈ, ஆ போன்ற ஓரெழுத் தொரு மொழிகளுடன் 'கள்' சேரும்போது வல்லினம் இரட்டிக்கும். **பூக்கள், ஈக்கள், ஆக்கள்** என்னும் சொற்களை நோக்குக.

''**பூக்கள்** மணங்கமழும்'; **பூக்கள்** தோறும்
சென்று
தேனீக்கள் இருந்தபடி இன்னிசை
பாடிக்களிக்கும்''
(பாரதிதாசன்)

பூக்கள், தேனீக்கள் என்னும் சொற்களை நோக்குக. பூ, தேனீ என்னும் சொற்களுடன் 'கள்' சேரும்போது வல்லினம் மிகுந்திருக் கிறது. 'தேனீ' என்பது தேன்-ஈ என்னும் இரு சொற்கள் கொண்டது.

'ஈ' என்பதே 'ஈக்கள்' என மாறியுள்ளது. ஆ, மா, பா போன்ற சொற்களும் பன்மை யாகும் போது **ஆக்கள், மாக்கள், பாக்கள்** என்று அமையும்.

''கார்சுற்றித் திரிகின்ற மலைகண்டேன்;
உன்றன்
கருங்கூந்தல் நான் கண்டேன்
காந்தளுன்றன் **கைகள்**
(வாணிதாசன்)

இரண்டாவது வரியின் இறுதியில் நிற்கும் 'கைகள்' என்பது இயல்பாகப் புணர்ந் திருப்பதை நோக்குக.

அஃறிணைப் பெயருடன் 'கள்' விகுதி

பன்மை குறிக்க வரும் 'கள்' விகுதி அஃறிணைப் பெயர்களுடன் சேரும்போது பெரும்பாலும் இயல்பாகவே புணரும்.

''சாதிப் **பிரிவுகள்** சொல்லி-அதில்
தாழ்வென்றும் மேலென்றும்
கொள்வார்
நீதிப் **பிரிவுகள்** செய்வார்-அங்கு
நித்தமும் **சண்டைகள்** செய்வார்
சாதிக் **கொடுமைகள்** வேண்டாம்-அன்பு
தன்னில் செழித்திடும் வையம்''

''மெள்ளப் பல தெய்வம் கூட்டி வளர்த்து
வெறுங் **கதைகள்** சேர்த்து''

'கற்பதுவே கேட்பதுவே கருதுவதே
நீங்களெல்லாம்
அற்ப **மாயைகளோ?**......''
(பாரதியார்)

''கொஞ்சமும் உண்மை இருந்தால் நாம்
கொத்தவரைப்
பிஞ்சுகள்போல் வாடிப் பிழைப்பதரிதாகி
அடிமையாய் வாழோமே?.....''

''செந்நெல் வயல்கள், செழுங்கரும்புத்
தோட்டங்கள்
தின்னக்**கனிகள்** தெவிட்டாப்
பயன்மரங்கள்

''அந்தியிருளாற் கருகும் உலகு கண்டேன்
அவ்வாறே வான் கண்டேன் **திசைகள்**
கண்டேன்.''
''**பாவிகளைத்** திருத்தப் பாவலனே
நம்மிருவர்
ஆவிகளையேனும் அர்ப்பணம்
செய்வோம்''

''நீள்**கிளைகள்** ஆல்விழுதினோடு-கொடி
நெய்து வைத்த நற்சிலந்திக் கூடு''

''ஆயிரம் ஆயிரம் அம்பொற் **காசுகள்**
ஆயிரம் ஆயிரம் அம்பிறை **நிலவுகள்''**
(பாரதிதாசன்)

இந்தப் பாடல் வரிகளில் நிற்கும் பிரிவுகள், சண்டைகள், கொடுமைகள், கதைகள், மாயைகள், பிஞ்சுகள், கனிகள், திசைகள், பாவிகள், ஆவிகள், கிளைகள், காசுகள், நிலவுகள் என்பவை பன்மைப் பெயர்கள். இங்கே பிரிவு முதலான சொற்களுடன் பன்மை விகுதி 'கள்' சேர்ந்திருக்கிறது. இந்தப் பெயர்கள் உயிரை ஈற்றில் உடையவை. இத்தகைய சொற்களுடன் 'கள்' விகுதி சேரும்போது, இயல்பாகவே புணரும் என்பதை இந்த உதாரணங்கள் புலப்படுத்து கின்றன.

கடைகள், வீடுகள், வண்டிகள், மலை கள், யானைகள், புலிகள், குதிரைகள், செய்திகள், நதிகள், ஏரிகள், இலைகள், தழைகள், கருவிகள், படைகள், காடுகள் ஆடைகள், துணிகள், மேசைகள், குன்று கள், நாற்காலிகள் போன்ற சொற்களையும் நோக்குக.

உயிரீற்றுப் பெயர்களுடன் பன்மை விகுதியாகிய 'கள்' சேரும்போது வல்லினம் மிகாது. இந்த விதியை நினைவில் நிறுத்தி, இத்தகைய பெயர்ச் சொற்களுடன் 'கள்' விகுதி சேர்க்கும்போது வல்லினம் மிகாமல் பார்த்துக்கொள்வது மிகவும் அவசியமாகும். ஏனெனில், வல்லினம் மிகுத்து எழுதினால், பொருளே மாறிவிடும் 'கடைகள்', என்பதைக் 'கடைக்கள்' என்று சொல்லிப்பாருங்கள் பொருள் விபரீதமாகிவிடுகிறதல்லவா? 'கடைக்கள்' என்றால் 'கடையில் உள்ள 'கள்' என்று பொருள் தரும். 'பானைகள்' என்பதற்கும் 'பானைக்கள்' என்பதற்கும் வேறுபாடு புரிகிறதல்லாவா?

வேறு சில உயிரீற்றுப் பெயர்களுடன் 'கள்' விகுதி சேரும்போது வல்லினம் மிகுவதைக் காண்கிறோம்.

''காற்றுக் குளிர்ந்தடிக்கும் கண்ணாடி
போன்ற நீர்
ஊற்றுக்கள் உண்டு; கனிமரங்கள்
மிக்க உண்டு''

''. . . . நிலாவினை எவ்விதம் பார்த்தனன்? பாடினன்?- இதில் **எத்துக்கள்** உண்டென ஓடியே''

''என்னென்ன **பாட்டுக்கள்!** என்னென்ன
பேச்சுக்கள்!
பன்னத் தகுவதுண்டோ நாங்கள் பெறும்
பாக்கியத்தை
(பாரதிதாசன்)

ஊற்றுக்கள், எத்துக்கள், பாட்டுக்கள், பேச்சுக்கள் என்னும் சொற்களை நோக்குக. ஊற்று, எத்து, பாட்டு, பேச்சு என்னும் சொற்களுடன் 'கள்' விகுதி சேரும்போது வல்லினம் மிகுந்திருக்கிறது. இந்தச் சொற்கள் வன்றொடர்க் குற்றியலுகரச் சொற்கள் வன்றொடர்க் குற்றியலுகரத்திற்குப் பின் வல்லினம் மிகும் என்னும் விதியைத் தழுவி இவை புணர்ந்திருக்கின்றன.

முத்துக்கள், வகுப்புக்கள், கட்டுக்கள், தட்டுக்கள், சொத்துக்கள், மொட்டுக்கள் முதலியனவும் அந்த வகையைச் சேர்ந்தவை.

இத்தகைய வன்றொடர்க் குற்றியலுகரச் சொற்களுடன் 'கள்' விகுதி சேரும் போது வல்லினம் மிகாமல் எழுதினாலும் தவறில்லை. அப்போது இவை, ஊற்றுகள், எத்துகள், பாட்டுகள், பேச்சுகள், முத்துகள், வகுப்புகள், கட்டுகள், தட்டுகள், சொத்துகள், மொட்டுகள் என அமையும். இவ்வாறே சொட்டு, துட்டு, பட்டு, சிட்டு, பற்று, கூற்று, சீட்டு, கீற்று, வாத்து, நாற்று போன்ற சொற்களுடன் 'கள்' விகுதி சேரும் போதும் இரண்டு விதமாகவும் அமையலாம். செவிக்கு இனிமை தருவதைக் கொள்க.

ஆனால் ககர மெய்யுடன் குற்றியலுகரம் சேர்ந்து நிற்கும் கொக்கு, திக்கு, சாக்கு, வாக்கு, நாக்கு, தேக்கு போன்ற சொற்களுடன் 'கள்' விகுதி சேரும்போது வல்லினம் மிகாமல் புணர்வதே பெரு வழக்காக உள்ளது. வல்லினம் மிகாமல் இருக்கும்போதுதான் செவிக்கும் இனிமை பயக்கின்றது. எனவே, இந்தச் சொற்களுடன் 'கள்' சேர்க்கும்போது வல்லினம் மிகாமல் எழுத வேண்டும்.

வன்றொடர்க் குற்றியலுகரம் தவிர்த்த ஏனைய குற்றியலுகரச் சொற்களுடன் 'கள்' விகுதி சேரும்போது ஒரு போதும் வல்லினம் மிகாது.

எடுத்துக்காட்டு :

1. வண்டுகள், கன்றுகள், பந்துகள், விலங்குகள், குஞ்சுகள் – மென்றொடர்க் குற்றியலுகரம்.
2. ஏடுகள், ஆறுகள், காதுகள், காசுகள் – நெடில் தொடர்க் குற்றியலுகரம்.
3. விழுதுகள், கழுகுகள், எருதுகள் – உயிர்த்தொடர்க் குற்றியலுகரம்.
4. இயல்புகள், தொடர்புகள் – இடைத்தொடர்க் குற்றியலுகம்.

ஆய்தத் தொடர்க் குற்றியலுகரப் பெயர்கள் அரிதாகவே காணப்படுகின்றன.

உயிரீற்றுப் பெயர்களுடன் 'கள்' விகுதி சேரும்போது பெரும்பாலும் வல்லினம் மிகாது. வன்றொடார்க் குற்றியலுகரப் பெயர்களாக இருந்தால் வல்லினம் மிகலாம்; மிகாமலும் இருக்கலாம்.

பெரும்பான்மை மிகாது என்பதால், சிறுபான்மை மிகுதலும் உண்டு என்பது தெளிவாகிறது. அவ்வாறு மிகும் இடங்கள் யாவை என்பதை இப்போது பார்ப்போம்.

தனிக்குறிலை அடுத்து நிற்கும் உகரமேறிய மெய் முற்றியலுகரமாகும். இத்தகைய முற்றியலுகரச் சொற்களுடன் 'கள்' விகுதி சேரும்போது வல்லினம் மிகும்.

எடுத்துக்காட்டு :

1. **பசுக்களில்** பலவகை உண்டு.
2. வனத்தில் பலவகைத் **தருக்கள்** உள்ளன.
3. மண்புழு என்பது **புழுக்களில்** ஒரு வகை.
4. **சிசுக்களைக்** கொல்வது பெரும்பாவம்.
5. **மடுக்களில்** நீர் தேங்கி நிற்கிறது.
6. **கொசுக்களின்** தொல்லை தாங்க முடிய வில்லை.

இந்த வாக்கியங்களில் நிற்கும் பசுக்கள், தருக்கள், புழுக்கள், சிசுக்கள், மடுக்கள், கொசுக்கள் ஆகிய சொற்களை நோக்குக.

'ஆ' என்னும் உயிரை ஈற்றிலுடைய சொல் ஒன்றுக்கு மேற்பட்ட எழுத்துகளைக் கொண்டதாக இருந்தாலும், அந்தச் சொல்லுடன் 'கள்' சேரும்போது வல்லினம் மிகும்.

1. நம்நாட்டில் ஆண்டுதோறும் பல **விழாக்கள்** நடைபெறுகின்றன.
2. **புறாக்களில்** ஒன்று வேடனின் வலையில் சிக்கியது.
3. எல்லா **வினாக்களுக்கும்** விடை எழுத வேண்டும்.
4. இளங்கோவிடம் பலவகைப் **பேனாக்கள்** இருக்கின்றன.
5. **சீசாக்களில்** பலவகைத் திரவங்கள் இருந்தன.
6. **உலாக்கள்** சிற்றிலக்கியங்களில் ஒரு வகை.

இந்த வாக்கியங்களில் இடம் பெற்றுள்ள விழாக்கள், புறாக்கள், வினாக்கள், பேனாக்கள், சீசாக்கள், உலாக்கள் என்னும் சொற்களில் வல்லினம் மிகுந்திருப்பதை நோக்குக.

விழா, வினா முதலியவை இரண் டெழுத்துச் சொற்கள். இரண்டுக்கு மேற்பட்ட எழுத்துகளைக் கொண்ட சொற்களாக இருந்தாலும் கடைசி எழுத்து 'ஆ' என்னும் நெடிலாக இருந்தால், வல்லினம் மிகும்.

'அரிமாக்களைக் காட்டில் காணலாம்' என்னும் வாக்கியத்தில் நிற்கும் 'அரிமாக்கள்' என்னும் பன்மைச் சொல்லை நோக்குக. 'அரிமா' என்றால் சிங்கம் என்று பொருள். **ஆத்துமாக்கள், படுதாக்கள்** என்னும் சொற்களிலும் வல்லினம் மிகுந்திருப்பதை நோக்குக. 'உலா'வைப் போலவே 'சுற்றுலா' என்னும் சொல்லுடன் 'கள்' சேரும்போதும் வல்லினம் மிகுந்து **'சுற்றுலாக்கள்'** என்றமை யும்.

மெல்லின மெய்யை ஈற்றிலுடைய சொற்கள்

மெய்யீற்றுப் பெயர்கள் பலவகைப்படும். அவற்றை இப்போது ஒவ்வொன்றாகப் பார்ப்போம்.

ம்

மகர மெய்யை ஈற்றிலுடைய பெயர்கள் ஒரு வகை. இந்தப் பெயர்களுடன் 'கள்' விகுதி சேரும்போது, பெயர்ச் சொல்லின் இறுதியில் நிற்கும் 'ம்', 'ங்' ஆக மாறும்.

எடுத்துக்காட்டு :

மரம்	-	மரங்கள்
செல்வம்	-	செல்வங்கள்
புத்தகம்	-	புத்தகங்கள்
கோபுரம்	-	கோபுரங்கள்
கட்டடம்	-	கட்டடங்கள்
இனம்	-	இனங்கள்
குளம்	-	குளங்கள்

எந்தச் சொல்லாக இருந்தாலும் 'கள்' விகுதி சேரும்போது மகரம், ஙகரமாகத் திரியும். இதில் எந்த வித மாற்றத்திற்கும் இடமில்லை.

ண்

மெல்லின மெய்களில் சொல்லின் இறுதியில் நிற்பவை ண், ம், ன் ஆகிய மூன்றுமே. மகர மெய்யை ஈற்றிலுடைய சொற்களை இப்போது பார்த்தோம். மற்ற இரண்டையும் இனிக் காண்போம்.

''**பெண்கள்** விடுதலை பெற்ற மகிழ்ச்சிகள்
பேசிக் களிப்போடு நாம் பாடக்
கண்களி லேயொளி போல உயிரில்
கலந்தொளிர் தெய்வம் நற்காப்பாமே''
(பாரதியார்)

பெண், கண் என்னும் சொற்களுடன் 'கள்' விகுதி சேரும்போது இயல்பாகப் புணர்ந் திருப்பதை நோக்குக. **பரண்கள், தூண்கள், ஆண்கள், அரண்கள், பண்கள்** என்னும் சொற்களையும் நோக்குக.

ன்

''**புலன்களுக்** கெட்டாப் பொருளாம்
இறைவனைப்
புலன்களுக் கின்பம் புகட்டவே புரியும்
கலைகளின் மூலமாய்க் கருதலாம்
என்றே''.
(நாமக்கல் கவிஞர்)

'புலன்' என்னும் சொல்லுடன் 'கள்' விகுதி சேரும் போது எந்த மாற்றமும் ஏற்பட வில்லை. 'ன்' என்னும் எழுத்தை ஈற்றிலு டைய பெயருடன் 'கள்' விகுதி சேரும்போது, அவை இயல்பாகவே புணரும்.

பலன்கள், மான்கள், மீன்கள், திறன்கள், கலன்கள் முதலியன அந்த வகையைச் சேர்ந்தவை.

இடையின மெய்யை ஈற்றிலுடைய சொல்

இடையின மெய்களில் பெயர்ச் சொற் களின் இறுதியில் நிற்பவை ய்,ர்,ல்,ள் ஆகிய நான்குமாகும். இவற்றை ஒவ்வொன்றாக இப்போது பார்ப்போம்.

ய்

''கடும் பசிக்கும் இடையறா **நோய்**
களுக்கும்
பலியாகி. . . . .''
(பாரதிதாசன்)

''ஊரவர்தம் கீழ்மை உரைக்கும்
தரமாமோ?
வீரமிலா **நாய்கள்**. . . . .''
(பாரதியார்)

''பிணங்கள் பார்! இவை கிடக்க!
நம்முடைய
பேய் அலாத சில **பேய்கள்** பார்!''
(கலிங்கத்துப் பரணி)

நோய்கள், நாய்கள், பேய்கள் என்னும் சொற்களை நோக்குக. நோய் முதலிய சொற்களுடன் 'கள்' விகுதி இயல்பாகச் சேர்ந்திருக்கிறது; வல்லினம் மிகவில்லை. **காய்கள், பாய்கள், வாய்கள், சேய்கள், நாவாய்கள், சொக்காய்கள், குழாய்கள், மிட்டாய்கள்** ஆகிய சொற்களிலும் வல்லினம் மிகாதிருப்பதை நோக்குக. இவை யகர மெய்யை ஈற்றிலுடைய சொற்கள்.

ர்

''**மலர்களைப்** போல் தங்கை
உறங்குகிறாள்''
(கண்ணதாசன்)

என்னும் பாடலைக் கேட்கும்போதே இந்தப் பாடலின் முதல் சொல்லான 'மலர்கள்' என்பது வல்லினம் மிகாமல் இயல்பாக ஒலிப்பதை உணரலாம்.

'மலர்' என்னும் சொல்லின் இறுதியில் நிற்பது இடையின ரகர மெய். இந்த எழுத்தை இறுதியிலுடைய சொற்களுடன் 'கள்' விகுதி சேரும் போது இயல்பாகவே புணரும்; வல்லினம் மிகாது.

''முட்**புதர்கள்** மொய்த்த தரை எங்கும்
முட்டுகருங் கற்களும் நெருங்கும்''
(பாரதிதாசன்)

''இந்தப் **பதர்களையே** நெல்லாமென
எண்ணியிருப்பேனோ?''
(பாரதியார்)

'புதர்கள்', 'பதர்கள்' என்னும் சொற்களை யும் காண்க. **கதிர்கள், இடர்கள், சுடர்கள், ஊர்கள், தேர்கள், ஏர்கள், உயிர்கள்** என்னும் சொற்களும் இவ்வாறு அமைந்தவையே.

ல்

''முட்புதர்கள் மொய்த்த தரை எங்கும்-
எதிர் முட்டகருங் **கற்களும்** நெருங்கும்''.

'கற்கள்' என்னும் சொல்லை நோக்குக. 'கல்' என்னும் சொல்லுடன் பன்மை விகுதி 'கள்' சேரும்போது 'கற்கள்' என்றாகிறது. அதாவது நிலைமொழி ஈற்றிலுள்ள லகரம், றகரமாகத் திரிகிறது.

'கல்' என்பது இரண்டெழுத்துச் சொல். இதில் முதல் எழுத்து குறில். இறுதியில் நிற்பது 'ல்' என்னும் மெய். தனிக்குறிலை அடுத்து லகர மெய் நிற்கும் சொற்களில் 'கள்' விகுதி சேரும்போது லகரம் றகரமாகத் திரியும். **சொற்கள், பற்கள்** என்பனவும் இவ்வாறு அமைந்தவையே.

''இட்டடி எடுத்தெடுத்து வைக்கையிலே **கால்களில்** தடுங்கும்-உள் நடுங்கும்.

''கைத்திறச் சித்திரங்கள்,
கணிதங்கள் வான **நூற்கள்**
மெய்த்திற **நூற்கள்** சிற்பம்
விஞ்ஞானம் காவியங்கள்
வைத்துள தமிழர் **நூற்கள்**
வையத்தின் புதுமை என்னப்
புத்தகசாலை எங்கும்
புதுக்குநாள் எந்த நாளோ?''
(பாரதிதாசன்)

முதற் பாடலில் 'கால்' என்னும் சொல்லுடன் பன்மை விகுதி 'கள்' சேர்ந்து 'கால்கள்' என்றமைந்திருக்கிறது.

இரண்டாவது பாடலில் 'நூற்கள்' என்னும் சொல் மூன்று இடங்களில் வந்திருக்கிறது. 'நூல்' என்னும் சொல்லுடன் 'கள்' விகுதி சேர்ந்து 'நூற்கள்' என்றமைந்துள்ளது.

இந்த இரண்டில் எது சரி? இரண்டுமே சரிதான். 'நூல்கள்' என்றும் சொல்லலாம்; 'நூற்கள்' என்றும் சொல்லலாம். மறைமலையடிகள் போன்ற தமிழ்ப் பெரியார்கள் 'நூற்கள்' என எழுதியிருப்பதைக் காண்கிறோம். எனினும், இன்றைய வழக்கில், குறிப்பாக உரைநடையில், 'நூற்கள்' என்னும் சொல் வழக்கு அருகி, 'நூல்கள்' என்பதே நிலைபெற்றுவிட்டது. அது மட்டுமல்ல; பேச்சிலும் 'நூல்கள்' என்பதுதான் வழங்கி வருகிறது.

''இப்பொழுதுள்ள தமிழ் **நூல்களுள்**
தொல்காப்பியம் பழைமையுடையது''
(திரு.வி.க.)

எனவே, 'கால்கள்' என்பது போல 'நூல்கள்' என்று எழுதுவதும் பேசுவதுமே பொருத்தமாகத் தோன்றுகிறது. **வேல்கள், சேல்கள், வால்கள்** போன்றவையும் இவ்வாறே இயல்பாகப் புணர்வதை நோக்குக. நூல்கள், நூற்கள் என்று அமைவது போலக் 'கால்கள்', 'காற்கள்' என்று ஒரு போதும் அமைவதில்லை.

உரை நடையில் மட்டுமன்று; கவிதையிலும் 'நூல்கள்' என்னும் சொல்லைப் பரவலாகக் காணலாம்.

''அறிவின் கடலைக் கடைந்தவனாம்
அமிர்தம் திருக்குறள் அடைந்தவனாம்.
பொறியின் ஆசையைக் குறைத்திடவே
பொருந்திய **நூல்கள்** உரைத்திடுவான்''
(நாமக்கல் கவிஞர்)

இந்தக் கவிதையில் 'நூல்கள்' என்னும் சொல் இடம் பெற்றிருப்பதை நோக்குக. எனவே, 'நூல்', 'கால்' வேல் போன்ற சொற்களுடன் பன்மை விகுதி 'கள்' சேரும்போது இயல்பாகப் புணர்வதையே பொது விதியாகக் கொள்க.

இரண்டுக்கு மேற்பட்ட எழுத்துகளைக் கொண்ட சொற்களின் இறுதியில் நிற்கும் லகர மெய்யும் 'கள்' விகுதி சேரும்போது இயல்பாகவே புணரும்.

எடுத்துக்காட்டு :

வயல்கள்,	செயல்கள்
இயல்கள்,	கப்பல்கள்
அல்லல்கள்,	மடல்கள்
திடல்கள்,	உடல்கள்
பாடல்கள்,	கயல்கள்

''செந்நெல் **வயல்கள்** செழுங்கரும்புத்
தோட்டங்கள்''
(பாரதிதாசன்)

ள்

புள், முள் போன்ற சொற்களுடன் 'கள்' விகுதி சேரும்போது அவை, முறையே **புட்கள், முட்கள்** என மாறும். தனிக்குறிலை அடுத்து ளகரமெய் நிற்கும்போது இவ்வாறு புணர்வதுதான் முறை. **புள்கள், முள்கள்** என்று எழுதுவது பிழை.

ஆள், நாள் போன்ற சொற்களுடன் 'கள்' விகுதி சேரும்போது. ளகரம், டகரமாகத் திரிந்தும் திரியாமலும் புணரும்.

''இவ்விதம் **நாட்கள்** பலப் - பல
ஏகிட ஓர் தினத்தில்
வெவ்விழி வேலுடையாள் - அந்த
மேடையிற் காத்திருந்தாள்''

''நெற்சேர உழுதுழுது பயன் விளைக்கும்
நிறையுழைப்புத் **தோள்களெலாம்** எவரின்
தோள்கள்?

''ஈனப் **பொருள்களிலே** - உள்ளுறை
இனிமை காணுகின்றார்''
(பாரதிதாசன்)

நாட்கள், தோள்கள், பொருள்கள் என்னும் சொற்களை நோக்குக. இந்த எடுத்துக்காட்டுகளிலிருந்து இத்தகைய சொற்களை இரண்டு விதமாகவும் எழுதலாம் என்று தெரிகிறது.

எழுதலாம் என்பதில் சொல்லலாம் என்ற பொருளும் தொனிக்கிறதல்லவா? எனவே, எது சொல்வதற்கு எளிமையாகவும் கேட்பதற்கு இனிமையாகவும் இருக்கிறதோ அதனைக் கொள்க.

''முருகன் என்னும் சொல்லிலே அறிஞர் போற்றும் **பொருள்களே** மிளிர்கின்றன''
(திரு.வி.க.)

பொருள்களே என்னும் சொல்லை நோக்குக.

''எப்பொருள் எச்சொலின் எவ்வாறு உயர்ந்தோர்
செப்பினர் அப்படிச் செப்புதல் மரபே''

என்னும் **நன்னூல்** நூற்பா இங்கு நினைவு கூரத் தக்கது.

இன்று, 'நாட்கள்' என்பது 'நாள்கள்' என்று எழுதப்படுகிறது. ஆனால், ஆட்கள், வாட்கள் போன்றவை அவ்வாறு எழுதப்படுவதில்லை.

பன்மை குறிக்கும் 'கள்' விகுதி பழங்காலத்தில் அஃறிணைக்கு மட்டும் உரியதாக இருந்தது. அஃறிணையிலும் சில இடங்களுக்கு மட்டுமே உரியதாக இருந்தது. உயர்திணையில் 'கள்' இடம் பெறவில்லை.

''கள்ளொடு சிவணும் அவ்வியற் பெயரே
கொள்வழி உடைய பலவறி சொற்கே''
(தொல்காப்பியம், சொல்)

இன்று, 'கள்' உயர்திணை, அஃறிணை என்ற வேறுபாடின்றி, இருதிணைப் பன்மைக்கும் உரியதாக விளங்குகிறது. காலப் போக்கில் மொழியில் ஏற்பட்ட இயற்கையான மாற்றம் இது. இத்தகைய மாற்றங்கள் மொழி வளர்ச்சியில் தவிர்க்க முடியாதவை.

'கள்' சேர்க்காமலே பன்மை உணர்த்தும் வழக்கம் இன்றும் உள்ளது.

1. ஐந்து **புத்தகம்** வாங்கினேன்.
2. பத்து **நாள்** கழித்து வந்தார்.
3. பல **மாதம்** ஆகும்.
4. வள்ளுவர் குறள் **முப்பாலாகப்** பிரிக்கப் பட்டுள்ளது.

இந்த வாக்கியங்களில் நிற்கும் புத்தகம், நாள், மாதம் என்னும் சொற்களோடு 'கள்' சேர்த்து, 'புத்தகங்கள்' 'நாட்கள்', 'மாதங்கள்', என்றும் சொல்லலாம். ஆனால், 'முப்பாலாக' என்பதை 'முப்பால்களாக' என்று கூறும் வழக்கம் இல்லை. 'முப்பால்' என்பதற்குப் பதில் 'முப்பிரிவு' என்று இருக்குமானால், அப்போது 'முப்பிரிவுகள்' என்று சொல்லலாம். மரபைப் போற்ற வேண்டும் என்பது இதனால்தான். இத்தகைய மரபுகளை நமக்கு உணர்த்துபவை நல்லறிஞர் நூல்களேயாகும்.

அஃறிணைப் பன்மைச் சுட்டு, வினாக்களுடன் 'கள்' விகுதி

அவையா, அவைகளா? இவையா, இவைகளா? எவையா, எவைகளா? இந்தக் கேள்விகள் ஒவ்வொருவர் உள்ளத்திலும் எப்போதாவது தோன்றியிருக்கும். அவைகள், இவைகள் என்று 'கள்' விகுதி சேர்த்து எழுதுபவர்களும் பேசுபவர்களும் உண்டு. 'கள்' சேர்க்காமல்தான் பேச வேண்டும், எழுத வேண்டும் என்று கண்டிப்பாகக் கூறுபவர்களும் உண்டு. நாம் யார் வழியைப் பின்பற்றுவது? இந்த இரு துருவங்களுமே தேவையில்லை. இவற்றிற்கு இடைப்பட்ட நிலை ஒன்று உண்டு. அதுதான் இரண்டு விதமாகவும் அமையலாம் என்பது. அதுவே, நாம் பின்பற்றத் தக்க சிறந்த வழியாகும். அறிஞர்தம் எழுத்துகள் இதைத்தான் நமக்கு உணர்த்துகின்றன.

எடுத்துக்காட்டு :

1. **இவை** காட்சி வழங்காமையான் **இவற்றின்** உண்மைக்கும் மறுப்புக் கூறலாம் போலும்.
2. **இவை** உள்ளனவேயன்றி இல்லன வல்ல.
3. **இவற்றின்** உண்மை **இவற்றையுடைய** பருப் பொருள் வாயிலாக உணரக் கிடக்கிறது.
4. **இவை**போன்ற பல நுண்மைகள் இருக்கின்றன. **அவற்றுள்** அழகும் ஒன்று.
5. மனிதன் தொடக்கத்தில் காய்கறிகளை அவித்துத் தின்றானில்லை. அவன் **அவற்றை** இயற்கையாகவே உண்டு வந்தான்.
6. முருகனது இயல்புகளை உணர்வில் – நிகழ்ச்சியில் – பெறுதலே இயலும். உணர்வில் - நிகழ்ச்சியில் - **அவைகளைப்**

பெறுதற்கும் தொடக்கத்தில் **அவைகளின்** பருமை நினைவு வேண்டற்பாலது.

7. உயிர்கள் இயற்கையோடு உறவு - கொள்ளும் அளவினதாக **அவைகளின்** மாட்டு முருகன் உணர்வும் பெருக் கெடுக்கும்.

8. புலன்கள் ஒடுக்கப்படுவனவாயின் **அவை** ஏன் படைப்பில் அமைதல் வேண்டும்?

9. புலன்களைத் தீய வழியினின்றும் காத்து, **அவைகளை** நல்வழிபடுத்த அப்பர் முயன்றாரேயன்றி **அவைகளை** அழித்துத் தாமும் **அவைகளுடன்** அழிய முயன்றா ரில்லை.

10. இயற்கையை **எவைகளால்** பற்றல் வேண்டும்?

11. இடையிடையே பேயின் தூண்டுதலுக்கு இரையாகும் இயல்பும் **அவைகளுக்கு** உண்டு.

12. **அவைகளில்** யாண்டும் மணம்; யாண்டும் இளமை; யாண்டும் கடவுள் தன்மை; யாண்டும் அழகு!

13. **எவை** நல்ல வழியில் இயங்கின் வாழ்வும் நல்லதாகும்?

14. **இவைகளின்** வாயிலாகவே உயிர்கள் எல்லாவற்றையும் உள்ளத்தால் உணர்தல் வேண்டும்.

இவையாவும் திரு.வி.க. அவர்களின் வாக்கியங்கள். திரு.வி.க. அவர்கள் இவை, அவை, எவை என்னும் சொற்களோடு 'கள்' சேர்த்தும் சேர்க்காமலும் எழுதுவதைக் காண்க.

''மங்கையினைக் கீழிறக்கி, 'மாதே
இவைகளே
அங்குரைத்த மூலிகைகள்; அட்டியின்றிக்
கிள்ளிக்கொள்.

''**இவைகள்** என்னை எடுத்துப் போயின!
இப்போது, 'என் நினைவு' என்னும்
உலகில் மீண்டேன்''.

''நலம் இளம் பருவம் - மக்கள்
நாடும் குணம், கீர்த்தி
கல்வி **இவையுடையான்**''

''**எவையும்** நமைப் பிரிக்கவில்லை;
இன்பம் கண்டோம்
இறப்பதிலும் ஒன்றானோம்!. . . . . . ''

''. . . . . நெஞ்சில்
படித்தவர் **அவற்றை** யெல்லாம்
படும் பல நுணுக்கம் சேர்ப்பார்
'கொடும்' என அள்ளி உன்தாள்
கொண்டார்க்குக் கொண்டு போவாய்!''

''பிறப்பினிலே தாழ்வுயர்வு பேசுகின்ற
மோசத்தை நடக்கையினால்;
எழுத்தால்; பேச்சால்
முரசறைந்தார் **இங்கிவற்றால்** வறுமை
ஏற்றார்''
(பாரதிதாசன்)

''அநேகக் கலைகளைத் தமிழன் அறிவான்
ஆயினும், **அவைகளும்** அறத்தையே
அடுக்கும்''

''தமிழின் சொந்தச் சந்தம் பலவும்
அழிந்து போகாமல் **அவற்றையும்**
போற்றித்
தமிழிசை வளர்ப்பது தமிழன்
கடமையாம்''
(நாமக்கல் கவிஞர்)

இந்தக் கவிதைகளிலும் அஃறிணைப் பன்மைச் சுட்டுக்கள் இருவகையாகவும் அமைந்திருப்பதை நோக்குக.

1. உலகத்தாரின் பழி புகழ், விருப்பு வெறுப்பு **இவைகளால்** அவருடைய மனத்தை மாற்ற முடியவில்லை.

2. அறிவு வளம் பெற்ற மூளை, உணர்வு நலம் பெற்ற இதயம், குறைந்த அளவில் உண்டு நிறைந்த பயனைத் தரும் வயிறு, தொண்டு செய்யும் ஆற்றல் பெற்ற கை கால்கள் - **இவைகளே** அவர் (காந்தி யண்ணல்) பெற்றிருந்த கருவிகள்.

3. தெலுங்கில் பெண்பாலைக் குறிக்கும் பழஞ்சொற்கள் சில உள்ளன. ஆனால், **அவை** அருகி வழங்குகின்றன.

4. பெண்டிர் பலரைக் குறிக்கும்போது **அவைகள்** என்று சொல்லாமல் அவர்கள் என்றே வழங்குகின்றனர்.

5. **அவற்றினும்** சிறந்த தத்துவ உணர்வு மிக்கது என்பது தெளிவு.
6. **இவை** சில கூறுகள்.
7. **இவற்றில்** பொதுப்பெயரும் காண்கிறோம்.

(டாக்டர் மு.வ.)

இந்த எடுத்துக்காட்டுகளிலிருந்து 'அவை', 'இவை' என்னும் சுட்டுக்களும், 'எவை' என்னும் வினாவும் 'கள்' விகுதி பெற்றும் வரலாம், பெறாமலும் வரலாம் என்பது தெளிவாகத் தெரிகிறது. 'யாவை' என்னும் வினாவுடன் 'கள்' சேர்த்து **'யாவைகள்'** என்று எழுதுவதும் இல்லை; பேசுவதும் இல்லை.

திரு.வி.க., பாரதிதாசன் போன்றோர் அவை, இவை என்னும் சொற்களுடன் 'கள்' சேர்த்து எழுதுவதை முன்பு கண்டோம். அவ்வாறு எழுதுவது மறைமலை அடிகளாருக்கும் உடன்பாடே என்பதைப் பின்வரும் வாக்கியங்கள் காட்டுகின்றன:

1. தீஞ்சுவைத் தண்ணீரைப் பருகி **அவைகளெல்லாம்** கவரும் கோடும், கொம்பும் வளாரும், துளிரும் இலையும், பூவும் பிஞ்சும், காயும் கனியுமாய்ச் செழித்து எவ்வளவு பொலிவாய்த் தோன்றுகின்றன?
2. நிலம் வறண்டுபோமாயின், **அவைகளெல்லாம்** கரிந்து பட்டுப்போகும் என்பது எவருக்குத்தான் தெரியாது!

பன்மை குறிக்கும் வேறு சில சொற்களுடன் 'கள்' விகுதி

வினையாலாணையும் பெயர் (அஃறிணை)

''நடந்தவை நடந்தவைகளாக இருக்கட்டும்; இனி நடப்பவை நல்லவைகளாக இருக்கட்டும்.

'நடந்தவை', 'நடந்தவைகள்' என்னும் இரு சொற்களும் ஒரே பொருளுடையவை. இவை வினையாலணையும் பெயர்கள். இந்த இரண்டில் ஒன்று 'கள்' விகுதி பெற்றிருக்கிறது. மற்றொன்று 'கள்' விகுதி பெறவில்லை. இந்த இரண்டிற்குமுள்ள வேறுபாடு இதுதான். 'நடப்பவை' என்பது 'கள்' விகுதி பெறவில்லை, 'நல்லவைகள்' என்பது 'கள்' விகுதி பெற்றிருக்கிறது. 'கள்' விகுதி பெறும்போது 'நடப்பவை' என்பது 'நடப்பவைகள்' என்று அமையும். அதே போல 'நல்லவைகள்' என்பது 'கள்' விகுதி பெறாத போது 'நல்லவை' என்று அமையும். இந்தச் சொற்களிலும் 'கள்' விகுதி எந்த மாற்றத்தையும் ஏற்படுத்தவில்லை. 'கள்' விகுதி பெறாமலே இந்தச் சொற்கள் பன்மைப் பொருள் உணர்த்துகின்றன - 'எனவே, 'கள்' விகுதி தேவையா?' என்னும் ஐயம் எழலாம் ஆனால், 'கள்' விகுதி பெற்று வழங்குவது இன்றைய மரபாகிவிட்டது - விகுதிமேல் விகுதி பெறலாம் என்னும் பழைய இலக்கண மரபும் இதற்கு இடம் கொடுக்கிறது.

1. குணதிசையும் குடதிசையும் இடமாகக் **கொண்டவைகளே** கொண்டல், கோடை என்பவை.
2. தபால் விதிகளும் ரயில் விதிகளும் இவை **போன்றவைகளும்** இந்த வகையைச் சேரும்.
3. நகரத்து இளைஞருக்கு ஆண்கோழி, பெண் கோழி என்னும் சொற்கள் **குற்றமற்றவைகளாக** உள்ளன.
4. ஓசைநயம், அடுக்குத் தொடர், இரட்டைக் கிளவி **போன்றவைகள்** பூங்காவிலுள்ள கவின் மலர்கள் **போன்றவை.**
5. தன் மானம், உரிமை **முதலியவைகளை** இழக்க எப்படி முடியும்?
6. ழகர ஒலியின் இனிமை, அந்த இனிமையை நம்மவர் உணராதிருத்தல், அதன் உயர்வறியாது அதனைப் பாழ் படுத்தும் போக்கு **ஆகியவற்றைக்** கண்டிக்கிறார் புலவர்.
7. பழம் பளமாவது, கிழவி கியவியாவது போன்ற மொழிக் கொலைகள் ஏற்கத் **தக்கவை** என்று எப்படிக் கூறமுடியும்?
8. வெளிப்பட **உரைப்பவைகளே** மொழி பெயர்ப்புக்கு இயையும்; மற்றவை இயையா.
9. **உயிருள்ளவைகளின்** பெயர்களுக்கு ஒரு பன்மை விகுதியும் உயிர் **இல்லாதவைகளின்** பெயர்களுக்கு மற்றொரு பன்மை விகுதியும் சேர்த்து வழங்குவது பாரசீக மொழி ஒன்றே.

10. இவை கருத்துக்குரியவை; காட்சிக்கு உரியவை அல்ல.

இந்த வாக்கியங்களில் நிற்கும் கொண்டவைகள், போன்றவைகள், அற்றவைகள், முதலியவைகள், உரைப்பவைகள், உயிருள்ளவைகள், இல்லாதவைகள் என்னும் சொற்களில் நிற்கும் 'கள்' விகுதியை நீக்கி விட்டாலும் அவற்றின் பொருள் மாறாது.

அதேபோல, போன்றவை, ஆகியவை, தக்கவை, மற்றவை, உரியவை ஆகிய சொற்களுடன் 'கள்' சேர்க்கும்போதும் அவற்றின் பொருள் மாறாதிருப்பதை நோக்குக.

இவ்வாறே, அறிந்தவை அறியாதவை, வந்தவை வராதவை, கண்டவை, காணாதவை, கேட்டவை கேட்காதவை, அழிந்தவை, அழியாதவை போன்ற இன்ன பிற சொற்களும் 'கள்' விகுதி பெற்று வரலாம்.

அறிந்தவை, வந்தவை, கண்டவை, கேட்டவை, அழிந்தவை முதலியன இறந்த காலம் காட்டும் சொற்கள். இவை நிகழ்காலம் காட்டும் போது முறையே, அறிகின்றவை, வருகின்றவை, காண்கின்றவை. அழிகின்றவை என அமையும் இவையும் 'கள்' விகுதி பெற்று வருவதுண்டு.

அறிபவை, வருபவை, காண்பவை, கேட்பவை, அழிபவை என்பன எதிர்காலம் மட்டுமன்றி, முக்காலமும் உணர்த்தும் ஆற்றல் உடையவை. இவைகளே, பெரும் பாலும் நிகழ்காலம் உணர்த்தும் பணியைச் செய்கின்றன. இவையும் 'கள்' விகுதி பெற்று வரும்.

இந்தச் சொற்கள் யாவும் உயிரீற்றுச் சொற்கள். இவற்றுடன் 'கள்' சேரும்போது வல்லினம் மிகாது.

அறிபவை, வருபவை, காண்பவை, உள்ளவை, தக்கவை முதலான சொற்கள் அறிவன, வருவன, காண்பன, உள்ளன என்னும் வடிவிலும் அமையும். அப்போது, இந்தச் சொற்களுடன் ஒரு போதும் 'கள்' விகுதி சேராது

வினையாலணையும் பெயர் (உயர்திணை)

"கல்லொன்றால் மதயானை ஒன்றுண்
டாக்கிக்
காண்பவரின் கருத்தீர்க்க நிறுத்தி
யுள்ளேன்"
(வாணிதாசன்)

'காண்பவரின்' என்னும் சொல் உயர் திணை வினையாலணையும் பெயர். இத்தகைய சொற்கள் மெய்யீற்றுப் பெயர்களாகவே இருக்கும் எனினும், இவை வினையாலணையும் பெயர்கள் என்பதால் இந்தப் பகுதியில் சேர்க்கப்பட்டுள்ளன. பார்ப்பவர், கேட்பவர், சொல்பவர், பேசுபவர், நடப்பவர், அழைப்பவர், எடுப்பவர், கொடுப்பவர் முதலியனவும் வினையாலணையும் பெயர்களே. இந்தச் சொற்கள் உரைநடையில், பேச்சிலும் எழுத்திலும், ஒருவரை மரியாதையாகக் குறிப்பிட வழங்குகின்றன. உரைநடையில், பலரைக் குறிக்கக் 'கள்' விகுதி சேர்ந்து, இவை 'பார்ப்பவர்கள்', 'கேட்பவர்கள்' 'சொல்பவர்கள்', 'பேசுபவர்கள்', 'நடப்பவர்கள்', 'அழைப்பவர்கள்', 'எடுப்பவர்கள்', 'கொடுப்பவர்கள்', என்று அமையும். இவற்றைப் போன்ற மற்றச் சொற்களையும் இவ்வாறே கொள்க.

நாம் சற்று முன்பு எடுத்துக்காட்டிய கவிதையிலே 'காண்பவர்' என்னும் சொல் பன்மையைக் குறிக்கிறது. கவிதையில் இத்தகைய சொற்கள் 'கள்' விகுதி பெறாமலே பன்மையைக் குறிப்பதைக் காண்கிறோம்.

"போற்றுபவர் போற்றட்டும்; புழுதிவாரித்
தூற்றுபவர் தூற்றட்டும்; தொடர்ந்து
சொல்வேன்!
ஏற்ற(து) ஒரு கருத்தை எனதுள்ளம்
என்றால்
எடுத்துரைப்பேன்; எவர்வரினும்
நில்லேன்! அஞ்சேன்!"
(கண்ணதாசன்)

இந்தப் பாடலில் இடம்பெற்றிருக்கும் 'போற்றுபவர்' 'தூற்றுபவர்' என்னும் சொற்கள் பலரைக் குறிக்கின்றன.

1. அவர் ஆங்கிலத்தைப் போதனா மொழி யாகக்கொண்டு கற்றுக் கணித ஆசிரியராக வந்தவர்.

2. அவர் தமிழ் கற்றுத் **தேர்ந்தவர்** அல்லர்.

3. தமிழ் மொழி இலக்கணம் மட்டுமன்று; தமிழில் வாழ்க்கை இலக்கணமும் எழுதி **வைத்தவர்** தொல்காப்பியர்.

4. பொதுமறை என்று போற்றப்படும் தமிழ் மறையைத் **தந்தவர்** திருவள்ளுவர்.

5. நெஞ்சையள்ளும் சிலப்பதிகாரத்தை **இயற்றியவர்** இளங்கோவடிகள்.

இந்த வாக்கியங்களில் இடம் பெற்றிருக்கும் வந்தவர், தேர்ந்தவர், வைத்தவர், தந்தவர், இயற்றியவர் ஆகிய சொற்கள் ஒருமையைக் குறிக்கின்றன. இவற்றில் நிற்கும் பன்மை விகுதி, உயர்வை அல்லது மரியாதையைக் குறிக்கிறது. எனவே, இதனை மரியாதைப் பன்மை என்கிறோம். உயர்வுப் பன்மை என்றும் சொல்லலாம்.

உரை நடையில், இத்தகைய சொற்கள் பன்மையைக் குறிக்கும்போது, இவற்றுடன் 'கள்' விகுதி சேர்ந்து வரும். இந்த வாக்கியங்களைக் கவனியுங்கள்.

1. ஜப்பானியர்கள் ஒரு நொடி நேரமும் சோம்பியிருக்க **விரும்பாதவர்கள்.**

2. உழவுத்தொழில் முதல் பெரும் பொறிகளை உருவாக்குவது வரையுள்ள எல்லாத் தொழில்களிலும் ஈடுபட்டு, இணையில்லா வெற்றி **பெற்றவர்கள்** அவர்கள்.

3. ஜப்பானியர்கள் கடமையுணர்ச்சி **மிகுந்தவர்கள்;** தூய்மையை **விரும்புகிறவர்கள்,** பணிவு உடையவர்கள்.

இந்த வாக்கியங்களில் பன்மையைக் குறிக்க வினையாலணையும் பெயர்களுடன் 'கள்' விகுதி சேர்ந்து நிற்கிறது. 'விரும்பாதவர்கள்', 'பெற்றவர்கள், 'மிகுந்தவர்கள்', 'விரும்புகிறவர்கள்', 'உடையவர்கள்' என்னும் சொற்களைக் கவனியுங்கள்:

சில சமயங்களில் 'கள்' விகுதி இல்லாமலே வினையாலணையும் பெயர், கவிதையைப் போல உரை நடையிலும், குறிப்பாக இலக்கிய நடையில், பன்மை உணர்த்துவதைக் காண்கிறோம். இந்த வாக்கியத்தைப் பாருங்கள்:

கற்றோர் ஏற்றும் கலித் தொகையைக்
கற்றவரிடம் காண்பதே அரிதாகி
விட்டது

இங்கே 'கற்றவர்' என்பது 'கற்றவர்கள்' என்று பொருள் தருகிறது. அதாவது, இங்கே 'கற்றவர் என்பது வெறும் மரியாதைப் பன்மையாக அமையவில்லை; உண்மையிலேயே பன்மையைக் குறிக்கும் சொல்லாக - பலரைக் குறிக்கும் சொல்லாக - அமைந்திருக்கிறது.

கவிதையிலே, வினையாலணையும் பெயர்கள், 'கள்' விகுதி பெறமாலே நின்று, பன்மைப் பொருள் உணர்த்துவதைச் சற்று முன்பு பார்த்தோம். 'கள்' விகுதி பெற்ற வடிவத்தையும் கவிதையிலே காணலாம்.

''மறுபடியும் சிந்தனையில் மைந்தன்
நின்றான்!
வருந்தாதே! நம்மவரை நாமே மோத
வரும் வழியைத் **திறந்தவர்கள்** நாமா?
அந்த
மடையன்தானே! சரி போய்ப் படையைத்
திரட்டு
(கண்ணதாசன்)

இந்தப் பாடலில் இடம் பெற்றிருக்கும் திறந்தவர்கள் என்னும் சொல்லைக் கவனியுங்கள். கவிதையிலே, வினையாலணையும் பெயர்கள், பன்மையைக் குறிக்கக் 'கள்' விகுதி பெற்றும் வரலாம்; பெறாமலும் வரலாம். உரைநடையில் பெரும்பாலும் 'கள்' விகுதி பெற்றே வரும்; சில இடங்களில், குறிப்பாக இலக்கிய நடையில், 'கள்' விகுதி பெறாமலும் வரலாம். இதனை நாம் விதி விலக்காகவே கொள்ள வேண்டும். 'கள்' விகுதி பெற்று வருவதே பொதுவிதி.

வினையாலணையும் பெயர்கள், உயர்திணையாக இருந்தாலும், அஃறிணையாக இருந்தாலும் அவற்றுடன் 'கள்' சேரும்போது வல்லினம் மிகாது. உயர்திணைச்சுட்டு, வினாக்களுக்கும் இது பொருந்தும்.

'மை' ஈற்றுப் பண்புப் பெயரை நிலைமொழியாகக் கொண்ட தொடர்கள்

ஒரு தொடரில் நிலை மொழியாக நிற்கும் 'மை' ஈற்றுப் பண்புப் பெயர் வருமொழி

யுடன் சேரும்போது அடையும் மாற்றத்தை இப்போது பார்ப்போம். வருமொழியின் தன்மைக்கேற்ப இந்த மாற்றம் பல வகைப் படும். இதனை **நன்னூல்,**

'ஈறுபோதல், இடைஉகரம் இ ஆதல்
ஆதிநீடல், அடி அகரம் ஐ ஆதல்
தன்னொற்று இரட்டல் முன் நின்ற மெய் திரிதல்
இனம் மிகல் இனையவும் பண்பிற்கு இயல்பே'

என்று கூறுகிறது.

பண்புப் பெயரின் ஈறு கெடுதல், அதாவது மறைதல், இடையிலே நிற்கும் உகரம் 'இ' ஆதல், முதலிலே நிற்கும் குறில் நெடிலாதல், முதலில் நிற்கும் அகரம் 'ஐ' ஆதல், இடையிலே நிற்கும் மெய் இரட்டல், வருமொழி முதலில் நிற்கும் எழுத்தின் இனம் தோன்றுதல் ஆகியனவும் இன்ன பிறவும் பண்புப் பெயரை நிலைமொழியாகக் கொண்ட தொடர்களில் ஏற்படக்கூடிய மாற்றங்கள் என்பது இந்த நூற்பாவின் பொருள். ஒரு தொடரில், ஒரு மாற்றம்தான் ஏற்பட வேண்டும் என்ற அவசியமில்லை. ஒன்றுக்கு மேற்பட்ட மாற்றமும் ஏற்படலாம்.

'பண்பை விளக்கும் மொழி தொக்கனவும்
ஒருபொருட்கு இருபெயர் வந்தவும் குணத்தொகை'
(நன்னூல்)

பண்புக்கும் பண்பிக்கும் உள்ள தொடர்பை விளக்கும் சொல் மறைந்து நிற்கும் தொடர் பண்புத்தொகை. மறைந்து நிற்பது 'ஆகிய' என்னும் சொல். தொடரியலில் விளக்கம் காண்க.

ஈறுபோதல்

'**அரும்பயன்** ஆயும் அறிவினார் சொல்லார்
பெரும்பயன் இல்லாத சொல்'

'**அருங்கேடன்** என்பதறிக மருங்கோடித்
தீவினை செய்யான் எனின்'

'அலரெழ **ஆருயிர்** நிற்கும் அதனைப்
பலரறியார் பாக்கியத் தால்'

'அடக்கம் அமரருள் உய்க்கும் அடங்காமை
ஆரிருள் உய்த்து விடும்'

இந்தக் குறட்பாக்களில் இடம் பெற்றிருக்கும் 'அரும்பயன்', 'அருங்கேடன்', 'ஆருயிர்', 'ஆரிருள்' என்னும் தொடர்களைக் கவனியுங்கள். இந்தத் தொடர்கள் எல்லா வற்றிலும் 'அருமை' என்னும் பண்புப் பெயரே நிலைமொழியாக நிற்கிறது. 'அரும்பயன்', 'அருங்கேடன்' என்னும் தொடர்களில் 'அருமை' என்னும் பண்புப் பெயரின் ஈற்று மை கெட்டு, எஞ்சி நிற்கும் 'அரு' என்பதுடன் வருமொழி முதலில் நிற்கும் பகரத்தின் இனமாகிய மகரமும் ககரத்தின் இனமாகிய ஙகரமும் மிகுந்திருக் கின்றன.

நெடுங்குன்றம், கொழுங்கொடி, செழுந் தமிழ், பெருஞ்சுனை, பசும்பொன், நெடுந்தேர் முதலிய தொடர்களும் இந்த விதியைத் தழுவியே புணர்ந்திருக்கின்றன.

ஈறுபோதலும் ஆதி நீடலும்

ஆருயிர், ஆரிருள் என்னும் தொடர்களிலும் நிலை மொழியாக நிற்பது. 'அருமை' என்னும் பண்புப் பெயரே. இந்தத் தொடர்களில் 'அருமை' என்னும் பண்புப் பெயரின் 'மை' விகுதி கெட்டு, முதலில் நிற்கும் அ நெடிலாகி, இடையிலே ரகர மெய்யுடன் சேர்ந்து நின்ற உகரமும் கெட்டு எஞ்சிய 'ஆர்' என்பதுடன் இருள் என்னும் சொல் சேர்ந்து, 'ஆரிருள்' என்றாகியிருக்கிறது. இந்தத் தொடர்களில் நன்னூல் சூத்திரம் குறிப்பிடும் ஈறுபோதல், ஆதிநீடல் ஆகிய இரண்டு விகாரங்களும் ஏற்பட்டிருப்பதைக் கவனியுங்கள். அரும்பயன், அருங்கேடன், என்னும் தொடர்களில் ஈறுபோதல், இனம் மிகல் ஆகிய இரண்டு மாற்றங்கள் ஏற்பட்டி ருக்கின்றன.

'**ஆரமுது**ண்ணுதற் காசை கொண்டார் கள்ளில்
அறிவைச் செலுத்துவாரோ?'
(பாரதியார்)

இந்தப் பாடற் பகுதியில் இடம் பெற்றிருக்கும் 'ஆரமுது' என்னும் தொடர் 'அருமை-அமுது' என்னும் இரு சொற்களால் அமைந்தது.

இந்தத் தொடரிலும் 'அருமை' என்னும் நிலை மொழி 'ஆர்' எனத் திரிந்து நின்று புணர்வதைக் கவனியுங்கள்.

'காரிருளால் சூரியன் தான்
மறைவதுண்டோ?
கறைச் சேற்றால் தாமரையின் வாசம்
போமோ?
பேரெதிர்ப்பால் உண்மைதான்
இன்மையாமோ?
பிறர் சூழ்ச்சி செந்தமிழை
அழிப்பதுண்டோ?
(பாரதிதாசன்)

இந்தப் பாடலில் இடம்பெற்றிருக்கும் 'காரிருள்', பேரெதிர்ப்பு' என்னும் தொடர்களைக் கவனியுங்கள். 'கருமை-இருள்= காரிருள்' என்றும், 'பெருமை-எதிர்ப்பு= பேரெதிர்ப்பு' என்றும் புணர்ந்திருக்கின்றன. 'பெருமை' என்னும் சொல்லுக்குச் 'சிறப்பு' என்பதோடு 'மிகுதி' என்னும் பொருளும் உண்டு. 'பேரெதிர்ப்பு' என்னும் தொடரிலே 'பெருமை' என்பதற்கு 'மிகுதி' என்று பொருள்.

மூதூர், பேரூர் முதலிய தொடர்களும் இந்த விதியைத் தழுவியே புணர்ந்திருக்கின்றன. 'முதுமை-ஊர்=மூதூர் என்றும், பெருமை-ஊர்=பேரூர்' என்றும் புணர்ந்திருக்கின்றன.

பொருள் மயக்கம்

பண்புப் பெயர்களை நிலைமொழியாகக் கொண்டமைந்த தொடர்களைப் பிரிக்கும்போது, அந்தப் பண்புப் பெயர் முன்னிருந்த வடிவத்திலேயே அமையுமாறு பிரிக்க வேண்டும்.

அவ்வாறின்றிப் புணரும்போது அந்தப் பண்புப் பெயர் பெற்ற மாற்று வடிவம் அமையுமாறு பிரிப்போமாயின், அந்தச் சொல்லின் வடிவம் சிதைவதோடு, பொருள் மயக்கமும் ஏற்படும்.

'.......................................பழச்
சாற்றுச் சுவைமொழியார்- சிலர்
தங்கள் மணாளரின் அண்டையிருந்தனர்'
(பாரதிதாசன்)

'பழச்சாற்றுச் சுவை மொழியார்' என்னும் தொடரை நோக்குங்கள். இதில் முதலில் நிற்கும் 'பழச்சாறு' என்னும் தொடர், 'பழம்-சாறு' என்னும் இரு சொற்களால் ஆனது. இங்கே 'பழம்' என்பது 'கனி' என்று பொருள் தருகிறது. 'பழைமை–சாறு' என்று இருக்குமானால் அந்தத் தொடர் 'பழஞ்சாறு' என்றே புணரும். எனவே, 'பழச்சாறு', வேறு; பழஞ்சாறு வேறு. பழஞ்சாறு என்று சொல்லும்போது நிலைமொழி 'பழைமை' என்பதும், 'பழச்சாறு' என்று சொல்லும்போது நிலை மொழி 'பழம்' என்பதும் நமக்குத் தெளிவாகப் புரிகிறது. இரண்டையும் ஒரே விதமாகப் 'பழம்-சாறு என்று பிரித்தால், சொற்சிதைவும் பொருள் மயக்கமுமே ஏற்படும். எனவே, எளிமையும் தெளிவும் வேண்டுமாயின், நிலை மொழியாக நிற்கும் பண்புப் பெயர்களின் இயல்பான வடிவத்தைச் சிதைக்காமல் பிரிக்க வேண்டும். பழந்தமிழ்வேறு; பழத்தமிழ் வேறு.

'பழமழை பொழிந்த புதுநீர் அமுவத்து
நாநவில் பல்கிளை கறங்க'

என்னும் நற்றிணைப் பாடற் பகுதியில் இடம் பெற்றிருக்கும் 'பழமழை' என்னும் தொடர் பழைய மழை என்று பொருள் தருகிறது. இந்தப் 'பழமழை' என்பதைப் 'பழைமை-மழை' என்றே பிரிக்க வேண்டும். 'பழம்-மழை' என்று பிரிக்கக்கூடாது. அவ்வாறு பிரிப்போமாயின், பொருள் மயக்கம் ஏற்படும். தொடர்களைப் பிரிப்பது பொருள் தெளிவுக்குத் தானே தவிரப் பொருள் மயக்கத்திற்கல்ல என்பதை நாம் எப்போதும் கவனத்திற்கொள்ள வேண்டும்.

இதேபோல 'ஆருயிர்' என்பதை 'அருமை-உயிர்' என்று பிரிக்கும்போது பொருள் மயக்கம் ஏற்படாது 'ஆர்-உயிர்' என்று பிரித்தால் மயக்கம் ஏற்படும். ஏனெனில் 'ஆர்' என்பதற்கு 'யார்' என்னும் பொருளும் உண்டு.

ஆருயிர், காரிருள் முதலியன ஈறுபோதல், ஆதி நீடல் என்னும் விதிகளைத் தழுவி அமைந்தவை.

இடை உகரம் 'இ' ஆதல்

'இடை உகரம் இ ஆதலை இப்போது
பார்ப்போம்'.
'பேரன்பு கொண்டவரே! **பெரியோரே!** என்
பெற்ற தாய்மாரே! நல் இளஞ்சிங்
கங்காள்'

இப்போது 'பெரியோர்' என்னும் சொல்லைக் கவனியுங்கள். இந்தச் சொல்லில் 'பெருமை' என்பது அடிச்சொல். இதனுடன்

'ஓர்' என்னும் பலர் பால் விகுதி சேரும்போது 'பெரியோர்' என்னும் சொல் உருவாகிறது. அதாவது, 'பெருமை' என்னும் சொல்லின் ஈற்று 'மை' மறைந்து, எஞ்சி நிற்கும் 'பெரு' என்பதன் ஈற்றில் நிற்கும் உகரம் இகரமாகி, 'பெரி' என்றாகிறது. அதனுடன் 'ஓர்' சேரும்போது 'இகரத்தின் முன் யகரம்' என்னும் விதிக்கிணங்க 'யகர உடம்படுமெய் தோன்றிப் பெரியோர்' என அமைகிறது. 'இடை உகரம் இ ஆதல்' என்னும் விதியின் படி அமைந்திருக்கிறது இந்தச் சொல்.

'செயற்கரிய செய்வார் **பெரியர் சிறியர்**
செயற்கரிய செய்கலா தார்'

என்னும் குறட்பாவில் இடம் பெற்றிருக்கும் 'பெரியர்', 'சிறியர்' என்னும் சொற்களும் இந்த முறையில் அமைந்தவையே. 'பெருமை' என்னும் பண்புப் பெயரை அடியாகக் கொண்டு 'பெரியர்' என்னும் சொல் தோன்றியது போலச் 'சிறுமை' என்னும் பண்புப் பெயரின் அடியாகப் பிறந்தது 'சிறியர்' என்னும் சொல். 'பெருமை' என்னும் சொல் பெரியது, சிறந்தது என்னும் இரு வகைப் பொருள் தருவதைப் போலவே, 'சிறுமை' என்னும் சொல்லும் சிறியது, இழிவானது என்னும் இருவகைப் பொருள் தருகிறது.

'**பெரியவனை** மாயவனைப்
பேருலகமெல்லாம்
விரிகமல உந்தியுடை விண்ணவனைக்
கண்ணும்
திருவடியும் கையும் திருவாயும் செய்ய
கரியவனைக் காணாத கண்ணென்ன
கண்ணே'
(சிலப்பதிகாரம்)

'பெரியவன்', 'கரியவன்' என்னும் சொற்களும் இந்த விதியின்படியே அமைந்திருக்கின்றன.

'**வறியார்க்கொன்று** ஈவதே ஈகை
மற்றெல்லாம்
குறியெதிர்ப்பை நீர துடைத்து'

என்னும் குறட்பாவில் இடம் பெற்றிருக் கும் 'வறியார்' என்னும் சொல்லும் இவ்வாறு அமைந்ததே. 'வறுமை' என்பது இதன் அடிச் சொல்.

அஃறிணை

பண்பின் அடியாகப் பிறக்கும் உயர் திணைப் பெயர்களை இதுவரை பார்த்தோம். பண்பின் அடியாகப் பிறக்கும் அஃறிணைப் பெயர்களை இப்போது பார்ப்போம்.

'**அரியவற்றுள்** எல்லாம் அரிதே
பெரியாரைப்
பேணித் தமராக் கொளல்'
'**அரிய** கற்று ஆசற்றார் கண்ணும்
தெரியுங்கால்
இன்மை அரிதே வெளிறு'
'**அரிய** என்று ஆகாத இல்லை பொச்சா
வாக்
கருவியாற் போற்றிச் செயின்'

இந்தக் குறட்பாக்களில் இடம் பெற்றிருக்கும் 'அரிய' என்னும் சொல் 'அரியவை' என்னும் பொருளுடையது. 'அரிய', 'அரியவை' என்னும் சொற்கள். 'அருமை' என்னும் பண்பினடியாகப் பிறந்த அஃறிணைப் பெயர்கள். 'அரிய', 'அரியவை' என்பன பன்மையைக் குறிப்பவை. இதன் ஒருமை அரியது, அரிது என்பன.

'**அரியது** கேட்கின் வரிவடி வேலோய்
மக்கள் யாக்கையிற் பிறத்தலும் அரிதே'

என்னும் அவ்வையார் பாடலில் நிற்கும் 'அரியது' அரிது என்னும் சொற்கள் 'அருமை' என்னும் பண்புப் பெயரினின்று தோன்றிய அஃறிணைப் பெயர்கள்.

'**இனியது** கேட்கின் தனிநெடு வேலோய்
இனிது **இனிது** ஏகாந்தம் இனிது
அதனினும் **இனிது** ஆதியைத் தொழுதல்
அதனினும் **இனிது** அறிவினர் சேர்தல்
அதனினும் **இனிது** அறிவுள்ளாரைக்
கனவினும் நனவினும் காண்பது தானே'

இந்தப் பாடலில் 'இனிது' என்னும் சொல் பலமுறை வந்திருக்கிறது. இது அஃறிணை ஒருமைப்பெயர். இந்தச் சொல் 'இனிமை' என்னும் பண்புப் பெயரினின்று தோன்றியது.

'**பெரியது** கேட்கின் எரிதவழ் வேலோய்
பெரிது பெரிது புவனம் பெரிது'

'பெரியது', பெரிது என்னும் பெயர்ச் சொற்கள் பெருமை என்னும் பண்பினடி யாகப் பிறந்தவை.

'**கொடியது** கேட்கின் நெடிய வெவ்வேலோய்
கொடிது கொடிது வறுமை கொடிது'

என்னும் பாடலில் இடம் பெற்றிருக்கும் கொடியது, கொடிது என்னும் அஃறிணைப் பெயர்கள் 'கொடுமை' என்னும் பண்புப் பெயரினின்று தோன்றியவை.

அரியது, இனியது, கொடியது, பெரியது, சிறியது, எளியது முதலியன பண்புப் பெயரின் அடியாகப் பிறந்த அஃறிணை ஒருமைப் பெயர்கள். அரியவை, இனியவை, கொடியவை, பெரியவை, சிறியவை, எளியவை, முதலியன பண்புப் பெயரினின்று தோன்றிய அஃறிணைப் பன்மைப் பெயர்கள். இவற்றுள் இனியது. இனியவை, எளியது, எளியவை என்னும் சொற்கள் 'இனிமை', 'எளிமை' என்னும் பண்புப் பெயர்களினின்று தோன்றியவை. இவற்றில் பண்புப் பெயர் களின் ஈற்று 'மை' மட்டும் மறைந்திருக்கிறது. அரியது, அரியவை, சிறியது, சிறியவை என்பன அருமை, சிறுமை என்னும் பண்புப் பெயர்களினின்று பிறந்தவை. இவற்றில் பண்புப் பெயரின் ஈற்று 'மை' கெட்டு, இடை உகரம் இகரமாகியிருக்கிறது. இவற்றில் ஈறுபோதல், இடை உகரம் இ ஆதல் என்னும் இருவகை மாற்றங்கள் நிகழ்ந்திருக்கின்றன. பண்பினடியாகப் பிறக்கும் உயர்திணை அஃறிணைப் பெயர்களைப் பண்புகொள் பெயர் எனத் தொல்காப்பியம் கூறுகிறது.

தன்னொற்று இரட்டல்

'**சிற்றூரும்** வரப்பெடுத்த வயலும் ஆறு
தேக்கிய நல் வாய்க்காலும்'

(பாரதிதாசன்)

என்னும் வரியில் நிற்கும் 'சிற்றூர்' என்னும் தொடரைக் கவனியுங்கள். 'சிறுமை-ஊர்=சிற்றூர்' எனப் புணர்ந்திருக்கிறது. 'சிறுமை' என்னும் நிலை மொழியில் ஈற்று 'மை' கெட்டு, எஞ்சியுள்ள 'சிறு' என்பதில் நிற்கும் றகர மெய் இரட்டித்து 'சிற்ற்' என்றாகி அதனுடன் 'ஊர் சேர்ந்து சிற்றூர் என அமைந்திருக்கிறது. 'சிறு' என்பதிலுள்ள றகரம் இரட்டிப்பது, 'தன்னொற்று இரட்டல்' என்னும் விதிப்படி அமைந்ததாகும்.

'**சிற்றிடைக்கும்** சிறப்புகள் பாடினர்
சேலடுத்து விழிகளிற் சேர்த்தனர்'

'சிற்றிடை' என்னும் தொடரைக் கவனியுங்கள். இந்தத் தொடரிலும் நிலை மொழியாக நிற்கும் 'சிறுமை' என்னும் பண்புப் பெயரின் 'மை' ஈறு மறைந்து, இடையில் நிற்கும் றகரம் இரட்டித்திருக் கிறது. **வெற்றிடம், குற்றுயிர், சிற்றுயிர், சிற்றாடை, வெற்றொலி, சிற்றிலக்கியம்** முதலிய தொடர்களும் இந்த விதியைத் தழுவியே புணர்ந்திருக்கின்றன.

'பசுமை-இலை=பச்சிலை' என்றாவதும் இந்த வகையில் அமைந்ததே. நிலை மொழியாகிய 'பசுமை' என்னும் பண்புப் பெயரின் ஈற்றுமை கெட, எஞ்சிய 'பசு' என்பதிலுள்ள உகரமும் மறைய சகரம் இரட்டித்து வருமொழியுடன் சேர்ந்திருக் கிறது. இதுவும் தன்னொற்று இரட்டல்' என்னும் விதியின்படி அமைந்ததே.

'செந்தமிழ்' என்னும் தொடரை நோக்குக. இந்தத் தொடரில் நிலைமொழியாக நிற்கும் 'செம்மை' என்னும் பண்புப் பெயரின் ஈற்று'மை' மறைந்து விடவே, எஞ்சி நிற்கும் 'செம்' என்பதன் ஈற்றில் நிற்கும் மகர மெய்யானது வருமொழி முதலில் நிற்கும் தகரத்தின் இனமாகத் திரிந்திருக்கிறது. 'செங்கதிர்' என்பதும் இவ்வாறு அமைந்ததே. வருமொழி முதலில் ககரம் வந்திருப்பதால், நிலைமொழி ஈற்றில் நிற்கும் மகரம் ககரத்தின் இனமாகத் திரிந்திருக்கிறது. **'செஞ்சாந்து', 'செஞ்சிலுவை'** என்னும் தொடர்களில், மகரம் வருமொழி முதலில் நிற்கும் சகரத்தின் இனமாகத் திரிந்திருக்கிறது.

'**வெங்கொடுமைச்** சாக்காட்டில்
விளையாடும்
தோள் எங்கள் வெற்றித் தோள்கள்'
'**செங்குருதி** தனிற் கமழ்ந்து வீரம்
செய்கின்ற
தமிழ் எங்கள் மூச்சாம்' (பாரதிதாசன்)

வெங்கொடுமை, செங்குருதி என்பனவும் அவ்வாறு அமைந்தவையே. இவை 'ஈறுகெடுதல்', முன்னின்ற மெய்திரிதல்' என்னும் விதியின்படி அமைந்தவை.

இரு வகை

'இனிமைத் தமிழ்மொழி எமது – எமக்கு
இன்பம் தரும்படி வாய்த்த நல் அமுது'
'தனிமைச் சுவையுள்ள சொல்லை-எங்கள்
தமிழினும் வேறெங்கும் யாம்
கண்டதில்லை'
(பாரதிதாசன்)

'இனிமைத் தமிழ்மொழி' என்னும் தொடரையும் 'தனிமைச் சுவையுள்ள சொல்' என்னும் தொடரையும் கவனியுங்கள். 'இனிமைத் தமிழ்', 'தனிமைச் சுவை' என்னும் தொடர்களில், நிலைமொழியாக நிற்கும் 'இனிமை', 'தனிமை' என்னும் சொற்கள் எந்த மாற்றமும் அடையாமல் அப்படியே நிற்கின்றன. நாம் முன்பு குறிப்பிட்ட விதி எதிலும் இத்தொடர்கள் சேராமல் நிற்கின்றன.

குறிப்பிட்ட வகைகளில் மட்டுமின்றி, வேறு வகையாகவும் இவை புணரலாம் என்பதைக் கருத்திற்கொண்டே நன்னூலார் **'இனையவும் பலவே'** என்று கூறியிருக்கிறார். இந்த இரண்டு தொடர்களிலும் பண்புப் பெயர் எந்த மாற்றமும் அடையாமல் புணர்ந்திருப்பதைக் கவனத்திற்கொள்க.

'சிலர், ஒரே சமயம் பலவாகப் பிரிந்த உட்கிடக்கையை உணராது இயற்கைக்குரிய **செம்மை நெறியைச்** செயற்கைக்குரிய **வெம்மை நெறிகளாக்கினர்'**

இந்த வாக்கியத்தில் இடம் பெற்றுள்ள 'செம்மை நெறி', 'வெம்மை நெறி' என்னும் தொடர்களைக் கவனியுங்கள். இந்தத் தொடர்களில் நிலை மொழிகளாக நிற்கும் 'செம்மை' 'வெம்மை' என்னும் பண்புப் பெயர்கள் எந்த மாற்றமும் அடையவில்லை. முன்பு நாம் எடுத்துக்காட்டிய தொடர்களில் இவை 'செம்', 'வெம்' எனத் திரிந்து நிற்பதைக் கண்டோம். 'செந்தமிழ்', 'வெங்கதிர்' என்னும் தொடர்கள் அந்த வகையில் அமைந்தவை. இப்பொழுது நாம் கூறிய வாக்கியங்கள், தமிழ்த்தென்றல் திரு.வி.க. அவர்களுடையவை. அவரே வேறு சில இடங்களில் இவற்றை நாம் முன்பு குறிப்பிட்ட விதிக்கிணங்கச் சேர்த்தும் அமைத்திருக்கிறார். இப்பொழுது இந்த வாக்கியங்களைக் கவனியுங்கள்.

'பிற்றை நாட் புலவோர், இயற்கையை நாடாது, இயற்கையின் சாயலாக வரையப்பெற்ற ஓவியங்களின் நுட்பம் தேறாது, ஓவிய எடுப்புக்களையே பொருளாகக் கருதிப் பாடியபோதே, முருகன் **செந்நெறியில்** மாசு படரலாயிற்று'

'அந்**நுண்மைப் பொருள்,** யாண்டும் நீக்கமற நிற்பது. யாண்டும் நிறைந்துள்ள **அந்நுண்பொருள்,** சில வேளைகளில் சில இடங்களில் தனதிருப்பை உயிர்கட்கு அறிவுறுத்தவோ என்னவோ, மின்னொளி போல், தன் நுண்ணிய தோற்றத்தைப் புலப்படுத்துகிறது'

இவற்றுள் முதல் வாக்கியத்தில் 'செந்நெறி' என்னும் தொடர் அமைந்திருப்பதை நோக்குங்கள். 'செம்மை-நெறி', இங்கே 'செந்நெறி' என்று சேர்ந்து நிற்கிறது. இரண்டாவது வாக்கியத்தில் 'நுண்மைப் பொருள்' என்னும் தொடரும் 'நுண்பொருள்' என்னும் தொடரும் அமைந்திருப்பதைக் கவனியுங்கள். இரண்டுக்கும் பொருள் ஒன்றே. முதல் தொடரில் 'மை' ஈறு கெடாமல் நிற்கிறது. இரண்டாவது தொடரில் 'மை', ஈறு மறைந்துவிட்டது.

இதே போல 'இனிமைத் தமிழ்' என்பது 'இன்றமிழ்' என்றும் புணரும்.

'பணிவுடையன் **இன்சொலன்** ஆதல்
ஒருவற்கு
அணி அல்ல மற்றுப் பிற'

'முகத்தான் அமர்ந்து இனிது நோக்கி
அகத்தானாம்
இன்சொல் இனிதே அறம்'

இந்தக் குறட்பாக்களில், இன்சொலன், இன்சொல் என்னும் தொடர்களில், நிலைமொழியாக நிற்பது 'இனிமை' என்னும் பண்புப்பெயர்.

'இன்றமிழ்', இன்சொல் என்னும் தொடர்களில் நிலை மொழியாக நிற்கும் 'இனிமை' என்னும் சொல்லின் 'மை' கெட்டதுடன் இடையில் னகரத்துடன் சேர்ந்து நின்ற இகரமும் மறைந்து விடுவதைக் கவனியுங்கள்.

'கண்ணா கருமை நிறக்கண்ணா' என்னும் பாடல் வரியில் இடம் பெற்றிருக்கும் 'கருமை' என்னும் பண்புப் பெயர் 'மை' ஈறு

கெடாமல் நிற்பதைக் கவனியுங்கள். இது 'மை' ஈறு கெட்டுக் 'கருநிறம்' எனவும் புணரும் என்பதை முன்பே பார்த்தோம்.

'கருமை' என்னும் சொல், எல்லா இடங்களிலும் இரண்டு விதமாகவும் அமையும் என்று கொள்ள முடியாது. 'கருமை-நீலம்' என்பது, 'கருநீலம்' என்றுதான் புணருமே தவிர 'கருமைநீலம்' என்று புணராது.

பொருள் மாறுபாடு

இரண்டு விதமாக அமையும் தொடர்கள், சில சமயங்களில் ஒரே பொருள் தருகின்றன. இப்போது நாம் எடுத்துக்காட்டிய தொடர்கள், ஒரே பொருள் தருபவை. புணரும் முறை மாறுபட்டாலும் பொருள் மாறுபடவில்லை. சில தொடர்களில் புணரும் முறையே பொருள் மாற்றத்திற்குக் காரணமாக அமைவதைக் காண்கிறோம்.

'கன்னடமும் களிதெலுங்கும் கவின்
மலையாளமும்
உன்னுதிரத் துதித்தெழுந்தே ஒன்று
பல வாயிடினும்
ஆரியம் போல் உலக வழக்கழிந்
தொழிந்து சிதையா உன்
**சீரிளமைத் திறம் வியந்து செயல்மறந்து
போற்றுதுமே'**
(மனோன்மணீயம்)

இந்தப் பாடலில் 'உன் சீரிளமைத் திறம்' என்பது, தமிழ்த்தாய் என்றும் இளமையாய் இருக்கும் திறத்தைக் குறிக்கிறது. எனவே, இந்தப் பாடலில் 'இளமைத் திறம்' என்னும் தொடர், 'இளம் திறம்' என்று பொருள் தரவில்லை.

'...................மெய்யில்
மன்னிய வடுவை ஒக்கும்
மக்களின் இளமைச் செய்கை'
(வாணிதாசன்)

இங்கே 'இளமைச் செய்கை' என்பது, 'இளஞ்செய்கை' என்னும் பொருள் தராமல் 'இளமையில் நிகழும் செய்கை' என்று பொருள் தருவதைக் கவனியுங்கள்.

மை விகுதி கெடாமை

பண்புப் பெயர்களில் இன்னொரு வகை, 'மை' விகுதி கெடாமல் முழுமையாக நின்று புணர்வது.

'தமிழுக்கு மதுவென்று பேர்! இன்பத்
தமிழ் எங்கள் உரிமைச் செம்பயிருக்குவேர்'
(பாரதிதாசன்)

'உரிமைச் செம்பயிர்' என்னும் தொடரைக் கவனியுங்கள். இதில் நிலைமொழியாகிய 'உரிமை' என்னும் பண்புப் பெயர், எந்த மாற்றமும் அடையாமல் நிற்கிறது. 'உரிமை' என்னும் சொல் எல்லாத் தொடர்களிலும் இவ்வாறே எந்த மாற்றமும் அடையாமல் நிற்கும். உரிமை உணர்ச்சி, உரிமைக்குரல், உரிமைப்போர் முதலியன அத்தகையவை.

'உடைமை உணர்ச்சி' என்பது யாருக்கும் எளிதில் குறையாது' என்னும் வாக்கியத்தில் நிற்கும் 'உடைமை உணர்ச்சி' என்னும் தொடரைக் கவனியுங்கள். இந்தத் தொடரில் 'உடைமை' என்னும் சொல்லும் 'உரிமை' என்னும் சொல் போலவே எந்த மாற்றமும் அடையாமல் நிற்பதைக் கவனியுங்கள்.

'வளமாக வாழ்ந்தோம் அன்று: இன்று
வறுமைப் பள்ளத்தில் வீழ்ந்திருக்கிறோம்'

என்னும் வாக்கியத்தில் இடம் பெற்றுள்ள 'வறுமைப்பள்ளம்' என்னும் தொடரில் 'வறுமை' என்னும் சொல் தன் வடிவில் திரியாது நிற்பதைக் கவனியுங்கள். 'வறுமைப் பிணி', 'வறுமைக்கோலம்', 'வறுமை வாழ்க்கை' முதலிய தொடர்களும் இந்த வகையில் அமைந்தவையே.

'கயமைக் குணம் கொண்டவனின் மொழி கேட்டு, மாது மனங் கலங்கினாள்' என்னும் வாக்கியத்தில் இடம் பெற்றிருக்கும் 'கயமைக்குணம்' என்னும் தொடரில் நிலை மொழியாக நிற்கும் 'கயமை' என்னும் பண்புப் பெயர் எந்த மாற்றமும் அடையாமல் இருப்பதைக் கவனியுங்கள்.

'உப்புக்கடல் பிறந்த வெண்ணிலாவே!-
உனக்கு
உண்மைத் தந்தை தாய் யார் சொல்
வெண்ணிலாவே
'உரிமை வழி தடுக்க வெண்ணிலாவே!-
வானில்
ஓடிவரும் மேகங்களை வெண்ணிலாவே!
எரி கொண்டு தாக்குவையோ வெண்ணி
லாவே? அன்றி
இணங்கிப் பணிவாயோ வெண்ணிலாவே?
(வாணிதாசன்)

உண்மைத் தந்தை, உரிமை வழி என்னும் தொடர்களையும் நோக்குக.

மாற்றம் அடைந்த பின்னரே பிற சொற்களுடன் சேரும் பண்புப் பெயர்கள் ஒரு வகை; எந்த மாற்றமும் அடையாமல் பிற சொற்களுடன் சேரும் பண்புப் பெயர்கள் மற்றொரு வகை; வருமொழியுடன் சேரும் போது திரிந்தும் திரியாமலும் நிற்கும் பண்புப் பெயர்கள் இன்னொரு வகை. புணர்ச்சி விதி மாறினாலும் பொருள் மாறுபடாதிருப்பதும் உண்டு. புணர்ச்சி விதிக்கேற்பப் பொருள் மாறுபடுவதும் உண்டு. இவற்றை நினைவிற் கொள்க.

எண்ணுப் பெயர்ப் புணர்ச்சி

ஒன்று, இரண்டு முதலான எண்களுக்கு உரிய பெயர்களை எண்ணுப் பெயர் என்று சொல்லுகிறோம். இந்தச் சொற்கள் நிலை மொழியாக அமையும் தொடர்களில் நிற்கும் இரண்டு சொற்களும் சேரும்போது நிகழும் மாற்றங்கள் யாவை என்பதை இப்போது பார்ப்போம்.

ஒன்று முதல் பத்து வரையுள்ள எண்ணுப் பெயர்களைக் கவனியுங்கள். இவையாவும் குற்றியலுகரத்தை ஈற்றிலுடைய சொற்கள். 'ஒன்று', இரண்டு, 'மூன்று,' 'நான்கு' 'ஐந்து' - இந்த ஐந்தும் மென்தொடர்க் குற்றிய லுகரச் சொற்கள். 'ஆறு' நெடில் தொடர்க் குற்றியலுகரம் 'எட்டு', 'பத்து' ஆகிய இரண்டும் வன்தொடர்க் குற்றியலுகரங்கள் 'ஒன்பது' உயிர்த் தொடர்க் குற்றியலுகரம். 'ஏழு' முற்றியலுகரமாகக் கொள்ள வேண்டிய தென்றாலும், பெரும்பாலும் குற்றியலுகரப் புணர்ச்சி விதியைத் தழுவியே புணர்கின்றது.

ஒன்று, இரண்டு, மூன்று, நான்கு, ஐந்து என்னும் எண்ணுப் பெயர்களை மீண்டும் நோக்குங்கள். இந்த ஐந்து சொற்களும் மென்தொடர்க் குற்றியலுகரமாகையால், இவற்றில் ஏதேனும் ஒன்று நிலை மொழியாக அமையும் போது வருமொழி முதலில் வல்லினம் வருமாயின், அந்த வல்லினம் மிகாமல், இயல்பாகவே புணரும் 'ஒன்று செய்', 'இரண்டுபேர்', 'மூன்று தடவை', 'நான்கு கதை', 'ஐந்து படி' முதலிய தொடர்கள் இயல்பாகப் புணர்ந்திருப்பதைக் கவனியுங்கள்.

ஒன்று

ஒன்று என்னும் சொல்லை நிலை மொழியாகக் கொண்ட தொடர் எதுவாக இருந்தாலும் அந்தத் தொடரில் வல்லினம் மிகாது.

எடுத்துக்காட்டு :

1. நாம் **ஒன்றுகூடுவோம்.**
2. இரண்டில் **ஒன்று கனி; மற்றொன்று காய்.**
3. **ஒன்றுபட்டால்** உண்டு வாழ்வு.
4. எல்லாம் கற்பனையே; **ஒன்றுகூட** உண்மை இல்லை.
5. இந்தக் கவிதை **ஒன்றுதான்** கற்பனை வளம் உடையது.

இரண்டு

இரண்டு என்னும் சொல்லுக்குப் பின்னும் வல்லினம் மிகாது.

எடுத்துக்காட்டு :

1. **இரண்டு** பறவைகள் ஒரு கூட்டில் வாழ்ந்தன.
2. **இரண்டு** தடவை போய்த் தேடியும் அவரைக் காண முடியவில்லை.
3. அந்த **இரண்டு கதைகளும்** அருமை யானவை.
4. அந்தக் காட்டில் **இரண்டு சிங்கங்கள்** வாழ்ந்தன.

இங்கே, பொருளின் எண்ணிக்கையைக் குறிக்க, அந்தப் பொருளின் பெயருக்கு முன் 'இரண்டு' என்னும் எண்ணுப் பெயர் அமைந்துள்ளது. இத்தகைய தொடர்களில் மட்டுமல்ல; எந்தத் தொடரிலும் 'இரண்டு' என்னும் சொல்லுக்குப் பின் வல்லினம் மிகாது.

எடுத்துக்காட்டு :

1. **இரண்டு கொடுத்தார்.**
2. **இரண்டு போதுமா?**
3. ஒன்றும் ஒன்றும் **இரண்டுதானே?**
4. இரண்டோடு **இரண்டு சேர்த்தால்** என்ன ஆகும்?

5. ஒன்றிரண்டு பலிக்கலாம்.
6. வழிபாட்டை இரண்டு கூறிட்டுக் கொள்ளலாம்.
7. உருவின் இயல்களுள் இரண்டு குறிப்பிடத்தக்கன.

மூன்று

மூன்று என்னும் சொல்லுக்குப் பின்னும் வல்லினம் மிகாது.

எடுத்துக்காட்டு :

1. மூன்று கேள்விகள்.
2. மூன்று பாடல்கள்.
3. மூன்று சங்கங்கள்.
4. மூன்று தமிழ்ப் புலவர்.
5. மூன்று காலம்.
6. மூன்று கண்டோம்.

எந்தத் தொடராக இருந்தாலும் மூன்று என்னும் சொல்லுக்குப் பின் வல்லினம் மிகாது.

நான்கு

இவ்வாறே எந்தத் தொடரிலும் நான்கு என்னும் சொல்லுக்குப் பின்னும் வல்லினம் மிகாது.

எடுத்துக்காட்டு :

1. நான்கு பேர்.
2. நான்கு பக்கம்.
3. நான்குதான் கிடைத்தது.
4. நான்குகூடக் கிடைக்கவில்லை.
5. நான்கு சட்டை வாங்கினான்.

ஐந்து

ஐந்து என்னும் சொல்லுக்கும் அதே விதிதான்.

எடுத்துக்காட்டு :

1. ஐந்து சீலங்கள்.
2. ஐந்து பேர்.
3. ஐந்து கனி.
4. ஐந்து கட்டு.
5. ஐந்து தூண்.
6. ஐந்து கிடைக்குமா?

ஆறு

ஆறுக்குப் பின்னும் வல்லினம் மிகாது. எல்லாத் தொடருக்கும் இது பொருந்தும்.

எடுத்துக்காட்டு :

1. ஆறு பேர்.
2. ஆறு கட்டடங்கள்.
3. ஆறு தரம்.
4. ஆறு சுவை.
5. ஆறு கிடைத்தது.

ஏழும் ஒன்பதும்

ஒன்று முதல் ஆறு வரை உள்ள எண்களுக்குக் கூறிய விதியே இந்த எண்களுக்கும் பொருந்தும். இந்த எண்ணுப் பெயர்களுக்குப் பின்னும் வல்லினம் மிகாது. எல்லா வகைத் தொடர்களுக்கும் இது பொருந்தும்.

எடுத்துக்காட்டு :

1. ஏழு கடல்.
2. ஒன்பது சுவை.
3. ஏழு சுவர்.
4. ஏழுதான்.
5. ஒன்பதுகூட.
6. ஏழு பறவைகள்.
7. ஒன்பது புலவர்கள்.

எட்டும் பத்தும்

இந்த இரண்டும் வன்றொடார்க் குற்றியலுகரச் சொற்கள். எனவே, இவற்றின் பின் வல்லினம் மிகும் என்பது சொல்லாமலே விளங்கும்.

எடுத்துக்காட்டு :

1. எட்டுத் திசையும்.
2. எட்டுப் பக்கம்.
3. எட்டுக் குடி.

4. பத்துப் பத்தாக.
5. பத்துக் குடும்பம்.
6. பத்துச் சொற்கள்.

இருபது

இருபது, முப்பது முதலிய எண்ணுப் பெயர்களுக்குப் பின்னும், நூறு, இருநூறு முதலிய எண்ணுப் பெயர்களுக்குப் பின்னும் வல்லினம் மிகாது.

எடுத்துக்காட்டு :

1. இருபது பேர்.
2. முப்பது தடவை.
3. நாற்பது கப்பல்கள்.
4. ஐம்பது புத்தகங்கள்.
5. அறுபதுதான்.
6. எழுபது தொலைக்காட்சிப் பொட்டிகள்.
7. என்பது கோடி.
8. தொண்ணூறு சங்கங்கள்.
9. நூறு பள்ளிகள்.
10. இருநூறு கட்டடங்கள்.
11. முந்நூறு பாடல்கள்.
12. நானூறு கவிதைகள்.
13. ஐந்நூறு திரைப்படங்கள்.
14. அறுநூறு செய்யுள்கள்.
15. எழுநூறுகூட [இல்லையா?]
16. எண்ணூறு பெட்டிகள்.

ஒன்று முதல் ஏழு வரையிலான எண்ணுப் பெயர்களும் ஒன்பதும் நிலைமொழியாக நிற்கும் போது, வல்லினம் மிகாது என்பதையும் எட்டு, பத்து ஆகிய எண்களை நிலைமொழியாகக் கொண்ட தொடர்களில் வல்லினம் மிகும் என்பதையும் இது வரை பார்த்தோம். அவற்றை நினைவு வைத்துக் கொள்ள இந்தக் கவிதை வரிகள் உதவும்:

''நாளென ஒன்றுபோற் காட்டி உயிரீரும்
வாளது உணர்வார்ப் பெறின்''
(குறள்)

''சோதி கவர்ந்து சுடர்மயமாம் விந்தை யினை
ஓதிப் புகழ்வார் உவமையொன்று காண் பாரோ?''
(பாரதியார்)

''மின்ஒன்று பெண்ணென்று புவியில் வந்து
விளைந்ததுபோல் விளைந்த உனதழகு மேனி''
(பாரதிதாசன்)

''கண்ணொன்று தீங்கு செய்தாலே - அந்தக்
கண்ணைப் பிடுங்கிட வேண்டும்''
(கண்ணதாசன்)

''நண்ணிரண்டு பொற்பாதம் அளித்த ருள்வாய்
சராசரத்து நாதா! நாளும்''
எண்ணிரண்டு கோடியினும் மிகப் பலவாம்
வீண்கவலை எளியனேற்கே''

''ஊர் இரண்டுபட்டால் கூத்தாடிக்குக் கொண்டாட்டம்''
(பழமொழி)

''அன்றந்த லங்கையினை ஆண்ட மறத்தமிழன்
ஐயிரண்டு திசை முகத்தும் தன்புகழை வைத்தோன்''
(பாரதிதாசன்)

''தூண்டிவிட்டுப் போர்புரியச் செய்திடவும் - எல்லை
தாண்டுமிடம் இரண்டு சேவல் விலக்கிடவும்
இடையிலே ஆட்கள் சிலர் இருப்பது போல்
மடைதிறந்த என்துயரம் தீர்ப்பதற்கு யார் உளர்?''
(கலைஞர் மு. க.)

''மூன்று குலத் தமிழ் மன்னர் - என்னை
மூண்ட நல்லன்பொடு நித்தம் வளர்த்தார்''
(பாரதியார்)

''மூன்று தலை முறைக்கும் நிதி
வேண்டுமா? - காலம்
முற்றும் புகழ் வளர்க்கும் மதி
வேண்டுமா?''

''நான்கு சுவர்களுக்குள் எது நடந்தாலும்
அது நமக்குள் இருக்கட்டும்.''
(கண்ணதாசன்)

''வெற்றி ஐந்து புலன் மிசைக் கொள்வோம்
வீழ்ந்து தாளிடை வையகம் போற்றும்.''

''ஐம்பெரும் பூதத் தகிலமே சமைத்த
முன்னவன் ஒப்ப முனிவனும் ஐந்து
சீடர்கள் மூலமாய் . . . .''
(பாரதியார்)

''ஒன்றே பொருளெனின் வேறென்ப
வேறெனின்
அன்றென்ப ஆறு சமயத்தார் - நன்றென
எப்பாலவரும் இயைபவே வள்ளுவனார்
முப்பால் மொழிந்த மொழி''
(கல்லாடர்)

''ஆறுபடை வீடமர்ந்த ஆறுமுகா''

''எங்கெங்குக் காணினும் சத்தியடா - தம்பி
ஏழுகடல் அவள் வண்ணமடா''
(பாரதிதாசன்)

''வெற்றி எட்டுத் திக்கும் எட்டக் கொட்டு
முரசே''
எட்டுத் திசையும் பறந்து திரிகுவை
ஏறி அக் காற்றில் விரைவோடு நீந்துவை''
(பாரதியார்)

''நூறுபத் தடுக்கி எட்டுக்கடை நிறுத்த''
(சிலப்பதிகாரம்)

''பத்துப் பன்னிரண்டு தென்னைமரம்
பக்கத்திலே வேணும்''

''முப்பது கோடி முகமுடையாள் உயிர்
மொய்ம்புறம் ஒன்றுடையாள்''

''அறுபது கோடி தடக்கைகளாலும்
அறங்கள் நடத்துவாள் தாய்''

''சாதி நூறு சொல்லுவாய் போ போ போ''

''ஐயனே! உங்கள் அரண்மனையில்
ஐந்நூறு
தையலருண்டாம், அழகில் தன்னிகரில்
லாதவராம்''
(பாரதியார்)

''உண்பது நாழி உடுப்பது நான்குமுழம்
எண்பது கோடி நினைந்து எண்ணுவன''
(நல்வழி)

''முப்பத்து முக்கோடி மக்களடி நாங்கள்
முப்பத்து முக்கோடி சோதரர்கள்
முப்பத்து முக்கோடி பேரும் ஒரு மிக்க
முப்பொழுதும் அவள் பூசை
செய்வோம்''
(நாமக்கல் கவிஞர்)

'முப்பத்து முக்கோடி' என்பதற்கு 'முப்பத்து மூன்று கோடி' என்று பொருள். 'முப்பத்து மூன்று' என்பதை நோக்குக. முப்பது - மூன்று - முப்பத்து மூன்று. இந்தத் தொடரில் நிலைமொழியாக நிற்பது 'முப்பது'. இதனுடன் 'மூன்று' என்னும் சொல் சேரும்போது 'முப்பது' என்னும் சொல்லில் உகரமேறி நிற்கும் 'த்' இரட்டித்து 'முப்பத்து' என்றாகியிருக்கிறது.

இருபது முதலான எண்களுடன் இன்னோர் 'எண்' வந்து சேரும்போது நிலைமொழி ஈற்றில் உகரமேறி நிற்கும் 'த்' இரட்டிக்கும். இத்தகைய தொடர்களில் நூறு, இருநூறு முதலான எண்கள் நிலைமொழியாக நிற்கும் போது 'ற்' இரட்டிக்கும்.

எடுத்துக்காட்டு :

1. திருக்குறளில் நூற்று முப்பத்து மூன்று அதிகாரங்கள் உள்ளன.
2. நாயன்மார்கள் அறுபத்து மூன்று பேர்.
3. இளங்கோவுக்கு இருபத்தெட்டு வயதாகிறது.
4. திருக்குறள் அறத்துப்பாலில் முப்பத்தெட்டு அதிகாரங்களும் இன்பத்துப் பாலில் இருபத்தைந்து அதிகாரங்களும் உள்ளன.
5. திருக்குறள் இன்பத்துப் பாலில் இருநூற்றைம்பது பாக்கள் உள்ளன.
6. சேரமான் கணைக்கால் இரும்பொறை பாடிய 'குழவி இறப்பினும்' என்று

தொடங்கும் பாடல் புறநானூற்றில் **எழுபத்து நான்காவது** பாடலாக அமைந் துள்ளது.

7. பிசிராந்தையார் பாடிய ''யாண்டு பலவாக'' என்னும் பாடல் புறநானூற்றில் **நூற்றுத் தொண்ணூற்று ஒன்றாவது** பாடலாகும்.

8. சங்கத்தின் ஆண்டுக் கூட்டத்திற்கு **நானூற்று ஐம்பத்தேழு** பேர் வந்திருந்தனர்.

9. அந்தக் கடிகாரத்தின் விலை **முந்நூற்று நாற்பத்தைந்து வெள்ளி.**

10. திருக்குறள் அறத்துப் பாலில் **முந்நூற்று எண்பது** பாடல்கள் உள்ளன.

இரண்டு முதல் எட்டு வரையில் உள்ள எண்ணுப் பெயர்களுடன் பத்து என்னும் எண்ணுப் பெயர் சேரும்போது பின்வருமாறு அமையும்.

1. இரண்டு + பத்து - இருபது
2. மூன்று + பத்து - முப்பது
3. நான்கு + பத்து - நாற்பது
4. ஐந்து + பத்து - ஐம்பது
5. ஆறு + பத்து - அறுபது
6. ஏழு + பத்து - எழுபது
7. எட்டு + பத்து - எண்பது

ஒன்றும் ஒன்பதும் இந்தப் பட்டியலில் இல்லை 'பத்து என்றாலே ஒரு பத்தைத்தான் குறிக்கும். எனவே, 'ஒரு பத்து அல்லது' 'ஒருபது' என்று சொல்லும் வழக்கம் இல்லை. ஒன்பது பத்துக்கள் கொண்ட எண் தொண்ணூறு' என்பது. ஒன்பது, பத்து ஆகிய இரு சொற்களின் சேர்க்கையினின்று தொண்ணூறு முற்றிலும் மாறுபட்ட சொல்லாக விளங்குகிறது.

இரண்டு முதல் எட்டு வரையுள்ள எண்ணுப் பெயர்களுடன் 'நூறு' என்னும் எண்ணுப் பெயர் சேரும்போது அவை கீழ்க்காணுமாறு புணரும்.

1. இரண்டு + நூறு - இருநூறு
2. மூன்று + நூறு - முந்நூறு
3. நான்கு + நூறு - நானூறு
4. ஐந்து + நூறு - ஐந்நூறு
5. ஆறு + நூறு - அறுநூறு
6. ஏழு + நூறு - எழுநூறு
7. எட்டு + நூறு - எண்ணூறு

'ஒன்றும்' 'ஒன்பதும்' இங்கே சேர்க்கப்பட வில்லை. 'ஒன்று' விலக்கப்பட்டதற்குக் காரணம், நூறுடன் ஒன்று சேர்த்து 'ஒரு நூறு' என்று சொல்வதில்லை 'நூறு' என்றாலே 'ஒரு நூறைத்தான் குறிக்கும் 'நூறு' என்று சொல்வது தான் தமிழ் மரபு. ஆங்கில மொழித்தாக்கம் காரணமாக 'one hundred' என்பதைத் தமிழில் அப்படியே சொற்பெயர்ப்புச் செய்து ஒரு நூறு என்று எழுதுகின்றனர். இது தமிழ் மரபுக்கு ஏற்றதன்று. நூறு புத்தங்கள், 'நூறு நாற்காலிகள், 'நூறு வெள்ளி', 'நூறுபவுன்', 'நூறாண்டு', என்று சொல்வதுதான் வழக்கம். இந்தப் பாடல் வரிகளைக் கவனியுங்கள்.

''**நூறு நூல்கள்** போற்றுவாய் மெய்கூறும்
நூலிலொத்து இயல்கிலாய் போ போ போ.

ஜாதி நூறு சொல்லுவாய் போ போ போ
தருமமொன்று இயற்றிலாய் போ போ
போ

நீதி நூறு சொல்லுவாய் காசொன்று
நீட்டினால் வணங்குவாய் போ போ போ
(பாரதியார்)

'ஓராயிரம்' என்பதை 'ஆயிரம்' என்னும் சொல்லே உணர்த்தும். எனவே, 'ஆயிரம்' என்று சொன்னாலே போதும். 'ஆயிரம் காலத்துப் பயிர்', 'ஆயிரம் ஆண்டுகளுக்கு முன்பு வாழ்ந்தவர்கள்', 'ஆயிரம் பேர் வந்திருந்தார்கள்' முதலிய தொடர்களைக் கவனியுங்கள். இந்தத் தொடர்களில் நிற்கும் 'ஆயிரம்' என்பது 'ஓராயிரம்' என்னும் பொருளே தருகிறது. இந்தப் பாடற் பகுதியைப் பாருங்கள்.

''. . . . . நாற்பதிற்றாண்டின்
முன்னிருந்தவரோ? முந்நூற்றாண்டிற்கு
அப்பால் வாழ்ந்தவர் கொல்லோ? **ஆயிரம்**
ஆண்டின் முன்னவரோ? ஐயாயிரமோ?''
(பாரதியார்)

''ஆயிரம்' என்னும் சொல் ஓராயிரத்தையே குறிக்கிறது என்பது தெளிவு.

''விதிமுறைக் கொள்கையின் **ஆயிரத்**
தெண்கழஞ்சு
ஒரு முறையாகப் பெற்றனள். . . . . ''
(சிலப்பதிகாரம்)

'ஆயிரத்தெண்கழஞ்சு' என்னும் தொடரைக் கவனியுங்கள். இங்கேயும்

'ஆயிரம்' என்பது 'ஓராயிரம்' என்னும் பொருளுடையதே. இந்தப் பாடலைக் கவனியுங்கள்.

''இன்னருங் கனிச் சோலைகள் செய்தல்
இனிய நீர்த்தண் சுனைகள் இயற்றல்
அன்ன சத்திரம் **ஆயிரம்** வைத்தல்
ஆலயம் **பதினாயிரம்** நாட்டல்
பின்னருள்ள தருமங்கள் யாவும்
பெயர் விளங்கி ஒளிர நிறுத்தல்
அன்ன யாவினும் புண்ணியம் கோடி
ஆங்கோர் ஏழைக் கெழுத்தறிவித்தல்''
(பாரதியார்)

இந்தப் பாடலில் 'அன்ன சத்திரம் ஆயிரம் வைத்தல்' என்னும் தொடரில் நிற்கும் 'ஆயிரம்' என்பதற்கு 'ஓராயிரம்' என்றே பொருள். அடுத்த வரியில் நிற்கும் 'பதினா யிரம்' என்னும் சொல்லைக் கவனியுங்கள். இது பத்தாயிரத்தைக் குறிக்கிறது. இவ்வாறு இரண்டாயிரம், மூவாயிரம், ஐயாயிரம் என்று கூறாமல், 'ஆயிரம்' என்று மட்டுமே சொன்னால், அதற்கு 'ஓராயிரம்' என்றே பொருள். அதாவது, 'ஆயிரம்' என்னும் சொல்லுக்கு அடையாக ஏதேனும் எண்ணுப் பெயர் நின்றாலே ஒழிய, 'ஆயிரம்' என்னும் சொல் எப்போதும் 'ஓராயிரத்தையே குறிக்கும் எனவே, 'ஆயிரம்' என்று சொல்வதே மரபு.

'லட்சம்' 'கோடி' என்னும் சொற்களும் எண் அடை பெறாமல் நிற்கும்போது 'ஒரு லட்சம்', 'ஒரு கோடி' என்னும் பொருளே உணர்த்தும்.

''பாடியுனைச் சரணடைந்தேன் பாசமெல்
லாங்களைவாய்
கோடி நலஞ் செய்திடுவாய் குறைக
ளெல்லாம் தீர்ப்பாய்

என்னும் பாடல் வரிகளில் இடம் பெற்றி ருக்கும் 'கோடி' என்னும் சொல் 'ஒரு கோடி' என்னும் பொருள் தருவதைக் கவனியுங்கள். இத்தனை கோடி என்பதைக் குறிக்கும் 'எண்ணடை' எதுவும் பெறாமல் 'கோடி' என்னும் சொல் தனித்து நிற்கும்போது ஒரு கோடி என்றே பொருள் தரும்.

இவ்வாறே எண்ணடை எதுவும் இல்லாமல் 'லட்சம்' என்று சொல்லும்போது அது 'ஒரு லட்சம்' என்றே பொருள் தரும் 'அங்கே லட்சம் பேர் கூடியிருந்தனர் என்று சொல்லும்போது, 'லட்சம்' என்பதற்கு ஒரு லட்சம் என்றே பொருள் கொள்ளுகின்றோம் 'இரண்டு லட்சம்', மூன்று லட்சம் என எண்ணடைகள் சேர்ந்து நின்றாலொழிய 'லட்சம்' என்னும் சொல் 'ஒரு லட்சத்தையே குறிக்கும். இந்த நேரத்தில் இன்னுமொன் றையும் கவனத்திற் கொள்வது நல்லது. இன்றைய வழக்கில், குறிப்பாக உரை நடையில், 'ஒரு லட்சம்', 'ஒரு கோடி' என்னும் தொடர்கள் பெரும் பான்மையாகக் காணப்படுகின்றன. ஆயினும், ஆயிரம் என்பதே இன்றும் பெருவழக்காக இருக்கிறது.

'ஆயிரத்து நானூற்று ஐம்பது', 'ஆயிரத்து எண்ணூற்றுப் பத்தொன்பது' போன்ற தொடர்களிலும் 'ஆயிரம்' என்னும் சொல் 'ஓர்' என்னும் எண்ணடை பெறாமல் நிற்பதே வழக்கம்.

அதாவது, ஆயிரத்துக்கும் இரண்டாயி ரத்துக்கும் இடைப்பட்ட ஓர் எண்ணைக் குறிக்கும் போது 'ஓர்' என்னும் எண்ணடை 'ஆயிரம்' என்னும் சொல்லுக்கு முன் வரும் வழக்கமில்லை. இது போலவே, 'நூற்றுக்கும் இருநூற்றுக்கும் இடைப்பட்ட ஓர் எண்ணைக் குறிக்கும்போது 'நூறு' என்பது 'ஒரு' என்னும் எண்ணடை பெறாமலே வரும். 'நூற்று நாற்பது', 'நூற்றுத்தொண்ணூறு' போன்ற தொடர்களைக் கவனியுங்கள்.

ஆனால், ஒரு லட்சத்துக்கும் இரண்டு லட்சத்துக்கும் இடைப்பட்ட எண்களைக் குறிக்கும்போது, அந்தத் தொடர்களில் முதலில் நிற்கும் 'லட்சம்' என்னும் சொல் 'ஒரு' என்னும் எண்ணடை பெற்றே வரும். கோடி என்பதும் இவ்வாறே 'ஒரு' என்னும் அடைபெறுகிறது. 'ஒரு கோடியே ஐம்பது லட்சம்', 'ஒரு கோடியே இருபத்தைந்து லட்சம்' போன்ற தொடர்களைக் கவனியுங்கள்.

'ஒரு கோடியே ஐம்பது லட்சம்' என்பதை 'ஒன்றரைக் கோடி' என்றும் 'ஒரு கோடியே இருபத்தைந்து லட்சம்' என்பதை 'ஒன்றே கால் கோடி' என்றும் சொல்லும் வழக்கமும் இருந்துவருகிறது. இதே போல, 'ஒரு லட்சத்து ஐம்பதாயிரத்தை ஒன்றரை லட்சம் என்று சொல்லுகிறோம் 'ஒரு லட்சத்து எழுபத்தையா யிரத்தை 'ஒன்றே முக்கால் லட்சம்' என்று சொல்லுகிறோம்.

'லட்சம்' என்னும் எண்ணுப்பெயருக்கு முன் 'இரண்டு', 'மூன்று' முதலிய சொற்கள் எண்ணடையாக வரும்போது, அவை திரியாமலே நிற்கும். 'இரண்டு லட்சம்', 'மூன்று லட்சம்', 'நான்கு லட்சம்' என அமையும். 'லட்சத்திற்கு எண்ணடையாக வரும் மற்ற எண்ணுப் பெயர்களும் திரியாமலே நிற்கும். 'ஒன்று' என்பது மட்டும் மற்ற இடங்களைப் போலவே இங்கேயும் 'ஒரு' எனத் திரிந்து நிற்கும் 'ஒரு லட்சம்' என்னும் தொடரைக் கவனியுங்கள்.

'கோடி' என்னும் எண்ணுப் பெயருக்கு முன் வரும் எண்ணடைகள் இரண்டு விதமாகவும் அமையும். 'இரண்டு கோடி' என்றும் சொல்லலாம், 'இரு கோடி' என்றும் சொல்லலாம். 'மூன்று கோடி' என்றும் கூறலாம்; 'முக்கோடி' என்றும் கூறலாம். இந்தப் பாடலைக் கவனியுங்கள்.

"எப்புறத்தும் எவ்விடத்தும் இன்பக்காட்சி
எழுகோடிக் கண்ணேனும்
கொள்ளாக்காட்சி
முப்புறத்து வேந்தர்களும் ஒன்றாய் வந்து
முதன் முதலாய் வஞ்சிதனிற் சேர்ந்த
நன்னாள்"
(கண்ணதாசன்)

'ஏழு-கோடி' என்பதே 'எழுகோடி' எனப் புணர்ந்திருக்கிறது. அதாவது, 'ஏழு' என்னும் நிலைமொழி 'எழு' எனத் திரிந்து நிற்கிறது. 'எழு' என்பது திரியாமல் நிற்கும்போது இந்தத் தொடர் 'ஏழு கோடி' என அமையும். இன்றைய வழக்கில் இவை திரியாமல் நிற்பதே பெரும்பான்மையாகும்.

ஆயிரத்தின் முன் எண்ணடை

'ஆயிரம்' என்னும் எண்ணுப் பெயருக்கு முன் நிற்கும் எண்ணடைகள் திரிந்தும் திரியாமலும் புணர்வதைக் காண்கிறோம்.

ஒன்று என்பது பெயருக்கு முன் அடையாக வரும்போது 'ஒரு' அல்லது 'ஓர்' எனத் திரியும். எண்ணுப் பெயருக்கு மட்டுமன்றி, எல்லாப் பெயர்களுக்கும் இது பொருந்தும். வருமொழியாக நிற்கும் சொல்லின் முதலெழுத்து மெய்யாக இருந்தால் 'ஒரு' என்பதும், உயிராக இருந்தால் 'ஓர்' என்பதும் அடையாக வரும்.

'ஆயிரம்' என்னும் சொல்லின் முதலெழுத்து உயிராக இருப்பதால் 'ஓர்' என்பது அடையாக வரும். அதாவது 'ஓர் ஆயிரம்' என்றமையும்.

இரண்டு முதலான ஏனைய எண்கள் நிலைமொழியாக அமையும்போது. திரிந்தும் திரியாமலும் நிற்கும். 'இரண்டு - ஆயிரம்' என்பது திரியாமல் நிற்கும்போது 'இரண்டாயிரம்' என்றும் திரிந்து நிற்கும்போது 'ஈராயிரம்' என்றும் அமையும்.

மூன்று, நான்கு, ஐந்து முதலியன நிலைமொழியாக அமைந்து, ஆயிரம் வருமொழியாக அமையும் போதும் இவ்வாறே இரண்டு விதமாகத் தொடர்கள் அமைவதைக் காணலாம். மூவாயிரம், மூன்றாயிரம், நாலாயிரம், நான்காயிரம், ஐயாயிரம், ஐந்தாயிரம் என இரண்டு விதமாகவும் தொடர்கள் அமைகின்றன. ஆறு, ஏழு என்பன நிலைமொழியாக அமைந்து வருமொழியாக 'ஆயிரம்' என்னும் பெயர் அமையும் போது ஆறு, ஏழு என்பன திரியாமல், அதாவது, 'அறு', 'எழு' என்று திரியாமல் குற்றியலுகரப் புணர்ச்சி விதியைத் தழுவிப்புணரும்; 'ஆறாயிரம்', 'ஏழாயிரம்' என்று அமையும்.

'எட்டு - ஆயிரம்' என்பது இருவிதமாகப் புணரும். 'எட்டாயிரம்' என்றும், 'எண்ணாயிரம்' என்றும் அமையும். 'எட்டு - பத்து' என்பது 'எண்பது' என்றும், 'எட்டு - நூறு' என்பது 'எண்ணூறு' என்றும் திரிந்து புணர்வதை முன்பு பார்த்தோம். ஆயிரத்துடன் சேரும்போது, எட்டு திரிந்தும் திரியாமலும் புணர்கின்றது.

'ஒன்பது - ஆயிரம்' என்பது 'ஒன்பதாயிரம்' என்று அமையும். 'பத்து - ஆயிரம்' என்பது 'பத்தாயிரம்' அல்லது பதினாயிரம் என்று வழங்குகிறது. இன்றைய வழக்கில் பத்தாயிரமே பெரும்பான்மையாகும்.

இருபது, முப்பது முதலிய எண்ணுப் பெயர்களுடன் ஒன்று, இரண்டு முதலான எண்ணுப் பெயர்கள் சேரும்போது, அவை இருபத்தொன்று, இருபத்திரண்டு, முப்பத்தொன்று, முப்பத்திரண்டு என்று சேர்ந்த மைவதைப் பார்த்தோம். இருபது, முப்பது, நாற்பது போன்றவற்றுடன் ஒன்று முதல் ஒன்பது வரையுள்ள எண்கள் யாவும் இவ்வாறே ஒரே விதமாகச் சேருகின்றன. ஆனால், பத்துடன் இந்த எண்களில் பெரும்

பாலானவை ஒரே விதமாகச் சேரும். அதே சமயத்தில், இரண்டு எண்கள் மட்டும் பொது விதிக்கு மாறாகச் சேர்கின்றன. இரண்டும் ஒன்பதுமே அவை. பத்துடன் ஒன்று முதல் 'ஒன்பது வரையுள்ள எண்கள் எவ்வாறு சேர்கின்றன என்பதைக் கீழ்க்காணும் பட்டியல் உணர்த்தும்:

1. பத்து - ஒன்று - பதினொன்று
2. பத்து - இரண்டு - **பன்னிரண்டு**
3. பத்து - மூன்று - பதின்மூன்று
4. பத்து - நான்கு - பதினான்கு
5. பத்து - ஐந்து - பதினைந்து
6. பத்து - ஆறு - பதினாறு
7. பத்து - ஏழு - பதினேழு
8. பத்து - எட்டு - பதினெட்டு
9. பத்து - ஒன்பது - **பத்தொன்பது**

பன்னிரண்டும் பத்தொன்பதும் விதி விலக்காக அமைந்திருப்பதை நோக்குக

எண்ணுப் பெயர்கள் அடுக்கிவருதல்

'ஒன்று' என்பது அடுக்கி வரும்போது, அதாவது 'ஒன்று ஒன்று' என்று இருமுறை வரும்போது அது ஒவ்வொன்று என்று அமையும். இதே போல் 'இரண்டு இரண்டு' என்பது 'இவ்விரண்டு' என்றாகும் 'இவ்விரண்டு' என்பது 'இந்த இரண்டு' என்னும் பொருளும் தரக்கூடியது. இதனால் தானோ என்னவோ, இன்றைய வழக்கில் 'இவ்விரண்டு' என்பது மறைந்து 'இரண்டிரண்டு' என்பது நிலையான இடம் பெறலாயிற்று.

'மூன்று மூன்று பேராக வந்தனர்' என்னும் வாக்கியத்தைக் கவனியுங்கள். இந்த வாக்கியத்திலுள்ள 'மூன்று மூன்று' என்னும் தொடரைச் சேர்த்துச் சொல்லும்போது, 'மும்மூன்று' என்று அமையும். அப்போது இந்த வாக்கியம் 'மும்மூன்று பேராக வந்தனர் என்று அமையும். இன்றைய வழக்கில் பெரும்பாலும் 'மூன்று மூன்று' என்று பிரித்தே சொல்கிறோம்; எழுதுகிறேம்.

'நான்கு நான்கு' என்பதைச் சேர்த்தொலிக்கும் போது 'நந்நான்கு' என்று அமையும்.

இவ்வாறே 'ஆறு - ஆறு - அவ்வாறு என்றும். ஏழு - ஏழு - எவ்வேழு என்றும் புணரும். இந்தத் தொடர்களில் எல்லாம் நிலைமொழி முதல் குறுகி நிற்பதை நோக்குக.

'ஐந்து - ஐந்து - ஐயைந்து' என்றும் 'எட்டு எட்டு - எவ்வெட்டு' என்றும், பத்து - பத்து - பப்பத்து என்றும் புணரும். 'ஒவ்வொன்று' என்பதைத் தவிர மற்ற யாவும் இன்றைய உரை நடை வழக்கில் இல்லை. எனினும், இவை கவிதையில் இடம் பெறுகின்றன. எனவே, இவற்றை நினைவில் நிறுத்துக. 'ஒன்பது - ஒன்பது' என்பதைச் சேர்த்தொலிக்கும்போது 'ஒன்பதொன்பது' என்று குற்றியலுகரப் புணர்ச்சி விதியைத் தழுவியே புணரும். ஏனைய எண்களைப் போல நிலைமொழியின் முதலெழுத்து மட்டும் நின்று புணராது. நாம் சற்று முன்பு எடுத்துக்காட்டிய ஒவ்வொன்று, இவ்விரண்டு, மும்மூன்று, நந்நான்கு முதலிய தொடர்களைக் கவனித்தால் நிலைமொழியின் முதலெழுத்து மட்டும் நின்று புணர்வதை உணரலாம். இவற்றில் மூன்று, நான்கு, ஆறு, ஏழு ஆகியவற்றின் முதலெழுத்தாகிய நெடில் குறுகி நிற்பதையும் கவனத்திற் கொள்ளுங்கள். மற்ற எண்ணுப் பெயர்களின் முதலெழுத்து குறில். எனவே, அவற்றில் மாற்றம் ஏற்படவில்லை.

'நான்கு - நான்கு' என்பது 'நந்நான்கு' என்று புணர்வதைச் சற்று முன்பு பார்த்தோம். இதன் மற்றொரு வடிவமாகிய 'நால்' என்பது நிலைமொழியாக அமையும்போது அதன் முதல் குறுகாது.

'நானாற்றிசையும் பிணம் பிறங்க யானை''
(கனவழி நாற்பது)

'நானாற்றிசையும்' என்பது 'நால் - நால் - திசையும் எனப் பிரியும் 'நால் - நால்' என்பது 'நானால்' என்று சேர்ந்திருக்கிறது. இங்கே நிலைமொழியின் முதலெழுத்து மட்டும் நின்று வருமொழியுடன் புணரவில்லை. சொல்லின் முழுவடிவமும் அப்படியே நின்று வருமொழியுடன் சேர்ந்திருக்கிறது. இதுவரை பார்த்த தொடர்களில் எண்ணுப் பெயர்கள் அடுக்கி வரும்போது நிலைமொழியின் முதலெழுத்து மட்டுமே நிற்பதையும், அது நெடிலாக இருந்தால் குறுகுவதையும், 'நால்' என்பது அடுக்கிவரும் இடத்திலும், வடிவம் திரியாமல் நிற்பதையும் கண்டோம்.

எண்ணுப் பெயர் திரிந்து புணர்தல்

இருபது, முப்பது, இருநூறு, முந்நூறு முதலான எண்ணுப் பெயர்களில் நிலை மொழியாக நிற்கும் இரண்டு, மூன்று ஆகியவை திரிந்து, அதாவது உருமாறி நிற்கின்றன. இரண்டு முதல் எட்டு வரையில் உள்ள எண்ணுப் பெயர்கள் ஏழும் மாற்ற மடைந்தே புணர்ந்திருக்கின்றன. எண்ணுப் பெயருடன் சேரும்போது மட்டுமன்றி, மற்றச் சொற்களுடன் சேரும்போதும் இவை திரிந்து புணர்வதுண்டு. அவ்வாறு திரிந்து புணரும் இடங்களை இப்போது பார்ப்போம்.

ஒன்று

'ஒன்று' என்னும் சொல் பெயரடையாக வரும்போது 'ஒரு' என்றும் 'ஓர்' என்றும் திரிந்து நிற்கும். அடுத்து நிற்கும் சொல்லின் முதலெழுத்து மெய்யாக இருந்தால் 'ஒரு' என்பதும், உயிராக இருந்தால் 'ஓர்' என்பதும் வரும்.

''ஊமையராய்ச் செவிடர்களாய்
குருடர்களாய்
வாழ்கின்றோம்; **ஒரு சொற்** கேளீர்''
(பாரதியார்)

'ஒரு சொல்' என்னும் தொடரில் 'ஒரு' என்னும் சொல் நிற்கிறது.

''கன்னிக் குயிலொன்று காவிடத்தே
பாடியதோர்
இன்னிசைப் பாட்டினிலே யானும்
பரவசமாய்''
(பாரதியார்)

இந்தப் பாடலில் 'ஓர் இன்னிசைப் பாட்டு' என்னும் தொடரில் 'ஓர்' நிற்கிறது. 'ஒரு சொல்' என்பதில் வருமொழியின் முதலெழுத்து மெய். 'ஓர் இன்னிசை' என்னும் தொடரில் வருமொழியின் முதல் உயிர். நாம் சற்று முன்பு கூறிய விதிக் கிணங்கவே, இந்தத் தொடர்களில் 'ஒரு' 'ஓர்' என்னும் சொற்கள் அமைந்திருக்கின்றன.

இரண்டு

'ஒன்று' என்னும் எண்ணுப்பெயர் 'ஒரு', 'ஓர்' எனத் திரிந்து வழங்குவது போலவே, 'இரண்டு' என்னும் எண்ணுப் பெயரும் 'இரு' 'ஈர்' எனத் திரிந்து வருவதைக் காண்கிறோம்.

''ஒரு நாள் உணவை ஒழியென்றால்
ஒழியாய்
இருநாளுக்கு ஏலென்றால் ஏலாய்''
(ஔவையார்)

இங்கே 'இரண்டு' என்பது 'இரு' எனத் திரிந்து நிற்கிறது வருமொழியாக 'நாள்' என்னும் சொல் அமைந்திருக்கிறது. இதன் முதலெழுத்து மெய். எனவே, வருமொழி முதலில் மெய் வரும்போது 'இரண்டு' என்பது 'இரு' எனத் திரியும் என்பது புலனாகிறது.

''ஒரு போது யோகியே ஒண்தளிர்க்கை
மாதே
இரு போது போகியே . . . .''

''**இருபுனலும்** வாய்ந்த மலையும்
வருபுனலும்
வல்லரணும் நாட்டிற்கு உறுப்பு''
(குறள்)

இருபோது, இருபுனல் என்னும் தொடர் களை நோக்குக.

'இருமனப் பெண்டிர்' 'இருவேறு உலகத்து' 'இருநோக்கு' என்னும் தொடர்கள் திருக் குறளில் அமைந்திருப்பதை நோக்குக. 'இருகை', 'இருபொருள்', 'இரு விழி' 'இரு முனை' இருவகை, 'இருபாலார்' 'இருவிதம்', 'இரு சொல் முதலிய தொடர்களையும் கவனியுங்கள். வருமொழி முதலில் மெய் வரும்போது 'இரண்டு' என்னும் எண்ணுப் பெயர் 'இரு' எனத்திரியும் என்பதை நினைவிற்கொள்க.

வருமொழி முதலில் உயிர் வரும்போது, 'ஒன்று' 'ஓர்' எனத் திரிவது போல 'இரண்டு', 'ஈர்' எனத்திரியும். 'ஈருடலும் ஒருயிரும் போல என்னும் தொடரில் நிற்கும் 'ஈருடல்' என்பதற்கு 'இரண்டு' உடல் என்று பொருள். 'ஈர் - உடல் என்பது ஈருடல்' என்று புணர்ந் திருக்கிறது. இங்கே இரண்டு 'ஈர்' எனத் திரிந்து நிற்கிறது.

இப்பொழுது இந்தத் தொடர்களைக் கவனியுங்கள்:

''ஈகைவான் கொடியன்னாள் **ஈராறாண்ட**
கவையாள்
''இரு நிதிக் கிழவன் மகன் **ஈரெட்டாண்**
டகவையான்''

''**ஈரேழ்** தொடுத்த செம்முறைக்
கேள்வியின்
ஓரேழ் பாலை நிறுத்தல் வேண்டி''
(சிலப்பதிகாரம்)

'ஈறாறு, ஈரெட்டு, 'ஈரேழ்' என்னும் தொடர்களில் இரண்டின் திரிபான 'ஈர்' என்பது நிலைமொழியாக நிற்பதைக் கவனியுங்கள் 'ஆறு', 'எட்டு' 'ஏழ்' என்பன வருமொழிகளாக நிற்கின்றன. வருமொழி முதலில் உயிர் நிற்கிறது.

''மூவுலகும் **ஈரடியான்** முறை நிரம்பா
வகை முடிய''
(சிலப்பதிகாரம்)

'ஈரடியான்' என்னும் தொடரையும் நோக்குக.

'ஈராயிரம்', 'ஈரைந்து', 'ஈருலகு' என்னும் தொடர்களிலும் உயிருக்கு முன் 'ஈர்' என்னும் சொல் நிற்பதை நோக்குங்கள்.

ஆயினும், இன்றைய உரை நடையில் வருமொழி முதலில் உயிர் வந்தாலும் மெய் வந்தாலும் 'இரண்டு' என்பது திரியாமல் நின்று புணர்வதே பெரு வழக்காக இருக்கிறது. 'இரண்டு - ஆயிரம் என்பதை 'இரண்டாயிரம்' என்றே சேர்த்து ஒலிப் பதையும் எழுதுவதையும் காண்கிறோம். 'இரண்டுயிர்', 'இரண்டுலகம்', 'இரண்டடி' எனத் தொடர்கள் அமைவதைக் கவனியுங்கள். இன்றைய உரை நடையில் மட்டுமல்ல; பண்டைய இலக்கியங்களிலும் இத்தகைய தொடர்களில் 'இரண்டு' என்னும் எண்ணுப் பெயர் தன் வடிவம் திரியாமல் நின்று புணர்வதைக் காண முடிகிறது.

''திரண்டமரர் தொழுதேத்தும் திருமால்
நின் செங்கமல
இரண்டடியான் மூவுலகும் இருள் தீர
நடந்தனையே''
(சிலப்பதிகாரம்)

இந்தப் பாடலில் நிற்கும் 'இரண்டடியான்' என்னும் தொடரை நோக்குங்கள் 'இரண்டு-அடியான்' என்பது 'இரண்டடியான்' எனப் புணர்ந்திருக்கிறது. இங்கே நிலை மொழியாகிய 'இரண்டு' வடிவம் திரியாமல் நிற்பதைக் காண்க.

''ஓங்கி வருமுவகை ஊற்றிலறிந்தேன்
ஒட்டும் **இரண்டுளத்தின்** தட்டி
லறிந்தேன்''
(பாரதியார்)

'இரண்டு உளம்' என்பது 'இரண்டுளம்' என்று சேர்ந்திருக்கிறது. நிலைமொழியாகிய 'இரண்டு' வடிவம் மாறாமல் நிற்பதை நோக்குக.

வருமொழி முதலில் மெய் நிற்கும்போது 'இரண்டு' என்பது 'இரு' எனத்திரியும் என்பதைச் சற்று முன்பு பார்த்தோம். சில சமயங்களில் அவ்வாறு திரியாமலும் நிற்பதுண்டு. இன்றைய உரைநடையில் திரியாமல் நிற்பதே பெருவழக்காக உள்ளது முன்பு எடுத்துக்காட்டிய ஐயிரண்டு திசை, எண்ணிரண்டு கோடி, இரண்டு சேவல் ஆகிய தொடர்களை நோக்குக.

மூன்று

**''மும்மலையும் முந்நாடும் முந்நதியும்
முப்பதியும்
மும்முரசும் முத்தமிழும் முக்கொடியும் –
மும்மாவும்**
தாமுடைய மன்னர் தடமுடிமேல்
தாரன்றோ
பாமுறைதேர் வள்ளுவர் **முப்பால்**''
(சீத்தலைச் சாத்தனார்)

மும்மலை, முந்நாடு, முந்நதி, முப்பதி, மும்முரசு, முத்தமிழ், முக்கொடி, மும்மா, முப்பால் என்பன முறையே மூன்று மலை, மூன்று நாடு, மூன்று நதி, மூன்று பதி, (பதி - ஊர்) மூன்று முரசு, மூன்று தமிழ், மூன்று கொடி, மூன்று மா (மா-குதிரை), மூன்று பால் என்னும் பொருளில் வந்துள்ளன. இந்தத் தொடர்களில் மூன்று என்பது திரிந்து, முதலெழுத்துக் குறுகி நின்று வருமொழி யுடன் சேர்ந்திருக்கிறது.

முக்கூடல், முக்கோணம், முச்சந்தி, முச்சங்கம், முக்கடல், முத்தொழில், முக்கனி, முக்காலம், முப்புரம் என்னும் தொடர்களும் மூன்று என்னும் எண்ணுப் பெயரை நிலை மொழியாகக் கொண்டவையே.

''இரண்டடியான் **மூவுலகும்** இருள் தீர
நடந்தனையே''
(சிலப்பதிகாரம்)

'மூவுலகு' என்பது மூன்று - உலகு என்னும் இரு சொற்கள் சேர்ந்த தொடர். இங்கே 'மூன்று' என்பதன் முதலெழுத்து மட்டும் நின்று வருமொழியாகிய 'உலகு' என்னும் சொல்லுடன் சேர்ந்திருக்கிறது. இந்தத் தொடரில் நிலைமொழியாகிய மூன்று குறிலாக மாறவில்லை. மூவாசை, மூவரசர், மூவிடம், மூவேந்தர், மூவகை, மூவாழி என்னும் தொடர்களையும் நோக்குக.

நான்கு

"நாற்கோணத் துள்ளபல நத்தத்து
                         வேடர்களும்
வந்து பறவைசுட வாய்த்த பெருஞ்சோலை"
                         (பாரதியார்)

'நான்கு' என்பது 'நால்' எனத்திரிந்து, 'கோணம்' என்னும் சொல்லுடன் சேரும் போது 'நாற்கோணம்' என்றாகிறது.

நாற்புறம், நாற்படை, நாற்சந்தி முதலிய தொடர்களும் இந்த வகையைச் சேர்ந்த வையே.

'நாலடி' என்னும் சொல் நால் அடி என்னும் இரு சொற்களால் ஆனது. நிலை மொழியாக நிற்கும் 'நால்' என்பது நான்கு என்பதன் திரிபு.

"நந்த வனத்திலோர் ஆண்டி - அவன்
நாலாறு மாதமாய்க் குயவனை வேண்டி"

'நாலாறு' என்னும் தொடரில் 'நால்', 'ஆறு' என்னும் இருசொற்கள் நிற்கின்றன. 'நால்வகை', 'நால்வேதம்' முதலியனவும் இந்த வகையைச் சேர்ந்தவையே.

'நால்' என்பதுடன் உகரம் சேர்ந்து 'நாலு' என்றும் வரும்.

"நாலு வயித்தியரும் - இனிமேல்
நம்புதற் கில்லை யென்றார்"

"நாலுபுறமும் எனை நண்பர் வந்து சூழ்ந்து
                         நின்றார்"
"நாலு புறத்துமுயிர் நாதங்கள்
                         ஓங்கிடவும்"
                         (பாரதியார்)

'நாலு' என்னும் சொல் நிலைமொழியாக நிற்கும் தொடர்களை நோக்குக. 'நாலுபுறம்' என்னும் தொடரில் வல்லினம் மிகாதிருப்

பதையும் காண்க. 'நாலு' என்னும் சொல்லுக் குப்பின் வல்லினம் மிகாது.

'நால்' என்னும் சொல் 'ஆ' விகுதி பெற்று 'நாலா' என்றும் அமையும். 'நாலாபக்கம்', 'நாலாவிதம்' என்னும் தொடர்களை நோக்குக. 'நாலா' என்னும் சொல்லுக்குப் பின்னும் வல்லினம் மிகாது. நான்கு, நாலா, நாலு என்னும் சொற்கள் 'நான்கு' என்னும் பொருள் தருவதோடு 'பல' என்னும் பொருளும் தரும்.

ஐந்து

"ஐம்பெரும் பூதத் தகிலமே சமைத்த"

'ஐம்பெரும் பூதம்'என்னும் தொடரில் முதலில் நிற்கும் 'ஐ' ஐந்தின் திரிபு.

ஐம்பெருங் காப்பியங்கள், ஐந்திணை, ஐம்பொறி, ஐம்பொன், ஐம்பெருங்குழு, ஐம்பால் முதலிய தொடர்களையும் காண்க.

ஆறு

"ஆபயன் குன்றும் அறு தொழிலோர்
                         நூல்மறப்பர்
காவலன் காவான் எனின்"   (குறள்)

'அறு தொழிலோர்' என்னும் தொடரில் நிற்கும் 'அறு' என்பது ஆறின் திரிபு.

அறுசுவை, அறுவகை, அறுபொழுது, அறுகோணம் முதலிய தொடர்களிலும் 'ஆறு' எனபது 'அறு' எனத் திரிந்து நிற்பதை நோக்குக. வருமொழி முதல் மெய்யாக இருக்கும்போதுதான் 'ஆறு' 'அறு' எனக் குறுகும். உயிர் வரும் போது நெடில் குறிலாகாது. 'ஆறாண்டு' என்னும் தொடரை நோக்குக. வருமொழி முதலில் மெய் வரும்போதுகூட எல்லா இடங்களிலும் குறுகி ஒலிப்பதில்லை. ஆறுபேர், ஆறுநாள் முதலிய தொடர்களை நோக்குக.

ஏழு

"எழுபிறப்பும் தீயவை தீண்டா
                         பழிபிறங்காப்
பண்புடை மக்கட் பெறின்"   (குறள்)

'எழுபிறப்பு' என்னும் தொடரில் 'ஏழு' என்னும் எண்ணுப் பெயர் 'எழு' என முதல் குறுகிப் புணர்ந்திருக்கிறது.

''**எழுகோலகலத்** தெண்கோல் நீளத்
தொருகோல் உயரத் துறுப்பின தாகி''
(சிலப்பதிகாரம்)

'எழுகோல்' என்பதிலும் 'ஏழு' 'எழு' எனக் குறுகி நிற்பதைக் காண்க. எழுவகை, எழுநிலைமாடம், எழுகடல், முதலிய வற்றையும் நோக்குக.

'ஏழின் ஈற்றுகரம் கெட்டு, 'ஏழ்' என்று நின்றும் புணரும்.

''ஆன முதலில் அதிகம் செலவானால்
மானம் அழிந்து மதிகெட்டுப்-போனதிசை
எல்லார்க்கும் கள்ளனாய் **ஏழ்பிறப்பும்** தீயனாய்
நல்லார்க்கும் பொல்லனாம் நாடு''
(நல்வழி)

'ஏழ் பிறப்பு' என்னும் தொடரில் நிற்கும் 'ஏழ்' என்பது ஏழின் திரிபு.

''**ஈரேழ் தொடுத்த** செம்முறைக் கேள்வியின்
ஓரேழ் பாலை நிறுத்தல் வேண்டி''
(சிலப்பதிகாரம்)

''**ஏழுலகும்** இன்பத்தீ ஏற்றுந் திறனுடையாய்''
(பாரதியார்)

ஈரேழ் தொடுத்த, ஒரேழ்பாலை, ஏழுலகு என்னும் தொடர்களையும் நோக்குக. ஏழ்சுரம், ஏழ் நரம்பு, ஏழ்பருவம் என்பனவும் இந்த வகையைச் சேர்ந்தவையே.

எட்டு

''விதிமுறைக் கொள்கையின் **ஆயிரத் தெண் கழஞ்சு**''

'ஆயிரத் தெட்டுக்கழஞ்சு' என்பது ஆயிரத் தெண்கழஞ்சு' என அமைந்திருக்கிறது. இங்கே 'எட்டு' என்பது 'எண்' எனத் திரிந் திருக்கிறது.

''கோலளவு இருபத்து நால்விரலாக
எழுகோல் அகலத்து **எண்கோல்** நீளத்து
ஒருகோல் உயரத்து உறுப்பினதாகி''
(சிலப்பதிகாரம்)

இங்கேயும் 'எட்டுக்கோல்' என்பது 'எண்கோல்' எனத் திரிந்து புணர்ந்திருக்கிறது.

''கோளில் பொறியில் குணமிலவே **எண்குணத்தான்**
தாளை வணங்காத் தலை''

எண்குணம், 'எண் கழஞ்சு', எண்கோல் என்னும் தொடர்களில், நிலைமொழியாக நிற்பது, 'எட்டு' என்பதன் திரிந்த வடிவமாகிய 'எண்' என்பது. வருமொழி முதலில் வல்லினமாகிய 'ககரம்' நிற்கிறது. இந்தத் தொடர்களில் நிலைமொழி, வருமொழி இரண்டும் இயல்பாகவே சேர்ந்திருக்கின்றன. வருமொழி முதலில் வல்லினம் இருந்தால், நிலைமொழி ஈற்றில் நிற்கும் ணகரம் டகரமாகத் திரியும் என்னும் பொது விதியைத் தழுவி, இவை புணரவில்லை. எட்டு என்னும் எண்ணுப்பெயர் 'எண்' எனத் திரிந்து நிற்கும்போது வருமொழி முதலில் வல்லினம் வருமாயின், நிலைமொழி ஈற்று 'ணகரம்' டகரமாகத் திரியாது.

வருமொழி முதலில் வரும் க,ச,த,ப. என்னும் நான்கு வல்லின மெய்களில் க,ச,ப ஆகிய மூன்றுக்கும் இது பொருந்தும்.

''ஐம்பெருங் குழுவும் **எண்பேராயமும்**'' என்னும் தொடரில் நிற்கும் 'எண்பேராயம்' என்னும் தொடரைக் கவனியுங்கள். இங்கே 'எண்' நிலைமொழியாகவும் 'பேராயம்' வருமொழியாகவும் அமைந்திருக்கின்றன. வருமொழி முதலில் பகரம் நிற்கிறது. இங்கேயும் ணகரம், டகரமாகத் திரிய வில்லை.

'எறும்பும் தன் கையால் **எண்சாண்**' என்னும் பழமொழியில் 'எண்சாண்' என்னும் தொடரைக் கவனியுங்கள். இங்கேயும் நிலைமொழி ஈற்று ணகரம் டகரமாகத் திரியவில்லை.

'பண்டுபோலே தனது பாழடைந்த பொய்ப்பாட்டை
எண்டிசையும் இன்பக் களியேறப் பாடியதே'
(பாரதியார்)

'எண்டிசை' என்றால் 'எட்டுத்திசை' என்று பொருள் 'எட்டு' என்பது 'எண்' எனத் திரிந்து நின்று 'திசை' என்னும் வருமொழியுடன் சேர்ந்திருக்கிறது. அவ்வாறு சேரும்போது 'எண்திசை' 'எண்டிசை' என மாறியிருப்பதை நோக்குக. வருமொழி முதலில் நிற்கும் 'த'வானது 'ட'வாக மாறியிருக்கிறது.

''**எண்டோள்** வீசி நின்றாடும் பிரான்
தன்னைக்
கண்காள் காண்மின்களோ''

'எண்டோள்' என்பதும் அத்தகையதே.

ஒன்பது

ஒன்பது என்னும் பெயர் நிலை மொழியாக நிற்கும் தொடர்களில் நிலை மொழியும் வருமொழியும் இயல்பாகவே புணரும். வல்லினம் மிகாது. குறிப்பாக ஒன்பது திரிந்து புணரும் வழக்கம் இல்லை.

ஒன்பது சுவை, ஒன்பது தொடர், ஒன்பது கட்டடம், ஒன்பது பழம் முதலிய தொடர்களை நோக்குக.

ஒன்பது என்னும் பொருள் தரும் மற்றொரு சொல் 'ஒன்பான்' என்பது. 'ஒன்பான் சுவை' என்னும் தொடரில் நிற்பது இந்தச் சொல்லே. இது இன்றைய வழக்கில் இல்லை. 'ஒன்பான்' என்பது 'ஒன்பதன்' திரிபு என்பது இலக்கண நூலார் கருத்து.

பத்து

'பத்து' என்னும் சொல்லும் திரிந்து நின்று புணர்வதில்லை. 'பத்து' என்பது வன்றொடர்க் குற்றிய லுகரமாகையால், இதன் பின் வல்லினம் மிகும்.

''**பத்துப்பன்னிரண்டு** - தென்னைமரம்
பக்கத்திலே வேணும்''

(பாரதியார்)

'பத்துப்பன்னிரண்டு' என்னும் தொடரில் வல்லினம் மிகுந்திருப்பதை நோக்குக.

பத்துப்பாட்டு, பத்துப் பதிகம், பத்துச்சரம், பத்துத்தாள், பத்துக்கனி என்னும் தொடர் களயும் நோக்குக.

எண்ணுப்பெயருடன் பால் காட்டும் விகுதி

''தேவர் குறளும் திருநான் மறை முடிவும்
மூவர் தமிழும் முனிமொழியும்-கோவை
திருவாசகமும் திருமூலர் சொல்லும்
ஒருவா சகமென் றுணர்''

(நல்வழி)

'மூவர் தமிழும்' என்னும் தொடரில் நிற்கும் 'மூவர்' என்பதற்கு 'மூன்று பேர்' என்று பொருள். (திருஞான சம்பந்தர், திருநாவுக்கரசர், சுந்தரர் ஆகியோர்).

ஒன்று அல்லது ஒன்றுக்கு மேற்பட்டவரை எண்ணுப் பெயரால் குறிப்பிடும்போது, அதனுடன் உயர்திணை விகுதி சேர்த்துக் கூறுவது மரபு. 'ஒன்று' என்பது பெயரடை யாக வரும்போது 'ஒரு' என்று திரிந்து நிற்பதை முன்பு கண்டோம். இது ஆண்பாலைக் குறிக்கும்போது 'ஒருவன்' என்றும், பெண்பாலைக் குறிக்கும்போது 'ஒருத்தி' என்றும் மரியாதைப் பன்மையாக அமையும்போது 'ஒருவர்' என்றும் வழங்கு கிறது.

''காதலிலே தோல்வியுற்றான்
காளையொருவன்
கடந்த பின்னே அமைதி எங்கு பெறுவான்
காலம்
கடந்த பின்னே அமைதி எங்கு
பெறுவான்''

''காதலிலே தோல்வியுற்றாள்
கன்னியொருத்தி
கலங்குகின்றாள் அவனை நெஞ்சில்
நிறுத்தி''

(பட்டுக்கோட்டை கல்யாணசுந்தரம்)

'காளையொருவன்' என்னும் தொடரில் நிற்கும் 'ஒருவன்' ஆண்பால். 'கன்னி யொருத்தி' என்னும் தொடரில் நிற்கும் 'ஒருத்தி' பெண்பால்.

''ஓதாமல் ஒருநாளும் இருக்க வேண்டாம்
ஒருவரையும் பொல்லாங்கு சொல்ல
வேண்டாம்''

(உலக நீதி)

'ஒருவர்' என்னும் சொல் மரியாதைப் பன்மைக்குரிய 'அர்' விகுதி பெற்றுள்ளது. இதனை, ஆண், பெண் ஆகிய இருபாலரையும் குறிக்கும் பொதுச் சொல்லாகவும் கொள்ளலாம்.

'ஒன்று' என்னும் சொல் மட்டுமே பால்காட்டும் விகுதி பெறும்போது, ஆணைக் குறிக்க ஒரு சொல்லும், பெண்ணைக் குறிக்க ஒரு சொல்லும், இருபாலார்க்கும் பொதுவான ஒரு சொல்லும் என மூவகைச் சொற்களாக வடிவம் பெறுகிறது. இரண்டு முதலான சொற்கள் 'அர்' விகுதி மட்டுமே பெற்று உயர்திணையைக் குறிக்கும். ஏனென்றால், ஆண்பால், பெண்பால் என்பது ஒருமைக்கு மட்டுமே உரியது.

''நன்றி **ஒருவற்குச்** செய்தக்கால் அந்நன்றி
என்று தருங்கொல் என வேண்டா''

''நல்லார் **ஒருவர்க்குச்** செய்த உபகாரம்
கல்மேல் எழுத்துப்போல் காணுமே''
(மூதுரை)

''கோட்டுப்பூச் சூடினும் காயும் **ஒருத்தியைக்**
காட்டிய சூடினீர் என்று''
(குறள்)

ஒருவன், ஒருத்தி, ஒருவர் என்னும் சொற்களை நோக்குக.

''**இருவர்தம்** சொல்லையும் எழுதரம் கேட்டே''
(நறுந்தொகை)

'இருவர்' என்பதற்கு இரண்டு பேர் என்று பொருள். இந்தத் தொடரில் 'இருவர்' என்பது வாதி, பிரதிவாதி ஆகிய இருவரைக் குறிக்கிறது.

''**நாமிருவர், நமக்கிருவர்**''

என்னும் தொடர் அனைவரும் அறிந்ததே.

''அன்னியனைப் பெண் குயிலி
ஆர்ந்திருக்கும் செய்தியொன்று
தன்னையே **இவ்விருவர்** தாம் கண்டார்
வேறறியார்''
(பாரதியார்)

பாவிகளைத் திருத்தப் பாவலனே **நம்மிருவர்**
ஆவிகளையேனும் அர்ப்பணம் செய்வோம்''
(பாரதிதாசன்)

'இரு' என்பது 'அர்' விகுதி மட்டுமே பெற்று வரும் என்பதை இந்த எடுத்துக் காட்டுக்களிலிருந்து அறியலாம்.

சற்று முன்பு பார்த்த நல்வழிப் பாடலில் நிற்கும் 'மூவர் தமிழும்' என்னும் தொடரை மீண்டும் நோக்குக. 'இருவர்' என்பது போலவே 'மூவர்' என்பதும் 'அர்' விகுதி பெற்று நிற்கிறது.

'மூவருலா, மூவர் தேவாரம் என்னும் தொடர்களையும் நோக்குக.

'நான்கு' நால் எனத் திரிந்து, உயர்திணை விகுதி பெற்று 'நால்வர்' என்று அமையும். நால்வர் நான்மணி மாலை, சமயக் குரவர் நால்வர் என்னும் தொடர்களையும் காண்க.

''செருமுகத்துக் காத்தி என நின் சிறுவர்
நால்வரினும் கரிய செம்மல்
ஒருவனைத் தந்திடுதி.... (கம்பர்)

இந்தப் பகுதியில் நிற்கும் 'நால்வரினும்' என்னும் தொடரையும் நோக்குக.

''வேளிர் வேந்தர் **ஐவர்** படையும்
வில், புலி பொறித்த கொடியுடை மன்னர்
இருவர் படையும் இணைந்து மோதிட;
எழுவரை எதிர்க்க இயலுமோ என்று
இளைஞன் பாண்டியன் கலங்கவே
இல்லை''
(கலைஞர் மு.க.)

இங்கே 'ஐவர் படை' என்பது ஐந்து வேளிர் மன்னர் படையைக் குறிக்கிறது.

''**ஐவர் சினத்தின்** அழலை வளர்க்கின்றாய்;
தெய்வத் தவத்தியைச் சீர்குலையப்
பேசுகின்றாய்''
(பாரதியார்)

'ஐவர் சினத்தின்' என்னும் தொடரில் நிற்கும் 'ஐவர்' என்னும் சொல்லையும் நோக்குக.

இதே போல் 'அறுவர்' என்பது 'ஆறுபேர்' என்னும் பொருளுடையது.

'**எழுவரை**' எதிர்க்க இயலுமோ' என்னும் தொடரில் நிற்கும் 'எழுவர்' என்னும் சொல்லும் 'ஏழுபேர்' என்னும் பொருள் தருவதை நோக்குக.

'எட்டுப்பேர்' என்பதை 'எண்மர்' என்னும் சொல்லும் 'ஒன்பது பேர்' என்பதை 'ஒன்பதின்மர்' என்னும் சொல்லும் பத்துப் பேர் என்பதைப் 'பதின்மர்' என்னும் சொல்லும் குறிக்கின்றன.

ஒருவர், இருவர் என்னும் சொற்கள் மட்டுமே இன்றைய வழக்கில் உள்ளன. மூவர் முதல் பதின்மர் வரையிலான சொற்கள் இலக்கிய வழக்கில் மட்டுமே உள்ளன. இவற்றிற்குப் பதிலாக மூன்றுபேர், நான்குபேர் முதலியன இன்று பெரும் பான்மையாக வழங்குகின்றன. இருவர், இரண்டு பேர் என்னும் இரண்டும் இன்றைய வழக்கில் உள்ளன. ஒருமனிதரைக் குறிக்க 'ஒருவர்' என்னும் சொல் மட்டுமே உள்ளது.

'இரண்டு பேர்' என்பது போல 'ஒன்று பேர்' என்று கூறுவது கிடையாது. அது வழுவாகும்.

எண்ணுடன் ஆம், ஆவது

"நான்காம்நாள், என்னை நயவஞ்சனை
புரிந்து
வான்காதல் காட்டி மயக்கிச் சதி செய்த
பொய்ம்மைக் குயிலென்னைப்
போந்திடவே கூறியநாள்"
(பாரதியார்)

'நான்காம்' என்பதற்கு 'நான்காவது' என்று பொருள். இதே போல ஒன்று முதல் எல்லா எண்களுடனும் ஆம் அல்லது ஆவது சேர்ந்து வரும். 'இரண்டு நாள்' என்பதற்கும் 'இரண்டாம் நாள்' என்பதற்கும் ஒரே பொருள் அல்ல. அதே போலப் 'பத்துநாள்' என்பது வேறு. பத்தாவது நாள் என்பது வேறு.

1) அமாவாசை வந்து மூன்றாவது நாள் பிறைச் சந்திரனைப் பார்க்க முடியும்.
2) இப்போது நடப்பது இரண்டாயிரத்து ஒன்றாம் ஆண்டு.
3) இன்றுள்ள சங்கத் தமிழ் நூல்களுள் பெரும்பாலானவை மூன்றாவது தமிழ்ச் சங்க நூல்கள்.
4) திரைப்படத்தின் நூறாவது நாள் விழாவில் திரைப்படக் கலைஞர்கள் பலரும் கலந்து கொண்டனர்.
5) பத்தொன்பதாம் நூற்றாண்டில் மதுரை யில் நான்காவது தமிழ்ச்சங்கம் தோன்றக் காரணமாக இருந்தவர் பாண்டித் துரைத்தேவர்.

இந்த வாக்கியங்களில் ஆம், ஆவது என்னும் சொற்கள் எண்ணுப் பெயர்களுடன் சேர்ந்து நிற்கின்றன. இவை இரண்டும் ஒரே பொருள் தருவதை, ஒன்றிருக்கும் இடத்தில் மற்றொன்றை வைத்துப் பார்த்தால் புரிந்து கொள்ளலாம்.

ஆயிரம், இரண்டாயிரம் முதலிய சொற்களுடன் ஆம் சேர்ப்பதா, ஆவது சேர்ப்பதா என்னும் ஐயம் சில நேரங்களில் ஏற்படுவது உண்டு. இந்த இரண்டில் எதைச் சேர்த்தாலும் தவறில்லை. ஆயிரமாம் ஆண்டு என்றாலும் ஆயிரமாவது ஆண்டு என்றாலும் பொருள் ஒன்றே. 'ஆயிரத்தாம் ஆண்டு' என்னும் வழக்கும் உள்ளது.

"அகர முதல எழுத்தெல்லாம் ஆதி
பகவன் முதற்றே உலகு" (குறள்)

'முதல', 'முதற்றே' என்பன 'முதல்' என்னும் சொல்லினடியாகப் பிறந்தவை. 'முதல்' என்பது ஒன்றாம், ஒன்றாவது என்பனவற்றிற்குப் பதிலாகப் பயன்படும். 'ஒன்றாம் தேதி' என்பதை 'முதல் தேதி' என்றும், 'ஒன்றாவது வகுப்பு' என்பதை 'முதல் வகுப்பு' என்றும் கூறுவதைக் காண்க.

1) அவன் எட்டாம் வகுப்பு படிக்கிறான்.
2) அவன் எட்டாவது படிக்கிறான்.

இந்த இரண்டுமே சரிதான். 'அவன் எட்டாவது படிக்கிறான்' என்று சொல்லும் போது, அதில் 'வகுப்பு' தொக்கி நிற்கிறது. ஆனால், 'எட்டாம் படிக்கிறான்' என்று சொல்வதில்லை. ஏனென்றால், இந்தத் தொடர் நிறைவான பொருள் தரவில்லை.

எண்ணுடன் வேற்றுமை

எண்ணுப் பெயர்களுடன் வேற்றுமை உருபு சேரும்போது, எண்ணுப் பெயர்கள் தம் முழு வடிவிலேயே இருக்கும். நாம் முன்பு எடுத்துக்காட்டிய திரிந்த வடிவங்களுடன் வேற்றுமை சேராது. ஒன்று, இரண்டு, ஆறு, ஏழு முதலிய சொற்களுடன் தான் வேற்றுமை உருபு சேரும். ஒரு, இரு, அறு, எழு முதலிய சொற்களுடன் ஒருபோதும் வேற்றுமை உருபு சேராது. வேற்றுமை சேரும்போது ஆறில் நிற்கும் றகரம் இரட்டிக்காது.

நான்கு மட்டும் இதற்கு விதி விலக்கு. நான்கு என்பதன் பிறிதொரு வடிவமான 'நாலு' என்பதும் வேற்றுமை உருபு ஏற்கும்.

ஒன்று முதலிய எண்ணுப் பெயர்கள் வேற்றுமை உருபு ஏற்கும்போது 'இன்' சாரியை வரலாம். வராமலும் இருக்கலாம். ஒன்றை, இரண்டில், ஒன்றினை, இரண்டினில் என்னும் சொற்களை நோக்குக. எல்லா எண்களுக்கும் இது பொருந்தும்.

மிகுதிப் பொருள் உணர்த்தல்

"மதியாதார் முற்றம் மதித்தொரு
காற்சென்று
மிதியாமை கோடி பெறும்
உண்ணீர் உண்ணீர் என்று உபசரியார்
தம்மனையில்

உண்ணாமை **கோடி** பெறும்
கோடி கொடுத்தும் குடிப்பிறந்தார்
தம்மோடு
கூடுதல் **கோடி** பெறும்
கோடானுகோடி கொடுப்பினும்
தன்னுடைய நாக்
கோடாமை **கோடி** பெறும்''

'கோடி' என்றால் நூறு லட்சம். இந்தப் பாடலில் நிற்கும் 'கோடி' என்பது ஒரு குறிப்பிட்ட எண்ணைக் குறிக்க வில்லை. 'மிகப்பல' என்னும் பொருளை, ஓர் அளவற்ற எண்ணிக்கையைக் குறிக்கிறது. 'கோடானு கோடி' என்றால் 'பல கோடி' என்று பொருள்.

'இந்தியாவின் மக்கள் தொகை நூறு கோடியைத் தாண்டிவிட்டது'' என்னும் வாக்கியத்தில் 'நூறுகோடி' என்பது ஒரு குறிப்பிட்ட எண்ணிக்கையைக் காட்டுகிறது.

'லட்சோப லட்சம்' 'இலட்சாதி லட்சம்' என்னும் சொற்களும், கோடானுகோடி என்பதைப் போல மிகப் பல' என்னும் பொருளுடையவை.

''உண்பது நாழி உடுப்பது நான்குமுழம்
எண்பது கோடி நினைந்து எண்ணுவன''
(நல்வழி)

'எண்பது கோடி' என்பது மிகப்பல என்னும் பொருள் தருவதை நோக்குக.

'ஒருபொழுதும் வாழ்வ தறியார் கருதுப
கோடியு மல்ல பல'' *(குறள்)*

இங்கே 'கோடி' என்பது அளவற்ற எண்ணிக்கையைக் குறிக்கிறது.

''அன்னசத்திரம் **ஆயிரம்** வைத்தல்
ஆலயம் **பதினாயிரம்** நாட்டல்
அன்ன யாவினும் புண்ணியம் **கோடி**
ஆங்கோர் ஏழைக்கு எழுத்தறிவித்தல்''

''**ஆயிரந் தெய்வங்கள் உண்டென்று**
வீணில்
அலையும் அறிவிலிகாள்''
(பாரதியார்)

இங்கே, ஆயிரம், பதினாயிரம், கோடி என்னும் சொற்கள் 'மிகப்பல' என்னும் பொருள் தருவதை நோக்குக.

மிகுதிப்பொருள் உணர்த்த ஆயிரம், கோடி முதலிய சொற்கள் அடுக்கி வருவதும் உண்டு.

எடுத்துக்காட்டு :

''**ஆயிரம் ஆயிரம்** அம்பொற் காசுகள்
ஆயிரம் ஆயிரம் அம்பிறை நிலவுகள்''
(பாரதிதாசன்)

''**பல்லாயிரம் பல்லாயிரம் கோடி கோடி**
அண்டங்கள்''
(பாரதியார்)

''**கோடி கோடி** இன்பம் தரவே
தேடி வந்த செல்வம்''

வலிமிகுதல்

1) இந்த நூலகத்தில் **ஆயிரக்கணக்கான** நூல்கள் இருக்கின்றன.

2) அவருடைய சொற்பொழிவைக் கேட்க மக்கள் **ஆயிரக்கணக்கில்** வருகின்றனர்.

3) இவர் **ஆயிரக்கணக்கான** பாடல்கள் பாடியிருக்கிறார்.

இந்த வாக்கியங்களில் இடம் பெற்றிருக் கும் 'ஆயிரக்கணக்கான', 'ஆயிரக்கணக்கில்' என்னும் தொடர்களைக் கவனியுங்கள். இந்தத் தொடர்களில் வல்லினம் மிகுந்திருக்கிறது. இந்த வாக்கியங்களை நீங்கள் நன்கு கவனித்தால் இந்தத் தொடர்களின் பொருளை உணர்ந்து கொள்ளலாம். 'ஆயிரங்கணக்கு' என்பதற்கும் 'ஆயிரக்கணக்கில்' என்பதற்கும் உள்ள பொருள் வேறுபாடு இந்தத் தொடர் களைக் கேட்ட மாத்திரத்திலேயே தெளிவாகப் புலனாகிறது.

1) அவர் ஆயிரக்கணக்கான நூல்கள் வைத் திருக்கிறார்.

2) அவர் ஆயிரங் கணக்கு நூல்கள் வைத் திருக்கிறார்.

இந்த வாக்கியங்களில் ஒன்றில் 'ஆயிரக் கணக்கு' என்னும் தொடரும். மற்றொன்றில் 'ஆயிரங் கணக்கு' என்னும் தொடரும் இடம் பெற்றிருக்கின்றன. இந்த வாக்கியங்களில் பொருள் மயக்கம் எதுவு மில்லை. வாக்கியங் களின் பொருள் மட்டு மல்ல; 'ஆயிரக் கணக்கு', 'ஆயிரங் கணக்கு' என்னும் தொடர் களின் பொருள் வேறுபாடும் தெளிவாகப் புரிகிறது. இந்தப்பொருள் வேறுபாட்டைத் தெளிவாக உணர்த்துவது இந்தத் தொடர்களின் புணர்ச்சி விதியே. ஒரு தொடர் தரும் பொருளை ஒட்டியே புணர்ச்சி விதி அமை

கிறது என்பதை முன்பே விளக்கியிருக் கிறோம். இந்தத் தொடர்களின் புணர்ச்சி விதியும் அந்தத் தொடர் தரும் பொருளுக் கேற்பவே அமைந்திருக்கிறது. பின்வரும் தொடர்களும் இதனை உறுதிப்படுத்து கின்றன:

1) நாலாயிரத்திவ்வியப் பிரபந்தம்

2) நாலாயிரக் கோவை

3) எண்ணாயிரத் திரட்டு

இவை நூலின் பெயர்கள். இவற்றில் ஆயிரம் என்னும் சொல்லுக்குப் பின் வல்லினம் மிகுந்திருக்கிறது. நாம் சற்று முன்பு கூறிய விதியினின்று இது சற்று மாறுபடு கிறது. 'நாலாயிரத்திவ்வியப் பிரபந்தம்' என்னும் தொடரைப் பார்ப்போம்.

ஆழ்வார்கள் திருமாலை வழிபட்டுப் பாடிய நாலாயிரம் பாடல்களைக் கொண்டது, 'நாலாயிரத் திவ்வியப் பிரபந்தம்' என்பது. இதை, 'நாலாயிரம் பாடல்களைக் கொண்ட திவ்வியப் பிரபந்தம்' என விரிக்கலாம். 'பாடல்களைக் கொண்ட' என்பது இங்கே மறைந்திருப்பதால், வல்லினம் மிகுந்திருக் கிறது. இல்லாவிட்டால், நாலாயிரம் பிரபந்தம் என்று பொருள் தரும். 'திவ்வியம்' என்றால் 'தெய்வத்தன்மை உடையது' என்று பொருள். 'பிரபந்தம்' என்றால் நூல். எனவே, 'நாலாயிரம் தெய்வத்தன்மை உடைய நூல்கள்' என்று பொருள் கொள்ள வாய்ப்பு இருக்கிறது. இவ்வாறு பொருள் மயக்கம் ஏற்படாமல் இருக்கவே, இங்கே 'ஆயிரம்' என்னும் சொல்லுக்குப் பின் வல்லினம் மிகுந்திருக்கிறது. எனவே, ஆயிரம் என்னும் சொல்லுக்குப்பின் ஒன்று அல்லது ஒன்றுக்கு மேற்பட்ட சொற்கள் தொக்கி நிற்கும் தொடரில் வல்லினம் மிகும். 'நாலாயிரக் கோவை', 'எண்ணாயிரத் திரட்டு' முதலி யனவும் இவ்வாறு அமைந்தவையே.

சொற்கள் தொக்கி நின்று பொருள் தரும் தொடரில் 'ஆயிரம்' என்னும் சொல்லுக்குப் பின் வல்லினம் மிகும் என்பதற்குத் தொல்காப்பியத்திலும் சான்று உள்ளது.

> ''நூறூர்ந்து வரூஉம் ஆயிரக் கிளவிக்குக்
> கூறிய கெடு முதல் குறுக்கம் இன்றே''
>
> (தொல்காப்பியம்)

'ஆயிரக் கிளவி' என்னும் தொடரை நோக்குக. 'கிளவி' என்பதற்குச் 'சொல்' என்று பொருள். 'ஆயிரக் கிளவி' என்றால் ஆயிரம் என்ற சொல்' என்று பொருள். ஆயிரம் என்னும் கிளவி என்பதே இங்கே 'ஆயிரக் கிளவி' எனத் தொகையாக அமைந்திருக்கிறது. எனவே, 'ஆயிரக் கிளவி' என்று வல்லினம் மிகுந்திருக்கிறது.

இல்லாவிட்டால், 'ஆயிரங் கிளவி' என்றே அமையும். 'ஆயிரக்கிளவி' வேறு; 'ஆயிரங் கிளவி' வேறு. 'ஆயிரங் கிளவி' என்றால் 'ஆயிரம் சொற்கள்' என்று பொருள்.

'ஆயிரக் கிளவி' என்னும் தொடரில் 'ஆயிரம்' எண்ணடையாக அமையவில்லை. எனவே, பொருள் மயக்கத்தைத் தவிர்க்க இந்தப் புணர்ச்சி வேறுபாடு உதவுகிறது.

''**முத்தொள்ளாயிரப் பாடல்கள்** இனிய நடையில் தெளிவாக அமைந்துள்ளன.'' இங்கே 'முத்தொள்ளாயிரம்' என்பது நூலின் பெயர். 'முத்தொள்ளாயிரப் பாடல்கள்' என்பதற்கு 'முத்தொள்ளாயிரம் என்னும் நூலிலுள்ள பாடல்கள்' என்று பொருள். 'முத்தொள்ளாயிரம் பாடல்கள்' என்பதற்கு வேறு பொருள். 'இரண்டாயிரத்து எழு நூறு பாடல்கள்' என்று இது பொருள் தரும்.

இலட்சம்

'இலட்சம்' என்னும் எண்ணுப்பெயரும் 'ஆயிரம்' என்னும் எண்ணுப்பெயர் போலவே வருமொழி முதலில் பெயர்ச்சொற்கள் வரும்போது புணரும். வருமொழி முதலில் எண்ணுப்பெயர், வரும்போது நிலை மொழியாக நிற்கும் 'இலட்சம்' என்னும் சொல் சில இடங்களில் திரிந்தும் சில இடங்களில் திரியாமலும் புணருகிறது. 'இலட்சத்து நூறு', 'இலட்சம் நூறு' என்னும் தொடர்களின் பொருள் வேறுபாட்டையும் அந்தப் பொருள் வேறுபாட்டிற்கேற்பப் புணர்ச்சி விதி அமைவதையும் காண்க.

நிலை மொழி, வருமொழி இரண்டும் எண்ணுப் பெயராக அமையும் தொடர்களில் நிலை மொழியாக நிற்பது ஆயிரம் என்னும் சொல்லாக இருந்தாலும், 'இலட்சம்' என்னும் சொல்லாக இருந்தாலும் புணர்ச்சி விதி ஒன்றே.

அதைப்போலவே, வருமொழி முதலில் எண்ணுப்பெயர் அல்லாத ஏனைய

பெயர்ச்சொற்கள் நிற்கும்போதும், 'ஆயிரம்' என்னும் சொல் நிலைமொழியாக நிற்கும் போது எந்தப்புணர்ச்சி விதியின் படி அந்தச் சொற்கள் சேருகின்றனவோ, அதே புணர்ச்சி விதியைத் தழுவித்தான் 'இலட்சம்' என்னும் சொல் நிலைமொழியாக நிற்கும்போதும் புணரும்.

'ஆயிரம்' என்னும் சொல் நிலை மொழியாக நிற்கும்போது வல்லினத்தை முதலிலுடைய பெயர்ச் சொற்கள் வருமொழியாக அமைந்தால் நிலை மொழி ஈற்று மகரம் வருமொழி முதலில் நிற்கும் வல்லினத்தின் இனமாகத் திரியும் என்பதை முன்பு பார்த்தோம். 'இலட்சம்' என்பது நிலைமொழியாக நிற்கும்போதும், நிலை மொழியின் ஈற்று மகரம் வருமொழி முதலிலுள்ள வல்லினத்தின் இனமாகத் திரியும்.

எடுத்துக்காட்டு :

1) இந்த மொழியை இரண்டு கோடியே நாற்பது லட்சம் பேர் பேசுகின்றனர்.

2) லட்சங் கவிஞர்கள் வந்தாலும் இவர் ஒருவருக்குச் சமமாக முடியாது.

3) இந்த அகராதியில் லட்சஞ் சொற்களுக்கு மேல் இருக்கின்றன.

4) கடத்தல் காரர்களிடமிருந்து சுமார் லட்சந் தங்கக் கட்டிகள் கைப்பற்றப்பட்டன.

இந்த வாக்கியங்களில் இடம் பெற்றிருக் கும் 'லட்சம் பேர்', 'லட்சங் கவிஞர்கள்' 'லட்சஞ் சொற்கள்', 'லட்சந் தங்கக் கட்டிகள்' என்னும் தொடர்களைக் கவனியுங்கள். 'லட்சங் கவிஞர்கள்' என்னும் தொடரில் தகரத்தின் இனமான ஙகரமும், 'லட்சஞ் சொற்கள்' என்னும் தொடரில் சகரத்தின் இனமான ஞகரமும், 'லட்சந் தங்கக் கட்டிகள்' என்னும் தொடரில் தகரத்தின் இனமான நகரமும் தோன்றியிருக்கின்றன. 'லட்சம் பேர்' என்னும் தொடரில் நிலை மொழி ஈற்றில் நிற்கும் மகரமே பகரத்தின் இனமாக இருப்பதால் எந்த மாற்றமும் ஏற்படவில்லை.

''தாயுரை கொண்டு தந்தை உதவிய தரணி
தன்னைத்
தீவினை என்ன நீத்துச் சிந்தனை முகத்தில்
தேக்கிப்
போயினை என்ற போழ்து புகழினோய்
தன்மை கண்டால்
ஆயிரமிராமர் நின்கேழ் ஆவரோ
தெரியினம்மா''
(கம்பர்)

'ஆயிரம்- இராமர்' என்பது 'ஆயிரமிராமர்' என்று சேர்ந்திருப்பதை நோக்குக. 'இலட்சம்' என்பதும் வருமொழி முதலில் உயிர் நிற்கும்போது இவ்வாறே புணரும். 'இலட்சமிலக்கியங்கள் என்னும் தொடரை நோக்குக.

வேறுபாடு

'இருபது- ஐந்து' என்பது 'இருபத்தைந்து' என்று அமைவது நாம் அறிந்ததே.

1) அவனிடம் **இருப்பத்தைந்து வெள்ளி** இருந்தது.

2) அவனிடம் **இருபது ஐந்து வெள்ளி** நோட்டுக்கள் இருந்தன.

'இருபத்தைந்து வெள்ளி' என்பது வேறு, 'இருபது ஐந்து வெள்ளி' என்பது வேறு. 'நூறு பத்து வெள்ளி' என்பதற்கும் 'நூற்றுப்பத்து வெள்ளி' என்பதற்கும் உள்ள வேறுபாட்டை நோக்குக. ஆயிரத்து ஐம்பதும், ஆயிரம் ஐம்பதும் ஒன்றல்ல.

'இருபத்தைந்து' என்பதை 'இருபது ஐந்து' என்றோ, 'இருபது ஐந்து' என்பதை 'இருபத்தைந்து' என்றோ சொல்லவும் முடியாது; எழுதவும் முடியாது. எண்ணுப் பெயர்ப்புணர்ச்சிக்குரிய இந்தச் சிறப்பு விதிகளை எப்போதும் கவனத்திற் கொள்வது நல்லது.

ஆயிரம், இலட்சம் என்னும் சொற்கள் வேற்றுமை உருபு ஏற்கும்போது ஏனைய மகர ஈற்றுச் சொற்கள் போலவே புணரும்.

ஆறும் நூறும்

''அறுவர்க்கு இளைய நங்கை இறைவனை
ஆடல்கண்டு அருளிய அணங்கு...''
''மடந்தாழு நெஞ்சத்துக் கஞ்சனார் வஞ்சம்
கடந்தானை **நூற்றுவர்பால்** நாற்றிசையும்
போற்றப்
படர்ந்தாரணம் முழங்கப் பஞ்சவர்க்குத்தூது
நடந்தானை ஏத்தாத நாவென்ன நாவே''
(சிலப்பதிகாரம்)

அறுவர், நூற்றுவர் என்னும் சொற்களை நோக்குக. ஆறு, நூறு இரு சொற்களும் நெடில் தொடர்க்குற்றியலுகரமாக இருந்தாலும், ஆறுபேர், நூறுபேர் என்ற பொருள் தரும்போது அவற்றின் வடிவம் வேறுபடு கின்றது. 'அறுவர்' என்பதில், 'ஆறு' என்பதன் ஈற்றயல் (முதலெழுத்து) குறுகி நிற்கிறது. 'நூற்றுவர்' என்பதில் 'நூறு' என்னும் சொல்லில் குற்றியலுகரம் ஏறி நிற்கும் றகரம் இரட்டித்திருக்கிறது.

வேற்றுமை உருபு ஏற்கும்போதும் 'ஆறில்' உள்ள றகரமெய் இரட்டிக்காது. 'நூற்றில்' உள்ள றகரம் இரட்டிக்கும். சில இடங்களில் 'நூறு' என்னும் சொல் வேற்றுமை உருபு ஏற்கும்போது றகரம் இரட்டிக்காமல் புணர்வதைக் காண்கிறோம்.

'**ஆறிலும்** சாவு **நூறிலும்** சாவு' என்னும் பழமொழியில் 'நூறிலும்' என்னும் சொல்லில் றகரம் இரட்டிக்கவில்லை.

கீழ்வாயிலக்கம்

ஒன்றுக்குக் கீழ்ப்பட்ட எண்ணை, அதாவது பின்னத்தைக் குறிப்பது கீழ்வாயி லக்கம் என்பது. அரை, கால் முதலியன இந்த வகையைச் சாரும். தொடர்களில் இந்த எண் நிலைமொழியாகவோ, வருமொழியாகவோ அமையும்போது அவை எவ்வாறு புணர் கின்றன என்பதை இப்போது பார்ப்போம்.

இப்பொழுது இந்தத் தொடர்களைக் கவனியுங்கள். 'குற்றெழுத்து ஒன்று; **ஒன்றரையாகும்** ஐ ஔ; இரண்டு நெடில்; ஒற்றெழுத் தாய்தம் இ உ அவை. இந்தப் பகுதியில் இடம்பெற்றிருக்கும் ஒன்றரை என்னும் தொடரைக் கவனியுங்கள். 'ஒன்றரை' என்பது ஒன்றுடன் அரை சேர்ந்திருப்பதைக் குறிக்கிறது. 'ஒன்றும் அரையும்' என்பது இதன் பொருள்.

'மெய்யின் அளவே அரை யென மொழிப என்னும் தொடரில் 'அரை' என்னும் சொல் தனித்து நிற்கிறது. இந்த 'அரை' என்பதை 'ஓர் அரை' என்றும் சொல்லலாம். 'ஓர் அரை' என்பதும் ஒன்றரை' என்பதும் ஒன்றல்ல. 'ஓர் அரை' என்பது ஒன்றில் பாதி. 'ஒன்றரை என்பது ஒன்றும் பாதியும். இங்கேயும் பொருள் வேறுபாடே புணர்ச்சி விதிக்குக் காரணமாக அமைகிறது.

'ஓர் அரை' என்பதில் ஒன்றின் திரிந்த வடிவமான 'ஓர்' நிலைமொழியாக நிற்கிறது. 'ஒன்றரை' என்பதில் 'ஒன்று' வடிவம் திரியாமல் நிலை மொழியாக நிற்கிறது.

இப்பொழுது இந்த வாக்கியங்களைக் கவனியுங்கள்: '**ஈரரை ஒன்று**'; இந்தப் பொட்டலத்தில் **இரண்டரை** கிலோ மாவு இருக்கிறது. இந்த வாக்கியங்களில் 'ஈரரை' என்பது 'இரண்டு அரை' அல்லது 'இரண்டு பாதி' என்றும் 'இரண்டரை' என்பது 'இரண்டும் அரையும்' என்றும் பொருள் தருவதை நோக்குக.

இவ்வாறே, மூன்று முதல் பத்து வரையிலுள்ள எண்ணுப்பெயர்கள் நிலை மொழியாக நிற்கும்போது வருமொழியாக 'அரை' என்னும் சொல் அமையுமாயின் அப்போதும் இந்தத் தொடர்கள் இரண்டு விதமாகப் பொருள் தருகின்றன. இரு வகைப்பொருளுக்கேற்ப இந்தத் தொடர்கள் இரண்டு விதமாகப் புணர்கின்றன. அவற்றை இப்போது பார்ப்போம்.

1) மூவரை ஒன்றரை.
2) மூன்றுடன் அரை சேர்ந்தால் மூன்றரை யாகும்.
3) நாலரை இரண்டு.
4) நாலும் அரையும் நாலரை.
5) ஐயரை இரண்டரை.
6) ஐந்தும் அரையும் ஐந்தரையாகும்.
7) ஆறரை மூன்று.
8) ஆறுடன் அரை சேர்த்தால் ஆறரை.
9) ஏழரை மூன்றரை.
10) ஏழும் அரையும் ஏழரையாகும்.
11) எட்டரை நான்கு.
12) எட்டுடன் அரை சேர்ந்தால் எட்டரை யாகும்.
13) ஒன்பதரை நாலரை.
14) ஒன்பதுடன் அரை சேர்ந்தால் ஒன்பதரை யாகும்.
15) பத்தரை ஐந்து.
16) பத்துடன் அரை சேர்ந்தால் பத்தரையாகும்.

முதல் வாக்கியத்தில் மூவரை என்னும் தொடரும் இரண்டாவது வாக்கியத்தில் மூன்றரை என்னும் தொடரும் இடம் பெற்றிருக்கின்றன. இந்த வாக்கியங்களை நீங்கள் உற்று நோக்கினால் இவற்றின் பொருள் வேறுபாட்டைப் புரிந்து கொள்ள லாம். மூவரை' என்பது 'மூன்று அரை' என்னும் பொருளையும் 'மூன்றரை' என்பது 'மூன்றும் அரையும்' என்னும் பொருளையும் தருகின்றன. இரு தொடர்களிலும் 'மூன்று' என்னும் சொல் நிலைமொழியாகவும் 'அரை' என்னும் சொல் வருமொழியாகவும் அமைந் திருக்கின்றன. 'மூன்று' என்னும் நிலை மொழியும் 'அரை' என்னும் வருமொழியும் ஓரிடத்தில் ஒரு விதமாகவும் மற்றோரிடத்தில் வேறு விதமாகவும் புணர்கின்றன. இந்த வேறுபாட்டிற்குக் காரணம் இந்தத் தொடர்கள் தரும் பொருள் வேறுபடுவதேயாகும்.

'மூன்று அரை' என்று பொருள் தரும் 'மூவரை' என்னும் தொடரைச் சில சமயங் களில் 'மூன்றரை' என்றும் சொல்வதைக் காணலாம். எனினும் 'மூவரை' என்று சொல்வதே சரியானது; பொருள் மயக்கம் இல்லாதது.

மூன்றும் அரையும் எனப்பொருள் அமையும்போது 'மூன்றரை' என்றே சொல்ல வேண்டும். 'மூவரை' என்று ஒருபோதும் சொல்லக்கூடாது. ஒரு குழந்தையின் வயது மூன்று ஆண்டும் ஆறு மாதமும் ஆகிறது என்று வைத்துக்கொள்வோம். இப்போது 'அந்தக் குழந்தைக்கு என்ன வயது?' என்று கேட்டால் 'மூன்றரை வயது' என்றுதான் சொல்வோம். ஒருபோதும் 'மூவரை வயது' என்று சொல்ல மாட்டோம். 'மூவரை வயது என்று சொன்னால்', அதைக் கேட்பவர்கள் அந்தக் குழந்தைக்கு 'ஒன்றரை வயது என்றே எண்ணிக் கொள்வார்கள். எனவே இரண்டு தொடர்களிலும் நிலை மொழி, வருமொழி ஆகிய இரண்டுமே ஒன்றாக இருந்தாலும் இந்த இரண்டில் எந்தத் தொடரை 'மூவரை' என்று சேர்க்க வேண்டும், எந்தத் தொடரை 'மூன்றரை' என்று சேர்க்க வேண்டும் என்பதை அந்தத் தொடர் தரும் பொருள் என்ன என்பதைக் கொண்டே முடிவு செய்ய வேண்டும். இத்தகைய தொடர்களில் புணர்ச்சி விதியை நிர்ணயிப்பது அந்தத் தொடர் தரும் பொருளே என்பதை நினைவிற் கொள்க.

'மூன்று - அரை' என்னும் தொடரைப் போலவே, 'ஐந்து- அரை', 'எட்டு- அரை' என்னும் தொடர்களும் பொருளுக்கேற்ப இரண்டு விதமாகப் புணரும். அரையை ஐந்தால் பெருக்கும்போது 'ஐயரை' என்று சொல்கிறோம். ஒரு பொட்டலத்தில் அரைக் கிலோ மாவு இருக்கிறது. அதில் ஒருவர் ஐந்து பொட்டலங்கள் வாங்குகிறார். அதாவது, அவர் இரண்டரைக்கிலோ மாவு வாங்குகிறார். அரையை ஐந்தால் பெருக்கும்போது இரண்டரையாகிறது. எனவே, 'ஐந்து- அரை' இரண்டரை என்று சொல்கிறோம். இந்தப் பொருளில் 'ஐந்து-அரை' என்னும் தொடரில் நிற்கும் இரண்டு சொற்களையும் சேர்த்து ஒலிக்கும்போது 'ஐயரை' என்று சொல் கிறோம்.

காலையில் பள்ளி ஏழரை மணிக்கு ஆரம்பமாகிறது; பிற்பகல் ஒரு மணிக்கு முடிவடைகிறது. பள்ளி நடைபெற்ற மொத்த நேரம் எவ்வளவு என்று கேட்டால் 'ஐந்தரை மணி' என்று சொல்வோம். இங்கே 'ஐந்தரை மணி' என்பது 'ஐந்து மணி முப்பது நிமிடம்' என்று பொருள் தருகிறது. இந்த வாக்கியத்தில் 'ஐந்து- அரை' என்பதை 'ஐயரை' என்று சேர்க்க முடியாது. 'ஐயரை என்றால் 'இரண்டு மணி முப்பது நிமிடம்' என்று பொருளாகி விடும். 'ஐயரை என்பதற்கு 'இரண்டரை' என்றே பொருள். எனவே, 'ஐந்து-அரை' என்னும் சொற்களைச் சேர்க்கும்போதும், அந்தத் தொடரின் பொருள் என்ன என்பதை முடிவு செய்த பின்னரே புணர்ச்சி விதியை முடிவு செய்ய வேண்டும்.

இதைப்போலவே, அரையை எட்டால் பெருக்கும்போது 'எண்ணரை' என்றும், எட்டுடன் அரையைக் கூட்டும்போது 'எட்டரை' என்றும் சொல்கிறோம். ஒருவர் ஒரு நாளைக்கு எட்டரை மணி நேரம் வேலை செய்கிறார் என்னும் வாக்கியத்தை நோக்குக. 'எட்டரை' என்னும் தொடரில் 'எட்டு-அரை' என்னும் இரு சொற்கள் நிற்கின்றன. இந்த 'எட்டு-அரை' என்பதை 'எண்ணரை' என்று சேர்க்கக்கூடாது. 'எட்டரை மணி' என்பது எட்டு மணி முப்பது நிமிடம் என்னும் பொருளுடையது. இதை 'எண்ணரை' மணி என்றால் நான்கு மணி என்று பொருளாகி விடும். எனவே, இத்தகைய தொடர்களில் முழு எண்ணுடன் 'அரை' என்னும் கீழ்வாய்

இலக்கத்தைச் சேர்க்கும்போது அந்தத் தொடர் என்ன பொருளில் அமைகிறது என்பதையே நாம் முக்கியமாகக் கவனிக்க வேண்டும்.

இப்பொழுது நாலரை, ஆறரை, ஏழரை, ஒன்பதரை, பத்தரை என்னும் தொடர்களைப் பார்ப்போம். இந்தத் தொடர்கள், இரண்டு விதமான பொருள் தருபவை. எனினும் இந்தத் தொடர்களில் பொருள் வேறுபாட்டிற் கேற்பப் புணர்ச்சி விதி வேறுபடவில்லை.

'நாலரை இரண்டு', நாலும் அரையும் நாலரை' என்னும் இரண்டு வாக்கியங்களில் 'நாலரை' என்னும் தொடர் இடம் பெற்றிருக்கிறது. முதல் வாக்கியத்தில் அரை, நாலால் பெருக்கப்படுகிறது. இரண்டாவது வாக்கியத்தில் அரை, நான்குடன் சேர்கிறது. அதாவது கூட்டப்படுகிறது. ஆனால், இரண்டும் ஒரே விதமாகப் புணர்கின்றன. எனவே, நாலரை என்னும் தொடர் என்ன பொருள் தருகிறது என்பதை இடம் நோக்கியே அறிந்துகொள்ள வேண்டும்.

'ஆறரை' என்னும் தொடரும் இவ்வாறு இரு பொருளுடையதே. 'ஆறரை மூன்று', 'ஆறும் அரையும் ஆறரை' என்னும் வாக்கியங்களைக் கவனியுங்கள். முதல் வாக்கியத்தில் 'ஆறரை' என்பது அரையை ஆறால் பெருக்குவதைக் குறிக்கிறது. இரண்டாவது வாக்கியத்தில் இது ஆறுடன் அரையைக் கூட்டுவதைக் குறிக்கிறது. எனவே, இந்தத் தொடர் தரும் பொருளையும் இடம் நோக்கியே உணர வேண்டும்.

ஏழரை, ஒன்பதரை, பத்தரை என்னும் தொடர்களும் இருபொருள் தருபவை. 'ஏழரை மூன்றரை' ஏழும் அரையும் ஏழரை' என்னும் வாக்கியங்களைக் கவனியுங்கள். இந்த இரண்டு வாக்கியங்களிலும் 'ஏழரை' என்னும் சொல், இரண்டு விதமான பொருள் தருவதைக் கவனியுங்கள்.

'ஒன்பது- அரை' என்பதைச் சேர்த்து ஒலிக்கும்போது 'ஒன்பதரை' என்று அமையும். 'ஒன்பதரை நாலரை', 'ஒன்பதும் அரையும் ஒன்பதரை' என்னும் வாக்கியங்களைக் கவனியுங்கள். 'ஒன்பதரை என்னும் தொடர் முதல் வாக்கியத்தில் ஒரு பொருளும் இரண்டாவது வாக்கியத்தில் வேறொரு பொருளும் தருகிறது.

'பத்து-அரை' என்னும் இரு சொற்களும் சேரும்போது 'பத்தரை'யாகும். இந்தத் தொடரும் இரு பொருளுடையதே. 'பத்தரை ஐந்து', 'பத்தும் அரையும் பத்தரை' என்னும் இரு வாக்கியங்களிலும் 'பத்தரை' என்பது இரண்டு விதமான பொருள் தருவதைக் கவனியுங்கள்.

இதுவரை நாம் எடுத்துக்காட்டிய தொடர்களில் ஒன்று, இரண்டு, மூன்று ஐந்து, எட்டு ஆகிய எண்களில் ஏதேனும் ஒன்று நிலைமொழியாக அமைந்து வருமொழியாக 'அரை' என்னும் சொல் அமையுமானால், அந்தத் தொடரின் பொருளுக்கேற்பப் புணர்ச்சி விதியும் அமைவதைப் பார்த்தோம். இந்தத் தொடர்கள் இரண்டு விதமாகப் பொருள்படக் கூடியவை. எனவே, புணர்ச்சி விதியும் இரண்டு விதமாக அமைகின்றது. ஓரரை, ஒன்றரை, ஈரரை, இரண்டரை, மூவரை, மூன்றரை, ஐயரை, ஐந்தரை, எண்ணரை, எட்டரை என்னும் தொடர்களைக் கவனியுங்கள்.

நான்கு, ஆறு, ஏழு, ஒன்பது, பத்து என்னும் எண்ணுப் பெயர்கள் நிலைமொழியாக அமைந்து, அரை என்னும் சொல் வருமொழியாக அமையும் போது இவை முறையே நாலரை, ஆறரை, ஏழரை, ஒன்பதரை பத்தரை எனப்புணரும்.

இந்தத் தொடர்கள் ஒவ்வொன்றுக்கும் இரு பொருள் கொள்ள முடியும். எனினும் இந்தத் தொடர்களில் பொருள் வேறுபாட்டிற்கேற்பப் புணர்ச்சி விதி மாறுபடவில்லை.

கால், முக்கால் என்பன வருமொழியாக அமையும்போது இந்தத் தொடர்களில் நிலை மொழியும் வருமொழியும் இரண்டு விதமாகப் புணரும். இந்தத் தொடர்கள் இரண்டு விதமாகப் பொருள் தருவதே அதற்குக் காரணம்.

1) ஒரு கால் கால்
2) ஒன்றும் காலும் ஒன்றே கால்
3) இரு கால் அரை
4) இரண்டும் காலும் இரண்டே கால்
5) மூன்று கால் முக்கால்
6) மூன்றும் காலும் மூன்றே கால்

7) நாற்கால் ஒன்று

8) நான்கும் காலும் நாலே கால்

9) ஐங்கால் ஒன்றேகால்

10) ஐந்தும் காலும் ஐந்தே கால்

11) அறுகால் ஒன்றரை

12) ஆறும் காலும் ஆறேகால்

13) எழுகால் ஒன்றே முக்கால்

14) ஏழும் காலும் ஏழே கால்

15) எண்கால் இரண்டு

16) எட்டும் காலும் எட்டே கால்

17) ஒன்பது கால் இரண்டே கால்

18) ஒன்பதும் காலும் ஒன்பதே கால்

19) பத்துக்கால் இரண்டரை

20) பத்தும் காலும் பத்தே கால்.

இந்த வாக்கியங்களில் இடம் பெற்றிருக்கும் ஒரு கால், ஒன்றே கால், இருகால், இரண்டே கால், மூன்று கால்- மூன்றே கால், நாற்கால், நாலேகால், ஐங்கால், ஐந்தேகால், அறுகால், ஆறேகால், எழுகால், ஏழே கால், எண்கால், எட்டே கால், ஒன்பது கால், ஒன்பதே கால், பத்துக்கால், பத்தே கால் என்னும் தொடர்களை நன்கு கவனியுங்கள். ‘ஒரு கால்’ என்பதும் ‘ஒன்றே கால்’ என்பதும் ஒரே பொருளுடையன அல்ல. ‘ஒரு கால்’ என்பது நாலில் ஒரு பகுதியைக் குறிக்கிறது. ஒன்றே கால் என்பது ஒன்றுடன் கால் சேர்ந்திருப்பதைக் குறிக்கிறது.

இதேபோல், ‘இருகால்’ என்பது அரையையும், ‘இரண்டேகால்’ என்பது இரண்டுடன் கால் சேர்ந்திருப்பதையும் குறிக்கின்றன. ‘மூன்று கால் என்பதற்கு ‘முக்கால்’ என்று பொருள். ‘மூன்றே கால் என்றால் மூன்றும் காலும் என்று பொருள். இவற்றைப் போலவே ஏனையவற்றையும் கொள்க.

‘கால்’ என்னும் கீழ்வாய் இலக்கத்தை அல்லது பின்னத்தை ஒன்று முதலிய எண்காளால் பெருக்குவதை ‘ஒரு கால், இருகால்’, மூன்றுகால், நாற்கால், ஐங்கால், அறுகால், எழுகால், எண்கால், ஒன்பது கால், பத்துக்கால் என்னும் தொடர்கள் குறிக்கின்றன. ஒன்று முதலிய எண்களுடன் ‘கால்’ என்னும் பின்னத்தைக் கூட்டினால் கிடைக்கும் தொகையை ஒன்றேகால், இரண்டேகால், மூன்றேகால், நாலே கால், ஐந்தே கால், ஆறே கால், ஏழே கால், எட்டே கால், ஒன்பதே கால், பத்தேகால் என்னும் தொடர்கள் குறிக்கின்றன.

இத்தொடர்களில் நிற்கும் ‘ஏ’ என்னும் சாரியையே மிகவும் முக்கியமானது. இந்தச் சாரியையே நாம் முன்பு குறிப்பிட்ட பொருள் வேறுபாட்டைப் புலப்படுத்துவது. இந்தச் சாரியையை அகற்றி விட்டு இரண்டு கால், மூன்று கால், நாலுகால், ஐந்து கால் என்று கூறுவோமேயானால், இவற்றின் பொருள் மாறி விடும். அதாவது ‘கால்’ என்பதை இந்த எண்களால் பெருக்கி வரும் தொகையை இவை உணர்த்தும். அப்போது இவற்றின் பொருள் முறையே அரை, முக்கால், ஒன்று, ஒன்றேகால் என அமையும். இவற்றைப் போலவே மற்றத் தொடர்களிலும் ‘ஏ’ என்னும் சாரியையை நீக்கி விட்டால் அவற்றின் பொருள் மாறிவிடும். எனவே, இந்தத் தொடர்களில், அதாவது, முழு எண்ணுடன் ‘கால்’ என்னும் பின்னத்தைக் கூட்டி வரும் தொகையைக் குறிக்கும் தொடர்களில் ‘ஏ’ என்னும் சாரியை கட்டாயம் இடம் பெற வேண்டும் என்பதை கவனத்திற் கொள்க.

“உயிரும் புள்ளியும் இறுதி யாகி
அளவும் நிறையும் எண்ணும் சுட்டி
உளவெனப் பட்ட எல்லாச் சொற்களும்
தத்தம் கிளவி தம்மகப் பட்ட
முத்தை வரூஉம் காலம் தோன்றின்
ஒத்த தென்ப ஏயென் சாரியை”

(தொல்காப்பியம்)

நிலை மொழி, வருமொழி ஆகிய இரண்டும் அளவைப் பெயராகவோ, நிறைப் பெயராகவோ, எண்ணுப் பெயராகவோ அமையும்போது ‘ஏ’ என்னும் சாரியை வரும் என்பதை இந்த நூற்பா கூறுகிறது. நாம் இப்பொழுது எடுத்துக்காட்டிய ஒன்றேகால், இரண்டே கால், மூன்றேகால் முதலிய தொடர்களில் நிலை மொழி ‘ஏ’ என்னும் சாரியை பெற்றிருப்பது இந்த விதியைத் தழுவி அமைந்ததேயாகும்.

இந்த நூற்பாவுக்கு விளக்கவுரை எழுதிய அறிஞர்கள் இவ்வாறு 'ஏ' என்னும் சாரியை பெறாமலும் தொடர்கள் அமைவதுண்டு என்று குறிப்பிட்டிருக்கின்றனர். ஒருகால், இருகால், மூன்றுகால் முதலிய தொடர்களை 'ஏ' என்னும் சாரியை பெறாத தொடர்களுக்குச் சான்றாகக் கொள்ளலாம். இந்தத் தொடர்கள் சாரியை பெற்று வரும்போது ஒரு பொருளும், சாரியை பெறாமல் வரும் போது ஒருபொருளும் தருகின்றன என்பதே நாம் கவனத்திற் கொள்ள வேண்டியது.

அரை என்னும் எண்ணுப்பெயரை வருமொழியாகக் கொண்ட ஒன்றரை, இரண்டரை, மூன்றரை முதலிய தொடர்கள் 'ஏ' என்னும் சாரியை பெறவில்லை. 'அரை' என்பது வருமொழியாக அமையும்போது அந்தத் தொடர் தரும் பொருள் எதுவாயினும் 'ஏ' என்னும் சாரியை தோன்றாது.

"அரையென வரூஉம் பால்வரை கிளவிக்குப்
புரைவதன்றாற் சாரியை இயற்கை"
(தொல்காப்பியம்)

என்னும் நூற்பாவும் இதனை உறுதிப் படுத்துகிறது.

'கால்' என்னும் எண்ணுப் பெயர் போலவே 'முக்கால்' என்பதும் வரு மொழியாக அமையும்போது இந்த விதியைத் தழுவியே புணரும். ஒரு முக்கால், இரு முக்கால், மும்முக்கால், நான் முக்கால், ஐம்முக்கால், அறுமுக்கால், எழு முக்கால், எண் முக்கால், ஒன்பது முக்கால், பத்து முக்கால் என்னும் தொடர்களைக் கவனியுங்கள். இந்தத் தொடர்களில் ஒன்று, இரண்டு முதலிய எண்கள் நிலை மொழி யாகவும், 'முக்கால்' என்னும் பின்னம் வருமொழியாகவும் அமைந்திருக்கின்றன. இவற்றில் நிலை மொழியும் வருமொழியும் புணர்ந்திருக்கும் முறையை நோக்கும்போது, 'முக்கால்' என்னும் எண்ணை, ஒன்று, இரண்டு முதலிய எண்களால் பெருக்குவதை இந்தத் தொடர்கள் உணர்த்துகின்றன என்பதை அறிந்துகொள்ளலாம்.

ஒன்றே முக்கால், இரண்டே முக்கால், மூன்றே முக்கால், நாலே முக்கால், ஐந்தே முக்கால், ஆறே முக்கால், ஏழே முக்கால், எட்டே முக்கால், ஒன்பதே முக்கால், பத்தே முக்கால் என்னும் தொடர்கள் ஒன்று முதலிய எண்களுடன் முக்கால் என்னும் கீழ்வாயிலக் கத்தைக் கூட்டி வந்த தொகையைக் குறிக் கின்றன. முன் கூறியவற்றில் 'ஏ' என்னும் சாரியை இல்லை; இரண்டாவது வகையில் 'ஏ' சாரியை வந்துள்ளது. பொருள் வேறு பாட்டை உணர்த்துவது இந்தச் சாரியையே.

பத்துவரையிலான எண்களுக்கு மட்டு மல்ல, மற்ற எண்களுக்கும் இது பொருந்தும். எல்லா எண்களும் 'ஏ' சாரியை பெற்று வரும்போது ஒரு பொருளும், பெறாமல் வரும்போது ஒரு பொருளும் உணர்த்தும்.

எடுத்துக்காட்டு :

1) பதினொருகால்; பதினொன்றேகால்.
2) பதினெண்கால்; பதினெட்டேகால்.
3) முப்பதுகால்; முப்பதே கால்.
4) ஐம்பத்தைந்து கால்; ஐம்பத்தைந்தேகால்.
5) நூற்றுக்கால்; நூற்றேகால்.
6) நூற்று அறுபத்தொரு கால், நூற்று அறுபத் தொன்றேகால்.
7) எழுநூற்று எண்பது கால் எழு நூற்று எண்பதே கால்.
8) ஆயிரத்துப் பத்துக்கால், ஆயிரத்துப் பத்தே கால்.
9) ஆயிரத்து இரு நூற்று நாற்பது கால்; ஆயிரத்து இருநூற்று நாற்பதே கால்.
10) இரண்டாயிரத்து முந்நூற்று எழுபது கால்.
11) இரண்டாயிரத்து முந்நூற்று எழுபதே கால்.

இதே போலத்தான் 'முக்கால்' என்பது சேரும்போதும் பொருள் வேறுபாடு உணர்த்த 'ஏ' சாரியை வரும்.

'அரைக்கால்' என்பது 'காலில் பாதி' 'காலுடன் அரைக்காலைச் சேர்த்தால் காலே அரைக்கால் ஆகும். இது 'கால்', 'அரைக்கால்' ஆகிய கீழ்வாயிலக்கங்களின் கூட்டுத் தொகை யைக் குறிக்கிறது. 'காலரைக்கால்' என்றால், அரைக்காலில் கால் பகுதி, அதாவது அரைக் காலில் நாலில் ஒரு பங்கு என்று பொருள் படும். இதே போல 'அரை அரைக்கால்' என்பது வேறு. 'அரையே அரைக்கால்' வேறு. 'முக்கால் அரைக்கால்' என்பதும் 'முக்காலே அரைக்கால்' என்பதும் ஒன்றல்ல.

இதுவரை நாம் பார்த்த தொடர்களிலிருந்து பொருள் வேறுபாடு உணர்த்துவதில் 'ஏ' சாரியை எத்துணை முக்கிய பங்கு வகிக்கிறது என்பதைப் புரிந்துகொள்ளலாம்.

சாரியையாக வரும் 'ஏ' இடைச் சொற்களில் ஒன்று. இதே போல 'உம்' என்னும் இடைச் சொல்லும் எண்ணுப் பெயர்ப்புணர்ச்சியில் முக்கிய பணியாற்று கிறது.

1) ஓரொன்று ஒன்று.
2) ஒன்றும் ஒன்றும் இரண்டு.
3) ஈரொன்று இரண்டு.
4) இரண்டும் ஒன்றும் மூன்று.
5) மூவொன்று மூன்று.
6) மூன்றும் ஒன்றும் நான்கு.
7) நாலொன்று நான்கு.
8) நாலும் ஒன்றும் ஐந்து.
9) ஐயொன்று ஐந்து.
10) ஐந்தும் ஒன்றும் ஆறு.

'ஓரொன்று' என்பதற்கும் 'ஒன்றும் ஒன்றும்' என்பதற்கும் உள்ள பொருள் வேறுபாட்டை நோக்குக. இதே போல, ஈரொன்று வேறு; இரண்டும் ஒன்றும் வேறு. நாலொன்று வேறு; நாலும் ஒன்றும் வேறு.

இவ்வாறே எல்லாத் தொடர்களும் 'உம்மை' சேரும்போது வேறுபடுவதை நோக்குக. நாம் முன்பு குறிப்பிட்டதுபோல எல்லா எண்களுக்கும் இது பொருந்தும். கீழ்வாயிலக்கங்களுக்கும் இது பொருந்தும்.

'உம்' சேர்ந்து நிற்கும் தொடர்களில் எண்ணுப் பெயர்கள் திரியாமல் நிற்பதையும் நோக்குக. 'ஈரொன்று' என்பதை 'இரண்டு ஒன்று' என்று சொன்னாலும் பாதகமில்லை. ஆனால், 'இரண்டும் ஒன்றும்' என்பதில் உள்ள 'இரண்டு' என்னும் சொல்லை 'ஈர்' என்று மாற்ற முடியாது. 'ஏ' சேரும்போது எண்ணுப் பெயர்கள் திரியாமல் நிற்பது போலவே 'உம்' சேரும் போதும் திரியாமல் நிற்கும்.

வேற்றுமை உருபு போன்ற ஏனைய இடைச் சொற்கள் சேரும்போதும், எண்ணுப் பெயர்கள் தம் முழு வடிவிலேயே அமையும். திரிந்து நின்று இவை இடைச் சொற்களை ஏற்பதில்லை.

கீழ்வாயிலக்கங்களுக்குப் பின் வல்லினம்

அரை, கால், முக்கால் முதலியன நிலை மொழியாக நிற்கும் தொடர்களை இனிக் காண்போம்.

கால், முக்கால், என்பன லகரமெய்யை ஈற்றிலுடைய சொற்கள் இவை வருமொழி முதலில் நிற்கும் வல்லினத்துடன் சேரும் போது, இவை, வல்லினத்தின் முன் லகரம், றகரமாகத் திரியும் என்னும் பொது விதியைத் தழுவியே புணரும்.

'அரை' என்பது உயிரீற்றுச் சொல். இது நிலை மொழியாக நிற்கும் தொடரில் வல்லினம் மிகுமா என்பதை இப்போது பார்ப்போம்.

"ஊருக்கு **அரைக்கல்** தூரம் நடந்தேன் நேரில் நான் கண்டது மலர்வனம், மணிக்காடு
உச்சிக்குன்றின் பக்க வாட்டில் ஐந்நூறு காணிப்பரப்பை 'அழகு' மொய்த்து விளையாடக் குத்தகை
                                   பிடித்தது''
                                   (பாரதிதாசன்)

'அரைக்கல்' என்னும் தொடரைக் கவனியுங்கள். 'அரை-கல்=அரைக்கல் எனப் புணர்ந்திருக்கிறது. அதாவது இங்கே வல்லினம் மிகுந்திருக்கிறது.

"அரைத்துளி நீரும் அற்ற ஏரியின் அகன்ற நடுத்தலம்! அமைதியில்
                                   இருந்தேன்
தீப்பிடித் தெரிந்த ஆகாயத்தில் தேகம் சிலிர்க்கக் காற்று மிதந்தது''
                                   (பாரதிதாசன்)

'அரைத்துளி' என்னும் தொடரிலும் வல்லினம் மிகுந்திருப்பதைக் கவனியுங்கள்.

அரைக்காசு, அரைக்குடம், அரைப்பொன், அரைக்கணம், அரைச்சுற்று, அரைப்பணம், அரைத்தாள், அரைத்தூக்கம், அரைச்சூடு முதலிய தொடர்களில் வல்லினம் மிகுந்திருப்பதைக் கவனியுங்கள்.

'எந்த வேலையையும் **அரைகுறையாகச்** செய்வது' எனக்குப் பிடிக்காது. இந்த

வாக்கியத்தில் இடம் பெற்றிருக்கும் 'அரைகுறை' என்னும் தொடரின் உச்சரிப்பை நன்கு கவனித்தால் இந்தத் தொடரில் வல்லினம் மிகாமல் இருப்பதை உணரலாம். 'அரை' என்னும் சொல்லுக்குப் பின், வல்லினம் மிகுவதை முன்பு எடுத்துக்காட்டிய தொடர்கள் உணர்த்துகின்றன. இந்தத் தொடரில் மட்டும் இந்தப் பொது விதிக்கு மாறாக வல்லினம் மிகாமல் இருக்கும் காரணம் என்ன என்னும் கேள்வி எழுவது இயல்பே. இந்தக் காரணத்தைத் தெரிந்து கொள்ள இது என்ன தொடர் என்பதைக் கவனிக்க வேண்டும். அதற்கு முன் இது என்ன பொருள் தருகிறது என்பதைப் பார்ப்போம்.

'எந்த வேலையையும் அரை குறையாகச் செய்வது எனக்குப் பிடிக்காது' என்பதற்கு 'எந்த வேலையையும் முழுமையாகவும் செம்மையாகவும் செய்வதே எனக்குப் பிடிக்கும் என்று பொருள். எனவே, நாம் சற்று முன்பு குறிப்பிட்ட வாக்கியத்தில் உள்ள 'அரைகுறை' என்னும் தொடர், ஒரு செயல் முழுமையாகவும் செம்மையாகவும் நடை பெறாததைக் குறிக்கிறது. இந்த 'அரைகுறை' என்னும் தொடர் 'அரையும் குறையும்' என விரியும். எனவே 'அரைகுறை' என்பது உம்மைத் தொகை. உம்மைத் தொகையில் வல்லினம் மிகாது என்பதை முன்பே விளக்கியிருக்கிறோம்.

'அரை' என்னும் சொல்லுக்குப் பின் வல்லினமல்லாத மெய்கள் வரும்போது இயல்பாகவே புணரும்.

எடுத்துக்காட்டு : அரை நாள், அரை வட்டம், அரை மதி.

வருமொழி முதலில் உயிர் வந்தால், பொது விதியைத் தழுவி யகர உடம்படுமெய் தோன்றும்.

எடுத்துக்காட்டு : அரையாள், அரையுயிர், அரையெண்.

பாதி

அரை என்னும் பொருள் தரும் இன்னொரு சொல் 'பாதி' என்பது. இந்தச் சொல்லுக்குப் பின்னும் வல்லினம் மிகும்.

எடுத்துக்காட்டு : பாதிப்பங்கு, பாதிக் குடம், பாதிச் செலவு, பாதிக்கணக்கு.

வருமொழி முதலில் உயிர் வந்தால் யகர உடம்படுமெய் தோன்றும்.

எடுத்துக்காட்டு : பாதியுலகு, பாதியாறு, பாதியறை.

எண்களும் இடைச்சொற்களும்

எண்களுடன் இடைச்சொற்களை எப்படிச் சேர்ப்பது?

2001-ம் ஆண்டா? 2001-ஆம் ஆண்டா? இந்த இரண்டில் எது சரி? இத்தகைய ஐயம் நமக்கு அடிக்கடி ஏற்படுவதுண்டு. இந்தப் பிரச்சினைக்கு ஒருவழி இந்த எண்களை எழுத்தால் எழுதி விடுவது. அதாவது, இரண்டாயிரத்து ஒன்றாம் ஆண்டு என்று எழுதுவது. எல்லாச் சமயங்களிலும் இவ்வாறு எழுத முடியாமல் போகலாம். எண்ணால் எழுத வேண்டிய நிலை ஏற்படும்போது என்ன செய்வது? 2001 உடன் ஆம் சேர்க்க வேண்டியிருந்தால், அதை 2001-ஆம் என்று தான் எழுத வேண்டும். குறிப்பிட்ட எண்ணுடன் 'ஆம்' என்னும் இடைச்சொல் முழு வடிவில் சேர வேண்டும்.

ஏன் இப்படி அமைய வேண்டும்? இதனை எழுத்தில் எழுதிப் பார்த்தால் இதற்கு விடை கிடைக்கும். 'இரண்டாயிரத்து ஒன்று' என்னும் சொல்லுடன் 'ஆம்' சேரும்போது இரண்டாயிரத்து ஒன்றாம் என்றாகிறது. அதாவது, 'இரண்டாயிரத்து ஒன்று-ஆம் = இரண்டாயிரத்து ஒன்றாம்' என்று அமைகிறது. 'இரண்டாயிரத்து ஒன்று' என்பதோடு 'ஆம்' என்னும் சொல் சேருகிறது அல்லவா? இதே போல் '.இரண்டாயிரத்து ஒன்று' என்பது எண்ணில் அமையும்போதும், அதாவது 2001- என்று அமையும்போதும் அதனுடன் 'ஆம்' என்பது முழு வடிவிலேயே சேர வேண்டும். எனவே, 2001-ஆம் என்றே எழுத வேண்டும். '2001-ம்' என்று எழுதுவது பொருளுடைய தாகாது.

இதேபோல், 'ஆவது' என்னும் இடைச்சொல் சேரும்போதும் அது முழு வடிவிலேயே சேர வேண்டும். '2001-ஆவது' என்றே எழுத வேண்டும். இரண்டாயிரத்து ஒன்று- ஆவது' என்பதே ''இரண்டாயிரத்து ஒன்றாவது'' என அமையுமே தவிர, 'இரண்டாயிரத்து ஒன்று-வது' என்பது அல்ல.

எந்த எண்களுடன் இந்தச் சொற்கள் சேருவதாக இருந்தாலும் இப்படித்தான் அமையும்.

இந்தச் சொற்கள் மட்டுமல்ல; வேற்றுமை உருபுகள், வினா வெழுத்துகள் போன்ற எல்லா இடைச்சொற்களும் முழு வடிவில் தான் எண்களோடு சேர வேண்டும்.

எடுத்துக்காட்டு : *1947-ஐ, 1818-இல், 2001-ஒடு, 2002-க்கு, 1999-இலிருந்து, 2001-இன், 1994-இல், 1500-ஆ, 1570-ஒ, 1580-ஒ, 1965 என (நினைக்கிறேன்)*

சிறிய எண்களாக இருந்தால் அவற்றை எழுத்தால் எழுதுவதே சிறந்தது.

எடுத்துக்காட்டு : நான்காம், நான்காவது, ஐந்தை, ஆறில், ஏழுடன், எட்டால், ஒன்பதின், பத்திலிருந்து

எண்ணால் எழுத வேண்டிய சந்தர்ப்பங் களில், எண்ணுடன் இடைச்சொல்லை முழு வடிவில் சேர்த்து எழுதுக.

முதலும் ஒன்றும்

1) அவன் முதல் வகுப்பில் படிக்கிறான்.
2) அவனுக்கு முதல் பரிசு கிடைத்தது.
3) அவன் ஓட்டப் பந்தயத்தில் முதலாவதாக வந்தான்.
4) இன்று முதல் தேதி.
5) ஆசிய நாடுகளில் ஜப்பான் தொழில் நுட்பத்துறையில் முதலிடம் வகிக்கிறது.

இந்த வாக்கியங்களில் ‘அவன் முதல்’ வகுப்பில் படிக்கிறான், ‘இன்று முதல் தேதி’ என்னும் வாக்கியங்களில் மட்டுமே முதல் என்பதற்குப் பதிலாக ‘ஒன்றாம்’ என்னும் சொல்லை அமைக்கலாம். ‘முதல் வகுப்பில் படிக்கிறான்’ என்பதை ஒன்றாவது (வகுப் பில்) படிக்கிறான் என்றும் சொல்கிறோம். ஆனால், முதல் தேதியை ‘ஒன்றாவது தேதி’ என்று சொல்வதில்லை.

இந்த இரு வாக்கியங்களைத் தவிர மற்ற எந்த வாக்கியத்திலும் ‘முதல்’ என்பதற்குப் பதிலாக, ‘ஒன்றாம்’ அல்லது ‘ஒன்றாவது’ என்னும் சொல்லை வைத்தால் பொருந்தாது. இவை போன்ற மற்ற இடங்களிலும் ‘முதல் என்னும் சொல்லையே பயன்படுத்துக. இவை இரண்டும் ஒன்றுபோல் தோன்றினாலும் அவை ஒன்றல்ல, நுட்பமான பொருள் வேறுபாடு உடையவை.

ஒன்பது - தொண்ணூறு - தொள்ளாயிரம்

ஒன்பது பத்துக்களைத் ‘தொண்ணூறு’ என்றும், ஒன்பது நூறுகளைத்‘தொள்ளாயிரம்’ என்றும் வழங்குகிறோம். இருபது, முப்பது, இருநூறு முந்நூறு போன்றவற்றிலிருந்து தொண்ணூறு, தொள்ளாயிரம் என்பவை முற்றிலும் வேறுபட்டு விளங்குகின்றன.

தமிழாசிரியர்களுக்கும் மாணவர்களுக்கும் மயக்கம் தரும் இந்த இரண்டு எண்ணுப் பெயர்களின் தோற்றத்தைச் சிறிது ஆராய்வோம்.

‘ஒன்பது-பத்து=தொண்ணூறு’ என்றும் ‘ஒன்பது-நூறு=தொள்ளாயிரம்’ என்றும் புணர்வதை நாம் அறிவோம். இந்த இரண்டு தொடர்களிலும் நிலைமொழி, வருமொழி இரண்டுமே முற்றிலும் திரிந்து நிற்கின்றன. ஏனைய எண்ணுப்பெயர்த் தொடர்களிலும், நிலைமொழி திரிந்து நிற்பது இயல்பு எனினும், ‘‘ஒன்பதை’ நிலைமொழியாகக் கொண்ட இந்தத் தொடர்களைப் போல அவை முற்றிலும் மாறிவிடவில்லை. ‘ஒன்பது’ நிலைமொழியாக நிற்கும்போது மட்டும் ஏன் இவ்வாறு மாறுகிறது என்று இப்போது பார்ப்போம்.

‘‘ஒன்பான் ஒகர மிசைத் தகரம் ஒற்றும்
முந்தை ஒற்றே ணகாரம் இரட்டும்
பஃதென் கிளவி ஆய்த பகரம் கெட
நிற்றல் வேண்டும் ஊகாரக் கிளவி
ஒற்றிய தகரம் றகாரம் ஆகும்’’
(தொல்காப்பியம்)

இந்த நூற்பா ஒன்பதும் பத்தும் சேர்வதற்கு இலக்கணம் கூறுகிறது. ஒன்பது என்னும் சொல்லில் நிற்கும் ஒகரத்துடன் தகர மெய் சேர்ந்து ‘தொ’ என்று மாறுகிறது. ‘ஒ’வை அடுத்து நிற்கும் ‘னகரம்’ ணகரமாய் மாறி இரட்டிக்கிறது. ‘பத்து’ என்னும் சொல்லில் பகரமும் ஆய்தமும் கெட்டு ‘ஊ’ என்னும் உயிர் தோன்றுகிறது. பத்து என்னும் சொல்லின் ஈற்றில் நிற்கும் ‘து’ ‘று’ ஆக மாறுகிறது. அத்துடன் ஒன்பது என்னும் சொல்லின் பிற்பகுதியில் நிற்கும் ‘பது’

என்பது மறைந்து விடுவதும் இதன் வாயிலாகப் புலனாகிறது. எனவே, 'ஒன்பது-பத்து=தொண்ணூறு' எனப் புணர்கிறது. இதுவே இந்தத் தொல்காப்பிய நூற்பாவின் வழி நாம் அறிந்து கொள்வது.

'ஒன்பது - நூறு = தொள்ளாயிரம்' எனப் புணர்வதற்குத் தொல்காப்பியம் கூறும் புணர்ச்சி இலக்கணம் என்ன?

''ஒன்பான் முதனிலை முந்து கிளந்தற்றே
முந்தை யொற்றே ளகாரம் இரட்டும்
நூறென் கிளவி நகார மெய்கெட
ஊ ஆ வாகும் இயற்கைத் தென்ப
ஆயிடை வருதல் இகார ரகாரம்
ஈறுமெய் கெடுதல் மகாரம் ஒற்றும்''

முன்பு கூறியது போலவே இங்கேயும் 'ஒ' 'தொ'வாக மாறுகிறது. இங்கே 'ஒ'வை அடுத்து நிற்கும் னகரம் ளகரமாய் மாறி இரட்டிக்கிறது. நூறு என்னும் சொல்லில் நிற்கும் நகர மெய் கெட்டு எஞ்சி நிற்கும் 'ஊ', 'ஆ'வாக மாறுகிறது. அதனுடன் இகரமும் ரகரமும் புதிதாகத் தோன்றுகின்றன. இறுதியில் நிற்கும் 'று' மறைந்து மகர மெய் தோன்றுகிறது. எனவே, 'ஒன்பது-நூறு தொள்ளாயிரம்' எனப்புணர்ந்து நிற்கிறது. இதுவே நாம் சற்று முன்பு எடுத்துக்காட்டிய தொல்காப்பிய நூற்பா கூறும் இலக்கணம்.

தொல்காப்பியம் கூறும் இந்த இலக்கண விதிகளைச் சற்றுச் சிந்தித்துப் பார்த்தால், 'ஒன்பது-பத்து' என்னும் தொடர் சேரும் போது 'ஒன்பது' 'தொண்' என்றும் 'பத்து' 'நூறு' என்றும் திரிவது புலனாகும். இவ்வாறே ஒன்பது- நூறு என்னும் இரு சொற்களும் சேரும்போது ஒன்பதானது 'தொள்' என்றும், நூறானது ஆயிரம் என்றும் திரிகின்றன. எனவே, 'தொண்-நூறு= தொண்ணூறு' என்றும் தொள்-ஆயிரம்= தொள்ளாயிரம்' என்றும் புணர்கின்றன. இதையே நன்னூலும் கூறகின்றது.

''ஒன்பானெடு பத்தும் நூறும் ஒன்றின்
முன்னதின் ஏனைய முரணி ஒவ்வொடு
தகரம் நிறீஇப் பஃது அகற்றி னவ்வை
நிரலே ண ளவாத் திரிப்பது நெறியே''
(நன்னூல்)

ஒன்பதுடன் பத்து வந்து புணரும்போது பத்தினை நூறாக மாற்றுதல் வேண்டும். அப்பொழுது ஒன்பது நூறு என்றாகும். பின்னர், ஒன்பது என்னும் சொல்லில் முதலில் நிற்கும் 'ஒ'வுடன் தகர மெய்யைச் சேர்க்கத் தொன்பது என மாறும். பிறகு 'தொன்பது' என்னும் சொல்லிலுள்ள 'பது' என்பதை அகற்றத் 'தொன்' என்பது எஞ்சி நிற்கும். 'தொன்' என்பதில் உள்ள 'ன்', 'ஐ', 'ண்' ஆக மாற்ற வேண்டும். இப்போது 'தொண்' என்பது நிலைமொழி. முன்பு வருமொழியான பத்தை நூறாக மாற்றினோம் அல்லவா? அதனை இதனுடன் சேர்க்கத் 'தொண் - நூறு = தொண் ணூறு' என அமையும்.

'ஒன்பது' என்பதுடன் 'நூறு' என்பது வந்து புணரும் போது நூறு என்னும் வருமொழியை ஆயிரமாக மாற்ற வேண்டும் அப்படி மாற்றும் போது 'ஒன்பது-ஆயிரம்' எனத் தொடர் அமையும். ஏற்கனவே குறிப்பிட்டது போல ஒன்பது என்னும் சொல்லிலுள்ள 'ஒ'வுடன் 'த்' சேர்த்துத் 'தொ' என்றாக்கினால், 'ஒன்பது ஆயிரம்' என்பது 'தொன்பது ஆயிரம்' என மாறும். 'தொன்பது' என்னும் சொல்லிலுள்ள 'பது' என்பதை நீக்கி விட்டு எஞ்சியுள்ள 'தொன்' என்னும் சொல்லின் இறுதியில் நிற்கும் 'ன்' ஐ 'ள்' ஆக மாற்ற வேண்டும். எனவே 'தொள்-ஆயிரம்' என்னும் தொடர் உருவாகும். இந்தத் தொடரிலுள்ள இரு சொற்களும் சேரும்போது 'தொள்ளாயிரம்' என அமையும். இந்தத் தொடரிலுள்ள 'ள்' ஐ நீக்கி விட்டுத் 'தொளாயிரம்' என்றும் சொல்லலாம்.

முத்து வீரியமும் இலக்கண விளக்கமும் இந்த விதியையே கூறுகின்றன. ஆசிரியர் இந்த இடத்தில் நன்னூல் நூற்பாவையே எடுத்தாண்டிருப்பதும் இங்கே குறிப்பிடத் தக்கது.

''ஒன்பானொடு பத்தும் நூறும்' ஒன்றின்
ஒன்றிய இரண்டும் ஊறும் ஆயிரமும்
என்று திரிய விறுதிய கெடுவழி
நின்ற னகர நிரலே ணளவாய்
இரட்ட ஒகரமிசைத் தகரம் ஒற்றும்''
(இலக்கண விளக்கம்)

முன்பு எடுத்துக் காட்டிய நூற்பாக்களில் பத்து நூறாவதைப் பார்த்தோம். இந்தப் பாடலோ பத்து நூறு எனத் திரிவதாகக் கூறவில்லை. 'ஊறு' எனத் தரிவதாக கூறுகிறது. இந்த ஒன்றைத் தவிர, வேறு எந்த வேறுபாடும் இல்லை. 'தொண்-நூறு' என்பதும்

'தொண்-ஊறு' என்பதும் புணரும் போது 'தொண்ணூறு' என்றே மாறும்.

இதுவரை கூறிய கருத்தையே வீர சோழியமும் வலியுறுத்துகிறது.

''ஒன்றுக்கு ஒரு ஓர்; இரு ஈர் இரண்டுக்கு; மூன்று முமூ,

அள்ளூற்ற நாலுக்கு நான்கு; ஐந்து ஐ; ஆறு அறு; ஏழு எழுவாம்;

தொன்னுற்ற எட்டுக்கு எண்; ஒன்பது ஒன்பான் தொண் தொள்ளும்; பான்

''பன்னுற்ற நூறு பது பஃது பத்து நூறு
ஆயிரமே''
(வீரசோழியம்)

ஒன்று முதல் பத்து வரையிலான எண்களும் நூறு, ஆயிரம் ஆகிய எண்களும் எவ்வா றெல்லாம் திரிந்து நிற்கும் என்பதை இந்த நூற்பா விளக்குகின்றது. ஒன்று முதல் எட்டு வரையிலான எண்கள் அடையும் மாற்றத்தை முன்பே பார்த்தோம். இப்பொழுது இந்த நூற்பா கூறும் ஒன்பது, பத்து, நூறு ஆகிய எண்களின் விகாரத்தைப் பார்ப்போம். ஒன்பதானது ஒன்பான், தொண், தொள் எனவும், பத்தானது பது, பன், பஃது, நூறு எனவும், நூறு, ஆயிரம் எனவும் விகாரப் படும் என்று இந்தப் பாடல் கூறுகின்றது.

'ஒன்பது-பத்து', 'ஒன்பது-நூறு என்னும் தொடர்கள் முறையே 'தொண்ணூறு' 'தொள்ளாயிரம்' எனப்புணரும் என்பதைச் சற்று முன்பு பார்த்தோம் அல்லவா? அதனை ஒன்பதானது 'தொண்', 'தொள்' எனவும், பத்தானது நூறெனவும், நூறானது ஆயிரம் எனவும் திரிந்து நிற்கும் என்னும் விதியும் உறுதிப்படுத்துகிறது.

இங்கே நாம் ஒன்றைக் கவனிக்க வேண்டும். 'ஒன்பது' என்னும் சொல் 'தொண்' எனவும், தொள் எனவும் திரிவதும், 'பத்து' என்பது நூறாகவும், நூறென்பது ஆயிரமாகவும் திரிவதும் எப்போது என்பதை நாம் கவனிக்க வேண்டும். 'ஒன்பது' என்னும் எண்ணுப் பெயருடன் 'பத்து', 'நூறு' என்னும் எண்ணுப் பெயர்கள் வந்து சேரும் போது மட்டுமே நாம் சற்று முன்பு எடுத்துக்காட்டிய மாற்றங்கள் நிகழ்கின்றன. இங்கே மட்டும் இந்த மாற்றம் பெறப்படுவது ஏன் என்பது சிந்திக்கத் தக்கது. பாவாணர் கூறும் விளக்கம் இந்தக் கேள்விக்குத் தக்க விடையாக அமைகிறது.

பத்து, நூறு என்னும் எண்ணுப் பெயர்கள் வருமொழியாக அமைந்து ஒரு குறிப்பிட்ட எண்ணைக் குறிக்கும்போது மட்டுமே ஒன்பது, 'தொண்' என்றும் 'தொள்' என்றும் திரிகிறது. 'ஒன்பது பத்துக்கள்' 'ஒன்பது நூறுகள்' என்று சொல்லும்போது, ஒன்பது எந்த மாற்றமும் அடையவில்லை. 'தொண்ணூறு', 'தொள்ளாயிரம்' என்னும் தொடர்களில் மட்டும் 'ஒன்பது' 'தொண்' என்றும், 'தொள்' என்றும் திரிந்து நிற்பதற்குப் பாவாணர் அவர்கள் வேறு காரணம் கூறுகின்றார். அவருடைய விளக்கம் இது:

''ஒன்பது என்னும் எண்ணுக்குப் பழம் பெயர் 'தொண்டு' என்பது. 'தொண்டு தலையிட்ட' என்று தொல்காப்பியரும் 'தொண்டு பதிவவு' என்று பெருங்குன்றூர்ப் பெருங்கௌசிகனாரும் கூறுதல் காண்க. தொண்டு என்னும் சொல் தொல் காப்பியர் காலத்திலேயே வழக்கற்றுப் போய்விட்டது. அவர் காலத்திற்கு முன்பு தொண்டு, தொண்பது, தொண்ணூறு, தொள்ளாயிரம் என்பன முறையே 9, 90, 900, 9000 என்னும் எண்களைக் குறிக்கும் பெயர்களாய் இருந்தன. தொண்டு என்னும் ஒன்றாம் இடப்பெயர் வழக்கறவே, தொண்பது என்னும் பத்தாம் இடப்பெயர் ஒன்றாம் இடத்திற்கும், தொண்ணூறு என்னும் நூறாம் இடப்பெயர் பத்தாமிடத்திற்கும், தொள்ளாயிரம் என்னும் ஆயிரத்தாம் இடப்பெயர் நூறாம் இடத்திற்கும் வழங்கலாயின. எனவே, 9000 என்னும் எண்ணைக் குறிக்க ஒன்பது என்னும் பெயருடன் ஆயிரம் என்னும் பெயரைச் சேர்க்க வேண்டியதாயிற்று. முதல் பத்து எண்ணுப் பெயர்களில் ஒன்பது என்பதைத் தவிர மற்றவை எல்லாம் ஒரு சொல்லாய் இருப்பதையும் ஒன்பது என்பது இரு சொல்லாய்ப் பது அதாவது பத்து என்று முடிவதையும் தொண்ணூறு என்பது நூறு என்றும் தொள்ளாயிரம் என்பது ஆயிரம் என்றும் முடிவதையும் நோக்குக. தொண்பது என்பதின் திரிபான ஒன்பது என்னும் சொல்லுக்குப் பொருந்தப் புகலும் முறை பற்றி ஒன்று குறைந்த பத்து என்று பொருள் கூறுவர் சிலர். தொண்ணூறு தொள்ளாயிரம் என்பவற்றிற்கும் அப்பொருள் ஏற்க

வேண்டும். அங்ஙனம் ஏலாமையின் அது போலியுரையென மறுக்க. ஆகவே, தொண்டு - பத்து = தொண்பது, தொண்டு - நூறு = தொண்ணூறு, தொண்டு - ஆயிரம் = தொள்ளாயிரம் என்று புணர்ப்பதே முறையென்றும், தொண்டு என்னும் எண்ணுப் பெயர் வழக்கற்றதனால்- அதன் மேலிடப் பெயர்கள் மூன்றும் ஒவ்வோரிடமாய்த் தாழ்ந்து வந்து வழங்கின என்றும் அறிந்து கொள்க''

இது தேவநேயப் பாவாணர் அவர்களின் கருத்து. இதுவே பொருத்தமானதாகத் தோன்றுகிறது. பாவாணரின் விளக்கத்தி லிருந்து ஒன்பது தொண்டு என்றும், தொண்ணூறு தொண்பது என்றும், தொள்ளா யிரம் தொண்ணூறு என்றும், ஒன்பதினாயிரம் தொள்ளாயிரம் என்றும் பழங்காலத்தில் வழங்கியதை அறிய முடிகிறது.

இரண்டு முதல் எட்டு வரையிலான எண்களின் பதின் மடங்கு இருபது, முப்பது, நாற்பது என அமைவது போல ஒன்பதின் பதின் மடங்கும் தொண்பது என்று அமைவதே பொருத்தமாகும். அவ்வாறே ஒன்பதின் நூறு மடங்காகிய தொள்ளாயிரம் தொண்ணூறு என்றும், ஆயிரம் மடங்காகிய ஒன்பதாயிரம் தொள்ளாயிரம் என்றும் அமைய வேண்டும். இரண்டு-நூறு=இருநூறு என்றும், மூன்று-நூறு=முந்நூறு என்றும் அமைகின்றன. அதாவது, இருநூறு, முந்நூறு முதலிய எண்ணுப் பெயர்கள் 'நூறு' என்று முடிகின்றன. ஆனால், ஒன்பது நூறு மட்டும் தொள்ளாயிரம் என்று அமைகிறது. மற்றவற்றைப் போல் இது 'நூறு' என்று முடியாமல் ஆயிரம் என்று முடிகிறது.

மேலும் நாம் முன்பே குறிப்பிட்டதைப் போல ஒன்பது என்னும் சொல் 'தொண்' என்றும் 'தொள்' என்றும் திரிவது 'ஒன்பது-பத்து', 'ஒன்பது-நூறு' என்னும் இரண்டு தொடர்களில் மட்டுமே. அதோடு இந்தத் தொடர்களில் வருமொழியாக நிற்கும் பத்து தன் பதின் மடங்காகிய நூறாகவும், நூறு தன் பதின் மடங்காகிய ஆயிரமாகவும் மாறுவது ஒன்பதைக் குறிக்கும் தொண்டு என்னும் சொல் வழக்கிறந்து விட்டதால் அதன் மேலிடப் பெயர்கள் மூன்றும் ஒவ்வோரிட மாய்த் தாழ்ந்து வந்து வழங்கின என்று பாவாணர் கூறுவதை உறுதிப்படுத்துகிறது.

'தொண்டு' என்னும் சொல் வழக்கிறந்து விட்டதால், தொண்பது என்னும் சொல் ஒன்பது எனத்திரிந்து அந்த இடத்திற்கு வரவேண்டிய தாயிற்று. எனவே, பண்டைய வழக்கில் தொண்டு, தொண்பது, தொண்ணூறு, தொள்ளா யிரம் என்னும் சொற்கள் குறித்த எண்களை இன்றைய வழக்கில் முறையே ஒன்பது, தொண்ணூறு, தொள்ளாயிரம், ஒன்பதினாயிரம் என்னும் சொற்கள் குறிக்கின்றன.

எனவே, தொண்ணூறு என்பது 'தொண்டு-நூறு' என்னும் சொற்கள் சேர்ந்து அமைந்த தொடர் என்றும், தொள்ளாயிரம் என்பது 'தொண்டு-ஆயிரம்' என்னும் சொற்கள் சேர்ந்து அமைந்த தொடர் என்றும் கொள்வதே பொருத்தமானது.

முப்பது, நாற்பது, முந்நூறு, நானூறு போன்ற எண்ணுப் பெயர்கள் இரண்டு சொற்களைக் கொண்டு உருவான தொடர் களாக இருந்தாலும் இவை ஒவ்வொன்றும் ஒரு குறிப்பிட்ட எண்ணையே குறிக்கின்றன என்பதை முன்பே விளக்கியிருக்கிறோம். இந்த எண்ணுப் பெயர்கள் எந்தச் சொற்களின் சேர்க்கையால் உருவாகி இருக்கின்றன என்பதை விட இவை எந்த எண்களைக் குறிக்கின்றன என்பதே முக்கியம்.

தொண்ணூறு, தொள்ளாயிரம் என்னும் எண்ணுப் பெயர்கள் இன்று என்ன பொருளில் வழங்குகின்றன என்பதே நாம் கவனத்திற் கொள்ள வேண்டியது. அதாவது, இந்த எண்ணுப் பெயர்கள் குறிக்கும் எண்கள் யாவை என்பதையே நாம் கவனிக்க வேண்டும். 'தொண்ணூறு' என்பது ஒன்பது பத்தைக் குறிக்கிறது. என்பதும், தொள்ளா யிரம்' என்பது ஒன்பது நூற்றைக் குறிக்கிறது என்பதும் நமக்குத் தெரியும். தொண்ணூறு, தொள்ளாயிரம் என்னும் சொற்கள் வடிவத்தில் மற்ற எண்ணுப் பெயர்களினின்று மாறுபட்டு நின்றாலும், அவற்றின் பொருள் குறித்து நமக்கு ஐயம் ஏற்படுவதில்லை. மேலும் தொண்ணூறு, தொள்ளாயிரம் என்னும் தொடர்களைப் பிரித்து எழுதும் வழக்கமு மில்லை. எனவே, இவை ஒவ்வொன்றையும் தனிச் சொற்களாகக் கொண்டு அவற்றின் பொருளை நினைவிற் கொண்டால் போதும்.

திசைப் பெயர்த் தொடர்கள்

''மேன்மேலும் நடந்தேன்; அங்கே
மேற்றிசை வானம் என்னை
'நான் தம்பி என்னை நோக்கி
நட தம்பி' எனச் சொல்லிற்று!
வான்வரை **மேற்குத் திக்கை**
மறைத்திட்ட புகை நீலத்தைத்
தேன்கண்டாற் போலே கண்டேன்
திகழ் காடு நோக்கிச் சென்றேன்''
(பாரதிதாசன்)

மேற்றிசை, மேற்குத் திக்கு என்னும் இரு தொடர்களும் ஒரே பொருள் உடையவை. 'மேற்கு-திசை' என்னும் இரு சொற்களும் இங்கே இரண்டு விதமாகச் சேர்ந்திருக் கின்றன. நிலை மொழியாகிய 'மேற்கு' என்பது 'மேல்' எனத் திரிந்து, அதனுடன் 'திசை' என்னும் வருமொழி சேர்ந்திருக்கிறது. 'மேல்+திசை=மேற்றிசை.

மேற்குத் திக்கு என்னும் தொடரில் எந்த எழுத்தும் மறையவும் இல்லை; மாறவும் இல்லை. 'மேற்கு' என்னும் சொல் அப்படியே இருக்கிறது. 'மேற்கு' என்னும் நிலை மொழிக் கும் 'திக்கு' என்னும் வருமொழிக்கும் இடையிலே வல்லினம் மிகுந்திருக்கிறது. அவ்வளவுதான்.

திசைப் பெயரை நிலை மொழியாகக் கொண்ட தொடர்களில் நிலை மொழியும் வருமொழியும் இப்படி இரண்டு விதமாகவும் புணரலாம். அதாவது, நிலை மொழியாக நிற்கும் திசைப் பெயர் திரிந்தும் புணரலாம். திரியாமலும் புணரலாம். வடக்கு- திசை என்பது திரிந்து புணரும்போது வடதிசை என்றும், திரியாமல் புணரும் போது வடக்குத் திசை என்றும் அமையும். அதே போலத் தெற்கு- திசை என்பது தென்திசை என்றும் அமையலாம். தெற்குத் திசை என்றும் அமையலாம். அவ்வாறே கிழக்குத்திசை, கீழ்த்திசை என இரண்டு விதமாகவும் தொடர்கள் அமைய லாம். கீழ்த்திசை என்பது கீழத் திசை, கீழைத்திசை என்றும் அமையும். அது போலவே மேற்குத் திசை, மேல்திசை, மேலத்திசை, மேலைத்திசை எனத் தொடர்கள் அமைகின்றன.

திசைப்பெயரை அடிப்படையாகக் கொண்டு தெரு, வீதி, ஊர் முதலியவற்றின் பெயர்கள் அமையும்போது பெரும்பாலும் நிலை மொழியாக நிற்கும் திசைப்பெயர் திரியாமலே இருக்கிறது. தெற்குத்தெரு, வடக்குத்தெரு, கிழக்குவீதி, மேற்கு வீதி என்னும் தொடர்களைப் பாருங்கள். கிழக்கு, மேற்கு என்பன கீழ, மேல என்று திரிந்தும் வரும். கீழ வீதி, மேல வீதி என்று சொல்வதைக் காணலாம். கீழ்வீதி, மேல்வீதி என்பதைக் காண்பது அரிதாகவே இருக்கிறது.

மேற்கு-நாடு என்பது மேல்நாடு என்றும், கிழக்கு-நாடு என்பது கீழ்நாடு என்றும் அமையும். இவற்றை மேலைநாடு, கீழைநாடு என்றும் மேற்கு நாடு கிழக்கு நாடு என்றும் சொல்வதுண்டு. மேல்நாடு, கீழ்நாடு என்னும் தொடர்களைச் சிலர் விரும்புவதில்லை. 'மேல்' என்பதற்கு 'மேற்கு' என்னும் பொருள் மட்டுமன்று, 'உயர்வு' என்னும் பொருளும் உண்டு. அதே போலக் 'கீழ்' என்பதற்குக் 'கிழக்கு' என்னும் பொருள் மட்டுமன்று, 'தாழ்வு' என்னும் பொருளும் உண்டு. இந்தத் தொடர்களில் மேல், கீழ் என்னும் சொற்கள் திசைகளைக் குறித்தாலும் உயர்வு, தாழ்வு என்னும் நிலைகளையும் குறிப்பாக உணர்த்துவதாக அவர்கள் கருதுவதே இதற்குக் காரணம். எனவே, மேல்நாடு, கீழ்நாடு என்று சொல்வதைக் காட்டிலும் மேலைநாடு, கீழைநாடு என்றோ, மேற்குநாடு, கிழக்கு நாடு என்றோ சொல்வதையே விரும்புகின்றனர். இந்தத் தொடர்கள் மூன்று விதமாகவும் அமையலாம்.

மேற்பக்கம், கீழ்ப்பக்கம் என்னும் தொடர்களைக் கவனியுங்கள். இந்தத் தொடர்களுக்கு மேற்குப் பக்கம், கிழக்குப் பக்கம் என்றும் பொருள் கொள்ளலாம்; மேலிடம், கீழிடம் அல்லது மேலே, கீழே என்றும் பொருள் கொள்ளலாம். இப்படிப் பொருள் மயக்கம் தரக்கூடிய இடங்களில் மேற்குப்பக்கம், கிழக்குப்பக்கம் என்று திசைப்பெயரைக் குறைக்காமலும் திரிக்கா மலும் குறிப்பிடுவதே நல்லது.

திசைப்பெயர்களின் அடிப்படையில் அமைந்த நாடு, ஊர், தெரு முதலியவற்றின் பெயர்களை அவை எப்படி வழங்கு கின்றனவோ அப்படியே தான் நாமும் வழங்க வேண்டும். அவற்றை நம் விருப்பப்படி மாற்றியமைத்தல் கூடாது. உதாரணமாக, மேற்கு ஜெர்மனி, கிழக்கு ஜெர்மனி என்னும் பெயர்களைப் பாருங்கள். இந்த இரண்டு

ஜெர்மனியும் இன்று ஒன்றாகி விட்டன என்றாலும் இவற்றை நாம் தனித்தனியே குறிப்பிட வேண்டிய சமயத்தில், மேற்கு ஜெர்மனி, கிழக்கு ஜெர்மனி என்றுதான் சொல்ல வேண்டும். மேல் ஜெர்மனி, கீழ் ஜெர்மனி என்றோ, மேலை ஜெர்மனி, கீழை ஜெர்மனி என்றோ சொல்லக்கூடாது. மேற்கு ஜெர்மனி, கிழக்கு ஜெர்மனி என்பன நாட்டின் பெயர்கள். இதைப்போலவே, தென்கொரியா, வட கொரியா என்பவற்றைத் தெற்குக் கொரியா, வடக்குக் கொரியா என்று மாற்றிச் சொல்லக்கூடாது.

தெற்குத்தெரு, வடக்குத்தெரு என்னும் பெயர்களைப் பாருங்கள். இவை ஓர் ஊரிலுள்ள தெருவின் பெயர் என்றால் நாமும் அதை அப்படியே தான் சொல்ல வேண்டும்; எழுத வேண்டும். திசைப்பெயர்ப்புணர்ச்சி விதியின்படி இவற்றை நாம் தென்தெரு, வடதெரு என்று மாற்றிக்கொள்ளலாம் என்று நினைக்கக்கூடாது. அதே போலக் கிழக்குத் தெரு, மேற்குத்தெரு என்பவற்றைக் கீழத் தெரு, மேலத்தெரு என்றோ கீழத் தெரு, மேலத்தெரு என்பவற்றைக் கிழக்குத் தெரு, மேற்குத் தெரு என்றோ மாற்றுதல் முறையாகாது வடக்கூர் என்று ஓர் ஊருக்குப் பெயர் அமைந்திருந்தால், அதை வடவூர் என்றும் அதேபோல, வடவூர் என்பதை வடக்கூர் என்றும் மாற்றக்கூடாது. தெற்கூர் என்பதைத் தென்னூர் என்றோ, தென்னூர் என்பதைத் தெற்கூர் என்றோ மாற்றுவதும் முறையன்று. இப்படிப்பட்ட சந்தர்ப்பங்களில் நாம் புணர்ச்சி விதியை மட்டும் பார்த்தால் போதாது. மரபையும் உலக வழக்கையும் கவனிக்க வேண்டும். ஓர் இடத்தைக் குறிக்கும் பெயராக அமைந்து வழங்கி வரும் தொடரை மாற்றுவது அந்தப் பெயரையே சிதைப்பதற்கு ஒப்பாகும். எனவே, இங்கே நாம் மரபுக்கும் உலக வழக்குக்குமே முதலிடம் தர வேண்டும்.

"கிழக்கு வெளுத்ததடி
கீழ்வானம் சிவந்ததடி"

என்னும் பாடல் வரியைக் கவனியுங்கள். இங்கே 'கிழக்கு வெளுத்ததடி' என்பது எழுவாய்த் தொடர். எழுவாய்த் தொடரில் நிலைமொழியாக நிற்கும் திசைப்பெயர் எந்த மாற்றமும் அடையாது. 'ஒருவர் கிழக்கே பார்த்து நின்றால், தெற்கு அவருக்கு வலது பக்கத்திலே இருக்கும்' என்னும் வாக்கியத்தைக் கவனியுங்கள். 'தெற்கு அவருக்கு வலது பக்கத்திலே இருக்கும்' என்பது எழுவாய்த் தொடர். 'வடக்கு அவருக்கு இடது பக்கத்திலே இருக்கும்' என்பதும் எழுவாய்த் தொடரே. எழுவாய்த் தொடரில் திசைப்பெயர் மாற்ற மடையவில்லை.

வேற்றுமை உருபு ஏற்கும்போதும் திசைப்பெயர்கள் திரிவதில்லை. இந்த வாக்கியங்களைக் கவனியுங்கள்.

1) அவன் **கிழக்கை** நோக்கி நடந்தான்.
2) மலேசியா சிங்கப்பூருக்கு **வடக்கில்** இருக்கிறது.
3) **தெற்குக்கு** எதிர்த்திசை வடக்கு.
4) இந்த வண்டி **மேற்கிலிருந்து** வருகிறது.

இந்த வாக்கியங்களில் நிற்கும் கிழக்கை, வடக்கில், தெற்குக்கு, மேற்கிலிருந்து என்னும் வேற்றுமை உருபேற்ற திசைப் பெயர்களைப் பாருங்கள். இந்தச் சொற்கள் எந்த மாற்றமும் அடையாமலே வேற்று மையுருபு ஏற்றிருக்கின்றன.

'கிழக்கே போகும் ரயில்' என்னும் தொடரைப் பாருங்கள். 'கிழக்கை நோக்கிப் போகும் ரயில்' என்பது இதன் பொருள். இங்கே 'கிழக்கு' என்னும் சொல்லுடன் வேற்றுமை உருபு சேரவில்லை. அதற்குப் பதிலாக ஏகாரம் சேர்ந்திருக்கிறது. 'சூரியன் கிழக்கே உதிக்கிறது; மேற்கே மறைகிறது' என்னும் வாக்கியத்தைக் கவனியுங்கள். 'சூரியன் கிழக்கில் உதிக்கிறது; மேற்கில் மறைகிறது' என்று இதற்குப் பொருள். 'கிழக்கே உதிக்கிறது; மேற்கே மறைகிறது என்னும் தொடர்களில் ஏழாம் வேற்றுமை உருபு இல்லை. ஆனால் இந்தத் தொடர்கள் ஏழாம் வேற்றுமைப் பொருள் தருகின்றன. இந்த ஆறு வடக்கிலிருந்து வருகிறது' என்றும் சொல்லலாம். இந்த ஆறு வடக்கேயிருந்து வருகிறது' என்றும் சொல்லலாம்.

இந்த வாக்கியங்களைக் கூர்ந்து கவனியுங்கள். வேற்றுமை உருபு தொக்கி நிற்கும் இந்தத் தொடர்களில் திசைப் பெயருடன் ஏகாரம் சேர்ந்து வருகிறது. வேற்றுமைத் தொகையில், திசைப்பெயருடன் ஏகாரம் சேர்ந்தே வர வேண்டும். சூரியன் கிழக்கு உதிக்கிறது, கிழக்கு போகும் ரெயில், சூரியன் மேற்கு மறைகிறது என்றெல்லாம்

சொல்வது வழக்கமில்லை. இந்த மாதிரித் தொடர்களைக் கேட்டவுடனேயே இவற்றில் ஏதோ குறை இருப்பதை நம் செவி நமக்குச் சொல்லி விடும். இங்கே நாம் மரபை எப்போதும் கவனத்தில் கொள்ள வேண்டும். வடக்கில் உள்ள மலை, மேற்கில் வளரும் விஞ்ஞானம், கிழக்கில் உள்ள கடல் போன்ற தொடர்களில் வேற்றுமை உருபு தொக்கி நிற்கும்போது, திசைப்பெயருடன் ஏகாரம் சேர்ந்து, 'வடக்கே உள்ள மலை, மேற்கே வளரும் விஞ்ஞானம், கிழக்கே உள்ள கடல்' என்றே சொல்ல வேண்டும்.

"ஊருக்குக் **கிழக்கே** உள்ள
பெருங்கடல் ஓரமெல்லாம்
கீரியின் உடல் வண்ணம் போல்
மணல் மெத்தை"

'ஊருக்குக் கிழக்கே உள்ள' என்னும் தொடரை நோக்குக. 'ஊருக்குக் கிழக்கில் உள்ள' என்பது இந்தத் தொடரின் பொருள். 'ஊருக்குக் கிழக்கே உள்ள' என்னும் தொடரிலே ஏழாம் வேற்றுமை உருபு மறைந்திருக்கிறது. 'கிழக்கு' என்னும் சொல்லிலே ஏழாம் வேற்றுமை உருபு மறைந்து நின்று பொருள் தருவதால் ஏகாரம் சேர்ந்து 'கிழக்கே' என்றமையலாயிற்று. எனவே வேற்றுமைத் தொகையில் ஏகாரம் திசைப் பெயருடன் சேர்ந்து வரும் என்பதை நினைவிற்கொள்க.

'கிழக்குப் பார்த்த வீடு', 'மேற்கு நோக்கிச் சென்றான்' போன்ற மிகச் சில தொடர்களில் ஏகாரம் இல்லாமலே வேற்றுமைத் தொகை நிலைத் தொடர் அமைவதைக் காண்கிறோம். இப்படிப்பட்ட தொடர்கள் மிகக் குறைவு. இவற்றையும் நாம் விதி விலக்காகவே கொள்ள வேண்டும். வேற்றுமைத் தொகையில் திசைப் பெயருடன் ஏகாரம் சேர்ந்து வருவதே பொது வழக்கு.

வேற்றுமை உருபு ஏற்கும்போது திசைப்பெயர் வடிவம் மாறாது என்பதைச் சற்று முன்பு பார்த்தோம். வேற்றுமை உருபுகள் இடைச்சொல் வகையைச் சேர்ந்தவை. திசைப்பெயருடன் மற்ற இடைச் சொற்கள் சேரும்போதும் இதன் வடிவம் மாறாது. 'கிழக்கும் மேற்கும் சேர்ந்தாற் போல்தான்' என்னும் தொடரைப் பாருங்கள். 'கிழக்கும் மேற்கும்' என்னும் தொடரிலே உம்மை சேர்ந்திருக்கிறது. இங்கே உம்மை சேரும்போது கிழக்கு, மேற்கு என்னும் சொற்கள் கீழ், மேல் எனத் திரியவில்லை. 'தெற்கும் அப்படித்தானா?' 'வடக்கும் வறண்டு விட்டதா?' என்னும் தொடர்களைக் கவனியுங்கள். வடக்கு, தெற்கு என்னும் சொற்கள் உம்மை சேரும்போது திரிய வில்லை.

தெற்கோ, வடக்கோ யாருக்குத் தெரியும்? மேற்கோ உயர்ந்தது? என்னும் தொடர்களில் திசைப் பெயருடன் ஓகாரம் சேர்ந்திருக்கிறது. இங்கேயும் திசைப்பெயர் திரியவில்லை. 'கிழக்காவது, மேற்காவது என்ன உளறு கிறாய்?' இங்கே திசைப்பெயருடன் 'ஆவது' என்னும் இடைச்சொல் சேர்ந்திருக்கிறது. இந்தத் தொடரிலும் திசைப் பெயர் வடிவம் திரியவில்லை.

'கிழக்காவது மேற்காவது' என்னும் தொடரையும் 'கிழக்கேயாவது, மேற்கே யாவது' என்னும் தொடரையும் ஒப்பிட்டுப் பாருங்கள். இரண்டும் ஒரே விதமான பொருளைத் தரவில்லை. இந்த இரண்டு தொடர்களுக்கும் நுட்பமான வேறுபாடு இருக்கிறது. 'கிழக்கேயாவது, மேற்கேயாவது' என்னும் தொடர் 'கிழக்கிலாவது மேற் கிலாவது' என்று பொருள் தருகிறது. இங்கே வேற்றுமை உருபு மறைந்திருக்கிறது. 'கிழக் காவது, மேற்காவது என்னும் தொடரிலே அப்படி வேற்றுமை உருபு எதுவும் மறைந் திருக்கவில்லை. முதல் தொடர் வேற்றுமைப் பொருள் உணர்த்தவில்லை. எனவே, ஏகாரம் சேராமல் 'கிழக்காவது மேற்காவது' என்று அமைந்திருக்கிறது. இரண்டாவது தொடரிலே வேற்றுமை உருபு மறைந்திருப்பதால் ஏகாரம் சேர்ந்து 'கிழக்கேயாவது மேற்கேயாவது' என்று அமையலாயிற்று. கிழக்கும் மேற்கும், கிழக்கேயும் மேற்கேயும் என்னும் தொடர் களையும் நோக்குக.

உறுதி, வினா முதலிய பல பொருள் தரவல்லது ஏகாரம். வேற்றுமைத் தொகை யில் நிற்கும் ஏகாரம் வெறும் அசைதான். அந்த மாதிரித் தொடர்களில் உறுதி முதலான பொருள் உணர்த்த இன்னுமோர் ஏகாரம் சேர்க்க வேண்டும் அதாவது, இரண்டு ஏகாரம் சேர்ந்தாற்போல் வரும். 'கிழக்கேயே போய்ப்பாருங்கள்' என்னும் தொடரிலே திசைப்பெயருடன் இரண்டு ஏகாரம் சேர்ந்து நிற்பதைக் கவனியுங்கள். இன்றைய வழக்கில்

உறுதிப்பொருள் உணர்த்தத் 'தான்' என்னும் இடைச்சொல்லே மிகுதியாக வழங்குகிறது. 'மேற்கேதான் விஞ்ஞானம் வளர்ந்திருக்கிறது' என்னும் தொடரைப் பாருங்கள் 'மேற்கேதான் என்பதற்கு 'மேற்கில்தான்' என்று பொருள். இது வேற்றுமைத் தொகை. 'கிழக்குத்தான் பண்பாட்டின் பிறப்பிடம்' என்னும் தொடரிலே நிற்கும் 'கிழக்குத்தான்' என்பது எழுவாய். இது வேற்றுமைத் தொகையன்று; எனவே ஏகாரம் சேரவில்லை.

திசைப்பெயர்கள் நிலைமொழியாக நிற்கும்போது, திரிந்தும், திரியாமலும் வரு மொழியுடன் சேருவதைப் பார்த்தோம். இந்தத் தொடர்களில் வல்லினம் மிகுமா என்பதை இப்போது பார்ப்போம்.

கிழக்கு, மேற்கு, வடக்கு, தெற்கு ஆகிய நான்கும் வன்தொடர்க் குற்றியலுகரச் சொற்கள். எனவே இந்தச் சொற்களை நிலை மொழியாகக் கொண்ட தொடர்களில் வல்லினம் மிகும் என்பது தெளிவு.

எடுத்துக்காட்டு : கிழக்குத் திசை
மேற்குத் திசை
வடக்குப் பக்கம்
தெற்குச் சாலை

இந்தத் தொடர்களில் திசைப் பெயர்கள் வடிவம் மாறாமல் நிற்கின்றன. திசைப் பெயர்கள் வடிவம் மாறாது நிற்கும் போது வல்லினம் மிகும்.

இவை வடிவம் மாறி நிற்கும்போது நிலைமொழியின் ஈற்றெழுத்தைப் பொறுத்து, இவற்றின் புணர்ச்சி அமையும்.

மேற்கு என்பது 'மேல்' எனத்திரிந்து, அதனுடன் வருமொழி முதலில் நிற்கும் 'த' சேரும்போது இரண்டும் (நிலைமொழி ஈறு, வருமொழி முதல்) 'றகர' மாக மாறி 'மேற்றிசை' என்று அமைவதைச் சற்று முன்பு கண்டோம்.

மேல, மேலை என்பன நிலைமொழியாக நிற்கும்போதும் வல்லினம் மிகும்.

எடுத்துக்காட்டு : மேலக் காடு
மேலைத் திசை
மேலத் தெரு
மேலைக் கரை

'கிழக்கு' என்பது கீழ், கீழ, கீழை எனத் திரியும். இப்படித் திரிந்து நிற்கும் போதும் இந்தச் சொற்களுக்குப் பின் வல்லினம் மிகும்.

எடுத்துக்காட்டு : கீழ்த்திசை
கீழக்காடு
கீழைத்தெரு

'தெற்கு' என்பது 'தென்' என்று திரிந்து புணர்வதைச் சற்று முன்பு பார்த்தோம். அவ்வாறு திரிந்து நிற்கும்போது, வருமொழி முதலில் வல்லினம் வந்தால் இயல்பாகப் புணரும்.

எடுத்துக்காட்டு : தென்கரை
தென்பாண்டி
தென்கிழக்கு
தென்திசை

கடைசியில் உள்ள 'தென்திசை' என்னும் தொடரில் வருமொழி முதலில் நிற்கும் 'தகரம்' றகரமாகவும் சில சமயங்களில் மாறி அமையலாம். அப்போது 'தென்திசை' என்பது 'தென்றிசை' என்று அமையும். இப்படி அமைவதை இலக்கியங்களில் காண்கிறோம். இன்றைய வழக்கில் 'தென்திசை' என்பதே பெரும்பான்மையாகும்.

வடக்கு என்பது 'வட' என்று திரிந்து வருமொழியுடன் சேரும்போது வல்லினம் மிகாது.

எடுத்துக்காட்டு : வட புலம்
வட திசை
வட கரை
வடகிழக்கு

திசைப்பெயர்கள் எந்த மாற்றமும் அடையாமல் நிலைமொழியாக நிற்கும் போது, வருமொழி முதலில் நிற்கும் வல்லினம் மிகும்.

அவை திரிந்து நிற்கும்போது, கிழக்கு என்னும் சொல்லின் திரிபான கீழ், கீழ, கீழை என்னும் சொற்களுக்குப் பின்னும், 'மேற்கு' என்பதன் திரிபான மேல, மேலை என்னும் சொற்களுக்குப் பின்னும் வல்லினம் மிகும்.

'மேல்' என்பது நிலைமொழியாக நிற்கும் போது, வருமொழி முதலில் க, ச, ப வந்தால் நிலைமொழி ஈற்று லகரம், றகரமாகத் திரியும்.

இது பொருள் மயக்கம் தருமாதலால் இத்தகைய தொடர்கள் அமைவது அரிதாகவே காணப்படுகிறது.

திசைப்பெயர்கள் திரிந்தும் திரியாமலும் வருமொழியுடன் சேர்வதற்கு இலக்கியச் சான்றுகள் நிறைய உள்ளன.

எடுத்துக்காட்டு :

"தெற்குத் தமிழ்பாடிப் பெண்கள்- பெருந்
தினைப்புனம் காக்கின்ற மலையே"
(பாரதிதாசன்)

"தென்தமிழ் வளர்த்த செல்வ!
தென்திசை வணங்கும் வீர!!
(கண்ணதாசன்)

திசைப் பெயர்ப் புணர்ச்சியில் இலக்கண விதியுடன் மரபையும் கவனத்தில் கொள்வது நல்லது.

9

மெய் ஈறும் மெய் முதலும்

சொல்லின் இறுதியிலும் முதலிலும் வரும் மெய்கள்

சொல்லிறுதி எழுத்துகள்

பதினெட்டு மெய்யெழுத்துகளில் மொழி இறுதியில் மட்டும் வருபவை சில; மொழி முதலில் மட்டும் வருபவை சில. இரண்டு இடங்களிலும் வருபவை சில.

க், ச், ட், த், ப், ற் என்னும் வல்லின மெய் ஆறும் மொழி இறுதியில் வாரா. மெல்லின எழுத்துக்களில் ங், ஞ், ந் ஆகிய மூன்றும் மொழி இறுதியில் வருவதில்லை. ஞ், ந், இரண்டும் பழந்தமிழில் மிகச்சில சொற்களில் மொழி இறுதியில் வருவதைக் காண்கிறோம். ஆனால், இன்றைய வழக்கில், உரை நடை, கவிதை இரண்டிலுமே, இந்த இரண்டு எழுத்துக்களும் சொல்லின் இறுதியில் வருவதைக் காண முடியவில்லை. எனவே, இந்த இரண்டையும் சொல்லின் இறுதியில் வராத எழுத்துகளின் பட்டியலில் சேர்க்க வேண்டியதாயிற்று. இதே போல இடையின எழுத்துகளில் 'வ்' இன்றைய வழக்கில் சொல்லின் இறுதியில் வருவதைக் காண்பது அரிது.

வல்லினம் ஆறு, மெல்லினம் மூன்று, இடையினம் ஒன்று ஆக மொத்தம் பத்து எழுத்துகள் சொல்லின் இறுதியில் வாரா. எனவே, எஞ்சியுள்ள மெல்லினம் மூன்றும் இடையினம் ஐந்தும் ஆக எட்டு எழுத்துகளே சொல்லின் இறுதியில் வரும்.

சொல் முதல் எழுத்துகள்

எல்லா மெய்களும் சொல்லின் முதலில் வருவதில்லை. வல்லின மெய்களில் ட், ற் இரண்டும் சொல்லின் முதலில் வாரா. மெல்லினத்தில் ங், ண், ன் ஆகிய மூன்றும் மொழி முதலில் வாரா. இடையினத்தில் ழ், ள் இரண்டும் மொழி முதலில் வாரா. ர், ல் இரண்டும் முதலில் வருதல் தமிழ் வழக்கு அன்று. பிற மொழிச் சொற்களைத் தமிழில் எடுத்தாளும்போது வரக்கூடும். அவற்றின் முன்னால், 'இ' அல்லது 'உ' சேர்த்து அவற்றைத் தமிழ் மயமாக்குதல் மரபு. எனவே, இந்த எழுத்துகளைப் பற்றியும் நாம் இப்போது கவலைப்பட வேண்டியதில்லை.

எஞ்சியுள்ள க், ச், த், ப் என்னும் வல்லின மெய்களும், ஞ், ந், ம் என்னும் மெல்லின மெய்களும், ய், வ் என்னும் இடையின மெய்களும் ஆக ஒன்பது மெய்களே மொழி முதலில் வரக்கூடியவை.

இரண்டு ஒலிகளும் சேர்தல்

மெய்யெழுத்துகளில் மொழி இறுதியில் வரும் எட்டும், மொழி முதலில் வரும்

ஒன்பதும் முறையே நிலை மொழி இறுதியிலும் வருமொழி முதலிலும் நிற்கும் போது அவை எவ்வாறு புணர்கின்றன என்பதை இனிக் காண்போம்.

இந்த இடத்தில் இன்னொன்றையும் நாம் நினைவுபடுத்திக்கொள்ள வேண்டும். மொழி முதல் மெய் என்பது உயிர் மெய்யையே குறிக்கும். தனி மெய் மொழி முதலில் வாராது. உயிர் மெய்யில் முதலில் நிற்பது மெய் என்பதையும் அடுத்து நிற்பது உயிர் என்பதையும் முன்பே விளக்கி இருக்கிறோம்.

மெய்யுடன் மெய் சேரும்போது, அவற்றின் புணர்ச்சி விதியை முடிவு செய்வதற்குப் பின் வரும் மூன்றையும் கவனத்திற் கொள்ள வேண்டும்.

1) நிலை மொழியின் இறுதியில் நிற்கும் எழுத்து;
2) வரு மொழியின் முதலில் நிற்கும் எழுத்து.
3) அந்தச் சொற்களைக் கொண்ட தொடர்.

இந்த மூன்றையும் கவனத்திற் கொண்டால் இவற்றின் புணர்ச்சி விதியைப் புரிந்து கொள்வது எளிது.

மெல்லினத்தின் பின் மெய்

மெல்லின மெய்களில் ண், ன், ம் மூன்றும் சொல்லின் இறுதியில் வருபவை. இவை ஒவ்வொன்றும் சொல்லின் இறுதியில் நிற்கும்போது வருமொழி முதலில் வல்லினம் வந்தால் அவை எவ்வாறு புணரும் என்பதை இப்போது பார்ப்போம்.

ணகரத்திற்குப் பின் வல்லினம்

"உட்பகை அஞ்சித்தற் காக்க உலை விடத்து
மட்பகையின் மாணத் தெறும்" (குறள்)

'மட் பகை' என்னும் தொடரில் 'மண்' நிலைமொழி, 'பகை' வருமொழி. இந்த இரண்டும் சேரும்போது நிலைமொழியின் ஈற்றெழுத்தாகிய 'ண்', 'ட்' ஆக மாறியிருக் கிறது. 'மண்-பகை' 'மட்பகை' என மாறியிருப்பதை நோக்குக. இதேபோல, மண் – குடம், மண் – பாண்டம், மண் – கலம், மண் – சட்டி முதலிய தொடர்களும் முறையே மட்குடம், மட்பாண்டம், மட்கலம், மட்சட்டி

எனப் புணர்வதைக் காண்க. நிலைமொழி ஈற்றில் டண்ணகரம் (மூன்று சுழி ண்) அமைந்து வருமொழி முதலில் க, ச, ப வந்தால், நிலைமொழி ஈற்றில் நிற்கும் 'ண்', 'ட்' ஆக மாறும் என்னும் விதிக்கேற்ப இவை புணர்ந்திருக்கின்றன. பண்டைய இலக்கியங் களில், ஏன் இன்றைய கவிதைகளில் கூட இவ்வாறு இத்தகைய தொடர்களில் நிற்கும் நிலைமொழி, வருமொழி இரண்டையும் சேர்த்து எழுதுவதைக் காணலாம். இலக்கியங் களைப் படித்துச் சுவைப்பதற்கு இந்த விதியைத் தெரிந்து கொள்ள வேண்டியது அவசியமாகும்.

ஆனால், இன்றைய உரை நடையில் இத்தகைய தொடர்களில் நிற்கும் நிலை மொழி, வருமொழி இரண்டையும் சேர்த்து ஒலிக்கும்போதும், அவற்றை இயல்பாகவே ஒலிக்கிறோம்; எழுதும் போதும் இயல்புப் புணர்ச்சி விதியைத் தழுவியே எழுதுகிறோம்.

சற்று முன்பு குறிப்பிட்ட மண்குடம், மண்பாண்டம், மண்கலம், மண்சட்டி முதலியவற்றையும் எந்த மாற்றமும் இல்லாமல் இயல்பாகவே சேர்த்து ஒலிக் கிறோம்.

'கட் செவி' என்பது பழைய இலக்கியங் களில் வழங்கும் ஒரு சொல். எனவே, இன்றும் அது 'கட் செவி' என்றே வழங்கு கிறது. அதை இரண்டு சொல் கொண்ட ஒரு தொடராகக் கருதாமல் ஒரு சொல்லாகக் கருதுவதே அதற்குக் காரணம். 'கட் செவி' என்பது 'கண் – செவி' என்னும் இரு சொற்களைக் கொண்டது. ணகர மெய்யை ஈற்றிலுடைய சொல்லை நிலைமொழியாகக் கொண்ட பல தொடர்களில், நிலை மொழியின் ஈற்றில் நிற்கும் 'ண்' எந்த மாற்றமும் அடையாமல் வருமொழியுடன் சேருகிறது.

எடுத்துக்காட்டு :

1) கண்பார்வை
2) கண் புதைத்தல்
3) உண்கலம்
4) ஆண் பண்பு
5) எண் கணக்கு
6) பெண் குணம்

7) கண்கெட்ட (பிறகு)

8) கண் காட்சி

9) மண் பொம்மை

10) வெண்கலம்

11) பெண் குரல்

12) எண் சாண்

13) வீண் பேச்சு

14) கண் குருடு

15) எண் சுவடி

இத்தகைய தொடர்களில் 'ண்' 'ட்' ஆக மாற வேண்டிய அவசியமில்லை. அவை இயல்பாகவே புணரலாம். இதற்கு நல்ல எடுத்துக்காட்டு இந்தப் பழமொழி:

''மண் குதிரை(யை) நம்பி ஆற்றில் இறங்காதே''

உரை நடையில் மட்டுமன்று; இன்றைய கவிதையிலும் இவை இயல்பாகவே புணர் கின்றன. சான்றுகள் பல உண்டு; அவற்றுள் சில வருமாறு:-

''**கண்படைத்த** குற்றத்தால் அழகியோன் என்
கருத்தேறி உயிரேறிக் கலந்து கொண்டான்
பெண்படைத்த இவ்வுலகைப் பல்லாண்டாகப்
பெற்றுணர்ந்த நெடுவானே! புனலே! கூறீர்
மண்படைப்பே காதலெனில் காதலுக்கு
மறுப்பெதற்குக் கட்டுப்பாடெதற்குக் கண்டார்?
புண்படைத்த என்நாடே, கைம்மைக் கூர்வேல்
பொழிகின்றாய் மங்கையர் மேல்! அழிகின்றாயே!''
(பாரதிதாசன்)

இந்தப் பாடலில் நிற்கும் கண்படைத்த, பெண் படைத்த, மண்படைப்பே, புண் படைத்த என்னும் தொடர்களை நோக்குக.

''பெண்டாட்டி தனையடிமைப் படுத்த வேண்டிப்
பெண் குலத்தை முழு தடிமைப் படுத்தலாமோ?''

''கண்ணனை நான் ஆட் கொண்டேன்!
கண்கொண்டேன்! கண்கொண்டேன்!!''

''வெடுக்கெனச் சினத்தீ வெள்ளமாப் பாய்ந்திடக்
கண்சிவந் திதழ்கள் துடித்திடக் கனன்று நான்''
(பாரதியார்)

பெண் குலம், கண் கொண்டேன், கண் சிவந்து என்னும் தொடர்களை நோக்குக.

''பாப்பாடத் தானாடப் படித்த காலம்
பண்பாடும் மனத்தாளாய் இரவந் தோறும்
தீப்பாடு பட்டாள்........''
(கண்ணதாசன்)

'பண்பாடும்' என்னும் தொடரை நோக்குக.

பழந்தமிழ் நூல்களிலும் இத்தகைய தொடர்களைக் காணலாம்.

''கோளில் பொறியின் குணமிலவே **எண் குணத்தான்**
தாளை வணங்காத் தலை''

''**கண்களவு** கொள்ளும் சிறுநோக்கம் காமத்தில்
செம்பாகம் அன்று பெரிது''
(குறள்)

''**மண்பக** வீழ்ந்த கிழங்ககழ் குழியைச்
செண்பக நிறைத்த தாதுசோர் பொங்கர்''

''**மண்களி** நெடுவேல் மன்னவற் கண்டு
கண்களி மயக்கத்துக் காதலோடிருந்த''

''கருங்கயல் நெடுங்**கண் காதலி** தன்னோடு''

''**விண்பொரு** பெரும்புகழ்க் கரிகால் வளவன்''

''வையமோ **கண்புதைப்ப** வந்தாய் மருள்மாலை''

''எழுகோல் அகலத் **தெண்கோல்** நீளத்து''
(சிலப்பதிகாரம்)

எண் குணம், கண்களவு, மண்பக, மண்களி, கண்களி, விண்பொரு, கண் புதைப்ப, எண்கோல், என்னும் தொடர்களை நோக்குக.

ணகர மெய் நிலை மொழி ஈற்றில் நிற்கும்போது வருமொழி முதலில் வல்லினமாகிய க, ச, ப வருமாயின், அந்தத்

தொடரில் நிற்கும் இரண்டு சொற்களும் இயல்பாகச் சேருவதை இதுவரை பார்த்தோம். வேற்றுமைத் தொகை, பண்புத் தொகை போன்ற தொடர்களில் 'ண்', 'ட்' ஆக மாறுவது உண்டு என்றாலும், அத்தகைய தொடர்களில் கூட, இவை பெரும்பாலும், இயல்பாகப் புணர்வதையே காண்கிறோம்.

எனவே, 'மண் கலம்' போன்ற தொடர்களை எந்த ஒலி மாற்றமும் செய்யாமல் இயல்பாகவே சேர்த்து எழுதுக.

எல்லாத் தொடர்களுக்கும் இது பொருந்தும்.

வல்லினத்தில் மொழி முதலில் வரும் இன்னோர் எழுத்து 'த்' ஆகும். இது வருமொழி முதலில் நிற்கும்போது நிலை மொழி ஈற்றில் நிற்கும் 'ண்' அதனுடன் எவ்வாறு சேருகிறது என்பதை இப்போது பார்ப்போம்.

"கெடுவாக வையா துலகம் நடுவாக
நன்றிக்கட் டங்கியான் தாழ்வு"

"ஒருமைக்கட் டான்கற்ற கல்வி ஒருவற்கு
எழுமையும் ஏமாப் புடைத்து"
(குறள்)

இந்தக் குறட்பாக்களில் நிற்கும் 'நன்றிக் கட்டங்கியான்', 'ஒருமைக்கட்டான் கற்ற' என்னும் இரு தொடர்களையும் நோக்குக. இந்த இரண்டு தொடர்களும் ஏதோ புரியாத தொடர்கள்போல் தோன்றுகின்றன அல்லவா? இவை சேர்ந்து ஒலிப்பதால், நமக்கு அப்படித் தோன்றுகின்றன. இந்தத் தொடர்களில் நிற்கும் இரு தொடர்களையும் பிரித்து ஒலித்தால், எளிதாகப் புரியும்.

'நன்றிக்கட்டங்கியான்' என்பது 'நன்றிக்கண் தங்கியான்' என்றும்,

'ஒருமைக்கட்டான்கற்ற' என்பது 'ஒருமைக்கண் தான் கற்ற' என்றும் பிரித்து ஒலிக்கும் போது அமையும். 'நன்றிக்கண் தங்கியான்', 'ஒருமைக்கண் தான் கற்ற' என்னும் தொடர்கள் இப்போது புரிகின்றன அல்லவா?

நிலைமொழி ஈற்றில் 'ண்' என்னும் மெய் நிற்கும்போது வருமொழி முதலில் 'த' வந்தால், 'ண்' ட் ஆக மாறுவதோடு, 'த'வும் 'ட'வாக மாறும்.

ணகரமும் தகரமும் இன்னொரு வகையிலும் புணர்வதை நாம் இலக்கிய வழக்கில் காண்கிறோம்.

"கண்டுகேட் டுண்டுயிர்த் துற்றறியும்
ஐம்புலனும்
ஒண்டொடி கண்ணே உள"
(குறள்)

'ஒண்டொடி' என்றால் 'ஒளிபொருந்திய வளையல்களை அணிந்த பெண்' என்று பொருள் 'ஒண் – தொடி' என்பது 'ஒண்டொடி' என்று திரிந்து சேர்ந்திருக்கிறது. நிலை மொழி ஈற்றிலுள்ள 'ண்' மாறாமல் இருக்க வருமொழி முதலிலுள்ள 'த' 'ட' வாகியிருக்கிறது.

"பண்டறியேன் கூற்றென் பதனை
இனியறிந்தேன்
பெண்டகையால் பேரமர்க் கட்டு"
(குறள்)

'பெண்-தகை' என்பது 'பெண்டகை' எனச் சேர்ந்திருப்பதை நோக்குக. வருமொழி முதலில் நிற்கும் தகரம் டகரமாக மாறியிருக்கிறது. ஆனால், நிலைமொழி ஈற்றில் நிற்கும் 'ண்' மாறவில்லை. அப்படியே இருக்கிறது. தண்டமிழ், வெண்டாமரை போன்றவையும் இவ்வகையைச் சேர்ந்தவையே.

"எண்டிசையும் புகழ் மணக்க இருந்த
பெருந்தமிழணங்கே"
(மனோன்மணியம்)

எண் – திசை என்பதே 'எண்டிசை' எனச் சேர்ந்திருக்கிறது. இன்றைய தமிழ் நடையில் இத்தகைய தொடர்களைப் பிரித்து எழுதுவதே வழக்கம். கவிதைகளில்கூட 'எண்டிசை' போன்ற தொடர்கள் அரிதாகவே காணப்படுகின்றன. கீழ்க்காணும் தொடர்களைக் காண்க.

1) கண்தானம்
2) மண்தூண்
3) பெண் தர்மம்
4) வீண்தொல்லை
5) எண் தோள்
6) ஆண் தன்மை
7) பெண் துறவு
8) வெண் தாடி (வேந்தர்)

இத்தகைய தொடர்களை இவ்வாறு இயல்பாக அமைத்து எழுதுவதே இன்றைய வழக்கு. எல்லாத் தொடர்களுக்கும் இது பொருந்தும்.

இத்தகைய தொடர்கள் இயல்பாகப் புணர்வதைப் பண்டைய இலக்கிய வழக்கிலும் காணலாம்.

''**மண்தேய்த்த** புகழினான் மதிமுக
மடவார்தம்
பண்தேய்த்த மொழியினா ராயத்துப்
பாராட்டி''

(சிலப்பதிகாரம்)

'மண்தேய்த்த', 'பண்தேய்த்த' என்னும் தொடர்களை நோக்குக.

''உலை உருவக் கனல் **உமிழ்கண்
தாடகைதன்** உரம் உருவி
மலைஉருவி மரம் உருவி மண் உருவிற்று
ஒருவாளி''
''**திண்தேர்** அரசன் ஒருவன் குலத்
தேவிமார் தம்
ஒண்தாமரை வாள் முகத்துள்மிளிர்
உண்கண் எல்லாம்''

(கம்பர்)

உமிழ்கண்தாடகை, திண்தேர், ஒண்தாமரை ஆகிய தொடர்களிலும் ணகரத்துடன் தகரம் இயல்பாகப் புணர்ந்திருப்பதை நோக்குக.

ணகரத்தின் பின் மெல்லினம்

ண் +ந்

ணகர மெய் நிலை மொழியின் ஈற்றில் நிற்கும்போது வருமொழி முதலில் மெல்லினம் வந்தால் எவ்வாறு புணரும் என்பதை இப்போது பார்ப்போம். மெல்லினத்தில் ந், ம் இரண்டுமே மொழி முதலில் வரும் என்பதை முன்பு கண்டோம்.

''**கண்ணின்று** கண்ணறச் சொல்லினும்
சொல்லற்க
முன்னின்று பின்னோக்காச் சொல்''

(குறள்)

இந்தக் குறட்பாவில் இடம் பெற்றிருக்கும் 'கண்ணின்று' என்னும் தொடரைக் கவனியுங்கள். 'கண்' – 'நின்று' என்னும் இரு சொற்கள் சேர்ந்து 'கண்ணின்று' என்னும் தொடர் அமைந்திருக்கிறது. அதாவது வருமொழி முதலில் நிற்கும் 'தந்நகரம்', 'டண்ணகரமாக மாறுகிறது. தனிக்குறிலை அடுத்து 'டண்ணகரம்' நிற்கும்போது வருமொழி முதலில் 'தந்நகரம்' வரும் எல்லாத் தொடர்களிலும், நிலை மொழியும் வருமொழியும் இவ்வாறே புணரும்.

''**கண்ணிறைந்த** காரிகைக் காம்பேர்
தோட் பேதைக்குப்
பெண்ணிறைந்த நீர்மை பெரிது''

என்னும் குறட்பாவில் நிற்கும் 'கண்ணிறைந்த' 'பெண்ணிறைந்த' என்னும் தொடர்களும் இந்த விதியைத் தழுவியே புணர்ந்திருக்கின்றன. இவை முறையே 'கண் – நிறைந்த', 'பெண் – நிறைந்த' எனப் பிரிந்து நிற்கும்.

''இம்மைப் பிறப்பில் பிரியலம்
என்றேனாக்
கண்ணிறை நீர் கொண்டனள்''

என்னும் குறட்பாவில் அமைந்திருக்கும் 'கண்ணிறை' என்னும் தொடரும் இந்த விதிக்கேற்பப் புணர்ந்திருப்பதை நோக்குக.

''நுண்ணுணர்வினோரோடு கூடி
நுகர்வுடைமை
விண்ணுலகே ஒக்கும் விழைவிற்றால் –
நுண்ணூல்
உணர்வில ராகிய ஊதியம் இல்லார்ப்
புணர்தல் நிரயத்துள் ஒன்று''

(நாலடியார்)

இந்தப் பாடலில் அமைந்திருக்கும் 'நுண்ணூல்' என்னும் தொடரும் இந்த விதியைத் தழுவியே அமைந்திருக்கிறது. 'நுண்ணூல்' என்பது 'நுண்மை – நூல்' என்னும் இரு சொற்கள் சேர்ந்த ஒரு தொடர். 'நுண்மை' என்னும் நிலை மொழியின் 'மை' கெட்டு எஞ்சி நிற்கும் 'நுண்' என்னும் சொல்லுடன், 'நூல்' என்னும் சொல் வந்து சேருகிறது. இரண்டையும் சேர்த்து ஒலிக்கும் போது வருமொழி முதலில் நிற்கும் 'தந்நகரம்', 'டண்ணகரமாக மாறி 'நுண்ணூல்' என்னும் தொடர் அமைந்திருக்கிறது.

''மடல் பெரிது தழை மகிழினிது கந்தம்
உடல் சிறியார் என்றிருக்க வேண்டா –
கடல் பெரிது
மண்ணீரு மாகா ததனருகே சிற்றூறல்
உண்ணீரு மாகி விடும்''

(மூதுரை)

என்னும் பாடலில் இடம் பெற்றிருக்கும் 'மண்ணீர்', 'உண்ணீர்' என்னும் தொடர்களும் இந்த விதியைத் தழுவி அமைந்திருப்பதைக் கவனியுங்கள்.

''**எண்ணான்கு** முப்பத்திரண்டு'' என்னும் வாக்கியத்தில் நிற்கும் 'எண்ணான்கு' என்னும் தொடரைக் கவனியுங்கள். இதுவும் முன் சொன்ன விதியைத் தழுவியே புணர்ந் திருக்கிறது. 'எண் – நான்கு' என்பதே 'எண்ணான்கு' எனச் சேர்ந்து நிற்கிறது.

எண்ணால் ஆண்டின் சிறந்த பிற்பாடு
விண்ணோர் வடிவம் பெற்றனன்.......''
(சிலப்பதிகாரம்)

இந்தப் பாடலில் நிற்கும் 'எண்ணால்' என்னும் தொடரும் 'எண் – நால்' என்னும் சொற்கள் சேர்ந்தமைந்ததே.

தண்ணீர், கண்ணீர், கண்ணோய் போன்ற சொற்களைப் பிரித்துப் பார்க்க வேண்டிய அவசியமில்லை. இவை ஒரு சொல் தன்மை உடையவை. அதே சமயம் கண் நீர்மை, பெண் நலம், விண் நோக்கி போன்ற தொடர்களைக் கண்ணீர், தண்ணீர் போலச் சேர்த்து எழுத வேண்டியதில்லை. இந்த விதியைத் தெரிந்து வைத்துக்கொள்வது, செய்யுளில் அமைந்திருக்கும் இத்தகைய தொடர்களைப் பிரித்துப் பொருள் உணர உதவியாக இருக்கும்.

ணகர மெய்யின் பின் வரும் தந்நகரம் டண்ணகரமாக மாறும் என்பது எல்லாத் தொடர்களுக்கும் பொருந்தும். எனவே, அது என்ன தொடர் என்று ஆராய வேண்டிய தில்லை.

'ண்' நிலை மொழியின் ஈற்றில் நிற்கும் போது வருமொழி முதலில் நிற்கும் 'ந' 'ண' வாக மாறுவதோடு நிலை மொழி ஈற்றில் நிற்கும் 'ண்' என்னும் எழுத்து மறைந்து விடுவதும் உண்டு. இதுவரை நாம் பார்த்த தொடர்களில் நிலைமொழியில் தனிக்குறிலை அடுத்து 'ண்' வந்திருக்கிறது. நிலை மொழி யாகிய இரண்டெழுத்துச் சொல்லில் முதலெழுத்து நெடிலாக இருந்தாலோ அல்லது இரண்டுக்கு மேற்பட்ட எழுத்து களைக் கொண்ட சொல்லாக இருந்தாலோ அந்தத் தொடரில் வருமொழி முதலில் நிற்கும் 'ந', 'ண' வாக மாறுவது மட்டுமல்லாமல், நிலைமொழி ஈற்றில் நிற்கும் ணகர மெய்யும் மறைந்து விடும்.

'நாணின்று' என்னும் தொடரை நோக்குக. 'நாண் – நின்று' என்பதே 'நாணின்று' என மேற்கூறிய விதியைத் தழுவிப் புணர்ந்திருக் கிறது. 'நாணின்று' என்பதை 'நாண் – இன்று' என்றும் பிரிக்கலாம். 'மாண் – நோக்கு' என்பது 'மாணோக்கு' என்றும் 'ஊண் – நின்று' என்பது 'ஊணின்று' என்றும் புணரும். இவற்றைச் சேர்த்து எழுத வேண்டியதில்லை; பிரித்தே எழுதலாம்.

ண் +ம்

நிலை மொழி ஈற்றில் ணகர மெய்யும் வருமொழி முதலில் மகரமும் வரும்போது எப்படிப் புணர்கின்றன என்று இப்போது பார்ப்போம்.

கண்மலர், பெண்மனம், தண்மதி, விண் முட்டும், மண்மேடு, எண்முகம், தண்முகில், பெண்மான், ஆண்மகன் முதலிய தொடர் களைக் கவனியுங்கள். இந்தத் தொடர்களில் நிலை மொழியும் வருமொழியும் எந்தத் திரிபுமின்றி இயல்பாகவே சேர்ந்திருக் கின்றன. 'ண்' என்னும் மெய்யுடன் மகரம் சேரும்போது, இந்த இரண்டு ஒலிகளும் எவ்வித மாற்றமுமின்றி இயல்பாகவே புணரும். எல்லாத் தொடர்களுக்கும் இது பொருந்தும்.

''**கண்மூடி** வழக்கம் எல்லாம் **மண் மூடி**ப்போக'' என்னும் தொடரைப் பாருங்கள். 'கண்மூடி' **'மண்மூடி'** என்னும் தொடர்கள் இயல்பாகவே சேர்ந்திருக்கின்றன.

''**கண்மணி**'' என்றான்! விம்மிக்
கதறினான்! அழுதான்! கன்னி
விண்மணி யானாள்! காளை
விம்மினால் வருவ தேது?
மண்ணிடை மணியாய் வந்த
மன்னவன் புத்தன் கால்கள்
கண்மணி உருவைத் தாங்கிக்
கனிந்தன, மணமும் பெற்றே!''
(கண்ணதாசன்)

''சீர்கெழு **வெண்முத்தம்** அணிபவர்க்கு அல்லதை
நீருளே பிறப்பினும் நீர்க்கு அவைதாம் என் செய்யும்'' (கலித்தொகை)

''**கண் முதல்** காட்சிய கரை இல் நீளத்த
உள்முதல் பொருட்கெலாம் ஊற்றம்
ஆவன
மண்முதல் பூதங்கள் மாயும் என்றபோது
எண் முதல் உயிர்க்குநீ இரங்கல்
வேண்டுமோ''
(கம்பர்)

ணகர மெய்யுடன் மகரம் சேரும்போது அவை இயல்பாகப் புணர்ந்திருக்கின்றன.

ணகரத்தின் பின் இடையினம்

இடையின மெய்களில் ய, வ இரண்டுமே மொழி முதலில் வரக்கூடியவை. எனவே, நிலை மொழி ஈற்றில் 'ண்' நிற்கும்போது வருமொழி மதலில் இந்த இரண்டு எழுத்துகளில் ஏதேனும் ஒன்று வந்தால் அவை எவ்வாறு புணரும் என்பதை இப்போது பார்ப்போம்.

ண் + வ்

''இவ்வண்ணம் மகள் வாழக் கருவூர்
நாட்டில்
எண்வண்ணம் இல்லாதான் கருவூர்ச்
சோழன்''

''மடைமீறிக் **கண்வழியில்** ஆறு காட்டி,
மாமன்ன! நினையன்றி யாரும் நெஞ்சைத்
தொடக்கூட முடியாதாம்! துயரம்
வேண்டாம்''
(கண்ணதாசன்)

எண் வண்ணம், கண்வழி ஆகிய இரு தொடர்களும் இயல்பாகப் புணர்ந்திருக் கின்றன. நிலை மொழி இறுதியில் நிற்கும் ண் என்னும் மெய்யுடன் வருமொழி முதலில் நிற்கும் 'வ' இயல்பாகச் சேர்ந்திருக்கிறது.

''இளம்பிறை போல் அதன் விளக்கொளி
உருளை
விண்வீழ் கொள்ளிபோல் விளைநிலம்
படியக்
காற்றைப் போலக் கடிது மீள்வோம்''
(பாரதிதாசன்)

''**மண்வெட்டிக்** கூலிதின லாச்சே!– எங்கள்
வாள் வலியும் வேல் வலியும் போச்சே!''
(பாரதியார்)

விண்வீழ், மண்வெட்டி என்னும் தொடர் களும் இயல்பாகப் புணர்ந்திருப்பதை நோக்குக. எல்லாத் தொடருமே இப்படித்தான் புணரும். எனவே, என்ன தொடர் என்ற ஆராய்ச்சி தேவையில்லை.

எடுத்துக்காட்டு :

1) கண் வலி
2) பெண் வழி (ச்சேரல்)
3) மண் விலை
4) எண் வகை
5) புண் வடு
6) ஆண் வீரம்
7) கண் விழித்து
8) விண் வெளி
9) மண் வாசனை
10) வீண் வாதம்
11) கண் வளர்தல்
12) சாண் வயிறு
13) வீண் வேலை

''பேணாது **பெண்விழைவான்** ஆக்கம்
பெரியதோர்
நாணாக நாணுத் தரும்''

''குடிப்பிறந்தார் **கண் விளங்கும்** குற்றம்
விசும்பின்
மதிக்கண் மறுப்போல் உயர்ந்து''
(குறள்)

'பெண் விழைவான்', 'கண் விளங்கும்', என்னும் தொடர்களையும் நோக்குக.

ண் + ய்

ணகரத்துடன் யகரம் சேரும்போதும் இயல்பாகவே புணரும்.

எடுத்துக்காட்டு :

1) அந்தப் **பெண் யாது** கூறினாள்?
2) இந்த **மண் யாருக்குச்** சொந்தம்?
3) **கண் யாவருக்கும்** உண்டு.
4) **வீண் யோசனை** வேண்டாம்
5) **பூமியின்கண் யாண்டும்** அழகு கொழிக் கின்றது.

இந்த வாக்கியங்களில் ணகர ஈறும் யகர முதலும் உடைய சொற்கள் இயல்பாகப் புணர்ந்திருப்பதை நோக்குக. யகரத்தை முதலிலுடைய சொற்கள் மிகக் குறைவு. எல்லாத் தொடர்களுக்கும் இதுவே விதி.

னகரத்தின் பின் மெய்

னகரத்தின் பின் வல்லினம்

''கற்பிளவோ டொப்பர் கயவர்
கடுஞ்சினத்துப்
பொற்பிளவோ டொப்பாரும்
போல்வாரே''
(மூதுரை)

'பொற்பிளவு' என்பதில் பொன் – பிளவு என்னும் இரு சொற்கள் உள்ளன. இந்த இரு சொற்களையும் சேர்த்தொலிக்கும்போது நிலைமொழி ஈற்றில் நிற்கும் னகரமெய், றகர மெய்யாகத் திரிந்துள்ளது. னகரமெய்யை அடுத்து வல்லினமாகிய க, ச, ப வந்தால் னகரம் றகரமாகத் திரியும். கீழ்க்காணும் தொடர்களை நோக்குக.

1) பொன் – காலம் = பொற்காலம்
2) பொன் – சிலை = பொற் சிலை
3) பொன் – பதக்கம் = பொற்பதக்கம்
4) பொன் – பாதம் = பொற்பாதம்
5) பொன் – கோயில் = பொற்கோயில்
6) பொன் – சதங்கை = பொற்சதங்கை

எல்லா இடங்களிலும் இவ்வாறு திரிவதில்லை.

''வகைமாண்ட வாழ்க்கையும்
வான்பொருளும் என்னாம்
தகைமாண்ட தக்கார் செறின்''
(குறள்)

இங்கே 'வான்பொருள்' என்னும் தொடரில் னகரம் றகரமாகத் திரியவில்லை. இவ்வாறு இருவிதமாக அமைவதற்கு என்ன காரணம்? அதனைச் சற்று விரிவாகப் பார்ப்போம்.

பொற்காலம், பொற்சிலை, பொற்பதக்கம், பொற்பாதம், பொற்கோயில், பெற்சதங்கை என்னும் தொடர்களை மீண்டும் கவனியுங்கள். இவற்றுள், பொற்காலம், பொற்பாதம் இரண்டும் உவமைத் தொகை. இவை, முறையே 'பொன்போன்ற காலம்' என்றும், 'பொன் போன்ற பாதம்' என்றும் விரியும். 'பொற்சிலை' என்பது மூன்றாம் வேற்றுமை உருபும் பயனும் உடன் தொக்க தொகை. 'பொன்னால் செய்த சிலை' என்று இது விரியும். பொற்பதக்கம், பொற்கோயில், பொற்சதங்கை ஆகியவையும் மூன்றாம் வேற்றுமை உருபும் பயனும் உடன் தொக்க தொகைகளே.

மூதுரையில் அமைந்துள்ள 'பொற்பிளவு' என்பது ஆறாம் வேற்றுமைத் தொகை. 'பொன்னின் பிளவு' என இது விரியும்.

''பிறர்க்கின்னா **முற்பகல்** செய்யின்
தமக்கின்னா
பிற்பகல் தாமே வரும்''
(குறள்)

'முன்பகல்', 'பின்பகல்' என்பன 'முற்பகல்', 'பிற்பகல்' என்று சேர்ந்திருக்கின்றன. பகலின் முன்பகுதி, பகலின் பின்பகுதி என்பன இடம் மாறி 'முற்பகல்', 'பிற்பகல்' என அமைந்திருப்பதாகக் கொண்டு இவற்றை ஆறாம் வேற்றுமைத் தொகை என்பர், உரையாசிரியர்கள். 'முன்பகல்', 'பின்பகல்' எனபன இயல்பாக அமைந்த தொடரானால், இவை பண்புத் தொகைகளாகும். ஆறாம் வேற்றுமைத் தொகை, பண்புத் தொகை இரண்டிலுமே னகரம், றகரமாகத் திரியும். எனவே, இவை எந்தத் தொடராக வேண்டுமானாலும் இருக்கட்டும்.

சற்று முன்பு நாம் பார்த்த 'வான்பொருள்' என்னும் தொடரில் நிலை மொழியும் வருமொழியும் இயல்பாகப் புணர்ந்திருக்கின்றன. 'வான்பொருள்' என்பது 'வான் போன்ற பொருள்' என்று விரியும். எனவே, இது உவமைத்தொகை 'பொற்காலம்' 'பொற்பாதம்' என்பனவும் உவமைத் தொகைகளே. அவ்வாறிருக்க இந்த வேறுபாடு ஏன்?

பொற்காலத்தைப் 'பொன்காலம்' என்றால் கேட்பதற்கு என்னவோபோல் இருக்கிறது. அதே போல வான்பொருளை 'வாற்பொருள்' என்றாலும் செவிக்கு இனிமையாக இல்லை. இத்தகைய சமயங்களில் நாம் என்ன செய்வது? இங்கே விதியை விட மரபிற்கு முதன்மை அளிக்க வேண்டியுள்ளது.

முன்னோர் சொன்ன முறையைப் பின்பற்றுவதே சிறந்த வழி. அதுவே மரபுக்கு

நாம் அளிக்கும் மதிப்பு. நம் செவிக்கு இனிமை தருவதும் அந்த மரபுதான். இந்த வகையில் நமக்கு நல்ல வழிகாட்டியாக அமைவது மரபு. பின்வரும் தொடர்களும் இதனையே உணர்த்துகின்றன.

1) வான் சிறப்பு
2) மீன்கறி
3) மீன்கொடி
4) மான்கொம்பு
5) வான்கோழி
6) வான்படை
7) வான்குடி
8) முன்கோபம்
9) தேன்கூடு
10) முன்பிறப்பு
11) பின்புறம்
12) முன்பக்கம்
13) தன்பகுதி
14) வன் செயல்

''**வான் குருவியின்** கூடு வல்லரக்குத் தொல்கறையான்
தேன்சிலம்பி யாவருக்கும் செய்யரிதால்''

''கூரிய வாளாற் குறைப்பட்ட **கூன்பலா**
ஓரிலையாய்க் கொம்பாய் உயர் மரமாய்- சீரிய
வண்டுபோற் கொட்டையாய் **வன்காயாய் பின் பழமாய்ப்**
பண்டுபோல் நிற்கப் பணி''
(ஔவையார்)

வான்குருவி, தேன் சிலம்பி, கூன்பலா, பின்பழமாய், வன்காயாய் என்னும் தொடர்களும் அந்த வகையைச் சேர்ந்தவையே.

சற்றுமுன்பு பார்த்த தொடர்களில் 'முன்பிறப்பு' என்பது 'முற்பிறப்பு' என்றும் அமையும். இன்றைய வழக்கில் 'முன் பிறப்பே' நிலைத்து விட்டது.

தன்

'**தன்குற்றம்** நீக்கிப் பிறர்குற்றம் காண்கிற்பின்
என்குற்ற மாகும் இறைக்கு''
(குறள்)

தன்குற்றம், என்குற்றம் என்னும் தொடர்களைக் காண்க. இந்தத் தொடர்கள் இயல்பாகப் புணர்ந்திருக்கின்றன.

''தன்னாயுதமும் தன்கையிற் பொருளும்
பிறன் கையிற் கொடுக்கும் பேதையும் பதரே''
(நறுந்தொகை)

'தன் கையில்' என்னும் தொடரும் அந்த வகையைச் சேர்ந்ததே.

தன்பொருள், தன்குணம், தன் கொள்கை, தன்பலம், தன்பார்வை, தன்சுகம் முதலிய தொடர்களையும் நோக்குக.

சில இடங்களில் 'தன்' என்னும் சொல்லுடன் க, ச, ப ஆகிய வல்லின எழுத்துக்களை முதலிலுடைய சொற்கள் சேரும்போது னகரம் றகரமாகத் திரிகிறது.

எடுத்துக்காட்டு :

1) தற்புகழ்ச்சி
2) தற்பெருமை
3) தற்செயல்
4) தற்சமயம் / தற்பொழுது
5) தற்காலம்

இந்தச் சொற்களைக் கூர்ந்து கவனித்தால் இவை ஒரு சொல் தன்மையுடையவை என்பது புலப்படும். அதாவது இரு சொற்கள் கொண்ட தொடர்போல், இவை தொனிக்க வில்லை. ஒவ்வொன்றும் ஒரு சொல்லாகவே தோன்றுகின்றன. இவற்றைப் பிரித்து அமைக்கும்போது, இவற்றின், நுட்பமான பொருள் வேறுபாட்டைக் காணலாம்.

எடுத்துக்காட்டு :

1) அவன் **தன் புகழ்ச்சியையே** பேசுகிறான்.
2) அவன் **தற்புகழ்ச்சி** உடையவன்.
3) **தற்பெருமை** கூடாது.
4) அவன் **தன் பெருமையை** உணரவில்லை.
5) அவன் **தன் செயலை** நியாயப்படுத்தினான்.
6) இது **தற்செயலாய்** நிகழ்ந்தது.
7) அவன் **தன் சமயத்தின்** மீது ஆழ்ந்த பற்றுடையவன்.
8) **தற்சமயம்** எதுவும் சொல்ல முடியாது.
9) அவன் **தன் காலத்தைப்** பற்றியே சிந்திக்கிறான்.
10) **தற்காலத்தைப்** பற்றி அவனுக்குக் கவலை இல்லை.

'தன்' என்னும் சொல்லை நிலை மொழியாகக் கொண்ட தொடர்கள் பிரித்துச்

சொல்லும்போது ஒரு பொருளும் சேர்த்துச் சொல்லும்போது ஒருபொருளும் தருகின்றன. ஒரு சொல்லாகக் கருத வேண்டிய சொற்களை எப்போதும் சேர்த்தே எழுத வேண்டும். அவற்றை ஒருபோதும் பிரித்து எழுதக்கூடாது.

'தற்கூற்று, அயற்கூற்று,' என்பனவும் ஒரு சொல் தன்மையன.

''தற்காத்துத் தற்கொண்டான் பேணித்
தகை சான்ற
சொற்காத்துச் சோர்விலாள் பெண்''
(குறள்)

தற்காத்து, தற்கொண்டான் என்னும் தொடர்களை நோக்குக. இவற்றைப் பிரித்து எழுதினாலும் பொருள் ஒன்றுதான். இவை பண்டைய இலக்கிய வழக்கில் இருந்தாலும், இன்றைய வழக்கில் இல்லை. இன்று நாம் 'தன்னைக் காத்து' 'தன்னைக் கொண்டவன்' என்னும் தொடர்களையே பயன்படுத்து கிறோம். எனவே, இந்தத் தொடர்களை, செய்யுளின் பொருளை உணர்கின்ற அளவுக்குப் புரிந்துகொண்டால் போதும்.

என்

''தன்குற்றம் நீக்கிப் பிறர் குற்றம்
காண்கிற்பின்
என்குற்ற மாகும் இன்றைக்கு''

என்னும் குறட்பாவில் நிற்கும் 'என் குற்றம்' என்பதற்கு 'என்ன குற்றம்' என்று பொருள். இங்கே 'என் குற்றம்' என்பது இயல்பாகப் புணர்ந்திருக்கிறது.

''விதியே! விதியே! தமிழ்ச் சாதியை
என் செயக் கருதி இருக்கின்றாயடா?''
(பாரதியார்)

'என் செய' என்பதும் இயல்பாகச் சேர்ந்திருப்பதை நோக்குக. 'என்ன' என்னும் பொருள் தரும் 'என்' என்பதற்குப் பின் வல்லினம் வந்தால், அந்தத் தொடரில் இரு சொற்களும் இயல்பாகவே புணரும்.

உன்

'உனது' என்னும் பொருள் தரும் 'உன்' என்னும் சொல் நிலைமொழியாக நிற்கும் போதும் இவ்வாறே இயல்பாகப் புணரும்.

எடுத்துக்காட்டு :

''கல்லில் நடந்தால் **உன்கால் கடுக்கும்'**
என்றுரைத்தான்''
''காளை **உன் கைகள்** எனைக் காவாமல்
போகட்டும்
தாளை அடைந்த இத்தையல் உள்ளம்
மாறாதே!''
''உன்குடிக் கூறிழைத்தான் – எனில்
ஊர்மக்க ளிடம் அதை உரைத்தல் கடன்''
(பாரதிதாசன்)

'உன்' என்னும் சொல்லை நிலை மொழியாகக் கொண்ட தொடர்களிலும் னகரம் திரியவில்லை.

என், உன் என்னும் சொற்கள் இலக்கிய வழக்கில் மட்டுமல்ல; அன்றாட உலக வழக்கிலும் நாம் பயன்படுத்தும் சொற்கள். 'உன்' என்னும் பொருள் தரும் மற்றொரு சொல் 'நின்' என்பது. இலக்கிய வழக்கில் மட்டும் காணப்படுவது இது. இந்தச் சொல் நிலைமொழியாக அமையும்போதும், என் , உன் என்னும் சொற்கள் போலவே இயல்பாக வருமொழியுடன் சேரும்.

எடுத்துக்காட்டு :

நின் செயல், நின்படை, நின்கதை,
நின் கவிதை, நின்பாடல், நின்புகழ்

ஏன்

'என்ன' என்னும் பொருள் தரும் 'என்' என்னும் சொல்லைச் சற்று முன்பு பார்த்தோம். 'என்' என்பது வினாப் பெயர். 'ஏன்' என்பதும் இதுபோன்ற வினாப்பெயரே. 'ஏன்' என்னும் சொல்லும் வருமொழி முதலில் வல்லினம் வரும்போது இயல் பாகவே புணரும்.

எடுத்துக்காட்டு :

1) நீ **ஏன் சொல்ல வில்லை?**
2) அவன் **ஏன் பார்த்தான்?**
3) அவர் **ஏன் காவியம்** இயற்றவில்லை?
4) நாம் **ஏன் போக** வேண்டும்?

இந்த வாக்கியங்களில் 'ஏன்' என்னும் சொல் வருமொழியுடன் இயல்பாகப் புணர்ந்திருக்கிறது. இப்படிப் புணர்வதே முறையாகும்.

என் - எனது

'என்' என்னும் சொல் 'எனது' என்னும் பொருளில் வரும்போதும் இயல்பாகவே புணரும்.

''**என் கிளியே** நீ முத்தம் எத்தனை ஈவாய்? என்றான்''

''ஓ! **என் சகோதரரே!** ஒன்றுக்கும் அஞ்சாதீர்!
நாவலந் தீவு நமை விட்டுப் போகாது''

''சீரழகே! தீந்தமிழே! உனை **என் கண்ணைத்**
திரையிட்டு மறைத்தார்கள்' என்று சொன்னான்''

''என் ஆணை மறுப்பீரோ சபையிலுள்ளீர்!
இசை கிடந்த **என் செங்கோல்** தன்னை வேற்றார்
பின் நாணும் படி சும்மா இருப்பதுண்டோ?''
(பாரதிதாசன்)

இந்தத் தொடர்களில் நிலை மொழியாக நிற்கும் 'என்' என்பது எனது என்னும் பொருளுடையது. இந்தத் தொடர்களிலும் னகரம் திரியாமல் இயல்பாகவே புணர்ந்திருக்கிறது.

இன் (வி.எ.விகுதி)

''**தோன்றிற் புகழொடு** தோன்றுக அஃதிலார்
தோன்றலிற் றோன்றாமை நன்று''

''தன்னைத் தான்**காக்கிற் சினங்காக்க** காவாக்கால்
தன்னையே கொல்லும் சினம்''
(குறள்)

'தோன்றின் புகழொடு', காக்கின் சினம்' என்னும் தொடர்களில் நிலை மொழியும், வருமொழியும் சேரும்போது, 'ன்' 'ற்' ஆக மாறி, 'தோன்றிற் புகழொடு' 'காக்கிற் சினம்' என்று அமைந்திருக்கின்றன.

தோன்றின், காக்கின் என்பன 'இன்' விகுதி பெற்ற வினையெச்சங்கள். தோன்றினால், காத்தால் என்னும் பொருள் உடையவை. இத்தகைய வினையெச்சங்கள் நிலை மொழியாக நிற்கும் தொடர்களில் வருமொழி முதலில் வல்லினம் வந்தால், 'ன்' 'ற்' ஆக மாறும்.

எடுத்துக்காட்டு :

1) குற்றம் **பார்க்கிற் சுற்ற**மில்லை.
2) தேடா **தழிக்கிற்** பாடா முடியும்.
3) முற்பகல் **செய்யிற் பிற்பகல்** விளையும்.
4) தெய்வம் **சீறிற் கைதவ** மாளும்.
(கொன்றை வேந்தன்)
5) சிறியோர் செய்த சிறுபிழை எல்லாம் **பெரியோ ராயிற் பொறுப்பது** கடனே.
6) சிறியோர் பெரும்பிழை **செய்தன ராயிற் பெரியோர்** அப்பிழை பொறுத்தலு மரிதே.
(நறுந்தொகை)

மேற்காணும் தொடர்களிலும் னகரம் றகரமாகத் திரிந்திருப்பதை நோக்குக. இன்றைய வழக்கிலும் இத்தகைய தொடர் களைக் காண்கிறோம். இவை சிறு பான்மையே.

எடுத்துக்காட்டு :

காதல், காதல், காதல்,
காதல் போயிற் காதல் போயிற்
சாதல் சாதல் சாதல்''
(பாரதியார்)

இன்றைய வழக்கில் கவிதை, உரைநடை இரண்டிலும் இத்தகைய தொடர்களைப் பிரித்து எழுதுவதே பெரும் பான்மையாகக் காணப்படுகிறது.

எடுத்துக்காட்டு :

''இன்பம் இன்பம் இன்பம்
இன்பத்திற்கோர் **எல்லை காணின்**
துன்பம் துன்பம் துன்பம்
நாதம் நாதம் நாதம்
நாதத் தேயோர் **நலிவுண்டாயின்**
சேதம் சேதம் சேதம்
தாளம் தாளம் தாளம்
தாளத்திற்கோர் **தடையுண்டாயின்**
கூளம் கூளம் கூளம்''
(பாரதியார்)

'எல்லை காணின் துன்பம்', 'நலிவுண்டா யின் சேதம்', 'தடையுண்டாயின் கூளம்' என்னும் தொடர்களில், காணின், ஆயின் என்னும் சொற்களின் இறுதியில் நிற்கும் னகர

மெய் திரியாமல் இயல்பாகப் புணர்ந்தி ருப்பதை நோக்குக. இன்றைய உரைநடை யிலும் இதே நிலைதான்.

எடுத்துக்காட்டு :

1) அந்தச் சொல்லையே **தேர்ந்தெடுத்திருப் பின்** பொருத்தமாக அமைந்திருக்கும்.

2) நான்கு கால்களை உடையது என்ற நினைவு **தோன்றின்** பசு, ஆடு, முதலிய வற்றின் நினைவும் தோன்றும்.

3) ஆங்கில மொழியாக **இருப்பின் பொய்ம்மெய்** என்றே எழுதப்பட்டு, பொம்மை என்று ஒலிக்கப்பட்டிருக்கும்.

4) 'எண்ணை' என்பது தவறு **எனின் பொம்மை** முதலியனவும் தவறே ஆகும்.

5) அருணகிரியார் பாடல்களைத் துருவித் துருவி **ஆராயின் பாடல்களின்** நுட்பமான பொருள் புலனாகும்.

இந்த வாக்கியங்களில் நிற்கும் 'தோன்றின் பசு' முதலிய தொடர்கள் இயல்பாகப் புணர்ந்திருப்பதை நோக்குக.

ஆனால், இன்றைய உரைநடையில் இருப்பின், தோன்றின், ஆராயின் போன்ற எச்ச வினைகளைக் காண்பது அரிதாக உள்ளது. இவற்றிற்குப் பதிலாக இருந்தால், தோன்றினால், ஆராய்ந்தால் என்னும் வினையெச்ச வடிவங்கள் வழக்கில் உள்ளன.

இன்

ஆறாம் வேற்றுமைத் தொகையில் 'இன்' சாரியை பெயரோடு சேர்ந்து வரும்போதும், வருமொழி முதலில் நிற்கும் க, ச, ப போன்ற எழுத்துக்களுடன் சேரும்போது இயல்பாகவே புணரும்.

எடுத்துக்காட்டு :

1) **சோழனின் படைகளுக்குத்** தலைமை தாங்கிச் சென்றவன் கருணாகரத் தொண்டைமான்.

2) கலிங்கத்துப் பரணியில் **புலவரின் கற்பனைத்** திறனால் காதல் சுவையும் மிகுந்து விளங்குகிறது.

3) **குளத்தின் காட்சிகள்** இரண்டை வருணித்த காரணத்தால் ஒரு புலவர் கயமனார் எனப்பட்டார்.

4) நமது **சங்கத்தின் குறிக்கோள்** தமிழ் மொழியை வளர்ப்பது.

5) எனவே, **சங்கத்தின் சட்ட திட்டங்களும்** அதனை ஒட்டியே அமைய வேண்டும்.

இந்த வாக்கியங்களில் நிற்கும் சோழனின் படை, புலவரின் கற்பனை, குளத்தின் காட்சிகள், சங்கத்தின் குறிக்கோள், சங்கத்தின் சட்டதிட்டங்கள் என்னும் தொடர்கள் இயல்பாகப் புணர்ந்திருப்பதை நோக்குக. இம்மாதிரியான தொடர்களைச் சேர்த்து ஒலிப்பதும் இல்லை; சேர்த்து எழுதுவதும் இல்லை.

உரைநடை போலவே கவிதையிலும் இந்தத் தொடர்களில் நிற்கும் நிலை மொழியும் வருமொழியும் இயல்பாகப் புணர்வதைக் காணலாம்.

"வீணரைப் பணிவது **மக்களின் கடனா?** மேவும் உழைப்பினிலே ஏவுதல் கடனா"

"**கண்ணின் கடைப்பார்வை** காதலியர் காட்டி விட்டால் மண்ணில் குமரருக்கு மாமலையும் ஓர் கடுகாம்"
(பாரதிதாசன்)

".................. . . . .கரை தத்தி வழியும் செருக்கினால் **கள்ளின் சார்பின்றியே** வெறி சான்றவன்

"கீதம் பாடும் **குயிலின் குரலைக்** கிளியின் நாவை இருப்பிடம் கொண்டாள்"

"ஞானம் என்பதோர் **சொல்லின் பொருளாம்** நல்ல பாரத நாட்டிடை வந்தீர்"
(பாரதியார்)

மக்களின் கடன், கள்ளின் சார்பு, குயிலின் குரல், சொல்லின் பொருள் என்னும் தொடர்கள் இயல்பாகப் புணர்ந்திருப்பதை நோக்குக.

'இன்' ஐந்தாம் வேற்றுமை உருபுகளில் ஒன்று. இந்த 'இன்' உருபு சேர்ந்து நிற்கும் பெயர் நிலைமொழியாக அமைந்து வருமொழி முதலில் வல்லினம் வரும்போது அவை இயல்பாகவும் புணரலாம். நிலை மொழி ஈற்று னகரம் திரிந்தும் புணரலாம்.

"ஈன்ற பொழுதிற் பெரிதுவக்கும்
தன்மகனைச்
சான்றோன் எனக்கேட்ட தாய்"   (குறள்)

'பொழுதின் பெரிது' என்பதே இங்கே 'பொழுதிற் பெரிது' என்று னகரம் திரிந்து புணர்ந்திருக்கிறது.

"தாயிற் சிறந்ததொரு கோயிலுமில்லை"
(கொன்றைவேந்தன்)

'தாயிற் சிறந்ததொரு' என்னும் தொடரிலும் 'தாயின்' என்னும் சொல்லின் ஈற்று னகரம் திரிந்திருப்பதை நோக்குக. இன்றைய வழக்கில் இவை பிரித்தே எழுதப் படுகின்றன. மேலும், இந்த 'இன்' சேர்ந்த தொடர்கள் இன்றைய வழக்கில் மிகக் குறைவு. இரண்டாம் வேற்றுமை உருபோடு சேர்ந்து வரும் 'விட' என்னும் சொல் இந்தப் பொருளை உணர்த்துகிறது. இந்த 'இன்' உருபு வழக்கிழக்க இதுவும் ஒரு காரணம் எனலாம்.

அன்

அது, இது முதலிய சொற்களுடன் 'அன்' சேர்ந்து அதன், இதன் என்று நிற்கும் சொற்கள் நிலை மொழியாக அமையும்போதும் வரு மொழியுடன் இயல்பாகவே புணரும்.

எடுத்துக்காட்டு :

1) அதன் பொருள் என்ன?
2) இதன் குறிக்கோள் அதுவன்று.
3) யானை சென்றது; அதன்பின் பாகன் சென்றான்.
4) எதன் செயலைப் பற்றிப் பேசுகிறீர்?
5) திருக்குறளின் பெருமையை அறிய அதன் கருத்து நுட்பங்களை உணர வேண்டும்.

அதன்பொருள், இதன் குறிக்கோள், அதன்பின், எதன் செயல், அதன் கருத்து என்னும் தொடர்களை நோக்குக. இவை களைச் சேர்த்து ஒலிக்கவும் கூடாது; எழுதவும் கூடாது.

எழுவாய்த் தொடர்

எழுவாய்த் தொடரிலும் நிலைமொழி ஈற்று னகரம் திரியாமலே புணரும்.

எடுத்துக்காட்டு :

1) கவிஞன் பாடுகிறான்.
2) கண்ணன் கேட்கிறான்.
3) நான் சொன்னேன்.
4) அவன் பள்ளிக்குச் சென்றான்.
5) வேலன் கடிதம் எழுதினான்.
6) சிறுவன் செடிக்குத் தண்ணீர் ஊற்று கிறான்.

இந்த வாக்கியங்களில் எழுவாயாக நிற்பவை னகர ஈற்றுச் சொற்கள். அவற்றைத் தொடர்ந்து வரும் சொல்லின் முதல் எழுத்து வல்லினம். இந்தத் தொடர்களிலும் நிலை மொழியும் வருமொழியும் இயல்பாகப் புணர்ந்திருக்கின்றன. எழுவாய்த் தொடரிலும் னகரம் திரியாது.

எழுவாய்த் தொடர் போலவே ஏனைய தொடர்களிலும் னகரமெய் நிலை மொழியின் ஈற்றில் நிற்கும்போது இயல்பாகப் புணரும்.

எடுத்துக்காட்டு :

1) நான் மான் கண்டேன்.
2) கண்ணன் கான் சென்றான்.
3) மன்னன் கடமை நாட்டைக் காப்பது.
4) அவன் செயல் சரியா?
5) இவன் பேச்சை நம்பலாமா?
6) வான் சென்ற விமானம் கண்ணுக் கெட்டாத தூரத்தில் மறைந்தது.
7) யான் பெற்ற இன்பம் பெறுக இவ்வையகம்.
8) கூன்குருடு நீங்கிப் பிறத்தல் அரிது.

இவை போன்ற எந்தத் தொடரிலும் னகரம் றகரமாகத் திரியாது.

வினைமுற்றுத் தொடர்

எழுவாய்த் தொடர் போலவே வினைமுற்றுத் தொடரிலும் னகரமெய்யை ஈற்றிலுடைய நிலை மொழி வல்லினத்தை முதலிலுடைய வருமொழியுடன் இயல்பாகப் புணரும்.

எடுத்துக்காட்டு :

1) என்னென்று **புகல்வேன் புலன்களைக்** கவரும் இயற்கை அழகை!
2) அவனா **எண்ணினான் பழம் பிழையைத்** திரும்பச் செய்ய?
3) ஒவ்வொருவனும் எப்போதாவது உணரத் தான் **செய்கிறான் காணுமிடமெல்லாம்** கொழிக்கின்ற அழகை.
4) புலியிடம் தானே போய்ச் **சிக்கிக் கொண்டான் பித்தன்** ஒருவன்.
5) மயக்க மொழி **பேசினான் சிலரது** மந்திர போதனையால்.

புகல்வேன் புலன்களை, எண்ணினான் பழம் பிழையை, செய்கிறான் காணுமிட மெல்லாம், சிக்கிக் கொண்டான் பித்தன், பேசினான் சிலரது என்னும் தொடர்கள் வினைமுற்றுத் தொடர்கள். இவை யாவும் இயல்பாகப் புணர்ந்திருப்பதைக் காண்க. வினை முற்றுத் தொடர்களில் னகரம் றகரமாகத் திரியாது.

னகர ஈற்று வினையாலணையும் பெயர்

''செய்வினை **செய்வான் செயன்முறை** அவ்வினை
உள்ளறிவான் உள்ளம் கொளல்'' (குறள்)

'செய்வான் செயன்முறை' என்னும் தொடரை நோக்குக. 'செய்வான்' என்பது வினையாலணையும் பெயர்; 'செய்பவன்' என்பது இன்றைய வழக்கு 'செய்வான் செயன்முறை' என்னும் தொடர் இயல்பாகப் புணர்ந்திருக்கிறது. செய்பவன் போன்ற சொற்கள் வல்லின மெய்யுடன் சேரும்போது னகரம் திரியாது. இயல்பாகப் புணரும்.

எடுத்துக்காட்டு :

1) நல்லவன் பண்பு
2) வல்லவன் செயல்
3) செய்தவன் கண்டானா?
4) அறியாதவன் கூற்று
5) எழுதியவன் கை
6) படித்தவன் படிக்காதவன்
7) போனவன் போனவன்தான்
8) பெரியவன் சிறியவன்
9) உயர்ந்தவன் பெருமை
10) தாழ்ந்தவன் சிறுமை

னகர மெய்யின் பின் 'த'

வல்லின எழுத்துகளில் க, ச, ப ஆகிய மூன்றும் வருமொழி முதலில் வரும்போது நிலை மொழி ஈற்றில் நிற்கும் னகர மெய்யுடன் இந்த எழுத்துகள் எவ்வாறு சேருகின்றன என்பதை இதுவரை பார்த்தோம். வல்லினத்தில் சொல்லின் முதலில் வரும் இன்னோர் எழுத்து 'த' வாகும். னகர மெய்யை அடுத்து இந்த எழுத்து வரும்போது இந்த இரண்டு மெய்களும் எவ்வாறு சேரு கின்றன என்பதை இப்போது பார்ப்போம்.

னகர மெய்யும் க, ச, ப ஆகிய வல்லின மெய்களும் பல்வேறு தொடர்களில் சேரும் விதத்திற்கும் 'த' என்னும் வல்லினம் னகர மெய்யுடன் சேருவதற்கும் சிறிது வேறுபாடு உண்டு.

''**தம்மிற் றம் மக்கள்** அறிவுடைமை மாநிலத்து
மன்னுயிர்க் கெல்லாம் இனிது''

''**நிலையிற் றிரியாது** அடங்கியான் தோற்றம்
மலையினும் மாணப் பெரிது'' (குறள்)

'தம்மிற் றம் மக்கள்', 'நிலையிற்றிரியாது' என்னும் தொடர்களை நோக்குக. 'தம்மின் தம்மக்கள்' என்பது 'தம்மிற் றம் மக்கள்' என்றும் 'நிலையின் திரியாது' என்பது 'நிலையிற் றிரியாது' என்றும் சேர்ந்திருக் கின்றன. தம்மின், நிலையின் என்னும் சொற்களில் இறுதியில் நிற்கும் 'ன்', 'ற்' ஆக மாறியிருப்பதோடு 'தம்', 'திரியாது' என்னும் சொற்களின் முதலில் நிற்கும் தகர மெய்யும் றகரமாக மாறியிருக்கிறது.

இதுவே, மற்ற வல்லின மெய்களுக்கும் தகர மெய்க்கும் உள்ள வேறுபாடு. க, ச, ப ஆகிய வல்லின மெய்கள் வருமொழி முதலில் வரும்போது நிலை மொழியின் கடைசியில் நிற்கும் 'ன்' மட்டும் 'ற்' ஆக மாறும். 'த' வருமொழி முதலில் வரும்போது 'ன்', 'ற்' ஆக மாறுவதோடு 'த' வும் 'ற' வாக மாறும்.

''பொற்றொழிற் சிலம் பொன்று ஏந்திய கையள்''

''பொற்றொடி மாதர் தவமென்னை கொல்லோ''

'பொன் – தொழில்' 'பொற்றொழில்' என்றும், .'பொன் – தொடி' 'பொற்றொடி' என்றும் சேர்ந்திருப்பதை நோக்குக.

'பொற்றாமரை', 'பொற்றடாகம்' பொற்றகடு, பொற்றாலி, பொற்றோடு, பொற்றேர் முதலியனவும் அந்த வகையைச் சேர்ந்தவையே.

இத்தகைய தொடர்களை இன்றைய வழக்கில் நாம் பிரித்தே சொல்கிறோம்.

எடுத்துக்காட்டு : *1)* பொன்தகடு

2) பொன்தாலி

3) பொன்தோடு

4) பொன்தேர்

பொற்றாமரை, பொற்றடாகம் முதலியவை பழங்கால இலக்கியங்களிலே இடம் பெற்று நிலை பெற்றுவிட்டதால், இன்றும் அவற்றை அப்படியே சேர்த்து ஒலிக்கிறோம்.

'த' ஏன் 'ற' / ட என மாறுகிறது?

பொன் தாமரை என்பதைச் சேர்த்து ஒலிக்கும்போது 'பொற்றாமரை' என்று மாறுகிறது. இதேபோல, 'ஒருமைக் கண்தான்' என்பது 'ஒருமைக்கட்டான்' என்று மாறுகிறது. நிலைமொழி இறுதியில் நிற்கும் எழுத்து 'ட்' அல்லது 'ற்' ஆக மாறும்போது, வருமொழி முதலில் நிற்கும் க, ச, ப என்னும் வல்லின மெய்கள் எந்த மாற்றமும் அடையாமல் இருக்கின்றன. வல்லினமாகிய 'த' மட்டும் 'ட' அல்லது 'ற'வாக மாறுவது ஏன்? எல்லோருக்கும் இந்த ஐயம் தோன்றுவது இயல்பு.

டகர மெய்யை அடுத்து வரும் 'த' வானது 'ட' வாகவும், றகரமெய்யை அடுத்து வரும் 'த' வானது 'ற' வாகவும் மாறுவதற்கு என்ன காரணம் என்பதைச் சற்றுச் சிந்தித்துப் பார்த்தால் புரிந்து கொள்ளலாம். இந்த மூன்று எழுத்துகளையும் கவனமாக உச்சரித்துப் பார்த்தால், ஒலிப்பு முறையிலே இவை ஒன்றுக்கொன்று மிக நெருக்கமாக இருப்பது புலப்படும். 'ட்' நுனி நாக்கு மேல் வாயின் நுனியைத் தொடுவதால் பிறக்கிறது. 'த்' நுனி நாக்கு மேல் வாய்ப் பல்லின் அடிப்புறத்தைத் தொடுவதால் பிறக்கிறது. ற் நுனி நாக்கு மேல் வாயை நெருங்கிப் பொருந்துவதால் பிறக்கிறது. இந்த எழுத்துகளை ஒலிக்கும் போது நாவின் அசைவிலே தோன்றும் வேறுபாடு மிக நுட்பமானது. இவ்வாறு நுட்பமான வேறுபாடுடைய இரண்டு ஒலிகளைச் சேர்த்து உச்சரிப்பது அரிது. எனவே, நிலை மொழி ஈறு றகர மெய்யாகும்போது வருமொழி முதலில் நிற்கும் தகரமும் றகரமாகி விடுகிறது.

நற்றமிழ், சொற்றிறம், கற்றூண், நற்றாமரை, பொற்றாமரை முதலிய தொடர்களைக் கவனியுங்கள். நற்/தமிழ், சொற்/திறம், கற்/தூண், என்று வருமொழி முதலில் நிற்கும் தகரத்தை றகரமாக்காமல் ஒலித்துப் பாருங்கள். அது எவ்வளவு சிரமமானது என்பது புரியும். நாம் சிரமப்பட்டு ஒலிக்க முயன்றாலும், இந்தத் தொடர்களை விரைவாகச் சொல்லும்போது, தகரம் தானே றகரமாக மாறி விடும்.

இதே போல 'ஒருமைக்கண்தான்' என்பதை 'ஒருமைக்கட்தான்' என்று ஒலிக்கும்போதும் இந்த உண்மை புரியும். 'ஒருமைக்கட்டான்' என்பது போல 'ஒருமைக் கட்தான்' என்பது அவ்வளவு எளிதானது அன்று.

புணர்ச்சி என்பது இரண்டு ஒலிகளின் சேர்க்கையே. எழுத்துகள் சேர்வது என்பது ஒலி வடிவங்கள் சேர்வதையே குறிக்கிறது. எழுத்துகளின் வரி வடிவங்களின் சேர்க்கையை அல்ல. முன்பே இதனை விளக்கியிருக்கிறோம். உலக வழக்கு இலக்கிய வழக்கு இரண்டையும் ஆழ்ந்து நோக்கி, ஒலிகளின் நுட்பமான வேறுபாடுகளை உணர்ந்து இலக்கண விதிகண்ட நம் முன்னோரின் அறிவாற்றல் வியக்கத் தக்கது. தொல்காப்பியர் காலத்திற்கு முன்பே இது நடைமுறையில் இருந்தது என்பதைத் தொல்காப்பியம் உணர்த்துகிறது.

இப்பொழுது பலர் 'பொற்தாமரை' என்றும் 'தொழிற்துறை' என்றும் மனம்போன போக்கில் எழுதுகின்றனர். இது நமது அறியாமையையும், மொழியின் பால் நாம் கொண்டுள்ள அலட்சியப் போக்கையுமே

காட்டுகிறது.

மொழியிலே மாற்றம் ஏற்படுவது இயல்பு. மாற்றத்திற்கு இடமளிக்காத எந்த மொழியும் நிலைத்து வாழ முடியாது. தமிழ் அத்தகைய மாற்றங்களுக்கு இடம் கொடுத்ததனால்தான் இன்றும் வாழ்ந்துகொண்டிருக்கிறது. மொழியில் ஏற்படும் மாற்றம் அதற்கு வலுவூட்டுவதாகவும் வளம் சேர்ப்பதாகவும் இருக்க வேண்டுமே தவிர ஒருபோதும் பாதகம் விளைவிப்பதாக அமைந்து விடக்கூடாது. 'பொற்தாமரை'யும் 'தொழிற் துறை'யும் தீமை பயப்பனவே தவிர நன்மை பயப்பன அல்ல.

பொற்றகடு, தொழிற்றுறை போன்றவற்றைப் 'பொன்தகடு', தொழில் துறை என்று எழுதலாம்; பேசலாம் 'தொழிற்துறை' 'பொற்தகடு' என்று அரைக்கிணறு தாண்டும் நிலை வேண்டாம்.

'மக்கள் தொகை' என்பதைப் பலர் 'மக்கட் தொகை' என்று எழுதுகின்றனர். 'மக்கட் தொகை' என்று எழுதுபவர்கள் அதைத் திரும்பத் திரும்ப வேகமாகச் சொல்லிப் பார்த்தால், அவர்களே புரிந்து கொள்வார்கள், அதில் ஏதோ ஒரு நெருடல் இருப்பதை. 'மக்கள் தொகை' என்று எழுதுங்கள். இல்லாவிட்டால் 'மக்கட்டொகை' என்று எழுதுங்கள். 'இரண்டுங் கெட்டான்' நிலை நமக்கு வேண்டாம்.

இன்றைய உரை நடையில் இவற்றைப் பிரித்தே எழுதுகிறோம். இவற்றில் எந்தத் தவறும் இல்லை. சேர்த்து எழுதுவதாக இருந்தால் வருமொழி முதலில் நிற்கும் 'த'வையும் 'ட'வாகவோ, 'ற'வாகவோ கட்டாயம் மாற்ற வேண்டும்.

'இன்' விகுதி பெற்ற எச்சவினைகளுக்குப் பின் 'த' வரும்போதும் இந்த விதியைத் தழுவியே புணர்வதைக் காண்கிறோம்.

"வானம் சுருங்கிற் றானம் சுருங்கும்"
(கொன்றைவேந்தன்)

'சுருங்கின் - தானம்' என்பதே இங்கே 'சுருங்கிற்றானம்' எனச் சேர்ந்து நிற்கிறது.

"வானின் றுலகம் வழங்கி வருதலாற்
றானமிழ்த மென்றுணரற் பாற்று"
(குறள்)

'வருதலான் - தான்' என்பது 'வருத லாற்றான்' என்று சேர்ந்திருப்பதை நோக்குக. 'வருதலான்' என்பது ஆன்விகுதி பெற்ற எச்ச வினை.

'தம்மின் தம்மக்கள்' 'நிலையின் திரியாது' என்னும் தொடர்களில் நிற்கும் 'இன்' முறையே ஒப்புப்பொருளும் நீங்கற் பொருளும் தரும் ஐந்தாம் வேற்றுமை உருபாகும். இவை இன்றைய உரைநடை வழக்கில் இல்லை. 'தம்மின்' என்பதற்குப் பதிலாகத் 'தம்மை விட' என்பதும், 'நிலையின்' என்பதற்குப் பதிலாக நிலையிலிருந்து என்பதும் இன்று பெரு வழக்காக உள்ளன. 'இன்' உருபு பெற்று வரும் ஏனைய தொடர்களுக்கும் இது பொருந்தும்.

இவ்வாறே 'சுருங்கின்' 'வருதலான்' போன்ற எச்சவினைகளுக்குப் பதிலாக, சுருங்கினால், வருதலால் அல்லது வருவதால் என்னும் சொற்கள் வழங்குகின்றன.

மேலும் இத்தகைய தொடர்களில் நிற்கும் இரு சொற்களையும் சேர்த்து எழுதும் வழக்கமும் இன்றைய உரை நடையில் இல்லை. இவை போன்ற தொடர்களில் இரு சொற்களையும் தனித்தனியே ஒலிப்பதும் எழுதுவதுமே இன்றைய வழக்கம்.

எடுத்துக்காட்டு :

1) சொல்லின் தெரியும்; (சொன்னால் தெரியும்)
2) கேடபின் தருவார்; (கேட்டால் தருவார்)
3) எல்லை காணின் துன்பம் (எல்லை கண்டால் துன்பம்)
4) தம்மின் தம்மக்கள் (தம்மைவிடத் தம் மக்கள்)
5) நிலையின் திரியாது (நிலையிலிருந்து திரியாமல்)
6) இருப்பின் தரலாம் (இருந்தால் தரலாம்)
7) வேகமாக ஓடின் தாண்டலாம் (வேகமாக ஓடினால் தாண்டலாம்)

இத்தகைய தொடர்களில் நிற்கும் இரண்டு சொற்களையும் பிரித்தே சொல்க; பிரித்தே எழுதுக.

இந்த னகர மெய்யுடன் தகரம் சேரும் போது இன்னொரு வகையாகவும் புணர் வதைக் காண்கிறோம்.

''தென்றிசையைப் பார்க்கின்றேன்; என்
சொல்வேன் என்றன்
சிந்தையெலாம் தோள்களெலாம்
பூரிக்குதடடா''
(பாரதிதாசன்)

'தென்றிசை' என்னும் தொடரை நோக்குக. 'தென் – திசை' என்பதே 'தென்றிசை' எனத் திரிந்து நிற்கிறது. இதற்கு முன்பு நாம் பார்த்த தொடர்களுக்கும் இந்தத் தொடருக்கும் உள்ள வேறுபாடு என்னவென்றால் இநதத் தொடரில் நிலை மொழி ஈறு திரியாமல் நிற்க, வருமொழி முதல் மட்டும் திரிந்திருக்கிறது. இதுவரை நாம் பார்த்த தொடர்களில் முதல் சொல்லின் இறுதி எழுத்தாகிய 'ன்', 'ற்' ஆக மாறுவதோடு, அடுத்து நிற்கும் சொல்லின் முதல் எழுத்தாகிய 'த'வும், 'ற'வாக மாறியிருப்பதைக் கண்டோம். ஆனால் 'தென்றிசை' என்னும் தொடரில் வருமொழி முதலில் நிற்கும் 'த' மட்டும் 'ற'வாக மாறியிருக்கிறது.

''பயன்றூக்கார் செய்த உதவி
நயன்றூக்கின்
நன்மை கடலிற் பெரிது'' (குறள்)

'பயன் – தூக்கார்' என்பது 'பயன்றூக்கார்' என்றும், 'நயன் – தூக்கின்' என்பது 'நயன்றூக்கின்' என்றும் சேர்ந்திருப்பதை நோக்குக. இந்தத் தொடர்களும் 'தென்றிசை' என்பது போலவே புணர்ந்திருக்கின்றன.

''தனக்குவமை **இல்லாதான் றாள்**
சேர்ந்தார்க் கல்லால்
மனக்கவலை மாற்றல் அரிது'' (குறள்)

'இல்லாதான்றாள்' என்பதும் அந்த வகை யைச் சேர்ந்ததே.

'தென்றிசை' என்பதைப் பிரித்துத் 'தென்திசை' என்றே எழுதலாம் என்று முன்பு குறிப்பிட்டிருக்கிறோம். பயன் தூக்கார், 'நயன் தூக்கின்', 'இல்லாதான் தாள்' போன்ற தொடர்களையும் சேர்த்து ஒலிக்க வேண்டுவ தில்லை. பழைய இலக்கியங்களின் புதிய பதிப்புகளில் இத்தகைய தொடர்களைப் பிரித்தே அச்சிடுவதைக் காணலாம்.

இக்கால உரைநடை, கவிதை இரண்டி லுமே இத்தகைய தொடர்களில் நிற்கும் இரு சொற்களும் சேர்ந்து நிற்பதைக் காண முடிவதில்லை. பிரிந்து நிற்பதே பெரும் பான்மையாகும்.

எடுத்துக்காட்டு :

''பெருமை மிக்கவர் பெண் கொடுத்தார்
பெண்ணும் **பொன்தான்** அழகினிலே''
''அவனா இவனா அறிவாளி?
ஆரூடத் தின் துணை எதற்கு?''
''ஒழுங்குடன் திறமையாய் வேலை
செய்யும்
உத்தமன், சத்தியன் என்ற பெயர்''
''வருவது **வந்தே தான் தீரும்** என
வடித்தார் சில பேர் பழங்கஞ்சி''
''பெரியண்ணன் மயங்கிடப் பேசுகிறான்
'சரி சரி' என **இவன் தலை** ஆட்டுகிறான்''
''குலக்கொடி எனும் மங்கை நல்லாளை
மணமுடித்திட **இவன் துணை** தேவை
என''

(அறிஞர் அண்ணா)

பொன்தான், ஆரூடத்தின் துணை, ஒழுங்குடன் திறமையாய், வந்தேதான் தீரும், இவன் தலை, இவன் துணை என்னும் தொடர்களை நோக்குக. கீழ்க்காணும் தொடர்களும் இந்த வகையைச் சேர்ந் தவையே.

1) பின்தங்கி
2) வான் தோன்றி
3) மான்தோல்
4) மான்தலை
5) முன்தோன்றி
6) உன் தோற்றம்
7) பொன் தந்தார்
8) தென்தமிழ்
9) வன்தொடர்
10) தேன்துளி

''துறவிக்கு மட்டுமா **அன்பின் தொடர்பு?**
இல்லறம் முற்றிலும் அன்பின் இயக்கமே
அன்பின் திறங்களை யாரே அறியார்''

''அன்பிற் பெருக்கிய அருள்சேர்
வாழ்க்கையே
துறவறம் **என்பதன் துவக்கம்** என்பது''
(நாமக்கல் கவிஞர்)

அன்பின் தொடர்பு, அன்பின் திறங்கள், என்பதன் துவக்கம் என்னும் தொடர்களை நோக்குக.

ன் + ந

'ன்' என்னும் மெய்யுடன் 'ந' வந்து சேரும் போது இரண்டு விதமாகப் புணரும். இதற்குத் தொடர் காரணமல்ல; நிலைமொழியாக நிற்கும் சொல்லின் வடிவமே காரணம். னகர மெய்யை ஈற்றிலுடைய நிலை மொழி இரண்டெழுத்துச் சொல்லாகவும், அதில் முதலெழுத்துக் குறிலாகவும் இருந்தால் ஒரு விதமாகவும், இரண்டெழுத்துச் சொல்லில் முதல் எழுத்து நெடிலாகவோ, அல்லது இரண்டுக்கு மேற்பட்ட எழுத்துகளைக் கொண்ட சொல்லாகவோ இருந்தால் வேறு விதமாகவும் புணரும். அந்த இரண்டு வகையையும் இப்போது பார்ப்போம்.

நிலை மொழியில் தனிக்குறிலை அடுத்து னகர மெய்

''அணங்குகொல் ஆய்மயில் கொல்லோ
கனங்குழை
மாதர்கொல் **மாலுமென் னெஞ்சு**'' (குறள்)

'என்னெஞ்சு' என்னும் தொடரை நோக்குக. 'என் – நெஞ்சு' என்பதே சேர்த்தொலிக்கும்போது 'என்னெஞ்சு' என்றாகியுள்ளது. இந்தத் தொடரில் நிகழ்ந்துள்ள மாற்றம் என்ன? 'என்' என்னும் சொல்லின் இறுதியில் நிற்கும் னகர மெய் அப்படியே இருக்கிறது 'நெஞ்சு' என்னும் சொல்லின் முதலில் நிற்கும் தந்நகரம் றன்னகரமாக மாறியிருக்கிறது. தனிக்குறிலை அடுத்து னகர மெய் நிற்கும்போது, வருமொழி முதலில் நிற்கும் தந்நகரம் றன்னகரமாக மாறும். எல்லாத் தொடர்களுக்கும் இந்த விதி பொருந்தும்.

எடுத்துக்காட்டு :

1) பொன் – நிறம் = பொன்னிறம்
2) தன் – நிலை = தன்னிலை
3) தென் – நாடு = தென்னாடு
4) உன் – நோக்கம் = உன்னோக்கம்
5) என் – நிலம் = என்னிலம்
6) தன் – நகர் = தன்னகர்

என் – நெஞ்சு, உன் நோக்கம் தன் நிலை, என் நிலம் போன்ற தொடர்களைச் சேர்த்து எழுத வேண்டியதில்லை. இன்றைய உரை நடையில் நாம் பிரித்தே எழுதுகிறோம்.

என் நெஞ்சு, என் நிலம் போன்ற தொடர்களைப் பிரித்து எழுதுவதே சிறந்தது. சேர்த்து எழுதும்போது தவறாக றன்னகரத்திற்குப் பதில் தந்நகரம் வந்து விட்டால் தொடரின் பொருளே மாறிவிடும். என்னிலம் வேறு; எந்நிலம் வேறு, 'என்னிலம்' என்றால் என்னுடைய நிலம் என்று பொருள்; 'எந்நிலம்' என்றால் எந்த நிலம் என்று பொருள். 'என்னெஞ்சு' என்றால் 'என்னுடைய நெஞ்சு' என்றும் 'எந்நெஞ்சு' என்றால் எந்த நெஞ்சு என்றும் பொருள்படும். இன்றைய வழக்கிற்கு ஓர் எடுத்துக்காட்டு:

'' 'என்னெஞ்சை உன்னெஞ்சம் ஆக்கிப்பார்'
என்றுரைத்தான்''
(பாரதிதாசன்)

ஏனைய சொற்கள்

னகர மெய்யை இறுதியிலுடைய இரண்டெழுத்துச் சொல்லில் முதல் எழுத்து நெடிலாக இருந்தால், வருமொழி முதலில் தந்நகரம் வரும்போது எப்படிப் புணரும் என்று இப்போது பார்ப்போம்.

''**யானோக்குங்** காலை **நிலனோக்கும்**
நோக்காக்கால்
தானோக்கி மெல்ல நகும்'' (குறள்)

யானோக்கும், நிலனோக்கும், தானோக்கி என்னும் தொடர்களைப் பாருங்கள். 'யான் நோக்கும்' என்பது 'யானோக்கும்' என்றும், 'நிலன் நோக்கும்' என்பது 'நிலனோக்கும்' என்றும் 'தான் நோக்கி' என்பது 'தானோக்கி' என்றும் சேர்ந்திருக்கின்றன. இந்தத் தொடர்களின் நிலைமொழிகளை நோக்குக. யான், நிலன், தான் என்பன இந்தத் தொடர்களின் நிலைமொழிகள். இவற்றில் யான், தான் என்பன இரண்டெழுத்துச் சொற்கள். இந்தச் சொற்களின் முதலெழுத்து நெடில் இரண்டெழுத்துச் சொல்லில் முதலெழுத்து நெடிலாகவும், கடைசி எழுத்து றன்னகர மெய்யாகவும் இருந்தால் வருமொழி முதலில் நிற்கும் தந்நகரம் றன்னகரமாக மாறுவதோடு

நிலைமொழி ஈற்றில் நிற்கும் னகர மெய்யும் மறைந்து விடும். 'வானிலை' என்பதும் இத்தகையதே.

இரண்டுக்கு மேற்பட்ட எழுத்துகளைக் கொண்ட சொல்லாக இருந்தாலும் இதே விதியைத் தழுவித்தான் புணரும். 'நிலன் நோக்கும்' என்னும் தொடர் 'நிலனோக்கும்' எனச் சேர்ந்திருப்பதும் இந்த முறையில் அமைந்ததே. 'நிலன்' என்பதற்கு 'நிலம்' என்று பொருள். இத்தகைய தொடர்களைச் சேர்த்து எழுத வேண்டியதில்லை; பிரித்தே எழுதலாம். இன்றைய வழக்கிற்கு ஏற்றதும் அதுவே.

னகரத்தின் பின் மகரம்

நிலை மொழி ஈற்றில் னகர மெய்யும் வருமொழி முதலில் மகரமும் நிற்கும் தொடர்களில் இரண்டு சொற்களையும் சேர்த்தொலிக்கும்போது அவற்றின் ஒலியில் எந்த மாற்றமும் ஏற்படாது. அதாவது அவை இயல்பாகப் புணரும். எல்லாத் தொடர் களுக்கும் இது பொருந்தும்.

எடுத்துக்காட்டு :

1) பொன்மனம்
2) தேன்மொழி
3) வான்முகில்
4) மான்முகம்
5) பொன்மலை
6) அவன் மீது
7) பொன்மலர்
8) தன்மானம்
9) துரத்தினான் மானை
10) கண்டேன் மயிலை

னகரத்தின் பின் ய, வ

ன் + வ

னகர மெய்யின் பின் ய, வ ஆகிய இடையின எழுத்துகள் வரும்போதும் இயல்பாகவே புணரும்.

''அன்பின் விகாரமே காமமாய்
அலர்வதாம்
அன்பின் விரிவுதான் அருளாய் மலர்வது''
(நாமக்கல் கவிஞர்)

''வஞ்சியான் என்றால் அன்னான்
வஞ்சியின் மன்னன் என்றும்
வஞ்சியான் பிறரை என்றும்
மன்னவன் கரிகாற் சோழன்
வஞ்சியை மணந்தான் என்றும்
வகைப்படும் பொருள்கள் தோன்றும்
வஞ்சியான் வஞ்சி நெஞ்சில்
வாழ்ந்ததே நமது காதை''
(கண்ணதாசன்)

(சோழன் வஞ்சியை என்பதற்கு சோழனின் மகளை என்று பொருள்)

அன்பின் விகாரம், அன்பின் விரிவு, அன்னான் வஞ்சியை, சோழன் வஞ்சியை, வஞ்சியான் வஞ்சி என்னும் தொடர்களைப் பாருங்கள். இந்தத் தொடர்களில் நிலைமொழி ஈற்றில் னகர மெய்யும் வருமொழி முதலில் வகரமும் நிற்கின்றன. இவை இயல்பாகப் புணர்ந்திருக்கின்றன. எல்லாத் தொடர்களும் இவ்வாறே அமையும்.

எடுத்துக்காட்டு :

1) வான்வழி
2) மான்விழி
3) பொன்வயல்
4) தேன்வண்டு
5) பொன்விலை
6) கான்வழி
7) வான்வெளி
8) மன்னவன் வாய்ச்சொல்
9) கண்டவன் வார்த்தை
10) அவன் வேலை

ன் + ய

னகர மெய்யின் பின் யகரம் வரும்போதும் இயல்பாகவே புணரும்.

எடுத்துக்காட்டு :

1) **அவன் யான்** கேட்டால் மறுக்க மாட்டான்.
2) **நான் யார்** என்றதும் அவன் பதில் கூறவில்லை.
3) **நான் யோகப்** பயிற்சி செய்கிறேன்.
4) **உன் யூகம்** சரி என்றுதான் நினைக்கிறேன்.

5) என் **நண்பன் யாவரையும்** அன்புடன் வரவேற்றான்.

6) **அவன் யாதும்** கூறாமல் போய் விட்டான்.

7) **ஒற்றன் யாவற்றையும்** விரிவாக விளக்கினான்.

8) **அவன் யுக்தி** பலிக்க வில்லை.

இந்த வாக்கியங்களில் னகர மெய்யை இறுதியில் கொண்ட சொல்லும் யகரத்தை முதலிலுடைய சொல்லும் இயல்பாகப் புணர்ந்திருப்பதை நோக்குக.

மகரத்தின் பின் மெய்

மகரத்தின் பின் வல்லினம்

நிலை மொழி ஈற்றில் மகர மெய்யும் வருமொழி முதலில் வல்லினமும் நிற்கும் போது, அது என்ன தொடர் என்பதைப் பொருத்தே புணர்ச்சி விதியும் அமைகிறது. எனவே, ஒவ்வொரு தொடராக இப்போது பார்ப்போம்.

வேற்றுமைத் தொடர்

''இரக்கம் உடையோர் பேறு பெற்றோ
ரென
இயேசுபிரான் சொன்னார் – அவர்
இரக்கம் காட்டி இரக்கத்தைப் பெறுவர்
இதுதான் பரிசென்றார்!''
(கண்ணதாசன்)

'இரக்கம் காட்டி' என்பது இரண்டாம் வேற்றுமைத் தொகை நிலைத் தொடர். இது இயல்பாகப் புணர்ந்திருக்கிறது.

இது 'இரக்கங்காட்டி' என்றும் அமையும். அதாவது, நிலைமொழி ஈற்றிலுள்ள மகர மெய் வருமொழி முதலில் நிற்கும் 'க' வின் இனவெழுத்தான ஙகரமாகத்திரியும்.

''**அறஞ்**செய விரும்பு'' *(ஔவையார்)*

'அறஞ்செய' என்னும் தொடரில் 'அறம்' என்னும் சொல்லிலுள்ள மகரம் வருமொழி முதலிலுள்ள சகரத்தின் இனவெழுத்தான ஞகரமாகத் திரிந்தது. இதுவும் இரண்டாம் வேற்றுமைத் தொகை. 'அறம் செய' என்றும் சொல்லலாம். இவற்றை நாம் பெரும்பாலும் சேர்த்து எழுதுவதில்லை; பிரித்தே எழுது கிறோம்.

எடுத்துக்காட்டு :

1) **''சந்தேகம் கேட்கின்றேன்;** தக்க விடையளிப்பீர்!''

2) **''முத்தம் கொடுத்து** முழுநேரமும் தொலைத்தாய்''

3) **''ஓதுமலைக் குலம்போலவே** – அவன் ஓங்கிய தோள்களைக் கண்டனள்''
(பாரதிதாசன்)

சந்தேகம் கேட்கின்றேன், முத்தம் கொடுத்து, மலைக்குலம் போலவே என்னும் தொடர்களை நோக்குக. இவை இரண்டாம் வேற்றுமைத் தொகைகள்.

'சிங்கக்கூண்டு' என்னும் தொடர் இரண்டாம் வேற்றுமை உருபும் பயனும் உடன் தொக்க தொகை நிலைத் தொடர். 'சிங்கத்தை அடைக்கும் கூண்டு' என்று விரியும். 'சிங்கம்' என்னும் சொல்லின் இறுதியில் உள்ள மகரம் கெட்டதோடு, 'கூண்டு' என்னும் சொல்லின் முதலெழுத் தான ககரம் இரட்டித்திருக்கிறது.

வேழப்பொறி, மரக்கோடரி போன்றவை யும் இரண்டாம் வேற்றுமை உருபும் பயனும் உடன்தொக்க தொகைகளே. 'வேழப்பொறி' என்பது வேழத்தை (யானையை)ப் பிடிக்கும் பொறி என்றும், 'மரக்கோடரி' என்பது மரத்தை வெட்டும் கோடரி என்றும் விரியும். சிங்கக்கூண்டு என்பது போலவே இந்தத் தொடர்களும் புணர்ந்திருப்பதை நோக்குக.

'மரக்கோடரி' என்பது 'மரத்தால் செய்த கோடரி' என்று விரியுமானால் அது மூன்றாம் வேற்றுமை உருபும் பயனும் உடன் தொக்க தொகையாகும். மரத்தால் செய்த கோடரி மரத்தை வெட்ட முடியாது. எனவே, மரத்தை வெட்டும் கோடரி என்பதே பொருத்தமானது.

பின் வருவனவற்றையும் காண்க.

''பித்தம் பிடித்தலையும் **பேதக்குரங்குகள்**
திட்டம் உடைந்தது சித்தம் தெளிந்தது''
''கோணல் மனப் பாவிகளின்
கொடுமதியின் வினையெல்லாம்
கண்ணீரால் போக்கி விடும்
கருணைமிகும் காலமடா''
(பட்டுக்கோட்டையார்)

பேதக்குரங்குகள், கோணல் மனப்பாவிகள் என்னும் தொடர்களும் இரண்டாம் வேற்றுமை உருபும் பயனும் உடன் தொக்க தொகைகள். இவை முறையே, ‘பேதத்தை விளைக்கும் குரங்குகள்’ ‘கோணல் மனத்தை யுடைய பாவிகள்’ என விரியும். இந்த இரு தொடர்களிலும் மகரம் கெட்டு வருமொழி முதல் வல்லினம் மிகுந்திருப்பதை நோக்குக.

‘தங்கச் சிலை’ என்னும் தொடர் மூன்றாம் வேற்றுமை உருபும் பயனும் உடன்தொக்க தொகை. தங்கத்தால் செய்த சிலை’ என்று இது விரியும். இந்தத் தொடரில் நிலைமொழி ஈற்று மகரம் நீங்கி, வருமொழி முதல் சகரம் மிகுந்திருப்பதைக் காண்க. பின்வருவனவும் அந்த வகையைச் சேர்ந்தவையே.

எடுத்துக்காட்டு :

1) மரப்பெட்டி
2) தகரக் கொட்டகை
3) சந்தனத் தைலம்
4) வைரத்தோடு
5) வெண்கலப்பாத்திரம்

உருபு மட்டும் நீங்கி நிற்கும் மூன்றாம் வேற்றுமைத் தொகை நிலைத் தொடர்கள் அரிதாகவே காணப்படுகின்றன. அதிலும், மகர ஈற்றுச் சொற்கள் மிகமிக அரிது.

‘அவன் அலுவலகம் சென்று தன் வேலையை ஆரம்பித்தான்’ என்னும் வாக்கியத்தில் **‘அலுவலகம் சென்று’** என்பது நான்காம் வேற்றுமைத் தொகை. ‘அலுவல கத்திற்குச் சென்று என்று இது விரியும். இது இயல்பாகப் புணர்ந் திருக்கின்றது. வருமொழி முதலில் நிற்கும் சகரத்தின் இனவெழுத்தான ஞகரமாக நிலைமொழி ஈற்று மகரம் திரிந்தும் புணர்வதுண்டு. அதாவது, ‘அலுவலகஞ் சென்று’ என்று இது அமையும். பள்ளிக்கூடம் போனான்; பட்டணம் சென்றான் என்னும் தொடர்களும் நான்காம் வேற்றுமைத் தொகைகளே.

நான்காம் வேற்றுமை உருபும் பயனும் உடன் தொக்க தொகை, ஐந்தாம் வேற்றுமைத் தொகை, ஐந்தின் உருபும் பயனும் உடன் தொக்க தொகை ஆகியவை மிக அரிதாகவே காணப்படுகின்றன. மேலும் இத்தகைய தொடர்களில் மகர மெய்யை ஈற்றிலுடைய சொற்கள் நிலைமொழியாக அமைவது அதனினும் அரிது. இத்தகைய தொடர்களுக்கு இலக்கண நூலார் காட்டும் எடுத்துக்காட்டுகள் வேறு தொடர்களிலும் அடங்குபவை போல் தோன்றுகின்றன. எனவே இந்த இரு வேற்றுமைத் தொகைகள் பற்றி நாம் கவலைப்பட வேண்டியதில்லை.

இப்பொழுது ஆறாம் வேற்றுமைத் தொகையைப் பார்ப்போம்.

‘‘வீடுதோறும் விளங்கும் விளக்கிலே
மேன்மை நல்லொளி வீசப் புரிந்தவன்
நாடுபெற்ற **தவப்பயன்** ‘ராவணன்!
நாட்டு மக்கள் நவின்றனர் இப்படி’’
(சாலை இளந்திரையன்)

‘தவப்பயன்’ என்பது ஆறாம் வேற்றுமைத் தொகை. ‘தவம் – பயன்’ என்பது ‘தவப்பயன்’ என்று சேர்ந்திருக்கிறது. நிலைமொழி ஈறு கெட்டு வறுமொழி முதல் வல்லினம் மிகுந்திருக்கிறது.

‘‘என்னை வாவென்று தாவிடும் **பாசக்குரல்**
வந்து வாழ்த்திடும் போற்றிடும்
நேசக்குரல்’’
‘‘**இதயக் கதவை** வந்து தட்டுதே –
எண்ணம்
இமயச்சிகரம் தன்னை எட்டுதே!’’
(பட்டுக்கோட்டையார்)

பாசக்குரல், நேசக்குரல், இதயக்கதவு, இமயச்சிகரம் என்பன ஆறாம் வேற்றுமைத் தொகைகள். பாசத்தின் குரல், நேசத்தின் குரல், இதயத்தின் கதவு, இமயத்தின் சிகரம் என இவை விரியும். இந்தத் தொடர்களில் மகரம் கெட்டு வருமொழி முதல் வல்லினம் மிகுந்திருப்பதை நோக்குக.

சற்று முன்பு நாம் பார்த்த ‘தவப்பயன்’ என்னும் தொடர் ‘தவத்தின் பயன்’ என்றும் விரியலாம். ‘தவத்தினால் விளைந்த பயன்’ என்றும் விரியலாம். முன்னது ஆறாம் வேற்றுமைத் தொகை; பின்னது மூன்றாம் வேற்றுமை உருபும் பயனும் உடன் தொக்க தொகை. எதுவாயினும் புணர்ச்சி விதி ஒன்றே.

ஆறாம் வேற்றுமைத்தொகையில் உம், எம், நம், தம் போன்ற சொற்களுக்குப் பின் வல்லினம் மிகாது; மாறாக, அதன் இனவெழுத்துத் தோன்றும்.

''**தங்குறைதீர்** வுள்ளார் தளர்ந்து
பிறர்க்குறூஉம்
வெங்குறை தீர்க் கிற்பார் விழுமியோர்''
(நன்னெறி)

'தங்குறை' என்பது 'தம் – குறை' என்னும் சொற்களைக் கொண்ட தொடர். இங்கே, மகரம் வருமொழி முதலில் நிற்கும் ககரத்தின் இனவெழுத்தாகத் திரிந்திருக்கிறது. உம், எம், நம் போன்ற சொற்களுக்கும் இது பொருந்தும்.

இன்றைய வழக்கில் உரைநடை, கவிதை இரண்டிலுமே இவற்றைச் சேர்த்து எழுதும் வழக்கம் இல்லை.

''நீ எங்கள் பெருங்குடியின்
முதல்வன்; உன்றன்
நெஞ்சந்தான் **நம்குடியின்**
உறுதிக்கோட்டை....''
(சாலை இளந்திரையன்)

'நம்குடி' என்னும் தொடர் இயல்பாகப் புணர்ந்திருப்பதை நோக்குக. ஏனைய தொடர்களும் இவ்வாறே அமையும்.

எடுத்துக்காட்டு :

1) உம் செயல்
2) எம் தொழில்
3) தம் பண்பு
4) நம் கொள்கை
5) உம்பொருள்
6) நம் செல்வம்
7) தம் திறன்
8) எம் கேள்வி

ஆறாம் வேற்றுமையில் உருபும் பயனும் உடன் தொக்க தொகை அமைவதில்லை.

ஏழாம் வேற்றுமை உருபுகளில் 'இடம்' என்பது மகர ஈற்றுச் சொல். இந்த உருபு சேர்ந்து நிற்கும் சொல்லுடன் வல்லினம் சேரும்போது எவ்வாறு புணரும் என்பதைப் பார்ப்போம்.

''முதிராத **பிள்ளையிடம்**
புத்தகங்கள்
எந்நேரமும் இருந்தால்
இப்படித்தான்''
(சாலை இளந்திரையன்)

'பிள்ளையிடம் புத்தகங்கள்' என்பது ஏழாம் வேற்றுமைத் தொடர். இது இயல்பாகப் புணர்ந்திருப்பதை நோக்குக. இத்தகைய தொடர்களில் மகரமெய் வருமொழி முதல் எழுத்தின் இனமாகத் திரியலாம் என்றாலும் இன்றைய வழக்கில் இயல்பாகப் புணர்வதே பெரும்பான்மை.

எடுத்துக்காட்டு :

1) யாரிடம் சொன்னாய்?
2) நண்பனிடம் கேட்டேன்.
3) என்னிடம் சொல்லவில்லை.
4) எம்மிடம் தந்தார்.

மகர மெய்யும் வல்லினமும் சேரும்போது ஏழாம் வேற்றுமைத் தொகையிலும் இயல்பாகவே புணரும்.

''பத்து வீரரை மொத்தி வீழ்த்தியே
வந்து **கைத்தலம் சேரும் ஆயுதம்**''
(சாலை இளந்திரையன்)

'கைத்தலம் சேரும்' என்பது ஏழாம் வேற்றுமைத் தொகை. 'கைத்தலத்தில் சேரும்' என்று இது விரியும். மகரம் வருமொழி முதலின் இனவெழுத்தாகத் திரிந்து 'கைத்தலஞ் சேரும்' என்றும் அமையலாம். இவை இன்றைய வழக்கில் பிரித்தே எழுதப் படுகின்றன.

''நேரியவானகத் தந்தை – என்றும்
நிறைவுடன் நிற்பதைக் கண்டு''
(கண்ணதாசன்)

'வானகத் தந்தை' என்பது ஏழாம் வேற்றுமை உருபும் பயனும் உடன் தொக்க தொகை. வானகத்தில் உள்ள தந்தை என்று இது விரியும். 'வானகம் – தந்தை' என்னும் இரு சொற்களும் சேர்ந்து 'வானகத் தந்தை' என்னும் தொடர் அமைந்திருக்கிறது. இதில் நிலைமொழி ஈற்று மகரம் கெட்டு, வருமொழி முதல் வல்லினம் மிகுந்திருக்கிறது. ஏழாம் வேற்றுமை உருபும் பயனும் உடன்தொக்க தொகையில் வல்லினம் மிகும்.

நகரப் பொதுமன்றம், மண்டபச் சிலை, குளத்தாமரை ஆகியவையும் ஏழாம் வேற்றுமை உருபும் பயனும் உடன் தொக்க தொகைகளே. இவற்றிலும் மகரம் கெட்டு வல்லினம் மிகுந்திருப்பதை நோக்குக.

எழுவாய்த் தொடர்

''தினம் – கெஞ்சிக் கிடப்பதில் **பஞ்சம்**
தெளியாது
நெஞ்சம் துணிஞ்சிட வேணுமடி''
(பட்டுக்கோட்டையார்)

'பஞ்சம் தெளியாது' என்பது எழுவாய்த் தொடர். இது இயல்பாகப் புணர்ந்திருக்கிறது. இந்த இரு சொற்களையும் சேர்த்தொலிக்கும் போது மகர மெய் வருமொழி முதலின் இனவெழுத்தாகத் திரிந்து, 'பஞ்சந் தெளியாது' என்று அமையும். இவற்றைப் பிரித்து எழுதுவதே இன்றைய உரைநடை வழக்காகும்.

எடுத்துக்காட்டு :

1) இயற்கை அழகில் கருத்தைப் பதிய வைக்கும் ஒருவன் உள்ளத்தில் சொல்லற்கரிய **இன்பம் கிளர்ந்தெழும்.**

2) இயற்கை அழகில் **இவை எல்லாம் சேர்ந்து** நிற்கின்றன.

3) இயற்கை அழகில் உலகுக்கு இன்பம் ஊட்டும் **அமுதம் பொழிகிறது.**

4) இயற்கை வாயிலாக முருகெனும் அழியா அழகை உணர்ந்தவர்பால் என்றும் **நறுமணம் கமழ்ந்துகொண்டிருக்கும்.**

5) முருகின் இளமை குன்றுவதாயின் **இயற்கையும் தன் செயலில் குன்றும்.**

இன்பம் கிளர்ந்தெழும், இவை எல்லாம் சேர்ந்து நிற்கின்றன, அமுதம் பொழிகிறது, இயற்கையும் தன் செயலில் குன்றும் என்னும் தொடர்களை நோக்குக. இவற்றில் எழுவாயாக நிற்கும் இன்பம், இவை எல்லாம், அமுதம், நறுமணம், இயற்கையும் என்னும் சொற்கள் வருமொழியுடன் இயல்பாகச் சேர்ந்திருப்பதை நோக்குக.

பெயரெச்சத் தொடர்

பெயரெச்சங்களில் 'செய்யும்' என்னும் வாய்பாட்டுப் பெயரெச்சம் மகர மெய்யை ஈற்றில் உடையது; இதனுடன் வல்லினத்தை முதலில் உடைய சொல் புணரும்போது ஏதேனும் மாற்றம் ஏற்படுகிறதா என்பதை இப்போது பார்ப்போம்.

''**செய்யும் தொழிலே** தெய்வம் – அந்தத்
திறமைதான் நமது செல்வம்''
(பட்டுக்கோட்டையார்)

'செய்யும் தொழிலே' என்பது இயல்பாகப் புணர்ந்திருப்பதை நோக்குக. 'ம்' 'த' வின் இன்மான 'ந்' ஆகத்திரிந்தும் புணர்வது உண்டு என்றாலும், இன்றைய உரைநடையில் இயல்பாக அமைவதே பெரும்பான்மை யாகும். எனவே, சேர்த்து எழுத வேண்டிய தில்லை.

''நன்றிகெட்ட மனிதருக்கு அஞ்சி நிற்க
மாட்டோம்
நாவினிக்கப் **பொய்யுரைக்கும் பேரை**
நம்ப மாட்டோம்''
(பட்டுக்கோட்டையார்)

(பொய்) உரைக்கும் பேரை, என்பது பெயரெச்சத் தொடர். இத்தகைய பெயரெச்சத் தொடர்களில் நிற்கும் சொற்கள் இயல்பாகவே புணரும்.

வினைமுற்றுத் தொடர்

வினைமுற்றுக்களில் மகர ஈற்றை இறுதியிலுடையது 'செய்யும்' என்னும் வாய்பாட்டு வினைமுற்று. 'செய்யும்' என்னும் பெயரெச்சத்திற்குக் கூறியவிதி இதற்கும் பொருந்தும். பெயரெச்சமா, வினைமுற்றா என்னும் ஐயம் தோன்ற வாய்ப்பு மிகுதியாக இருப்பதால், இந்த மாதிரியான வினைமுற்றுத் தொடர்கள் அமையும் வழக்கமில்லை. கவிதைகளில் இத்தகைய தொடர்கள் வரலாம்.

''நாளும் ஒவ்வொரு பாடம் **கூறும்** காலம்
தரும் பயிற்சி''
(பட்டுக்கோட்டையார்)

''கூறும்'' வினைமுற்று; ''தரும்'' பெயரெச்சம்.

வினையெச்சத் தொடர்

மகர மெய்யை ஈற்றிலுடைய வினை யெச்சம் எதுவுமில்லை. எனவே, மகர மெய்யை ஈற்றிலுடைய சொற்களை நிலைமொழியாகக் கொண்ட வினையெச்சத் தொடர் அமைவதற்கு வாய்ப்பில்லை.

விளித் தொடர்

விளித்தொடரும் அத்தகையதே. சில சமயங்களில், மகர மெய்யை ஈற்றில் உடைய பெயர் விளியுருபு பெறாமலும் விளிப் பொருள் உணர்த்தலாம்.

எடுத்துக்காட்டு : செல்வம், படி. இத்தகைய நேரங்களில் இந்த இரு சொற்களையும் சேர்த்து ஒலிக்கும் வழக்கம் இல்லை. இதனை முன்பே விளக்கியிருக்கிறோம்.

உம்மைத் தொகை

ஒரு சொல்லோடு 'உம்' சேரும் போது, அது மகர ஈற்றுச் சொல்லாக மாறும் (கை -உம் =கையும்; கால் - உம்=காலும்) இத்தகைய தொடர்களில் வருமொழி முதல் வல்லினமாக இருந்தால், அது இயல்பாகவும் புணரலாம். வல்லினத்தின் இனவெழுத்தும் தோன்றலாம்.

''**கையும் காலுந்தான்** உதவி – கொண்ட
கடமைதான் நமக்குப் பதவி''
(பட்டுக்கோட்டையார்)

'கையும் காலும்' என்பது இயல்பாகச் சேர்ந்திருக்கிறது. மகர மெய் வருமொழி முதலின் இனவெழுத்தாக மாறும்போது 'கையுங் காலும்' என்றமையும்.

'கையும் காலுந்தான்' என்னும் தொடரில் நிற்கும் 'காலுந்தான்' என்பதில் மகரம் தகரத்தின் இனமாகத் திரிந்திருக்கிறது. 'தான்' என்பது உறுதிப்பொருள் காட்டும் இடைச் சொல். எனவே, அதனைப் பிரித்து ஒலிக்கக் கூடாது. அதனால்தான், கவிஞர் சேர்த்திருக் கிறார்.

'உம்' என்னும் இடைச்சொல் பல பொருள் உடையது. எந்தப் பொருளில் வந்தாலும் புணர்ச்சி விதி ஒன்றுதான். எடுத்துக்காட்டாகச் சில பார்ப்போம்.

''நாலுபேர் **பற்பலவும் பேசுவாரே**''
''**கல்லும் கரையும்** உனைக்காணும்
போதே''

''**மாதவளும் தான்** சாக உறுதி
கொண்டாள்''

பூவும் பிஞ்சும் போகும் முதலில்
பின் சாயும் கொடியே வேரும் அறுந்து''
''பெரியண்ணன் தரும் குறிப்புகளைப்
பெரிதும் புகழ்ந்தார் தாசில்தார்''

''**பெண்ணும் பொன்தான்** அழகினிலே''
''பாய்ந்தோடிச் சென்றது **புலியுந்தானே**''
(அறிஞர் அண்ணா)

இந்தத் தொடர்களில் 'உம்' சேர்ந்து நிற்கும் தொடர்களை நோக்குக.

உம்மைத் தொகையும் இது போலவே புணரும்.

''பட்டம் **பதவி** பெற்றவர் மட்டும்
பண்புடையோராய் ஆவாரா?''
''**கைவண்ணம் கால்வண்ணம்
இடையின் வண்ணம்**
கனிகின்ற வண்ணத்தில் அனுப்பித்
தந்தான்''
(கண்ணதாசன்)

இதுவும் உம்மைத் தொகையே. பின்வரும் தொடர்களையும் காண்க.

1) மனம் குணம்

2) நாட்டியம் சங்கீதம்

3) மரம் செடி (கொடிகள்)

4) செல்வம் கல்வி

5) மந்திரம் தந்திரம்

6) வீரம் தீரம்

கடைசி இரண்டும், மகரம் கெட்டு, 'மந்திர தந்திரம்' என்றும் 'வீரதீரம்' என்றும் அமையும்.

''**வீர தீரம்** விளைத்த மறவனை
விம்மும் அன்புடைக் கும்பகருணனை
'**நேரங்காலம்** எனுமுறை இன்றியே
நீளத்தூங்கும் இயல்பினன்'' என்றனர்''
(சாலை இளந்திரையன்)

'வீர தீரம்' என்னும் தொடரில் மகரம் கெட்டுப் புணர்ந்திருப்பதை நோக்குக. இத்தகைய தொடர்களில் வல்லினம் மிகாது. 'நேரங்காலம்' என்பது முன்பு கூறிய விதிப்படி புணர்ந்திருக்கிறது. இது, 'நேரம் காலம்' என்று இயல்பாகவும் புணரும்.

உம்மைத் தொடரில் 'உம்' சேர்ந்து நின்றாலும், மறைந்து நின்றாலும் அந்தத் தொடரில் இரு சொற்களும் இயல்பாகவே புணரும். குறிப்பாக, வல்லினம் மிகாது.

உவமைத் தொகை

உவமைத் தொகையில், நிலை மொழியின் இறுதியில் மகரம் நிற்கும்போது வருமொழி முதலில் வல்லினம் வந்தால், மகரம் கெட்டு, வல்லினம் மிகும்.

"பச்சைமா மலைபோல் மேனி
பவளவாய் கமலச் செங்கண்"

'கமலச் செங்கண்' என்பது உவமைத் தொடர். கமலம் போன்ற செங்கண் என்று இது விரியும். 'கமலச் செங்கண்' என்னும் தொடரிலே நிலைமொழி ஈற்று மகரம் கெட்டு, வருமொழி முதலில் நிற்கும் வல்லினம் மிகுந்திருப்பதை நோக்குக. 'பவளச் செவ்வாய்' என்பதும் இத்தகையதே.

"பங்கயக் கைநலம் பார்த்தலவோ –
இந்தப்
பாரில் அறங்கள் வளரும் அம்மா!"
(கவிமணி)

'பங்கயக் கை' என்பது உவமைத் தொகை. 'பங்கயம் போன்ற கை' என்று விரியும். இந்தத் தொடரிலும் நிலைமொழி ஈற்று மகரம் கெட்டு, வருமொழி முதல் வல்லினம் மிகுந்திருப்பதை நோக்குக.

தங்கத் தமிழ், இமயப் புகழ் போன்ற தொடர்களும் உவமைத் தொகைகள். இந்தத் தொடர்களும் மேற்கூறிய முறையிலே புணர்ந்திருப்பதை நோக்குக.

பண்புத் தொகை

"தேனாகித் தேனினறுஞ் சுவைய தாகித்
தீஞ்சுவையின் பயனாகித் தேடுகின்ற"
(அருட்பா)

நறுஞ்சுவை, தீஞ்சுவை ஆகிய இரண்டும் பண்புத் தொகைகள்.

'நறும்-சுவை=நறுஞ்சுவை' என்றும், 'தீம்-சுவை=தீஞ்சுவை' என்றும் சேர்ந்திருப்பதை நோக்குக. பண்புத்தொகையில், நிலைமொழி ஈற்று மகரம் வருமொழி முதல் வல்லினத்தின் இனவெழுத்தாக மாறும்.

"ஏசாச் சிறப்பின் இசை விளங்கு
பெருங்குடி"
"கள்வனைக் கோறல் கடுங்கோல் அன்று"
(சிலம்பு)

'பெருங்குடி' என்பது பண்புத்தொகை. 'பெரும் - குடி' என்பது 'பெருங்குடி' என்று சேர்ந்திருக்கிறது. இங்கேயும் 'மகரம்' வல்லினத்தின் இனவெழுத்தாக மாறியுள்ளது. 'கடுங்கோல்' என்பதும் பண்புத்தொகை. செங்கோல், கடுந்தண்டனை, அரும் பொருள், வெஞ்சிறை, கடுங்காவல், செம்பொருள் முதலியனவும் இந்த வகையைச் சேர்ந்தவை.

பண்புத்தொகையில் நிலைமொழி ஈற்று மகரம் வருமொழி முதல் வல்லினத்தின் இனமாகத் திரிவதைப் பார்த்தோம். வடிவம் நிறம் முதலியவற்றைக் குறிக்கும் பண்புப் பெயர்களில் சில நிலைமொழியாக நிற்கும் போது, நிலைமொழி ஈற்றில் நிற்கும் மகரம் கெட்டு வருமொழி முதலில் நிற்கும் வல்லினம் மிகுகிறது.

எடுத்துக்காட்டு :

1) சதுரப் பலகை (சதுரம்-பலகை)
2) நீலக்கல் (நீலம் – கல்)
3) வட்டப்பாறை (வட்டம் – பாறை)
4) முக்கோணச் சட்டம் (முக்கோணம் – சட்டம்)

"நீலப் பொய்கையில் மிதந்திடும் தங்கத்
தோணிகள்..."
"ஒளித்திரள்! ஒளித்திரள்! வன்னக்
களஞ்சியம்"
(பாரதியார்)

நீலப் பொய்கை, வன்னக் களஞ்சியம் என்னும் தொடர்களையும் காண்க.

இருபெயரொட்டுப் பண்புத் தொகை

"தாமரை பூத்த குளத்தினிலே – முகத்
தாமரை தோன்ற முழுகிடுவாள்"
(பாரதிதாசன்)

'முகமாகிய தாமரை' என்பதே 'முகத் தாமரை' என்று அமைந்துள்ளது. 'ஆகிய' என்னும் சொல் மறைந்திருப்பதோடு, நிலைமொழி வருமொழி இரண்டும் பெயர்ச் சொற்களாக இருப்பதால், இது இரு பெயரொட்டுப் பண்புத்தொகை யாகும்.

நிலை மொழி ஈற்று மகரம் கெட்டு, வருமொழி முதல் வல்லினம் மிகுந்திருக் கிறது.

"பணத்தொகை மிகுந்தவர் படித்தவர்
         பெருத்தவர் நாடும்
பச்சைப் பட்டாடை பார்த்தால்
         கிளிஜாடை''
                    (பட்டுக்கோட்டையார்)

பணத்தொகை என்பதும் இருபெய ரொட்டுப் பண்புத்தொகை. இதிலும் மகரம் கெட்டு வல்லினம் மிகுந்திருக்கிறது.

வினைத்தொகை

ஏவல் வினையை நிலைமொழியாகக் கொண்டு அமைவது வினைத்தொகை. ஏவல் வினையில் மகர ஈற்றுச் சொல் இல்லாததால், நிலைமொழியின் ஈற்றில் மகர மெய்யை உடைய வினைத்தொகை அமைய வாய்ப்பில்லை.

வேறு சில தொடர்கள்

இனி, சற்று, மற்று, சிறிது, பெரிது, அங்கு, இங்கு, அன்று, என்று போன்ற சொற்களுடன் 'உம்' சேர்ந்து, இனியும், சற்றும், சிறிதும் போன்ற சொற்கள் அமைகின்றன. இத்தகைய சொற்கள் நிலைமொழியாக நிற்கும்போது வருமொழி முதலில் வல்லினம் வந்தால், அந்தத் தொடரிலுள்ள சொற்கள் இயல்பாகச் சேரும்.

எடுத்துக்காட்டு :

1) என்றும் துன்பமில்லை.
2) இனியும் பொறுக்க முடியாது.
3) ஏழையர் நிலை இதயத்தை எப்போதும் துயரத்தில் ஆழ்த்துகிறது.
4) பாங்கான திறமிதற்குப் பலவும் தேவை.
5) அநீதியை எதிர்த்துப் போராடச் சிறிதும் தயங்கக்கூடாது.
6) எங்கும் களிப்பு; எங்கும் குதூகலம்!
7) அன்ன யாவினும் புண்ணியம் கோடி ஆங்கோர் ஏழைக்கு எழுத்தறிவித்தல்.
8) அறிஞரும் கலைஞரும் நாட்டு நலனில் அக்கறை கொண்ட மற்றும் பலரும் மாநாட்டில் கலந்துகொண்டனர்.
9) மனச்சான்றுக்குச் சரி என்றுபடுவதைச் செய்யச் சற்றும் தயங்கக்கூடாது.

10) இத்தனையும் கண்ட பின்பும் எப்படிச் சும்மா இருப்பது?

தோறும்

"வீடுதோறும் கலையின் விளக்கம்
வீதிதோறும் இரண்டொரு பள்ளி''
                    (பாரதியார்)

'வீடுதோறும், கலை என்னும் தொடரும் இயல்பாகப் புணர்ந்திருக்கிறது. 'தோறும்' என்பது ஓர் இடைச்சொல் இந்தச் சொல் நிலைமொழி இறுதியில் நிற்கும் போதும் வருமொழி முதலில் வல்லினம் வந்தால் இயல்பாகப் புணரும்.

இத்தகைய தொடர்கள் எல்லாவற்றிலும் நிலைமொழி வருமொழியுடன் இயல்பாகப் புணரும். அல்லது நாம் முன்பு குறிப்பிட்டது போல, வருமொழி முதலில் நிற்கும் வல்லினத்தின் இனவெழுத்தாக மாறுவதும் உண்டு. அவ்வாறு திரிவது பெரும்பாலும் பாடல்களில் மட்டுமே. உரைநடையில் இயல்பாகவே புணரும்.

எல்லாம்

'எல்லாம்' என்பது அடைமொழியாக நிற்கும்போது, மகரம் கெட்டு வல்லினம் மிகும்.

எடுத்துக்காட்டு :

1) எல்லாப் பொருளும்
2) எல்லாப் புகழும்
3) எல்லாச் செல்வமும்
4) எல்லாக் குறளும்
5) எல்லாச் செய்கையும்
6) எல்லாத் தங்கமும்
7) எல்லாப் பெருமையும்

'எல்லாம்' என்பது தனிப்பெயராக நிற்கும்போது வல்லினம் மிகாது. மகரமும் கெடாது.

எடுத்துக்காட்டு :

1) எல்லாம் தெரியும்
2) எல்லாம் கற்பனையா?
3) எல்லாம் படித்து விட்டேன்
4) எல்லாம் சொன்னார்

இந்தத் தொடர்களில் நிலைமொழி ஈற்று மகரம் வருமொழி முதலின் இனவெழுத்தாகத் திரியும். ஆனால், அப்படிச் சேர்த்து எழுத வேண்டியதில்லை; பிரித்தே எழுதலாம். அதுவே உரைநடை வழக்கு.

மகர மெய் வல்லினத்துடன் சேரும்போது, பெரும்பாலான இடங்களில் இயல்பாகவும், சில இடங்களில் மகரமெய் கெட்டு வல்லினம் மிகுந்தும் புணர்வதைப் பார்த்தோம். அவற்றை நினைவில் நிறுத்தப் பின்வரும் குறட்பாக்கள் உதவும்.

1) தனக்குவமை இல்லாதான்தாள் சேர்ந்தார்க் கல்லால்
மனக்கவலை மாற்றல் அரிது.

2) இருள்சேர் **இருவினையும் சேரா** இறைவன்
பொருள்சேர் புகழ் புரிந்தார் மாட்டு

3) ஏரின் உழாஅர் உழவர் புயலென்னும்
வாரி **வளங்குன்றிக் கால்**

4) அன்பும் அறனும் உடைத்தாயின் இல்வாழ்க்கை
பண்பும் பயனும் அது.

5) ஈன்ற பொழுதிற் **பெரிதுவக்கும் தன்மகனைச்**
சான்றோன் எனக்கேட்டதாய்

6) **வாணிகம் செய்வார்க்கு வாணிகம் பேணிப்**
பிறவும் தமபோல் செயின்

7) மக்கள் மெய் தீண்டல் உடற்கின்பம் மற்றவர்
சொற்கேட்டல் **இன்பம் செவிக்கு**

8) **துனியும் புலவியும்** இல்லாயின் காமம்
கனியும் கருக்காயும் அற்று

9) **யாரினும் காதலம்** என்றேனா ஊடினாள்
யாரினும் யாரினும் என்று

10) **எழுதுங்கால்** கோல்காணாக் கண்ணேபோல் கொண்கன்
பழிகாணேன் கண்ட இடத்து

(எழுதுங்கால் ஒரு சொல் தன்மை யுடையது)

11) அல்லவைதேய **அறம்பெருகும்** நல்லவை
நாடி இனிய சொல்லின்

12) மிகுதியான் மிக்கவை செய்தாரைத் **தாம்தம்**
தகுதியான் வென்று விடல்

மகர மெய்க்குப் பின் மெல்லினம்

மெல்லினத்தில் தந்நகரம், மகரம் ஆகிய இரண்டும் மொழி முதலில் வரும் எழுத்துகளாகும். மகர் மெய்யுடன் இந்த எழுத்துகள் சேரும்போது புணரும் விதத்தை இப்போது பார்ப்போம்.

மகரத்தின் பின் மகரம்

மகரத்திற்குப் பின் மகரம் வரும் தொடரில் உள்ள இரு சொற்களும் சேரும்போது அது இரண்டு வகையாக அமையலாம்.

அந்தத் **திருமண மண்டபத்தில் உள்ள மணமேடை** அழகாக இருக்கிறது.

இந்த வாக்கியத்தில் நிற்கும் 'திருமண மண்டபம்', 'மணமேடை' ஆகிய இரு தொடர்களையும் கவனியுங்கள்.

இந்த இரு தொடர்களிலும் நிலைமொழி ஈற்று மகரம் மறைந்து விட்டது. இவை திருமணத்திற்கு உரிய மண்டபம் என்றும், மணத்திற்கு உரிய மேடை என்றும் விரியுமாதலால், நான்காம் வேற்றுமை உருபும் பயனும் உடன் தொக்க தொகைகளாகும். பின்வரும் தொடர்களையும் காண்க.

அ) வேற்றுமைத்தொகை

1) இல்லற மாண்பு 2) மணமலர்
3) மனமகிழ்ச்சி 4) மனமாற்றம்
5) நிலமேம்பாடு 6) மருத்துவமனை
7) இலக்கிய மரபு 8) பழங்கால மக்கள்
9) விஞ்ஞான முன்னேற்றம்
10) தர மதிப்பீடு 11) இன மானம்
12) பண்டமாற்று

ஆ) பண்புத்தொகை

1) இதய மலர் 2) புனித மார்க்கம்
3) கானமழை 4) குள்ள மனிதர்
5) நறுமலர் 6) கருமேகம்

இ) உவமைத் தொகை

1) கான மொழி 2) தங்கமேனி

மகரமும் மகரமும் சேரும்போது இன்னொரு வகையிலும் புணர்வதைக் காண்கிறோம். நிலைமொழி ஈற்று மகரமெய் மறையாமல் நின்று வருமொழியுடன் இயல்பாகப் புணர்வது அந்த வகையாகும்.

''**எங்கும் மனிதர்** உனைத்தேடி
இரவும் பகலும் அலைகின்றார்''
(கவிமணி)

'எங்கும் மனிதர்' என்பது இயல்பாய்ப் புணர்ந்திருப்பதை நோக்குக. இந்த வாக்கியங்களை நோக்குக:

1) **நாடும் மக்களும் விடுதலை** அடைய வேண்டும்.
2) உழவையும் **தொழிலையும் மதிக்க** வேண்டும்.
3) உலகில் **வாழும் மக்கள்** அனைவரும் சமம்.
4) உயர்ந்த பண்பாளரை **அனைவரும் மதிப்பார்கள்.**
5) மாதாவை **ஒருநாளும் மறக்க** வேண்டாம்.
6) அழகு **கொழிக்கும் மலையெல்லாம்.**
7) **வெள்ளம் மிகுந்ததால்** கரை உடைந்தது.
8) உலகம் **மேன்மையுற** வேண்டும்.
9) பொருளாதார **முன்னேற்றம் மட்டும்** போதாது;
10) **மனிதனும் மிருகமும்** ஒன்றல்ல.

இந்த வாக்கியங்களில் நிலைமொழி ஈற்றிலும் வருமொழி முதலிலும் மகரத்தை யுடைய சொற்கள் இயல்பாகப் புணர்ந்திருக் கின்றன.

''காடனை வேடனைப் போற்றி
மயங்கும் மதியிலிகாள்...''
''கவலை துறந்திங்கு வாழ்வது வீடென்று
காட்டும் மறைக ளெல்லாம்''
(பாரதியார்)

'மயங்கும் மதியிலிகாள்', 'காட்டும் மறைகள்' என்னும் தொடர்களையும் காண்க.

''எங்கு **அச்சம் மடிகிறதோ,** எங்கு துன்பம் தொலைந்து **இன்பம் மலர்கிறதோ** அங்கு மனிதர் **தம் மாண்பினை** அடைகின்றனர்'' என்னும் வாக்கியத்தையும் பாருங்கள்.

''**அகர முதல** எழுத்தெல்லாம் ஆதி
பகவன் முதற்றே உலகு''

''மலர்மிசை ஏகினான் மாணடி சேர்ந்தார்
நிலமிசை நீடுவாழ் வார்'' (குறள்)

'அகர முதல', 'நில மிசை' என்னும் தொடர்களை நோக்குக. இந்தத் தொடர்களில் நிலைமொழி ஈற்றிலுள்ள மகரம் கெட்டுப் புணர்ந்திருக்கிறது. 'அகரமாகிய முதல்' என்று கொண்டு இதனை இருபெயரொட்டுப் பண்புத்தொகை என்பர்.

'நிலமிசை' என்பது ஏழாம் வேற்றுமை உருபேற்ற சொல். 'மிசை' என்பது ஏழனுருபு. 'நிலம் – மிசை' என்பது நிலமிசை என்றாகி யிருக்கிறது. 'நிலம்' என்னும் சொல்லின் இறுதியில் நிற்கும் மகரம் கெட்டுப் புணர்ந்திருக்கிறது. இத்தகைய தொடர்கள் இலக்கிய வழக்கில் மட்டும் காணப்படு கின்றன. இன்றைய உரைநடையில் இல்லை. குறிப்பாக 'மிசை' என்னும் ஏழனுருபு இன்றைய வழக்கில் இல்லை.

''வேளாண்மை செய்து விருந்தோம்பி
வெஞ்சமத்து
வேளாண்மை யாலும் வலியராய்த்
தாளாண்மை
தாழ்க்கு மடிகோள் இலராய் வருந்தாதார்
வாழ்க்கை திருந்துதல் இன்று''
(பழமொழி)

'தாழ்க்கு மடிகோள்' என்னும் தொடரை நோக்குக. இது பெயரெச்சத் தொடர். 'தாழ்க்கும்' என்பதிலுள்ள மகரமெய் கெட்டுப் புணர்ந்திருக்கிறது. இன்றைய வழக்கில், குறிப்பாக உரைநடையில் 'தாழ்க்கும் மடிகோள்' என்றே சொல்வோம். எனவே, இத்தகைய தொடர்கள் இலக்கிய வழக்கிற்கு மட்டுமே உரியவை.

''**மணிநீரு மண்ணு மலையு** மணி நிழல்
காடு முடைய தரண்'' (குறள்)

இதே குறளை இன்று நாம்

''**மணிநீரும் மண்ணும் மலையும்** அணிநிழல்
காடும் உடைய தரண்''

என்று எழுதுகிறோம். முந்தியதில் நிலை மொழி ஈற்று மகரம் மறைந்திருப்பதையும் பிந்தியதில் மறையாமல் இருப்பதையும் நோக்குக. இத்தகைய தொடர்களில் மகரம் மறையாமலே புணரலாம்.

''**யாமெய்யாக்** கண்டவற்று ளில்லை
எனைத் தொன்றும்
வாய்மையின் நல்ல பிற'' (குறள்)

'யாம் – மெய்யா' என்பது மகரம் கெட்டு

'யாமெய்யா' என்று சேர்ந்திருக்கிறது

பழங்கால இலக்கியங்களில் மட்டுமல்ல; இக்கால இலக்கியங்களிலும், குறிப்பாகக் கவிதைகளில், இத்தகைய தொடர்களைக் காணலாம்.

''வாழி கல்வி செல்வமெய்தி மனமகிழ்ந்து
கூடியே
மனிதர் யாரும் ஒரு நிகர் சமானமாக
வாழ்வமே''
(பாரதியார்)

'மனம் மகிழ்ந்து' என்பதும் மகரம் கெட்டு, 'மனமகிழ்ந்து' என்று சேர்ந்திருக்கிறது. ஆனால், உரை நடையில் இப்படி எழுத வேண்டுவதில்லை.

'யாம் மெய்யா' என்றும், 'மனம் மகிழ்ந்து' என்றும் பிரித்தே எழுதலாம்.

மகரம் மகரத்துடன் சேரும்போது, சில தொடர்களில் மகரம் கெட்டும் சில தொடர்களில் கெடாமலும் புணரும். இதை நினைவிற் கொண்டால் போதும்.

தனிக்குறிலை அடுத்து நிற்கும் மகரம் வருமொழி முதலில் மகரம் வரும்போது ஒருபோதும் கெடாது.

எடுத்துக்காட்டு : 1) தம் முயற்சி
2) நம் மனம்
3) உம் மகிழ்ச்சி
4) எம் மீது

மகரத்தின் பின் தந்நகரம்

நிலைமொழி ஈற்றில் மகர மெய்யும் வருமொழி முதலில் தந்நகரமும் நிற்கும் போதும் சில இடங்களில் மகரம் கெட்டும், சில இடங்களில் இயல்பாகவும் புணரும். தங்கம் – நிறம் என்னும் சொற்கள் சேரும்போது 'தங்க நிறம்' என்னும் தொடர் அமைகிறது. இந்த மாதிரித் தொடர்கள் பல உள்ளன.

எடுத்துக்காட்டு : 1) வைர நகை
2) மன நிறைவு
3) மண நாள்
4) கால நேரம்
5) மன நோய்
6) வார நாள்
7) நீல நிறம்
8) வான நிலை
9) சமய நூல்
10) இன்ப நேரம்

இந்தத் தொடர்கள் மகரம் கெட்டுப் புணர்ந்திருக்கின்றன. இவற்றில் கால நேரம் உம்மைத் தொகை. நீல நிறம் பண்புத்தொகை. மற்றவை வேற்றுமைத் தொகைகள். உம்மைத் தொகையில் பெரும்பாலும் மகரம் கெடாது.

இன்னொரு வகை

எடுத்துக்காட்டு :

1) மனம் நொந்தது.
2) காலம் நீண்டது.
3) உள்ளம் நிறைந்தது.
4) எல்லாம் நன்மையாக (முடியும்)
5) காலம் நிற்காது.

இவை எழுவாய்த் தொடர்கள்.

''முதலைக் கில்லை **நீத்தும் நிலையும்**''

''**அச்சமும் நாணமும்** அறிவிலோர்க்
கில்லை''
''நாளும் **கிழமையும் நலிந்தோர்க்**
கில்லை''
(நறுந்தொகை)

நீத்தும் நிலையும், அச்சமும் நாணமும், கிழமையும் நலிந்தோர் என்னும் தொடர்களும் இயல்பாகப் புணர்ந்திருப்பதை நோக்குக. முதல் இரண்டும் உம்மைத்

தொடர்கள். மூன்றாவது எழுவாய்த் தொடர். இவை இலக்கிய வழக்கில் மகரம் கெட்டும் புணர்வதுண்டு. இன்றைய வழக்கில் இவை இயல்பாகவே புணருவதைக் காண்கிறோம்.

''**பொன்னும் நல்ல** மணியும்- சுடர் செய் பூண்களேந்தி வந்தாய்!''

''நித்தமுனை வேண்டி **மனம் நினைப்ப தெல்லாம் நீயாய்**''

''**அன்னம் நறுநெய்** பாலும் அதிசயமாத்
தருவாய்
நின்னருளை வாழ்த்தி **என்றும் நிலைத்
திருப்பேன்,** திருவே
ஆடுகளும் மாடுகளும் அழகுடைய பரியும்
வீடுகளும் நெடுநிலமும் விரைவினிலே
தருவாய்''
(பாரதியார்)

இந்தத் தொடர்களிலும் மகரமும் தந்நகரமும் இயல்பாகப் புணர்ந்திருப்பதை நோக்குக. நறுநெய், நெடுநிலம் இரண்டிலும் மகரம் கெட்டிருக்கிறது. இவை பண்புத் தொகைகள்.

தனிக்குறிலை அடுத்து நிற்கும் மகரமெய்யும் இயல்பாகவே புணரும். இத்தகைய தொடர்களில் நிலை மொழி ஈற்று மகரம் வருமொழி முதல் தந்நகரமாகவும் திரியலாம்.

''**தம்நலம்** பாரிப்பார் தோயார் தகை
செருக்கிப்
புன்னலம் பாரிப்பார் தோள்'' (குறள்)

''தம்**நெஞ்சத் தெம்மைக் கடிகொண்டார்
நாணார்கொல்**
எம்நெஞ்சத் தோவா வரல்'' (குறள்)

தம்நலம், தம்நெஞ்சம், எம்நெஞ்சம் என்னும் தொடர்களை நோக்குக. இத்தகைய தொடர்கள் இயல்பாகவே புணரும். பழந்தமிழில் இவை தந்நலம், தந்நெஞ்சம், எந்நெஞ்சம் என்று அமைந்திருப்பதைக் காண்கிறோம். இன்று நாம் இவற்றைச் சேர்த்து எழுதுவதில்லை.

எடுத்துக்காட்டு :

1) தம் நினைவு
2) நம் நாடு
3) உம் நிலை
4) எம் நோக்கம்

மகரத்தின் பின் இடையினம்

இடையினத்தில் வகரமும் யகரமும் மொழி முதலில் வரும். அவற்றை இப்போது பார்ப்போம்.

மகரத்தின் பின் வகரம்

மகர மெய்யுடன் வகரம் சேரும்போது சில இடங்களில் மகரம் கெட்டும், சில இடங்களில் கெடாமலும் புணரும். நிலை மொழி வருமொழி இரண்டும் பெயராக இருக்கும்போது பெரும்பாலும் மகரம் கெட்டுப் புணரும். எல்லாத் தொடர்களுக்கும் இது பொருந்தும்.

எடுத்துக்காட்டு :

1) வன வாசம்
2) வாண வேடிக்கை
3) நில வளம்
4) மன வேதனை
5) மர வேர்
6) அற வழி
7) நிற வேற்றுமை
8) மௌன விரதம்
9) மண வாழ்க்கை
10) இதய வாசல்
11) நல வாழ்வு
12) அடக்க விலை
13) கால வெள்ளம்
14) ஆன்மீக வாதம்
15) லட்சிய வெறி

இந்த வாக்கியங்களைக் கவனியுங்கள்:

1) ஒருபுறம் பளபளப்பான பட்டினங்கள்; **மறுபுறம் வறுமை** நெளியும் சேரிப் புறங்கள்.
2) ஒருபுறம் செல்வர்; **மறுபுறம் வறியோர்.**

3) கோடானு கோடி மக்களுக்கு வாழ்வு பெற்றுத் தந்ததை விட **அற்புதம் வேறு** என்ன இருக்க முடியும்?

4) நம் **மனம் விரும்புவதை** எல்லாம் செய்ய முடியுமா?

5) **நாமும் வாழ** வேண்டும்; **சமுதாயமும் வாழ** வேண்டும்

இந்தத் தொடர்களில் மகர ஈற்றுச் சொற்கள் வருமொழி முதலாகிய வகரத்துடன் இயல்பாகப் புணர்ந்திருக்கின்றன.

''**உலகெலாம் வணங்கி** ஏத்தும்
ஒருவனே போற்றி! போற்றி!

(திரு.வி.க.)

'உலகெலாம்' என்னும் தொடரில் நிற்கும் 'எலாம்' என்பது 'எல்லாம்' என்பதன் இடைக்குறை. இந்த எல்லாம் என்னும் சொல் நிலைமொழியாக நிற்கும்போது இரண்டு விதமாகவும் புணரும்.

''**எல்லா வளமும்** பெற **எல்லாம் வல்ல**
இறைவன் அருள் வேண்டும்''

'எல்லா வளமும்' என்பதில் 'எல்லாம்' என்பது அடைமொழியாக நிற்கிறது. 'எல்லாம் வல்ல' என்பதில் எல்லாம் என்பது பெயராக நிற்கிறது. எல்லாம் வல்ல என்பதற்கு எல்லா ஆற்றலும் பெற்ற' என்று பொருள். 'எல்லாம்' என்னும் சொல் அடையாக நிற்கும்போது மகரம் கெடும். அது தனிப்பெயர்ச் சொல்லாக நிற்கும்போது மகரம் கெடாது; முழுச் சொல்லாக வருமொழியுடன் சேரும்.

'எல்லா விளக்கும் விளக்கல்ல' என்பதையும் **'விளக்கெல்லாம் விளக்கல்ல'** என்பதையும் ஒப்பிட்டுப் பாருங்கள்.

மகரத்திப் பின் யகரம்

யகரத்தை முதலில் உடைய சொற்கள் மிகக் குறைவு. இவை வருமொழி முதலில் நிற்கும் போதும் வகரத்திற்குக் கூறிய விதிகளை ஒட்டியே புணரும். நிலைமொழி, வருமொழி இரண்டும் பெயராக அமையும் தொடர்களில் நிலைமொழி ஈற்று மகரம் கெடும். எல்லாத் தொடர்களுக்கும் இது பொருந்தும்.

எடுத்துக்காட்டு :

1) பாத யாத்திரை

2) ஞான யோகம்

3) தீர்க்க யோசனை

4) விஞ்ஞான யுகம்

ஏனைய தொடர்களில் மகரம் கெடாது.

எடுத்துக்காட்டு :

1) **நாம் யார்?**

2) **நம் யூகம்** சரியா?

3) அவன் **மனம் யோசனையில்** ஆழ்ந்தது

4) **எதைப் பற்றியும் யோசிக்க** வேண்டாம்

5) நாங்கள் **எல்லாம் யாத்திரை** செல்கிறோம்.

இடையினத்தின் பின் மெய்

மெல்லின மெய்யின் பின் மெய் யெழுத்துகள் வரும்போது அவை புணரும் விதத்தை இதுவரை பார்த்தோம். இடையின மெய்யின் பின் மெய் வரும்போது அவை எவ்வாறு புணர்கின்றன என்பதை இனிக் காண்போம்.

இடையின மெய்களில் வகரம் தவிர மற்ற ஐந்தும் சொல்லின் இறுதியில் வரும் என்பதை முன்பே குறிப்பிட்டுள்ளோம். அவற்றை இப்போது ஒவ்வொன்றாக பார்ப்போம்.

ளகரத்தின் பின் வல்லினம்

ணகர மெய்யும் வல்லினமும் சேரும்போது ணகரம் டகரமாக மாறுவதை முன்பு கண்டோம். ளகர மெய்யும் அவ்வாறே டகரமாக மாறும்.

எட்பக வன்ன சிறுமைத்தே ஆயினும்
உட்பகை உள்ளதாங் கேடு (குறள்)

எட்பகவு, உட்பகை என்னும் இரு தொடர்களையும் நோக்குக. **எள் – பகவு** என்பது **எட்பகவு** என்றும், **உள் – பகை** என்பது **உட்பகை** என்றும் சேர்ந்திருக் கின்றன. இந்த இரு தொடர்களிலும் நிலைமொழி இறுதியில் நிற்கும் **ள், ட்** ஆக மாறியிருக்கிறது. (பகவு என்றால் பகுதி)

பயனில் சொற் பாராட்டுவானை
மகன்எனல்
மக்கட் பதடி எனல் (குறள்)

மக்கள் – பதடி என்பது **மக்கட்பதடி** என்று சேர்ந்திருக்கிறது. இங்கேயும் **ள், ட்** ஆக மாறியிருப்பதை நோக்குக. (மக்கட் பதடி என்பதற்கு மக்களுள் பதர் என்று பொருள்)

**''அருட் செல்வம் செல்வத்துள் செல்வம்
பொருட் செல்வம்**
பூரியார் கண்ணும் உள'' **(குறள்)**

அருட்செல்வம், பொருட்செல்வம் என்னும் தொடர்களை நோக்குக.

அருள்–செல்வம் என்பது **அருட்செல்வம்** என்றும், **பொருள் – செல்வம்** என்பது **பொருட்செல்வம்** என்றும் சேர்ந்திருக்கின்றன. இந்தத் தொடர்களிலும் நிலைமொழி ஈற்றில் நிற்கும் **ள், ட்** ஆக மாறியுள்ளது.

அருட்சோதித் தெய்வம் எனை
ஆண்டு கொண்ட தெய்வம்
அம்பலத்தே ஆடுகின்ற
ஆனந்தத் தெய்வம்
பொருட்சாரு மறைகளெல்லாம்
போற்றுகின்ற தெய்வம்
போதாந்தத் தெய்வம் உயர்
நாதாந்தத் தெய்வம்
இருட்பாடு நீக்கி ஒளி
ஈந்தருளும் தெய்வம்
எண்ணியநான் எண்ணியவா
றெனக் கருளும் தெய்வம்
தெருட்பாடல் உவந்தெனையும்
சிவமாக்கும் தெய்வம்
சிற்சபையில் விளங்குகின்ற
தெய்வமதே தெய்வம்
(அருட்பா)

அருட்சோதி, பொருட்சாரும், இருட் பாடு, தெருட்பாடல் என்னும் தொடர்களிலும் ளகர மெய்யுடன் வல்லினம் சேர்ந்திருக்கிறது.

அருள்	-	சோதி	=	அருட்சோதி
பொருள்	-	சாரும்	=	பொருட்சாரும்
இருள்	-	பாடு	=	இருட்பாடு
தெருள்	-	பாடல்	=	தெருட்பாடல்

இந்தத் தொடர்களில் நிலைமொழி ஈற்றிலுள்ள **ள், ட்** ஆக மாறியிருப்பதை நோக்குக.

''தங்கத் திமிங்கிலம் தாம் பல மிதக்கும்
இருட்கடல்! ஆகா! எங்கு நோக்கிடினும்
ஒளித்திரள்! வன்னக் களஞ்சியம் (பாரதியார்)

இருட்கடல் என்னும் தொடரையும் நோக்குக. இத்தகைய தொடர்கள் பல.

எடுத்துக்காட்டு :

1) நாட்குறிப்பு	6) நாட்சம்பளம்
2) ஆட்குறைப்பு	7) பொருட் சுவை
3) வாட்போர்	8) அருட்கனி
4) ஆட்படை	9) திங்கட்கிழமை
5) முட்புதர்	10) இருட்குகை

அருட்செல்வம் **செல்வத்துள் செல்வம்**
பொருட்செல்வம்
பூரியார் கண்ணும் உள.

இந்தக் குறட்பாவில் **அருட்செல்வம், பொருட்செல்வம்** ஆகிய இரண்டு தொடர்களிலும் நிற்கும் நிலைமொழி, வருமொழி இரண்டும் சேர்ந்து ஒலிக்கின்றன. எனவே, இந்தத் தொடர்களில் **ள், ட்** ஆகத் திரிந்திருக்கிறது. ஆனால், **செல்வத்துள் செல்வம்** என்னும் தொடரில் **ள், ட்** ஆக மாறவில்லை. இந்த இரு சொற்களையும் சேர்த்து ஒலிக்காமல், பிரித்து ஒலிப்பதே இதற்குக் காரணம். இரு சொற்களையும் சேர்த்து ஒரு சொல் போல் ஒலிக்கும்போது மட்டுமே **ள், ட்** ஆக மாறும். செல்வத்துள் செல்வம் வேற்றுமைத் தொடர். மற்ற இரண்டும் பண்புத்தொகைகள்.

செல்வத்துள் செல்வம் போன்ற தொடர் களைப் பழந்தமிழில் சேர்த்தெழுதும் வழக்கம் உண்டெனினும், இன்றைய தமிழில் அவற்றைப் பிரித்தே எழுதுகிறோம்.

எடுத்துக்காட்டு :

''கண்ணுக்குள் பாவையே! கட்டமுதை
நான் பசியோ(டு)
உண்ணப்போம் போது நீ ஓர் தட்டுத்
தட்டிவிட்டாய்!
''உன்னோடு பேச ஒருவாரம்
காத்திருந்தேன்
என்னோடு முந்தாநாள் பேச
இணங்கினாய்''

''ஒன்றைத் தின்றால் இவ் வுலக மக்கள் பேசுவது
நன்றாகக் கேட்கும்.....''

''எண்ணம் வேறாகி இருக்கின்றேன் நான் என்று
கண்ணை அவள் கண்ணிலிட்டுக்
கைபேந்தி நின்றிட்டான்''

''கொஞ்சமும் உண்மை இருந்தால் நாம் கொத்தவரைப்
பிஞ்சுகள் போல் வாடிப் பிழைப்ப தரிதாகி
அடிமையாய் வாழோமே?. . . . . . .''

''வாள்பிடித்தே புவி ஆளுமிராசர் என்
தாள் பிடித்தே கிடப்பார் - அட
ஆள் பிடித்தால் பிடி ஒன்றிருப்பாய் என்ன
ஆணவமோ உனக்கு?''

(பாரதிதாசன்)

கண்ணுக்குள் பாவையே
முந்தாநாள் பேச
மக்கள் பேசுவது
அவள் கண்ணிலிட்டு
பிஞ்சுகள் போல
வாள் பிடித்தே
தாள் பிடித்தே
ஆள் பிடித்தால்

என்னும் தொடர்கள் இயல்பாகப் புணர்ந்திருக்கின்றன; ள், ட், ஆக மாறவில்லை. கண்ணுக்குள் பாவையே வேற்றுமை விரி. மக்கள் பேசுவது எழுவாய்த்தொடர். மற்றெல்லாம் வேற்றுமைத் தொகைகள்.

''காயும் ஒரு நாள் கனியாகும்-நம்
கனவும் ஒரு நாள் நனவாகும்''

''நில முதலாளிகள் கையிலே - போய்
நினறந்திடும் மார்கழி தையிலே''

''பாரதிக்கு நிகர் பாரதியே - மண்ணில்
யாரெதிர்த்தாலும் மக்கள்
சீருயர்த்தும் பணியில்
பாரதிக்கு நிகர் பாரதியே''

''நாணம் உண்டு வீரம் உண்டு
நல்ல குறள் பாடம் உண்டு''

(பட்டுக்கோட்டையார்)

''சிறகில் எனைமூடி அருமை மகள் போல
வளர்த்த கதை சொல்லவா?''

''மஞ்சள் குங்குமம் மலர் கொண்டாள்
மனதையும் சேர்த்து ஏன் கொண்டாள்?''

(கண்ணதாசன்)

ஒருநாள் கனியாகும்
முதலாளிகள் கையிலே
மக்கள் சீருயர்த்தும்
குறள் பாடம்
மகள் போல
மஞ்சள் குங்குமம்

இந்தத் தொடர்களும் இயல்பாகப் புணர்ந்திருப்பதை நோக்குக. மஞ்சள் குங்குமம் உம்மைத்தொகை. மற்ற யாவும் வேற்றுமைத் தொகைகள்.

உரை நடை வழக்கிலும் இதே நிலைதான்.

எடுத்துக்காட்டு :

அவள்பால் முருகை - அழகைக் -
காண்டலன்றோ இன்பம்?

அந்நுண் **பொருள் சில** வேளைகளில்
சில இடங்களில் தனதிருப்பை
உயிர்களுக்கு அறிவுறுத்துகிறது.

மக்கள் செயற்கை வாழ்வில்
தலைப்பட்ட **நாள் தொட்டு**
வீட்டின்பம் என ஒரு
தனியின்பம் வகுக்கப்பட்டது போலும்.

பண்டைத் தமிழ் மக்கள் முழுமுதற்
பொருளுக்கு அழகு என்னும்
பொருள்பட முருகன் என்னும்
பெயரணிந்தார்கள்.

இயற்கை அன்னையின்
திருவருள்பெற அவள் அருள்
நாடி உழைப்பின் அவள்
இரங்கி அருள்வாள்

நிலைமொழி ஈற்றில் ளகர மெய்யும் வருமொழி முதலில் க, ச, ப என்னும் வல்லின எழுத்துகளும் வரும்போது, நிலைமொழி ஈறும் வருமொழி முதலும் இயல்பாகவே புணரும். ஆனால், ஒரு தொடரில் நிற்கும் இரு சொற்களையும் ஒரு சொல் போல் சேர்த்து ஒலிக்க வேண்டிய இடங்களில் நிலைமொழி ஈற்று ளகரம் டகரமாகத் திரியும். இது எல்லாத் தொடர்களுக்கும் பொருந்தும்.

நிலைமொழி ஈறு திரியாமல் நிற்கும் மேலும் சில தொடர்களை இப்போது பார்ப்போம்.

உவம உருபு சேர்தல்

வாள்போல் பகைவரை அஞ்சற்க அஞ்சுக
கேள்போல் பகைவர் தொடர்பு
(குறள்)

வாள்போல், கேள்போல் என்னும் தொடர்கள் இயல்பாகப் புணர்ந்திருக்கின்றன. ளகர மெய்யை ஈற்றிலுடைய சொல்லுடன் போல், போன்ற முதலிய உவம உருபுகள் சேரும்போது ள், ட் ஆக மாறாது.

எடுத்துக்காட்டு :

1. அது மெல்லிய தாள்போல் இருந்தது.
2. ஒரு நாள் போல் இருக்குமா?
3. இது ஒரு செய்யுள் போல் தோன்றுகிறதே?
4. எள் போன்ற சிறிய பொருள்.
5. மீனின் செதிள் போன்றது அது.

தாள், நாள் போன்ற சொற்களுடன் போல் என்னும் உவம உருபு இயல்பாகச் சேர்ந்திருப்பதை நோக்குக. இவையாவும் இரண்டாம் வேற்றுமைத் தொகைகள்.

உம்மைத் தொகை

உம்மைத் தொகையிலும் ளகரமெய்யை ஈற்றிலுடைய சொற்கள் வருமொழியுடன் இயல்பாகவே புணரும்.

எடுத்துக்காட்டு :

1. ஆள் பரி தேர் என அத்தனையும் சென்றன.
2. நாள் கோள் பார்ப்பது நம்மவர் வழக்கம் அன்றோ?
3. அறம் பொருள் காமம் என்னும் முப்பாலும் குறளில் உண்டு.

ஆள் பரி தேர்
நாள் கோள்
அறம் பொருள் காமம்

என்னும் தொடர்கள் உம்மைத் தொகைகள். இந்தத் தொடர்களில் ள், ட் ஆக மாறவில்லை.

வினைத்தொகை

''நிலவரை நீள்புகழ் ஆற்றின் புலவரைப்
போற்றாது புத்தே ளுலகு'' **(குறள்)**

நீள்புகழ் என்பது வினைத்தொகை. இது இயல்பாகப் புணர்ந்திருப்பதை நோக்குக வினைத்தொகையில் வருமொழி இறுதியில் நிற்கும் ளகர மெய் டகர மெய்யாகத் திரியாது.

எடுத்துக்காட்டு :

நீள் சதுரம்

ஆள் புவி

கொள் கலம்

''தேம்படு பனையின் திரள்பழத்
தொருவிதை''
(நறுந்தொகை)

திரள்பழம் - வினைத்தொகை

எழுவாய்த் தொடர், விளித்தொடர் ஆகியவையும் இயல்பாகவே புணரும்

எடுத்துக்காட்டு :

1. அவள் பாட்டுப் போட்டியில் கலந்து கொள்ளவில்லை. (எழுவாய்த் தொடர்)
2. மாணவர்காள் சிந்தித்துச் செயலாற்றுக. (விளித் தொடர்)

ள்+கள்

''ஞானத்துப் புட்களினும் நன்கு சிறந்துள்ளாய்''
(பாரதியார்)

புள்-கள் என்பது புட்கள் என்று சேர்ந்திருக்கிறது. புட்கள் என்பது ஒரு சொல்; தொடரல்ல. நாள் என்னும் சொல்லுடன் கள் விகுதி சேரும்போது நாட்கள் என்றோ, நாள்கள் என்றோ சொல்லலாம் என்று முன்பு குறிப்பிட்டிருந்தோம். ஆனால், புள் என்னும் சொல்லுடன் கள் சேரும்போது புட்கள் என்றே அமையும்; புள்கள் என்று அமையாது. முட்கள் என்பதும் இது போன்றதே. இரண்டெழுத்துச் சொல்லில் தனிக் குறிலை அடுத்து ளகர மெய் நிற்கும் போது இவ்வாறு தான் புணரும்.

இந்த வாக்கியங்களை நோக்குக:

இருவகை

அழகு உள்பொருளா அல்லது மக்கள் உள்ளம் இயற்கையில் படியும் போது அங்கே உருவெளியாய்த் தோன்றும் இல்பொருளா என்பது ஆராயத்தக்கது.

ஒரு பாடலின் சொற்பொருளை மட்டும் மேலெழுந்த வாரியாகப் பார்த்தால், அந்தப் பாடலின் நுட்பமான உட்பொருளை உணர முடியாது.

முதல் வாக்கியத்தில் உள்பொருள் என்னும் தொடரும் இரண்டாவது வாக்கியத்தில் உட்பொருள் என்னும் தொடரும் இடம் பெற்றுள்ளன. இந்த இரு தொடர்களிலும் உள்-பொருள் என்னும் சொற்களே உள்ளன. பின்னர் ஏன் இந்த வேறுபாடு? இரண்டிலும் சொல் ஒன்றாக இருந்தாலும் பொருள் ஒன்றல்ல. உள்பொருள் என்பது வினைத் தொகை. உள்ள பொருள் என்பது இதன் பொருள். வினைத்தொகையில் நிலை மொழியாக நிற்கும் ஏவல்வினை எதுவாக இருந்தாலும் அது வருமொழியுடன் இயல்பாகவே புணரும். நிலைமொழியின் வடிவில் எந்த மாற்றமும் ஏற்படாது.

இரண்டாவது வாக்கியத்தில் நிற்கும் உட்பொருள் என்பதற்கு ஆழ்ந்த பொருள், நுட்பமாகச் சிந்தித்து உணர வேண்டிய பொருள் என்று அர்த்தம். 'உள்ளில் பதிந்திருக்கும் பொருள்' என்று விரித்து. இதனை ஏழாம் வேற்றுமை உருபும் பயனும் உடன் தொக்க தொகையாகக் கொள்ளலாம். புணர்ச்சி இலக்கணத்தில் ஒலிச் சேர்க்கை விதியை மட்டும் பார்க்காமல் பொருளையும் பார்க்க வேண்டும் என்பதை முன்பே கண்டோம்.

உள்பொருள் தரும் பொருளை
உட்பொருள் தரவில்லை
உட்பொருள் தரும் பொருளை
உள்பொருள் தரவில்லை.

இதனை நினைவிற் கொள்க.

ள்+த

சொல் முதலில் வரும் வல்லினத்தில் க, ச, ப மூன்றும் ளகர மெய்யுடன் சேருவதை இது வரை பார்த்தோம். எஞ்சி நிற்பது த வாகும். இது வருமொழி முதலில் நிற்கும்போது, நிலைமொழி ஈற்றில் நிற்கும் ள், ட் ஆக மாறுவதோடு இந்தத் த வும் ட வாக மாறும். முன்பு நாம் டண்ணகரத்துக்குக் கூறிய விதி இதற்கும் அப்படியே பொருந்தும்.

''மறவற்க மாசற்றார் கேண்மை துறவற்க
துன்பத்துள் துப்பாயார் நட்பு''

''ஒப்புரவினால் வருங் கேடெனின் அஃதொருவன்
விற்றுக்கோள் தக்க துடைத்து''

''மணியுள் திகழ்தரு நூல்போல் மடந்தை
அணியுள் திகழ்வதொன் றுண்டு''
(குறள்)

துன்பத்துள் துப்பாயார்
விற்றுக்கோள் தக்கது
மணியுள் திகழ்தரும்
அணியுள் திகழ்வது

என்னும் தொடர்களைப் பாருங்கள். இந்தத் தொடர்களில் நிலைமொழி ஈற்றில் ளகர மெய்யும் வருமொழி முதலில் தகரமும் நிற்கின்றன. இவை இயல்பாகப் புணர்ந்திருக் கின்றன. இவற்றைச் சேர்த்து ஒலிக்கும்போது இவை.

துன்பத்துட்டுப்பாயார்
விற்றுக்கோட் டக்கது
மணியுட் டிகழ்தரும்
அணியுட் டிகழ்வது

என்று அமையும்.

பழந்தமிழ்ச் சுவடிகளில் இவ்வாறு சேர்த்து எழுதப்பட்டிருந்தாலும், இன்று இவற்றை நாம் பிரித்தே எழுதுகிறோம். இவற்றைச் சேர்த்து ஒலிக்கவும் எழுதவும் வேண்டியதில்லை. இன்றைய உரைநடை, கவிதை இரண்டிலுமே இத்தகைய தொடர் களைச் சேர்த்து எழுதும் வழக்கம் இல்லை.

எடுத்துக்காட்டு :

''பூக்கள் மணங்கமழும் பூக்கள்தோறும் சென்றுதே
னீக்கள் இருந்தபடி இன்னிசை பாடிக்களிக்கும்''

''தேனிதழாள்தனை அவனும், அவனைப் பெண்ணும்
தெரிந்து கொள்ள முடியாமல் திரைவிடுக்க''

''பிந்தியந்தக் காரிருள்தான் சிரித்த
துண்டோ?''
(பாரதிதாசன்)

''.................. பெண்ணரசின்
மேனிநலத்தினையும் வெட்டினையும்
கட்டினையும்
தேனிலினியாள் திருத்த நிலையினையும்''

''உள்ள தாம்பொருள் தேடியுணர்ந்தே
ஓதும் வேதத்தின் உள்நின் றொளிர்வாள்''
(பாரதியார்)

''வாள் தூங்கும் உறையைப் போல
மீசையுள்ள
வேள் ஆய் அண்டிரன் எனும் குறுநில
வேந்தன்''

''தோள் தோயக் கிடந்த காதலனைப்
பிரிக்க
வாள் போல வைகறையும் வந்ததடி''
(கலைஞர் மு.க.)

பூக்கள்தோறும்
தேனிதழாள்தனை
காரிருள்தான்
தேனிலினியாள் திருத்தநிலை
பொருள் தேடி
வாள் தூங்கும்
தோள் தோய

இந்தத் தொடர்களில் ளகரமெய்யுடன் தகரம் எந்த மாற்றமும் அடையாமல் இயல்பாகப் புணர்ந்திருப்பதை நோக்குக.

கவனத்திற்கொள்க

ளகர மெய்யுடன் தகரம் சேரும்போது இயல்பாகப் புணர்வதே இன்றைய வழக்காகும். மறைமலையடிகள், திரு.வி. க. போன்ற தமிழ்ப் பேரறிஞர்கள் சில இடங்களில் இந்தத் தொடர்களில் நிற்கும் சொற்கள் சேர்ந்து ஒலிக்கும் வண்ணம் அமைத் திருப்பதைக் காண்கிறோம்.

எடுத்துக்காட்டு :

அவை மணம், இளமை,
கடவுட்டன்மை, அழகு என்பன.

இந்த வாக்கியத்தில் நிற்கும் 'கடவுட் டன்மை' என்பது அத்தகையது. இவ்வாறு அமையும் தொடர்கள் மிகச் சிறுபான்மையே. திரு.வி.க. போன்ற பெருமக்களும் எல்லா இடங்களிலும் இவ்வாறு சேர்த்து அமைக்க வில்லை. ஒரு சொல் தன்மை உடையனவாகக் கொள்ள வேண்டிய இடங்களில் மட்டுமே. இவ்வாறு சேர்த்து அமைத்துள்ளனர்.

இந்த நேரத்தில் முன்பு கூறியதை மீண்டும் நினைவுபடுத்திக் கொள்வது அவசியமாகிறது. இத்தகைய தொடர்களைப் பிரித்து எழுத வேண்டும். அல்லது முழுமையாகச் சேர்த்து எழுத வேண்டும். கடவுட் தன்மை, மக்கட் தொகை, வாட் திறன் என்று எழுதுதல் கூடாது. இந்தத் தொடர்கள் சேர்ந்தும் நிற்க வில்லை; பிரிந்தும் நிற்கவில்லை. இதையே முன்பு 'அரைக் கிணறு தாண்டுதல்' என்று குறிப்பிட்டோம். கடவுள் தன்மை, மக்கள் தொகை, வாள்திறன் என்று இயல்பாக அமைக்க வேண்டும்; அல்லது கடவுட் டன்மை, மக்கட்டொகை, வாட்டிறன் என்று சரியாகச் சேர்க்க வேண்டும். இயல்பாக அமைவதே இன்றைய உரைநடை வழக்கிற்கு ஏற்றது.

ளகரத்தின் பின் மெல்லினம்

மெல்லினத்தில் மொழி முதல் வரும் எழுத்துகளில் ந,ம இரண்டும் குறிப்பிடத் தக்கவை. இவற்றை ஒவ்வொன்றாக எடுத்துக் கொண்டு இவை ளகர மெய்யுடன் சேரும் விதத்தை இப்போது பார்ப்போம்.

ள் + ந

''நோக்கினாள் நோக்கெதிர் நோக்குதல்
தாக்கணங்கு
தானைக்கொண் டன்ன துடைத்து''
(குறள்)

நோக்கினாள் நோக்கு என்னும் தொடரை நோக்குக. இந்த இரு சொற்களையும் சேர்த்து ஒலிக்கும் போது, இந்தத் தொடர் நோக்கினா ணோக்கு என்று அமையும்

என்ன மாற்றம் நிகழந்திருக்கிறது? நோக்கினாள் என்னும் சொல்லின் இறுதி எழுத்தான ள், அடுத்து நிற்கும் சொல்லின் முதல் எழுத்தான நோ இரண்டுமே டண்ண கரமாக மாறி, அதாவது ண்ணோ என்று மாறிப் பின்னர், ண் மறைந்து ணோ மட்டும் நிற்கிறது. எனவே, நோக்கினாள் நோக்கு என்பது 'நோக்கினாணோக்கு' என்று அமையலாயிற்று.

''ஆறிடும் மேடும் மடுவும்போல்
ஆம்செல்வம்
மாறிடும் ஏறிடும் மாநிலத்தீர்-சோறிடும்
தண்ணீரும் வாரும் தருமமே சார்பாக
உண்ணீர்மை வீறும் உயர்ந்தது''
(நல்வழி)

உண்ணீர்மை என்னும் சொல்லை நோக்குக. உள்-நீர்மை என்பதே உண்ணீர்மை என்று சோந்திருக்கிறது. இதுவும் நாம் சற்றுமுன்பு கூறிய விதியைத் தழுவியே புணர்ந்திருக்கிறது. ஆனால், ஒரு சிறு வேறுபாடு. நிலைமொழி ஈறு, வருமொழி முதல் இரண்டும் டண்ணகரமாக மாறியதோடு சரி. எதுவும் மறையவில்லை. நிலைமொழி ஈற்று மெய் தனிக் குறிலை அடுத்து நிற்பதே இதற்குக் காரணம். (உள்நீர்மை - உள்ளத்தின் தூய தன்மை)

தந்நகரம் ளகர மெய்யுடன் சேரும்போது இரண்டும் டண்ணகரமாக மாறி ஒரு ணகர மெய்கெடும். நிலைமொழி இரண்டெழுத்துச் சொல்லாக இருந்து முதலெழுத்துக் குறிலாக இருந்தால் ணகர மெய் கெடாது. எல்லாத் தொடர்களுக்கும் இது பொருந்தும்.

''நிகரென்று கொட்டுமுரசே-இந்த
நீணிலம் வாழ்பவ ரெல்லாம்''
''திலக வாணுதலார் தங்கள் பாரத
தேசமோங்க உழைத்திட வேண்டுமாம்''
(பாரதியார்)

நீள்நிலம், வாள்நுதல் என்னும் தொடர்களே இங்கே நீணிலம், வாணுதல் என்று அமைந்திருக்கின்றன. இவை சற்று முன்பு கூறிய விதியை ஒட்டிப் புணர்ந்திருக் கின்றன. இன்றைய கவிதைகளில் கூட இவை சிறுபான்மை என்றே சொல்ல வேண்டும். இத்தகைய தொடர்களைப் பிரித்து எழுதுவதே இன்று பெரும்பான்மை வழக்காகும்.

''வேலர் என்போர் அந்நாளில் வெறியாடிக்
குறி சொல்வோர்; அவர்
விரட்டிடுவார் மருள் நோயை என்று
தாய்மார்கள் சொல்வர்''
(கலைஞர் மு.க.)

''எல்லாம் இருந்தும் மனிதர்கள் நெஞ்சில்
இரக்கம் தானில்லை''

''விண்ணோடு மண்ணுலகம் உள்ள
மட்டும்
வேதங்கள் நிறைவேறும் சட்டம் வாழும்''
(கண்ணதாசன்)

''யாதுமாம் ஈசவெள்ளம் என்னுள்
நிரம்பியதென்
றோதுவதே போதுமதை உள்ளுவதே
போதுமடா''
(பாரதியார்)

''மக்கள் நாதனை மாண்பெழக்
காட்டினார்''
''காந்தள் நேரிய செங்கரத் தேந்தினள்''
(வீரமா முனிவர்)

''நற்பதம் கெடுத்த தென்று
நாளெல்லாம் நைவாள் நங்கை''
(நாமக்கல் கவிஞர்)

மருள் நோய்
மனிதர்கள் நெஞ்சில்
வேதங்கள் நிறைவேறும்
என்னுள் நிரம்பியது
மக்கள் நாதனை
காந்தள் நேரிய
நைவாள் நங்கை

இந்தத் தொடர்களில் நிலைமொழி ஈற்றில் ளகரமும் வருமொழி முதலில் தந்நகரமும் நிற்கின்றன. இவை இயல்பாகப் புணர்ந் திருப்பதை நோக்குக.

பின்வரும் தொடர்களும் அந்த வகையில் அமைந்தவையே.

1. குறள் நெறி	2. பொருள் நாட்டம்
3. கோள் நிலை	4. வாள் நுனி
5. அருள் நோக்கு	6. உள் நாடு
7. உள் நாக்கு	8. இருள் நிலை
9. மருள் நீக்கி	10. உள் நோக்கம்
11. மக்கள் நலம்	12. பொருள் நயம்

எல்லா வகையான தொடர்களுக்கும் இது பொருந்தும்.

ள்+ம

''காலாழ் களரி னரியடுங் கண்ணஞ்சா
வேலாண் முகத்த களிறு'' (குறள்)

வேலாண் முகத்த என்னும் தொடரை நோக்குக. வேலாள்-முகத்த என்பதே வேலாண் முகத்த என்று சேர்ந்திருக்கிறது. என்ன மாற்றம் ஏற்பட்டிருக்கிறது? நிலை மொழி ஈற்றில் நிற்கும் ள், ண் ஆக மாறி யிருக்கிறது. வேறு எந்த மாற்றமும் இல்லை. நிலைமெழி ஈற்றில் ளகரம் நிற்கும் போது வருமொழி முதலில் மகரம் வந்தால் நிலைமொழி ஈற்று ளகரம், ணகரமாக, (டண்ணகரமாக) மாறும். இது எல்லாத் தொடர்களுக்கும் பொருந்தும்.

இன்றைய வழக்கில் இப்படிச் சேர்த்து ஒலிப்பதும் இல்லை; எழுதுவதும் இல்லை. இந்தக் குறளை இன்றைய முறையில் எழுதினால், அப்போது இது,

''காலாழ் களரில் நரியடும் கண்ணஞ்சா
வேலாள் முகத்த களிறு''
என்றமையும்.

''வேகங்கள் மாறிவிடும் - ஏதும்
வெஞ்சினம் ஆறிவிடும்''

''கோபங்கள் மிதமிஞ்சிக் கொதி
கொண்டுவெந்து''
(நாமக்கல் கவிஞர்)

''மற்றவர்கள் வந்துவிட்டார்-அவர்
மனையில்
உற்றவர்கள் மனமகிழ்வு பெற்றுவிட்டார்!
மணித்தேரில் சென்ற அவள் மகன்
இன்னும் திரும்பவில்லை
மாற்றாரை விரட்டாமல் திரும்பிவர அவன்
விரும்பவில்லை''
''வீறு கொண்டே காளைமீது பாய்ந்து
விட்டான்-பெரு
வெற்றி கண்டே அவள்மீது சாய்ந்து
விட்டான்''

''மங்கை நல்லாள் மேனியெல்லாம்
புல்லரித்து
மருதாணிச் சிவப்பாகக் கன்னங்கள்
மாறித்தோன்ற''
(கலைஞர் மு.க.)

''தீமைகள் மாய்ப்பதுவாய் - துயர்
தேய்ப்பதுவாய் நலம் வாய்ப்பதுவாய்''

''உலகு தொடங்கிய நாள் முதலாக நம்
சாதியில் புகழ்
ஓங்கிநின்றாரித் தருமனைப் போலெவர்
மாமனே?''

''வாழ்த்தி யளித்தனர் பாண்டவர்க்கே
எங்கள் மாமனே!''
(பாரதியார்)

வேகங்கள் மாறிவிடும்
கோபங்கள் மிதமிஞ்சி
உற்றவர்கள் மனமகிழ்ந்து
அவள் மகன்
அவள் மீது
நல்லாள் மேனி
தீமைகள் மாய்ப்பதுவாய்
நாள் முதலாக
எங்கள் மாமனே

இத்தகைய தொடர்கள் எல்லாம் இவ்வாறு இயல்பாகவே புணரும்.

எடுத்துக்காட்டு :

1. வாள் முனை
2. ஆள் மாறாட்டம்
3. இல்லாள் மனம்
4. தோள் மேல்
5. கள் மயக்கம்
6. கொள் முதல்
7. பொருள் முயற்சி
8. அருள் மனம்
9. கோள் முறை
10. நீள் மனை.

இந்தக் குறட்பாக்களை நோக்குக.

1. துஞ்சுங்கால் தோள்மேலர் ஆகி
விழிக்குங்கால்
நெஞ்சத்தர் ஆவர் விரைந்து.

2. புன்கண்ணை வாழி மருள் மாலை
எங்கேள் போல்
வன் கண்ண தோநின் துணை.

3. பனியரும்பிப் பைதல்கொள் மாலை
துனியரும்பித்
துன்பம் வளர வரும்

4. பொருள்மாலை யாளரை உள்ளி
மருள்மாலை
மாயுமென் மாயா உயிர்

5. மலரன்ன கண்ணாள் முகமொத்தி யாயின்
பலர்காணத் தோன்றல் மதி''

தோள் மேலர்
மருள் மாலை
பைதல்கொள் மாலை

பொருள் மாலை
கண்ணாள் முகம்

என்னும் தொடர்களும் இயல்பாகப் புணர்ந்திருப்பதை நோக்குக.

ளகரத்தின் பின் இடையினம்

இடையினத்தில் மொழி முதலில் வரும் எழுத்துகளாகிய ய,வ இரண்டும் ளகர மெய்யுடன் சேரும்போது இயல்பாகவே புணரும். எல்லாத் தொடர்களுக்கும் இது பொருந்தும்.

ள்+வ

வீழ்நாள் படாமை நன்றாற்றின் அஃதொருவன்
வாழ்நாள் வழியடைக்கும் கல்

வையத்துள் வாழ்வாங்கு வாழ்பவன் வான் உறையும்
தெய்வத்துள் வைக்கப்படும்

அருள் வெஃகியாற்றின் கண் நின்றான் பொருள் வெஃகிப்
பொல்லாத சூழக் கெடும்
(குறள்)

வாழ்நாள் வழி
வையத்துள் வாழ்வாங்கு
தெய்வத்துள் வைக்கப்படும்
அருள் வெஃகி
பொருள் வெஃகி

ஆகிய தொடர்களில் நிலைமொழி இறுதியில் நிற்கும் ளகரமும் வருமொழி முதலில் நிற்கும் வகரமும் இயல்பாய்ப் புணர்ந்திருப்பதை நோக்குக.

''வண்ணங்கள் வேற்றுமைப் பட்டால் - அதில்
மானுடர் வேற்றுமை இல்லை''

''. அந்த
வண்டரை நாழிகை ஒன்றிலே - தங்கள்
வான்பொருள் யாவையும் தோற்றுனைப் - பணி
தொண்டரெனச் செய்திடுவன் யான்''

''வாள்விழி மாதரும் நம்மையே - கய
மக்களென் றெண்ணி நகைத்திட்டார்''
(பாரதியார்)

''அடுத்து நின்ற வேழ மன்னன் வாள்வீச்சுக்கள்
அத்தனைக்கும் விடைகூறித் தன் வீச்சுக்கும்
கொடுத்தவிடை பெற்றபடி இருந்தான்!''

''முன்னேறும் திறமை வேண்டும்
மொய்ம்பேறும் தோள்கள் வேண்டும்''
(பாரதிதாசன்)

வண்ணங்கள் வேற்றுமை
தங்கள் வான் பொருள்
வாள் விழி
வாள் வீச்சு
தோள்கள் வேண்டும்

என்னும் தொடர்களையும் நோக்குக.

ள்+ய

எப்பொருள் யார்யார்வாய்க் கேட்பினும் அப்பொருள்
மெய்ப்பொருள் காண்பதறிவு (குறள்)

எப்பொருள் யார் என்னும் தொடரில் நிலைமொழி ஈற்றில் ளகரமும் வருமொழி முதலில் யகரமும் நிற்கின்றன. இந்த இரண்டும் எந்த மாற்றமும் அடையாமல் சேர்ந்திருப்பதை நோக்குக. ளகரமும் யகரமும் இயல்பாகப் புணரும் என்பது விதி. இது எல்லா வகைத் தொடர்களுக்கும் பொருந்தும்.

எடுத்துக்காட்டு :

''இடையிருள் யாமத் தெறிதிரைப்
பெருங்கடல்'' (மணிமேகலை)

''மன்னன் நிடதத்தார் வாழ்வேந்தன்
மக்கள் யாம் (நளவெண்பா)

''யாரும் பணிந்திடும் தெய்வம் - பொருள்
யாவினும் நின்றிடும் தெய்வம்''

''துன்பங்கள் யாவுமே போகும் - வெறுஞ்
சூதுப் பிரிவுகள் போனால்''

''இன்பங்கள் யாவும் பெருகும் - இங்கு
யாவரும் ஒன்றென்று கொண்டால்''

''மூத்த பொய்மைகள் யாவும் அழிப்பராம்
மூடக் கட்டுகள் யாவும் தகர்ப்பராம்''
(பாரதியார்)

இடையிருள் யாமம்
மக்கள் யாம்
பொருள் யாவினும்
துன்பங்கள் யாவும்

இன்பங்கள் யாவும்
பொய்மைகள் யாவும்
மூடக் கட்டுகள் யாவும்

இந்தத் தொடர்களில் ளகரமும் யகரமும் இயல்பாகப் புணர்ந்திருக்கின்றன. உரை நடையிலும் இதே நிலைதான்.

லகரத்தின் பின் மெய்

இடையினமாகிய லகரம் சொல்லின் இறுதியில் வரும்போது, அதனை அடுத்து நிற்கும் சொல்லின் முதலெழுத்து மெய்யாக இருந்தால் அவை இரண்டும் எவ்வாறு புணரும் என்பதை இப்போது பார்ப்போம். லகரமும், பெரும்பாலான தொடர்களில் னகரத்தை ஈற்றிலுடைய சொற்கள் போலவே புணரும்.

லகரத்தின் பின் வல்லினம்

''மக்கள்மெய் தீண்டல் உடற்கின்பம்
மற்றவர்
சொற்கேட்டல் இன்பம் செவிக்கு''
(குறள்)

சொற்கேட்டல் என்னும் தொடரை நோக்குக. சொல் கேட்டல் என்பதே இப்படிச் சேர்ந்து நிற்கிறது. இந்தத் தொடரில் நிலைமொழி ஈற்றில் நிற்கும் **ல் ற்** ஆக மாறியிருக்கிறது. வருமொழி முதலில் வல்லின எழுத்தாகிய **க** நிற்பதே இதற்குக் காரணம் **க, ச, ப,** ஆகிய வல்லின எழுத்து களில் எது வந்தாலும் **ல், ற்** ஆக மாறும்.

''**கற்பிளவோ** டொப்பர் கயவர்
கடுஞ்சினத்துப்
பொற்பிளவோ டொப்பாரும்
போல்வாரே- **விற்பிடித்து**
நீர்கிழிய எய்த வடுப்போல மாறுமே
சீரொழுகு சான்றோர் சினம்'' (மூதுரை)

கல் – பிளவு = கற்பிளவு என்றும்

வில் – பிடித்து = விற்பிடித்து என்றும் புணர்ந்திருப்பதை நோக்குக.

''நல்லார் ஒருவர்க்குச் செய்த உபகாரம்
கல்மேல் **எழுத்துப்போற் காணுமே**''

''வேங்கை வரிப்புலிநோய் தீர்த்த விடகாரி
ஆங்கதனுக் காகார **மானாற்போல்**''

''.......................**அக்குளத்திற்**
கொட்டியும் ஆம்பலும் நெய்தலும்
போலவே''

''பொன்னின் குடமுடைந்தாற் **பொன்னாகும்**''

''................... **முதுகாட்டிற்**
காக்கை உகக்கும் பிணம்''

''.........................**நெஞ்சிற்**
கரவுடையார் தம்மைக் கரப்பர்''
(மூதுரை)

''நீரும் நிழலும் நிலம்பொதியும்
நெற்கட்டும்''

''...................................தேனின்
கசிவந்த **சொல்லியர்மேற் காமுறுதல்**''

''செல்லா **தவன்வாயிற் சொல்**''
(நல்வழி)

''பொங்கா **தழற்கதிரால்**''

''............ ஆவின்பால்
கன்றினாற் கொளப கறந்து''

''கல்லா அறிவின் **கயவர்பாற் கற்றுணர்ந்த**
நல்லார் தமது கணம் நண்ணாரே''

கைம்மா **றுகவாமற் கற்றறிந்தோர்**
மெய்வருந்தித்
தம்மால் இயலுதவி தாம் செய்வர்''
(நன்னெறி)

பலவகைத் தொடர்கள்

(எழுத்துப்) போற் காணுமே
ஆனாற் போல்
குளத்திற் கொட்டியும்
உடைந்தாற் பொன்னாகும்
முதுகாட்டிற் காக்கை
நெஞ்சிற் கரவுடையார்
நெற்கட்டும்
சொல்லியர் மேற்காமுறுதல்
(அவன்) வாயிற் சொல்
அழற் கதிரால்
கன்றினாற் கொள்ப
கயவர்பாற் கற்றுணர்ந்த
உகவாமற் கற்றறிந்தோர்

என்னும் தொடர்களில் ல், ற் ஆக மாறியிருக்கிறது. இவை என்ன தொடர்கள் என்று பார்ப்போம்.

எழுத்துப் போற் காணுமே
(உவமைத் தொடர்)

ஆனாற்போல், உடைந்தாற்
பொன்னாகும், உகவாமற்
கற்றறிந்தோர்
(வினையெச்சத் தொடர்)

நெற்கட்டு
குளத்திற் கொட்டியும்,
முதுகாட்டிற் காக்கை,
நெஞ்சிற் கரவுடையார்
கன்றினாற் கொள்ப
கயவர்பாற் கற்றுணர்ந்த
சொல்லியர் மேற் காமுறுதல்
வாயிற் சொல்
(வேற்றுமைத்தொடர்)

அழற்கதிர்
(பண்புத் தொகை)

எழுவாய்த் தொடர், விளித்தொடர், வினைத் தொகை போன்ற சில தொடர்களைத் தவிர மற்ற எல்லாத் தொடர்களிலும் நிலைமொழி ஈற்றில் நிற்கும் லகரமெய் வருமொழி முதலில் வல்லினம் (க,ச,ப) வரும்போது றகர மெய்யாக மாறும்.

கீழ்க்காணும் தொடர்களை நோக்குக

1. இளமையிற் கல்
2. சொற் சேர்வு படேல்
3. செய்தவம் மறந்தாற் கைதவமாளும்
4. மெத்தையிற் படுத்தல் நித்திரைக் கழகு
(ஔவையார்)
5. வெஞ்சமரிற் புறங்கொடுத்து மீளவேண்டாம்.
6. தனந்தேடி உண்ணாமற் புதைக்க வேண்டாம்.
(உலகநீதி)
7. தன்னாயுதமும் தன்கையிற் பொருளும்
பிறன்கையிற் கொடுக்கும் பேதையும்
பதரே
(நறுந்தொகை)

இந்தத் தொடர்களிலும் நிலைமொழி ஈற்று லகரம் றகரமாக மாறியிருப்பதைக் காண்க.

இன்றைய வழக்கிலும் இத்தகைய தொடர்களைக் காணலாம்.

எடுத்துக்காட்டு :

''தூண்டிற் புழுவினைப் போல் வெளியே
சுடர் விளக்கினைப் போல்
நீண்ட பொழுதாக எனது நெஞ்சம்
துடித்ததடி!''

''என்கண்ணிற் பாவையன்றோ?
கண்ணம்மா! என்னுயிர் நின்னதன்றோ?''

''இளையாரொடாடிக் குதிப்பான் - எம்மை
இடையிற் பிரிந்து போய் வீட்டிலே
சொல்வான்''

''நெஞ்சிற் கனல் மணக்கும் பூக்கள்
-எங்கும்
நீளக் கிடக்கு மிலைக் கடல்கள்''
(பாரதியார்)

தூண்டிற் புழுவினை
(என்) கண்ணிற் பாவை
இடையிற் பிரிந்து
நெஞ்சிற் கனல்

இந்தத் தொடர்களிலும் நிலைமொழி ஈற்று லகரம் றகரமாகத் திரிந்திருக்கிறது.

இன்றைய வழக்கில் லகரம் திரியாமல் புணர்வதையும் காண்கிறோம்.

எடுத்துக்காட்டு :

''ஆடித்திரிதல் கண்டால்-உன்னைப்போய்
ஆவி தழுவுதடி!
உச்சிதனை முகந்தால் - கருவம் ஓங்கி
வளருதடி!

''சீர் பெற்று வாழ்வதற்கே - உன்னைப்
போல் செல்வம் பிரிது முண்டோ?''

''ஓதிப் பொருளியல் கண்டு தாம்-பிறர்
உற்றிடும் தொல்லைகள் மாற்றியே''

''ஞானியர் தம்மியல் கூறினேன்-அந்த
ஞானம் விரைவினில் எய்துவாய்''

''புள்ளாங் குழல்கொண்டு வருவான் -
அமுது
பொங்கித் ததும்பும் நற்கீதம் படிப்பான்

''கோலக் கிளிமொழியும் - செவியில் குத்த
லெடுத்ததடி!''

''எத்தனை பொய்களடி! என்ன கதைகள்!
என்னை உறக்கமின்றி இன்னல் செய்கிறீர்''
(பாரதியார்)

திரிதல் கண்டால்
முகந்தால் கருவம்
உன்னைப் போல் செல்வம்
பொருளியல் கண்டு
தம்மியல் கூறினேன்
குழல் கொண்டு
செவியில் குத்தல்
இன்னல் செய்கிறீர்

இந்தத் தொடர்களில் நிலைமொழியும் வருமொழியும் இயல்பாய்ப் புணர்ந்திருக்கின்றன. இங்கே ல்,ற் ஆக மாறவில்லை. நாம் சற்று முன்பு பார்த்த தொடர்களைப் போன்றவையே இவையும். இதிலிருந்து இவை திரிந்தும் புணரலாம் இயல்பாகவும் புணரலாம் என்பது தெரிகிறது அல்லவா? அப்படியானால் எந்த முறையைப் பின்பற்றுவது?

இந்தக் கேள்விக்கு விடைகாண உரை நடையில் இவற்றின் நிலை என்னவென்று பார்ப்போம். இந்த வாக்கியங்களை நோக்குக:

1. இயல்பும் எழிலும் பயனும் கருத்தில் கொண்டு நிலம் ஐவகையாக வகுக்கப் பட்டிருந்தது.
2. தமிழ் நாட்டு முத்தையும் பவளத்தையும் பிறநாட்டு மன்னர்கள் தம் காதல் பெற்ற கட்டழகியர்க்குக் காணிக்கையாக்கிக் களித்தனர்.
3. ஒரு காலத்தில் சோழனின் புகழ்க் கொடி பட்டொளி வீசிப் பறந்தது.
4. மதுரையில் சங்கப் புலவர்கள் தமிழ் வளர்த்தனர்.
5. இரண்டாயிரம் ஆண்டுகளுக்கு மேலாகத் தமிழ்மொழி சிதையாமல் சீர்குலையாமல் பலரது பாராட்டையும் பெற்றுத் திகழ்கிறது.

கருத்தில் கொண்டு (ஏழாம் வேற்றுமை விரி)

காதல் பெற்ற (இரண்டாம் வேற்றுமைத் தொகை)

-காலத்தில் சோழன் (ஏழாம் வேற்றுமை விரி)

மதுரையில் சங்கப் (புலவர்கள்) (ஏழாம் வேற்றுமை விரி)

சிதையாமல் சீர்குலையாமல் (உம்மைத் தொகை)

சீர்குலையாமல் பலரது (எதிர்மறை வினை யெச்சத் தொடர்)

இந்தத் தொடர்களில் லகரமும் வல்லின மும் இயல்பாகப் புணர்ந்திருக்கின்றன. உரைநடையில் இத்தகைய தொடர்கள் இயல்பாகவே அமையலாம். லகரம் றகரமாக மாற வேண்டியதில்லை.

இத்தகைய தொடர்களில் நிற்கும் இரு சொற்களும் ஒரு சொல் தன்மையுடையனவாக இருக்கும்போதும் செவியினிமை குன்றித் தோன்றும்போதும் இவற்றைச் சேர்த்து ஒலிப்பதும் எழுதுவதும் சிறப்புடையது.

தொடர் தரும் பொருளைக் கொண்டே அது என்ன தொடர் என்பதைத் தீர்மானிக்கிறோம். இரு சொற்கள் கொண்ட தொடரை ஒரு சொல்போலச் சேர்த்து ஒலிப்பதா அல்லது அந்தச் சொற்கள் இரண்டையும் தனித்தனியே ஒலிப்பதா என்பதையும், அந்தத் தொடரும் அது தரும் பொருளுமே தீர்மானிக்கின்றன.

எடுத்துக்காட்டு :

1. அறிஞர் அண்ணாவின் எழுத்து, சொற் சுவையும் பொருட்சுவையும் உடையது.
2. அறிஞர் அண்ணாவின் சொல் சுவையும் பொருளும் உடையது.
3. கற்சிலையிலே சிற்பியின் கைவண்ணத் தைக் காண்கிறோம்.
4. சிற்பியின் கைவண்ணத்திலே கல் சிலை யாயிற்று.
5. பாற்குடத்தில் என்ன இருக்கும்?
6. பால் குடத்தில் நிறைந்து வழிந்தது.
7. நெற்குவியல் மழையில் நனைந்தது.
8. நெல் குவியல் குவியலாக இருந்தது.
9. விற்போரும் கற்றறிந்தான், சித்தார்த்தன்.
10. பண்டைக் காலத்தில் வில் போர்க் கருவிகளில் ஒன்றாக இருந்தது.

இந்த வாக்கியங்களில் சொற்சுவை, கற்சிலை முதலான சொற்கள் ஒன்றில் சேர்ந்தும் ஒன்றில் பிரிந்தும் நிற்கின்றன. அந்தத் தொடர் அமைந்திருக்கும் முறையும் அது தரும் பொருளுமே இதற்குக் காரணம்.

எழுவாய்த் தொடர்

முதல் இரண்டு வாக்கியங்களையும் மீண்டும் பார்ப்போம்.

''அறிஞர் அண்ணாவின்
எழுத்து சொற்சுவையும்
பொருட்சுவையும் உடையது''

இந்த வாக்கியத்தில், 'சொற்சுவை' என்பது ஒரு சொல் தன்மையதாக அமைந்து இருக்கிறது. இதனைப் பிரித்து ஒலிக்க முடியாது.

''அறிஞர் அண்ணாவின் சொல் சுவையும் பொருளும் உடையது''

இந்த வாக்கியத்தில் அண்ணாவின் சொல் என்பது அதனை அடுத்து நிற்கும் சுவையும் என்னும் சொல்லுடன் சேர்ந்து நிற்கவில்லை. இங்கே சொல் என்பதற்குப் பின் சிறிது இடைவெளி விட்டே சுவை என்பதைச் சொல்கிறோம்.

அண்ணாவின் சொற்சுவையும் பொருளும் என்றால் பொருள் தெளிவு இல்லை. எனவே, இங்கே இந்த இரு சொற்களையும் பிரித்தே ஒலிக்க வேண்டும். எனவே, முந்திய வாக்கியத்தைப் போல இந்த வாக்கியத்தில் சொல் என்னும் சொல்லின் இறுதியெழுத் தாகிய ல்,ற் ஆக மாறவில்லை. மேலும், இந்த வாக்கியத்தில் அண்ணாவின் சொல் என்பது எழுவாய்.

எழுவாய்த் தொடரில், எழுவாயாக நிற்கும் சொல்லும் அதனை அடுத்து வரும் சொல்லும் ஒரு சொல் போல ஒலிப்பதில்லை. முதல் வாக்கியத்தில் நிற்கும் சொற்சுவை என்பது சொல்லின் சுவை என்று விரியுமாதலால், இது ஆறாம் வேற்றுமைத் தொகை நிலைத் தொடர்.

கற்சிலை, பாற்குடம், நெற்குவியல், விற்போர் முதலியனவும் வேற்றுமைத் தொகை நிலைத் தொடர்கள். எனவே, இந்தத் தொடர் களில், நிலைமொழி வருமொழி இரண்டும் சேர்ந்து ஒரு சொல்போல் ஒலிக்கின்றன. இவற்றைப் பிரித்து ஒலித்தால் பொருளமை தியும் சொல்லினிமையும் குன்றும்.

கல் சிலையாயிற்று
பால் குடத்தில்....
நெல் குவியல்.....
வில் போர்க் கருவிகளில்.....

இந்தத் தொடர்கள் எழுவாய்த் தொடர்கள். எனவே இந்தத் தொடர்களில் நிற்கும் இரு சொற்களும் ஒரு சொல்போல் ஒலிக்க வில்லை.

எனவே, ல், ற் ஆக மாறவில்லை. எழுவாய்த் தொடர்கள் இவ்வாறு இயல் பாகவே அமையும்.

விளித்தொடர்

விளித் தொடரிலும் இவ்வாறே இயல்பாக அமையும்.

அண்ணல் சொல்க
என்பது விளித் தொடர்.

இது அண்ணால் சொல்க என்றும் அமையலாம். எப்படி அமைந்தாலும் விளித் தொடரில் ல், ற் ஆக மாறாது இயல்பாகவே புணரும்

வினைத்தொகை

''கொல்கருவி ஆய்களங்கள்
அமைத்துள் ளாயாம்
கூடாத செயலிதனை
நீயோ செய்தாய்?''

(சாலை இளந்திரையன்)

கொல்கருவி வினைத்தொகை. இந்தத் தொடர் இயல்பாகப் புணர்ந்திருக்கிறது. ஆய்களமும் வினைத்தொகையே.

செல்பொருள், வெல்பகை போன்ற தொடர்களையும் நோக்குக.

உவம உருபு முதலிய இடைச்சொற்கள்

''அழல்போலும் மாலைக்குத் தூதாகி ஆயன்
குழல்போலும் கொல்லும் படை''

(குறள்)

அழல் போலும் குழல் போலும் என்னும் தொடர்கள் இயல்பாகப் புணர்ந்திருக்கின்றன. அழல், குழல் என்னும் சொற்களுடன் போலும் என்னும் உவம உருபு சோந்திருக் கின்றது. இன்றும் இதே நிலைதான்.

எடுத்துக்காட்டு :

''கண்ணின் மணிபோல மணியின் நிழல் போலக்
கலந்து பிறந்தோமடா''

''ஒரு நாள் இரவு பகல்போல் நிலவு
கனவினிலே என் தாய் வந்தாள்''

''மூங்கில் போல் வளையும் இடையும்
தூண்டில் போல் கவரும் உடையும்''
(கண்ணதாசன்)

''காலொடிந்த ஆட்டுக்காகக்
கண்ணீர் விட்ட புத்தரும்
கடல்போல் உள்ளம் கொண்ட
காந்தி ஏசு நாதரும்
கழுத்தறுக்கும் கொடுமை கண்டு
திருந்தவழி சொன்னதும் உண்டு''
(பட்டுக்கோட்டையார்)

நிழல் போல்
பகல் போல்
மூங்கில் போல்
தூண்டில் போல்
கடல் போல்

என்னும் தொடர்களிலும் லகர மெய்யுடன் வல்லினம் இயல்பாகச் சேர்ந்திருக்கிறது. **நூல்போல, கயல்போல, பால்போல** என்னும் தொடர்களையும் காண்க.

''கரையாத மனத்தை நீ **கரைத்தால்கூடக்**
கரையாத என்மேனி கறையாகாது!''

''சரியாத **குழல்கூடச்** சரியும், இன்னும்
சரியாகும் என்பாள்போல் தொடர்ந்தாள்
தோழி!''
(கண்ணதாசன்)

கரைத்தால்கூட, குழல்கூட என்னும் தொடர்களும் இயல்பாகப் புணர்ந்திருப்பதை நோக்குக. ஏனைய இடைச் சொற்களும் இவ்வாறே சேரும்.

உம்மைத் தொகை

''**கங்குல் பகல்** நின்று காடுதிருத்திய
கைகள் உயர்த்திடுவோம்''
(பட்டுக்கோட்டையார்)

''கங்குல் பகல்'' என்பது உம்மைத் தொகை. இதுவும் இயல்பாகவே புணரும்

ல்+த

தீயவை தீய பயத்தலாற் றீயவை
தீயினு மஞ்சப் படும்
(குறள்)

பயத்தலாற் றீயவை என்னும் தொடரைப் பாருங்கள. பயத்தலால் தீயவை என்பதே பயத்தலாற் றீயவை என்று சேர்ந்திருக்கிறது.

இந்தத் தொடரில் நிலைமொழி ஈற்று ல், ற் ஆக மாறியிருப்பதோடு, வருமொழி முதலில் நிற்கும் த வும் ற வாக மாறி யிருக்கிறது.

லகரமெய்பை ஈற்றிலுடைய சொல் நிலை மொழியாக நிற்கும்போது வருமொழி முதலில் தகரம் வந்தால், நிலைமொழி ஈற்று லகரம், வருமொழி முதல் தகரம் இரண்டுமே றகரமாக மாறும். இது தான், த வுக்கும் மற்ற வல்லின மெய்களுக்கும் உள்ள வேறுபாடு. இதைத் தவிர மற்ற எல்லா விதத்திலும் க,ச,ப ஆகிய வல்லின மெய்களுக்குக் கூறிய விதிகள் யாவும் 'த' வுக்கும் பொருந்தும்

''நிற்கக் கற்றல் சொற்றிறம்பாமை''
(கொன்றை வேந்தன்)

''. . . . . கற்றூண்
பிளந்திறுவ தல்லால் பெரும்பாரம்
தாங்கின்
தளர்ந்து வளையுமோ தான்''

''நற்றாமரைக் கயத்தில் நல்லன்னம் சேர்ந்தாற் போல்''
(மூதுரை)

''தங்கட் குரியவராற் றாங்கெள்க''

''அதிர்வளையாய்! பொங்கா தழற் கதிராற்
றண்ணென்
கதிர்வரவால் பொங்கும் கடல்''
(நன்னெறி)

சொற்றிறம்பாமை

கற்றூண்

நற்றாமரை

உரியவராற் றாங்கொள்க

கதிராற் றண்ணென்

இந்தத் தொடர்களில் நிலைமொழி ஈற்றில் லகர மெய்யும் வருமொழி முதலில் தகரமும் நிற்கின்றன. லகரமெய்யை அடுத்துத் தகரம் வரும்போது இரண்டும் றகரமாக மாறும் என்னும் விதியைத் தழுவி இவை புணர்ந் திருக்கின்றன.

இந்தத் தொடர்களில் சொற்றிறம்பாமை, உரியவராற் றாங்கொள்க, கதிராற் றண்ணென் என்பவற்றை இன்று நாம் சேர்த்து ஒலிப்பதில்லை.

சொல் திறம்பாமை
உரியவரால் தாம் கொள்க
கதிரால் தண்ணென்

என்று பிரித்தே சொல்கிறோம்; எழுது கிறோம்.

தீய பயத்தலாற் றீயவை என்னும் தொடரையும் தீய பயத்தலால் தீயவை என்று பிரித்தொலிப்பதே இன்றைய வழக்காகும். எனவே, இவை போன்ற தொடர்களைச் சேர்த்து எழுதவும் ஒலிக்கவும் தேவை யில்லை.

ஒரு சொல்தன்மை உடையவையாக அமையும் தொடர்களில் நிற்கும் இரு சொற் களையும் சேர்த்து ஒலிப்பதே முறையாகும். சற்று முன்பு குறிப்பிட்ட தொடர்களில் கற்றூண், நற்றாமரை ஆகியவை ஒரு சொல் பான்மை உடையவை.

''வெற்றிவேற் றடக்கை கொற்றவை
யல்லள்''
''விற்றொழில் வேடர் குலனே குலனும்''
(சிலப்பதிகாரம்)

இவற்றையும் இன்றைய வழக்கில் வெற்றிவேல் தடக்கை என்றும், வில் தொழில் என்றும் பிரித்தே சொல்வதையும் எழுது வதையும் காணலாம்.

''உள்ளத்தில் தங்கம் உண்டு; தங்கத்தில் உள்ளம் இல்லை''

''கண்ணில் தெரிகின்ற வானம் கைகளில் வாராதோ''

''துள்ளாமல் துள்ளி நானும் தாளம் போடவா''

''மலர்களைப் போல் தங்கை உறங்குகின்றாள்''

''நதியில் விளையாடிக் கொடியில் தலைசீவி''

''அன்னை பெற்றாள் பெண்ணென்று
அதனால்தானே துயரின்று''

''(இரு) கைகளில்லாமல் மலர்களை
அணைத்துக்
காதல் தரவில்லையா?''
(கண்ணதாசன்)

''காசு தந்தால்தான் உன்னைக்
காணும் வழி காட்டுவதாய்''

''மூணு பக்கமும் கடல் தாலாட்டுது-தன்
மானமுள்ள மக்களைப் பாராட்டுது''

''. . . . . .அங்குத்
தென்பட்ட ஏழைகள் புண்பட்ட
நெஞ்சினில்
தீமூட்டும் செய்கைகளை''

''தெற்கில் ஒரு குரல் தென் பாங்கு பாடுது''

''உலகில் தொழில் வளம் உயரும்''

''மூலையில் தூங்கும் சோம்பலும் நீங்கும்''
(பட்டுக்கோட்டையார்)

இந்தப் பாடல் வரிகளில் நிலைமொழியாக நிற்கும் லகர ஈற்றுச் சொற்கள் வருமொழி முதலில் நிற்கும் தகர மெய்யுடன் இயல்பாகச் சேர்ந்திருப்பதை நோக்குக. உரைநடையிலும் இதே நிலைதான்.

இத்தகைய தொடர்களில் வருமொழி முதலில் த வரும்போது, ல், த இரண்டுமே ற வாக மாற வேண்டும். இல்லாவிட்டால், அவற்றைச் சேர்க்காமல், தனித்தனியே எழுத வேண்டும். இத்தகைய தொடர்களைப் பிரித்து எழுதுவதே இன்றைய வழக்கு என்பதை இந்த எடுத்துக்காட்டுக்கள் புலப்படுத்துகின்றன.

1. தொழில் - துறை - தொழில்துறை
2. தொழில் - திறமை - தொழில்திறமை
3. சொல் - தொடர் - சொல்தொடர்
4. புல் - தரை - புல்தரை
5. பகல் - தூக்கம் - பகல்தூக்கம்

இப்படி இவை இயல்பாகச் சேரும்படி எழுதலாம். அதுவே சிறந்தது. சேர்த்துத்தான் எழுதவேண்டும் என்றால் நிலைமொழி ஈறு, வருமொழி முதல் இரண்டையும் றகரமாக மாற்ற வேண்டும். தொழிற்துறை, சொற் தொடர் என்றெல்லாம் மனம்போனபடி எழுதுவது பிழை; பெரும் பிழை.

லகரத்தின் பின் மெல்லினம்

மெல்லினத்தில் சொல்லின் முதலில் வரும் எழுத்துகள் தந்நகரம், மகரம் ஆகிய இரண்டுமே. லகர மெய்யின் பின் இந்த எழுத்துகள் வரும்போது புணரும் விதத்தை இப்போது பார்ப்போம்.

ல்+ம

''பன்மாயக் கள்வன் பணிமொழி
அன்றோநம்
பெண்மை உடைக்கும் படை'' (குறள்)

பல்-மாயம் என்பதே பன்மாயம் எனத் திரிந்து புணர்ந்திருக்கிறது. (பல் என்பதற்குப் பல என்று பொருள்) வருமொழி முதலில் மகரம் வரும்போது நிலைமொழி ஈற்றில் நிற்கும் லகரம், றன்னகரமாகத் திரியும்.

பல்+மொழி - பன்மொழி
நல்+மொழி - நன்மொழி

போன்ற சில தொடர்களில் மட்டுமே ல் ன் ஆக மாறுவதை இன்றைய வழக்கில் காண் கிறோம்.

முதல்-முதல் என்னும் சொற்கள் சேரும் போது இயல்பாகவும் புணரலாம்; முதன் முதல் என்று லகரம் திரிந்தும் புணரலாம். மேல் மேல் என்பது மேன் மேல் என்றும் புணரும்.

லகர மெய் மகரத்துடன் பெரும்பாலும் இயல்பாகவே புணர்வதைக் காண்கிறோம்.

''அங்குமிங்கும் நோக்கிநோக்கி
அண்ணல் மேனி தேடுவாள்''

''விண்தொடாத விழியின் நீலம்
செந்நிறத்தில் மீறவும்''

''தொடுத்த பூத் தோளில் மோதத்
தோகையை அணைக்கும் சேரன்''

''வாடுவான், வருவான் மன்னன்
வளம்பெறும் காதல் மீண்டும்''

''கணிகைமா மருதி கொண்ட
கவலைபோல் மேலும் பல்கும்''
(கண்ணதாசன்)

''குற்றம் காணும் குறுகுதல் முற்றும்
மணற்சோற்றில் கல் தேடுதல் மானும்''
(மனோன்மணீயம்)

''காடகழ்ந்த நீரூற்றின் ஆழங்காணின்
கடலுண்டே அது நமக்குக் கணுக்கால்
மட்டம்''

''. . . . . எந்த
வட்டத்தில் அவனுண்டோ
அங்கன்னோனை
மாயத்திடுவேன்! அல்லது நான் அவனால்
மாய்வேன்''

''விழித்த விழியினில் மேதினிக் கொளி
செய்''
(பாரதிதாசன்)

''பால்மணம் மாறாதசிறு பாலகனும்
அறியான்''
''நீட்டியகால் மடங்காது நிமிர்ந்து
விட்டதையா''
(ஆசிய ஜோதி)

அண்ணல் மேனி
செந்நிறத்தில் மீறவும்
தோளில் மோத
காதல் மீணடும்
(கவலை) போல் மேலும்
குறுகுதல் முற்றும்
தேடுதல் மானும்
கணுக்கால் மட்டம்
அவனால் மாய்வேன்
விழியினில் மேதினி
பால் மணம், கால் மடங்காது

இந்தத் தொடர்களில் நிலைமொழி ஈற்றில் லகரமும் வருமொழி முதலில் மகரமும் உள்ளன. இவை இயல்பாய்ப் புணர்ந் திருப்பதை நோக்குக. எல்லாத் தொடர் களுக்கும் இது பொருந்தும்.

இத்தகைய தொடர்களில் ல், ன் ஆக மாறுவது செய்யுள் வழக்கிலேயே காணப் படுகிறது.

''நூன்முறை தெரிந்து சீலத்தொழுகு''

''தந்தை சொன் மிக்க மந்திரமில்லை''
(கொன்றை வேந்தன்)

''மன்னவர்க் கழகு செங்கோன் முறைமை''

''கொடுங்கோன் மன்னர் வாழும் நாட்டிற்
கடும்புலி வாழுங் காடு நன்றே''
(நறுந்தொகை)

''காதன்மனையாளும் காதலனும்
மாறின்றி''
''முனிக்கரசு கையான் முகந்து''
''இல்லானுக் கன்பிங் கிடம் பொருளே
வன்மற்று''
(நன்னெறி)

நூன் முறை
(தந்தை) சொன்மிக்க
செங்கோன் முறைமை
கொடுங்கோன் மன்னர்
காதன் மனையாள்
கையான் முகந்து
ஏவன் மற்று

என்னும் தொடர்களை நோக்குக. இன்றைய உரைநடையில் இவற்றைப் பிரித்தே ஒலிக்கிறோம்; எழுதுகிறாம். அப்போது இவை,

நூல் முறை
(தந்தை) சொல்மிக்க
செங்கோல் முறைமை
கொடுங்கோல் மன்னர்
காதல் மனையாள்
கையால் முகந்து
ஏவல் மற்று
என்று அமையும்.

இன்றைய கவிதைகளிலும் இத்தகைய தொடர்கள் சேர்ந்து அமைவதைக் காண முடிகிறது. ஆனால், அவை மிகச் சிறு பான்மையே.

''தாயே நின் மனக்கவலை-ஒழிந்திடத்
தக்க நன் மருந்தளிப்பேன்!''
(ஆசிய ஜோதி)

நன் மருந்து என்னும் தொடரை நோக்குக. நல்மருந்து என்பதே நன் மருந்து என்று திரிந்து புணர்ந்திருக்கிறது. உரைநடையில் இத்தகைய தொடர்களைப் பிரித்தே எழுதலாம்.

எடுத்துக்காட்டு :

பல் மருத்துவம்
கல் மனம்
சொல் மாரி
வால் மீன்
கால் மேல்
கோல் முனை
பால் மதி
செல் மனை

ல்+ந

பிறவிப் பெருங்கடல் நீந்துவர் நீந்தார்
இறைவன் அடிசேரா தார்

''அழுக்கா றவாவெகுளி இன்னாச் சொல்
நான்கும்
இழுக்கா இயன்ற தறம்'' (குறள்)

பெருங்கடல் நீந்துவர்
இன்னாச் சொல் நான்கும்

என்னும் தொடர்களில் நிலைமொழி ஈற்றில் லகர மெய்யும், வருமொழி முதலில் தந்நகரமும் நிற்கின்றன. இந்தத் தொடர் களைச் சேர்த்து ஒலிக்கும்போது இவை, முறையே

பெருங்கடனீந்துவர்
இன்னாச் சொன்னான்கும்

என்று அமையும். இந்தத் தொடர்களில் நிலைமொழி ஈற்று லகரம் வருமொழி முதல் நகரம் இரண்டும் னகரமாக மாறியுள்ளன. முதல் தொடரில் நிலைமொழி ஈற்றில் நின்ற லகரம் னகரமாக மாறி நிற்கவில்லை; மறைந்து விட்டது. இரண்டாவது தொடரில் னகரமாக மாறி நிற்கிறது.

கடல் நீந்துவர்
சொல் நான்கும்

என்னும் தொடர்களில் கடல் என்பது இரண்டுக்கு மேற்பட்ட எழுத்தைக் கொண்டது. சொல் என்பதில் தனிக்குறிலை அடுத்து ல் நிற்கிறது. தனிக்குறிலை அடுத்து நிற்கும்போது லகரம் னகரமாகத் திரிந்து மறையாமல் நிற்கும்.

''சொன்னலமும் பொருணலமும்
சுவைகண்டு
சுவைகண்டு துய்த்துத் துய்த்து''
(பாரதியார்)

சொல்-நலம் என்பது சேர்ந்து ஒலிக்கும் போது சொன்னலம் என்று அமைந்திருக்கிறது. சொல்-நான்கும் என்பது சொன்னான்கும் என்று அமைந்திருப்பதை முன்பு பார்த்தோம் அல்லவா? அதைப் போன்றது இது. இன்றைய வழக்கில் இவ்வாறு அமைவது மிக அரிதாகவே காணப்படுகிறது. உரைநடையில் இப்படிச் சேர்ந்து அமைவது இல்லை. கவிதையிலும் இத்தகைய தொடர்களில்

நிலைமொழியும் வருமொழியும் பிரிந்து நிற்பதே பெரும்பான்மையாகும்.

''நிறுத்த விழி ஒரு நிலையில் நின்று
விட்டதையா''

''சோலைப் பசுங்கிளிகள் தோழனையும்
காணாமல்
நாலு திசைகளிலும் நாடித் திரியாவோ?''
(கவிமணி)

''ஏறுபோல் நடையினாய்! வா வா வா!''

''எதுவும் நல்கியிங் கெவ்வகையானும்
இப்பெருந் தொழில் நாட்டுவம் வாரீர்!''

''சிரித்த ஒலியினில் நின் கைவிலக்கியே
திருமித் தழுவியதில் நின்முகம் கண்டேன்''
(பாரதியார்)

நிலையில் நின்று
காணாமல் நாலு
ஏறுபோல் நடையினாய்
தொழில் நாட்டுவம்
ஒலியினில் நின் (கை)
தழுவியதில் நின் (முகம்)

இந்தத் தொடர்களில் நிலைமொழியும் வருமொழியும் பிரிந்து நிற்பதைக் காண்க.

ல்+வ

''தூய்புலம் சேர நாட்டில்
வாழ்ந்தவன் அத்தி; ஆடல்
வல்லதால் ஆட்டன் அத்தி''
(கண்ணதாசன்)

நாட்டில் வாழ்ந்தவன்
ஆடல் வல்லதால்

என்னும் தொடர்களை நோக்குக. இவற்றில் நிலைமொழி ஈற்றில் லகரமும் வருமொழி முதலில் வகரமும் நிற்கின்றன. இந்தத் தொடர்களில் உள்ள இரு சொற்களும் இயல்பாகப் புணர்ந்திருக்கின்றன. எந்தத் தொடராக இருந்தாலும் லகரமும் வகரமும் இயல்பாகவே புணரும்.

எடுத்துக்காட்டு :

''வஞ்சியான் வஞ்சி நெஞ்சில்
வாழ்ந்ததே நமது காதை''
''அத்தியால் கிடைத்த திந்த
அரும்பெறல் வாழ்க்கை யாவும்''
''வால்பிடித் தடுப்பார் இல்லை
வஞ்சியில் வஞ்சம் இன்றால்''

''கைவண்ணம் கால் வண்ணம் இடையின்
வண்ணம்
கனிகின்ற வண்ணத்தில் அனுப்பித்
தந்தான்''
(கண்ணதாசன்)

''செப்புச் சிலை போலே தென்திசையைப்
பார்த்தபடி
ஆடா தசையாமல் வாடி நின்றான்''

''பிஞ்சுகள் போல் வாடிப் பிழைப்ப
தரிதாகி
அடிமையாய் வாழோமே''

''செந் நெல் வயல்கள் செழுங்கரும்புத்
தோட்டங்கள்''
(பாரதிதாசன்)

நெஞ்சில் வாழ்ந்ததே
அரும்பெறல் வாழக்கை
வஞ்சியில் வஞ்சம்
கால் வண்ணம்
அசையாமல் வாடி
(பிஞ்சுகள்) போல் வாடி
செந்நெல் வயல்கள்

என்னும் தொடர்களை நோக்குக.

''கற்றதனால் ஆய பயனென்கொல் வாலறிவன்
நற்றாள் தொழார் எனின்''

''வேண்டுதல் வேண்டாமை இலானடி
சேர்ந்தார்க்கு
யாண்டும் இடும்பை இல''

''சிறப்பொடு பூசனை செல்லாது வானம்
வறக்குமேல் வானோர்க்கும் ஈண்டு''
(குறள்)

– பயனென்கொல் வாலறிவன்
– வேண்டுதல் வேண்டாமை
– வறக்குமேல் வானோர்க்கும்

என்னும் தொடர்களையும் நோக்குக

ல்+ய

1. சொல்லுதல் யார்க்கும் எளிய அரியவாம்
சொல்லிய வண்ணம் செயல்

2. வினையான் வினையாக்கிக் கோடல்
நனைகவுள்
யானையால் யானையாத் தற்று

3. சொலல்வல்லன் சோர்விலன் அஞ்சா
னவனை
இகல் வெல்லல் யார்க்கும் அரிது
(குறள்)

சொல்லுதல் யார்க்கும்
யானையால் யானை
வெல்லல் யார்க்கும்

இந்தத் தொடர்களில் நிலைமொழி ஈற்று லகரம் வருமொழி முதல் யகரத்துடன் இயல்பாகப் புணர்ந்திருக்கிறது. எல்லாத் தொடர்களும் இவ்வாறே புணரும்.

எடுத்துக்காட்டு :

1. கல்லில் யார் நார் உரிப்பர்?
2. இந்தப் பாடல் யாது கூறுகிறது?
3. திருக்குறளில் யாவும் உள்ளன.
4. பாடல் யாத்தல் எல்லோர்க்கும் இயலக் கூடியதா?
5. அது நல்யூகமாகாது.
6. 'கொல் யானை' என்பது வினைத் தொகை.
7. நல்யோசனை கூறுவார் யார்?

''மடலூர்தல் யாமத்தும் உள்ளுவேன் மன்ற
படலொல்லா பேதைக்கென் கண்''

(குறள்)

மடலூர்தல் யாமத்தும் என்னும் தொடரையும் நோக்குக.

லகர மெய்யுடன் யகரம் சேரும் போது எந்த மாற்றமும் ஏற்படாது; அவை இயல்பாகவே புணரும்.

ரகரத்தின் பின் மெய்

சொல்லின் இறுதியில் நிற்கும் இடையின எழுத்துகளில் இன்னொன்று ரகரம். இதனை அடுத்து வரும் சொல்லின் முதல் எழுத்து மெய்யாக இருந்தால்; இந்த இரண்டு சொற்களும் புணரும்போது ஏற்படும் மாற்றங்கள் அது என்ன தொடர் என்பதைப் பொறுத்தே அமைகின்றன.

ரகரத்தின் பின் வல்லினம்

1. ஈராயிரம் ஆண்டுகட்கு முன்னரே புலவர் படைத்தனர் புறநானூறு போன்ற உயர் தனிச் செம்மை வாய்ந்த இலக்கியங்களை.
2. மானம் பெரிது, உயிரல்ல என்று எண்ணிய அந்த மறத் தமிழன் நீர் பருகாதிருந்து உயிர் நீத்தான்.
3. அந்நாளில், பிறநாட்டாரிடம் இல்லாத பல்வேறு வகையான போர்க்கருவிகள் தமிழரிடம் இருந்தன.
4. அவை வீரர் திறம் விளக்கும் கருவிகளாக இருந்தன.
5. மதிற்சுவர் தாண்டித்தானே கோட்டைக் குள் செல்ல வேண்டும்.
6. எவர் கரத்துக்கும் சிக்காமல் மீன் கொத்திப் பறவை வடிவத்தில் உள்ள இந்தப் பொறியின் பெயர் எரிசிரல்.
7. காலத்துக்கு ஏற்றபடி ஊர் கோலம் கொள்கிறது.
8. பூம்புகார்ப் பெண்கள் பகலில் பட்டு ஆடையும் இரவில் பருத்தி ஆடையும் அணிந்தனர்.
9. கண்ணகி கோவலனுடன் மதுரை நகர் சென்றாள்.
10. சேரர், சோழர், பாண்டியர் சேர்ந்தி ருப்பதைக் கண்டு புலவர் களிப்பு மிகக் கொண்டார்.
11. முடியுடை மூவேந்தர்கள் மட்டுமல்ல; குறுநில மன்னரும் வேளிரும்கூடப் புலவர் பெருமக்களை ஊக்குவித்தனர்.
12. புலவரீர் தங்கள் புகழ் வாழ்க!

இந்த வாக்கியங்களில், ரகர மெய்யை ஈற்றிலுடைய சொல்லை நிலைமொழியாகக் கொண்ட தொடர்கள் பல உள்ளன. இவை பல்வேறு வகையானவை.

எழுவாயத் தொடர்

புலவர் படைத்தனர்
ஊர் கோலம்
புலவர் களிப்பு
(வலி மிகவில்லை)

வினை முற்றுத் தொடர்

படைத்தனர் புறநானூறு
(வலி மிகவில்லை)

வேற்றுமைத் தொகை

நீர் பருகாதிருந்து
சுவர் தாண்டி (இரண்டாம் வேற்றுமை)
(வலி மிகவில்லை)

நகர் சென்றாள் (நான்காம் வேற்றுமை) (வலி மிகவில்லை)

வீரர் திறம்; எவர் கருத்துக்கும் (ஆறாம் வேற்றுமை – நிலைமொழி உயர்திணை – வலி மிகவில்லை)

உருபும் பயனும் உடன் தொக்க தொகை

போர்க் கருவிகள்
பூம்புகார்ப் பெண்கள் (ஏழாம் வேற்றுமை) (வலி மிகுந்திருக்கிறது)

வினைத்தொகை

உயர்தனி (வலிமிகவில்லை)

உம்மைத் தொகை

சேரர், சோழர், பாண்டியர் (வலிமிக வில்லை)

இருபெயரொட்டுப் பண்புத் தொகை

புலவர் பெருமக்கள்-நிலைமொழி
உயர்திணை (வலிமிகவில்லை)

விளித் தொடர்

புலவரீர் தங்கள் (வலிமிகவில்லை)

தொடர் இலக்கண விதிகளை முன்பே விளக்கியிருக்கிறோம். இவையாவும் அந்த விதிகளைத் தழுவியே புணர்ந்திருக்கின்றன. பின்வரும் எடுத்துக்காட்டுகளையும் காண்க.

''கைவருந்தி உழைப்பவர் தெய்வம்
கவிஞர் தெய்வம் கடவுளர் தெய்வம்''

''செந்தமிழ் மணி நாட்டிடை யுள்ளீர்
சேர்ந்தித் தேவை வணங்கும் வாரீர்''

''சந்தனத்தை மலரை இடுவோர்
சாத்திரம் இவள் பூசனை யன்றாம்''

''நிதி மிகுந்தவர் பொற்குவை தாரீர்
நிதி குறைந்தவர் காசுகள் தாரீர்''

''இன்னறுங் கனிச் சோலைகள் செய்தல்
இனிய நீர்த்தண் சுனைகள் இயற்றல்''
(பாரதியார்)

''வெஞ்சமரில் வெல்லும் உன் தடந்தோள் கண்டு
அஞ்சுவர் பகைவர் எனப் பெரும் புலவர்
கொஞ்சு தமிழில் உன் கொற்றம் வாழ்த்துதல் கேட்டு
மிஞ்சுது காதல்''

''மையுண்ட ஆய்மலர்க்கண் பசலை நிறம் படர
மனம் கவர் சேய்மலை நாடன் செய்தநோய் இதுவென்று''

''பாண்டியன் பக்கம் நின்று சோழனை எதிர்த்தாலும்-அவன்
பண்பு நலம் கண்டு பாராட்டத் தவறாதவர் கீரத்தனார்
மாற்றான் தோட்டத்து மல்லிகைக்கும் மணமுண்டு என்ற
மனம்படைத்த பெருந்தகைப் பேரறிஞர் போலும் அப்புலவர்''
(கலைஞர் மு.க.)

உழைப்பவர் தெய்வம்
கவிஞர் தெய்வம்
கடவுளர் தெய்வம்
இடுவோர் சாத்திரம்
மிகுந்தவர் பொற் குவை
குறைந்தவர் காசுகள்
நீர்த்தண் சுனைகள்
அஞ்சுவர் பகைவர்
புலவர் கொஞ்சுதமிழில்
மலர்க்கண்
கவர் சேய்
தவறாதவர் கீரத்தனார்
பேரறிஞர் போலும்

இவற்றில் நீர்த்தண் சுனைகள், மலர்க்கண் இரண்டையும் தவிர மற்ற எல்லாத் தொடர் களிலும் நிலைமொழியும் வரு மொழியும் இயல்பாகச் சேர்ந்திருக்கின்றன. 'நீர்த்தண் சுனை' என்பது இரண்டாம் வேற்றுமை உருபும் பயனும் உடன் தொக்க தொகை. மலர்க்கண் என்பது உவமைத் தொகை. மற்றவை யாவும் சற்று முன் குறிப்பிட்ட தொடர்களில் ஏதேனும் ஒன்றில் அடங்கி விடுகின்றன. ரகரத்தை ஈற்றில் உடைய சொல்லை நிலைமொழியாகக் கொண்ட தொடரில் வல்லினம் மிகுமா, மிகாதா என்பது அது என்ன தொடர் என்பதைப் பொறுத்தே அமைகிறது. ரகரத்தை நிலைமொழி ஈற்றில் கொண்ட தொடர்களை உற்று நோக்கினால் இதைப் புரிந்துகொள்ளலாம்.

எடுத்துக்காட்டு :

தொடர்கதை	மலர்ச் சோலை
மகளிர் பங்கு	புலவர் கூட்டம்
உயர் தமிழ்	வளர் கலை
இடர்செய்தல்	தொடர் செயல்
ஆடவர் பெண்டிர்	போர்க்களம்
மலர்ப்படுக்கை	மலர்க்கை
தளிர்க்கொடி	கவிஞர் கனவு
சான்றோர் பெருமை	தேர்க்கால்

ஏனைய தொடர்களிலும் வல்லினம் மிகுமா மிகாதா என்பதைத் தொடரைப் பார்த்து முடிவு செய்க.

''வளர் பொதிகை மலைதோன்றி மதுரை
நகர் கண்டு பொலிந்த தமிழ் மன்றமே''

''பூசை யார் செய்வது?-இந்தப்
பூவை யார் கொள்வது?''

''கார் குழலை நீராட்டிக் கண்ணிரண்டைத்
தாலாட்டி''

''வாழ்ந்தவர் கோடி, மறைந்தவர் கோடி
மக்களின் மனத்தில் நிற்பவர் யார்?''
(கண்ணதாசன்)

இந்தத் தொடர்களையும் நோக்குக.

ரகரத்தின் பின் மெல்லினம்

ஒரு தொடரில் நிலைமொழி ஈற்றில் ரகரமெய் நிற்கும்போது வருமொழி முதலில் மெல்லினம் வந்தால் இயல்பாகவே அந்தச் சொற்கள் சேரும் இங்கே நாம் என்ன தொடர் என்று பார்க்க வேண்டியதில்லை.

மாதர் முகம் போல ஒளிவிட வல்லை
யேல்
காதலை வாழி மதி

அளித்தஞ்சல் என்றவர் நீப்பின் தெளித்த
சொல்
தேறியார்க் குண்டோ தவறு

நாணும் மறந்தேன் அவர்மறக் கல்லாவென்
மாணா மடநெஞ்சிற் பட்டு

நனவென ஒன்றில்லை யாயின் கனவினாற்
காதலர் நீங்கலர் மன்
(குறள்)

மாதர் முகம்
என்றவர் நீப்பின்
அவர் மறக்கல்லா
காதலர் நீங்கலர்

இந்தத் தொடர்களில் நிலைமொழி ஈற்றில் ரகரமும் வருமொழி முதலில் மெல்லினமாகிய நகரம், மகரம் ஆகியவையும் நிற்கின்றன. இவை இயல்பாகச் சேர்ந்திருப்பதை நோக்குக. வருமொழி முதலில் மெல்லினம் நிற்கும் எல்லாத் தொடர்களும் இவ்வாறே புணரும்.

''நக்க சாரணர் நாகர் வாழ்மலை''
''ஆதிரை இட்டனள் ஆருயிர் மருந்து''
(மணிமேகலை)

''மானீர் நிடதத்தார் மன்''
(நளவெண்பா)

''மதியாதார் முற்றம் மதித்தொருகாற்
சென்று
மிதியாமை கோடி யுறும்''
(ஔவையார்)

''கற்றார்முன் கல்வி உரைத்தல் மிக
இனிதே''
(இனியவை நாற்பது)

''அறியார் புல்லர் நல்லோரை''
(விவேக சிந்தாமணி)

''என்படையின் தளர்நிலையை அவனை
யல்லால்
பின் எவரும் அறியாரே!''

''பேர் மறைக்க எண்ணியே தான் அணிந்த
பெருந்திரையை முகமூடித் துணியை
அங்கு
நேர்நின்ற தன்ஆளை அணியச் செய்து
நெடிதுபோய் அரண்மனையில்
நின்றிருந்தான்''
(பாரதிதாசன்)

''சொப்பன நாடென்ற சுடர்நாடு - அங்கு
சூழ்ந்தவர் யாவர்க்கும் பேருவகை''

''ஏட்டையும் பெண்கள் தொடுவது
தீமையென்
றெண்ணி யிருந்தவர் மாய்ந்துவிட்டார்''

''சீதக் கதிர்மதி மேற்சென்று பாய்ந்தங்கு
தேனுண்ணுவாய் மனமே!''
(பாரதியார்)

சாரணர் நாகர்
ஆருயிர் மருந்து மானீர்
நிடதத்தார்மன்
மதியாதார் முற்றம் கற்றார் முன்
புல்லர் நல்லோரை தளர் நிலையை
பேர் மறைக்க நேர் நின்ற
சுடர்நாடு இருந்தவர்
கதிர்மதி மாய்ந்துவிட்டார்

என்னும் தொடர்கள் இயல்பாகப் புணர்ந் திருப்பதை நோக்குக.

ரகரத்தின் பின் இடையினம்

இடையினத்தில் சொல்லின் முதலில் வரும் யகரமும் வகரமும் ரகரத்துடன் எவ்வாறு சேருகின்றன என்பதை இனிக் காண்போம்.

ர்+வ்

''கரிகால மன்னவன்முன் இருவர்
வாழ்வைக்
கைகூட்டி ஒன்றாக்கி முடித்துவைப்பார்''

''தாதியர்கள் தொட்டாற்கால் வலி தீராது!
தார்வேந்தே நீர் கொஞ்சம் என்றால் போதும்''

''வண்ணக் கருங்குழற் பாவை-மலர்
வாயின் மொழிபெற எண்ணிய கோவை''

''பாவேந்தும் புகழ் பெற்றான் பலர்வீழ்ந்த
தீக்காட்டில் பலியே ஆனான்!''

''வாலைக் குமரியர் எண்ணிவிட்டால்
உயர்
வானமும் கைப்படத் தாழுமன்றோ?''

''நெஞ்சி லிருந்தது கைக்குக் கிடைத்தபின்
நேரங் கழிப்பதை யார்விழைவார்?''

''வஞ்ச மகன் அட! வஞ்சி மகன்! மலர்
வஞ்சியிலுள்ளதை எண்ணவில்லை!''

''வேறுயாரும் ஈடிலாத
வேந்தர் வேந்து ....''

''மலர்வனத் தலர்ந்த செவ்வாய்
மங்கைமா மருதி. . . . . ''

''வளர் நகர் வஞ்சி எண்ணம்
மனத்திடை அரும்ப. . . . . .''

''அரும்பெறல் சேரன் மைந்தன்
விழுந்துள நிலையைக் காணார்
வெய்துயிர்த் தயர்ந்தார் வீரர்''
(கண்ணதாசன்)

இருவர் வாழ்வை
தார் வேந்தே
மலர் வாய்
பலர் வீழ்ந்த
உயர் வானம்
யார் விழைவார்
மலர் வஞ்சி(யிலுள்ளதை)
வேந்தர் வேந்து
மலர் வனம்
நகர் வஞ்சி
காணார் வெய்துயிர்த்து
அயர்ந்தார் வீரர்

இந்தத் தொடர்கள் ஒவ்வொன்றும் ஒவ்வொரு வகையானவை. இவற்றில் நிலை மொழி ஈற்றில் ரகரமும் வருமொழி முதலில் வகரமும் நிற்கின்றன. இவை இரண்டும் இயல்பாகச் சேர்ந்திருப்பதை நோக்குக. எந்த வகைத் தொடரானாலும் ரகரமும் வகரமும் இயல்பாகவே புணரும்.

இன்னா தினன் இல்லூர் வாழ்தல்
அதனினும்
இன்னா தினியார்ப் பிரிவு

துறந்தாரின் தூய்மை யுடையார்
இறந்தார்வாய்
இன்னாச்சொல் நோற்கிற் பவர்

புறங்கூறிப் பொய்த்துயிர் வாழ்தலிற் சாதல்
அறங்கூறும் ஆக்கம் தரும்

விளியுமென் இன்னுயிர் வேறல்லம்
என்பார்
அளியின்மை ஆற்ற நினைந்து

கூடிய காமம் பிரிந்தார் வரவுள்ளிக்
கோடுகொ டேறுமென் நெஞ்சு
(குறள்)

இல்லூர் வாழ்தல்
இறந்தார் வாய்
உயிர் வாழ்தல்
உயிர் வேறல்லம்
பிரிந்தார் வரவு

என்னும் தொடர்களையும் நோக்குக.

ர்+ய

எப்பொருள் யார்யார் வாய்க் கேட்பினும்
அப்பொருள்
மெய்ப்பொருள் காண்பதறிவு

யாம்கண்ணிற் காண நகுப அறிவில்லார்
யாம்பட்ட தாம்படா வாறு
(குறள்)

யார் யார்
அறிவில்லார் யாம்

என்னும் தொடர்களில் நிலைமொழி ஈற்றில் நிற்கும் ரகரம் வருமொழி முதலில் நிற்கும் யகரத்துடன் இயல்பாகச் சேர்ந்திருக்கிறது. இங்கே எந்த மாற்றமும் ஏற்படவில்லை. எல்லாத் தொடர்களுக்கும் இது பொருந்தும். எனவே, ரகரமும் யகரமும் சேரும்போது அது என்ன தொடர் என்று ஆராய வேண்டியதில்லை.

''சோலையும் பகைமை கொண்டால்
தோகையைக் காப்பார் யாவர்?''

''ஆடிடும் கலையில் இந்த
அதிசயம் செய்தார் யாவர்?''
(கண்ணதாசன்)

''அவையினிலே அசைவில்லை
பேச்சுமில்லை
அச்சடித்த பதுமைகள் போல் இருந்தார்
யாரும்''

''.................. பாம்புக் கூட்டம்
போராடும் பாழ்நிலத்தை அந்த நாளில்
புதுக்கியவர் யார்?
''எவ்வாறானாலும் கேள்! சேனையெலாம்
என்னிடத்தில்!
செய்வார் யார் நம்மிடத்தில் சேட்டை. . ''
(பாரதிதாசன்)

காப்பார் யாவர்
செய்தார் யாவர்
இருந்தார் யாரும்
புதுக்கியவர் யார்
செய்வார் யார்
என்னும் தொடர்களையும் நோக்குக.

மலர் யுகம்
சிலர் யுக்தி
அவர் யோசனை
பலர் யூகம்
போன்ற தொடர்களும் இந்த வகையைச் சேர்ந்தவையே.

யகரத்தின் பின் மெய்

சொல்லின் இறுதியில் நிற்கும் யகரம் வருமொழி முதலில் நிற்கும் மெய்யுடன் சேரும்போது ஏற்படும் மாற்றங்கள் அந்தச் சொற்கள் நிற்கும் தொடரைப் பொறுத்தே அமைகின்றன.

யகரத்தின் பின் வல்லினம்

''கண்ணொடு கண்ணினை நோக்கொக்கின்
வாய்ச் சொற்கள்
என்ன பயனும் இல''

''பரிந்தவர் நல்காரென் றேங்கிப் பிரிந்தவர்
பின் செல்வாய் பேதையென் நெஞ்சு''

''கரத்தலும் ஆற்றேன்இந் நோயை நோய்
செய்தார்க்
குரைத்தலும் நாணுத் தரும்''

''அறத்தாற்றில் இல்வாழ்க்கை ஆற்றின்
புறத்தாற்றில்
போஓய்ப் பெறுவதெவன்''
(குறள்)

வாய்ச் சொற்கள்
(மூன்றாம் வேற்றுமை உருபும் பயனும் உடன் தொக்க தொகை)

செல்வாய் பேதை
(வினை முற்றுத் தொடர்)

நோய் செய்தார்
(இரண்டாம் வேற்றுமைத் தொகை)
போய்ப் பெறுவது
(வினையெச்சத் தொடர்)

இவை முன்பு குறிப்பிட்ட விதிகளைத் தழுவிப் புணர்ந்திருக்கின்றன. ஏனைய தொடர்களும் அந்த விதிகளைத் தழுவியே புணரும்.

எடுத்துக்காட்டு :

''மெய்த்திற நூற்கள் சிற்பம்
விஞ்ஞானம் காவியங்கள்''
(பாரதிதாசன்)

''வாய் முத்தம் தாராமல் மழலையுரை
யாடாமல்
சேய்கிடத்தல் கண்டெனக்குச் சிந்தை
தடுமாறுதையா!''

''துள்ளிவிளை யாட என்றன் சுந்தரனைத்
தேடிவரும்
புள்ளிமான் கன்றினுக்கெப் பொய்
சொல்லி நிற்பனையா?''
(ஆசிய ஜோதி)

''ஓடித் திரிந்தலைந்தும் உன்பாதம்
காணாமல்
வாடிக் கலங்குகின்றேன் வாராய்
பராபரமே!
அரிய பரம்பொருளே அன்பாய் ஒரு
வார்த்தை
பரிபூ ரணமாய்ப் பகராய் பராபாமே!''
(குணங்குடி மஸ்தான் சாகிபு)

''பாய்திரை வேலிப் படுபொருள் நீயறிதி
காய்கதிர்ச் செல்வனே கள்வனோ என்
கணவன்''
(சிலப்பதிகாரம்)

''நாவாய் கேடுற நன்மரம் பற்றி''
(மணிமேகலை)

''உள்ளத்தை அச்சம் உலைவுறுத்தப்
பேய்கண்ட
பிள்ளையென வீற்றிருந்தாள். . . . . . .''
(பாரதியார்)

''பொய்ப்புலன்கள் ஐந்துநோய்
புல்லியர்பால் அன்றியே
மெய்ப்புலவர் தம்பால் விளையாவாம்''
(நன்னெறி)

மெய்த்திறம்
சேய்கிடத்தல்
பொய்சொல்லி
வாராய் பராபரமே
பரிபூரணமாய்ப் பகராய்
பகராய் பராபரமே
பாய்திரை
காய்கதிர்
நாவாய்கேடுற
பேய் கண்ட
பொய்ப் புலன்கள்
மெய்ப் புலவர்

என்னும் தொடர்களையும் நோக்குக. செவ்வாய்க்கிழமை, தாய்சேய், காய் கனி, தேங்காய்ப் பால் போன்ற தொடர்களையும் காண்க.

யகரத்தின் பின் மெல்லினம்

மெல்லினத்தில் சொல்லின் முதலில் வரும் எழுத்துகள் நகரமும் மகரமும் என்பது நாம் அறிந்ததே. இந்த எழுத்துகளை முதலிலுடைய சொற்கள் யகர மெய்யை ஈற்றிலுடைய சொற்களுடன் சேரும்போது இயல்பாகவே புணரும்.

ய்+ந

நோய்நாடி நோய் முதல் நாடி
அதுதணிக்கும்
வாய்நாடி வாய்ப்பச் செயல்

அரிதாற்றி அல்லல் நோய் நீக்கிப்
பிரிவாற்றிப்
பின்இருந்து வாழ்வார் பலர்
(குறள்)

நோய் நாடி
வாய் நாடி
நோய் நீக்கி

என்னும் தொடர்களில் நிலைமொழியும் வருமொழியும் இயல்பாய்ப் புணர்ந்திருக்கின்றன.

''மாமலைதான் சென்னி வளைந்து
கொடுத்ததுவோ?
நாம்மலைக்கக் குப்பன் விரைவாய்
நடந்தானோ''

''நம்புங்கள் மெய்யாய் நடக்கும்
விஷயங்களிவை''
''இம்மட்டும் இன்று கதையை
நிறுத்துகின்றேன்
செம்மையாய் நாளைக்குச் செப்பு
கின்றேன் மற்றவற்றை''
(பாரதிதாசன்)

விரைவாய் நடந்தானோ
மெய்யாய் நடக்கும்
செம்மையாய் நாளைக்கு
என்னும் தொடர்களையும் நோக்குக.

ய்+ம

நோய்நாடி நோய்முதல் நாடி அது
தணிக்கும்
வாய்நாடி வாய்ப்பச் செயல்

"கெடுப்பதூஉம் கெட்டார்க்குச் சார்வாய்
மற்றாங்கே
எடுப்பதூஉம் எல்லாம் மழை"
(குறள்)

நோய் முதல்
சார்வாய் மற்று

என்னும் தொடர்கள் இயல்பாய்ப் புணர்ந்திருப்பதை நோக்குக. இந்தத் தொடர்களில் நிலைமொழி ஈற்றில் யகர மெய்யும் வரு மொழி முதலில் மகரமும் நிற்கின்றன. எல்லாத் தொடர்களுக்கும் இது பொருந்தும்.

எடுத்துக்காட்டு :

"மண்ணுக்கும் கேடாய் மதித்தீரோ
பெண்ணினத்தை?"

"இன்பக்கிளியே! எனக்களிப்பாய் முத்த
மென்றான்"

"தந்திரமாய் மண்ணில் தலைகுனிந்து
வைத்திட்ட
அந்தப் பகுதிதான் ஆச்சரியம் ஆகுமடி!"

". . . . . ஐயகோ! என்
தாய்மொழிக்குப் பழி வந்தால்
சகிப்பதுண்டோ?"
(பாரதிதாசன்)

"வாய்முத்தம் தாராமல் மழலையுரை
யாடாமல்"
(கவிமணி)

"முகைசெய் மேனி தழுவிமுத் திட்டலும்"
(வீரமாமுனிவர்)

"பெற்றெடுத்த தாய்மிகவும் பழசாய்ப்
போனாள்
பிரிதொருதாய் வேண்டுமென்று பேசுவார்
போல்"
(நாமக்கல் கவிஞர்)

"சூழும் மகிழ்வுடனே-வந்து
சுற்றி உலாக் கொண்டு மெய்மறந்தாள்"
(கண்ணதாசன்)

கேடாய் மதித்தீரோ
அளிப்பாய் முத்தம்
தந்திரமாய் மண்ணில்
தாய்மொழி
வாய்முத்தம்
செய்மேனி

தாய்மிகவும்
மெய்மறந்தாள்

இந்தத் தொடர்களிலும் யகரத்துடன் மகரம் இயல்பாகப் புணர்ந்திருக்கிறது.

யகரத்தின் பின் இடையினம்

இடையினத்தில் 'ய' வும் 'வ'வும் சொல்லின் முதலில் வரும். இந்த எழுத்து களை முதலிலுடைய சொற்கள் யகர மெய்யுடன் சேரும்போதும் இயல்பாகப் புணரும்.

ய் + வ

"மெய்வண்ணப் பெண்காதல் மென்மை
தேரான்
மின்வண்ண மருதித்தேன் பெருமை
கேட்டான்!
பொய்வண்ண நெஞ்சத்தான் மருதிப்
பெண்மேல்
புகழ்வண்ணம் பலபாடி நகைகள்
செய்து"

"படையொடுபோய் வஞ்சியினைப்
பிடித்தாலன்றிப்
பனிமலரை நாமடைதல் இயலாது..."

"மண்ணிடை மணியாய் வந்த
மன்னவன் புத்தன் கால்கள்"
(கண்ணதாசன்)

"வீரத் தளபதியாய்-விடுதலைப்
போரை நடத்தி வென்றார்"
(நாமக்கல் கவிஞர்)

"ஓர்நொடியில் சஞ்சீவி பர்வதத்தை
ஓடிப்போய்
வேரோடு பேர்த்துவரவேண்டுமே
ஐயாவே!

"அடிமையாய் வாழோமே ஆண்மை தான்
இன்றி
மிடிமையில் ஆழ்ந்து விழியோமே?..."

"முன்னொன்று தீவினையால் பெருநோய்
வந்து
மூண்டதெனச் சொல்லி வைத்தான்..."
(பாரதிதாசன்)

மெய்வண்ணம்
பொய்வண்ணம்
போய் வஞ்சி

மணியாய் வந்த
தளபதியாய் விடுதலை
ஓடிப்போய் வேரோடு
அடிமையாய் வாழோமே
பெருநோய் வந்து

என்னும் தொடர்கள் இயல்பாய்ச் சேர்ந்திருப்பதை நோக்குக. எந்தத் தொடராக இருந்தாலும் இப்படித்தான் சேரும். எனவே, என்ன தொடர் என்று ஆராய வேண்டியதில்லை.

ய்+ய

''கருமணியிற் பாவாய்நீ போதாயாம்
வீழும்
திருநுதற் கில்லை இடம்''
(குறள்)

போதாயாம் என்பது போதாய்-யாம் என்னும் இரு சொற்கள் கொண்ட தொடர் நிலைமொழி ஈற்றில் யகரமெய் நின்று வருமொழி முதலில் யகரம் வந்தால் நிலைமொழி ஈற்று யகரம் கெட்டுவிடும். இந்த விதியைத் தழுவியே இரு சொற்களும் சேர்ந்திருக்கின்றன.

தாய்-யார் என்பதும் இவ்வாறே தாயார் என்று சேரும். இன்றைய வழக்கில், குறிப்பாக உரைநடையில் இத்தகைய சொற்களைச் சேர்த்து எழுதுவதில்லை. பண்டைய வழக்கிலும் பிரித்துச் சொல்வதே பெரும்பான்மையாகக் காணப்படுகிறது.

எடுத்துக்காட்டு :

''இலங்குதொடி நல்லாய் யார் நீ?''
என்றலும்
'மாதவி ஈன்ற மணிமேகலையான்
பூங்கொடி யன்னாய் யார் நீ?'என்றலும்''
(மணிமேகலை)

''தவம் செய்து பெற்ற உன் தாய் யார்?
தந்தை யார்''
(பாரதிதாசன்)

நல்லாய் யார்?
அன்னாய் யார்?
தாய் யார்?
என்னும் தொடர்களை நோக்குக.

இத்தகைய தொடர்களில் நிற்கும் நிலைமொழியையும் வருமொழியையும் சேர்த்து ஒலிக்கும்போது, நிலைமொழி ஈற்று யகர மெய் மறைந்து விடுவதைக் கண்டோம். ஆனால், தனிக்குறிலை அடுத்து நிற்கும் யகரமெய் சேர்த்து ஒலிக்கும்போது மறையாது.

எடுத்துக்காட்டு :

1. பொய் யாகம்
2. மெய் யுகம்
3. செய் யோகம்

இந்த ஒலிகளைச் சேர்த்து ஒலிக்கும் போதும் எந்த மாற்றமும் ஏற்படாது. குறிப்பாக, நிலைமொழி ஈற்று யகரம் கெடாது.

ழகரத்தின் பின் மெய்

இடையின மெய்களில் ல், ர், ள், ய் ஆகிய வற்றிற்குப்பின் மெய்யெழுத்துகள் வரும் போது அவை எவ்வாறு புணரும் என்பதை இதற்கு முன்பு பார்த்தோம். இடையினத்தில் சொல் இறுதியில் வரும் மற்றொரு மெய் ழகரமாகும். இந்த எழுத்து, சொல்லின் கடைசியில் நிற்கும்போது அடுத்து வரும் சொல்லின் முதலெழுத்து மெய்யாக இருந்தால் இந்த இரண்டும் புணரும் விதத்தை இப்போது பார்ப்போம்.

ரகர, யகர மெய்களைப் போலவே ழகர மெய் நிலைமொழி ஈற்றில் நிற்கும்போதும் வருமொழி முதலில் நிற்கும் மெய்யுடன் எவ்வாறு சேருகிறது என்பது அது என்ன தொடர் என்பதைப் பொறுத்தே அமைகிறது.

ழகரத்தின் பின் வல்லினம்

இருள்சேர் இருவினையும் சேரா இறைவன்
பொருள்சேர் புகழ்புரிந்தார் மாட்டு
(குறள்)

''சொல்லில் உயர்வு தமிழ்ச்
சொல்லே-அதைத்
தொழுது படித்திடடி பாப்பா!''

''விண்முட்டிச் சென்ற புகழ்
போச்சே-இந்த
மேதினியில் கெட்ட பெயராச்சே''

''காதல் விளைய மயக்கிடும் பாட்டினில்
கண்மகிழ் சித்திரத்தில். . . . .''

''கள்ளைக் கடலமுதை-நிகர்
கண்டதோர் பூந்தமிழ்க் கவி சொலவே''

''விற்பனத் தமிழ்ப் புலவோர் - அந்த
மேலவர் நாவெனும் மலர்ப் பதத்தாள்''

''நின்றிடும் புகழ்ச்சீனம்-வரை
நேர்ந்திடும் பலப்பல நாட்டினரும்''

''ஏழ்கடல் ஓடியும் ஓர்-பயன்
எய்திட வழியின்றி இருப்பதுவும்''

''தொன்று நிகழ்ந்த தனைத்தும்
உணர்ந்திடும்
சூழ்கலை வாணர்களும் . . . .''
(பாரதியார்)

''சூழ்ச்சிதனை வஞ்சகத்தைப் பொறாமை
தன்னைக்
தொகையாக எதிர்நிறுத்தித் தூள்
தூளாக்கும்
காழ்ச்சிந்தை மறச் செயல்கள் மிகவும்
வேண்டும்
கடல்போலச் செந் தமிழைப் பெருக்க
வேண்டும்
கீழ்ச்செயல்கள் விடவேண்டும்!
ராவணன்தன்
கீர்த்தி சொல்லி அவன் நாமம் வாழ்த்த
வேண்டும்''

''சங்கீத மெல்லாம் தகத்தகாயத் தமிழ்!
காதலெலாம் தமிழ் கனிந்த சாறு!''

''கமழ் தரு தென்றல் சிலிர்
சிலிர்ப்பால்-கருங்
கண் மலரால் முல்லை
வெண்ணகைப்பால்''

''சேலை நிகர்த்த விழியுடையாள்-என்றன்
செந்தமிழ்ப் பத்தினி வந்துவிட்டாள்''

''துய்ய நீர்க்குமிழ் தோன்றும் உடையும்
பொய்யும் அவ்வாறே உடைந்து
போகுமே!''
(பாரதிதாசன்)

புகழ் புரிந்தார்
தமிழ்ச் சொல்லே
புகழ் போச்சே
மகிழ் சித்திரத்தில்
தமிழ்க் கவி
தமிழ்ப் புலவோர்
புகழ்ச் சீமை
ஏழ் கடல்
சூழ் கலை
காழ்ச் சிந்தை
கீழ்ச் செயல்கள்
தமிழ் கனிந்த
கமழ் தரு
செந்தமிழ்ப் பத்தினி
நீர்க்குமிழ் தோன்றும்

இந்தத் தொடர்கள் சிலவற்றில் வல்லினம் மிகுந்தும் சிலவற்றில் மிகாமலும் இருப்பதை நோக்குக. இவற்றைக் கூர்ந்து கவனித்தால், வல்லினம் மிகுவதும் மிகாமல் இருப்பதும் அந்தச் சொற்கள் நிற்கும் தொடரைப் பொறுத்து அமைவது புலனாகும். வல்லினம் மிகும் தொடர்களையும் மிகாத தொடர் களையும் முன்பே விளக்கியிருக்கிறோம்.

எனவே, ழகர மெய்யை நிலை மொழி யாகக் கொண்ட தொடரில் வல்லினம் மிகுமா என்பதைத் தீர்மானிக்க அது என்ன தொடர் என்பதைக் கவனிக்க வேண்டும். முன்பு சொன்ன தொடர் விதிகளை நினைவிற் கொள்க.

ழகரத்தின் பின் மெல்லினம்

நிலைமொழியின் ஈற்றில் ழகர மெய் நிற்கும்போது வருமொழி முதலில் மெல்லி னமாகிய தந்நகரம் அல்லது மகரம் வருமாயின், அந்தத் தொடரில் நிற்கும் இரு சொற்களும் இயல்பாகப் புணரும்.

எடுத்துக்காட்டு :

''வீழ்நாள் படாமை நன்றாற்றின்
அஃதொருவன்
வாழ்நாள் வழியடைக்கும் கல்''
(குறள்)

''முத்தொளிர் மாடங்களாம்-எங்கும்
மொய்த்தளி சூழ்மலர்ச் சோலைகளாம்''

''இலகு புகழ்மனுவாதி முதுவர்க்கும்
மாமனே பொருள்
ஏற்றமும் மாட்சியும் இப்படி உண்டுகொல்
மாமனே
(பாரதியார்)

''புதுமைப் புடைவைகள் விதவிதப்
பறவைகள் போலே
நல்ல நிறங்காட்டும் நாளும் புகழ்
நாட்டும்''
(பட்டுக்கோட்டையார்)

''அலை புகழ் மனித வாழ்க்கை
அடுத்தவர் அறியத் தானே''
(கண்ணதாசன்)

''புலனற்ற பேதையாய்ப் பெண்ணைச்
செய்தால் அந்
நிலம் விளைந்த பைங்கூழ் நிலைமையும்
அம்மட்டே''
(பாரதிதாசன்)

வீழ்நாள்
வாழ்நாள்
சூழ்மலர்
புகழ் மனுவாதி
புகழ் நாட்டும்
புகழ் மனித வாழ்க்கை
பைங்கூழ் நிலைமை

ஆகிய தொடர்கள் இயல்பாகப் புணர்ந் திருக்கின்றன. பின்வரும் தொடர்களும் இந்த வகையைச் சேர்ந்தவையே :

தமிழ் மொழி	தமிழ் மரபு
புகழ் மணம்	ஆழ் மனம்
தாழ் நிலை	புகழ் நாட்டம்
சூழ் நிலை	ஏழ் நிலை

எல்லாவகைத் தொடர்களும் இவ்வாறே இயல்பாகப் புணரும்.

ழகரத்தின் பின் இடையினம்

நிலைமொழி ஈற்றில் ழகர மெய்யும் வருமொழி முதலில் இடையினமாகிய யகரம், வகரம் ஆகிய இரண்டில் ஏதேனும் ஒன்றும் நிற்கும்போது அவை இரண்டும் இயல் பாகவே புணரும்.

ழ்+வ

''பாழ் விலங்கால் அந்தோ! படுமோசம்
நேரும் என்றான்
வாழ்வில் எங்கும் உள்ளதுதான் வாருங்கள்
என்றுரைத்தாள்''
(பாரதிதாசன்)

''பொன்னிப் பெருந்தாயே! புகழ் வளர்த்த
காவிரியே!
தென்னவனைக் கொண்டு சேர்த்த இடம்
கூறாயோ?''

''பொய்வண்ண நெஞ்சத்தான் மருதிப்
பெண்மேல்
புகழ்வண்ணம் பலபாடி நகைகள் செய்து''
(கண்ணதாசன்)

''ஊழ்வினை உருத்துவந் தூட்டும்
என்பதூஉம்
சூழ்வினைச் சிலம்பு காரணமாக''

''ஊர்சூழ்வரியும் சீர்சால் வேந்தனொடு''
(சிலப்பதிகாரம்)

பாழ் விலங்கு
புகழ் வளர்த்த
புகழ் வண்ணம்
ஊழ் வினை
சூழ் வினை
சூழ் வரி

என்னும் தொடர்கள் இயல்பாகச் சேர்ந் திருப்பதை நோக்குக. இந்தத் தொடர்களில் நிலைமொழி ஈற்றில் ழகரமும் வருமொழி முதலில் வகரமும் நிற்கின்றன.

ழ்+ய

1. புகழ் யாவரும் விரும்புவது.
2. இகழ் யாரும் விரும்பாதது.
3. நாம் வாழ் யுகம் வீழ்யுகம்
அல்ல என்ற நம்பிக்கை வேண்டும்.

புகழ் யாவரும்
இகழ் யாரும்
வாழ் யுகம்
வீழ் யுகம்

இந்தத் தொடர்களில் நிலைமொழி ஈற்றில் ழகரமெய் நிற்கிறது. வருமொழி முதலில் யகரம் நிற்கிறது. இந்த இரண்டு சொற் களையும் சேர்த்து ஒலிக்கும்போதும் அந்தத் தொடரில் எந்த மாற்றமும் நேராது; இயல்பாகவே புணரும். எல்லாத் தொடர் களுக்கும் இது பொருந்தும்.

ய்,ர், ழ் ஆகியவை நிலைமொழி ஈற்றில் நிற்கும்போது வருமொழி முதலில் மெய் வந்தால் அவை எப்படிப் புணருகின்றன என்பதை இதுவரை பார்த்தோம். கவிதை, உரைநடை, இரண்டுக்குமே பொதுவானவை இந்த விதிகள்.

அடுக்குத் தொடர்

உயிரீற்று அடுக்குத் தொடர் பற்றி 'உயிரீறும் மெய் முதலும்' என்னும் பகுதியில் பார்த்தோம். மெய்யீற்று அடுக்குத் தொடர்கள் புணரும் விதத்தை இப்போது பார்ப்போம்.

"மூடிக்கிடந்த இமை இரண்டும் பார் பார்
                                என்றன
முந்தானைக் காற்றில் ஆடி வா வா என்றது
ஆடிக்கிடந்த கால் இரண்டும் நில் நில்
                                என்றன
ஆசை மட்டும் வாய்திறந்து சொல் சொல்
                                என்றது
அன்னக் கொடி நடை முன்னும்
                                பின்னும்
ஐயோ ஐயோ என்றது
வண்ணக் கொடி இடை கண்ணில் விழுந்து
மெய்யோ பொய்யோ என்றது
கன்னிப் பருவம் உன்னைக் கண்டு
காதல் காதல் என்றது
காதல் என்றதும் வேறோர் இதயம்
நாணம் நாணம் என்றது''
                        (கண்ணதாசன்)

இந்தப் பாடலில் அடுக்குத் தொடர்கள் பல உள்ளன. அவற்றுள் பின்வருவன மெய்யீற்று அடுக்குத் தொடர்கள்.

பார் பார்
நில் நில்
சொல் சொல்
காதல் காதல்
நாணம் நாணம்

இந்தத் தொடர்கள் யாவும் இயல்பாகவே புணர்ந்திருப்பதை நோக்குக.

"எண்ண எண்ண இனிக்குது
ஏதேதோ நினைக்குது
வண்ண வண்ணத் தோற்றங்கள் அஞ்சு
                                ரூபா''
                        (கண்ணதாசன்)

வண்ண வண்ணத் தோற்றங்கள் என்னும் தொடரில் நிற்கும் வண்ண வண்ண என்பது அடுக்குத் தொடர். வண்ணம் என்பது ஈறு கெட்டு வண்ண என்று நிற்பதற்குக் காரணம் தோற்றங்கள் என்னும் சொல்லுக்கு இது அடையாக அமைந்திருப்பதுதான்.

'வண்ணத் தோற்றம்' என்பதில் மகரம் கெட்டிருக்கிறது அல்லவா? அப்படி மகரம் கெட்ட பின்பு அது இரட்டிப்பதால்தான் வண்ண வண்ண என்று அமைந்தது. ஒரு சொல் தனித்து நிற்கும் போது இருப்பதுபோல் தான் அடுக்கி வரும் போதும் இருக்கும்.

யாரினும் காதலம் என்றேனா ஊடினாள்
யாரினும் யாரினும் என்று
                        (குறள்)

யாரினும் யாரினும் என்னும் அடுக்குத் தொடரில் மகரம் கெடவில்லை. யாரினும் என்பது வேறொரு சொல்லுக்கு அடையாக வராமையே இதற்குக் காரணம். வண்ண வண்ணத் தோற்றங்கள் யாரினும் யாரினும் என்னும் தொடர்களை ஒப்பிட்டுப் பார்த்து வேறுபாடு அறிக.

"ஒரு மீன்! ஒரு மீன்! ஒரு மீன்
                        வரவேண்டும்''

"மாண்டாள்! மாண்டாள்! அறமே
                        மாண்டதோ?''

"நீவிர் படுந்துயர் யாவரும் பட்டனர்
சாவீர் சாவீர் தடுக்க எண்ணோம்''

"உலகமெலாம் புகழும் நும் ஆட்சியை
                        ஒழித்திடக்
கலகம் செய்தோம் கலகம் செய்தோம்
சிறியேம் பெரும்பிழை செய்தோம்
                        பெரியீர்
பொறுத்தருள் புரிக பொறுத்தருள் புரிக!''
                        (பாரதிதாசன்)

ஒருமீன் ஒரு மீன் ஒரு மீன்
மாண்டாள் மாண்டாள்
சாவீர் சாவீர்
கலகம் செய்தோம் கலகம் செய்தோம்
பொறுத்தருள் புரிக பொறுத்தருள் புரிக

என்பன அடுக்குத் தொடர்கள். தனிச் சொல்லேயன்றி, இரண்டு அல்லது இரண்டுக்கு மேற்பட்ட சொற்களைக் கொண்ட தொடர்களும் அடுக்கி வருவதுண்டு என்பதை முன்பே விளக்கியிருக்கிறோம். கடைசித் தொடரைத் தவிர மற்ற நான்கும் மெய்யீற்று அடுக்குத் தொடர்கள். இவை இயல்பாகச் சேர்ந்திருக்கின்றன. அடுக்குத் தொடர்கள் யாவும் இயல்பாகவே புணரும். சொல் அடுக்குகள், தொடர் அடுக்குகள் இரண்டுக்கும் இது பொருந்தும்.

''திங்களைப் போற்றுதும் திங்களைப் போற்றுதும்
''ஞாயிறு போற்றுதும் ஞாயிறு போற்றுதும்''
''மாமழை போற்றுதும் மாமழை போற்றுதும்''
''பூம்புகார் போற்றுதும் பூம்புகார் போற்றுதும்''
''பெண்டிரும் உண்டுகொல் பெண்டிரும் உண்டுகொல்''
''சான்றோரும் உண்டுகொல் சான்றோரும் உண்டுகொல்''
''தெய்வமும் உண்டுகொல் தெய்வமும் உண்டுகொல்''
(சிலப்பதிகாரம்)

இவையாவும் மெய்யீற்றுத் தொடர் அடுக்குகள்.

''உபய தனம் அசையில் ஒடியும் இடை நடையை
ஒழியும்! ஒழியும்! என ஒண்சிலம்(பு)
அபயம்! அபயம்! என அலற நடைபயிலும்
அரிவைமீர்! கடைகள் திறமினோ!''

''கூடும் இளம்பிறையில் குறுவெயர் முத்துருளக்
கொங்கை வடம்புரளச் செங்கழு நீரளகக்
காடு குலைந்தலையக் கைவளை பூசலிடக்
கலவி விடாமடவீர் கடை திறமின்! திறமின்!''

''எடும்! எடும்! எடும்! என எடுத்ததோர்
இகல் ஒலி கடல் ஒலி இகக்கவே!
விடு! விடு! விடு! பரி கரிக் குழாம்
விடும்! விடும்! எனும் ஒலி மிகைக்கவே!''
(கலிங்கத்துப் பரணி)

ஒழியும் ஒழியும்
அபயம் அபயம்
திறமின் திறமின்
எடும் எடும் எடும்
விடு விடு விடு
விடும் விடும்

என்பன சொல்லடுக்குகள். இவற்றுள் விடு விடு விடு என்பது மட்டுமே உயிரீற்றுச் சொல்லடுக்கு. மற்ற யாவும் மெய்யீற்றுச் சொல்லடுக்குகள். உயிரீறாக இருந்தாலும் சரி, மெய்யீறாக இருந்தாலும் சரி; தொடர் அடுக்காக இருந்தாலும் சரி; சொல்லடுக்காக இருந்தாலும் சரி, இரண்டு முறை அடுக்கி வந்தாலும் சரி, இரண்டுக்கு மேற்பட்ட முறை அடுக்கி வந்தாலும் சரி; அடுக்குத் தொடரில் நிற்கும் சொற்கள் தனித்தனியேதான் ஒலிக்கும். அவை சேர்ந்து ஒரு சொல்போல் ஒலிப்பதில்லை. பொருட்சிறப்பை உணர்த்தவோ, விரைவு, சினம், துயரம் போன்ற உணர்ச்சிகளைக் காட்டவோ சொற்கள் அடுக்கி வரலாம். எந்தப் பொருளில் வந்தாலும் அந்தச் சொற்கள் தனித்து ஒலிப்பதையே காண்கிறோம். எனவே, இத்தகைய தொடர்களில் சொற்களைத் தனித்தனியே சொல்வதும் எழுதுவதுமே பொருத்தமானது.

■■■

10

சாரியை

அற்றுச் சாரியை
எல்லாம், யாவும்

மகர ஈற்றுச் சொற்கள் வேற்றுமை உருபு ஏற்கும்போது அத்துச் சாரியை பெறும் என்பதை முன்பு பார்த்தோம். எல்லாம், யாவும் என்னும் சொற்களும் மகர ஈற்றுச் சொற்களே. ஆனால், இந்தச் சொற்கள் வேற்றுமை உருபு ஏற்கும்போது அத்துச் சாரியை வாராது. மாறாக, அற்றுச் சாரியை வரும். இந்த வாக்கியங்களை நோக்குக :

1) மலையிடை வாழ்ந்த மக்கள், இயற்கையினுள் பிரிவின்றி விரவி நிற்கும் அழகு, **எல்லாவற்றையும்** கடந்து மாறுதலின்றி ஒளிரும் தன்மையைக் கண்டார்கள்.
2) மாறா இளமை, அழியா மணம், கடவுள் தன்மை இவை **எல்லாவற்றினோடும்**

கலந்து நிற்பது அழகு அல்லது முருகாகும்.

3) **எல்லாவற்றிற்கும்** ஒரு முடிவு உண்டு.

4) காண்பவை, கேட்பவை ஆகிய **எல்லா வற்றிலிருந்தும்** நம் அறிவு வளர்ச்சிக்கு உதவும் பல செய்திகள் நமக்குக் கிடைக் கின்றன.

6) உயர்ந்த நூல்கள் **எல்லாவற்றினுடைய** கருத்துக்களும் நமக்கு நல்வழி காட்டு பவைகளே.

7) அவர்கள் வாழ்க்கையையே இறை வழிபாடாகக் கருதினர். ஏனெனில், **எல்லாவற்றிலும்** அவர்கள் இறைவனைக் கண்டனர்.

இந்த வாக்கியங்களில் நிற்கும் :-

எல்லாவற்றையும்
எல்லாவற்றினோடும்
எல்லாவற்றிற்கும்
எல்லாவற்றிலிருந்தும்
எல்லாவற்றினுடைய
எல்லாவற்றிலும்

என்னும் சொற்களைக் கவனியுங்கள். 'எல்லாம்' என்னும் சொல்லுடன் இரண்டு முதல் ஏழு வரையிலான ஆறு வேற்றுமை களும் சேர்ந்திருக்கின்றன. முதல் வேற்று மைக்கு உருபு இல்லை. 'எல்லாம்' என்னும் சொல்லுடன் விளி சேராது. ஏனைய ஆறு வேற்றுமைகளும் 'எல்லாம்' என்னும் சொல்லுடன் சேரும்போது அற்றுச் சாரியை வந்திருக்கிறது.

'எல்லாம்' என்னும் சொல் போலவே 'யாவும்' என்னும் சொல்லும் வேற்றுமை உருபு ஏற்கும்போது அற்றுச் சாரியை பெறும்

எடுத்துக்காட்டு :

யாவற்றையும்
யாவற்றினோடும்
யாவற்றினுக்கும்
யாவற்றிலிருந்தும்
யாவற்றினுடைய
யாவற்றிலும்

யாவையும், யாவும் என்பன ஒரு பொருட் சொற்கள். யாவும் என்பது போலவே யாவையும் என்னும் சொல்லும் வேற்றுமை உருபு ஏற்கும்போது அற்றுச் சாரியை பெறும்.

'யாவும்' எனனும் சொல் அற்றுச் சாரியை பெறாமல் வரும் இடங்களும் உண்டு.

''அன்ன **யாவினும்** புண்ணியங் கோடி
ஆங்கோர் ஏழைக்கு எழுத்தறிவித்தல்''
(பாரதியார்)

யாவினும் என்பது ஐந்தாம் வேற்றுமை உருபு இன் சேர்ந்தசொல். 'இன்' இங்கே ஒப்புப் பொருள் தருகிறது. அற்றுச் சாரியை வரவில்லை. அற்றுச் சாரியை பெறும்போது இது 'யாவற்றினும்' என்று அமையும். இன்றைய உரை நடையில் 'இன்' உருபு ஒப்புப் பொருளில் வருவது அரிதாகவே காணப்படுகிறது. இதே பொருள் தரும் 'யாவற்றையும் விட' என்பதே இன்று உரை நடையில் மிகுதியாகப் பயன்படுகிறது.

''காதல் விளைய மயக்கிடும் பாட்டினில்
கண்மகிழ் சித்திரத்தில்–பகை
மோதும் படைத் தொழில் **யாவினுமே** திற
முற்றிய பண்டிதன் காண்''
(பாரதியார்)

இங்கே, **'யாவினும்'** என்னும் சொல்லில் நிற்கும் 'இன்' ஐந்தாம் வேற்றுமை உருபு. இங்கே இது ஏழாம் வேற்றுமைப் பொருள் தருகிறது. இது உருபு மயக்கம். 'யாவினும்' என்பதில் அற்றுச் சாரியை இல்லை. ஏழாம் வேற்றுமை உருபு சேர்க்கும் போது 'யாவற் றிலும்' என்று அற்றுச் சாரியை பெற்றே வரும்.

'யாவும்' என்னும் சொல் நான்காம் வேற்றுமை உருபு ஏற்கும்போதும் சில சமயங்களில் அற்றுச் சாரியை பெறாமல் யாவினுக்கும் என்று அமையும். 'இன்' உருபும் 'கு' உருபும் ஏற்கும்போது மட்டுமே அற்றுச் சாரியை பெறாமல் வருவதைக் காண்கிறோம். இந்த இடங்களிலும் அற்றுச் சாரியை பெறுவதே பெரும்பான்மை. ஏனைய வேற்றுமை உருபுகள் சேரும்போது அற்றுச் சாரியை கட்டாயம் வரும். 'எல்லாம்' என்னும் சொல்லுடன் எந்த வேற்றுமை சேர்ந்தாலும் அற்றுச்சாரியை கட்டாயம் வர வேண்டும்.

அவை, இவை, எவை ஆகியவற்றுடன் அற்றுச் சாரியை

அவை, இவை என்னும் பலவின்பால் சுட்டுப் பெயர்களும், எவை என்னும் வினாப்

பெயரும் வேற்றுமை உருபு ஏற்கும்போது அற்றுச் சாரியை வரும்.

எடுத்துக்காட்டு :

1) மொழி தோன்றிய காலத்தில் அடிச் சொற்கள் பல இருந்தன. நாளடைவில் **அவற்றைச்** சொற்றொடர்களாகவும். வாக்கியங்களாகவும் அமைத்து மொழியைப் பயன்படுத்த மனிதன் கற்றுக் கொண்டான்.

2) புலன்களுக்குப் பொருளாகும் பொருள்களும் உண்டு; பொருளாகப் பொருள்களும் உண்டு. **இவற்றை** முறையே பருமை என்றும் நுண்மை என்றும் கூறுகிறோம்.

3) **இவற்றின்** உண்மை **இவற்றையுடைய** பருப்பொருள் வாயிலாக உணரக் கிடக்கிறது.

4) விதிகளை மட்டும் கருத்திற் கொண்டு, **அவற்றிற்கேற்ப** நாடகம் எழுதுவதில் பயனில்லை. **அவற்றோடு** நாடக மேடையையும் பார்க்கும் மாந்தரையும் கற்பனை செய்ய வேண்டும்.

5) புலன்கள் அறிவு வளர்ச்சிக்குத் துணை புரியும் சாதனங்கள். **அவற்றால்** சிந்தனை தூண்டப்படுகிறது.

6) புலன்களை வெறுத்து, **அவற்றினின்று** விடுதலை பெற வேண்டும் என்று விரும்புவோரும் உண்டு.

7) முல்லைப்பாட்டு, குறிஞ்சிப்பாட்டு ஆகியவை நீண்ட பாட்டுகளாக இருந்தாலும் **இவற்றில்** உணர்ச்சிபற்றிய பகுதி மிகக் குறைவாகவே உள்ளது.

8) அவர் **எவற்றைப்** பற்றிப் பேசினார் என்று தெரியவில்லை.

9) **எவற்றிலே** உயர்ந்த கருத்துகள் உள்ளனவோ, **அவற்றை** நாம் போற்ற வேண்டும்.

10) **எவற்றால்** நாமும் பிறரும் நன்மை அடைய முடியும், **எவற்றிற்கு** நம் உள்ளத்தை உயர்த்தும் ஆற்றல் உண்டு என்பனவற்றை எல்லாம் எண்ணிப் பார்க்க வேண்டும்.

இந்த வாக்கியங்களில் நிற்கும்,

அவற்றை, இவற்றை, இவற்றின், அவற்றிற்கு, அவற்றோடு, அவற்றால், அவற்றினின்று, இவற்றில், எவற்றை, எவற்றில், எவற்றால், எவற்றிற்கு என்னும் சொற்களை நோக்குக. அவை, இவை, எவை என்னும் சொற்கள் வேற்றுமை உருபேற்று நிற்கின்றன. இந்தச் சொற்கள்யாவும் அற்றுச் சாரியை பெற்றிருக்கின்றன.

அவைகள், இவைகள்...

அவை, இவை, எவை என்னும் சொற்கள் 'கள்' விதி பெற்று அவைகள், இவைகள், எவைகள் என்றும் அமைவதுண்டு. இந்தச் சொற்களுடன் வேற்றுமை சேரும்போது அற்றுச் சாரியை வாராது.

அவை என்னும் பெயர்

'அவை' என்னும் சொல் சுட்டுப் பெயராக மட்டுமன்றி, 'சபை' என்னும் பொருள் தரும் சொல்லாகவும் வழங்குகிறது.

இந்தச் சொல்லுடன் வேற்றுமை உருபு சேரும்போது அற்றுச் சாரியை வாராது.

''வாழை யெனும் பெண்மரமோ
அவைக்கு வந்து
வட்டமிடும்? என்ன இது?
புவனந்தானா?''
(கண்ணதாசன்)

அவைக்கு வந்து என்னும் தொடரில் நிலைமொழியாக நிற்கும் **அவைக்கு** என்பது நான்காம் வேற்றுமை உருபேற்ற சொல். 'அவை' என்னும் சொல்லுடன் 'கு' சேரும்போது, இங்கே அற்றுச் சாரியை வரவில்லை. 'அவை' என்னும் சொல் இங்கே சுட்டுப் பொருளில் வரவில்லை. சபை அல்லது மன்றம் என்னும் பொருள் தரும் பெயராக அமைந்திருக்கிறது. ஏனைய வேற்றுமை உருபுகள் சேரும்போதும் இந்தச் சொல் அற்றுச் சாரியை பெறாது.

எடுத்துக்காட்டு :

1) புலவர் அதியமானின் **அவையை** அடைந்தார்.

2) **அவையில்** இருந்தவர்கள் எதுவும் பேசவில்லை.

3) இந்த அவையின் பெருமையைக் காப்பது நம் கடமை.

4) தன் கணவன் கள்வனல்லன் என்பதை நிரூபித்ததும், கண்ணகி நெடுஞ்செழியன் அவையிலிருந்து வெளியேறினாள்.

சில, பல

சில, பல என்னும் சொற்கள் வேற்றுமை உருபு ஏற்கும்போது அற்றுச் சாரியை வரும்.

எடுத்துக்காட்டு :

1) இலக்கியங்கள் **சிலவற்றின்** மூலத்தை விட அவற்றின் விரிவுரைகளும் விருத்தியுரைகளும் பன்மடங்கு கடினமாகத் திகழ்கின்றன.

2) திருவள்ளுவர் காலத்தைப் பற்றிய மெய்ச் செய்திகள் **சிலவற்றையே** நாம் அறிந்திருக்கிறோம்.

3) சங்க இலக்கியங்கள் **சிலவற்றுக்காவது** விளக்கமளிக்கும் ஆற்றலைத் தமிழறிந்தோர் பெற்றிருக்க வேண்டும்.

4) சங்க இலக்கியங்கள் **சிலவற்றிலிருந்து** கிடைத்த செய்திகள் இவை.

5) சங்கப் பாடல்கள் **பலவற்றின்** பொருள் உணர்வது எல்லார்க்கும் எளிதன்று.

6) சங்கப் பாடல்கள் **பலவற்றுக்கு** எளிய நடையில் விளக்கம் தரும் 'சங்கத் தமிழ்' போன்ற நூல்கள் பல வெளிவர வேண்டும்.

7) இடைக்கால இலக்கியங்கள் **பலவற்றில்** கற்பனை மிகுந்துள்ளது.

சில, பல என்னும் சொற்கள் வேற்றுமை உருபு ஏற்கும் போது அற்றுச் சாரியை கட்டாயம் வர வேண்டும்.

ஆகியவை, முதலியவை...

ஆகியவை, முதலியவை, கண்டவை, கேட்டவை, நடப்பவை, நிற்பவை, தெரிந்தவை, தெரியாதவை, அறிந்தவை, அறியாதவை, உள்ளவை, இல்லாதவை, நல்லவை, தீயவை, மற்றவை, உயர்ந்தவை, தாழ்ந்தவை போன்ற சொற்களும் வேற்றுமை உருபு ஏற்கும் போது அற்றுச் சாரியை பெறும். இவை வினையாலணையும் பெயர்கள்.

எடுத்துக்காட்டு :

ஆகியவற்றை
முதலியவற்றை
கண்டவற்றை
கேட்டவற்றில்
நடப்பவற்றுடன்
அறிந்தவற்றிலிருந்து
நல்லவற்றிற்கு
தீயவற்றிற்கு
மற்றவற்றிலிருந்த
இல்லாதவற்றிற்கு
மற்றவற்றின்

இந்த வினையாலணையும் பெயர்கள் அகர விகுதி பெற்று, ஆகியன, முதலியன, கண்டன, கேட்டன என்றும் அமையும். அப்போதும் இவை அற்றுச்சாரியை பெறும்.

எடுத்துக்காட்டு :

ஆகியனவற்றை
முதலியனவற்றை
கண்டனவற்றை
கேட்டனவற்றை
நிற்பனவற்றை
உள்ளனவற்றுக்கு
இல்லாதவற்றின்
உயர்ந்தனவற்றில்

நடப்பன, நிற்பன, நல்லன, தீயன முதலிய சொற்கள் இன்றைய உரைநடை வழக்கில் இல்லை. ஆனால்; பண்டைய இலக்கிய வழக்கிலும், இன்றைய கவிதையில் சில இடங்களிலும் இவற்றைக் காணலாம் எனவே, கவிதையைப் பொருளுணர்ந்து படிக்க இது உதவும்.

பிற

'மற்றவை' என்னும் பொருள் தரும் இன்னொரு சொல்' 'பிற' என்பது. இதுவும் வேற்றுமை உருபு ஏற்கும்போது அற்றுச் சாரியை பெறும்.

எடுத்துக்காட்டு :

பிறவற்றை, பிறவற்றிற்கு, பிறவற்றில், பிறவற்றின்

இன் சாரியை (ஆறாம் வேற்றுமை)

பெயருடன் வேற்றுமை உருபு சேரும் போது வரும் மற்றொரு சாரியை இன் என்பது. எல்லா வேற்றுமையிலும் 'இன்' சாரியை வரும் என்றாலும் ஆறாம் வேற்றுமையில்தான் இது அதிகமாகக் காணப்படு கிறது. அதோடு, ஆறாம் வேற்றுமையில் சில இடங்களில் இது தவிர்க்க முடியாததாகவும் இருக்கின்றது.

"தொல்காப்பியம் நமக்கு இருக்கும் போது வேறென்ன வேண்டும் என்றிருந்தால், அகமும் புறமும் சிலப்பதிகாரமும் கிடைத் திருக்குமா? **இளங்கோவடிகளின்** சிலப் பதிகாரமே போதுமென்றிருந்தால் **செயங் கொண்டாரின்** கலிங்கத்துப் பரணி கிடைத் திருக்குமா? கலிங்கத்துப் பரணியே போது மென்றிருந்தால், **சுந்தரம் பிள்ளையின்** மனோன்மணீயம் தோன்றியிருக்க முடியுமா? மனோன்மணீயமே போதுமென்றிருந்தால், **பாரதியாரின்** தேசிய கீதங்களைக் கேட்டிருக்க முடியுமா? பாரதியாரின் தேசிய கீதங்களே போதுமென்றிருந்தால், **நாமக்கல்லாரின்** 'கத்தியின்றி ரத்தமின்றி' என்ற புது மாதிரி யான போர்த் தத்துவப் பாடலைக் கண்டிருக்க முடியுமா? நாமக்கல்லாரே போதுமென்றி ருந்தால், 'கொலை வாளினை எடடா மிகு கொடியோர் செயல் அறவே!' என்ற **பாரதிதாசனின்** உணர்ச்சிமிக்க புரட்சிப் பாடலைக் கேட்டிருக்க முடியுமா?"

(அறிஞர் அண்ணா)

இந்தப் பகுதியில் இடம்பெற்றிருக்கும்,
இளங்கோவடிகளின்
செயங்கொண்டாரின்
சுந்தரம் பிள்ளையின்
பாரதியாரின்
நாமக்கல்லாரின்
பாரதிதாசனின்

என்னும் சொற்களில் 'இன்' சாரியை அமைந்திருக்கிறது. இந்தச் சாரியை ஆறாம் வேற்றுமைப் பொருள் தருகிறது. இங்கே ஆறாம் வேற்றுமை உருபு இல்லை. இது ஆறாம் வேற்றுமைத் தொகை. ஆறாம் வேற்றுமைத் தொகையில் 'இன்' சாரியை மட்டும் நின்று வேற்றுமைப் பொருள் தருவதை மிகுதியாகக் காணலாம்.

இந்தப் பெயர்களுடன் ஆறாம் வேற்றுமை உருபு சேரும்போது சில இடங்களில் இன் சாரியை தேவைப்படுகிறது. சில இடங்களில் தேவையில்லை.

இளங்கோவடிகளுடைய
செயங்கொண்டாருடைய
பாரதியாருடைய
நாமக்கல்லாருடைய
பாரதிதாசனுடைய

என்னும் சொற்களில் 'உடைய' என்னும் ஆறாம் வேற்றுமை உருபு சேர்ந்துள்ளது. இவற்றில் இன் சாரியை இல்லை. 'சுந்தரம் பிள்ளை' என்னும் பெயருடன் ஆறன் உருபு சேரும் போது 'சுந்தரம் பிள்ளையுடைய' என்றும் அமையலாம்; சுந்தரம் பிள்ளை யினுடைய என்றும் அமையலாம். 'சுந்தரம் பிள்ளை' என்னும் பெயரின் இறுதியில் நிற்பது 'ஐ' ஒலி. சொல்லின் ஈற்றில் ஐ அல்லது இ நிற்கும் போது 'இன்' சாரியை வருவதே பொருத்தமாகும்.

(1) தாயாருடைய   – தாயினுடைய
(2) நடிகருடைய   – நடிகையினுடைய
(3) பாடகருடைய   – பாடகியினுடைய
(4) தலைவனுடைய   – தலைவியினுடைய
(5) அழகனுடைய   – அழகியினுடைய
(6) செல்வனுடைய – செல்வியினுடைய
(7) தந்தையாருடைய – தந்தையினுடைய

இவை உயர்திணைப் பெயர்கள். நடிகரு டைய, பாடகருடைய முதலான சொற்களில் இன் சாரியை இல்லை; சற்று முன்பு பார்த்த பாரதியாருடைய, பாரதிதாசனுடைய என்னும் சொற்களைப் போன்றவை இவை. நடிகை யினுடைய, பாடகியினுடைய முதலான சொற்களில் 'இன்', சாரியை சேர்ந்திருக்கிறது. இவை, சுந்தரம் பிள்ளையினுடைய' என்ப தைப் போன்றவை.

'நடிகை' முதலான சொற்கள் பெண்பாலாக இருப்பதால், பெண்பாற் பெயர்கள் எல்லாம் இன் சாரியை பெறும் என்று பொருளாகாது. 'மகள்' என்பது பெண்பால். இதனுடன் ஆறன் உருபு சேரும்போது 'மகளுடைய' என்ற மையும். அல்லது, இன்சாரியை மட்டும் சேர்ந்து மகளின் என்றமைந்து ஆறாம்

வேற்றுமைப் பொருள் உணர்த்தும். இன்சாரியை, உருபு இரண்டும் சேர்ந்து வருவதில்லை.

நடிகர், பாடகர் முதலான சொற்களும் நடிகரின், பாடகரின் என்று இன் சாரியை மட்டும் பெற்று ஆறாம் வேற்றுமைப் பொருள் தரும்.

அன், ஆன், அள், ஆள், அர், ஆர், கள் ஆகிய விகுதிகள் பெற்ற உயர்திணைப் பெயர்களில் இன்சாரியை, ஆறன் உருபு இவற்றில் ஏதேனும் ஒன்று மாத்திரம் நின்று ஆறாம் வேற்றுமைப் பொருள் உணர்த்தும். இரண்டும் சேர்ந்து வருவதில்லை

'இ' அல்லது 'ஐ'யை ஈற்றில் உடைய உயர்திணைப் பெயர்களைப் போலவே, இந்த ஒலிகளை ஈற்றிலுடைய அஃறிணைப் பெயர்களும் ஆறாம் வேற்றுமையில் இன் சாரியை பெறும்.

எடுத்துக்காட்டு :

புலியின் சீற்றம்
மணியின் ஒலி
கனியின் சுவை
அலையின் வேகம்
கலையின் பெருமை
கதையின் கரு

இந்தத் தொடர்களில் வேற்றுமை உருபு இல்லாமல், இன் சாரியை மட்டும் நின்று ஆறாம் வேற்றுமைப் பொருள் தருகிறது.

இந்தத் தொடர்களில் ஆறன் உருபு சேரும் போதும் இன் சாரியை வரும்.

எடுத்துக்காட்டு :

புலியினுடைய சீற்றம்
மணியினுடைய ஒலி
கனியினுடைய சுவை
அலையினுடைய வேகம்
கலையினுடைய பெருமை
கதையினுடைய கரு

இகர, ஐகார ஈற்றுச் சொற்களுடன் ஆறன் உருபு இன் சாரியை இல்லாமல் சேராது.

குற்றியலுகர, முற்றியலுகரச் சொற்கள் ஆறாம் வேற்றுமைப் பொருளில் வரும் போதும் இன் சாரியை வரும்.

எடுத்துக்காட்டு :

கொக்கின் நிறம்
கரும்பின் சுவை
பசுவின் பால்
உலகின் கவலை
அணுவின் ஆற்றல்
காற்றின் வேகம்
தருவின் தன்மை

இந்தச் சொற்களுடன் உருபு சேரும் போதும் இன் சாரியை வரும்.

எடுத்துக்காட்டு :

கொக்கினுடைய நிறம்
கரும்பினுடைய சுவை
பசுவினுடைய பால்
உலகினுடைய கவலை
அணுவினுடைய ஆற்றல்
காற்றினுடைய வேகம்
தருவினுடைய தன்மை

உயர்திணைப் பெயர்களும் இவ்வாறே அமையும்.

எடுத்துக்காட்டு :

மாதின் பெருமை–மாதினுடைய பெருமை

சாதுவின் நம்பிக்கை–சாதுவினுடைய நம்பிக்கை.

கோபுவின் குணம்–கோபுவினுடைய குணம்.

அ, ஆ என்னும் ஒலிகளை ஈற்றில் உடைய சொற்களும் இன் சாரியை பெற்றே வரும்.

எடுத்துக்காட்டு :

கலாவின் திறம்	– கலாவினுடைய திறம்
பலாவின் சுவை	– பலாவினுடைய சுவை
நிலாவின் ஒளி	– நிலாவினுடைய ஒளி
அமெரிக்காவின் படை	– அமெரிக்காவினுடைய படை
மலேசியாவின் வளம்	– மலேசியாவினுடைய வளம்

('அ'வை ஈற்றிலுடைய சொல்லைக் காண்பது அரிதாகவுள்ளது.)

'ஓ'வை ஈற்றிலுடைய சொற்களும் இவ்வாறே இன் சாரியை பெற்று வரும். இது இரு திணைக்கும் பொருந்தும்.

எடுத்துக்காட்டு :

நோவின் வலிமை - நோவினுடைய வலிமை

கோவின் பெருமை - கோவினுடைய பெருமை

யகர மெய்யை ஈற்றிலுடைய சொற்களும் இவ்வாறு இன் சாரியை பெறும். இரு திணைக்கும் இது பொருந்தும்

எடுத்துக்காட்டு :

(1) தாயின் அன்பு - தாயினுடைய அன்பு

(2) காயின் சுவை - காயினுடைய சுவை

(3) பேயின் குணம் - பேயினுடைய குணம்

(4) நாயின் வால் - நாயினுடைய வால்

(5) சேயின் சிரிப்பு - சேயினுடைய சிரிப்பு

(6) மெய்யின் தன்மை - மெய்யினுடைய தன்மை

(7) பொய்யின் இயல்பு - பொய்யினுடைய இயல்பு

ழகர மெய்யை ஈற்றிலுடைய சொற்களும் இவ்வாறே அமையும்.

எடுத்துக்காட்டு :

1) புகழின் தன்மை - புகழினுடைய தன்மை

2) காழின் வலிமை - காழினுடைய வலிமை

லகர மெய் ஈற்றில் நிற்கும் போதும் இப்படித்தான் அமையும்.

எடுத்துக்காட்டு :

பாலின் சுவை - பாலினுடைய சுவை

சொல்லின் பொருள் - சொல்லினுடைய பொருள்

பல்லின் அழகு - பல்லினுடைய அழகு

வேலின் வலிமை - வேலினுடைய வலிமை

ண், ன் என்னும் மெய்கள் ஈற்றில் நிற்கும் போதும் சாரியை வரும்.

எடுத்துக்காட்டு :

மண்ணின் பெருமை - மண்ணினுடைய பெருமை

கண்ணின் அழகு - கண்ணினுடைய அழகு

பெண்ணின் பெருமை - பெண்ணினுடைய பெருமை

தூணின் வலிமை - தூணினுடைய வலிமை

பொன்னின் விலை - பொன்னினுடைய விலை

வானின் அளவு - வானினுடைய அளவு

தேனின் சுவை - தேனினுடைய சுவை

னகர மெய்யை ஈற்றிலுடைய சொல் உயர் திணையாக இருந்தால், உருபு ஏற்கும்போது சாரியை வாராது. அரசனுடைய, சோழனுடைய, மகனுடைய என்றமையும்.

ஈற்றில் ர், ள் என்னும் மெய்யொலிகளை உடைய சொற்கள் ஆறாம் வேற்றுமையில் உருபு சேர்ந்தாலும் சேராவிட்டாலும் இன் சாரியை பெறும்.

எடுத்துக்காட்டு :

மலரின் மணம் - மலரினுடைய மணம்

நகரின் பெருமை - நகரினுடைய பெருமை

சிங்கப்பூரின் சிறப்பு - சிங்கப்பூரினுடைய சிறப்பு

பொருளின் நயம் - பொருளினுடைய நயம்

குறளின் பெருமை - குறளினுடைய பெருமை

வாளின் வலிமை - வாளினுடைய வலிமை

இந்த மெய்களை ஈற்றிலுடைய உயர் திணைப் பெயர்களோடு ஆறன் உருபு சேரும் போது இன் சாரியை வாராது. உருபு இல்லாமல் இன் சாரியை மட்டும் நின்று ஆறாம் வேற்றுமைப் பொருள் தரலாம்.

எடுத்துக்காட்டு :

நங்கையரின் பண்பு - நங்கையருடைய பண்பு.

நண்பரின் உதவி - நண்பருடைய உதவி

ஆசிரியரின் பெருமை - ஆசிரியருடைய பெருமை

கலைமகளின் கருணை - கலைமகளுடைய கருணை

அது, உடைய என்பன ஆறாம் வேற்றுமை உருபுகள். இன் சாரியை பற்றிய விதி, உடைய என்னும் உருபு போலவே அது என்னும் உருபுக்கும் பொருந்தும். அதாவது, உடைய என்னும் உருபு சேரும்போது இன் சாரியை வருமென்றால் 'அது' என்னும் உருபு சேரும் போதும் வரும். 'உடைய' என்னும் உருபுக்கு

வாராது என்றால் 'அது' என்னும் உருபுக்கும் வாராது.

உருபு இல்லாமல் இன் சாரியை மாத்திரம் நின்று, ஆறாம் வேற்றுமைப் பொருள் உணர்த்துவதே இலக்கிய வழக்கு, உலக வழக்கு இரண்டிலும் பெரும்பான்மையாக உள்ளது.

எடுத்துக்காட்டு :

''சிங்களத் **தீவின்** கடற்கரையை-எங்கள்
செந்தமிழ்த் தோழர் அழகு செய்தார்
எகிப்திய **நாட்டின்** கடற்கரையில்-எங்கள்
இளந்தமிழ் வீரர் பவனி வந்தார்''

''மான மறவர் எங்கள் மருது பாண்டியர்
மார்பின் அகலம் பாருங்கடி''

''எட்டுத் திசையிலும் புகழ் மேவு மறவர்
வளரி எறிய உதிரம் உதிரப் **பகைவரின்**
தலைகள் சிதறும் தமிழ் நெறி சீர்பெறும்''

''வாழ்ந்தவர் கோடி மறைந்தவர் கோடி
மக்களின் மனத்தில் நிற்பவர் யார்?''

''கட்டழகும் பொட்டழகும் பூவழகும்-
தண்டைக்
காலழகும் எங்கள் **மங்கையரின்**
கலையல்லவா?''

''அன்புத் **தேவனின்** தூதுவன் நீயல்லவோ''

''சங்கோடு மணி முழங்கும் **தனிக்கடலின்**
சீதனமே
எங்கள் குலத்திருமகளே! **இனியாரின்**
மருமகளே!
மங்கை உனை மாலையிடும் **மாப்பிள்ளையின்**
பெயரெதுவோ?''
(கண்ணதாசன்)

தீவின், நாட்டின், மார்பின், பகைவரின், மக்களின், மங்கையரின், தேவனின், தனிக்கடலின், இனியாரின், மாப்பிள்ளையின் என்னும் சொற்களில் இன் சாரியை மாத்திரம் நின்று, ஆறாம் வேற்றுமைப் பொருள் தருவதைக் காண்க.

இவற்றில் தீவின், நாட்டின், மார்பின், தனிக்கடலின், மாப்பிள்ளையின் என்னும் சொற்களோடு ஆறன் உருபு சேரும்போதும் இன் சாரியை வரும். இத்தகைய சொற்களோடு இன் சாரியை இல்லாமல் ஆறன் உருபு மட்டும் சேரும் வழக்கமில்லை.

மகர ஈற்றுச் சொற்கள் அத்துச் சாரியையும் இன் சாரியையும் பெற்று, ஆறாம் வேற்றுமைப் பொருள் உணர்த்தும். இந்தச் சொற்கள் ஆறாம் வேற்றுமை உருபேற்கும் போதும் அத்துச் சாரியையும் இன் சாரியையும் வரும்.

மரக்கிளை
மரத்துக் கிளை
மரத்தின் கிளை
மரத்தினுடைய கிளை

மரக்கிளை என்பது ஆறாம் வேற்றுமைத் தொகை. இதில் உருபும் இல்லை; சாரியையும் இல்லை. மரத்துக் கிளை என்பதும் தொகையே. இதில் அத்துச் சாரியை மட்டும் வந்திருக்கிறது. மரத்தின் கிளை என்பதும் தொகைதான். இதில் அத்துச் சாரியையுடன் இன் சாரியையும் சேர்ந்திருக்கிறது. மரத்தினுடைய கிளை என்பது விரி.

இதிலும் அத்துச் சாரியை, இன் சாரியை இரண்டும் வந்திருக்கின்றன. இங்கே நாம் முக்கியமாகக் கவனிக்க வேண்டியது இதுதான். வேற்றுமை உருபு சேரும்போது, அத்துச் சாரியை மட்டும் சேர்ந்து, மரத்துடைய கிளை என்று அமையாது. அத்துச் சாரியையுடன் இன் சாரியையும் சேர்ந்தே உருபேற்கும்.

மகர ஈற்றுச் சொற்களிலும் அத்துச் சாரியையுடன் இன் சாரியையும் சேர்ந்து தொகையாக அமைவதே பெரும்பான்மை வழக்கமாகும்.

எடுத்துக்காட்டு :

''**வாலிபத்தின் ஊர்வலமோ** – பருவம்
வளர்த்துவிட்ட அதிசயமோ!''
(கண்ணதாசன்)

''பெண்மைத் **தெய்வத்தின் பேச்சுக்கள்
கேட்டீரோ!**''

''**நிலத்தின் தன்மை** பயிர்க்குள
தாகுமாம்''

''**வெள்ளத்தின் பெருக்கைப்**போல் கலைப்
பெருக்கும்
கவிப்பெருக்கும் மேவுமாயின்...''
(பாரதியார்)

வாலிபத்தின் ஊர்வலம், தெய்வத்தின் பேச்சுக்கள், நிலத்தின் தன்மை, வெள்ளத்தின் பெருக்கு ஆகிய தொடர்களை நோக்குக. உரைநடையிலும் இத்தகைய தொடர்களே மிகுதியாகக் காணப்படுகின்றன.

இன் சாரியை (எல்லாம், யாவும்...)

எல்லாம், யாவும், அவை, இவை, எவை, சில, பல, மற்றவை முதலிய சொற்களோடு ஆறாம் வேற்றுமை உருபு சேரும்போது அற்றுச் சாரியையுடன் இன் சாரியையும் வரும். இங்கேயும், இந்தச் சாரியைகள் மட்டும் நின்று, ஆறாம் வேற்றுமைப் பொருள் உணர்த்துவதே பெரும்பான்மை வழக்க மாகும்.

எடுத்துக்காட்டு :

1) எல்லாவற்றினுடைய செயல்களும்
2) யாவற்றினுடைய ஆற்றலும்
3) அவற்றினுடைய தன்மைகள்
4) இவற்றினுடைய பலன்கள்
5) எவற்றினுடைய இயல்புகள்
6) பலவற்றினுடைய பண்புகள்
7) சிலவற்றினுடைய குணங்கள்
8) மற்றவற்றினுடைய பெருமைகள்
9) பிறவற்றினுடைய சிறப்புகள்
10) நல்லவற்றினுடைய அருமைகள்

இந்தத் தொடர்கள் 'உடைய' என்னும் உருபு இல்லாமல் ஆறாம் வேற்றுமைத் தொகையாக நிற்கும் போதும் அற்றுச் சாரியை யுடன் இன் சாரியையும் சேர்ந்து வரும். அப்போது இவை,

எல்லாவற்றின் செயல்களும்
யாவற்றின் ஆற்றலும்
அவற்றின் தன்மைகள்
இவற்றின் பலன்கள்
எவற்றின் இயல்புகள்

என்று அமையும். ஏனைய தொடர்களும் இவ்வாறே அமையும். இத்தகைய தொடர் களில் இந்த இரு சாரியைகளும் இல்லாமல் ஆறாம் வேற்றுமைத் தொகை அமையாது.

அவை, இவை, எவை ஆகிய சொற்கள் 'கள்' விகுதி பெற்று அவைகள், இவைகள், எவைகள் என்று அமையும்போது இன் சாரியை மட்டும் பெற்று ஆறாம் வேற்றுமைப் பொருள் உணர்த்துவதே பெருவழக்காக உள்ளது.

எடுத்துக்காட்டு :

1) கீர்த்தனங்களின் தோற்றத்தையும் அவைகளின் இயல்புகளையும் சிறிது நோக்குவோம்.
2) சில சிறப்பான அம்சங்களைக் கொண்டு ''தேவியின் கீர்த்தனங்கள்'' அமைந் திருக்கின்றன. இவைகளின் நோக்கம் உயர் நிலையைச் சுட்டிக் காட்டுவது.
3) எவைகளின் அழகு நம் உள்ளத்தைக் கவருகிறதோ அவைகளிடத்தில் நமக்கு ஈடுபாடு தோன்றுகிறது.

மற்றவைகள், நல்லவைகள், சென்ற வைகள் முதலியனவும் இவ்வாறே அமையும்.

அவன், அவள், அவர்

இந்த உயர்திணைச் சுட்டுகளுடன் ஒரு போதும் இன் சாரியை வாராது. எல்லா வேற்றுமைகளுக்கும் இது பொருந்தும். குறிப்பாக, ஆறாம் வேற்றுமை விரி, தொகை இரண்டிலும் அவன் முதலிய சுட்டுகள் இன் சாரியை பெறுவதில்லை. அவன் பெயர் என்றோ, அல்லது அவனுடைய பெயர் என்றோதான் அமையும்.

ஏனைய வேற்றுமைகளுடன் இன் சாரியை

1) சிலப்பதிகார காலத்துக்கு முன்பிருந்தே தமிழர்கள் காவிரியைப் போற்றி வரு கின்றனர்.
2) மக்களால் தேர்ந்தெடுக்கப்பட்ட அரசு மக்களுக்கு நன்மையளிக்கும் செயல் களைச் செய்ய வேண்டும்.
3) சிறுவயதிலிருந்தே கறிவேப்பிலை சாப் பிட்டுவந்தால் நரையைத் தவிர்க்கலாம் என்று சிலர் கூறுகின்றனர்.
4) 'வீட்டுக்கு வீடு வாசற்படி' என்பர்.
5) அத்தனை அம்புகளும் கோட்டையி லிருந்து கிளம்புகின்றன.
6) வீரமா முனிவர் தமிழ் மொழிக்கு ஆற்றியுள்ள தொண்டு அளவிடற்கரியது.
7) களத்திலே இருக்கும் படை மீது வேக மாகப் பறந்து வரும் விமானங்கள் தாக்கு கின்றன.

8) வெறும் **நாரையை** மட்டுமல்ல; **நாட்டிலே** இருந்த இயற்கை **வளத்தையும்** காட்டுகிறார், புலவர்.

9) கோவலனும் கண்ணகியும் பொருள் தேடும் **நோக்குடன் மதுரைக்குச்** செல்லு கின்றனர்.

10) கலை **உணர்வுடன்** இன்பமாக வாழ்ந்த மாதவி **கோவலனை** இழந்ததும் எல்லாம் துறந்தாள்.

இந்த வாக்கியங்களில் அமைந்திருக்கும் காலத்துக்கு, காவிரியை, மக்களால், மக்களுக்கு, செயல்களை, சிறுவயதிலிருந்தே நரையை, வீட்டுக்கு, கோட்டையிலிருந்து, தமிழ் மொழிக்கு, களத்திலே, நாரையை, நாட்டிலே, வளத்தை, நோக்குடன், மதுரைக்கு, உணர்வுடன், கோவலனை ஆகியவை வேற்றுமை உருபேற்ற சொற்கள்.

இவற்றில் இன் சாரியை இல்லை. சில சொற்கள் இன் சாரியை பெறும். இவ்வாறு இன் சாரியை பெறுவதும் கவிதைகளில்தான் அதிகம் என்று சொல்லலாம்.

காலத்துக்கு என்பது இன் சாரியை பெற்றுக் காலத்திற்கு என்றமையும். இதே போலக் 'காவிரி' முதலான சொற்களும் சாரியை பெறலாம். அப்போது இவை காவிரியினை, மக்களினால், நரையினை, வீட்டிற்கு, மொழியினுக்கு, களத்தினில், நாரையினை, நாட்டினில், வளத்தினை என்று அமையும்.

சிறுவயதிலிருந்து, கோட்டையிலிருந்து என்னும் ஐந்தாம் வேற்றுமைச் சொற்களும் இன் சாரியை பெறலாம். ஆனால் இத்தகைய சொற்கள் இன் சாரியை பெறுவது அரிதாகவே காணப்படுகிறது.

'மக்களினால்' என்பது மூன்றாம் வேற்றுமை உருபு ஆல் சேர்ந்த சொல். இங்கே இன் சாரியை வந்திருக்கிறது. இதுவும் செய்யுள் வழக்கே. மக்கள், மாணவர்கள், நண்பர்கள், பெரியோர்கள் முதலிய உயர் திணைப் பன்மைப் பெயர்கள் வேற்றுமை உருபு ஏற்கும்போது இன் சாரியை பெறுவ தில்லை. ஆல் உருபு தவிர்த்த ஏனைய வேற்றுமை உருபுகள் சேரும்போது, இன் சாரியை வருவதைக் கவிதையிலும் காண்பது அரிது. ஆறாம் வேற்றுமைத் தொகையில் மட்டும் இவை சாரியை பெறும்.

அவன், அவள், அவர், இவன், இவள், இவர், ஆகிய உயர்திணைச் சுட்டுக்கள் எல்லா வேற்றுமைகளிலும் (தொகை, விரி இரண் டிலும்) இன் சாரியை பெறுவதில்லை.

இவர்கள், அவர்கள் என்னும் சுட்டுப் பெயர்கள் ஆறாம் வேற்றுமைத் தொகையில் மட்டும் இன் சாரியை பெறும். வேறு எந்த வேற்றுமையிலும் (தொகையானாலும், விரியானாலும்) இன் சாரியை வாராது.

இயந்திரங்களால், இயந்திரங்களினால் என்னும் இரண்டிலும் இயந்திரங்கள் என்னும் சொல் 'ஆல்' உருபு ஏற்றிருக்கிறது. ஒன்றில் இன் சாரியை வந்திருக்கிறது. மற்றொன்றில் வரவில்லை. 'இயந்திரங்கள்' என்பது அஃறிணைப் பன்மை. அஃறிணைப் பன்மைப் பெயர்களோடும் 'ஆல்' உருபு தவிர்த்த ஏனைய உருபுகள் சேரும்போது இன் சாரியை வாராது. மக்கள், அவர்கள் முதலிய சொற்கள் போல ஆறாம் வேற்றுமைத் தொகையில் மட்டும் இன் சாரியை வரும்.

இப்பொழுது 'கோவலனை' என்னும் சொல்லை எடுத்துக் கொள்வோம். இது உயர்திணைப் பெயர். கோவலன், மாதவன், பாண்டியன் முதலிய பெயர்கள் வேற்றுமை உருபு ஏற்கும் போதும் இன் சாரியை வாராது. ஆறாம் வேற்றுமைத் தொகையில் மட்டும் வரும். ஆல் உருபு சேரும்போதும் இந்தப் பெயர்கள் இன் சாரியை பெறுவதில்லை.

நோக்குடன், உணர்வுடன், மதுரைக்கு என்னும் சொற்களைப் பார்ப்போம். இந்தச் சொற்களில் உடன், கு ஆகிய உருபுகள் உள்ளன. இன் சாரியை இல்லை. இத்தகைய சொற்களுடன் ஏனைய வேற்றுமை உருபு களும் இன் சாரியை இல்லாமலே சேரும்.

நோக்கு, உணர்வு போன்ற சொற்களுடன் இன் சாரியை சேர்ந்தும் வருவதுண்டு.

எடுத்துக்காட்டு :

நோக்கினை, உணர்வினை

நோக்கினோடு, உணர்வினோடு

நோக்கினால், உணர்வினால்

நோக்கிற்கு, உணர்விற்கு

நோக்கினுடைய, உணர்வினுடைய

நோக்கினில், உணர்வினில்

'நின்று' என்னும் ஐந்தாம் வேற்றுமை உருபு இத்தகைய சொற்களுடன் சேரும்போது இன் சாரியை கட்டாயம் வரும்.

எடுத்துக்காட்டு :

நோக்கினின்று, உணர்வினின்று, மதுரை யினின்று.

இருந்து என்னும் உருபு சேரும் போது பெரும்பாலும் சாரியை வருவதில்லை.

நோக்கு, உணர்வு, மதுரை ஆகிய சொற்களை ஒத்த ஏனைய சொற்களுக்கும் இது பொருந்தும். 'நின்று' என்னும் உருபு தவிர்த்த ஏனைய உருபுகள் சேரும்போது இன் சாரியை இல்லாமல் சேருவதே உரை நடை வழக் காகும்.

'வீட்டிற்கு வீடு வாசற்படி' என்னும் தொடரில் நிற்கும் வீட்டிற்கு என்பது நான்காம் வேற்றுமை உருபேற்ற சொல். இதில் 'இன் சாரியை சேர்ந்திருப்பதால் வீட்டிற்கு என்று அமைந்துள்ளது. 'இன்' இல்லாவிட்டால் வீட்டுக்கு என்றாகும். கவிதையில் மட்டுமன்றி, உரைநடையிலும் நான்காம் வேற்றுமையுடன் இன் சாரியை வருவது பெரும்பான்மை வழக்கமாக உள்ளது. ஆனால், இன் சாரியை வர வேண்டும் என்னும் கட்டாயம் இல்லை.

சில சொற்களுடன் நான்காம் வேற்றுமை சேரும்போது 'இன்' வருவதில்லை. 'மதுரைக்கு' என்பது அந்த வகையைச் சேர்ந்தது.

1) **முல்லைக்குத்** தேர் தந்தான் பாரி.

2) தீயார் சேர்க்கையால் **தொல்லைக்கு** ஆளாக நேர்ந்தது.

3) நாளை **பள்ளிக்குப்** போக வேண்டும்.

4) வீரர்கள் **பாசறைக்குச்** சென்றனர்.

5) காலையில் **வேலைக்குச்** செல்பவர்கள். மாலையில் வீடு திரும்புகின்றனர்.

6) **பாரிக்கு** உயிர் நண்பர் கபிலர்.

7) மன்னன் **நடுநிசிக்குப்** பிறகும் உறக்கம் கொள்ளவில்லை.

8) **உணர்ச்சிக்கு** உருவம் கொடுக்கும் போது அது கவிதையாகிறது.

9) **மணிக்கு** எண்பது மீட்டர் வேகத்துக்கு மேல் செல்லக்கூடாது.

10) **சிந்தைக்கு** விருந்தளிப்பவை சிறந்த நூல்கள்.

முல்லை, தொல்லை, பள்ளி, பாசறை, வேலை, பாரி, நடுநிசி, உணர்ச்சி, மணி, சிந்தை ஆகிய சொற்கள் நான்காம் வேற்றுமை உருபேற்றுள்ளன. இந்தச் சொற்களில் 'இன் சாரியை இல்லை.

இவை ஐ அல்லது இ என்னும் உயிரை ஈற்றில் உடைய சொற்கள். இத்தகைய சொற்கள் நான்காம் வேற்றுமை உருபு ஏற்கும் போது இன் சாரியை வாராது.

அன் சாரியை

''கற்க கசடறக் கற்பவை கற்றபின்
நிற்க **அதற்குத்** தக''

(குறள்)

'அதற்கு' என்பது நான்காம் வேற்றுமை உருபேற்ற சொல். 'அது' என்னும் சொல்லு டன் 'கு' உருபு சேரும்போது இடையே 'அன்' சாரியை வந்திருக்கிறது.

அது, இது, எது என்னும் அஃறிணைச் சுட்டும் வினாவும் வேற்றுமை உருபு ஏற்கும் போது அன் சாரியை வரும்.

''**இதனை இதனால்** இவன் முடிக்கும் என்றாய்ந்து
அதனை அவன்கண் விடல்''

(குறள்)

இதனை, இதனால், அதனை என்னும் சொற்கள் அன் சாரியை பெற்றிருக்கின்றன.

ஒடு, உடன் என்னும் உருபுகள் சேரும் போதும், அது, இது என்னும் சுட்டுக்கள் அன் சாரியை பெற்று அதனோடு, அதனுடன், இதனோடு, இதனுடன் என்றமையும்.

செல்லா விடத்துச் சினம் தீது செல்லிடத்தும்
இல்லதனின் தீய பிற

(குறள்)

'அது' என்னும் சுட்டு 'இன்' உருபு ஏற்கும் போது அன் சாரியை பெற்று அதனின் என்று அமைந்திருக்கிறது. இங்கே 'இன்' ஒப்புப் பொருள் உணர்த்துகிறது. இது என்னும் சொல்லும் அவ்வாறே இதனின் என்றாகும்.

நின்று என்னும் ஐந்தனுருபு சேரும்போதும் அன் சாரியை வரும். அதனின்று, இதனின்று என்று அமையும்.

'இருந்து' என்னும் உருபு சேரும்போதும் அன் சாரியை பெற்று இதனிலிருந்து, அதனி லிருந்து, என்று அமையும்.

ஆறாம் வேற்றுமைக்குக் கடைசியாக வருவோம். ஏழாம் வேற்றுமை உருபு இல், இடம், கண் முதலியன சேரும்போதும் இவ்வாறே அன் சாரியை பெற்று இதனில், அதனில் இதனிடம், அதனிடம், இதன்கண், அதன்கண் என்றமையும்.

'எது' என்னும் வினாவும் இவ்வாறே அன் சாரியை பெற்று வேற்றுமை உருபு ஏற்கும். எல்லா வேற்றுமைக்கும் இது பொருந்தும்.

இரண்டன் உருபு (ஐ), மூன்றன் உருபு (ஓடு), ஐந்தன் உருபு (இருந்து), ஏழன் உருபு (இல்) ஆகியவை அது, இது, எது என்னும் சொற்களுடன் சேரும்போது அன் சாரியை பெறாமல் சேருவதே இன்றைய உரை நடையில் பெருவழக்காக உள்ளது.

அதை, அதோடு, அதிலிருந்து அதில் என்பவை சாரியை ஏற்காமல் வேற்றுமை உருபு ஏற்றுள்ளன. இது, எது என்னும் சொற்களும் இவ்வாறே அமையும்.

இன்றைய உரைநடையில் மட்டுமல்ல; கவிதையிலும் இதுவே பெரு வழக்காக உள்ளது. எனவே, அது, இது, எது என்னும் சொற்களுடன் இந்த வேற்றுமை உருபுகள் சேரும்போது இரண்டு வகையாகவும் அமையலாம்.

எடுத்துக்காட்டு :

''நீயேன் **இதை**யெல்லாம் நிச்சயமாயச் சொல்லவில்லை?''

''எவ்விதம் பார்த்தனன், பாடினன்?-**இதில்** எத்துக்கள் உண்டென ஓடியே''

(பாரதிதாசன்)

ஆறாம் வேற்றுமையுடன் அன் சாரியை

அது, இது, எது என்னும் சொற்களுடன் ஆறன் உருபு சேரும்போது அதனுடைய, இதனுடைய, எதனுடைய என்று அன் சாரியை பெற்று வரும். மற்ற வேற்றுமைகளுக்கும் இதற்கும் உள்ள வேறுபாடு, இன் சாரியை போலவே அன் சாரியையும் உருபு இல்லாமல் ஆறாம் வேற்றுமைப் பொருள் உணர்த்துவது தான்.

எடுத்துக்காட்டு :

1) திருக்குறளைப் படிப்பதோடு நின்று விடாமல், படித்து **அதன் பொருளைப்** புரிந்து கொள்வதோடு நின்று விடாமல், **அதன் தத்துவத்தை** நம் வாழ்க்கை நெறியாகக் கொள்ள வேண்டும்.

2) கற்றறிந்தோர் ஏற்றும் கலித்தொகை என்றனர். **அதன் பெருமையைக்** கற்றறிந்தோர் கூட மறந்துவிட்டனர்.

3) பாரதிதாசனின் கவிதை எல்லோரும் படித்து இன்புறத்தக்க எளிமை வாய்ந்தது. அதனாலேயே புலவர் சிலர் **இதன் பெருமையைக்** காண மறுத்தனர்; எளிய நடையில் எழுதுவது பெரிய ஆற்றலா என்று கேட்டனர்.

4) வாழ்வியல் அறம் கூறப்புகுந்த வள்ளுவர் பெருமான் பாயிரத்தின் பின்னர் இல்வாழ்க்கை பற்றி எடுத்துரைத்ததும் **இதன் ஏற்றத்தைப்** புலப்படுத்தும்.

5) காதலை நெருப்புக்கு ஒப்பிட்டு, **அதன் தன்மையை** வேறுபடுத்திக் காட்டி யுள்ளமை இலக்கிய இன்பத்தை நல்கு கின்றது.

6) 'ஜாதி' என்ற சொல் தமிழ்ச் சொல் அல்ல; ஏனெனில், **அதன் முதல் எழுத்தான** 'ஜா' தமிழ் எழுத்தல்ல.

7) செடியின் வேரிலே வெந்நீர் ஊற்றப் படுவதைக் கவனிக்காமல், மலரின் அழகு பற்றியும் **அதன் இதழின்** மென்மை பற்றியும் பேசிக்கொண்டிருப்பதில் பயனில்லை.

8) தமிழிலே உள்ள ழகரம் சிறப்பெழுத்து என்று சொல்லுகிறோம். அந்தச் சிறப்புக்குக் காரணம் **அதன் ஒலியிலே** உள்ள குழைவு தான்.

9) செந்தமிழ்ச் செல்வி இதழுக்குப் பொன் விழா நடைபெற்றபோது, **அதன் நினைவாக** மலர் ஒன்று வெளியிடப்பட்டது.

10) 'கோகிலாம்பாள் கடிதங்கள்' என்பது கடித வடிவில் அமைந்த புதினம். **அதன் ஆசிரியர்** மறைமலையடிகளார்.

அதன் பொருளை, அதன் தத்துவத்தை, அதன் பெருமையை, இதன் பொருளை, இதன் ஏற்றத்தை, அதன் தன்மையை, அதன் முதல் எழுத்து, அதன் இதழ், அதன் ஒலி, அதன் நினைவாக, அதன் ஆசிரியர் என்னும் தொடர்களில் நிற்கும் 'அதன்', 'இதன்' என்னும் சொற்கள் ஆறாம் வேற்றுமைப் பொருள் உணர்த்துகின்றன. ஆனால், இந்தத் தொடர்களில் ஆறாம் வேற்றுமை உருபு இல்லை. அது, இது என்னும் சொற்களுடன் 'அன்' சாரியை மட்டும் சேர்ந்து நின்று, ஆறாம் வேற்றுமைப் பொருள் உணர்த்துகிறது. இந்தத் தொடர்களில் வேற்றுமை உருபு சேரும்போது, இவை, முறையே, அதனுடைய பொருளை, அதனுடைய தத்துவத்தை, அதனுடைய பெருமையை, இதனுடைய பொருளை, இதனுடைய ஏற்றத்தை, அதனுடைய தன்மையை, அதனுடைய முதல் எழுத்து, அதனுடைய இதழ், அதனுடைய ஒலி, அதனுடைய நினைவாக, அதனுடைய ஆசிரியர் என்றமையும்.

இத்தகைய தொடர்களில், ஆறாம் வேற்றுமை உருபு இல்லாமல், அன் சாரியை மட்டும் நின்று ஆறாம் வேற்றுமைப் பொருள் உணர்த்துவதே பொது வழக்காக இருக்கிறது. உரைநடையில் மட்டுமன்று; கவிதையிலும் இதே நிலைதான்.

முக்கியமாகக் கவனத்திற் கொள்ள வேண்டியது இதுதான்: ஆறாம் வேற்றுமைப் பொருள் தருவதற்கு அஃறிணை ஒருமைச் சுட்டு வினாக்களில் அன் சாரியையும், அஃறிணைப் பன்மைச் சுட்டு வினாக்களில் இன் சாரியையும் கட்டாயம் வர வேண்டும்.

அன் சாரியையும் நான்காம் வேற்றுமையும்

அன் சாரியை மட்டும் நின்று ஆறாம் வேற்றுமைப் பொருள் உணர்த்துவது போலவே, நான்காம் வேற்றுமையிலும் இடம், காலம் ஆகியவற்றின் எல்லைப் பொருள் உணர்த்தும் இடங்களில் உருபு இல்லாமல் அன் சாரியை மட்டும் நிற்கும்.

''மண்ணீரு மாகா **ததனருகே** சிற்றூறல்
உண்ணீரு மாகி விடும்''

(மூதுரை)

அதனருகே என்பது அதற்கு அருகே என்று விரியும். அதன் அருகே என்பதில் 'கு' உருபு இல்லை. அன் சாரியை மட்டும் நின்று நான்காம் வேற்றுமைப் பொருள் தருகிறது.

''அத்தனையும் அழிந்தொழிய
விடுவோமானால்
அதன்பிறகு தமிழ் வளர்ச்சி ஆசை
என்னாம்?''

(நாமக்கல் கவிஞர்)

'அதன் பிறகு' என்பதற்கு 'அதற்குப் பிறகு' என்று பொருள் இங்கே நான்காம் வேற்றுமை உருபு இல்லை. அதன் பக்கத்தில், அதன்பின் போன்றவையும் இவ்வாறு அமைந்தவையே. இது, எது என்னும் சொற்களுக்கும் இது பொருந்தும்.

அஃறிணைப் பன்மைச் சுட்டு, வினா ஆகியவற்றிலும் இவ்வாறு 'இன்' சாரியை மட்டும் நின்று நான்காம் வேற்றுமைப் பொருள் தரும். ஆனால், இங்கே இடப் பொருளில் மட்டுமே இப்படி அமைவதைக் காண்கிறோம்.

எடுத்துக்காட்டு :

அவற்றின் அருகில், இவற்றின் முன்னால், எவற்றின் பக்கத்தில்

யாது, யாவை

''**யாதனின் யாதனின்** நீங்கியான் நோதல்
அதனின் அதனின் இலன்

(குறள்)

இந்தக் குறட்பாவில் யாதனின் அதனின் என்னும் இரு சொற்களும் அடுக்கி வந்திருக்கின்றன. அதனின் என்னும் சொல்லில் 'அது' என்னும் சொல்லுடன் 'இன்' உருபு சேர்ந்திருப்பதுபோலவே யாதனின் என்னும் சொல்லிலும் 'இன்' உருபு சேர்ந்திருக்கிறது. இந்த இரு சொற்களிலும் 'அன்' சாரியை வந்திருக்கிறது.

'யாது' என்பது 'எது' என்னும் பொருள் தரும் சொல். 'எது' என்னும் வினாவைப் போலவே 'யாது' என்பதும் வேற்றுமை உருபு ஏற்கும். 'எது' என்பது போலவே 'யாது'

என்பதும் அன் சாரியை பெறும். ஆனால், இன்றைய வழக்கில் உரைநடை, கவிதை இரண்டிலுமே 'யாது' என்னும் வினா வேற்றுமை உருபு ஏற்று வருவதைக் காண முடியவில்லை. 'யாது' என்பதன் இடத்தை 'எது' என்பது எடுத்துக்கொண்டது. இதே போல **யாவை** என்பதற்குப் பதிலாக **எவை** என்பதே இன்றைய வழக்கில் உள்ளது. 'எவை' என்பது போலவே **'யாவை'** என்பதும் வேற்றுமை உருபு ஏற்கும்போது அற்றுச் சாரியை பெறும்.

யாதும் தெரியாது, யாவையும் தெரியும் என்னும் வாக்கியங்களில் **'யாதும்'** என்பது **எதுவும்** என்னும் பொருளும் **யாவையும்** என்பது **யாவும்** என்னும் பொருளும் தரு கின்றன. இத்தகைய தொடர்கள் இன்றைய வழக்கில் அருகியே காணப்படுகின்றன. யாதும் யாவையும் என்னும் சொற்களுக்குப் பதிலாக எதுவும், யாவும் (எல்லாம்) என்னும் சொற்களே இன்றைய வழக்கில் பெரும் பான்மையாக உள்ளன.

யாது என்னும் சொல் வினாப் பொருளில் வருவதைக்கூட இன்று அதிகமாகக் காண முடியவில்லை. அதற்குப் பதிலாக என்ன என்னும் வினாப்பெயரே மிகுதியாக வழங்கு வதைக் காண்கிறோம். இன்றைய உரை நடையில்,

உன் பெயர் யாது?

நீ யாது கூறினாய்?

போன்ற தொடர்கள் மிகக் குறைவு.

உன் பெயர் என்ன?

நீ என்ன சொன்னாய்?

போன்ற தொடர்களே இன்று மிகுதியாக வழங்குகின்றன.

யார், யாவர்

யாவர் என்பதும் இன்று இலக்கிய வழக்குச் சொல்லாகவே இருக்கிறது. இன்றைய உரை நடையில் எழுத்திலும் பேச்சிலும் மிகுதியாக வழங்குவது 'யார்' என்னும் வினாப் பெயரே.

யார், யாவர் என்னும் சொற்கள் வேற்றுமை உருபு ஏற்கும்போது சாரியை எதுவும் வாராது. எல்லாரும் என்னும் பொருள் தரும். யாவரும் என்னும் சொல் வேற்றுமை உருபு ஏற்கும் போதும் எந்தச் சாரியையும் வாராது. எல்லாரும், அனைவரும் என்னும் சொற்களும் சாரியை பெறுவதில்லை.

மற்றது, கேட்டது, காண்பது...

மற்றவை, கேட்டவை, காண்பவை முதலிய சொற்கள் வேற்றுமை உருபு ஏற்கும் போது இன் சாரியை பெறுவது போல, இவற்றின் ஒருமை வடிவங்களான மற்றது, கேட்டது, காண்பது முதலிய சொற்கள் அன் சாரியை பெறும்.

எடுத்துக்காட்டு :

மற்றதனால், கேட்டதற்கு, காண்பதனால், சொன்னதனால், பார்ப்பதற்கு, மற்றதனுடைய, கேட்டதனை.

இந்தச் சொற்களுடன் வேற்றுமை உருபு சேரும்போது எல்லா இடங்களிலும் அன் சாரியை வருவதில்லை.

நான்கன் உருபு சேரும்போது கட்டாயம் அன்சாரியை வரும்.

எடுத்துக்காட்டு :

சொன்னதற்கு, பார்ப்பதற்கு, பேசுவதற்கு, அளிப்பதற்கு, நிற்பதற்கு.

'மற்றது' என்னும் சொல்லுடன் மூன்றன் உருபு சேரும்போதும் அன்சாரியை வரும்.

எடுத்துக்காட்டு :

மற்றதனால், மற்றதனோடு, மற்றதனுடன்.

கேட்டது, காண்பது முதலான சொற்களு டன் அன் சாரியை மட்டும் நின்று பொருள் உணர்த்துவதைக் காண்கிறோம். அப்போது, அது பெரும்பாலும் நான்காம் வேற்றுமைப் பொருளே தருகிறது. **கேட்டதன் பொருள்** என்பது **கேட்டதற்குப் பொருள்** என்று விரியும்.

இதன் பொருள் என்ன?

இதன் பொருள் தெரியுமா?

என்னும் வாக்கியங்களில் நிற்கும் **இதன் பொருள்** என்பதற்கு **இதனுடைய பொருள்** என்றும், **இதற்குப் பொருள்** என்றும் இரு விதமாகப் பொருள் கொள்ளலாம்.

'அவர் இங்கு வருவதன் காரணம் என்ன?'' என்னும் வாக்கியத்தில் நிற்கும் **வருவதன்**

காரணம் என்பதற்கு **வருவதற்குக் காரணம்** என்று பொருள். இத்தகைய தொடர்களில் நிற்கும் அன்சாரியை நான்காம் வேற்றுமைப் பொருள் தருகிறது.

இந்த வாக்கியங்களையும் நோக்குக :-

1) புலனடக்கம் **என்பதன் பொருள்** என்ன?

2) பெரியோர் புலன்களைக் கடிந்து **கூறியதன் காரணம்** என்ன?

3) அழகுக் கடவுளைக் காண **முயல்வதன் நோக்கம்** என்ன?

4) **உள்ளதன் பொருள்** கூறலாம்; **இல்லதன் பொருள்** கூறமுடியுமா?

என்பதன் பொருள், கூறியதன் காரணம், முயல்வதன் நோக்கம், உள்ளதன் பொருள், இல்லதன் பொருள் என்னும் தொடர்கள் நான்காம் வேற்றுமைப் பொருள் தருகின்றன.

அன் சாரியை ஆறாம் வேற்றுமைப் பொருள் தருவதை முன்பு கண்டோம். அதே அன்சாரியை நான்காம் வேற்றுமைப் பொருள் தருவதை இங்கே காண்கிறோம். இத்தகைய சந்தர்ப்பங்களில் இடம் நோக்கியே பொருள் கொள்ள வேண்டும்.

இன் சாரியையும் இவ்வாறே சில இடங்களில் நான்காம் வேற்றுமைப் பொருள் தருகிறது.

எடுத்துக்காட்டு :

1) இந்தப் **பாடலின் பொருள்** கூற முடியுமா?

2) இந்த **நிலையின் காரணம்** என்ன?

3) **அவற்றின் நோக்கம்** என்ன?

4) **இவற்றின் முடிவு** காண வேண்டும்.

பாடலின் பொருள், நிலையின் காரணம்,

அவற்றின் நோக்கம், இவற்றின் முடிவு

என்பன முறையே, பாடலுக்குப் பொருள், நிலைக்குக் காரணம், அவற்றிற்கு நோக்கம், இவற்றிற்கு முடிவு என்று பொருள் தரும்.

இன் சாரியை, அன் சாரியை இரண்டும் வேற்றுமை உருபு ஏற்காமல் நின்று பெரும்பாலான இடங்களில் ஆறாம் வேற்றுமைப் பொருளும் சில இடங்களில் நான்காம் வேற்றுமைப் பொருளும் உணர்த்துகின்றன.

உகரச் சாரியை

பெயர்ச் சொற்கள் வேற்றுமை உருபு ஏற்கும்போது வரும் சாரியைகளில் மற்றொன்று உகரம். இது நான்காம் வேற்றுமை உருபு சேரும்போது மாத்திரமே வரும்.

''**பாருக்குள்ளே** சமத் தன்மை–தொடர்
பற்றும் சகோதரத் தன்மை
யாருக்கும் தீமை செய்யாது-புவி
எங்கும் விடுதலை செய்யும்''
(பாரதியார்)

''அவரு வந்தார் இவரு வந்தார் ஆடினார் முடிவில்
எவருக்குமே தெரியாமே ஓடினார்''
(பட்டுக்கோட்டையார்)

பாருக்குள்ளே, யாருக்கும், எவருக்கும்

என்பன நான்காம் வேற்றுமை உருபேற்ற சொற்கள். பார், யார், எவர் என்னும் சொற்கள் உகரச் சாரியை பெற்று உருபேற்றுள்ளன.

இவ்வாறே ஏனைய இடையின மெய் களையும், ண், ன் ஆகிய மெல்லின மெய் களையும் ஈற்றிலுடைய சொற்களும் நான்காம் வேற்றுமை உருபு ஏற்கும்போது உகரச் சாரியை பெறும். யகரம் மட்டும் இதற்கு விலக்கு.

எடுத்துக்காட்டு :

''**வாளுக்கு** வாளாம் **வில்லுக்கு** வில்லாம்
வகை மிக்க ஆயுதம் தீர்ந்திடில் மல்லாம்!
ஆளுக்கே ஆள் நின்று **நேருக்கு** நேராம்
ஆண்மையும் ஆற்றலும் செய்வது போராம்!
நாளுக்கு நாள் வந்து நள்ளிருள் தன்னில்
நரிபோலும் குறிதேடும் கள்ளர்கள் என்னப்
பாலுக்கு வாய்வைக்கும் பாலரைக் கொல்வார்
பாவத்தை நாகரிகம் மெனச் சொல்வார்''
(நாமக்கல் கவிஞர்)

''**தமிழுக்கு** அமுதென்று பேர்–அந்தத்
தமிழ் இன்பத் தமிழ்–எங்கள்
உயிருக்கு நேர்''

''**பைங்கூழுக்கு** வேரும் நீயே!
குளிருக்குப் போர்வை நீயே!''
(பாரதிதாசன்)

''எட்டு மறிவினில் **ஆணுக்கிங்கே** பெண்
இளைப்பில்லை காணென்றுகும்மியடி''

''பகைவனுக் கருள்வாய் - நன்னெஞ்சே!
பகைவனுக் கருள்வாய்!''
(பாரதியார்)

''சிலையெடுத்தான் ஒரு சின்னப்
பெண்ணுக்கு
கலை கொடுத்தான் அவள் வண்ணக்
கண்ணுக்கு''
(கண்ணதாசன்)

வாளுக்கு, வில்லுக்கு, ஆளுக்கு, நாளுக்கு, பாலுக்கு, தமிழுக்கு, பைங்கூழுக்கு, குளிருக்கு, ஆணுக்கு, பகைவனுக்கு, பெண்ணுக்கு, கண்ணுக்கு ஆகிய சொற்கள் உகரச் சாரியை பெற்று, நான்காம் வேற்றுமை உருபேற்றுள்ளன.

இந்த மெய்களை ஈற்றிலுடைய சொற்கள் உகரச் சாரியை பெறாமலும் நான்காம் வேற்றுமை உருபு ஏற்கலாம். இவற்றில் ரகர மெய் தவிர்த்த ஏனையவை உகரச் சாரியை பெறாமல் நான்காம் வேற்றுமை உருபு ஏற்பதைக் கவிதையிலும் காண்பது அரிதாகவே உள்ளது.

கவிதையில் பெரும்பான்மையும் உரை நடையில் சிறுபான்மையும் உகரச் சாரியையின்றி 'கு' உருபு ஏற்பது ரகரத்தை ஈற்றிலுடைய சொல்லாகும்.

எடுத்துக்காட்டு :

கல்லார்க்கும் கற்றவர்க்கும் *களிப்பருளும்*
களிப்பே!
காணார்க்கும் கண்டவர்க்கும் *கண்ணளிக்கும்*
கண்ணே!
வல்லார்க்கும் மாட்டார்க்கும் *வரமளிக்கும்*
வரமே!
மதியார்க்கும் மதிப்பவர்க்கும் *மதிகொடுக்கும்*
மதியே!
நல்லார்க்கும் பொல்லார்க்கும் *நடுநின்ற*
நடுவே !
நரர்களுக்கும் சுரர்களுக்கும் நலங்கொடுக்கும்
நலமே!
எல்லார்க்கும் *பொதுவில் நடம் இடுகின்ற*
சிவமே!
என் அரசே! யான் புகலும் இசையு
மணிந்தருளே!
(திருவருட்பா)

''பாவலர்க்குக் *கவியான கண்ணகியம்மா*
-தமிழ்ப்
பாமரர்க்குப் *பெருமைதந்த கண்ணகியம்மா!''*
(கண்ணதாசன்)

ரகரத்தை ஈற்றிலுடைய சொற்களுடன் நான்காம் வேற்றுமை உருபு சேர்க்கும்போது உகரச் சாரியை வரலாம்; வராமலும் இருக்கலாம். உகரச் சாரியை சேர்ப்பதா, விடுவதா என்கிற ஐயம் எழும்போது செவியைத் துணைக் கொள்க. எது செவிக்கு இனிமையாகத் தோன்றுகிறதோ அதைக் கொள்க.

இதற்குக் கண்ணதாசனே வழிகாட்டுகிறார். சற்று முன்பு நாம் பார்த்த அவருடைய பாடல் வரிகளில், பாவலர்க்கு, பாமரர்க்கு என்னும் சொற்களில் உகரச் சாரியை இல்லை. இந்தப் பாடலைப் பாருங்கள்.

''அன்பு **செய்தாருக்கு** அன்பு-என்றால்
ஆனந்தம் அதிலென்ன உண்டு?
அன்பற்ற **பேருக்கு** அன்பு செய்தால்
அது வன்றோ மானிடப் பண்பு?''
(கண்ணதாசன்)

இங்கே செய்தாருக்கு, பேருக்கு என்னும் சொற்களில் உகரச் சாரியை வந்திருக்கிறது. செவிக்கினிமை என்பது பாடலுக்கு மட்டுமா? உரை நடைக்கும்தானே?

யகர மெய்யை ஈற்றிலுடைய சொற்கள் நான்காம் வேற்றுமை உருபேற்கும்போது உகரச் சாரியை வருவதில்லை.

எடுத்துக்காட்டு :

''கொன்றைக் **காய்க்கு**
நிகரான வாலை ஆட்டி''

தொலைவுள்ள கிளையில் வௌவால்
தொங்கிடும்; **வாய்க்குள்** கொண்டு''
(பாரதிதாசன்)

''தாய்க்கு மேலிங்கே ஓர் தெய்வ
முண்டோ?''
(பாரதியார்)

காய்க்கு, வாய்க்குள், தாய்க்கு என்னும் சொற்களில் உகரச் சாரியை இல்லை.

இ, ஈ, ஐ ஆகிய உயிர்களை ஈற்றில் கொண்ட சொற்களும் உகரச் சாரியை பெறுவதில்லை.

எடுத்துக்காட்டு :

''**தீக்குள்** விரலை வைத்தால் நந்தலாலா-
நின்னைத்
தீண்டுமின்பம் தோன்றுதடா நந்தலாலா''
(பாரதியார்)

''தூலம்போல் வளர்**கிளைக்கு**
விழுதுகள் தூண்கள்!

''**தேவைக்குப்** பணம் கிடைக்கும்
கீர்த்தியும் கிடைக்கும் நன்றே''
(பாரதிதாசன்)

''**கல்விக் கழகு** கசடற மொழிதல்''

''**ஞானிக் கில்லை** இன்பமும் துன்பமும்''

''**மந்திரிக் கழகு** வரும் பொருள் உரைத்தல்''
(நறுந்தொகை)

''பொன்னோடு பொருள் படைத்தேன்
பூவைக்கு நான் பூ முடித்தேன்''
(கண்ணதாசன்)

தீக்குள், கிளைக்கு, தேவைக்கு, கல்விக்கு, ஞானிக்கு, மந்திரிக்கு, பூவைக்கு என்னும் சொற்களில் உகரச் சாரியை இல்லை. கவிதைகளில் 'தீயினுக்கு' என்பது போல் சில சொற்களுடன் உகரச் சாரியை சேர்ந்து வரலாம். அங்கேயும் உகரச் சாரியை தனித்து வாராது. இன் சாரியையோடு சேர்ந்தே வரும். உரை நடையில், இத்தகைய சொற்களோடு எந்தச் சாரியையும் சேராமல் நான்கனுருபு சேர்வதே பொது வழக்காகும்.

உகர ஈற்றுச் சொற்களுடன் நான்கன் உருபு சேரும்போதும் உகரச் சாரியை இன் சாரியை யுடன் சேர்ந்து வரும். இதுவும் செய்யுள் வழக்கே.

எடுத்துக்காட்டு :

''**மூப்பினுக் கடுத்த** எல்லை
மூச்சினை நிறுத்தச் சாய்ந்து''

''**பேச்சினுக்** கெதிர்ப் பேச்சில்லை
பேரிறை எழுந்தான். . . . .''
(கண்ணதாசன்)

''தென்னை மரத்தின் கிளையிடையே
தென்றல் போய்
மன்னப் **பருந்தினுக்கு** மாலையிட்டுச்
சென்றதுவே''
(பாரதியார்)

மூப்பினுக்கு, பேச்சினுக்கு, பருந்தினுக்கு என்னும் சொற்களில் இரண்டு சாரியைகளும் வந்திருக்கின்றன. உரைநடையில் இவை தேவையில்லை.

சில பல என்னும் சொற்களுடன் அற்றுச் சாரியையும் இன் சாரியையும் சேர்ந்து வருவதை முன்பு கண்டோமல்லவா? இவற்றுடன் உகரச் சாரியையும் சேர்ந்து வரலாம். உகரச் சாரியை வரும்போது இன் சாரியையும் கட்டாயம் வர வேண்டும்.

எடுத்துக்காட்டு :

பலவற்றினுக்கும்
சிலவற்றினுக்காவது

எல்லாம், யாவும் என்னும் சொற்களும் இந்த மூன்று சாரியைகளையும் ஒருங்கே பெற்று வருவதுண்டு. அப்போது எல்லா வற்றினுக்கும், யாவற்றினுக்கும் என இவை அமையும். உரைநடையில் உகரச் சாரியை சேர்த்து எழுதும் வழக்கம் இல்லை. செய்யுள் வழக்கு இது. சில, பல, எல்லாம், யாவும் என்னும் சொற்களுடன் அற்றுச் சாரியை கட்டாயம் சேர்க்க வேண்டும். இன் சாரியை கட்டாயம் இல்லை. ஆனால், இந்த இரண்டும் சேர்ந்து வருவது உரைநடையில் மிகுதியாகக் காணப்படுகிறது.

அது, அவை முதலான சொற்களுடன் அன், இன் சாரியைகள் சேர்ந்து வேற்றுமை உருபு ஏற்பதை முன்பு பார்த்தோம். இவற்றுடன் உகரச் சாரியையும் சேர்ந்து வருவதுண்டு.

''வேங்கை வரிப்புலிநோய் தீர்த்த விடகாரி
ஆங்கதனுக் காகாரம் ஆனாற்போல்''
(மூதுரை)

'ஆங்கதனுக்கு' என்னும் தொடரில் நிற்கும் 'அதனுக்கு' என்பது உகரச் சாரியை பெற்றிருப் பதை நோக்குக. அது-அன்-உ-கு →அதனுக்கு என்று அமைந்திருக்கிறது. இதே போல, இதனுக்கு, எதனுக்கு என்றும், இவற்றினுக்கு, அவற்றினுக்கு எவற்றினுக்கு என்றும் அஃறிணைச் சுட்டும் வினாவும் உகரச்சாரியை பெற்று வரலாம். இது செய்யுள் வழக்கு, உகரச் சாரியை பெறாமல் வருவதே உரைநடை வழக்காகும்.

நாம் சற்று முன்பு பார்த்த இடையின, மெல்லின மெய்களை ஈற்றிலுடைய சொற்

களும் நான்காம் வேற்றுமை உருபு ஏற்கும் போது உகரச் சாரியையுடன் இன் சாரியையும் பெற்று வருவதுண்டு. இதுவும் பெரும்பாலும் செய்யுள் வழக்காகவே உள்ளது.

எடுத்துக்காட்டு :

''உயிரைக் காக்கும் உயிரினைச் சேர்ந்திடும்
உயிரினுக் குயிராய் இன்பமாகிடும்''
(பாரதியார்)

உயிரினுக்கு என்பதில் இரண்டு சாரியைகள் உள்ளன. இவ்வாறே மற்ற மெய்களும் இந்த இரு சாரியையும் பெற்று வரலாம். அஃறி ணைப் பெயர்களே இரு சாரியையும் பெறு கின்றன. உயர்திணைப் பெயர்கள் நான்காம் வேற்றுமை உருபேற்கும்போது இன் சாரியை பெறுவதில்லை. இது கவிதை, உரைநடை இரண்டுக்கும் பொருந்தும்.

மூன்று சாரியைகள்

அத்து, அற்று ஆகியவற்றுடன் இன் சாரியையும் வருவதைப் பார்த்தோம். நான்காம் வேற்றுமையில் இவற்றுடன் உகரச் சாரியையும் சேர்ந்து, மூன்று சாரியைகளும் ஒருங்கே வருவதைக் காண்கிறோம்.

எடுத்துக்காட்டு :

மரத்தினுக்கு-மரம்-அத்து-இன்-உ-கு
எல்லாவற்றினுக்கும்-எல்லாம்-அற்று-இன்-உ-கு
அவற்றினுக்கு-அவை-அற்று-இன்-உ-கு

உரைநடையில் இந்த மூன்று சாரியைகளும் சேர்ந்து வருவதைக் காண்பது அரிது.

வினைச் சொல்லில் அன் சாரியை

முற்று வினையைப் பகுதி, இடைநிலை, விகுதி என்று பகுக்கலாம். பகுதி வினை யையும் (செயலையும்), இடைநிலை காலத் தையும், விகுதி பாலையும் உணர்த்தும்.

இடைநிலைக்கும் விகுதிக்கும் இடையில் சில சமயங்களில் அன் சாரியை வரும்

எடுத்துக்காட்டு :

படித்தனர்-படி-த்-த்-அன்-அர்
எடுத்தனன்-எடு-த்-த்-அன்-அன்

இந்தச் சொற்களில் இறுதியில் நிற்பது விகுதி. இந்த விகுதிக்கு முன் நிற்கும் அன் சாரியை.

அம் சாரியை

இரண்டு பெயர்ச் சொற்கள் சேரும் போது இடையிலே தோன்றும் சாரியை 'அம்' என்பது

எடுத்துக்காட்டு :

ஆற்றங்கரை - ஆறு - அம் - கரை
வேப்பம் பழம் - வேம்பு - அம் - பழம்
கருப்பஞ்சாறு - கரும்பு - அம் - சாறு
தென்னந்தோப்பு - தென்னை- அம்- தோப்பு
மதுரையம்பதி - மதுரை - அம் - பதி
தில்லையம்பதி - தில்லை - அம் - பதி
புளியம் பழம் - புளி - அம் - பழம்

மதுரையம்பதி, தில்லையம்பதி என்னும் சொற்களில் நிற்கும் 'அம்' என்பதற்கு 'அழகு' என்றும் பொருள் கொள்ளலாம். எனினும் இதனைச் சாரியையாகக் கொள்வதே பொருத்தமாகத் தோன்றுகிறது.

அசைச் சொற்கள்: தான், தாம்...

''. . . . . வெள்ளம்
தடுத்த லரிதோ **தடங்கரைதான்** பேர்த்து
விடுத்த லரிதோ விளம்பு''
(நன்னெறி)

''. . . . . .மற்றோர்
இரணங் கொடுத்தால் இடுவர் இடாரே
சரணங் **கொடுத்தாலும் தாம்''**
(நல்வழி)

''பொய்ப்புலன்க ளைந்துநோய் புல்லியர்பா
லன்றியே
மெய்ப்புலவர் தம்பால் விளையாவாம்''
(நன்னெறி)

''முன் நடப்போர் **பின் வருவோர் தம்மை**
எல்லாம்
முகம் திருப்பிப் பார்க்குமுனம் பூதம் பூதம்
என்றலறி **எதிர் வருவோர் தமை**
அணைக்க''

''தெருத்தோறும் வாழ்வாரை ஒருங்க
ழைத்துச்
செப்பிடுவீர் **உண்மைதனை;**
அரண்மனைக்குள்
ஒரு **பேழைதனைத்** தந்தேன்; அதனை
வாங்கி''
(பாரதிதாசன்)

''கற்பனையும் வர்ணனையும் காட்டிக்
கதை வளர்க்கும்
விற்பனர்தம் செய்கை விதமும் தெரிகிலன்
யான்''

''மாயக் **குயிலதுதான்** மானுடவர்
பேச்சினிலோர்
மாயச்சொல் கூற மனந்தீயுற நின்றேன்''

''ஐவர் தமையும் தனிக் கொண்டு போகி
ஆங்கொரு செம்பொன் அரங்கில்
இருந்தே''
(பாரதியார்)

தடங்கரைதான், கொடுத்தாலும்தாம், மெய்ப் புலவர்தம்பால், பின்வருவோர் தம்மை, எதிர்வருவோர்தமை, உண்மைதனை, பேழைதனை, விற்பனர்தம், குயிலதுதான், ஐவர்தமையும் என்னும் தொடர்களில் நிற்கும் தான், தாம், தன், தம் ஆகியவை அசைகள்.

வேற்றுமை உருபு ஏற்கும்போது தான், தாம் என்பன முதல் குறுகி தன், தம் என்று நிற்கின்றன.

ஏ

''கற்கை **நன்றே** கற்கை **நன்றே**
பிச்சை **புகினும்** கற்கை **நன்றே''**

''சிறியோர் செய்த சிறுபிழை எல்லாம்
பெரியோர் ராயிற் பொறுப்பது **கடனே''**

''பெருமையும் சிறுமையும் தான்தர
வருமே''
(நறுந்தொகை)

''புல்லுக்கு **மாங்கே** பொசியுமாம்''
''மண்ணீரு மாகா **ததனருகே** சிற்றூறல்''
(மூதுரை)

''புகழே புகழே புகழே, புகழுக்கேயோர்
புரையுண்டாயின்
இகழே இகழே இகழே''

''நீலக் கடலோர் **நெருப்பெதிரே** சேர்மணி
போல்''

''முன்னிக் கவிதை வெறி **மூண்டே**
நனவழியப்
பட்டப் **பகலிலே** பாவலர்க்குத்
தோன்றுவதாம்
நெட்டைக் கனவின் **நிகழ்ச்சியிலே**
கண்டேன்யான்''
(பாரதியார்)

நன்றே, கடனே, வருமே, ஆங்கே, அருகே, புகழே, புகழுக்கே, இகழே, நெருப்பெதிரே, மூண்டே, பகலிலே, நிகழ்ச்சியிலே என்னும் சொற்களில் நிற்கும் 'ஏ' அசையாகும்.

ஆம்

''நீரளவே **யாகுமாம்** நீராம்பல் தான்கற்ற
நூலளவே **யாகுமாம்** நுண்ணறிவு''

''புல்லுக்கு மாங்கே **பொசியுமாம்''**
(மூதுரை)

''எழுத்தறியார் கல்விப் பெருக்கம்
அனைத்தும்
எழுத்தறிவார்க் காணின் **இலையாம்''**
(நன்னெறி)

''மெய்த்தவர் **பலருண்டாம்**-வெறும்
வேடங்கள் பூண்டவர் **பலருமுண்டாம்;**
உய்த்திடு சிவஞானம்-கனிந்
தோர்ந்திடும் மேலவர் **பல ருண்டாம்;**
பொய்த்த விந்திர சாலம்-நிகர்
பூசையும் கிரியையும் புலைநடையும்
கைத்திடு பொய்ம்மொழியும்-கொண்டு
கண்மயக் காற் பிழைப்போர் **பலராம்''**
(பாரதியார்)

ஆகுமாம், பொசியுமாம், இலையாம், உண்டாம், பலராம் என்னும் சொற்களில் நிற்கும் ஆம் அசையாகும்.

எந்தப் பொருளுமின்றி, ஓசை நயத்திற்காக வருவது அசை. இந்த அசையை நீக்கி விட்டாலும், அந்தச் சொல்லின் பொருளில் எந்த மாற்றமும் ஏற்படாது. இது வரை பார்த்த சொற்களில் நிற்கும் தான் முதலான அசைகளை நீக்கி விட்டுப் பார்த்தால் இதனை உணரலாம்.

அன், இன் சாரியைகள் வேற்றுமை உருபு இல்லாமல் ஆறாம் வேற்றுமைப் பொருள் உணர்த்துவது போலவே, தான், தாம் என்னும் அசைகள் தன், தம் எனத் திரிந்து நின்று, ஆறாம் வேற்றுமைப் பொருள் உணர்த்து கின்றன.

''வெள்ளத் தனைய மலர்நீட்டம் **மாந்தர்தம்**
உள்ளத் தனையது உயர்வு''
(குறள்)

"ஒருமையுடன் நினது திரு மலரடி
                              நினைக்கின்ற
உத்தமர்தம் உறவு வேண்டும்"
                          (திருவருட்பா)

"கெட்டார்தம் வாயில் எளிதே கிளைத்து
                                விடும்
பட்டார்தம் நெஞ்சில் பலநாள் அகலாது"

"மன்னன் சுயோதனன்தன் வார்த்தையினால்
                              என்றிட்டான்
சோதரர்தம் தேவிதனைச் சூதில்
                              வசமாக்கி"
"ஊரவர்தம் கீழ்மை உரைக்கும் தரமாமோ?"
"வாதாடி நீயவன் தன் செய்கை
                              மறுக்கின்றாய்"
                              (பாரதியார்)

"என்றன் உயிருக்கே எமனாக வாய்த்தாயே
உன்றன் உயிரைத்தான் காப்பாற்றிக்
                              கொண்டாயா?"
                              (பாரதிதாசன்)

மாந்தர்தம் உள்ளம்
உத்தமர்தம் உறவு
கெட்டார்தம் வாயில்
பட்டார்தம் நெஞ்சில்
சுயோதனன் தன் வார்த்தை
சோதரர்தம் தேவி
ஊரவர்தம் கீழ்மை
அவன்தன் செய்கை
என்றன் (என்-தன்) உயிர்
உன்றன் (உன்-தன்) உயிர்

என்னும் தொடர்களில் தம், தன் ஆகிய அசைகள் மட்டும் நின்று ஆறாம் வேற்றுமைப் பொருள் உணர்த்துகின்றன.

உரைநடையிலும் இவை ஆறாம் வேற்றுமைப் பொருள் உணர்த்துவதைக் காண்கிறோம்.

எடுத்துக்காட்டு :

1) அவர்தம் தொண்டு இல்லையானால், இன்று புறப்பொருள் பற்றிய தனிப் பாடல்கள் கிடைக்க வழியில்லாமல் போயிருக்கும்.

2) உலகம் வறண்டாலும் ஊற்று நீரால் உலகு ஊட்ட வல்ல காவிரி போன்ற உணர்வுடையது அவர்தம் நெஞ்சம்.

3) இத்தகையவர்தம் நெஞ்சத்தில் ஊறிச் சுரப்பதால்தான் உயர்ந்த நூல்கள் வழி வழியாகப் போற்றப்பட்டு வாழ்கின்றன.

4) பெருவேந்தர்கள் பலர், புலவர் பாடு வதற்குரிய விழுமிய வாழ்வு வாழ்ந்த வர்கள்; புலவர்தம் உள்ளத்தைக் கொள்ளை கொண்டவர்கள்.

5) ஒரு நீண்ட காவியமாகப் பாடத்தக்க வகையில் புலவர்தம் உணர்ச்சி ஒரு தலைவனைப் பற்றி நெடிதுநின்று வாழ்வதில்லை.

அவர்தம் தொண்டு,
அவர்தம் நெஞ்சம்,
இத்தகையவர்தம் நெஞ்சத்தில்,
புலவர்தம் உள்ளத்தை,
புலவர்தம் உணர்ச்சி

என்னும் தொடர்களை நோக்குக.

'தன்' என்னும் அசை சேர்ந்து அவன்தன், உன்தன் என்றமைந்து ஆறாம் வேற்றுமைப் பொருள் உணர்த்தும் சொற்களை உரை நடையில் காண்பது அரிதாக உள்ளது.

என்றன், உன்றன், போன்ற சொற்கள் எந்தன், உந்தன் எனத் திரிந்து வழங்கு கின்றன. கவிதையிலும் இந்தத் திரிந்த சொல் வடிவங்கள் இடம்பெற்றுவிட்டன.

எடுத்துக்காட்டு :

"கட்டித் தரும் கன்னி முத்துச் சரம்
பத்துத் தரம் எந்தன் பக்கம் வரும்"

"வஞ்சிக்கொடி இவள் நெஞ்சுக்குள்ளே
கொஞ்சுமொழி உந்தன் சொந்த மொழி"
                              (கண்ணதாசன்)

இந்தப் பாடலில் இடம் பெற்றிருக்கும் எந்தன், உந்தன் என்பன என்றன், உன்றன் என்பதன் திரிந்த வடிவங்கள்.

11

வேற்றுமை உருபு ஏற்கும்போது திரிந்து வழங்கும் பெயர்கள்

தன்மை, முன்னிலைப் பெயர்களும், படர்க்கையில் தான், தாம், தாங்கள் ஆகிய பெயர்களும் வேற்றுமை உருபு ஏற்கும் போது தம் வடிவம் திரிந்து நிற்கின்றன.

தன்மைப் பெயர்கள்

யான், நான், யாம், நாம், யாங்கள், நாங்கள் என்பன தன்மைப் பெயர்கள். யான், நான் ஆகியவை ஒருமை; மற்றவை பன்மை.

நான், நாம், நாங்கள் என்னும் சொற்களே இன்றைய வழக்கில் உள்ளன. யான், யாம், யாங்கள் என்பவை இலக்கிய வழக்கில் மட்டுமே உள்ளன.

எடுத்துக்காட்டு :

''**யான்** நோக்குங்காலை நிலன் நோக்கும் நோக்காக்கால்
தான் நோக்கி மெல்ல நகும்''

''**யாம்** மெய்யாக் கண்டவற்று ளில்லை எனைத்தொன்றும்
வாய்மையின் நல்ல பிற''

(குறள்)

''சிலப்பதிகாரம் என்னும் பெயரால்
நாட்டுதும் **யாம்** ஓர் பாட்டுடைச் செய்யுள்''

(சிலம்பு)

''**யாமறிந்த** மொழிகளிலே தமிழ் மொழிபோல்
இனிதாவது எங்கும் காணோம்''

''**யானே** யாகி என்னலாற் பிறவாய்
யானும் அவையுமாய் இரண்டினும் வேறாய்''

(பாரதியார்)

யான், யாம், யாங்கள் என்னும் சொற்களும் நான், நாம், நாங்கள் என்னும் சொற்களும் வேற்றுமை உருபு ஏற்கும்போது பின்வருமாறு மாறும்:

யான், நான் என்பன 'என்' என்று மாறும்.

எடுத்துக்காட்டு :

என்னை, என்னால்,
என்னோடு, என்னுடன்,
எனக்கு, என்னிடமிருந்து,
எனது, என்னுடைய, என்னிடம்.

யாம் என்பது எம் என்று மாறும்.

எடுத்துக்காட்டு :

எம்மை, எம்மால், எம்மோடு, எம்முடன், எமக்கு, எம்மிடமிருந்து, எம்முடைய, எமது , எம்மிடம்.

நாம் என்பது நம் என்று திரியும்.

எடுத்துக்காட்டு :

நம்மை, நம்மால், நம்மோடு, நம்முடன், நமக்கு, நம்மிடமிருந்து, நம்முடைய, நமது, நம்மிடம்.

யாங்கள், நாங்கள் என்பன எங்கள் என்று மாறும்.

எடுத்துக்காட்டு :

எங்களை, எங்களால், எங்களோடு, எங்களுடன், எங்களுக்கு, எங்களிடமிருந்து, எங்களுடைய, எங்களது, எங்களிடம்.

முன்னிலைப் பெயர்கள்

நீ, நீர், நீவிர், நீங்கள் என்பன முன்னிலைப் பெயர்கள். இவற்றுள் 'நீவிர்' என்பது இலக்கிய வழக்கு. மற்றையவை இன்று, உலக வழக்கு, இலக்கிய வழக்கு, இரண்டிலும் உள்ளன.

நீ என்பது வேற்றுமை உருபு ஏற்கும் போது **நின்** என்றும் **உன்** என்றும் திரியும். **நின்** என்பது இலக்கிய வழக்கில் மட்டுமே உள்ளது.

''கேட்கும் ஒலியிலெல்லாம் நந்தலாலா
–நின்றன்
கீதம் இசைக்குதடா நந்தலாலா

தீக்குள் விரலை வைத்தால் நந்தலாலா
—**நின்னைத்**
தீண்டுமின்பம் தோன்றுதடா நந்தலாலா''

''கொல்லும் அமிழ்தை நிகர்த்திடும்
கள்ளொன்று
வெண்ணிலாவே-வந்து
கூடியிருக்குது **நின்னொளி**யோடிங்கு
வெண்ணிலாவே''
மாதர் முகத்தை **நினக்கிணை** கூறுவர்
வெண்ணிலாவே''

''. .இருள்''
போகிடச் செய்து **நினதெழில்** காட்டுதி
வெண்ணிலாவே''
(பாரதியார்)

நின்றன், நின்னை, நின்னொளி, நினக் கிணை, நினதெழில் என்பன வேற்றுமை உருபேற்ற சொற்கள். நீ என்பது நின் எனத் திரிந்து வேற்றுமை உருபு ஏற்றிருக்கிறது.

நீ என்பது 'உன்' என்று மாறி, வேற்றுமை உருபு ஏற்பதை இன்று பேச்சிலும் எழுத்திலும் மிகுதியாகக் காணலாம்.

எடுத்துக்காட்டு :

உன்னை, உன்னால், உன்னோடு, உன்னுடன், உனக்கு, உன்னிடமிருந்து, உனது, உன்னுடைய, உன்னிடம்.

'நீர்' என்னும் சொல்லும் 'நீவிர்' என்னும் சொல்லும் வேற்றுமை உருபேற்கும்போது 'நும்' என்றும் 'உம்' என்றும் மாறும். இவற்றுள் நும் என்பது இலக்கிய வழக்கி லேயே உள்ளது.

எடுத்துக்காட்டு :

''வந்த விருந்து களித்திட **நும்மை**
வாழ்த்தி அழைத்தனன், என்னரு மக்காள்!
சந்துகண்டே அச்சகுனிசொற் கேட்டுத்
தன்மை இழந்த சுயோதன மூடன்
விந்தை பொருந்திய மண்டபத்தும்மை
வெய்யபுன் சூது களித்திடச் செய்யும்
மந்திரமொன்று மனத்திடைக் கொண்டான்
வன்ம மிதுவும் **நுமக்கறி** வித்தேன்''
(பாரதியார்)

நும்மை, உம்மை, நுமக்கு என்னும் சொற் களை நோக்குக. நீர், நீவிர் என்னும் சொற்கள் 'நும்' என்று திரிந்து வேற்றுமை உருபு ஏற்பது முதலில் ஏற்பட்டிருக்கலாம். நாளடைவில் அது 'உம்' எனத் திரிந்திருக்கலாம். இந்தச் சொற்கள் வேற்றுமை உருபு ஏற்கும்போது எப்படி மாறுகின்றன என்பதுதான் நாம் கவனிக்க வேண்டுவது. அவை பின் வருமாறு அமையும்.

எடுத்துக்காட்டு :

நும்மை, நும்மால், நும்மோடு, நும்முடன், நுமக்கு, நும்மிடமிருந்து, நும்முடைய, நுமது, நும்மிடம்.

உம்மை, உம்மால், உம்மோடு, உம்முடன், உமக்கு, உம்மிடமிருந்து, உம்முடைய, உமது, உம்மிடம்.

நீங்கள் என்பது உங்கள் என்று மாறி வேற்றுமை உருபேற்கும்.

எடுத்துக்காட்டு :

உங்களை, உங்களால், உங்களோடு, உங்களுடன், உங்களுக்கு, உங்களிடமிருந்து, உங்களுடைய, உங்களது, உங்களிடம்.

படர்க்கைப் பெயர்கள்

தான், தாம், தாங்கள் என்னும் படர்க்கைப் பெயர்கள் வேற்றுமை உருபு ஏற்கும்போது, தன், தம், தங்கள் என்று மாறும்.

எடுத்துக்காட்டு :

1) தான் → தன்னை, தன்னால், தன்னுடன், தன்னோடு, தனக்கு, தன்னிடமிருந்து, தன்னுடைய, தனது, தன்னிடம்.

2) தாம் → தம்மை, தம்மால், தம்முடன், தம்மோடு, தமக்கு, தம்மிடமிருந்து, தம்முடைய, தமது, தம்மிடம்.

3) தாங்கள் → தங்களை, தங்களால், தங்களு டன், தங்களோடு, தங்களுக்கு, தங்களிட மிருந்து, தங்களுடைய, தங்களது, தங்களிடம்.

நாம் முன்பு பார்த்த தான், தாம் என்னும் அசைகள் வேறு; தான், தாம் என்னும் படர்க்கைப் பெயர்கள் வேறு. இவற்றின் பொருளும் பயனும் வேறு வேறானவை. பெயரா, அசையா என்பதை இடம் நோக்கியே அறிய வேண்டும்.

இந்த மூவிடப் பெயர்களும் வேற்றுமை உருபேற்கும்போது சாரியை எதுவும் வாராது.

ஆறாம் வேற்றுமையில், இந்தப் பெயர்கள், ஏனைய பெயர்களைப் போலவே உருபு ஏற்காமல் வேற்றுமைப் பொருள் உணர்த்து கின்றன. இங்கேயும் சாரியை வாராது.

எடுத்துக்காட்டு :

என் பெயர், எங்கள் நாடு, நம் கலை, உன் பெருமை, உங்கள் குழு, உம் செயல், தன் திறமை, தம் உழைப்பு, தங்கள் புகழ்.

■■■

12

சேர்த்து ஒலிப்பதா? பிரித்து ஒலிப்பதா?

ஒலிகளின் சேர்க்கையே புணரியல் என்பதை இந்த இயலின் தொடக்கத்திலேயே குறிப்பிட்டிருக்கிறோம். அந்த ஒலிகளையே பின்னர் எழுத்து வடிவிலும் அமைக்கிறோம். எனவே, சேர்த்து ஒலிக்க வேண்டியவற்றைச் சேர்த்தும், பிரித்து ஒலிக்க வேண்டியவற்றைப் பிரித்தும் எழுதுவதே முறையாகும்.

இந்த முறை மாறுமானால் பொருள் மயக்கம் ஏற்படும். அத்தகைய தொடர்கள் சிலவற்றை இப்போது பார்ப்போம்.

வேற்றுமை உருபு முதலிய இடைச் சொற்கள் பெயர் அல்லது வினையுடன் சேர்ந்து நின்று பொருள் தருபவை.

இடையெனப் படுப பெயரொடும்
வினையொடும்
நடைபெற் றியலும் தமக்கியல் பிலவே
(தொல்காப்பியம்)

இவை எந்தச் சொல்லின் பொருளில் மாற்றத்தை ஏற்படுத்துகின்றனவோ, அந்தச் சொல்லுடன் சேர்ந்து நின்று ஒரு சொல் தன்மையுடையனவாய் அமைய வேண்டும்.

வேற்றுமை

வேற்றுமை உருபுகள் இடைச் சொல் வகையைச் சேர்ந்தவை. இவற்றில் இருந்து, இடம் முதலியன சொல் உருபுகள். இவற்றை நாம் பெயரோடு சேர்த்துத்தான் சொல்ல வேண்டுமே தவிரப் பிரித்துச் சொல்லக் கூடாது. ஐந்தாம் வேற்றுமை உருபு **இருந்து** என்பதைப் பலர் பிரித்து எழுதுகின்றனர். இது பிழை என்பதை 8-ஆம் அத்தியாயத்தில் விளக்கியிருக்கிறோம்.

இடம் என்னும் ஏழாம் வேற்றுமை உருபையும் பிரித்து எழுதல் கூடாது.

அவனிடம் கொடுத்தான்
அவன் இடங் கொடுத்தான்

இந்த இரு தொடர்களையும் நன்கு கவனித்துப் பார்த்தால் பொருள் வேறுபாடு தெரியும்.

அவனுடனே சென்றான்
அவன் உடனே சென்றான்

இந்த இரு வாக்கியங்களையும் ஒப்பிட்டுப் பாருங்கள். இரண்டுக்கும் உள்ள பொருள் வேறுபாடு புரியும். **உடன்** என்னும் சொல் முதல் வாக்கியத்தில் மூன்றாம் வேற்றுமைப் பொருளும் இரண்டாவதில் அப்பொழுதே என்னும் பொருளும் தருகிறது.

மனிதன்பால் குடிக்கும் பழக்கம்
எப்போது ஏற்பட்டது?
மனிதன் பால் குடிக்கும் பழக்கம்
எப்போது ஏற்பட்டது?

முதல் வாக்கியத்தில் **பால்** என்பது ஏழாம் வேற்றுமைப் பொருள் உணர்த்துகிறது; அடுத்ததில் **பால்** என்பது மாட்டுப் பாலையோ, ஆட்டுப்பாலையோ குறிக்கிறது. வேற்றுமை உருபுகளைப் பெயருடன் சேர்த்து ஒரு சொல் போல் அமைக்க வேண்டுமென்பதை இந்த எடுத்துக் காட்டுகள் புலப்படுத்துகின்றன.

உடன்

உடன் என்னும் சொல் அப்பொழுதே என்னும் பொருளில் இறந்த காலப் பெயரெச்சத்துடன் சேர்ந்தும் வருவதுண்டு. அப்போது பெயரெச்சத்தையும் உடன் என்னும் சொல்லையும் சேர்த்து ஒரு சொல் போல் அமைக்க வேண்டும்.

எடுத்துக்காட்டு :

1) எந்த நோயாயினும் **வந்தவுடன்** அல்லது வருமென்று **தெரிந்தவுடன்** விரைந்து கேட்கும் மருந்தையோ ஊசியையோ கொண்டு அடக்கி, நாடி நரம்புகளை மயக்கித் தப்பித்துக் கொள்ள எண்ணுகின்ற னர், பலர்.

2) ஆட்டம் முடிந்து அனைவரும் **சென்ற வுடன்** சில குரங்குகள் அங்கு வந்தன.

3) புலவர் மலை உச்சியை **அடைந்தவுடன்** சுற்றிலுமுள்ள இயற்கைக் காட்சிகளையும் வானத்தில் தோன்றும் முகில்களையும் நோக்கி நோக்கி அமைதிக் கடலுள் ஆழ்ந்தார்.

4) மலையிலிருந்து கீழே **இறங்கியவுடன்** தாம் மலை உச்சியில் கேட்ட ஒலி எங்கிருந்து வந்தது என்பது புலவருக்குப் புரிந்துவிட்டது.

5) தன் மகள் அவள் விரும்பிய காதலனோடு மகிழ்ச்சியாகப் போய்க்கொண்டிருக் கிறாள் என்பதை **அறிந்தவுடன்** தாய் ஒரு வகையில் ஆறுதலடைந்தாள்.

வந்தவுடன், தெரிந்தவுடன், சென்றவுடன்
அடைந்தவுடன், இறங்கியவுடன்,
அறிந்தவுடன்

என்னும் தொடர்களில் பெயரெச்சத்துடன் உடன் என்னும் சொல் சேர்ந்து நிற்கிறது. இந்த இரண்டு சொற்களும் ஒரு சொல்போல் ஒலிப்பதை நோக்குக. இந்த இரண்டையும் பிரித்து ஒலிக்க முடியாது. எனவே, எழுதும் போதும் இவற்றை இடைவெளியின்றி, ஒரு சொல் போன்றே அமைக்க வேண்டும்.

கூட, விட முதலான இடைச்சொற்கள்

விட

இடைச் சொற்கள் பெயரோடும் வினை யோடும் சேர்ந்து பொருள் தருபவை என்பதை முன்பே குறிப்பிட்டுள்ளோம். இதற்கு நல்ல எடுத்துக்காட்டாக அமைபவை வேற்றுமை உருபுகள். இவை எப்போதும் பெயரோடு சேர்ந்து நின்றுதான் பொருள் தரும்; தனித்து நின்று வேற்றுமைப் பொருள் உணர்த்து வதில்லை.

தம்மின்தம் மக்கள் அறிவுடைமை
மாநிலத்து
மன்னுயிர்க் கெல்லாம் இனிது
(குறள்)

தம்மின் தம் மக்கள் அறிவுடைமை என்பதற்குத் **தம்மைவிடத் தம் மக்களின் அறிவுடைமை** என்று பொருள். **தம்மின்** என்ற சொல் தரும் பொருளையே **தம்மைவிட** என்பதும் தருகிறது. ஐந்தன் உருபாகிய **இன்** தரும் பொருளையே இரண்டன் உருபும் **விட** என்னும் சொல்லும் சேர்ந்து நின்று தருகின்றன. இதிலிருந்து ஒப்புப் பொருள் தரும் **விட** என்னும் சொல் பெயரோடு சேர்ந்தே நிற்க வேண்டும் என்பது புலப்படு கிறதல்லவா? இந்தச் சொல்லைப் பெயரோடு சேர்த்து இரண்டும் ஒரு சொல் தன்மையு டையதாய் அமைக்க வேண்டும்.

எடுத்துக்காட்டு :

1) **அதைவிடச்** சிறந்த பாட்டு உளதோ?

2) தீய வழியில் சம்பாதித்து **வாழ்வதை விடப்** பட்டினி கிடந்து சாகலாம்.

3) அறிவு வளராத சிறுவனும் உரிமையை **உயிரைவிட** மேலாக மதிக்கிறான்.

4) அறவழியில் நடத்தும் இல்லறமே **துறவறத்தைவிடச்** சிறந்தது.

5) அருட்செல்வமே **பொருட்செல்வத்தை விட** மேலானது என்பது வள்ளுவர் கருத்து.

காட்டிலும்

விட என்னும் சொல் தரும் பொருளையே தரும் மற்றொரு சொல் **'காட்டிலும்'** என்பது. **விட** என்னும் சொல் போலவே இதையும் பெயரோடு சேர்த்தே அமைக்க வேண்டும்.

அதைவிடச் சிறந்த பாட்டு உளதோ?
அதைக்காட்டிலும் சிறந்த பாட்டு
உளதோ?

இந்த இரு வாக்கியங்களும் ஒரே பொருளுடையவை.

கூட

''தென்றல் உறங்கிடும் **நேரத்திலும்** நம்
சிந்தை உறங்காது

புவி எங்கும் உறங்கிடும் **காலத்திலும்** நம் கண்கள் உறங்காது

(கண்ணதாசன்)

நேரத்திலும்
காலத்திலும்

என்னும் தொடர்களில் நிற்கும் உம்மை தரும் பொருளைத் தரும் சொல் 'கூட' என்பது. இங்கே உம்மைக்குப் பதிலாகக் 'கூட' என்னும் சொல்லை வைக்கும்போது,

நேரத்தில்கூட
காலத்தில்கூட

என இவை அமையும். 'உம்', 'கூட' என்னும் இரு சொற்களும் ஒரே பொருள் தருவதை நோக்குக.

"நாயாய் மனிதன் **பிறந்திருந்தாலும்**
நன்றியெனும் குணம் நிறைந்திருக்கும்
நரியாய் அவனே **உருவெடுத்தாலும்**
தந்திரமாவது தெரிந்திருக்கும்"

(கண்ணதாசன்)

பிறந்திருந்தாலும்
உருவெடுத்தாலும்

என்பவற்றில் நிற்கும் 'உம்மை'க்குப் பதிலாகக் 'கூட' என்னும் சொல்லை வைத்தாலும் பொருள் மாறாது.

இங்கே 'உம்' வினையோடு சேர்ந்து நிற்கிறது. பெயரோடு சேர்ந்து நின்றாலும் சரி, வினையோடு சேர்ந்து நின்றாலும் சரி, 'உம்மைக்குப் பதிலாகக் 'கூட' என்னும் சொல்லை அமைக்கலாம்.

"பொன்னாடை தள்ளாடப் பூமேடை
என்னோடு
ஆட வராமல் இருப்பதென்ன!"

(கண்ணதாசன்)

என்னோடு என்பதை **என்கூட** என்றாலும் பொருள் மாறாது. உடன் நிகழ்ச்சிப் பொருளில் வரும் ஓடு என்னும் மூன்றன் உருபு தரும் பொருளையே **கூட** என்னும் சொல்லும் தருவதை நோக்குக.

உம்மைப் பொருளும் வேற்றுமைப் பொருளும் உணர்த்தும் **கூட** என்னும் சொல்லும் அவற்றைப் போலவே அது சேர்ந்து நிற்கும் சொல்லுடன் ஒட்டியே அமைய வேண்டும். இந்தக் 'கூட' என்னும்

சொல் தனித்து நிற்கும் போது அதன் பொருள் வேறு. அது 'கூடு' என்னும் வினையினடி யாகப் பிறந்த வினையெச்சம்.

தான்

'தான்' என்பது உறுதிப் பொருள் தரும் இடைச்சொல். இது பெயரோடும் வினையோடும் சேர்ந்து நின்று பொருள் உணர்த்தும்.

எடுத்துக்காட்டு :

1) இந்தச் சிறுபெண் அவளுக்கு இரண்டாம் குழந்தை**தான்**.

2) அவள் மனம் - அன்பு நெஞ்சம் - வளர்த்த முதல் குழந்தை புன்னை மரம்**தான்**.

3) உயர்திணையாகிய மக்களிடத்தில்**தான்** இத்தகைய கொடுமை இயல்பாகக் காணப்படுகிறது.

4) மெலியார் என்று இரங்கத் தக்காரி டையேதான் புரட்சி செய்யும் வலியார் தோன்றுகின்றனர்.

5) நேற்று வரையில் அவள் இங்கே இப்படித்**தானே** இருந்து வந்தாள்.

6) பெற்று வளர்த்த மனம் அவ்வாறு**தான்** எண்ணும்.

7) அதனால்**தான்** இன்னும் பசுவுக்குப் பயந்து அலறி ஓடிய நிகழ்ச்சியும் தாயின் நினைவை விட்டு நீங்க வில்லை.

8) தோழி! உண்மை**தான்**. அந்த நாட்டில் தண்ணீருக்கும் பஞ்சம்**தான்**.

9) அந்த நீரைத்**தான்** என் மனம் விரும் பியது.

10) உரிமை இருந்தால்**தான்** உள்ளத்தில் மகிழ்ச்சி இருக்கும்.

இந்தத் தான் என்னும் இடைச்சொல்லும் அது தழுவி நிற்கும் சொல்லும் சேர்ந்து ஒரு சொல் போல் அமையும். இந்த இரண்டு சொற் களையும் சேர்த்துத்தான் எழுத வேண்டும்; பிரித்து எழுதக்கூடாது.

தான் - பிரதிப்பெயர்

'தான்' என்பது உறுதிப் பொருள் உணர்த்தும் இடைச்சொல்லாக மட்டுமன்றி,

ஈடாகும் பெயர் அல்லது பிரதிப் பெயராகவும் அமையும். அப்போது இது எந்தச் சொல்லையும் ஒட்டி நிற்பதில்லை; தனித்தே நிற்கும்.

1) அவன்**தான்** சொன்னதை மறுத்தான்.
2) அவன் **தான்** சொன்னதை மறுத்தான்.

இந்த இரண்டு வாக்கியங்களிலும் **தான்** என்பது ஒரே பொருள் தரவில்லை. முதல் வாக்கியத்தில் தான் உறுதிப் பொருள் உணர்த்துகிறது. இரண்டாவது வாக்கியத்தில் தான் பிரதிப் பெயராக நிற்கிறது. இந்த இரண்டு சொற்களின் பணியும் வெவ்வேறானவை.

வரை

இடைச்சொல் போல் நின்று காலம், இடம் ஆகியவற்றின் எல்லை உணர்த்தும் ஒரு சொல் **வரை** என்பது.

"இதுவரை என் கண்களுடன்
எவரும் பேசவில்லை!
புதியவன் நீ பார்க்கும்வரை-இந்தப்
புதுமை தெரியவில்லை"

(கண்ணதாசன்)

என்னும் தொடர்களில் நிற்கும் வரை என்பது இடைச்சொல். இந்தத் தொடர்களில் நிற்கும் இரு சொற்களையும் சேர்த்தே ஒலிக்க வேண்டும். விட்டொலிக்கக் கூடாது. எனவே, இவற்றைச் சேர்த்தே எழுத வேண்டும்.

எடுத்துக்காட்டு :

1) புலவர் மலை உச்சி**வரை** சென்றார்.
2) அவர் தம் கண்ணுக்கெட்டிய தூரம்**வரை** பார்த்தார்.
3) இன்று**வரை** எந்தத் தகவலும் இல்லை.
4) நேற்று**வரை** எப்படியோ? இன்று அவன் புதுமனிதன்.
5) நாளை**வரை** பார்ப்போம்.

இந்த வாக்கியங்களில் வரை என்னும் சொல்லும், அது தழுவி நிற்கும் சொல்லும் சேர்ந்து ஒரு சொல் தன்மை உடையனவாய் அமைந்திருக்கின்றன. இவற்றைப் பிரித்துச் சொன்னால் சில வேளையில் பொருள் முற்றிலும் மாறிவிடும். 'நாளைவரை பார்ப்போம்' என்பதை நாளை–வரை பார்ப்போம் என்றால் நாளை மலை பார்ப்போம் என்று பொருள் படலாம். (வரை என்பதற்கு மலை என்ற பொருளும் உண்டு.)

படி, ஆறு

1) அது நேரே நிற்க முடியாமல் இ**ப்படி**யும் அ**ப்படி**யும் அசைந்தது.
2) புலவருடைய இயற்பெயரை எ**ப்படி**யோ முன்னோர்கள் மறந்து விட்டார்கள்.
3) இ**வ்வாறு** அவன் சொல்லிய பிறகுதான் நண்பனுக்கு உண்மை புரிந்தது.
4) தானும் அந்த இளஞ்செடியை அ**வ்வாறு** வளர்க்க முயன்றாள்.
5) இந்த உறவை எ**வ்வாறு** மறக்க முடியும்?

இப்படி, அப்படி, எப்படி, இவ்வாறு, அவ்வாறு, எவ்வாறு என்னும் சொற்களில் நிற்கும் படி, ஆறு என்பன வினை, பெயர் முதலான வேறு சொற்களுடனும் சேர்ந்து வரும்.

அப்போதும் இவை எந்தச் சொல்லுடன் சேர்ந்து நிற்கின்றனவோ அந்தச் சொல்லுடன் சேர்த்து ஒரு சொல் போல எழுத வேண்டும்; பிரித்து எழுதக் கூடாது.

எடுத்துக்காட்டு :

1) கயிறு மட்டும் கட்டிய**படி**யே இருந்தது.
2) குரங்கின் அசைவுக்கு ஏற்ற**படி** சிறுவர்கள் தாளம் போட்டார்கள.
3) ஒலியைக் கேட்ட**படி**யே புலவர் மலை யினின்று இறங்கி வந்தார்.
4) அறிஞர் பலருடைய கருத்துப்**படி** இந்தக் காலத்தில் வீடுகள் பெரும்பாலும் சிறுவர்களுக்குச் சிறைகளாகவே அமைந்துள்ளன.
5) தலைவி தன் மன நிலையை உள்ள**வாறு** தோழிக்கு வெளிப்படுத்துவது கடமை என்று உணர்ந்தாள்.
6) உலக மக்கள் தங்கள் தங்கள் அறிவாற்ற லுக்கு ஏற்ற**வாறு** தங்கள் தங்கள் மொழியில் கடவுளுக்குப் பலதிறப் பெயர்கள் சூட்டியிருக்கிறார்கள்.
7) அதை முன்னைய முறை**ப்படி** இன்ப மென்று மொழியலாம்; பின்னைய வழக் குப்படி பேரின்பமெனச் சொல்லலாம்.

8) வெவ்வேறு நிலப் பகுதிகளில் குடி புகுந்த மக்கள் அந்தந்த நிலங்களின் இயல்புக்குத் **தகுந்தவாறு** முழு முதலுக்குப் பல்வேறு பெயரிட்டார்கள்.

9) மக்கள் இயற்கைக்கு **அரணாகுமாறு** வாழப்பயில வேண்டும்

10) இயற்கை அழகாகிய முருகனின் இயல்பை நம் உள்ளத்தில் **பதியுமாறு** உணர்த்துகிறார், நக்கீரர்.

படி, ஆறு என்பன சேர்ந்து நிற்கும் சொற்களை ஒலித்துப் பாருங்கள். அவை ஒரு சொல் போலவே ஒலிப்பதைக் காணலாம்; இவை ஒரு சொல் தன்மையுடையவை என்பதையும் உணரலாம்.

ஒருவாறு, பலவாறு முதலிய சொற்களையும் சேர்த்தே எழுத வேண்டும்.

ஆவது, ஆதல், ஆகிலும்

ஆவது, ஆதல், ஆகிலும் என்னும் இடைச் சொற்கள் தாம் சேர்ந்துவரும் சொல்லுடன் ஒட்டி ஒரு சொல் தன்மையுடையனவாய் அமையும்.

எடுத்துக்காட்டு :

1) நாட்டின் நலிவு நீங்க **ஏதாவது** செய்ய வேண்டும் என்று அவர் மனம் எண்ணியது.

2) **எப்படியாவது** அங்கிருந்து வெளியேற வேண்டும் என்று அவன் முடிவு செய்தான்.

3) வயிறார **உணவாவது** கிடைக்கிறதா?

4) அவ்வின்பத்துக்கு **ஒப்பாகவாதல் உயர்வாகவாதல்** வேறோரின்பம் உளதோ?

5) முன்னை நாளில் **நான்காவதாகிய** வீட்டின்பமெனும் பேரின்பம், **மூன்றாவதாகிய** இன்பத்தில் அடங்கியிருந்தது.

6) **இனியாகிலும்** இப்படிப்பட்ட கற்பனைகளில் மூழ்கி மனத்தைக் குழப்பிக் கொள்ளாதீர்.

7) பாட்டுக்குரிய **பொருட்காட்சியையாவது,** அதற்குரிய **இன்பத்தையாவது** வழங்காதது பாட்டாகாது.

ஆவது, ஆதல், ஆகிலும் முதலான சொற்களும் அவை தழுவி நிற்கும் சொற்களும் சேர்ந்தே அமைய வேண்டும், இவற்றைப் பிரித்துத் தனிச் சொற்கள்போல் அமைத்தல் கூடாது.

மேல், கீழ், முன், பின்

1) **கயிற்றின்மேல்** ஏறி நின்று கீழே விழாமல் நடப்பது ஒரு வகை ஆட்டமாகும்.

2) **மலையின்மேல்** இருந்த ஊரை அடுத்த இடத்தில் இப்படி ஒருத்தி ஆடினாள்.

3) **பாறைமேல்** இருந்த சிறுவர்கள் சிலர் இந்த ஆட்டத்தைப் பார்த்தனர்.

4) நண்பன் **அவன்மீது** அன்பு கொண்டு அவனுக்கு உதவினான்.

5) அவ்வழி **இதற்குமுன்** சில முறை சென்று பழகியதுதான்.

6) **மலைமீது** நின்ற புலவர் கண்ணுக் கெட்டிய தூரம்வரை பார்த்தார்.

7) ஓசை **மலையின்கீழிருந்து** வருவதை உணர்ந்து, புலவர் கீழ் நோக்கிப் பார்த்தார்.

8) கதவுகளைத் **திறந்தபின்** அடிக்கும் மணியோசையை வெறுக்கும் சிறுவர்கள், கதவுகளை **மூடுமுன்** அடிக்கும் மணியோசையை விரும்புகின்றனர்.

9) **இனிமேல்** உண்மையை மறைத்துப் பயனில்லை.

10) **மரத்தின்கீழ்** விழுந்த அந்த விதை மணலிலேயே அழுந்திக் கிடந்தது. அதனுள் கிடந்த உயிர் வாளா இருக்குமோ?

இந்த வாக்கியங்களில் நிற்கும் மேல், கீழ், முன், பின் முதலிய சொற்கள் தாம் தழுவி நிற்கும் சொல்லுடன் சேர்ந்து நிற்பதை நோக்குக. இவை ஒரு சொல் தன்மை வாய்ந்தவை. இவற்றைச் சேர்த்தே ஒலிக்க வேண்டும்; சேர்த்தே எழுத வேண்டும்.

தோறும்

பாரதியார் **நாள்தோறும்** அந்தி மாலையில் கடற்கரையில் நின்று ஆவேசமாகப் பாடுவார்.

'நாள்' என்னும் சொல்லுடன் தோறும் என்னும் இடைச் சொல் சேர்ந்து நிற்கிறது. நாள்தோறும் என்பதற்கு ஒவ்வொரு நாளும் என்று பொருள். நாள்தோறும் என்பது சேர்ந்து நின்று, ஒரு சொல் பான்மையதாய் விளங்குகிறது. இவ்வாறே தோறும் என்பது எந்தச் சொல்லுடன் சேர்ந்து வந்தாலும், அந்த இரண்டும் சேர்ந்து ஒரு சொல்போல் அமையும்.

எடுத்துக்காட்டு :

ஆண்டு தோறும்
மாதந்தோறும்
வாரந்தோறும்
வீடுதோறும்

சற்று முன்பு எடுத்துக்காட்டிய வாக்கியத்தில் 'நாள்தோறும்' என்னும் சொல் அமைந்திருப்பதைக் கண்டோம். இது ஒரு சொல் தன்மையுடையது என்பதாலேயே பழந்தமிழில் 'நாடோறும்' என்று இதனைப் புணர்த்தி எழுதினர்.

எடுத்துக்காட்டு :

"முருகன் இயற்கை வாயிலாகத் தனது அழகை நாடோறும் பொழியாதிருப்பின் உலகில் அழகேது?"

இன்றைய வழக்கில் பெரும்பாலும் இவ்வாறு புணர்த்தி எழுதுவதில்லை. நாள் தோறும் என்று இயல்பாகவே எழுதுகிறோம். எனினும், இந்த இரு சொற்களுக்கும் இடைவெளி இல்லாமல், ஒரு சொல்போல் அமைக்க வேண்டும் என்பதை நாம் மறந்து விடக் கூடாது.

"இயற்கை படியும் இடந்தொறும்
முருகன் எழுந்தருள்வான்"

இடந்தொறும், இடந்தோறும் என்பன ஒரு பொருட்சொற்கள். இன்றைய உரைநடையில் தோறும் என்னும் சொல் வழக்கே மிகுதி. தொறும் என்பதையும் தோறும் என்பதைப் போலவே அது தழுவி நிற்கும் சொல்லுடன் சேர்த்து ஒரு சொல்போல் எழுத வேண்டும்.

எடுத்துக்காட்டு :

"கைபுனைந்தியற்றா இயற்கை அழகில்
கருத்தைப் பதிய வைத்துள்ள ஒருவன்,

அதனொடு புணருந்தொறும் புணருந்தொறும்
அவன் உள்ளத்துள் சொல்லற்கரிய இன்பம் கிளர்ந்தெழும்''

போது

இளஞாயிறு தனது செங்கதிரை நீலக்கடலில் பரப்பும்போது அக்கடலிடை அழகு ஒளிர்கிறது.

பரப்பும்போது என்னும் தொடரை நோக்குக. இந்தத் தொடரில் பரப்பும், போது என்னும் இரு சொற்களும் சேர்ந்தே நிற்கின்றன. 'போது' என்னும் சொல்லும், அது தழுவி நிற்கும் சொல்லும் சேர்ந்து ஒரு சொல்போலவே அமையும். இந்த வாக்கியங்களையும் நோக்குக:

1) புறமும் அகமும் ஒன்றும்போது அழகுணர்வு புலனாகும்.

2) பழந்தமிழ் மக்கள் மலையிடை வாழ்ந்த போது தங்கள் கடவுளை மலை நிலக் கடவுளாகக் கொண்டனர்.

3) வரும்போது சிறிது தொலைவில் இரண்டு யானைகள் செல்வதைக் கண்ணுற்றார், புலவர்.

4) ஏறும்போது தம் உள்ளத்தைக் கவர்ந்த மரச்செறிவை இறங்கும்போது உற்று நோக்க விரும்பினார், புலவர்.

5) அந்த ஒலியைக் கேட்கும்போதெல்லாம் இந்த நிகழ்ச்சி புலவரின் கற்பனையில் தோன்றியது.

ஒன்றும்போது
வாழ்ந்தபோது
வரும்போது
ஏறும்போது
இறங்கும்போது
கேட்கும்போது

என்னும் தொடர்களில் காலம் காட்டும், போது என்னும் சொல் பெயரெச்சத்துடன் சேர்ந்து நிற்கிறது.

இத்தகைய தொடர்களில் போது என்னும் சொல்லும், அது தழுவி நிற்கும் சொல்லும் சேர்ந்து ஒரு சொல் தன்மையுடையனவாய் அமையும்.

போது என்பது பொழுது போழ்து என்னும் வடிவங்களிலும் அமையும். எந்த வடிவில் வந்தாலும் இவ்வாறுதான் சேர்ந்து அமையும்.

எடுத்துக்காட்டு :

1) செஞ்சொற் கவிஞர்களே! உங்களைக் **காணும்பொழுது** என் உள்ளம் களிக் கின்றது.

2) தமிழைப் பற்றி **எண்ணும்பொழுது** பெருமைப்படாத தமிழன் இருக்க முடியுமா?

3) மக்கள் வாழ்வு மலையிடை **அரும்பிய போழ்து** முருகெனும் சொல்லும் மலர்ந் தது.

4) மக்கள் மாக்களினின்று **பிரிவுற்றபோழ்து** அவர்களிடைக் கடவுள் உணர்வு அரும்பி யிருத்தல் வேண்டும்.

பொழுது - தனிச்சொல்

''**நல்ல பொழுதை**யெல்லாம் தூங்கிக்
கெடுத்தவர்கள்
நாட்டைக் கெடுத்ததுடன் தாமுங்
கெட்டார்''
(பட்டுக்கோட்டையார்)

இங்கே, நல்ல பொழுது என்பது பிரிந்து நிற்கிறது. இவ்வாறே

காலைப் பொழுது

மாலைப் பொழுது

அந்திப் பொழுது

போன்றவற்றையும் பிரித்து எழுதலாம். கேட்டபோது, வந்தபோது முதலியவற்றை யும் நல்ல பொழுது, காலைப்பொழுது முதலியவற்றையும் ஒப்பிட்டு ஒலித்துப் பார்த்தால் இந்த வேறுபாடு புலப்படும்.

''தூண்டிற் புழுவினைப்போல் வெளியே
சுடர்விளக்கினைப்போல்
நீண்ட பொழுதாக-எனது நெஞ்சம்
துடித்ததடீ''
(பாரதியார்)

இங்கே **நீண்டபொழுது** என்பது அதிக நேரத்தைக் குறிக்கிறது. ஒரு பொருள் நீட்சியடைந்தபொழுது என்பதைக் குறிக்கவும் **நீண்டபொழுது** என்று சொல்லுகிறோம். இந்த இரண்டையும் கவனமாக ஒப்பிட்டுப் பார்த்தால் இவற்றின் பொருள் வேறுபாடு புரியும்.

புணர்ச்சி இலக்கணம் என்பது ஒலிகளை மட்டுமல்ல; அந்தத் தொடரின் பொருளையும் அடிப்படையாகக் கொண்டு அமைவது என்பதை முன்பே குறிப்பிட்டிருக்கிறோம். இரண்டு சொற்கள் சேரும்போது, அவற்றை ஒரு சொல்போல் ஒலிப்பதா, அல்லது தனித்தனியே பிரித்து ஒலிப்பதா என்பதும் அந்தச் சொற்கள் கொண்ட தொடர் தரும் பொருளை ஒட்டியே அமைகிறது.

இடை, இடையே

இடை, இடையே என்பன ஏழாம் வேற்று மைப் பொருள் தரும் சொற்கள். இவற்றை, இவை சார்ந்து நிற்கும் சொல்லுடன் சேர்த்து ஒரு சொல்போலவே எழுத வேண்டும்.

''நெரித்த திரைக்கடலில் என்ன
கண்டிட்டாய்?
நீல விசும்பினிடை என்ன கண்டிட்டாய்?
திரித்த நுரையினிடை என்ன
கண்டிட்டாய்?
சின்னக் குமிழிகளில் என்ன கண்டிட்டாய்?
(பாரதியார்)

விசும்பினிடை
நுரையினிடை

என்னும் தொடர்களை நோக்குக.

இந்த வாக்கியங்களை நோக்குக.

1) மெலியார் என்று **இரங்கத் தக்காரிடை யேதான்** புரட்சி செய்யும் வலியார் தோன்றுகின்றனர்.

2) இறங்கும்போது மரச்செறிவை உற்று நோக்கிய புலவர் **மரச்செறிவினிடையே** சிதைவு கண்டார்.

3) **தமிழர்களிடையே** பண்டைக் காலத்துச் சிறந்து விளங்கிய வீரச் செயல்களுள் ஏறு தழுவுதல் என்பதும் ஒன்றாகும்.

4) அவை **வானிடை** விரிந்து தோன்றும் திங்கள் போல் காட்சியளித்தன.

5) இளஞாயிறு தனது செங்கதிரை நீலக் கடலில் பரப்பும்போது, அப் **பரவை யிடை** அழகு ஒளிர்கிறது.

இந்த வாக்கியங்களில் இடை, இடையே என்னும் சொற்களை ஏற்று நிற்கும் சொற்களை நோக்குக. இவை ஒரு சொல்போல் அமைந்திருப்பதைக் காண்க.

ஆனால், ஆயின்

ஆனால், ஆயின் என்னும் சொற்கள் தனித்து நின்று பொருள் தருவது போலவே வேறு சொற்களுடன் சேர்ந்து நின்றும் பொருள் தரும். அவ்வாறு சேர்ந்து வரும் போது அந்தத் தொடர் ஒரு சொல் தன்மை யுடையதாய் அமையும். எனவே, இந்த இரண்டு சொற்களையும் அவை சேர்ந்து வரும் சொற்களுடன் சேர்த்து ஒரு சொல் போலவே எழுத வேண்டும்.

எடுத்துக்காட்டு :

1) தாய்மொழியில் சிந்தனை வளரத் தமிழ் அறிஞர்கள் **உதவுவார்களானால்**, அவர்கள் தமிழுக்கு நன்மை செய்தவராவர்.

2) ஒருவன் சொல்லும் சொல் தீயதாகக் **காணப்படுமானால்**, அவனது எண்ணமும் தீயதாகவே இருத்தல் வேண்டும்.

3) ஒருவன் செய்யும் செயல் தீயதாக **இருக்குமாயின்**, அவனது எண்ணமும் தீயதாகவே இருத்தல் வேண்டும்.

4) இயற்கை வாயிலாக முருகன் புரிந்துவரும் பேருதவியை மக்கள் நேரே **பெறுவார் களாயின்**, அவர்கள் என்றும் அழகுடைய வர்களாயிருப்பார்கள்.

5) முருகின் இளமை **குன்றுவதாயின்**, இயற்கையும் தன் செயலில் குன்றும்.

உதவுவார்களானால்
காணப்படுமானால்
இருக்குமாயின்
பெறுவார்களாயின்
குன்றுவதாயின்

என்னும் தொடர்களில் ஆனால், ஆயின் என்னும் சொற்கள் அவை தழுவி நிற்கும் சொற்களுடன் சேர்ந்து நிற்பதை நோக்குக.

ஆயினும், ஆனாலும், போதிலும்

ஆயினும், ஆனாலும், போதிலும் முதலிய சொற்கள் தாம் சார்ந்து நிற்கும் சொல்லுடன் சேர்ந்து ஒரு சொல்போல அமையும்.

எடுத்துக்காட்டு :

1) பெண்பாற் புலவர்கள் இங்கு இருந்தது போல, **அளவிலாயினும் சரி, தரத்திலாயினும்** சரி மற்ற இடங்களிலே இருந்ததாக யாரும் கூறினாரில்லை.

2) அவர் அறிவாற்றல் **பெரிதாயினும்** அதனி னும் பெரியவை காலம் கனிந்தளிக்கும் கருத்துப் படையல்களாகும்.

3) போரிலே வெற்றிகாண வீரம் அடிப்படை என்பது **உண்மையாயினும்**, போர்க் கருவிகளின் தன்மையும் மிகவும் முக்கிய மானதாகும்.

அளவிலாயினும்
தரத்திலாயினும்
பெரிதாயினும்
உண்மையாயினும்

என்னும் தொடர்களை நோக்குக. இந்தத் தொடர்களில் ஆயினும் என்னும் சொல்லும் அது சார்ந்து நிற்கும் சொல்லும் சேர்ந்து ஒரு சொல் போல் அமைந்திருக்கின்றன.

ஆயினும், ஆனாலும் ஆகிய இரண்டும் ஒரு பொருட் சொற்கள். மேற்காணும் தொடர் களில் ஆயினும் என்னும் சொல்லுக்குப் பதிலாக ஆனாலும் என்னும் சொல் அமைந் தாலும் பொருள் மாறாது. இதுவும், தான் தழுவும் சொல்லுடன் சேர்ந்தே நிற்கும். அப்போது, இந்தத் தொடர்கள்

அளவிலானாலும்
தரத்திலானாலும்
பெரிதானாலும்
உண்மையானாலும்

என்று அமையும்.

போதிலும்

1) பேச்சு முறை எவ்வளவு மாறிய **போதிலும்**, எழுத்து முறை மாறாமல் காப்பாற்றப்படுமாயின் நன்மை உண்டு

2) ஒரு மொழியில் பிறமொழிச் சொற்கள் கலக்காமல் இருப்பது வரவேற்கத் தக்கது **என்றபோதிலும்**, தவிர்க்க முடியாத சமயங்களில் அத்தகைய கலப்பை ஏற்றுக் கொள்வது தவறாகாது.

3) அவரது உரைநடை எளிய சொற்களைக் கொண்டதாக **இருந்தபோதிலும்,** வாக்கியங்கள் நீண்டதாக இருப்பதால் எல்லாராலும் எளிதில் புரிந்துகொள்ள முடியவில்லை.'

மாறியபோதிலும்

என்றபோதிலும்

இருந்தபோதிலும்

என்னும் தொடர்களை நோக்குக. மாறிய, என்ற, இருந்த என்னும் சொற்களுடன் 'போதிலும்' என்னும் சொல் சேர்ந்திருக்கிறது. இந்தத் தொடர்கள் ஒரு சொல்போல் அமைந் திருப்பதை நோக்குக. இவற்றைப் பிரித்து எழுதுதல் கூடாது.

ஆதலால், ஆகையால், ஆகலின்

1) மணமும், இளமையும், கடவுள் தன்மை யும், அழகும் எல்லோர்க்குமுரிய **உடைமையாதலால்,** இவற்றைப் போற்ற மறுப்பவர் முருகனைப் போற்ற மறுப்பவராவர்.

2) அழகுள்ள இடத்தில் மணமும் இளமையும் இறைமையும் கலந்து நிற்றல் **இயல்பாகையால்,** அழகை மட்டும் சிறப்பாக எடுத்துக்கொள்கிறேன்.

3) இப்பொழுதுள்ள தமிழ் நூல்களுள் தொல்காப்பியம் **பழைமையுடைய தாகலின்** தமிழ் நாட்டைப் பற்றிய எவ்வாராய்ச்சிக்கும் தொல்காப்பியத்தைக் கருவியாகக் கொள்வது வழக்கம்.

உடைமையாதலால்

இயல்பாகையால்

பழைமையுடையதாகலின்

என்னும் தொடர்களை நோக்குக.

உடைமை, இயல்பு, பழைமையுடையது என்னும் சொற்களுடன் ஆதலால், ஆகை யால், ஆகலின் என்னும் சொற்கள் சேர்ந்து நிற்கின்றன. இந்தத் தொடர்களிலும் இரு சொற்களும் சேர்ந்து ஒரு சொல்போல் நிற்பதை நோக்குக. இத்தகைய தொடர் களையும் பிரித்து எழுதக் கூடாது.

ஆனால், ஆகையால் முதலிய சொற்கள் முதல் வாக்கியத்திற்கும் அடுத்த வாக்கியத் திற்கும் உள்ள ஒற்றுமையையோ அல்லது வேறு பாட்டையோ புலப்படுத்த இரண்டாவது வாக்கியத்தின் ஆரம்பத்தில் வருவதுண்டு. அப்போது அவற்றின் நிலை வேறு.

எடுத்துக்காட்டு :

1) தொல்காப்பியர் காலத்தில் வட சொல் மட்டுமே தமிழில் புகும் நிலை இருந்தது. **ஆதலால்** அவர் அந்த மொழியின் சொற் களுக்கு மட்டும் விதி வகுத்துள்ளார்.

2) உண்மையை நேரே சொல்லித் திருத்த முயன்றவர் தோற்றார். **ஆனால்,** பொய் கலந்து வளைத்துச் சொன்னவர் வென்றார்.

3) வாழையின் காயும் பழமும் நாள்தோறும் காண்கிறான். **ஆகையால்** வாழைப் பழத்தைப் பொறுத்த வரையில் காய்ப் பழம் என்று சொல்வதற்கு இடமில்லை. **ஆயின்,** மாவைப் பொறுத்தவரையில் அவன் மிகுதியாகக் காண்பது காய்தான். அவன் உள்ளத்தில் மிகுதியாகப் பதிந் துள்ளதும் அந்தக் காய்தான். **அதனால் தான்,** மாம்பழத்தை மாங்காய்ப்பழம் என் கிறான்.

இந்தத் தொடர்களில், ஆதலால், ஆனால், ஆகையால், ஆயின், அதனால் என்னும் சொற்கள் வாக்கியத்தின் ஆரம்பத்தில் நிற்கின்றன. எனவே, இங்கே சேர்ப்பதா, பிரிப்பதா என்னும் கேள்வி எழ இடமில்லை.

துணை வினை - கொள், விடு

கொள், விடு முதலான துணைவினைகள் தாம் சேர்ந்து நிற்கும் முதல் வினையின் பொருளில் மாற்றத்தை உண்டாக்க வருபவை. எனவே, இவை முதல் வினைகளோடு சேர்ந்தே நிற்கும்.

எடுத்துக்காட்டு :

1) தமிழ் மிகப் பழங்காலத்திலேயே இலக்கிய வளர்ச்சியும் பண்பாடும் **பெற்று விட்டது.**

2) இலக்கிய மரபுகளும் **ஏற்பட்டுவிட்டன.**

3) இவர் பெயரை வைத்து இவர் கிறிஸ்துவர் என்று **எண்ணிக்கொண்டார்** போல் இருக்கிறது.

4) அவர் அதன் உட்பொருளைப் **புரிந்து கொண்டார்.**

பெற்றுவிட்டது

ஏற்பட்டுவிட்டன

எண்ணிக்கொண்டார்

புரிந்துகொண்டார்

என்னும் சொற்களில் 'விடு' கொள் என்பன துணை வினைகளாக நிற்கின்றன. இவற்றை முதல் வினையுடன் சேர்த்து ஒரு சொல் போலவே எழுதுதல் வேண்டும்.

விடு, கொள் என்பன துணைவினையாக மட்டுமன்றித் தனிவினையாகவும் அமையும். அப்போது அவற்றின் பொருள் வேறு. எனவே, பொருள் மயக்கம் ஏற்படாமல் இருக்கவும் துணைவினையை முதல் வினை யுடன் சேர்த்து எழுதுவது அவசியமாகிறது.

''சட்டி சுட்டதடா **கை விட்டதடா**''

என்னும் தொடரில் நிற்கும் **விட்டதடா** என்பது **'விடு'** என்னும் சொல்லினடியாகப் பிறந்தது. இங்கே **'விடு'** என்பது முதல் வினை. 'முதலையும் மூர்க்கனும் **கொண்டது விடா'** என்னும் தொடரில் நிற்கும் **கொண்டது** என்பது **'கொள்'** என்னும் சொல்லினடியாகப் பிறந்தது. இங்கே **கொள்** என்பது முதல் வினை. எனவே, இவை தனித்து நிற்கின்றன. இந்தத் தொடரில் நிற்கும் **'விடா'** என்பதும் முதல் வினையே.

இவை, துணைவினையாக நிற்கும்போது, முதல் வினையுடன் சேர்ந்து ஒரு சொல் போலவே அமையும்.

எடுத்துக்காட்டு :

மறந்துவிடு

பெற்றுக்கொள்

பார்த்துக்கொள்வோம்

கெட்டுவிட்டது

எடுத்துக்கொள்

சொல்லிக்கொண்டு

அடைந்துவிட்டோம்

தீர்ந்துவிட்டது

கேட்டுக்கொண்டு

படித்துக்கொண்டு

இன்று பலர் **சொல்லிக்கொண்டு, கேட்டுக்கொண்டு, படித்துக்கொண்டு** போன்ற சொற்களைப் பிரித்து,

படித்துக்–கொண்டு

கேட்டுக்–கொண்டு

சொல்லிக்–கொண்டு

என்று எழுதுகின்றனர். சற்றுச் சிந்தித்துப் பார்த்தால் இது பிழை என்பது புலப்படும்.

பார்த்துக் கொண்டுவந்தான். பார்த்துக் கொண்டு வந்தான் என்னும் இரு தொடர் களையும் ஒப்பிட்டுப் பார்த்தால் இவற்றின் பொருள் வேறுபாடு புரியும். **பார்த்து** என்னும் சொல்லுக்குப் பிறகு சற்று நிறுத்தி, **கொண்டு வந்தான்** என்னும் சொற்களைச் சேர்த்துச் சொல்லும்போது அந்தத் தொடர் தரும் பொருள் வேறு.

பார்த்துக்கொண்டு என்பதை ஒரு சொல்போல் ஒலித்து, பின்னர் சற்று நிறுத்தி, வந்தான் என்னும் சொல்லை ஒலிக்கும் போது, அந்தத் தொடர் தரும் பொருள் வேறு.

சொல்லிக்கொண்டிருக்கிறார்

கேட்டுக்கொண்டிருக்கிறோம்

பார்த்துக்கொண்டிருக்கிறேன்

பாடிக்கொண்டிருந்தாள்

நடந்துகொண்டிருக்கும்

போன்ற தொடர்கள் ஒரு சொல் போலவே ஒலிக்க வேண்டும்; எழுத வேண்டும். இந்தத் தெடர்கள் நீளமாக இருப்பதால் ஒலிப்பது சிரமமாக இருக்குமே என்று சிலர் எண்ணலாம். எளிமை கருதிப் பிரித்து ஒலிக்க வேண்டுமாயின், அந்தத் தொடர்களைப் பின்வருமாறு அமைக்கலாம்.

சொல்லிக்கொண் டிருக்கிறார்

கேட்டுக்கொண் டிருக்கிறோம்

பார்த்துக்கொண் டிருக்கிறேன்

பாடிக் கொண் டிருந்தாள்

நடந்துகொண் டிருக்கும்

இந்தத் தொடர்களில் நிற்கும் **கொண்டு** என்பது தொடர் நிகழ்வினை உணர்த்தும் துணைவினை. இந்தத் துணைவினை எதனு டைய தொடர்செயலை உணர்த்துகிறது? அது தனக்கு முன்னால் நிற்கும் **சொல்லி, கேட்டு,**

பார்த்து, பாடி, நடந்து என்னும் முதல் வினைகளின் தொடர் செயலை உணர்த்து கிறது. எனவே, அது முதல் வினையுடன் சேர்ந்துநின்று ஒரு சொல் தன்மையதாய் அமைகின்றது. முதல் வினையையும் துணை வினையையும் பிரித்து ஒலித்துப் பாருங்கள். பொருள் தெளிவு குன்றுவது மட்டுமன்று; அது செவிக்கும் இனிமை தருவதில்லை. எனவே, முதல் வினையும் துணைவினையும் சேர்ந்துநின்று ஒரு சொல்போல் அமைவதே முறையாகும்.

எடுத்துக்காட்டு :

1) நண்பன் ஆட்டத்தை மட்டும் **பார்த்துக் கொண்டிருந்தான்**.

2) 'உன் மனத்தை எங்கேயாவது அட மானம் வைத்திருக்கிறாயா? என்று நண்பன் **நகைத்துக்கொண்டே** கேட்டான்.

3) அவள் கையில் **அகப்பட்டுக்கொண் டிருக்கிறது** என் நெஞ்சம்.

4) ஒரு நாள் தன் காதலனோடு அந்தப் புன்னை மரத்து நிழலில் இருந்து **பேசிக் கொண்டிருந்தாள்**.

5) புலவர் பெருமக்கள் கேட்டறிந்த காட்சி களைக் கற்பனை **செய்துகொண்டு** பாடுதலும் உண்டு.

6) பிறர் அறிய மணம் **செய்துகொண்டு** இடரினும் தளரினும் கலங்காது வாழ்வதே நலம்.

7) தன்னுடைய விளையாட்டுப் பொருள் களாகிய பந்தையும் பொம்மையையும் **வைத்துக்கொண்டு** விளையாடிவந்தாள்.

8) அங்கே பொம்மை வைத்து விளை யாடிக்கொண்டிருந்த பெண்ணுக்குப் பசு வந்தது தெரியவில்லை.

9) அழகான வயலைக்கொடியைப் பசு மேய்வதையும் அவளால் **பார்த்துக் கொண்டிருக்க** முடியவில்லை.

10) விரும்பிய காதலனோடு மகிழ்ச்சியாகப் **போய்க்கொண்டிருக்கிறாள்** என்று கேள்வியுற்றதால் தாய்க்கு ஒரு வகையில் ஆறுதல் பிறந்தது.

11) இன்றும் காக்கை கரைந்தால், 'யாரோ விருந்தாளி வரப்போகிறார் என்று தமிழ் மக்கள் **பேசிக்கொள்வது** உண்டு.

12) கதவுகள் திறந்தபின் அடிக்கும் மணி யோசையை **வெறுத்துக்கொண்டே** உள்ளே புகுகின்றார்கள்; கதவுகளை மூடுமுன் அடிக்கும் மணியோசையை விருப்பத்தோடு கேட்டு **மகிழ்ந்து கொண்டே** வெளியே வருகின்றார்கள்.

(டாக்டர் மு.வ.)

13) பெண்ணைச் சிற்றின்பப் பொருள் என்று நினைந்துகொண்டிருக்கும் மட்டும் மெய்யுணர்வு பிறத்தலரிது.

14) பிழைபாடு **வளர்ந்துகொண்டே** சென் றால் முடிவு என்னவாகும்?

15) நோன்பு மிகுந்த நாளில் குமரர்களும் குமரிகளும் தெருக்களில் மயில் குயிலென **ஆடிக்கொண்டிருந்தார்கள்; பாடிக் கொண்டிருந்தார்கள்**.

16) செயற்கை வெம்மையால் உலகம் **வெந்து கொண்டிருக்கிறது**.

(திரு.வி.க.)

இந்த வாக்கியங்களில் 'கொண்டு' என்னும் துணைவினை முதல் வினையுடன் சேர்ந்தே நிற்பதை நோக்குக. கொண்டு என்னும் துணைவினையை அடுத்து நிற்கும் வினைமுற்றைப் பிரித்து எழுதினாலும் எழுதலாம்; 'கொண்டு' என்னும் துணை வினையை அதற்கு முன் நிற்கும் முதல் வினையினின்று பிரித்து எழுதக் கூடாது.

'விடு' என்னும் துணைவினையும் முதல் வினையோடு சேர்ந்தே வரும் என்பதற்கு மேலும் சில எடுத்துக்காட்டுக்கள் :

1) ஆட்டம் முடிந்தது. எல்லாரும் **போய் விட்டார்கள்**.

2) அந்த ஊர் வழியாகப் போய்த் தங்கள் ஊருக்கே மாலையில் **திரும்பிவிட்டார் கள்**.

3) 'என்ன, நீ எப்போது பார்த்தாலும் கவலை யோடு சோர்வாக இருக்கிறாய். இருக்க இருக்க ஊமையாகப் **போய்விட்டாய்**. வலியப் பழகினாலும் மனம் கலந்து பேசுவதில்லை. நான் ஏதாவது உனக்குத்

தவறு **செய்துவிட்டேனா?'** என்றான் நண்பன்.

4) அவர்கள் விளையாடி வந்த புன்னைக் கொட்டைகளில் ஒன்றை மறந்து **விட்டு விட்டார்கள்.**

5) சிறுமியோ இளந் **தாயாகிவிட்டாள்.** அந்தச் செடியின் மேல் கொண்ட அன்பு தான் அவள் மனத்தைத் தாய்மனம் **ஆக்கி விட்டது.**

6) மகளுக்கு உண்மை **விளங்கிவிட்டது.**

7) தமிழ்நாடு அவர் பெயரை **மறந்துவிட்டது.**

8) தன் உணவைப் பெற்றுத் தின்று **சென்று விட்டது** கரடி.

9) கையிலிருந்த பந்தை **எறிந்துவிட்டுப்** பொம்மையையும் **விட்டுவிட்டு** எழுந்து **ஓடிவந்துவிட்டாள்.**

10) அருமை மகள் வளர்ந்து அழகு நிரம் பினாள்; பெற்றோர் அறியாமலே ஒருவனு டைய காதலியாக **மாறிவிட்டாள்;** அவளுடைய மனப் போராட்டம் **பெருகி விட்டது.**

(டாக்டர் மு.வ.)

இந்த வாக்கியங்களில் விடு என்னும் துணைவினை முதல் வினையுடன் சேர்ந்து இரண்டும் ஒரு சொல் போல் அமைந் திருப்பதை நோக்குக.

இரு

கொள், விடு என்னும் துணை வினைகள் போலவே இரு என்னும் துணைவினையும் முதல் வினையோடு சேர்ந்தே நிற்க வேண்டும்.

எடுத்துக்காட்டு :

1) உன் மனத்தை எங்கேயாவது அடமானம் **வைத்திருக்கிறாயா?**

2) அந்தக் காதலன் பேச்சை ஒரு புலவர் சொல்லோவியமாக்கித் **தந்திருக்கின்றார்.**

3) ஒரு வேளை அம்பலவனார் என்பதே இயற்பெயராகவும் **இருந்திருக்கலாம்.**

4) கொட்டு என்ற சொல் நினைவை விட்டு நீங்காமல் நின்ற காரணத்தால் கொட்டம் பலவனார் என்று புலவர் பெயரைக் **குறித்திருக்கின்றார்கள்.**

5) இளம் புன்னைச் செடிக்கு நாள்தோறும் தேனும் பாலும் கிடைத்து வந்தன; தண்ணீரும் ஒவ்வொரு வேளை **கிடைத் திருக்கும்.**

6) அன்று காலையில் புலவர் அந்தப் புற்று **வேறுபட்டிருத்தலை** உணர்ந்தார்.

7) மலையடுக்கத்தில் பலா மரங்கள் நெருங்கி **வளர்ந்திருந்தன.**

8) வழியெல்லாம் இரத்தக் கறை **படிந்தி ருத்தலைக்** கண்டார்.

9) முந்திய இரவில் புலி ஒன்று பன்றியைக் கொன்று பலா மரச் செறிவின் வழியே இழுத்துச் **சென்றிருக்க** வேண்டும் எனத் தெளிந்தார்.

10) அங்கே வாழை மரங்களும் சுரபுன்னை மரங்களும் செழித்து **வளர்ந்திருந்த** காட்சியைக் கண்டார்.

(டாக்டர் மு.வ.)

11) இப்பொழுது மேல்நாட்டு அறிஞரிடை ஒரு புத்துணர்வு **பிறந்திருக்கிறது.**

12) இயற்கை அவர்க்கு இனிமை **ஊட்டி யிருக்கும்.**

13) அவர்கள் அச்சொற்களுக்கும் அச்சொற் களாலாய மொழிக்கும், இயற்கை இனிமையைத் 'தமிழ்' என்று தாங்கள் வழங்கிவந்த வழக்கத்தை ஒட்டியே 'தமிழ்' என்னும் பெயர் **சூட்டியிருக் கிறார்கள்.**

14) இவ்விரண்டும் அவ்வந்நாட்டு மொழி களால் பல பெயர் **பெற்றிருக்கின்றன.**

15) அருணகிரியார் பெண்ணாசையைக் கடிந்து **கூறியிருத்தல்** உண்மை.

(திரு.வி.க.)

இந்த வாக்கியங்களில் **இரு** என்னும் துணைவினை முதல் வினையுடன் சேர்ந்து இரண்டும் ஒரு சொல் தன்மையனவாய் ஒலிப்பதை நோக்குக. ஒலிப்பது போலவே இவற்றை எழுதவும் வேண்டும்.

முதல்வினை

கொள், விடு, இரு முதலியன முதல் வினையாகவும் அமையும்.

எடுத்துக்காட்டு :

1) அழிவதை அழகென்று **கொள்ள** வேண்டுவதில்லை.

2) பழந்தமிழ்ப் புலவர்களுள் ஈண்டு நக்கீரனார் ஒருவரைப் **கோடல் [கொள்ளுதல்]** சால்பு.

3) நக்கீரனார் இயற்கையில் முருகை உணர்ந்து முருகாற்றுப்படை பாடியதில் தமது புலமை செலுத்தியவர் என்னும் தொடர்புரிமை கொண்டு அவரைக் **கோடலே** ஏற்புடைத்து.

4) அழகின் மாட்டு உலகம் **கொண்டுள்ள** பற்றுப்போல வேறெதன்மாட்டும் அஃது அப்பற்றுக் கொண்டில்லை.

5) அழகென்பது பருப் புலன்களுக்கு வடிவமாகத் தோன்றாத நுண்ணிய உட்பொருளெனக் **கொள்க.**

6) அந்த எதிரொலி அவர் செவியினுள்ளே **விடாது** ஒலிக்கக் கேட்டார்.

7) இப்படி விளையாடி வந்த புன்னைக் கொட்டைகளில் ஒன்றை மறந்து **விட்டு விட்டார்கள்.**

8) வயலைக் கொடியைப் பசு மேய வந்த போது பந்தும் பொம்மையும் **விட்டு விட்டு** அலறி ஒடி வந்தவள் அல்லவா?

9) அதன் முகம் அத்திப் பழம்போல் **இருந்தது.**

10) என்ன, நீ எப்போது பார்த்தாலும் கவலையோடு சோர்வாக **இருக்கிறாய்!**

இந்த வாக்கியங்களில் **கொள், விடு, இரு** என்னும் முதல் வினைகளினடியாகப் பிறந்த சொற்கள் இடம்பெற்றிருப்பதை நோக்குக. இங்கே, இவை வேறு வினைகளைத் தழுவி நிற்கவில்லை. எனவே, இவை தனித்து நிற்கின்றன.

வா, போ

கொள், விடு முதலியவற்றைப் போலவே **வா, போ** என்பனவும் துணைவினைகளாக வரும். வழக்கமாக நடைபெறும் செயலைக் குறிக்க முதல் வினையுடன் **வா** என்னும் துணைவினை சேர்ந்து வரும்.

எடுத்துக்காட்டு :

''அந்த வயலைக் கொடியின் பக்கத்தில் உட்கார்ந்து அந்த வீட்டுப் பெண்-சிறு பெண்-விளையாடுவது **வழக்கமாக இருந்தது.** அவளுடைய விளையாட்டுப் பொருள்களாகிய பந்தையும் பொம்மையையும் அங்கே வைத்துக்கொண்டு **விளையாடி வந்தாள்.**''

இந்தப் பகுதியில் இரண்டு வாக்கியங்கள் உள்ளன. இந்த இரண்டு வாக்கியங்களையும் நன்கு கவனித்தால், **விளையாடிவந்தாள்** என்பதில் நிற்கும் **வந்தாள்** என்னும் துணை வினை வழக்கமாக நிகழும் செயலை உணர்த்துவது புலனாகும்.

விளையாடுவது வழக்கமாக இருந்தது என்பதை முதல் வாக்கியம் உணர்த்துகிறது. அதன் விளக்கமாக-விரிவாக-அமையும் இரண்டாவது வாக்கியம் **விளையாடிவந்தாள்** என்று முடிகிறது.

எனவே, 'வா' என்னும் துணைவினை வழக்கமாக நடைபெறும் செயலை உணர்த்துகிறது என்பது சொல்லாமலே விளங்கும்.

1) பண்டைத் தமிழர் அழகை அல்லது முருகைப் பொருளாகக் கொண்டு வழிபாடு **நிகழ்த்திவந்தனர்.**

2) பண்டை நாளில் தமிழ்ச் சொற்கள் பல முதல் நிலையளவாக நின்று **ஆட்சி பெற்றுவந்தன.**

3) மகன் காய்கறிகளை அவித்துத் தின்றானில்லை; அவன் அவற்றை இயற்கையாகவே **உண்டுவந்தான்.**

4) இப்படி **விளையாடிவந்த** புன்னைக் கொட்டைகளில் ஒன்றை மறந்து விட்டு விட்டார்கள்.

5) அவள் அருமைக் குழந்தை என்றும் செல்வ மகள் என்றும் அந்தப் பொம்மையைப் பாராட்டி **வளர்த்துவந்தாள்.**

6) மக்களின் வாழ்க்கையில் கவலையும் தொல்லையும் குறைந்து அஞ்சாமையும் அறிவும் மிகும்வரை எத்தனை புத்தர்களும் திருவள்ளுவர்களும் பிறந்தாலும், மூட நம்பிக்கைகள் அழியாமல் **இருந்து வரும்.**

7) மக்கள் வாழ்க்கையில் கவலையும் துன்பமும் தொன்றுதொட்டு **இருந்துவருகின்றன.**

8) அவர் ஐம்பது அறுபது வசூலையே அதிர்ஷ்டம் என்று **எண்ணிவந்த** நாட்கள் உண்டு.

9) அவ்வளவு பிரேமையுடன் அந்தச் செவ்வாழையை அவன் **வளர்த்துவந்தான்.**

10) அந்தக் கிராமத்தில் பயிர்கள் செழிப்பாக வளர்வதைப் போலவே அவர்கள் காதலும் **வளர்ந்துவந்தது.**

நிகழ்த்திவந்தனர்
பெற்றுவந்தன
உண்டுவந்தான்
விளையாடிவந்த
வளர்த்துவந்தாள்
இருந்துவரும்
இருந்துவருகின்றன
எண்ணிவந்த
வளர்த்துவந்தான்
வளர்ந்துவந்தது.

இந்தத் தொடர்களின் இறுதியில் நிற்கும் 'வா' என்னும் வினையினின்று தோன்றிய எச்சவினைகளும் முற்றுவினைகளும் தனிப் பொருள் தரும் சொற்களாக நிற்கவில்லை. அவற்றின் முன் நிற்கும் முதல் வினைகள் வழக்கமாக நிகழ்பவை-தொடர்ந்து நிகழ்பவை-என்பதை உணர்த்தும் துணை வினைகளாகவே அமைந்திருக்கின்றன. இத்தகைய தொடர்களில் முதல் வினையும் துணை வினையும் சேர்ந்து ஒரு சொல் போலவே நிற்க வேண்டும்.

''இயற்கையில் விளங்கும் 'முருகு' என்னும் இறைவனைக் காண நீங்கள் என்ன **செய்யப்போகிறீர்கள்?''**

என்னும் வாக்கியத்தில் **செய்யப்போகிறீர்கள்** என்பதில் நிற்கும் **போகிறீர்கள்** என்பது துணைவினை. இங்கே செய்தல் என்னும் தொழில் தொடங்கும் நிலையை உணர்த்தவே **போகிறீர்கள்** என்னும் துணைவினை அமைந்திருக்கிறது. இதனைத் தனியாகப் பிரித்துப் பார்த்தால், அதன் பொருள் வேறு. எனவே **'செய்யப்போகிறீர்கள்'** என்பதை ஒரு சொல்லாகவே கொள்ள வேண்டும். எழுதும் போதும், **செய்யப்போகிறீர்கள்** என்று ஒரு சொல் போலவே எழுத வேண்டும். அதாவது இரண்டு சொற்களுக்கும் இடையே இடம் விடாமல் எழுத வேண்டும்.

எடுத்துக்காட்டு :

1) சாதி சமய வேறுபாடுகளை மறந்து ஒருமைப்பாடு காண என்ன **செய்யப் போகிறோம்?**

2) கல்வி அறிவை வளர்த்து **முன்னேறப் போகிறோமா?** அல்லது அறியாமை இருளில் மூழ்கி **அழியப்போகிறோமா?**

3) நீ இப்பொழுது அதைக் **கொடுக்கப் போகிறாயா?** இல்லையா?

4) அவன் புதிதாக என்ன **சொல்லப் போகிறான்?**

5) நான் இன்றே **போகப்போகிறேன்.**

இல்லை

இல்லை என்னும் குறிப்பு வினைமுற்று வேறு வினைகளுடன் சேர்ந்து நின்று எதிர்மறைப் பொருள் உணர்த்தும்போது, அது எந்த வினைக்குத் துணையாக வருகிறதோ அதனுடன் சேர்ந்து ஒரு சொல்போல் அமையும்.

எடுத்துக்காட்டு :

1) அவனோ முன்போல் **கிடைப்பதில்லை;** கிடைத்தாலும் உள்ளம் கலந்து **பேசுவதில்லை.**

2) நாள்தோறும் என் கையால் தேனும் பாலும் ஊட்டினேன். ஒரு நாளும் **மறுக்கவில்லை; அழவில்லை;** கோபம் **வரவில்லை.**

3) பாடிய புலவர் யாரென்று **தெரியவில்லை.**

4) காக்கை அந்த மரத்தில் எத்தனையோ முறை உட்கார்ந்திருக்கின்றது. அப்போதெல்லாம் பனம்பழம் **விழுந்திடவில்லை.**

5) பனம் பழம் பழுத்துப் பழுத்து எத்தனையோ முறை விழுந்திருக்கின்றது. அப்போதெல்லாம் காக்கை அந்த மரத்தில் **உட்கார்ந்ததுமில்லை.**

கிடைப்பதில்லை, பேசுவதில்லை, மறுக்கவில்லை, அழவில்லை போன்ற வற்றை நாம் சொல்லும்போது, இரண்டு சொற்களாகப் பிரித்துச் சொல்வதில்லை. ஒரு சொல்போலவே சொல்லுகிறோம். எனவே, எழுதும்போதும் அவ்வாறே எழுதுதல் வேண்டும்.

''ஆன்றோர் புலன்களைக் கெடுத்தொழிக்கு மாறு ஒரு போதும் **அறிவுறுத்தினாரில்லை''**

இந்த வாக்கியத்தில் நிற்கும் **அறிவுறுத்தி னாரில்லை** என்னும் சொல்லை நோக்குக. திரு.வி.க. போன்ற அறிஞர் பெருமக்கள் கையாண்ட நடை இது. இன்றைய உரை நடையில் இந்த வழக்கு அருகிவிட்டது. இத்தகைய தொடர்களிலும், 'இல்லை' என்னும் குறிப்பு வினையும் அது சார்ந்து நிற்கும் முதல் வினையும் சேர்ந்து ஒரு சொல் போலவே அமையும். இந்த வாக்கியத்தில் நிற்கும் **அறிவுறுத்தினாரில்லை** என்பதும் அவ்வாறே அமைந்திருக்கின்றது.

இந்த வாக்கியங்களை நோக்குக.

1) புலன்களைத் தீய வழியினின்றும் காத்து அவற்றை நல்வழிப்படுத்த அப்பர் முயன்றாரேயன்றி அவற்றை அழித்துத் தாமும் அவற்றுடன் அழிய **முயன்றா ரில்லை.**

2) விருப்பத்தை வினையிலாற்றி முடிவு காண மக்கள் பெரிதும் **முயல்கிறார் களில்லை.**

3) 'அஞ்சும் அடக்கடக்கு என்பர் அறிவிலார்' என்னும் திருமந்திரத்தைப் 'புலன்கேடு' என்னும் பொருளில் திருமூலர் **ஓதினா ரில்லை.**

4) 'அர்ச்சனை பாட்டேயாகும்' என்று தமிழ்க் கடவுள் தமிழ்ப் பாட்டையே விழைந்து நிற்பதைப் பலர் **உணர்ந்தாரில்லை.**

5) முருகன் இயற்கையழகுக் கடவுள் என்று உணர்ந்த ஆன்றோர் அவன் திருவுருவைச் செயற்கை அணிகளால் அழகு செய்ய **எண்ணினாரில்லை.**

முயன்றாரில்லை
முயல்கிறார்களில்லை
ஓதினாரில்லை
உணர்ந்தாரில்லை
எண்ணினாரில்லை

என்னும் தொடர்களில் முதல் வினையுடன் இல்லை என்னும் குறிப்பு வினைமுற்று சேர்ந்து ஒரு சொல்போல் அமைந்திருப்பதை நோக்குக. அறிஞர் திரு.வி.க., அறிஞர் அண்ணா போன்றோரின் எழுத்தில் இத்தகைய சொல்வழக்கைக் காணலாம்.

இடு

''இன்று நடத்திடும் திருநாளின் (காந்தி யடிகள் பிறந்த நாளின்) மாண்பு, நாளையும், மறுநாளும், பிற நாட்களிலும் நம் எண்ணத் திலும் செயலிலும் ஒளி விட வேண்டும். இந்நாள் அவர் புகழ்பாடி மகிழ்ந்திட மட்டுமின்றி, அவர் வழி நடந்திட, அவர் காண விரும்பியதைக் கண்டிட, அவர் தந்து சென்றதை உருக்குலைக்கா திருந்திட அவர் ஊட்டிய உணர்ச்சிகளை உயிருள்ளவை யாக்கிட உறுதி பூணும் நாளாகும். மாலையின் மாண்பு மணத்தில் இருக்கிறது! விளக்கின் பயன் ஒளியில் இருக்கிறது! அது போல விழாக்களின் பயன் நம் செயலிலே இழைந்திடும் மாண்பிலேயே இருக்கிறது''
(அறிஞர் அண்ணா)

நடத்திடும்
மகிழ்ந்திட
நடந்திட
கண்டிட
இருந்திட
ஆக்கிட
இழைந்திடும்

என்பவற்றில் முதல் வினையுடன் இடு என்னும் துணைவினையும் சேர்ந்திருக்கிறது. இந்த இரண்டும் சேர்ந்து ஒரு சொல் தன்மையுடையனவாய் விளங்குவதைக் காண்க.

'இடு' என்னும் துணைவினையைக் கவிதைகளில் மிகுதியாகக் காணலாம்.

''செத்த பிறகு சிவலோகம் வைகுந்தம்
சேர்ந்திட லாமென்றே எண்ணி யிருப்பார்
பித்த மனித ரவர் சொலுஞ் சாத்திரம்
பேயுரை யாமென்றிங் கூதேடா சங்கம்

இத்தரை மீதினி லேயிந்த நாளினில்
இப்பொழுதே முக்தி **சேர்ந்திட** நாடிச்
சுத்த அறிவு நிலையிற் களிப்பவர்
தூயவ ராமென்றிங் கூதேடா சங்கம்''

''வேடம்பல் கோடியோ ருண்மைக்
குளவென்று
வேதம் **புகன்றிடுமே**-ஆங்கோர்
வேடத்தை நீருண்மை யென்றுகொள்
வீரென்றவ் வேத மறியாதே
நாமம்பல் கோடியோ ருண்மைக்
குளவென்று
நான்மறை **கூறிடுமே** - ஆங்கோர்
நாமத்தை நீருண்மை யென்றுகொள்
வீரென்றந்
நான்மறை கண்டிலதே''

(பாரதியார்)

சேர்ந்திடலாம்

சேர்ந்திட

புகன்றிடும்

கூறிடும்

என்பன 'இடு' என்னும் துணைவினை சேர்ந்து நிற்கும் சொற்கள். இப்படிக் கவிதையில் நின்ற 'இடு' என்னும் சொல்லை உரை நடையில் புகுத்தி, உரைநடைக்கு மேலும் இனிமை சேர்த்தவர் அறிஞர் அண்ணா அவர்கள். 'இடு' என்னும் துணைவினை இன்று கவிதையில் மட்டுமன்றி, உரைநடையிலும் பரவலாக வழங்கிவருகிறது.

'இடு' என்னும் சொல் துணைவினையாக மட்டுமன்றி, முதல் வினையாகவும் வழங்குகிறது.

''**இட்டார்** பெரியோர் இடாதார் இழி
குலத்தோர்''

(நல்வழி)

''இட்டார்'' என்பது 'இடு' என்னும் முதல் வினையினின்று பிறந்தது. முதல் வினை வேறு, துணைவினை வேறு என்பதை நாம் எப்போதும் நினைவிற் கொள்ள வேண்டும்.

ஆறிடும் மேடும் மடுவும் போல் ஆம்
செல்வம்
மாறிடும் ஏறிடும் மாநிலத்தீர்-**சோறிடும்**
தண்ணீரும் வாரும் தருமமே சார்பாக
உண்ணீர்மை வீறும் உயர்ந்து

(நல்வழி)

இந்தப் பாடலில் ஆறிடும், சோறிடும் என்னும் சொற்களில் நிற்கும் இடும் என்பது முதல் வினை. ஆறிடும் என்பதிலே உள்ள இடும் என்பதற்கு 'உண்டாக்கும்' என்று பொருள். சோறிடும் என்பதிலே உள்ள இடும் என்பதற்கு 'அளியுங்கள்' என்று பொருள்.

மாறிடும், ஏறிடும் என்னும் சொற்களில் நிற்கும் இடும் என்பது துணைவினை. இதற்குத் தனிப் பொருள் கிடையாது. மாறிடும், ஏறிடும் என்பதற்கு மாறும், ஏறும் என்பதே பொருள்.

ஆறிடும் சோறிடும் என்பவற்றைப் பிரித்து, **ஆறு-இடும் சோறு-இடும்** என்று எழுதலாம்; சொல்லலாம். ஆனால், **மாறிடும் ஏறிடும்** என்பவற்றைப் பிரித்து எழுதவும் சொல்லவும் முடியாது; அவ்வாறு பிரிக்கவும் கூடாது; பிரிப்பதில் பொருளும் இல்லை.

இங்கே **ஆறிடும்** என்னும் தொடரில் நிலைமொழியாக நிற்பது **நதி** என்னும் பொருளுடைய **ஆறு** என்னும் சொல். இதுவே **தணி, குறை** என்னும் பொருளுடைய சொல்லாக இருந்தால், அப்போது **ஆறிடும்** என்பதில் நிற்கும் **இடும்** என்பது துணைவினையாகி விடும். அப்போது **ஆறிடும்** என்பதைப் பிரிக்க முடியாது.

வெந்நீர் ஆறிடும்

கோபம் ஆறிடும்

பசி ஆறிடும்

என்னும் தொடர்களில் நிற்கும் ஆறிடும் என்பது முதல்வினையும் துணைவினையும் சேர்ந்தமைந்தது. இதனைப் பிரிக்க முடியாது. பிரித்தால்', வேடிக்கையாக மட்டுமல்ல; விபரீதமாகவும் போய்விடும்.

உள்

1) சேர, சோழ, பாண்டிய நாடுகளின் தலை நகரங்களாகிய புகார், வஞ்சி, மதுரை ஆகியவற்றில் ஈடுபாடு கொண்டு **பாடியுள்ளார்,** இளங்கோவடிகள்.

2) தம் காவியத்தை மூன்றாகப் பகுக்கும் முறையிலேயே அந்தத் தலைநகரங்களின் பெயர் விளங்குமாறு **செய்துள்ளார்.**

3) மூன்று நாடுகளும் வளம் கொழிப்பதற்குக் காரணமாக விளங்கிய ஆறுகளையும் **வருணித்துள்ளார்.**

4) தமிழராகிய நாம் ஒரு பெருந்தமிழ் மகனார் படைத்தளித்த சிலப்பதிகாரம் என்னும் இலக்கியச் செல்வத்தை நுகரும் பேறு **பெற்றுள்ளோம்.**

5) முடியுடை வேந்தர் மூவர்க்கும் உரிய ஒரு காவியத்தைத் தமிழகத்தின் பொதுக் காவியமாகவே ஆக்கித் **தந்துள்ளார்,** அவர்.

பாடியுள்ளார்

செய்துள்ளார்

வருணித்துள்ளார்

பெற்றுள்ளோம்

தந்துள்ளார்.

என்பவற்றில் நிற்கும் உள்ளார், உள்ளோம் என்பவை 'உள் என்னும் பகுதியினின்று பிறந்த வினைமுற்றுக்கள். பாடி, பெற்று முதலிய முதல்வினைகளுக்குத் துணையாக நிற்பதால் இவற்றைத் துணைவினை என்று கொள்கிறோம். இவையும் முதல்வினையுடன் சேர்ந்து ஒரு சொல்போல்தான் அமைதல் வேண்டும்.

'இரு' என்பது போலவே 'உள்' என்பதும் முதல் வினையாகவும் துணைவினையாகவும் அமையும் இயல்பு கொண்டது.

1) இளங்கோவடிகளின் மாபெரும் காவியத்தை அவர் இயற்றிய மொழியிலேயே கற்கும் பேறு நமக்கு **உள்ளது.**

2) இளங்கோவடிகளின் உள்ளத்தை உணர்வதற்கும் அந்தக் காவியமே கருவியாக **உள்ளது.**

இந்த வாக்கியங்களில் உள்ளது என்னும் சொல் முதல் வினையாக அமைந்துள்ளது. இங்கே அது இன்னொரு சொல்லைச் சார்ந்து நிற்கவில்லை. எனவே, இதைச் சேர்த்து எழுத வேண்டியதில்லை.

ஆகு

1) நாம் சிலப்பதிகாரத்தைக் கற்கும் பேறு பெற்றுள்ளது மகிழ்ச்சிக் **குரியதாகும்.**

2) இதுவே பாவத்திற்கும் புண்ணியத்திற்கும் சரியான **எடுத்துக்காட்டாகும்.**

3) தமிழ் மக்களிடத்திலே இசை உணர்வோடு தமிழுணர்வும் ஊட்டி வருவது தமிழிசை **இயக்கமாகும்.**

4) ஒரு மொழியை நன்கு கற்க விரும்புவோர் அனைவர்க்கும் வாக்கிய அமைப்புப் பற்றிய அறிவு **வேண்டப்படுவதாகும்.**

5) 'மனோன்மணீயம்' என்னும் நாடகம் படித்து இன்புறுதற்குரிய சிறப்பு **வாய்ந்த தாகும்.**

6) புலன்களுக்குரிய இயற்கைவழி அவற்றை இயக்குதலே அவற்றைத் **தூய்மைப் படுத்துவதாகும்.**

7) புலன்கள் தீயவழி உழலின் வாழ்வும் **தீயதாகும்.**

8) முருகன் தொன்மையைக் காலவரை யறைப்படுத்திக் கூறலும் **எளிதாகுமோ?**

9) நாளடைவில் தமிழ்ச்சொற்கள் பல இடை நிலை இறுதி நிலைகள் **பெறலாயின.**

10) அவ்வாறே 'முருகு' என்னும் முதல் நிலையும் 'அன்' என்னும் ஆண்பால் இறுதி நிலை **ஏற்கலாயிற்று.**

11) கடல், மலை போன்றவற்றாலும் மக்கள் பேசும் மொழிகளாலும் **உண்டாகும்** பிரிவுகள் **இயற்கையானவை.**

12) சாதி, சமய வேறுபாடுகளால் **உண்டாகும்** பிளவுகள் **செயற்கையானவை.**

இந்த வாக்கியங்களில் நிற்கும் ஆகும், ஆயின, ஆயிற்று, ஆனவை என்பன 'ஆகு' என்னும் வினையடியாகப் பிறந்தவை. இந்தச் சொற்களும் முதல்வினையாகவும் துணை வினையாகவும் அமையக்கூடியவை. எவ்வாறு அமைந்தாலும், இவை முன்னால் நிற்கும் சொல்லுடன் சேர்ந்தே வரும். எனவே, இவற்றை இவை தழுவி வரும் சொற்களுடன் சேர்த்தே எழுத வேண்டும். சொல்லும் போதும் சேர்த்தே சொல்ல வேண்டும்.

கவிதை கவிஞனின் கற்பனையில் **உருவாகிறது.**

ஆகும், ஆயிற்று என்பனபோலவே **ஆகிறது** என்னும் நிகழ்கால வினையும் அதற்கு முன் நிற்கும் சொல்லுடன் சேர்ந்து நிற்பதை நோக்குக.

உறு

1) தமிழுக்கு வாழ்வளிக்கும் பெருமாட்டி ஒளவை வரக் கண்ட பாரி **களிப்புற்றான்.**

2) தலைவனின் பிரிவாற்றாமையால் **பெருந்துயருற்றுக்** கலங்கித் தவிக்கிறாள் தலைவி.

3) தன் மகன் கிள்ளியின் வெற்றி கண்டு தந்தை தித்தன் **மகிழ்ச்சியுற்றான்**.

4) சிறிது தொலைவில் களிறும் பிடியுமாக இரண்டு யானைகள் செருக்குடன் செல்வதைக் **கண்ணுற்றார்,** புலவர்.

5) இளமங்கை தனக்கு நேர்ந்த இன்னலைக் கண்டு **சோர்வுற்று** வருந்தவில்லை.

6) பாண்டி நாட்டில் **சிறப்புற்று** விளங்கும் பழம் பதிகளில் ஒன்று திருமாலிருஞ்சோலை.

களிப்புற்றான்

பெருந்துயருற்று

மகிழ்ச்சியுற்றான்

கண்ணுற்றார்

சோர்வுற்று

சிறப்புற்று

என்னும் தொடர்களை நோக்குக.

'உறு' என்னும் சொல்லினடியாகப் பிறந்த உற்று, உற்ற, உறுகிற முதலிய எச்ச வினைகளும், உற்றான், உற்றது, உறும் முதலான முற்றுவினைகளும் தாம் தழுவி நிற்கும் பெயர் அல்லது வினையுடன் சேர்ந்து ஒரு சொல் போன்றே அமையும். இவற்றைப் பிரித்துத் தனிச் சொல்லாக எழுதல் கூடாது.

நலிவுறுதல், துன்புறுதல் போன்றவையும் அவ்வாறே ஒரு சொல் தன்மையுடையனவாய் அமையும்.

தெளிவு - சரளம் - இனிமை

இரண்டு சொற்கள் சேர்ந்து நின்றாலும், ஒரு சொல்போல் ஒலிக்கும் தொடர்கள் பலவற்றை இதுவரை பார்த்தோம். இவற்றைப் பேச்சிலும் நாம் சேர்த்தே ஒலிக்கிறோம். இரண்டு சொல்லாகப் பிரித்து ஒலிப்பதில்லை. பிரித்து ஒலித்தால், பேச்சு இயல்பாகவும், சரளமாகவும் அமையாது. பேச்சிலே தேக்க நிலை தோன்றும்.

சேர்த்து எழுதுவதா, பிரித்து எழுதுவதா என்ற ஐயம் தோன்றும்போது அந்தத் தொடரை வாய்விட்டுச் சொல்லிப் பாருங்கள். அப்படிச் சொல்லும்போது, எது செவிக்கு இனிமையாகத் தோன்றுகிறதோ, எது பொருள் மயக்கத்திற்கு இடம் தரவில்லையோ அதுவே சரியானது என்று கொள்ளலாம். எந்தத் தொடராக இருந்தாலும் இந்த முறையைப் பின்பற்றி முடிவு செய்யுங்கள்.

மனம் இருந்தால்

பழங்காலத்தில் ஓலைச்சுவடியில் எழுத்தாணியால் எழுதும் நிலை இருந்தது. ஒரு வரியை எழுதத் தொடங்கியதிலிருந்து அந்த வரியை முடிக்கும் வரை கையை எடுக்காமல் எழுத வேண்டியிருந்தது. அதனால், அன்று சொற்களுக்கிடையே இடம் விட்டு எழுதும் பேச்சுக்கே இடமில்லை. அன்று, ஓலைச் சுவடிகளைப் படிப்பவர்கள் தமிழ் கற்ற புலவர்களாக இருந்ததால், தொடர்களை எங்கே பிரித்தொலிக்க வேண்டும், எங்கே சேர்த்தொலிக்க வேண்டும் என்பதை அவர்கள் தெளிவாக அறிந்திருந்தனர். அதனால், மயக்கத்திற்கும் குழப்பத்திற்கும் இடமில்லை.

மேலும், பழங்காலத்தில் ஓலைச்சுவடிகள் செய்யுள் வடிவிலேயே இருந்தன, சொற்களைச் சேர்த்து ஒலிப்பதும் பிரித்து ஒலிப்பதும் செய்யுளின் சீர், அசை முதலியவற்றைப் பொறுத்தே அமைந்தன. ஆனால், இன்று நிலைமை வேறு. உரைநடை பெருகிவிட்ட காலம் இது. கவிதை இலக்கியத்தைத் தவிர மற்ற எல்லாத் துறை நூல்களும் உரைநடையிலேயே அமைகின்றன.

பல துறை அறிவு வளர்ச்சிக்கும் உதவுகின்ற உரை நடை இன்று புலவர் மொழியாக இல்லை; பொதுமக்கள் மொழியாக விளங்குகின்றது. இந்த உரை நடையில் தொடர்கள் முக்கிய இடம் வகிக்கின்றன. இந்தத் தொடர்கள் மொழியினிமை குன்றாமலும், பொருள் மயக்கம் தராமலும் அமைய அவற்றை நாம் சரியாக ஒலிக்க வேண்டும்.

ஓரளவு மொழியறிவு உடையவரும் படிக்கின்ற காரணத்தால், ஒரு தொடரின் ஒலி வடிவம் எப்படி அமைகின்றதோ அப்படியே அது வரிவடிவத்திலும் இருக்க வேண்டும். அப்போதுதான், அதைப் படிக்கின்றவர்களும் சரியாகப் படிப்பார்கள்; தெளிவாகப் பொருள் உணர்வார்கள்.

அச்சியந்திர சகாப்தம் தொடங்கித் தமிழ் நூல்கள் வெளிவரத் தொடங்கியதும், தமிழ் இலக்கியங்களை நூல் வடிவில் வெளியிட்ட டாக்டர் உ.வே. சாமிநாதையர் போன்ற தமிழ்ப் பெருமக்கள், தொடர்களைச் சேர்த்தொலிக்க வேண்டிய இடத்தில் சேர்த்தும் பிரித்தொலிக்க வேண்டிய இடத்தில் பிரித்தும் அச்சிடுவதில் மிகவும் கவனம் செலுத்தியிருக்கிறார்கள். சைவ சித்தாந்தக் கழகம் போன்ற வெளியீட்டு நிறுவனங்களும் இந்தப் பணியைச் செவ்வனே செய்து வந்தன. ஆனால், இன்று எப்படி எழுதினால் என்ன என்னும் ஓர் அலட்சியப் போக்குக் காணப்படுகிறது. இந்த நிலை மாறத் தமிழ்ப் பெருமக்களின் கவனம் இந்தப் பக்கம் திரும்ப வேண்டும். நாம் இங்கே குறிப்பிடுவது சொற்களைப் புணர்ச்சி இலக்கண விதிப்படி சேர்ப்பதையும் பிரிப்பதையும் பற்றியதல்ல; இலக்கண விதிப்படி அமைந்திருந்தாலும், எங்கே சொற்களுக்கிடையே இடம் விட வேண்டும், எங்கே இடம் விடாமல் சேர்த்து எழுத வேண்டும் என்பதைப் பற்றியது.

ஒலைச் சுவடியில் இப்படி இடம் விட்டு எழுதும் வாய்ப்பு இல்லாமையால், படிப்ப வர்கள் எப்படி வேண்டுமானாலும் ஒலித்துக் கொள்ளலாம் என்று எண்ணிவிடக் கூடாது. ஒன்றுக்கு மேற்பட்ட சொற்கள் சேர்ந்து நிற்கும் தொடர்களையும் ஒரு சொல் போல் ஒலிக்க வேண்டிய இடங்களை 'ஒரு சொல் தன்மையுடையவை' என்று குறிப்பிட்டு அவற்றைச் சேர்த்து ஒலிக்க வேண்டிய அவசியத்தை வலியுறுத்தியிருக்கிறார்கள். இன்று மொழியியல் அறிஞர் கூறும் பல கருத்துக்களைத் தன்னுள் கொண்டிருக்கும் தொல்காப்பியம், தொகை நிலைத் தொடர்கள் பற்றிக் கூறுகையில்.

'எல்லாத் தொகையும் ஒரு சொல் நடைய' என்கிறது.

இன்று நாம் இதனைச் சிரமமின்றிச் செய்ய முடியும். அச்சியந்திர வளர்ச்சிமட்டுமன்றிக் கணிப்பொறி வளர்ச்சியும் நமக்கு இன்று உறுதுணையாக இருக்கின்றது. எனவே, சேர்த்து ஒலிக்க வேண்டிய சொற்களையும் பிரித்து ஒலிக்க வேண்டிய சொற்களையும் வகைப்படுத்திக்கொண்டு, இப்படித்தான் எழுத வேண்டும் என்று வரையறை செய்து கொண்டால், இது எளிதில் கை கூடும்.

''மனமிருந்தால் மார்க்கம் உண்டு''

13

வடசொல் புணர்ச்சி

சில வடமொழிச் சொற்களும் தொடர்களும் தமிழில் கலந்துள்ளன. இந்த வடமொழித் தொடர்கள் வடமொழிப் புணர்ச்சி விதியைத் தழுவியே புணருகின்றன.

சொற்புணர்ச்சியை வடமொழியில் சந்தி என்று கூறுவார்கள். இந்தச் சந்தி விதிகளில் மூன்று வகை தமிழில் வந்து வழங்குகின்றன. தீர்க்க சந்தி, குண சந்தி, விருத்தி சந்தி என்பவையே அந்த மூன்றும். இவற்றுள் தமிழில் மிகுதியாக வழங்குபவை முதல் இரண்டுமேயாகும். வடசொல் தொடர்களின் பொருளுணரவும், அவற்றில் சந்திப்பிழைகள் ஏற்படாமல் இருக்கவும். இந்த விதிகளைத் தெரிந்துவைத்துக்கொள்ளுதல் நல்லது.

தீர்க்க சந்தி

''பாசக் கடற்குளே வீழாமல் மனதற்ற
பரிசுத்த நிலையை அருள்வாய்
பார்க்குமிடம் எங்குமொரு
நீக்கமற நிறைகின்ற பரிபூரணானந்தமே''
(தாயுமானார்)

பரிபூரணானந்தம் என்பது பரிபூரண- ஆனந்தம் என்னும் இரு சொற்கள் சேர்ந்தமைந்தது. இந்தத் தொடரில் நிலைமொழி ஈற்றில் **அ**-வும் வருமொழி முதலில் **ஆ**-வும் நிற்கின்றன. இந்த இரண்டு எழுத்துகளும் சேரும்போது, இந்த இரண்டும் மறைந்து, புதிதாக 'ஆ' தோன்றியுள்ளது. தீர்க்க சந்தியில் இது ஒரு வகை. பின் வரும் தொடர்களும் இந்த வகையைச் சேர்ந்தவையே.

(1) அஷ்ட – அவதானம் → அஷ்டாவதானம்
(2) ஏக – அமிர்தம் → ஏகாமிர்தம்
(3) சிவ – ஆனந்தம் → சிவானந்தம்
(4) கண – அதிபன் → கணாதிபன்
(5) ஞான – ஆனந்தம் → ஞானானந்தம்
(6) பஞ்ச – அமிர்தம் → பஞ்சாமிர்தம்
(7) மந்திர – ஆலோசனை → மந்திராலோசனை
(8) தச – அவதாரம் → தசாவதாரம்
(9) ஞான – அதிபதி → ஞானாதிபதி
(10) மகுட – அபிஷேகம் → மகுடாபிஷேகம்
(11) சர்வ – அதிகாரி → சர்வாதிகாரி
(12) வேத – ஆகமம் → வேதாகமம்
(14) கீத – அஞ்சலி → கீதாஞ்சலி

இவை யாவும் மேற்கூறிய விதியைத் தழுவிப் புணர்ந்திருப்பதை நோக்குக. இவை போன்ற மற்றத் தொடர்களையும் இவ்வாறே கொள்க.

நிலைமொழி ஈற்றில் **இ, ஈ,** இவற்றுள் ஏதேனும் ஒன்று நின்று வருமொழி முதலில் **இ** அல்லது **ஈ** வந்தால், நிலைமொழி ஈறு, வருமொழி முதல் இரண்டும் கெட்டு, ஒரு புதிய **ஈ** தோன்றும், தீர்க்க சந்தியில் மற்றொரு வகை இது.

எடுத்துக்காட்டு :

(1) புவி – இந்திரன் → புவீந்தரன்
(2) காளி – ஈசுவரன் → காளீசுவரன்
(3) வாணி – ஈசன் → வாணீசன்

தீர்க்க சந்தியில் இன்னொரு வகை உகரத்துடன் உகரம் சேர்வது. உகரம் குறிலாகவோ அல்லது நெடிலாகவோ நிலைமொழி ஈறு வருமொழி முதல் ஆகிய இரண்டு இடங்களிலும் நிற்கும்போது, இந்த இரண்டும் கெட்டு, **ஊ** தோன்றும்.

எடுத்துக்காட்டு :

குரு – உபதேசம் → குரூபதேசம்

குணசந்தி

நிலைமொழி ஈற்றில் **அ** அல்லது **ஆ** நிற்கும் போது, வருமொழி முதலில் **இ** அல்லது **ஈ** வருமானால், நிலைமொழி ஈறு, வருமொழி முதல் இரண்டும் கெட்டு, **'ஏ'** என்னும் உயிர் நெடில் தோன்றும்.

''**பாபேந்திரியம்** செறுத்த எங்கள்
விவேகானந்தப் பரமன் ஞான
ரூபேந்திரன் தனக்குப்பின் வந்தோன்
விண்ணவர் தம் உலகையாள் பிர–
தாபேந்திரன் கோப முறினும் அதற்கு
அஞ்சி அறம் தவிர்கி லாதான்''

பாபேந்திரியம்

ரூபேந்திரன்

பிரதாபேந்திரன்

என்பன குண சந்தி விதியைத் தழுவி அமைந்தவை.

பாப – இந்திரியம் → பாபேந்திரியம்
ரூப – இந்திரன் → ரூபேந்திரன்
பிரதாப – இந்திரன் → பிரதாபேந்திரன்

இந்தத் தொடர்களின் நிலைமொழி ஈறு வருமொழி முதல் இரண்டும் மறைந்து, 'ஏ' தோன்றியிருக்கிறது. இந்த எடுத்துக் காட்டு களையும் காண்க :-

(1) ஞான– ஈசுவரன் → ஞானேசுவரன்
(2) நாக – இந்திரன் → நாகேந்திரன்
(3) கமல – ஈசுவரி → கமலேசுவரி
(4) சுந்தர– ஈசன் → சுந்தரேசன்
(5) புவன– ஈசுவரி → புவனேசுவரி
(6) மகா – ஈசுவரன் → மகேசுவரன்

குண சந்தியில் இன்னொரு வகை அகரமும் உகரமும் சேருவது. நிலைமொழி ஈற்றில் **அ** அல்லது **ஆ** நிற்கும் போது, வருமொழி முதலில் **உ** அல்லது **ஊ** வருமானால், நிலை மொழி ஈறு, வருமொழி முதல் இரண்டும் கெட்டு, **ஓ** தோன்றும்.

எடுத்துக்காட்டு :

(1) சந்திர – உதயம் → சந்திரோதயம்
(2) ஞான – உதயம் → ஞானோதயம்
(3) ஞான – உபதேசம் → ஞானோபதேசம்
(4) நாம – உச்சாடனம் → நாமோச்சாடனம்
(5) சூரிய – உதயம் → சூரியோதயம்
(6) சர்வ – உதயம் → சர்வோதயம்

விருத்தி சந்தி

நிலைமொழி ஈற்றில் **அ** அல்லது **ஆ** நின்று, வருமொழி முதலில **ஏ** அல்லது **ஐ** வந்தால், இந்த இரண்டும் மறைந்துவிட, **ஐ** தோன்றும். இது விருத்தி சந்தி எனப்படும்.

எடுத்துக்காட்டு :

சர்வ - ஐசுவரியம் - சர்வைசுவரியம்

இத்தகைய தொடர்கள் மிக அருகியே காணப்படுகின்றன. இவற்றைப் பிரித்து எழுதுவதே பெரும்பான்மையாகும். எனவே, இதைப்பற்றி நாம் கவலைப்பட வேண்டி யதில்லை.

வடமொழிப் புணர்ச்சி விதிகளைத் தழுவி அமையும் தொடர்களில் பெரும்பாலும் நிலைமொழி, வருமொழி இரண்டும் பெயர்ச் சொற்களாக இருப்பதோடு, இவை ஒரு சொல் போலவே ஒலிக்கின்றன. இவற்றைப் பிரித்து எழுத வேண்டுவதில்லை. இந்தத் தொடர் களின் பொருளரிய வடசொல் புணர்ச்சி விதிகள் உறுதுணையாக அமையும்.

நாம் இதுவரை பார்த்த தொடர்களில் நிலைமொழி ஈறு, வருமொழி முதல் இரண்டுமே உயிராக இருப்பதால், தமிழ் இலக்கண முறைப்படி இந்த இரண்டும் சேரும்போது, வகர உடம்படுமெய் தோன்றும். ஆனால், இந்தத் தொடர்கள், இந்த விதிக்கு மாறாகப் புணர்ந்திருக்கின்றன. இவை வடசொற் புணர்ச்சி விதியைத் தழுவிப் புணர்ந்திருக்கும் வடமொழிச் சொற்கள் என்பதே இதற்குக் காரணம்.

வடசொல் புணர்ச்சியில் வல்லினம் மிகாமை

வடசொல் புணர்ச்சியில் இதுவரை உயிரும் உயிரும் சேர்வதைப் பார்த்தோம். ஒரு தொடரில் நிற்கும் இரண்டு சொல்லுமோ அல்லது ஏதேனும் ஒன்றோ வட சொல்லாக அமைந்து, வருமொழி முதலில் வல்லினம் வந்தால், அந்தத் தொடரில் வல்லினம் மிகாது.

எடுத்துக்காட்டு :

(1) கருநாடக சங்கீதம்.
(2) தரும தேவதை.
(3) தரும சபை.
(4) பிராண சிநேகம்.
(5) இந்திர சபை.
(6) வேத தத்துவம்.
(7) சங்கீத சபை.
(8) பஞ்ச சீலம்.
(9) பஞ்ச பூதம்.
(10) பஞ்ச சயனம்.
(11) பஞ்ச திரவியம்.
(12) சொர்ண பூமி.
(13) பாத பூசை.

(14) நவ தானியம்.
(15) சதா காலம்.
(16) சதா சர்வகாலம்.
(17) சாதக பட்சி.
(18) குண பேதம்.
(19) நாடக சபை.
(20) நாக பந்தம்.
(21) நட்சத்திர தீபம்.
(22) புனித சபை.
(23) சொற்ப சீவனம்.
(24) சோமசுந்தரன்.
(25) தெய்வ பக்தி.
(26) குரு பக்தி.
(27) தேச பக்தி.
(28) சித்த சுத்தி.
(29) சித்தாந்த சாத்திரம்.
(30) சிவ சக்தி.
(31) சத்திய சோதனை.
(32) அட்ட திக்கு.
(33) பூர்வ கதை.
(34) பூதானம்.
(35) சுய புத்தி.
(36) சர்வ சக்தி.
(37) சர்வ சுதந்திரம்.
(38) தெய்வ கடாட்சம்.

தமிழ் இலக்கண விதிப்படி, வல்லினம் மிக வேண்டிய தொடரில் மிகாமல் இருந்தால், அது வட சொல் சம்பந்தப்பட்ட தொடர் என்று கொள்க.

வடசொல் சந்தி இலக்கணம் அறிந்திருந்தால், சில சமயங்களில், உரைநடையில் காணப்படும் வடமொழித் தொடர்களின் பொருள் அறிந்துகொள்வது எளிதாக இருக்கும். ஆனால், நாம் பேசும்போதும் எழுதும்போதும் தவிர்க்க முடியாத இடங்களில் தவிர, மற்ற இடங்களில் தனித்தமிழ்ச் சொற்களையும் தொடர்களையும் பயன் படுத்துவதே சாலச் சிறந்தது.

புணரியல் - பின்னிணைப்பு

(1) யகரத்தின் பின் மெல்லினம்

"எந்நன்றி கொன்றார்க்கும்
உய்வுண்டாம் உய்வில்லை
செய்ந்நன்றி கொன்ற மகற்கு"
(குறள்)

"நெய்ம்முறை நமக்கின் றாமென்று"
(சிலப்பதிகாரம்)

செய்ந்நன்றி
நெய்ம்முறை

என்னும் தொடர்களில் நகரமும் மகரமும் இரட்டித்திருக்கின்றன. இவை இயல்பாகப் புணர்வதே பெரும்பான்மை என்றாலும், இலக்கியங்களில் சில இடங்களில் இரட்டிப்பதைக் காண்கிறோம்.

தனிக் குறிலை அடுத்து யகர மெய் நிற்கும்போது மட்டுமே இவை இரட்டிக்கின்றன.

மெய் மறந்து
செய் முறை
நெய் மணம்
பொய் மொழி
மெய் நலம்
பெய் நீர்
பொய் நிறம்

என்பன இயல்பாகப் புணர்ந்திருக்கின்றன. இது பொது விதி. இத்தகைய தொடர்களில் நகரமும் மகரமும் இரட்டிப்பதைச் சிறப்பு விதியாக அல்லது விதிவிலக்காகக் கொள்ள வேண்டும். உரைநடையில் பொது விதி யையே பின்பற்றலாம்.

யகர ஈறு போல் ஒலிக்கின்ற மை, கை போன்ற ஓரெழுத்தொடு மொழிகளுக்குப் பின்னும் நகரமும் மகரமும் வரும்போது இரண்டு விதமாகவும் புணரக் காண்கின் றோம். இங்கேயும் மகரமும் நகரமும் இரட்டிப்பதைச் சிறப்பு விதியாகவே கொள்ளல் வேண்டும்.

மை நிறம், கை நீண்டது, தை மாதம், என்று அமைவதே பொதுவிதி.

"பங்கயக் கைநலம் பார்த்தலவோ-இந்தப் பாரில் அறங்கள் வளரும் அம்மா!"
(கவிமணி)

கை நலம் என்னும் தொடரை நோக்குக.

ஞகரத்தை முதலிலுடைய ஞானம், ஞாலம் போன்ற சொற்கள் வருமொழியாக அமையும் போதும் யகர மெய்யை ஈற்றிலுடைய சொல்லை நிலைமொழியாகக் கொண்ட தொடரில் இரண்டு சொற்களும் இயல்பாகவே புணரும்.

எடுத்துக்காட்டு :

மெய் ஞானம்
மெய் ஞானி

இவை, ஞகரம் இரட்டித்து மெய்ஞ் ஞானம், மெய்ஞ்ஞானி எனவும் அமைவ துண்டு. எனவே, இவை இரண்டு விதமாகவும் அமையலாம்.

(2) குற்றியலிகரம்

நிலைமொழி ஈற்றில் நிற்கும் குற்றிய லுகரம் சில இடங்களில் குற்றியலிகரமாகத் திரிந்தும் புணர்வதுண்டு. இது செய்யுளுக்கே உரியது.

அஃகாமை செல்வத்திற் கியாதெனின்
வெஃகாமை
வேண்டும் பிறன்கைப் பொருள்
அருளல்ல தியாதெனிற் கொல்லாமை
கோறல்
பொருளல்ல தவ்வூன் தினல்
(குறள்)

செவ்வத்திற் கியாதெனின்
அருளல்ல தியாதெனின்

என்னும் தொடர்களை நோக்குக.

செல்வத்திற்கு யாதெனின்
அருளல்லது யாதெனின்

என்னும் தொடர்களே இவ்வாறு புணர்ந் திருக்கின்றன. இந்தத் தொடர்களில் நிலை மொழி ஈற்றில் குற்றியலுகரமும் வருமொழி முதலில் யகரமும் நிற்கின்றன. வருமொழி முதலில் யகரம் வரும்போது நிலைமொழி ஈற்றுக் குற்றியலுகரம் குற்றியலிகரமாகத் திரியும்.

உரைநடையில் இவ்வாறு திரியும் வழக்கம் இல்லை. உரை நடையில் இவை இயல் பாகவே புணரும்.

(3) தமிழுடன் அகரச் சாரியை

''. . . . . .என்னைத் தங்கள்
நற்றமிழக் கையாலே கொன்றுபோட்டு''

''வீசுங்கோல் செங்கோலாய்த் தமிழர்
நாட்டை
விளையாட்டுக் கூடமாய்த் **தமிழப்
பெண்கள்**
பேசுந்தோற் பாவைகளாய் மறவர்தம்மைப்
பேடிகளாய்த் தேசிங்கன் நினைத்து
விட்டான்''
(பாரதிதாசன்)

நற்றமிழக் கையாலே

தமிழப் பெண்கள்

என்னும் இரு தொடர்களிலும் 'தமிழ்' என்னும் சொல் அகரச் சாரியை பெற்று நிற்கிறது.

தமிழ் – **கை** → **தமிழக் கை** என்றும்

தமிழ் – **பெண்** → **தமிழப் பெண்** என்றும் சேர்ந்திருக்கின்றன.

இதே போலத் **'தமிழ்–அரசர்'** என்பது **'தமிழவரசர்'** என்றும் புணரும்.

தமிழ் நூல்
தமிழ் இலக்கியம்
தமிழ் மொழி
தமிழ்ப் பண்பாடு

போன்ற தொடர்கள் அகரச் சாரியை பெற வில்லை. இந்த இரண்டில் எது சரி? அகரச் சாரியை பெறுவதா? பெறாமல் வருவதா? இரண்டுமே சரிதான். ஆனால், இன்றைய உரை நடையில் அகரச் சாரியை பெறாமல் வருவதே பெரும்பான்மையாகும். எனவே, உரைநடையில் அகரச் சாரியை இல்லாமலே, இத்தகைய தொடர்களை எழுதலாம். தமிழ் நூல், தமிழ் மொழி, தமிழ்ப் பண்பாடு, தமிழ் இலக்கியம் போன்ற தொடர்களை அகரச் சாரியை இல்லாமல் எழுதுவதே மரபாகும்.

(4) மென்றொடர்க் குற்றியலுகரத்தின் பின் வல்லினம்

மென்றொடர்க் குற்றியலுகரச் சொல் நிலைமொழியாக நின்று வருமொழி முதலில் வல்லினம் வந்தால், வல்லினம் மிகாது என்பது பொது விதி. இந்த விதிக்கு மாறாக அமையும் தொடர்களும் உண்டு.

எடுத்துக்காட்டு :

1] **இரும்புப் பெட்டி**
2] **கரும்புத் தோட்டம்**
3] **குரங்குக் குட்டி**
4] **பண்புத் தொகை**
5] **அன்புக் கட்டளை**
6] **ஆண்டுக் கூட்டம்**
7] **நண்டுக் கால்**
8] **துண்டுச் செய்தி**
9] **துண்டுப் பத்திரிகை**
10] **குண்டுக்காயம்**
11] **குண்டுக்கட்டை**
12] **அம்புக்குறி**
13] **அம்புக் கூடு**
14] **கன்றுக் குட்டி**
15] **கன்றுப் பொங்கல்**
16] **பேருந்துக் கட்டணம்**
17] **விருந்துக் கூடம்**
18] **மருந்துக் கடை**
19] **வண்டுக் கூட்டம்**
20] **இரும்புத் திரை**
21] **தும்புக் கயிறு**
22] **பாம்புத் தலை**
23] **பாம்புப் புற்று**
24] **வீம்புப் பேச்சு**
25] **வம்புப் பேச்சு**

இவை, தொடரிலக்கண விதியை ஒட்டிச் சேர்ந்திருக்கின்றன. இரும்புப் பெட்டி என்பது, மூன்றாம் வேற்றுமை உருபும் பயனும் உடன் தொக்க தொகையில் வல்லினம் மிகும் என்னும் விதிக்கு இணங்கப் புணர்ந்திருக்கிறது.

குரங்குக் குட்டி – (ஆறாம் வேற்றுமைத் தொகையில் நிலை மொழி அஃறிணை)

பேருந்துக் கட்டணம் – (நான்காம் வேற்றுமை உருபும் பயனும் உடன் தொக்க தொகை)

மருந்துக் கடை – (இரண்டாம் வேற்றுமை உருபும் பயனும் உடன் தொக்க தொகை)

பண்புத் தொகை – (இருபெயரொட்டுப் பண்புத் தொகை)

மென்றொடர்க் குற்றியலுகரச் சொற்களை நிலைமொழியாகக் கொண்ட தொடர்களில், வருமொழி முதலில் நிற்கும் வல்லினம் மிகுதல் தொடரிலக்கண விதியைத் தழுவி அமைவது என்று கொள்க. தொடரிலக்கண விளக்கங்களை அந்தந்தப் பகுதிகளில் காண்க. இந்தத் தொடர்களைப் போலவே ஏனைய வற்றையும் கொள்க.

(5) 'இ' என்னும் சுட்டுடன் உயிர் சேர்தல்

இ, அ என்னும் சுட்டுடனும் எ என்றும் வினாவுடனும் உயிர் சேரும்போது வகர உடம்படுமெய் தோன்றுவதை முன்பு பார்த்தோம்.

எடுத்துக்காட்டு :

அ	– இலை	→	அவ்விலை
இ	– உயிர்	→	இவ்வுயிர்
எ	– அணி	→	எவ்வணி

அகரத்துடன் உயிர் சேரும்போது, வகர உடம்படுமெய் வரும். எகரத்துடன் உயிர் சேரும்போது வகர, யகர உடம்படுமெய்களில் ஏதேனும் ஒன்று வரலாம். இந்த விதியின் படியே அவ்விலை, எவ்வணி என்னும் தொடர்கள் அமைந்திருக்கின்றன. ஆனால், இகரத்துடன் உயிர் சேரும்போது யகர உடம்படுமெய் வர வேண்டும். 'இவ்வுயிர்' என்பதில் வகர உடம்படுமெய் வந்திருக்கிறது. இது விதி விலக்காக அமைந்திருப்பதால், இதனைச் சிறப்பு விதியாகக் கொள்ள வேண்டும் என்று முன்பு குறிப்பிட்டோம்.

இந்தச் சுட்டுக்களை நிலை மொழியாகக் கொண்ட தொடர்களில் 'அ', 'எ' போலவே 'இ'க்கும் வகர உடம்படுமெய் வரக் காரணம் என்ன என்ற ஐயம் எழுவது இயல்பு. காரணமின்றிக் காரியம் இல்லை. கட்டாயம் ஏதேனும் ஒரு காரணம் இருக்க வேண்டும். அது என்ன காரணம் என்று பார்ப்போம்.

முற்காலத்தில் **அவ், இவ், எவ்** என்பவை சுட்டு, வினாப் பெயர்களாக வழங்கியிருக் கின்றன. இவற்றினின்றே அவை, இவை, எவை என்னும் சுட்டு, வினாப் பெயர்களும் தோன்றியிருக்க வேண்டும். அவ், இவ், எவ் என்னும் சுட்டு, வினாப் பெயர்கள் வழக்கில் இருந்ததை,

''**இவ்வே** பீலி அணிந்து மாலை சூட்டிக்
கண்திரள் நோன்காழ் திருத்தி நெய் அணிந்து
கடியுடை வியன்நகர்; **அவ்வே அவ்வே**
பகைவர்க் குத்தி கோடுநுதி சிதைந்து
கொல்துறைக்கு உற்றில மாதோ''

என்னும் புறநானூற்றுப் பாடல் உறுதிப் படுத்துகிறது.

'அவ்யாறு', 'இவ்யானை', 'எவ்யாழ்' போன்ற தொடர்களில் 'அ', 'இ' என்னும் சுட்டுக்களும், 'எ' என்னும் வினாவும் வகர ஈறு பெற்று நிற்பதும் சிந்திக்கத் தக்கது. இந்தச் சுட்டு, வினாக்களில் நிற்கும் வகர ஈறு பின்னாளில் மறைந்து அ, இ, எ மட்டும் சுட்டு, வினாவாக நிற்கும் நிலை பெற்றிருக் கலாம். 'இவ்-இடம்' என்பதை 'இவ்விடம்' என்று கூறுவது போலவே, இ-இடம் என்பதையும் இவ்விடம் என்று கூறும் வழக்கம் இருந்திருக்கலாம்.

(6) வினைத்தொகை - ஒரு விளக்கம்

வினைத்தொகை பற்றி முன்பு விரிவாகப் பார்த்தோம். உள்பொருள், உயர் கல்வி, வாழ்நாள் முதலியன வினைத்தொகைகள். வினைத்தொகை காலம் காட்டாத பெய ரெச்சத் தொடர். இதில் நிலைமொழியாக நிற்பது வினையடிச்சொல்.

சில சமயங்களில் வினைத்தொகைக்கு முன்னாலும் சொல் நின்று ஒரு தொடராக அமைவதுண்டு.

எடுத்துக்காட்டு :

1) மலை வாழ் மக்கள்.
2) சிங்கப்பூர் வாழ் தமிழர்கள்.
3) வெளிநாடு வாழ் இந்தியர்கள்.
4) கலை வளர் நாடு.
5) புகழ் சேர் இமயம்.

இந்தத் தொடர்கள் விரியாக அமையும் போது, முறையே

மலையில் வாழும் மக்கள்
சிங்கப்பூரில் வாழும் தமிழர்கள்
வெளிநாட்டில் வாழ்கின்ற இந்தியர்கள்
கலையை வளர்க்கும் நாடு
புகழைச் சேர்க்கும் இமயம்

என அமையும். இந்தத் தொடர்களில் நிற்கும் வாழும், வாழ்கின்ற வளர்க்கும், சேர்க்கும் முதலான வினைகள் பெயரெச்சங்கள்.

வினைத் தொகையில் வேற்றுமை உருபு ஏற்காமல் நிற்கும் மலை, சிங்கப்பூர், வெளி நாடு, கலை, புகழ் ஆகிய சொற்கள் வினைத் தொகையை விரித்துப் பொருள் கொள்ளும் போது, வேற்றுமை உருபு ஏற்று நிற்பதை நோக்குக. வினைத்தொகைக்கு முன் நிற்கும் சொல்லும் தொகையாகவே அமைவது புலனாகிறதல்லவா?

எனவே, 'மலை வாழ் மக்கள்' என்று சொல்ல வேண்டும். அல்லது 'மலையில் வாழும் மக்கள் என்று சொல்ல வேண்டும். ஒரு பாதியை விரியாகவும் ஒரு பாதியைத் தொகையாகவும் சொல்வது முறையன்று.

'வெளிநாடு வாழ் இந்தியர்கள்' என்பதை 'வெளிநாட்டில் வாழ் இந்தியர்கள்' என்று சொல்லிப் பாருங்கள். கேட்பதற்கே என்னவோ போல் இருக்கிறதல்லவா? ஒன்று, தொகையாக அமைய வேண்டும்; அல்லது விரியாக அமைய வேண்டும். இரண்டையும் கலக்கக் கூடாது.

(7) சுவரா? சுவறா?

சுவற்றில் எழுதாதீர்கள்
சுவற்றின் மேல் ஏறினான்

இந்த மாதிரி வாக்கியங்கள் பல சமயங்களில் உங்கள் கண்களில் பட்டிருக்கும். வேற்றுமை உருபு சேர்ந்த சுவற்றில், சுவற்றின் என்னும் சொற்களை நோக்கும் போது, சுவறு என்னும் சொல்லுடன் வேற்றுமை உருபு சேர்ந்திருப்பதாகத்தான் எண்ணத் தோன்றும். ஆனால், சுவர் என்னும் சொல்லுடன் வேற்றுமை உருபு சேர்க்கும்போதுதான் இப்படி எழுதுகின்றனர். வேற்றுமை உருபு சேர்க்காமல் எழுதும்போது 'சுவர்' என்றே எழுதுகின்றனர். வீட்டுச்சுவர், மதிற்சுவர் எனச் சரியாகவே எழுதுகின்றனர்; சொல்லு கின்றனர். வேற்றுமை உருபு சேர்க்கும் போதே இவ்வாறு பிழை செய்கின்றனர்; பெரும்பாலோர் இந்தப் பிழையைச் செய்கின்றனர். படித்தவர்கள்கூட இந்தப் பிழை செய்கின்றனர். 'எப்படி நேர்ந்தது இந்தப் பிழை? ஏன் நேர்ந்தது?' என்பது வியப்பாகவே உள்ளது.

எவ்வாறாயினும் ஆகட்டும். அந்த ஆராய்ச்சி ஈண்டுத் தேவை இல்லை. சுவற்றை, சுவற்றில் முதலானவை பிழை. சுவர் என்னும் சொல்லுடன் வேற்றுமை சேரும்போது,

சுவரை, சுவருடன், சுவருக்கு, சுவரி லிருந்து, சுவரின், சுவரில் என்றுதான் அமையும். அப்படித்தான் அமைய வேண்டும்.

(8) இன்னொரு விதம்

சுவர், சுவறு ஆகி, வேற்றுமை உருபு ஏற்கும்போது றகரம் இரட்டித்துப் படாதபாடு படுகிறதல்லவா? அதே சமயம், குற்றிய லுகரம் ஏற்று நிற்கும் றகரத்தை ஈற்றிலுடைய சொல் வேற்றுமை உருபு ஏற்கும் போது, றகரம் இரட்டிக்காமல் எழுதுவதைப் பார்க் கிறோம். கயிறு – ஐ → கயிற்றை என்று தான் அமைய வேண்டும். இதே போல,

தவறு – கு → தவற்றுக்கு
சாறு – ஐ → சாற்றை
கிணறு – இல் → கிணற்றில்
சோறு – உடன் → சோற்றுடன்

என்றுதான் அமைய வேண்டும். இத்தகைய தொடர்களில் நிலைமொழி ஈற்றில் குற்றிய லுகரம் ஏற்று நிற்கும் றகரம் இரட்டிக்க வேண்டும்.

■■■

3

சொல்லியல்

1. மொழியும் சொல்லும்

ஓர் எழுத்து, தனித்து நின்றோ, ஒன்றுக்கு மேற்பட்ட எழுத்துகள் சேர்ந்து நின்றோ பொருள் உணர்த்துவது சொல்லாகும். எழுத்து என்பது எவ்வாறு ஒலி வடிவத்தைக் குறிக்கிறதோ, அவ்வாறே சொல் என்பதும் ஒலிக்கே முதன்மை அளிக்கிறது. சொல் என்பதற்குக் கூறு அல்லது பேசு என்று பொருள். எனவே, எழுத்து மொழிக்கு அடிப்படை பேச்சுமொழி என்பது சொல்லாமலே விளங்கும். அதனால் தான், 'செந்தமிழும் நாப்பழக்கம்' என்ற முதுமொழியும் எழுந்தது.

சொல்லியல் என்பது பேச்சுமொழி, எழுத்துமொழி இரண்டுக்கும் பொதுவானது. இலக்கணத்தின் அடிப்படைக் கூறுகளும் இரண்டுக்கும் பொதுவானவையே. முயற்சிச் சிக்கனம் காரணமாக ஏற்படும் சில ஒலி மாற்றங்களைத் தவிர இந்த இரண்டுக்கும் வேறு எந்த வித வேறுபாடும் இல்லை. தொல்காப்பியம் போன்ற இலக்கண நூல்களும் இதனை உறுதிப்படுத்துகின்றன. தொல்காப்பியத்தைக் கூர்ந்து நோக்கினால், அதிலே செய்யுள் வழக்கை மட்டுமன்று; உலக வழக்கையும் காணலாம். புலவர் மொழியை மட்டுமன்றி, மக்கள் மொழியையும் அரவணைத்துச் செல்லும் ஆற்றலுடையவர்களாக நம் முன்னோர்கள் இருந்ததனால்தான், தொல்காப்பியம் போன்ற இலக்கண நூல்கள் இன்றும் பயன்படும் ஆற்றல் பெற்று விளங்குகின்றன.

''கடிசொல் இல்லை காலத்துப் படினே'' என்னும் தொல்காப்பிய வரியை மனத்தில் இருத்தி, அன்றைய வழக்கு, இன்றைய வழக்கு, இலக்கிய வழக்கு, உலக வழக்கு ஆகியவற்றைக் கருத்திற் கொண்டு, சொல்லியலை ஆராய்வோம்.

■■■

2

சொல்லும் பொருளும்

''எல்லாச் சொல்லும்
பொருள்குறித்தனவே''
(தொல்காப்பியம்)

'சொல்' என்பதற்குக் 'கூறு' என்னும் பொருள் இருப்பதை முன்பு குறிப்பிட்டோம். எப்போது நாம் ஒன்றைச் சொல்ல முற்படுகிறோம்? நம் உள்ளத்தில் எழும் கருத்தைப் பிறருக்குத் தெரிவிக்க எண்ணும்போது தானே? எனவே, கருத்து இல்லாதபோது சொல் தோன்ற வழியில்லை. சொல்லுக்கு அடிப்படையாக அமைவது கருத்து. கருத்தை வெளிப்படுத்தும் கருவியாகிய சொல் பொருளற்றதாக இருக்க முடியுமா? பொருளற்ற வெறும் எழுத்தொலி சொல்லாகாது. அதனால்தான் எல்லாச் சொல்லும் பொருளுடையன என்று தொல்காப்பியர் கூறுகிறார்.

இந்தப் பொருள் இரண்டு வகைப்படும். ஒன்று, வெளிப்படையாகத் தோன்றுதல்; இன்னொன்று, குறிப்பாகத் தோன்றுதல். அதாவது,சொல்அல்லது தொடரின் உட்பொருளை - அதில் மறைந்து நிற்கும் பொருளை - ஊகித்து உணருமாறு அமைதல்.

**''தெரிபுவேறு நிலையலும் குறிப்பில்
தோன்றலும்
இருபாற் றென்ப பொருண்மை
நிலையே''**

(தொல்காப்பியம்)

''சட்டி சுட்டதடா,கை விட்டதடா''

இது நேரடியாகத் தரும் பொருள் ஒன்று; மறைமுகமாகத் தரும் பொருள் ஒன்று. சுடுகின்ற சட்டியில் கையை வைத்துச் சூடுபட்டதும் எடுத்துவிடுகிறோம். இது வெளிப்படையான பொருள். பல துன்பங்களைப் பட்டு, அந்த அனுபவத்திலிருந்து அறிவு பெறுகிறோம் என்பது இந்தத் தொடர் குறிப்பாக உணர்த்தும் பொருள்.

**''இளைதாக முள்மரம் கொல்க களையுநர்
கைகொல்லும் காழ்த்த இடத்து''**

(குறள்)

'முள்மரத்தை அது இளங்கன்றாக இருக்கும்போதே கிள்ளி எறிய வேண்டும். முற்றிய பின் அதைப் பிடுங்க நினைத்தால் அது பிடுங்குபவரின் கையைப் பதம் பார்த்து விடும்' என்பது இந்தக் குறள் வெளிப்படையாக உணர்த்தும் கருத்து.

'பகைவர் வலிமையுறுவதற்கு முன்பே நாம் அவரை வீழ்த்திவிட வேண்டும். வளர்ந்து வலிமை பெற்று விட்டால், அவர் நம்மை வீழ்த்திவிடுவார் என்பது இந்தக்குறள் குறிப்பாக –மறைமுகமாக – உணர்த்தும் கருத்து.

''கொடித்தேன் இனியெங்கள்
குடித்தேன் – என ஒரு
படித்தேன் பார்வையில் **குடித்தேன்** – ஒரு
துளித்தேன் சிந்தாமல் களித்தேன் –
கைகளில்
அணைத்தேன் அழகினை ரசித்தேன்''

(கண்ணதாசன்)

குடித்தேன் என்னும் சொல் இரண்டு இடங்களில் வந்திருக்கிறது. இரண்டு இடங்களிலும் ஒரே பொருள் தரவில்லை. முதலில் உள்ள 'குடித்தேன்' என்பதற்குக் 'குடும்பத்தின் தேன்' என்று பொருள். இரண்டாவது உள்ள 'குடித்தேன்' என்பதற்கு 'அருந்தினேன்' என்று பொருள்.

இதே போலப் 'படித்தேன்' என்பதற்கு 'வாசித்தேன்' என்று ஒரு பொருளும், 'ஒரு படித்தேன்' என்று ஒரு பொருளும் உண்டு. இங்கே இது, 'ஒரு படித்தேன்' என்னும் பொருளில் அமைந்திருக்கிறது. இதனையே இடம் நோக்கிப் பொருள் கொள்ளுதல் என்று சொல்லுகிறோம். சொல் அமைந்திருக்கும் சூழலைக் கொண்டே அதற்குப் பொருளும் அமைகிறது. எனவே, தனிச்சொல்லானாலும், தொடரானாலும் இடம் நோக்கியே பொருள் கொள்ள வேண்டும்.

பேசுபவர் கருத்தைக் கேட்பவர் சரியாகப் புரிந்துகொள்வதற்கும், எழுத்தில் உள்ளதைப் படித்துச் சரியாகப் பொருள் உணர்வதற்கும் இடம் நோக்கிப் பொருள் கொள்வது மிகவும் இன்றியமையாததாகும்.

''சாதி சாதி'' என்று பேசுகிறீர்களே;
'பாதிக்குதே பசி' என்றுரைத்து
வீதியிலே புரளும் வடக்குமலைப்
பரதேசிக்கு உங்கள் சாதி சாதித்த
நீதி என்ன? வேதியர்க்கு வெண் –
பட்டும் வெண்பொங்கலும் அளித்த
சாதி அவர்கள் வைத்திடும் மீதியை –
யாவது நாதியற்றவர்க்கு அளிக்க
நினைத்ததா?''

(கலைஞர் மு.க.)

இதிலே உள்ள கேள்விகள் வெறும் கேள்வியாக மட்டுமல்ல; எதிர்மறைப் பொருள் உணர்த்தும் கேள்வியாகவும் அமைந்துள்ளன.

பேசுபவரின் முகபாவம் தொனி முதலியனவும் பேசுபவரின் உள்ளக் கருத்தைத் தெள்ளத்தெளிவாக உணர்த்தப் பயன்படுகின்றன.

**''மோப்பக் குழையும் அனிச்சம்
முகந்திரிந்து
நோக்கக் குழையும் விருந்து''**

**''முகத்தான் அமர்ந்து இனிது நோக்கி
அகத்தானாம்
இன்சொல் இனிதே அறம்''**

என்னும் குறட்பாக்களும் இந்தக் கருத்தையே உணர்த்துகின்றன.

'குறிப்பில் தோன்றல்' என்னும் தொல்காப்பியத்தொடர் இவ்வளவையும் உணர்த்துகிறது.

"முன்னத்தின் உணரும் கிளவியும்
உளவே
இன்ன வென்னும் சொல்முறை யான"
(தொல்காப்பியம்)

என்னும் நூற்பாவும் இதையே வலியுறுத்து கிறது.

இடமும் சூழலும் உணரும் போதுதான் ஒருவருடைய சொல்லை மட்டுமல்ல; அந்தச் சொல்லுக்குப் பின் நிற்கும் உணர்ச்சியையும் புரிந்துகொள்ள முடியும். அப்போதுதான் உண்மையான – முழுமையான – கருத்துப்பரி மாற்றம் நிகழும்.

சொன்மையும் பொருண்மையும்

சொல் என்பது தன்னையும் உணர்த்த வேண்டும்; தான் குறிக்கும் பொருளையும் உணர்த்த வேண்டும். சொல்லின் தன்மையைக் காட்டுவது சொல்லிலக்கணம். பெயர்ச் சொல்லுக்குத் திணை, பால், எண், இடம், வேற்றுமை ஆகிய ஐந்தும் உண்டு. வினைச் சொல்லுக்கு வேற்றுமை தவிர்த்த மற்ற நான்கும் உண்டு. வேற்றுமைக்குப் பதிலாக காலம் காட்டுவது வினைச்சொல். இவ்வாறு ஒரு சொல் தன் இயல்பை விளக்கி நிற்கிறது. அதே சமயத்தில் அதுதான் கொண்ட பொருளையும் உணர்த்துகிறது. இந்த இரண்டும் ஒன்றை ஒன்று சார்ந்திருக்கின்றன. ஒன்றில்லாமல் மற்றொன்று இல்லை. அதனால்தான் இந்த இரண்டு தகுதியும் ஒருங்கே கொண்டது சொல் என்று தமிழ் இலக்கணம் கூறுகிறது.

"பொருண்மை தெரிதலும் சொன்மை
தெரிதலும்
சொல்லி னாகும் என்மனார் புலவர்"
(தொல்காப்பியம்)

3
சொல் வகை

சொற்கள் நான்கு வகைப்படும். பெயர்ச்சொல், வினைச்சொல், இடைச்சொல், உரிச்சொல் என்பனவே அந்த நான்கு வகை. இவற்றுள் உரிச்சொல் பெரும்பாலும் செய்யுள் வழக்கிற்கே உரியது. மற்ற மூன்றும் உரைநடையிலும், அதாவது, பேச்சு, எழுத்து இரண்டிலும் முக்கிய இடம் வகிக்கின்றன.

கருத்துப் பரிமாற்றத்திற்குப் பெயரும் வினையும் அடிப்படையாக அமைகின்றன என்றால், அந்தப் பெயரிலும் வினையிலும் நுட்பமான பொருள் வேறுபாடுகளை உணர்த்திக் கருத்துப் பரிமாற்றம் செம்மையும் முழுமையும் பெற உதவுபவை இடைச் சொற்கள் எனலாம்.

"சொல்லெனப் படுப பெயரே வினை
யென்று
ஆயிரண் டென்ப அறிந்திசினோரே"

"இடைச்சொல் கிளவியும் உரிச்சொல்
கிளவியும்
அவற்றுவழி மருங்கில் தோன்று
மென்ப"
(தொல்காப்பியம்)

இந்த இரண்டு நூற்பாக்களும் மேற்கூறிய கருத்தை உறுதிப்படுத்துகின்றன. காலப் போக்கில், பெயர், வினை, இடை முதலான சொற்களின் வடிவம் மாறலாம்; பொருள்கூட மாறலாம். சில சமயங்களில், ஒரு சொல் மறைந்து, அதற்குப் பதிலாக வேறு சொல் தோன்றலாம். ஆனால், பெயர், வினை, இடை என்னும் சொற்கள் தம் தன்மையிலும் தகுதியிலும் மாறுவதில்லை. தொல்காப்பியர் காலத்தமிழையும் இன்றைய தமிழையும் ஒப்பிட்டுப் பார்த்தால் இந்த உண்மை விளங்கும்.

'இளங்கோவடிகள் சிலப்பதிகாரத்தை இயற்றினார்' என்னும் வாக்கியத்தை எடுத்துக் கொண்டால், இதில் இளங்கோவடிகள், 'சிலப்பதிகாரம்' என்பவை பெயர்ச்சொற்கள். 'இயற்றினார்' என்பது வினைச்சொல். 'சிலப்பதிகாரத்தை' என்னும் சொல்லில் சிலப்பதிகாரம் என்னும் பெயருடன் சேர்ந்து நிற்கும் 'ஐ' இடைச்சொல். இந்த வாக்கியத் தின் கருத்தை முழுமையாக உணர்த்த இந்த மூன்று சொற்களும் தேவைப்படுகின்றன.

'இளங்கோவடிகள் சிலப்பதிகாரம் இயற்றினார்' என்று சொன்னாலும் அதே பொருள்தான். இந்த வாக்கியத்தில் 'சிலப்பதிகாரம்' என்னும் சொல்லுடன் 'ஐ' சேரவில்லை. இருப்பினும், 'ஐ' என்னும் வேற்றுமை உருபு சேர்ந்து நிற்கும்போது என்ன பொருளோ அதே பொருளைத்தான் இப்போதும் தருகிறது. எனவே, 'ஐ' மறைந்து நிற்கிறது என்று சொல்லுகிறோம்.

'படித்தால் தேர்வில் நல்ல மதிப்பெண் பெறலாம்' என்னும் வாக்கியத்தையும், **'படித்தால்தான் தேர்வில் நல்ல மதிப்பெண் பெறலாம்'** என்னும் வாக்கியத்தையும் ஒப்பிட்டுப் பாருங்கள். இரண்டாவது வாக்கியத்தில் 'படித்தால்' என்னும் சொல லுடன் சேர்ந்து நிற்கும் தான் உறுதிப்பொருள் உணர்த்துகிறது. 'படித்தால்' என்பதற்கும் 'படித்தால்தான்' என்பதற்கும் உள்ள நுட்பமான பொருள் வேறுபாட்டை நோக்குக. எனவே, கருத்தை உணர்த்து வதற்குப் பெயரும் வினையும் போலவே இடைச்சொல்லும் அவசியமாகிறது.

''மணிமுடியிலே இருந்த மாணிக்கம்
மண்ணிலே உருண்டு கிடப்பதுபோல
உள்ளது இன்றைய தமிழின் நிலை.''

(கலைஞர் மு.க.)

இந்த வாக்கியத்திலே பெயர்ச்சொல், வினைமுற்று, வினையெச்சம் பெயரெச்சம், வேற்றுமைவிரி, வேற்றுமைத் தொகை, உவமஉருபு இப்படிப் பலவகைச் சொற்களும் கலந்து நின்று இந்த வாக்கியத்தை முழுமை யுடையதாக மட்டுமல்ல; பொருளுடைய தாகவும் ஆக்குகின்றன. இந்தச் சொற்கள் அனைத்தும் கருத்துணர்த்தும் பணியிலே முக்கிய பங்கு வகிக்கின்றன. இந்தச் சொற் களை மட்டுமல்ல; இவற்றின் பணியையும் நாம் சரியாகப் புரிந்துகொண்டால் நமது தமிழ் மொழியையும் சரியாகப் பயன்படுத்த முடியும். எனவே, இவற்றை ஒவ்வொன்றாக இனிமேல் பார்ப்போம்.

■■■

4

பெயர்ச்சொல்

பெயரின் இயல்பு

உலகில் பல பொருள்கள் உள்ளன. இவற்றில் இயற்கையாகத் தோன்றியவையும் உண்டு; செயற்கையாக உருவாக்கப்பட்டவை யும் உண்டு. இவை ஒவ்வொன்றிற்கும் ஒரு பெயர் இருக்கிறது. ஒரு பொருளை நினைக்கும்போது அதன் பெயரும், ஒரு பெயரை நினைக்கும்போது அந்தப் பெயருக் குரிய பொருளும் நம் நினைவுக்கு வரு கின்றன. பெயரில்லாத ஒரு பொருளைப் பற்றிப் பேசுவதோ, அதை மற்றவருக்குப் புரியவைப்பதோ எளிதான காரியமன்று. எனவே, ஒவ்வொரு பொருளுக்கும் ஒரு பெயர் தேவைப்படுகிறது.

பொருள் என்பது கண்ணால் காணும் உருவமுடையதாகவும் இருக்கலாம்; உருவ மில்லாமல், அதன் பண்பாலோ அல்லது செயலாலோ நாம் உணரக்கூடியதாகவும் இருக்கலாம்.

'மலர் மணம் தருகிறது' என்ற வாக்கியத்தில் நிற்கும் 'மலர்' நம் கண்ணுக்குத் தெரியும் பொருள். அதே வாக்கியத்தில் நிற்கும் மணம் நாம் முகர்ந்து அறியக்கூடியது. அதைக் கண்ணால் பார்க்க முடியாது. மலர் உருவமுடையது; மணம் உருவமில்லாதது. இரண்டும் பெயர்ச் சொற்களே.

'அவன் பேச்சு அனைவரையும் கவர்ந்தது.' இந்த வாக்கியத்தில் நிற்கும் பேச்சு என்பதும்

பெயர்ச்சொல்லே. பேச்சு ஒலிகளின் கூட்டு. அதைக் கேட்கலாம்; பார்க்க முடியாது. இப்படிப் பெயர்ச் சொற்கள் பல வகைப் படும்.

எந்தப் பெயராக இருந்தாலும் பெயர்ச் சொல்லுக்கு ஒரு பொதுவான இலக்கணம் உண்டு. 'பெயர்ச்சொல் வேற்றுமை ஏற்கும்; காலம் காட்டாது' என்பதே அந்தப் பொதுவிதி. பெயர்ச் சொல்லுக்கும் வினைச் சொல்லுக்கும் உள்ள முக்கிய வேறுபாடு இது.

திணை, பால், எண், இடம் நான்கும் இரண்டுக்கும் பொதுவானவை. இவற்றுடன் வேற்றுமை பெயர்ச் சொல்லுக்கு உரியது. வினைச்சொல்லுடன் வேற்றுமை சேராது; காலம் வினைச் சொல்லுக்கு மட்டுமே உரியது. பெயர்ச் சொல்லைக் கொண்டு காலத்தை அறிய முடியாது.

பெயர்ச் சொற்களில் வினையாலணையும் பெயர் மட்டும் காலம் காட்டும். தொழிற் பெயரில் ஒரு சில காலம் காட்டும்.

''பெயர்நிலைக் கிளவி காலம் தோன்றா
தொழில்நிலை ஒட்டும்
ஒன்றலங்கடையே''
(தொல்காப்பியம்)

பெயர்ச்சொல் காலம் காட்டாது என்பது பொது விதி என்பதையும், இதற்கு விலக்காக வினையாலணையும் பெயரும், தொழிற் பெயரில் சிலவும் காலம் காட்டுவது உண்டு என்பதையும், இத்தகைய இடங்களில் இது வினைச் சொல் போல் அமைகிறது என்பதையும் இந்தத் தொல்காப்பிய நூற்பா தெளிவாக உணர்த்துகிறது.

அறுவகைப் பெயர்

பெயர்ச்சொற்கள் ஆறு வகைப்படும். பொருட் பெயர், இடப் பெயர், காலப்பெயர், பண்புப் பெயர், தொழிற்பெயர், சினைப் பெயர் என்பன அவை.

பொருட்பெயர்	:	மனிதன், விலங்கு, மரம், கிளி.
இடப்பெயர்	:	மலை, நாடு, ஊர், சிங்கப்பூர்.
காலப்பெயர்	:	நாள், மாதம், பகல், இரவு.
பண்புப் பெயர்	:	இனிமை, அன்பு, வெம்மை, கசப்பு.
தொழிற்பெயர்	:	படித்தல், ஓட்டம், செயல், வளர்ச்சி.
சினைப்பெயர்	:	தலை, கால், கை, செவி.

பொருட்களின் பெயர்கள் இடுகுறிப் பெயர், காரணப் பெயர் என்று இரண்டு வகைப்படும். எந்தக் காரணமுமின்றி ஒரு பொருளுக்கு அமையும் பெயர் இடுகுறிப் பெயர் எனப்படும். ஏதாவது ஒரு காரணம் பற்றி அமையும் பெயர் காரணப் பெயர் எனப்படும்.

இடுகுறிப் பெயர்	: மரம், பொன், கல்.
காரணப் பெயர்	: நாற்காலி, பறவை, காற்றாடி.

இன்னொரு விதமாகவும் பெயர்ச் சொற்கள் பிரிக்கப்படுகின்றன. அவை பொதுப்பெயர், சிறப்புப் பெயர் என இருவகைப்படும்.

பொதுப்பெயர்	:	மரம், விலங்கு, நகரம்.
சிறப்புப் பெயர்	:	வாழை, சிங்கம், பூம்புகார்.

இரு திணைக்கும் பொதுவாக வரும் பெயர்கள் சில உண்டு. அவற்றையும் பொதுப்பெயர் என்று சொல்கிறோம். நாம் இப்பொழுது பார்த்த பொதுப் பெயர் வேறு; இரு திணைப் பொதுப்பெயர் வேறு.

வினையாலணையும் பெயர், ஆகுபெயர் முதலியனவும் பெயர்ச்சொல் வகைகளாகும்.

மூவகை

''அவற்றுள்
பெயரெனப்படுபவை தெரியுங்காலை
உயர்திணைக் குரிமையும் அஃறிணைக் குரிமையும்
ஆயிரு திணைக்குமோர் அன்ன வுரிமையும்
அம்மூ வுருபின தோன்றலாறே.''
(தொல்காப்பியம்)

'பெயர்கள் உயர்திணைக்குரியவை என்றும், அஃறிணைக்குரியவை என்றும் இருதிணைக்கும் பொதுவானவை என்றும்

மூன்று வகைப்படும்' என்பது இந்த நூற்பாவின் கருத்து."

உயர்திணைப் பெயர்கள்

அவன், இவன், எவன் – ஆண்பால்

அவள், இவள், எவள் – பெண்பால்

அவர், இவர், எவர், யார், யாவர்

அவர்கள், இவர்கள் – பலர்பால்

அவர், இவர் என்னும் சுட்டுப் பெயர்கள் இன்றைய உரைநடையில் ஒருவரைக் குறிக்கும் மரியாதைப் பன்மையாகவும் (உயர் சொல்) வழங்குகின்றன. எவர் என்னும் வினாவும் இத்தகையதே.

எடுத்துக்காட்டு :

"அவர் சொன்னார், இவர் சொன்னார் என்று நம்பாதே. எவர் சொன்ன சொல் லானாலும் சுயமாகச் சிந்தித்துப் பார்."

அவர்கள் என்பது பலரைக் குறிக்கும் பன்மையாக மட்டுமன்றி, ஒருவரைக் குறிக்கும் மரியாதைப் பன்மையாகவும் வழங்குகிறது. பெருமதிப்பிற்குரிய ஒருவரை அவர்கள் என்று குறிப்பிடுவது வழக்கம்.

'அவர்கள் இந்நாட்டு மக்கள்' என்னும் வாக்கியத்தில் **அவர்கள்** என்னும் சொல் பலரைக் குறிக்கும் பன்மையாக நிற்கிறது.

தந்தை பெரியார் **அவர்கள்** பகுத்தறிவுப் பகலவன். சமுதாய விழிப்புணர்ச்சி ஏற்படுத்த **அவர்கள்** ஆற்றிய தொண்டு அளவிடற் கரியது.

இங்கே அவர்கள் என்பது ஒருவரைக் குறிக்கும் மரியாதைப் பன்மையாக அமைந் திருக்கிறது.

யார் என்னும் வினா, தன்மை, முன்னிலை, படர்க்கை ஆகிய மூவிடத் திற்கும் பொதுவாக வழங்குகிறது.

எடுத்துக்காட்டு :

நான் யார்?

நாம் யார்?

நாங்கள் யார்?

நீ யார்?

நீர் யார்?

நீங்கள் யார்?

அவன் யார்?

அவள் யார்?

அவர் யார்?

அவர்கள் யார்?

இவன் யார்?

இவள் யார்?

இவர் யார்?

இவர்கள் யார்?

ஆண்பால், பெண்பால், பலர்பால் என்னும் முப்பாலுக்குமுரிய எல்லாச் சொற்களும் உயர்திணைக்கு உரியவை. இதனைத் தொல்காப்பியம்,

"அன்ன பிறவும் உயர்திணை மருங்கின் பன்மையும் ஒருமையும் பாலறி வந்த என்ன பெயரும் அத்திணை யவ்வே"

என்று குறிப்பிடுகிறது.

அஃறிணைப் பெயர்கள்

அது, இது, அவை, இவை, எது, எவை, யாது, யாவை, என்ன, அஃது, இஃது என்பவை அஃறிணைப் பெயர்கள். இவற்றுள், அஃது, இஃது என்னும் சொற்கள் இன்றைய வழக்கில் அருகிக் காணப்படு கின்றன; இல்லை என்றே சொல்லலாம்.

யாது, யாவை என்னும் சொற்களும் இன்று இலக்கிய வழக்கிலேயே காணப்படு கின்றன. எது, எவை என்னும் சொற்களே இன்று பேச்சு, எழுத்து இரண்டிலும் மிகுதியாக வழங்குகின்றன.

அது, இது, எது, யாது என்பன ஒருமைக்கு உரியவை. அவை, இவை, எவை, யாவை என்பன பன்மைக்கு உரியவை. இன்று பேச்சு, எழுத்து இரண்டிலும் என்ன என்னும் வினா மிகுதியாக வழங்குகிறது. இது ஒருமை, பன்மை இரண்டிற்கும் பொதுவானது.

எடுத்துக்காட்டு :

அது என்ன?

இது என்ன?

அவை என்ன?

இவை என்ன?

''நெரித்த திரைக்கடலில் **என்ன**
கண்டிட்டாய்?
நீல விசும்பினிடை **என்ன கண்டிட்டாய்?**
திரித்த நுரையினிடை **என்ன**
கண்டிட்டாய்?
சின்னக் குமிழிகளில் **என்ன**
கண்டிட்டாய்?
பிரித்துப் பிரித்துநிதம் மேகம் அளந்தே
பெற்ற நலங்கள் **என்ன?** பேசுதி'
என்றாள்''.
(பாரதியார்)

முதல் நான்குவரிகளில் நிற்கும் **என்ன** என்னும் சொல் ஒருமையையோ அல்லது பன்மமையோ குறிக்கலாம். ஆனால், கடைசி வரியில்,

'பெற்ற நலங்கள் என்ன?

என்னும் தொடரில் நிற்கும் 'என்ன' என்பது பன்மையைக் குறிப்பது தெளிவாகத் தெரிகிறது அல்லவா?

அஃறிணைக்கு ஆண்பால் பெண்பால் என்ற வேறுபாடு கிடையாது. ஆண்பால், பெண்பால் வேறுபாடு உயர்திணைக்கு மட்டுமே உரியது. அஃறிணை ஒருமையை ஒன்றன்பால் என்றும், பன்மையைப் பலவின்பால் என்றும் கூறுகிறோம். இந்த இருபாலுக்கும் உரிய சுட்டு, வினாப் பெயர்களை இதுவரை பார்த்தோம்.

இந்தச் சொற்களையும், அஃறிணையைக் குறிக்கும் இவை போன்ற ஏனைய சொற்களையும்

''அன்ன பிறவும் அஃறிணை மருங்கின்
பன்மையும் ஒருமையும் பாலறிவந்த
என்ன பெயரும் அத்திணை யவ்வே''

என்று தொல்கப்பியம் குறிப்பிடுகிறது.

''உயர்திணை என்மனார் மக்கட் சுட்டே
அஃறிணை என்மனார் அவரல
பிறவே''
(தொல்காப்பியம்)

மக்களைக்குறிப்பது உயர்திணை என்பதும், மக்களல்லாத மற்ற எல்லாவற்றையும் குறிப்பது அஃறிணை என்பதும் இந்த நூற்பாவின் பொருள். மாந்தரை மட்டும் ஏன் உயர்திணை என்று குறிப்பிட வேண்டும்? மனிதன் மட்டுமே சிந்திக்கும் ஆற்றலுடையவன். அதாவது, ஆறறிவுபடைத்தவன். எனவே, உலகிலுள்ள மற்ற எல்லாப் பொருட்களினின்றும் அவன் வேறுபட்டுத் தனித்தன்மையோடு விளங்குகிறான். மனிதனின் வளர்ச்சிக்கும் முன்னேற்றத்திற்கும் இந்த ஆறாவது அறிவே அடிப்படையாக அமைகிறது. அவனை அறவழியில் செலுத்துவதும் இதுவே.

''மக்கள்தாமே ஆறறிவுயிரே''
(தொல்காப்பியம்)

என்னும் நூற்பா இதனைப் புலப்படுத்துகிறது.

தமிழ் இலக்கணம் கூறும் இந்தத் திணைப் பிரிவு, பல்லாயிரம் ஆண்டுகளுக்கு முன்பே தமிழினம் பெற்றிருந்த நுட்பமான அறிவுத் திறனைப் புலப்படுத்துகிறது. தொல்காப்பியம் சொல்லியலின் முதல் நூற்பாவே திணையைப் பற்றிப் பேசுகிறது என்பதும் இங்கே குறிப்பிடத்தக்கது.

மொழிக்கு அடிப்படையாக அமையும் பெயர், வினை என்னும் இரு பிரிவுகளில் வரும் எல்லாச் சொற்களையும் இந்த இரு திணைக்குள் அடக்கிவிடலாம். எனவே, ஐம்பாற்பெயர்களும் இந்த இரு திணைக்குள் அடங்குகின்றன.

''இருதிணைப் பிரிந்த ஐம்பாற்
கிளவிக்கும்
உரியவை உரிய பெயர்வயினான''
(தொல்காப்பியம்)

இருதிணைப் பொதுப்பெயர்

நாம் முன்பு குறிப்பிட்ட தொல்காப்பிய நூற்பாவில்,

''ஆயிரு திணைக்குமோர் அன்ன
உரிமையும்''

என்னும் வரி அமைந்திருக்கிறது. இரு திணைக்கும் பொதுவான சொற்களும் உண்டு என்பதை இந்த வரி குறிப்பிடுகிறது. அவ்வாறு பொதுவாக நிற்கும் சொற்கள் யாவை என்பதை இப்போது பார்ப்போம்.

தன்மை, முன்னிலைப் பெயர்கள்

இரு திணைக்கும் பொதுவாக வழங்கும் சொற்களில் **தன்மை, முன்னிலைப் பெயர்கள்** முதன்மை பெறுகின்றன. இந்தப்

பெயர்களுக்கும் திணையும் பாலும் சொல்ல முடியும். ஆனால், அவை வெளிப்படையாகத் தோன்றாமல், குறிப்பால் உணரும் வண்ணம் அமைகின்றன.

நான், நாங்கள், நாம், நீ, நீர், நீங்கள் முதலிய சொற்களை மட்டும் தனியே எடுத்துக் கொண்டு பார்த்தால், அவற்றிற்குத் திணையோ, பாலோ சொல்ல முடியாது. பேசுபவர் யார், யாரிடம் பேசுகிறார் போன்ற வற்றைக் கொண்டே இவற்றின் திணையை யும் பாலையும் ஊகித்து உணர வேண்டும். **குறிப்பில் தோன்றல்** என்று தொல்காப்பியம் கூறுவது இங்கேயும் பொருந்தும்.

''பாயுமொளி **நீயெனக்குப்** பார்க்கும்
விழி **நானுனக்கு**''
(பாரதியார்)

நீ, எனக்கு, நான் உனக்கு என்னும் சொற்களை நோக்குக. நீ, நான், எனக்கு, உனக்கு என்னும் சொற்கள் உயர்திணையா? அஃறிணையா? உயர்திணை என்றால் ஆணா, பெண்ணா? எதுவும் விளங்கவில்லை. உயர்திணையாகவும் இருக்கலாம்; அஃறிணை யாகவும் இருக்கலாம். இந்தத் தொடரை மட்டும் எடுத்துக்கொண்டு பார்க்கும்போது அவை என்ன திணை என்று நமக்குத் தெரியவில்லை. அடுத்த வரியைப் பார்ப் போம்.

''தோயும்மது நீயெனக்கு, **தும்பியடி**
நானுனக்கு''

ஏதோ சிறிது திரை விலகுவதுபோல் தெரிகிறது. 'தும்பியடி' என்னும் சொல்லி லிருந்து ஒரு பெண்ணைப் பார்த்துப் பேசுவது போல் தோன்றுகிறது. இருந்தாலும், நிச்சய மாகக் கூறமுடியவில்லை. செல்லப் பிராணி களைக்கூட ஆண்பாலாகவும் பெண் பாலாக வும் பாவித்துப் பேசுவது வழக்கம்.

''வாயுரைக்க வருவதில்லை வாழி
நின்றன்
மேன்மை எல்லாம்''

இது அடுத்த வரி. இந்த வரியிலும் 'உனது' என்னும் பொருள் தரும் 'நின்றன்' என்ற சொல் நிற்கிறது. நாம் தெளிவு பெற இதுவும் உதவவில்லை.

''தூய சுடர் வானொளியே!
சூறையமுதே கண்ணம்மா!''

இங்கே நிற்கும் 'கண்ணம்மா' என்னும் பெயர் நமது ஐயத்தைப் போக்கும் கருவியாக அமைகிறது. 'நீ' என்பது 'கண்ணம்மா' என்னும் பெண்ணைக் குறிக்கிறது என்பதைத் தெரிந்துகொண்டோம்.

'கண்ணம்மா' என்னும் பெண்ணைப் பார்த்துப் பேசும் அந்த **'நான்'** யார்? உயர்திணையாக இருக்குமா? இருக்கும் என்று நம்பலாம். ஆணா? பெண்ணா? இந்தக் கவிதையின் தலைப்பு **கண்ணம்மா என் காதலி** என்பது. இந்தத் தலைப்போடு கவிதையையும் முழுமையாகப் படிக்கும் போது காதலன், காதலியிடம் பேசுவதை நாம் உணர முடிகிறது. எனவே, நான் என்பது உயர்திணை என்று அறிகிறோம்.

நான், நீ என்னும் சொற்களை மாத்திரம் வைத்துக்கொண்டு, அவற்றின் திணை யையோ, பாலையோ கூறமுடியாது. அவை நிற்கும் இடத்தைக் கோண்டே அவற்றிற்குத் திணையும் பாலும் கூற முடியும்.

நான், நீ என்னும் இரு சொற்களுமே உயர்திணையாக அமைந்திருப்பதை இங்கே கண்டோம். இவை உயர்திணைக்கு மட்டு மல்ல; அஃறிணைக்கும் வரலாம்.

''ஏழுலகும் இன்பத்தீ ஏற்றும்
திறனுடையாய்'
பீழையுனக் கெய்தியதென் பேசாய்
எனக்கேட்டேன்''
(பாரதியார்)

திறனுடையாய், உனக்கு, பேசாய் முதலி யன ஏதோ ஒன்றை அல்லது யாரோ ஒருவரை முன்னிலைப்படுத்திப் பேசுவதைக் காட்டு கின்றன. ஆனால், இந்தச் சொற்களைக் கொண்டு, அந்த ஒன்று அல்லது ஒருவர் யார் என்று நாம் அறிய முடியவில்லை. இங்கேயும் நாம் அடுத்த வரியின் துணையை நாட வேண்டியிருக்கிறது.

''மாயக் குயிலதுதான் மானுடவர்
பேச்சினிலோர்
மாயச் சொல் கூற மனம்தீயுற **நின்றேன்''**

அடுத்து நிற்கும் வரிகள் இவை. இப்போது கவிஞர் குயிலைப் பார்த்துப் பேசுவது தெரிகிறது.

''காதலை வேண்டிக் **கரைகின்றேன்,**
இல்லையெனில்
சாதலை வேண்டித் **தவிக்கின்றேன்'**
என்றதுவால்

இந்தத் தொடர்களில் நிற்கும் கரைகின்றேன், தவிக்கின்றேன் என்பன தன்மை ஒருமை வினைமுற்றுக்கள். இங்கே 'நான்' என்னும் எழுவாய் மறைந்து நிற்கிறது. 'நான்' என்பது யார் என்பதை அறிய உதவுவது என்றதுவால் என்பதில் உள்ள 'என்றது' என்னும் சொல். 'என்றது' என்பதால் பேசுவது அஃறிணைப் பொருள் என்பது புலனாகிறது.

''ஆண்டவரே **யாங்கள்** அறியாமையால்
செய்த
நீண்ட பழியிதனை **நீர்**பொறுப்பீர்
என்றுரைத்து
மற்றவரைத் தங்கள் வளநகர்க்கே
செல்லவிடீர்,
குற்றம் தவிர்க்கும் நெறியிதனைக்
கொள்ளீரேல்
மாபாரதப் போர்வரும் **நீர்** அழிந்திடுவீர்

பூபாலரே என்றப் புண்ணியனும்
கூறினான்''
(பாரதியார்)

யாங்கள் என்பது தன்மைப் பன்மை; **நாங்கள்** என்பது இன்றைய வழக்கு. **நீர்** என்பது முன்னிலைப் பன்மை. இடம் நோக்கித்தான் இவற்றிற்குத் திணை கூற முடியும். அப்படிப் பார்க்கும்போது இவை உயர்திணையைக் குறிப்பது புலப்படுகிறது. இந்தச் சொற்களை மட்டும் கொண்டு, இவற்றின் திணை கூற முடியாது.

''**நாம்** யாரும் யாரும் சொந்தம்
நாம் யாரை எண்ணி வந்தோம்.''

''ஆசையே அலைபோலே
நாமெல்லாம் அதன்மேலே
ஓடம்போலே ஆடிடுவோமே
வாழ்நாளிலே!''
(கண்ணதாசன்)

நாம் என்பதும் தன்மைப் பன்மையே. இந்தச் சொல்லுக்கும் இடம் நோக்கித்தான் திணை கூற முடியும்.

''சித்திரச் சோலைகளே! **உமை** நன்கு
திருத்த இப்பாரினிலே– முன்னர்
எத்தனை தோழர்கள் ரத்தம் சொரிந்தனரோ!
உங்கள் வேரினிலே''

''தாமரை பூத்த தடாகங்களே! **உமைத்**
தந்த அக் காலத்திலே – **எங்கள்**
தூய்மைச் சகோதரர் தூர்ந்து
மறைந்ததைச்
சொல்லவோ ஞாலத்திலே''

''ஆர்த்திடும் யந்திரக் கூட்டங்களே! –
உங்கள்
ஆதி அந்தம் சொல்லவோ? – **நீங்கள்**
ஊர்த் தொழிலாளர்உழைத்த
உழைப்பில்
உதித்தது மெய் அல்லவோ?''
(பாரதிதாசன்)

இந்தப் பாடலில் நிற்கும் உமை, உங்கள், நீங்கள் என்பன முன்னிலைப் பன்மைப் பெயர்கள். இந்தச் சொற்களை மட்டும் கொண்டு அவற்றின் திணை கூற முடிய வில்லை.

கவிஞர் சோலைகளையும், தடாகங்களை யும், யந்திரங்களையும் பார்த்துப் பேசுவதால், இந்த முன்னிலைப் பெயர்கள் அஃறிணை யைக் குறிப்பதை உணரமுடிகிறது.

'எங்கள் தூய்மைச் சகோதரர்' என்னும் தொடரில் நிற்கும் 'எங்கள்' என்பது உயர்திணைக்குரியது என்பதையும் இடம் நோக்கியே உணர்கிறோம்.

இதுவரை கூறியவற்றிலிருந்து, தன்மை, முன்னிலைப் பெயர்கள், ஒருமையாக இருந் தாலும் சரி, பன்மையாக இருந்தாலும் சரி அவற்றின் திணை என்ன என்பதை அந்தச் சொற்களை மட்டும் கொண்டு கூற முடியாது என்பதையும், அவை நிற்கும் இடத்தைக் கொண்டே, அதாவது சந்தர்ப்பத்தையும் சூழ்நிலையையும் கொண்டே, கூற முடியும் என்பதையும் அறியலாம். திணை கூற முடியாது என்பதிலிருந்து பாலும் கூற முடி யாது என்பதும் சொல்லாமலே விளங்கும்.

முன்னிலை மரியாதைப் பன்மை

அவர், அவர்கள் என்பவை படர்க்கையில் ஒருவரைக் குறிக்கும் மரியாதைப் பன்மை யாக வழங்குவதைப் போலவே, **நீங்கள்** என்னும் முன்னிலைப் பன்மையும் ஒருவரைக்

குறிக்கும் மரியாதைப் பன்மையாக வழங்குகிறது. 'நீங்கள்' என்னும் சொல் போலவே முன்னிலை மரியாதைப் பன்மையாக வழங்கும் இன்னொரு சொல் **தாங்கள்** என்பது.

'தாங்கள்' என்னும் சொல் முன்னிலையைக் குறிக்கும்போது, பெரும்பாலும் மிகுந்த மரியாதையைக் குறிக்கும் சொல்லாகவே நிற்கிறது. அதாவது, 'நீங்கள்' என்னும் சொல்லைவிடத் 'தாங்கள்' என்னும் சொல் மிகுந்த மரியாதையை உணர்த்தும் சொல்லாகக் கருதப்படுகிறது. இன்றைய பேச்சு வழக்கில் இந்தச் சொல் அதிகமாகப் பயன்படுத்தப்படுவதில்லை என்று சொல்லலாம். எனினும், கடிதம் எழுதும்போது, இன்றும் இந்தச் சொல்லைப் பயன்படுத்தும் வழக்கம் உள்ளது.

இலக்கிய நாடகங்களிலும் வரலாற்று நாடகங்களிலும் இந்தச் சொல் வழக்கை மிகுதியாகக் காணலாம். இப்பொழுது இந்த உரையாடல்களைக் கவனியுங்கள். கலைஞர் அவர்களின் சிலப்பதிகார நாடகத்திலே அமைந்துள்ளவை இவை.

"மலைவாழ் தமிழர்களே!...
பேரியாற்றங்கரை
நோக்கிப் போவதுபோல் தெரிகிறதே...
எதற்காகவோ? ..."

"அடிகளாருக்குத் தெரியாதா? **தங்கள்** அண்ணன் செங்குட்டுவ மன்னரும் புலவர் சாத்தனாரும் இயற்கைவளம்
காண்பதற்காகப்
பேரியாற்றங்கரைக்கு வந்திருக்கிறார்கள். அவர்களைப் பார்க்கத்தான்
போய்க்கொண்டிருக்கிறோம்.''

இளங்கோவடிகளுக்கும் மலைவாழ் மக்களுக்கும் நடைபெறும் உரையாடல் இது. இந்தப் பகுதியில் அமைந்திருக்கும், "தங்கள் அண்ணன் செங்குட்டுவ மன்னரும் புலவர் சாத்தனாரும் இயற்கை வளம் காண்பதற்காகப் பேரியாற்றங்கரைக்கு வந்திருக்கிறார்கள்'' என்னும் வாக்கியத்தை நோக்குக.

இங்கே மலைவாழ் மக்களில் 'ஒருவர் இளங்கோவடிகளைப் பார்த்துப் பேசும் போது, 'தங்கள் அண்ணன்' என்று குறிப்பிடுகிறார்.

'உங்கள் அண்ணன்' என்பது இந்தத் தொடரின் பொருள். பின்னர் ஏன் அவர் 'உங்கள் அண்ணன்' என்று சொல்லாமல், 'தங்கள் அண்ணன்' என்று சொல்கிறார். இளங்கோவடிகள் துறவி என்பதால், பக்தி கலந்த மரியாதையோடு 'தங்கள் அண்ணன்' என்று குறிப்பிடுகிறார்.

செங்குட்டுவன், சாத்தனார் முதலியோர் இருக்குமிடத்திற்கு மலைவாழ் தமிழர்களுடன் இளங்கோவடிகளும் வருகிறார். அருகில் வந்ததும், செங்குட்டுவனும் இளங்கோவடிகளும் தழுவிக்கொள்கிறார்கள். அருகில் இருக்கும் புலவர் சாத்தனாரைப் பார்த்து இளங்கோவடிகள் '**தாங்கள்** நலந்தானே?' என்று கேட்கிறார். பதிலுக்கு நலம் விசாரித்து விட்டுச் சாத்தனார் அவர்கள் இளங்கோவடிகளிடம்,

"மலைவளங் காண வந்தேன். மனவளம் மிகுந்த **தங்களைக்** காணும் வாய்ப்பும் பெற்றேன்'' என்று கூறுகிறார். பின்னர் இளங் கோவடிகள் செங்குட்டுவனைப் பார்த்து,

"அண்ணா! இந்தப் பகுதி மக்கள் **தங்களுக்குப்** பரிசுப் பொருள்கள் அளிக்க விரும்புகிறார்கள்''

என்று கூறுகிறார். இந்த உரையாடல்களில் நீங்கள், உங்களை, உங்களுக்கு என்னும் முன்னிலைப் பெயர்கள் நிற்க வேண்டிய இடங்களில் தாங்கள், தங்களை, தங்களுக்கு என்னும் பொதுப் பெயர்கள் நிற்பதைக் காண்க. இவை யாவும் ஒருவரைக் குறிக்கும் மரியாதைப் பன்மைகள்.

இப்போது, இந்த உரையாடல் பகுதியைக் கவனியுங்கள். இவையும் சிலப்பதிகார நாடக உரையாடல்களே.

"**தங்கள்** பெருமை வாய்ந்த குடும்பத்தின் சீரழிவுக்குக் காரணமான பாதகி ... மாதவி நானேதான்! இதோ! எனக்கும் தெரியாமல் எங்கள் வீட்டில் குவிக்கப்பட்டிருந்த **தங்கள்** வீட்டுச் செல்வம். ஏற்றுக்கொள்ள வேண்டும்.''

கோவலன் பெற்றோரிடம் மாதவி பேசும் பகுதி இது. அவள் அவர்களுக்கு அளிக்கும் உயர்ந்த மதிப்பைத் **தங்கள்** என்னும் சொல் புலப்படுத்துகிறது.

ஆட்சிமொழிக் காவலர் அமரர் கீ.இராம லிங்கனார் அவர்கள் கலைஞரின் ‘சங்கத் தமிழ்’ நூலுக்கு அணிந்துரை வழங்கியபோது கலைஞருக்கு அவர் எழுதிய கடிதத்திலிருந்து சில பகுதிகளை இப்போது பார்ப்போம்:

‘‘26.7.85 நாளிட்ட **தங்கள்** தேன் என இனிக்கும் திருமடலுக்கு இன்றே விடை வரைகின்றேன். பெற்றதுமே பெருமிதத் தோடு படித்துப் பெருங்களிப்- படைந்தேன். நன்றி கூர்ந்தேன். **தங்கள்** அன்பின் கட்டளையை நிறைவேற்றுவதையே முதற் கடமையாகக் கொண்டேன்.’’

‘‘என் உள்ளத்திற்கு உகந்த வகையிலே அணிந்துரை அமையாது போயினும், **தங்கள்** கட்டளையை ஒருவாறு நிறைவேற்றினேன் என்பது எனக்கு மனநிறைவு அளிக்கின்றது.’’

‘‘நேரில் வரவும், கலந்து உரையாடவும் வாய்ப்பிழந்த நிலையில் உள்ளேன். அணிந்துரையைத் **தாங்களே** செப்பனிட்டு அச்சுக்கு அனுப்பக் கோருகிறேன்.’’

‘‘**தங்கள்** கருத்தறிந்து மேலும் செய்ய வேண்டுவன இருப்பின் செய்து முடிக்க ஆயத்தமாய் உள்ளேன்.’’

‘‘அடியேனையும் ஒரு பொருளாகக் கருதி, அணிந்துரை வரையப் பணித்த **தங்கள்** அன்பின் மாண்பு மாப் பெரிது. அதனைப் போற்றிப் பரவுகின்றேன்.’’

இந்தக் கடித வாக்கியங்களில் எல்லா இடங்களிலும் **தாங்கள், தங்கள்** என்னும் சொற்களே இடம்பெற்றிருப்பதை நோக்குக. நம்மைவிடப் பெரியவர்களுக்கோ அல்லது நம்முடைய மதிப்புக்கும் மரியாதைக்கும் உரியவர்களுக்கோ கடிதம் எழுதும்போது, நீங்கள், உங்கள் முதலான சொற்களுக்குப் பதிலாகத் தாங்கள், தங்கள் முதலான சொற்களைப் பயன்படுத்துவது மரபு என்பது மட்டுமல்ல; அதுவே முறையுமாகும்.

பொதுப்பெயர் [தான்–தாம்–தாங்கள்]

‘‘தானென் கிளவி ஒருமைக்கு உரித்தே’’
தாமென் கிளவி பன்மைக்கு உரித்தே’’
(தொல்காப்பியம்)

தான், தாம், தாங்கள், எல்லாம் என்பவை பொதுப்பெயர்கள். அதாவது, இந்தச் சொற்கள் இருதிணைக்கும் பொதுவானவை. தான், தாம், தாங்கள் என்பவை பிரதிப் பெயர்கள்; பெயர்ச் சொல்லுக்கு ஈடாக அமையும் பெயர்கள். எனவே, இவற்றை ஈடாகும் பெயர் என்றும் சொல்லுகிறோம்.

‘‘நெடுங்கடலும் **தன்** நீர்மை குன்றும்
தடிந்தெழிலி
தான் நல்கா தாகி விடின்’’
(குறள்)

தான் நல்காது என்னும் தொடரில் நிற்கும் **தான்** என்பது பிரதிப்பெயராக அமைந்த பொதுப்பெயர்.

‘‘ஒருமைக்கண் **தான்**கற்ற
கல்வியொருவற்கு
எழுமையும் ஏமாப் புடைத்து’’

‘‘தக்கா ரினத்தனாய்த் **தானொழுக**
வல்லானைச்
செற்றார் செயக்கிடந்த தில்’’

‘‘சுற்றத்தாற் சுற்றப்பட வொழுகல்
செல்வந்**தான்**
பெற்றத்தாற் பெற்ற பயன்’’

‘‘உள்ளியது எய்தல் எளிதுமன்
மற்றுந்**தான்**
உள்ளியது உள்ளப் பெறின்’’

இந்தக் குறட் பாக்களில், ‘தான் கற்ற கல்வி’, ‘தானொழுக வல்லானை’, ‘செல்வந் தான் பெற்றத்தாற் பெற்ற பயன்’, ‘தான் உள்ளியது உள்ளப் பெறின்’ என்னும் தொடர்களில் நிற்கும் ‘தான்’ என்பதும் பொதுப் பெயரே.

தான், தாம் முதலிய சொற்கள் இரு திணைக்கும் பொதுவானவை. அவை நிற்கும் இடம் நோக்கியே அவை என்ன திணை என்பதை அறிய முடியும்.

‘‘தடிந்தெழிலி தான் நல்காதாகிவிடின்’’

என்னும் தொடரில் நிறகும் ‘தான்’ என்பது ‘மேகம்’ என்னும் பொருளுடைய எழிலி என்னும் பெயருக்கு ஈடாக அமைவதால் இது அஃறிணைக்கு உரியதாகிறது.

"ஒருமைக்கண் தான் கற்ற கல்வி"

என்னும் தொடரில் நிற்கும் **தான்** என்பது உயர்திணைக்கு உரியது. இந்தக் குறளின் கருத்தைக் கொண்டு பார்க்கும்போது, 'தான் கற்ற கல்வி' என்பது 'ஒருவன் தான் கற்ற கல்வி' என்று விரியுமாதலால், இதனை உயர்திணை என்று கொள்கிறோம். இவ்வாறே '**தான்** ஒழுக', 'செல்வம் **தான்** பெற்றதால்', மற்றும் **தான்** உள்ளியது உள்ளப் பெறின்' என்னும் தொடர்களிலும் 'தான்' என்னும் பெயர் உயர்திணையையே குறிக்கிறது.

"தாம்இன் புறுவது உலகின் புறக்கண்டு
காமுறுவர் கற்றறிந் தார்"

(குறள்)

தான் என்பதன் பன்மை தாம் என்பது. கற்றறிந்தார் என்னும் வினையாலணையும் பெயருக்கு ஈடாகத் தாம் என்னும் சொல் நிற்பதால், இது உயர்திணையைக் குறிப்பது புலனாகிறது.

"ஊழி பெயரினும் தாம் பெயரார்
சான்றாண்மைக்கு
ஆழி எனப்படு வார்"

(குறள்)

இந்தக் குறளிலும் தாம் என்னும் பொதுப் பெயர் உயர்திணையைக் குறிப்பதைக் காண்க.

"கதுமெனத் தாம் நோக்கித் தாமே
கலுழும்
இதுநகத் தக்க துடைத்து"

(குறள்)

இங்கே 'தாம்' என்பது கண்கள் என்னும் அஃறிணைப் பெயருக்கு ஈடாக நிற்கின்றது.

'தாம்' என்பது 'கள்' விகுதி பெற்றுத் '**தாங்கள்**' என்றமையும் போதும் இரு திணைக்கும் பொதுவாக வரும்.

எடுத்துக்காட்டு :

1. போர்க்களம் சென்ற வீரர்கள் **தாங்கள்** பெற்ற விழுப்புண்களைக் கண்ணுறும் போதெல்லாம் 'போர்க்குறிக் காயமே புகழின் காயம்' என்று எண்ணிப் பெருமை கொள்வர்.

2. பொழுது சாய்ந்ததும், பறவைகள் **தாங்கள்** தேடிய இரையைக் குஞ்சுகளுக்கு ஊட்டக் கூடுகளுக்குத் திரும்பின.

தாங்கள் என்னும் பொதுப்பெயர் உயர் திணையிலேயே மிகுதியாக வழங்குகிறது. அஃறிணையில் தாம் என்னும் பெயரே மிகுதியும் வழங்குகிறது.

ஆண்பால், பெண்பால், பலர்பால் ஆகிய வற்றைக் குறிக்கும் படர்க்கைப் பெயர்கள் உயர்திணைக்கு உரியவை என்பதையும், ஒன்றன் பாலையும் பலவின் பாலையும் குறிக்கும் பெயர்கள் அஃறிணைக்குரியவை என்பதையும், தன்மை, முன்னிலைப் பெயர்கள் இரு திணைக்கும் பொதுவானவை என்பதையும் இதுவரை பார்த்தோம்.

உயர்திணை, அஃறிணைப் பெயர்களில் சுட்டு, வினாப்பெயர்களை விரிவாகப் பார்த்தோம். ஏனெனில், இவை மிகவும் அடிப்படையானவை. **மனிதன், நண்பன், வீரன், சிறுவன்** என்று உயர்திணை ஆண்பால் பெயர்கள் எண்ணற்றவை இருக்கலாம். இவை அனைத்தையும் குறிக்கும் சுட்டுப் பெயர் **அவன்** என்பது. எனவே, அவன் என்னும் சுட்டுப் பெயருக்குரிய இலக்கணம், அந்தச் சுட்டுப்பெயர் குறிக்கும் எந்த ஒரு பெயருக்கும் பொருந்தும்.

அதே போல, **பெண், தோழி, மாணவி, மங்கை** எனப் பெண்பால் பெயர்கள் கணக்கற்றவை உண்டு. இவை அனைத் தையும் குறிக்கும் சுட்டுப்பெயர் **அவள்** என்பது. எனவே, அவள் என்னும் சொல்லுக் குரிய இலக்கணம் பெண்பாலைக் குறிக்கும் எல்லாப் பெயர்களுக்கும் பொருந்தும்.

மனிதர்கள், பெண்கள், தோழியர், மாணவர்கள், மங்கையர் என்பவை பலர்பால் பெயர்கள். இவை அனைத்திற்கும் பொது வான சுட்டுப்பெயர் **அவர்கள்** என்பது. எனவே, அவர்கள் என்னும் சுட்டுப் பெயருக் குரிய இலக்கணம், பலர்பாலைக் குறிக்கும் எந்தப் பெயருக்கும் பொருந்தும்.

சிங்கம், புலி, மேசை, பேனா, கடிகாரம் முதலியன ஒன்றன்பால் பெயர்கள். இவை ஒவ்வொன்றையும் குறிக்கும் சுட்டுப்பெயர் **அது** என்பது. எனவே, **அது** என்னும் சொல்லுக்குரிய இலக்கணம் எந்த ஓர் ஒன்றன் பால் பெயருக்கும் பொருந்தும்.

இதே போல, **சிங்கங்கள், புலிகள், மேசைகள், பேனாக்கள், கடிகாரங்கள்** முதலியன பலவின்பால் பெயர்கள். இவை

ஒவ்வொன்றுக்குமுரிய சுட்டுப் பெயர் **அவை** என்பது. எனவே, அவை என்னும் சொல்லுக் குரிய இலக்கணம் எந்த ஒரு பலவின்பால் பெயருக்கும் பொருந்தும்.

அவன், அவள், அவர்கள், அது, அவை போன்றவையே இவன், இவள், இவர்கள், இது, இவை என்னும் சுட்டுப் பெயர்களும், எவன், எவள், எவர், எது, எவை, யாது, யாவை என்னும் வினாப் பெயர்களு மாகும்.

உலகில் உள்ள பெயர்கள் எல்லாவற்றை யும் பட்டியலிட்டுக் காட்டுவது இயலாத ஒன்று. அது மட்டுமன்று; நாம் அறியாத பெயர்களும் பல இருக்கலாம்; புதிய புதிய பெயர்களும் பல தோன்றிக்கொண்டே இருக்கலாம். இவற்றை எல்லாம் கருத்தில் கொண்டே தொல்காப்பியர், சுட்டு, வினாப் பெயர்களைப் பட்டியலிட்டுக் காட்டி,உயர் திணைப் பெயர்களையும் அஃறிணைப் பெயர் களையும் விளக்குகிறார்.

(தொல்காப்பியம். 162 & 167)

எல்லாம்

எல்லாரும், எல்லோரும், அனைவரும் என்பன உயர்திணை. **அனைத்தும்** என்பது அஃறிணை. **எல்லாம்** என்னும் சொல் இரு திணைக்கும் பொதுவானது மட்டுமன்று; மூவிடத்திற்கும் பொதுவானது. எனவே, எல்லாம் என்னும் சொல் மற்ற மூன்று சொற்களினின்றும் வேறுபட்டது.

எல்லாம், எல்லோரும், அனைத்தும், அனைவரும் என்னும் சொற்கள் தனித்து நின்றும் பொருள் தரலாம்; பிற சொற்களுடன் சேர்ந்து நின்றும் பொருள் தரலாம்.

எல்லாரும், எல்லோரும், அனைவரும் என்னும் சொற்கள், தனித்து நின்றாலும் பிற சொற்களுடன் சேர்ந்து நின்றாலும் உயர் திணையையே குறிக்கும். **'எல்லோரும்** வந்து விட்டார்கள்', **'அனைவருக்கும்** தெரியும்' என்னும் தொடர்களைப் பாருங்கள். இங்கே இவை தனித்து நின்று, உயர்திணையைக் குறிக்கின்றன. **'அவர்கள் எல்லோரும்** நல்லவர்கள்', **'மக்கள் அனைவரும்** ஓரினம்' என்னும் தொடர்களில் எல்லோரும், அனைவரும் என்னும் சொற்கள் அவர்கள், மக்கள் என்னும் சொற்களுடன் சேர்ந்துநின்று உயர்திணையைக் குறிக்கின்றன.

'அனைத்தும்' என்னும் சொல், தனித்து நின்றாலும், மற்றச் சொற்களுடன் சேர்ந்து நின்றாலும் அஃறிணையையே குறிக்கும் **'அனைத்தும் முடிந்துவிட்டன', 'அனைத் தும் அறிந்தவர் யாருமில்லை'** என்னும் தொடர்களில் 'அனைத்தும்' என்னும் சொல் தனித்துநின்று அஃறிணையைக் குறிக்கிறது. **'அனைத்து நாடுகளும்** ஒப்பந்தத்தில் கையெழுத்திடவில்லை', **'அனைத்துப் பள்ளிகளும்** போட்டியில் கலந்துகொண்டன', **'அனைத்து உயிர்களிடத்தும்** இரக்கம் காட்ட வேண்டும்' என்னும் தொடர்களைப் பாருங்கள். இங்கே **'அனைத்தும்'** என்னும் சொல், நாடு, பள்ளி, உயிர் என்னும் சொற் களுடன் சேர்ந்து நின்று அஃறிணைப் பொருளைக் குறிக்கிறது. இந்தத் தொடர்கள் 'நாடுகள் அனைத்தும்', 'பள்ளிகள் அனைத் தும்', உயிர்கள் அனைத்தும்' என்று மாறியும் வரலாம். நாடு, பள்ளி, உயிர் என்பன அஃறிணை. இப்படி **அஃறிணைப் பெயர் களுடன் மட்டும்தான் 'அனைத்தும் என்னும் சொல் சேர்ந்து வரும்; உயர்திணைப் பெயர்களுடன் ஒரு போதும் சேர்ந்து வராது.** எனவே, 'அனைத்து ஆசிரியர்களும்', 'அனைத்து உறுப்பினர்களும்' என்று சொல்வது மரபன்று.

'எல்லாம்' என்னும் சொல்லும் தனித்தும் நிற்கலாம்; பிற சொற்களுடன் சேர்ந்தும் நிற்கலாம். இந்தச் சொல், தனித்து நிற்கும் போது அஃறிணைக்குரியது; பிற சொற்களு டன் சேர்ந்து நிற்கும்போது இருதிணைக்கும் மூவிடத்திற்கும் பொதுவானது. இந்தச் சொல்லின் தனிச் சிறப்பு இதுவே.

எல்லாம் கிடைத்துவிட்டன, எல்லாம் இருக்கின்றன, எல்லாம் தெரிந்துவிடும்; எல்லாம் நடக்கும், எல்லாம் நன்மையாகவே முடியும் என்னும் தொடர்களைப் பாருங்கள். இங்கே **எல்லாம்** என்பது அஃறிணைப் பொருள் உணர்த்தி நிற்கிறது. இந்தத் தொடர்களில் 'எல்லாம்' என்பது வேறு சொற்களுடன் சேராமல் தனித்து நிற்கிறது.

மக்கள் எல்லாம், மாணவர்கள் எல்லாம், உறுப்பினர்கள் எல்லாம் என்னும் தொடர் களில் **எல்லாம்** என்பது உயர்திணையைக் குறிக்கிறது.

நாடெல்லாம், வாழ்நாள் எல்லாம், **உயிர்கள் எல்லாம்** என்னும் தொடர்களில் **எல்லாம்** என்பது அஃறிணையைக் குறிக்கிறது.

'எல்லாம்' என்னும் சொல் எப்போது தான் தழுவி நிற்கும் சொல்லுக்கு முன்னால் வரும், எப்போது பின்னால் வரும் என்பதை இப்போது பார்ப்போம்:

1) **எல்லாம்** என்னும் சொல் தனிச் சொல்லைத் தழுவி நிற்கும்போது, அந்தச் சொல்லுக்கு **முன்னும்** வரலாம்; **பின்னும்** வரலாம். **மக்கள் எல்லாம், மாணவர்கள் எல்லாம், நண்பர்கள் எல்லாம், உயிர்கள் எல்லாம், மரங்கள் எல்லாம், நாடெல்லாம், ஊரெல்லாம்** என்பன, **எல்லா மக்களும், எல்லா மாணவர்களும், எல்லா நண்பர்களும், எல்லா உயிர்களும், எல்லா மரங்களும், எல்லா நாடும், எல்லா ஊரும்** என்றும் அமையலாம். இந்தத் தொடர்களில் 'எல்லாம்' என்னும் சொல் தழுவி நிற்கும் சொற்கள் தனிச் சொல்லாக இருப்பதால் இந்தத் தொடர்கள் இருவிதமாகவும் அமைகின்றன.

2) 'எல்லாம்' என்னும் சொல், ஒன்றுக்கு மேற்பட்ட சொற்கள் அமைந்த தொடரைத் தழுவி நின்றால், அப்போது எல்லாம் என்னும் சொல் பின்னால்தான் வரும்: சற்றுமுன்பு குறிப்பிட்ட **'வாழ்நாள் எல்லாம்'** என்னும் தொடரைப் பாருங்கள். இந்தத் தொடரிலே 'வாழ்நாள்' என்பது இரு சொற்களைக் கொண்டமைந்த தொடர்.

இப்படிப்பட்ட, தொடர்களைத் தழுவி நிற்கும்போது 'எல்லாம்' என்னும் சொல், பின்னால்தான் வரும். **'காணும் பொருளி லெல்லாம், உயர்மரங்களெல்லாம், எழில்மிகு காட்சியெல்லாம், அறிவுடைய மக்களெல் லாம், இனிய உயிர்கட்கெல்லாம்'** என்பன அந்த வகையைச் சேர்ந்தவை. இந்தத் தொடர்களில் சில வேற்றுமை உருபு ஏற்றிருப் பதையும் கவனத்திற் கொள்க.

3) தனிச் சொற்களைத் தழுவி நிற்கும் போதும், 'எல்லாம்' என்னும் சொல்,சில இடங்களில் பின்னால்தான் வரும்.

அ) அத்தகைய தொடர்களில் மூவிடப் பெயர்கள் முதலில் குறிப்பிடத் தக்கவை. **நாமெல்லாம், நாங்களெல்லாம், நீங்களெல் லாம், அவர்கள் எல்லாம், அவை எல்லாம்** என்பன அந்த வகையைச் சேர்ந்தவை. இத்தகைய தொடர்களில் 'எல்லாம்' என்னும் சொல், ஒரு போதும் முன்னால் வாராது.

இந்தச் சொற்கள் வேற்றுமை உருபு ஏற்று நிற்கும்போதும் 'எல்லாம்' என்னும் சொல் பின்னால்தான் நிற்கும். **நம்மையெல்லாம், எங்களையெல்லாம், உங்களையெல்லாம், அவர்களையெல்லாம், அவற்றையெல்லாம்** என்னும் தொடர்களைக் காண்க.

ஆ) வினாப் பெயர்களைத் தழுவி நிற்கும் போதும் 'எல்லாம்' என்னும் சொல் பின்னால் தான் வரும். **யாரெல்லாம், எவரெல்லாம், எவையெல்லாம், என்னவெல்லாம்** என்ற மையும். இவ்வாறே இந்தத் தொடர்கள் வேற்றுமை உருபு ஏற்று நிற்கும் போதும், **யாரையெல்லாம், எவற்றையெல்லாம்** என 'எல்லாம்' என்னும் சொல், பின்னால்தான் நிற்கும்.

இ) சென்றவர், வென்றவர் போன்ற வினையாலணையும் பெயர்களைத் தழுவி நிற்கும்போது 'எல்லாம்' என்னும் சொல் பின்னால்தான் வரும். **கண்டவரெல்லாம், படித்தவரெல்லாம், கேட்டவரெல்லாம், கண்டதெல்லாம், கேட்டதெல்லாம்** என்னும் தொடர்களை நோக்குக.

ஈ) இனிமை, பெருமை போன்ற பண்பினடியாகத் தோன்றும் பெயர்களைத் தழுவி, நிற்கும்போது, 'எல்லாம்' என்னும் சொல் பின்னால்தான் வரும். **இனியவை யெல்லாம், பெரியாரெல்லாம், வல்லவ ரெல்லாம், நல்லவரெல்லாம், சிறியவை யெல்லாம், அரியவை எல்லாம்** என்னும் தொடர்களை நோக்குக.

உ) **ஊரார், நாட்டினர், அவையோர்** போன்ற சொற்களைத் தழுவிநிற்கும்போது 'எல்லாம்' என்னும் சொல் பின்னால்தான் வரும். **ஊராரெல்லாம், நாட்டினரெல்லாம், அவையோரெல்லாம் உலகினரெல்லாம், தெருவினரெல்லாம், குழுவினரெல்லாம்** என்னும் தொடர்களைக் காண்க. இத்தகைய தொடர்களில் 'எல்லாம்' என்னும் சொல், முன்னால் அமையும் போது பொருள் மாறுவதையும் நோக்குக. **நாட்டினர் எல்லாம்** என்பதற்கும் **எல்லா நாட்டினரும்** என்பதற் கும் உள்ள வேறுபாடு சொல்லாமலே புரியும். **ஊராரெல்லாம்** என்பதற்கும் **எல்லா**

ஊராரும் என்பதற்கும் உள்ள பொருள் வேறுபாட்டையும் நோக்குக.

ஊ) 'முழுவதும்' என்னும் பொருளில், எல்லாம் என்னும் சொல் வரும்போது, அது தான் தழுவி நிற்கும் சொல்லுக்குப் பின்னால்தான் வரும். **அகிலமெல்லாம், தலையெல்லாம், உடம்பெல்லாம், வீடெல்லாம், காடெல்லாம்** என்னும் தொடர்களை நினைவிற்கொள்க.

எ) ஊர், நாடு, உலகம் என்னும் சொற்கள். அங்கு வாழும் மக்களைக் குறிக்கும்போதும் 'எல்லாம்' என்னும் சொல் பின்னால்தான் நிற்கும். **'ஊரெல்லாம் தூங்கிற்று', 'நாடெல்லாம்** வாழக் கேடொன்றுமில்லை', **'உலகமெல்லாம்** புகழ்கிறது' என்னும் தொடர்களைக் கவனத்திற் கொள்க.

ஏ) உடற் குறையுடையோரைக் குறிக்கும் சொற்களைத் தழுவி நிற்கும்போதும் 'எல்லாம்' என்னும் சொல் பின்னால்தான் நிற்கும். **'கண்தெரியாதவரெல்லாம்', 'காது கேளாதவரெல்லாம்','வாய் பேசாதவரெல்லாம்'** என்னும் தொடர்களை நோக்குக.

ஐ) இணைமொழிகளைத் தழுவி நிற்கும் போதும் 'எல்லாம்' என்னும் சொல் பின்னால் தான் வரும். **ஏழை எளியோரெல்லாம், உற்றார் உறவினரெல்லாம், நகை நட்டெல்லாம், ஆடல் பாடலெல்லாம், நல்லது கெட்டதெல்லாம்** என்னும் தொடர்கள் அந்த வகையைச் சேர்ந்தவை.

ஒ) உறவுப் பெயர்களைத் தழுவி வரும்போதும் 'எல்லாம்' என்னும் சொல் பின்னால்தான் வரும். **அன்னையரெல்லாம், தந்தையரெல்லாம், பாட்டன்மாரெல்லாம், மாமன்மாரெல்லாம், பாட்டிமாரெல்லாம், மாமிமாரெல்லாம், தம்பியரெல்லாம், தங்கையரெல்லாம்** என்னும் தொடர்களை நோக்குக.

ஓ) அன்னார், இன்னார், அத்தகையவர், இத்தகையவர், அப்படிப்பட்டவர், இப்படிப் பட்டவர், எத்தகையவர், எப்படிப்பட்டவர், மற்றவர், ஏனையோர், பிறர், முன்னோர், மூதாதையர் போன்ற சொற்களைத் தழுவி வரும்போதும் 'எல்லாம்' என்னும் சொல் பின்னால்தான் வரும்.

ஔ) 'காலத்தவர்' என்னும் சொல்லைத் தழுவி நிற்கும்போதும் 'எல்லாம்' என்னும் சொல் பின்னால்தான் வரும். பழங் காலத்தவ **ரெல்லாம், கற்காலத்தவரெல்லாம், முற்காலத்தவரெல்லாம், இக்காலத்தவரெல்லாம், கரிகாலன் காலத்தவரெல்லாம்** என்னும் தொடர்களை நோக்குக.

ஃ) இதுவரை நாம் பார்த்த தொடர்கள், வேற்றுமை உருபு ஏற்று நிற்கும்போதும் 'எல்லாம்' என்னும் சொல் பின்னால்தான் நிற்கும். **சென்றவரையெல்லாம், கண்டவர்க்கெல்லாம், கேட்டவற்றை யெல்லாம், இனியவற்றையெல்லாம், பெரியாரையெல்லாம், ஊராரை யெல்லாம், நாட்டினர்க்கெல்லாம், அவையோரின் கவனமெல்லாம், குழுவினருக்கெல்லாம், ஊரையெல்லாம், உலகத்தை யெல்லாம், கண்தெரியாதவரிடமெல்லாம், காது கேளாதவருக்கெல்லாம், ஏழை எளியவருக்கெல்லாம், உற்றார் உறவினரை யெல்லாம், நகை நட்டையெல்லாம், நல்லது கெட்டதற்கெல்லாம், அன்னையாரையெல்லாம், தந்தையர்க்கெல்லாம், தம்பியரிடமெல்லாம், அன்னாருக்கெல்லாம், இப்படிப்பட்டவரையெல்லாம், ஏனையோரிடமெல்லாம், முன்னோரின் பெருமையெல்லாம், முற்காலத்தவருக்கெல்லாம், மூதாதையரையெல்லாம்** என்னும் தொடர் களில் 'எல்லாம்' என்னும் சொல் தான் தழுவி நிற்கும் பெயருக்குப் பின்னால் நிற்பதை நோக்குக.

''கருத்ததெல்லாம் நீராமோ?
வெளுத்ததெல்லாம்
பாலாமோ? கண்ணிற் கண்ட
கல்லெல்லாம் மாணிக்கக் கல்லே யாமோ?
பருத்ததெல்லாம் கரியாமோ?
பாய்ந்ததெல்லாம்
சிங்கமாமோ? ....''

(நாமக்கல் கவிஞர்)

கருத்ததெல்லாம்
வெளுத்ததெல்லாம்
பருத்ததெல்லாம்
பாய்ந்ததெல்லாம்

என்னும் தொடர்களில் கருத்தது, வெளுத்தது, பருத்தது, பாய்ந்தது என்னும் சொற்களைத் தழுவி 'எல்லாம்' என்னும் சொல் நிற்கிறது. இத்தகைய தொடர்களில் 'எல்லாம்' என்னும் சொல் பின்னால்தான் வரும்.

கண்டதெல்லாம், கேட்டதெல்லாம், போன்ற தொடர்கள் சிலருக்கு ஐயத்தை உண்டாக்கலாம். 'எல்லாம்' என்னும் சொல் பன்மை யல்லவா? எனவே, அது தழுவி நிற்கும் சொல்லும் பன்மையாக இருப்பது தானே முறை? 'கண்டவை எல்லாம்', 'கேட்டவை எல்லாம் என்றல்லவா இருக்க வேண்டும்? என்ற ஐயம் எழுவது இயல்பு. எனினும், இத்தகைய தொடர்களில் கண்டது, கேட்டது என்று ஒருமையில் அமைவதுதான் பெரும்பான்மை வழக்காக இருக்கிறது; மரபாகவும் கொள்ளப்படுகிறது. சுட்டு, வினாப் பெயர்களும் அவ்வாறே அமை கின்றன.

எடுத்துக்காட்டு :

''**அதுவெல்லாம்** இல்லைஇனி நீயே
ஆள்வாய்!
நேரப்போவதை யெல்லாம் அறிவார்
யாவர்?''

''**இதையெல்லாம்** சொல்ல – நீ
ஏனிங்கு வந்தாய்?
சதையெல்லாம் பொய்யே – இத்
தமிழருக் கென்றான்''
(பாரதிதாசன்)

''**நினைப்பதெல்லாம்** நடந்துவிட்டால்
தெய்வம் ஏதுமில்லை
நடந்ததையே நினைத்திருந்தால்
அமைதி என்றுமில்லை''
(கண்ணதாசன்)

அதுவெல்லாம்
நேரப் போவதையெல்லாம்
இதை யெல்லாம்
சதை யெல்லாம்
நினைப்ப தெல்லாம்

என்னும் தொடர்களை நோக்குக. இந்தத் தொடர்களில் எல்லாம் என்னும் சொல் முழுமைப் பொருள் தருவதோடு, தொடரின் பொருளுக்கு ஓர் அழுத்தமும் தருகிறது.

இவற்றுள் 'இதை யெல்லாம்' என்பது இரண்டாம் வேற்றுமை உருபேற்ற சொல். 'இது' என்னும் சொல் வேற்றுமை உருபேற்ற பிறகே எல்லாம் என்னும் சொல் சேர்ந்திருக் கிறது. அது, இது, எது, காண்பது, கேட்பது, சொல்வது, இருப்பது, இல்லாதது முதலிய சொற்களுடனும் வேற்றுமை உருபு சேர்ந்த பிறகே எல்லாம் என்னும் சொல் சேரும்.

அதையெல்லாம், அதனாலெல்லாம், அதற்கெல்லாம், அதிலிருந்ததெல்லாம், அதனிடமெல்லாம் என்றமையும். ஆறாம் வேற்றுமையில் மட்டும் சிறிது வேறுபடும். வேற்றுமை உருபேற்ற சொல்லைத் தழுவி நிற்கும் பெயருக்குப் பின் எல்லாம் என்னும் சொல் வரும்.

எடுத்துக்காட்டு :

அதனுடைய பெருமை எல்லாம்
இதனுடைய சிறப்பெல்லாம்
அதன் பெருமை எல்லாம்
இதன் சிறப்பெல்லாம்

அதன் சிறப்பு, இதன் பெருமை என்னும் தொடர்கள் சாரியை மட்டும் பெற்றுள்ளன; இங்கே உருபு தொக்கி நிற்கிறது.

'**அதெல்லாம்** சரி பண்ணிடலாம்'
'**இதெல்லாம்** எனக்குத் தெரியாது'

என்னும் வாக்கியங்களில் நிற்கும் **அதெல்லாம், இதெல்லாம்** என்னும் தொடர் களை நோக்குக.

அது – எல்லாம் –> அதுவெல்லாம் என்றும்
இது – எல்லாம் –> இதுவெல்லாம் என்றும் அமைவதுதான் முறை. அதெல்லாம், இதெல்லாம் என்பவை இங்கே குற்றியலுகரம் போல் புணர்ந்திருக்கின்றன. பேச்சுத் தமிழில் இவை மிகுதியாக வழங்குகின்றன; அது மட்டுமன்று; இலக்கிய வாழ்வும் பெற்று விட்டன.

எடுத்துக்காட்டு :

''பூவுலகப் பெண்டிரெலாம் இக்காலத்தில்
புதுத்தினுசாய்ப் போய்விட்டார்!
இதெல்லாம் என்ன?''
(பாரதிதாசன்)

அங்கு, இங்கு, அப்படி, இப்படி முதலிய சொற்களுடன் 'எல்லாம்' எனும் சொல்

1) **அங்கெல்லாம்** ஒரே கலவரமாக இருக் கிறது.
2) இதற்கு முன்னே **இங்கெல்லாம்** நான் வந்ததில்லை.
3) **எங்கெல்லாம்** போக எண்ணினேனோ **அங்கெல்லாம்** போக முடியவில்லை.

அங்கெல்லாம் என்பது அந்த இடங்களில் எல்லாம் என்றும், இங்கெல்லாம் என்பது இந்த இடங்களுக்கு எல்லாம் என்றும், எங்கெல்லாம் என்பது எந்த இடங்களுக்கு எல்லாம் என்றும் பொருள் தருகின்றன.

முதல் வாக்கியத்திலுள்ள 'அங்கெல்லாம்' என்பது அந்த இடங்களில் எல்லாம் என்று பொருள் தருகிறது. அதே சமயம் கடைசி வாக்கியத்திலுள்ள 'அங்கெல்லாம்' என்பது அந்த இடங்களுக்கு எல்லாம் என்று பொருள் தருகிறது. 'அங்கு எல்லாம்' என்னும் தொடர் ஓரிடத்தில் ஏழாம் வேற்றுமைப் பொருளும் இன்னோர் இடத்தில் நான்காம் வேற்றுமைப் பொருளும் தருகிறது. அங்கு, இங்கு, எங்கு என்னும் சொற்கள் வேற்றுமை உருபு ஏற்க மாட்டா. இந்தச் சொற்கள் என்ன வேற்றுமைப் பொருள் தருகின்றன என்பதை இடம் நோக்கியே உணர வேண்டும்.

இந்த விதிக்கு விலக்காக **இருந்து** என்னும் ஐந்தனுருபு மட்டும் இந்தச் சொற்களுடன் சேர்ந்து வருவதைக் காண்கிறோம்.

எடுத்துக்காட்டு :

1) அவர் இங்கிருந்து புறப்பட்டு வெகு நேரம் ஆகிவிட்டது.
2) அங்கிருந்து எந்தச் செய்தியும் வரவில்லை.
3) எங்கிருந்து கடிதம் வந்திருக்கிறது?

இவற்றுடன் 'எல்லாம்' என்னும் சொல்லும் சேர்ந்து வருவதுண்டு.

எடுத்துக்காட்டு :

எங்கிருந்தெல்லாம் தகவல் திரட்ட முடியுமோ அங்கிருந்தெல்லாம் திரட்ட முயல்வதுதான் பத்திரிகை நிருபரின் குறிக்கோளாகும்.

அப்படி, இப்படி, எப்படி என்னும் சொற்களுக்குப் பின்னும் எல்லாம் என்னும் சொல் வரும்.

எடுத்துக்காட்டு :

1. அவர் எப்படியெல்லாம் பேசினார்?
2. இப்படியெல்லாம் பேசுவது சரியா?
3. அப்படியெல்லாம் பேசக்கூடாது.

இதேபோல, அவ்வாறு, இவ்வாறு, எவ்வாறு என்னும் சொற்களுடனும் 'எல்லாம்' என்னும் சொல் சேர்ந்து வரும்.

இந்த வாக்கியங்களை நோக்குக.

1) நினைத்தபடியெல்லாம் நடக்க முடியுமா?
2) கண்டபடி யெல்லாம் பேசக் கூடாது.
3) பிறர் சொல்கிறபடி யெல்லாம் நடப்பது சரியா?
4) மனம் போனபடியெல்லாம் போகலாமா?
5) அவன் ஆட்டிவைக்கிறபடியெல்லாம் இவன் ஆடுகிறான்.

இந்த வாக்கியங்களில் நிற்கும் 'எல்லாம்' என்னும் சொல், முன்னால் நிற்கும் 'நினைத்தபடி' முதலிய சொற்களின் பொருளுக்கு முழுமையும் அழுத்தமும் தருகின்றது. 'நினைத்தபடி நடக்க முடியுமா? என்பதற்கும், 'நினைத்தபடியெல்லாம் நடக்க முடியுமா?' என்பதற்கும் உள்ள வேறுபாடு சிந்தித்துப் பார்த்தால் புலனாகும். இதேபோல, ஏனைய தொடர்களிலும் 'எல்லாம்' என்னும் சொல் இல்லாதபோது வரும் பொருள் 'எல்லாம்' என்னும் சொல் சேரும்போது மாறுவது, அந்தத் தொடர்களின் பொருளை ஆழ்ந்து நோக்கும்போது புலனாகும்.

அங்கு, இங்கு முதலிய சொற்கள் இடப்பொருள் உணர்த்துபவை. அப்போது, இப்போது முதலியன காலப்பொருள் உணர்த்துபவை. 'அங்கெல்லாம்' என்பது அந்த இடங்களிலெல்லாம் என்று பொருள் தருவதைப் போலவே அப்போதெல்லாம் என்பது அந்த நேரத்திலெல்லாம் என்று பொருள் தருகிறது. இங்கேயும் எல்லாம் என்னும் சொல் முழுமையும், அழுத்தமும் தருவதை இந்தச் சொற்கள் நிற்கும் தொடர்களின் பொருளைக் கூர்ந்து கவனித்தால் உணரலாம்.

எடுத்துக்காட்டு :

"தொட்டபோதெல்லாம் சுவையேறும்
நல்லுடம்பை
விட்டபோ தின்ப வெறியெடுக்கும் காதல்
மெய்யை"

(பாரதிதாசன்)

''சமயமுற்ற போதெல்லாம் சதிகள்
செய்தார்''
(நாமக்கல் கவிஞர்)

தொட்டபோதெல்லாம், சமயமுற்ற போதெல்லாம் என்னும் தொடர்கள் முறையே **தொட்ட நேரங்களில் எல்லாம், சந்தர்ப்பம் கிட்டிய நேரங்களில் எல்லாம்** என்று பொருள் தருகின்றன. இந்தத் தொடர்களில் நிற்கும் எல்லாம் என்னும் சொல், குறிப்பிட்ட செயல் நிகழும் எல்லா நேரங்களையும் மொத்தமாகச் சேர்த்துக்காட்டுகிறது.

பின்வரும் வாக்கியங்களிலும் 'எல்லாம்' என்னும் சொல் சேர்ந்து நிற்கும் இத்தகைய தொடர்கள் இதே பொருள் தருவதை நோக்குக :

1) நூல் நிலையத்திற்குச் செல்ல **நினைக்கும் போதெல்லாம்** ஏதாவது வேலை வந்து விடுகிறது.
2) **படிக்கும்போதெல்லாம்** ரேடியோவைத் திறந்து வைத்திருக்கிறாயே, உன்னால் படிப்பில் கவனம் செலுத்த முடிகிறதா?
3) நேரம் **கிடைக்கும்போதெல்லாம்** நான் நூலகம் செல்வேன்.
4) **கேட்கும்போதெல்லாம்** நம் சிந்தையும் செவியும் இனிக்கச் செய்வது செந்தமிழ்ப் பாடலன்றோ?
5) நல்லாரைக் **காணும்போதெல்லாம்** நம் உள்ளம் மகிழ்கிறது.

இந்த வாக்கியங்களில் நிற்கும் 'நினைக்கும் போதெல்லாம், படிக்கும்போதெல்லாம்' என்னும் தொடர்களும், 'தொட்டபோதெல் லாம்' என்னும் தொடர்போலவே, நினைக் கும் நேரங்களில் எல்லாம், படிக்கும் நேரங் களில் எல்லாம் என்று பொருள் தருவதைக் காண்க. இந்தத் தொடர்களில் எல்லாம் **எல்லாம்** என்னும் சொல் பின்னால் நிற்கிறது.

எல்லாம் - பலபொருட்சொல்

எல்லாம், அனைத்தும் என்னும் சொற்கள் முழுமை என்னும் பொருளிலும் அமையும்.

எ–டு:

''தேமதுரத் தமிழோசை **உலகமெலாம்**
பரவும் வகை செய்தல் வேண்டும்''
(பாரதியார்)

''செவியினில் ஓடி எங்கள்
சிந்தையில் ஓடி இந்தப்
புவியெலாம் ஓடி நின்பால்
பொங்கிய தோடி''
(கண்ணதாசன்)

''**உலகனைத்தும்** இகழ்ச்சி சொலப்
பான்மை கெட்டு''
(பாரதியார்)

உலகமெலாம், புவியெலாம், உலகனைத் தும் என்னும் தொடர்கள் உலகம் முழுவதும், புவி முழுதும் என்று பொருள் தருகின்றன. 'எல்லாம்' என்பதே இங்கே 'எலாம்' என்று நிற்கிறது. இது இடைக் குறை எனப்படும். இவற்றின் பொருள் ஒன்றே. பெரும்பாலும் செய்யுளில் இவ்வாறு அமைவதுண்டு. 'எல்லாம்' என்பதற்கு முழுமை என்னும் பொருளும் உண்டு என்பதே இங்கு நாம் கவனத்திற்கொள்ள வேண்டியது.

''**வகுப்பு வெறி பற்றியெல்லாம்**
வாயாரப் பேசுகிறீர்
வர்க்கப்போர் பற்றி உங்கள்
வாயேன் திறப்பதில்லை?''
(கண்ணதாசன்)

வகுப்பு வெறிபற்றி எல்லாம் வாயாரப் பேசுகிறீர் என்னும் தொடரை முழுமையாகப் பார்க்கும்போதுதான் 'எல்லாம்' என்னும் சொல் என்ன பொருளில் அமைந்திருக்கிறது என்பதை அறிந்துகொள்ள முடியும். 'வாயாரப் பேசுகிறீர்' என்னும் தொடரை முதலில் பார்ப்போம். 'வாய்நிறையப் பேசுகிறீர்' என்பது இதன் பொருள். எதைப் பற்றி வாய் நிறையப் பேசுகிறார்கள்? 'வகுப்புவெறி பற்றி வாய்நிறையப் பேசுகிறார்கள். 'வகுப்புவெறி பற்றி வாயாரப் பேசுகிறீர்' என்று சொன் னாலே போதும். அப்புறம் ஏன் 'எல்லாம்' என்னும் சொல்லையும் சேர்க்க வேண்டும்? 'எல்லாம்' என்னும் சொல் முற்றுப் பொருள் தருவது. 'வகுப்புவெறிபற்றி வாய்நிறையப் பேசுகிறீர்' என்பதைக் காட்டிலும் 'வகுப்பு வெறி பற்றியெல்லாம் வாய் நிறையப் பேசுகிறீர்' என்பதிலே முழுமை மட்டுமன்று; ஓர் அழுத்தமும் தொனிக்கிறது.

1) அவர் **எதைப் பற்றியெல்லாமோ** பேசி னார்; ஆனால், இதைப் பற்றி ஒன்றும் சொல்லவில்லையே.

2) **அதைப் பற்றியெல்லாம்** எனக்கு எதுவும் தெரியாது.

3) அங்கு **நடந்ததைப் பற்றியெல்லாம்** யார் கேட்டார்கள்?

4) **அவர்களைப் பற்றியெல்லாம்** பேசி ஏன் நம் நேரத்தை வீணாக்க வேண்டும்?

5) சிற்பக் கலை பற்றித்தானே இவர் பேச வேண்டும்? ஏன் **இலக்கியம் பற்றியெல் லாம்** பேசுகிறார்?

இந்த வாக்கியங்களை நீங்கள் கூர்ந்து கவனித்தால்,

''வகுப்பு வெறி பற்றியெல்லாம்
வாயாரப் பேசுகிறீர்''

என்னும் தொடருக்கு நாம் கூறிய விளக்கம் இவற்றிற்கும் பொருந்துவதைக் காணலாம்.

மல்லிகைப் பந்தலின் அழகிய காட்சியை யும் இனிய மணத்தையும் எண்ணி எண்ணி மகிழ்கிறான் ஒருவன்.

**''என்னே அழகு! என்னே மணம்!
இந்த அழகுக்கு ஈடுண்டோ? இந்த
மணத்திற்கு நிக ருண்டோ''
என்றெல்லாம் அவன் உள்ளம்
வியக்கின்றது.''**

இந்த மல்லிகைப் பந்தலைக் காண் பவனின் உள்ளத்தில் வேறு என்னென்னவோ தோன்றியிருக்கலாம். காண்பவர் உள்ளத்தில் தோன்றுவதை எல்லாம் சொல்வது இயலாத ஒன்று. எனவே, முக்கியமானவற்றைக் குறிப்பிட்டுவிட்டு, இப்படியெல்லாம் அவன் சிந்தனை ஓடிற்று என்பதை உணர்த்த **என்றெல்லாம்** என்னும் தொடரைப் பயன்படுத்துகிறோம்.

இந்தப் பகுதியை நோக்குக:

இரண்டு வயதுள்ள குழந்தை நடக்கும் போது, அந்தக் குழந்தையின் தாயின் மனத்திலே என்னென்ன எண்ணங்கள் தோன்றும்?

''அது பிறந்தபோது எப்படி இருந்தது,
எப்போது தவழ ஆரம்பித்தது,
அல்லித் தண்டு போன்ற தன் காலை-
யூன்றி அது அடியெடுத்து வைத்தது
எப்போது, அந்தக் குழந்தை
உண்ட உணவு வகைகள் என்ன,
அணிந்த ஆடைகள் என்ன
என்றெல்லாம் எண்ணுவாள் அல்லவா?''

இதே கருத்தை இப்படியும் சொல்லலாம்:

இரண்டு வயதுள்ள குழந்தை
நடக்கும்போது அதன் தாயின்
மனத்திலே என்னென்ன
எண்ணங்கள் தோன்றும்?
அது பிறந்தபோது இருந்த நிலை,
அது தவழ்ந்த நிலை, அல்லித்-
தண்டு போன்ற காலையூன்றி
அடியெடுத்து வைத்த நிலை,
உண்ட உணவு வகைகள்,
அணிந்த ஆடைகள் முதலியவற்றை
எண்ணுவாள் அல்லவா?''

இந்த இரண்டு பகுதிகளுக்கும் உள்ள வேறுபாடு என்ன? முதற் பகுதியிலே ஒவ்வொரு தொடரும் முற்றுத் தொடராக - சிறு சிறு வாக்கியம் போல் - அமைந்துள்ளது. அடுத்த பகுதியில் உள்ள தொடர்கள் முற்றுத் தொடர்களாக அமையவில்லை. முதற்பகுதி யிலே 'அது பிறந்தபோது எப்படி இருந்தது' என்பது அடுத்த பகுதியிலே, 'அது பிறந்தபோது இருந்த நிலை' என்று மாறியிருக்கிறது. மற்றத் தொடர்களும் இவ்வாறு அமைந்திருப்பதை நோக்குக. முந்தியதில் **என்றெல்லாம்** என்னும் தொடர் தரும் பொருளை அடுத்த வாக்கியத்தில் **முதலியவற்றை** என்னும் சொல் தருகிறது.

அந்தக் குழந்தையை மருத்துவர் அல்லது உடலியல் அறிஞர் கண்டால் என்ன எண்ணு வார் என்று இப்போது பார்ப்போம். இதையும் இரண்டு விதமாக அமைக்கலாம். 'என்றெல் லாம்' என்னும் தொடர் வரும்படி- அமைந் தால் அப்போது அந்த வாக்கியம் இப்படி அமையும் :

'அந்தக் குழந்தையின் உடல் வலுவாக
இருக்கிறதா, உணவைச் செரிக்கும்
ஆற்றல் எப்படி இருக்கிறது, தசைநார்கள்
ஒழுங்காக இயங்குகின்றனவா, குழந்தை-
யின் எடை அளவோடு இருக்கிறதா
என்றெல்லாம் ஆராய்வார்.'

என்றெல்லாம் என்பதற்குப் பதிலாக 'முதலியவற்றை' என்னும் சொல் வரும்படி அமைந்தால் அப்போது இந்த வாக்கியம் இப்படி அமையும் :

'அந்தக் குழந்தையின் உடல் வன்மை,
உணவைச் செரிக்கும் ஆற்றல், தசைநார்கள்
இயங்கும் தன்மை, குழந்தையின் எடை
முதலியவற்றைப் பற்றி ஆராய்வார்.'

இந்த வாக்கியங்களைக் கவனியுங்கள் :

1) நீர் ஏன் தண்மையாக இருக்கிறது, தீ ஏன் வெம்மையாக இருக்கிறது, காற்றின் இயக்கம் எப்படிப்பட்டது **என்றெல்லாம்** ஒருவன் ஆராயும்போது அவனுக்குப் பல உண்மைகள் புலப்படுகின்றன.

நீரின் தண்மை, தீயின் வெம்மை, காற்றின் இயக்கம் முதலியவற்றைப் பற்றி ஒருவன் ஆராயும்போது, அவனுக்குப் பல உண்மைகள் புலப்படுகின்றன.

2) ஒரு பாட்டு எத்தகைய சொற்களால் அமைந்திருக்கிறது, அது உணர்த்தும் உண்மை என்ன, கருத்து ஆழமும் அருமையும் உடையதா, இயற்றியவரின் உணர்ச்சியைப் படிப்பவரும் பெற முடிகிறதா **என்றெல்லாம்** சிந்திப்பவன்தான் இலக்கிய ஆராய்ச்சியாளன்.

ஒரு பாட்டிலுள்ள சொற்களின் தன்மை, அந்தப் பாட்டு உணர்த்தும் உண்மை, கருத்தின் ஆழமும் அருமையும், இயற்றியவரின் உணர்ச்சியைப் படிப்பவரும் பெறும் சாத்தியம் முதலியவற்றைச் சிந்திப்பவன் தான் இலக்கிய ஆராய்ச்சியாளன்.

நாம் இப்போது பார்த்த வாக்கியங்கள் போல முழுவாக்கிய வடிவில் அமைந்த தொடர்கள் அடுக்கி வரும்போது அவற்றின் கடைசியில் 'என்றெல்லாம் என்னும் தொடர் வருவதைக் கண்டோம். இப்போது இந்த வாக்கியத்தைப் பாருங்கள்:

செந்தமிழ், பைந்தமிழ், கன்னித் தமிழ்,
முத்தமிழ் சங்கத்தமிழ், தெய்வத்தமிழ்
என்றெல்லாம் அறிஞர்கள் தமிழைப்
போற்றுகின்றனர்.

இந்த வாக்கியத்திலே நிற்கும்தொடர்கள் முழு வாக்கிய வடிவில் அமையவில்லை. எனினும், 'என்றெல்லாம்' என்னும் தொடர் இந்த வாக்கியத்தில் அமைந்திருக்கிறது.

இங்கே 'என்றெல்லாம் பாராட்டு கின்றனர்' என்பது 'இப்படிப் பலவாறாகப் பாராட்டுகின்றனர்' என்று பொருள் தருகிறது. சொல்லியவற்றை மட்டு மன்றிச் சொல்லாத வற்றையும் குறிப்பாக உணர்த்துகிறது, **என்றெல்லாம்** என்னும் சொல். இந்த வாக்கியத்தைப் பொருள் மாறாதபடி இப்படியும் அமைக்கலாம்.

''தமிழைச் செந்தமிழ் என்றும்,
பைந்தமிழ் என்றும், கன்னித் தமிழ்
என்றும், முத்தமிழ் என்றும்,
தெய்வத் தமிழ் என்றும், மற்றும்
பலவிதமாகவும் அறிஞர்கள்
போற்றுகின்றனர்''

இந்த வாக்கியத்தில் **மற்றும் பலவிதமாக வும்** என்னும் தொடர் உணர்த்தும் பொருளை முந்திய வாக்கியத்தில் என்றெல்லாம் என்னும் தொடர் உணர்த்துகிறது. குறிப்பாக, எல்லாம் என்னும் சொல்லே இங்கே இந்தப் பொருள் அமையக் காரணமாக இருக்கிறது.

இந்தச் சொல் – எல்லாம் என்னும் சொல் பல பொருளுடையது என்பதைத் **தொல் காப்பியம்,**

**''எல்லாம் என்னும் பெயர்நிலைக் கிளவி
பல்வழி நுதலிய நிலைத்தா கும்மே''**

என்று கூறுகிறது.

எல்லாம் என்னும் சொல்லுடன் முற்றும்மை

''எல்லாரும் எல்லாமும் பெற வேண்டும்''

இந்த வாக்கியத்தில், எல்லாரும், எல்லாமும் என்னும் சொற்களுடன் உம்மை சேர்ந்து நிற்கிறது. இது முற்றும்மை. எதையும் விடாமல் எல்லாவற்றையும் குறிக்கும்போது இந்த உம்மை வரும்.

''எல்லார்க்கும் எல்லாம் என்றிருப்பதான
இடம்நோக்கிச் செல்கின்ற திந்தவையம்''
(பாரதிதாசன்)

''எல்லாப் பொருளும் இதன்பா லுள''
(திருவள்ளுவமாலை)

''நல்லாரே **எல்லாரும்** அவ்வையத்தில்''
(பாரதிதாசன்)

''பாமரராய் விலங்குகளாய் உலகனைத்தும்
இகழ்ச்சி சொலப் பான்மை கெட்டு
நாமமது தமிழரெனக் கொண்டிங்கு
வாழ்ந்திடுதல் நன்றோ? சொல்வீர்!''
(பாரதியார்)

"அண்டங்கள் கோடி கோடி
அனைத்தையும் தன்னகத்தே
கொண்ட ஓர் பெரும் புறத்தில்
கூத்திடுகின்ற காற்றே"
(பாரதிதாசன்)

"தேவைகள் யாவும் சுருங்கிவிடும்
தெய்வ சிந்தனை நெருங்கிவிடும்"
(நாமக்கல் கவிஞர்)

எல்லார்க்கும், எல்லாப்பொருளும், எல்லாரும், உலகனைத்தும், அனைத்தையும், யாவும் என்னும் சொற்களில் முற்றும்மை சேர்ந்திருக்கிறது.

யாவரும், அனைவரும் என்னும் சொற்களும் முற்றும்மை பெற்றே வருவதை நோக்குக. 'எல்லாம்' என்னும் பொருள் தரும் எல்லாச் சொற்களிலும் முற்றும்மை சேர்ந்தே வரும்.

'எல்லாரும் எல்லாமும் பெறவேண்டும்'

என்னும் தொடரில் எல்லாமும் என்னும் சொல்லுடன் முற்றும்மை சேர்ந்திருக்கிறது.

'எல்லார்க்கும் எல்லாம் என்றிருப்பதான'

என்னும் தொடரில் எல்லாம் என்னும் சொல்லுடன் முற்றும்மை இல்லையே என்ற ஐயம் எழலாம். முற்றும்மை இங்கே மறைந்து நிற்கிறது. எல்லாம் என்பதற்கு எல்லாப் பொருளும் என்று பொருள். எல்லாப் பொருளும் என்று சொல்லும்போது முற்றும்மை சேர்ந்து நிற்பதை நோக்குக.

"ஆருயிர்கட் கெல்லாம் நான் அன்பு
செயல்வேண்டும்"
(வள்ளலார்)

ஆருயிர்கட் கெல்லாம் என்னும் தொடரை நோக்குக. இதைச் சிறிது மாற்றி, ஆருயிர்கள் எல்லாவற்றிற்கும் என்றும் அமைக்கலாம். இங்கே நான்கன் உருபு 'கு' எல்லாம் என்னும் சொல்லுடன் சேர்ந்து, எல்லாவற்றிற்கும் என்று அமைந்திருக்கிறது. எல்லாவற்றிற்கும் என்பதில் முற்றும்மை சேர்ந்திருப்பதை நோக்குக.

பொருட்களை எல்லாம் என்பதைப் பொருட்கள் எல்லாவற்றையும் என்றும், நாடுகளில் எல்லாம் என்பதை நாடுகள் எல்லாவற்றிலும் என்றும், மாற்றியமைக்கலாம். வேற்றுமை உருபு ஏற்று நிற்கும்

'எல்லாம்' என்னும் சொல்லுடன் முற்றும்மை சேர்ந்து நிற்பதை நோக்குக.

நூல்கள் எல்லாம் என்பது எல்லா நூல்களும் என்றும் அமையும். எல்லாம் என்பதைக் குறிக்கவே 'நூல்கள்' என்னும் சொல்லுடன் முற்றும்மை சேர்ந்து, நூல்களும் என்று அமைந்திருக்கிறது.

எல்லா நாடுகளும்
எல்லாக் கடைகளும்
எல்லாச் செல்வமும்
எல்லாத் தகுதியும்
எல்லா மொழிகளும்
எல்லா நலமும்
எல்லாக் கலைகளும்

என்னும் தொடர்களையும் நோக்குக. எல்லாம் என்னும் சொல்லைத் தொடர்ந்து வரும் பெயர்கள் கட்டாயம் முற்றும்மை பெற வேண்டும்.

வினையாலணையும் பெயர்

"வேண்டுதல் வேண்டாமை
இலான் அடி சேர்ந்தார்க்கு
யாண்டும் இடும்பை இல."

"துறந்தார் பெருமை துணைக்கூறின்
வையத்து
இறந்தாரை எண்ணிக்கொண் டற்று"

"அறத்திற்கே அன்பு சார்பென்ப அறியார்
மறத்திற்கும் அஃதே துணை"

"இன்சொல் இனிதீன்றல் காண்பான்
எவன்கொலோ
வன்சொல் வழங்கு வது"

"எந்நன்றி கொன்றார்க்கும் உய்வுண்டாம்
உய்வில்லை
செய்ந்நன்றி கொன்ற மகற்கு"

"வாணிகம் செய்வார்க்கு வாணிகம்
பேணிப்
பிறவும் தமபோற் செயின்"

இந்தக் குறட்பாக்களில் நிற்கும்

சேர்ந்தார்க்கு
துறந்தார்
இறந்தாரை
அறியார்
காண்பான்

கொன்றார்க்கும்
செய்வார்க்கு

என்னும் சொற்கள் வினையாலணையும் பெயர்கள். சேர்ந்தார்க்கு, இறந்தாரை, கொன்றார்க்கு, செய்வார்க்கு என்னும் சொற்கள் வேற்றுமை உருபு ஏற்று நிற்கின்றன. பெயர்ச்சொற்கள் மட்டுமே வேற்றுமை உருபு ஏற்கும் என்பதை முன்பே குறிப்பிட்டுள்ளோம்.

"நற்றாமரைக் கயத்தில் நல்லன்னம்
சேர்ந்தாற்போல்
கற்றாரைக் கற்றாரே காமுறுவர்"
(மூதுரை)

"இட்டார் பெரியோர் இடாதார்
இழிகுலத்தோர்"
(நல்வழி)

கற்றாரை, கற்றாரே, இட்டார், இடாதார் என்பவையும் வினையாலணையும் பெயர்களே. இவை வினைமுற்று வடிவில் அமைந்திருக்கின்றன. வினையாலணையும் பெயரும் வினைமுற்றும் ஒரே வடிவில் அமைவது பண்டைய வழக்கு. இன்றைய வழக்கில் இவை முறையே, சேர்ந்தவர்க்கு, துறந்தவர்க்கு, இறந்தவரை, அறியாதவர், காண்பவன், கொன்றவர்க்கு, செய்பவர்க்கு, கற்றவரை, கற்றவரே, இட்டவர் என்று அமையும். இடாதார் என்பது இன்றைய வழக்கில் இடாதவர் என்றமையும்.

'கற்றவர்' போன்ற வடிவங்கள் இன்றைய வழக்கிற்குப் புதிதாக வந்தவை அன்று. பழைய வழக்கிலும் அவை இடம்பெற்றுள்ளன.

"ஊடலில் தோற்றவர் வென்றார்
அதுமன்னும்
கூடலில் காணப் படும்"

இந்தக் குறட்பாவில் நிற்கும் 'தோற்றவர்' என்னும் வினையாலணையும் பெயரை நோக்குக.

"உய்த்தல் அறிந்து புனல்பாய்
பவரேபோல்
பொய்த்தல் அறிந்தேன் புலத்து"

"ஒருநாள் எழுநாள்போல் செல்லும்சேட்
சென்றார்
வருநாள்வைத்து ஏங்கு பவர்க்கு"

"நனவினால் நல்காரை நோவர்
கனவினால்
காதலர்க் காணா தவர்"

இந்தக் குறட்பாக்களில் நிற்கும் 'பாய்பவர்', 'ஏங்குபவர்', காணாதவர் என்னும் வினையாலணையும் பெயர்களையும் நோக்குக.

"பிறர்க்குதவி செய்யார் பெருஞ்செல்வம்
வேறு
பிறர்க்குதவி யாக்குபவர் பேராம்"
(நன்னெறி)

இந்தப் பாடலில் நிற்கும் 'செய்யார்', 'ஆக்குபவர்', என்னும் இரு சொற்களும் வினையாலணையும் பெயர்கள். ஆனால் இவை வடிவில் வேறுபட்டு நிற்கின்றன. இவற்றுள் 'செய்யார்' என்பது வினைமுற்று வடிவில் நிற்கிறது. வடிவில் வினைமுற்றாக இருந்தாலும் பொருளில் வினையாலணையும் பெயராக அமைகிறது. (இது எதிர்மறை வினையாலணையும் பெயர்; காலம் காட்டாது.)

வினைமுற்று, வினையாலணையும் பெயர் இரண்டும் ஒரே வடிவில் அமைவது, இந்த இரண்டு சொற்களுக்குமிடையே உள்ள நெருக்கத்தைப் புலப்படுத்துகிறது. வினைமுற்று, வினைநிகழ்வைக் குறிக்கிறது. வினையாலணையும் பெயர் வினை செய்பவரைக் குறிக்கிறது. இந்த இரண்டு சொற்களுக்குமுள்ள வேறுபாடு இதுதான்.

இந்த இரண்டு சொற்களிலுமே வினையின் தன்மை அமைந்திருக்கிறது. வினையாலணையும் பெயரில் வினையின் தன்மை மட்டுமன்றிப் பெயரின் தன்மையும் அமைந்திருக்கிறது. 'வினையாலணையும் பெயர்' என்னும் தொடரே வினை, பெயர் ஆகிய இரண்டு வகை இயல்புகளும் இதனுள் அடங்கியிருப்பதைப் புலப்படுத்துகிறதல்லவா?

வினைச் சொல் காலம் காட்டும்; பெயர்ச்சொல் காலம் காட்டாது என்பது பொதுவிதி. ஆனால், இப்போது நாம் பார்த்த வினையாலணையும் பெயர்கள் யாவும் காலம் காட்டும் தகுதி உடையவையாக இருக்கின்றன. இதுவே, இவை வினையின் தன்மை உடையன என்பதற்கு நல்ல சான்றாக அமைகிறது.

சேர்ந்தவர் என்பது இறந்த காலத்திற்கு உரியது. **'சேர்கின்றவர்'** என்பது நிகழ்காலம்; **சேர்பவர்** என்பது எதிர்காலம்.

கற்றவர் என்பது இறந்தகாலம் குறிக்கிறது; கற்கின்றவர் என்பது நிகழ்காலத்தையும், கற்பவர் என்பது எதிர்காலத்தையும் குறிக்கின்றன.

பழைய வடிவில், அதாவது வினைமுற்று வடிவில் சொல்லும்போதும் இவை காலம் காட்டுவதை உணரலாம்.

எடுத்துக்காட்டு :

சேர்ந்தார், சேர்கின்றார், சேர்வார்
கற்றார், கற்கின்றார், கற்பார்

இவை, வினைமுற்றா, வினையாலணையும் பெயரா என்பதை இடம் நோக்கியே உணர வேண்டும்.

சேர்ந்தார், கற்றார் முதலிய வினைமுற்று வடிவங்கள் வினையாலணையும் பெயர்களாகவும் நிற்பதைப் பார்த்தோம். சேர்ந்தவர், கற்பவர் என்பன இன்றைய வடிவங்கள் என்பதும் அறிந்தோம்.

சேர்ந்தார், கற்றார் என்பன இன்றைய வழக்கில் ஒருவரைக் குறிக்கும் மரியாதைப் பன்மையாகவும், சேர்ந்தார்கள் கற்றார்கள் என்பன பலரைக் குறிக்கும் பன்மையாகவும் நிற்கின்றன. பலரைக் குறிக்கும் இன்னொரு வடிவமும் உண்டு.

சேர்ந்தனர், கற்றனர் என்பவை அந்த வகையைச் சேர்ந்தவை. இவை போன்ற முற்று வினைகளும் வினையாலணையும் பெயர்களாக அமையும்.

''ஏமம் சாரா இடும்பை **எய்தினர்**
இன்றே அல்லால் **இறந்தோர்** பலரால்''
(சிலப்பதிகாரம்)

எய்தினர் என்பது அந்த வகையைச் சேர்ந்த வினையாலணையும் பெயர். சேர்ந்தனர், கற்றனர், எய்தினர் என்பன பலர்பால் வினையாலணையும் பெயர்கள். இவை ஆண்பாலில் அமையும் போது, சேர்ந்தனன், கற்றனன், எய்தினன் என்றும் பெண்பாலைக் குறிக்கும்போது சேர்ந்தனள், கற்றனள், எய்தினள் என்றும் வரும்.

''தன்னுயிர் கொண்டு அவன் உயிர்
தேடினள் போல்
பெருங்கோப் பெண்டும் ஒருங்குடன்
மாய்ந்தனள்''
(சிலப்பதிகாரம்)

தேடினள், மாய்ந்தனள், என்னும் இரு சொற்களையும் நோக்குக. **தேடினள்** என்பது வினையாலணையும் பெயர்; **மாய்ந்தனள்** என்பது வினைமுற்று. இந்த வடிவில் அமையும் சொற்களுக்கும் இடம் நோக்கியே பொருள் கொள்ள வேண்டும்.

வினையாலணையும் பெயர் இன்னொரு வடிவிலும் அமைவதுண்டு.

''மன்னனும் மாசறக் **கற்றோனும்**
சீர்தூக்கின்
மன்னனிற் **கற்றோன்** சிறப்புடையோன்
(மூதுரை)

கற்றோன் என்பது வினையாலணையும் பெயர். கற்றார் என்னும் வினையாலணையும் பெயரை முன்பு பார்த்தோம். இது பலர்பால். கற்றான் என்பது ஆண்பால்; கற்றாள் என்பது பெண்பால். கற்றான் என்பதே இங்கே கற்றோன் என்று அமைந்திருக்கிறது. இந்த வடிவில்அமையும் சொற்கள் வினையாலணையும் பெயராகவே நிற்கின்றன; வினைமுற்றாக அமைவதில்லை.

எடுத்துக்காட்டு :

''கைம்மாறு உகவாமல் **கற்றறிந்தோர்**
மெய்வருந்தித்
தம்மால் இயலுதவி தாம்செய்வர்''

''தம்மையும் தங்கள் தலைமையையும்
பார்த்துயர்ந்தோர்
தம்மை மதியார் **தமையடைந்தோர்** –
தம்மின்
இழியினும் செல்வர் இடர்தீர்ப்பர் அல்கு
கழியினும்செல் லாதோ கடல்''
(நன்னெறி)

''அரசியல் **பிழைத்தோர்க்கு** அறம் கூற்
றாவதூஉம்
உரைசால் பத்தினிக்கு **உயர்ந்தோர்**
ஏத்தலும்''

''அவனுழை இருந்த தண்டமிழ்ச் சாத்தன்
யானறிகுவன் அதுபட்டதென்று
உரைப்போன்''

''ஒடுக்கம் கூறார் **உயர்ந்தோர்** உண்மையின்
முடித்த கேள்வி முழு **துணர்ந்தோரே**''

''ஆவின் கடைமணி உகுநீர் நெஞ்சுசுடத் தான்தான்
அரும்பெறற் புதல்வனை ஆழியின் **மடித்தோன்**''

''கணவனை **இழந்தோர்க்குக்** காட்டுவது இல்லென்று
இணையடி தொழுது வீழ்ந்தனளே மடமொழி''

''இறைக்குடி **பிறந்தோர்க்கு** இழுக்க மின்மை''

''ஆலமர் செல்வன் பெயர்கொண்டு **வளர்ந்தோன்**''

''வெந்திறல் வேந்தர்க்குக் கோத்தொழில் **செய்வோன்**''

(சிலப்பதிகாரம்)

அறிந்தோர், உயர்ந்தோர், அடைந்தோர், பிழைத்தோர், உரைப்போன், உணர்ந்தோர், மடித்தோன், இழந்தோர், பிறந்தோர், வளர்ந்தோன், செய்வோன் என்னும் வினை யாலணையும் பெயர்களை நோக்குக. இவை யும் இலக்கிய வழக்கில் மட்டுமே உள்ளன.

இன்றும் இலக்கிய வழக்கில், குறிப்பாகக் கவிதையில் இத்தகைய சொற்களைக் காணலாம்.

எடுத்துக்காட்டு :

''எங்கும் புவிமிசை உன்னைப் போல் எனக்
கில்லை இனியது **சொல்லுவோர்**''

''கவலை வளர்த்திடல் **வேண்டுவோர்** – ஒரு
காரணம் காணுதல் கஷ்டமோ?''

''வெற்றிவேற்கைப் பரதர்தம் கோமான்
மேன்மை கொண்ட **விழியகத் துள்ளோன்**
பெற்றிமிக்க விதுரன் அறிவைப்
பின்னும் மற்றொரு கண்ணெனக் **கொண்டோன்**''

''கைப்பிடி கொண்டு **சுழற்றுவோன்** –தன்
கணக்கிற் சுழன்றிடும் சக்கரம்''

(பாரதியார்)

சொல்லுவோர், வேண்டுவோர், உள் ளோன், கொண்டோன், சுழற்றுவோன் என்னும் சொற்களை நோக்குக.

'பெற்றோரே செல்வங்கள் **பெற்றார்** – ஒரு
பிள்ளையில்லார் என்ன **பெற்றார்?**

(கண்ணதாசன்)

'பெற்றோரே செல்வங்கள் பெற்றார்' என்னும் தொடரில் நிற்கும் பெற்றோர், **பெற்றார்** என்பவை வினையாலணையும் பெயர்கள். ஆனால், 'பிள்ளையில்லார் என்ன பெற்றார்?' என்னும் தொடரில் நிற்கும் **பெற்றார்** என்பது வினைமுற்று.

'இல்லார்' என்பதற்கு **இல்லாதவர்** என்று பொருள். இதுவும் வினையாலணையும் பெயரே. இது குறிப்பு வினையினின்று தோன்றியது.

காலம் காட்டுவதால் இவை வினையின் தன்மை உடையன என்பதைக் கண்டோம். இவை, வினையின் தன்மை உடையவை என்பதை இன்னொரு வகையிலும் நாம் அறியலாம். இவை வினையெச்சத்தைத்தான் தழுவி நிற்குமே தவிரப் பெயரெச்சத்தை ஒரு போதும் தழுவி அமையாது.

''யானையைப் **பிடித்து அடக்கியவர்**
ஆறடி வேங்கையை மடக்கியவர்''

''கோட்டையிலே கொடி **நாட்டி வளர்த்தவர்**
பாட்டுக் குரல் கேட்கும்!''

''கால நெடுங்கடல் ஊழி **கடந்து**
நிலைத்தவர் தன்னாடு
கண்கள் **சிவந்து** பகைவர் குலத்தினை
வென்றவர் பொன்னாடு''

''நாலு வகைப்படை வீரம் விளைத்தவர்
வாழ்வதும் இந்நாடு –இதை
நாடி நடப்பவர் இன்றோடு!''

(கண்ணதாசன்)

பிடித்து அடக்கியவர்
நாட்டி வளர்த்தவர்
கடந்து நிலைத்தவர்
நாடி நடப்பவர்

இந்தத் தொடர்களில் பிடித்து, நாட்டி, கடந்து, நாடி என்னும் வினையெச்சங்கள் முறையே அடக்கியவர், வளர்த்தவர், நிலைத்

தவர், நடப்பவர் என்னும் வினையாலணை யும் பெயர்களைக் கொண்டு முடிகின்றன.

சிவந்து பகைவர் குலத்தினை **வென்றவர்** என்னும் தொடரில் **சிவந்து** என்னும் வினையெச்சம் **வென்றவர்** என்னும் வினையாலணையும் பெயரைக் கொண்டு முடிவது கூர்ந்து நோக்கினால் புலப்படும்.

''சிறுமை கண்டு **பொங்குவாய்** வா வா வா
எளிமை கண்டு **இரங்குவாய்** வா வா வா
ஏறுபோல் நடையினாய் வா வா வா
மெய்மைகொண்ட நூலையே அன்போடு
வேதமென்று **போற்றுவாய்** வா வா வா
பொய்மை கூற **அஞ்சுவாய்** வா வா வா''

''இன்று பாரதத்திடை நாய்போல
ஏற்றமின்றி **வாழுவாய்** போ போ போ
நன்றுகூறில் **அஞ்சுவாய்** போ போ போ
நாணிலாது **கெஞ்சுவாய்** போ போ போ
சென்றுபோன பொய்யெலாம் மெய்யாகச்
சிந்தைகொண்டு **போற்றுவாய்** போ போ
போ
வென்றுநிற்கும் மெய்யெலாம் பொய்யாக
விழிமயங்கி **நோக்குவாய்** போ போ போ
(பாரதியார்)

இந்தப் பாடலில் நிற்கும் பொங்குவாய், இரங்குவாய், போற்றுவாய், அஞ்சுவாய், வாழுவாய், கெஞ்சுவாய், நோக்குவாய் என்பன விளியாக அமைந்திருக்கின்றன. பொங்குபவனே, இரங்குபவனே, போற்று பவனே, அஞ்சுபவனே, வாழ்பவனே, கெஞ்சு பவனே, நோக்குபவனே என்று முன்னிலைப் படுத்திப் பேசுகிறார் கவிஞர்.

''தொழிலிற் கூறும் ஆனென் இறுதி
ஆயா கும்மே விளிவயி னான''
''வினையினும் பண்பினும்
நினையத் தோன்றும் ஆளென் இறுதி
ஆயா கும்மே விளிவயி னான''
(தொல்காப்பியம்)

ஆன், ஆள் என்னும் விகுதிகளையுடைய வினையாலணையும் பெயர்கள் விளியேற்கும் போது ஆய் விகுதிபெறும் என்பதை இந்தத் தொல்காப்பிய நூற்பாக்கள் உணர்த்துகின்றன. சென்றான், வென்றான் முதலிய வினைமுற்று வடிவங்களே அன்று வினையாலணையும் பெயராகவும் வழங்கியதால், அவற்றின் இலக்கணம் கூறினார் தொல்காப்பியர். சென்றவன், வென்றவன் போன்ற வினையா லணையும் பெயர் வடிவங்கள் இன்றைய வழக்கில் உள்ளன. இந்த விதி இவற்றிற்கும் பொருந்தும். இந்த விதியைத் தழுவி அமைந்தவையே பாரதியார் பாடலில் விளியேற்று நிற்கும் வினையாலணையும் பெயர்கள். இந்த வினையாலணையும் பெயர் களுக்கு முன்னால் நிற்பவையும் வினை யெச்சங்களே.

''கற்றாரைக் **கற்றாரே** காமுறுவர்''

''**இட்டார்** பெரியோர்
இடாதார் இழிகுலத்தோர்''

இந்தத் தொடர்களில் **கற்றார், இட்டார், இடாதார்** என்னும் வினையாலணையும் பெயர்கள் எழுவாயாக நிற்கின்றன. பெயர்ச் சொல் மட்டுமே எழுவாயாக வரும்.

''**கண்டவர்** விண்டிலர்
விண்டவர் கண்டிலர்''

என்னும் தொடர்களில் **கண்டவர், விண்டவர்** என்னும் வினையாலணையும் பெயர்கள் எழுவாயாக அமைந்திருக்கின்றன.

இதுவரை நாம் பார்த்த வினையாலணை யும் பெயர்கள் உயர்திணைக்குரியவை. இவற்றிற்குக் கூறிய விதிகள் அஃறிணை வினையாலணையும் பெயர்களுக்கும் பொருந்தும். குறிப்பாக, அஃறிணை வினை யாலணையும் பெயர்களும் காலம் காட்டும் என்பதை நினைவிற் கொள்க.

''**இயல்வது** கரவேல்
செய்வன திருந்தச் செய்
தோற்பன தொடரேல்
மொழிவது மறுக்கின் அழிவது கருமம்''
(ஔவையார்)

இயல்வது, மொழிவது ஆகிய இரண்டும் ஒருமை. இவை எதிர்காலம் காட்டும் வினையாலணையும் பெயர்கள். இவை முறையே இறந்தகாலம் காட்டும்போது இயன்றது, மொழிந்தது என்றும், நிகழ்காலம் காட்டும் போது இயல்கின்றது, மொழிகின்றது என்றும் அமையும்.

செய்வன, தோற்பன ஆகியவை பன்மை சுட்டும் வினையாலணையும் பெயர்கள். இன்று, இவை, செய்பவை, தோற்பவை என்னும் வடிவில் வழங்குகின்றன. இவையும்

எதிர்காலத்திற்கு உரியவை. இவற்றின் இறந்த கால வடிவம் செய்தவை, தோற்றவை என்பன நிகழ் கால வடிவம் செய்கின்றவை தோற்கின்றவை என்பன.

இயல்வது, மொழிவது, செய்வன, தோற்பன என்னும் வினையாலணையும் பெயர்களுக்குக் கூறிய இலக்கண விதிகள் இவை போன்ற மற்ற வினையாலணையும் பெயர்களுக்கும் பொருந்தும்.

வினையாலணையும் பெயர்கள் காலம் காட்டும் என்பதையும், எனவே, அவை முக்காலத்திற்கும் தனித்தனி வடிவங்கள் பெற்றிருக்கின்றன என்பதையும் முன்பு பார்த்தோம்.

நிகழ்கால வடிவங்களை உலக வழக்கு, இலக்கிய வழக்கு இரண்டிலும் காண்பது அரிதாக உள்ளது. எதிர்கால வடிவமே நிகழ் காலத்திற்கும் வருகிறது. மேலும், அது எதிர்காலம் காட்டுவதைக் காட்டிலும் நிகழ்காலம் காட்டுவதே பெரும்பான்மையாக உள்ளது. அது மட்டுமல்லாமல்,முக்காலத் திற்கும் உரிய செயல்களை உணர்த்தும் ஆற்றலுடையதாகவும் அந்தச் சொல் உள்ளது.

''சினமென்னும் **சேர்ந்தாரைக்** கொல்லி
இனமென்னும்
ஏமப் புணையைச் சுடும்''

''பயனில் சொல் **பாராட்டுவானை** மகன்
எனல்
மக்கட் பதடி எனல்''

(திருக்குறள்)

முதல் குறளில் நிற்கும் சேர்ந்தாரை என்பது இறந்தகால வினையாலணையும் பெயர். இது தெளிவாகத் தெரிகிறது.

அடுத்த குறளில் நிற்கும் பாராட்டுவானை என்பது எந்தக் காலத்தைக் குறிக்கிறது? எதிர் காலத்தையா? 'ஆம்' என்று உறுதியாகச் சொலல முடியவில்லை; ஐயம் எழுகிறது.

ஏன் இந்த மயக்கம்? 'பயனில் சொல் பாராட்டுவான்' என்பது இனிமேல், பேசப் போகிறவன் என்கிற பொருளில் அமைய வில்லை. எனவே, இது எதிர்காலத்தைக் குறிக்கவில்லை. எப்போதும் பயனில் சொல் பேசுபவனைத்தான் திருவள்ளுவர் குறிப்பிடு கிறார். அவன் நேற்றும் பயனில் சொல் பாராட்டியவன்; இன்றும் பயனில் சொல் பாராட்டுகிறவன்; நாளையும் பயனில்சொல் பாராட்டுபவன். இப்படி முக்காலத்தையும் தன்னுள் அடக்கி நிற்கிறது பாராட்டுவான் என்னும் சொல்.

''பொருளாட்சி போற்றாதார்க்கு இல்லை
அருளாட்சி
ஆங்கில்லை **ஊன்தின் பவர்க்கு**''

(திருக்குறள்)

தின்பவர் என்பதும் பாராட்டுவான் என்பது போலவே முக்காலத்திற்கும் பொருந்துவது காண்க.

இன்றைய வழக்கிலும் இதே நிலைதான்.

எடுத்துக்காட்டு :

''பாதகம் **செய்பவரைக்** கண்டால்– நாம்
பயங்கொள்ள லாகாது பாப்பா''

''தெய்வம் பலபல சொல்லிப்– பகைத்
தீயை **வளர்ப்பவர்** மூடர்''

''நிகரென்று கொட்டு முரசே– இந்த
நீணிலம் **வாழ்பவ ரெல்லாம்**''

''அறிவுகொண்ட மனித உயிர்களை
அடிமையாக்க **முயல்பவர்** பித்தராம்''

''எங்கும் புவிமிசை உன்னைப் போல்–
எனக்
கில்லை இனியது **சொல்லுவோர்**''

(பாரதியார்)

செய்பவர், வளர்ப்பவர், வாழ்பவர், முயல்பவர், சொல்லுவோர் என்னும் சொற்கள் எதிர்காலம் மட்டும் காட்ட வில்லை; நிகழ்காலத்தையும், ஏன் முக்காலத் திலும் நடக்கக் கூடிய வற்றையும் காட்டு கின்றன.

''ஆவின் கடைமணி உகுநீர் நெஞ்சுசுடத்
தான்தன்
அரும்பெறற் புதல்வனை ஆழியின்
மடித்தோன்''

(சிலப்பதிகாரம்)

மடித்தோன் இறந்தகாலம் காட்டும் வினையாலணையும் பெயர்.

'பசுவின் கன்றைக் கொன்ற தன் மகனைத் தேர்க்காலிலிட்டுக் கொன்று தண்டித்தவன் என் நாட்டு மன்னன்' என்று கூற வந்த கண்ணகி,

''அரும்பெறற் புதல்வனை ஆழியின்
மடித்தோன்''

என்று கூறுகிறாள். இது நடந்து முடிந்த செயல். இதில் நிகழ்காலத்திற்கோ, எதிர் காலத்திற்கோ இடமில்லை. இத்தகைய நிலையில் நிச்சயமாக இறந்த கால வினை யாலணையும் பெயரே வரும்.

இதனையும், நாம் இப்போது பார்த்த பாராட்டுவான், செய்பவர் முதலான வினை யாலணையும் பெயர்களையும் ஒப்பிட்டுப் பார்த்தால் வேறுபாடு தெளிவாகப் புலப் படும்.

உயர்திணை வினையாலணையும் பெய ருக்குக் கூறிய யாவும் அஃறிணைக்கும் பொருந்தும்.

'இயல்வது கரவேல்' என்பதில் உள்ள இயல்வது என்பது எதிர்காலம் மட்டும் உணர்த்தவில்லை; நிகழ்காலமும் உணர்த்து கிறது. எப்போதும் நம்மால் இயலும் உதவியைச் செய்ய வேண்டும் என்பதை இது உணர்த்துகிறது.

''மாதர் முகத்தை நினக்கிணை கூறுவர்
வெண்ணிலாவே! –அஃது
வயதிற் கவலையின் நோவிற் கெடுவது
வெண்ணிலாவே!''

(பாரதியார்)

இங்கே கெடுவது என்பது இனிமேல் நடக்கப் போவதை மட்டும் குறிக்கவில்லை; என்றும் உள்ளதை உணர்த்துகிறது. நேற்றைய நிலையும் அதுதான்; இன்றைய நிலையும் அதுதான்; நாளைய நிலையும் அதுவே.

உயர்திணை போலவே அஃறிணையிலும் வினையாலணையும் பெயர்களில் எதிர்காலம் காட்டும் சொற்கள் நிகழ்காலமும் உணர்த்து கின்றன. அதோடு, என்றுமுளதையும் உணர்த்தும் ஆற்றலையும் அவை பெற்றி ருக்கின்றன.

''நல்லாரைக் காண்பதுவும் நன்றே நலமிக்க
நல்லார் சொற் கேட்பதுவும் நன்றேஎ
– நல்லார்
குணங்கள் உரைப்பதுவும் நன்றே அவரோ
டிணங்கியிருப்பதுவும் நன்று''

(மூதுரை)

'நல்லார்' என்பது 'நன்மை' என்னும் பண்பினடியாகப் பிறந்த பெயர். 'நல்லார்' என்பதற்கு 'நல்லவர்' என்று பொருள். 'நல்லார்' என்பது 'கற்றார்' என்னும் சொல் வடிவை ஒத்தது.

''தீயாரைக் காண்பதுவும் தீதே திருவற்ற
தீயார் சொற் கேட்பதுவும் தீதே – தீயார்
குணங்கள் உரைப்பதுவும் தீதே அவரோ
டிணங்கி இருப்பதுவும் தீது''

(மூதுரை)

'தீயார்' என்னும் சொல்லுக்குத் தீயவர் அதாவது, 'தீய குணமுடையவர்' என்று பொருள். 'தீயார்' என்பதும் 'நல்லார்' என்னும் சொல் போன்றதே.

''வறியார்க்கொன் றீவதே ஈகைமற்
றெல்லாம்
குறியெதிர்ப்பை நீர துடைத்து''

''இன்மையுள் இன்மை விருந் தொரால்
வன்மையுன்
வன்மை மடவார்ப் பொறை''

''தீவினையார் அஞ்சார் விழுமியார்
அஞ்சுவர்
தீவினை யென்னும் செருக்கு''

''வலியார் முன் தன்னை நினைக்க தான்
தன்னின்
மெலியார்மேற் செல்லு மிடத்து''

இந்தக் குறட்பாக்களில் இடம் பெற்றிருக் கும் வறியார், மடவார், விழுமியார், வலியார், மெலியார் என்னும் சொற்களைக் கவனி யுங்கள். இவையும் நாம் முன்பு குறிப்பிட்ட 'நல்லார்', 'தீயார்' என்னும் சொற்களைப் போன்றவையே. வறியார், மெலியார், வலியார் என்னும் சொற்களை இன்றைய வழக்கில் வறியவர், மெலியவர், வலியவர் என்று கூறுகிறோம். 'மடவார்', 'விழுமியார்' என்னும் சொற்கள் இலக்கிய வழக்கில் மட்டும் உள்ளன.

''செயற்கரிய செய்வார் பெரியர் சிறியர்
செயற்கரிய செய்கலா தார்''

(குறள்)

பெரியர், சிறியர் என்னும் சொற்கள் பண்பினின்று தோன்றியவை. இவை முறையே பெரியார், பெரியோர், பெரியவர் எனவும், சிறியார், சிறியோர், சிறியவர் எனவும் அமையும்.

தீயார், வறியார் முதலிய சொற்களும் தீயர், தீயோர், வறியர், வறியோர் என அமையும். இவை யாவும் பெருமை, சிறுமை, தீமை, வறுமை என்னும் பண்பினின்றும் தோன்றலாம்; அல்லது பெரிது, சிறிது, தீது, வறிது என்னும் குறிப்புவினையினின்றும் தோன்றலாம். குறிப்பு வினையினின்றும் தோன்றியதாகக் கொள்வதே பொருத்தமாகும்.

''காட்சிக் **கெளியன்** கடுஞ்சொல்லன் அல்லனேல்
மீக்கூறும் மன்னன் நிலம்''

(குறள்)

எளியன் என்பதும் வினையாலணையும் பெயரே. இது, எளியான், எளியோன், எளிய வன் என்னும் வடிவங்களிலும் அமையும்.

''கண்ணுடையர் என்பவர் கற்றோர் முகத்திரண்டு
புண்ணுடையர் கல்லா தவர்''

(குறள்)

உடையர், என்பவர், கல்லாதவர் என்னும் சொற்களை நோக்குக. உடையர் என்பது உடையார், உடையோர், உடையவர் என்றும், என்பவர் என்பது என்பார், என்பர், என்போர் என்றும், கல்லாதவர் என்பது கல்லார், கல்லாதார், கல்லாதோர் என்றும் அமைய லாம்.

வினை செய்பவரைக் குறிக்கும் வினையா லணையும் பெயர்கள் இவ்வாறு பல வித வடிவங்களில் அமைகின்றன.

நல்லார், தீயர், எளியர், வறியர் முதலிய சொற்கள் காலம் காட்டா. தெரிநிலை வினை யினின்று தோன்றும் வினையாலணையும் பெயர்கள் காலம் காட்டும் என்பதை முன்பு பார்த்தோம். ஏனைய வினையாலணையும் பெயர்கள் அதாவது, குறிப்பு வினை, இடைச் சொற்கள் முதலியவற்றினின்று தோன்றும் வினையாலணையும் பெயர்கள் காலம் காட்டா.

கல்லார், செய்யார், முதலிய எதிர்மறை வினையாலணையும் பெயர்களும் காலம் காட்டுவதில்லை .

இடைச்சொற்களினின்று...

குறிப்பு வினையினின்று வினையாலணை யும் பெயர்கள் தோன்றுவதைப் போலவே, இடைச் சொற்களினின்றும் வினையாலணை யும் பெயர்கள் தோன்றுகின்றன. இடைச் சொற்களினின்றும் தோன்றும் பெயர்கள் வடிவிலோ, பண்பிலோ வினையாலணையும் பெயர்களைப் போல இருப்பதால், அவற்றிற்கும் இந்தப் பெயர் வழங்குவது பொருத்தம் எனத் தோன்றுகிறது.

''விலங்கொடு மக்கள் **அனையர்** இலங்குநூல்
கற்றாரோடு **ஏனை யவர்''**

(குறள்)

ஏனையவர் என்பது **ஏனை** என்னும் இடைச்சொல்லினின்று தோன்றிய வினையா லணையும் பெயர். இது ஏனையோர், ஏனையர் எனவும் வரும்.

மற்றவர், மற்றோர், மற்றையோர் என்பன மற்று என்னும் இடைச்சொல்லினின்று தோன்றியவை.

என்று என்னும் இடைச்சொல்லினின்று தோன்றியவை என்பவர், என்பார், என்போர் என்னும் பெயர்கள், 'என்பவர்' 'மற்றவர்' என்னும் சொற்கள் 'கள்' விகுதிபெற்று என்பவர்கள் மற்றவர்கள் என்றும் அமையும்.

உவம உருபுகளினின்று...

உவம உருபுகளினின்று தோன்றும் வினை யாலணையும் பெயர்களை இப்போது பார்ப்போம். தொல்காப்பியர் இதனை,

''ஒப்பொடு வருங் கிளவி''

என்று குறிப்பிடுகிறார்.

எடுத்துக்காட்டு :

''ஈகைவான் **கொடியன்னாள்** ஈராறாண் டகவையாள்''
செம்பொற் **கொடியனையாள்**கண்டாளைத் தான் காணான்
ஆடகப்பூம் பாவை அவள் **போல்வார்**

(சிலம்பு)

மக்களே **போல்வர்** கயவர் அவரன்ன
ஒப்பாரி யாம்கண்டது இல்

தேவர் **அனையர்** கயவர் அவரும்தாம்
மேவன செய்தொழுக லான்

குன்றின் **அனையாரும்** குன்றுவர் குன்றுவ
குன்றி அனைய செயின்

மயிர்நீப்பின் வாழாக் கவரிமா **அன்னார்**
உயிர்நீப்பர் மானம் வரின்
(குறள்)

அன்னாள், அனையாள், போல்வார், போல்வர், அனையர், ஒப்பார், அனையார், அன்னார் என்பன உவம உருபுகளினின்று பிறந்த பெயர்கள்.

''அவர்களில் ஒருத்தி அறிஞன் எழுதிய
ஓவியம் **போன்றாள்** ......''
(பாரதிதாசன்)

போன்றாள் என்பது உவம உருபினின்று தோன்றிய பெயர். போன்றவள் என்பது உரைநடை வழக்கு. 'போல்' என்னும் உவம உருபினின்று தோன்றிய சொற்கள் போல்வர், போல்வார், போன்றாள் போன்றவள் முதலியன.

அனைய என்னும் சொல்லினின்று தோன்றியவை அனையாள், அனையர் முதலியன. 'அன்னார்', 'அன்னாள்' என்னும் சொற்கள் 'அன்ன' என்னும் உவம உருபினின்று தோன்றியவை.

வினையாலணையும் பெயர்கள், வினைச் சொற்கள், இடைச்சொற்கள், பண்புப் பெயர்கள் முதலியவற்றிலிருந்து பிறக்கின்றன. இவை இரு திணை ஐம்பாலிலும் வரும். தெரிநிலை வினைகளினின்று தோன்றும் வினையாலணையும் பெயர்கள் காலம் காட்டும்.

படர்க்கைக்குரிய வினையாலணையும் பெயர்களே தன்மை, முன்னிலை இடங்களிலும் வழங்குகின்றன.

''மானம் **நிறைந்தவன் நா**னடா –என்
மாதா தெய்வத்தின் தாயடா!''

''மதியில் **வந்தவள் நீ**யம்மா –என்
வழி மறைத்தவள் விதியம்மா!''
(கண்ணதாசன்)

''ஈடற்ற பத்தினியின் இன்பத்தைக்
கொன்றவன் நான் –அவள்
இதயத்தில் கொந்தளித்த எண்ணத்தைக்
கொன்றவன் நான்''
(பட்டுக்கோட்டையார்)

நிறைந்தவன் நான்
வந்தவள் நீ
கொன்றவன் நான்

என்னும் தொடர்களில் தன்மைக்கும் முன்னிலைக்கும் நிறைந்தவன், வந்தவள், கொன்றவன் என்னும் படர்க்கை வினையாலணையும் பெயர்கள் அமைந்திருப்பதை நோக்குக.

பன்மையிலும் இவ்வாறே அமையும் :

எடுத்துக்காட்டு :

வல்லவர்கள் நாம்
நல்லவர்கள் நீங்கள்
படித்தவர்களா நீங்கள்?
உழைப்பவர்கள் நாங்கள்

இன்று, உலக வழக்கு, இலக்கிய வழக்கு இரண்டிலும் ஒன்றன்பால் வினையாலணையும் பெயர் ஐம்பால் மூவிடத்திற்கும் பொதுவாக வழங்குகிறது.

கேட்டவன் நானா?
கேட்டவள் நீ
கேட்டவர்கள் நாங்களா?
கேட்டவர்கள் நீங்கள்
கேட்டவன் அவனா?
கேட்டவள் அவள்
கேட்டவர் அவர்
கேட்டவர்கள் அவர்கள்
கேட்டவர் யார்?
கேட்டது அதுவோ?
கேட்டது இதுவோ?
கேட்டவை இவை
கேட்டவை அவை
கேட்டது எது?
கேட்டவை எவை?

இந்தத் தொடர்களில் நிற்கும் கேட்டவன், கேட்டவர், கேட்டவர்கள் முதலிய சொற்களுக்குப் பதிலாக இந்தத் தொடர்கள் யாவற்றிலும் கேட்டது என்னும் சொல்லை அமைக்க முடியும்.

எடுத்துக்காட்டு :

''மணமகளைத் திருமகளாய் **நினைத்தது**
நீதானே

என்மனதில் உன்மனதை **இணைத்ததும்**
நீதானே

இறுதிவரை துணையிருப்பேன் **என்றதும்**
நீதானே''
(கண்ணதாசன்)

நினைத்தது நீ
இணைத்தது நீ
என்றது நீ

என்னும் தொடர்கள் முறையே நினைத்தவன் நீ, இணைத்தவன் நீ, என்றவன் நீ என்று பொருள் தருவதை நோக்குக.

"அடங்கிக் கிடக்கிறதும் பணிஞ்சி
நடக்கிறதும்
ஆக்கறதும் காக்கறதும் நாங்க – உண்
டாக்கறதும் காக்கறதும் நாங்க –அதை
அடிச்சிப் பறிக்கிறதும் அடுத்துக்
கெடுக்கிறதும்
அட்டகாசம் பண்ணுறதும் நீங்க"
(பட்டுக்கோட்டையார்)

அடங்கிக் கிடப்பவர்களும், பணிந்து நடப்பவர்களும், ஆக்குபவர்களும் காப்பவர்களும் நாங்கள். அதை அடித்துப் பறிப்பவர்களும் அடுத்துக் கெடுப்பவர்களும் அட்ட காசம் பண்ணுபவர்களும் நீங்கள் என்பது இந்தப் பாடலின் கருத்து. கிடப்பவர்கள், நடப்பவர்கள் முதலிய வினையாலணையும் பெயர்களுக்கு ஈடாகக் கிடக்கிறது, நடக்கிறது என்னும் சொற்கள் நிற்கின்றன.

வினை நிகழ்த்துபவரை அல்லது பண்புக்கு உரியவரைக் குறிப்பது வினை யாலணையும் பெயர். பெயருக்குரிய இயல்புகள் யாவும் பெற்றிருப்பதோடு காலம் காட்டும் இயல்பும் உடையது வினையாலணையும் பெயர். எனவே, இது ஏனைய பெயர்களினின்றும் வேறுபட்டுத் தனித் தன்மையுடையதாக விளங்குகிறது.

வினையாலணையும் பெயர்

(எதிர்மறை)

"குடி வைத்தான் ஒடிவைத்தான்
நாட்டில்!எங்கும்
கொலைவைத்தான்! குறைவைத்தான்
எண்ணானாகி
வெடிவைத்தான் அறம் வளர்த்த
இவ்வீட்டுக்கும்"
(பாரதிதாசன்)

'குறைவைத்தான் எண்ணானாகி வெடி வைத்தான் அறம் வளர்த்த இவ்வீட்டுக்கும்' என்னும் தொடரில் நிற்கும் 'எண்ணான்' என்பது எதிர்மறை வினையாலணையும் பெயர்.

எண்ணான், எண்ணாதோன், எண்ணாதான், எண்ணாதவன் என்பன ஒரே பொருளுடைய வினையாலணையும் பெயர்கள். இவற்றுள் 'எண்ணாதவன்' என்பதே இன்று பேச்சு வழக்கில் உள்ளது. எழுத்திலும் உரைநடையில் இந்த வடிவமே மிகுதியாகக் காணப்படுகிறது. ஏனையவை இலக்கிய வழக்கில், குறிப்பாகக் கவிதையில் மட்டுமே இடம் பெறுகின்றன.

"இன்பம் விழையான் வினைவிழை
வான் தன்கேளிர்
துன்பம் துடைத்தூன்றும் தூண்"
(குறள்)

'விழையான்' என்பதும் 'எண்ணான்' என்பதைப் போன்றதே. விழையாதான், விழையாதோன், விழையாதவன் என்பன இதன் ஏனைய வடிவங்கள்.

"உண்ணற்க கள்ளை உணில் உண்க
சான்றோரான்
எண்ணப்பட வேண்டா தார்"
(குறள்)

'வேண்டாதார்' என்பது எதிர்மறை வினையாலணையும் பெயர். வேண்டா தோர், வேண்டார், வேண்டாதவர் என்பனவும் இதே பொருளுடைய வினையாலணையும் பெயர் களே.

"எனைத்திட்பம் எய்தியக் கண்ணும்
வினைத்திட்பம்
வேண்டாரை வேண்டாது உலகு"

என்னும் குறட்பாவில் 'வேண்டார்' என்னும் வினையாலணையும் பெயர் இடம் பெற்றிருப்பதை நோக்குக.

செய்வார், காண்பான், கற்றார் போன்ற உடன்பாட்டுச் சொற்கள் வினைமுற்றாகவும், வினையாலணையும் பெயராகவும் வரும் என்று முன்பே குறிப்பிட்டோம். அது போலவே எதிர்மறைச் சொற்களும் இரண்டு விதமாகவும் அமையும்.

"கல்லானே யானாலும் கைப்பொரு
ளொன்று உண்டாயின்
எல்லாரும் சென்றங்கு எதிர்கொள்வர்
– இல்லானை

இல்லாளும் **வேண்டாள்** ஈன்றெடுத்த
தாய் **வேண்டாள்**
செல்லாது அவன்வாயிற் சொல்''
(நல்வழி)

'இல்லாளும் **வேண்டாள்** ஈன்றெடுத்த தாய் **வேண்டாள்'** என்னும் தொடரில் நிற்கும் **'வேண்டாள்'** என்னும் சொல் வினைமுற்று. இரண்டு இடங்களிலுமே வினைமுற்றாகத் தான் நிற்கிறது. 'விரும்பமாட்டாள்' என்பது இதன் பொருள்.

'வினைத்திட்பம் வேண்டாரை வேண்டாது உலகு' என்னும் தொடரில் நிற்கும் 'வேண்டார்' என்பது வினையாலணையும் பெயராக நிற்பதைக் கண்டோம். இந்த இரண்டுக்குமுள்ள வேறுபாட்டை அறிக.

''அறிவுடையா ரன்றி **அதுபெறார்**
தம்பாற்
செறிபழியை **அஞ்சார்** சிறிதும்''
(நன்னெறி)

என்னும் தொடரில் பெறார் என்பது வினையாலணையும் பெயராகவும், அஞ்சார் என்பது வினைமுற்றாகவும் அமைந்திருக் கின்றன. வினையாலணையும் பெயரா, வினைமுற்றா என்பதை அந்தச் சொல் நிற்கும் இடம் நோக்கியே உணர வேண்டும்.

எதிர்மறை வினையாலணையும் பெயர் காலத்தை வெளிப்படையாகக் காட்டாது. குறிப்பு வினைபோல் குறிப்பாகவே உணர்த் தும். சூழல் நோக்கியே இதன் காலத்தை அறிய வேண்டும்.

தொழிற் பெயர்

காலம் உணர்த்தும் இன்னொரு வகைப் பெயர் தொழிற் பெயர். வினையாலணையும் பெயர் போலவே இதுவும் வினையினின்று தோன்றியது.

எ–டு :

1) மக்களிடைக்கடவுள் உணர்வு, அவர்கள் மலையிடை வாழ்ந்தபோது **தோன்றின மையால்**, அவர்கள் கடவுளைக் 'குறிஞ்சி கிழான்', 'மலை கிழவோன்' என்று போற்றினார்கள் போலும்!

2) மக்களின் கண்ணும் கருத்தும் இயற்கை யில் **ஒன்றியமையால்** இயற்கை அழகைக் கடவுள் என்று போற்றினர்.

3) நம் முன்னோர் இயற்கையில் முருகைக் காண **விழைந்தமையான்** அதனைக் காண உதவும் புலன்களைத் தூய்மைப் படுத்து வதில் கண்ணும் கருத்துமாய் இருந்தனர்.

தோன்றினமை
ஒன்றியமை
விழைந்தமை

என்பன தொழிற் பெயர்கள். இவை இறந்த காலம் காட்டுகின்றன. தொழிற் பெயர்கள் பெரும்பான்மை காலம் காட்டுவதில்லை என்றாலும், இவை போன்ற சில தொழிற் பெயர்கள் காலம் உணர்த்துகின்றன.

இந்தத் தொழிற் பெயர்கள் வேற்றுமை உருபு ஏற்றிருப்பதையும் நோக்குக.

இப்பொழுது பார்த்த வாக்கியங்களில் கடைசி வாக்கியத்தில் நிற்கும்

'முருகைக் காண விழைந்தமையான்'

என்னும் தொடரை நோக்குக. இங்கே, **காண** என்னும் வினையெச்சம் **விழைந்த மையான்** என்னும் தொழிற் பெயரைத் தழுவி நிற்கிறது. சிலவகைத் தொழிற் பெயருக்கு முன் வினையெச்சம் வரும்.

எடுத்துக்காட்டு :

காந்தியடிகள் நெஞ்சில் உரமும் நேர்மைத் திறனும் **கொண்டு விளங்கி யமையால்** மக்கள் அவரை **'மகாத்மா'** என்று போற்றினர்.

இந்த வாக்கியத்தில் கொண்டு என்னும் வினையெச்சம் விளங்கியமை என்னும் தொழிற்பெயரைத் தழுவி நிற்பதை நோக்குக.

வினையாலணையும் பெயரும் தொழிற் பெயரும் பெயருக்குரிய இயல்புகளோடு வினைக்குரிய இயல்புகளும் பெற்றிருக் கின்றன. ஏனைய பெயர்ச்சொற்களினின்று இவை வேறுபட இதுவே காரணம்.

தோன்றினமை, ஒன்றியமை, விழைந் தமை, விளங்கியமை போன்ற தொழிற் பெயர்கள் நிகழ்காலத்தில், தோன்று கின்றமை, ஒன்றுகின்றமை, விழைகின்றமை, விளங்குகின்றமை என அமையும். எதிர்காலம் உணர்த்தும் சொற்களைக் காணமுடிய வில்லை.

இத்தகைய சில சொற்களைத் தவிர ஏனைய தொழிற்பெயர்கள் காலம் காட்டுவதில்லை. அவை பல வடிவங்களில் அமையும். பெரும் பாலும் வினைச்சொல் தொழிற்பெயராகும் போது ஏற்கும் விகுதியாலேயே இந்த வடிவங்கள் அமைகின்றன. அவற்றை இப்போது ஒவ்வொன்றாகப் பார்ப்போம்.

அம் விகுதி

''மாதவியின் **ஆட்டம்** அனைவருடைய கண்ணுக்கும் மனத்திற்கும் இன்பம் நல் கியது''.

என்னும் வாக்கியத்தில் **ஆட்டம்** என்பது தொழிற்பெயர். **ஆடு** என்னும் வினையடிச் சொல் **அம்** விகுதிபெற்று **ஆட்டம்** என்றா யிற்று.

ஓட்டம், வாட்டம், அச்சம், பெருக்கம், சுருக்கம், ஒழுக்கம், ஒடுக்கம், அடக்கம், வருத்தம், கவனம், உறக்கம், வணக்கம், மயக்கம், கலக்கம், இணக்கம், கூட்டம், குறுக்கம் முதலியன இந்த வகையைச் சேர்ந்தவை. இவற்றைப் போலவே 'அம்' விகுதிபெற்ற தொழிற் பெயர்கள் பல உள்ளன.

அல் விகுதி

''பொருள், இடம், காலம், கருவி, **செயல்** இவ்வைந்தினையும் ஆராய்ந்த பின்பே செயலில் இறங்க வேண்டும்.'

என்னும் வாக்கியத்தில் நிற்கும் **செயல்** என்பது **அல்** விகுதி பெற்ற, தொழிற்பெயர். இது 'செய்' என்னும் வினையினின்று பிறந்தது. **ஓதல், எள்ளல், கொள்ளல், இரங்கல், ஆடல், பாடல், தரல், தழுவல், சமையல்,கூறல், உண்ணல், எண்ணல், வேண்டல், வாழல், நோக்கல், சொல்லல்** முதலியன இந்த வகையைச் சேர்ந்தவை. இவை போன்ற **அல்** விகுதிபெற்ற ஏனைய தொழிற்பெயர்களையும் கவனத்திற்கொள்க.

ஐ விகுதி

தன்னுடைய அவசரத் தீர்ப்பால் குற்றமற்ற கோவலன் **கொலை** செய்யப்பட்டான் என்பதை அறிந்ததும் பாண்டியன் நெடுஞ் செழியன் உயிர் துறந்தான்.

இந்த வாக்கியத்தில் **கொலை** என்பது தொழிற்பெயர். இது 'ஐ' விகுதி பெற்று நிற்கிறது. இது **'கொல்'** என்னும் வினைச் சொல்லிலிருந்து பிறந்தது.

கொடை, தடை, நிலை முதலியன அந்த வகையைச் சேர்ந்தவை.

கு விகுதி

மனம்போன **போக்கிலே** கால்போக லாமா? என்னும் வாக்கியத்தில் நிற்கும் **'போக்கு'** என்பது 'கு' விகுதி பெற்ற தொழிற்பெயர். 'போ' என்னும் வினையடிச் சொல்லினின்று தோன்றியது 'போக்கு' என்னும் தொழிற்பெயர்.

கை விகுதி

'கற்கை நன்றே கற்கை நன்றே –
பிச்சை புகினும் கற்கை நன்றே'

என்னும் நறுந்தொகைத் தொடரில் நிற்கும் **'கற்கை'** என்பது 'கை' விகுதிபெற்ற தொழிற்பெயர். 'கல்' என்னும் வினை, **'கை'** விகுதி பெற்றுக், **'கற்கை'** என்னும் தொழிற் பெயராக அமைந்திருக்கிறது. **வருகை, செய்கை, அழுகை, இருக்கை, வேட்கை, சேர்க்கை, மருட்கை** முதலியன இந்த வகையைச்சேர்ந்தவை.

சி விகுதி

'எழில்மிகு இயற்கைக் காட்சி நம் இதயத்தைக் கவருகிறது' என்னும் வாக்கியத்தில் நிற்கும் 'காட்சி' என்பது 'சி' விகுதி பெற்ற தொழிற்பெயர். **காண்** என்னும் வினை, 'சி' விகுதிபெற்றுத் தொழிற்பெயராக அமைந்திருக்கிறது. **புரட்சி, முயற்சி, ஆட்சி, உயர்ச்சி, தாழ்ச்சி, நிகழ்ச்சி, இகழ்ச்சி, புகழ்ச்சி, மகிழ்ச்சி, நெகிழ்ச்சி, தளர்ச்சி, வளர்ச்சி** முதலியன இந்த வகையைச் சேர்ந்தவை. இத்தகைய தொழிற்பெயர்கள் இன்று மிகுதியாக வழக்கில் உள்ளன.

தல் விகுதி

''**சொல்லுதல்** யார்க்கும் எளிய, அரியவாம் சொல்லிய வண்ணம் செயல்''

என்னும் குறட்பாவில் நிற்கும் **'சொல்லுதல்'** என்பது தொழிற்பெயர். இது 'தல்' விகுதிபெற்று நிற்கிறது. 'தல்' விகுதி பெற்ற

தொழிற்பெயர்களும் இன்று பெருவழக்காக இருக்கின்றன. ஓடுதல், ஆடுதல், பாடுதல், காணுதல், விரும்புதல்,எழுதுதல்,வருதல், தருதல்,எடுத்தல்,கொடுத்தல்,கொள்ளுதல், வணங்குதல், தொழுதல், எழுதல், விழுதல், வாழ்தல்,பார்த்தல், உயர்தல் முதலியன அந்த வகையைச் சேர்ந்தவை.

பு விகுதி

''முகம்நக நட்பது நட்பன்று நெஞ்சத்து
அகம்நக நட்பது நட்பு''

என்னும் குறட்பாவில் நிற்கும் 'நட்பு' என்னும் சொல் 'பு' விகுதி பெற்ற தொழிற் பெயர்.

மீட்பு, பதிப்பு, சந்திப்பு, பழிப்பு, படைப்பு, களிப்பு, அடைப்பு, உடைப்பு, களைப்பு, மதிப்பு, முளைப்பு, கவனிப்பு, தடிப்பு, வெடிப்பு, கனைப்பு, இணைப்பு, மறைப்பு முதலியன இந்த வகையைச் சேர்ந்தவை.

மை விகுதி

''ஏட்டையும் பெண்கள் தொடுவது தீமையென்று
எண்ணியிருந்தமையால்தான், சமூகம் தாழ்வுற்றது.''

என்னும் வாக்கியத்தில் நிற்கும் இருந்தமை என்பது 'மை' விகுதி பெற்ற தொழிற் பெயர்.

செய்தமை, வந்தமை, தோன்றியமை,படைத்தமை, முதலியன இந்த வகையைச் சேர்ந்தவை.

''அறவினை யாதெனின் கொல்லாமை கோறல்
பிறவினை எல்லாம் தரும்''

என்னும் குறட்பாவில், நிற்கும் கொல் லாமை என்பது எதிர்மறைத் தொழிற் பெயர். செய்யாமை, பொய்யாமை, உண்ணாமை, தோன்றாமை, தூங்காமை, அஞ்சாமை, வேண்டாமை, பிறவாமை, மறவாமை, இகழாமை, எள்ளாமை முதலியன 'மை' விகுதிபெற்ற எதிர்மறைத் தொழிற் பெயர்கள்.

வி விகுதி

''கேடில் விழுச்செல்வம் கல்வி ஒருவற்கு
மாடல்ல மற்றை யவை''

என்னும் குறட்பாவில் இடம்பெற் றிருக்கும் கல்வி என்பது தொழிற்பெயர். இது 'வி' விகுதி பெற்ற தொழிற்பெயர்.

''கேட்பினும் கேளாத் தகையவே கேள்வியால்
தோட்கப்படாத செவி''

என்னும் குறட்பாவில் நிற்கும் கேள்வி என்னும் சொல்லும் 'வி' விகுதிபெற்ற தொழிற் பெயரே. தோல்வி என்பதும் இந்த வகையைச் சேர்ந்ததே.

வு விகுதி

''ஐயுணர்வு எய்தியக்கண்ணும் பயமின்றே
மெய்யுணர்வு இல்லா தவர்க்கு''
(குறள்)

ஐயுணர்வு மெய்யுணர்வு என்னும் தொடர்களில் நிற்கும் 'உணர்வு' என்பது தொழிற்பெயர். இது 'வு' விகுதிபெற்று நிற்பதை நோக்குக. 'உணர்' என்னும் வினையினின்று தோன்றியது இது.

''சாதிப்பிரிவுகள் சொல்லி – அதில்
தாழ்வென்றும் மேலென்றும் கொள்வார்
நீதிப்பிரிவுகள் செய்வார் – அங்கு
நித்தமும் சண்டைகள் செய்வார்''
(பாரதியார்)

பிரிவு, தாழ்வு, என்பன 'வு', விகுதிபெற்ற தொழிற்பெயர்கள். இவை பிரி தாழ் என்னும் வினையினடியாகப் பிறந்தவை.

உயர்வு, கனிவு, மலிவு, பொலிவு, வாழ்வு, சோர்வு, அயர்வு, நலிவு, தெளிவு முதலிய தொழிற்பெயர்கள் இந்த வகையைச் சேர்ந்தவை.

வை விகுதி

''பார்வையில் பழுதா? எண்ணப்
பழுதுறு நினைவா? – காட்சிக்
கோர்வையில் கனவா? இந்தக்
கோதையார்? அவளே தானா?
பூமியிற் பாவா என்னைப்
புறமிருந் தழைக்கும் வண்ணத்
தேவியின் அழைப்பு மீட்கச்
செல்கிறேன் உளத்தை விட்டே!''
(கண்ணதாசன்)

பார்வை, கோர்வை என்னும் சொற்கள் 'வை' விகுதி பெற்ற தொழிற்பெயர்கள். 'பார்'

என்னும் வினையடிச் சொல்லிலிருந்து பிறந்தது. 'பார்வை' என்னும் தொழிற்பெயர். 'கோர்' என்னும் வினையினின்று தோன்றியது, 'கோர்வை' என்னும் தொழிற்பெயர் 'கோர்' என்பதும் 'கோ' என்பதும் ஒன்றே. 'ஊசியில் நூலைக் கோத்தல்' என்னும் தொடரில் நிற்கும் 'கோத்தல்' என்னும் தொழிற்பெயர் 'கோ' என்னும் வினையடிச்சொல்லினின்று தோன்றியது. கோவை என்பதும் 'கோ' என்னும் சொல்லினின்று தோன்றியதே.

'அவர் சிறந்த **அறுவை** மருத்துவர்'

அறுவை என்பதும் **வை** விகுதிபெற்ற தொழிற்பெயரே.

முதல் திரிதல்

''கேடும் பெருக்கமும் இல்லல்ல
நெஞ்சத்துக்
கோடாமை சான்றோர்க் கணி''
(குறள்)

கேடு என்பது முதல் நிலை திரிந்த தொழிற் பெயர். இது **கெடு** என்னும் வினை யடியினின்று பிறந்தது.

''ஊண் உடை எச்சம் உயிர்க்கெல்லாம்
வேறல்ல
நாணுடைமை மாந்தர் சிறப்பு.
(குறள்)

'ஊண்' என்பது இங்கே உணவைக் குறிக்கிறது. 'ஊண்' என்பது 'உண்ணுதல்' என்னும் பொருளும் தரும். அப்போது இது முதல்நிலை திரிந்த தொழிற்பெயர். இதே போல, 'படு' என்னும் வினையிலிருந்து 'பாடு' என்னும் தொழிற்பெயர் தோன்று வதையும் காண்க.

''இளவயது எனக்கென்று ஏளனம்
புரிகின்றார்
எதிர்ப்போர் வயதும் படையும் என்
முன்னே
எப்பாடு படப் போகின்றதென்று
இக்கணமே தெரிவிக்கின்றேன்''
(கலைஞர் மு.க.)

இப்பகுதியில் இடம்பெற்றிருக்கும் **'எப்பாடு படப்போகின்றது'** என்னும் தொடரில் நிற்கும் பாடு என்பது முதனிலை திரிந்த தொழிற்பெயர்.

''மங்கலம் என்ப மனைமாட்சி மற்று
அதன்
நன்கலம் நன்மக்கட் **பேறு**''
(குறள்)

பேறு என்பதும் முதல்நிலை திரிந்த தொழிற்பெயரே. பெறு என்னும் வினையடிச் சொல்லினின்று பிறந்தது. **'பேறு'** என்னும் தொழிற் பெயர் இவ்வாறே **'வதை'** என்னும் வினைச் சொல்லினின்று தோன்றும் **'வாதை'** என்பதும் முதனிலை திரிந்த தொழிற்பெயரே. 'சூடு' என்பதும் இந்த வகையில் அமைந்த தொழிற் பெயரே. **'சுடு'** என்னும் வினை யினின்று தோன்றியது இது. **'கோள்'** என்பது **'கொள்'** என்னும் வினையடியினின்று தோன்றிய தொழிற்பெயர். கொள்கை அல்லது கொள்ளுதல் என்பது இதன் பொருள்.

மெய் இரட்டித்தல்

வினையடிச் சொற்கள் நெடில் தொடர்க் குற்றியலுகரச் சொற்களாக இருந்தால்,அவை தொழிற் பெயராக மாறும் போது குற்றிய லுகரம் ஏற்று நிற்கும் மெய் இரட்டிக்கும்.

எடுத்துக்காட்டு : கூறு -> கூற்று
பேசு -> பேச்சு
வீசு -> வீச்சு

நெடில் தொடர்க் குற்றியலுகரச் சொற்கள் எல்லாம் இவ்வாறு மாறுவதில்லை. சில சொற்களிலேயே இத்தகைய மாற்றம் நிகழ்கிறது.

வினையடியே பெயராதல்

''இருநோக்கு இவளுண்கண் உள்ள
தொருநோக்கு
நோய்நோக்குஒன் றன்நோய் மருந்து''
(குறள்)

நோக்கு என்பது இந்தக் குறட்பாவிலே தொழிற்பெயராக நிற்கிறது. **நோக்கு** என்னும் வினையடிச்சொல் எந்த மாற்றமும் அடை யாமல் தொழிற்பெயராக அமைந்திருக்கிறது.

''பசி வந்திடப் பத்தும் பறந்துபோம்''

என்னும் தொடரில் நிற்கும் **பசி** என்பதும் அத்தகைய தொழிற்பெயரே **'பசித்துப் புசி'** என்னும் தொடரில் **பசித்து** என்பது வினை யெச்சம் இதன் அடிச்சொல் **பசி** என்பது. இது மாற்றமடையாமல் தொழிற்பெயராகவும் அமைகிறது.

உரை என்னும் வினையும் மாற்றம் பெறாமல் தொழிற் பெயராக அமைகிறது.

''புகழே புகழே புகழே
புகழுக்கேயோர் புரையுண்டாயின்
இகழே இகழே இகழே''

(பாரதியார்)

இங்கே **புகழ்**, **இகழ்** என்பன தொழிற் பெயராக நிற்கின்றன. **இகழ்**, **புகழ்** என்னும் வினையடிச்சொற்கள் எந்த மாற்றமும் அடையாமல் தொழிற்பெயராக மாறியுள்ளன.

வாழ்த்து என்னும் வினையும் எந்த மாற்றமும் பெறாமல் தொழிற்பெயராக அமையும். சிலப்பதிகாரத்திலே, **'மங்கல வாழ்த்துப் பாடல்'** என்று ஒரு பகுதி வருகிறது. இந்தத்தொடரில் நிற்கும் **வாழ்த்து** என்பது தொழிற்பெயர். திருமண **வாழ்த்து**, புத்தாண்டு **வாழ்த்து**, பொங்கல் **வாழ்த்து** என்னும் தொடர்களில் நிற்கும் **வாழ்த்து** என்பதும் தொழிற்பெயரே.

வினையடியினின்று தோன்றும் தொழிற் பெயர்களில் சேர்ந்தமை, பிரிந்தமை போன்ற வடிவில் அமையும் தொழிற் பெயர்கள் காலம் உணர்த்தும் இயல்பு உடையவை. மற்றத் தொழிற்பெயர்கள் காலம் உணர்த்துவதில்லை. வினைச் சொற்கள் தொழிற் பெயராகும்போது, பல வகை வடிவங்களைப் பெறுகின்றன. இந்த மாற்றங்கள் சொல்லின் முதலிலோ, இடையிலோ, இறுதியிலோ நிகழ்கின்றன. மேலும், இந்த மாற்றம் வினையின் தன்மையைப் பொறுத்து, வெவ்வேறு விதமாக அமைகிறது.

எந்த வினை எப்படி மாறுகிறது என்பதை மரபு நோக்கியே உணர வேண்டும். உலக வழக்கையும் இலக்கிய வழக்கையும் உணர்ந்து போற்றுதல் மிகவும் அவசியமாகும்.

வினையாலணையும் பெயரும் தொழிற் பெயரும்

வினையாலணையும் பெயர், தொழிற் பெயர் ஆகியவை பற்றி இது வரையில் பார்த்தோம். இந்த இரண்டிற்கும் உள்ள ஒற்றுமைகளை இப்போது பார்ப்போம்.

1. இந்த இரண்டும் வினையடிச் சொல்லினின்று தோன்றுபவை. ஒற்றுமைகளில் அடிப்படையானது இது.

2. வினையாலணையும் பெயரும் தொழிற் பெயரில் சிலவும் காலம் காட்டுபவை.

3. வினையாலணையும் பெயர் போலவே, தொழிற்பெயரில் 'தல்' விகுதிபெற்று வருபவை வினையெச்சத்தைத் தழுவி நிற்கும்.

சொல்லுதல் யார்க்கும் எளிய அரியவாம்
சொல்லிய வண்ணம் செயல். (குறள்)

சொல்லுதல் என்பது தல் விகுதி பெற்ற தொழிற்பெயர் என்பதை முன்பு பார்த்தோம்.

சொல்லுதல் எண்பதற்கு முன் வினையெச்சம்தான் வரும்; பெயரெச்சம் வாராது.

எடுத்துக்காட்டு : கேட்டுச் சொல்லுதல்
படித்துச் சொல்லுதல்
உணர்ந்து சொல்லுதல்

இவ்வாறே 'தல்' விகுதி பெற்ற ஏனைய சொற்களுக்கு முன்னும் வினையெச்சம்தான் வரும்.

எடுத்துக்காட்டு : கண்டுபிடித்தல்
பார்த்து எழுதுதல்
கைகூப்பித் தொழுதல்

மை யீற்றுத் தொழிற்பெயர் முன்னும் வினையெச்சமே வரும்.

எடுத்துக்காட்டு : வந்து சேர்ந்தமை

வினையாலணையும் பெயர், தொழிற் பெயர் இரண்டும் ஒரே வடிவில் அமைவதும் இந்த இரண்டுக்கும் உள்ள ஒற்றுமையை உணர்த்துகிறது.

''சேவல் நிகர்த்த செந்தமிழ் வீரனை –
அந்தச்
செந்தாமரை அழகி **சேர்ந்தது** சிறப்பே!
சென்றவரை உளமார வாழ்த்தி
அனுப்பாமல் – நீயும்
குன்று, மலை ஏறிவந்து தேடுதல்
வியப்பே!

ஒன்று கேள்!
மலையிடைப் பிறந்த சந்தன
மெனினும் – அது
மணத்தை **அளிப்பது** பூசி மகிழ்பவர்க்
கன்றோ?
மலைக்குத்தான் அது என்றுமே
உரிமையெனில் – அதன்
மணத்திற்குத்தான் மதிப்பேது தாயே!
முத்துப் **பிறப்பது** கடலில் எனினும் –
அதன்
புத்தொளி **சிறப்பது** அணிவோர் உடலில்!

ஆழ்கடலுக்கே அஃது உரிமையெனில்
அந்தக் கடலுக்கும் முத்துக்கும்
பெருமைதான் என்னே?
இசை **பிறப்பது** யாழிலே எனினும் –
அதனை
இசைத்திடும்போதே இன்பம் பொங்கிடும்
யாழுக்கு மட்டுமே இசை உரிமையெனில்
யாழுக்கு அதனால் விளையும்
பயன்தான் யாது?''
(கலைஞர் – சங்கத் தமிழ்)

'செந்தாமரை அழகி **சேர்ந்தது** சிறப்பே' என்னும் தொடரில் **சேர்ந்தது** என்பது **சேர்ந்தமை** என்று பொருள் தருகிறது. சேர்ந்தமை என்பது தொழிற் பெயர். எனவே, இந்தத் தொடரில் நிற்கும் **சேர்ந்தது** என்பதும் தொழிற்பெயரே.

'மணத்தை **அளிப்பது** பூசி மகிழ்பவர்க் கன்றோ?' என்னும் தொடரில் நிற்கும் **அளிப்பது** என்பது **அளித்தல்** என்னும் பொருள் தருகிறது. எனவே, இங்கே அளிப்பது என்னும் சொல்லைத் தொழிற் பெயராகவே கொள்ளல் வேண்டும். இவ்வாறே,

முத்துப் **பிறப்பது** கடலில்
அதன் புத்தொளி **சிறப்பது**
அணிவோர் உடலில்
இசை **பிறப்பது** யாழிலே

என்னும் தொடர்களிலும் **சிறப்பது**, **பிறப்பது** என்னும் சொற்கள் முறையே **சிறத்தல்**, **பிறத்தல்** என்று பொருள் தருவதை நோக்குக.

நினைத்தது, அணைத்தது, கிடக்கிறது, நடக்கிறது போன்ற சொற்கள் வினையாலணையும் பெயர்களாக அமைந்திருப்பதை முன்பு கண்டோம். இதே வடிவில் அமைந்த சேர்ந்தது, பிறப்பது, சிறப்பது போன்ற சொற்கள் தொழிற்பெயராக அமைவதை இப்போது பார்த்தோம். வினையாலணையும் பெயரும் தொழிற் பெயரும் ஒரே வடிவில் அமையும் இடங்களும் உண்டு என்பது இதிலிருந்து புலனாகிறது.

இத்தகைய சொற்கள் என்ன சொற்கள் என்பதை இடம் நோக்கியே உணர வேண்டும். இவ்வாறு அமையும் சொல் வினையாலணையும் பெயரா, தொழிற் பெயரா என்பதை அறிய ஒரு வழி இருக்கிறது. அந்தச் சொல் நிற்குமிடத்தில் அதற்குப் பதிலாகத் தொழிற் பெயர் வந்து, அதே பொருளை உணர்த்துமானால், அப்போது, அது தொழிற்பெயர் என்று கொள்ளலாம். அவ்வாறின்றி, அந்த இடத்தில் வினையாலணையும் பெயரை அமைக்கும்போது, பொருள் மாறாதிருக்குமானால், அந்தப் பெயர் வினையாலணையும் பெயர் என்று கொள்ளலாம்.

''விலகி வீட்டிலோர் பொந்தில் **வளர்வதை**
வீரப் பெண்கள் விரைவில் ஒழிப்பாராம்''

''ஏட்டையும் பெண்கள் **தொடுவது**
தீமையென்று
எண்ணியிருந்தவர் மாய்ந்துவிட்டார்''

''பட்டங்கள் **ஆள்வதும்** சட்டங்கள்
செய்வதும்
பாரினில் பெண்கள் நடத்த வந்தோம்''
(பாரதியார்)

வளர்வது, தொடுவது, ஆள்வது, செய்வது என்ற சொற்கள் நிற்கும் இடங்களில், வளர்தல், தொடுதல், ஆளுதல், செய்தல் என்னும் சொற்களை அமைத்தாலும் பொருள் மாறாது. வளர்வது முதலியன இங்கே தொழிற்பெயராக அமைந்திருப்பதே அதற்குக் காரணம்.

''மனிதரை மனிதர் சரி நிகர் சமமாய்
மதிப்பது நம் கடமை
வள்ளுவப் பெருமான் சொல்லிய வழியில்
வாழ்வது அறிவுடைமை''
(பட்டுக்கோட்டையார்)

மதிப்பது, வாழ்வது என்னும் சொற்கள் மதித்தல், வாழ்தல் என்னும் பொருளிலேயே இங்கே அமைந்திருக்கின்றன.

''**நிற்பதுவே, நடப்பதுவே,**
பறப்பதுவே, நீங்களெல்லாம்
சொற்பனந்தானோ? பல தோற்ற
மயக்கங்களோ?
கற்பதுவே, கேட்பதுவே, கருதுவதே
நீங்களெல்லாம்
அற்ப மாயைகளோ? உம்முள்
ஆழ்ந்த பொருளில்லையோ?
(பாரதியார்)

இங்கே நிற்பதுவே, நடப்பதுவே முதலிய சொற்கள் வினையாலணையும் பெயராக நிற்கின்றன. இவை வினையைக் குறிக்கவில்லை; வினைசெய்பொருளைக் குறிக்கின்றன.

■■■

5
வேற்றுமை

பெயர்ச்சொற்கள் வேற்றுமை ஏற்கும் என்பதையும், அவை காலம் காட்டா என்பதையும் முன்பு பார்த்தோம். பெயர்ச்சொல்லுக்குரிய தகுதிகளில் முக்கியமானவை இவை. இந்த வேற்றுமைகளை இப்போது பார்ப்போம்.

வேற்றுமைகள் ஏழு என்றும், விளியையும் சேர்த்தால் எட்டாகும் என்றும் தொல்காப்பியர் கூறுகிறார்.

"வேற்றுமை தாமே ஏழென மொழிப"
"விளிகொள்வதன்கண் விளியோ
டெட்டே"
(தொல்காப்பியம்)

அவற்றை இப்போது ஒவ்வொன்றாகப் பார்ப்போம். (வேற்றுமை பற்றிப் புணரியலில் விரிவாக விளக்கியிருக்கிறோம். எனவே, வேற்றுமைப் பொருள் போன்ற சில கூறுகளை இங்கே பார்ப்போம்.)

வேற்றுமை உருபுகள் தனித்து நின்று பொருள் தருவதில்லை. அவை பெயர்ச் சொற்களுடன் சேர்ந்து நின்று, அந்தச் சொல்லுக்குரிய பொருளில் சிறிது மாற்றத்தை ஏற்படுத்துகின்றன. மேலும், தான் சேர்ந்து நிற்கும் சொல்லுக்கும் அதனை அடுத்து வரும் சொல்லுக்கும் உள்ள தொடர்பைத் தெளிவு-படுத்திப் பொருள் விளங்கச் செய்வதும் வேற்றுமையின் பணியாகும். பொருள் வேறு பாட்டை உணர்த்தும் ஆற்றல் உடையதாக இருப்பதாலேயே அதற்கு வேற்றுமை என்னும் பெயர் வந்தது என்பர் இலக்கண நூலார். ஒரு சொல்லுடன் ஒவ்வொரு வேற்றுமையும் சேரும்போது, அந்தச் சொல்லின் பொருள் மாறுபடுகிறது.

எடுத்துக்காட்டு :

1) இளங்கோவடிகள் சிலப்பதிகாரத்தை இயற்றினார்.
2) சாத்தனார் இளங்கோவடிகளைச் சந்தித்தார்.
3) சிலப்பதிகாரம் இளங்கோவடிகளால் இயற்றப்பட்டது.
4) இளங்கோவடிகளுடன் நெருங்கிய நட்புக் கொண்டிருந்தார், சாத்தனார்.
5) இளங்கோவடிகளுக்கு அண்ணன் செங் குட்டுவன்.
6) இளங்கோவடிகளிடமிருந்து நாம் பெற்றது அரும்பெருஞ் செல்வமாகிய சிலப்பதிகாரமல்லவா?
7) மூவேந்தரும் ஒற்றுமையாக வாழ வேண்டும் என்பதுதான் இளங்கோவடி களின் ஆசை.
8) கண்ணகியின் கதையைக் காவியமாக் கும்படி இளங்கோவடிகளிடம் சாத்தனார் கூறினார்.
9) இளங்கோவடிகளே! தங்கள் புகழ் வாழ்க!

இந்த வாக்கியங்கள் ஒவ்வொன்றிலும் இளங்கோவடிகள் என்னும் பெயர் இடம் பெற்றிருக்கிறது. ஆனால், ஒவ்வொரு வாக்கி யத்திலும் அதன் பொருள் சிறிது மாறுபடு கிறது. இந்த மாறுபாட்டிற்குக் காரணம், அந்தப் பெயருடன் சேர்ந்து நிற்கும் வேற்றுமை உருபே. வேற்றுமை உருபுகள் இல்லாவிட்டால், இத்தகைய நுட்பமான பொருள் வேறுபாட்டைப் புரிந்துகொள்ள முடியாது. கருத்துப் பரிமாற்றம் முறையாக நிகழ்வதற்கு வேற்றுமை உருபுகள் அவசிய மாகும்.

முதல் வேற்றுமை

முதல் வேற்றுமைக்கு உருபு இல்லை. இது எழுவாய் வேற்றுமை என்றும் சொல்லப் படும். பெயர்ச்சொல்லானது எந்த மாற்றமும் அடையாமல் நிற்கும்போதே எழுவாயாக அமையும்.

"எழுவாய் வேற்றுமை பெயர்
தோன்று நிலையே"
(தொல்காப்பியம்)

மற்ற வேற்றுமைகளுக்கும் எழுவாய் வேற்றுமைக்கும் உள்ள முக்கிய வேறுபாடு இதுதான்.

ஏனைய வேற்றுமைகள் உருபு இல்லாமல் தொகையாக நின்றாலும், அந்த வேற்றுமையின் பொருளைத் தருவதை இடம் நோக்கி உணர முடியும். ஒரு சொல் எந்த வேற்றுமையின் தொகையாக நிற்கிறதோ, அந்த வேற்றுமையின் உருபையும் அதனுடன் சேர்க்க முடியும்.

எடுத்துக்காட்டு :

கண்ணகி வழக்கு உரைத்தாள்.
பாண்டியன் உயிர் விட்டான்.

இந்த இரண்டு வாக்கியங்களிலும் நிற்கும் வழக்கு, உயிர் என்பன இரண்டாம் வேற்றுமைத் தொகைகள். இவற்றுடன் ஐ உருபு சேர்த்து,

கண்ணகி வழக்கை உரைத்தாள்.
பாண்டியன் உயிரை விட்டான்.

என்று சொல்லலாம். ஆனால், இந்த வாக்கியங்களில் கண்ணகி, பாண்டியன் என்னும் பெயர்கள் எழுவாயாக நிற்கின்றன. இந்தச் சொற்களுடன் எந்த வேற்றுமை உருபும் சேர்க்க முடியாது. இத்தகைய சொல்லே முதல் வேற்றுமை அல்லது எழுவாய் வேற்றுமை எனப்படும்.

இரண்டாம் வேற்றுமை

இரண்டாம் வேற்றுமை உருபு ஐ. இதனைச் செயப்படுபொருள் வேற்றுமை என்றும் சொல்வதுண்டு.

கண்ணகி வழக்கை உரைத்தாள்.
பாண்டியன் உயிரை விட்டான்.

என்னும் வாக்கியங்களை மறுபடியும் பாருங்கள். இந்த வாக்கியங்களில் நிற்கும் வழக்கை, உயிரை என்பன இரண்டாம் வேற்றுமை உருபேற்ற பெயர்கள். வழக்கை, உயிரை என்பன இங்கே செயப்படுபொருளாக அமைந்திருக்கின்றன.

யாரை அல்லது எதை என்னும் கேள்விக்கு விடையாக அமைவதுதான் செயப்படு பொருள்.

''கண்ணகி எதை உரைத்தாள்?''

என்னும் கேள்விக்குக் கிடைக்கும் பதில் 'கண்ணகி வழக்கை உரைத்தாள்' என்பது.

'கோவலனைப் பிரிந்த மாதவி
வாழ்க்கையை வெறுத்தாள்.''

இந்த வாக்கியத்தை இரண்டு தொடர்களாகப் பிரிக்கலாம். 'கோவலனைப் பிரிந்த மாதவி' என்பது ஒரு தொடர். 'மாதவி வாழ்க்கையை வெறுத்தாள்' என்பது ஒரு தொடர்.

'யாரைப் பிரிந்த மாதவி?' என்று கேட்டால், 'கோவலனைப் பிரிந்த மாதவி' என்ற விடை வரும். 'மாதவி எதை வெறுத்தாள்?' என்று கேட்டால், 'மாதவி வாழ்க்கையை வெறுத்தாள்' என்ற பதில் கிடைக்கும்.

யாரை அல்லது எதை என்னும் கேள்விக்குக் கிடைக்கும் விடையே செயப்படுபொருள். இரண்டாம் வேற்றுமை செயப்படுபொருளை உணர்த்துவதால், இதைச் செயப்படுபொருள் வேற்றுமை என்றும் சொல்கிறோம். இரண்டாம் வேற்றுமை உருபு சேர்ந்து நிற்கும் எல்லா இடங்களுக்கும் இது பொருந்தும் :

எடுத்துக்காட்டு :

''உள்ள பகுத்தறிவுக் கொவ்வாத ஏடுகளால்
எள்ளை அசைக்க இயலாது. மானிடர்கள்
ஆக்குவதை ஆகா தழிக்குமோ?
போக்குவதைத்
தேக்குமோ? சித்தம் சலியாத் திறன்
வேண்டும்;
மக்கள் உழைப்பில் மலையாத நம்பிக்கை
எக்களிக்க வேண்டும் இதயத்தில்! ஈதன்றி
நல்லறிவை நாளும் உயர்த்தி உயர்த்தியே
புல்லறிவைப் போக்கிப் புதுநிலை
தேடல் வேண்டும்.''

(பாரதிதாசன்)

இங்கே, இரண்டன் உருபேற்ற சொற்கள் செயப்படுபொருளாக நிற்பதை நோக்குக.

இந்த வாக்கியங்களை நோக்குக:

1) முதன் முதலில் சாதி வேற்றுமையை ஒழிக்க முற்பட்டவர்கள் மகாவீரரும் புத்தருமாவர்.

2) பின்னர் பக்தி இயக்கத்தவரும் பக்தி நெறி நின்று இந்த வேற்றுமைகளைக் களைய முயன்றனர்.

3) ஆங்கிலேய ஆட்சி சட்டங்கள் வாயிலாகச் சில **சமூகத் தீமைகளையும்**, **மூடச் சம்பிரதாயங்களையும்**, பழைமையானது என்ற பெயரில் நிலவிய **நச்சுக் காற்றையும்** போக்கிட முயன்றது.

4) வேற்றுமையின்றி ஒன்றுபட்டால்தான் **மாற்றாரை** வெல்ல முடியும்.

5) பத்தொன்பதாம் நூற்றாண்டின் **தொடக்கத்தினைச்** சமுதாய விழிப்புணர்ச்சியின் தொடக்கம் என்று கூறலாம்.

இந்த வாக்கியங்களிலும் இரண்டாம் வேற்றுமை உருபேற்ற சொற்கள் செயப்படு பொருளாக அமைவதைக் காண்க.

இரண்டாம் வேற்றுமையானது தொகை-யாக அமைந்தும் செயப்படு பொருள் உணர்த்தும்.

''**எந்நன்றி** கொன்றார்க்கும் உய்வுண்டாம்
உய்வில்லை
செய்ந்நன்றி கொன்ற மகற்கு''
(குறள்)

எந்நன்றி, செய்ந்நன்றி, என்பவை இரண்டாம் வேற்றுமைத் தொகைகள். இவை, அந்தத் தொடர்களில் செயப்படுபொருளாக அமைந்திருக்கின்றன. இவை முறையே,

எந்நன்றியைக் கொன்றார்க்கும், செய்ந் நன்றியைக் கொன்ற மகற்கு என்று விரியும்.

''நல்ல மனிதரும் வஞ்சகராகிக்
கள்ள **வேலைகள் செய்த** கதை – சிலர்
கொள்ளை லாபத்தில் கொண்ட
மோகத்தால்
உள்ளதும் இழந்து உருக்குலைந்த கதை''
(பட்டுக்கோட்டையார்)

வேலைகள் செய்த
உள்ளதும் இழந்து

என்பன இரண்டாம் வேற்றுமைத் தொகைகள். வேலைகளைச் செய்த, உள்ளதையும் இழந்து என இவை விரியும். வேலைகள், உள்ளதும் என்பன இங்கே செயப்படுபொருளாக அமைந்திருக்கின்றன.

இரண்டாம் வேற்றுமை விரியாக அமைந்தாலும் சரி, தொகையாக அமைந்தாலும் சரி, செயப்படுபொருளாகவே வரும்.

மூன்றாம் வேற்றுமை

ஆல், ஆன், ஓடு, ஒடு, உடன், கொண்டு என்பவை மூன்றாம் வேற்றுமை உருபுகள். இவற்றுள், ஆல், ஒடு, உடன், கொண்டு என்னும் உருபுகளே இன்று பேச்சிலும் எழுத்திலும் வழங்கிவருபவை. ஆன், ஒடு என்னும் உருபுகள் இலக்கிய வழக்கில் மட்டும் உள்ளவை.

மூன்றாம் வேற்றுமை இரு பொருளில் அமையும். ஒன்று, காரியம் நிகழ்வதற்குக் காரணமாக இருக்கும் கருத்தா அல்லது கருவியைக் குறிப்பது. மற்றொன்று உடன் நிகழ்ச்சிப் பொருளில் அமைவது.

ஆல், கொண்டு என்னும் உருபுகள் ஒரு செயல், யாரால் அல்லது எதனால் நிகழ்ந்தது என்பதைக் குறிக்க வருபவை. வினை நிகழக் காரணமாக அமைவது எது என்பதைக் காட்டுவனவும் இந்த உருபுகளே.

எடுத்துக்காட்டு :

1) **கல்வியால்**தான் நாம் வாழ்க்கையில் உயர முடியும்.

2) உடல் தூய்மை **நீரால்** அமைகிறது.

3) நாம் **பேனாவால்** எழுதுகிறோம்.

4) விதியை **மதியால்** வெல்லலாம்.

5) **கண்ணால்** காண்பதும் பொய், **காதால்** கேட்பதும் பொய்.

கல்வியால், நீரால், பேனாவால், மதியால், கண்ணால், காதால் என்பன 'ஆல்' உருபு ஏற்ற சொற்கள்.

''**இன்சொலா** லன்றி இருநீர் வியனுலகம்
வன்சொலால் என்றும் மகிழாதே –
பொன்செய்
அதிர்வளையாய்! பொங்காது
அழற்கதிரால் தண்ணென்
கதிர்வரவால் பொங்கும் கடல்.''
(நன்னெறி)

இந்தப் பாடலில் நிற்கும் இன்சொலால், வன்சொலால், அழற் கதிரால், கதிர்வரவால் என்பனவும் ஆல் உருபு ஏற்ற சொற்களே.

இந்தச் சொற்களும், சற்று முன்பு குறிப்பிட்ட வாக்கியங்களில் உள்ள ஆல் உருபு ஏற்ற சொற்களும், வினை நிகழ்வதற்குக் கருவியாகவோ, காரணமாகவோ அமைந்தவற்றைக் குறிக்கின்றன.

''**தீயினால்** சுட்டபுண் உள்ளாறும் ஆறாதே
நாவினால் சுட்ட வடு''

(குறள்)

தீயினால், நாவினால் என்னும் சொற்களையும் நோக்குக.

'மலர்கொண்டு மாலை தொடுக்கக் கைத்திறன் வேண்டும்.'

'மலர்கொண்டு' என்பதிலே நிற்கும் **கொண்டு** என்பது மூன்றாம் வேற்றுமை உருபு. 'ஆல்' போல இதுவும் கருவிப் பொருள் தருகிறது. மலர் கொண்டு என்பதற்கு மலரால் என்று பொருள்.

''வண்ணமிகு **மலர்கள் கொண்டு** – உயர்
எண்ணங்களைத் தொடுத்தளிக்கும் –
பெரும்
உள்ளம் காணுகின்றோம் இந்தக்
கவிதையினில்''

''துள்ளிவரும் **வேல்கொண்டும்** –
ஆவேசத்தை
அள்ளிவரும் **வாள்கொண்டும்**
பள்ளிசெல்லாப் பருவத்து
இளங்கொழுந்தும்
கிள்ளி எறிவேன் பகையை என்று
கிளர்ந்தெழுந்த காலம் அது''

(கலைஞர் – சங்கத்தமிழ்)

மலர்கள்கொண்டு
வேல்கொண்டு
வாள்கொண்டு

என்னும் தொடர்களில் 'கொண்டு' என்னும் உருபு கருவிப்பொருள் உணர்த்துகிறது.

மூன்றாம் வேற்றுமையின் இன்னொரு பொருள் உடன் நிகழ்ச்சிப் பொருள். ஒடு, உடன் என்பன இந்தப் பொருள் உணர்த்தும் உருபுகள் :

எடுத்துக்காட்டு :

1) கண்ணகி **கோவலனோடு** மதுரைக்குச் சென்றாள்.

2) கவுந்தியடிகளும் **அவர்களுடன்** மதுரைக்குப் பயணமானார்.

3) மாதவியையும் **தன்னுடன்** அழைத்துச் செல்லாமல் கோவலன் தான் மட்டும் கடற்கரையிலிருந்து திரும்பினான்.

கோவலனோடு
அவர்களுடன்
தன்னுடன்

என்னும் தொடர்களில் நிற்கும் 'உடன்' 'ஒடு' என்பன உடன் நிகழ்ச்சிப் பொருள் உணர்த்துகின்றன.

''சிங்காரக் கைகுலுங்கி **வளையோடு**
விளையாட
சேலாடும் **விழியோடு** செகம்யாவும்
உறவாட
மங்காத எழிலாட மனமாட
மொழியாட
தந்தோம் தந்தோம் என்று **ஜதியோடு**
மலராட''

(கண்ணதாசன்)

வளையோடு, விழியோடு, ஜதியோடு என்னும் சொற்களில் நிற்கும், 'ஒடு' என்னும் உருபு உடன் நிகழ்ச்சிப் பொருள் தருகிறது.

பண்டை இலக்கியங்களில் ஒடு என்னும் உருபே உடன்நிகழ்ச்சிப் பொருளில் வருவதை மிகுதியாகக் காண்கிறோம்.

எடுத்துக்காட்டு :

''உடம்பொடுயிரிடை என்னமற் றன்ன
மடந்தையொ டெம்மிடை நட்பு''

(குறள்)

''**என்னொடு** போந்த இளங்கொடி
நங்கைதன்
வண்ணச் சீறடி மண்மகள் அறிந்திலள்''

(சிலப்பதிகாரம்)

''பொய்யான் **புலாலொடு**
கள்போக்கித் தீயன
செய்யான் சிறியார் இனஞ்சேரான்''

(ஏலாதி)

''முத்துத் தாமம் **முறையொடு** நாற்றுமின்''

(மணிமேகலை)

''கதிர்கொள் **சேயொடு** கண்கள்
கலந்தக்கால்''

(தேம்பாவணி)

''கேட்கிற்பா யாயின் எய்தி
அவரொடுங் கெழீஇய நட்பை''
(கம்பர்)

''மந்திரமென் றுருவேற்றிக் கண்கட்டாய்
உடும்பினொடும் வசனித்தோ மென்று''
(சீறாப் புராணம்)

உடம்பொடு, மடந்தையொடு, என்னொடு, புலாலொடு, முறையொடு, சேயொடு, அவரொடு, உடும்பினொடு என்னும் சொற்களில் 'ஒடு' என்பது உடன்நிகழ்ச்சிப் பொருள் தருகிறது. ஓடு, ஒடு, உடன் ஆகிய மூன்று உருபுகளும் ஒரே பொருள் தருபவை.

'ஆன்' என்னும் உருபும் பண்டைய வழக்கில் மட்டுமே காணப்படுகிறது. ஆல், ஆன் இரண்டும் ஒரே பொருள் உடையவை.

''புறந்தூய்மை நீரான் அமையும்
அகந்தூய்மை
வாய்மையான் காணப் படும்''
(குறள்)

நீரான், வாய்மையான் என்னும் சொற்களில் ஆன் உருபு நிற்பதை நோக்குக.

ஆல், கொண்டு, ஓடு, உடன் ஆகிய நான்கு உருபுகளே இன்று வழக்கில் இருப்பவை.

நான்காம் வேற்றுமை

பெயர்ச்சொல் எந்த மாற்றமும் அடையாமல் எழுவாயாக நிற்பது முதல் வேற்றுமை என்பதையும், 'ஐ' உருபு சேர்ந்து விரியாகவோ, அல்லது மறைந்துநின்று தொகையாகவோ அமைந்து செயப்படுபொருள் உணர்த்துவது இரண்டாம் வேற்றுமை என்பதையும், செயல் நிகழக் காரணமான கருத்தா அல்லது கருவிப் பொருள் உணர்த்தும் ஆல் உருபும் உடன்நிகழ்ச்சிப் பொருள் உணர்த்தும் ஒடு, உடன் உருபுகளும் மூன்றாம் வேற்றுமை என்பதையும் இதுவரை பார்த்தோம்.

நான்காம் வேற்றுமையை இப்போது பார்ப்போம். 'கு' என்பது இதன் உருபு.

''அனிச்சமும் அன்னத்தின் தூவியு மாதர்
அடிக்கு நெருஞ்சிப் பழம்''
(குறள்)

இந்தக் குறட்பாவில் நிற்கும் அடிக்கு என்னும் சொல் நான்காம் வேற்றுமை உருபு ஏற்றுள்ளது. 'அடி' என்னும் சொல்லோடு 'கு' சேர்ந்து அடிக்கு என்றமைந்திருக்கிறது.

'அனிச்சமும் அன்னத்தின் தூவியும் மிகவும் மென்மையானவை. இந்த மென்மையான பொருட்களும் மாதரின் காலடிகளுக்கு நெருஞ்சி முள்போல் ஆகின்றன. எனவே, மாதரின் காலடிகள் அவ்வளவு மென்மை யானவை' என்பது இந்தக் குறள் விளக்கும் கருத்து.

'மாதர் அடிக்கு நெருஞ்சிப் பழம்' என்னும் தொடரில் 'அடி' என்னும் சொல்லுடன் சேர்ந்து நிற்கும் 'கு'வுக்குப் பதிலாக வேறு எந்த உருபை வைத்தாலும் இந்தப் பொருளைப் பெற முடியாது.

'மாதர் அடியை நெருஞ்சிப்பழம்' என்று சொன்னால் குறள் சொன்ன கருத்துக்கு முற்றிலும் மாறான பொருள் தோன்றுகிற தல்லவா?

அவன் காசுக்கு வாங்கினான்.
அவன் காசை வாங்கினான்.

என்னும் இரு வாக்கியங்களும் ஒரே பொருளைத் தரவில்லை அல்லவா? இந்தப் பொருள் வேறுபாட்டுக்குக் காரணமாக அமைவது எது? காசு என்னும் சொல்லுடன் சேர்ந்து நிற்கும் வேற்றுமை உருபு.

'அவன் காசை வாங்கினான்' என்னும் வாக்கியத்தில் 'ஐ' உருபு எவ்வாறு தனக்குரிய பொருளை உணர்த்தி, வாக்கியத்திலும் பொருள் மாற்றத்தை ஏற்படுத்துகிறதோ, அவ்வாறே 'அவன் காசுக்கு வாங்கினான்' என்னும் வாக்கியத்தில் 'கு' உருபு தனக்குரிய பொருளை உணர்த்தி, வாக்கியத்திலும் பொருள் மாற்றம் ஏற்படச்செய்கிறது. வேற்றுமைப் பொருள் என்பதற்கு இது நல்ல எடுத்துக்காட்டு. இதைப் புரிந்து கொண்டால், பேச்சிலும் எழுத்திலும் தவறு நேராது. இந்த வாக்கியங்களை நோக்குக :

1) கோவலன் மாதவியைப் பிரிந்து தன் வீட்டுக்குச் சென்றான்.
2) கோவலனும் கண்ணகியும் மதுரைக்குச் சென்றார்கள்.

1) பாரி புலவர்க்கு வாரி வழங்கினான்.
2) பாரிக்கு உற்ற நண்பராக விளங்கியவர் கபிலர்.

3) மன்னவர்க் கழகு செங்கோன் முறைமை.

4) பொன்னுக்குப் பாடுபவர் உண்மைப் புலவர் அல்லர்.

5) பாம்புக்குப் பகை கீரி.

6) செங்குட்டுவனுக்குத் தம்பி இளங்கோ.

7) நகைக்குப் பொன் வேண்டும்.

இந்த வேற்றுமையைக் கொடை, நட்பு, தகுதி, நிமித்த காரணகாரியம், பகை, முறை, முதற்காரண காரியம் என்னும் பிரிவுகளுக்குள் அடக்கலாம் எனப் பிரித்த இலக்கண நூலார், இந்தப் பட்டியலில் அடங்காத பலவும் உண்டு என்பதையும் குறிப்பாக உணர்த்தியுள்ளனர்.

அவர்கள் குறிப்பிட்ட இந்தப் பிரிவுகள் கூட, நான்காம் வேற்றுமை உருபேற்ற சொல் நிற்கும் தொடர் தரும் பொருளாலேயே அமைகின்றன. அந்தத் தொடரே பொருளைக் குறிப்பதால், நான்காம் வேற்றுமைப் பொருள் என்று நாம் தனியே பார்க்க வேண்டியதில்லை. மேலும், இவை மட்டுமன்றி வேறு பலவும் உண்டென்று' இலக்கண நூலார் குறிப்பிடுகின்றனர். இதனாலேயே தொல்காப்பியர்,

''நான்கா குவதே
குஎனப் பெயரிய வேற்றுமைக் கிளவி
எப்பொருளாயினும் கொள்ளும் அதுவே''

என்று குறிப்பிடுகிறார்.

நான்காம் வேற்றுமை, பல்வேறு பொருளிலும் வரும் என்பதாலும், அதன் பொருளை அது நிற்கும் தொடரே விளக்கும் என்பதாலும் நான்கன் உருபேற்ற சொல் நிற்கும் தொடர்கள் சிலவற்றைக் கவனத்திற் கொள்வது நல்லது.

''உழுதுண்டு வாழ்வதற்கு
ஒப்பில்லை கண்டீர்
பழுதுண்டு வேறோர் பணிக்கு''

''செயற்கரிய செய்வார் பெரியர் சிறியர்
செயற்கரிய செய்கலா தார்''

''துறந்தார்க்கும் துவ்வா தவர்க்கும்
இறந்தார்க்கும்
இல்வாழ்வான் என்பான் துணை''

(குறள்)

''பிச்சைக்கு மூத்த குடிவாழ்க்கை
பேசுங்கால்
இச்சை பலசொல்லி இடித்துண்கை – சீச்சீ
வயிறு வளர்க்கைக்கு மானம் அழியாது
உயிர்விடுகை சால உறும்''

(நல்வழி)

''என் காதுக்கு மொழியில்லை
என் நாவுக்குச் சுவையில்லை
என் நெஞ்சுக்கு நினைவில்லை
இனியென் நிழலுக்கும் உறக்கமில்லை
இந்த வீட்டுக்கு விளக்கில்லை
சொந்தக் கூட்டுக்குக் குயிலில்லை''

(கண்ணதாசன்)

''தவழ்ந்து வரும் தன் மகவை
முத்தமிடுவதற்கும் குனிந்திடாமல்
தலைக்குமேலே தூக்கச் சொல்லிக்
கொஞ்சுகின்ற
தன்மானத் தமிழ்ச்சிங்கம் அவன்''

''ஆளுக்கொரு மின்னலை எடுத்து
வாளுக்குப் பதிலாக வீசினரோ''

''சிந்தனைக்கு ஒரு வாதம் வைக்கின்றேன்
சிறிதளவும் நடுமுள் நடுங்காமல்
தீர்ப்பளிப்பீர்!''

''அருவிக்குச் செல்லலாமா குளிக்க?'
என்றாள் தலைவி!
'அங்கு நான் எதற்கு? அவர் இருப்பார்
உனக்குத் துணைக்கு' என்றாள் தோழி!''

(கலைஞர் மு.க.)

இந்தக் கவிதை வரிகளில் நான்காம் வேற்றுமைப் பொருளை அது நிற்கும் தொடர்களே புலப்படுத்துகின்றன.

நான்காம் வேற்றுமை, பல்வேறு பொருள் தருவதை உரை நடையிலும் காண முடிகிறது.

எடுத்துக்காட்டு :

1) கண்ணகியும் கோவலனும் மதுரைக்குச் சென்றார்கள்.

2) 'திராவிட மொழிகளின் ஒப்பிலக்கணம்' என்னும் நூல் வாயிலாகத் தமிழ்மொழியின் பெருமையை உலகுக்கு உணர்த்தியவர் கால்டுவெல் பெருமகனார்.

3) நாட்டுக்கும் வீட்டுக்கும் தொண்டு செய்வது நமது கடமை.

4) பாராண்ட தமிழ் – இளமைக்குப் பால் வார்த்த தமிழ் – புலவர்க்கு வேலான தமிழ் – அதன் நிலை இன்று கண்ணீர் விட வேண்டிய கவலைக்கிடமான நிலை.

5. மாலைக்கு முதற் பொருள் மணமுள்ள மலர். அதுபோலப் பேச்சுக்கு முதற் பொருள் சுவையும் பயனுமுள்ள கருத்துக்கள்.

6. மாற்றான் தோட்டத்து மல்லிகைக்கும் மணம் உண்டு.

7. கட்டையாலே கத்தியும், அட்டையாலே கேடயமும் செய்து பிடித்துக்கொண்டால், எதிரிக்குச் சிரிப்பு வருமா? சிந்தனை குழம்புமா?

8. சிறு செயல் புரியமட்டுமே தெரிந்த வருக்குப் பெருநெறி பிடித்தொழுகல் இயலாது.

9. ஆண்மான் பெண் மானுக்குத் துணை நிற்கும் அழகிய காதலறத்திற்குக் கவிதை வடிவம் தந்து நமக்கு அளித்துள்ளனர் சங்கப்புலவர்கள்.

10. நாட்டுக்கு நாடு பழக்க வழக்கங்கள் வேறுபடுகின்றன.

இந்த வாக்கியங்களில் நிற்கும் நான்காம் வேற்றுமைத் தொடர்களை நோக்குக. இவற்றின் பொருளை அந்த வாக்கியங்களே தெளிவாக உணர்த்துகின்றன. எனவே, கவிதை, உரைநடை இரண்டிலுமே நான்காம் வேற்றுமை என்ன பொருள் தருகிறது என்பதை நாம் தனியே ஆராய வேண்டிய தில்லை.

இந்த எடுத்துக்காட்டுக்கள் நான்காம் வேற்றுமையைத் தவறாகப் பயன்படுத்து வதைத் தவிர்க்க உதவும். சில இடங்களில் அது தவறாகப் பயன்படுத்தப்படுவதைக் காண்கிறோம். பின்வரும் வாக்கியம் அவற்றுள் ஒன்று:

"கண்ணகியும் கோவலனும் மதுரைக்குச் சென்றடைந்தார்கள்"

கண்ணகியும் கோவலனும் மதுரைக்குச் சென்றார்கள்
என்றிருக்க வேண்டும். அல்லது,

கண்ணகியும் கோவலனும் மதுரையை அடைந்தார்கள்

என்றிருக்க வேண்டும். இத்தகைய வாக்கியங் களைச் சொல்லிப்பார்த்தாலே அவை செவிக்கு இனிமை பயக்கின்றனவா, இல்லையா என்பது தெரிந்துவிடும்.

மதுரைக்குச் சென்றார்கள்
மதுரையை அடைந்தார்கள் என்னும் தொடர்களைப் போல, மதுரைக்குச் சென்றடைந்தார்கள் என்னும் தொடர் செவிக்கு இனிமை பயக்கவில்லை.

நான்காம் வேற்றுமையைச் சரியாகப் புரிந்துகொண்டால், இத்தகைய பிழைகளைத் தவிர்க்க முடியும்.

கு + ஆக

நான்காம் வேற்றுமை உருபு 'கு' வுடன் ஆக என்னும் சொல்லுருபும் சேர்ந்து வருவதைச் சில தொடர்களில் காணலாம். பொருட்டு அல்லது நிமித்தம் என்னும் பொருளை உணர்த்தவே ஆக என்னும் சொல்லுருபு சேருகிறது.

எடுத்துக்காட்டு :

1. புகழுக்காகப் பொது நலப் பணியில் இறங்குபவன் இலட்சியவாதி அல்ல.

2. காதலுக்காகத் தியாகம் செய்தவர்களின் கதைகளை வரலாறு கூறுகிறது.

3. பிழைப்புக்கு வழி தேடிக் கொள்வதற் காகச் சிலர் கலைக் குட்டையிலே வீழ்ந்து புரளுகின்றனர்.

4. மனித சமுதாயத்தின் பெரும் பகுதியாக உள்ள ஏழை எளியவர்களுக்காக நாம் என்ன செய்தோம்?

5. எதற்காக இதைச் செய்ய வேண்டும்?

6. நான் அதற்காகச் சொல்லவில்லை.

7. மக்களின் துன்பத்தைப் போக்கும் வழி காண்பதற்காகவே புத்தர் எல்லாச் சுக போகங்களையும் துறந்து காடு சென்றார்.

8. இலக்கியம் இலக்கியத்திற்காகவா, வாழ்க்கைக்காகவா என்னும் சர்ச்சை

இன்னும் நடந்துகொண்டிருப்பதுதான் வேடிக்கை.

9. அவன் யாருக்காக இப்படி அல்லும் பகலும் அயராது உழைக்கிறான்?

10. நம் மொழியைக் **காப்பதற்காக** – நம் பண்பாட்டைக் **காப்பதற்காக** – சிறிது நேரமாவது நாம் செலவிட வேண்டாமா?

இந்த வாக்கியங்களில் நான்காம் வேற்றுமையுடன் ஆக என்னும் சொல்லுருபு சேர்ந்து நிற்கும் இடங்களில் அவற்றிற்குப் பதிலாகப் 'பொருட்டு' என்னும் சொல்லை அமைத்தாலும் அந்த வாக்கியங்களின் பொருள் மாறாது.

புகழுக்காக, காதலுக்காக என்பவற்றிற்குப் பதிலாகப் புகழின் பொருட்டு, காதலின் பொருட்டு என்று சொன்னாலும் கருத்து மாறாதிருப்பதை நோக்குக. இப்பொழுது எடுத்துக் காட்டிய வாக்கியங்கள் எல்லா வற்றிற்கும் இது பொருந்தும்.

இது வரை கூறியவற்றைக் கருத்திற் கொண்டால், நான்காம் வேற்றுமையின் பொருளும் பயனும் தெளிவாகப் புரியும்.

ஐந்தாம் வேற்றுமை

ஏதேனும் ஒரு காரணத்தால் இரண்டு பொருள்களுக்கு இடையே உள்ள தொடர்பை விளக்குவது ஐந்தாம் வேற்றுமை என்று சொல்லலாம். நீங்கல், ஒப்பு, எல்லை, ஏது (காரணம்) ஆகியவற்றுள் ஏதேனும் ஒன்றால் இந்தத் தொடர்பு ஏற்படலாம்.

1) **நீங்கல்** என்பது ஒன்றைவிட்டு ஒன்று நீங்குவது அல்லது பிரிவது.

2) **ஓப்பு** என்பது ஒன்று மற்றொன்றை ஏதோ ஒரு வகையில் ஒத்திருப்பது.

3) **எல்லை** என்பது ஒன்றுக்கு மற்றொன்று எல்லையாக அமைவது.

4) **ஏது** என்பது ஒன்றுக்கு மற்றொன்று காரணமாய் அமைவது.

நின்று - நீங்கல்

இப்போது, இவற்றை ஒவ்வொன்றாகப் பார்ப்போம்.

''கணவனை இழந்த கைம்பெண்கள்
சமூகத்தினின்றும் வாழ்வினின்றும்
ஒதுக்கிவைக்கப்பட்டுக் கொடுமைப் –
படுத்தப்பட்ட பரிதாப நிலையைப்
படம் பிடித்துக் காட்டிப் பாடம்
புகட்ட முயன்றவர் பெரியார்
ஈ.வெ.ரா அவர்கள்.''

இந்த வாக்கியத்தில் நிற்கும்

சமூகத்தினின்றும்
வாழ்வினின்றும்

என்பவை ஐந்தாம் வேற்றுமை உருபேற்ற சொற்கள். ''சமூகத்தினின்றும் வாழ்வினின்றும் ஒதுக்கிவைக்கப்பட்டு'' என்னும் தொடரை நன்கு கவனித்தால் 'சமூகத்தினின்றும்', 'வாழ்வினின்றும்' என்னும் சொற்களில் நிற்கும் 'நின்று' என்னும் உருபு நீங்கல் பொருள் தருவதை உணரலாம்.

''பழைய காப்பிய **நெறிகளினின்று**
சிறிது விலகி, இக்காலச்
சூழலுக்கு ஏற்பச் சிறிய காவியங்
களைப் படைத்துள்ளனர், இன்றைய
கவிஞர்கள் சிலர்.

'நெறிகளினின்று' என்னும் சொல்லில் நிற்கும் 'நின்று' என்னும் உருபும் நீங்கல் பொருள் உணர்த்துகிறது.

''**எங்கிருந்து** வருகுவதோ? ஒலி
யாவர் செய்குவதோ? – அடி தோழி!
குன்றினின்றும் வருகுவதோ? – மரக்
கொம்பினின்றும் வருகுவதோ? – வெளி
மன்றினின்று வருகுவதோ? – என்றன்
மதி மருண்டிடச் செய்குதடீ! இஃது
அலையொலித்திடும் தெய்வ – யமுனை
ஆற்றினின்றும் ஒலிப்பதுவோ? – அன்றி
இலையொலிக்கும் பொழிலிடைநின்றும்
எழுவதோ அஃதின்னமுதைப் போல்?
காட்டினின்றும் வருகுவதோ? – நிலாக்
காற்றைக் கொண்டு தருகுவதோ? – வெளி
நாட்டினின்றும் இத் தென்றல்
கொணர்வதோ?
நாதமிஃதென் உயிரை உருக்குதே!

(பாரதியார்)

இந்தப் பாடலில் அமைந்திருக்கும் குன்றினின்று, கொம்பினின்று, மன்றினின்று, ஆற்றினின்று, பொழிலிடை நின்று காட்டி னின்று, நாட்டினின்று என்பன 'நின்று' என்னும் ஐந்தாம் வேற்றுமை உருபு ஏற்ற

சொற்கள். இங்கேயும் 'நின்று' என்னும் உருபு நீங்கல் பொருளே உணர்த்துகிறது.

1) **பிழைபாட்டினின்றும்** மக்கள் முற்றும் விடுதலை அடைதல் அரிது.

2) மறவினை நிகழ்த்தி வழுக்கி வீழ்ந்து வீழ்ந்து, அதன் துன்பத்தில் **இடர்ப்படுதலினின்றும்** விடுதலையடைய விரும்பாத மக்கள் இல்லை.

3) இயற்கை **நினைவினின்றும்** பிரியாத வாறு தம்மைக் காக்கவல்ல முயற்சிகளில் மக்கள் தலைப்படுதல் சிறப்பு.

4) புலன்கள் அழகில் தோய்ந்ததும், ஆங்காங்கே உள்ள அழகு, **மலரினின்றும்** மணம் வீசுவதுபோலத் **தன்னினின்றும்** தன் ஒளி பொழியத் தொடங்கியது.

இந்த வாக்கியங்களிலும் பெயருடன் சேர்ந்து நிற்கும் நின்று என்னும் ஐந்தன் உருபு நீங்கல் பொருள் தருவதை நோக்குக.

இருந்து - நீங்கல்

நீங்கல் பொருள் தரும் மற்றோர் உருபு இருந்து என்பது. நாம் சற்று முன்பு பார்த்த பாரதியார் பாடலின் முதல் வரி, எங்கிருந்து வருகுவதோ? என்பது. இதே பாடலில், குன்றினின்று முதலிய சொற்களில் 'நின்று' என்னும் உருபு என்ன பொருள் தருகிறதோ அதே பொருளைத்தான் 'எங்கிருந்து வருகுவதோ!' என்னும் தொடரில் நிற்கும் இருந்து என்னும் உருபும் தருகிறது. அதாவது, இதுவும் நீங்கல் பொருளே தருகிறது.

''ஆண்களின் **மேலாதிக்கத்திலிருந்து** பெண்ணினத்தை விடுவிக்க விழைந்த கவிஞராக வாணிதாசனும் விளங்குகிறார்'' என்னும் வாக்கியத்திலும் 'இருந்து' என்னும் உருபு நீங்கல் பொருளில் அமைந்திருப்பதை நோக்குக.

இருந்து - வேறுபொருள்

''மாயூரம் வேதநாயகம் பிள்ளையின்
காலத்திலிருந்துதான் பெண்ணுரிமைக்

கோட்பாடு தமிழ்க் கவிதைத் துறையில் வேர்விடத் தொடங்கியது.''

''விதவைப் பெண்களின் மறுவாழ்வுக்காக வாணிதாசன் பாடிய **பாடல்களிலிருந்து** அவர் பெரியார் வழிநின்ற சீர்திருத்தவாதி என்பது புலப்படுகிறது.''

''சங்க **இலக்கியங்களிலிருந்து**
தமிழர்களின் வாழ்க்கை முறையை
அறிய முடிகிறது.''

இந்த வாக்கியங்களில் நிற்கும் 'காலத்திலிருந்து', 'பாடல்களிலிருந்து', 'இலக்கியங்களிலிருந்து', என்னும் சொற்களில் நிற்கும் **இருந்து** என்னும் ஐந்தன் உருபு நீங்கல் பொருள் தரவில்லை. முதல் வாக்கியத்தில் உள்ள **காலத்திலிருந்து** என்னும் சொல், **காலம் முதல்** என்னும் பொருளும், அடுத்த வாக்கியத்தில் அமைந்திருக்கும் **பாடல்களிலிருந்து** என்னும் சொல் **பாடல்கள் வாயிலாக** என்னும் பொருளும், கடைசி வாக்கியத்தில் நிற்கும் **இலக்கியங்களிலிருந்து** என்னும் சொல் **இலக்கியங்கள் வாயிலாக** என்னும் பொருளும் தருகின்றன.

எனவே, இருந்து என்னும் உருபு எல்லா இடங்களிலும் நீங்கல் பொருள் தரும் என்று கொள்வது பொருந்தாது. நான்காம் வேற்றுமைக்குக் கூறியது போல, உருபு நிற்கும் தொடரே அதன் பொருளைத் தெளிவாக உணர்த்திவிடுவதால், அந்த உருபு என்ன பொருள் தருகிறது என்பது பற்றி அதிகம் சிந்திக்க வேண்டுவதில்லை. இருந்து என்னும் உருபு நீங்கல் பொருள் மட்டுமன்றி, வேறு பொருளும் தரும் என்பதை மட்டும் கவனத்திற் கொள்க.

எடுத்துக்காட்டு :

1) இந்த **மாதத்திலிருந்து** ரயில் கட்டணம் உயர்கிறது.

2) பாரதிதாசனின் கவிதைகளை ஆர்வத் தோடு **படிப்பதிலிருந்தே** அவனது தமிழ்ப்பற்று விளங்கவில்லையா?

3) ஒரு கதையை **ஆரம்பத்திலிருந்தே** படித் தால்தான் கதையாசிரியரின் கற்பனைத் திறனையும் கதை மாந்தர்களின் பண்பு நலன்களையும் சரியாகப் புரிந்துகொள்ள முடியும்.

4) இளங்கோ **நாளையிலிருந்து** அலுவல கத்துக்கு வருவான்.

5) **காலையிலிருந்து** மாலை வரை கடுமையாக உழைப்பவர்கள் இரவில் நன்றாகத் தூங்க முடியும்.

இந்த வாக்கியங்களில் நிற்கும் **இருந்து** என்னும் உருபு நீங்கல் பொருளில் அமையவில்லை என்பதை இந்த வாக்கியங்களே உணர்த்துகின்றன.

இன் - நீங்கல்

நீங்கல் பொருள் தரும் இன்னோர் உருபு இன் என்பது.

"அழுக்கற்று அகன்றாருமில்லை அஃதில்லார்
பெருக்கத்தின் தீர்ந்தாரும் இல்"

பெருக்கத்தின் தீர்ந்தார் என்பதற்குப் பெருக்கத்தினின்று நீங்கினார் என்று பொருள். 'பெருக்கத்தின்' என்னும் சொல்லில் நிற்கும் 'இன்' நீங்கல் பொருள் உணர்த்துகிறது.

"விளிந்தாரின் வேறல்லர் மன்ற
தெளிந்தாரில்
தீமை புரிந்தொழுகு வார்"

என்னும் குறட்பாவில் 'விளிந்தாரின் வேறல்லர்' என்னும் தொடரில் நிற்கும் 'இன்' உருபும் நீங்கல் பொருளிலேயே அமைந்திருக்கிறது. 'விளிந்தார்' என்றால் 'இறந்தவர்' என்று பொருள். 'விளிந்தாரின் வேறல்லர்' என்பதற்கு 'இறந்தவரினின்று வேறுபட்டவர் அல்லர்' என்று பொருள்.

இன் - ஒப்பு

இந்த 'இன்' உருபு தரும் இன்னொரு பொருள் ஒப்புப் பொருள். இரண்டு பொருட்களை ஒப்பிடும்போது ஒன்று மற்றொன்றை ஒத்திருக்கலாம்; ஒன்று மற்றொன்றைவிட உயர்ந்ததாக இருக்கலாம்; அல்லது தாழ்ந்ததாக இருக்கலாம். ஒத்ததா, உயர்ந்ததா அல்லது தாழ்ந்ததா என்பதை அறிய ஒப்பிட்டுப் பார்த்தல் அவசியம். அந்தப் பணியைச் செய்யும் 'இன்' உருபை ஒப்புப் பொருளில் வரும் உருபு என்று சொல்லுகிறோம்,

"ஆற்றின் ஒழுக்கி அறனிழுக்கா
இல்வாழ்க்கை
நோற்பாரின் நோன்மை யுடைத்து"

"அமிழ்தினும் ஆற்ற இனிதே தம்மக்கள்
சிறுகை யளாவிய கூழ்"

"தம்மின்தம் மக்கள் அறிவுடைமை
மாநிலத்து
மன்னுயிர்க் கெல்லாம் இனிது"

"ஈன்ற பொழுதின் பெரிதுவக்கும்
தன்மகனைச்
சான்றோன் எனக்கேட்ட தாய்"

"காலத்தினாற் செய்த நன்றி சிறிதெனினும்
ஞாலத்தின் மாணப் பெரிது"

(குறள்)

இந்தக் குறட்பாக்களில் நிற்கும் நோற்பாரின், அமிழ்தினும், தம்மின், பொழுதின், ஞாலத்தின் என்னும் சொற்கள் இன் உருபு ஏற்றுள்ளன.

இவை ஒப்புப் பொருளில் அமைந்திருக்கின்றன. இந்த ஒப்புப் பொருளை உணர்த்துவது 'இன்' உருபு. 'நோற்பாரின்' என்பதற்கு நோற்பாரைவிட என்பது பொருள்.

'அறவழியில் நடத்தும் இல்வாழ்க்கை யானது துறவிகள் கடைப்பிடிக்கும் நோன்பைவிடச் சிறந்தது'

என்பது இந்தக் குறட்பாவின் கருத்து. இல் வாழ்க்கையையும் துறவு வாழ்க்கையையும் ஒப்பிடும் இந்தக் குறட்பாவில் அந்த ஒப்பிடுதல் பணியைச் செய்கிறது 'இன்' உருபு.

இதே போல, அமிழ்தினும், தம்மின், பொழுதின், ஞாலத்தின் என்னும் சொற்களில் நிற்கும் இன் உருபும் ஒப்புப் பொருள் தருவதை இந்தக் குறட் பாக்களின் கருத்தை நோக்கினால் உணரலாம்.

"தீயவை தீய பயத்தலான் தீயவை
தீயினும் அஞ்சப் படும்"

"தோன்றிற் புகழொடு தோன்றுக
அஃதிலார்
தோன்றலின் தோன்றாமை நன்று"

"யாமெய்யாக் கண்ட வற்றுள் இல்லை
எனைத்தொன்றும்
வாய்மையின் நல்ல பிற"

(குறள்)

"கைப்பொருள் தன்னின் மெய்ப்பொருள்
கல்வி"

"தாயின் சிறந்தொரு கோயிலுமில்லை"

"தொழுதூண் சுவையின் உழுதூண்
இனிது"

(கொன்றை வேந்தன்)

இந்தக் குறட்பாக்களிலும் கொன்றை வேந்தனிலும் 'இன்' உருபு சேர்ந்து நிற்கும் சொற்கள் ஒப்புப் பொருள் தருபவை.

''காதலியைப் பிரிந்து காட்டுவழி
செல்பவனோ
கரிகாலன் **வேலினும் கொடியது** அவ்வழி
என்பானாம்!
காதலியின் தோளினைப் பற்றிக் கற்பனை
செய்பவனோ
கரிகாலன் **செங்கோலினும் குளிர்ந்தது**
எனக் கூறுவானாம்!''

(கலைஞர் மு.க.)

வேலினும், செங்கோலினும் என்னும் சொற்களில் நிற்கும்'இன்' உருபும் ஒப்புப் பொருள் தருவதைக் காண்க.

பண்டைய இலக்கியங்களிலும் இன்றையக் கவிதைகளிலும் 'இன்' உருபு ஒப்புப் பொருளில் வருகிறது. உரை நடையில் பெரும் பாலும் இன் உருபு ஒப்புப் பொருளில் வருவ தில்லை.

''காலத்தினாற் செய்த நன்றி சிறிதெனினும்
ஞாலத்தின் மாணப் பெரிது''

என்னும் குறட்பாவில் உள்ள 'ஞாலத்தின் மாணப் பெரிது' என்பதை இன்றைய நடையில் சொல்ல வேண்டுமென்றால், 'ஞாலத்தைவிடப் பெரியது' என்று சொல் வோம். 'ஞாலத்தைக் காட்டிலும் பெரியது' என்றும் சொல்வதுண்டு. எனவே, 'இன்' உருபு இலக்கிய வழக்குக்கு மட்டுமே உரியது.

எல்லை, ஏது

ஐந்தாம் வேற்றுமைக்குரிய எல்லைப் பொருள், ஏதுப்பொருள் ஆகிய இரண்டையும் முறையே நான்காம் வேற்றுமையாலும் மூன்றாம் வேற்றுமையாலும் குறித்துவிட லாம்.

1) சிங்கப்பூர் மேற்கு **மலேசியாவின்** தெற்கில் இருக்கிறது.

2) **அறத்தின்** முடிவு இன்பமாகும்.

இந்த வாக்கியங்களில் நிற்கும் மலேசி யாவின், அறத்தின் என்னும் சொற்கள் ஐந்தாம் வேற்றுமைக்குரிய இன் உருபு ஏற்று எல்லைப் பொருள் தருகின்றன.

இந்தத் தொடர்களில் ஐந்தாம் வேற்று மைக்குப் பதிலாக நான்காம் வேற்றுமை உருபு அமைந்தாலும் இவற்றின் பொருள் மாறாது.

1) சிங்கப்பூர் மேற்கு **மலேசியாவிற்குத்** தெற்கில் இருக்கிறது.

2) **அறத்திற்கு** முடிவு இன்பமாகும்.

சற்று முன்பு பார்த்த தொடர்களில் ஐந்தாம் வேற்றுமை தந்த பொருளையே இந்தத் தொடர்களில் நான்காம் வேற்றுமை தருகிறது.

அறிவில் சிறந்த வள்ளுவர்
வீரத்தில் சிறந்த கண்ணகி
கலையில் சிறந்த மாதவி

என்னும் தொடர்கள் ஐந்தாம் வேற்றுமைக் குரிய 'இல்' உருபு ஏற்று ஏதுப் பொருள் உணர்த்துகின்றன. 'இல்' உருபுக்குப் பதிலாக மூன்றாம் வேற்றுமைக்குரிய ஆல் உருபு அமைந்தாலும் இவற்றின் பொருள் மாறாது.

அறிவால் சிறந்த வள்ளுவர்
வீரத்தால் சிறந்த கண்ணகி
கலையால் சிறந்த மாதவி

இந்த மூன்று தொடர்களையும் முன்பு குறிப்பிட்ட மூன்று தொடர்களோடு ஒப்பிட்டுப் பார்த்தால் ஐந்தாம் வேற்றுமை தந்த பொருளையே மூன்றாம் வேற்றுமையும் தருவது தெரியும்.

இன்றைய வழக்கில் எல்லைப் பொருளை நான்காம் வேற்றுமையாலும், ஏதுப் பொருளை மூன்றாம் வேற்றுமையாலும் உணர்த்துவதே பெரும்பான்மையாகும். ஐந்தாம் வேற்றுமை உணர்த்தும் எல்லைப் பொருளும் ஏதுப்பொருளும் இலக்கிய வழக்கிற்கே உரியவையாக உள்ளன.

நீங்கல் பொருள் உணர்த்தும் 'நின்று' என்னும் உருபும், ஒப்பு, எல்லை, ஏது ஆகிய பொருள்களை உணர்த்தும் 'இன்' உருபும் இலக்கிய வழக்கில் மட்டுமே உள்ளன. 'இருந்து' என்னும் உருபே இன்றைய வழக்கில் பெரும்பான்மையாக உள்ளது.

ஆறாம் வேற்றுமை

அது, உடைய என்பவை ஆறாம் வேற்றுமை உருபுகள். இவை உடைமைப் பொருள் உணர்த்துபவை. இது இன்னாரு

டையது; இது இதனுடையது என்பதை உணர்த்துவதே ஆறாம் வேற்றுமை. இது உடைமைப் பொருள் மட்டுமே உணர்த்தும்.

எடுத்துக்காட்டு :

1) சிங்கப்பூர் நமது நாடு.
2) தமிழ் நம்முடைய தாய்மொழி.
3) நமது பண்பாடு உயர்ந்தது.
4) நம்முடைய கலை சிறந்தது.

நமது, நம்முடைய என்னும் சொற்களில் நிற்கும் அது, உடைய என்னும் ஆறாம் வேற்றுமை உருபுகள் உடைமைப் பொருள் உணர்த்துகின்றன. இந்தத் தொடர்களில் ஆறாம் வேற்றுமையை அடுத்துப் பெயர்ச்சொல் நிற்பதையும் நோக்குக. ஆறாம் வேற்றுமைக்குப் பின் வினைச்சொல் வாராது.

இந்த வாக்கியங்களை நோக்குக :

1) இறைவனது பெயரைச் சொல்லி ஏழையை வஞ்சிக்கலாமா?
2) ஏழையினுடைய சிரிப்பிலே இறைவனைக் காண்போம்.
3) கண்ணகி பாண்டிய மன்னனுடைய அவையிலே வழக்குரைத்தபோது அவளது வீரம் வெளிப்பட்டது.
4) எந்தக் கலை கோவலனையும் மாதவியையும் ஒன்று சேர்த்ததோ அந்தக் கலையே அவர்களது பிரிவிற்கும் காரணமாக அமைந்தது.
5) அரசனுக்கு வெற்றி தருவது வேல் அன்று; அவனுடைய செங்கோலே ஆகும்.

பெயரோடு சேர்ந்து நிற்கும் அது, உடைய என்னும் உருபுகள் உடைமைப் பொருள் உணர்த்துவதைக் காண்க.

அது, உடைய என்னும் உருபுகள் ஒரே பொருளுடையவை. ஒன்றுக்குப் பதிலாக மற்றொன்றை வைத்தாலும் அந்தத் தொடரின் பொருள் மாறாது.

"ஏழையினுடைய சிரிப்பிலே
இறைவனைக் காணலாம்"

என்பதை,

"ஏழையினது சிரிப்பிலே
இறைவனைக் காணலாம்"

என்று அமைத்தாலும் அதன் பொருள் மாறாது. மற்ற வாக்கியங்களையும் இதே போலப் பொருள் மாறாமல் மாற்றியமைக்கலாம்.

இதையே 'ஏழையின் சிரிப்பிலே இறைவனைக் காணலாம்' என்று சொன்னாலும் பொருள் மாறாது.

ஏழையின் சிரிப்பிலே என்னும் தொடரில் 'இன்' சாரியை மட்டும் நின்று ஆறாம் வேற்றுமைப் பொருள் உணர்த்துகிறது. இதனைப் புணரியலில் விரிவாகப் பார்த்தோம். இன் சாரியை மட்டும் பெயரோடு சேர்ந்து நின்று ஆறாம் வேற்றுமைப் பொருள உணர்த்துவதே பெரும்பான்மை வழக்காகும்.

எடுத்துக்காட்டு :

"சிங்கத்தின் முழக்கம், சிறுத்தையின்
பாய்ச்சல், வேங்கையின்
கம்பீரம், புயலின் வேகம்,
இடியின் கர்ச்சனை, மின்னலின்
வீச்சு, அருவியின் ஓட்டம்
தென்றலின் தெம்மாங்கு, நிலவின்
குளிர்ச்சி – இத்தனையும்
சேர்ந்ததுதான் பாரதிதாசன் கவிதை"

(கலைஞர் மு.க.)

ஆறாம் வேற்றுமை உடைமைப் பொருள் உணர்த்துவது என்பதை இதுவரை பார்த்தோம். ஆறாம் வேற்றுமை உருபை அடுத்தே அதன் உடைமையாகிய பொருளின் பெயர் அமையும். நம் நாடு, நமது மொழி, அவர் பொருள், உமது நலம், மக்களின் உரிமை, பெரியாரின் பண்பு பறவையின் சிறகு, யானைத் தந்தம், மான் கொம்பு போன்ற தொடர்கள் அவ்வாறு அமைந்தவை.

உடைமைப் பொருளாக எது நிற்கிறதோ அதன் தன்மையை விளக்கும் சொல், ஆறாம் வேற்றுமை உருபுக்கும் உடைமைப் பொருளின் பெயருக்கும் இடையில் வரும்.

"கான மயிலாடக் கண்டிருந்த வான்கோழி
தானு மதுவாகப் பாவித்துத் – தானும் தன்
பொல்லாச் சிறகை விரித் தாடினாற்
போலுமே
கல்லாதான் கற்ற கவி"

(மூதுரை)

தன் பொல்லாச் சிறகை என்னும் தொடரில், தன் என்னும் ஆறாம் வேற்றுமைப்

பொருள் தரும் சொல்லுக்கும், அதன் உடைமைப் பொருளாகிய சிறகை என்னும் சொல்லுக்கும் இடையில் 'பொல்லா' என்னும் சொல் வந்திருக்கிறது. 'பொல்லா' என்பது சிறகின் தன்மையை விளக்கும் சொல்.

புத்தரின் பரந்த மனப்பான்மை
கண்ணகியின் அளவற்ற பொறுமை
மாதவியின் எழில்மிகு நடனம்
அண்ணாவின் உயர்ந்த உள்ளம்

என்னும் தொடர்களிலும் ஆறாம் வேற்று மைக்கும் அதன் உடைமைப் பொருளுக்கும் இடையில் உடைமைப் பொருளின் தன்மையை விளக்கும் சொல் இடம் பெற்றிருப்பதை நோக்குக.

ஏழாம் வேற்றுமை

ஏழாம் வேற்றுமைப் பொருள் உணர்த்தும் சொற்கள் பல. ஏழாம் வேற்றுமைப் பொருள் உணர்த்தும் 'கண்' முதலான பத்தொன்பது சொற்களைக் குறிப்பிட்டு, இவைபோன்ற பிறவற்றையும் கொள்க என்கிறது தொல் காப்பியம். நன்னூல், ஏழாம் வேற்றுமை உருபுகள் இருபத்தெட்டு என்று கூறுகிறது. இதிலிருந்து, இடப்பொருள் உணர்த்தும் சொற்கள் எல்லாமே ஏழாம் வேற்றுமையில் அடங்கும் என்று தெரிகிறது எனினும், இன்று ஏழாம் வேற்றுமை உருபு எனக் குறிக்கப்படுபவை இல், கண், இடம் என்னும் மூன்றுமே. இந்த மூன்றில் இல், இடம் இரண்டுமே இன்று பேச்சு வழக்கு, எழுத்து வழக்கு இரண்டிலும் மிகுதியாக இடம் பெறுகின்றன.

'கண்' என்னும் உருபு இலக்கிய வழக்கிலே மட்டும் காணப்படுகிறது.

''அருள் வெஃகி **ஆற்றின்கண்** நின்றான்
பொருள் வெஃகிப்
பொல்லாத சூழக்கெடும்''

''பயனில பல்லார்முன் சொல்லல் நயனில
நட்டார்கண் செய்தலின் தீது''

''தீப்பால **தான்பிறர்கண்** செய்யற்க
நோய்ப்பால
தன்னை அடல்வேண்டா தான்''

''**களவின்கண்** கன்றிய காதல்
விளைவின்கண்
வீயா விழுமம் தரும்''
(குறள்)

ஆற்றின்கண், நட்டார்கண், பிறர்கண், களவின்கண், விளைவின்கண் என்பன இடப்பொருள் உணர்த்தும் 'கண்' என்னும் ஏழாம் வேற்றுமை உருபேற்று நிற்கின்றன. 'ஆற்றின்கண்' என்பது 'ஆற்றில்' என்று பொருள் தருகிறது. 'ஆற்றில்' என்பது நல்லாற்றில் அதாவது நன்னெறியில் என்னும் பொருளுடையது. 'நட்டார்கண்' என்பது 'நண்பரிடத்தில்' என்றும், 'பிறர்கண்' என்பது 'பிறரிடம்' என்றும், 'களவின்கண் என்பது, களவில் என்றும், விளைவின்கண் என்பது விளைவில் என்றும் பொருள் தருகின்றன.

இன்றைய வழக்கில் கவிதையில்கூடக் 'கண்' என்னும் உருபு அருகியே காணப்படு கிறது. 'இல்' உருபே பெரும் வழக்காக உள்ளது.

எடுத்துக்காட்டு :

''கடலினைத் தாவும் குரங்கும் – வெங்
கனலிற் பிறந்ததோர் செவ்விதழ்ப்
பெண்ணும்
வடமலை தாழ்ந்ததனாலே – **தெற்கில்**
வந்து சமன்செயும் குட்டை முனியும்
நதியினுள்ளே முழுகிப் போய் –அந்த
நாகர் **உலகில்** ஓர் பாம்பின் மகளை
விதியுறவே மணம் செய்த – திறல்
வீமனும் கற்பனை என்பது கண்டோம்.
ஒன்று மற்றொன்றைப் பழிக்கும்– **ஒன்றில்**
உண்மையென் றோதி மற்றொன்று
பொய்யென்னும்
நன்று புராணங்கள் செய்தார் – **அதில்**
நல்ல கவிதை பல பல தந்தார்
கவிதை மிக நல்லதேனும் – அக்
கதைகள் பொய்யென்று தெளிவுறக்
கண்டோம்
புவிதனில் வாழ்நெறிகாட்டி – நன்மை
போதிக்கும் கட்டுக் கதைகள் அவைதாம்''
(பாரதியார்)

இந்தப் பாடலில் இடம்பெற்றிருக்கும் கனலில், தெற்கில், உலகில், ஒன்றில், அதில், புவிதனில் என்னும் சொற்கள், 'இல்' என்னும் ஏழாம் வேற்றுமை உருபேற்று நிற்கின்றன. 'கண்' என்னும் உருபு தரும் பொருளையே 'இல்' என்னும் உருபும் தருகின்றது.

இடப்பொருள் உணர்த்த அஃறிணைப் பெயர்களுடன் 'இல்' உருபு சேருவது போல, உயர்திணைப் பெயர்களுடன் 'இடம்' என்னும் உருபு சேரும்.

"வேந்தன் **கிள்ளியிடம்** வந்தவர்க்கெல்லாம் பரிசுப் பொருள் கிட்டும்."

'கிள்ளியிடம்' என்பது ஏழாம் வேற்றுமை உருபேற்ற சொல். கிள்ளி என்பது உயர்திணைப் பெயர். எனவே, 'இல்' உருபு சேரவில்லை. 'இடம்' என்னும் உருபு சேர்ந்திருக்கிறது.

"பானல்விழி **மங்கையிடம்** 'உதாரனுக்குப் பார்வையில்லை குருட'னென்று சொல்லிவைக்க!
ஞானமுறும் **உதாரனிடம்** 'அமுதவல்லி நலிகுஷ்ட ரோகி' என எச்சரிக்க"
(பாரதிதாசன்)

"சரவணப் பொய்கையில் நீராடித் – துணை
தந்தருள் என்றேன் **முருகனிடம்**"
"**அவனிடம்** சொன்னேன் என் அஞ்சுதலை
– அந்த
அண்ணலே தந்துவைத்தான் ஆறுதலை
இவ்விடம் இவர்தந்த இன்பநிலை – கண்டு
என்னிடம் நான் கண்டேன் ஆறுதலை!"
(கண்ணதாசன்)

மங்கையிடம், உதாரனிடம், முருகனிடம், அவனிடம் என்னும் சொற்களில் உயர்திணைப் பெயருடன் 'இடம்' என்னும் உருபு சேர்ந்து நிற்பதை நோக்குக. இத்தகைய இடங்களில் 'இடம்' என்னும் உருபே வரும். 'இல்' உருபு ஒரு போதும் வாராது.

'என்னிடம் நான் கண்டேன் ஆறுதலை' என்னும் வரியில் நிற்கும் 'என்னிடம்' என்னும் சொல்லை நோக்குக. தன்மைப் பெயருடன் 'இடம்' என்னும் உருபு சேர்ந்திருக்கிறது. தன்மை, முன்னிலைப் பெயர்களுடனும் இடம் என்னும் உருபே சேர்ந்து வரும்.

எடுத்துக்காட்டு : என்னிடம்
எம்மிடம்
எங்களிடம்
நம்மிடம்
உன்னிடம்
உம்மிடம்
உங்களிடம்

சில இடங்களில் உயர்திணைப் பன்மைப் பெயர்களுடன் இல் உருபு சேர்ந்து நின்று பொருள் தருவதும் உண்டு. ஆனால், இல், இடம் ஆகிய இரண்டு உருபுகளும் ஒரே பொருள் தருவதில்லை.

"தமிழின் அருமையையும்
பெருமையையும்
நம்மில் எத்தனை பேர் உண்மையிலேயே
உணர்ந்திருக்கிறோம்?"

இந்த வாக்கியத்தில் நிற்கும் 'நம்மில்' என்னும் சொல் 'நம்மிடம்' என்னும் சொல் தரும் பொருளைத் தரவில்லை. சற்று வேறுபட்ட பொருளைத் தருகிறது.

1) அவர் நம்மிடம் எதுவும் சொல்லவில்லை.
2) நம்மில் யாராவது சுற்றுச் சூழலைப் பற்றிக் கவலைப்படுகிறோமா?

இந்த இரண்டு வாக்கியங்களையும் ஒப்பிட்டுப் பார்த்தால், இந்த இரண்டு சொற்களுக்கும் உள்ள வேறுபாடு புலனாகும். முதல் வாக்கியத்தில் 'நம்மிடம்' என்பது ஏறத்தாழ 'நமக்கு' என்னும் பொருள் தருகிறது.

'அவர் நமக்கு எதுவும் சொல்லவில்லை'

'அவர் நம்மிடம் எதுவும் சொல்லவில்லை' என்னும் இரு வாக்கியங்களிலும் ஒரே பொருள் தொனிப்பதைக் காண்க.

'நம்மில்' என்பது 'நம்முள்' என்னும் பொருள் தருவதை இந்த வாக்கியத்தை நன்கு கவனித்தால் புரிந்துகொள்ளலாம்.

'அவர்களில் ஒருவரும் இதைப்பற்றிச் சொல்லவில்லை'
'அவர்களிடம் ஒருவரும் இதைப்பற்றிச் சொல்லவில்லை'

இந்த இரண்டு வாக்கியங்களையும் நன்கு கவனித்தால் 'இல்' என்னும் உருபுக்கும் 'இடம்' என்னும் உருபுக்கும் உள்ள வேறுபாடு தெளிவாகத் தெரியும்.

சில சமயங்களில் அஃறிணைப் பெயருடனும் 'இடம்' என்னும் உருபு சேருவதைக் காண்கிறோம். அப்போதும் இந்த உருபுகள் இரண்டும் வெவ்வேறு பொருள் தருகின்றன.

'அவன் மரத்தில் ஏறினான்'
'அவன் மரத்திடம் பேசினான்'

மலரில் மணமும் அழகும் இருக்கின்றன.
எனவே, மலரிடம் நம் மனம் மோகம்
கொள்கிறது.

இந்த வாக்கியங்களில் 'இல்', 'இடம்' ஆகிய இரண்டும் வெவ்வேறு பொருள் தருகின்றன. மரத்திடம், மலரிடம் என்னும் சொற்களில் ஏழாம் வேற்றுமை உருபு என்ன பொருளில் அமைந்திருக்கிறதோ அதே பொருள் தரும்போது, அஃறிணைப் பெயர்களுடன் 'இடம்' என்னும் உருபே சேரும்.

எடுத்துக்காட்டு :

புலியிடம் மான் மன்றாடி
உயிர்ப்பிச்சை கேட்கலாம்.
ஆனால், புலி, மானிடம்
பயந்து நடுங்கி உயிர்ப்பிச்சை
கேட்பது விசித்திரமான
தல்லவா?

இல், இடம் ஆகிய இரண்டு உருபுகளும் சேர்ந்து வருவதையும் சில இடங்களில் காணலாம். இந்த இரண்டும் சேர்ந்து நிற்கும் போதும் பொருள் மாறுவதில்லை. மேலும், 'இடம்' என்பது சேர்ந்து வரும் சொற்களோடு தான் 'இல்' உருபும் சேர்ந்துவரும். இந்த இரண்டு உருபுகளும் ஒன்றாகச் சேர்ந்து நிற்கும் நிலையில், முதலில் 'இடமும்' அதனை அடுத்து 'இல்'லும் வரும்.

எடுத்துக்காட்டு :

''இன்னொன்று கேளாயோ அமுதவல்லி!
என்னிடத்தில் உன் தந்தை 'என்மகட்கு
முன்னொன்று தீவினையால் பெருநோய் வந்து
மூண்ட'தெனச் சொல்லி வைத்தான்''
(பாரதிதாசன்)

'என்னிடத்தில்' என்னும் சொல்லில் இடம், இல் இரண்டும் சேர்ந்து நிற்பதைக் காண்க.

இந்த வாக்கியங்களை நோக்குக.

1) யாரிடத்தில் குறை இல்லை?.
2) ஒவ்வொருவரிடத்திலும் ஒவ்வொரு திறமை இருக்கிறது.
3) உயிர்களிடத்தில் அன்பு செலுத்தினால், அது இறைவனிடத்தில் செலுத்தும் அன்புக்குச் சமமாகும்.
4) எல்லோரிடத்திலும் அன்பாக நடந்து கொள்ள வேண்டும்.
5) பண்பாடு இல்லாதவர்களிடத்தில் பண்பைப் பற்றிப் பேசுவதில் பயனில்லை.

இங்கே, இடம், இல் ஆகிய இரண்டும் சேர்ந்து நிற்கும் சொற்கள் ஏழாம் வேற்றுமைப் பொருள் தருகின்றன. இந்தச் சொற்களில் 'இடம்' என்னும் உருபு மட்டும் அமைந்தாலும் அதே பொருள்தான். ஆனால், 'இடம்' இல்லாமல், 'இல்' மட்டும் தனித்து வாராது.

பால்

ஏழாம் வேற்றுமை உருபுகளில் பால், மாட்டு என்பவை குறிப்பிடத் தக்கவை. இவை இலக்கிய வழக்கில் மட்டுமே உள்ளன.

எடுத்துக்காட்டு :

''என்னை நீ கண்டதாய் என் 'மகன்பால்' சொல்லாதே
அன்னவனை நானோ அயலூருக்குப் போகச்
சொல்ல நினைக்கின்றேன், அவன்பால் சொல்லாதே
செல்லுவாய் என்றுரைத்தான் பண்டாரம் சென்று விட்டான்''
''தள்ள ஒண்ணா முடிவொன்று கண்டாள் அங்குத்
தனியகன்ற காதலன்பால் செல்வ தென்றே''
''கொற்றவன் பெற்ற குலக்கொடியைக் கவி
கற்க உன்பால் விடுத்தேன்''
(பாரதிதாசன்)

மகன்பால், அவன்பால், காதலன்பால், உன்பால் என்னும் சொற்களில் நிற்கும் பால் ஏழாம் வேற்றுமைக்குரிய இடப்பொருள் உணர்த்துகிறது. இதற்குப் பதிலாக 'இடம்' என்னும் உருபு நின்றாலும் இதே பொருள் தான் தரும்.

திரு.வி.க. போன்ற தமிழறிஞர்களின் உரைநடையிலும் 'பால்' என்னும் ஏழனுருபு இடம் பெறுவதைக் காணலாம்.

எடுத்துக்காட்டு :

1) திங்கள், மலர், பறவை போன்ற இயற்கை அழகுப் பொருட்களின்பால் கருத்தை அடிக்கடி செலுத்துவது பரந்த ஒருமை அழகைக் காண அடிகோலுவதாகும்.

2) கீதமினிய குயிலே! உன்பால் இனிமையை எவரே அமைத்தனர்?

3) இயற்கையை உடலாகக் கொண்டு அதை இயக்கும் செம்பொருளாகிய 'அழகு' என்னும் முருகன்பால் பண்டைத் தமிழ் மக்கள் மிக உறுதிகொண்டு, இயற்கை யோடியைந்த வாழ்வு நடத்தினார்கள்.

(திரு.வி.க.)

மாட்டு

"விழுப்பேற்றின் அஃதொப்பது
இல்லையார் மாட்டும்
அழுக்காற்றின் அன்மை பெறின்"

"அஃகி அகன்ற அறிவென்னாம் யார்
மாட்டும்
வெஃகி வெறிய செயின்"

"எண்பதத்தால் எய்தல் எளிதென்ப
யார்மாட்டும்
பண்புடைமை என்னும் வழக்கு"

(குறள்)

யார்மாட்டும் என்பது யாரிடத்திலும் என்னும் ஏழாம் வேற்றுமைப் பொருள் உணர்த்துகிறது.

திரு.வி.க போன்ற தமிழறிஞர்கள் 'மாட்டு' என்னும் ஏழனுருபை உரைநடையிலும் பயன்படுத்தியுள்ளனர்.

எடுத்துக்காட்டு :

1) அழகைப் பற்றி எண்ணாத இடமில்லை; பேசாத இடமில்லை; போற்றாத இட மில்லை. அழகின்மாட்டு உலகம் கொண் டுள்ள பற்றுப்போல வேறெதன்மாட்டும் அஃது அப்பற்றுக் கொண்டில்லை.

2) உயிர்கள் இயற்கையோடு உறவு கொள் ளும் அளவினதாக அவைகளின் மாட்டு முருகன் உணர்வும் பெருக்கெடுக்கும்.

3) முருகெனும் அழகு நல்லொழுக்க முடையோர்மாட்டே ஒளிர்வது.

(திரு.வி.க.)

கண், பால், மாட்டு முதலியன இலக்கிய வழக்கில் மட்டுமே உள்ளன. இல், இடம் இரண்டும் இன்று இலக்கிய வழக்கு, உலக வழக்கு இரண்டிலும் இடம் பெற்றுள்ளன.

ஏழாம் வேற்றுமை உருபுகள் பலவற்றை இதுவரை பார்த்தோம். இந்த வேற்றுமையில் இன்னொரு வகை உண்டு. விரியென்று சொல்வதா அல்லது தொகை என்று சொல்வதா என்ற ஐயத்தைத் தரும் தொடர் இது. வேற்றுமை உருபு ஏற்காமல் சாரியை மட்டும் பெற்று வருவதே இந்த ஐயத்திற்குக் காரணம்.

எடுத்துக்காட்டு :

"தந்தை மகற்காற்றும் நன்றி அவையத்து
முந்தி யிருப்பச் செயல்"

"தம்மின்தம் மக்கள் அறிவுடைமை
மாநிலத்து
மன்னுயிர்க் கெல்லாம் இனிது"

(குறள்)

அவையத்து முந்தியிருப்பச் செயல்
மாநிலத்து மன்னுயிர்

என்னும் தொடர்களில் நிற்கும் அவையத்து, மாநிலத்து என்பன ஏழாம் வேற்றுமைப் பொருள் தரும் சொற்கள். 'அவையத்து முந்தி' என்பது 'அவையத்தில் முந்தி' என்றும் 'மாநிலத்து மன்னுயிர்' என்பது 'மாநிலத்தில் உள்ள மன்னுயிர்' என்றும் விரியும். முன்னது வேற்றுமைத் தொகை; பின்னது உருபும் பயனும் உடன் தொக்க தொகை.

இவை இரண்டிலும் நிலைமொழி மகர ஈற்றுச் சொல். எனவே, மகர ஈற்றுக்குரிய அத்துச் சாரியை சேர்ந்திருக்கிறது. ஆனால், உருபு இல்லை. உருபு சேரும்போது, அத்துச் சாரியை வருவதுபோலவே, உருபு இல்லாத போதும் அத்துச் சாரியை வந்திருக்கிறது. ஆறாம் வேற்றுமைத் தொகையில் மரத்துக் கிளை என்று அத்துச் சாரியை மட்டும் பெற்று வேற்றுமைப் பொருள் உணர்த்துவதை முன்பு பார்த்தோம். அதே போல ஏழாம் வேற்றுமையும் சாரியை மட்டும் பெற்றுப் பொருள் உணர்த்துவதைக் காண்கிறோம். இது பெரும் பாலும் இலக்கிய வழக்கிற்கு மட்டுமே உரியதாக உள்ளது. பழந்தமிழ் இலக்கியங்களில் மட்டுமன்றி, இன்றைய

கவிதை இலக்கியங்களிலும் இத்தகைய தொடர்கள் இடம்பெற்றுள்ளன.

எடுத்துக்காட்டு :

"மாலைதாழ் சென்னி வயிரமணித்
தூணகத்து
நீல விதானத்து நித்திலம்பூம் பந்தர்க்கீழ்
வானூர் மதியம் சகடணைய வானத்துச்
சாலி ஒரு மீன் தகையாளைக் கோவலன்"
(சிலம்பு)

"கொள்ளை இன்பம் குலவு கவிதை
கூறுபாவலர் உள்ளத் திருப்பாள்"

"ஊடகத்தே வீட்டினுள்ளே
கிணற்றோரத்தே
ஊரினிலே காதலென்றால் உறுமுகின்றார்"
(பாரதியார்)

"ஓர் ஓசை கேட்டு மனத்தின்பம்
பிறந்ததடி"

"மலைமீது தீப்போலே மேல்வானத்தே
மறைகின்ற செம்பருதி இன்பம் இன்பம்"
(வாணிதாசன்)

"சிறுநா பெருகா முறைபிறழ்ந்து வாரா
உறுகாலத்து ஊற்றாகா ஆமிடத்தே யாரும்
சிறுகாலைப் பட்ட பொறியும் அதனால்
இறுகாலத்து என்னை பரிவு"
(நாலடியார்)

"உன்னிடத்தே சொல்லுமென்றே - இந்த
ஓவியத்தை வடிக்கின்றேன்"
(கண்ணதாசன்)

தூணகத்து, நீல விதானத்து, வானத்து, உள்ளத்து, ஊடகத்தே, கிணற்றோரத்தே, மனத்து, மேல் வானத்தே உறுகாலத்து, ஆமிடத்தே, இறுகாலத்து, உன்னிடத்தே ஆகியவை அத்துச் சாரியை மட்டும்பெற்று, ஏழாம் வேற்றுமைப் பொருள் உணர்த்து கின்றன. ஊடகத்தே, கிணற்றோரத்தே மேல்வானத்தே, ஆமிடத்தே, உன்னிடத்தே, ஆகிய தொடர்களில் அத்துச்சாரியையுடன் 'ஏ' என்னும் அசையும் சேர்ந்திருக்கிறது.

நகரத்து மக்கள்
மண்டபத்துக் குழுமியிருந்தோர்
வானத்து மீன்கள்
பக்கத்து வீடு
போர்முகத்துப் புறங்கொடாத வீரர்

இந்தத் தொடர்களிலும் நிலைமொழியுடன் அத்துச் சாரியை சேர்ந்திருக்கிறது. இவையும் ஏழாம் வேற்றுமைத் தொடர்களே.

விளி வேற்றுமை

விளி வேற்றுமையையே எட்டாம் வேற்றுமை என்று இலக்கண நூலார் கூறுவர். தொல்காப்பியர் விளி மரபு என்னும் தனி அத்தியாயத்தில் இதனை விரிவாக விளக்கு கிறார். விளி என்பதற்கு அழை என்று பொருள். மலையாள மொழியில் 'அழைத் தல்' என்னும் பொருளில் 'விளித்தல்' என்னும் சொல்லே இன்றும் வழங்குகிறது.

நாம் ஒருவரை அழைக்கும்போது எப்படி அழைக்கின்றோம்? பெயரைச் சொல்லி அழைக்கிறோம்; உறவு முறையைச் சொல்லி அழைக்கிறோம்; நம்மிலும் பெரியவராக - மரியாதைக்குரியவராக இருந்தால், அவரை அய்யா போன்ற சொற்களைப் பயன்படுத்தி அழைக்கிறோம்.

இவற்றில் எதுவாக இருந்தாலும் அந்தப் பெயர் விளியாக மாறும்போது, அதில் சிறிது மாற்றம் ஏற்படுகிறது. இந்த மாற்றத்தைத்தான் வேற்றுமை என்று பிற்கால இலக்கண நூலார் குறிப்பிடலாயினர். விளி என்பது மற்ற வேற்றுமைகளினின்று பெரிதும் மாறுபடு வதை உணர்ந்த தொல்காப்பியர் இதனை விளி மரபு என்று தனியே பிரித்துக்காட்டினார்.

மேலும், இந்த மாற்றங்கள் அழைப்ப வருக்கும் அழைக்கப்படுபவருக்கும் உள்ள உறவு எத்தகையது, அழைக்கப்படுபவர் பக்கத்தில் இருக்கிறாரா அல்லது தூரத்தில் இருக்கிறாரா என்பவற்றையெல்லாம் பொறுத்து ஏற்படுகின்றன. மேலும், காலப் போக்கில் பழையன மறைந்து, புதியன தோன்றலாம். எவ்வாறாயினும், முறையில் தான் மாற்றமே தவிரப் பொருளில் மாற்ற மில்லை. 'அண்ணன்' என்னும் சொல்லைப் பார்ப்போம். இது விளியாகும்போது, அண்ணா, அண்ணே, அண்ணாச்சி, அண்ணனே எனப் பலவகை மாற்றங்களை அடைகிறது.

ஏ

இவ்வாறு பெயர்கள் விளியேற்கும்போது அடையும் மாற்றங்களை இப்போது பார்ப்போம்.

''அவர்நெஞ்சு அவர்க்காதல் கண்டும்
எவன் **நெஞ்சே**
நீ எமக்கு ஆகாதது''
(குறள்)

இந்தக் குறளிலே தலைவி தன் நெஞ்சுடன் பேசுகிறாள்; தன் நெஞ்சை முன்னிலைப் படுத்திப் பேசுகிறாள். அப்போது, அவள் **நெஞ்சே** என்று அழைக்கிறாள். நெஞ்சு என்பது நெஞ்சே என்று மாறியிருக்கிறது.

''கண்ணகி என்பதென் பெயரேயெனப்
பெண்ணணங்கே
கள்வனைக் கோறல் கடுங்கோலன்று''

''நற்றிறம் படராக் கொற்கை **வேந்தே**
என்காற் பொற்சிலம்பு மணியுடை
அரியே''
(சிலம்பு)

''**அருள் விளக்கே! அருட்சுடரே!**
அருட்சோதி **சிவமே!**
அருளமுதே! அருள்நிறைவே!
' **அருள்வடிவப் பொருளே!**
இருள் கடிந்தென் உளமுழுதும்
இடம்கொண்ட **பதியே!**
என்னறிவே! என்னுயிரே! எனக்கினிய
உறவே!
மருள்கடிந்த **மாமணியே!** மாற்றறியாப்
பொருளே!
மன்றில் நடம் புரிகின்ற **மணவாளா!**
எனக்குத்
தெருளளித்த **திருவாளா!** ஞான **உருவாளா!**
தெய்வ நடத்தரசே! நான் செய்மொழி
ஏற்றருளே!''
(வள்ளலார்)

நெஞ்சு என்பது 'ஏ' என்னும் விளியேற்று நெஞ்சே என்று மாறியிருப்பது போலவே, இந்தப் பாடல் வரிகளில் நிற்கும் விளியேற்ற பெயர்களும் அமைந்திருக்கின்றன.

பெண்ணணங்கே, வேந்தே, அருள் விளக்கே, அருட்சுடரே, சிவமே, அருளமுதே, அருள்நிறைவே, அருள் வடிவப்பொருளே, பதியே, என்னறிவே, என்னுயிரே, எனக்–கினிய உறவே, மாமணியே, தெய்வ நடத்தரசே என்பன அவ்வாறு அமைந்தவை.

''**வாயிலோயே வாயிலோயே**
அறிவறை போகிய பெறியறு நெஞ்சத்து
இறைமுறை பிழைத்தோன் **வாயிலோயே**''
(சிலம்பு)

வாயிலோன் என்பது வாயிலோய் எனத் திரிந்து, விளியுருபு ஏற்றிருக்கிறது.

ஆ

வள்ளலார் பாடலில் நிற்கும் மணவாளா, திருவாளா, உருவாளா என்பனவும் விளிப் பெயர்களே. மணவாளன், திருவாளன், உருவாளன் என்னும் பெயர்களின் இறுதியில் உள்ள 'ன்' மறைந்து, அதற்கு முந்தி நிற்கும் குறில் நெடிலாக மாறியுள்ளது. 'அண்ணன்' என்பது 'அண்ணா' என்று மாறுவதைப் போன்றது இது. இதனை ஈறு கெட்டு, ஈற்றயல் நீளுதல் என்பர் இலக்கண நூலார்.

எடுத்துக்காட்டு :

''தேரா **மன்னா** செப்புவதுடையேன்''
சூழ்கழல் **மன்னா** நின்னகர்ப் புகுந்தீங்கு''
(சிலம்பு)

''**செந்தமிழா** எழுந்து வாராயோ – உன்
சிங்காரத் தமிழ்மொழியைப் பாராயோ!''

''**கண்ணா** கருமை நிறக் **கண்ணா** –
உன்னைக் காணாத கண்ணில்லையே!''
(கண்ணதாசன்)

'இ' - 'ஈ' யாதல்

பெயரின் இறுதியில் நிற்கும் 'இ' யானது விளியில் 'ஈ' யாக மாறும். அதாவது, இந்தப் பெயர்கள் விளியேற்கும்போது, ஈற்றில் நிற்கும் குறில் நெடிலாகும்.

தோழி, மாதவி, கண்ணகி, கோமதி, நம்பி, குணவதி முதலிய பெயர்கள் விளியாக மாறும்போது, கடைசியில் நிற்கும் குறில், நெடிலாக மாறி, தோழீ, மாதவீ, கண்ணகீ, கோமதீ, நம்பீ, குணவதீ என்றமையும். தம்பி, அண்ணி, மாமி, பாட்டி முதலிய உறவுப் பெயர்களும் ஈறு நீண்டு விளியாக அமையும்.

எடுத்துக்காட்டு :

''யாது மாகி நின்றாய் – **காளீ**
எங்கும் நீ நிறைந்தாய்''
(பாரதியார்)

பெயரின் இறுதியில் நிற்கும் 'இ' என்னும் குறில் விளியாகும்போது இயல்பாய் அமை – வதே பெரும்பான்மையாகும்.

எடுத்துக்காட்டு :

''தீது நன்மை எல்லாம் **காளி!**
தெய்வலீலை யன்றோ?''
(பாரதியார்)

''கூட்டிப்போய்ப் பச்சிலையைக் கொய்து தருகின்றேன்
நீட்டாண்.மைக்காரி.! எனக்கென்ன நீ தருவாய்?''
(பாரதிதாசன்)

''காலங்கள் தோறும் திருடர்கள் இருந்தார்
அறிவாயா **தோழி?** – அதில்
காதல் திருடர்கள் பாதி இருந்தார்
அறிவாயா **தோழி?**
(கண்ணதாசன்)

அண்மையில் இருப்பவரை அழைப்பது அண்மை விளியென்றும், சேய்மையில் இருப்பவரை அழைப்பது சேய்மைவிளி என்றும் வழங்கும். ஈற்று இகரம் நீண்டு ஒலிப்பது பெரும்பாலும் சேய்மை விளியில்தான். சினம், துக்கம் முதலான உணர்ச்சி மேலீட்டாலும் இந்த ஈற்றொலி நீண்டொலிப்பதுண்டு.

'ஐ', 'ஆய்' ஆதல்

''கருமணியிற் **பாவாய்நீ** போதாயாம் வீழும்
திருநுதற்கு இல்லை இடம்''
(குறள்)

''**தந்தாய்!** இவரைத் தாம் மன்னிப்பீர்;
செய்வ தறியாது செய்கின்றார்கள்''
(கண்ணதாசன்)

''கோலுக்கே இந்தப் பயம் கொள்ளுகின்ற **பிள்ளாய்** நீ – நாளை
வேலுக்குப் போர்முனையில் என்ன பதில் சொல்வாய்?''
(கலைஞர் மு.க.)

''பண்ணிய பாவமெல்லாம் பரிதிமுன் பனியேபோல
நண்ணிய நின்முன் இங்கு நசித்திடல் வேண்டும் **அன்னாய்!**''
(பாரதியார்)

பாவாய், தந்தாய், பிள்ளாய், அன்னாய் என்பன விளியாக நிற்கின்றன.

பாவை	->	பாவாய்
தந்தை	->	தந்தாய்
பிள்ளை	->	பிள்ளாய்
அன்னை	->	அன்னாய்

என மாறி அமைந்திருக்கின்றன. என்ன மாற்றம் ஏற்பட்டுள்ளது. பெயரின் இறுதியில் நிற்கும் ஐ, ஆய் என மாறியிருக்கிறது. 'ஐ' யை ஈற்றில் உடைய சொற்கள் விளியேற்கும் போது, ஈற்றில் நிற்கும் 'ஐ' யானது ஆயாக மாறும் என்னும் விதியைத் தழுவி அமைந்திருக்கின்றன.

ஈற்றயல் நீளுதல்

பெயர் விளியேற்கும்போது ஈறு கெட்டு, ஈற்றயல் நீளுதலை முன்பு பார்த்தோம். ஈறு கெடாமலே ஈற்றயல் நீண்டு விளியாக மாறுவது இன்னொரு வகை.

''யாழிடைப் பிறவா இசையே என்கோ!
தாழிருங் கூந்தல் **தையால்** நின்னை''
(சிலம்பு)

தையல் என்பது விளியேற்கும்போது **தையால்** என மாறியிருக்கிறது. ஈற்றயல் மட்டும் நீண்டிருக்கிறது. தையல் என்றால் பெண். இவ்வாறு அமைவதை இலக்கிய வழக்கில் மட்டுமே காண முடிகிறது.

எடுத்துக்காட்டு :

''நல்லோன் எறிசிலையோ **நன்னுதால்** ஒண்கருப்பு
வில்லோன் மலரோ விருப்பு''
(நன்னெறி)

''ஆயிரம் தெய்வங்கள் உண்டென்று தேடி
அலையும் **அறிவிலிகாள்!**'' – பல்
லாயிரம் வேதம் அறிவொன்றே தெய்வ முண்
டாமெனல் கேளீரோ?
மாடனைக் காடனை வேடனைப் போற்றி
மயங்கும் **மதியிலிகாள்** எத
னூடும் நின்றோங்கும் அறிவொன்றே தெய்வமென்
றோதி யறியீரோ?
(பாரதியார்)

''வழங்காத கையனையான் **வள்ளால்** என்றேன்
இல்லாது சொன்னேனுக்கு இல்லை என்றான்''
(ஔவையார்)

''முற்றிய குலைப் பழத்தை
முதுகினிற் சுமந்து நின்று
'வற்றிய **மக்காள்** வாரீர்'
என்றது வாழைத்தோட்டம்''

(பாரதிதாசன்)

''குன்றத்து விளக்காய் நின்று
குவியிருள் தீர்த்த **அண்ணால்**''

(கண்ணதாசன்)

நன்னுதல்	->	**நன்னுதால்**
அறிவிலிகள்	->	**அறிவிலிகாள்**
மதியிலிகள்	->	**மதியிலிகாள்**
வள்ளல்	->	**வள்ளால்**
மக்கள்	->	**மக்காள்**
அண்ணல்	->	**அண்ணால்**

என மாறியிருப்பதைக் காண்க. இலக்கிய வழக்கிலேயே இவற்றைக் காண்கிறோம்.

ஈறு கெட்டு, ஈற்றயல் நீளுவதை முன்பு பார்த்தோம் அல்லவா? ஈறு மட்டும் கெட்டு விளியாக நிற்கும் பெயர்களையும் இலக்கிய வழக்கிலே காண்கிறோம்.

எடுத்துக்காட்டு :

''அன்னே! என்னை ஆண்ட **தலைவ!**
அடியன் உள்ளமே
அமர்ந்த **துணைவ!** எனக்குக் கிடைத்த
அமுத வெள்ளமே!

(வள்ளலார்)

''செந்தமிழ் வளர்த்த **செல்வ!**
தென்திசை வணங்கும் **வீர!**
புன்மைகள் தீர்த்த **நேய!**
புலவர்கள் போற்றும் **தீர!**''

(கண்ணதாசன்)

தலைவன்	->	**தலைவ**
துணைவன்	->	**துணைவ**
செல்வன்	->	**செல்வ**
வீரன்	->	**வீர**
நேயன்	->	**நேய**
தீரன்	->	**தீர**

இவை, ஈறு கெட்டு விளியாக நிற்பதை நோக்குக.

'வாயிலோன்' என்பது 'வாயிலோய்' எனத் திரிந்து விளியுருபு 'ஏ' சேர்ந்து 'வாயிலோயே' என்றமைவதை முன்பு கண்டோம். இப்படித் திரியும் சொற்கள் விளியுருபு சேராமலும் விளியாக அமையும் :

எடுத்துக்காட்டு :

''ஆனாலும், **தமிழ்ப் பெரியோய்** அடாதும்
சாவே!
மறைமலையே உமைநாங்கள் மறக்கப்
போமோ?''

(வாணிதாசன்)

பெரியோன் என்பது பெரியோய் எனத் திரிந்து விளியாக நிற்கிறது.

ஈர்

பெரியோர் போன்ற உயர்திணைப் பன்மைப் பெயர்களின் இறுதியில் நிற்கும் பலர்பால் விகுதிகள் **ஈர்** எனத்திரிந்து விளியாக அமைவதை இலக்கிய வழக்கிலே காணலாம்.

எடுத்துக்காட்டு :

''என்னருமைப் புலவர் பெருமக்காள்!
இனிய
கன்னலெனத் தமிழ்வடித்துத் தருகின்ற
பெரியீர்!''

(கலைஞர் மு.க.)

''ஒண்புகழ் சேர் தென்புலவர்
தன்னை வணங்குகிறேன்
தமிழ்ப் **புலவீர்** வாழியரோ!''
''காவல் அரசிருந்த கண்ணியரில்
மூத்தவனைப்
பாவில் வடித்தெடுப்பேன் **பைந்தமிழீர்!**
வாழ்த்துகநீர்!''

(கண்ணதாசன்)

''சாதியிலே மதங்களிலே சமய
நெறிகளிலே
சாத்திரச் சந்தடிகளிலே கோத்திரச்
சண்டையிலே
ஆதியிலே அபிமானித்து அலைகின்ற
உலகீர்!
அலைந்தலைந்து வீணேநீர் அழிதல்
அழகலவே!''

(வள்ளலார்)

''செந்தமிழ்மணி நாட்டிடை **உள்ளீர்!**
சேர்ந்தித் தேவை வணங்குவம் வாரீர்!''

(பாரதியார்)

பெரியோர்	->	**பெரியீர்**
புலவர்	->	**புலவீர்**
பைந்தமிழர்	->	**பைந்தமிழீர்**

உலகோர் -> உலகீர்
உள்ளோர் -> உள்ளீர்

ஓர், அர் விகுதி பெற்ற பெயர்கள் விளியாகும்போது ஈர் விகுதி பெற்றிருக் கின்றன.

அன்னையீர், தந்தையீர், நங்கையீர், மங்கையீர், போன்றவையும் இந்த வகையைச் சேர்ந்தவையே. 'மார்' விகுதி பெற்ற **'ஐயன்மார்'** போன்றவையும் இவ்வாறே **ஐயன்மீர்** என மாறும்.

ஓ

ஓ என்னும் விளியுருபு பெரும்பாலும், மனக் கவலையோடு பேசும்போது வரும். **ஐயாவோ, அண்ணாவோ** முதலியன இந்த வகையைச் சேர்ந்தவை.

எடுத்துக்காட்டு :

''**அண்ணாவோ!** உன் மீதில்
உயிரை வைத்தேன்;
ஆதலினால் இத்தனையும்
சொல்லி வைத்தேன்''

(சாலை. இளந்திரையன்)

ய் -> யீ

பெயர்ச்சொல் விளியேற்கும்போது சொல்லின் ஈற்றில் நிற்கும் 'இ'யானது 'ஈ'யாதல் போல, யகர மெய்யீற்றுச் சொற்களும் சில இடங்களில் ஈகாரம் பெறும். **தாயீ, ஆயீ** போன்றவை அந்த வகையில் அமைந்தவை.

'ஐ', 'ஆய்' ஆதலை முன்பு பார்த்தோம். அன்னை என்பது 'அன்னாய்' என்று மாறுவது போலவே **'அன்னே'** என்றும் மாறும்.

எடுத்துக்காட்டு :

''**அன்னே**என் அப்பாஎன் றழைத்தலன்றி
அடியேனால் ஆவதென்னே!''
''அன்பேஎன் **அம்மே**என் அப்பா இச்
சிறியேனால் ஆவதென்னே!''

(வள்ளலார்)

அன்னை -> அன்னே
அம்மை -> அம்மே

இங்கே 'ஐ' 'ஏ'யாக மாறி விளியாக நிற்பதை நோக்குக.

அம்மா, அம்மே என்பன அம்மை என்னும் சொல்லின் விளி வடிவங்கள். முதலில் விளியாக நின்ற 'அம்மா' என்னும் சொல் பின்னர், தாய் என்னும் பொருளில் பெயராகவும் அமைந்துவிட்டது. 'அம்மை' என்னும் பெயர் விளியாகும்போது 'அம்மையே' என்றும் அமையும்.

எடுத்துக்காட்டு :

''**அம்மையே அப்பா** ஒப்பிலாமணியே''

(திருவாசகம்)

''**அம்மையே** என்கோ **அப்பனே** என்கோ
அருட்பெருஞ் சோதியே என்கோ''

(வள்ளலார்)

வள்ளலாரின் அருட்பாவில் நிற்கும் **அப்பனே** என்பது விளி. **அப்பன்** என்னும் பெயருடன் விளியுருபு சேர்ந்து அப்பனே என்றாகியுள்ளது. அப்பன் என்னும் சொல்லின் விளிவடிவமே **அப்பா** என்பதும். முதலில் விளியாக அமைந்த **அப்பா** என்னும் சொல், காலப்போக்கில் தந்தை என்னும் பொருள் தரும் பெயராகவும் அமையலாயிற்று.

இன்று, அம்மா, அப்பா என்னும் இரு சொற்களும் பெயராகவும் விளியாகவும் வழங்குகின்றன.

எடுத்துக்காட்டு :

''**அப்பா** நான் வேண்டுதல் கேட்டு
அருள் புரிதல் வேண்டும்''

(வள்ளலார்)

''அரசலூர் சென்றார் **அப்பா** என்றால்
அறியேன், ஏனதை அறிய வேண்டும்?

(பாரதிதாசன்)

முன்னதில் அப்பா என்பது விளியாகவும், பின்னதில் அதுவே பெயராகவும் நிற்பதை நோக்குக.

''வாழ்கின்றேன**ம்மா** வீரனாக என்றொரு
குரல்
தாழ்கின்ற என் தலையை நிமிர்த்திற்
றாங்கே!''

(கலைஞர் மு.க.)

''**அம்மா** இருந்தா பால் தருவாங்க
அனாதை அழுதா யார் வருவாங்க?''

(பட்டுக்கோட்டையார்)

'அம்மா' என்பது முன்னதில் விளியாகவும், பின்னதில் பெயராகவும் நிற்கிறது.

பெயராகவும் விளியாகவும் அமையும் இன்னோர் உறவுப் பெயர் மாமா என்பது. மாமன் என்பதே மாமா என்று விளியாக மாறியது. நாளடைவில் மாமா என்னும் விளிப்பெயரே உறவைக் குறிக்கும் பெயராகவும் வழங்கலாயிற்று. மாமன் என்பது 'ஏ' உருபு பெற்று மாமனே என்றும், ஈறு கெட்டு ஈற்றயல் நீண்டு மாமா என்றும் விளியாக மாறும்.

எடுத்துக்காட்டு :

''என்துயர் தீர்த்தாயடா – **மாமனே**
ஏளனம் தீர்த்துவிட்டாய்''

(பாரதியார்)

''**மாமா! மாமா!** உங்கள் பேச்சுக்கு –
உங்கள் கருத்துக்கு மாறாக
நடப்பதுண்டோ?''

(பாரதிதாசன்)

'மாமா' என்னும் சொல் இங்கே விளியாக நிற்கிறது.

''துணைவியே, மாமா அவர்கள்
எழுதியிருக்கிறார்கள். தனியே
வருகிறார்களாம். தனியான
செய்திபற்றிப் பேச வேண்டுமாம்.''

(பாரதிதாசன்)

இங்கே மாமா என்பது விளியாக அமையவில்லை; பெயராகவே இருக்கிறது.

இதேபோல 'அண்ணா' என்னும் சொல்லும் விளியாக மட்டுமின்றிப் பெயராகவும் அமையும்.

'**அண்ணா,** சொல்லுங்கள்'
'**அண்ணா** வந்துவிட்டார்'

'அண்ணா' என்னும் சொல் முன்னதில் விளியாகவும், பின்னதில் பெயராகவும் அமைந்திருப்பதை நோக்குக.

அம்மா, அப்பா, மாமா, அண்ணா முதலிய சொற்களைக் கூர்ந்து கவனித்தால் ஓர் உண்மை புலப்படும். பெயர் எந்த மாற்றமும் அடையாமல் விளியாக அமைவதுண்டு. ஆனால், இந்தச் சொற்கள் அப்படி அமையவில்லை. பெயர் விளிவடிவம் பெற்று, பின்னர் அந்த விளிவடிவமே பெயராகவும் அமைந்திருக்கின்றது. இதுவே இவற்றின் தனித்தன்மை. இவை யாவும் உறவுப் பெயர்கள் என்பதும் குறிப்பிடத் தக்கது.

விளியாக மாறும்போது பல்வேறு வடிவங்களைப் பெறும் உறவுப் பெயர் அண்ணன் என்பது. இது அண்ணா என்று மாறி விளியாக அமைவதை முன்பு பார்த்தோம். ஏனைய வடிவங்களை இப்போது பார்ப்போம்.

எடுத்துக்காட்டு :

''தவறு செய் விட்டாய் – **அண்ணே!**
தருமம் கொன்று விட்டாய்''

(பாரதியார்)

''புறப்படுவோமே – **அண்ணே**
புறப்படுவோமே
கட்டுவலை எடுத்துக்கொண்டு
புறப்படுவோமே ....''

(கண்ணதாசன்)

அண்ணன் என்பது **அண்ணே** என்று திரிந்து விளியாக நிற்கிறது. இதேபோல, **அண்ணாச்சி, அண்ணாத்தே** போன்ற விளிவடிவங்களும் வழக்கில் உள்ளன.

எடுத்துக்காட்டு :

''ஆடவாங்க **அண்ணாத்தே**
அஞ்சாதீங்க **அண்ணாத்தே**
அங்கே இங்கே பாக்கிறது என்னாத்தே?''
''இந்தத் திண்ணைப் பேச்சு வீரரிடம் – ஒரு
கண்ணா யிருக்கணும் **அண்ணாச்சி!** – நம்ம
ஒண்ணா யிருக்கணும் **அண்ணாச்சி!**''

(பட்டுக்கோட்டையார்)

அண்ணா என்பது இன்று பேச்சு, எழுத்து இரண்டிலும் பெரும்பான்மையாக வழங்கி வருகிறது. அண்ணே, அண்ணாச்சி என்பன பேச்சு வழக்கில் மிகுதியாக உள்ளன. 'அண்ணே' என்பது எழுத்திலும் ஓரளவு காணப்படுகிறது. 'அண்ணாத்தே' என்பதை அரிதாகவே காண முடிகிறது. இவற்றுள் 'அண்ணா' என்பதே பொது வழக்காகும்.

பிள்ளை என்பது பிள்ளாய் என மாறி விளியாக அமைவதை முன்பு பார்த்தோம். இது இலக்கிய வழக்கு. உலக வழக்கில் இது **பிள்ளே** எனத் திரிந்து நிற்பதைக் காண்கிறோம். பிள்ளே என்பதே **புள்ளே** எனவும் வழங்கலாயிற்று.

எடுத்துக்காட்டு :

''**ஏ புள்ளே! ஏ புள்ளே!** எங்கே போறே – நீ
எந்த ஊரு மாப்பிள்ளையைப் பார்க்கப் போறே''
(கண்ணதாசன்)

இந்தச் சொல் பெண் பாலைக் குறிப்பதும் கவனத்திற் கொள்ளவேண்டிய ஒன்றாகும்.

'அம்மா', 'அப்பா' என்னும் விளிச் சொற்களால் இறைவனை அழைப்பதைப் பார்த்தோம். 'அம்மா' என்னும் சொல் தாயை மட்டுமன்றி குழந்தை முதல் முதியவர் வரையிலான எல்லாப் பெண்களையும் விளிக்கும் சொல்லாக அமைந்திருப்பதும் குறிப்பிடத் தக்கது. அன்பு, பரிவு, மதிப்பு ஆகியவற்றின் வெளிப்பாடாக அமையும் இந்தச் சொல் குழைவும் கனிவும் நிறைந்தது.

எடுத்துக்காட்டு :

''தங்குமிந்த உலகியற்கை மாறா **தம்மா!**
தனயனை நீ எண்ணிமனம் தளர வேண்டா!''
(கவிமணி)

தனயனை இழந்த தாயைப் புத்தர் 'அம்மா' என்றழைப்பதை நோக்குக. வயதிற் பெரியவரையும் 'அம்மா' என்றழைக்கிறோம். சிறு குழந்தையையும் 'அம்மா' என்றழைக்கிறோம்.

இதே போல 'அப்பா' என்னும் சொல்லும் அன்பின் பிரதிபலிப்பாக விளங்குவதைக் காண்கிறோம்.

எடுத்துக்காட்டு :

''ஏழை முதலாளியென்ப தில்லாமற் செய்
என்றுரைத்தேன் உலகப்பன் எழுந்துதுள்ளி
ஆழமப்பா உன்வார்த்தை, **உண்மையப்பா**
அதற்கென்ன **தடையப்பா!**
இல்லையப்பா!''
(பாரதிதாசன்)

நண்பர் இருவர்க்கிடையே நடைபெறும் உரையாடலின் ஒரு பகுதி இது. இங்கே நண்பனை 'அப்பா' என்றழைப்பதை நோக்குக.

பெரியவர் ஒருவர் ஒரு சிறுவனைப் பார்த்து, 'யாரப்பா நீ?' 'என்னப்பா செய்கிறாய்?' என்று கேட்பதை உலக வழக்கில் அன்றாடம் காணலாம். இந்த 'அப்பா' என்னும் சொல்லிலே அன்பும் குழைவும் தொனிப்பதை நோக்குக.

'ஐயா' என்னும் சொல்லும் இவ்வாறே அனைவரையும் அன்போடும் மதிப்போடும் விளிக்கும் சொல்லாக நிற்கிறது.

எடுத்துக்காட்டு :

''வன்பெரும் மிடியாய் வாழும்
வறியவர்க் குழைத்தாலன்றி
வாழ்விலை நமக்கே என்று
வகுத்தனை உணர்ந்**தோமையா!**''
(நாமக்கல் கவிஞர்)

''**ஐயா!** நான் வேண்டுதல்கேட்
டருள்புரிதல் வேண்டும்''
(வள்ளலார்)

''பெற்ற வயிறு துடிக்கு **தையா** – ஒரு
பிள்ளையும் வேறெனக் கில்லை **ஐயா!**''

''தீண்டாமைப் பேய் அறிவீரோ? – அதன்
சேட்டைகள் முற்றும் தெரிந்திடு வீரோ?
கண்ணிலே காணும் பேய், **ஐயா!** – இரு
காலும் நிலத்தில் பதியும் பேய் **ஐயா!**''
(கவிமணி)

''கையிலிருந்த ஒரு காட்சி தரும் மூலிகையை
'**ஐயா** இதை விழுங்கி அவ்விடத்தில் பாருங்கள்'
என்றந்தக் குப்பனிடம் ஈந்து தானும் தின்றாள்''
(பாரதிதாசன்)

முதற் பாடலிலே நாமக்கல் கவிஞர் காந்தியடிகளை 'ஐயா' என்று அழைக்கிறார். அடுத்ததில், வள்ளலார் இறைவனை 'ஐயா' என்றழைக்கிறார். மூன்றாவதாக நிற்கும் கவிமணியின் பாடலிலே, மகனை இழந்த தாய் புத்தரை 'ஐயா' என்றழைக்கிறாள்; அடுத்து நிற்பதும் கவிமணியின் பாடலே. இதிலே கவிஞர் 'ஐயா' என்னும் சொல்லால் அனைவரையும் அழைக்கிறார். அடுத்து நிற்கும் பாவேந்தர் பாடலிலே காதலி காதலனை 'ஐயா' என்று அழைக்கிறாள். பெரியவர் சிறுவனை 'இங்கே வா ஐயா' என்று அழைப்பதையும் அன்றாட உலக வழக்கிலே காண்கிறோம்.

விளியேற்காதவை

தன்மை, முன்னிலைப் பெயர்களும் சுட்டு, வினாக்களும் விளியேற்பதில்லை. சுட்டாகவும் மரியாதைக் குறியீடாகவும் விளங்கும் சொல் அவர்கள் என்பது. இந்தச் சொல் மரியாதைக் குறியீடாக அமையும்போது மட்டும் விளி ஏற்கும்.

"எந்த நாட்டிலும் இரண்டு நூற் -
றாண்டுகளில் செய்து முடிக்கக்கூடிய
காரியங்களைப் பெரியார் அவர்கள்
இருபதே ஆண்டுகளில்
செய்திருக்கிறார்கள்"

என்று அறிஞர் அண்ணா அவர்கள் கூறு கின்றார்கள்.

பெரியார் அவர்கள், அறிஞர் அண்ணா அவர்கள் என்னும் தொடர்களில் நிற்கும் அவர்கள் என்பது மரியாதையைக் குறிக்கும் சொல். இவ்வாறு அமையும்போது மட்டுமே இந்தச் சொல் விளியேற்கும். தலைவர் அவர்களே, நண்பர் அவர்களே போன்றவை இந்த வகையைச் சேர்ந்தவை. சுட்டாக நிற்கும்போது இந்தச் சொல் விளி ஏற்காது.

இதுவரை, பெயர்ச்சொற்கள் விளியாகும் போது அடையும் பலவகை மாற்றங்களைப் பார்த்தோம். விளித்தல் என்றால் அழைத்தல் என்பதை முன்பே குறிப்பிட்டோம். அழைத்தல் என்பது கற்றவர், கல்லாதவர் என்ற வேறுபாடின்றி அனைவர்க்கும் உரியது. மேலும், இது அன்றாடப் பேச்சு வழக்கிலே அதிகமாக இடம்பெறுவது. எனவே, விளியாகும்போது பெயர்கள் அடையும் மாற்றங்களும் மிகுதியாக உள்ளன. விளித்தல் முறைகளில் சில காலப்போக்கில் மறைய— லாம்; அதே சமயம் புதிய முறைகளும் தோன்றலாம். இதற்கு எனத் தனியுருபு என்று எதையும் திட்டவட்டமாகக் கூற முடியாது.

எனினும், 'ஏ' சேர்ந்து விளியாவது தொன்றுதொட்டு இருந்துவருகிறது. அத னுடன், இன்ன வகைச் சொல் என்ற பாகுபாடு இல்லாமல், எல்லாச் சொல்லுடனும் 'ஏ' சேர்ந்து விளியாகிறது. எனவே, 'ஏ' விளியுருபு எனக் கொள்வாரும் உண்டு.

எ—டு :

"மாசறு பொன்னே! வலம்புரி முத்தே!
காசறு விரையே! கரும்பே! தேனே!
அரும்பெறற் பாவாய்! ஆருயிர் மருந்தே!
பெருங்குடி வணிகன் பெருமட மகளே!

(சிலம்பு)

இங்கே விளியாக நிற்கும் 'பொன்னே' முதலான சொற்களுடன் ஏ சேர்ந்திருக்கிறது. 'பாவாய்' என்ற சொல் மட்டும் சற்று வேறுபட்டு நிற்கிறது. 'பாவை' என்பது விளியாகும்போது 'பாவாய்' என்றமையும் என்பதை முன்பு பார்த்தோம். இதுவும் 'ஏ' பெற்றுப் 'பாவையே' என்று விளியாகும்.

பெயர் விளியேற்கும்போது பல்வேறு வடிவங்கள் பெறுவதைப் பார்த்தோம். இங்கே, நாம் ஒன்றைக் கவனத்திற் கொள்ள வேண்டும். அதுதான் மரபு என்பது. இலக்கிய வழக்கிலும் உலக வழக்கிலும் உள்ளதையே நாம் பின்பற்ற வேண்டும். இது மிகவும் முக்கியமாகும். எடுத்துக்காட்டாக, 'நண்பன்' என்பது 'நண்பா' என்றும், 'நண்ப' என்றும் விளியாதல் போல. 'மகன்' என்பது 'மக' என்றோ, 'மகா' என்றோ விளியாவதில்லை. எனவே, மரபைப் போற்றினால், மயக்கத் திற்கு இடம் ஏற்படாது.

தொகை

வேற்றுமைத் தொகையும், உருபும் பயனும் உடன்தொக்க தொகையும் பற்றிப் புணரியலில் விரிவாக விளக்கியிருக்கிறோம். ஆனால், விளிவேற்றுமையில் இவற்றிற்கு இடமில்லை.

வேற்றுமை, பெயருடன் சேர்ந்துவரும் என்பது விதி. விளிவேற்றுமையோ சில பெயர்ச் சொற்களுடன் சேர்ந்து வருவதில்லை. இவற்றை விளியேலாப் பெயர்கள் என்று இலக்கண நூலார் குறிப்பிடுவர். விளியேலாப் பெயர்கள் யாவை என்று இப்போது பார்ப்— போம். இவற்றைப் பின்வருமாறு ஐந்து வகையாகப் பிரிக்கலாம்.

1. தன்மைப் பெயர்கள்
   யான், நான், யாம், நாம்,
   யாங்கள், நாங்கள்.

2. முன்னிலைப் பெயர்கள்
   நீ, நீர், நீயிர், நீவிர், நீங்கள்.

3. சுட்டுப் பெயர்கள்
   அவன், அவள், அவர், அவர்கள்,

அது, அவை, அவைகள்,
இவன், இவள், இவர், இவர்கள்,
இது, இவை, இவைகள்.

4. **வினாப் பெயர்கள்**
எவன், எவள், எவர்,
எது, எவை, எவைகள்,
யாவன், யாவள், யாவர்,
யார், யாது, யாவை, ஏது.

5. **பொதுப் பெயர்கள்**
தான், தாம், தாங்கள், எல்லாம்.

இவைபோலவே, பிறன், பிறள், பிறர், பிறிது, பிற, மற்றையான், மற்றையாள், மற்றையார், மற்றையோர், மற்றையது, மற்றையவை, மற்றவன், மற்றவள், மற்றவர், மற்றவர்கள், மற்றது, மற்றவை ஆகிய பெயர்களும் விளியேற்க மாட்டா.

''தானென் பெயரும் சுட்டுமுதற்பெயரும்
யானென் பெயரும் வினாவின் பெயரும்
அன்றி யனைத்தும் விளிகோளிலவே''

(தொல்காப்பியம்)

ஒருமைக்குக் கூறியது பன்மைக்கும் பொருந்துமாகையால், தொல்காப்பியர் இங்கே ஒருமையைக் கூறிப் பன்மையைக் குறிப்பால் உணர்த்தலாயினர். சுட்டுப் பெயர், வினாப் பெயர் என்பவை இரு திணை, ஐம்பாலுக்குமுரிய எல்லாச் சுட்டுப் பெயர்களுக்கும் வினாப் பெயர்களுக்கும் பொருந்தும்.

''சுட்டு முதற் பெயரே முற்கிளந்தன்ன''

''சுட்டு முதற் பெயரும் வினாவின் பெயரும்
முற்கிளந்தன்ன என்மனார் புலவர்''

(தொல்காப்பியம்)

என்னும் நூற்பாக்களும் இதனை உறுதிப்படுத்துகின்றன.

எம்மவன், எம்மவள், எம்மவர், எங்களவர், உம்மவன், உம்மவள், உம்மவர், உங்களவர், தம்மவன், தம்மவள், தம்மவர் போன்ற சொற்களும் விளியேற்பதில்லை.

''தநநு எனஅவைமுத லாகித்
தன்மை குறித்த னரளஎன் இறுதியும்
அன்ன பிறவும் பெயர்நிலை வரினே
இன்மை வேண்டும் விளியொடு கொளலே''

(தொல்காப்பியம்)

என்னவன், என்னவள், எம்மவன், எம்மவள், எம்மவர் போன்ற சொற்கள் என்னவனே, என்னவளே, எம்மவனே, எம்மவளே, எம்மவரே என விளியேற்று நிற்பதையும் இன்றைய வழக்கில் காண்கிறோம்.

■■■

6
வேற்றுமை மயக்கம்

ஒன்று முதல் எட்டுவரையிலான வேற்றுமைகளையும் அவற்றின் பொருளையும் சென்ற அத்தியாயத்தில் விரிவாகப் பார்த்தோம். ஒரு குறிப்பிட்ட வேற்றுமை உருபு ஒரு குறிப்பிட்ட பொருளில் வருவதையும் அப்போது கண்டோம். இந்த வேற்றுமை உருபானது சில சமயங்களில் தனக்குரிய பொருளேயன்றி வேறோர் வேற்றுமைப் பொருளையும் உணர்த்துவதுண்டு. இதனையே வேற்றுமை மயக்கம் என்று கூறுவர் இலக்கண நூலார்.

"யாதன் உருபிற் கூறிற் றாயினும்
பொருள்செல் மருங்கின் வேற்றுமை
சாரும்"
(தொல்காப்பியம்)

உருபு எதுவாயினும், அது உணர்த்தும் பொருள்கொண்டு, அது எந்த வேற்றுமைக்குப் பதிலாக அமைந்திருக்கிறது என்பதை முடிவு செய்தல் வேண்டும் என்பது இந்த நூற்பாவின் பொருள். வேற்றுமை உருபை மட்டும் நோக்காமல், அது நிற்கும் இடத்தையும் நோக்கியே பொருள் கொள்ள வேண்டும். வேற்றுமை உருபுகளை நாம் கண்டபடி மாற்றி அமைத்துக் கொள்ளலாம் என்பது இதன் பொருளன்று. இலக்கியத்தில், குறிப்பாகச் செய்யுளில் இவ்வாறு மாறி நிற்றலும் உண்டு என்பதை உணர்த்தவே மேற்காணும் நூற்பா எழுந்தது.

"காலத்தினால் செய்த நன்றி
சிறிதெனினும்
ஞாலத்தின் மாணப் பெரிது"
(குறள்)

காலத்தினால் செய்த நன்றி என்னும் தொடரில் காலத்தினால் என்பது மூன்றாம் வேற்றுமைக்குரிய 'ஆல்' உருபு ஏற்ற சொல். ஆனால், இது காலத்தில் என்னும் ஏழாம் வேற்றுமைப் பொருள் உணர்த்துகிறது. 'காலத்தினால் செய்த நன்றி' என்பதற்குத் 'தக்க சமயத்தில் செய்த உதவி' என்று பொருள்.

இவ்வாறு ஒரு வேற்றுமை உருபு வேறொரு வேற்றுமைப் பொருளில் வருவதை இலக்கியங்களில் காணலாம்.

எடுத்துக்காட்டு :

"ஆற்றின் ஒழுக்கி அறன் இழுக்கா
இல்வாழ்க்கை
நோற்பாரின் நோன்மை உடைத்து"
(குறள்)

இந்தக் குறளில் நோற்பாரின் என்னும் சொல்லில் நிற்கும் ஐந்தன் உருபாகிய 'இன்' ஒப்புப்பொருள் தருகிறது. இது ஐந்தாம் வேற்றுமைக்குரிய பொருள். ஆனால், 'ஆற்றின்' என்னும் சொல்லில் நிற்கும் 'இன்' உருபு, 'ஆற்றின்கண்' என்னும் ஏழாம் வேற்றுமைப் பொருள் உணர்த்துகிறது. இது வேற்றுமை மயக்கம்.

"யாரும் பணிந்திடும் தெய்வம் – பொருள்
யாவினும் நின்றிடும் தெய்வம்"

"காத லொருவனைக் கைப்பிடித்தே,
அவன்
காரியம் யாவினும் கைகொடுத்து"
(பாரதியார்)

யாவினும் என்பது யாவற்றிலும் என்னும் பொருளில் அமைந்திருக்கிறது. இங்கேயும் 'இன்' உருபு ஏழாம் வேற்றுமைப் பொருள் தருவதை நோக்குக.

மூன்றன் உருபு ஆல், ஏழன் உருபு இல் ஆகிய இரண்டும் ஒன்றிடத்தில் ஒன்று வருவதை இன்றைய கவிதையிலும் உரைநடையிலும் காணமுடிகிறது.

எடுத்துக்காட்டு :

"நோய் நொடியால் மாண்டவர்கள்
கோடி கோடி – அவரில்
நூற்றிலொரு பெயர் நினைவும்
நாட்டிலில்லை"

"பாயில் படுத்து நோயில் விழுந்தால்
காதல் கானல் நீரே!"
(கண்ணதாசன்)

'நோய் நொடியால் மாண்டவர்கள்' என்பதை 'நோய் நொடியில் மாண்டவர்கள்' என்றும், 'நோயில் விழுந்தால்' என்பதை 'நோயால் விழுந்தால்' என்றும் பொருள் மாறாதவாறு மாற்றியமைக்கலாம்.

"பெற்றெடுத்த **பெருமையிலே** நான் சிரித்தேன்
பிறந்து வந்த **வேளையிலே** நீ அழுதாய் – இன்று
உயிர் வளர்த்த **பாசத்தால்** அழுகின்றேன் நான்
ஓடுகின்ற வேகத்தில் சிரிக்கின்றாய் நீ''

"**மனையாள் சொல்**லில் மதியிழந்தான் – அந்த
மயக்கத்தில் உறவை மறந்திருந்தான்''

"வண்ணமலர்க் காலின் **பின்னலிலே** – நடை
வாடுதம்மா தங்கை என்னும் புறா''
(கண்ணதாசன்)

'பெற்றெடுத்த பெருமையிலே நான் சிரித்தேன்' என்னும் தொடரில் நிற்கும் பெருமையிலே என்பதைப் பெருமையாலே என்று மாற்றினாலும் பொருள் மாறாதிருக்கிறது. 'உயிர் வளர்த்த பாசத்தால் அழுகின்றேன்' என்பதை உயிர் வளர்த்த பாசத்தில் அழுகின்றேன் என்றாலும் பொருள் மாறவில்லை.

இதே போல, 'மனையாள் சொல்லில் மதியிழந்தான்' என்பதும் 'மனையாள் சொல்லால் மதியிழந்தான்' என்பதும் ஒரே பொருள் தருவதைக் காண்க. 'அந்த மயக்கத்தில் உறவை மறந்திருந்தான்' என்பதை 'அந்த மயக்கத்தால்' உறவை மறந்திருந்தான் என்றும், 'காலின் பின்னலிலே நடைவாடு-தம்மா' என்பதைக் காலின் **பின்னலாலே** நடை வாடுதம்மா என்றும் மாற்றியமைக்கலாம். எப்படிச் சொன்னாலும் இவற்றின் பொருள் மாறாது.

இரும்பால் செய்த பெட்டி
கையால் பிடிக்க முடியவில்லை
கண்ணால் காண்பதும் பொய்
காதால் கேட்பதும் பொய்

போன்ற தொடர்கள்,

இரும்பில் செய்த பெட்டி
கையில் பிடிக்க முடியவில்லை
கண்ணில் காண்பதும் பொய்
காதில் கேட்பதும் பொய்

எனவும் அமைவதைக் காண்கிறோம். உலக வழக்கு, இலக்கிய வழக்கு இரண்டிலும் இத்தகைய தொடர்கள் அமைகின்றன.

எனினும், எல்லா இடங்களிலும் 'இல்' உருபுக்குப் பதிலாக 'ஆல்' உருபையும், 'ஆல்' உருபுக்குப் பதிலாக 'இல்' உருபையும் அமைக்க முடியாது.

"பிறந்து வந்த **வேளையிலே** நீ அழுதாய்'' என்னும் தொடரில் நிற்கும் **வேளையிலே** என்பது இல் உருபு ஏற்ற சொல். இதனுடன் ஆல் உருபு சேர்த்து **வேளையாலே** என்று அமைக்க முடியாது.

"வெள்ளி முளைப்பினிலே – அழகு துள்ளுது வான் பரப்பில்''
(வாணிதாசன்)

முளைப்பினில், வான்பரப்பில் என்னும் சொற்களில் 'இல்' உருபு சேர்ந்திருக்கிறது. முளைப்பினில் என்பதை முளைப்பால் என்று மாற்றலாம். ஆனால், வான்பரப்பில் என்பதை வான்பரப்பால் என்று மாற்ற முடியாது.

"வெள்ளி முளைத்ததால்தான் வான்பரப்பில் அழகு துள்ளுகிறது''

என்பது இந்த வரிகளின் பொருள். முளைப்பினில் என்பது ஏதுப் பொருளும் வான்பரப்பில் என்பது இடப்பொருளும் உணர்த்துகின்றன.

"காதலினால் மானுடர்க்குக் கலவியுண்டாம்
கலவியிலே மானுடர்க்குக் கவலைதீரும்''

"காதலிலே இன்பமெய்திக் களித்து நின்றால்
கனமான மன்னவர் போர் எண்ணுவாரோ?''
(பாரதியார்)

காதலினால் என்பதைக் காதலிலே என்றும் சொல்லலாம். இவ்வாறே, கலவியிலே, காதலிலே என்னும் சொற்களைக் கலவி-யினால், காதலினால் என்றும் சொல்லலாம்.

"நாடகத்தில் காவியத்தில் காதலென்றால் நாட்டினர்தாம் வியப்பெய்தி நன்றாம் என்பர்''
(பாரதியார்)

நாடகத்தில், காவியத்தில் என்னும் சொற்களில் நிற்கும் 'இல்' உருபை நீக்கி விட்டு, 'ஆல்' உருபை வைக்க முடியாது.

"வெள்ளியிலே தேர் பூட்டி
மேகம் போல மாடு கட்டி"

"கொண்டவளின் மனசு என்றும்
கணவனின் சொந்தம் – இன்னும்
கொஞ்ச நாளில் பாதி மனசு
குழந்தையின் சொந்தம்"
(கண்ணதாசன்)

வெள்ளியிலே தேர் பூட்டி என்பதை வெள்ளியாலே தேர் பூட்டி என்றும், கணவனின் சொந்தம் என்பதைக் கணவனுக்குச் சொந்தம் என்றும், குழந்தையின் சொந்தம் என்பதைக் குழந்தைக்குச் சொந்தம் என்றும் அமைக்கலாம்.

உருபு எதுவானாலும், அது தரும் பொருள் என்ன என்பதையே நாம் முக்கியமாகக் கவனிக்க வேண்டும். அதே சமயம், ஒரு வேற்றுமைப் பொருளை மற்றொரு வேற்றுமை உருபில் கூறவேண்டுமாயின், அப்போது நாம் மரபுக்கே முதலிடம் கொடுக்க வேண்டும். மரபு என்பது உலக வழக்கு, இலக்கிய வழக்கு இரண்டுக்கும் பொருந்தும்.

7

வழுவமைதி

உணர்ச்சி

மொழி என்பது இலக்கண வரம்புக்கு உட்பட்டது. பேச்சு, எழுத்து இரண்டுமே இலக்கண விதிமுறைகளைத் தழுவி அமைகின்றன. எனினும், சில சமயங்களில் இந்த விதிமுறைகள் மீறப்படுவதைக் காண்கிறோம். எந்தெந்தச் சமயங்களில் மொழி இலக்கண வரம்பைக் கடந்து செல்கிறது என்பதைக் கூர்ந்து நோக்கி, அதற்கான காரணங்களையும் கண்டறிந்து, அந்த வரம்பு மீறலை ஏற்றுக்கொள்வதற்கும் வழிவகுத்துள்ளனர் இலக்கண நூலார். வழுவமைதி எனப்படுவது அதுவே.

பேச்சு மொழி, எழுத்துமொழி இரண்டிலுமே அறிவுடன் உணர்ச்சியும் இடம்பெறுகிறது. வாழ்வில் இரண்டறக் கலந்து நிற்கும் அறிவும் உணர்ச்சியும் வாழ்வின் ஒரு முக்கிய கூறாக விளங்கும் மொழியிலும் இடம் பெறுவது வியப்புக் குரியதன்று.

ஒரே கருத்தை அறிவு ஆட்சி செலுத்தும்போது ஒரு விதமாகவும், உணர்ச்சிக்கு ஆட்படும்போது வேறு விதமாகவும் வெளியிடுகிறோம். 'அவன் வெறுக்கத் தக்க மனிதன்' என்பது அறிவு மொழி. 'சே! சே! அவன் மனிதனா?' என்பது உணர்ச்சி மொழி. 'அதோ ஒரு பாம்பு ஊர்ந்து செல்கிறது' என்பது அறிவு மொழி. பாம்பைக் கண்டவுடன் அச்சத்தில் 'பாம்பு! பாம்பு!' என்று அலறுவது உணர்ச்சி மொழி.

இதே போல, விரைவு, வெறுப்பு, கோபம், மகிழ்ச்சி போன்ற உணர்ச்சிகள் மிகும்போது, ஒன்றையே திரும்பத் திரும்பக் கூறுவதும் உண்டு.

எடுத்துக்காட்டு :

"அம்மா! நிதானித்துப் பேசுங்கள்
இப்படி எல்லாம் அவரைச்
சபிப்பதாயும் திட்டுவதாயும்
இருந்தால், இனிமேல் யாரும்
இங்கே வராதீர்கள்! யாரும்
இங்கே வராதீர்கள்! யாரும்
இங்கே வராதீர்கள்!"

கோவலனைக் குறை கூறிய தன் தாயிடம் கண்ணகி பேசுவது இது. 'யாரும் இங்கே வராதீர்கள்!' என்று மூன்று முறை சொல்லுகிறாள். உணர்ச்சியின் பிரதிபலிப்பு இது.

சில வேளைகளில் இந்த உணர்ச்சி வினா வடிவிலும் வெளிப்படுவதுண்டு.

''கொலு மண்டபத்திலே விசாரிக்கப் –
பட வேண்டிய வழக்கு கோயில்
மண்டபத்தோடு **முடிவானேன்?''**
குற்றம் சாற்றப் பெற்றவரின்
மறுப்புகளுக்கு மதிப்புத் தராமல்
கொலைவாளின் வேலை
அவ்வளவு சீக்கிரமாக **நடை –**
பெறுவானேன்? இதற்குப்
பெயரா நீதி? இதற்குப் பெயரா
நியாயம்? இதற்குப் பெயரா அரசு?
உனக்குப் பெயரா அறங்காக்கும்
மன்னன்?

பாண்டியன் நெடுஞ்செழியனைப் பார்த்துக் கண்ணகிகேட்கும்கேள்விகள் இவை. இந்த வினாக்கள் உணர்ச்சிப் பிழம்பாக விளங்குகின்றன.

வினாவடிவில் உணர்ச்சியைக் கொட்டு–வதை உரை நடையில் மட்டுமல்ல; பாடலி–லும் காணலாம்.

எடுத்துக்காட்டு :

''பூம்பாட்டுப் பாடிப்
பொன்கூட்டை எனக்கீந்த
மேம்பாட்டுப் பூங்குயிலே
விரைந்த இடம் ஏதோடி!''
''சில்லென்று பூத்த
சிறுமுல்லைக் காட்டூடு
வல்லாடும் காய்கள்
வடித்த எழில் எங்கேடி!''

(கண்ணதாசன்)

உணர்ச்சி மயமாகிப் பேசும்போது, சொற்கள் இடம் மாறி அமைவது இன்னொரு வகை. எழுவாய், செயப்படுபொருள், பயனிலை என்னும் முறையில் அமைவது தமிழ் வாக்கியம். உணர்ச்சி வயப்படும்போது சொற்கள் இந்த முறையினின்று மாறி நிற்பதைக் காண்கிறோம்.

எடுத்துக்காட்டு :

''என்னை இகழ்ந்து கவிபாடட்டும்
அந்த ஒற்றைச் சிலம்பு! அதைக்
கேட்கட்டும் இந்தப் புவி!
அப்போதாவது புத்தி வரட்டும்
இந்தப் புன்மதியாளனுக்கு!''
''அடேயப்பா! விலை மதிக்க
முடியாதது இந்தச் சிலம்பு!''

கவிதைகளிலும் இவ்வாறு சொற்கள் இடம் மாறி அமைவது இயல்பு. ஓசை நயம் போன்ற காரணங்களுக்காக மட்டுமன்றி, உணர்ச்சி மிகுதியாலும் கவிதைகளில் சொற்கள் இடம் மாறி நிற்பதைக் காண்கிறோம்.

எடுத்துக்காட்டு :

''கற்சிலையோ அம்மா நான் கயவன்
அந்தக்
காமுகனுக் கென்நெஞ்சைத் தத்தம் செய்ய?
பொற்கிளியை வானரத்தின்
மடியிற்போடப்
பொருந்தியதோ உன்னுள்ளம்? போதும்
போதும்!''

(கண்ணதாசன்)

திணை

மொழியிலே உணர்ச்சியின் செல்வாக்கு ஓங்கி நிற்கும்போது, அதற்கு இலக்கணமும் இடம் கொடுத்துச் சற்று விலகி நிற்கிறது. உணர்ச்சி ஆதிக்கம் செலுத்தும்போது திணை, பால் முதலியனவும் தம் இயல்பினின்று மாறியமைவதைக் காண்கிறோம்.

எடுத்துக்காட்டு :

''........................ **வானரரே!**
ஈடறிய மேன்மை **யழகேய்ந்தவரே!''**

''காளை **எருதரே!** காட்டிலுயர் **வீரரே!''**

(பாரதியார்)

இங்கே வானரம், வானரராகவும், எருது, எருதராகவும் வீரராகவும் உயர்திணையில் பேசப்படுகின்றன. அஃறிணையை உயர்–திணையாகவோ, உயர்திணையை அஃறிணையாகவோ மாற்றிக் கூறுவதைத் திணை வழுவமைதி என்பர். குயில், வானரத்தையும் காளையையும் உயர்த்திப் பேசுவதால், அவற்றை உயர்திணையில் கூறுகிறது.

''மியாவ் மியாவ் பூனையார்
மீசைக் காரப் பூனையார்''

என்பதுவும் அந்த வகையைச் சேர்ந்ததே. உரை நடையிலும் இத்தகைய திணை மாற்றத்தைக் காணலாம்.

கலைஞர் அவர்கள் 'கருப்பஞ்செடி' என்னும் சிறு கதையில்,

''ஆறு நாய்கள் இருக்கிறார்கள்''

எனக் கூறிவிட்டு, அதற்குப் பின்வருமாறு விளக்கமும் தருகிறார்கள்.

''நாய்கள் இருகிறார்கள் என்பது
இலக்கணப் பிழையாகக் கூறப்பட்டாலும்,
என்னைப் பொறுத்த வரையில்
நன்றியுள்ளவர்கள் யாராக
இருப்பினும், அவர்களை உயர்திணையாக
நினைப்பதால், நானும் நாய்களையும்
நன்றியுள்ள மனிதர்களுடன் சேர்த்து
உயர்திணையாகக் கொண்டு,
'இருக்கிறார்கள்' என்ற வார்த்தையைப்
பயன்படுத்துகிறேன்.''

திணை வழுவமைதிக்கு இது நல்ல எடுத்துக்காட்டு மட்டுமன்றி நல்ல விளக்க-மாகவும் அமைகிறது.

உயிருள்ள பொருட்களை மட்டுமல்ல; உயரில்லாதவற்றையும் உயர்திணையாகக் கொள்வதுண்டு. நாலடியார், திருக் கோவையார் போன்றவை அந்த வகையைச் சேர்ந்தவை. இந்த நூல்களின் சிறப்புக் கருதி, 'ஆர்' விகுதி சேர்க்கப்பட்டிருப்பதாகக் கூறுவர் இலக்கண ஆசிரியர்கள். இவையும் திணை வழுவமைதியின் பாற்படும்.

பால்

இன்னொரு வகை பால் வழுவமைதி. உயர்திணை, அஃறிணை ஆகிய இரண்டும் ஐம்பாலாகப் பிரிக்கப்பட்டிருக்கின்றன. ஆண்பால், பெண்பால், பலர்பால் ஆகிய மூன்றும் உயர்திணைக்கு உரியவை. ஒன்றன்பால், பலவின்பால் ஆகிய இரண்டும் அஃறிணைக்குரியவை. ஒரே திணைக்குரிய பால்களில் ஒன்று மற்றொன்றின் இடத்தில் வருவது உண்டு. இதனையே பால் வழுவமைதி என்று இலக்கணம் குறிக்கிறது. இதுவும் உணர்ச்சி மொழியின் பாற்பட்டதே.

ஒரு பெண் குழந்தையை 'வாடா கண்ணா' என்று பெற்றோர் அன்புடன் அழைப்பதை நீங்கள் கேட்டிருப்பீர்கள். அவர்கள் பெண் குழந்தையை 'ஆண்' என்று தவறாக எண்ணிவிட்டார்களா? அல்லது இலக்கணம் தெரியாமல் பேசுகின்றார்களா? இரண்டும் இல்லை. அவர்களுக்குத் தம் குழந்தை, பெண்குழந்தை என்பதும் தெரியும், ஆணை எப்படிக் குறிப்பிட வேண்டும், பெண்ணை எப்படிக் குறிப்பிட வேண்டும் என்னும் இலக்கணமும் அவர்களுக்குத் தெரியும். பின்னர் ஏன் பெண்ணை ஆண்பாலிலே குறிப்பிடுகின்றார்கள்?

நாம் முன்பு குறிப்பிட்டபடி ஒரு பெண்குழந்தையை 'வாடா, கண்ணா' என்று பெற்றோரும் மற்றோரும் அழைக்கும்போது, நன்கு கவனித்துப் பாருங்கள். அவர்களுடைய தொனி, முகபாவம் முதலியவற்றை நன்கு கவனியுங்கள். அங்கே அன்பும் பாசமும் பொங்கி வழிவதைக் காணலாம். மகிழ்ச்சி யுடன் குழந்தையைக் கொஞ்சும்போதும் இவ்வாறு ஆண்பாலிலே குறிப்பிடுவதுண்டு. குழந்தை அழும்போதும் அதைச் சமாதானப் படுத்த முயலும் பெற்றோரோ, மற்றோரோ இவ்வாறு குழந்தையினிடம் பேசுவதைக் காணலாம்.

''தன்மானச் செல்வங்கள் வாழ்கின்ற பூமியில்
வில்லேந்தும் வீரன் போலவே
மகனே நீ வந்தாய், மழலைச் சொல் தந்தாய்
வாழ்நாளில் வேறென்ன வேண்**டுமம்மா**''
(கண்ணதாசன்)

தாய் தன் குழந்தையை அள்ளி அணைத்து முத்தமிட்டு அன்பு பெருக்கெடுக்கப் பாடும் பாடல் இது. ''வில்லேந்தும் வீரன்போலவே மகனே நீ வந்தாய். மழலைச் சொல் தந்தாய்'' என்னும் வரிகள் அது ஆண் குழந்தை என்பதைத் தெளிவாகப் புலப்படுத்துகின்றன. ''வாழ்நாளில் வேறென்ன வேண்**டுமம்மா**'' என்னும் வரியின் இறுதியிலே 'அம்மா' என்னும் பெண்பாற் சொல் இடம்பெற்றி ருக்கிறது. இந்தப் பாடற்பகுதியை நீங்கள் நன்கு கவனித்தால் 'அம்மா' என்னும் சொல் அந்த ஆண் குழந்தையைத்தான் குறிக்கிறது என்பது விளங்கும். ஆண்குழந்தையை 'அம்மா' என்று அழைக்கச் செய்வது எது? அன்னையின் பாசவுணர்ச்சியல்லவா?

''அடலொளி திகழ்தரு திகிரியந் தடக்கை
அரங்கத் தம்மா பள்ளி எழுந்தருளாயே''
(தொண்டரடிப்பொடியாழ்வார்)

''மன்னே மாமணியே மழபாடியுள் மாணிக்கமே
அன்னே உன்னையல்லால் இனி யாரை நினைக்கேனே''
(சுந்தரர்)

அரங்கமா நகருளானை **அம்மா** என்று ஆழ்வாரும், சிவபெருமானை **அன்னே** என்று சுந்தரரும் அழைப்பதை நோக்குக.

உயர்திணையிலே ஆண்பால், பெண்பால், ஆகியவை ஒருமைக்கும் பலர்பால் பன்மைக்கும் உரியவை. சில வேளைகளில் பன்மைக்கு ஒருமையும், ஒருமைக்குப் பன்மையும் அமைவதுண்டு. ஒருமைக்குப் பன்மை அமைவது மரியாதைப் பன்மை எனப்படும். இது உயர்வு கருதி வருவது. இதே போலப் பழிப்பு அல்லது வெறுப்பின் காரணமாகப் பன்மை ஒருமை ஆவதையும் உலக வழக்கிலும் இலக்கிய வழக்கிலும் காண்கிறோம்.

''எனைத்துணையர் ஆயினும் என்னாம்
தினைத்துணையும்
தேரான் பிறனில் புகல்''

(குறள்)

'எனைத்துணையர்' என்னும் சொல் பன்மைக்குரியது. 'தேரான்' என்னும் சொல் ஒருமைக்குரியது. அதாவது, ஒன்று பலர்பாலிலும் மற்றொன்று ஆண்பாலிலும் அமைந்திருக்கின்றன. இதனைப் பரிமேலழகர் ஒருமை பன்மை மயக்கம் எனக் கூறுகிறார். அதற்குச் சான்றாக ''என்னீர் அறியாதீர் போல இவை கூறின், நின்னீர் வல்ல நெடுந்தகாய்'' என்னும் பாலைக்கலிப் பாடல் வரிகளை அவர் எடுத்துக்காட்டுகிறார். இந்தப் பாடலில் 'நீர் அறியாதீர்' என்பது பன்மையிலும் 'நின்' என்பது ஒருமையிலும் அமைந்திருக்கின்றன. இதை ஒருமை பன்மை மயக்கம் என்பர்.

'எனைத்துணையர் ஆயினும் என்னாம் .....'

என்னும் குறட்பாவின் கருத்தை மனத்திற் கொண்டு பார்க்கும்போது, நன்னூல் உரையாசிரியர் கூறுவது போல வெறுப்பு அல்லது பழிப்பின் காரணமாகப் பன்மை ஒருமையாயிற்று என்று கொள்வதே பொருத்தமாகத் தோன்றுகிறது.

உணர்ச்சிப் பெருக்கிலே உருவெடுக்கும் மொழி இலக்கண வரம்பையும் கடந்து செல்லும் ஆற்றல் உடையது. அப்போது, ஆண்பால் பெண்பாலாகவும், பெண்பால் ஆண்பாலாகவும், பன்மை ஒருமையாகவும், ஒருமை பன்மையாகவும் மாறும். இந்த மாற்றத்திற்கு இலக்கணம் மதிப்பளித்துப் 'பால் வழுவமைதி' என்னும் பெயரும் கொடுத்திருக்கிறது.

''உவப்பினும் உயர்வினும் சிறப்பினும்
செறலினும்
இழிப்பினும் பால்திணை இழுக்கினும்
இயல்பே''

(நன்னூல்)

மகிழ்ச்சி, உயர்வு, சிறப்பு, சினம், பழிப்பு முதலியவற்றால் பாலும் திணையும் இலக்கண விதிக்கு மாறாக அமையினும் இயல்பாகவே கொள்ளப்படும் என்பது இதன் பொருள்.

இடம்

தன்மை, முன்னிலை, படர்க்கை என்னும் மூவிடங்களில் எது வாக்கியத்தில் அமைந்தாலும், எழுவாயும் பயனிலையும் இடத்தால் ஒத்திருக்க வேண்டும். அவ்வாறு இல்லாவிட்டால் அந்த வாக்கியம் வழுவாகும். சில சமயங்களில் அதை வழுவமைதியாகக் கொண்டு, இலக்கணம் அதற்கு இடம் அளிக்கிறது. இது இட வழுவமைதி எனப்படும்.

எடுத்துக்காட்டு :

''சுழன்றோடும் பெருவெள்ளமே!
வாழ்க்கைச் சுழலில்
அகப்பட்டவள் வந்திருக்கிறேன்;
ஏற்றுக்கொள்.
மலைமோதி, அலைமோதிச் செல்லும்
மாநதியே! **வாழ்வில் நிலைமாறிப்**
போனவள் வந்திருக்கிறேன்;
என்னை வரவேற்றிடு.
மண்ணையும் பொன்னையும்
சுமந்துசெல்லும் உன்நீர்த் தோள்களிலே,
கண்ணீர் விடப் பிறந்த என்னையும்
எடுத்துப் போ.
ஓலமிடும் ஜீவநதியே! **ஜீவனற்றவள்**
வந்திருக்கிறேன் அம்மா!
இந்த அபலையை ஏற்றுக்கொள்.
பெண் தெய்வமே! இந்தப் பேதையை
ஏற்றுக்கொள்''

(கலைஞர் மு.க.)

இந்தப் பகுதியில் நிற்கும் இந்த வாக்கியங்களைக் கவனியுங்கள்:

வாழ்க்கைச் சுழலில் அகப்பட்டவள்
வந்திருக்கிறேன்.
வாழ்வில் நிலைமாறிப் போனவள்
வந்திருக்கிறேன்.
ஜீவனற்றவள் வந்திருக்கிறேன்.

இந்த மூன்று வாக்கியங்களிலும் எழுவாய் படர்க்கை இடத்திலும், பயனிலை தன்மை இடத்திலும் அமைந்திருக்கின்றன. எழுவாயும் பயனிலையும் இடத்தால் மாறுபடுவதால் இதனைப் பிழை எனக் கொள்ளலாமா? பொதுவாகப் பார்க்கும்போது அப்படித் தோன்றினாலும், இங்கே இதைப் பிழையாகக் கொள்ள முடியவில்லை. இப்படி மாறி நிற்பதே இந்தப் பேச்சுக்கு உயிரூட்டுகிறது! இந்தப் பகுதியை ஆழ்ந்து நோக்கினால், இந்த உண்மை புலப்படும். இத்தகைய வாக்கியங்களைப் பேச்சிலும் எழுத்திலும் பரவலாகக் காண்கிறோம்.

எடுத்துக்காட்டு :

1. உங்கள் மனைவி கண்ணகி வந்திருக்கிறேன்! பேசுங்கள் அத்தான்! பேசுங்கள்!

2. அப்பா, கண்ணன் பேசுகிறேன்.

3. அண்ணா, உங்கள் அன்புத்தம்பி கேட்கிறேன்.

4. இறைவா, உன் பக்தை மன்றாடி வேண்டுகிறேன்.

5. 'உன் தம்பி உனக்காக உயிர் துறப்பேன்' என்றான் கும்பகர்ணன்.

இந்த வாக்கியங்களில் படர்க்கை எழுவாயும் தன்மைப் பயனிலையும் அமைந்திருக்கின்றன. இடம் மாறிவருவது வழுவாயினும், மரபை ஒட்டி அமைவதால், இவற்றை வழுவமைதி என ஏற்றுக்கொள்கிறோம்.

எல்லா வாக்கியங்களிலும் படர்க்கை எழுவாய்க்குத் தன்மைப் பயனிலை அமைந்திருக்கிறது. இதுதான் மரபு. தன்மை எழுவாயும் படர்க்கைப் பயனிலையும் ஒரு போதும் அமைவதில்லை. அது வழுவாகும். இவ்வாறே தன்மை எழுவாய்க்கு முன்னிலைப் பயனிலையும் வருவதில்லை. முன்னிலை எழுவாய்க்குத் தன்மை அல்லது படர்க்கைப் பயனிலையும் வருவதில்லை.

இருதிணைக் கலப்பு

திங்களும் சான்றோரும் ஒப்பர்.
மூர்க்கனும் முதலையும் கொண்டது விடா.

இந்த இரு தொடர்களையும் நோக்குக. இந்த இரண்டு வாக்கியங்களும் ஒரு வகையில் ஒத்திருக்கின்றன; ஒரு வகையில் வேறுபடுகின்றன. ஒற்றுமை என்ன? இரண்டிலுமே உயர்திணையும் அஃறிணையும் கலந்து நிற்கின்றன. இதுதான் இரண்டுக்குமுள்ள ஒற்றுமை. வேற்றுமை என்ன? ஒரு வாக்கியத்தில் பயனிலை உயர்திணையாகவும் இன்னொன்றில் பயனிலை அஃறிணையாகவும் அமைந்திருக்கின்றன. எழுவாய் இரண்டு வாக்கியங்களிலும் ஒரே விதமாக அமையும்போது பயனிலை மட்டும் மாறுபடுவது ஏன்?

"திங்களும் சான்றோரும் ஒப்பர்"

என்னும் வாக்கியத்தில் 'ஒப்பர்' என்பது பயனிலையாக அமைந்திருக்கிறது. இதிலே 'திங்களும் சான்றோரும்' என்பது எழுவாய். திங்கள் அஃறிணை; சான்றோர் உயர்திணை.

"மூர்க்கனும் முதலையும் கொண்டது விடா"

என்னும் வாக்கியத்தில் 'விடா' என்பது பயனிலை. 'மூர்க்கனும் முதலையும்' என்பது எழுவாய்.

இந்த இரண்டு வாக்கியங்களிலும் உயர்திணையும் அஃறிணையும் கலந்த தொடர்கள் எழுவாயாக நிற்கின்றன. ஆனால், பயனிலை மட்டும் ஒன்றில் உயர்திணையாகவும் ஒன்றில் அஃறிணையாகவும் அமையக் காரணம் என்ன? 'திங்களும் சான்றோரும் ஒப்பர்' என்னும் வாக்கியத்தில் சிறப்புக் காரணமாக உயர்திணைப் பயனிலையும், 'மூர்க்கனும் முதலையும் கொண்டது விடா' என்னும் வாக்கியத்தில் இழிவு காரணமாக அஃறிணைப் பயனிலையும் அமைந்திருக்கின்றன. இங்கேயும் இலக்கண விதியை விடப் பேசுபவரின் உள்ளத்துணர்வே முதன்மை பெறுகிறது.

எண்

இரு கண்ணும் சிவந்தது

என்னும் வாக்கியத்தில் 'இரு கண்ணும்' என்னும் பன்மை எழுவாய்க்குச் 'சிவந்தது' என்னும் ஒருமைப் பயனிலை அமைந்திருக்கிறது. இதை 'எண் வழுவமைதி' என்பர்.

இரு காதும் கேளாது

என்பதும் எண் வழுவமைதியே. 'இரு கண்ணும் சிவந்தன' என்றும் 'இரு காதும்

கேளா' என்றும் அமைவதே வழாநிலை. எனினும், உலக வழக்கிலும் இலக்கிய வழக்கிலும் இடம் பெற்றுவிட்ட இத்தகைய தொடர்களை வழுவமைதி என்று இலக்கணம் ஏற்றுக்கொள்கிறது.

எடுத்துக்காட்டு :

''முல்லை மலர்க்காடு – எங்கள்
மன்னவர் தன்னாடு''

''கால நெடுங்கடல் ஊழி கடந்து
நிலைத்தவர் தன்னாடு''

''உறவறியாத குழந்தைக் கெல்லாம்
உறவினனாக அவன் வருவான்''

''கனவும் நினைவும் யாவுமே
புதுமையாய்க் காணுதே''

''கேட்பதெல்லாம் காதல் கீதங்களே
காண்பதெல்லாம் வாழ்க்கை வேதங்களே''

''அன்பு நாடும் உயிர்கள்
யாவும் ஆசையில்
நின்று பாடுதே''

''காலம் சிறிது கனவுகள் பெரிது
கவலைப்படுவதேன் மனது''
(கண்ணதாசன்)

''பட்டப் பகல் திருடர்களைப்
பட்டாடைகள் மறைக்குது''
(பட்டுக்கோட்டையார்)

'பட்டாடைகள் மறைக்குது'
'கனவும் நினைவும் யாவுமே
புதுமையாய்க் காணுதே'
'உயிர்கள் யாவும் பாடுதே'
'கனவுகள் பெரிது'

என்னும் தொடர்கள் இரு கண்ணும் சிவந்தது' என்பதைப் போன்று பன்மை எழுவாயும் ஒருமைப் பயனிலையும் பெற்று நிற்கின்றன.

மன்னவர் தன்னாடு
நிலைத்தவர் தன்னாடு

என்னும் தொடர்களும் எண் வழுவமைதி என்னும் வகையைச் சேரும். மன்னவர் நிலைத்தவர் என்னும் சொற்கள் பன்மை குறிப்பவை. இவற்றைத் தழுவி நிற்கும் 'தன்னாடு' என்னும் தொடரில் நிற்கும் 'தன்' என்பது ஒருமை. 'தம்' என்னும் பன்மை வருவதே முறையாகும். எனினும், கவிஞர்க்குரிய தனிச்சலுகை கருதி, இவை வழுவமைதியாகக் கொள்ளப்படுகின்றன.

இவ்வாறே, கேட்பதெல்லாம் காண்பதெல்லாம், குழந்தைக் கெல்லாம் என்னும் தொடர்களும் எண் வழுவமைதியாகக் கொள்ளப்படும். இவையும் கவிதைக்குரிய தனி உரிமமே. உரைநடையில், இவற்றை முறையே

கேட்பவை எல்லாம்
காண்பவை எல்லாம்
குழந்தைகளுக்கு எல்லாம்

எனப் பன்மையில் அமைத்து எழுதுவதே முறை. ஆனால், இத்தகைய பாடல்களின் தாக்கத்தாலோ என்னவோ, இன்று பேச்சு வழக்கிலும் உரைநடை எழுத்து வழக்கிலும் 'காண்பதெல்லாம்' போன்ற தொடர்கள் இடம்பெற்று, அவை வழுவமைதியாகவும் கொள்ளப்படுகின்றன.

நீதிமன்றத்திலே சாட்சி சொல்பவர்கள்,
நான் சொல்வ தெல்லாம் உண்மை;
உண்மையைத் தவிர வேறொன்றும்
இல்லை

என்று உறுதிமொழி கூறுவது இதற்கு நல்ல சான்றாகும். 'சொல்வ தெல்லாம்' என்னும் தொடரை நோக்குக.

காலம்

இன்னொரு வகை கால வழுவமைதி. இறந்த காலம், நிகழ் காலம், எதிர்காலம் எனக் காலங்கள் மூவகைப்படும் என்பது உங்களுக்குத் தெரியும். நடந்து முடிந்தது இறந்தகாலம்; நடந்துகொண்டி ருப்பது நிகழ்காலம்; இனி நடக்கப் போவது எதிர்காலம். நாம் பேசும்போதும் எழுதும்போதும் இந்த விதிமுறையை ஒட்டியே வாக்கியங்கள் அமைகின்றன. 'அவன் வந்தான்' என்பது இறந்தகாலம்; 'அவன் வருகிறான்' என்பது நிகழ்காலம்; 'அவன் வருவான்' என்பது எதிர்காலம். இந்த வாக்கியங்களில் காலங்கள் மிகத் தெளிவாகத் தெரிகின்றன.

சில சமயங்களில் விரைவு போன்ற காரணங்களால் இந்தக் காலங்கள், சற்று மாறி நிற்பதுண்டு. அவ்வாறு மாறி நின்றாலும் அவை தவறான பொருள் தருவதில்லை.

அப்படிப்பட்டவற்றையே 'காலவழுவமைதி' என இலக்கணம் குறிப்பிடுகிறது. கால வழுவமைதி பற்றிப் பார்ப்பதற்கு முன், பலருக்கும் குழப்பத்தை உண்டாக்கும் ஒரு வகையான கால மயக்கத்தைத் தெளிவு படுத்திக்கொள்வது நல்லது.

முதலில் நிகழ்காலத்தைப் பார்ப்போம். நடந்துகொண்டிருக்கும் ஒரு நிகழ்ச்சியை அல்லது செயலை நிகழ்காலத்தில் குறிப்பிடு வது வழக்கம். ஒரு செயல் நேற்றும் நடந்தது; இன்றும் நடக்கிறது; நாளையும் நடக்கும் என்றால் அந்தச் செயலை எந்தக் காலத்தில் குறிப்பிடுவது?

''முக்காலத்தினும் ஒத்தியல் பொருளைச்
செப்புவர் நிகழும் காலத்தானே''

(நன்னூல்)

''ஆண்டவன் ஒருவன் **இருக்கின்றான்**
அவன்
அன்பு மனங்களில் **சிரிக்கின்றான்**''

என்னும் பாடலில் நிற்கும் 'இருக்கின்றான்', 'சிரிக்கின்றான்' என்னும் நிகழ்கால வினைகள், நிகழ்காலத்தை மட்டுமா குறிக்கின்றன? இல்லை, இறந்தகாலம், நிகழ்காலம், எதிர்காலம் என்னும் முக்காலங் களையும் குறிக்கின்றன.

''பொருட்சாரு மறைகளெல்லாம்
போற்றுகின்ற தெய்வம்''

(வள்ளலார்)

போற்றுதலாகிய தொழில் முக்காலமும் நிகழ்ந்துகொண்டிருப்பதாலேயே 'போற்று கின்ற' என்னும் நிகழ்காலப் பெயரெச்சம் பயன்படுத்தப்பட்டிருக்கிறது.

''பார்க்கும் இடமெங்கும் ஒரு
நீக்கமற **நிறைகின்ற** பரிபூரணானந்தமே''

(தாயுமானார்)

இங்கே, 'நிறைகின்ற' என்னும் நிகழ்காலப் பெயரெச்சமும் முக்காலம் உணர்த்தி நிற்பதை நோக்குக.

''விதிசெயும் விளைவினுக்கே – இங்கு
வேறுசெய்வார் புவிமீது**ளரோ?**''

(பாரதியார்)

இந்தப் பகுதியில் இடம்பெற்றிருக்கும் 'உளரோ' என்னும் வினா எதிர்மறைப் பொருளில் அமைந்திருக்கிறது. 'யாரும் இலர்' என்பது இதன் பொருள். இதுவும் முக்காலம் உணர்த்தும் நிகழ்கால வினையாகும். 'முன்பும் இருந்ததில்லை; இப்பொழுதும் இல்லை; இனியும் இருக்கப் போவதில்லை' என்பதையே 'உளரோ' என்னும் வினா உணர்த்துகிறது.

''செஞ்சொற் கவி இயற்றும் கலைவாணர்
கருத்திலும், உள்ளொளி வாய்ந்த
உரவோர் மனத்திலும்,
உலகினர்க்கு ஒளிநெறிகாட்டும் உயரிய
மறையிலும் கலைமகள்
மகிழ்ந்துறைகின்றாள்.
இன்னும் இன்னிசை வீணையை
மலர்க்கரத்தில் ஏந்திய கலைமகள்,
மக்கள் பேசும் மழலை
மொழியிலும், மாதர் இசைக்கும் மதுரப்
பாட்டிலும், கீதம் பாடும் குயிலின்
குரலிலும்,
சிறையாரும் மடக்கிளியின் செந்நாவிலும்
அமர்ந்திருக்கின்றாள். அன்றியும், மாட
கூடங்களை அழகு செய்யும்
ஓவியங்களிலும்,
கோயில்களில் அமைந்த சீரிய
சிற்பங்களிலும்
கலைமகள் **விளங்குகின்றாள்.** எனவே,
செவியினைக் கவரும் இயற்கவியும் இன் –
னிசையும், கண்ணினைக் கவரும்
ஓவியமும்
சிற்பமும் அறிவுத் தெய்வம் உறையும்
இடங்களாகும்!''

(டாக்டர். ரா.பி.சேதுப்பிள்ளை)

இந்தக் கட்டுரைப் பகுதியிலே முக்காலத் தையும் உணர்த்த நிகழ்கால வினை பயன் படுத்தப்பட்டிருக்கிறது.

கலைமகள் பற்றிப் பாரதியார் பாடி யிருக்கும் பாடலின் கருத்தையே டாக்டர் சேதுப்பிள்ளை அவர்கள் உரை நடையிலே தந்திருக்கிறார்கள். அந்தப் பாடல் இது:

''வெள்ளைத் தாமரைப் பூவில் **இருப்பாள்;**
வீணைசெய்யும் ஒலியில் **இருப்பாள்;**
கொள்ளை இன்பம் குலவு கவிதை
கூறு பாவலர் உள்ளத் **திருப்பாள்;**
உள்ளதாம் பொருள் தேடி யுணர்ந்தே
ஓதும் வேதத்தின் **உள்நின்றொளிர்வாள்;**
கள்ள மற்ற முனிவர்கள் கூறும்
கருணை வாசகத் **துட்பொருளாவாள்;**

மாதர் தீங்குரற் பாட்டில் **இருப்பாள்**
மக்கள் பேசும் மழலையில் உள்ளாள்''
(பாரதியார்)

பாரதியார் இந்தப் பாடலிலே முக்காலத்தையும் உணர்த்த எதிர்கால வினைமுற்றைப் பயன்படுத்தியிருப்பதைக் கவனியுங்கள். இவை எதிர்கால வினையாக இருந்தாலும், இனி நடக்கப் போவதை மட்டும் உணர்த்தவில்லை; என்றும் இருப்பதையே உணர்த்துகின்றன. என்றும் இருப்பதை நிகழ்கால வினை உணர்த்துவது போலவே, எதிர்கால வினையும் உணர்த்தும் என்பதை இதனால் உணர முடிகிறது. சேதுப்பிள்ளை அவர்களின் உரைநடையையும், பாரதியாரின் கவிதையையும் ஒப்பிட்டுப் பாருங்கள். இந்த உண்மை தெளிவாகத் தெரியும்.

''நெஞ்சு பொறுக்கு திலையே – இந்த
நிலைகெட்ட மனிதரை
நினைந்துவிட்டால்
அஞ்சி அஞ்சிச் **சாவார்** – இவர்
அஞ்சாத பொருளில்லை அவனியிலே
வஞ்சனைப் பேய்கள் **என்பார்** – இந்த
மரத்திலென்**பார்**; அந்தக் குளத்தில் **என்பார்**
துஞ்சுது முகட்டில் **என்பார்** – மிகத்
துயர்ப்படுவார்; எண்ணிப் **பயப்படுவார்**''
(பாரதியார்)

எதிர்கால வினை, வழக்கமாக நடைபெறும் செயலை உணர்த்துகிறது. அதாவது, மனிதர்கள் எப்படி எப்படியெல்லாம் நடக்கின்றனர் என்பதைப் பாரதியார் படம் பிடித்துக் காட்டுகிறார். இந்த வரிகளை நீங்கள் ஆழ்ந்து கவனியுங்கள். பாரதியார் குறிப்பிடும் இந்த மனிதர்கள், தொடர்ந்து இவ்வாறே செய்து வருகின்றனர் என்பதை இந்தப் பாடலில் அமைந்திருக்கும் எதிர்கால வினைகள் உணர்த்துவது புலனாகும். அதாவது, இங்கே எதிர்கால வினைமுற்று இனிமேல் நடக்கப் போவதை மட்டும் உணர்த்தவில்லை; தொடர்ந்து நடந்துகொண்டிருப்பதை உணர்த்துகிறது. உரைநடையிலும் இதே நிலைதான்.

எடுத்துக்காட்டு :

1) அவற்றை எழுதா இலக்கியம் என்பதோடு 'முதுமொழி' என்றும், பழங்கால முதலே வழங்கிவருவது பற்றிப் பழமொழி என்றும் சான்றோர் **வழங்குவர்.**
2) சிலப்பதிகாரத்தை 'முத்தமிழ்க் காப்பியம்' என்று அறிஞர் **கூறுவர்.**
3) என்ன செய்தாலும், கொடுத்ததை மட்டும் வாங்கக்கூடாது எனப் பெரியவர்கள் **சொல்லுவார்கள்.**

இந்த வாக்கியங்களில் அமைந்திருக்கும் எதிர்கால வினைகள் எதிர்காலத்தை மட்டுமா உணர்த்துகின்றன? வழக்கமாக நிகழ்ந்துவரும் செயல்களையே குறிக்கின்றன. இந்த எதிர்கால வினைகளிலே இறந்த காலமும் நிகழ்காலமும் தொக்கி நிற்பதைக் கவனியுங்கள்.

இவ்வாறு வழக்கமாக நிகழ்கின்றவற்றை எதிர்காலத்தில் குறிப்பது மரபு.

எடுத்துக்காட்டு :

''வானரங்கள் கனிகொடுத்து மந்தியொடு
கொஞ்சும்;
மந்திசிந்து கனிகளுக்கு வான்கவிகள்
கெஞ்சும்;
கானவர்கள் விழிஎறிந்து வானவரை
அழைப்பார்;
கவன சித்தர் வந்துவந்து காயசித்தி
விளைப்பார்;
தேனருவித் திரையெழும்பி வானின்வழி
ஒழுகும்;
செங்கதிரோன் பரிக்காலும் தேர்க்காலும்
வழுகும்;
கூனலிளம் பிறைமுடித்த வேணி
அலங்காரர்
குற்றாலத் திரிகூடமலை எங்கள்
மலையே.''

''முழங்குதிரைப் புனலருவிகழங்கென
முத்தாடும்;
முற்றம் எங்கும் பரந்து பெண்கள்
சிற்றிலைக் **கொண்டோடும்;**
கிழங்குகிள்ளித் தேனெடுத்து வளம்பாடி
நடிப்போம்;
கிம்புரியின் கொம் பொடித்து
வெம்புதினை **இடிப்போம்;**
செழுங்குரங்கு தேமாவின் பழங்களைப்
பந்தடிக்கும்;
தேன் அலர்சண் பகவாசம் வானுலகில்
வெடிக்கும்;
வழங்குகொடை மகராசர் குறும்பலவில்
ஈசர்

வளம்பெருகும் திரிகூட மலைஎங்கள்
மலையே''
(குற்றாலக் குறவஞ்சி)

இதேபோல, இறந்த கால நிகழ்ச்சியையும் எதிர்காலத்தில் குறிப்பிடுவதுண்டு.

எடுத்துக்காட்டு :

"சிரிக்க வைப்பான் – அறிவை
வளர்த்து வைப்பான் – சுய
சிந்தனையினால் உலகைச்
செழிக்க வைப்பான்''
(கண்ணதாசன்)

'சிரிக்கவைப்பான்', 'வளர்த்துவைப்பான்', 'செழிக்கவைப்பான்' என்னும் வினை முற்றுக்கள் எதிர்காலத்தில் அமைந்திருக் கின்றன. இந்த வினைகள் இனி நடக்கப் போகின்றவற்றைக் குறிக்க வந்தவையா என்றால், இல்லை. இறந்த காலத்தைக் குறிக்கின்றன. பின்னர் ஏன் எதிர்கால வினையைப் பயன்படுத்த வேண்டும்? இந்தக் கேள்விக்கு விடை காண இந்தப் பாடலின் மற்றப் பகுதிகளையும் நாம் தெரிந்து கொள்ள வேண்டும்.

"பாட்டெழுதும் வேளையிலே
பாணனாவான்
பாடிக் காட்டும்போது கலை
வாணனாவான்!
நாட்டு மக்கள் கூட்டத்திற்கோர்
அண்ணனாவான்
நாடிவரும் ஏழைகட்கு மன்னனாவான்!
காரினிலே ஏறிவந்து – உள்ளக்
கனிவுடன் பிள்ளைகளை
அணைத்திருப்பான்!
சேரிகளைக் கண்டுவிட்டால் – அவன்
சிறுவனைப்போல் குதித்து ஓடி வருவான்!
பள்ளிக் கூடம் கட்டிவைக்கப்
பணம் கொடுப்பான் – நோயில்
படுத்தவர்க்கும் மருந்து
வாங்கிக் கொடுப்பான்!
நல்லவர்க்கு நிதிசேர்க்க ஓயமாட்டான் –
அங்கு
நடிப்பதற்குப் பணமும் வாங்க மாட்டான்!
சொல்லிவிட்ட காரியத்தைச் செய்து
முடிப்பான் செய்யத்
தோன்றாத காரியத்தைச் சொல்ல
மறுப்பான்''

கலைவாணர் என்.எஸ். கிருஷ்ணன் மறைந்த நேரத்தில் கவிஞர் கண்ணதாசன் பாடிய இந்தப் பாடலில் எல்லா வினை களுமே எதிர்காலத்தில் அமைந்திருக்கின்றன. இந்தப் பாடல் பிறந்த சூழலை நோக்கும் போது இது இறந்த காலத்தைக் குறிக்கிறது என்பது தெளிவாகத் தெரிகிறது.

கலைவாணர் வாழ்ந்த காலத்தில் செய்தவற்றை இந்தப்பாடல் படம்பிடித்துக் காட்டுகிறது. என்றோ ஒருநாள் செய்தவற்றை யல்ல; அவர் தம் வாழ்நாள் முழுதும் செய்தவற்றை – தொடர்ந்து செய்துகொண்டி ருந்தவற்றை – இந்தப் பாடலில் கவிஞர் விவரிக்கிறார். இப்படித் தொடர்ந்து நிகழ்ந்த வற்றைக் குறிப்பிடும்போது அது இறந்தகால நிகழ்ச்சியாயினும், எதிர்காலத்தில் குறிப்பிடு வது மரபு. இவ்வாறு எதிர்காலத்தில் குறிப்பிடும்போது அதற்கு ஓர் அழுத்தம் பிறக்கிறது. இந்தப் பாடலை நீங்கள் நன்கு கவனியுங்கள். இது வெறும் நிகழ்ச்சிக் கோவையாக மட்டுமா அமைந்திருக்கிறது? கலைவாணரின் இதயத்தையல்லவா படம் பிடித்துக்காட்டுகிறது?

கலைவாணர் தம் வாழ்க்கையில் ஆற்றிய செயற்கரிய செயல்களையெல்லாம் எதிர் காலத்தில் கூறிய கவிஞர், கலைவாணரின் பிறப்பையும், இறப்பையும் குறிப்பிடும் போது இறந்தகாலத்தில் குறிப்பிடுகின்றார். ஒரு மனிதனுக்குப் பிறப்பும் ஒரு முறைதான்; இறப்பும் ஒரு முறைதான். பிறப்பும் இறப்பும் ஒரு மனிதனுடைய வாழ்நாளில் பலமுறை நிகழும் காரியங்கள் அல்ல. எனவே, அவை இறந்த காலத்தில் குறிக்கப்படுகின்றன.

"கோடியிலே ஒருவனெனப்
பிறந்திருந்தான் – அவன்
கோடிசனம் பின்தொடரப்
பிரிந்துவிட்டான்!
கலைவாணர் என்.எஸ்.கே.
பிரிந்துவிட்டார்!
கலைஞரெல்லாம் கண்ணீரால்
நனைந்துவிட்டார்
தமிழுலக மாந்த ரெலாம் கலங்கிநின்றார்!
தாய்பிரிந்த சேய்போலப் பதறிநின்றார்!''

இந்தப் பாடற்பகுதியை முன்பு எடுத்துக் காட்டிய பாடற்பகுதியுடன் ஒப்பிட்டுப் பாருங்கள். இந்த இரண்டுக்குமுள்ள வேறுபாட்டைப் புரிந்துகொள்ளலாம்.

''கோடியிலே ஒருவனெனப்
பிறந்திருந்தான் – அவன்
கோடிசனம் பின்தொடரப்
பிரிந்துவிட்டான்!''

என்னும் பகுதியை எதிர்காலத்தில் அமைத்துப் பாருங்கள். பொருள் மாறிவிடும். அதாவது, அது இறந்த காலத் தொடர் நிகழ்ச்சியாக மாறிவிடும்.

நாம் முன்பு எடுத்துக்காட்டிய பாடற் பகுதியில் எல்லா வினைகளுமே எதிர் காலத்தில் அமைந்திருந்தாலும் அவை இறந்தகாலத்தைக் குறிப்பாக உணர்த்துவதை உணரலாம். எனவே, இறந்தகாலமாயினும், வழக்கமாக நடைபெற்று வந்த ஒரு செயலை – தொடர்ந்து நிகழ்ந்து வந்த ஒரு வினையை– எதிர்காலத்தில் குறிப்பிடுவது மரபு என்பதை யும், அவ்வாறு எதிர்காலத்தில் குறிப்பிட் டாலும், அது இறந்தகாலத்தைக் குறிப்பாக உணர்த்தி நிற்கிறது என்பதையும் கவனத்திற் கொள்க.

இது கவிதை வழக்கு மட்டுமல்ல; உரை நடையிலும் இவ்வாறு குறிப்பிடுவதுண்டு.

எடுத்துக்காட்டு :

1. சென்னையம்பதியின் கண்ணென விளங்கும் திருவல்லிக்கேணியிலே பல்லாண்டு வாழ்ந்தார் பாரதியார்; நாள்தோறும் அந்திமாலையில் கடற் கரையிலே நின்று ஆவேசமாகப் **பாடுவார்.**
2. நறுமணம் கமழும் பொழில்களைக் **காணும்**பொழுதும், அப்பொழில்களின் இடையே கிளைக்குக்கிளை தாவி விளையாடும் குரங்குகளைப் **பார்க்கும்**– போதும் பிள்ளைப் பெருமானாகிய திருஞான சம்பந்தர் உள்ளம் துள்ளி **மகிழும்.**
3. முன்பெல்லாம் வாரத்திற்கு ஒரு முறையாவது கோவிலுக்கு **வருவீர்கள்.** இப்பொழுது ஒரு மாதமாக இந்தப் பக்கமே வரவில்லையே?

இந்த வாக்கியங்களிலே இறந்தகால நிகழ்ச்சிகள் எதிர்கால வினைகளில் அமைந் திருப்பதை நோக்குக. இத்தகைய வாக்கியங் கள் கால மயக்கத்தைத் தோற்றுவிப்பதில்லை. படிப்பவரும் கேட்பவரும் என்ன காலம் என்பதைத் தெளிவாகவே உணர்ந்துகொள்ள முடிகிறது.

இறந்த காலத்திற்குரிய தொடர் செயலை மட்டுமன்று; தனிச் செயலையும் எதிர் காலத்தில் குறிப்பிடுவதுண்டு.

எடுத்துக்காட்டு :

''இவன் மந்த மதிகொண்டு சொல்வதை –
அந்த
மாமன் மதித்துரை **செய்குவான்** – ஐய!
சிந்தை வெதுப்பத்தினால் இவன் –
சொலும்
சீற்ற மொழிகள் பொறுப்பையால்''

''பாம்பைக் கொடியென்று உயர்த்தவன் –
அந்தப்
பாம்பெனச் சீறி**மொழிகுவான்** – 'அட!
தாம் பெற்ற மைந்தர்க்குத் தீது செய்திடும்
தந்தையர் பார்மிசை உண்டு கொல்?''

''தருமனும் இவ்வளவில் – உளத்
தளர்ச்சியை நீக்கியோர் உறுதிகொண்டே
பருமங்கொள் குரலினனாய் – மொழி
பதைத்திடலின்றி இங்கிவை **உரைப்பான்**''

செய்குவான், மொழிகுவான், உரைப்பான் என்னும் எதிர்கால வினைகள் இங்கே இறந்த காலம் உணர்த்துகின்றன.

இதே போல, நிகழ்கால வினைகளும் இறந்த காலம் உணர்த்துவதை இலக்கியங்– களில் காணலாம்.

எடுத்துக்காட்டு :

''வஞ்சியிலும் வெளிப்புறத்தும்
நாடுமுற்றும்
வற்றாத கலையழகே திகழ்ந்த தந்நாள்!
கொஞ்சும் எழில் நாட்டவர்கள் ஒன்றாய்க்
கூடிக்
கொற்றவன் செங்குட்டுவனை
வாழ்த்துகின்றார்''

''தெந்தமித்தீம் என்றவளும் **ஆடுகின்றாள்**
'செத்தொழிந்தோம்' என்றுசிலர்
வாடுகின்றார்
தந்தனத்தான் என்றவளும் **தாவுகின்றாள்**
'தஞ்சமுற்றோம்' என்றுசிலர்
மேவுகின்றார்''.
(கண்ணதாசன்)

'மாங்கனி' என்னும் காவியத்தில் உள்ள பாடல் வரிகள் இவை. முன்னாளில் நடந்த

கதையை இந்நாளில் காவியமாகத் தீட்டு கின்றார் கவிஞர். இன்னொன்றையும் நாம் இங்கே கவனிக்க வேண்டும். கதை முழுவதையும் அவர் நிகழ்காலக்கூற்றாக அமைக்கவில்லை. இறந்த காலத்தில்தான் பெரும் பகுதி அமைந்திருக்கிறது.

எடுத்துக்காட்டு :

''மாங்கனி எங்கே? **என்றான்** சேரர்தந்தை
வாயெல்லாம் விழியெல்லாம் மூடராகித்
தீங்கனியைத் தேடி**நின்றார்**
அவையோரெல்லாம்
செங்கனிவாய்க் கோலமயில் **வந்தாள்**
மெல்ல''

''பொன்கட்டிச் சிலைபோல ஊர்ந்து
வந்தாள்
புத்தியெலாம் **அவளானார்**
அவையிருந்தோர்!''

இவையும் மாங்கனி காவியத்திலே உள்ள பாடல்களே. இவை இறந்த காலத்தில் அமைந்திருப்பதைக் கவனியுங்கள். சில இடங்களில் எதிர்கால வினைகளையும் அமைத்துப்பாடுகிறார், கவிஞர் :

எடுத்துக்காட்டு :

''வெற்றிகொளல் சேரனெனில் எமக்கும்
அஃதே
வீரத்தில் நாமெல்லாம் ஒருபால் அன்றோ?
என்றவர் வாய்சொல்லாமல் விழிகள்
காட்டும்
இணையற்றோம் நாமென்று மலர்ச்சி
கூட்டும்!''

''தென்பாங்கின் முழக்கொலிகள் வானை
முட்டும்
சிறுவெடியும் பெருவெடியும் இடிபோல்
எட்டும்!''

இறந்த காலத்தைக் குறிக்க எதிர்கால வினைகள் அமைவதைப் போலவே, நிகழ் கால வினைகளும் வருகின்றன. கவிதைகளில் மட்டுமன்று; உரை நடையிலும் இவ்வாறு அமைவதைக் காண்கிறோம்.

எடுத்துக்காட்டு :

''கெம்பு அட்டிகையை இரவல் கொடுத் திருந்தார், கல்யாண விசேஷத்துக்கு. இன்னும் வரவில்லை. தருமலிங்கம் பிள்ளை தவிக்காமல் எப்படி இருக்க முடியும்? ஆள் அனுப்பி யிருந்தார். அவனும் ஆமையாகிவிட்டானோ, என்னவோ? திரும்பி வரவில்லை; **பதைக் கிறார்** பிள்ளை – கையைப் **பிசைந்து கொள்கிறார் – பெருமூச்செறிகிறார்''**

''இவன் எனக்குத் தெரியாமலே ஊருக்குக் கிளம்பத் திட்டம் போட்டான். ஓட்டலிலே இவனுக்குப் பெயர் அத்தர் வியாபாரம் ஆறுமுகப்பிள்ளை; என்னிடமும் அதே பேரைத்தான் சொன்னான்; இவன் துணியிலே பார்த்தா `V' என்ற குறி இருந்தது. எனக்குச் சந்தேகம்; இவனை விடக்கூடாது; பின் தொடரவேண்டும் என்று தோன்றியது. இரயிலிலே ஏறிக்கொண்டான்; ஆரஞ்சு **தருகிறான்;** ஆப்பிள் **தருகிறான்,** எனக்கு. ஆனால், கூடமட்டும் வரவிடவில்லை. வண்டி புறப்பட்டது; நான் விடைபெற்றுக் கொண்டேன்.''

(அறிஞர் அண்ணா)

இந்தக் கதை முழுவதும் இறந்த காலத்தில் தான் அமைந்திருக்கிறது. இடையிடையே சில இடங்களில் நிகழ்கால வாக்கியங்களும் அமைந்திருப்பதைக் காண்கிறோம்.

''சோஷலிஸ்ட் பார்ட்டி என்றால் என்ன? என்று சீதா கேட்டாள். சூரியா பதில் சொல் வதற்குள் ராகவன், 'சோஷலிஸ்ட் பார்ட்டி என்றால் பணக்காரன், ஏழை, புத்திசாலி, மடையன், நல்லவன், கெட்டவன், மனிதன், மாடு எல்லாவற்றையும் சரிமட்டமாக்கிச் சமுத்திரத்தில் அமுக்கிவிடுவது என்று அர்த்தம்!' என்றான். 'நீ பயந்துபோய்விடாதே! மாப்பிள்ளை தமாஷுக்காகச் **சொல்கிறார்'** என்றான் சூரியா.''

(கல்கி)

ராகவன் சற்று முன்பு பேசியதைத்தான் சூரியா குறிப்பிடுகிறான். எனினும், அவன் **'சொல்கிறார்'** என்று நிகழ்காலத்திலே குறிப்பிடுவதை நோக்குக.

''முற்பகல் பொழுது ஏறி உச்சியை அணுகி விட்டது. ஏவலாட்களின் விரைந்த நடை தவிரப் புறவாரங்களில் வேறு எவர் நடமாட்டமும் கிடையாது. கதவுகளின் வழியாகவும், பலகணிகள் வழியாகவும், புற்றின் புழை வாயில்களில் எறும்புகள் போல, மாணவர் தலைகளும் உருவங்களும் முன்னும் பின்னும் அசைந்தாடி வெண்பொற்

காசுகளின் கணகண நாதத்தில் ஈடுபட்டுக் கலைக்கோட்டம் பகற்கனவு கண்டுகொண் டிருந்தது.

''சிறைக் கோட்டத்தில் கைதிகளை வரிசை முறையில் அழைப்பது போல, ஆசிரியர் ஒவ்வொருவராகப் பெயர்கூறி **அழைக்கிறார்.** பணம் கொடுத்தவர் **அமர்கின்றனர்.** கொடுக்காதவர்களிடம் கேள்விகள், குறுக்கு வினாக்கள் **பாய்கின்றன.** இன்று மாணவர் வராமல் இருப்பது அருமை. இன்று சம்பளம் கொடுக்காமல் இருந்தால் பெயர் அடிக்கப் படும். வராமலிருந்தால் வேறு தண்டனையும் உண்டு. பணம் கொடுக்க வேண்டிய கடைசி நாள் இது. அத்தகைய நாளுக்குரிய கண்டிப்பு ஆசிரியர் மூக்குக் கண்ணாடி கடந்து, அவர் கண்களில் நிழலாடியது.

(பன்மொழிப் புலவர். கா.அப்பாத்துரை)

இறந்த காலத்தில் அமைந்திருக்கும் இந்தப் பகுதியில் சில வாக்கியங்கள் நிகழ்காலத்தில் அமைந்திருக்கின்றன.

''மரணம் – மன்னிப்பு' என்ற இரண்டு பெட்டிகள் **வைக்கப்பட்டிருக்கின்றன.** நீதிக் குழுவின் உறுப்பினர்கள் 501 பேர் தங்கள் தங்கள் வாக்குகளைப் **பதிவுசெய்கின்றனர்.** எந்தப் பெட்டியின் அருகில் ஆட்கள் அதிக மாகக் **கூடுகின்றார்கள்** என்று சொல்ல முடியவில்லை ஏறக்குறையச் சமமாகவே **தெரிகின்றது.** 'என்ன ஆகுமோ?' என்ற ஆவலோடு நீதிமன்றத்தின் முன்பு ஆயிரக் கணக்கான மக்கள் **கூடியிருக்கின்றனர்.''**

(சி.பி. சிற்றரசு)

இங்கேயும் இறந்த கால நிகழ்ச்சியைத் தான் ஆசிரியர் நிகழ்காலத்தில் குறிப் பிடுகிறார். இப்படி எண்ணற்ற உதாரணங்கள் காட்ட முடியும். எழுத்தில் மட்டுமல்ல; பேச்சுநடையிலே கூட இறந்தகால நிகழ்ச்சி யைக் கூறும்போது நிகழ்கால வினைகளைச் சில சமயங்களில் பயன்படுத்துவதைக் காண லாம்.

இவ்வாறு அமைவதற்கு இரண்டு காரணங்கள் கூறலாம். ஒன்று, அந்த நிகழ்ச்சியை அல்லது காட்சியைத் தத்ரூபமாக நம் மனக்கண்முன் கொண்டுவந்து நிறுத்து கின்றன இந்த நிகழ்கால வினைகள். மற் றொன்று, அந்தச் சொற்களின் பின் நிற்கும் உணர்ச்சியைப் படிப்பவரும் கேட்பவரும் பெறச்செய்வதற்கு இந்த நிகழ்கால வினைகள் உதவுகின்றன.

'உணர்ச்சிமொழி' என்பது இலக்கண வரம்பையும் கடந்து நிற்கும் ஆற்றல் உடையது. இலக்கணம் மொழிக்கு விதி வகுத்து எல்லை நிர்ணயிக்கிறது. மனித வாழ்க்கையோடும் மனித உணர்ச்சியோடும் இரண்டறக் கலந்து நிற்கும் மொழியோ சில சமயங்களில் எல்லையையும் கடந்து செல்கிறது. உயிருள்ள எந்த மொழிக்கும் இது பொருந்தும். வாழ்ந்துகொண்டிருக்கும் – வளர்ந்துகொண்டிருக்கும் – எந்த மொழி யிலும் இத்தகைய விதிவிலக்குகளைக் காண முடியும். இந்த விதிவிலக்குகள் மொழிக்கு ஊறுபயப்பவை அல்ல; மொழி வளர்ச்சிக்குத் தடையாக இருப்பவை அல்ல; இவை மொழிக்கு மேலும் மெருகூட்டுகின்றன; வனப்பூட்டுகின்றன; துல்லிதமாகப் பொருள் உணர்த்தவும் இவை பயன்படுகின்றன. அதனால்தான், இத்தகைய விதிவிலக்குகளை வழூவமைதி என்று கூறினர் இலக்கண நூலார்.

இந்த இடத்தில் நாம் ஒன்றைக் கவனத்தில் கொள்ள வேண்டும். இத்தகைய விதிவிலக்கு களுக்கு இடமளித்து, இலக்கண ஆசிரியர்கள் அதைக் கால வழூவமைதி என்றும் ஏற்றுக் கொண்டதால், 'நேற்று வருவேன்', 'நாளை வந்தேன்' என்று நாம் நினைத்தபடியெல்லாம் பேசலாம்; எழுதலாம் என்று எண்ணி விடக்கூடாது. விதிவிலக்குகள் நாம் சற்று முன்பு குறிப்பிட்டதைப் போல, மொழியின் செழுமைக்கு உரமாக அமையவேண்டும். அப்போதுதான் அவை வழுவமைதி என்னும் தகுதிபெறும். மேலும், பேசுபவர்க்கும் கேட்பவர்க்கும் இடையிலே – எழுதுபவ ருக்கும் படிப்பவருக்கும் இடையிலே – கருத்துப் பரிமாற்றம் நிகழ்வதற்கு இத்தகைய விதிவிலக்குகள் தடையாக நிற்கக்கூடாது. இவை இயற்கையாகவும் இருக்க வேண்டும். இவற்றையெல்லாம் நாம் கவனத்திற் கொண்டால், எது விதிக்கு உட்பட்டது, எது விதிவிலக்கு அல்லது வழூவமைதி எனக் கொள்ளக்கூடியது, எது பிழையானது என்பதை நாம் பிரித்தறிய முடியும்.

இறந்த காலத்தில் நிகழ்காலம் வருவதை இதுவரை பார்த்தோம். இப்பொழுது எதிர் காலத்தில் நிகழ்காலத்தைப் பார்ப்போம். இந்த வாக்கியங்களைக் கவனியுங்கள் :

"ஒரு மாணவன் எழுந்து நின்றான். "ஐயா, அமர் பணம் வாங்கத்தான் போயிருக்கக் கூடும். நான் போய்ப் பார்த்து வருகிறேன்," என்றான். "எத்தனை கைக்குட்டை வேண்டுமானாலும் கொண்டுவா. ஐந்து வெள்ளி வீதம் நானே **கொடுக்கிறேன்**. பிறரையும் கொடுக்கச் **செய்கிறேன்**" என்றான் சலீம்.

"மறுநாள் அமர் சேவாசிரமம் சென்று வழக்கம்போல் திரும்பினான். 'வருவாய்க்கு என்ன வழி' என்று சுகதா சுண்டிக் கேட்டாள். 'இதோ வழி **பார்க்கிறேன்**' என்று அவன் வெளியே புறப்பட்டான்." "மாப்பிள்ளை வேலை செய்யலாமா? நான் **இறைக்கிறேன்**" என்று கயிற்றை வாங்கினாள் அந்த இளமங்கை."

"நீங்கள் எவ்வளவு போடப்போகிறீர்கள்?" என்று கேட்டான் பாண்டியன்." "நூறு வெள்ளி போட இருக்கிறேன்" என்றார் தலைவர். "அவ்வளவுதானே. இதற்குப் பலரிடம் போவானேன்? நானே மீதி முழுதும் போட்டுவிடுகிறேன்" என்றான் பாண்டியன்.

"நீங்கள் **போகிறீர்களா?** எப்போது புறப்படுகிறீர்கள்" என்று கேட்டாள் கீதா.

"நாளையே புறப்படுகிறேன்" என்றான் மோகன்.

உரையாடல் வடிவில் அமைந்திருக்கும் இந்த வாக்கியங்களை நன்கு கவனியுங்கள். இந்த வாக்கியங்களில் அமைந்திருக்கும் நிகழ்கால வினைகள் எல்லாம் எதிர் காலத்தைக் குறித்து நிற்கின்றன.

இந்த வாக்கியங்களில் பெரும்பாலானவை தன்மையில் அமைந்திருக்கின்றன.

"நீங்கள் போகிறீர்களா? எப்போது புறப்படுகிறீர்கள்" என்பது முன்னிலை வாக்கியம். "நாளைக்கு வருகிறீர்களா?", "நீங்கள் அடுத்த வாரம் மலாக்கா செல்கிறீர்களா?" போன்ற வாக்கியங்களை நாம் அன்றாடப் பேச்சு வழக்கில் கேட்கலாம்.

தன்மை, முன்னிலை போலவே, படர்க்கையிலும் எதிர்காலத்தைக் குறிக்க நிகழ்கால வினைகள் அமைவதைக் காண்கிறோம்.

எடுத்துக்காட்டு :

"இந்தத் தடவை அழைத்து வரவில்லை. இவருடைய தங்கைக்குக் கோலாலம்பூரில் உடம்பு சரியில்லை என்று கடிதம் வந்திருக்கிறது. அதற்காக நாளை கோலாலம்பூர் போகிறார்.

"நாளை என் நண்பன் வருகிறான்."
"பெரியவரின் யோசனையைக் கேளுங்கள். அவர் என்ன **சொல்கிறாரோ** அப்படியே செய்யுங்கள்"

இந்த வாக்கியங்களில், படர்க்கை நிகழ்கால வினைகளும் எதிர்காலத்தைக் குறிப்பதாக அமைந்திருப்பதைக் கவனியுங்கள். இதுவரை நாம் எடுத்துக்காட்டிய வாக்கியங்களில் உள்ள நிகழ்கால வினைகளை அகற்றிவிட்டு எதிர்கால வினைகளை அமைத்துப் பாருங்கள். இலக்கண விதிப்படி பார்க்கும்போது, அவை சரியெனத் தோன்றினாலும் இயல்பாகத் தோன்றாது; செயற்கையாகவே தோன்றும். அதாவது, கேட்பவர்க்கும் படிப்பவர்க்கும் ஏதோ ஒரு குறையிருப்பது போலவே தோன்றும். இதைத்தான் ஆங்கிலத்தில் 'It does not sound well' என்று கூறுவர்.

இந்தச் சமயத்தில் நாம் இன்னொரு விஷயத்தையும் கவனத்தில் கொள்வது நல்லது. 'இலக்கியத்திற்குப்பின்தான் இலக்கணம்' என்று சொல்வார்கள். இலக்கியம் மனித வாழ்க்கையின் படப்பிடிப்பு. மனிதனின் அன்றாட வாழ்க்கையில் – குறிப்பாக அவன் பேசும் மொழியில் – ஏற்படும் மாற்றங்கள் – எல்லாம் இலக்கியத்திலும் இடம் பெறுகின்றன. இதை நன்கு அறிந்திருந்த காரணத்தாலேயே நம் முன்னோர் இந்த மாற்றங்களுக்கு இடமளிக்கும் வகையிலே, வழுவமைதி என்னும் பகுதியை அமைத்திருக்கின்றனர்.

இறந்த காலத்தில் வழக்கமாக நடைபெற்ற செயலையும். சில சமயங்களில் தனிச் செயலையும் எதிர்காலத்தில் அமைத்துக் கூறுவதைப் பார்த்தோம். இதிலே இன்னொரு வகை உண்டு. அதனை இப்போது பார்ப்போம். இப்பொழுது இந்த வாக்கியங்களைக் கவனியுங்கள்.

"இன்னும் நேரமாகவில்லை, அம்மா. ரயிலே இப்போதுதான் வந்திருக்கும்."

"அண்மையில் வங்காள தேசத்தில் ஏற்பட்ட வெள்ளக் கொடுமையை **அறிந் திருப்பீர்கள்**"

''அங்கு மக்களுக்கு விளைந்திருக்கும் கோர விபத்துக்களைப் பற்றியும் **அறிந்துகொண் டிருப்பீர்கள்.''**

''அதனால் என்ன சீதா? ஒரு வேளை டாக்சி **கிடைத்திருக்காது.** அதனால்தான் தாமதமாக வருகிறார்கள்.''

இந்த வாக்கியங்களில் இடம்பெற்றி-ருக்கும் எதிர்கால வினைகளை நீங்கள் நன்கு கவனித்தால், ஓர் உண்மை புலனாகும். இந்தச் சொற்களில் எதிர்கால வடிவில் அமைந் திருப்பது 'இரு' என்னும் துணைவினை. இந்தத் துணைவினை எதை உணர்த்துகிறது? பேசுபவருக்கு அந்தச் செயல் நடந்ததா, நடக்கவில்லையா என்பது நிச்சயமாகத் தெரியாது. ஆனால்; இப்படி நடந்திருக்கலாம் அல்லது நடந்திருக்கக்கூடும் என்னும் தம்முடைய ஊகத்தைப் பேசுபவர், 'இரு' என்னும் துணைவினையின் வாயிலாக வெளிப்படுத்துகிறார்.

'இரு' என்னும் துணைவினை எதிர்கால வடிவில் அமைந்து ஊகத்தை உணர்த்துவதை இப்போது பார்த்தோம். எதிர்மறைப் பொருளைச் – செயல் நடைபெறாததைக் – குறிப்பாக உணர்த்தவும் 'இரு' என்னும் துணைவினை பயன்படுகிறது.

எடுத்துக்காட்டு :

1) இயற்கை மலராக இருந்தால் அது மணம் **தந்திருக்கும்.**
2) விமான டிக்கெட் கிடைத்திருந்தால் நான் நேற்றே **வந்திருப்பேன்.**
3) அவன் நல்ல பண்புடையவனாக இருந்தால் அந்தத் தியாகத்தைச் **செய்திருப்பான்.**
4) தன் மகன் உடனே திரும்பி வராமல் இருந்திருந்தால் அவளுக்குக் கோபம் **வந்திருக்கும்.**
5) செய்தி தெரிந்திருந்தால் நான் உடனே **புறப்பட்டிருப்பேன்.**

முன்பு எடுத்துக்காட்டிய வாக்கியங் களுடன் இந்த வாக்கியங்களை ஒப்பிட்டுப் பாருங்கள். இந்த இரண்டுக்குமிடையே உள்ள வேறுபாட்டைப் புரிந்துகொள்ளலாம். இப்பொழுது எடுத்துக்காட்டிய வாக்கியங் களில் 'இரு' என்னும் துணைவினையுடன் சேர்ந்து நிற்கும் சொற்கள், எதிர்மறைப் பொருள் தருவதைக் கவனியுங்கள். இந்த வாக்கியங்களை நீங்கள் கூர்ந்து கவனித்தால், எதிர்கால வடிவில் அமைந்திருக்கும் இந்த வினைகள் இறந்த காலத்தைக் குறிப்பாக உணர்த்துவதை அறிந்துகொள்ளலாம். 'இயற்கை மலராக இருந்தால் அது மணம் **தரும்'** என்பதற்கும், இயற்கை மலராக இருந்தால் அது மணம் **தந்திருக்கும்'** என்ப தற்கும் உள்ள வேறுபாட்டை நோக்குங்கள்.

'இரு' என்னும் துணைவினை ஊகத்தை யும் எதிர்மறைப் பொருளையும் உணர்த்து வதை இப்போது கண்டோம். 'இரு' என்பது துணைவினையாக இல்லாமல் தனிவினை யாக நிற்கும்போதும் ஊகப் பொருள் தருவ துண்டு.

''மங்கியதோர் நிலவினிலே கனவிலிது கண்டேன்
வயது **பதினாறிருக்கும்** இளவயது மங்கை''
(பாரதியார்)

இங்கே, 'இருக்கும்' என்னும் சொல் ஊகப் பொருள் தருகிறது.

'இரு' என்னும் சொல் துணைவினையாக வரும்போதும் ஊகப்பொருளோ, எதிர்மறைப் பொருளோ தராமல் தனக்கே இயல்பாகவுள்ள 'இருத்தல்' என்னும் பொருளும் தருவதைக் காணலாம்.

''பகைமை முற்றி முதிர்ந்திடு மட்டிலும்
பார்த்திருப்பதல்லால் ஒன்றும் செய்திடான்'
(பாரதியார்)

'இருப்பதல்லால்' என்னும் தொடரில் நிற்கும் 'இருப்பது' என்னும் சொல் ஊகப் பொருளும் தரவில்லை; எதிர்மறைப் பொருளிலும் அமையவில்லை.

''அக்கா வென் றவ்வீட்டுப் பெண்தேடி வந்தே
அடுக்களையில் **மறைந்திருப்பாள்;** எட்டியெட்டிப் பார்ப்பாள்
பக்குவமாய் இரண்டொன்று பேசாது பேசிப்
பார்க்காதாள் போலென்னைப் **பார்த்திருப்பாள்.''**
(வாணிதாசன்)

இந்தப்பாடலில் இடம்பெற்றிருக்கும் 'மறைந்திருப்பாள், பார்த்திருப்பாள்' என்னும் சொற்களில் நிற்கும் 'இரு' என்னும் துணை வினை 'இருத்தல்' என்னும் பொருளிலேயே அமைந்திருக்கிறது. ஊகம், எதிர்மறை இப்படி எந்தப்பொருளும் இந்தச் சொற்களில் தொக்கி நிற்கவில்லை. இத்தகைய சொற்களுக்கு அல்லது தொடர்களுக்குப் பொருள் காணும் போது, இடம் நோக்கியே பொருள் கொள்ளுதல் வேண்டும்.

எதிர்காலம் காட்டும் நிகழ்கால வாக்கியங்கள் பற்றி முன்பு குறிப்பிட்டோம் அல்லவா? அப்போது நாம் எடுத்துக்காட்டிய வாக்கியங்களில், "**நீங்கள் எவ்வளவு போடப் போகிறீர்கள்?**" என்பதும் ஒன்று. சற்றுமுன்பு குறிப்பிட்ட வாக்கியங்களில் 'இரு' என்பது துணை வினையாக அமைவது போல, இந்த வாக்கியத்தில் 'போ' என்பது துணைவினையாக அமைந்திருக்கிறது. 'போ' என்பதற்குச் 'செல்', 'நீங்கு', 'ஒழி', 'காணாமற்போ' இப்படிப் பல பொருள் உண்டெனினும், "நீங்கள் எவ்வளவு போடப்போகிறீர்கள்?" என்னும் வாக்கியத்தில் 'போ' என்பது இவற்றில் எந்தப் பொருளிலும் அமையவில்லை. இனிமேல் நடக்கப் போவதை உணர்த்தும் துணைவினையாகவே நிற்கிறது. இனிமேல் நடக்க இருப்பதை – எதிர்காலத்தை – உணர்த்தினாலும், இந்தத் துணை வினை நிகழ்கால வடிவில் அமைந்திருப்பதை நோக்குக. 'போ' என்பது துணை வினையாக அமைந்து எதிர்காலத்தை உணர்த்தும் இடங்களிலெல்லாம் இது நிகழ்கால வடிவத்திலேயே அமையும். இப்பொழுது இந்தப் பகுதியைக் கவனியுங்கள் :

"இலங்காபதியே! உன் இராஜ்யத்துக்கும் உனக்கும் அயோத்தி மன்னன் மகனாலும் மிதிலை மன்னன் மகளாலும் ஆபத்து வரப் **போகிறது**" என்று சோதிடன் கூறுகிறான். "எனக்கு ஆபத்து விளைவிக்கக்கூடிய குமரன், குமரி யாவர்? அவர்கள் பெயர் என்ன? எங்கு உளர்?" என்று மன்னன் கேட்கச் சோதிடன் கூறுகிறான் : "அவர்கள் இனி-மேல்தான் பிறந்து வளர்ந்து உனக்குப் பேராபத்து **விளைவிக்கப்போகிறார்கள்.**"

இந்தப் பகுதியில் எதிர்காலத்தை உணர்த்தப் 'போகிறது', 'போகிறார்கள்' என்னும் நிகழ்கால வினைகள் அமைந்திருக்கின்றன.

இந்த வாக்கியங்களையும் கவனியுங்கள்.

1. நாளை விழா நடைபெறப்**போகிறது.**
2. உண்மை ஒரு நாள் வெளியாகத்தான் **போகிறது.**
3. இந்தக் கற்பனைகள் எனக்குப் பிடித்திருந்த போதிலும், மாலையழகை உண்மையாக வர்ணிக்கும் கவி இனிமேல்தான் பிறக்கப் **போகிறான்** என்பது என் தீர்மானம்.
4. இந்தக் கவியின் கற்பனை, பூஞ்சோலை யிலோ, கடற்கரையிலோ மலரப் போவ தில்லை; ஏதாவது ஒரு கிளப்பிலேதான் அதற்கு வேகம் வரப்**போகிறது.**
5. அந்தக் கனவு இப்போது உண்மையாகப் **போகிறது.**
6. அவள் இதுவரை எந்த இலட்சியத்திற்காக வாழ்ந்து வந்தாளோ அந்த இலட்சியம் இப்போது **நிறைவேறப் போகிறது.**

இந்த வாக்கியங்களிலும் 'போ' என்னும் வினை நிகழ்கால வடிவில் அமைந்து எதிர்காலம் உணர்த்துவதை நோக்குக. 'போ' என்பது அந்த வினைக்கு அழுத்தம் கொடுக்கிறது. சொல்லின் வடிவத்தை மட்டும் பார்க்கும்போது அதன் காலம் வேறு; அது வாக்கியத்தில் அமைந்து உணர்த்தும் பொருளை நோக்கும்போது அதன்காலம் வேறு.

'இருக்கும்' என்பது ஊகப்பொருள் தருவதை முன்பு பார்த்தோம். அது ஊகமாயினும் அதில் ஓர் உறுதி தொனிக்கிறது.

ஆனால், 'இருக்கலாம்' என்னும் சொல்லை அந்த இடத்தில் அமைத்துப் பாருங்கள் அந்த உறுதி சற்றுத் தளர்வதைக் காணலாம்.

1) அவர் கூறுவது உண்மையாகவும் **இருக்கலாம்.**

2) இந்தக் கதை வெறுங்கற்பனையாக **இருக்கலாம்.**

3) நான் சொல்வதை நீங்கள் நம்பாமல் **இருக்கலாம்.**

இந்த வாக்கியங்களில் **இருக்கலாம்** என்னும் வினை, ஐயப்பொருள் தருகின்றது. இதே வடிவில் அமையும் போகலாம், வரலாம், சொல்லலாம் முதலிய சொற்களும் ஐயப்பொருள் தருவதை நோக்குக.

''ஞாலத்தில் விரும்பியது நண்ணுமோ?'
என்றேன்
'நாலிலே ஒன்றிரண்டு **பலித்திடலாம்'**
என்றாள்''
(பாரதியார்)

இங்கே, **'பலித்திடலாம்'** என்னும் சொல், ஐயப்பொருள் தருகிறது.

''இழந்தநல் லின்பங்கள் **மீட்கலாம்** – நீர்
ஏகுதிர் கற்பனை நகரினுக்கே''

இந்தப் பகுதியில் இடம்பெற்றிருக்கும் 'மீட்கலாம்' என்னும் சொல்லை நோக்குக. இந்தச் சொல், வடிவத்தில் நாம் முன்பு எடுத்துக்காட்டிய சொற்களையே ஒத்திருக்கிறது. எனினும், இங்கே இந்தச் சொல், ஐயப்பொருள் தரவில்லை. 'மீட்கலாம்' என்னும் சொல் இங்கே 'மீட்கமுடியும்' என்னும் நம்பிக்கை யூட்டும் விதத்தில் அமைந்திருக்கிறது.

''மழைகூட ஒருநாளில் **தேனாகலாம்**
மணல்கூடச் சிலநாளில் **பொன்னாகலாம்''**
(கண்ணதாசன்)

இங்கே 'தேனாகலாம்', 'பொன்னாகலாம்' என்னும் தொடர்கள் ஐயப்பொருள் தரவில்லை. மழை தேனாகவும், மணல் பொன்னாகவும் ஆகக்கூடிய சத்தியக்கூறு – வாய்ப்பு – இருக்கிறது என்பதையே இந்தத் தொடர்கள் உணர்த்துகின்றன.

''இன்னும் ஓர் அரை நாழி நின்றிருந்தால்
என்னென்ன **பேசிடலாம்''**
(கண்ணதாசன்)

''என்னென்ன பேசிடலாம்'' என்பது 'என்னென்னவோ பேச முடியுமே' என்னும் பொருள் தருகிறது. 'நிறையப் பேசக்கூடிய வாய்ப்பு இருந்திருக்கும்' என்பதை 'என்னென்ன பேசிடலாம்' என்னும் தொடர் உணர்த்துகிறது. முதல் வரியையும் சேர்த்துப் பார்க்கும்போதுதான் 'என்னென்ன பேசிடலாம்' என்பதன் பொருள் நமக்குத் தெளிவாகும்.

இங்கே 'பேசிடலாம்' என்னும் சொல், ஐயப்பொருளில் அமையவில்லை. இப்பொழுது இந்த வாக்கியங்களைக் கவனியுங்கள் :

1) ஷாஜஹான் சக்கரவர்த்தியின் பெருமையைத் தாஜ்மகாலைப் பார்த்தால் **தெரிந்துகொள்ளலாம்.**

2) தாஜ்மகாலுக்குப் போவதாயிருந்தால் பௌர்ணமியன்று போகவேண்டும். அப்போதுதான் அதன் அழகை நன்றாய் **அனுபவிக்கலாம்.**

3) இப்படி எல்லாம் தீவிரமாகப் பேசுவதில் கஷ்டம் ஒன்றும் இல்லை. யார் வேண்டுமானாலும், இப்படித் தடபுடலாகப் **பேசலாம்.**

4) கட்டடத்தை நெருங்கும்போது நீர் ஓடைகளில் தாஜ்மகாலின் பிரதிபிம்பத்தைக் **காணலாம்.**

இந்த வாக்கியங்களில் இடம்பெற்றிருக்கும் **தெரிந்துகொள்ளலாம், அனுபவிக்கலாம், பேசலாம், காணலாம்** என்னும் சொற்களை நோக்குக. இவை ஐயப்பொருள் தரவில்லை. 'தெரிந்துகொள்ள முடியும்', 'அனுபவிக்க முடியும்', 'பேச முடியும்', 'காண முடியும்' என்னும் பொருள், இந்தச் சொற்களில் தொனிப்பதை ஆழ்ந்து நோக்கினால் புரிந்துகொள்ளலாம். **'புரிந்து கொள்ளலாம்'** என்னும் இந்தச் சொல்லையே எடுத்துக்கொள்ளுங்கள். இது, 'புரிந்துகொள்ள முடியும்' என்னும் பொருள் தருகிறது அல்லவா?

''கந்துக மதக்கரியை வசமாய் **நடத்தலாம்**
கரடி வெம்புலி வாயையும் **கட்டலாம்** ஒரு
சிங்க
முதுகின்மேற் **கொள்ளலாம்;** கட்செவி
எடுத்தாட்டலாம்
வெந்தழலின் இரதம் வைத்து ஐந்து
லோகத்தையும்
வேதித்து **விற்றுண்ணலாம்**
வேறொருவர் காணாமல் உலகத்து
உலாவலாம்

விண்ணவரை ஏவல் **கொளலாம்**
சந்ததமும் இளமையோடி**ருக்கலாம்**
மற்றொரு
சரீரத்தினும் **புகலாம்;**
சலமேல் **நடக்கலாம்** கனல்மேல்
இருக்கலாம்
தன் நிகரில் சித்தி **பெறலாம்**
சிந்தையை அடக்கியே சும்மா இருக்கின்ற
திறமரிது, சத்தாகி என்
சித்தமிசை குடிகொண்ட அறிவான
தெய்வமே
தேசோ மயானந்தமே!''

(தாயுமானார்)

இந்தப் பாடலில் இடம் பெற்றிருக்கும் நடத்தலாம், கட்டலாம், கொள்ளலாம் முதலிய வினைகள் நடக்க முடியும், கட்ட முடியும், கொள்ள முடியும் என்று பொருள் தருவதை நோக்குக.

சில சமயங்களில் செல்லுவோம், வருவோம், பேசுவோம் முதலான எதிர்கால வினைகளுக்குப் பதிலாகச் 'செல்லலாம்', 'வரலாம்', 'பேசலாம்' என்னும் வினைவடிவங்கள் இடம் பெறுவதைக் காண்கிறோம். இந்த வாக்கியங்களைக் கவனியுங்கள் :

1) ''காரில் **போகலாமா?** அல்லது கால்நடையாகப் **போகலாமா?''** என்று கண்ணன் கேட்டான். ''நடந்தே **போகலாம்''** என்றான் இளங்கோ.

2) ''நாம் எங்காவது அமைதியான இடத்திற்குப் போய்ச் சில நாள் **தங்கியிருக்கலாம்,** வாருங்கள்'' என்று, அல்லி தன் அன்னையிடம் கூறினாள்.

3) ''இன்று நகரைச் சுற்றிப் **பார்த்துவிட்டு வரலாம்,** புறப்படுங்கள்'' என்று அருண்மொழி கூறினாள்.

இந்த வாக்கியங்களில் 'போகலாம்', 'தங்கியிருக்கலாம்', 'பார்த்துவிட்டுவரலாம்', என்னும் வினைகள் முறையே போவோம், தங்கியிருப்போம், 'பார்த்துவிட்டு வருவோம்' என்று பொருள் தருவதைக் கவனியுங்கள்.

'இருக்கலாம்', 'போகலாம்' முதலிய சொற்கள், ஐயப்பொருள் தருபவையாகவும் ஒரு செயல்நடை பெறக்கூடிய சாத்தியத்தை உணர்த்தக்கூடியவையாகவும் சாதாரண எதிர்கால வினைப் பொருள் உணர்த்துபவையாகவும் இருப்பதை இதுவரை பார்த்தோம். இந்த வடிவில் அமைந்த வினைகள் அனுமதி அல்லது ஒப்புதல் பொருளிலும் வழங்குகின்றன. இப்பொழுது இந்த வாக்கியங்களைக் கவனியுங்கள்.

1) நீங்கள் எது வேண்டுமானாலும் தாராளமாகக் **கேட்கலாம்.**

2) நீங்கள் எப்பொழுது வேண்டுமானாலும் எங்கள் வீட்டுக்கு **வரலாம்.**

3) நீங்கள் எத்தனை நாள் வேண்டுமானாலும் இங்கே **தங்கலாம்.**

4) மாணவர்களே! நீங்கள் உங்கள் விருப்பப்படி எந்தப் பாடம் வேண்டுமானாலும் **படிக்கலாம்.**

5) இந்தப் பொருட்களில் உங்களுக்குத் தேவையானவற்றையெல்லாம் நீங்கள் **எடுத்துக்கொள்ளலாம்.**

இந்த வாக்கியங்களிலும் நாம் இதுவரை எடுத்துக்காட்டிய சொற்களைப் போன்ற கேட்கலாம், வரலாம், தங்கலாம், படிக்கலாம், எடுத்துக்கொள்ளலாம் என்னும் சொற்கள் இடம்பெற்றிருக்கின்றன. இந்த வாக்கியங்களை நாம் சற்று ஆழ்ந்து நோக்கினால், இந்தச் சொற்கள் பொருளில், முன்பு பார்த்த சொற்களினின்று வேறுபடுவதை அறியலாம். அனுமதி அல்லது ஒப்புதல் அளிப்பதை இந்தச் சொற்கள் உணர்த்துகின்றன.

பார்க்கலாம், வரலாம், பேசலாம், கேட்கலாம் முதலிய சொற்கள் இனி நடக்க இருப்பதை - எதிர்காலத்தை - குறிப்பாக உணர்த்துவதை அவை நிற்கும் வாக்கியங்களிலிருந்து நாம் அறிந்துகொள்ள முடிகிறது. இவற்றிற்கு நிகழ்கால, இறந்தகால வடிவங்கள் இல்லை.

இந்தக் குறையைப் போக்க 'இருக்கலாம்' என்னும் சொல் இவற்றிற்குக் கைகொடுக்கிறது.

எடுத்துக்காட்டு :

1) நேற்று அப்படி **நடந்திருக்கலாம்.** இன்றும் அப்படியேதான் நடக்கும் என்று ஏன் நினைக்க வேண்டும்?

2) அங்கு இப்பொழுது நிலைமை **மாறியிருக்கலாம்.**

3) இரண்டு நாளைக்கு இங்கேயே **தங்கியிருக்கலாம்** என்று நினைக்கிறேன்.

4) குழந்தையையும் அழைத்துக்கொண்டு **வந்திருக்கலாம்.**

5) சென்ற விடுமுறையில் **போயிருக்கலாமே.**

6) உலகில் இதைக்காட்டிலும் அதிசயமான எத்தனையோ சம்பவங்கள் **நடந்திருக்கலாம்.**

நடக்கலாம், மாறலாம், தங்கலாம் முதலிய சொற்கள் இறந்த காலத்தையும் நிகழ்காலத்தையும் உணர்த்த 'இருக்கலாம்' என்னும் துணைவினை பெறுவதைக் கவனியுங்கள்.

நிகழ்கால வினைகளும் எதிர்கால வினைகளும் தமக்குரிய காலத்தை மட்டுமன்றி வேறு காலங்களையும் உணர்த்தி நிற்பதை இதுவரை பார்த்தோம். காலம் கடந்த நிலையில் அவை நுட்பமான பொருள் வேறுபாட்டை உணர்த்துவதையும் கண்டோம்.

இதே போல இறந்த கால வினையும், சில சமயங்களில் இறந்த காலத்தை மட்டுமன்றி நிகழ்காலத்தையும் எதிர்காலத்தையும் உணர்த்துகிறது. **'இதோ வந்துவிட்டேன்', 'இதோ சாப்பிட்டுவிட்டேன்', 'இதோ கொடுத்துவிட்டேன்', 'இதோ புறப்பட்டு விட்டேன்.'** போன்ற வாக்கியங்களை அன்றாடம் பேச்சு வழக்கிலே நீங்கள் கேட்டிருப்பீர்கள். இவை இறந்த கால வடிவில் அமைந்திருக் கின்றன. இவற்றை மேலெழுந்தவாரியாகப் பார்க்கும்போது, இவை இறந்த கால வாக்கியங்கள் என்றே சொல்லத் தோன்றும். இவற்றைச் சற்று ஆழ்ந்து நோக்குங்கள். எந்தெந்தச் சூழலில் இத்தகைய வாக்கியங்கள் பயன்படுகின்றன என்பதைச் சற்றுச் சிந்தித்துப் பார்த்தால், இவை இறந்த காலத்தை மாத்திரம் அல்ல, நிகழ்காலத் தையும் எதிர்காலத்தையும் கூட உணர்த்து வதை அறியலாம்.

ஒருவர் வந்த பின்னர் 'வந்துவிட்டேன்' என்பதும், சாப்பிட்டு முடித்த பின்னர் 'சாப்பிட்டுவிட்டேன்' என்பதும், கொடுத்த பின்னர் 'கொடுத்துவிட்டேன்' என்பதும், புறப்பட்ட பின்னர் 'புறப்பட்டு விட்டேன்' என்பதும் இயல்பானவை. இவை வடிவில் மட்டுமல்ல; பொருளிலும் இறந்த காலமே. நிகழ்ந்து முடிந்தவற்றையே இவை குறிக்கின்றன.

இந்த வாக்கியங்கள் நடந்துகொண்டிருப்பதை, அதாவது நிகழ்காலத்தைக் குறிக்கவும் பயன்படுவதுண்டு.

பக்கத்து அறையில் இருக்கும் தன் அண்ணன், தன்னை அவசரமாகக் கூப்பிடுவதை அறிந்த தம்பி வந்துகொண்டே **'இதோ வந்துவிட்டேன்'** என்கிறான். அவன் இப்பொழுதுதான் வந்துகொண்டிருக்கிறான். செயல் நிகழ்ந்துகொண்டிருக்கிறது, நிகழ்ந்து முடிந்துவிடவில்லை. எனவே, அவன், 'வந்துகொண்டிருக்கிறேன்' அல்லது வருகிறேன்' எனறே சொல்ல வேண்டும். அவ்வாறு நிகழ்காலத்தில் குறிப்பிடாமல், அவன் 'வந்துவிட்டேன்' என்று இறந்த காலத்தில் குறிப்பிடுகிறான். காரணம் என்ன? அண்ணன் தன்னை அவசரமாக அழைப்பதைப் புரிந்துகொண்ட தம்பி தான் விரைந்து வருவதை உணர்த்தவே 'இதோ வந்துவிட்டேன்' என்கிறான். இந்தச் சூழலில் இறந்த காலம் நிகழ்காலத்தை உணர்த்துகிறது.

இளங்கோவும் பாண்டியனும் ஓர் இடத்திற்குச் செல்ல வேண்டியிருக்கிறது. இளங்கோ திட்டமிட்டபடி குறித்த நேரத்தில் பாண்டியன் வீட்டிற்கு வருகிறான். பாண்டியன் அப்போதுதான் சாப்பிட்டுக் கொண்டிருக்கிறான். அதைக் கண்ட இளங்கோ 'நீ இன்னும் சாப்பிடவில்லையா?' அல்லது 'இப்பொழுதுதான் சாப்பிடுகிறாயா?' என்று கேட்கிறான். இந்த வினாவிலே, 'நேரமாகிவிட்டதே; விரைவாகச் செல்ல வேண்டுமே' என்னும் கவலையும் தொனிக்கிறது. இதைப் புரிந்துகொண்ட பாண்டியன், **'இதோ சாப்பிட்டுவிட்டேன்'** என்கிறான். 'காலதாமதம் ஏற்படாது; நான் வேகமாகச் சாப்பிட்டுவிட்டு ஒரு நிமிடத்தில் புறப்பட்டு விடுகிறேன்' என்பதையே 'இதோ சாப்பிட்டு விட்டேன்' என்னும் விடையின் வாயிலாகப் பாண்டியன் உணர்த்துகிறான். இங்கே, 'சாப்பிட்டுவிட்டேன்' என்பது, வடிவில்தான் இறந்த காலமே தவிரப் பொருளில் இறந்த காலம் அல்ல. 'விரைவில் சாப்பிட்டு

விடுவேன்' என்பதே அதன் பொருள். இங்கே இறந்த கால வினை எதிர்காலம் உணர்த்து கிறது. இதுவும் முன்பு குறிப்பிட்ட வாக்கிய மும் விரைவுப்பொருள் உணர்த்தும் கால வழுவமைதியின்பாற்படும்.

இவற்றைப் போலவே, இனிமேல் கொடுக்கப்போவதைக் **'கொடுத்து விட்டேன்'** என்பதும் இனிமேல் புறப்படப் போவதைப் **'புறப்பட்டுவிட்டேன்'** என்பதும் விரைவுப் பொருள் உணர்த்தும் கால வழுவமைதிகளாகும்.

''இந்த ஆற்றில் இறங்கினாயோ **தொலைந்தாய்''** என்னும் வாக்கியத்தைக் கவனியுங்கள். இங்கேயும் இனிமேல் நடக்கப் போவதைத்தான், அதாவது, எதிர்காலத்தைத் தான் 'தொலைந்தாய்' என்னும் இறந்த கால வினைமுற்று குறிக்கிறது. ஆனால், இங்கே இந்த வினைமுற்று விரைவுப் பொருள் உணர்த்தவில்லை. 'இந்த ஆற்றில் இறங்கிய வர்கள் யாரும் பிழைத்ததில்லை; பிழைப்ப தரிது' என்பதையே நாம் சற்றுமுன்பு குறிப்பிட்ட வாக்கியத்திலுள்ள **'தொலைந் தாய்'** என்னும் இறந்தகால வினைமுற்று உணர்த்துகிறது. இதுவும் ஒரு வகைக் காலவழுவமைதிதான். எந்த வகையைச் சேர்ந்தது இது? 'இந்த ஆற்றில் இறங்கிய வர்கள் பிழைப்பதரிது' என்பது 'கரையேற முடியாமல் நீரில் மூழ்கி மடிந்தவர்களே பெரும்பான்மை' என்பதைக் குறிப்பாக உணர்த்துகிறது. பெரும்பான்மை என்ப திலிருந்து சிறுபான்மை தப்பிப் பிழைத்தலும் கூடும் என்பது புலப்படுகிறதல்லவா? எனவே, இது மிகுதிப்பொருள் உணர்த்தும் – பெரும்பான்மையைக் குறிக்கும் – கால வழுவமைதியாகும். நிச்சயம் நிகழக்கூடியது என்றும் பொருள் கொள்ளலாம்.

''நல்லான் வகுத்ததோ நீதி? அல்ல! அல்ல! வல்லான் வகுத்ததே இங்கு நீதி!'' இந்த வாக்கியத்தில் 'வகுத்தது' என்னும் இறந்தகால வினை, இறந்த காலத்தை மட்டும் உணர்த்த வில்லை. நிகழ்காலத்தையும் எதிர்காலத் தையும்கூட உணர்த்தும் வகையிலே அமைந்திருக்கிறது. அதாவது; இங்கே இறந்தகாலம் முக்காலமும் உணர்த்தி நிற்கிறது. இது தெளிவை அல்லது நிச்சயத்தை உணர்த்தும் கால வழுவமைதி எனப்படும்.

''தலைப்பட்டார் தீரத் துறந்தார் மயங்கி
வலைப்பட்டார் மற்றையவர்''

(குறள்)

'தலைப்பட்டார் தீரத்துறந்தார்' என்பதற்குப் பற்றுக்களை முழுவதும் விட்டவர் வீடு பேறடைவார் என்று பொருள். 'தலைப்படு வார்' என்று எதிர்காலத்தில் கூற வேண்டிய தைத் 'தலைப்பட்டார்' என இறந்த காலத்தில் கூறுகிறார் வள்ளுவர். நிச்சயம் நிகழக்கூடிது என்பதை உணர்த்தும் வண்ணம் அமைந் திருக்கிறது 'தலைப்பட்டார்' என்னும் இறந்த கால வினை. எனவே, இது தெளிவுபற்றி வந்த கால வழுவமைதி.

நிகழ் காலத்தையும் எதிர்காலத்தையும் உணர்த்த வரும் இறந்த காலம், மூன்று விதப் பொருள் தருவதை இது வரை பார்த்தோம் ஒன்று விரைவைக் குறிப்பது; மற்றொன்று மிகுதியை உணர்த்துவது; இன்னொன்று தெளிவு கருதி வருவது. இதையே நன்னூல்,

''விரைவினும் மிகவினும் தெளிவினும் இயல்பினும்
பிறழவும் பெறூஉம் முக்காலமும் ஏற்புழி''

என்று கூறுகிறது. 'இயல்பினும்' என்பது எந்தக் காரணமுமின்றி ஒரு கால வினை வேறொரு காலத்தை உணர்த்துவது என்று கூறுவர். நாம் சற்று முன்பு குறிப்பிட்ட விரைவு, தெளிவு, மிகுதி என்பவற்றுள் ஏதேனும் ஒன்றின் காரணமாகவே, இறந்த கால வினை, நிகழ்காலத்தையோ, எதிர்காலத்தையோ, குறிப்பதைக் காண் கிறோம். அதாவது, ஒரு காலத்திற்குரிய வினை வேறொரு காலத்தை உணர்த்துவதற்கு ஏதேனும் ஒரு காரணம் இருக்கத்தான் செய்கிறது. நிகழ்கால, எதிர்கால வினைகளும் ஏதேனும் ஒரு காரணம் பற்றியே வேறு காலம் உணர்த்துவதை முன்பு கண்டோம். நுட்பமான பொருள் வேறுபாடு உணர்த்த இந்தக் கால வழுவமைதிகள் பயன்படுவதையும் அப்போது கண்டோம். இறந்த காலம் மற்ற இரு காலங்களில் ஏதேனும் ஒன்றை உணர்த்தும்போதும் அத்தகைய நுட்பமான பொருள் வேறுபாடு புலப்படுவதைக் காண முடிகிறது. எனவே, காரணமின்றி அமையு மாயின், அதைக் கால வழுவமைதி எனக் கொள்ளல் இயலாது.

''செம்மையே ஆய சிவபதம் அளித்த
செல்வமே சிவபெருமானே
இம்மையே உன்னைச் **சிக்கெனப்**
பிடித்தேன்
எங்கெழுந் தருளுவது இனியே''
(திருவாசகம்)

இந்தப் பாடலில் இடம்பெற்றிருக்கும் சிக்கெனப் பிடித்தேன்' என்னும் தொடரில் நிற்கும் இறந்தகால வினைமுற்று இறந்த காலம் மட்டுமா காட்டுகிறது? ஆழ்ந்து நோக்குங்கள். அது முக்காலமும் உணர்த்துவது புரியும்.

''பாரொடு விண்ணாய்ப் பரந்த எம்பரனே
பற்று நான் மற்றிலேன் **கண்டாய்''**

'கண்டாய்' என்னும் சொல்லை நோக்குக. இடம் நோக்கிப் பொருள் கொள்ளும்போது, இந்த இறந்தகால வினை 'அறிவாய்' என்னும் பொருளில் முக்காலத்துக்கும் பொருந்தி நிற்பது புலனாகும்.

இது வரை பல்வேறு வழுவமைதி களையும் விரிவாகப் பார்த்தோம். இவற்றை 'வழுவமைதி' என்பதைக் காட்டிலும் 'மரபு' என்று சொல்வதே பொருத்தமாகத் தோன்று கிறது. வழுவமைதி எல்லாம் மரபைத் தழுவியே அமைகின்றன. எனவே, உலக வழக்கு, இலக்கிய வழக்கு இரண்டையும் நோக்கி, மரபைப் போற்ற வேண்டும் என்பது வழுவமைதிக்கும் பொருந்தும்.

■■■

8

இலக்கியத்தில் பேச்சு வழக்கு

வினைச்சொல்

அஃறிணை

முந்திய அத்தியாயத்தில் எண் வழுவமைதி என்னும் பிரிவில்,

''கனவும் நினைவும் யாவுமே
புதுமையாய்க் **காணுதே''**

''அன்பு நாடும் உயிர்கள் யாவும்
ஆசையில் நின்று **பாடுதே''**

''பட்டப் பகல் திருடர்களைப்
பட்டாடைகள் **மறைக்குது''**

என்னும் பாடல் வரிகளைப் பார்த்தோம் அல்லவா? இந்த வரிகளில் நிற்கும் காணுதே, பாடுதே, மறைக்குது என்னும் சொற்களை நோக்குக. இவை பேச்சு நடையில் வழங்கும் சொற்கள். வழா நிலையில், அதாவது சரியான வடிவில், அமையும்போது இவை, முறையே காண்கி(ன்)றதே, பாடுகி(ன்)றதே, மறைக் கி(ன்)றது என்று அமைய வேண்டும். 'காணுதே' முதலான சொற்கள் வழுவாக இருப்பினும், கவிஞர்க்குரிய தனியுரிமை கருதி, இவற்றை வழுவமைதியாக ஏற்றுக் கொள்கின்றோம்.

'காணுது' முதலான சொற்கள் பேச்சு நடையில் வழங்குபவை. காணுகின்றது, அல்லது காணுகிறது என்பதோடு 'காணுது' என்பதை ஒப்பிட்டுப் பார்த்தால், 'காணுது' என்பது ஒலியளவில் குறைந்தும் ஒலிப்பதற்கு எளிதாகவும் இருப்பதை உணரலாம். முயற்சிச் சிக்கனமும் எளிமையும் பேச்சு மொழியில் தவிர்க்க முடியாதவை. எனவே, பேச்சு நடையில் இவ்வாறு அமைவதை இலக்கண அறிஞர்களும் ஏற்றுக்கொண்டிருக்கின்றனர். எழுதுவது போலவே பேச வேண்டும் என்று யாரும் சொல்ல மாட்டார்கள். ஆனால், எழுத்து நடையில் இவ்வாறு எழுதினால், அது வழுவாகக் கருதப்படுகிறது. எழுத்து நடை யில் எந்தச் சொல்லும் முறையான, முழுமை யான வடிவத்தில் அமைய வேண்டும். ஆனால், கவிதைக்கு விதி விலக்கு உண்டு.

எடுத்துக்காட்டு :

''நல்ல காலம் **வருகுது;**
நல்லகாலம் **வருகுது;**

சாதிகள் **தொலையுது;**
சண்டைகள் **தொலையுது.''**

''தரித்திரம் **போகுது;**
செல்வம் **வருகுது;**
படிப்பு **வளருது;**
பாவம் **தொலையுது.''**

(பாரதியார்)

''நன்று மடமயிலே நான் பசியால்
வாடுகின்றேன்
குன்றுபோல் அன்னம் **குவிந்திருக்கு[து]**
என்னெதிரில்
உண்ண முடியாதே ஊராள்வோன்
கூர்வாளும்
வண்ணமுடிச் செல்வாக்கும் வந்து
மறிக்குதடி''

''கோரிகையற்றுக் **கிடக்கு தண்ணே**
வேரில் பழுத்த பலா''

(பாரதிதாசன்)

''கொட்டகை **போடுது** சிலந்தி
குறடு **கட்டுது** கறையான்
கோலம் **போடுது** நண்டு''

''தோட்டத்தில் **மேயுது** வெள்ளைப்பசு –
அங்கே
துள்ளிக் **குதிக்குது** கன்றுக்குட்டி
அம்மா **என்குது** வெள்ளைப் பசு – உடன்
அண்டையில் **ஓடுது** கன்றுக் குட்டி''

(கவிமணி)

''உச்சி மலையிலே ஊறும் அருவிகள்
ஒரே வழியிலே **கலக்குது**
ஒற்றுமையில்லா மனித குலம்
உயர்வும் தாழ்வும் **வளர்க்குது**
பச்சைக்கொடிகள் வேலியிலே
பாகுபாடின்றித் **தழைக்குது** – அதைப்
பார்த்திருந்தும் சில பத்தாம் பசலிகள்
பக்கம் ஒண்ணாய்ப் **பறக்குது** – அன்புப்
பாலம் பழுதாய்க் **கிடக்குது.''**

(பட்டுக்கோட்டையார்)

உயர்திணை

பேச்சு நடையில் அமைந்த இந்த வினைச் சொற்கள் எல்லாம் அஃறிணைக்கு உரியவை. உயர்திணை வினைகளும் கவிதையில் பேச்சு நடையில் அமைவதைக் காண்கிறோம்.

எடுத்துக்காட்டு :

''கள்ளமில்லா மனசுக் கென்னை
உவமை **சொல்வாங்க**
பெருங் கவிஞரெல்லாம் காவியத்தில்
இடம் **கொடுப்பாங்க''**

''வேப்ப மர உச்சியில் நின்னு
பேயொன்னு ஆடுதுன்னு
விளையாடப் போகும்போது
சொல்லி **வைப்பாங்க** – உன்
வீரத்தைக் கொழுந்திலேயே
கிள்ளி **வைப்பாங்க''**

''காதில் மட்டும் கேட்டு
அதை **ரசித்தாங்க** – ஆனா
கறிக்கடையின் கணக்கைப்
பெருக்கி **வந்தாங்க''**

(பட்டுக்கோட்டையார்)

''பச்சை மலைச் சாரலிலே
பறவைக்கு நான் **கண்ணிவச்சேன்** – அந்தப்
பறவை விழும் கண்ணியிலே
பட்டுப் பொண்ணு பட்டுக்கிட்டா
சிட்டுப் பொண்ணு **சிக்கிக்கிட்டா**
பட்டுப் பொண்ணு **பட்டதுன்னு**
தொட் டெடுத்துத் தோளில் **வச்சுக்**
கட்டு மல்லிப் பூ **முடிச்சுக்**
கட்டுக் காளை **சிக்கிக்கிட்டான்**
தொட்டுத் தாலி **கட்டிக்கிட்டான்.''**

(கண்ணதாசன்)

''பச்சை மலைச் சாரலிலே
பறவைக்கு நான் கண்ணிவச்சேன்''

என்னும் தொடரில் நிற்கும் 'வச்சேன்' என்பது தன்மை ஒருமை வினைமுற்று.

''வா வா சூரியனே
மனிதர் நிலையைத் **தெரிஞ்சுக்க**
வஞ்சகர் அதிகம் உண்டு
நோக்கம் பாத்து **நடந்துக்க''**

(பட்டுக்கோட்டையார்)

தெரிஞ்சுக்க, நடந்துக்க ஆகிய முன்னிலை ஒருமை வினைகள் பேச்சுத்தமிழில் அமைந்திருக்கின்றன.

''உருளுது பெரளுது உலகம் சுழலுது
ஒடுது ஆடுது கூடுது கொறையுது
உண்மையைத் **தெரிஞ்சுக்கிங்க** – அய்யா
உண்மையைத் **தெரிஞ்சுக்கிங்க**
இரவும் பகலும் இருட்டுது மெரட்டுது

ஏறுது எறங்குது இடையிலும் மாறுது
எடங்கண்டு **நடந்துக்கிங்க** – சாமி
எடங்கண்டு **நடந்துக்கிங்க**''
(பட்டுக்கோட்டையார்)

இந்தப் பாடல் முழுவதுமே பேச்சு நடையில் அமைந்துள்ளது. குறிப்பாகத் 'தெரிஞ்சுக்கிங்க', 'நடந்துக்கிங்க' ஆகிய முன்னிலைப் பன்மை வினைகளை நோக்குக.

எச்சவினை

'பச்சை மலைச்சாரலிலே' என்று தொடங்கும் பாடலில் நிற்கும் வச்சு, முடிச்சு என்பவையும் பேச்சு வழக்குச் சொற்களே. இவை வினையெச்சங்கள்.

இதே போல, பெயரெச்சமும் பேச்சு நடையில் அமைவதுண்டு.

எடுத்துக்காட்டு :

''கூட்டி **வச்ச** கடவுளே
கோடி க்காலம் வாழ்கவே''
(கண்ணதாசன்)

''திட்டம் போட்டுத் **திருடுற** கூட்டம்
திருடிக்கொண்டே இருக்குது''
(பட்டுக்கோட்டையார்)

எதிர்மறை

பேச்சு வழக்கில் உள்ள எதிர்மறை வினை களும் கவிதையில் இடம்பெற்றுள்ளன.

எடுத்துக்காட்டு :

''யாரை எங்கே வைப்பது என்று
யாருக்கும் **தெரியலே** – அட
அண்டங் காக்கைக்கும் குயில்களுக்கும்
பேதம் **புரியலே!**''
(கண்ணதாசன்)

வேண்டும் → வேணும்

'வேண்டும்' என்பது எழுத்து வழக்கு; 'வேணும்' என்பது பேச்சு வழக்கு. 'வேணும்' என்னும் சொல் கவிதையிலும் நிரந்தரமான இடத்தைப் பெற்றுள்ளது.

எடுத்துக்காட்டு :

''பத்துப் பன்னிரண்டு – தென்னைமரம்
பக்கத்திலே **வேணும்** – நல்ல
முத்துச் சுடர்போலே – நிலாவொளி
முன்பு **வரவேணும்** – அங்கு
கத்தும் குயிலோசை – சற்றே வந்து
காதிற் **படவேணும்** – என்றன்
சித்தம் மகிழ்ந்திடவே – நன்றாயிளந்
தென்றல் **வரவேணும்**''
(பாரதியார்)

'வரவேணும்', 'படவேணும்' போன்ற சொற்கள் 'வரணும்', 'படணும்' எனப் பேச்சு வழக்கில் அமைவதைக் காண்கிறோம். இந்த வடிவங்களும் கவிதைகளில் இடம்பெற்றுள்ளன.

எடுத்துக்காட்டு :

''இருக்கும்பொழுதை **ரசிக்கணும்** – அட
இன்பமாகக் **கழிக்கணும்**
எதிலும் துணிஞ்சு **இறங்கணும்** – நீ
ஏங்கி எதுக்குத் **துடிக்கணும்**''

''பள்ளம் மேடுள்ள பாதையிலே
பார்த்து **நடக்கணும்** காளைகளே!
பழைய போக்கிலே பயனில்லே – நல்ல
விஷயம் **இருக்கணும்** மூளையிலே''
(பட்டுக்கோட்டையார்)

எப்போ?

'எப்போது', 'எப்பொழுது' என்பவை எழுத்து வழக்கில் உள்ளவை. 'எப்போ' என்பது பேச்சு வழக்கு. இதுவும் கவிதையில் இடம் பெற்றுள்ளது.

எடுத்துக்காட்டு :

''**பொழுதெப்போ** விடியும்?
பூவெப்போ மலரும்?
பழமெப்போ முதிரும்?
பவமெப்போ உதிரும்?
இருளெப்போ கலையும்?
இரவெப்போ தொலையும்?
மருளெப்போ மாயும்?
மனமெப்போ ஓயும்?
(அ. சீனிவாச ராகவன்)

இவ்வாறு, பேச்சு வழக்கில் உள்ள சொற்கள் எல்லாமே கவிதையில் இடம்பெறு வதைக் காணலாம். முன்பே குறிப்பிட்டது போல இது கவிஞரின் தனியுரிமை. எழுத்து வழக்கில், குறிப்பாக உரைநடையில், இந்தச் சொற்களை வடிவம் மாறாமல் முழுமை

யாகப் பயன்படுத்த வேண்டும். அதாவது, எழுத்து நடையிலே இவை அமைய வேண்டும். கதா பாத்திரங்களின் உரையாடல் பேச்சுத் தமிழில் அமையலாம்.

பேச்சுத் தமிழிலும் பல வகை உண்டு. வட்டார வழக்குகளைச் சான்றாகக் கொள்ள லாம். எனவே, கதா பாத்திரங்களின் இயல்புக் கேற்ப உரையாடல்களும் பல்வேறு வகையில் அமையலாம். காலப் போக்கில் பேச்சு வழக்கில் மாற்றங்கள் ஏற்படுவதுண்டு. நாடகம், புதினம், சிறுகதை முதலியவற்றில் இடம்பெறும் கதை மாந்தர்களின் உரையாடல் களில், பேச்சு வழக்கில் எத்தனை வகை உண்டோ அத்தனைக்கும் இடமுண்டு. இவை அனைத்துக்கும் அடிப்படையாக அமையும் மரபைப் போற்றுதல் வேண்டும்.

■■■

9

மரபு - கள் விகுதி

மரம் ஒருமை; மரங்கள் பன்மை; மனிதன்; ஒருமை; மனிதர்கள் பன்மை. இப்படி, பன்மைக்குக் 'கள்' விகுதி சேர்க்க வேண்டும் என்பது இலக்கண விதி. பல இடங்களில் இந்த விதிக்கு மாறாக, அதாவது 'கள்' விகுதி இல்லாமலே பன்மை உணர்த்தும் வழக்கம் உள்ளது.

'கள்' விகுதி உயர்திணைக்கு உரியதல்ல என்றும், அஃறிணைக்கே உரியது என்றும், அதுவும் சில இடங்களிலேயே வரும் என்றும் தொல்காப்பியர் கூறுகிறார்.

''கள்ளொடு சிவணும் அவ்வியற்பெயரே
கொள்வழி உடைய பலவறிசொற்கே''
(தொல்காப்பியர்)

இன்று உயர்திணை, அஃறிணை என்ற வேறுபாடின்றிப் பன்மை குறிக்க எல்லாச் சொற்களுடனும் 'கள்' விகுதி சேர்ப்பது வழக்கமாகிவிட்டது. எனினும், இன்றும் சில இடங்களில் 'கள்' விகுதி சேர்க்காமலே எழுதுவதும் பேசுவதும் காணலாம்.

எடுத்துக்காட்டு :

1) தொலைக்காட்சி உலகம் முழுவதையும் நம் **கண்முன்** கொண்டு வருகிறது.

2) மதுரமான கீதம் **செவிக்கு** இனிமை யான விருந்து.

3) **விழி**யில்லாக் குருடன் 'விலங்கொடித் தேன்' என்று வீரம் பேசுகிறான்.

4) காய்ச்சல் போய்விட்டது. **கைகால்** பிடிப்பு இன்னும் போகவில்லை.

5) வானத்திலே பறக்கும் கருடனைப் பார்க்கும் பக்தர், 'இந்தப் பாக்கியம் நமக்குக் கிடைத்ததே' என்று **கன்னத்தில்** போட்டுக் கொள்கிறார்.

6) காலையில் எழுந்ததும் **பல்** துலக்காமல் அவன் தண்ணீர்கூட அருந்த மாட்டான்.

இந்த வாக்கியங்களில் நிற்கும் கண், செவி, கை, கால், பல் ஆகிய சொற்கள் ஒருமையைக் குறிக்கவில்லை; பன்மையையே குறிக் கின்றன. எனினும், இந்தச் சொற்களுடன் 'கள்' விகுதி சேரவில்லை.

'அவனுக்குக் **கண்** தெரியாது'
'அவருக்குக் **காது** கேளாது'

என்னும் இரண்டு வாக்கியங்களிலும் கண், காது என்பவை இரு கண்ணையும் இரு காதையுமே குறிக்கின்றன. இல்லாவிட்டால், ஒரு கண், ஒரு காது என்றே இருக்க வேண்டும். அவ்வாறின்றிப் பொதுவாகக் குறிப்பிடும்போது, இரு கண், இரு காது என்றே பொருள்படும். இவ்வாறே செவி, கை, கால், பல் முதலிய சொற்களும் பன்மை உணர்த்துவதை நோக்குக.

இத்தகைய சொற்கள் 'கள்' விகுதி பெறாமலே பன்மை உணர்த்துவதை இலக்கிய வழக்கிலும் காணலாம்.

எடுத்துக்காட்டு :

''**கண்ணைக்** காக்கும் இரண்டிமை
போலவே
காதல் இன்பத்தைக் காத்திடுவோமடா!''

"**உன்கண்ணில்** நீர் வழிந்தால்
என்நெஞ்சில் உதிரம் கொட்டுதடி

என்கண்ணில் பாவையன்றோ?
கண்ணம்மா என்னுயிர் நின்னதன்றோ?"

"சுட்டும் சுடர்**விழி**தான் —
கண்ணம்மா! சூரிய சந்திரரோ?

"வட்டக் கரிய**விழி**
கண்ணம்மா! வானக் கருமைகொல்லோ?"
(பாரதியார்)

"பாடம் படித்து நிமிர்ந்த **விழி** – தனிற்
பட்டுத் தெறித்தது மானின் **விழி**"

"சீரழகே! தீந்தமிழே!
உன்னை **என்கண்ணைத்**
திரையிட்டு மறைத்தார்கள்
என்று சொன்னான்"
(பாரதிதாசன்)

"விண்மீனும் கண்ணே உன்
கண்ணாகுமா?
விளையாடும் கிளிஉன்றன்
மொழிபேசுமா?"

"சிறு**விழி** குறுநகை சுவைதரும்
மழலையின்
சொல்லே இசைதரும் வீணையே"

"**கண்**படாத மேனிமீது **கை**படிந்து
தேறவும்"

"**கால்**பாட, **கால்**பார்க்கும் **கண்**பாட,
கண்பாட்டில்
சேல் ஆடச் செல்லும் சிலைத் தேவி"
(கண்ணதாசன்)

"**கண்ணொடு கண்ணிணை**
நோக்கொக்கின் வாய்ச் சொற்கள்
என்ன பயனும் இல"

"எழுதுங்கால் கோல் காணாக்
கண்ணேபோல் கொண்கண்
பழிகாணேன் கண்ட விடத்து"
(குறள்)

"ஒருமையுடன் நினதுதிரு **மலரடி**
நினைக்கின்ற
உத்தமர்தம் உறவு வேண்டும்"
(வள்ளலார்)

"பாங்கினிற் **கையிரண்டும்**
தீண்டியறிந்தேன்
பட்டுடை வீசுகமழ் தன்னி லறிந்தேன்"

"கத்தும் குயிலோசை சற்றே வந்து
காதிற்பட வேணும்"

"**கன்னத்தில்** முத்தமிட்டால் உள்ளந்தான்
கள்வெறி கொள்ளுதடி"
(பாரதியார்)

"கண்ணாடிக் **கன்னத்தைக்** காட்டி என்
உள்ளத்தைப் புண்ணாக்கிப் போடாதே"
(பாரதிதாசன்)

"கேட்பினும் கேளாத் தகையவே
கேள்வியால்
தோட்கப் படாத **செவி**"
(குறள்)

கண், காது, கை, கால் முதலிய உறுப்புக்கள் இரண்டிரண்டு இருந்தாலும் அவற்றைக் குறிக்கும்போது 'கள்' விகுதி சேர்க்காமல் கூறுவதே மரபு. சில சமயங்களில் கவிதையில் இத்தகைய சொற்கள் கள் விகுதி பெற்றும் வருவதுண்டு.

எடுத்துக்காட்டு :

"மங்காத **கண்களில்**
மையிட்டுப் பார்த்தாலே
தங்கமும் வைரமும் ஏதுக்கம்மா?

கண்ணாடிக் **கன்னங்கள்**
காண்கின்ற வேளையில்
எண்ணங்கள் கீதம் பாடுமே"
(கண்ணதாசன்)

எனினும், விகுதி பெறாமல் வருவதே மரபாகும்.

உரைநடையிலும் இந்தச் சொற்கள் கள் விகுதி பெற்று வருவதுண்டு.

எடுத்துக்காட்டு :

1) கூரிய முட்கள் **கைகளைக்** கீறிடினும் மலர் கொய்யத் தாவுகின்றன குமரியின் **கரங்கள்.**
2) **தோள்கள்** தினவெடுக்கின்றன; **கண்கள்** கனல் பொழிகின்றன.
3) கண்ணாடி வளையல்களைத்தான் என் **கைகள்** அறியும்.
4) இந்த மரகத மாலை தமிழ் வளர்க்கும் தங்கள் **தடந்தோள்களை** அலங்கரிக்கட்டும்.

5) சிலம்புகளையா? கண்ணகி! சிலம்புகளை விற்பதா? இந்த வார்த்தையை என் காதுகள் கேட்கும் காலமும் வந்ததே.

ஓசை நயம், உணர்ச்சி முதலியவை காரணமாகக் 'கள்' விகுதி பெறுவதுண்டு எனினும், 'கள்' விகுதி பெறாமல் நிற்பதே பெரும்பான்மையாகும்.

எண்ணடையும் கள் விகுதியும்

"பத்துப் பன்னிரண்டு – தென்னைமரம்
பக்கத்திலே வேணும்"
(பாரதியார்)

தென்னை மரம் என்பது பன்மையைக் குறிக்கிறது. ஆனால் பன்மைக்குரிய 'கள்' விகுதி பெறவில்லை. இது வழுவு மல்ல; வழுவமைதியுமல்ல. இவ்வாறு அமைவதே மரபாகும்.

எடுத்துக்காட்டு :

"முத்துப் புகழ் படைத்து மூன்று நெறி வளர்த்துக்
கற்றுக் கலைமிகுந்த தாயகமே!"

"நூறுபடை கூறுபட வீறுகொடு மாந்தர்"

"எட்டுத் திசையிலும் புகழ்மேவு மறவர்"

"வள்ளுவனின் குறள்மீது விழியை நாட்டி
வடித்த **இரண்டடி** எடுத்து
மனத்துள்போட்டு"
(கண்ணதாசன்)

மும்முரசு, முக்கனி, நானிலம், ஐந்திணை, அறுசுவை, இரு விழி, எழு பிறப்பு, எண் திசை, ஏழிசை, ஒன்பான் சுவை, பதின்மடங்கு என்னும் தொடர்களை நோக்குக. இவை ஒன்றுக்கு மேற்பட்ட பொருளைக் குறித்தாலும் 'கள்' விகுதி பெறவில்லை.

அதனாலேயே, இவை மரபு எனப் போற்றப்படுகின்றன. இந்தத் தொடர்களை மூன்று முரசு, மூன்று கனி, நான்கு நிலம், ஐந்து திணை என்று பிரித்துச் சொல்லும்போது கூடக் 'கள்' சேர்வதில்லை.

"மங்கியதோர் நிலவினிலே
கனவிலிது கண்டேன்"

"வயது பதினாறு இருக்கும்
இளவயது மங்கை"
(பாரதியார்)

'பதினாறு வயது' என்பதே 'வயது பதினாறு' என்று மாறி நிற்கிறது. எப்படி அமைந்தாலும் வயது என்னும் சொல்லுடன் ஒரு போதும் 'கள்' விகுதி சேராது. பத்து வயது, இருபது வயது, ஐம்பது வயது என்றே அமையும்.

இதே போல நீட்டல், நிறுத்தல் முதலிய அளவைப் பெயர்களுடனும் கள் விகுதி சேராது.

எடுத்துக்காட்டு :

பத்து மீட்டர்
இரண்டு மீட்டர்
நூறு கிராம்
இரண்டு கிலோ.

வெள்ளி, ரூபாய் முதலிய நாணயங்களைக் குறிப்பிடும் போதும் கள் விகுதி சேர்ப்பதில்லை.

எடுத்துக்காட்டு :

நூறு ரூபாய்
ஆயிரம் ரூபாய்
இருபது பவுன்
இருநூறு டாலர்

எந்த நாட்டு நாணயமாக இருந்தாலும் 'கள்' விகுதி சேர்க்காமல் எழுதுவதே தமிழ் மரபு.

எண்ணடை பெற்று வரும் பெயர்களுக்குப்பின் 'கள்' விகுதி வருதலும் உண்டு.

எடுத்துக்காட்டு :

"நாவிற் கினியதைத் தின்பார் – அதில்
நாற்பதினாயிரம் சாதிகள் சொல்லார்"

"எட்டுத் திசைகளிலும்
சென்றிவை விற்றே
எண்ணும் பொருளனைத்தும்
கொண்டு வருவோம்"

"ஆத்திரம் நின்றது இதனிடை – நித்தம்
ஆயிரம் தொல்லைகள் சூழ்ந்தன"
(பாரதியார்)

"ஆயிரம் வாசல் இதயம் – அதில்
ஆயிரம் எண்ணங்கள் உதயம்"

"தாமரைப் பூப்போல் மேனி வளர்ந்து
தாரகை போல் இரு விழிகள் மலர்ந்து"

"ஓடிவந்த கண்கள் இரண்டும்
உண்மை கண்டால் போதாது"

''**ஆயிரம் வார்த்தைகள்** பேசும் – எங்கள்
மானிடம் செய்வது மோசம்''

''சுற்றி **நான்கு சுவர்களுக்குள்**
தூக்கமின்றிக் கிடந்தோம்''

''**கோடி அலைகள்** என் நெஞ்சில் எழு
வதை
யாரிடம் போயுரைப்பேன்?''
(கண்ணதாசன்)

எண்ணடை பெற்று நிற்கும் பெயர்கள் 'கள்' விகுதி ஏற்றிருப்பதையும் நோக்குக.

எண்ணடையுடன் கூடிய பெயர்கள் 'கள்' விகுதி பெறுவது இன்றைய உரைநடையில் பெரு வழக்காக உள்ளது.

எடுத்துக்காட்டு :

1) புறம் பற்றிய **நானூறு பாடல்கள்** கொண்டது புறநானூறு.
2) தனித்தனிப் பாடல்களைக் கொண்ட **எட்டு நூல்களின்** தொகுதியே எட்டுத் தொகையாகும்.
3) பழந்தமிழ் நாட்டில் **மூன்று தமிழ்ச் சங்கங்கள்** இருந்தன.
4) எட்டுத் தொகை நூல்களுள் **ஐந்து நூல்கள்** அகப்பொருள் பற்றியவை.
5) இனிய ஓசை நயம் அமைந்த **எழுபது பாடல்களைக்** கொண்டது பரிபாடல் என்னும் நூல்.
6) பத்துப் பாட்டு என்பது பத்துப் பத்தாகப் பாடப்பட்ட **நூறு பாட்டுக்கள்** கொண்ட தொகை நூல்.
7) இனிய ஓசை நயம் வாய்ந்த கலிப்பா என்னும் செய்யுள் வகையில் அமைந்த **நூற்றைம்பது** பாடல்கள் கொண்டது கலித் தொகை.
8) பட்டினப் பாலை என்னும் நூலின் முற் பகுதியில் **இருநூற்றுப் பதினேழு அடிகளில்** நாடு முதலியன பற்றிய வர்ணனை அமைந்துள்ளது.
9) தொல்காப்பியத்தின் பொருளதிகாரம் **அறுநூற்றைம்பது நூற்பாக்கள்** கொண்டது.
10) பதினெண்கீழ்க்கணக்கு நூல்களில் **பன்னிரண்டு நூல்கள்** நீதி நூல்களாகும்.

சில – பல

சில, பல என்னும் அடைமொழிகள் பெற்று நிற்கும் பெயர்களும் 'கள்' விகுதி பெறாமலே பன்மைப் பொருள் உணர்த்தும்.

எ–டு :

''மழைகூட ஒரு நாளில் தேனாகலாம்
மணல்கூடச் **சிலநாளில்**
பொன்னா கலாம்''

''மணமாலை தனைச்சூடி உறவாடுவார் –
மனம்
மாறாமல் **பல காலம்** விளையாடுவோர்''

''ஆசையிலே **சிலநாள்** – பெரும்
அவதியிலே **சில நாள்**
காதலிலே **சில நாள்** – மனக்
கவலையிலே **சில நாள்**
வாழ்வதுவோ **சில நாள்** – இதில்
வாடுவதேன் **பல நாள்**''
(கண்ணதாசன்)

''**பல்குழுவும்** பாழ்செய்யும் உட்பகையும்
வேந்தலைக்கும்
கொல்குறும்பும் இல்லது நாடு''

''**பலகுடை** நீழலும் தம்குடைக்கீழ்க்
காண்பர்
அலகுடை நீழ லவர்''
(குறள்)

உரை நடையிலும் இவை 'கள்' விகுதி பெறாமலே பன்மைப் பொருள் உணர்த்து கின்றன.

எடுத்துக்காட்டு :

1) கண்ணகி அந்த வேங்கை மரத்து நிழலிலே **பல நாள்** நின்றுகொண்டிருந்தாள்.
2) சங்கை அறுத்து வளையல் செய்யும் தொழில், தங்க நிற ஆடை நெய்யும் தொழில், உப்பு விளைவிக்கும் தொழில் இப்படிப் **பல தொழில்** உண்டு பாண்டிய நாட்டில்.
3) படை கொண்டு செல்லுதற்கு இன்னும் **சில நாளே** எனக் கண்டு சிந்தை மகிழ்ந்தான்.
4) போர் முடிந்து களம் தோய்ந்த குருதி யெல்லாம் காய்ந்து **பல திங்கள்** ஆயின.
5) இன்னும் **சில நிமிடத்திற்குள்** விமானம் தரை இறங்கும்.

சில, பல என்னும் அடைமொழிகள் பெற்ற சொற்கள் 'கள்' விகுதி பெற்றும் வருதலுண்டு.

எடுத்துக்காட்டு :

"பஞ்சுக்கு நேர் பலதுன்பங்களாம் – இவள்
பார்வைக்குநேர் பெருந்தீ"

"சாத்திரங்கள் பல பல கற்பாராம்
சவுரியங்கள் பல பல செய்வாராம்"

"இன்பமெனச் **சில கதைகள்** – எனக்
கேற்றமென்றும் வெற்றியென்றும் **சில கதைகள்**

துன்பமெனச் **சில கதைகள்** – கெட்ட
தோல்வியென்றும் வீழ்ச்சியென்றும் **சில கதைகள்**"
(பாரதியார்)

சில, பல என்னும் சொற்களை அடையாகப் பெற்று வரும் பெயர்கள் 'கள்' விகுதி பெறுவது உரைநடையிலும் உண்டு.

எடுத்துக்காட்டு :

1) சுமார் இரண்டாயிரம் ஆண்டுகட்கு முன்பே தமிழகத்திலிருந்து ரோமாபுரிக்குப் **பல பொருட்கள்** ஏற்றுமதி செய்யப்பட்டன.

2) அந்தக் காவியத்தின் உயர்தரத்தை அப்படியே வைத்துக்கொண்டு **சில நிகழ்ச்சிகளை** மாற்றியிருக்கிறார், ஆசிரியர்.

3) அவர்கள் அன்பு உறவு கொண்ட **நாடுகள் பல** உண்டு.

4) அவன் **பல மாதங்களைத்** தனிமையிலேயே கழித்தான்.

5) அந்த இதழில் அருமையான **கட்டுரைகள் பல** உள்ளன.

6) நாட்டின் பல பகுதிகளிலும் சிதறுண்டு கிடந்த **நூல்கள் பல** காலப் போக்கில் அழிந்தன.

7) ஈராயிரம் ஆண்டுகளுக்கு முன்பே தமிழில் **பல இலக்கியங்களும்** இலக்கண நூல்களும் இருந்தன.

8) வாழ்வின் **பல துறைகளிலும்** அறத்தின் அடிப்படையை வலியுறுத்துகிறார் அய்யன் திருவள்ளுவர்.

9) **பல நூற்றாண்டுகளுக்கு** முன் வாழ்ந்த திருவள்ளுவர் எல்லாச் சமயத்தாரும் போற்றக் கூடிய வகையில் ஒரு நூல் எழுதியிருப்பது பெரும் வியப்பாகும்.

10) திருவள்ளுவரைப்பற்றிப் **பல கதைகள்** அவ்வப்போது கட்டப்பட்டன. ஆனால், ஆராய்ச்சியாளர் அவற்றை ஏற்கவில்லை.

அத்தனை – இத்தனை – எத்தனை

அத்தனை, இத்தனை, எத்தனை என்னும் சொற்களை அடையாகக் கொண்டமையும் பெயர்களும் 'கள்' விகுதி பெற்றும் பெறாமலும் வருவதைக் காண்கிறோம்.

எடுத்துக்காட்டு :

"இன்று தருகுவன் வெற்றியே – இதற்கு
இத்தனை வீண்சொல் வளர்ப்பதேன்?"

"அத்தருணத்தே பறவை
அத்தனையும் தாம்திரும்ப"
(பாரதியார்)

"கண்ணுக்குள் **எத்தனை** வெள்ளமடி – உன்
கன்னத்தில் **எத்தனை** பள்ளமடி!"

"**எத்தனையோ** உலகம் பார்த்துவந்தாய்–நீ
எவ்வளவோ வயதைத்தாண்டி வந்தாய்"

"இதோ இதோ இந்தப் பூமியிலே
எத்தனை ஜாலங்கள் பாதையிலே"
(கண்ணதாசன்)

"என் கிளியே நீ முத்தம்
எத்தனை ஈவாய் என்றான்"
(பாரதிதாசன்)

உரைநடையிலும் இவை கள் விகுதி பெற்றும் வரலாம்; பெறாமலும் வரலாம்.

எடுத்துக்காட்டு :

1) நூல் நிலையத்தில் உள்ள **அத்தனை நூல்களையும்** ஒருவர் படிக்க முடியுமா?

2) **எத்தனை** குறள் உனக்குத் தெரியும்?

3) சிலப்பதிகாரத்தில் **எத்தனை காண்டங்கள்** இருக்கின்றன?

4) **எத்தனை படை** வந்தாலும் எதிர்த்து நிற்போம்.

5) **அத்தனை** கதையும் படித்துவிட்டீரா?

6) கட்டுரை குறைந்தது இத்தனை பக்கம் இருக்க வேண்டும் என்று சொல்லவில்லையே.

7) அவர் எத்தனையோ நிறுவனங்களுக்கு உரிமையாளர்.

8) கவிமணியின் அத்தனை பாடலிலும் அன்பு குழைந்திருக்கிறது.

9) பாரதிதாசன் பாடல்கள் அத்தனையும் தமிழுணர்வு ஊட்டுபவை.

10) அந்தச் சோலையிலே இத்தனை பறவைகளா இருக்கின்றன?

இப்படி இரண்டு விதமாகவும் அமையலாம் எனினும், உரை நடையில் இவை கள் விகுதி பெற்று வருவதே பெரும்பான்மை வழக்காகும்.

எத்தனை – எவ்வளவு

'எத்தனை' என்னும் சொல்லுக்கு எவ்வளவு என்னும் பொருளும் உண்டு. இந்தப் பொருளில் அமையும்போது இதனை அடுத்து நிற்கும் பெயர் 'கள்' விகுதி பெறாது.

"கண்ணுக்குள் எத்தனை வெள்ளமடி" என்னும் தொடரில், 'எத்தனை' என்பது 'எவ்வளவு' என்னும் பொருள் தருகிறது. இந்த வாக்கியங்களை நோக்குக:

1) இயற்கையின் இனிய கோலத்தில் பழந் தமிழ்ப் புலவர்கள் **அத்தனை ஆர்வம்** கொண்டிருந்தனர்.

2) என்ன இருந்தாலும், **இத்தனை கோபம்** கூடாது.

3) **எத்தனை எழிலுடன்** விளங்குகிறது இந்தக் கவிதை.

இந்த வாக்கியங்களில் 'எத்தனை' என்னும் சொல் 'எவ்வளவு' என்னும் பொருள் தருகிறது. இந்தச் சொல்லை அடுத்து நிற்கும் ஆர்வம், கோபம், எழில் ஆகியவை எண்ணக் கூடிய பொருள்கள் அல்ல. எனவே, இந்தச் சொற்களில் 'கள்' சேருவதில்லை.

பன்மைக்குக் 'கள்' விகுதி சேர்ப்பது பொது விதி என்றாலும், சில இடங்களில் 'கள்' சேராமலே பன்மையைக் குறிப்பது மரபாக உள்ளது. பெயருக்கு முன்னால் நிற்கும் எண்ணடைகள் முதலானவை பன்மையைக் குறிப்பதால், கள் விகுதி தேவைப்படுவதில்லை. பேச்சு வழக்கில் 'கள்' விகுதி இல்லாமலே பன்மை உணர்த்துவது பெரும் பான்மையாக இருக்கிறது.

எடுத்துக்காட்டு :

1) இரண்டு புத்தகம் வேண்டும்.
2) மூன்று பேனா வாங்கினேன்.
3) நாலு பக்கம் கட்டுரை எழுதவேண்டும்.
4) இது பல பொருளுடைய சொல்.
5) சில பழக்கம் நம்மை விட்டுப் போவதில்லை.
6) எனக்குக் கை இல்லையா?
7) என் காலென்ன நொண்டியா?

கை, கால் என்பன இருகையையும், இரு காலையுமே குறிக்கின்றன. தொல்காப்பியர் காலத்தில் சில அஃறிணைச் சொற்களுக் குரியதாக இருந்த 'கள்' விகுதி இன்று பல சொற்களுக்கு உரியதாகியுள்ளது. ஆனால் இன்றும் 'கள்' விகுதியின்றிப் பன்மை உணர்த்தும் மரபு உள்ளது. இந்த மரபை உணர்ந்து வேண்டாத இடங்களில் 'கள்' விகுதியை விலக்குக.

உயர்திணையில் 'கள்' விகுதி

இன்றைய உரைநடை, கவிதை இரண்டிலும் பன்மையைக் குறிக்கக் 'கள்' விகுதி வருகிறது. ஆனால், உயர்திணையில் சில இடங்களில் பன்மையைக் குறிக்கக் 'கள்' விகுதி வருவதில்லை. அவர், இவர் என்னும் சொற்கள் 'கள்' விகுதி பெற்று அவர்கள், இவர்கள் என்று வருவதை நாம் அறிவோம். ஆனால், யார், எவர், யாவர் என்னும் வினாப்பெயர்கள் 'கள்' விகுதிபெறாமலே பன்மைப் பொருள் உணர்த்தும்.

எடுத்துக்காட்டு :

1) அவர்கள் யார்?
   இவர்கள் யார்?
   நண்பர்கள் யார்?
   பகைவர்கள் யார்?
   கற்றவர்கள் யார்?
   கல்லாதவர்கள் யார்?

2) "மலையும் ஆறும் காடும்
    கடலும் எவர் கையால்

ஆக்கப்பட்டன? ஞாயிறும் திங்களும் விண்மீன்களும் எவரால் செய்யப்பட்டன? புனலுக்குத் தண்மை **ஈந்தவர்** எவர்? நெருப்புக்கு வெம்மை ஊட்டினவர் யாவர்?

தோற்ற ஒடுக்கமிலா ஒன்றைப் படைப்பவர் யாவர்? வளர்ப்பவர் யாவர்?

எவர், யாவர் என்பன பெரும்பாலும் இலக்கிய வழக்கிலேயே காணப்படுகின்றன. எனவே, 'அவர்கள் யார்?' போன்ற 'கள்' விகுதிபெற்ற எழுவாயைக் கொண்ட தொடர்களில் யாவர், எவர் போன்ற வினாப் பெயர்களை அதிகம் காண முடியவில்லை.

யார், எவர், யாவர் என்னும் வினாப் பெயர்கள் 'கள்' விகுதி பெறுவதில்லை என்பதை நினைவிற்கொள்க.

சிலர், பலர் என்னும் சொற்களும் கள் விகுதி பெறா. இதே போலப் 'பிறர்' என்னும் சொல்லும் கள் விகுதி பெறாது.

ஒருவர், இருவர், மூவர், நால்வர், ஐவர், அறுவர், எழுவர், எண்மர், ஒன்பதின்மர், பதின்மர் முதலிய எண்ணால் வரும் பெயர்களும் 'கள்' விகுதி பெறுவதில்லை.

எண்ணுப் பெயர்களையும் சில, பல, முதலான சொற்களையும் அடைமொழியாகக் கொண்ட உயர்திணைப் பெயர்கள் 'கள்' விகுதி பெறுமா என்பதை இப்போது பார்ப்போம்.

"நாட்டுப் புறங்களிலே – நகர்
நண்ணு சில சுடர் மாடத்திலே – **சில
வேட்டுவர்** சார்பினிலே – **சில
வீரரிடத்திலும்** வேந்தரிடத்திலும்
மீட்டு மவள் வருவாள்''
                                    (பாரதியார்)

"சித்திரச் சோலைகளே உமை நன்கு
திருத்த இப்பாரினிலே – முன்னர்
எத்தனை தோழர்கள் ரத்தம் சொரிந்தன
ரோ! உங்கள் வேரினிலே''
                                    (பாரதிதாசன்)

சில வேட்டுவர், சில வீரர், எத்தனை தோழர்கள் என்னும் தொடர்களை நோக்குக. சில வேட்டுவர், சில வீரர் என்னும் தொடர்களில் 'கள்' சேர்ந்து சில வேட்டுவர்கள், சில வீரர்கள் என்றும் அமையலாம். எத்தனை தோழர்கள் என்பது 'கள்' விகுதி பெறாமல் எத்தனை தோழர் என்றும் அமையலாம்.

எடுத்துக்காட்டு :

1. சில மனிதர்(கள்)
2. சில புலவர்(கள்)
3. பல வீரர்(கள்)
4. எத்தனை அறிஞர்(கள்)
5. அத்தனை கலைஞர்(கள்)
6. பத்து உறுப்பினர்(கள்)
7. இருபது மாணவர்(கள்)
8. முப்பது மாணவியர்(கள்)
9. இரண்டு தோழியர்(கள்)
10. ஐந்து சிறுமியர்(கள்)

இவை 'கள்' விகுதி பெற்றும் வரலாம்; பெறாமலும் வரலாம் என்பதைக் குறிக்கவே 'கள்' அடைப்புக்குள் கொடுக்கப்பட்டுள்ளது.

சில புலவர்கள், பல வீரர்கள் போன்ற தொடர்கள் புலவர்கள் சிலர், வீரர்கள் பலர் என்றும் அமையும். இரண்டுக்கும் பொருள் ஒன்றே.

எடுத்துக்காட்டு :

"சங்கத்துப் **புலவர் பலர்** தங்கத்தோடா
                    பொற்பதக்கம்
வங்கத்துப் பொன்னாடை பரிசளித்தார்''
                    (பட்டுக்கோட்டையார்)

உரைநடையிலும் இவ்வாறு இரண்டு விதமாகவும் அமைவதுண்டு.

எடுத்துக்காட்டு :

1. சங்கப் புலவர் பலர் இயற்கை அழகில் மனத்தைப் பறிகொடுத்து, இனியகவிதை களை இயற்றினர்.

2. **தமிழறிஞர் பலர்** கூடிச் சங்கம் அமைத்துத் தமிழ் இலக்கியங்களையும் இலக்கணங் களையும் ஆராய்ந்தனர்.

3. பம்மல் சம்பந்த முதலியார் போன்ற **அறிஞர் சிலர்** நாடக வளர்ச்சிக்குப் பெருந்தொண்டு புரிந்திருக்கின்றனர்.

4. இன்றைய **எழுத்தாளர்கள் சிலர்,** வாழ்க்கையை உற்று நோக்கி, அன்றாட வாழ்க்கைப் பிரச்சினைகளைக் கருப் பொருளாகக் கொண்டு இலக்கியம் படைக்கின்றனர்.

பெயருக்கு முன்னால் நிற்கும்போது சில, பல என்று நிற்கும் சொற்கள், பின்னால் வரும்போது சிலர், பலர் என்று மாறுவதை நோக்குக. இவ்வாறுதான் அமையவேண்டும் என்பதையும் கவனத்திற்கொள்க.

வினையாலணையும் பெயரும் அடையும்

''**வாழ்ந்தவர் கோடி** மறைந்தவர் **கோடி**
மக்களின் மனதில் நிற்பவர் யார்?''
(கண்ணதாசன்)

வாழ்ந்தவர், மறைந்தவர் என்பன வினை யாலணையும் பெயர்கள் என்பது உங்களுக்குத் தெரியும். 'கோடி' என்னும் எண்ணடை இந்தப் பெயர்களுக்குப் பின்னே நிற்கிறது.

''கோடியிலே ஒருவனெனப்
பிறந்திருந்தான் – அவன்
கோடிசனம் பின்தொடரப்
பிரிந்து விட்டான்!''
(கண்ணதாசன்)

'கோடிசனம்' என்பதிலே 'கோடி' என்னும் சொல் 'சனம்' என்னும் சொல்லுக்கு முன்னால் நிற்கிறது.

''**முப்பது கோடி** முகமுடையாள்''

'கோடி' என்னும் சொல் 'முகம்' என்னும் சொல்லுக்கு முன்னால் நிற்கிறது. இத்தகைய அடைச்சொற்கள் வினையாலணையும் பெய ருக்குப் பின்னால்தான் வரும்; ஒரு போதும் முன்னால் வாரா.

எடுத்துக்காட்டு :

1. திருவள்ளுவர் சங்க காலத்திற்குப் பிறபட்டவர் என்று **கருதியவர் சிலர்** இருந்தனர். ஆனால், இன்று அவ்வாறு **கருதுபவர் ஒருவர்கூட** இல்லை.
2. இயற்கை அழகை உணர்ந்து, அதைக் கவிதையில் **வடித்தவர் பலருண்டு.**
3. தம் நம்பிக்கை, விருப்பம் முதலிய வற்றை ஆராய்ச்சி என்னும் பெயரில் கூறி, ஆராய்ச்சி உலகின் கேலிக்கு **ஆளாகிற வர்கள் சிலர்** உளர்.
4. வதந்தியை **நம்புகிறவர்கள் பலர்; நம்பாதவர்கள் சிலரே.**
5. உணர்ச்சிக்கும் கற்பனைக்கும் சொல் வடிவம் தந்து, கற்பவர் உள்ளத்தைக் **கவர்ந்தவர்கள் பலர்** உண்டு.

இந்த வாக்கியங்களில் சிலர், பலர் என்னும் சொற்கள் வினையாலணையும் பெயருக்குப் பின்னால் நிற்கின்றன.

மனிதர்கள் சிலர், கவிஞர்கள் சிலர் என்பவை சில மனிதர்கள், சில கவிஞர்கள் என்றும் அமையலாம். ஆனால் வினையா லணையும் பெயர் இப்படி இரண்டு விதமாகவும் அமைவதில்லை. படித்தவர்கள் சிலர், கேட்டவர்கள் சிலர் என்றுதான் வரும்.

சில படித்தவர்கள், சில கேட்டவர்கள் என்று ஒரு போதும் வராது. மேலும், இந்தத் தொடர்களின் பொருளே வேறு. சிலவற்றைப் படித்தவர்கள், சிலவற்றைக் கேட்டவர்கள் என்று வேற்றுமைப் பொருள் உணர்த்தும் தொடர்கள் இவை. வினையாலணையும் பெயரின் அடையாகச் சில, பல என்னும் சொற்கள் அப்பெயரின் முன் வருவதில்லை.

''இன்று அவ்வாறு **கருதுபவர்
ஒருவர்கூட** இல்லை'

என்னும் வாக்கியத்தை நோக்குக. 'கருதுபவர் ஒருவர்' என்பது 'ஒரு கருதுபவர்' என்று ஒருபோதும் அமையாது.

கண்டவர் இருவர்
சொன்னவர் மூவர்
கேட்டவர் நால்வர்
எழுதியவர் ஐவர்
படித்தவர் அறுவர்
படிக்காதவர் எழுவர்

என்னும் தொடர்களையும் நோக்குக. இருவர், மூவர் முதலியன இரண்டு பேர், மூன்று பேர் என்று அமைந்தாலும் இதே நிலைதான். இரண்டு கண்டவர், மூன்று சொன்னவர் என்று ஒரு போதும் அமையாது. இந்தத் தொடர்களும் இரண்டைக் கண்டவர், மூன்றைச் சொன்னவர் என்று பொருள் தருவதை நோக்குக. எனவே, எண்ணடைகள் யாவும் வினையாலணையும் பெயருக்குப் பின்தான் வரும் என்பதை நினைவிற்கொள்க.

'எல்லாம்' என்னும் சொல்லும் வினையாலணையும் பெயருக்குப் பின்னால்தான் வரும்.

'கேட்டவர் எல்லாம் பாடலாம்' என்னும் வாக்கியத்தில் நிற்கும் 'கேட்டவர் எல்லாம்' என்னும் தொடரை நோக்குக. 'கேட்டவர்' என்னும் வினையாலணையும் பெயரை அடுத்தே 'எல்லாம்' என்னும் சொல் நிற்கிறது. 'எல்லாக் கேட்டவரும் என்று ஒரு போதும் வாராது.

படித்தவர் எல்லாம்
அறிந்தவர்கள் எல்லாம்
கல்லாதவர்கள் எல்லாம்
சொன்னவர்கள் எல்லாம்
உழைப்பவர் எல்லாம்

என்னும் தொடர்களை நோக்குக.

எல்லாரும், யாவரும், அனைவரும் என்னும் சொற்களும் வினையாலணையும் பெயர்களுக்குப் பின்னரே வரும்.

எடுத்துக்காட்டு :

''உத்தியாய்க் கேட்டோர்
உரைத்தோர் எல்லாருமே
இங்குள்ள போகங்கள்
எல்லாம் அனுபவிப்பர்''

(பாரதிதாசன்)

'உரைத்தோர் எல்லாரும்' என்பதைப் போலவே

உரைத்தோர் யாவரும்
உரைத்தோர் அனைவரும்

என்றமையும். கேட்டோர், உரைத்தோர் என்பன கேட்டவர், உரைத்தவர் என்று அமையும்போதும் எல்லாரும் முதலான சொற்கள் பின்னால்தான் வரும்.

அந்த, இந்த என்னும் சுட்டுக்களும், எந்த என்னும் வினாவும் வினையாலணையும் பெயருக்கு முன் வாரா. இந்தச் சுட்டும் வினாவும் உணர்த்தும் பொருளை வினையாலணையும் பெயரை அடுத்து வரும் அவர், இவர், எவர் முதலான சுட்டும் வினாவும் உணர்த்துகின்றன.

எடுத்துக்காட்டு :

உயர்ந்தவர் அவர்
பார்த்தவர் இவர்
செய்தவர் எவர்
நடந்தவன் இவன்
பாடியவள் இவள்
பேசியவன் எவன்

அவர், இவர், எவர் முதலியன வினையாலணையும் பெயருக்கு முன்னும் வரலாம்.

அத்தனை, இத்தனை, எத்தனை முதலிய சொற்களும் வினையாலணையும் பெயருக்கு முன் வாரா. எண்ணிக்கையைக் குறிக்க வினையாலணையும் பெயருக்குப் பின்னால் அத்தனை பேர் முதலிய தொடர்களைப் பயன்படுத்துவது வழக்கம்.

எடுத்துக்காட்டு :

உணர்ந்தவர் எத்தனை பேர்
வந்தவர்கள் இத்தனை பேர்
படித்தவர்கள் அத்தனை பேரும்
படிக்காதவர்கள் எத்தனை பேர்
சொன்னவர்கள் இத்தனை பேர்
சொல்லாதவர்கள் எத்தனை பேர்

இத்தனை பேர், அத்தனை பேர் என்னும் தொடர்கள் வினையாலணையும் பெயருக்கு முன்னும் வரலாம். ஆனால், அத்தனை, இத்தனை, எத்தனை என்னும் சொற்கள் மட்டும் வினையாலணையும் பெயருக்குமுன் தனித்து வருவதில்லை.

இதுவரை, உயர்திணை வினையாலணையும் பெயருக்கு முன் சில, பல போன்ற சொற்கள், எண்ணடைகள், சுட்டு, வினா முதலியன வருவதில்லை என்பதைப் பார்த்தோம். இவை அனைத்தும் அஃறிணை வினையாலணையும் பெயர்களுக்கும் பொருந்தும்.

எடுத்துக்காட்டு :

கண்டவை ஆயிரம்
சொன்னவை பல
கேட்டவை பல
கொடுத்தவை எல்லாம்
பெற்றவை யாவும்
உண்டவை அவை
உண்டது அது
ஓடியது எது?

இத்தகைய மொழி மரபுகளைப் போற்றினால், பிழையற்ற இனிய தமிழில் பேசவும் எழுதவும் இயலும்.

■■■

10
ஆகுபெயர்

"போர் முகத்தில் ஏறிநின்று
போர்வளர்த்த பாண்டிநாட்டின்
சீர்வளர்த்து வாழ்வ தெங்கள்
சிவகங்கைச் சீமை"
(கண்ணதாசன்)

"போர் வளர்த்த பாண்டிநாடு"
"சீர் வளர்த்து வாழ்வது சிவகங்கைச் சீமை"

என்னும் தொடர்களில் நிற்கும் பாண்டி நாடு, சிவகங்கைச் சீமை என்னும் இடப் பெயர்கள், வெறுமனே அந்த இடங்களைக் குறிக்கவில்லை; அந்த இடங்களில் வாழும் மக்களைக் குறிக்கின்றன. இப்படி ஒரு பொருளின் பெயர் அதோடு தொடர்புடைய இன்னொரு பொருளுக்கு ஆகி வருவதை ஆகுபெயர் என்று சொல்லுகிறோம்.

இடவாகு பெயர்

பாண்டி நாடு, சிவகங்கைச் சீமை இரண்டும் இடப்பெயர்கள். இவை அந்த இடத்திற்குரிய மக்களைக் குறிப்பதால் இவை இடவாகு பெயர்கள். ஓர் இடத்தின் பெயர் அந்த இடத்தில் வாழும் மக்களுக்கு ஆகி வருவது இடவாகு பெயர் எனப்படும்.

எடுத்துக்காட்டு :

"ஒருவர் அறிந்தால் ஊர் அறியும்
ஒற்றுமை ஒழுக்கம் அவரணிகள்"

"ஊரெல்லாம் தூங்கிற்று; நான்
தூங்கவில்லை"
(வாணிதாசன்)

"ஊர் உறங்கும் வேளையிலே – நான்
ஒருத்தி மட்டும் உறங்கவில்லை"
(கலைஞர் மு.க.)

"உலகத்தோடு ஒட்ட ஒழுகல் பலகற்றும்
கல்லார் அறிவிலா தார்"
(குறள்)

"மாநகர்க்கு ஈந்தார் மணம்"
(சிலம்பு)

"நீதியின் வெற்றியடா சேரியின் வெற்றி"
(பட்டுக்கோட்டையார்)

ஊர், உலகம், மாநகர், சேரி ஆகிய சொற்கள் அந்த இடங்களில் வாழும் மக்களைக் குறிக்கின்றன. 'உலகத்தோடு ஒட்ட ஒழுகல்' என்னும் தொடரில் நிற்கும் 'உலகம்' என்பது உலகில் வாழும் உயர்ந்தோரைக் குறிக்கிறது.

பொருளாகுபெயர்

"மாற்றான் தோட்டத்து மல்லிகைக்கும்
மணம் உண்டு"
(அறிஞர் அண்ணா)

மல்லிகை என்பது இலை, வேர் முதலியவற்றைக் கொண்ட செடியின் பெயர். இதை முதல் என்றும் பொருள் என்றும் இலக்கண நூலார் கூறுவர். மேலே குறிப்பிட்ட வாக்கியத்தில் 'மல்லிகை' என்பது செடியைக் குறிக்கவில்லை. அதன் ஓர் உறுப்பாகிய மலரைக் குறிக்கிறது. 'மல்லிகை மலர்' என்பதே இங்கே 'மல்லிகை' எனக் குறிப்பிடப்பட்டுள்ளது. பொருளின் பெயர் அதன் உறுப்பு அல்லது சினைக்கு ஆகி வருவது பொருளாகு பெயர்.

எடுத்துக்காட்டு :

"அனிச்சமும் அன்னத்தின் தூவியும் மாதர்
அடிக்கு நெருஞ்சிப் பழம்"
(குறள்)

"தாமரை பூத்த குளத்தினிலே – முகத்
தாமரை தோன்ற முழுகிடுவாள்"
(பாரதிதாசன்)

அனிச்சம், தாமரை முதலிய பெயர்கள் இங்கே அந்தப் பொருள்களைக் குறிக்க வில்லை. அவற்றின் சினையாகிய மலர்களைக் குறிக்கின்றன.

"மா, பலா, வாழை ஆகிய மூன்றும் முக்கனிகள் எனப்படும்" என்னும் வாக்கியத்தில், மா, பலா, வாழை என்பன அவற்றின் கனிகளைக் குறிக்கின்றன; அந்த மரங்களைக்

குறிக்கவில்லை. எனவே, இவை பொருளாகு பெயர்கள்.

சினையாகுபெயர்

பொருளின் பெயர் சினைக்கு ஆகி வருவது போலச் சினையின் பெயரும் பொருளுக்கு ஆகி வருவதுண்டு. அதாவது, சினையின் பெயர் முதலாகிய பொருளைக் குறிக்க வழங்குவதுண்டு.

எடுத்துக்காட்டு :

1. **தலைக்கு** ஆயிரம் வெள்ளி கொடு.
2. ஒரு **கை** குறைகிறது.
3. அதற்குள் அந்தப் பொருள் **கை** மாறிவிட்டது.
4. **தலை** தப்பியது தம்பிரான் புண்ணியம்.

இங்கே, தலை, கை என்னும் சினைப் பெயர்கள் அந்த உறுப்புக்களைக் குறிக்க வில்லை. அவற்றையுடைய மனிதரைக் குறிக்கின்றன. 'தலைக்கு ஆயிரம் வெள்ளி' என்பது ஒவ்வொருவருக்கும் ஆயிரம் வெள்ளி' என்றும், 'தலை தப்பியது' என்பது 'ஆள் தப்பியது' என்றும், 'ஒரு கை குறைகிறது' என்பது 'ஓர் ஆள் குறைகிறது' என்றும், 'கை மாறிவிட்டது' என்பது 'ஒரு வரிடமிருந்து இன்னொருவரிடம் சென்று விட்டது' என்றும் பொருள் தருகின்றன. 'ஒரு கை குறைகிறது' என்பது சீட்டாடுபவர்களின் மொழியில் வழங்குவதைக் காணலாம்.

எண்ணாகு பெயர்

''**நாலும்** நடந்து முடிந்த பின்னால்
நல்லது கெட்டது புரிந்ததடா''
(கண்ணதாசன்)

இங்கே, 'நாலு' என்பது வெறுமனே நான்கு என்னும் எண்ணைக் குறிக்கவில்லை; 'நாலு காரியங்கள்' என்னும் பொருளில் அது அமைந்திருக்கிறது. இங்கே, 'நாலு' என்பது 'பல' என்னும் பொருளுடையது.

ஓர் எண்ணானது அதனோடு தொடர் புடைய பொருளைக் குறிக்க வரும்போது, அது எண்ணாகு பெயர். அதாவது, அந்த எண், அதனோடு தொடர்புடைய வேறொரு பொருளுக்கு ஆகிவருகிறது.

எடுத்துக்காட்டு :

''எள்ளுக்குள் எண்ணெய்போல்
எங்கும் வியாபகமாய்
உள்ள **ஒன்றை** உள்ளபடி
ஓரும் நாள் எந்நாளோ?''
(தாயுமானார்)

''**ஒன்றெய்தி நூறிழக்கும்** சூதர்க்கும்
உண்டாங்கொல்
நன்றெய்தி வாழ்வதோ ராறு''

''அடுக்கிய **கோடி** பெறினும்
குடிப்பிறந்தார்
குன்றுவ செய்தல் இலர்''
(குறள்)

''**ஒன்றை** நினைக்கின் அது ஒழிந்திட்
டொன்றாகும்.''
(நல்வழி)

ஒன்று, நூறு, கோடி என்னும் எண்ணுப் பெயர்கள் அவற்றுடன் தொடர்பு டைய பொருள்களைக் குறிக்கின்றன.

எண்ணாகுபெயர்கள் இலக்கிய வழக்கில் மட்டுமன்று; உலக வழக்கிலும் உண்டு.

நான் நண்பரிடம், 'எத்தனை புத்தகங்கள் வாங்கினீர்கள்?' என்று கேட்கிறேன். அதற்கு அவர், 'மூன்று வாங்கினேன்' என்று கூறு கிறார். இங்கே, 'மூன்று' என்பது மூன்று புத்தகங்களைக் குறிப்பதால், இது எண்ணாகு பெயர்.

பேருந்து நிலையத்தில் நிகழும் இந்த உரையாடலைக் கேட்போம்.

''**எண்ணூற்று அறுபது** எங்கே போகிறது?''

''தெரியவில்லையே. நாம்
எண்ணூற்று ஐம்பத்து ஒன்றில்தானே
போக வேண்டும்?''

''**இருபத்து மூன்று** இங்கே வருமா?''

''வரும். ஆனால், அதுவேறு
வழியில் செல்கிறது.''

இந்த வாக்கியங்களில் நிற்கும் எண்கள் எவற்றைக் குறிக்கின்றன? அவை பேருந்து களைக் குறிக்கின்றன. எனவே, இவை எண்ணாகு பெயர்கள்.

இரண்டுக்கு ரசம்
ஐந்துக்கு மோர்

மூன்றுக்குச் சாம்பார்

என்னும் தொடர்கள் உணவகங்களிலே வழங்குவதைக் காண்கிறோம். இந்த எண்கள் மேசைகளைக் குறிப்பவை. எந்த மேசை என்பதை உணர்த்த அந்த மேசையின் எண் பயன்படுகிறது. அதாவது, மேசைக்குரிய எண் அந்த மேசைக்கு ஆகி வருவதால், இதை எண்ணாகு பெயர் என்கிறோம். எண்ணாகு பெயரை எண்ணலளவை ஆகுபெயர் என்றும் சொல்லலாம்.

ஏனைய அளவையாகு பெயர்கள்

''உண்பது **நாழி** உடுப்பது நான்கு **முழம்**''
(*நல்வழி*)

'நாழி' என்பது படியைக் குறிக்கிறது. படி, அரிசி முதலியவற்றை அளக்கும் கருவி. இதை முகத்தல் அளவை என்பர். 'முழம்' என்பது நீட்டளவை. 'நாழி' என்பது **நாழியரிசி யையும்**, 'நான்குமுழம்' என்பது **நான்குமுழத் துணியையும்** குறிப்பதால், இவை ஆகு பெயர்கள். இவை, முறையே முகத்தலளவை ஆகுபெர் என்றும், நீட்டலளவை ஆகுபெயர் எனறும் வழங்குகின்றன.

'ஒரு **லிட்டர்** கொடுங்கள்'
'ஒரு **மீட்டர்** வேண்டும்'
'ஒரு **கிலோ** என்ன விலை?'
'எத்தனை **கிராம்** வேண்டும்?'

இந்தத் தொடர்களில் நிற்கும் லிட்டர், மீட்டர், கிலோ, கிராம் ஆகியவை அந்த அளவையுடைய பொருள்களைக் குறிக் கின்றன. எனவே, இவை ஆகுபெயர்கள். கிலோ, கிராம் ஆகியவை நிறுத்தலளவை ஆகுபெயர்கள்.

உவமையாகு பெயர்

''துள்ளிவரும் **மான்குட்டி**
துயில் மடுத்துக் கிடக்கின்றாள்''

''சூடி வைத்த மலரை
இன்று எடுக்கின்றேன் – அந்தத்
தோகையிடம் மனமுவந்து
கொடுக்கின்றேன்''
(*கண்ணதாசன்*)

மான்குட்டி, தோகை என்பன உவமைகள். மான்குட்டி குழந்தைக்கு உவமையாகவும், தோகை இளம்பெண்ணுக்கு உவமையாகவும் அமைந்திருக்கின்றன. உவமை அல்லது உபமானம் என்பது ஏதேனும் ஒரு பொருளை விளக்கும் பொருட்டு, அதற்கு ஒப்பாக எடுத்துக்காட்டப்படும் பொருளைக் குறிக்கும் சொல். இதனை உவமிக்கும் சொல் எனலாம். உவமேயம் என்பது உவமிக்கப்படும் சொல். அதாவது, உவமையால் விளக்கப்படும் சொல். 'மான் குட்டி போன்ற குழந்தை' என்னும் தொடரில் மான்குட்டி உவமானம்; குழந்தை உவமேயம். 'தோகை போன்ற பெண்' என்பதில் 'தோகை' உவமானம்; பெண் உவமேயம்.

''துள்ளி வரும் மான்குட்டி
துயில் மடுத்துக் கிடக்கின்றாள்''

என்னும் தொடரில் 'மான்குட்டி' என்னும் உவமானம் மட்டும் உள்ளது. உவமேயமாகிய குழந்தை என்னும் சொல் இல்லை. இதே போல,

''அந்தத் தோகையிடம் மனமுவந்து
கொடுக்கின்றேன்''

என்னும் தொடரில் 'தோகை' என்னும் உவமானம் மட்டும் உள்ளது. 'பெண்' என்னும் உவமேயம் இல்லை. இங்கே, உவமானமே உவமேயத்தையும் குறிக்க வருவது உவமையாகுபெயர் எனப்படும். அதாவது, உவமானம் உவமேயத்திற்கு ஆகி வருவதால் இந்தப் பெயர் பெறலாயிற்று.

எடுத்துக்காட்டு :

''துள்ளும் இளமானே! கார் முகிலே! – பழத்
தோப்பே! இளங்காவே! நீள் நிலவே!
உள்ளம் பறித்தனை! கொள்ளேடி! – என்றன்
உடலும் இதோ உனக்கு
என்றணைத்தான்!''
(*வாணிதாசன்*)

''சிங்கமே! என்றோடித்
தழுவிக்கொண்டாள் – என்
தங்கமே! என அவளை வாரியெடுத்து''

''பார்! பார்! பார்! அந்தப் **பைங்கிளியின்**
உரிமையாளன் – பகைவர்மீது பாய்ந்து
கொல்லும் வீரம் பார்!''

''குலவும் **கிள்ளை** – குடும்பப் **பாவை**
உலவும் **தென்றல்** – **உதய தாரகை''**
(*கலைஞர் மு.க.*)

கிள்ளை முதலியன பெண்ணுக்கு உவமை யாக நிற்கின்றன.

இளமானே, கார்முகிலே, பழத்தோப்பே, இளங்காவே, நீள்நிலவே, சிங்கமே, தங்கமே, பைங்கிளி, கிள்ளை, பாவை, தென்றல், தாரகை என்பன உவமையாகு பெயர்கள்.

உரைநடையிலும் உவமையாகு பெயர் களை நிரம்பக் காணலாம்.

எடுத்துக்காட்டு :

"கண்ணே! மணியே! கட்டிக்கரும்பே"

என்று தாய் குழந்தையைக் கொஞ்சுவதைக் காண்கிறோம்.

"எலியைப் புலி என்று நினைத்து ஏமாந்துவிட்டேன்."

"இந்தப் பச்சோந்தியைப் பக்கத்தில் வைத்துக்கொண்டால் ஆபத்துத்தான்"

"இந்தக் குள்ளநரியையா நம்புகிறாய்?"

கண்ணே, மணியே, கட்டிக்கரும்பே, எலி, புலி, பச்சோந்தி, குள்ள நரி, முதலியன உவமையாகுபெயர்கள். இவை அந்தப் பொருள்களைக் குறிக்கவில்லை. அவற்றால் உவமிக்கப்படும் பொருளைக் குறிக்கின்றன.

கருவியாகு பெயர்

"எளிய மக்கள் தலையில் காசு
ஏறி மிதிக்குது"

(பட்டுக்கோட்டையார்)

'காசு ஏறி மிதிக்குது' என்னும் தொடரை நோக்குக. நேரடியாகப் பார்க்கும்போது, 'ஏறி மிதிப்பது காசு' போலத் தோன்றினாலும், உண்மையிலேயே காசு ஏறிமிதிக்கவில்லை. கவிஞர் சொல்ல வந்ததும் அதுவல்ல. உண்மையில் ஏறி மிதிப்பவர்கள் அந்தக் காசை யுடையவர்கள். 'பணம் படைத்தவர்கள் ஏழைகளை வாட்டி வதைக்கிறார்கள்' என்பதையே கவிஞர் இவ்வாறு கூறுகிறார். பணக்காரர்கள் ஏழைகளை வதைப்பதற்குக் காரணமாக அல்லது கருவியாக இருப்பது அவர்களிடம் உள்ள பணம் அல்லவா? எனவே, கருவியாகிய காசு, அதனை உடையவர்களுக்கு ஆகி வருவதால், இதைக் கருவியாகு பெயர் என்று கொள்ளலாம்.

ஒரு பொருளின் பெயர் அதனுடன் தொடர்புடைய வேறு ஒரு பொருளுக்கு ஆகி வருவது, அதாவது, இன்னொரு பொருளைக் குறிக்க வருவது, ஆகுபெயரெனக் கண்டோம். அதாவது, ஒரு பெயர் தனக்குரிய பொருளைக் குறிக்கும்போது இயற்பெயராகவும், அவ்வா றின்றி, இன்னொரு பொருளைக் குறிக்கும் போது ஆகுபெயராகவும் அமைகிறது.

'தங்கத்தின் விலை உயர்ந்தது' என்னும் வாக்கியத்தில், 'தங்கம்' என்னும் பெயர் தங்கத்தையே குறிக்கிறது; வேறு எதையும் குறிக்கவில்லை.

தாய் தன் குழந்தையைத் 'தங்கமே' என்று கொஞ்சும்போது, 'தங்கம்' என்னும் சொல், தங்கத்தைக் குறிக்கவில்லை. தங்கம் போன்ற குழந்தையைக் குறிக்கிறது. இப்படி ஒரு சொல்தன்னைக் குறிக்காமல், வேறொரு பொருளைக் குறிப்பதே ஆகுபெயர்.

இடம், பொருள், எண், சினை, உவமை, கருவி, குணம், தொழில் போன்றவற்றில் ஏதேனும் ஒன்றைக் காரணமாகக் கொண்டு, இரண்டு பொருள்களுக்கிடையே தொடர்பு ஏற்படலாம். இத்தகைய தொடர்பே ஆகு பெயர் அமையக் காரணமாகிறது. இந்தத் தொடர்புக்குக் காரணமான பெயர்களின் அடிப்படையில் ஆகுபெயரைப் பலவகை யாகப் பிரித்துள்ளனர், இலக்கண நூலார். எனினும், ஒரு பொருளின் பெயர் இன்னொரு பொருளுக்கு ஆகிவருவதே ஆகுபெயர் என்பதை நினைவிற் கொண்டால் போதும்.

மேலும், இந்த ஆகுபெயர் என்பது தொன்றுதொட்டு, இலக்கிய வழக்கிலும் உலக வழக்கிலும் இடம்பெற்று நிலைத்து நிற்கிறது. எனவே, நாம் அந்த மரபு வழுவா மல் பார்த்துக்கொள்ள வேண்டும். மேசையும் நாற்காலியும் தொடர்புடையவை. எனவே, 'மேசை வாங்கினேன்' என்பதற்குப் பதிலாக 'நாற்காலி வாங்கினேன்' என்று சொன்னால் அது ஆகுபெயராகாது. ஏனெனில், இங்கே 'நாற்காலி' என்னும் சொல் 'மேசை' என்னும் பொருள் தரவில்லை.

பண்பாகு பெயர்

ஒரு பண்பைக் குறிக்கும் பெயர் அந்தப் பண்புக்குரிய பொருளைக் குறிப்பது பண்பாகு பெயராகும்.

எடுத்துக்காட்டு :

நீலம் சூடினாள்
வெள்ளை அடித்தான்

இங்கே 'நீலம்' என்பது நீலநிற மலரையும் 'வெள்ளை' என்பது வெள்ளை நிறச் சாயத்தையும் குறிக்கின்றன.

''விருந்து புறத்ததாத் தானுண்டல் சாவா
மருந்தெனினும் வேண்டற்பாற் றன்று''
(குறள்)

''விருந்தெதிர் கோடலும் இழந்த என்னை''
(சிலம்பு)

இந்தப் பாடல் வரிகளில் நிற்கும் 'விருந்து' என்பது பண்புப் பெயர். விருந்தோம்பும் பண்பைக் குறிப்பதால் பண்புப் பெயர் எனப்படும். 'பண்பெனப்படுவது பாடறிந் தொழுகல்' என்னும் கூற்றையும் நோக்குக. இந்தப் பாடல் வரிகளில் 'விருந்து' என்னும் சொல் விருந்தினரைக் குறிக்கிறது. எனவே, இது பண்பாகு பெயர்.

ஆகுபெயர் – அன்மொழித்தொகை

அன்மொழித் தொகை பற்றிப் புணரியலில் விரிவாக விளக்கியுள்ளோம்.

''கண்டுகேட்டு உண்டுயிர்த்து உற்றறியும்
ஐம்புலனும்
ஒண்தொடி கண்ணே உள''

என்னும் குறளை அப்போது எடுத்துக் காட்டி, இந்தக் குறளில் நிற்கும் 'ஒண்தொடி' என்பது, 'ஒளிமிக்க வளையலை அணிந்த பெண் என்று பொருள் தருவதால், இது அன்மொழித் தொகை என்றும் குறிப்பிட் டோம். இது ஆகுயெராகுமா என்று இப்போது பார்ப்போம்.

அன்மொழித் தொகை வேறு; ஆகுபெயர் வேறு. எனவே, அன்மொழித் தொகையை ஆகுபெயராகக் கொள்ள முடியாது என்பது இலக்கண அறிஞர் சிலரது கருத்து.

அன்மொழித் தொகையும் ஆகுபெயராக வரும் என்பது வேறு சில இலக்கணப் புலவர்களின் கருத்து. இதனை வித்துவான் ஆ.பூவராகம் பிள்ளை அவர்கள், சேனா வரையம் விளக்கவுரையில் (தொல். சொல்.) பின்வருமாறு குறிப்பிடுகிறார்:

''பொருள்களின் பெயர்கள் இயற்பெயர், ஆகுபெயர் என இருவகைப்படும். அன் மொழித் தொகை ஆகுபெயர் வகையில் அடங்கும். 'பொற்றொடி வந்தாள்' என்னும் தொடரில் பொற்றொடி என்பது ஒரு பெண் ணைக் குறிக்கின்றது. ஆனால், அத் தொடர் அப்பெண்ணின் இயற்பெயரன்று. ஆகவே அப்பெண்ணைக் குறிக்கும் அத்தொடர் ஆகுபெயராதல் வேண்டும். அந்நிலையில், பொற்றொடி என்பது இருசொல் சேர்ந்த தொடராதலால், தொடர் வகையில் அஃது எவ்வகையினதாகும் எனின், அன்மொழித் தொகைநிலைத் தொடராகும். (தொகை நிலைத்தொடர், தொகை என்றும் கூறப் படும்.) ஆகவே, அன்மொழித் தொகை தொடர் வகையில் அன்மொழித் தொகை யாகவும், அப்பெண்ணுக்கு (ஒரு பொரு ளுக்கு)ப் பெயராகும் வகையில் ஆகுபெய ராகவும் வரும் எனக் கொள்ளுதல் வேண்டும்.

''அன்மொழித் தொகையும் ஆகுபெயரும் ஒன்றென்று பொதுவாகக் கூறுவதில் ஓர் இடர்ப்பாடு உண்டு. அதுவே உரையாசிரி யர்களின் கருத்து வேறுபாட்டிற்குக் காரணமா யிற்றுப் போலும். இரண்டும் ஒன்று என்றத னால் ஆகுபெயரெல்லாம் அன்மொழித் தொகையாகும், அன்மொழித் தொகை யெல்லாம் ஆகுபெயராகும் என்ற கருத்து உண்டாகிறது. அங்ஙனமாயின், ஒரு சொல்லாக வரும் ஆகுபெயரெல்லாம் அன்மொழித் தொகையாதல் வேண்டும். அவை அன்மொழித்தொகையாவதில்லை. ஆதலால், அன்மொழித் தொகையெல்லாம் ஆகுபெயராகும். ஆகுபெயரெல்லாம் அன் மொழித் தொகையாகா. ஆகுபெயருட் சில (இரு பெயராக வருவன சில) அன்மொழித் தொகையாகும் எனக் கொண்டால் இடர்ப்பாடு ஒன்றும் வாராமல் பொருத்த மாகும்.''

பூவராகம் பிள்ளை அவர்கள் கருத்து ஏற்புடையதாகத் தோன்றுகிறது. அன்மொழித் தொகையாக இருந்தாலும் சரி, ஒரு சொற் பெயராக இருந்தாலும் சரி, ஒன்றின் பெயர் அதனுடன் தொடர்புடைய வேறொன்றுக்கு வருமாயின், அது ஆகு பெயர் என்று கூறிவிடலாம்.

■■■

11

எல்லாம் - ஒன்றும்

எல்லாம், எல்லாரும், யாவும் முதலியன முற்றுப் பொருள் உணர்த்துபவை என்பதை முன்பு பார்த்தோம். இந்தச் சொற்களுடன் சேர்ந்து நிற்கும் உம்மை முற்றும்மை என்பதையும் அப்போது கண்டோம். உடன்பாட்டு வாக்கியங்களுக்கு மட்டுமே இது பொருந்தும்.

எடுத்துக்காட்டு :

1. உறுப்பினர்கள் **எல்லோரும்** வந்திருந்தார்கள்.
2. மாணவர்கள் **எல்லோரும்** வகுப்பில் இருந்தனர்.
3. பாரதிதாசன் கவிதைகள் **எல்லாவற்றையும்** நான் படித்திருக்கிறேன்.
4. **எல்லோரும்** திருக்குறள் படிக்கிறார்கள்.
5. சிலப்பதிகாரம் ஐம்பெருங் காப்பியங்களுள் ஒன்று என்பது **எல்லோருக்கும்** தெரியும்.

இவை உடன்பாட்டு வாக்கியங்கள். இந்த வாக்கியங்களில் 'எல்லோரும்', 'எல்லாம்' என்னும் தொடர்களில் நிற்கும் 'உம்மை', முற்றும்மை. ('எல்லாம்' என்பதில் உம்மை தொக்கி நிற்கிறது.) 'யாரையும்', 'எதையும்' ஒதுக்காமல் 'எல்லோரையும்' 'எல்லாவற்றையும்' இது குறிப்பதால் இது முற்றும்மை எனப்படுகிறது. இப்பொழுது இந்த வாக்கியங்களை எதிர்மறையில் அமைத்துப் பாருங்கள்.

1. உறுப்பினர்கள் **எல்லோரும்** வரவில்லை.
2. மாணவர்கள் **எல்லோரும்** வகுப்பில் இல்லை.
3. பாரதிதாசன் கவிதைகள் **எல்லாவற்றையும்** நான் படிக்கவில்லை.
4. **எல்லோரும்** திருக்குறள் படிக்க வில்லை.
5. சிலப்பதிகாரம் ஐம்பெருங்காப்பியங்களுள் ஒன்று என்பது **எல்லோருக்கும்** தெரியாது.

சற்று முன்பு குறிப்பிட்ட உடன்பாட்டு வாக்கியங்களிலே 'எல்லோரும்', 'எல்லாம்' என்னும் சொற்கள் தந்த பொருளுக்கும் இந்த வாக்கியங்களிலே – எதிர்மறை வாக்கியங்களிலே – அவை தரும் பொருளுக்கும் சற்று வேறுபாடு இருக்கிறது. இது நுட்பமான வேறுபாடு. இந்த வேறுபாடு அந்தச் சொற்களைத் தனியே பார்க்கும்போது தெரியாது. அவை அமைந்திருக்கும் வாக்கியங்களால்தான் இந்த வேறுபாடு ஏற்படுகிறது. 'எல்லோரும் வந்திருந்தனர்', 'எல்லோரும் வரவில்லை,' என்னும் இரு தொடர்களையும் கூர்ந்து கவனியுங்கள். 'எல்லோரும் வந்திருந்தனர்', என்னும் தொடர் 'யாரும் வராமல் இல்லை', 'ஒருவர் கூட வராமல் இல்லை' என்பதைத் தெளிவாகக் காட்டுகிறது. அதே சமயம் 'எல்லோரும் வரவில்லை' என்னும் தொடர், 'ஒருவரும் வரவில்லை' என்பதைத் தெளிவாகக் காட்டுகிறதா என்றால், 'இல்லை' என்றுதான் சொல்ல வேண்டும். 'எல்லோரும் வரவில்லை' என்பது, 'சிலர் வந்திருந்தனர்' அல்லது 'பலர் வந்திருந்தனர்' என்று பொருள் தருகிறது. இந்த வாக்கியங்களையும் நோக்குக.

1. எல்லோரும் வகுப்பில் இல்லை.
2. நான் எல்லாவற்றையும் படிக்கவில்லை.
3. எனக்கு எல்லாம் தெரியாது.
4. இந்தச் செய்தி எல்லாருக்கும் தெரியாது.
5. தொலைக்காட்சி நிகழ்ச்சிகள் எல்லாம் நம் கவனத்தை ஈர்ப்பதில்லை.

இந்த வாக்கியங்களிலும் எல்லாரும், எல்லாம் என்னும் சொற்கள் முற்றுப்பொருள் தரவில்லை. இந்த வாக்கியங்களில் எல்லாம், எல்லோரும் என்னும் சொற்கள் பெரும்பான்மையையோ அல்லது சிறுபான்மையையோ தான் குறிக்கின்றன. எதிர்மறை வாக்கியங்களில் முற்றும்மையானது முற்றுப் பொருள் தராமல் எச்சப்பொருள் தருவதால், இங்கே இதனை எச்சவும்மையாகக் கொள்ள வேண்டும் என்பது தொல்காப்பியர் கருத்து.

"முற்றிய உம்மைத் தொகைச் சொல் மருங்கின்
எச்சக் கிளவி உரித்தும் ஆகும்"
(தொல்காப்பியம்)

எதிர்மறை வாக்கியங்களில் முற்றுப் பொருள் உணர்த்த எல்லாம், எல்லோரும் என்னும் சொற்களுக்குப் பதிலாக ஒன்றும், ஒருவரும், எதுவும், யாரும் என்னும் சொற்கள் வரும்.

எடுத்துக்காட்டு :

1. உறுப்பினர்கள் **ஒருவரும்** வரவில்லை.
   உறுப்பினர்கள் **யாரும்** வரவில்லை.

2. மாணவர்கள் **ஒருவரும்** வகுப்பில் இல்லை.
   மாணவர்கள் **யாரும்** வகுப்பில் இல்லை.

3. பாரதிதாசன் கவிதைகளில் **எதையும்** நான் படிக்கவில்லை.
   பாரதிதாசன் கவிதைகளில் **ஒன்றையும்** நான் படிக்கவில்லை.

4. **ஒருவரும்** திருக்குறள் படிக்கவில்லை.
   யாரும் திருக்குறள் படிக்கவில்லை.

5. சிலப்பதிகாரம் ஐம்பெருங்காப்பியங் களுள் ஒன்று என்பது **ஒருவருக்கும்** தெரியாது.
   சிலப்பதிகாரம் ஐம்பெருங்காப்பியங் களுள் ஒன்று என்பது **யாருக்கும்** தெரியாது.

இந்த வாக்கியங்களில் நிற்கும் ஒருவரும், யாரும் என்னும் சொற்கள் ஒருவரைக்கூட ஒதுக்காமல் எல்லோரையும் குறிக்கின்றன. இதேபோல, எதுவும், ஒன்றும் என்னும் சொற்களும் எதையும் விடாமல், எல்லாவற்றையும் குறிக்கின்றன. இலக்கியங்களிலும் இதே நிலைதான்.

எடுத்துக்காட்டு :

"தேறற்க யாரையும் தேராது தேர்ந்தபின்
தேறுக தேறும் பொருள்"

"நல்லாறு எனப்படுவது யாதெனின் யாதொன்றும்
கொல்லாமை சூழும் நெறி"
(குறள்)

"உப்புக்கல்லை வைரமென்று சொன்னால்
        – நம்பி
ஒப்புக்கொள்ளும் மூடருக்கு முன்னால் –
        நாம்
உளறி என்ன? கதறி என்ன?
ஒன்றுமே நடக்கவில்லை தோழா"
(பட்டுக்கோட்டையார்)

"யார்க்கும் குடியல்லேன் யானென்ப
        தோர்ந்தனன் மாயையே...
போர்க் கஞ்சுவேனோ பொடியாக்குவேன்
        உன்னை – மாயையே"

"ஒன்றுமே வேண்டாது உலகனைத்தும்
        ஆளுவர்காண்
என்றுமே இப்பொருளோடு ஏகாந்தத்
        துள்ளவரே."

"யானெதற்கும் அஞ்சுகிலேன்;
        மானுடரே நீவிர்
என்மனத்தைக் கைக்கொள்மின்"

"பேயாய் உழலும் சிறுமனமே! பேணாய்
        என்றால் இன்றுமுதல்
நீயாய் ஒன்றும் நாடாதே! நினது தலைவன்
        யானே காண்"

"பாருக்குள்ளே சமத்தன்மை – தொடர்
        பற்றும் சகோதரத் தன்மை
யாருக்கும் தீமை செய்யாது – புவி
        யெங்கும் விடுதலை செய்யும்"
(பாரதியார்)

'யார்க்கும் குடியல்லேன்', 'ஒன்றுமே வேண்டாது', 'எதற்கும் அஞ்சுகிலேன்', 'ஒன்றும் நாடாதே', 'யாருக்கும் தீமை செய்யாது' என்னும் தொடர்களைக் கவனியுங்கள். இவை யாவும் நாம் முன்பு எடுத்துக்காட்டிய தொடர்களைப் போலவே எதிர்மறையில் அமைந்திருக்கின்றன.

இந்த வாக்கியங்களை நோக்குக:

1. மாதவி! நீ படைக்கப்பட்டவள் அல்ல;
   உன்னை **யாரும்** படைக்க முடியாது.

2. எந்தப் பெண்ணாலும் தன் கணவனின் சாவைத் தாங்கிக்கொள்ள முடியாது.

3. அவன் என்னென்னவோ சொன்னான்;
   எதுவும் விளங்கவில்லை.

4. **யாரும்** என்னைத் தடுக்க வேண்டாம்.

5. நான் யாரையும் நினைக்கவில்லை, மாதவி!
6. நீங்கள் யாருக்கும் எந்தத் தீங்கும் செய்யவில்லை.
7. அறத்தை விடச் சிறந்த ஆக்கம் எதுவுமில்லை.
8. துன்பத்திற்குத் துணையாவார் யாருமிலர்.
9. முருகு அல்லது முருகன் என்னும் சொல்வழக்கு இந்நாளையது என்று எவராலும் வரையறுத்துக் கூற இயலாது.
10. யாருக்கும் அக்கறை இல்லை.

இவை எதிர்மறை வாக்கியங்கள். இவற்றில் உம்மை சேர்ந்து நிற்கும் வினாப் பெயர் முற்றுப்பொருள் உணர்த்துகிறது.

எதிர்மறைத் தொடர்களில் மட்டுமே இந்த நிலை. உடன்பாட்டுத் தொடர்களில் எல்லோரும், எல்லாம் என்னும் சொற்கள். யாரையும், எதையும் நீக்காமல் எல்லோரையும், எல்லாவற்றையும் உள்ளடக்குவது போல எதிர்மறைத் தொடர்களில் எல்லோரையும், எல்லாவற்றையும் உள்ளடக்குவதில்லை. எல்லோரையும், எல்லாவற்றையும் உள்ளடக்கும் செயலை ஒருவரும், ஒன்றும், யாரும், யாதும், எதுவும் என்னும் சொற்கள் எதிர்மறைத் தொடரில் செய்கின்றன.

ஒருவரும், ஒன்றும் என்னும் சொற்கள் உடன்பாட்டுத் தொடர்களில் வருவதில்லை. ஏனெனில், எதிர்மறைத் தொடர்களில் இந்தச் சொற்கள் என்ன பொருள் தருகின்றனவோ அதே பொருளை உடன்பாட்டு வாக்கியங்களில் எல்லாரும், எல்லாம் என்னும் சொற்கள் தருகின்றன. 'ஒருவரும் வரவில்லை' என்று சொல்வதுபோல், 'ஒருவரும் வந்தார்கள்' என்று சொல்வதில்லை. 'ஒன்றும் தெரியாது', என்னும் தொடர் தரும் பொருளை 'ஒன்றும் தெரியும்' என்னும் தொடர் தரவில்லை.

ஒருவர், யார், ஒன்று, யாது என்னும் சொற்கள், எதிர்மறை வாக்கியங்களில் அமையும்போது அவற்றுடன் சேர்ந்து வரும் உம்மை, முற்றும்மை என்பதைக் கண்டோம். இவற்றுள் ஒருவர், ஒன்று என்னும் சொற்கள் முற்றும்மை பெற்று நிற்கும்போது எதிர்மறைத் தொடரில் மட்டுமே வரும். ஆனால், 'யார்', 'யாது', என்னும் சொற்கள் முற்றும்மை பெற்று நிற்கும்போது எதிர்மறையில் மட்டுமன்றி, உடன்பாட்டிலும் அமைவதைக் காண்கிறோம்.

"சொல்லுதல் யார்க்கும் எளிய அரியவாம் சொல்லிய வண்ணம் செயல்"

என்னும் குறட்பாவில் நிற்கும் 'யார்க்கும் எளிய' என்னும் தொடரையும்,

'யாதும் ஊரே; யாவரும் கேளிர்' என்னும் புறநானூற்றுப் பாடலில் வரும் 'யாதும் ஊரே' என்னும் தொடரையும் நோக்குக.

'சொல்லுதல் யார்க்கும் எளிய', 'யாதும் ஊரே' என்னும் தொடர்களில் 'யார்க்கும்' என்பது 'எல்லோருக்கும்' என்றும், 'யாதும்' என்பது 'எல்லாம்' என்றும் பொருள் தருவதை நோக்குக. இதிலிருந்து யார், யாது என்னும் சொற்கள் உடன்பாட்டிலும், யாரையும் விடாமல், எதையும் விடாமல், எல்லாரையும், எல்லாவற்றையும் உள்ளடக்கி முற்றுப் பொருள் உணர்த்துவது புலனாகிறது. இந்தக் குறட்பாக்களை நோக்குக.

"மறத்தல் வெகுளியை யார்மாட்டும் தீய பிறத்தல் அதனால் வரும்"

"யாதானும் நாடாமால் ஊராமால் என்னொருவன் சாந்துணையும் கல்லாத வாறு"

"யாரினும் காதலம் என்றேனா ஊடினாள் யாரினும் யாரினும் என்று"

யார்மாட்டும், யாதானும், யாரினும் என்பவற்றில் 'யார்', யாது என்பவை எல்லாரும், எல்லாம் என்னும் பொருள் தருவதை நோக்குக. இன்றைய இலக்கியங்களிலும் யார், யாது, எது, ஏது என்னும் சொற்கள் முற்றுப்பொருள் உணர்த்துவதைக் காணலாம்.

எடுத்துக்காட்டு :

"யாரும் பணிந்திடும் தெய்வம் – பொருள் யாவினும் நின்றிடும் தெய்வம்"

(பாரதியார்)

"தேவையெனில் ஆடவர்கள் ஏதும் சொல்வார்"

(கண்ணதாசன்)

''அன்பு வேண்டும் அஃது **யார்க்கும்**
ஆக்கம் கூட்டும்; ஏக்கம் நீக்கும்''
(பாரதிதாசன்)

''தென்னாட்டில் **எந்நாளும்**
கொண்டாடும் வேலையடி''
(பட்டுக்கோட்டையார்)

''எப்பாரும் எப்பதமும் எங்ஙனும்
நான் சென்றே
எந்தை நினதருட் புகழை
இயம்பியிடல் வேண்டும்''

''துடிசேர் **எவ்வுலகும் எத்தேவரும்**
எவ்வுயிரும்
சுத்தசிவ சன்மார்க்கம்
பெற்றிடுதல் வேண்டும்''
(வள்ளலார்)

''இன்னமுதைக் காற்றினிடை
எங்கும் கலந்ததுபோல்''

''இனிதிக் குயிற்பேட்டை **என்றும்**
பிரியாமல்''
(பாரதியார்)

இந்த வாக்கியங்களை நோக்குக:

1. **யாரும்** இங்கு வரலாம்.
2. **எதுவும்** நடக்கலாம்.
3. **என்றும்** இதே நிலைதான்.
4. **எவரும்** இப்படித்தான் எண்ணுவர்.
5. **எதற்கும்** ஓர் எல்லை உண்டு.
6. **எங்கும்** அமைதி நிலவியது.

யாரும், எதுவும், என்றும், எவரும், எதற்கும், எங்கும் என்னும் சொற்கள் இந்த உடன்பாட்டு வாக்கியங்களிலும் முற்றுப் பொருள் தருகின்றன. ஆனால், ஒருவரும், ஒன்றும் என்னும் சொற்கள் இவ்வாறு உடன்பாட்டு வாக்கியங்களில் அமைவ தில்லை.

■■■

12

முயற்சி என்னும் சொல்

வினைச்சொல் தொழிற்பெயராகும்போது பல வகை விகுதிகள் பெறுவதை முன்பு பார்த்தோம். அவற்றுள் ஒன்று 'சி' விகுதி. புரட்சி, உயர்ச்சி, ஆட்சி முதலியன இந்த வகையைச் சேர்ந்தவை.

'முயற்சி' என்பதும் இந்த வகையில் அமைந்த தொழிற்பெயரே. இன்று இதை வினையடிச் சொல்போல் பலரும் பயன் படுத்துகின்றனர். முயற்சித்தான், முயற்சிக் கிறான், முயற்சிப்பான் என்னும் வினை முற்றுக்களையும் 'முயற்சி' என்பதை அடிச் சொல்லாக எண்ணி அமைக்கின்றனர். தமிழ றிந்த பெருமக்களும் இவ்வாறு எழுதுவதும் பேசுவதும் வியப்பளிக்கிறது.

''முயற்சியும் இடைவிடாமல்
முன்னேற்றச் செயலைச் செய்யும்
பயிற்சியும் உடையான் என்று
பட்டணம் எடுத்துக் காட்டும்''
(பாரதிதாசன்)

முயற்சி, பயிற்சி என்னும் இரண்டும் தொழிற்பெயர்கள். 'முயல்' என்னும் அடிச் சொல்லினின்று பிறந்தது 'முயற்சி' என்னும் தொழிற்பெயர். 'பயில்' என்னும் அடிச்சொல்லினின்று தோன்றியது 'பயிற்சி' என்னும் தொழிற் பெயர். இந்த இரண்டு சொல்லுக்கும் அடிச் சொல்லும் தொழிற் பெயர் விகுதியும் ஒரே மாதிரியானவை. 'பயிற்சித்தான்' 'பயிற்சிக்கிறான்' என்று வினைமுற்றுக்கள் அமையாதபோது, 'முயற் சித்தான்', 'முயற்சிப்பான்' என்பவை மட்டும் எவ்வாறு அமைந்தன என்பது புதிராகவே இருக்கிறது.

இப்பொழுது நாம் பார்த்த பாடலில் 'முயற்சி', 'பயிற்சி' என்னும் சொற்கள் எண்ணும்மை பெற்று 'முயற்சியும்', 'பயிற்சியும்' என்று அமைந்திருக்கின்றன. 'முயற்சி' என்பது வினையடிச் சொல்லாக – ஏவல் வினையாக – இருந்தால், எண்ணும்மை பெறாது.

''**முயற்சி திருவினையாக்கும்**''

என்னும் குறளில் 'முயற்சி' என்பது எழுவாயாக நிற்கிறது. ஏவல் வினை எழுவாயாக அமையாது. இந்த வாக்கியங் களை நோக்குக:

1. இந்நூலை விரைந்தெழுதி முடிக்கும் **முயற்சியில்** இறங்கியுள்ளோம்.
2. நல்லுடற் பேற்றிற்கெனப் **பெருமுயற்சி** செய்ய வேண்டுவதில்லை. வியர்வை சிந்த உடற்பயிற்சி செய்தாலே போதும்.
3. ஒருவர் மனிதராக வாழ்வது அவரது **முயற்சியில்** இருக்கிறது.
4. குறைந்த நேரத்தில் குறைந்த **முயற்சியில்** நிறையப் பேச வேண்டும் என்னும் ஆசையே **முயற்சிச் சிக்கனத்திற்குக்** காரணமாகும்.
5. வல்லொலிகள் சொல்லின் இறுதியில் அமைந்தால் ஒலிக்கும் **முயற்சி** அரிதாகிறது. அந்த வல்லொலிகளுடன் குற்றியலுகரம் சேர்த்து **முயற்சியை** எளிதாக்குவது தமிழ் வழக்கு.
6. ஒலிகள் திரிவதில் மனத்தின் **முயற்சி** இல்லை.
7. பல்லின்மேல் உள்ள அண்ணத்தை நாவின் அடிவிளிம்பு பொருந்துவதால் ஐகாரம் பிறந்த பிறகு, நாவின் நுனி பரந்து பல்லை ஒற்றி, 'த'வும், 'ந'வும் பிறக்கச் செய்தல் **அரிய முயற்சியாக** இருக்கிறது. ஆனால் ஐகாரம் ஒலித்த அதே **முயற்சியைத்** தொடர்ந்து, இடை நாவும் இடையண்ணமும் பொருந்தி நிற்க ஞகரமும் சகரமும் ஒலித்தல் எளிதாக இருக்கிறது.
8. **சிக்கனமான முயற்சி** உடையதாயின் அது ஒலிநயம் உடையதெனப் போற்றப் படுகிறது.
9. ஆங்கிலேயரைப் போல் ஒலிக்க **முயன்று** கற்ற **முயற்சியின்** வெற்றியே அது.
10. கல்லாத மக்கள் பேசும் பேச்சிலும் ஒரு வித **முயற்சியும்** இன்றி வேற்றுமை உருபுகள் முதலியன இயல்பாக அமைந்து விடுகின்றன.

இந்த வாக்கியங்களில் 'முயற்சி' என்னும் சொல் அமைந்திருக்கும் முறையைக் கூர்ந்து கவனித்தால் அது பெயர்ச்சொல் என்பதை எளிதில் புரிந்துகொள்ளலாம். பெயர்ச்சொல் மட்டுமே வேற்றுமை உருபு ஏற்கும். இப்பொழுது நாம் எடுத்துக்காட்டிய வாக்கி யங்களில் 'முயற்சி' என்னும் சொல் வேற்றுமை உருபு ஏற்று நிற்பதைக் கவனி யுங்கள். முயற்சியில், முயற்சியை, முயற்சி யின் என்பன வேற்றுமை உருபு ஏற்று நிற்கும் சொற்கள். இவ்வாறே மற்ற வேற்றுமைகளும் 'முயற்சி' என்னும் சொல்லோடு சேர்ந்து வரும். முயற்சியால், முயற்சியுடன், முயற்சிக்கு, முயற்சியிலிருந்து, என்னும் சொற்களை நோக்குக.

எழுவாயாக அமைவதும் பெயர்ச் சொல்லுக்குரிய இயல்புகளில் ஒன்று. சற்று முன்பு குறிப்பிட்ட வாக்கியங்கள் சிலவற்றில் 'முயற்சி' என்னும் சொல் எழுவாயாக அமைந்திருக்கிறது. 'ஒலிக்கும் முயற்சி அரிதாகிறது', 'ஒலிகள் திரிவதில் மனத்தின் முயற்சி இல்லை' என்னும் தொடர்களில் 'முயற்சி' என்னும் தொழிற்பெயர் எழுவா யாக நிற்கிறது.

இப்பொழுது, இந்த வாக்கியங்களில் அமைந்திருக்கும் பெருமுயற்சி, குறைந்த முயற்சி, ஒலிக்கும் முயற்சி, அரிய முயற்சி, கற்ற முயற்சி, சிக்கனமான முயற்சி என்னும் தொடர்களில் 'முயற்சி' என்னும் சொல்லுக்கு முன் தெரிநிலைப் பெயரெச்சமும் குறிப்புப் பெயரெச்சமும் அமைந்திருப்பதைக் கவனி யுங்கள். பெயரெச்சம் பெயரைக் கொண்டே முடியும் என்பது விதி. இந்தத் தொடர்களும் 'முயற்சி' என்பது பெயர்ச்சொல்லே என்பதைத் தெளிவாகப் புலப்படுத்துகின்றன.

'மனிதன் **முயன்றால்** கணக்கற்ற ஒலிகளை ஒலிக்க முடியும்' என்னும் வாக்கியத்தில் நிற்கும் முயன்றால் என்னும் சொல் 'முயல்' என்னும் வினையடியினின்று பிறந்தது.

''அடுத்து **முயன்றாலும்** ஆகுநாளன்றி
எடுத்த கருமங்கள் ஆகா''

(மூதுரை)

'முயன்றால்' என்னும் சொல்லுடன் 'உம்' சேர்ந்து முயன்றாலும் என்று அமைந்திருக் கிறது. இதனுடைய அடிச்சொல்லும் 'முயல்'

என்பதே. இது போல அமையும் சொற்கள் பல உள்ளன.

எடுத்துக்காட்டு :

செல் → சென்றால்
நில் → நின்றால்
வெல் → வென்றால்
மெல் → மென்றால்
பயில் → பயின்றால்
துயில் → துயின்றால்

நாம் சற்று முன்பு குறிப்பிட்ட வாக்கியங்கள் ஒன்றில் **'முயன்று'** என்னும் வினையெச்சம் இடம்பெற்றிருக்கிறது. இதுவும் சென்று, வென்று, நின்று, மென்று, பயின்று, துயின்று முதலான வினையெச்சங்களின் வடிவில் அமைந்திருப்பதை நோக்குக.

'முயல்' என்னும் வினைப்பகுதியினின்று **'முயன்ற', முயல்கின்ற, முயலும்** என்னும் பெயரெச்சங்களும் தோன்றும். 'செல்' என்பதிலிருந்து சென்ற, வெல் என்பதிலிருந்து வென்ற, நில் என்பதிலிருந்து நின்ற என்னும் பெயரெச்சங்கள் தோன்றுவதையும் நோக்குக. இவை இறந்த காலப் பெயரெச்சங்கள். செல்கின்ற, செல்லும், வெல்கின்ற, வெல்லும், நிற்கின்ற, நிற்கும் என்பன நிகழ்கால, எதிர்காலப் பெயரெச்சங்கள்.

''நாளுமே **முயன்றார்** தீயோர்; தமிழே நீ நடுங்கவில்லை'' என்னும் பாவேந்தரின் பாடல் வரியிலே நிற்கும் 'முயன்றார்' என்பது 'முயல்' என்னும் வினைப்பகுதியினின்று தோன்றிய படர்க்கை வினைமுற்று. 'முயன்றார்' என்பது பலர்பால்; இறந்த காலம். 'முயல்கின்றார்' நிகழ்காலம்; 'முயல்வார்' எதிர்காலம். முயன்றான், முயல்கின்றான், முயல்வான் என்பன ஆண்பால். முயன்றாள், முயல்கின்றாள், முயல்வாள் என்பன பெண்பால். முயன்றது, முயல்கின்றது, முயலும் என்பன ஒன்றன்பால்; முயன்றன, முயல்கின்றன, முயலும் என்பன பலவின்பால்.

''மனிதரை மனிதராகக் கருதிப் பழக – அவருடன் கூடி வாழ – **முயல்க;** இடைவிடாது **முயல்க''** என்னும் வாக்கியத்தைப் பாருங்கள். இங்கே 'முயல்' என்னும் வினையடியாகப் பிறந்த 'முயல்க' என்னும் வியங்கோள் வினைமுற்று இடம் பெற்றிருக்கிறது. 'செல்க', 'வெல்க', 'பயில்க', 'துயில்க' முதலான வியங்கோள் வினைமுற்றுக்களைப் போன்றதே இதுவும்.

> ''தமக்கென **முயலா** நோன்தாள்
> பிறர்க்கென **முயலுநர்** உண்மையானே''
> (புறநானூறு)

'முயலா என்பது ஈறுகெட்ட எதிர்மறைப் பெயரெச்சம். 'முயலாத' என்பது இதன் முழு வடிவம். 'முயலாது', 'முயலாமல்' என்பன எதிர்மறை வினையெச்சங்கள்.

'முயலுநர்' என்பது வினையாலணையும் பெயர்.

> ''இயல்பினான் இல்வாழ்க்கை வாழ்பவன் என்பான்
> **முயல்வாருள்** எல்லாம் தலை''
> (குறள்)

'முயல்வாருள் எல்லாம் தலை' என்னும் தொடரில் நிற்கும் 'முயல்வார்' என்பதும் வினையாலணையும் பெயரே. முயல்வார், முயல்வோர், முயலுநர் என்பன இலக்கிய வழக்கிலே மிகுதியாகக் காணப்படுகின்றன. முயல்பவர், முயல்கின்றவர், முயன்றவர் என்னும் வினையாலணையும் பெயர்களே இன்று உரைநடையில் வழங்குகின்றன.

> ''நல்லாறு எனப்படுவது யாதெனின் யாதொன்றும்
> **கொல்லாமை** சூழும் நெறி''

> ''**செல்லாமை** உண்டேல் எனக்குரை மற்றுநின்
> வல்வரவு வாழ்வார்க்கு உரை''

இந்தக் குறட்பாக்களில் இடம்பெற்றிருக்கும் கொல்லாமை, செல்லாமை என்பன எதிர்மறைப் பெயர்கள். கல்லாமை, இல்லாமை, இயலாமை என்பனவும் அத்தகையனவே. கொல், செல், கல், இல், இயல் என்னும் சொற்களினின்று தோன்றியவை இந்த எதிர்மறைப் பெயர்கள். இவ்வாறே 'முயல்' என்னும் வினைச்சொல்லினின்று **'முயலாமை'** என்னும் எதிர்மறைப்பெயர் தோன்றுகிறது.

இதுவரை கூறியதிலிருந்து 'முயல்' என்பதே வினையடிச் சொல் என்பதையும் இதிலிருந்தே முக்காலங்களுக்கும் ஐம்பால்களுக்குமுரிய வினைமுற்றுக்களும் எச்ச வினைகளும், தொழிற்பெயர், வினையா

லணையும் பெயர் முதலியனவும் தோன்றுகின்றன என்பதையும் தெளிவாகப் புரிந்துகொள்ளலாம். முயற்சி என்பது தொழிற்பெயர் என்பதையும், அதிலிருந்து முற்றுவினை, எச்சவினை முதலியன தோன்ற முடியாது என்பதையும், அவ்வாறு அமைத்தல் பிழை என்பதையும் கவனத்திற்கொள்க.

'**முயற்சி செய்து** பாருங்கள்' என்னும் வாக்கியத்தைக் கவனியுங்கள். '**முயன்று பாருங்கள்**' என்பது இதன் பொருள். 'முயல்' என்பது ஏவல்வினையாக நிற்பதை இன்றைய வழக்கில் – குறிப்பாக உரைநடையில் – காண்பது அரிதாக இருக்கிறது. 'முயற்சி செய்' என்பதே இன்று பெருவழக்காக இருக்கிறது. 'பயிற்சி செய்' என்பதைப் போன்றது இது. 'முயற்சி செய்கிறேன்', 'முயற்சி செய்து பார்க்கிறேன்' என்பன பிழையானவை அல்ல. '**முயற்சிக்கிறேன்**', '**முயற்சித்துப் பார்க்கிறேன்**' என்பவைதான் பிழையானவை.

இந்தப் பகுதியைக் கவனியுங்கள்:

''தான் கண்டவற்றையும் கேட்டவற்றையும் எழுத்து வடிவில் நிலைபெறச் செய்ய **முயன்றான்,** மனிதன். அந்த **முயற்சியின்** பலனே இலக்கியத்தின் தோற்றம். மனிதனின் இந்த **முயற்சி** முற்றுப்பெற்றுவிட்டதா? இல்லை. இன்னும் **முயன்றுகொண்டுதான்** இருக்கின்றான். இந்த **முயற்சிக்கு** எல்லையே இல்லை. ஒரு படியைக் கடந்ததும் அடுத்த படியையும் கடக்க **முயல்வதுதான்** மனித இயல்பு. அவ்வாறு **முயன்று முயன்று** உயர நினைப்பவர்களுக்கு உறுதுணையாக நிற்கிறது '**முயற்சி** திருவினையாக்கும்' என்னும் கொள்கை. '**முயற்சி**யுடையார் இகழ்ச்சியடையார்' என்னும் முதுமொழியை உள்ளத்தில் இருத்தி, மேலும் மேலும் வளர **முயல்க;** இடைவிடாது **முயல்க.**''

இந்தப் பகுதியில் 'முயல்' என்னும் வினையடியினின்று தோன்றிய வினைமுற்றுக்களும் எச்சவினைகளும் தொழிற்பெயர்களும் இடம்பெற்றிருக்கின்றன.

முயற்சி என்பது வினையடிச் சொல் அன்று; அது தொழிற்பெயர். இதனை நினைவிற்கொண்டால், 'முயற்சிக்கிறேன்' போன்ற பிழையான சொல் வடிவங்கள் தோன்றா.

■■■

13

தான் என்னும் சொல்

தான் என்பது ஒருமை; தாம், தாங்கள் என்பவை பன்மை. 'தாம்' என்னும் பன்மை வரவேண்டிய இடத்தில் 'தான்' என்னும் ஒருமை வருவதையும், கவிதைகளில் இவ்வாறு அமைவதை வழுவமைதியாகக் கொள்ளுதல் இலக்கண மரபு என்பதையும், உரைநடையில் அவ்வாறு அமைதல் வழு என்பதையும் முன்பு கண்டோம்.

இந்தத் 'தான்' என்பது பெயர். இதனைப் பிரதிப்பெயர் (ஈடாகும் பெயர்) என்று சொல்லுகிறோம். இன்னொரு 'தான்' இருக்கிறது. அது இடைச்சொல். இடைச்சொல்லாகிய ஏகாரம் உணர்த்தும் பொருளையே பெரும்பாலான இடங்களில் 'தான்' என்னும் இடைச்சொல்லும் உணர்த்துகிறது. தான் என்னும் இடைச்சொல்லுக்கும், மற்ற இடைச்சொற்கள் போலவே எண் வேறுபாடு கிடையாது.

> ''தானென் கிளவி ஒருமைக்கு உரித்தே''
> ''தாமென் கிளவி பன்மைக்கு உரித்தே''
> (தொல்காப்பியம்)

என்னும் நூற்பாக்கள் 'தான்' என்னும் பெயர் ஒருமைக்கும், 'தாம்' என்னும் பெயர் பன்மைக்கும் உரியவை என்று கூறுகின்றன. 'தான்' என்னும் இடைச்சொல்லுக்கு அல்ல; 'தான்' என்னும் பெயர்ச்சொல்லுக்குத்தான் பன்மை வடிவம் உண்டு என்பதும் இதனால் புலனாகின்றது.

தான், தாம், தாங்கள் முதலிய பெயர்ச்சொற்கள் எண் வேறுபாடு மட்டுமே காட்டும்; திணை வேறுபாடு காட்டா. அதனால்தான்,

இவற்றைப் பொதுப் பெயர்ப்பட்டியலில் அடக்கியுள்ளனர். இந்தப் பெயர்கள் படர்க்கை இடத்திற்கு மட்டுமே உரியவை, தன்மை, முன்னிலை இடங்களுக்கு உரியவை அல்ல. இவை, ஏனைய பெயர்ச்சொற்கள் போலவே வேற்றுமை உருபு ஏற்கும். அப்போது இவை முறையே தன், தம் எனத் திரியும். இந்தப் பெயர்ச் சொற்கள் எந்தப் பெயருக்கு ஈடாக வருகின்றனவோ, அந்தப் பெயருடன் ஒட்டி நில்லாமல், எட்டி நின்றாலும் அந்தத் தொடரின் பொருளில் எந்த மாற்றமும் ஏற்படாது.

எடுத்துக்காட்டு :

(அ) அவர் தாம் வந்த பணியை மறந்துவிட்டுப் பாட்டை இரசித்துக்கொண்டிருந்தார்.

அவர் மெய்ம்மறந்து பாட்டை இரசித்துக் கொண்டிருந்ததால், தாம் வந்த பணியை மறந்துவிட்டார்.

(ஆ) அவன் தன்னுடைய புத்தகத்தை என்னிடம் கொடுத்தான்.

அவன் என்னிடம் தன்னுடைய புத்தகத்தைக் கொடுத்தான்.

(இ) அவன் தானே தன் காரியங்கள் எல்லாவற்றையும் செய்வான்.

அவன் தன் காரியங்கள் எல்லாவற்றையும் தானே செய்வான்.

தேற்றப் பொருள் தரும் 'தான்' என்னும் இடைச் சொல் மேற்கூறிய 'தான்' என்னும் ஈடாகும் பெயர்ச் சொல்லினின்று முற்றிலும் வேறுபட்டது. பெயருக்குரிய இயல்பு ஏதும் 'தான்' என்னும் இடைச் சொல்லுக்குக் கிடையாது.

அ. 'தான்' என்னும் இடைச்சொல் வேற்றுமை உருபு ஏற்காது;

ஆ. எந்தச் சொல்லின் தேற்றம், 'பிரிவு' முதலியவற்றை உணர்த்துகிறதோ அந்தச் சொல்லோடு ஒட்டியே நிற்கும். தனிப் பெயரோடும் உருபேற்ற பெயரோடும் மட்டுமன்றி, வினையோடும் சேர்ந்து வரும் இயல் புடையது 'தான்' என்னும் இடைச் சொல்.

எடுத்துக்காட்டு :

1. அவர்கள்தான் பார்த்தார்கள்.

2. அவருக்குத்தான் தெரியும்.
3. நான் அவன் கேட்டதைத்தான் கொடுத்தேன்.
4. நீங்கள்தான் வந்துவிட்டீர்களே?
5. நாங்கள்தான் இதைச் செய்தோம்.
6. உணவை நன்கு மென்று சாப்பிட்டால் தான் அது எளிதில் செரிக்கும்.
7. சற்று முன்புதான் இங்கு வந்தோம்.
8. ஆசிரியரிடம்தான் கேட்க வேண்டும்.

'தான்' என்னும் பெயர் பன்மையில் 'தாம்', தாங்கள் என்று அமையும்.

எடுத்துக்காட்டு :

1. அவன் தன் வேலையைச் செய்தான்.
2. அவர் தம் வேலையைச் செய்தார்.
3. அவர்கள் தங்கள் வேலையைச் செய்தார்கள்.

தான் என்னும் இடைச்சொல் ஒருமைப் பெயரைத் தழுவி நின்றாலும் பன்மைப் பெயரைத் தழுவி நின்றாலும் 'தான்' என்றே அமையும்.

எடுத்துக்காட்டு :

1. அவன்தான் இதைச் சொன்னான்.
2. அவர்தான் இதைச் சொன்னார்.
3. அவர்கள்தான் இதைச் சொன்னார்கள்.

'தான்' என்னும் பெயர் 'தாம்' அல்லது 'தாங்கள்' என்னும் பன்மை வடிவம் பெறும் என்பதையும், 'தான்' என்னும் இடைச் சொல்லுக்கு எண் வேறுபாடு கிடையாது என்பதையும் நினைவிற் கொள்க.

'மன்னவர் தன்னாடு
நிலைத்தவர் தன்னாடு'

என்னும் கவிதை வரிகளில் மன்னவர், நிலைத்தவர் என்னும் பன்மைப் பெயர் களுக்குத் 'தன்' என்னும் ஒருமைப் பெயர் அமைந்திருப்பதை வழுவமைதி என்று கொண்டோம். கவிதையில் ஓசை நயம் போன்ற காரணங்களுக்காக இத்தகைய ஒருமை, பன்மை மயக்கங்கள் வரலாம். ஆனால், உரைநடையில் இத்தகைய மயக்கத்

திற்கு இடமில்லை. இப்படிப்பட்ட எண் மயக்கத்தை வழுவாகவே கொள்ள வேண்டும். வழுவமைதி எனக் கொள்ள முடியாது.

எப்படியோ இந்த எண் வழு இன்றைய உரைநடையில் மிகுந்துவிட்டது.

எடுத்துக்காட்டு :

1. **தான்** வாழும் ஊரில் சான்றோர் பலர் வாழ்வதால் **தன்** தலையில் நரையில்லை என்று பிசிராந்தையார் கூறுகிறார்.
2. அவர் **தனக்குத்** தெரிந்ததைச் சொன்னார்.
3. மூடப் பழக்க வழக்கங்களை ஒழிக்கப் பாடுபடுவது **தன்** கடமை எனக் கருதினார் பெரியார்.
4. இளங்கோவடிகள் விருப்பு வெறுப்புகளுக்கு இடந்தராமல், நடுநிலை நின்று **தன்னுடைய** காவியத்தைப் படைத்துத் **தான்** ஒரு சான்றோர் என்பதை நிலை நாட்டியுள்ளார்.

இந்த வாக்கியங்களில் நிற்கும் தான், தன், தனக்கு, தன்னுடைய என்னும் சொற்கள் பிழையானவை. இந்தச் சொற்கள் எந்தப் பெயருக்கு ஈடாக நிற்கின்றனவோ, அந்தப் பெயர்கள் மரியாதைப் பன்மையில் அமைந்திருக்கின்றன. பிசிராந்தையார், அவர், பெரியார், இளங்கோவடிகள் என்னும் பெயர்கள் மரியாதைப் பன்மையில் அமைந்திருக்கின்றன. இவற்றுக்கு ஈடாக வரும் தான், தன் முதலிய பெயர்கள் ஒருமையாகும். இப்படிப் பன்மைக்கு ஒருமையும் ஒருமைக்குப் பன்மையும் வருவது கவிதைகளில் வேண்டுமானால் வழுவமைதியாகக் கொள்ளலாம். உரைநடையில் அவ்வாறு கொள்ள முடியாது. தான், தன், தனக்கு, தன்னுடைய என்னும் சொற்கள் முறையே தாம், தம், தமக்கு, தம்முடைய என்றிருக்க வேண்டும்.

இந்த ஈடாகும் பெயரில் பன்மை வர வேண்டிய இடத்தில் ஒருமையை வைத்துப் பிழை செய்வதைப் போலவே, பன்மை வடிவம் இல்லாத 'தான்' என்னும் இடைச் சொல்லுக்குத் 'தாம்' என்னும் பன்மை வடிவம் கொடுக்கும் பிழையும் நேர்வதைக் காண்கிறோம்.

எடுத்துக்காட்டு :

1. அவர்**தாம்** வந்தார்.
2. சாத்தனார்**தாம்** கண்ணகியின் கதையை இளங்கோவடிகளுக்குச் சொன்னார்.
3. திருவள்ளுவர்**தாம்** மனித சமுதாயம் முழுமையும் ஒன்றாகக் கண்டார்.
4. 'நெற்றிக் கண்ணைக் காட்டினாலும் குற்றம் குற்றமே' என்று கூறியவர் நக்கீரர்**தாம்**.

இந்த வாக்கியங்களில் நிற்கும் 'தாம்' என்பது பிழையாகும்.

இங்கே உறுதிப் பொருள் உணர்த்தத் 'தான்' என்னும் இடைச்சொல்லே வர வேண்டும். இதற்குப் பன்மை வடிவம் கிடையாது.

மேலும், எழுவாயாக நிற்கும் பெயருடன்தான் உறுதிப் பொருள் உணர்த்தும் 'தான்' என்னும் இடைச்சொல்லுக்குப் பதிலாகத் 'தாம்' என்னும் சொல் சேர்த்து எழுதப்படுகிறதே தவிர, வேற்றுமை ஏற்று நிற்கும் பெயர்களுடன் அல்ல.

அவரைத்தான், நண்பரால்தான், ஆசிரியரோடுதான், அவரிடம்தான் என்றே எல்லோரும் எழுதுகின்றனர்; பேசுகின்றனர். எழுவாயுடன் மட்டும் **'தாம்'** சேர்ந்தது ஏன் என்பதைச் சற்றுச் சிந்தித்தால், அது வழு என்பது புலனாகும்.

■■■

14

'தான்' என்னும் இடைச்சொல்லும் ஏகாரமும்

'தான்' என்னும் இடைச்சொல், 'ஏ' என்னும் இடைச்சொல் தரும் பொருளையே தருகிறது என்பதை முன்பு குறிப்பிட்டோம். அதை இப்போது சிறிது விரிவாகப் பார்ப்போம்.

''அன்பும் அறமும் உயிரெனக் கொண்டால் **அதுதான்** ஆனந்தம்''

'அதுதான் ஆனந்தம்' என்னும் தொடரில் 'அதுதான்' என்பது 'அதுவே' என்று பொருள் தருகிறது. 'தான்' என்பது ஏகாரம் தரும் தேற்றப் பொருள் தருகிறது.

இந்த வாக்கியங்களை நோக்குக :

1) **காதலே** உலகத்தின் உயிர் எனலாம்.

2) பண்டைத் தமிழர் பன்னெடுங்காலப் பயிற்சியின் காரணமாக இலக்கிய விதிமுறைகளை அறிந்து, **இவ்வாறே** இலக்கியம் இயற்றப்படல் வேண்டுமென வரைமுறை செய்தனர்.

3) வாழ்க்கையில் எவ்வளவு அழிவு வந்தாலும் ஒப்புறவு காரணமாக ஏற்றுக் கொள்ளலாம் **என்பதே** திருவள்ளுவர் கருத்து.

4) **மக்களே** கடவுளின் கோயில்கள் என்றும், அவர்களுக்குத் தொண்டு **செய்வதே** கடவுள் வழிபாடு என்றும் காந்தியடிகள் எண்ணினார்.

5) காந்தியடிகள் வலிய மேற்கொண்ட **எளிமையிலேயே** அவருடைய தவம் இருந்தது.

6) மணிமேகலை புத்த சமயப் பெருங் காப்பியம் என்பது தமிழறிந்தவர்கள் அனைவரும் **அறிந்ததே.**

7) அன்புத் **துறவறமே** வள்ளுவர் துறவறம்; வெறுப்புத் துறவறமன்று.

8) வாழ்க்கையின் முழுநிறை இலக்கணமாக அமைந்த ஏடு **திருக்குறளே.**

9) மகாகவி பாரதியார், காந்தியடிகளின் **வழியே** சிறந்தது என்பதைக் கண்டார்.

10) எக்கலை பயின்றாலும், எம்மொழி கற்றாலும் செந்தமிழ் **நூல்களிலேயே** போப் அவர்களின் உள்ளம் தோய்ந்து கிடந்தது.

இந்த வாக்கியங்களில் ஏகாரம் நிற்கும் இடங்களில், அதற்குப் பதிலாகத் 'தான்' என்னும் இடைச்சொல்லை அமைத்தாலும், அந்த வாக்கியங்களில் எந்த மாற்றமும் – குறிப்பாகப் பொருள் மாற்றம் எதுவும் – ஏற்படாது. இப்பொழுது முதல் வாக்கியத்தைப் பார்ப்போம்.

'காதலே உலகத்தின் உயிர்' எனலாம் என்பதே அந்த வாக்கியம். இந்த வாக்கியத்தில், 'காதல்' என்னும் சொல்லுடன் ஏகாரம் சேர்ந்து 'காதலே' என்று அமைந்திருக்கிறது. இந்த வாக்கியத்திலே ஏகாரம் உறுதிப் பொருள் தருகிறது. ஏகாரத்திற்குப் பதிலாகத் **'தான்'** என்னும் சொல்லை அமைத்துப் பார்ப்போம். அப்போது இந்த வாக்கியம், **'காதல்தான்** உலகத்தின் உயிர் எனலாம்' என்று அமையும். **'காதலே** உலகத்தின் உயிர்', **'காதல்தான்** உலகத்தின் உயிர்' என்னும் இரண்டு வாக்கியங்களையும் கூர்ந்து கவனித்தால் இரண்டும் ஒரே பொருளைத் தருவதை அறியலாம். அதாவது, 'காதலே உலகத்தின் உயிர்' என்னும் வாக்கியத்திலே **'காதலே'** என்னும் சொல்லில் நிற்கும் ஏகாரம் என்ன பொருளைத் தருகிறதோ அதே பொருளைத் தான், 'காதல்தான் உலகத்தின் உயிர்' என்னும் வாக்கியத்தில், **'காதல்தான்'** என்பதிலுள்ள 'தான்' என்னும் சொல்லும் தருகிறது. எனவே, ஏகாரமும் 'தான்' என்னும் சொல்லும் இங்கே ஒரே பொருள் தருகின்றன. அதாவது, இரண்டும் உறுதிப்பொருள் தருகின்றன.

'பண்டைத் தமிழர் பன்னெடுங்காலப் பயிற்சியின் பயனாக இலக்கியப் படைப்புக் குரிய விதிமுறைகளை அறிந்து, **இவ்வாறே** இலக்கியம் இயற்றப்படல் வேண்டுமென வரையறை செய்தனர்' என்பது அடுத்த வாக்கியம். இந்த வாக்கியத்தில் நிற்கும் **'இவ்வாறே** இலக்கியம் இயற்றப்படல் வேண்டும்' என்பதை **'இவ்வாறுதான்**

இலக்கியம் இயற்றப்படல் வேண்டும்' என்று அமைத்தாலும், அதே பொருள் தருவதை நோக்குக.

இதேபோல, அடுத்த வாக்கியத்தில் நிற்கும் 'ஏற்றுக் கொள்ளலாம் **என்பதே** திருவள்ளுவர் கருத்து' என்பதை 'ஏற்றுக் கொள்ளலாம் **என்பதுதான்** திருவள்ளுவர் கருத்து' என்று அமைத்தாலும் பொருள் மாறவில்லை. **'மக்களே** கடவுளின் கோயில்கள்' என்பதை **'மக்கள்தான்** கடவுளின் கோயில்கள்' என்றும் 'அவர்களுக்குத் தொண்டு **செய்வதே** கடவுள் வழிபாடு' என்பதை 'அவர்களுக்குத் தொண்டு **செய்வதுதான்** கடவுள் வழிபாடு' என்றும் ஏகாரத்திற்குப் பதிலாகத் 'தான்' சேர்த்து அமைத்தாலும் பொருள் மாறவில்லை.

'காந்தியடிகள் வலிய மேற்கொண்ட எளிமையிலேயே அவருடைய தவம் இருந்தது' என்பது அடுத்த வாக்கியம். இந்த வாக்கியத்திலே **'எளிமையிலேயே** அவருடைய தவம் இருந்தது' என்பதில் நிற்கும் ஏகாரத் திற்குப் பதிலாகத் 'தான்' என்னும் சொல்லை அமைத்து, **'எளிமையிலேதான்** அவருடைய தவம் இருந்தது' என்றாலும் பொருள் மாறவில்லை.

'மணிமேகலை புத்த சமயப் பெருங் காப்பியம் என்பது தமிழறிந்தவர்கள் அனை வரும் அறிந்ததே' என்பது அடுத்த வாக்கியம். இந்த வாக்கியத்திலே நிற்கும் **'அறிந்ததே'** என்பதை **'அறிந்ததுதான்'** என்று மாற்றினா லும் பொருள் மாறாது.

அடுத்த வாக்கியத்தில் நிற்கும் 'அன்புத் **துறவறமே** வள்ளுவர் துறவறம்' என்பதை, 'அன்புத் **துறவறந்தான்** வள்ளுவர் துறவறம்' என்று மாற்றினாலும் பொருள் மாறாது. இதேபோல, 'வாழ்க்கையின் முழு நிறை இலக்கணமாக அமைந்த ஏடு **திருக்குறளே'** என்பதை 'வாழ்க்கையின் முழு நிறை இலக்கணமாக அமைந்த ஏடு **திருக்குறள்தான்'** என்று மாற்றினாலும் அதன் பொருள் மாறவில்லை.

'மகாகவி பாரதியார் காந்தியடிகளின் வழியே சிறந்தது என்பதைக் கண்டார்' என்னும் வாக்கியத்தில் நிற்கும் 'காந்தியடி களின் **வழியே** சிறந்தது' என்பதைக் 'காந்தியடிகளின் **வழிதான்** சிறந்தது' என்று மாற்றி அமையுங்கள். அப்போதும் அந்த வாக்கியத்தின் பொருள் மாறாது.

அடுத்த வாக்கியத்தில் நிற்கும் 'செந்தமிழ் **நூல்களிலேயே** போப் அவர்களின் உள்ளம் தோய்ந்து கிடந்தது' என்பதைச் செந்தமிழ் **நூல்களில்தான்** போப் அவர்களின் உள்ளம் தோய்ந்து கிடந்தது' என்று அமைக்கும் போதும் பொருள் மாறாதிருப்பதை நோக்குக.

இந்த வாக்கியங்களில் **ஏகாரம்** என்ன பொருள் தருகிறதோ அதே பொருளைத்தான் **தான்** என்னும் சொல்லும் தருகிறது.

பண்டைய வழக்கில் ஏகாரமே பெரும் பாலும் உறுதிப் பொருளில் வழங்கியது. இன்றைய வழக்கில் கவிதை, உரைநடை இரண்டிலுமே 'தான்' என்னும் இடைச்சொல் செல்வாக்குப் பெற்று விளங்குகிறது.

'காசு **தந்தால்தான்** உன்னைக்
காணும் வழிகாட்டுவதாகக்
கதவு போட்டுப் பூட்டிவைத்துக்
கட்டாயம் பண்ணுவதைப் பார்த்தயா?''
(பட்டுக்கோட்டையார்)

'தந்தால்தான்' என்பதிலே 'தான்' உறுதிப் பொருள் உணர்த்துகிறது. 'காசு **தந்தால்தான்** கடவுளைக் காண முடியும்' என்னும் தொடரில் நிற்கும் **'தான்'** என்னும் சொல், 'இல்லாவிட்டால் நிச்சயம் காண முடியாது' என்பதை மறைமுகமாக உணர்த்துகிற தல்லவா?

''இரைபோடும் மனிதருக்கே இரையாகும் வெள்ளாடே
இதுதான் உலகம் வீண் அனுதாபம் கண்டு நீ
ஒருநாளும் நம்பிடாதே''
(பட்டுக்கோட்டையார்)

இந்தப் பகுதியில் நிற்கும் **'இதுதான்** உலகம்' என்னும் தொடரில் **'தான்'** உறுதிப் பொருள் உணர்த்துகிறது. 'இதுதான் உலகம்' என்னும் தொடரில் நிற்கும் 'தான்' என்னும் இடைச் சொல்லை நீக்கிவிட்டுச் சொல்லிப் பாருங்கள். 'தான்' என்னும் சொல் நிற்கும் போது தொனிக்கும் அழுத்தமும் உறுதியும் இப்போது இல்லை அல்லவா?

'' 'அன்னந்தான் நடை' என்றோர் பழைய வார்த்தை
அடுக்கினான்; அதற்குமொரு **'இம்'தான்** போட்டாள்

'சொன்னதெல்லாம் புரிகிறதா?' என்றான்;
தோகை
சோர்வின்றி அதற்குமொரு **'இம்'மே**
வைத்தாள்!''
(கண்ணதாசன்)

இந்தக் கவிதையிலே, 'அதற்குமொரு **'இம்'தான்** போட்டாள்' என்னும் தொடர் ஓரிடத்திலும், 'அதற்குமொரு **'இம்'மே** வைத்தாள்' என்னும் தொடர் ஓரிடத்திலும் அமைந்திருக்கின்றன. ஒரு தொடரில் 'தான்' என்னும் இடைச்சொல்லும் மற்றொரு தொடரில், 'ஏகாரமும்' நிற்கின்றன. இந்த இரண்டும் ஒரே பொருள் தருவதை நோக்குக.

ஏ - அசை

எளிமையில், நூல்களில் என்பவை 'இல்' என்னும் ஏழாம் வேற்றுமை உருபேற்ற சொற்கள். இத்தகைய சொற்களுடன் பெரும் பாலும் 'ஏ' என்னும் அசை சேர்ந்து வரும்.

எடுத்துக்காட்டு :

''**கோடையிலே** இளைப்பாற்றிக்
கொள்ளும் வகை கிடைத்த
குளிர் தருவே தருநிழலே
நிழல் கனிந்த கனியே

ஓடையிலே ஊறுகின்ற
தீஞ்சுவைத் தண்ணீரே
உகந்த தண்ணீரிடை மலர்ந்த
சுகந்த மண மலரே

மேடையிலே வீசுகின்ற
மெல்லிய பூங்காற்றே
மென்காற்றில் விளை சுகமே
சுகத்திலுறும் பயனே

ஆடையிலே எனை மணந்த
மணவாளா பொதுவில்
ஆடுகின்ற அரசே என்
அலங்கலணிந் தருளே''
(திருவருட்பா)

கோடையிலே, ஓடையிலே, மேடையிலே, ஆடையிலே என்னும் சொற்களில் நிற்கும் 'ஏ' அசை. கவிதையில் மட்டுமல்ல; உரைநடை யிலும் இத்தகைய சொற்களுடன் 'ஏ' என்னும் அசை சேர்ந்து வரும்.

எடுத்துக்காட்டு :

1) இருண்டு கிடந்த தமிழ்ச் **சமுதாயத்திலே** தந்தை பெரியாரின் பணியால் வெளிச்சக் கதவுகள் விரியத் திறந்தன.

2) **காலப்போக்கிலே,** பெண்டிரின் அறியாமையும் கல்வியின்மையும் சமுதாயத் திற்குத் தடை என்பதைப் பழமைவாதிகள் உணரத் தலைப்பட்டனர்.

3) காலத்துக்கொவ்வாத கருத்துக்களைக் கூறிக்கொண்டு, **அழிவுப்பாதையிலே** செல்வோர் பலர்.

4) ஒரு **விதத்திலே** பார்த்தால் அவர்கள் நிலைமை பரிதாபமாகக் கூட இருக்கிறது.

5) அவன் **நாடகத்திலே** நடித்தபோது முருகன் **வேடத்திலே** எடுத்த புகைப்படம் **கடையிலே** தொங்கிக்கொண்டிருந்தது.

சமுதாயத்திலே, காலப்போக்கிலே, அழிவுப்பாதையிலே, விதத்திலே, நாடகத் திலே, வேடத்திலே, கடையிலே என்னும் சொற்களில் 'ஏ' என்னும் அசை சேர்ந்திருக் கிறது.

பின்வரும் இரண்டு வாக்கியங்களையும் மறுபடியும் இப்போது பார்ப்போம் :

1) காந்தியடிகள் வலிய மேற்கொண்ட **எளிமையிலேயே** அவருடைய தவம் இருந்தது.

2) எக்கலை பயின்றாலும், எம்மொழி கற்றாலும் செந்தமிழ் **நூல்களிலேயே** போய் அவர்களின் உள்ளம் தோய்ந்து கிடந்தது.

இந்த வாக்கியங்களில் எளிமையிலேயே, நூல்களிலேயே என்னும் சொற்களில் ஏகாரம் இரண்டு முறை வந்திருக்கிறது. இவற்றில் முதலில் நிற்கும் 'ஏ' அசை; அடுத்து நிற்கும் 'ஏ' பிரிநிலைப் பொருள் உணர்த்துவது.

''கோயிலைக் கட்டி வைப்ப **தெதனாலே?**
சிற்ப வேலைக்குப் பெருமையுண்டு
அதனாலே!
அன்ன சத்திரம் இருப்ப **தெதனாலே?**
பல திண்ணைத் தூங்கிப் பசங்கள்
இருப்பதாலே!
பரதேசியாய்த் திரிவ **தெதனாலே?**
அவன் பத்துவீட்டுச் சோத்து ருசி
கண்டதாலே!''
(பட்டுக்கோட்டையார்)

எதனால், அதனால், இருப்பதால், கண்டதால் என்னும் சொற்களுடன் ஏகாரம்

சேர்ந்து எதனாலே, அதனாலே, இருப்ப தாலே, கண்டதாலே என அமைந்திருப்பதை நோக்குக. இங்கேயும் ஏகாரம் அசையாகவே நிற்கிறது. இவை மூன்றாம் வேற்றுமைக்குரிய 'ஆல்' உருபு ஏற்ற சொற்கள்.

உரைநடையிலும் இத்தகைய சொற்கள் 'ஏ' என்னும் அசை பெற்று வரும்.

எ–டு :

1) அவள் **கண்ணாலே** ஜாடை காட்டினாள்.

2) **அவனாலே** என்ன செய்ய முடியும்?

3) **உங்களாலே** முடிந்ததைச் செய்யுங்கள்.

4) **தங்கத்தாலே** செய்த வளையல் இது.

5) அந்தக் கொடுமையை எப்படிச் **சொல்லாலே** விளக்குவது?

கண்ணாலே, அவனாலே, உங்களாலே, தங்கத்தாலே, சொல்லாலே என்னும் சொற்களிலும் 'ஏ' அசையாகவே நிற்கிறது. இல், ஆல் என்னும் உருபுகள் சேர்ந்து நிற்கும் சொல்லில் வரும் 'ஏ' அசையாகவே அமையும். இவை உறுதிப்பொருள் உணர்த்த இன்னொரு **'ஏ'** சேர்க்க வேண்டும், அல்லது **'தான்'** சேர்க்க வேண்டும்.

எடுத்துக்காட்டு :

1) அவள் **கண்ணிலேதான்** எத்தனை ஒளி!

2) **அவனாலேதான்** என்ன செய்ய முடியும்?

3) **உங்களாலேதான்** எல்லாம் நடந்தது.

4) **தங்கத்தாலேயே** செய்த வளையல் இது.

5) அதைச் **சொல்லாலேதான்** விளக்க முடியுமா?

6) கப்பல் **கடலிலேதான்** செல்லும்.

இங்கே, கண்ணிலேதான், அவனாலே தான், உங்களாலேதான், தங்கத்தாலேயே, சொல்லாலேதான், கடலிலேதான் என்னும் சொற்களின் இறுதியில் நிற்கும் 'ஏ' அல்லது 'தான்' உறுதிப்பொருள் தருவதை நோக்குக.

ஏ - வினாப்பொருள்

ஏகாரம் பல பொருள் தரும் இடைச்சொல். ஒரு சொல்லில் ஏகாரம் முன்னும் 'தான்' என்னும் சொல் பின்னும் நிற்கும்போது ஏகாரம் அசை என்று கண்டோம். தான் என்பது முன்பும் ஏகாரம் பின்னும் நிற்கும் போது ஏகாரம் **வினாப்பொருள் உணர்த்தும்.**

எடுத்துக்காட்டு :

1) பெண்களுக்குக் கல்வி வேண்டாம் என்று தடுத்ததும் **வேதனைக்குரியதுதானே?**

2) இராசாராம் மோகன்ராய் உரு **வாக்கியதுதானே** பிரம்ம சமாசம்?

3) பெரியார் தனிப்பெரும் தத்துவஞானி என்பது **உண்மைதானே?**

4) அறிவுலகில் பெரும் புரட்சியை உண்டாக் கியவை சித்தர்களின் **அறிவுரைகள் தானே?**

5) மக்களுக்குத் தொண்டு **செய்வதுதானே** கடவுள் வழிபாடு?

இன்னொரு வகை ஏகாரம் மட்டும் தனித்து நின்று வினாப்பொருள் உணர்த்துவது. இது பெரும்பாலும் உரையாடலில் வரும்.

எடுத்துக்காட்டு :

1) **நீயே** எழுதினாய்?

2) **ஆசிரியரே** இப்படிச் செய்யச் சொன்னார்?

3) அவர் **உறுதியாகவே** சொன்னார்?

4) உனக்கு வேறே **வேலையே** இல்லை?

5) பாடம் படிக்க **நேரமே** இல்லை?

இவை வினா வாக்கியங்களா என்பதை இடம் நோக்கியே அறிய வேண்டும். ஏனெனில், இவை செப்பாகவும் அமையக் கூடியவை.

ஏ - எண்ணுப்பொருள்

''காலத் தாமரை போலத் தோன்றும்
நிறமாகியே
வானத் தாரகை நாணத் தோன்றும்
முகமாகியே
வஞ்சிக் கொடிகளை மிஞ்சித் திகழும்
வடிவாகியே
வண்ணத் தங்கம் மங்கத் திகழும்
வயதாகியே
அறிவாகியே–ஒளியாகியே–தெளிவாகியே''

(பட்டுக்கோட்டையார்)

இங்கே 'ஏ' எண்ணுப் பொருள் தருகிறது. 'ஏ' நிற்கும் இடங்களில்'உம்' என்னும் சொல்லை அமைத்தாலும் பொருள் மாறாது. நிறமாகியும், முகமாகியும், வடிவாகியும், வயதாகியும், அறிவாகியும், ஒளியாகியும், தெளிவாகியும் என்பதும் எண்ணுப்பொருள் தருவதைக் காண்க.

''இருள் மூடிய **வான்போலே**
கரை ஏறிய **மீன்போலே**
துயர் மீறிய நிலையாலே
படும் வேதனை தீராதோ?''
(பட்டுக்கோட்டையார்)

வான்போலே, மீன்போலே என்னும் தொடர்களில் ஏகாரம் எண்ணுப்பொருள் தருகிறது.

''திரைவிரி **தருதுறையே** திருமணல்
விரியிடமே
விரைவிரி **நறுமலரே** மிடைதரு
பொழிலிடமே
மருவிரி **புரிகுழலே** மதிபுரை **திருமுகமே**
இருகயல் **இணைவிழியே** எனைஇடர்
செய்தவையே''
(சிலம்பு)

இந்தப் பாடலிலும் சொற்களின் இறுதியில் நிற்கும் ஏகாரம் எண்ணுப் பொருள் உணர்த்துகிறது.

'அலைகள் பரந்த நீர்த்துறையும், அழகிய மணல் பரந்த இடமும், மணம் தரும் மலரும், தருக்கள் அடர்ந்த சோலையும், மணம் பரந்த சுருண்ட கூந்தலும், மதியை ஒக்கும் அழகிய முகமும், கயல் போன்ற இருவிழியும் என்னைத் துன்புறுத்தியவையாகும்' என்பது இதன் பொருள்.

பாடலில் 'ஏ' நிற்கும் இடங்களிலெல்லாம் உரையிலே 'உம்' நிற்பதைக் கவனியுங்கள்.

'ஆடல் பாடல் இசையே தமிழே
பண்ணே பாணி தூக்கே முடமே
தேசிகம் என்றிவை ஆசினுணர்ந்து''
(சிலம்பு)

சொற்களின் இறுதியில் நிற்கும் 'ஏ' எண்ணுப்பொருள் தருவதை நோக்குக. 'ஆடலும், பாடலும், இசையும், இவை மூன்றும் சேர்ந்த முத்தமிழும், பண்ணும், தாளமும், தூக்கும், இவற்றின் குற்றங்களும், இயற்சொல், திரிசொல், திசைச்சொல், வடசொல் என்னும் நால்வகைச் சொல்வழக்குகளும் என்று செல்லப்பட்ட இவற்றை நுட்பமாக உணர்ந்து' என்பது இதன் பொருள்.

'ஏ' என்னும் இடைச்சொல்லுக்கு எண்ணுப் பொருள் மட்டுமன்று; வேறு பல பொருளும் உண்டு. இந்தச் சொல் என்னென்ன பொருளில் வரும் என்பதைத் தொல்காப்பியம்,

''தேற்றம் வினாவே பிரிநிலை எண்ணே
ஈற்றசை இவ்வைந் தேகாரம்மே''

என்று கூறுகிறது.

தேற்றம், வினா, பிரிநிலை, எண், ஈற்றசை என ஐந்து வகைப் பொருளுடையது 'ஏகாரம்' என்னும் இடைச்சொல் என்பது இந்த நூற்பாவின் பொருள். இந்தச் சொல் என்ன பொருளில் அமைந்திருக்கிறது என்பதை இடம் நோக்கியே உணர வேண்டும்.

''மக்கள் பண்பு உயரக் கலை தேவையே தவிர, மாடமாளிகையிலே, மலர்ச் சோலையிலே, மஞ்சத்திலே மகழ்ச்சிக் கடலில் மூழ்கிக் கிடக்க, மங்கையர் வனப்பை வர்ணித்து ஆனந்த லாகிரியில் அமிழ்ந்து கிடக்கக் கலை தேவையில்லை.''

''முறுக்கேறிய **நரம்புகளிலே,** சூடேறிச் சுழன்றோடும் **ரத்தத்திலே,** தினவெடுக்கும் **தோள்களிலே,** கனல் பொழியும் **கண்களிலே** தங்கட்கு நம்பிக்கை இல்லையா?''
(கலைஞர் மு.க.)

இந்த வாக்கியங்களில் இடம்பெற்றிருக்கும் 'ஏ' எண்ணுப்பொருள் தருவதை உணரலாம். இந்த வாக்கியங்களில் 'ஏ'க்குப் பதிலாக 'உம்' என்னும் சொல்லை அமைத்துப் பாருங்கள். அப்போதும்பொருள் மாறாது. எனினும் 'உம்'மைவிட 'ஏ' இருப்பதே இங்கே சிறப்பாகத் தோன்றுகிறது. இந்த 'ஏ' நடைக்கு வேகம் தருகிறது; உணர்ச்சிக்கு உருவமைக்கிறது. பண்டிதரின் நடையில் மட்டுமல்ல, பாமரரின் நடையிலும் 'ஏ' எண்ணுப் பொருளில் அமைவதைக் காண்கிறோம்.

''**வெளியிலே அறையிலே கடையிலே**
கப்பலிலே சபையிலே குடிப்பது சாயா...

கொழுந்துத் தேயிலே குளிரும் **பனியிலே**
கொழுக்கும் **மலையிலே** வெளைஞ்சது;

கொறைஞ்ச **வெலையிலே** மிகுந்த **சுவையிலே** குணமும் மணமும் நிறைஞ்சது''
(பட்டுக்கோட்டையார்)

ஏழாம் வேற்றுமைத் தொகையில் ஏகாரம்

*'**அடிவானத்தே** யங்குப் பரிதிக் கோளம்*
அளப்பரிய விரைவினொடு சுழலக்
காண்பாய்''
(பாரதியார்)

அடிவானத்தே என்பதற்கு அடிவானத்திலே என்று பொருள். இங்கே ஏழாம் வேற்றுமை உருபு தொக்கி நிற்கும்போது ஏகாரம் வந்திருக்கிறது. இந்த ஏகாரம் இல்லாவிட்டால் தொடரிலே அமைதியும் இல்லை; பொருளிலே தெளிவுமில்லை. இந்த வாக்கியங்களைக் கவனியுங்கள் :

1) **'சோறு'** என்னும் இனிய செந்தமிழ்ச் சொல்லை **இக்காலத்தே** (போலி) நாகரிகம் உடையோர், தம் நாவால் கூறவும் கூசுகின்றனர்.

2) **பழங்காலத்தே** தமிழ் மக்கள் கப்பல் செய்யும் தொழிலிலும் வல்லவராயிருந்தனர்.

3) **பருவத்தே** பயிர் செய்.

4) **அகத்தே** காழ் உடைய தாவர வகையை மரம் என்பர்.

5) **பண்டைக் காலத்தே** காவிரிப்பூம் பட்டினத்தில் கலங்கரை விளக்கம் அமைக்கப்பட்டிருந்தது.

இந்த வாக்கியங்களில் இடம்பெற்றிருக்கும் இக்காலத்தே, பழங்காலத்தே, பண்டைக் காலத்தே, பருவத்தே, அகத்தே என்னும் தொடர்களைக் கவனியுங்கள். இந்தத் தொடர்கள் முறையே இக்காலத்தில், பழங் காலத்தில், பண்டைக்காலத்தில், பருவத்தில், அகத்தில் என்று பொருள் தருகின்றன. ஏழாம் வேற்றுமைப் பொருள் தரும் இந்தத் தொடர்களில் ஏழாம் வேற்றுமை உருபு தொக்கி நிற்கிறது. இப்படிப்பட்ட இடங்களில் ஏழாம் வேற்றுமை உருபு மறைந்து நிற்கும்போது பொருள் தெளிவு ஏற்படத் தொடரின் கடைசியில் நிற்கும் ஏகாரம் உதவுகின்றது. **சங்க காலத்தே** கவியரசர்களைப் புவியரசர்கள் மதித்தனர். **சங்ககாலத்துக்** கவியரசர்களைப் புவியரசர்கள் மதித்தனர். இந்த இரண்டு வாக்கியங்களையும் ஒப்பிட்டுப் பாருங்கள். வேறுபாடு தெரியும்.

இந்தத் தொடரில் அத்துச்சாரியை வந்திருப்பதும் கவனிக்கத்தக்கது. மகர ஈற்றுச் சொற்களுடன் ஏகாரம் சேரும்போது இயல்பாகவே புணரும். 'எண்ணெய் என்பதில், நெய் பற்றிய **எண்ணமே** இல்லாமல், அதுவே ஒரு தனிச் சொல்லாக அமைந்து விட்டது' என்னும் வாக்கியத்தில் நிற்கும் **எண்ணமே** என்னும் சொல்லைப் பாருங்கள். 'எண்ணம்' என்னும் சொல்லுடன் ஏகாரம் சேரும்போது அத்துச்சாரியை வரவில்லை. 'இன்று நமக்குக் கிடைக்கக் கூடிய தமிழ் நூல்களில் **தொல் காப்பியமே** மிகப் பழைமையானது' என்னும் வாக்கியத்தில் நிற்கும் தொல்காப்பியமே என்னும் சொல்லையும் பாருங்கள். வேற்றுமைத் தொகை நிலைத் தொடர்களில் மட்டுமே ஏகாரம் அத்துச்சாரியையுடன் சேர்ந்து வருவதையும் கவனத்திற் கொள்க. மகர ஈற்றுச் சொற்கள் வேற்றுமை உருபு ஏற்கும்போது அத்துச்சாரியை வரும் என்பதும் நாம் நினைவிற் கொள்ள வேண்டிய ஒன்று.

''வல்வேற் சாத்தன் மாய்ந்த பின்றை
முல்லையும் பூத்தியோ ஒல்லையூர்
நாட்டே''
(புறநானூறு)

'நாட்டே' என்பதற்கு 'நாட்டில்' என்று பொருள். 'நாட்டே' என்பது ஏழாம் வேற்றுமைத் தொகை. காலத்தே, பருவத்தே என்பவற்றைப் போலவே, இங்கேயும் ஏகாரம் வந்திருக்கிறது. வேற்றுமைத் தொகையாக இருப்பதால்தான் இங்கே டகரம் இரட்டித்திருக்கிறது. இல்லாவிட்டால் இரட்டிக்காது. 'நாடே மகிழ்ந்தது' என்னும் தொடரில் டகரம் இரட்டிக்காமல் இருப்பதை நோக்குக.

பிரிநிலை

ஒன்றை மற்றவற்றினின்று பிரித்துக் காட்டுவது பிரிநிலை எனப்படும். இந்தப் பிரிவு சிறப்புக் கருதியும் வரலாம்; சிறுமை காரணமாகவும் வரலாம்.

எடுத்துக்காட்டு :

'எல்லா விளக்கும் விளக்கல்ல
சான்றோர்க்குப்

பொய்யா **விளக்கே** விளக்கு''

எல்லார்க்கும் நன்றாம் பணிதல் அவருள்ளும்
செல்வர்க்கே செல்வம் தகைத்து''

'குணநலம் சான்றோர் **நலனே** பிறநலம்
எந்நலத் துள்ளதூஉ மன்று''

அற்றம் மறைக்கும் பெருமை சிறுமைதான்
குற்றமே கூறி விடும்''

(குறள்)

இந்தக் குறட்பாக்களில் மற்ற விளக்குகளினின்று பொய்யா விளக்கும், மற்றவர்களிடமிருந்து செல்வரும், பிற நலன்களிலிருந்து குண நலனும், பிற சிறுமைப் பண்புகளினின்று குற்றத்தைப் பறைசாற்றலும் பிரித்துக் காட்டப்படுகின்றன. இந்தச் சொற்களில் நிற்கும் ஏகாரமே இந்தப் பணியைச் செய்கிறது.

உரைநடையிலும் ஏகாரம் பிரிநிலைப் பொருள் உணர்த்துவதைக் காணலாம்.

எடுத்துக்காட்டு :

1) குழந்தை **பந்தையே** பார்த்துக்கொண்டிருந்தது.

2) **ஆடற்கலையிலேயே** மாதவி சிறந்து விளங்கினாள்.

3) **சிறுகதைகளே** அவருக்குப் புகழ் தேடித் தந்தன.

மற்றப் பொருள்களினின்று பந்தையும், மற்றக் கலைகளினின்று ஆடற்கலையையும், மற்றப் படைப்புக்களினின்று சிறு கதைகளையும் பிரித்துக் காட்டுகிறது இந்தத் தொடர்களில் நிற்கும் ஏகாரம்.

ஏகாரம் பல பொருளுடைய இடைச்சொல் என்பதையும், அதற்கு இடம் நோக்கியே பொருள் கொள்ள வேண்டும் என்பதையும் நினைவிற் கொள்க. ஏகாரம் வேறு சில பொருளும் தரக் கூடியது என்ற கருத்துடையோரும் உளர். அவர்கள் கூறும் எல்லாவற்றையுமே தொல்காப்பியர் கூறிய இந்த ஐந்து பிரிவினுள் அடக்கிவிடலாம்.

■■■

15
செப்பும் வினாவும்

செப்பு வினாவாதல்

'ஏ' என்னும் வினாவெழுத்துச் சேர்ந்து வினாப்பொருள் தருவதைச் சென்ற அத்தியாயத்தில் பார்த்தோம். அ, ஆ, எ, ஓ, யா முதலியன வினாவெழுத்துகள் என்பதையும் முன்பே விளக்கியிருக்கிறோம். வினா வடிவம் பெறாமலே சில சமயங்களில் வினாப் பொருள் உணர்த்தும் தொடர்களையும் காண்கிறோம். இவை நிற்கும் இடத்தால் அல்லது சந்தர்ப்பத்தால் வினாப்பொருள் உணர்த்துகின்றன.

எடுத்துக்காட்டு :

1) அவன் புத்தகத்தை எடுத்ததை நீ பார்த்தாய்?

2) அப்போது உன் நண்பனும் அங்கே இருந்தான்?

3) அவனுடைய கதையை அவன் சொல்லாமலே நீ தெரிந்து கொண்டாய்?

4) அந்தப் பரிதாபக் காட்சியை நீ உன் கண்ணாலே பார்த்தாய்?

5) உன் பையில் பணமில்லை என்பது நீ உன் பைக்குள் கையை விட்டபோதுதான் உனக்குத் தெரியும்?

6) நீ நடனம் பார்க்கத்தான் போகிறாய்? அப்படியானால், என்னோடு வரமாட்டாய்?

7) இதை நம்புகிற அளவுக்கு என்னை மடையன் என்று எண்ணிவிட்டாய்?

8) உன்னைப்போல் எல்லாரும் வேலையற்றவர்கள் என்று எண்ணிக்கொண்டிருக்கிறாய்?

9) ஒரு முறை சொன்னால் கேட்க மாட்டாய்?

10) யார் என்ன கேட்டாலும் கிடைக்கும்?

இந்த வாக்கியங்களை நீங்கள் கவனித்தால். ஒன்று தெளிவாகப் புரியும். இவை செப்பாக வும் அமையலாம். வினாவாகவும் அமைய லாம். இந்த வாக்கியங்கள் வடிவிலே செப்பாக அமைந்திருக்கின்றன. பேசுபவரின் தொனியைக் கொண்டே இவை செப்பா, வினாவா என்பதைத் தீர்மானிக்க முடியும். அதாவது, இடம் நோக்கியே இதை முடிவு செய்ய வேண்டும்.

இத்தகைய வாக்கியங்கள் வினாப் பொருள் உணர்த்தும்போது, ஏளனம், கோபம் போன்ற உணர்ச்சிகளைப் புலப்படுத்துவதோடு ஐயம், எதிர்மறை போன்ற பொருள்களையும் தரு கின்றன. ஒரே தொடர், இடத்துக் கேற்பப் பல்வகைப் பொருள் தரலாம் என்பதற்கு இந்த வாக்கியங்கள் நல்ல சான்றாக அமைகின்றன.

சொல் தரும் பொருள் ஒன்று; அந்தச் சொல்லினுள் மறைந்து நிற்கும் பொருள் மற்றொன்று. அப்படி மறைந்து நிற்கும் பொருளையும் உணரும் போதுதான் உண்மை யான கருத்துப் பரிமாற்றம் நிகழ்கிறது என்று சொல்ல முடியும். அத்தகைய கருத்துப் பரிமாற்றத்திற்குப் பேசுபவரின் தொனி, முகபாவம் முதலியன உதவுகின்றன.

தனிச் சொற்களும் வினா வடிவம் பெறா மலேயே வினாப் பொருள் உணர்த்துகின்றன. இத்தகைய சொற்களை உரையாடலில் மிகுதி யாகக் காணலாம். இத்தகைய சொற்கள் சுருக்கத்திற்கும் தெளிவிற்கும் சான்றாய் அமைவதும் குறிப்பிடத் தக்கது. இந்த உரை யாடற் பகுதியைக் கவனியுங்கள்.

பேட்டி காண்பவரும் பேட்டி கொடுப் பவரும் உரையாடும் பகுதி இது :

பே. கா : நீங்கள் அலுவலகத்துக்குப் போன தும் முதலில் என்ன செய்வீங்க?

பே. கொ : கடிதமெல்லாம் பிரித்துப் பார்த்து, ஏதாவது அவசரமா இருந்தா உடனே பதில் எழுதுவேன்.

பே.கா. : அப்புறம் ?

பே.கொ : சில சமயம் கூட்டம் ஏதாவது இருக்கும். அப்படி எதுவும் இல்லேன்னா அலுவலக வேலையைக் கவனிப்பேன்.

இந்தப் பேட்டியிலே பேட்டி காண்பவர் 'அப்புறம்'? என்று கேட்பதைக் கவனியுங்கள். இங்கே 'அப்புறம்' என்னும் சொல், வினா வடிவில் இல்லாவிட்டாலும் வினாப் பொருள் தருகிறது. 'அப்புறம் என்ன செய்வீர்கள்? என்பதைத்தான் சுருக்கமாக 'அப்புறம்?' என்று கேட்கிறார். 'அப்புறம்' என்பதற்குப் 'பிறகு', 'பின்னே' அல்லது 'அடுத்தது' என்று பொருள். 'அப்புறம் என்ன நடந்தது?' என்பதையும் சுருக்கமாக 'அப்புறம்?' என்று கேட்கிறோம்.

அப்புறம் என்பதற்குப் பதிலாகப் பிறகு, பின்னே என்னும் சொற்களையும் பயன் படுத்துவதுண்டு. 'பிறகு என்ன நடந்தது?', 'பிறகு என்ன சொன்னார்?' என்பன போலப் பலவிதமான பொருட்களையும் இந்தச் சொற்கள் தரும்.

இரவெல்லாம் கண்விழித்துப் படிக்கும் ஒருவன், 'தேர்வு நெருங்குகிறது. நிறையப் படிக்க வேண்டியிருக்கிறது' என்று கூறுகிறான். அதற்கு அவன் நண்பன், **'அதற்காக?'** என்று வினாவெழுப்புகிறான். இதற்கு என்ன பொருள்? 'நிறையப் படிக்க வேண்டியதுதான். அதற்காக உடம்பைக் கெடுத்துக் கொள்ளலாமா? 'சுவர் இருந்தால் தானே சித்திரம் வரைய முடியும்?' நன்றாகப் படிப் பதற்கு நல்ல உடலும் முக்கிய மல்லவா?' என்பதையே சுருக்கமாக 'அதற்காக?' என்னும் கேள்வி வாயிலாக உணர்த்துகிறான்.

'நீ சொல்வதெல்லாம் சரிதான். அதற்காக இப்படிச் செய்யலாமா?' என்று ஒருவன் கேட்க, மற்றவன் **'வேறே வழி?'** என்று வினவுகிறான். இங்கே 'வேறே வழி?' என்பது 'வேறு என்ன வழி இருக்கிறது?' என விரியும் 'வேறு வழியில்லையே' என்பது இதன் பொருள்.

வினாவெழுத்தோ, வினாப்பெயரோ சேரா மலே சொற்களும் தொடர்களும் வினாப் பொருள் தருகின்றன.

இந்த வினாக்களை நோக்குக :

''ஆசிரியர்கள் தம் கடமையைச் செய் கிறார்களா?''

''மருத்துவர்கள்?''

''வழக்கறிஞர்கள்?''

''வணிகர்கள்?''

''ஆசிரியர்கள் தம் கடமையைச் செய் கிறர்களா?'' என்பது முழு வினா வாக்கியம். மருத்துவர்கள் என்பது தனிச்சொல். வினா வடிவம் இல்லை; ஆனால் வினாப்பொருள் தருகிறது. 'ஆசிரியர்கள் தம் கடமையைச் செய்கிறார்களா?' என்பதைத் தொடர்ந்து வருவதால், ''மருத்துவர்கள்''? என்னும் சொல்லே, மருத்துவர்கள் தம் கடமையைச் செய்கிறார்களா?'' என்னும் பொருளைத் தெளிவாக உணர்த்துகிறது. ''வழக்கறிஞர்கள்?'' ''வணிகர்கள்?'' என்னும் சொற்களிலும் இவ்வாறே முதல் வாக்கியத்தின் வினாப் பொருள் தொக்கி நிற்கிறது.

ஒருவர் தம் நண்பரிடம் ஐந்தடி உயரமுள்ள சுவரைக் காட்டி, ''இந்தச் சுவரை உன்னால் தாண்ட முடியுமா?'' என்று கேட்கிறார். அதற்கு அந்த நண்பர், ''தாண்டிவிட்டால்?'' என்று கூறுகிறார். ''தாண்டிவிட்டால்?'' என்பது முழுமையான வாக்கியம் அன்று; மேலும், அது வினா வடிவிலும் அமைய வில்லை. ஆனால், வினாப் பொருள் உணர்த்து கிறது. ''தாண்டிவிட்டால் என்ன தருவாய்?'' ''தாண்டிவிட்டால் நீ தோல்வியை ஒப்புக் கொள்கிறயா?'' இப்படித் 'தாண்டி விட்டால்?'' என்னும் சொல்லுக்கு எப்படி வேண்டுமானாலும் பொருள் கொள்ளலாம்.

''இந்தச் சுவரை உன்னால் தாண்ட முடியுமா?'' என்று கேட்டவர் இப்பொழுது தாண்டாவிட்டால்...? என்று கேட்கிறார். தாண்டிவிட்டால் என்று நண்பர் கேட்டதற்கு, அதே பாணியில் ''தாண்டா விட்டால்...?'' என்று கேட்கிறார். ''தாண்டாவிட்டால் நீ தோல்வியை ஒப்புக் கொள்கிறாயா?'' என்பது தான் இதன் பொருள்.

''அவர் இப்பொழுது வந்து விடுவார்'' என்று ஒருவர் சொல்ல, மற்றவர், ''ஒரு வேளை வரவில்லையென்றால்...?'' என்று கூறுகிறார் ''ஒரு வேளை வரவில்லை யென்றால்...?'' என்பது ஐயப் பொருள் உணர்த்துகிறது. ஏதோ ஒரு முக்கியமான காரியம். அதற்கு அவர்கள் எதிர்பார்க்கும் நண்பரும் வர வேண்டும். அந்த இருவரில் ஒருவர், 'அவர்கள் எதிர்பார்க்கும் நண்பர் நிச்சயம் வந்து விடுவார்' என்று நம்பிக்கையோடு பேசுகிறார். இன்னொரு வருக்கு அவ்வளவு நம்பிக்கையில்லை; சந்தேகமாக இருக்கிறது. அவருடைய சந்தேகத்தை ''ஒரு வேளை வரவில்லை யென்றால்...?'' என்னும் வினா வழி புலப் படுத்துகிறார்.

'ஒரு வேளை வரவில்லையென்றால்...?' என்பது வினா வடிவிலும் இல்லை. முழு வாக்கியமாகவும் இல்லை ஆனால்', வினாப் பொருள் உணர்த்துகிறது. 'ஒரு வேளை வர வில்லையென்றால் என்ன செய்வது?' என்பதே இதன் பொருள். முழுவாக்கிய வடிவமும் இதுவே. 'ஒரு வேளை வரவில்லை யென்றால்...?'' என்னும் தொடரிலே 'என்ன செய்வது?' என்னும் வினா தொக்கி நின்று பொருள் தருகிறது. தொக்கி நின்றாலும் தொகாமல் நின்றாலும் இந்தத் தொடர் ஐயப் பொருள் உணர்த்துவதைக் காண்க.

'தாண்டிவிட்டால்'?, 'தாண்டாவிட்டால்?' என்னும் சொற்கள், வினாப் பொருள் தரு வதைச் சற்று முன்பு பார்த்தோம். 'உன்னால் தாண்ட முடியுமா?' என்று ஒருவர் கேட்கும் போது, இன்னொருவர் 'தாண்டி விட்டால்...?' என்று கூறுகிறார். இங்கே 'தாண்டி விட்டால்...?' என்பது வினாப் பொருள் தருவ தோடு, தேற்றப் பொருளும் உணர்த்துகிறது. தம்மால் தாண்ட முடியும் என்பதையும் அவர் மறைமுகமாகக் குறிப்பாக உணர்த்துகிறார். வினா, பல பொருள் தருவதோடு பல வகை உணர்ச்சிகளையும் புலப்படுத்துகிறது. வினா வடிவில் அமையாமல் வினாப் பொருள் தரும் தொடர்களும் சொற்களும் கூட அதே போலப் பல்வேறு பொருள்களில் அமைகின்றன; பல்வேறு உணர்ச்சிகளையும் புலப்படுத்து கின்றன. வினாப் பொருள் தரும் செப்பு வடிவங்கள் உரையாடலில் மிகுதி. உரை யாடல் உயிரோட்டமுடையதாக அமைய, இவை உதவுவதே அதற்குக் காரணம். மேலும், உரையாடலில் உணர்ச்சி முதலிடம் பெறுகிறது. அந்த உணர்ச்சியைப் புலப்படுத்த வினாப் பொருள் தரும் செப்பு வடிவங்கள் உதவுகின்றன.

''தாண்டிவிட்டால்...?'' என்னும் வினா ''தாண்ட முடியும்'' என்னும் நம்பிக்கை யையும் குறிப்பாக உணர்த்துவதைச் சற்று முன்பு பார்த்தோம். உன்னால் தாண்ட முடியுமா?' என்னும் கேள்விக்குத் 'தாண்ட முடியும்' அல்லது 'தாண்ட முடியாது' என்பது தான் நேரடியான விடை. 'தாண்டிவிட்டால்?'

என்பது மறைமுகமான விடையாகவே அமைகிறது. நேர் விடையைச் 'செவ்வண் விடை' என்றும், மறைமுகமாக அல்லது குறிப்பாக உணர்த்தப்படும் விடையை 'இறை பயப்பது' என்றும் இலக்கண நூலார் கூறுவர்.

வினா செப்பாதல்

வினா வடிவம் பெறாமலே வினாப் பொருள் உணர்த்தும் தொடர்களையும் சொற்களையும் இது வரை பார்த்தோம். வினா வடிவில் நின்று செப்புப் பொருள் தரும் தொடர்களை இப்போது பார்ப்போம்.

''பன்மாயக் கள்வன் **பணிமொழி**
யன்றோ நம்
பெண்மை உடைக்கும் படை''
(குறள்)

''விழித்தகண் வேல் கொண்டெறிய
அழித்திமைப்பின்
ஓட்டன்றோ வண்க ணவர்க்கு''

பணி மொழியன்றோ, ஓட்டன்றோ என்பவை உடன்பாட்டுப் பொருள் தரும் எதிர் மறை வினாக்கள். இந்தத் தொடர்களில் நிற்கும் 'ஓகாரம்' என்ன பொருள் தருகிறதோ அதே பொருளைத்தான், 'அல்லவா?' என்னும் சொல்லில் நிற்கும் 'ஆ'வாகிய வினா வெழுத்தும் தருகிறது.

எடுத்துக்காட்டு :

1)'நறுமலர்க் கூடையிலே நச்சரவு
இருந்திடின்,
மலர் தேடும் கையிலே விஷப்
பல்லல்லவா தீண்டும்?

*2)*கரியைக் கொண்டு கரும்பு பறிக்கச்
செய்வது
பொருத்தமாகா தல்லவா?

*3)*மாற்றான் வீட்டுத் தோட்டத்திலே
பூத்திடும்
மல்லிகைக்கும் மணம் **உண்டல்லவா?**

*4)*கிளி கொஞ்சிடும் சோலையிலே,
நடுநிசி வேளையிலே
ஆந்தை **அலறுகிற தல்லவா?**

'இல்லையா' என்னும் சொல்லும் இவ்வாறே பொருள் தருவதைக் காணலாம்.

எடுத்துக்காட்டு :

1) மயில் ஆடக் கண்டும் வான்கோழி கூச்சமின்றி **ஆடவில்லையா?**

2) கொடியிலே கூத்தாடும் மலரின் மணம் வண்டுகளை **இழுக்கவில்லையா?**

3) வானிலே ஒளி வீசும் நட்சத்திரங்கள் கண்களுக்கு **விருந்தளிக்கவில்லையா?**

4) கேழ்வரகிலே நெய் வழிகிறது என்றால் கேட்பவர்க்குப் **புத்தி இல்லையா?**

5) மனித சக்தி இன்று சந்திரனையே **தொடவில்லையா?**

'இவை எதிர்மறையாக இருந்தாலும் உடன்பாட்டுப் பொருள் தருபவை. வடிவிலே வினாவாக இருந்தாலும், தெரியாததைத் தெரிந்து கொள்ள வேண்டும் என்னும் நோக்கத்தில் கேட்கப்படுகின்ற வினாக்கள் அல்ல இவை. அப்படிப்பட்ட வினாக்களை ஐய வினாக்கள் என்று சொல்லுவோம்.

இந்த வினா வாக்கியங்களிலே விடையும் அடங்கியிருக்கிறது. இவை தேற்றப் பொருள் உணர்த்தும் வினாக்கள். கூறுபவரின் கருத்திலுள்ள திண்மையைப் புலப்படுத்தும் வினாக்கள்.

இவற்றை வினாவாக அமைக்காமல் செப்பாக அமைக்கும்போது இவற்றிலே உறுதி குறைந்துவிடுகிறது. கவிதையிலும் இதைக் காணலாம்.

எடுத்துக்காட்டு :

''வாழையடி வாழையென
வந்த திருக்கூட்ட
மரபினில் யானொருவ **னன்றோ?**
வகையறியேன் இந்த
ஏழைபடும் பாடுனக்குத்
திருவுளச் **சம்மதமோ?**
இது **தகுமோ?** இது **முறையோ?**
இது **தருமந் தானோ?**
மாழைமணிப் பொது நடஞ்செய்
வள்ளால்! யான் உனது
மகனலனோ? நீயெனக்கு
வாய்த்த தந்தை **அலையோ?**
கோழையுல குயிர்த்துயரம்
இனிப் பொறுக்க மாட்டேன்
கொடுத்தருள் நின் அருள் ஒளியைக்
கொடுத்தருள் இப்பொழுதே''
(வள்ளலார்)

இந்தப் பாடலிலே உறுதி மட்டுமா தொனிக்கிறது? உணர்ச்சியு மல்லவா பெருக் கெடுத்து ஓடுகிறது? இதற்குக் காரணம் என்ன? வினா வடிவமல்லவா?

இது தகுமோ, இது முறையோ, இது தருமந்தானோ என்னும் தொடர்கள் எதிர் மறைப் பொருள் உணர்த்துவதையும் காண்க.

ஆ, ஓ ஆகிய வினாவெழுத்துகள் மட்டு மல்ல, யார், எது, என் முதலான வினாப் பெயர்களும் தேற்றம், எதிர்மறை முதலான பொருள் தருவதோடு, உணர்ச்சியைப் புலப்படுத்தும் ஆற்றல் உடையனவாகவும் விளங்குகின்றன.

''நாதமெனும் பிரமத்தைப் பணிவோம், ஆனால்
நாமறியா மொழியில் நமக் **கேது நாதம்?**
கீதமென்று புரியாத பாட்டைக் கேட்டுக்
கிளர்ச்சி பெறா உணர்ச்சியிலே **கீதம் ஏது?**
வாதமென்ன? இதில் எவர்க்கும் **வருத்தம் ஏனோ?''**

''இன்னும் எனக்கினி **என்ன மனக்குறை?**
இன்னல் மறந்து விட்டேன்!
சத்தியம் உன்னுடைச் சித்தம் உதித்தது
சஞ்சலம் ஏன் மகனே?''
(நாமக்கல் கவிஞர்)

இங்கே வினாத் தொடர்கள் எதிர்மறைப் பொருள் தருகின்றன. அதே சமயம் இவை உணர்ச்சி வடிவாய் நின்று எதிர்மறைக்கு மேலும் வலிமை சேர்க்கின்றன.

''வன்புற வரூஉம் வினாவுடை வினைச் சொல்
எதிர்மறுத் துணர்த்துதற்கு உரிமையும் உடைத்தே''
(தொல்)

வினாத் தொடர்கள் எதிர்மறைப் பொருளும் உணர்த்தக் கூடியவை என்பதை இந்த நூற்பா சுட்டிக் காட்டுகிறது.

எங்கே, எப்போது, எப்படி, முதலிய சொற்களும் வினாத்தொடரில் எதிர்மறைப் பொருளில் அமையும்.

எடுத்துக்காட்டு :

1) ''அவனைத் திடீரென்று இங்கிருந்து போய்விடு என்று சொன்னால்,
அவன் **எங்கே போவான்? எப்படிக் காலங் கழிப்பான்?**

2) அவன் **எப்போது உண்மை பேசினான்?**
இப்போது பேசுவதற்கு.

பண்டைய இலக்கியங்களிலும் வினாத் தொடர்கள் எதிர்மறைப் பொருள் உணர்த்தி நிற்பதைக் காண்கிறோம்.

எடுத்துக்காட்டு :

''தன்னூன் பெருக்கற்குத் தான் பிறிது ஊனுண்பான்
எங்ஙனம் ஆளும் அருள்''

''ஏதிலார் குற்றம் போல் தங்குற்றம் காண்கிற்பின்
தீதுண்டோ மன்னும் உயிர்க்கு''

''வானுயர் தோற்றம் **எவன் செய்யும்** தன்னெஞ்சம்
தானறி குற்றப் படின்''

''நகையும் உவகையும் கொல்லும் சினத்தின்
பகையும் **உளவோ பிற''**

குறிப்பிற் குறிப்புணரா வாயின் **உறுப்பினுள்**
என்ன பயத்தவோ கண்''
(குறள்)

வினாவும் செப்பாகலாம்; செப்பும் வினா வாகலாம். அதேபோல, வினா வடிவில் அமையும் உடன்பாட்டுத் தொடர்கள் எதிர் மறைப் பொருளும், எதிர்மறைத் தொடர்கள் உடன்பாட்டுப் பொருளும் உணர்த்தலாம்.

வினாவே விடையாதல்

சில சமயங்களில் வினாவுக்கு விடையும் வினாவாகவே அமைவதைக் காண்கிறோம்.

''எனக்கு இல்லையா?'' என்று குழந்தை தாயிடம் கேட்கிறது. அதற்குத் தாய், ''உனக்கில்லாமலா?'' என்று வினா வடிவி லேயே விடை கூறுகிறாள். இங்கே விடை வினா வடிவிலே மட்டுமன்று; எதிர்மறை யாகவும் அமைந்திருக்கிறது. ஆனால், உடன்பாட்டுப் பொருள் தருகிறது. 'நிச்சயமாக உனக்கும் தருவேன்' என்னும் கருத்தைத் தான் 'உனக்கில்லாமலா?' என்னும் எதிர்மறை வினா உணர்த்துகிறது.

இவ்வாறு வினா வடிவில் அமையும் விடையைத் தொல்காப்பியம் ''வினாவும் செப்பே வினா எதிர் வரினே'' என்று கூறுகிறது.

நண்பர் ஒருவரைப் பார்த்து, **'இன்னும் சாப்பிடவில்லையா?'** என்று கேட்கிறோம். அதற்கு அவர் **'எங்கே நேரம் இருக்கிறது?'** என்று பதிலளிக்கிறார்.

என்ன இது? மொட்டைத் தலைக்கும் முழுங்காலுக்கும் முடிச்சுப் போடுவது போல் இருக்கிறதே என்று எண்ணத் தோன்றுகிறதா?

நாம் சற்று ஆழ்ந்து நோக்கினால், கேள்வி வடிவிலே அமைந்த விடையிலே, பொருள் இருப்பதைப் புரிந்துகொள்ளலாம். அவர் தாம் இன்னும் சாப்பிடவில்லை என்பதைத்தான் இப்படி மறைமுகமாகக் குறிப்பிடுகிறார். அவர் இன்னும் சாப்பிடாததற்குக் காரணம் என்ன? சாப்பிடுவதற்கு நேரமில்லை. அவர் விடையை நேரடியாகக் கூறாமல், விடைக்குரிய காரணத்தைக் கூறுகிறார். அதையும் கேள்வி வடிவிலேயே அமைத்துக் காட்டுகிறார். அவர் மட்டுமா? நாம் எல்லோருமே இப்படிப்பட்ட வினாக்களை அன்றாடம் பயன்படுத்திக்கொண்டுதான் இருக்கிறோம். பேச்சு வழக்கைச் சற்றுக் கூர்ந்து கவனித்தால், இதைப் புரிந்துகொள்ளலாம்.

ஒருவர் தம் நண்பரைப் பார்த்து 'நீங்கள் ஏன் அன்று கூட்டத்திற்கு வரவில்லை?'' என்று கேட்கிறார். அதற்கு அந்த நண்பர் ''யாருக்குத் தெரியும்'' என்று விடையையும் கேள்வி வடிவத்திலேயே தருகிறார். முதலில் கேள்வி கேட்ட நண்பர் மறுபடியும், ''உங்களுக்குத் தெரியாதா?'' என்று கேட்கிறார். ''தெரிந்தால் வந்திருக்க மாட்டேனா?'' என்று மீண்டும் கேள்வி வடிவிலேயே பதில் தருகிறார். இரண்டாவது நண்பர். இந்த நண்பர்களின் உரையாடலை நன்கு கவனியுங்கள் இரண்டாவது நண்பரின் பதில், கேள்வி வடிவிலே அமைந்திருக்கிறது. என்பது மட்டுமன்று; அந்தக் கேள்வியிலும் நேரடியான பதில் இல்லை. அதாவது, பதில் மறைந்து அல்லது தொக்கி நிற்கிறது. இங்கேயும் பதிலுக்குரிய காரணம் தான் கேள்வியாக அமைகிறது.

இப்படி விடைகள் நேரடியாக அமையாவிட்டாலும், கேட்பவர்க்கு அந்தக் கேள்வியின் பொருளும் அதன் வாயிலாகப் பதில் சொல்பவர் கூற விரும்பும் கருத்தும் தெளிவாகத் தெரிகின்றன.

■■■

16

பல்வகை வினாக்கள்

''அறிவு அறியாமை ஐயுறல் கொளல் கொடை
ஏவல் தரும் வினா ஆறும் இழுக்கார்''
(நன்னூல்)

வினா வகைகள் யாவை என்பதை விளக்குகிறது இந்த நூற்பா. அறிவு, அறியாமை, ஐயம், கொள்வது, கொடுப்பது, ஏவல் என்னும் ஆறுவகைப் பொருளில் வினாத் தொடர்கள் அமையும் என்பது இதன் பொருள் இவைகளை நாம் இப்போது ஒவ்வொன்றாகப் பார்ப்போம்.

அறியா வினா

''மறுநாள் காலை மன்னனை ஒதியன் சந்திக்கிறான்.

''என்ன நடந்தது? என்ன நடக்கிறது?'' என்று கேட்கிறான் மன்னன்.

''தங்களை எதிர்ப்பது என்று அமைச்சர் முடிவு செய்துவிட்டார். அதற்கு ஒப்பானது எதுவுமில்லை என்று அவர் தம் மனைவியிடம் சொன்னதை என் காதுகளாலேயே கேட்டேன்'' என்கிறான் ஒதியன்.

''சரியாகச் சொல். **என்ன வார்த்தைகளைக் கூறினார்?''** – இது மன்னனின் கேள்வி.

'' 'அடுத்தூர்வது அஃதொப்பது இல்' என்று அமைச்சர் தம் துணைவியிடம் கூறினார். அதற்குப் பொருள், 'நெருங்கி எதிர்ப்பதற்கு ஒப்பானது வேறு எதுவுமில்லை என்பது தானே, அரசே?'' என்று ஒதியன்

உருக்கமுடன் கூறியதும், மன்னன் உரக்கச் சிரித்து விட்டான். அந்தச் சிரிப்பொலி அடங்குவதற்குள் இனியனும் அங்கு வந்து விட்டான். இனியனைக் கண்டதும் மன்னன், ‘என்ன இனியா? **என்ன அறிந்து வந்தாய்?’** என்று கேட்டான். அதற்கு இனியன்,

‘‘அரசே! அமைச்சரின் துணைவியார் அமைச்சரைப் பார்த்து, உங்களுக்கு இப்படி ஒரு துன்பம் வந்ததே! மன்னரே உங்களைச் சந்தேகித்துச் சோதிக்கும் சூழ்நிலை ஏற்பட்டு விட்டதே’’ என்று கூறி வருந்தினார்.

அதற்கு அவர் ஆறுதல் கூறும் பொருட்டு,

‘‘இடுக்கண் வருங்கால் நகுக அதனை
அடுத்தூர்வது அஃதொப்பது இல்’’

என்ற குறளைக் குறிப்பிட்டார்’ என்று கூறினான். இதைக் கேட்டதும் மன்னன் மீண்டும் சிரிக்கத் தொடங்கினான்.

(கலைஞரின் குறளோவியம்)

இந்த வாக்கியங்களில் இடம் பெற்றிருக்கும் வினாக்களை நன்றாகக் கவனியுங்கள். இந்த வினாக்கள் அமைந்திருக்கும் சூழலை உற்று நோக்கினால், இந்த வினாக்களின் பொருள் புரியும். அதாவது, கேட்பவர் எந்த நோக்கத்தில் கேட்கிறார் என்பதை அறிந்து கொள்ளமுடியும். தெரியாத ஒரு செய்தியைத் தெரிந்து கொள்ள வேண்டும் என்பதே, இந்த வினாக்களைக் கேட்பவரின் நோக்கம். அறியாததை அறிந்து கொள்ள வேண்டும் என்ற ஆவலில் கேட்கப்படும் வினாக்கள் இவை. இம்மாதிரி வினா வகையைத்தான் ‘அறியா வினா’ என்று நன்னூல் நூற்பா கூறுகிறது.

ஐய வினா

இப்பொழுது ஐய வினாவைப் பார்ப்போம். ‘ஐயம்’ என்றால் சந்தேகம் என்று பொருள்; அதாவது தெளிவில்லாமை. இதனை ‘மயக்கம்’ என்றும் கூறுவர் இலக்கண நூலார். அறியாமை நீங்கும் போது அறிவொளி பெறுகிறோம். அல்லது அறிவொளி பெறும் போது அறியாமை நீங்குகிறது என்றும் சொல்லலாம். ஐயமும் அகலும் போதுதான் அறிவு தெளிவாக இருக்கும். இதனால்தான் ‘ஐயந்திரிபறக் கற்க வேண்டும்’ என்று சொன்னார்கள்.

நாம் ஒரு விஷயத்தைப் பற்றி முடிவு செய்ய வேண்டுமானால், அதைப் பற்றிய எல்லாத் தகவல்களையும் நாம் அறிந்து கொள்ள வேண்டும். தெரியாதவைகளைக் கேட்டுத் தெரிந்துகொள்ள உதவுகிறது அறியா வினா. தெரிந்தவற்றில் சந்தேகம் ஏற்பட்டால், அந்தச் சந்தேகத்தைப் போக்கி அறிவுத் தெளிவு பெறுவதற்கு உதவுகிறது ஐய வினா. இந்த இரண்டுமே தெளிவு பெற உதவும் முக்கிய கருவிகளாக அமைகின்றன.

‘‘ஐயந் தீரப் பொருளை உணர்த்தலும்
மெய்ந் நடு நிலையும் மிகு நிறை
கோற்கே’’

என்னும் நன்னூல் கருத்தும் இங்குக் கவனிக்கத் தக்கது.

‘சரியா, தவறா?’ – தெரியவில்லை. ‘நல்லதா, கெட்டதா?’ – புரியவில்லை. ‘இதைச் செய்யலாமா, செய்யக் கூடாதா?’ முடிவு செய்ய முடியவில்லை. இவை எல்லாம் ஐய வினாக்கள். நமக்குத் தெளிவாகவும் திட்டவட்டமாகவும் தெரியாதது ஐயத்தைத் தருகிறது. ‘அவர் வருவாரோ, மாட்டாரோ என்று சந்தேகமாக இருக்கிறது. ‘அவர் எழுதியதா இது? என்னால் நம்ப முடியவில்லையே!’ போன்ற தொடர்களையும் நாம் அன்றாட வழக்கிலே காணலாம். இத்தகைய வினாக்கள் தெளிவற்ற தன்மையைக் காட்டுகின்றன. ஐயம் தீராமல் இருப்பதே இந்தத் தெளிவின்மைக்குக் காரணம்.

வியப்பு, துயரம் போன்ற உணர்ச்சிகள் மேலோங்கி நிற்பதைப் புலப்படுத்தும் வினாத் தொடர்களில் ஐய உணர்வும் இழையோடுவதைக் காணலாம். ஐயம் தீர்ந்து விட்டால் வியப்பு முதலான உணர்ச்சிகளுக்கு இடமில்லாமற் போய்விடும் அல்லவா வியப்புணர்ச்சியைப் புலப்படுத்தும் வினாத் தொடர்கள் அமைந்த பாடல்களில் ஒன்று பாவேந்தர் பாரதிதாசனின் இந்தப் பாடல் :

‘‘நீலவான் ஆடைக்குள் உடல் மறைத்து
நிலவென்று காட்டுகின்றாய் ஒளிமுகத்தை!
கோல முழுதும் காட்டிவிட்டால் காதற்
கொள்ளையிலே இவ்வுலகம் **சாமோ?**
வானச்
சோலையிலே பூத்த தனிப்பூவோ நீதான்!

சொக்க வெள்ளிப் பாற்குடமோ,
அமுதஊற்றோ!
காலை வந்த செம்பரிதிக் கடலில் மூழ்கிக்
கனல் மாறிக் குளிரடைந்த
ஒளிப் பிழம்போ!
''அந்தியிருளாற் கருகும் உலகு கண்டேன்;
அவ்வாறே வான் கண்டேன்; திசைகள்
கண்டேன்
பிந்தியந்தக் காரிருள்தான்
சிரித்ததுண்டோ?
பெருஞ்சிரிப்பின் **ஒளிமுத்தோ** நிலவே
நீதான்!
சிந்தாமல் சிதறாமல் அழகையெல்லாம்
சேகரித்துக் குளிரேற்றி ஒளியும் ஊட்டி
இந்தா வென்றே இயற்கை அன்னை
வானில்
எழில் வாழ்வைச் சித்தரித்த
வண்ணந்தானோ!''

இந்தப் பாடலிலே நிலவின் அழகில் தம்மை மறந்து நிற்கும் கவிஞரைக் காண்கிறோம். பூரண நிலவின் பொலிவில் மயங்கி நிற்கும் கவிஞரின் வியப்பில் பூத்துக் குலுங்குகின்றன உவமைகள். எல்லா உவமைகளுமே பொருந்துவன போல் தோன்றுகின்றன. எதைக் கொள்வது எதைத் தள்ளுவது என்னும் கேள்விக்கு விடை காண முடியாத நிலை. எனவே, அந்த மயக்கத்தில் பாடல் வினா விடிவிலே அமைகிறது. இந்த வினாக்கள் ஐயத்தை மட்டுமல்ல; வியப்பையும் புலப்படுத்துகின்றன.

இப்படி ஐய வினா எழுப்பி, உணர்ச்சியையும் புலப்படுத்தும் கவிதைகளைப் பண்டைய இலக்கியத்திலும் இன்றைய இலக்கியத்திலும் நிறையக் காணலாம்.

எடுத்துக்காட்டு :

''**கையிலே இசையா!** பொங்கும்
காற்றிலே இசையா! துள்ளும்
மெய்யிலே இசையா! மின்னும்
விழியிலே இசையா! என்றே
ஐய நின் இசையைக் கேட்போர்
அனைவரும் திகைப்பர்...''

(கண்ணதாசன்)

''சான்றோரும் **உண்டுகொல்**
சான்றோரும் **உண்டுகொல்**
ஈன்ற குழவி எடுத்து வளர்க்குறூஉம்
சான்றோரும் **உண்டுகொல்**
சான்றோரும் **உண்டுகொல்**''

(சிலம்பு)

கொல்

'கொல்' என்னும் சொல் ஐயப்பொருளுடையது என்று தொல்காப்பியமும், ஐயப் பொருளுடன் அசையாகவும் வரும் என்று நன்னூலும் கூறுகின்றன. இவற்றுடன் மட்டுமல்லாமல், வியப்பு, சோகம் முதலான உணர்ச்சிகளையும் புலப்படுத்தும் ஆற்றலுடையதாக விளங்குகிறது, இந்தச் சொல்.

''இன்சொல் இனிதீன்றல் காண்பான்
எவன்கொலோ
வன்சொல் வழங்கு வது''

(குறள்)

எவன், என்பதற்கு 'ஏன்' என்று பொருள். 'இன்சொல் இன்பம் தருவதை உணர்ந்திருந்தும் ஒருவன் வன்சொல் வழங்குவது ஏனோ' என்பது இந்தக் குறட்பாவின் பொருள். 'ஏன்' என்பதற்கும் 'ஏனோ' என்பதற்கும் உள்ள வேறுபாட்டை நோக்குக. 'ஏனோ' என்பது வெறும் ஓசை நயம் கருதி மட்டும் அமையவில்லை. 'ஏனோ' என்று சொல்லும்போது அதிலே ஓர் இரக்கப் பொருளும் தொனிக்கிறது. 'எவன்-கொலோ' என்பதும் இவ்வாறே இரக்கப் பொருள் உணர்த்துவதை இந்தக் குறளின் பொருளைக் கூர்ந்து நோக்கினால் புலனாகும். இங்கே 'ஓ' என்பதே இரக்கப் பொருள் உணர்த்துகிறது என்றும், 'கொல்' என்பது அசை என்றும் கொள்வாகும் உண்டு. 'ஓ' என்பதை அசையாகக் கொள்ளவும் இடம் உண்டு. அப்போது 'கொல்' என்னும் சொல்லே இரக்கப் பொருள் உணர்த்துவதாகிறது. எப்படி இருந்தாலும், 'கொல்' என்பது உணர்ச்சியைப் புலப்படுத்தும் சொல் என்பதற்கு இலக்கியச் சான்றுகள் நிறைய உண்டு சற்று முன்பு பார்த்த, 'சான்றோரும் உண்டுகொல்' என்னும் சிலப்பதிகார வரியிலே 'கொல்' என்பது கண்ணகியின் வேதனையைப் புலப்படுத்துவதைக் காண்கிறோம்.

''கற்றதனா லாய **பயனென்கொல்**
வாலறிவன்
நற்றாள் தொழார் எனின்''

என்னும் குறளிலே பயனென்கொல் என்னும் தொடரில் நிற்கும் 'கொல்' என்பது இரக்க உணர்ச்சியைக் காட்டுகிறது.

''காலைக்குச் செய்தநன்று **என்கொல் எவன்கொல்**யான்
மாலைக்குச் செய்த பகை''

என்னும் குறள் தலைவியின் கூற்றாக அமைந்திருக்கிறது.

''காலையரும்பிப் பகலெல்லாம் போதாகி
மாலை மலருமிந் நோய்''

என்று வள்ளுவர் கூறினாரே அந்த நோயின் மிகுதியால், காதலி மாலையைப் பார்த்துக் கூறுகிறாள்,

''எவன்கொல்யான் மாலைக்குச் செய்த பகை'' என்று. இங்கேயும் 'கொல்' என்னும் சொல், காதலியின் உள்ளத்தைப் படம் பிடித்துக் காட்டும் – அவள் வேதனையைப் புலப்படுத்தும் – சொல்லாக அமைந்திருக் கிறது.

எனவே, 'கொல்' என்னும் சொல் ஐய வினாவாக மட்டுமல்லாமல், உணர்ச்சியைப் புலப்படுத்தும் சொல்லாகவும் அமைகிறது என்று கொள்வதே பொருத்தமாகும்.

அறிவினா

வினா வகைகளுள் 'அறிவினா' என்பதும் ஒன்று. நமக்குத் தெரிந்த ஒன்று மற்றவர்க்குத் தெரிந்திருக்கிறதா என்பதை அறிந்து கொள்ளும் நோக்கத்துடன் கேட்பது 'அறி வினா எனப்படும். இந்தப் பாடலுக்குப் பொருள் என்ன?'' என்று ஆசிரியர் மாண வனைக் கேட்பது இந்த வகையைச் சேர்ந்தது. பாடலின் பொருளை அறிந்து கொள்வதற்காக ஆசிரியர் மாணவனைக் கேட்கவில்லை. அவருக்குப் பாடலின் பொருள் தெரியும். ஆனால், மாணவனுக்கு அதன் பொருள் தெரியுமா என்பதைத் தெரிந்து கொள்ளவே, ஆசிரியர் 'இந்தப் பாடலுக்குப் பொருள் என்ன?' என்று கேட்கிறார்.

இப்பொழுது இந்தக் குறளோவியத்தைப் பாருங்கள் :

''வள்ளுவரின் மாணவர் ஒரு நாள் வள்ளுவரிடம் ஒரு விளக்கம் கேட்டார்.

'வாள் போன்ற பகைவர்க்கு அஞ்சத் தேவையில்லை என்று குறள் தீட்டியிருக் கிறீர்களே; பகையை வாளுக்கு ஒப்பிடு வதற்குக் காரணம் என்ன? எத்தனையோ போர்க் கருவிகள் இருக்கும்போது வாளை ஒப்பிட்டது எதற்காக? இது தான் அந்த மாணவர் கேட்ட விளக்கம். அதற்கு வள்ளுவர் விடை தருகிறார் இப்படி: 'அன்ப! குறளை ஒரு முறைக்கு இரு முறை ஆழமாகப் படித்துப்பார். நான் என்ன சொல்கிறேன் என்பது தெளிவாகும். வெளிப்படையாகத் தெரியும் பகையைவிட, மறைந்திருந்து உறவினரைப் போல நடித்துத் திடீரெனத் தாக்கும் உட்பகை மிகக் கொடிது என்பதை யும், வெளிப்படையான பகைக்கு அஞ்சா விட்டாலும் பரவாயில்லை; உட்பகைக்கு அஞ்சி எச்சரிக்கையாக நடந்துகொள்ள வேண்டும் என்பதையுமே இந்தக் குறள் வாயிலாக வலியுறுத்துகிறேன்!'

இங்கே மாணவன் கேட்கும் கேள்விகள் அறியா வினாவாகவோ, ஐய வினாவாகவோ இருக்கலாம்.

''பகையை வாளுக்கு ஒப்பிடுவதற்குக்
காரணம் என்ன? எத்தனையோ
போர்க்கருவிகள் இருக்கும்போது
வாளை ஒப்பிட்டது எதற்காக?''

இவை மாணவன் கேட்ட கேள்விகள்.

இந்தக் கேள்விகளையே ஆசிரியர் மாண வனைப் பார்த்துக் கேட்பதாக இருந்தால், அப்போது இவை அறிவினா வகையின் பாற்படும். அறியாததை அறிந்துகொள் வதற்காக ஆசிரியர் மாணவனிடம் கேட்க வில்லை. மாணவனுக்குப் புரிந்திருக்கிறதா என்று தெரிந்துகொள்வதற்காகக் கேட்கிறார். இத்தகைய வினாக்கள் எந்த வகையைச் சேர்ந்தவை என்பதை நாம் இடம் நோக்கியே அறிய வேண்டும்.

கொளல் வினா?

நாம் கடைக்குச் சென்று கடைகாரரிடம் நமக்குத் தேவையான ஒரு பொருள் இருக் கிறதா என்று கேட்கிறோம். அந்தக் கேள்வி யின் பொருள் என்ன? அந்தப் பொருள் நமக்கு வேண்டும் என்பதைத்தானே அந்தக் கேள்வி குறிப்பாக உணர்த்துகிறது? இந்த வகை வினாவைக் 'கொளல் வினா' என்று குறிப்பிடுவர்.

''நான் தேர்விலே நிறைய மதிப்பெண்கள் பெற்றால், எனக்கு இந்தப் புத்தகத்தை வாங்கித் தருவீர்களா?'' என்று குழந்தை பெற்றோரிடம் கேட்பதும் கொளல் வினாவே.

''இந்த ஓவியம் மிகவும் அழகாக இருக்கிறது. நீங்கள் என்ன விலை கேட்டாலும் தருகிறேன். எனக்குக் கொடுப்பீர்களா?''

- இதுவும் கொளல் வினாவே ஒன்றைக் கொள்ள அல்லது அடைய வேண்டும் என்னும் விருப்பத்தை இவை தெளிவாகத் தெரிவிக்கின்றன.

ஏவல் வினா

''வாராயென் தோழி வாராயோ?
மணப்பந்தல் காண வாராயோ?
மணமேடை தன்னில் மணமே காணும்
திருநாளைக் காண வாராயோ?''
(கண்ணதாசன்)

'வாராயோ' என்னும் வினா என்ன பொருள் உணர்த்துகிறது? இங்கே 'வாராயோ' என்பதற்கு 'வா' என்று பொருள். இத்தகைய பொருளுடைய வினா ஏவல் வினா எனப்படும். ஏவுதல் என்பது ஒருவரை ஒரு செயலைச் செய்யும்படி கூறுதல்.

''**வாராயோ** ஒரு பதில் **கூறாயோ**
நிலவென **வாராயோ** அருள் மழை
தாராயோ
''பங்கயமே உனைப் பாடிய பிள்ளைமுன்
நிலவு எழுந்தாட
விரைந்து **வாராயோ** எழுந்து **வாராயோ**
கனிந்து **வாராயோ**''
(கண்ணதாசன்)

இந்தப் பாடலிலே இடம் பெற்றிருக்கும் வாராயோ, கூறாயோ, தாராயோ என்னும் வினாக்கள் வா, கூறு, தா என்று பொருள் தருகின்றன. எனவே, இவற்றை ஏவல் வினாக்கள் என்கிறோம்.

''சிங்கு நமக்கு இரு பெண்கள் துணை
வைத்தாரே
சிறிதும் உனக்கேன் கவலை?' என்றான்
திம்மன்''

என்னும் பாவேந்தர் பாரதிதாசன் பாடலிலே நிற்கும் 'சிறிதும் உனக்கேன் கவலை?' என்னும் தொடரைப் பாருங்கள். 'நீ சிறிதும் கவலைப் படாதே' என்பதுதான் இந்தத் தொடரின் பொருள். இதுவும் ஏவல் வினாவே.

சாப்பிடுகிறாயா, நீ சாப்பிடவில்லையா, நீ படிக்கவில்லையா, எனக்காக இதைச் செய்வாயா போன்ற வினாக்களும் ஏவல் பொருள் உணர்த்துவதை நோக்குக.

கொடை வினா

குழந்தை 'எனக்கில்லையா?' என்று கேட்பதற்குத் தாய் 'உனக்கில்லாமலா?' என்று விடையை வினா வடிவிலே தருவதை முந்திய அத்தியாயத்தில் பார்த்தோம். எதிர்மறையில் அமைந்த இந்த வினா உடன்பாட்டுப் பொருள் உணர்த்துவதையும் அப்போது கண்டோம். 'நிச்சயமாக உனக்குத் தருவேன்' என்னும் கருத்தை உணர்த்துவதால் இது கொடை வினா எனவும் கொள்ளப்படும். கொடுப்பதை உணர்த்தும் வகையில் கொடுக்க நினைப்பவர் எழுப்பும் வினா இது.

வேண்டுகோள்

சற்று முன்பு ஏவல் வினா பற்றிப் பார்த்தோம் அல்லவா? இத்தகைய வினாக்கள் சில சமயங்களில் வேண்டுகோளாகவும் அமையலாம். 'நீங்கள் எனக்கு ஓர் உதவி செய்ய முடியுமா?' என்பது வினா வடிவில் அமைந்த வேண்டுகோள். 'என் குற்றங்களை யெல்லாம் மன்னித்து எனக்கு அருள் புரிவாயா?' என்று பக்தன் இறைவனிடம் வேண்டுகிறான். இங்கே வேண்டுதல், வினா வடிவிலே அமைந்திருப்பதைக் காண்க.

ஏவல், வேண்டுதல் போன்ற வினாக்களில் இரக்கம் முதலான உணர்ச்சிகளும் இழையோடுவதுண்டு.

''ஒரு நாளாப் பல நாளாத் திங்களா
ஆண்டுகளா உருவு கொண்டிங்கு
அருநாளாம் ஆயுள்நாள் கழிவதனை
உணராயோ? அவல நெஞ்சே''
(வேதநாயகம் பிள்ளை)

இந்தப் பாடலிலே 'உணராயோ அவல நெஞ்சே' என்னும் தொடர், 'அவல நெஞ்சே! உணர்ந்து கொள்' என்று பொருள் தருகிறது. இந்தப் பாடலையும், குறிப்பாக இறுதி வரியையும் நன்கு கவனியுங்கள். இந்தப் பாடலை முடிக்கும் வினாத் தொடரிலே இரக்க உணர்வு இழையோடுவதைக் காணலாம். ஏவல் வினாவிலே இரக்க உணர்வும் புலப்படுகிறது.

கம்பரின் இந்தப் பாடலைப் பாருங்கள் :

''ஆடு கொடிப்படை சாடி, அறத்தவரே ஆள
வேடு கொடுத்தது பார் எனும் இப்புகழ்
மேவீரோ?
நாடு கொடுத்த என் நாயகனுக்கு இவர்,
நாம் ஆளும்
காடு கொடுக்கிலர் ஆகி, எடுத்தது
காணீரோ?

இந்தப் பாடலிலே, **'மேவீரோ'**, **'காணீரோ'** என்னும் வினாக்களிலே கோபம் கொந்த– ளிப்பதைக் காண்கிறோம்.

காட்டில் குகனுடன் இருக்கும் இராமனைத் திரும்பவும் அயோத்திக்கு அழைத்துச் செல்லப் பரதன் பரிவாரங்களோடு வரு கிறான். தூரத்திலே படைகள் வருவதைக் கண்ட குகன், 'நாடு கொடுத்த இராமனைக் காட்டிலும் வாழ விடாமல் விரட்ட வந்து விட்டார்களே' என்று எண்ணிச் சினங் கொண்டு தன் வீரர்களிடம், 'பாருங்கள்! பரதனின் நயவஞ்சகத்தை! நாட்டைத்தான் பறித்துக் கொண்டான்! இப்போது காட்டிலும் இராமனை வாழ விடாமல் தொல்லை கொடுக்க வந்துவிட்டான். பரதனின் படை களை எதிர்த்து அழித்து, இராமனுக்கு நாட்டை மீட்டுக் கொடுத்து 'வேந்தனுக்கு வேடுவர் நாடு வழங்கினர்' என்ற புகழைப் பெறுங்கள்' என்று கூறுகிறான். 'மேவீரோ' என்ற வினா விற்குப் பெறுவீரோ, அடைவீரோ என்று பொருள். இந்த வினா, பெறுங்கள் அல்லது அடையுங்கள் என்னும் ஏவல் பொருளில் அமைந்திருக்கிறது. 'காணீரோ' என்னும் வினாவும் 'காணுங்கள்' என்னும் ஏவல் பொருள் தருகிறது.

வினாத் தொடர்கள் பல்வேறு பொருள் தருவதோடு, பல்வேறு உணர்ச்சிகளையும் வெளிப்படுத்தும் ஆற்றல் பெற்று விளங்கு கின்றன. உரையாடலுக்கு உயிரோட்டம் தருபவை இத்தகைய வினாத் தொடர்கள் என்றால் அது மிகையாகாது.

■■■

17
மற்றும் என்னும் சொல்

மற்று, மற்றும், மற்றை, மற்ற என்னும் சொற்கள் ஒரு பொருளுடையவை.

வினைமாற்று

''மற்றென் கிளவி வினைமாற் றசைநிலை
அப்பால் இரண்டென மொழிமனார்
புலவர்''
(தொல்)

'மற்று' என்னும் சொல் வினைமாற்றா கவும் அசை நிலையாகவும் அமையும் என்பது இதன் பொருள். வினைமாற்று என்றால் என்ன என்பதை முதலில் பார்ப்போம்.

''கெடுப்பதூஉம் கெட்டார்க்குச் சார்வாய்
மற்றாங்கே
எடுப்பதூஉம் எல்லாம் மழை''
(குறள்)

''மழை பெய்யாது மக்களைக் கெடுப்பதும் உண்டு; அப்படித் துன்பத்திற்கு ஆளானவர் களை மழை பெய்து கை தூக்கி விடுவதும் உண்டு. இந்தக் குறட்பாவிலே மற்று என்னும் இடைச் சொல் வினைமாற்றாக நிற்கிறது. இதை வினைமாற்று என்று சொல்லக் காரணம் என்ன? பெய்யாது மக்களைக் கெடுப்பதும் மழை; அவ்வாறு கெட்டவர் களைப் பெய்து வாழ வைப்பதும் மழை. 'பெய்யாது கெடுத்த என்பது பின்னர், 'பெய்யாது கெடுக்காமல்' என்று மாறி நின்று பொருள் தருவதால் இது வினைமாற்று எனப்படுகிறது.

''மக்கள் மெய்தீண்டல் உடற்கின்பம்
மற்று அவர்
சொற்கேட்டல் இன்பம் செவிக்கு''

''தவம்செய்வார் தம்கருமம் செய்வார்
மற்றுஅல்லார்
அவம்செய்வார் ஆசையுட் பட்டு''
(குறள்)

இந்த இரண்டு குறளிலும் நிற்கும் மற்று என்னும் சொல்லும் வினைமாற்றாகவே அமைந்திருக்கிறது.

அசைநிலை

தனிப்பொருள் எதுவுமின்றி வெறும் அசையாக நிற்பதே அசைநிலை எனப்படும்.

எடுத்துக்காட்டு :

''பணிவுடையன் இன்சொலன் ஆதல்
ஒருவற்கு
அணி அல்ல மற்றுப் பிற''

(குறள்)

பணிவுடையவனாகவும் இன்சொல் பேசுபவனாகவும் இருப்பதே ஒருவனுக்கு அணியாகும். மற்ற அணிகள் எல்லாம் அணிகளாகா' என்பது இதன் பொருள் 'மற்ற அணிகள்' என்பதைக் குறிக்கப் 'பிற' என்னும் சொல் இருப்பதால், 'மற்று' என்பதை அசையாகக் கொள்கிறோம்.

பிறிது, பின்பு

தொல்காப்பியர் காலத்தில் வினைமாற்றாகவும் அசை நிலையாகவும் வழங்கிய மற்று என்னும் சொல், பிறிது, பின்பு முதலிய பொருள்களிலும் பின்னர் வழங்கலாயிற்று. இவ்வாறு மொழியிலே மாற்றங்கள் ஏற்படுவது இயல்பு என்பதை உணர்ந்தே தொல்காப்பியர்,

''கிளந்த அல்ல வேறுபிற தோன்றினும்

கிளந்தவற்று இயலான் உணர்ந்தனர்
கொளலே''

என்று கூறுகிறார்.

''ஊழிற் பெருவலி யாவுள **மற்றொன்று**
சூழினும் தான் முந் துறும்''

(குறள்)

இங்கே மற்றொன்று என்பது 'பிறிதொன்று' அல்லது 'வேறொன்று' என்று பொருள் தருகிறது. 'மற்றொன்று' என்பது இன்றைய வழக்கிலும் உள்ளது.

''நுண்ணிய நூல்பல கற்பினும் **மற்றும்**தன்
உண்மை யறிவே மிகும்''

(குறள்)

இங்கே, 'மற்றும் 'என்பது', 'பிறகும்' என்னும் பொருள் தருகிறது. படிப்பதற்கு முன்பேயன்றிப் படித்த பின்பும் அவனுடைய இயல்பான அறிவே மிகுந்து நிற்கும் என்பது இதன் பொருள்.

''மற்று அறிவாம் நல்வினை, யாம்
இளையம் என்னாது''

(நாலடியார்)

இந்தத் தொடரிலும் 'மற்று' என்பது 'பின்பு' என்னும் பொருள் தருவதை நோக்குக. ''நாம் இளைமைப் பருவத்தில் இருப்பதால், நல்வினையைப் பற்றி இப்போது கவலைப்பட வேண்டியதில்லை; பின்பு சிந்திக்கலாம் என்று எண்ண வேண்டாம்'' என்பது இதன் பொருள்.

மற்றையது...

'மற்று' என்னும் சொல்லினடியாகத் தோன்றியவையே மற்றையது, மற்றையோர் முதலிய சொற்கள். முன்னர்க் குறித்த பொருளை விடுத்து, அதற்கு இனமான மற்றொரு பொருளைக் குறிக்க வருவது 'மற்றையது' என்னும் சொல் என்று தொல்காப்பியர் கூறுகிறார்.

''மற்றையது என்னும் கிளவிதானே
சுட்டுநிலை ஒழிய இனங் குறித்தன்றே''

(தொல்)

எடுத்துக்காட்டு :

''துறந்தார்க்குத் துப்புரவு வேண்டி
மறந்தார்கொல்
மற்றையவர்கள் தவம்''

''அறத்தான் வருவதே இன்பம்
மற்றெல்லாம்
புறத்த புகழும் இல''

(குறள்)

''கற்ற அறிவினரைக் காமுறுவர் மேன்
மக்கள்
மற்றையர்தாம் என்றும் மதியாரே''

(நாலடியார்)

'மற்றெல்லாம்' என்னும் தொடருக்கு 'மற்றவை எல்லாம்' என்று பொருள். மற்றையர் என்றால் மற்றவர் என்று பொருள்.

இன்றைய கவிதையிலும் மற்று, மற்றை முதலிய சொற்கள் வழங்குகின்றன.

எடுத்துக்காட்டு :

''அம்மவோ! **மற்று** ஆங்கோர்
ஆண் குரங்கு தன்னுடனே
ஏதேதோ கூறி இரங்கும் நிலைகண்டேன்''
(பாரதியார்)

இங்கே 'மற்று' அசைநிலையாக நிற்கிறது.

''பின்பு நான் பார்க்கப் பெடைக்குயில்
அஃதொன்றல்லால்
மற்றைப் பறவை மறைந்தெங்கோ
போகவும்''

இங்கே 'மற்றை' என்பது சுட்டியதை விடுத்து மற்றவற்றைக் குறிக்கிறது.

மற்ற, மற்றது, மற்றவை, மற்றையவை, மற்றவர் முதலான சொற்களும் 'மற்று' என்னும் சொல்லினடியாகத் தோன்றியவை. இன்றைய வழக்கில் - பேச்சு வழக்கு, எழுத்து வழக்கு இரண்டிலும் - இவற்றின் ஆட்சியைக் காணலாம்.

எடுத்துக்காட்டு :

1) இலக்கியத்துறையில் மட்டுமன்று; **மற்றத்** துறைகளிலும் அவருக்கு மிகுந்த ஈடுபாடு உண்டு.

2) 'என்ன இருந்தாலும், நீங்கள் இப்படி ஆத்திரப்படக் கூடாது' என்று **மற்றவர்கள்** அவரைச் சமாதானப்படுத்தினார்கள்.

3) நாம் ஒரு காரியத்தில் ஈடுபடும்போது, நம் கவனம் முழுவதும் அந்தக் காரியத்திலேயே இருக்க வேண்டும்; **மற்றவற்றில்** நம் கவனம் திரும்பக் கூடாது.

4) இல்லாதவர்க்கு ஒரு பொருளைக் கொடுப்பதே ஈகை. **மற்றவையெல்லாம்** பயனை எதிர்பார்த்துக் கொடுப்பவையே.

5) கற்றவரே கண்ணுடையார்; **மற்றவர்** முகத்தில் இரண்டு புண்ணுடையார்.

6) அழிவு இல்லாத சிறந்த செல்வம் கல்வியேயாகும்; **மற்றவை** அத்தகைய சிறப்புடைய செல்வம் அல்ல.

7) இருநோக்கு உடையது இவளுடைய கண். ஒன்று நோய் செய்யும் நோக்கு; **மற்றது**, அந்த நோய் தீர்க்கும் மருந்து.

இன்றைய வழக்கில் மற்றும் என்னும் சொல்

'மற்றும்' என்னும் சொல் இன்றைய வழக்கிலும் உள்ளது. அது என்ன பொருளில் வழங்குகிறது என்று பார்ப்போம்.

எடுத்துக்காட்டு :

1) அரசியலில் மட்டுமல்ல; சமூகம், பொருளியல், இலக்கியம் போன்ற **மற்றும்** பல துறைகளிலும் மாற்றங்கள் ஏற்படலாயின.

2) தமிழில் மட்டுமல்லாமல், **மற்றும்** பல மொழிகளிலும் இந்த நிலையைக் காண்கிறோம்.

3) **மற்றும்** சில மாணவர்களும் வந்தார்கள்.

இந்த வாக்கியங்களில் மற்றும் என்னும் சொல் **வேறு** என்னும் பொருள் தருவதை நோக்குக.

'மற்றும் சில மாணவர்களும் வந்தார்கள்' என்பதற்கு 'இன்னும் சில மாணவர்களும் வந்தார்கள்' என்றும் பொருள் கொள்ளலாம்.

''பாரதிதாசனின் பாடல் இது. அவருடைய **மற்றுமொரு** பாடலை இப்போது பார்ப்போம்'' என்னும் வாக்கியத்திலும் 'மற்றும் ஒரு' என்பது வேறொரு என்றும் இன்னொரு என்றும் இரு விதமாகப் பொருள் தருவதை நோக்குக.

''அரசாங்கமும், வங்கிகளும், கூட்டுறவு அமைப்புக்களும், **மற்றும்** பல நிறுவனங்களும் வீடு கட்டக் கடன் தருகின்றன''.

இந்த வாக்கியத்திலும் 'மற்றும்' என்னும் சொல் இரண்டு விதமாகவும் பொருள் தருகின்றது.

மற்றும் என்னும் சொல் இலக்கிய வழக்கிலும் உலக வழக்கிலும் என்னென்ன பொருளில் வழங்குகிறது என்பதை இது வரை பார்த்தோம். இந்தச் சொல்லை இன்று பலரும் தவறாகப் பயன்படுத்துகின்றனர். எண்ணும்மை வரவேண்டிய இடங்களில், ஆங்கிலத்தில் **and** என்னும் சொல் இருப்பது போலத் தமிழில் **'மற்றும்'** என்னும் சொல்லை வைக்கலாம் என்று அவர்கள் நினைப்பதே இதற்குக் காரணம். ஆங்கில

மரபு வேறு; தமிழ் மரபு வேறு. இதை எண்ணிப் பார்க்காமல் கற்றவர்களே இப்படிப்பட்ட தவறுகளைச் செய்யலாமா? மேலும், ஆங்கிலேயரோ அல்லது வேறு மொழியினரோ தமிழையோ அல்லது வேறு ஏதேனும் மொழியையோ பார்த்துத் தங்கள் மொழியிலே மாற்றம் செய்ய எண்ணு கிறார்களா? இல்லையே. தமிழர்களுக்கு மட்டும் ஏன் இம்மாதிரியான எண்ணம் தோன்றுகிறதோ தெரியவில்லை. இதனால், நாம் நம்மையும் குழப்பிக்கொண்டு, மற்றவர்களையும் குழப்பத்திற்கு ஆளாக்கி, மொத்தத்தில் மொழியின் சீர்குலைவுக்கு அடிப்படை அமைத்துவிடுகிறோம். இதை அறிஞர்கள் சீர் தூக்கிப்பார்க்க வேண்டும்.

எண்ணும்மையின் பணிவேறு; மற்றும் என்னும் சொல்லின் பணிவேறு. இவை ஒன்றுக்கொன்று ஈடாக வரமுடியாது. இந்த வாக்கியங்களை நோக்குக :

(1) கரிகாலன் அறிவிலும் ஆற்றலிலும் ஈடும் எடுப்பும் அற்றவன்.

(2) வேந்தன் நெடுஞ்சேரலாதனும் அரசி நற்சோணையும் அரியாசனத்தில் அமர்ந் திருக்கிறார்கள்.

(3) அப்போது, செங்குட்டுவனும் இளங் கோவும் மண்டபத்தில் நுழைகிறார்கள்.

(4) பொன்னுக்கும் பொருளுக்கும் ஆசை கொண்டு, கோவலனைத் தேடியவள் அல்லள் மாதவி.

(5) கோவலன் கண்ணகியின்பால் கொண்ட அன்பு அவ்வளவு விரைவிலும் எளி திலும் முறிந்துவிடக் கூடியதாகத் தோன்றவில்லை.

(6) சோழன் கரிகாலனையும் பாண்டியன் பெருவழுதியையும் காரிக் கண்ணனார் என்னும் புலவர் ஒரு சேர வாழ்த்து வதைப் புறநானூற்றிலே காண்கிறோம்.

(7) தமிழகமும் ரோமும் கொண்டிருந்த தொடர்புகளுக்குச் சான்று பகர்கின்றன புதை பொருள் ஆராய்ச்சி முடிவுகள்.

(8) அரேபியாவிலிருந்து குதிரைகளும் மேற்குக் கடற்பக்கத்திலிருந்து மிளகுப் பொதிகளும், மேருவிலிருந்து மாணிக்க மும் பொதியமலையிலிருந்து சந்தன மரமும், பாண்டி நாட்டிலிருந்து முத்தும், கீழ்க்கடற் பகுதியிலிருந்து பவளமும் காவிரிப் பூம்பட்டினத்தில் வந்திறங்கின என்று பட்டினப் பாலை என்னும் நூல் கூறுகிறது.

(9) காவியுகு நீரும், கையில் தனிச் சிலம்பும், ஆவி குடிபோன வடிவும் கொண்டு ஒருத்தி வந்திருக்கிறாள்.

(10) உங்களுக்குப் புறப்பாட்டு எழுதவும் போர்த்தளவாடம் சேகரிக்கவும் பொழு தெல்லாம் பாண்டி மண்டலத்துச் சேதி கேட்கவும்தான் நேரமிருக்கிறது.

இந்த வாக்கியங்களில் எண்ணும்மைக்குப் பதிலாக ‘மற்றும்’ என்னும் சொல்லை அமைக்க முடியாது. ‘மற்றும்’ என்னும் இடைச்சொல் என்னென்ன பொருளில் வழங்குகிறது என்பதை முன்பு பார்த்தோம். அவற்றுள் ஏதேனும் ஒரு பொருளில்தான் அந்தச் சொல் பயன்படுத்தப்பட வேண்டும். எண்ணும்மைக்குப் பதிலாக ‘மற்றும்’ என்னும் இடைச் சொல்லைப் பயன்படுத்து வது தவறு. அவ்வாறு பயன் படுத்துவது தமிழ் மரபுக்குப் புறம்பானது.

மொழி மரபு பற்றி டாக்டர் தமிழண்ணல் அவர்கள் இப்படிக் கூறுகிறார்கள்:

‘மரபை முற்றிலும் மாற்றுவது, மரபை விட்டு முற்றிலும் விலகிப் போவது என்பன வெல்லாம் வீண் கற்பனைகள். மரபு என்பது கிளைகளுக்கு அடிமரமும், கொம்புகளுக்குக் கிளையும் அரும்புகளுக்குக் கொம்பும், மலர்களுக்கு அரும்பும் போன்றது’’.

டாக்டர் தமிழண்ணல் அவர்களின் கூற்று, மொழியிலே மரபு காத்தல் எவ்வளவு இன்றி யமையாதது என்பதைத் தெளிவாக உணர்த்து கிறது.

தமிழ் மொழியாக இருந்தாலும் சரி, வேறு எந்த மொழியாக இருந்தாலும் சரி, மரபை ஒட்டியதா, மரபுக்குப் புறம்பானதா என்னும் ஐயம் எழும்போது, அந்த ஐயத்தைப் போக்கிக் கொள்ள ஒரு வழி இருக்கிறது. அந்த மொழியைத் தாய்மொழியாகக் கொண்ட வர்கள், பெயரளவில் மட்டுமன்று, அன்றாட வாழ்க்கையிலும் தாய்மொழி என்னும் தகுதியை அந்த மொழிக்கு அளித்து வருப வர்கள், அதாவது அதனை ஏட்டு மொழியாக

மட்டுமன்றி, வீட்டு மொழியாகவும் கொண்டிருப்பவர்கள். அதை எப்படிப் பயன்படுத்துகிறார்கள் என்பதைக் கவனித்தால் மரபு எது, மரபு அல்லாதது எது என்று எளிதில் தெரிந்து கொள்ளலாம். நாம் இப்போது பார்த்துக் கொண்டிருக்கும் எண்ணும்மையை எடுத்துக் கொள்வோம். தமிழறிந்தவர்கள் - தமிழை இயல்பாகப் பேசுபவர்கள் – யாரும் ''வேலன் மற்றும் கண்ணன் வந்தார்கள்'' என்று சொல்ல மாட்டார்கள். 'செந்தமிழும் நாப் பழக்கம்' என்று ஔவை கூறியது போலத் தமிழைப் பேசிப் பேசி, அந்த மரபிலே ஊறியவர்களின் நாக்கும் இப்படிக் கூறாது; கையும் இப்படி எழுதாது. பிறர் கூறக் கேட்டாலும் அவர்கள் செவிக்கு இது பிழை எனத் தெரிந்துவிடும், 'வேலனும் கண்ணனும் வந்தார்கள்' என்பது தான் தமிழ் மரபு.

தமிழ் மரபு மட்டுமன்று; இலக்கண விதியும் அதுவே. என்னும்மை பற்றித் தமிழ் இலக்கண நூல்கள் விரிவாகப் பேசுகின்றன. 'மற்று' என்னும் இடைச் சொல் பற்றியும் அவை தெளிவாக விளக்கியிருக்கின்றன. இவை இரண்டும் வெவ்வேறு பொருளுடையவை. வெவ்வேறு சூழலில் அமைபவை. இவற்றையெல்லாம் கவனத்திற் கொண்டால், எண்ணும்மைக்குப் பதிலாக 'மற்றும்' என்னும் சொல்லைப் பயன்படுத்துவது எவ்வளவு பெரிய தவறு என்பது புரியும்.

சில சமயங்களில் வாக்கியங்களில் எண்ணும்மையுடன் 'மற்றும்' என்னும் சொல்லும் இடம்பெற்றிருப்பதைக் காண்கிறோம். அத்தகைய வாக்கியங்களில் மற்றும் என்னும் சொல் எண்ணும்மைக்குப் பதிலாக அமையவில்லை என்பதை அந்த வாக்கியங்களைக் கூர்ந்து நோக்கினால் புரிந்து கொள்ளலாம். 'மற்றும்' என்னும் சொல் அங்கே வேறு பொருளைக் குறிக்க வருகிறது. அவ்வாறு அமைந்த வாக்கியங்களைக் கூர்ந்து நோக்கி, இந்த வேறுபாட்டை நினைவில் நிறுத்துவது, மயக்கமும் அந்த மயக்கம் காரணமாகப் பிழையும் ஏற்படாமல் இருக்க உதவும். அத்தகைய வாக்கியங்களில் ஒன்று இது:

''மன்றத் தலைவரும் செயலாளரும், செயற்குழு உறுப்பினர்களும் மற்றும் சிலரும் வந்திருந்தனர்''

இந்த வாக்கியத்தில் எண்ணும்மையும் இருக்கிறது. அதனுடன், 'மற்றும்' என்னும் சொல்லும் அமைந்திருக்கிறது. இங்கே 'மற்றும்' என்பது உம்மைப் பொருளில் வரவில்லை; வரவேண்டிய அவசியமும் இல்லை. இந்த வாக்கியத்தில் 'மற்றும்' என்னும் சொல் 'வேறு' என்னும் பொருள் தருகிறது. 'மற்றும்' என்னும் சொல்லை நீக்கிவிட்டு 'வேறு' என்னும் சொல்லை அமைத்தாலும் பொருள் மாறாது. 'மன்றத் தலைவரும், செயலாளரும் செயற்குழு உறுப்பினர்களும் வேறு சிலரும் வந்திருந்தனர்' என்னும் வாக்கியமும் அதே பொருள் தருவதைக் கவனியுங்கள். முந்திய வாக்கியத்திலே 'மற்றும்' என்னும் சொல் நின்ற இடத்திலே; இந்த வாக்கியத்திலே 'வேறு' என்னும் சொல் நிற்கிறது.

''மற்றியான் என்னுளேன் மன்னே
அவரொடுயான்
உற்ற நாள் உள்ள உளேன்''

என்னும் குறட்பாவிலே 'மற்று' என்னும் சொல் 'வேறு' என்னும் பொருள் தருவதைப் போலத்தான், இந்த வாக்கியத்திலே 'மற்றும்' என்னும் சொல் 'வேறு' என்னும் பொருள் தருகிறது. மேலும், இந்த வாக்கியத்திலே 'மற்றும்' என்பது அதனை அடுத்து நிற்கும் சிலரும் என்னும் சொல்லைத் தழுவி நிற்கிறது. 'மற்றும் சிலர்' என்று சொல்லும் போது முன்பு குறிப்பிட்டவர்களைத் தவிர்த்த வேறு சிலர்' என்னும் பொருள் உணர்த்துவதைக் கவனியுங்கள்.

இந்த வாக்கியத்திலே 'மற்றும்' என்பது மிக முக்கியமான சொல். இந்தச் சொல்லை நீக்கிவிட்டால் வாக்கியம் முழுமை பெறாது; பொருள் தெளிவும் இருக்காது. எல்லாவற்றையும் விட, அந்த வாக்கியம் பிழை என்பதைக் கேட்ட மாத்திரத்திலேயே கூறிவிடலாம்.

இந்த வாக்கியத்திலே இன்னொன்றையும் கவனிக்க வேண்டும். எண்ணும்மை இல்லாதவாறு இந்த வாக்கியத்தை மாற்றியமைத்தாலும் 'மற்றும்' என்னும் சொல் அப்படியே தான் இருக்கும். 'தலைவர், செயலாளர், செயற்குழு உறுப்பினர்கள் ஆகியோருடன் மற்றும் சிலரும் வந்திருந்தார்கள்' என்னும் வாக்கியத்தைக் கவனியுங்கள். இங்கேயும்

மற்றும் என்பது வேறு என்னும் பொருள் தருவதைக் காண்க.

'மற்றும்' என்னும் சொல் நுண்ணிய பொருளுணர்த்தும் கருவியாகப் பயன்படுவதைப் பல எடுத்துக் காட்டுக்களின் வாயிலாகக் கண்டோம். அதற்கு மேலும் ஒரு சான்றாக அமைகிறது இந்தத் தொடர் : ''தலைவர் அவர்களே! மன்ற உறுப்பினர்களே! மற்றும் இங்கே குழுமியிருக்கும் பெரியோர்களே!'' என்னும் தொடரைக் கவனியுங்கள். மேடையிலே பேசுகின்றவர் தம் உரையைத் தொடங்கும் முன், அவையோரை விளிப்பதைக் குறிக்கிறது இந்தத் தொடர். 'இங்கே' மற்றும்' என்னும் சொல் ஏன் வந்தது?' அந்தச் சொல் இல்லாவிட்டால் என்ன?' என்னும் கேள்விகளைக் கேட்டு உங்கள் சிந்தனைக்குச் சிறிது வேலை கொடுங்கள். இந்தத் தொடரிலே 'மற்றும்' என்னும் சொல், எவ்வளவு அவசியம் என்பது புலனாகும். தலைவர் அவர்களே! மன்ற உறுப்பினர்களே! இங்கே குழுமியுள்ள பெரியோர்களே' என்று கூறும்போது, அதாவது 'மற்றும்' என்னும் சொல்லை நீக்கிவிட்டுப் பார்க்கும்போது, 'தலைவரும் மன்ற உறுப்பினர்களும் பெரியோர்கள் இல்லையா?' என்னும் கேள்வி எழக்கூடும். அவர்களும் பெரியவர்கள்தான்; தலைவரையும் மன்ற உறுப்பினர்களையும் முதலில் குறிப்பிட்டு விட்டதால், பெரியோர்களில் ஒரு பிரிவினராகிய அவர்களை விடுத்து, ஏனையோரைக் குறிப்பிடுவதை உணர்த்த இங்கே 'மற்றும்' என்னும் சொல் தேவைப்படுகிறது. இந்தச் சொல் இல்லாவிட்டால், 'தலைவரும் மன்ற உறுப்பினர்களும் பெரியோர் பட்டியலில் சேராதவர்கள்' என்று பொருள் கொள்ள இடம் ஏற்பட்டுவிடும்.

''மற்றைய தென்னும் கிளவிதானே
சுட்டு நிலையொழிய இனங் குறித்தன்றே''

என்னும் தொல்காப்பிய நூற்பாவில் 'சுட்டு நிலையொழிய இனங் குறித்தன்றே' என்னும் தொடரின் கருத்தும் இதுதான். ஒரே இனமான பலவற்றில் முதலில் சுட்டியவற்றை விடுத்து ஏனையவற்றைக் குறிக்க மற்றும் என்னும் சொல் அவசியமாகிறது. 'ஒரே இனத்தைச் சேர்ந்த' என்பதையே நாம் இங்கே கவனிக்க வேண்டும். தலைவர், உறுப்பினர்கள் எல்லோருமே பெரியோர் பட்டியலில் இடம் பெறும் தகுதியுடையவர்கள்தான். அவர்களை முதலிலேயே குறிப்பிட்டு விட்டதால், எஞ்சியுள்ள பெரியோரையே பெரியோர் என்னும் சொல்லால் குறிப்பிடுகிறோம் என்பதைத் தெளிவுபடுத்தவே மற்றும் என்னும் சொல் பயன்படுத்தப்படுகிறது.

''அரசர்களின் அவைக் களத்தில் அரிய
தமிழ்க் கவிகள் பாடி
ஆனையென்றும் சேனையென்றும் ஆயிரம்
பொற்கிழிகள் என்றும்
மானியங்கள் **மற்றும்** பல பரிசில் என்றும்
மலைமலையாய்ப் பெற்றிடுவர்''
(கலைஞரின் சங்கத் தமிழ்)

இங்கேயும் 'மற்றும்' என்னும் சொல் எஞ்சியதைக் குறிப்பதை நோக்குக.

எண்ணும்மை தரும் பொருளை மற்றும் என்னும் சொல் தர முடியாது என்பதற்குப் பண்டைய இலக்கியங்களிலும் இன்றைய இலக்கியங்களிலும் எண்ணற்ற சான்றுகள் உள்ளன :

எடுத்துக்காட்டு :

''அரைசியல் பிழைத்தோர்க்கு
அறங்கூற் **றாவதூஉம்**
உரைசால் பத்தினிக்கு
உயர்ந்தோ **ரேத்தலும்**
ஊழ்வினை உருத்துவந்து
ஊட்டும் **என்பதூஉம்**''
(சிலம்பு)

''**மழித்தலும் நீட்டலும்** வேண்டா உலகம்
பழித்தது ஒழித்து விடின்''

''**நகையும் உவகையும்** கொல்லும் சினத்தின்
பகையும் உளவோ பிற''
(குறள்)

'**மன்னனும் மாசறக் கற்றோனும்**
சீர்தூக்கின்
மன்னனிற் கற்றோன் சிறப்புடையன்''

'**பாலும் தெளிதேனும் பாகும்**
பருப்புமிவை
நாலும் கலந்துனக்கு நான் தருவேன்''
(ஔவையார்)

'யாதும் ஊரே யாவரும் கேளிர்
தீதும் நன்றும் பிறர்தர வாரா
நோதலும் தணிதலும் அவற்றோ ரன்ன''
(கணியன் பூங்குன்றன்)

'தூயிழை யாடைகளும் – மணித்
தொடையலும் பொன்னும் ஓர்
தொகைப்படுமோ?
சேயிழை மடவாரும் - பரித்
தேர்களும் கொடுத்தவர் சிறுதொகையோ?
ஆணிப்பொற் கலசங்களும் – ரவி
அன்னநல் வயிரத்தின் மகுடங்களும்
மாணிக்கக் குவியல்களும் – பச்சை
மரகதத் திரளும் நன் முத்துக்களும்
பூணிட்ட திருமணி தாம் – பல
புதுப்புது வகைகளிற் பொலிவனவும்
காணிக்கையாகக் கொணர்ந்தார் - அந்தக்
காட்சியை மறப்பதும் எளிதாமோ?''
(பாரதியார்)

''சாதலும் வாழ்தலும் அற்ற இடம் - அணுச்
சஞ்சலமேனும் இல்லாத இடம்

மோதலும் மேவலும் அற்ற இடம் - உளம்
மொய்த்தலும் நீங்கலும் அற்ற இடம்''

''வஞ்சியும் குப்பனும் சத்தம் வரும்
வழியில்
நெஞ்சையும் காதையும் நேராக
வைத்திருந்தார்''
(பாரதிதாசன்)

''கல்லாலும் செம்பாலும் கடவுளாக்கிக்
கற்பூரம் காட்டிவிட்டால் போதும் என்றே
எல்லாரும் நினைத்துவிடச் செய்து நித்தம்
தெய்வத்தை ஏமாற்றி வாழ்ந்தோம் என்று
சொல்லாலும் செயலாலும்
எண்ணத்தாலும்
சுத்தமுள்ள பக்தி நெறி சொல்லித் தந்து
கல்லாத எளியவர்க்கும் கடவுள் தன்மை
கண்ணாரக் காட்டும் எங்கள் காந்தி
வாழ்க்கை''
(நாமக்கல் கவிஞர்)

''இமையும் விழியும் எதிரானால்
இயற்கை சிரிக்காதோ!
தாயும் சேயும் பகையானால்
தாரணி நகைக்காதோ!''

''விடியும் விடியும் என்றிருந்தோம்-இது
முடியும் பொழுதாய் விடிந்ததடா!
கொடியும் முடியும் தாழ்ந்ததடா!
குடியும் குலமும் ஓய்ந்ததடா!
(கண்ணதாசன்)

''அந்தி நேரத்தின் ஆனந்தக் காற்றும்
அன்பு மணக்கும் தேன்சுவைப் பாட்டும்
அமுத விருந்தும் மறந்துபோனால்
உலகம் வாழ்வதும் ஏது? பல
உயிர்கள் மகிழ்வதும் ஏது?''

''காலைப்பொன் சூரியனும்
கார்முகிலின் சந்திரனும்
காலமெனும் வண்டியிலே
கடையாணி யாகுமடா''
(பட்டுக்கோட்டையார்)

''உறுதி முழக்கமும் குருதிப் புனலும்
இறுதிப் பயணமும் எங்கும் நிறைந்த களம்''

''மூங்கிலனைய தோளும் முழுநிலவு
முகமும்
முல்லையினால் பல்லும் முத்துதிர்க்கும்
சொல்லும்
பாங்கியுந்தன் தலைவியாம் எந்தன்
காதலியைப் போல்
பாவையினைப் படைத்த விதம்
சொல்லுகின்றேன் கேள்!''
(கலைஞரின் சங்கத்தமிழ்)

இந்தச் சான்றுகளிலிருந்து நாம் அறிவது என்ன? எண்ணும்மை வேறு; மற்றும் என்னும் சொல்வேறு என்பதுதானே? இவை வெவ்வேறு பொருளுடையவை. மொழியில் இவற்றின் பயனும் வேறு வேறானவை. எனவே, எண்ணும்மைக்குப் பதிலாக மற்றும் என்னும் சொல்லை அமைப்பது தவறு. இதனால் பொருளும் கெடுகிறது; மொழி யமைதியும் கெடுகிறது.

மற்றும் - ஆகிய

பல பொருட்களைக் குறிப்பிட்டுத் தொகுதி யாகச் சொல்லும் போது, அந்தப் பெயர் களுக்குப் பின் 'ஆகிய' என்னும் சொல்லைப் பயன்படுத்துகிறோம்.

எடுத்துக்காட்டு :

1) எட்டுத் தொகை நூல்களுள் புறநானூறு, பதிற்றுப்பத்து **ஆகிய** இரண்டும் புறத்துறைச் செய்திகளைக் கூறுபவை.

2) நற்றிணை, குறுந்தொகை, அகநானூறு, ஐங்குறுநூறு, கலித்தொகை **ஆகிய** ஐந்தும் அகப்பொருட் செய்திகளைக் கூறுபவை.

இந்த வாக்கியங்களில் ஆகிய என்னும் சொல்லை நீக்கிவிட்டு அதற்கு முன்னால்

நிற்கும் பெயர்களுடன் எண்ணும்மை சேர்த்தாலும் இவற்றின் பொருள் மாறாது.

எட்டுத்தொகை நூல்களுள் புறநானூறும் பதிற்றுப்பத்தும் புறத்துறைச் செய்திகளைக் கூறுபவை.

நற்றிணையும், குறுந்தொகையும் அகநானூறும், ஐங்குறுநூறும் கலித்தொகையும் அகப்பொருட் செய்திகளைக் கூறுபவை.

முன்பு குறிப்பிட்ட வாக்கியங்களும் இந்த வாக்கியங்களும் ஒரே பொருள் தருகின்றன. முன்புள்ள வாக்கியங்களில் ஆகிய என்னும் சொல் நிற்கிறது. பின்புள்ள வாக்கியங்களில் அதற்குப் பதிலாக எண்ணும்மை சேர்ந்திருக்கிறது.

எண்ணும்மைக்குப் பதிலாக, ஆங்கிலத்தில் and வருவது போல் தமிழில் மற்றும் என்னும் சொல்லை அமைக்க நினைப்பவர்கள், மற்றும் என்னும் சொல்லுடன் ஆகிய என்னும் சொல்லையும் சேர்த்து இரட்டிப்புப் பிழை செய்கிறார்கள்.

எடுத்துக்காட்டு :

1) ஆங்கிலம் மற்றும் பிரஞ்சு ஆகிய மொழிகள்.
2) இசை மற்றும் நடனம் ஆகிய கலைகள்.
3) மொழி மற்றும் இலக்கியம் ஆகிய துறைகள்.

இந்தத் தொடர்களைப் பார்த்தவுடனேயே இங்கே மற்றும் என்னும் சொல் தேவையற்றது என்பதை நாம் உணர முடிகிறது. மேலும் மற்றும் என்பது இங்கே மொழியமைதிக்கும் பங்கம் விளைப்பதாகவும் இருக்கிறது.

ஆங்கிலம், பிரஞ்சு ஆகிய மொழிகள்
இசை, நடனம் ஆகிய கலைகள்
மொழி, இலக்கியம் ஆகிய துறைகள்

என்று, மற்றும் என்னும் சொல்லை நீக்கிவிட்டுச் சொல்லும் போது இவை மிகவும் இயல்பாய் இருக்கின்றன; அப்போது தான் தமிழ் போலும் ஒலிக்கின்றன.

ஆகிய என்னும் சொல்லை நீக்கிவிட்டு எண்ணும்மை சேர்த்தால், அப்போது இவை

ஆங்கில மொழியும் பிரஞ்சு மொழியும்
இசைக்கலையும் நடனக்கலையும்
மொழித்துறையும் இலக்கியத்துறையும்

என்று அமையும். இவையும் இயல்பாய்த் தமிழ்போல் ஒலிப்பதை நோக்குக.

மற்றும் என்னும் சொல் சேர்ந்து பிழையாக அமையும் வாக்கியங்கள் இன்று செய்தித் தாட்களிலும், வானொலியிலும், தொலைக் காட்சியிலும் மிக மிக அதிகம்.

எடுத்துக்காட்டு :

1) இந்த ஆயுர்வேத வைத்தியம் **திசுக்கள் மற்றும் தசைகளுக்கும்** புத்துணர்வு அளிக்கக் கூடியது.
2) **தலைக்கு மற்றும் உடம்புக்கு** 'ஆயில்' மசாஜ்' செய்யப்படுகிறது.
3) அவர்களின் **நோய் மற்றும் உடல்** நிலைக்கு ஏற்பத் தண்ணீர் பயன்படுத்தப் படும்.

இவற்றில் பொருள் தெளிவும் இல்லை; செவிக்கு இனிமையும் இல்லை.

திசுக்கள் மற்றும் தசைகளுக்கு
தலைக்கு மற்றும் உடம்புக்கு
நோய் மற்றும் உடல் நிலைக்கு

என்னும் தொடர்களை முறையே

திசுக்களுக்கும் தசைகளுக்கும்
தலைக்கும் உடம்புக்கும்
நோய்க்கும் உடல் நிலைக்கும்

என்று அமைக்கும்போது, தெளிவும் இனிமையும் தோன்றுவதைக் காண்க. 'புதுமை' என்று எண்ணிச் சிலர் செய்யும் இத்தகைய பிழைகள் 'கண்ணை விற்றுச் சித்திரம் வாங்குவதற்கு ஒப்பாகும்.

18

வினைச்சொல்

வினை வகைகள்

''வினையெனப் படுவது வேற்றுமை கொள்ளாது
நினையுங் காலைக் காலமொடு தோன்றும்
(தொல்)

வினைச்சொல் காலம் காட்டும்; வேற்றுமை ஏற்காது என்பது இதன் பொருள்.

''சொல்லெனப் படுப **பெயரே வினையென்று**
ஆயிரண் டென்ப அறிந்திசி னோரே''
(தொல்)

ஒரு மொழிக்கு அடிப்படையாக அமையும் சொற்கள் பெயர், வினை என இரு வகைப்படும். இவற்றுள் பெயர் வேற்றுமை ஏற்கும்; காலம் காட்டாது என்பதை முன்பு பார்த்தோம். பெயருக்கும் வினைக்கும் உள்ள முக்கிய வேறுபாடு இதுதான். வினைச் சொற்கள் பற்றி இப்போது விரிவாகப் பார்ப்போம்.

வினைச் சொற்கள் பின்வரும் வகைகளுள் அடங்கும் :

1) தெரிநிலை வினை.
2) குறிப்பு வினை.
3) உடன்பாட்டு வினை.
4) எதிர்மறை வினை.
5) தன் வினை.
6) பிறவினை.
7) செய்வினை.
8) செயப்பாட்டு வினை.
9) ஏவல் வினை.
10) வியங்கோள் வினை.
11) செயப்படுபொருள் குன்றிய வினை.
12) செயப்படு பொருள் குன்றா வினை.

வசதிக்காகவே இப்படிப் பல பிரிவு களாகப் பிரித்துள்ளோம். அதனால், இவை ஒவ்வொன்றும் ஒன்றுக்கொன்று முற்றிலும் வேறுபட்டவை என்றோ அல்லது ஒன்றுக் கொன்று தொடர்பில்லாதவை என்றோ கொள்ள வேண்டியதில்லை. உதாரணமாக, தெரிநிலை வினையே தன் வினையாகவும் அமையலாம்; பிறவினையாகவும் அமைய லாம். இதே போல உடன்பாடாகவும் அமையலாம்; எதிர்மறையாகவும் அமை யலாம். அவை வெவ்வேறு நிலைகளில் வெவ்வேறு பணியைச் செய்கின்றன; வெவ்வேறு பயனைத் தருகின்றன. இந்த அடிப்படையிலேயே அவை வகைப்படுத்தப் பட்டுள்ளன.

தெரிநிலை - குறிப்பு

முதலில், தெரிநிலை, குறிப்பு ஆகிய இரண்டையும் எடுத்துக்கொள்வோம். இவை இரண்டும் அவற்றின் செயல் முறையால் ஒன்றுடன் ஒன்று தொடர்பு உடையனவாக இருக்கின்றன. ஒன்று, செயல் நடந்ததையோ, நடப்பதையோ அல்லது நடக்கப்போவ தையோ வெளிப்படையாகக் காட்டுவது. இதைத் தெரிநிலை வினையென்று சொல்லு கிறோம். மற்றொன்று இந்த மூன்று காலங்களையும் குறிப்பாக உணர்த்துவது. அதாவது, இடம் நோக்கியே காலம் அறிய வேண்டும். அதனால் இதைக் குறிப்பு வினை என்று சொல்லுகிறோம்.

இந்த வாக்கியங்களை நோக்குக :

1) கோவலன் மாதவியிடம் கலையின் குறைவில்லா நிறையுருவைக் **கண்டான்.**

2) சிலப்பதிகாரத்தின் முற்பகுதி ஓர் இளைஞனின் காதல் வாழ்வுக் கதையா **யிருக்கிறது.** அதன் பிற்பகுதி உயர்ந்து உயர்ந்து நம் நெஞ்சப் பெருமூச்சை உருவாக்குவதாய் **அமைகிறது.**

3) மீண்டும் அவர்கள் இல்லம் ஒளி **பெறும்;** மகிழ்ச்சி **துள்ளும்.** மீண்டும் மகிழ்ச்சிப் பிணைப்பும், இணைப்பும் இனிமைச் சிரிப்பும் **தோன்றும்.**

4) ஒப்புயர்வற்ற காதற்கூடமாய் எந்த இல்லம் **இருந்ததோ,** அது வெட்கத்திற் குரிய வெற்றிடமாய்த் **தோன்றியது.**

இந்த வாக்கியங்களில் நிற்கும் கண்டான், இருக்கிறது, அமைகிறது, பெறும், துள்ளும், தோன்றும், இருந்தது, தோன்றியது என்பன வினைமுற்றுக்கள். இவற்றுள் கண்டான், தோன்றியது இருந்தது என்பன இறந்த கால வினைமுற்றுக்கள். இருக்கிறது, அமைகிறது என்பன நிகழ்கால வினைமுற்றுகள். பெறும், துள்ளும், தோன்றும் என்பன எதிர்கால வினைமுற்றுக்கள். இந்த வினைமுற்றுக்கள் காலத்தை வெளிப்படையாகவே காட்டு கின்றன. இப்படிக் காலத்தைத் தெளிவாகக் காட்டும் வினைகள் தெரிநிலை வினைகள் எனப்படும்.

இப்பொழுது, இந்த வாக்கியங்களை நோக்குக :

1) கண்ணகி பொறுத்திருந்தது வீண் **போக வில்லை.**
2) இத்தகைய காட்சியை உணர்ச்சி உருவோடு அமைப்பது ஓர் எழுத்தாள னுக்கு எளிதான **காரியமல்ல.**
3) சிலப்பதிகாரம் உணர்ச்சி மிக்க கதை யோட்டம் கொண்டது **மட்டுமன்று;** விரிவான தமிழக வரலாற்று நூலுமாகும்.
4) மாதவியோ பொன்னுக்கும் பொரு ளுக்கும் ஆசை கொண்டு கோவலனைத் தேடியவள் **அல்லள்.**
5) மாதவியை மணப்பதற்காகக் கோவலன் மாலையை **வாங்கவில்லை.**
6) பல தொழில் **உண்டு.** எனினும், எந்தத் தொழிலுக்கும் பொருள் வேண்டுமே?
7) இருட்டு மதி **படைக்கவில்லை** திருட்டுத் தொழில் செய்வதற்கு. அவைக்களத்தில் நீதிதனைப் பெறுகின்ற உறுதி எனக் **குண்டு.**
8) சொல்லுதல் யார்க்கும் **எளிது.**
9) சொல்லிய வண்ணம் செய்தல் **அரிது.**
10) யாருக்கும் தம் மக்களின் மழலைச் சொல்லே குழலையும் யாழையும் விட **இனிது.**

இந்த வாக்கியங்களில் நிற்கும் இல்லை, அல்ல, அன்று, உண்டு, எளிது, அரிது, இனிது என்பன குறிப்பு வினைகள். இவை காலத்தைத் தெளிவாகக் காட்டவில்லை. அதாவது, வெளிப்படையாகக் காட்ட வில்லை; குறிப்பாகவே உணர்த்துகின்றன. இடம் நோக்கியே இவற்றின் காலத்தை உணர் கிறோம். தெரிநிலை வினைக்கு மூன்று காலத் திற்குமுரிய மூன்று சொல் வடிவங்கள் இருப்பது போலக் குறிப்பு வினைக்கு இல்லை. படித்தேன், படிக்கிறேன், படிப்பேன் என்னும் வினைமுற்றுக்களின் மூன்று சொல் வடிவங்களும் முறையே இறந்த காலத்தையும் நிகழ்காலத்தையும், எதிர் காலத்தையும் குறிக்கின்றன. ஆனால், இல்லை, உண்டு, அல்ல, இனிது, நன்று முதலிய குறிப்பு வினைகளுக்கு மூன்று காலத்திற்கும் தனித்தனி வடிவங்கள் இல்லை.

எடுத்துக்காட்டு :

''எல்லா விளக்கும் விளக்கல்ல
சான்றோர்க்குப்
பொய்யா விளக்கே விளக்கு''
(குறள்)

இங்கே **அல்ல** என்னும் சொல் மூன்று காலத்திற்கும் பொதுவாக அமைந்திருப்பதை நோக்குக.

இது வரை கூறியவற்றிலிருந்து ஓர் உண்மை புலனாகும். அதாவது, குறிப்பு வினைக்கும் காலம் உண்டு என்பதே. குறிப்பு வினையில் காலம் மறைந்து நிற்கிறது. மறைந்து நிற்கும் காலம் எது என்பதை அந்தச் சொல் நிற்கும் இடமும் சூழலுமே நமக்கு உணர்த்துகின்றன.

''இறப்பின் நிகழ்வின் எதிர்வின் என்றா
அம்முக் காலமும் குறிப்பொடுங்
கொள்ளும்
மெய்ந்நிலை யுடைய தோன்றலாறே''

''குறிப்பினும் வினையினும் நெறிப்படத்
தோன்றிக்
காலமொடு வரூஉம் வினைச்சொல்
எல்லாம்.''

என்னும் **தொல்காப்பிய** நூற்பாக்கள் இதைத் தெளிவாகக் காட்டுகின்றன.

வினைச் சொற்கள் எல்லாவற்றையுமே தெரிநிலை, குறிப்பு என்னும் இரண்டு வகைக்குள் அடக்கிவிடலாம். வினை காலங் காட்டும் என்னும் பொதுவிதியின் அடிப் படையில் இவை அமைந்திருப்பதே அதற்குக்

காரணம். இந்த இரண்டையும் வகைப்படுத்த உதவுவதும் காலமே. அதனால்தான், தொல்காப்பியர் இந்த இரு வினைகளுக்கும் முக்கியத்துவம் கொடுத்து முதலில் வைத்த தோடு இவற்றை விரிவாகவும் விளக்கி யிருக்கிறார்.

மேலும், குறிப்பு வினை பெரும்பாலும் ஐம்பால் மூவிடங்களுக்கும் பொதுவானது. தெரிநிலை வினைபோல் இது பாலும் இடமும் காட்டாது. எனவே, எண்பாகு பாடோ, திணைப் பாகுபாடோ குறிப்பு வினையைக் கொண்டு காண முடியாது. இவற்றை எல்லாம் குறிப்பு வினை நிற்கும் தொடரைக் கொண்டே தீர்மானிக்க வேண்டும்.

குறிப்பு வினைகள் இலக்கிய வழக்கு, உலக வழக்கு இரண்டிலும் உள்ளன. முதலில் இலக்கிய வழக்கைப் பார்ப்போம்.

எடுத்துக்காட்டு :

''எந்நன்றி கொன்றார்க்கும் **உய்வுண்டாம் உய்வில்லை**
செய்ந்நன்றி கொன்ற மகற்கு''
(குறள்)

''நெல்லுக்கு **உமியுண்டு** நீர்க்கு **நுரையுண்டு**
புல்லிதழ் பூவிற்கும் உண்டு''
(நாலடியார்)

''நாடென்ப நாடா வளத்தன **நாடல்ல**
நாட வளந்தரு நாடு''
(குறள்)

''மங்கையர் அழகிய மதிமுகம் கண்டு
மயங்கா மனிதர் இவ்வையகத்து **இல்லை**''
(கவிமணி)

''இதற் கிவன் ஒருவன், வேறு இங்
கெவனுமே **இல்லை**''
(கண்ணதாசன்)

''நொடிப் போதில் நான் மறந்தேன்;
இன்னும் ஏனோ
நுண்ணிடையாள் குறைமுடிக்கத்
துணியவில்லை!''
(வாணிதாசன்)

''முத்தனைய நிறங்காட்டி என்
முடியினிலே நரைதிரை **எதுவும்**
முற்றுகை இடுவதற்கு **முனையவில்லை**
முடியவில்லை''
(கலைஞர். மு.க.)

''**தீயவும் நல்லவும்** செய்தவரை - விட்டுச்
செல்வ தொருநாளும் இல்லை ஐயா''
(கவிமணி)

''உலகின் உண்மையை நீ - இன்னும்
உணர்ந்திட வில்லை''
(கவிமணி)

''தம்மின் தம் மக்கள் **அறிவுடைமை**
மாநிலத்து
மன்னுயிர்க் கெல்லாம் **இனிது**''

''நன்றி **மறப்பது நன்றன்று** நன்றல்லது
அன்றே **மறப்பது நன்று**''

''செய்யாமற் செய்த உதவிக்கு **வையகமும்**
வானகமும் ஆற்றல் அரிது''

''**காலத்தினாற் செய்த நன்றி**
சிறிதெனினும்
ஞாலத்தின் மாணப் **பெரிது**''
(குறள்)

''**ஊருண்டு பேருண்டு உறவுண்டு**
சுகமுண்டு
உற்றோர் பெற்றோரும் உண்டு
(கண்ணதாசன்)

உரை நடையிலும் **இதே** நிலைதான்.

1) புறநானூறு பாடிய புலவர் பெருமக்களில் **பெண்பாற் புலவரும் உண்டு.**

2) அன்று அவர் கண்ட உண்மை பல **உண்டு** எனினும், மேலும் பல உண்மை காணும் வாய்ப்பைக் **காலம் சமைத் தளிக்க வில்லையா?**

3) இயற்கையின் இனிய கோலத்தில், தமிழ்ப்புலவர் கொண்டிருந்த பேரார் வத்துக்குச் **சான்றுகள் பல உண்டு.**

4) பெடையுடன் ஆடிடும் புள்ளினம், மடப்பிடியுடன் களித்தாடும் களிறு இப்படிப்பட்ட **காட்சிகள் எண்ணற்றன உண்டு,** இலக்கியத்தில்.

5) இயற்கையின் அழகைக் கவிதையாக்கித் தரும் புலவர் **பலர் உண்டு. ஆனால்,**

அவர்கள் அதோடு **நின்றுவிடுபவர் அல்லர்.**

6) 'பெற வேண்டிய பேரறிவு அனைத்துக்கும் ஏடு தூக்கியா வாடிட வேண்டும்? என்னினும் திறமிகு **ஆசானும் உண்டோ?'** என்று இயற்கை கேட்டது.

7) மலர்களுக்குப் பல **வண்ணங்கள் உண்டல்லவா?**

8) **'நாளை உண்டு;** என்னருகே **அந்தக் காலை உண்டு;** இனி நாளெல்லாம் தேன் மொள்ளும் **இன்பமுண்டு'** எனச் சொன்னாள், அழுகின்ற இதயத்துக்கு ஆறுதலாய் ஒரு வார்த்தை.

9) சரித்திரத்தை வெல்வதற்கும் **ஒன்றுண்டு;** அதன் பேர் அறிவு.

10) **எல்லாம் உண்டு;** எதையும் செய்யும் **ஆற்றல் உள்ளவர்களும் உண்டு. மனம் இல்லையா?** மனமிருந்தால் **மார்க்கம் உண்டல்லவா?**

இந்த எடுத்துக்காட்டுகளைக் கூர்ந்து கவனித்தால், குறிப்பு வினைகள் ஐம்பால் மூவிடங்களுக்கும் பொதுவாக அமைவதைக் காண முடியும்.

எனினும், சில குறிப்பு வினைகள் குறிப்பாக உண்டு, இல்லை என்னும் குறிப்பு வினைகள் பால், இடம் காட்டும் விகுதிகளையும் சில சமயங்களில் பெற்று வருவதைக் காண்கிறோம்.

எடுத்துக்காட்டு :

''எல்லாம் வல்லார் எவரும் **உளரோ?**
இரக்க **முள்ளார்** இருக்கின்றனரோ?
கண்ணால் அவரைக் **கண்டவர்**
உண்டோ?''
(கவிமணி)

'எல்லாம் வல்லார் எவரும் உளரோ? என்னும் தொடரில் நிற்கும் உளரோ என்பது பால் காட்டும் விகுதி ஏற்ற சொல்.

''எல்லாம் வல்லார் **எவரும் உண்டோ?''**
என்றாலும் அதே பொருள் தருவதை
நோக்குக.

'கண்ணால் அவரைக் **கண்டவர்**
உண்டோ'?

என்பதைக் 'கண்ணால் அவரைக் **கண்டவர் உளரோ?'** என்றும் சொல்லலாம்.

''திருந்திய நல்ல **தேவரும் உண்டு;**
தீயரும் அவருள் **சிற்சிலர் உண்டு''**
(கவிமணி)

'தேவரும் உண்டு', 'சிற்சிலர் உண்டு' என்னும் தொடர்களில் 'உண்டு' என்பதற்குப் பதிலாக 'உளர்' என்னும் சொல்லை அமைத்தாலும் பொருள் மாறாதிருப்பதை நோக்குக.

''மாமலையிலுள்ள மருந்தே பிணி தீர்க்கும்
அம்மருந்து போல்வாரும் உண்டு''
(மூதுரை)

'போல்வாரும் உண்டு' என்பதைப் 'போல் வாரும் உளர்' என்றும் சொல்லலாம்.

''உளர் என்னும் மாத்திரையர் அல்லால்
பயவாக்
களர்அனையர் கல்லா தவர்''
(குறள்)

இங்கே உளர் என்னும் குறிப்பு வினை பலர்பால் விகுதி பெற்று நிற்கிறது. உரை நடையிலும் இந்தச் சொல் வழக்கைக் காணலாம்.

எடுத்துக்காட்டு :

உளத்தில் பகையும் உதட்டில் நகையும்
உடையோர் பலர் **உளர்''**

உள்ளார், உள்ளனர் என்னும் வடிவங் களும் பலர்பால் உணர்த்துபவையே. இந்தச் சொல் ஐம்பால் மூவிடங்களுக்கும் ஏற்ப வெவ்வேறு விகுதிகள் பெற்று அமைவதைக் காண்கிறோம்.

உள்ளது, உள்ளன, உளன், உள்ளீர், உள்ளாய், உள்ளோம், உள்ளேன் முதலியன பாலும் இடமும் உணர்த்தும் குறிப்பு வினைகள். இவை காலம் காட்டா . காலத்தை இடம் நோக்கியே உணர வேண்டும். இவற்றை இலக்கிய வழக்கிலேயே காண்கிறோம்.

எடுத்துக்காட்டு :

''வானத்துப் புள்ளெல்லாம் மையலுறப்
பாடுகிறாய்
ஞானத்தில் புட்களிலும் நன்கு
சிறந்துள்ளாய்''

''தானா உரைத்தலன்றிச் சாரும் **வழியுளதோ?**
(பாரதியார்)

''ஒருவனென உரைத்தீர் இந் நிறத்தன் இவண்
உளன் எனக் கண்ணுறச் செய்தீரில்''
(உமறுப் புலவர்)

''இருவரு நிற்க மற்றிங்
கியாருளர் அவரையெல்லாம்''
(கம்பர்)

''பத்திரிகைக் கூட்டம் பழம்பாய் - வரிசையெல்லாம்
ஒத்திருக்க 'நாம் வீட்டில் **உள்ளோம்'** என உணர்ந்தேன்

''செந்தமிழ் மணிநாட்டிடை **உள்ளீர்''**

''மாதர் தீங்குரற் பாட்டில் இருப்பான்
மக்கள் பேசும் மழலையில் **உள்ளான்''**
(பாரதியார்)

உள்ளாய், உளதோ, உளன், உளர், உள்ளோம், உள்ளீர், உள்ளாள் என்னும் சொற்களை நோக்குக. இவற்றுள், இன்றைய உரை நடையில் உள்ளது, உள்ளன, உள்ளனர் ஆகிய மூன்றுமே வழங்குகின்றன. ஏனையவை கவிதையில் மட்டுமே காணப்படுகின்றன.

இல்லை, அல்ல என்னும் குறிப்பு வினைகளின் பால் காட்டும் வடிவங்களான இலர், அல்லன் முதலியனவும் இலக்கிய வழக்கில் மட்டுமே உள்ளன. உலக வழக்கில் இல்லை.

பண்பினடியாகப் பிறக்கும் குறிப்பு வினை

''உள்ளத்தால் உள்ளலும் **தீதே** பிறன் பொருளைக்
கள்ளத்தால் கள்வேம் எனல்''
(குறள்)

தீதே என்பது பண்பினின்று தோன்றிய குறிப்பு வினைமுற்று. இப்படிப் பண்பினடியாகத் தோன்றும் குறிப்பு வினைகளை இலக்கியங்களில் காணலாம்.

எடுத்துக்காட்டு :

''நல்லாரைக் காண்பதுவும் **நன்றே''**

''தொழுதூண் சுவையின் உழுதூண் **இனிது''**
(ஔவையார்)

''அரியவற்றுள் எல்லாம் **அரிதே** பெரியாரைப்
பேணித் தமராக் கொளல்''
(குறள்)

''பிறந்தவர் இறப்பதும் இறந்தவர்' பிறப்பதும்
உலகின் இயற்கை ஒழித்தலும் **எளிதோ?''**
(கவிமணி)

நன்று, இனிது, எளிது, அரிது என்னும் குறிப்பு வினைகளை நோக்குக. இவையும் இவை போன்றனவும் இன்று உரை நடையில் அருகியே காணப்படுகின்றன. இவற்றினின்று சற்று மாறுபட்ட வடிவம் இன்று வழக்கில் உள்ளது.

இந்த வாக்கியத்தை நோக்குக :

நேராகத் தோன்றினாலும் அம்பு கொடியது; வளைவுடன் தோன்றினாலும் யாழின் கொம்பு நல்லது.

கொடியது, நல்லது என்பன **கொடிது, நன்று** என்னும் சொற்களின் வேறுபட்ட வடிவம். இவ்வாறே ஏனைய சொற்களும் அமைகின்றன.

எடுத்துக்காட்டு :

அரிது → அரியது
எளிது → எளியது
பெரிது → பெரியது
இனிது → இனியது
புதிது → புதியது

கிடையாது

''வீரர்கள் வாழும் திராவிட நாட்டை
வென்றவர் கிடையாது.
வேலும் வாளும் தாங்கிய மறவர்
வீழ்ந்ததும் கிடையாது''
(கண்ணதாசன்)

'கிடையாது' என்னும் சொல் 'இல்லை' என்று பொருள் தருவதை நோக்குக. இதுவும் குறிப்பு வினையே. முக்காலத்திற்கும் பொருந்தும் சொல் இது.

எடுத்துக்காட்டு :

1) குதிரைக்குக் **கொம்பு கிடையாது.**

2) கதைக்குக் **கால் கிடையாது.**

3) காதலுக்குக் **கண் கிடையாது.**

4) காகிதப்பூவுக்கு **மணம் கிடையாது.**

5) நீ அங்கே போனாயா? இல்லை; **கிடையவே கிடையாது.**

6) நான் இவரைப் **பார்த்ததே கிடையாது.**

7) அவனுக்குப் புகை பிடிக்கும் **பழக்கம் கிடையாது.**

கிடையாது என்னும் சொல் வேறு. 'கிடை' என்னும் வினையடியாகப் பிறக்கும் 'கிடைக் காது' என்னும் சொல் வேறு. 'கிடைக்காது' என்பது தெரிநிலை வினை. இது எதிர்காலம். கிடைக்கவில்லை என்பது இறந்த காலத்திற்கும், நிகழ் காலத்திற்கும் உரியது. இதன் உடன் பாட்டு வடிவம் கிடைத்தது, கிடைக்கிறது, கிடைக்கும் என்பன.

உடன்பாடு

ஒரு செயல் நிகழ்ந்ததையோ, நிகழ் வதையோ அல்லது நிகழப் போவதையோ குறிப்பது உடன்பாட்டு வினை எனப்படும்.

எடுத்துக்காட்டு :

1) பாரதிதாசன் 'சஞ்சீவி பர்வதத்தின் சாரல் என்னும் சிறு காவியத்தை இயற்றினார்.

2) கோவலன் தானே உருவாக்கிக் கொள்ளாத சூழ்நிலைதான் அவனை மாதவி இல்லத்திற்கு அழைத்துச் சென்றது.

3) பல்வேறு சமூகத்தினரும் நல்லுறவுடன் வாழ வேண்டுமென்று அவர் பல முயற்சிகளை மேற்கொண்டார்.

4) கண்ணகியை மீண்டும் கோவலன் அடையும் காட்சியைக் காணும்போது நாம் மகிழ்ச்சி அடைகிறோம்.

5) கண்ணகியின் வாழ்வில் மீண்டும் மகிழ்ச்சி பொங்கும் என்று எதிர்பார்த்த நமக்குக் கோவலன் கொலை பேரதிர்ச்சி யைத் தருகிறது.

இயற்றினார், சென்றது, மேற்கொண்டார், அடைகிறோம், பொங்கும், தருகிறது என்பவை உடன்பாட்டு வினைமுற்றுக்கள்.

இவை செயல், நிகழ்ந்ததையோ நிகழ் வதையோ, நிகழப் போவதையோ குறிக்கின் றன. அதாவது, இவை செயல் நிகழ்வைக் குறிக்கின்றன; செயல் நிகழாமையைக் குறிக்க வில்லை.

அதே சமயத்தில் மேலே குறிப்பிட்ட வினைகள் தெரிநிலை வினைகளாக இருப்ப தால், இவை காலத்தையும் தெளிவாகக் காட்டுகின்றன.

இந்த வாக்கியங்களைக் கவனியுங்கள் :

1) கோவலன் கண்ணகியை மறந்து மாதவியோடு வாழ்ந்தான்.

2) கோவலன் கண்ணகியை மறந்து மாதவியோடு வாழ்கிறான்.

3) கோவலன் ஒரு நாள் திரும்பி வந்து கண்ணகியோடு வாழ்வான்.

வாழ்ந்தான், வாழ்கிறான், வாழ்வான் என்னும் உடன்பாட்டு வினைகள் மூன்று காலத்திலும் அமைந்திருக்கின்றன. இவை தெரிநிலை உடன்பாட்டு வினைகள். இலக்கிய வழக்கு, உலக வழக்கு இரண்டி லுமே இவை ஒரே விதமாக அமைவதைக் காணலாம்.

எடுத்துக்காட்டு :

''**வழுத்தினாள் தும்மினே** னாக
அழித்தழுதாள்
யாருள்ளித் **தும்மினீ** ரென்று''

''தும்முச் செறுப்ப **அழுதாள்** நுமர் உள்ளல்
எம்மை **மறைத்தீரோ** என்று''

''ஊடற்கண் **சென்றேன்**மன் தோழி அது
மறந்து
கூடற்கண் **சென்றது** என் நெஞ்சு''
(குறள்)

''உள்ளதாம் பொருள் தேடி யுணர்ந்தே
ஓதும் வேதத்தின் **உள்**நின்று **ஒளிர்வாள்**''

''ஈதனைத்தின் எழிலிடை **உற்றாள்**
இன்பமே வடிவாகிடப் **பெற்றாள்**''

''ஊனமின்று **பெரிதிழைக்கின்றீர்**
ஓங்கு கல்வி உழைப்பை **மறந்தீர்**''
(பாரதியார்)

''ஊரிலுள்ள பெண்கள் எல்லாம்
உள்ளத்தைப் பூர்த்தி செயும்
சீரியர்க்கு மாலையிட்டுச்
சீரடைந்து **வாழ்கின்றார்**
தோகைமயிலே! இதை நீகேள்
சொல்லுகின்றேன்
நாகம்போல் சீறுகின்ற நாதரிடம்
சொல்லிவிடு
பச்சிலைக்குச் சஞ்சீவி பர்வதம்
செல்வேன்'' என்றாள்
(பாரதிதாசன்)

வழூத்தினாள், தும்மினேன், அழுதாள், தும்மினீர், மறைத்தீரோ, சென்றேன், சென்றது, ஒளிர்வாள், உற்றாள், பெற்றாள், இழைக்கின்றீர், மறந்தீர், வாழ்கின்றார், சொல்லுகின்றேன். செல்வேன் என்பன உடன்பாட்டு வினைகள். (வழூத்தினாள் என்றால் வாழ்த்தினாள்)

எதிர்மறை

இவற்றை எதிர்மறையாக மாற்றும்போது, இவை, முறையே, வாழ்த்தவில்லை, தும்ம வில்லை, அழவில்லை, மறைக்கவில்லை, ஒளிரமாட்டாள், உறவில்லை, பெறவில்லை, இழைக்கவில்லை, மறக்கவில்லை, வாழ வில்லை, சொல்லவில்லை, செல்ல மாட் டேன் என்று அமையும். இந்த எதிர்மறை வினைகள் காலமும் காட்டவில்லை. 'செல்ல மாட்டேன்; ஒளிரமாட்டாள் என்னும் வினை மட்டும் இந்தப் பொதுவிதிக்கு மாறாக அமைவதை நோக்குக. இப்போது மற்ற உடன்பாட்டு வினைகளையும் எதிர்மறை வினைகளையும் அவற்றுக்குரிய எழுவாயோடு சேர்த்துப் பார்ப்போம்.

எடுத்துக்காட்டு :

1) அவள் வாழ்த்தினாள்
2) நான் தும்மினேன்
3) அவள் அழுதாள்
4) நீர் தும்மினீர்
5) நீர் மறைத்தீர்
6) நான் சென்றேன்
7) சென்றது என் நெஞ்சு
8) அவள் ஒளிர்வாள்
9) அவள் உற்றாள்
10) அவள் பெற்றாள்
11) நீர் இழைக்கின்றீர்
12) நீர் மறந்தீர்
13) அவர் வாழ்கின்றார்
14) நான் சொல்லுகின்றேன்
15) நான் செல்வேன்

இந்த வாக்கியங்களில் எழுவாய், பயனிலை இயைபு தெளிவாக அமைந்திருக் கிறது. பால், இடம் ஆகியவற்றில் எழுவாய்க்கு ஏற்பப் பயனிலை அமைந்திருக் கிறது. எழுவாயைக் குறிப்பிடாமல், பயனிலைக்குரிய வினையை மட்டும் குறிப்பிட்டாலும் மறைந்திருக்கும் எழுவாய் எது என்று எளிதாகச் சொல்லிவிடலாம்.

இப்பொழுது இவைகளின் எதிர்மறை வினைகளைப் பார்ப்போம்.

1) அவள் வாழ்த்தவில்லை
2) நான் தும்மவில்லை
3) அவள் அழவில்லை
4) நீர் தும்மவில்லை
5) நீர் மறைக்கவில்லை
6) (நான்) செல்லவில்லை
7) என் நெஞ்சு செல்லவில்லை
8) அவள் ஒளிரமாட்டாள்
9) அவள் உறவில்லை
10) அவள் பெறவில்லை
11) நீர் இழைக்கவில்லை
12) நீர் மறக்கவில்லை
13) அவர் வாழவில்லை
14) நான் சொல்லவில்லை
15) நான் செல்லமாட்டேன்

எட்டும் பதினைந்தும் தவிர மற்ற வாக்கி யங்களில் நிற்கும் எதிர்மறை வினை முற்றுக்களை மட்டும் வைத்துக்கொண்டு, எழுவாயைக் கண்டுபிடிக்க முடியாது; இவை இறந்த காலமா அல்லது நிகழ்காலமா என்பதையும் சொல்ல முடியாது. **செய்தது யார்** என்பதையும், **என்ன காலம்** என்பதையும் இடம் நோக்கியே உணர வேண்டும். இறந்த கால, நிகழ்கால உடன்பாட்டு வினை களுக்கும் எதிர்மறை வினைகளுக்கும் உள்ள முக்கிய வேறுபாடு இது.

இடம்	உடன்பாடு	எதிர்மறை
தன்மை	நான் செய்தேன்	நான் செய்யவில்லை
	நாங்கள்/நாம் செய்தோம்	நாங்கள்/நாம் செய்யவில்லை
	நான் செய்கிறேன்	நான் செய்யவில்லை
	நாங்கள்/நாம் செய்கிறோம்	நாங்கள்/நாம் செய்யவில்லை
	நான் செய்வேன்	நான் செய்ய மாட்டேன
	நாங்கள்/நாம் செய்வோம்	நாங்கள்/நாம் செய்ய மாட்டோம்
முன்னிலை	நீ செய்தாய்	நீ செய்யவில்லை
	நீர் செய்தீர்	நீர் செய்யவில்லை
	நீங்கள் செய்தீர்கள்	நீங்கள் செய்யவில்லை
	நீ செய்கிறாய்	நீ செய்யவில்லை
	நீர் செய்கிறீர்	நீர் செய்யவில்லை
	நீங்கள் செய்கிறீர்கள்	நீங்கள் செய்யவில்லை
	நீ செய்வாய்	நீ செய்ய மாட்டாய்
	நீர் செய்வீர்	நீர் செய்ய மாட்டீர்
	நீங்கள் செய்வீர்கள்	நீங்கள் செய்ய செய்யமாட்டீர்கள்

எதிர்கால வினை மட்டும், உடன்பாடு, எதிர்மறை இரண்டிலும் தனித்து நிற்கும் போதும் எழுவாயைக் காட்டும்.

செல்வேன் என்பதைப் போலவே செல்லமாட்டேன் என்பதும் தன்மை இடம் காட்டுவதை நோக்குக. ஐம்பால் மூவிடங்களிலும் உடன் பாட்டு வினைகளும் எதிர்மறை வினைகளும் அமையும் விதத்தை இந்த அட்டவணையில் காண்க.

இடம்	உடன்பாடு	எதிர்மறை
படர்க்கை -உயர் திணை	அவன் செய்தான்	அவன் செய்யவில்லை
	அவள் செய்தாள்	அவள் செய்யவில்லை
	அவர் செய்தார்	அவர் செய்யவில்லை
	அவர்கள் செய்தார்கள்	அவர்கள் செய்யவில்லை
	அவன் செய்கிறான்	அவன் செய்யவில்லை
	அவள் செய்கிறாள்	அவள் செய்யவில்லை
	அவர் செய்கிறார்	அவர் செய்யவில்லை
	அவர்கள் செய்கிறார்கள்	அவர்கள் செய்யவில்லை
	அவன் செய்வான்	அவன் செய்ய மாட்டான்
	அவள் செய்வாள்	அவள் செய்யமாட்டாள்
	அவர் செய்வார்	அவர் செய்யமாட்டார்
	அவர்கள் செய்வார்கள்	அவர்கள் செய்ய மாட்டார்கள்
படர்க்கை அஃறிணை	அது செய்தது	அது செய்யவில்லை
	அவை செய்தன	அவை செய்யவில்லை
	அது செய்கிறது	அது செய்யவில்லை
	அவை செய்கின்றன	அவை செய்யவில்லை
	அது செய்யும்	அது செய்யாது
	அவை செய்யும்	அவை செய்யா

நீங்கள் அட்டவணையை நன்கு கவனித்தால் ஓர் உண்மையை உணரலாம். இறந்த கால, நிகழ்கால எதிர்மறை வினைகள் ஐம்பால் மூவிடத்திற்கும் ஒரே மாதிரியாக இருக்கின்றன. எதிர்கால எதிர்மறை

வினைகள் மட்டும் தன்மை, முன்னிலை, படர்க்கை இடங்களுக்கு ஏற்பத் தனித்தனி விகுதிகள் பெற்று நிற்கின்றன. எதிர்கால எதிர்மறை வினையை மட்டும் கொண்டு செய்பவர் யார் என்பதைக் கூற முடியும். மற்ற இரு காலங்களுக்கும் அவ்வாறு கூற முடியாது.

இவன், இவள், இவர், இவர்கள், இது, இவை, முதலிய சுட்டுக்களும் யார், எவன், எவர், எது, எவை, யாது, யாவை முதலிய வினாக்களும் எழுவாயாக அமையும் போது பயனிலையாக நிற்கும் வினைகளின் வடிவம் இவ்வாறே அமையும்.

செயப்படுபொருள் குன்றாவினை

''வள்ளுவர் தந்த திருமறையைத்-தமிழ்
மாதின் இனிய உயிர்நிலையை
உள்ளம் தெளிவுறப் போற்றுவமே-என்றும்
உத்தமராகி ஒழுகுவமே''

(*கவிமணி*)

இந்தப் பாடலில் இரண்டு வினை முற்றுக்கள் இருக்கின்றன. ஒன்று **போற்றுவம்** என்பது. மற்றொன்று **ஒழுகுவம்** என்பது. 'திருக்குறளைப் **போற்றுவோம்;** அதன் வழி **நடப்போம்** என்பது இந்தப் பாடலின் கருத்து.

திருக்குறளைப் போற்றுவோம் என்னும் தொடரில் திருக்குறளை என்பது செயப்படு பொருள். 'நாம் திருக்குறளைப் போற்று வோம்' என்பது முழு வாக்கியம். 'நாம்' என்னும் எழுவாய் மறைந்து நிற்கிறது.

''நித்தம் நித்தம் நீராடில்
நெடுமால் **அருளைப் பெறலாமேல்**
தத்தும் தவளை மீன்களும் அத்
தனிப் **பேறடைய வேண்டாவோ?**
காயும் கனியும் அருந்துவதால்
கண்ணன் **கழலைப் பெறலாமேல்**
ஆயுள் கிளைவாழ் குரங்குகளும்
அப்பேறடைய **வேண்டாவோ?**
வாடும் **புல்லைத் தின்பதனால்**
மாயன் **கிருபை பெறலாமேல்**
ஆடும் மாடும் மான்களும் அவ்
அரும் **பேறடைய வேண்டாவோ?**

பெண்ணின் **இன்பம் துறப்பதனால்**
பெருமான் **பாதம் பெறலாமேல்**
மண்ணில் எல்லா அலிகளும் அம்
மாபே றடைய வேண்டாவோ?
பாலை நிதமும் குடிப்பதனால்
பரமன் **அடியைப் பெறலாமேல்**

ஞால மீது சிசுக்களும் அந்
நற்பே றடைய வேண்டாவோ?
உண்மை **அன்பை** உடையவரே
உலகை அளந்த **பெருமானை**
அண்மையாகக் **கண்டிடுவார்**
அல்லார் **காணார்; காணாரே!''**

(*கவிமணி*)

இந்தப் பாடலில் செயப்படுபொருள் குன்றா வினைத் தொடர்கள் சில திரும்பத் திரும்ப வந்திருக்கின்றன. **அருளைப் பெறலாமேல், கழலைப் பெறலாமேல், கிருபை பெறலாமேல், பாதம் பெறலாமேல்; அடியைப் பெறலாமேல்** என்பன அத்தகைய தொடர்கள். இந்தத் தொடர்களில் **அருளை, கழலை, அடியை** என்னும் சொற்களில் இரண்டாம் வேற்றுமை உருபு அமைந்திருக்கிறது. இவை வேற்றுமை விரி. **கிருபை பெறலாமேல், பாதம் பெறலாமேல்** என்னும் தொடர்களில் **கிருபை, பாதம்** என்பன தொகையாக நிற்கின்றன. இவை வேற்றுமை உருபு ஏற்கும் போது கிருபையை, பாதத்தை என விரியும். இந்தத் தொடர்களில் நிற்கும் 'பெறலாம்' என்பது 'பெறு' என்னும் சொல்லினடியாகத் தோன்றியது. இந்த அடிச் சொல்லினின்று பிறக்கும் மூவிடங்களுக்கும் முக்காலங் களுக்குமுரிய வினைகள் எல்லாம் **செயப்படு பொருள் குன்றா வினைகளே.**

இதே போலத் திரும்பத் திரும்ப வந்திருக்கும் மற்றொரு தொடர் 'பேறடைய வேண்டாவோ?' என்பது. இங்கே 'பேறு அடைய' என்பது வேற்றுமைத் தொகை. பேற்றை அடைய என இது விரியும். இதுவும் செயப்படுபொருள் குன்றா வினையே. இங்கே இது வினையெச்சமாக அமைந்திருப்பதையும் நோக்குக. ஒரு வினைச்சொல் செயப்படு பொருள் குன்றா வினையாக இருந்தாலும் சரி, குன்றிய வினையாக இருந்தாலும் சரி அது எச்சமாக அமையும்போதும் அதன் இயல்பு மாறாது.

காயும் கனியும் அருந்துவதால், வாடும் **புல்லைத் தின்பதனால்** பெண்ணின் **இன்பம் துறப்பதனால்,** பாலை நிதமும் குடிப்பதனால் என்னும் தொடர்களில் நிற்கும் வினைகளும் செயப்படுபொருள் குன்றா வினைகளே **புல்லைத்** தின்பதனால், **பாலைக்** குடிப்ப

தனால் என்னும் தொடர்களில் புல்லை, பாலை என்னும் சொற்கள் இரண்டாம் வேற்றுமை உருபேற்று விரியாக நிற்கின்றன. **காயும் கனியும்** அருந்துவதால் பெண்ணின் **இன்பம்** துறப்பதனால் என்னும் தொடர்களில், 'காயும் கனியும்', இன்பம் என்னும் சொற்கள் இரண்டாம் வேற்றுமைத் தொகையாக நிற்கின்றன. அதாவது, இந்தத் தொடர்களில் வேற்றுமை உருபு மறைந்து நின்று பொருள் தருகிறது. இந்த வேற்றுமை உருபு வெளிப்பட்டுத் தோன்றும் போது, இந்தத் தொடர்கள் முறையே, 'காயையும் கனியையும் அருந்துவதால்', 'பெண்ணின் இன்பத்தைத் துறப்பதனால்' என்று விரியும்.

இங்கே, செயப்படுபொருளை, அதாவது இரண்டாம் வேற்றுமை உருபேற்ற சொல்லை அடுத்து நிற்கும் சொல் வினைமுற்றாக அமையவில்லை; எச்சமாக நிற்கிறது.

''**நன்றி** மறப்பது நன்றன்று **நன்றல்லது**
அன்றே மறப்பது நன்று''

''**எந்நன்றி கொன்றார்க்கும்** உய்வுண்டாம்
உய்வில்லை
செய்ந்நன்றி கொன்ற மகற்கு''

''தினைத்துணை **நன்றி செயினும்**
பனைத்துணையாக்
கொள்வர் பயன் தெரிவர்''

''அல்லவை தேய அறம்பெருகும்
நல்லவை
நாடி இனிய சொலின்''

''சிறுமையுள் நீங்கிய இன்சொல்
மறுமையும்
இம்மையும் **இன்பம் தரும்''**

''துன்பம் உறவரினும் செய்க துணிவாற்றி
இன்பம் பயக்கும் வினை''

(குறள்)

நன்றி மறப்பது, நன்றல்லது அன்றே மறப்பது, எந்நன்றி கொன்றார்க்கும், செய்ந் நன்றி கொன்ற மகற்கு, நன்றி செயினும், நல்லவை நாடி, இனிய சொலின், இன்பம் தரும், இன்பம் பயக்கும் என்னும் தொடர்கள் இரண்டாம் வேற்றுமைத் தொகை நிலைத் தொடர்கள். இந்தத் தொடர்களில் அமைந் திருக்கும் வினைகள் செயப்படு பொருள் குன்றா வினைகள்.

''அமுதவல்லி காத்திருந்த மேடை
யண்டை
அழகிய பூஞ்சோலையண்டை உதாரன்
நின்றே
இமையாது **நோக்கினான் முழு நிலாவை!**
இருவிழியால் **தழுவினான்;** மனத்தால்
உண்டான்!
சுமை சுமையாய் உவப்பெடுக்க, உணர்வு
வெள்ளம்
தூண்டி விட ஆ ஆ ஆ என்றான்; வாணி
அமைத்திட்டாள் நற்கவிதை!
மழைபோற்
பெய்தான்
அத்தனையும் கேட்டிருந்தாள்
அமுதவல்லி

(பாரதிதாசன்)

நோக்கினான் முழுநிலாவை, இரு விழியால் தழுவினான், மனத்தால் உண்டான், அமைத்திட்டாள் நற்கவிதை, அத்தனையும் கேட்டிருந்தாள்'' என்னும் தொடர்களை நோக்குக. இங்கே சில தொடர்களில் சில சொற்கள் தொக்கி நிற்கின்றன. அவற்றையும் சேர்த்து அமைக்கும் போது இவை பின் வருமாறு அமையும்.

1) உதாரன் **முழு நிலாவை** இமையாது **நோக்கினான்.**

2) அவன் **அதை** இருவிழியால் **தழுவி னான்.**

3) அவன் **அதை** மனத்தால் **உண்டான்.**

4) வாணி **நற்கவிதை அமைத்திட்டாள்.**

5) அமுதவல்லி **அத்தனையும் கேட்டிருந் தாள்.**

இந்த வாக்கியங்களில் முழுநிலாவை, அதை, நற்கவிதை, அத்தனையும் என்பன செயப்படுபொருளாக நிற்கின்றன. இவற்றுக்கு உரிய வினைகள் நோக்கினான் தழுவினான், உண்டான், அமைத்திட்டாள், கேட்டிருந்தாள் என்பன. எனவே, இவை செயப்படுபொருள் குன்றா வினைகள்.

ஒரு வினையோடு யாரை, எதை அல்லது எவற்றை என்னும் கேள்விகளில் ஏதேனும் ஒன்றைக் கேட்டு, அதற்குப் பொருத்தமான விடையும் பெற முடியுமானால் அது செயப்படு பொருள் குன்றா வினை. ஒரு

வினை செயப்படு பொருள் குன்றா வினையா, குன்றிய வினையா என்பதை அறியும் அளவுகோல் இதுவே. ஒரு தொடரில் செயப்படு பொருள் இருக்கலாம்; இல்லா மலும் இருக்கலாம். அதில் செயப்படு பொருளைச் சேர்க்க முடியுமா என்பது தான் நாம் கவனிக்க வேண்டியது. முடியும் என்றால் அது செயப்படு பொருள் குன்றாவினை.

செயப்படு பொருள் குன்றிய வினை

பயனிலையோடு யாரை அல்லது எதை என்னும் வினாவைச் சேர்த்துக் கேட்கும் போது விடை கிடைப்பது செயப்படுபொருள் குன்றாவினை என்பதை இப்போது பார்த் தோம். இந்த வினாக்களைச் சேர்த்துக் கேள்வி கேட்க முடியாத வினைகளும் உண்டு. அத்தகைய வினைகளையே செயப்படு பொருள் குன்றிய வினைகள் என்று சொல்லு கிறோம். குன்றிய என்றால் குறைந்த அல்லது இல்லாத என்று பொருள். செயப்படு பொருள் குன்றிய வினைகளைப் பயனிலையாகக் கொண்ட தொடர்களில் ஒரு போதும் செயப்படு பொருள் இருக்காது.

இந்த வாக்கியங்களை நோக்குக :

1) உடலையும் உயிரையும் உலகம் ஆராய்ந்த வண்ணம் **இருக்கிறது.**

2) இன்னும் அந்த ஆராய்ச்சி **வளர்ந்து வருகிறது.**

3) முருகனைப் பற்றிய பல திறக் கொள் கைகள், கதைகள், கட்டுகள் நாட்டில் **உலவுகின்றன.**

4) அழகு, புறத்தில் நிற்பது போல் அகத்திலும் **நிற்கிறது.**

5) புறமும் அகமும் ஒன்றும்போது அழகுணர்வு **புலனாகும்.**

6) இன்பம் அழகுள்ள இடங்களில் எல்லாம் **இருக்கும்.**

7) அவ்வின்பத்திற்கு ஒப்பாகவாதல் உயர் வாகவாதல் வேறோர் இன்பம் **உளதோ?**

8) பாண்டி நாட்டில் தமிழ்ச் சங்கம் இருந்தது; தமிழ் **வளர்ந்தது.**

9) 'முருகு' என்னும் சொல் வழக்கு எந்நாளில் **உண்டாயிற்று?**

10) பண்டை நாளில் தமிழ்ச் சொற்கள் பல முதல் நிலையளவாக **நின்றன.**

இந்த வாக்கியங்களிலே இருக்கிறது, வருகிறது, உலவுகின்றன. நிற்கிறது, புலனாகும், இருக்கும், உளதோ, இருந்தது, வளர்ந்தது, உண்டாயிற்று, நின்றன என்னும் வினைமுற்றுக்கள் நிற்கின்றன. இவை தனித்து நின்றோ, அல்லது வேறு சொற்களுடன் சேர்ந்து நின்றோ, இந்த வாக்கியங்களை நிறைவு செய்யும் பயனிலைகளாக விளங்கு கின்றன. இந்தப் பயனிலைகள் அமைந்த தொடர்களில் செயப்படு பொருள் இருக் குமா? இல்லாவிட்டால், இந்த வாக்கி யங்களில் செயப்படுபொருளை அமைக்க முடியுமா?

முதல் வாக்கியத்திலே **இருக்கிறது** என்னும் சொல் பயனிலையாக நிற்கிறது.

இரண்டாம் வேற்றுமை உருபு சேர்ந்த எந்தக் கேள்வியும் 'இருக்கிறது' என்னும் வினைமுற்றுடன் சேர்ந்து வராது. இப்படிப் பட்ட வினை செயப்படுபொருள் குன்றிய வினை.

இவ்வாறே, நாம் சற்று முன்பு குறிப்பிட்ட வாக்கியங்களில் நிற்கும் வருகிறது, உலவு கின்றன, நிற்கிறது, புலனாகும், இருக்கும், உளதோ, இருந்தது, வளர்ந்தது, உண்டாயிற்று, நின்றன என்னும் வினைகளுடனும் இரண்டாம் வேற்றுமை உருபு 'ஐ' சேர்ந்த எந்தக் கேள்வியையும் கேட்க முடியாது. எனவே, இவை எல்லாம் செயப்படுபொருள் குன்றிய வினைகள். அதாவது, இந்த வினைக ளைக் கொண்டு முடியும் வாக்கியங்களில் செயப்படுபொருள் இருக்காது; இருக்க முடியாது.

ஓடுகிறது, வாழ்கிறார்கள், அழியும், பெருகும், மறைந்தது, கலைந்தது, உயர்ந்தது போன்ற வினைகளும் இந்த வகையைச் சேர்ந்தவையே. அதாவது, செயப்படுபொருள் குன்றிய வினைகளே.

''கிழக்கு வெளுக்கு முன் வெளியிற்
கிளம்பினேன்
ஒளிசெயும் மணியிருள், குளிர்ச்சி, நிசப்தம்

இவற்றிடை என்னுளம் **துள்ளும்** மான்
குட்டி
உற்சாகம் என்னைத் தூக்கி **ஓடினது!**

''குன்றம் **இருக்கும்** அக்குன்றத்தின்பால்
குளமும் அழகிய குளிர்பூஞ் சோலையும்
அழகு செய்யும்! அவ்விடத்தில் தான்
என்றன் சொந்த நன்செய் **உள்ளது!**''

''கடல்மிசை உதித்த பரிதியின் நெடுங்கதிர்
வானெலாம் **பாய்ந்தது! பறந்தது**
வல்லிருள்
புவியின் சித்திரம் ஒளியிற் **பொலிந்தது**
இயற்கை தந்த எழிலிடை நடந்தேன்''
(பாரதிதாசன்)

இந்தப் பாடலில் இடம் பெற்றிருக்கும் கிளம்பினேன்,ஓடினது, இருக்கும், உள்ளது, பாய்ந்தது, பறந்தது, பொலிந்தது, நடந்தேன் என்னும் வினைமுற்றுக்கள் செயப்படு பொருள் குன்றிய வினைகள்.

உண்டு, இல்லை என்னும் குறிப்பு வினை முற்றுக்களும் செயப்படுபொருள் குன்றிய வினைகளே.

எடுத்துக்காட்டு :

''வெய்யிற் கேற்ற நிழ**லுண்டு**
வீசும் தென்றல் காற்**றுண்டு**
கையில் கம்பன் கவி**யுண்டு**
கலசம் நிறைய மது**வுண்டு**
தெய்வ கீதம் பல**வுண்டு**
தெரிந்து பாட நீயு**முண்டு**
வையந் தருமிவ் வனமன்றி
வாழும் சொர்க்கம் வே**றுண்டோ?**''
(கவிமணி)

''ஓதும் வேதம் ஒன்று**மில்லை;**
உருட்டும் மணிதாழ் வட**மில்லை;**
ஆதிகோயில் தேடிநிதம்
அங்கும் இங்கும் அலைவதி**ல்லை;**
சாதி **இல்லை;** மதம் **இல்லை;**
தாரணிமீதோர் ஆசை**யில்லை;**
யாதும் கவலை **இல்லை;** எனக்கு
யாரே நிகராம் இவ்வுலகில்?
(கவிமணி)

இந்த வாக்கியங்களை நோக்குக :

1) நன்றி மறப்பது நன்**றன்று.**
2) நன்றல்லது அன்றே மறப்பது **நன்று.**
3) எல்லா விளக்கும் விளக்**கல்ல.**
4) சாட்சியும் நீ **யன்றோ?**
5) செல்வர்கள் நீதி **நன்றோ?**
6) உள்ளத்தால் உள்ளலும் **தீது.**

அன்று, நன்று, அல்ல, தீது முதலிய குறிப்பு வினைகளும் செயப்படுபொருள் குன்றிய வினைகளே. ஒரு வினை செயப்படு பொருள் குன்றிய வினையா என்று அறியவும் செயப்படுபொருள் குன்றா வினைக்குரிய அளவுகோலையே பயன்படுத்த வேண்டும்.

தன்வினை - பிறவினை

ஒரு வாக்கியத்தில் வினை குறிக்கும் செயலை அந்த வாக்கியத்தின் எழுவாயே செய்யுமானால், அப்போது அது தன்வினை எனப்படும்.

எடுத்துக்காட்டு :

1) இராமலிங்க அடிகளார் திருவருட் பாவைப் பாடினார்.
2) அடிகளாரின் பாடல்கள் மூட நம்பிக்கை யைச் சாடுகின்றன.
3) அடிகளார் நன்னெறியிலும் ஆன்ம நேயப் பண்பிலும் தலைசிறந்து விளங்கினார்.
4) சமுதாயச் சீர்கேடுகளைக் களையப் புதுமை நூல்கள் பல தோன்றின.
5) அவற்றுள் பாரதிதாசன் கவிதைகள் சிறப்பிடம் பெறுகின்றன.

இந்த வாக்கியங்களில் இடம் பெற்றிருக்கும் பயனிலைகள் தன் வினைகள். இந்த வாக்கியங்களில் வினை குறிக்கும் செயலை எழுவாயே செய்கிறது. 'இராமலிங்க அடிகளார் திருவருட்பாவைப் பாடினார்' என்னும் வாக்கியத்திலே 'பாடினார்' என்பது பயனிலை. இதனுடன் யார் என்னும் வினாவைச் சேர்த்து, 'யார் பாடினார்' என்று கேட்டால், 'இராமலிங்க அடிகளார் பாடினார் என்ற விடை கிடைக்கும். 'பாடினார்' என்னும் வினைக்குரிய செயலை எழுவாயாக நிற்கும் இராமலிங்க அடிகளாரே செய்திருப் பதால் இது தன்வினை.

மற்ற வாக்கியங்களிலும் இதே போல எழுவாயே பயனிலை குறிக்கும் செயலை நேரடியாகச் செய்கிறது. அந்த வாக்கியங்களின் எழுவாய், பயனிலை இரண்டை மட்டும்

எடுத்துக் கொண்டு அவற்றைச் சேர்த்துப் பார்த்தால் இது தெளிவாகப் புலப்படும்.

பாடல்கள் சாடுகின்றன.
அடிகளார் விளங்கினார்.
நூல்கள் தோன்றின.
கவிதைகள் பெறுகின்றன.

இப்போது, இந்தத் தொடர்களில் நிற்கும் வினைகள் தன்வினைகள் என்பது தெளிவாகத் தெரிகிறது, அல்லவா?

1) சமுதாயச் சீர்கேடுகளைக் களையப் புதுமை நூல்கள் பல **தோன்றின.**

2) இந்த நூல்கள் சமுதாயத்தில் பல மாற்றங்களைத் **தோற்றுவித்தன.**

முதல் வாக்கியத்தில் தோன்றின என்பதும், அடுத்த வாக்கியத்தில் தோற்றுவித்தன என்பதும் பயனிலைகளாக நிற்கின்றன. இவை இரண்டும் ஒன்றுபோல் தோன்றினாலும் ஒன்றல்ல. இந்த வாக்கியத்தின் பொருளைக் கூர்ந்து கவனித்தால் இந்த இரு வினைமுற்றுக்களுக்கும் உள்ள வேற்றுமை தெரியும். முதலில், இரண்டும் ஒரே பொருளைத் தரவில்லை என்பதை நாம் கவனத்திற்கொள்ள வேண்டும். முதல் வாக்கியத்தில் எழுவாயாக நிற்கும் நூல்களே பயனிலையாக நிற்கும். தோன்றின என்னும் வினைமுற்றின் செயலைச் செய்கின்றன என்று கண்டோம். அதாவது, 'தோன்றியவை நூல்களே', வேறு எதுவும் இல்லை.

இப்போது இரண்டாவது வாக்கியத்தைப் பார்ப்போம்.

'இந்த நூல்கள் சமுதாயத்தில் பல மாற்றங்களைத் **தோற்றுவித்தன**'

இந்த வாக்கியத்திலே 'தோற்றுவித்தன' என்பது பயனிலை. இதனுடன் 'எவை' என்னும் வினாவைச் சேர்த்து, 'எவை தோற்றுவித்தன?' என்னும் கேள்வியை எழுப்பினால்; நமக்குக் கிடைக்கும் விடை, 'நூல்கள் தோற்றுவித்தன' என்பது. இரண்டு வாக்கியத்திலும் எழுவாயாக நிற்பது 'நூல்கள்' என்னும் சொல்லே. ஆனால், முதல் வாக்கியத்தில், பயனிலையின் பணி முழுமையாகவும் நேரடியாகவும் 'நூல்கள்' என்னும் எழுவாயையே சாருகிறது.

இரண்டாவது வாக்கியத்திலே 'எவை தோற்றுவித்தன?' என்னும் வினாவிற்கு 'நூல்கள் தோற்றுவித்தன' என்று விடை கிடைத்தது அல்லவா? அதே போல, இன்னொரு கேள்வியையும் இங்கே கேட்க முடியும். 'எவற்றைத் தோற்றுவித்தன?' என்பது தான் அந்தக் கேள்வி. 'மாற்றங்களைத் தோற்றுவித்தன' என்னும் பதிலை இந்தக் கேள்வி மூலம் நாம் பெறுகிறோம். இப்போது அந்த வாக்கியத்தை இப்படிச் சுருக்கி அமைத்துக் கொள்வோம்.

'நூல்கள் மாற்றங்களைத் தோற்றுவித்தன'

எவை தோற்றுவித்தன? என்னும் கேள்விக்கு நூல்கள் தோற்றுவித்தன என்னும் விடையும் எவற்றைத் தோற்றுவித்தன என்னும் கேள்விக்கு மாற்றங்களைத் தோற்றுவித்தன என்னும் விடையும் கிடைக்கின்றன. தோற்றுவித்தன என்னும் விடையுடன் நெருங்கிய தொடர்புடைய **தோன்றின** என்பது தன்வினை என்று சற்று முன்பு கண்டோம். நூல்கள் மாற்றங்களைத் தோற்றுவித்தன என்னும் வாக்கியத்தில், **தோன்றின** என்னும் தன்வினையோடு எவை என்னும் கேள்வியைச் சேர்த்து, எவை **தோன்றின?** என்று கேட்டால், நமக்கு மாற்றங்கள் தோன்றின என்னும் விடை கிடைக்கிறது. அதாவது, தோன்றியவை மாற்றங்களே தவிர, நூல்கள் அல்ல. இந்த மாற்றங்கள் தோன்றுவதற்கு நூல்கள் காரணமாக இருந்திருக்கின்றன. ஒரு வாக்கியத்தில் பயனிலையாக நிற்கும் வினையின் செயலை வேறு ஏதேனும் ஒன்று செய்வதற்கு எழுவாய் காரணமாக அல்லது தூண்டுகோலாக அமைகிறது என்பதை உணர்த்துவதே பிற வினை எனப்படுகிறது. அதாவது, ஒரு செயலை எழுவாயே செய்வதைக் காட்டுவது தன்வினை; எழுவாய் தானே செய்யாமல், அதே சமயம் அந்தச் செயல் நடைபெறக் காரணமாக அமைவதைக் காட்டுவது பிற வினை.

எடுத்துக்காட்டு :

புத்த சமயம் இலங்கை, தாய்லாந்து, ஜப்பான், சீனா போன்ற நாடுகளுக்கும் பரவியது.

சமய சகோதரத்துவத்தில் ஊறி, அதை உலகெல்லாம் **பரப்பியவர்** சுவாமி விவேகானந்தர்.

கிறிஸ்துவ சமயம் உலகின் மூலை முடுக்கெல்லாம் **பரவியது.**

ஏசுநாதரின் கொள்கைகளைப் **பரப்பு வதற்காகத்** தமிழகம் வந்த வீரமா முனிவர் தமிழின் இனிமையில் ஈடுபாடு கொண்டு, தமிழ் இலக்கியங்களைக் கற்றார்; தேம் பாவணி என்னும் சிறந்த காவியத்தையும் படைத்தார்.

இந்த வாக்கியங்களில் நிற்கும் பரவியது, பரப்பியவர், பரப்புவதற்காக என்னும் சொற் களை நோக்குக. இவற்றுள் பரவியது தன் வினை, மற்ற இரண்டும் பிறவினை.

''மணிக்கதவம் திறவாயோ
மறப்பை எல்லாம் தவிர்த்தே
மாற்றறியாப் பொன்னே
நின் வடிவது **காட்டாயோ!**
கணக்கறியாப் பெருநிலையில்
என்னோடு நீ கலந்தே
கரைகடந்த பெரும்போகம்
கண்டிடச் செய்யாயோ!''

(வள்ளலார்)

காட்டாயோ, கண்டிடச் செய்யாயோ என்னும் இரண்டும் ஒரே பொருளுடைய சொற்கள். **காட்டு, கண்டிடச் செய்** இரண்டும் பிறவினைகள். காண் என்பது தன்வினை. இதன் இன்னொரு பிறவினை வடிவம் **காண்பி** என்பது.

'வீரமா முனிவர் தமிழ் இலக்கியங்களைக் **கற்றார்'** என்னும் வாக்கியத்திலே நிற்கும் **கற்றார்** என்பது தன்வினை. இதன் பிறவினை **கற்பித்தார்** என்பது.

'மாணவர்கள் பாடம் **கற்கிறார்கள்.**

'ஆசிரியர், மாணவர்களுக்குப் பாடம் **கற்பிக்கிறார்.**

இந்த இரண்டு வாக்கியங்களிலும் 'கற்கும் தொழிலைச் செய்பவர்கள் மாணவர்களே. இரண்டாவது வாக்கியத்தில் 'ஆசிரியர்' எழுவாய்; கற்பிக்கிறார்' பயனிலை. யாருக்குக் கற்பிக்கிறார்? மாணவர்களுக்குக் கற்பிக் கிறார். எனவே, மாணவர்கள் கற்பதற்கு ஆசிரியர் காரணமாக அல்லது தூண்டு கோலாக அமைகிறார். எனவே, 'கற்பிக்கிறார்' என்பது பிறவினை.

தன்வினை, பிறவினைகள் எச்சவினை வடிவிலும் அமையும். பெயரெச்சமாகவும் அமையலாம்; வினையெச்சமாகவும் அமை யலாம்.

எடுத்துக்காட்டு :

''நற்றாமரைக் கயத்தில்
நல்லன்னம் **சேர்ந்தாற்போல்''**

''தளர்ந்து வளையுமோ தான்''

''தான் **கற்ற** நூலளவே ஆகும்
நுண்ணறிவு''

''கானமயிலாடக் **கண்டிருந்த**
வான்கோழி''

''பொன்னின்குட**முடைந்தால்**பொன்னாகும்''

''கற்றோர்க்குச் **சென்ற** இடமெல்லாம்
சிறப்பு''
(மூதுரை)

''மெள்ளப் பல தெய்வம் **கூட்டி வளர்த்து**
வெறுங்கதைகள் **சேர்த்துப்** - பல
கள்ள மதங்கள் **பரப்புதற்**கோர் மறை
காட்டவும் வல்லீரோ?

(பாரதியார்)

தொழிற்பெயர், வினையாலணையும் பெயர் ஆகியவையும் இந்த இரு வினைகளி னின்றும் தோன்றும்.

எடுத்துக்காட்டு :

(1) வினையாலணையும் பெயர்கள்

1) நான் பாடியவரைப் பார்க்கவில்லை.
2) இவர் எப்போதும் பாடுகிறவர்தான்.
3) போட்டியில் பாடுபவர் எல்லாருக்கும் பரிசு கிடைக்குமா?
(இவை தன்வினையினின்று தோன்றி யவை)
4) நல்ல வழியைக் காட்டியவன் இவன்.
5) இவன் வித்தை காட்டுகிறவனா?
6) மாணவர்க்கு நல்ல எதிர்காலம் அமைய வழி காட்டுபவர் ஆசிரியர்.
(இவை பிறவினையினின்று தோன்றி யவை)

(2) தொழிற் பெயர்கள்

(அ) காணல், கற்றல், வளர்தல், ஆடுதல், ஓடுதல், வளைதல், கூடுதல், அழிதல், நிமிர்தல்

(இவை தன்வினையினின்று தோன்றியவை)

(ஆ) காட்டுதல், கற்பித்தல், வளர்த்தல் ஆட்டுதல், ஓட்டுதல், வளைத்தல், கூட்டுதல், அழித்தல், நிமிர்த்தல்.

(இவை பிறவினையினின்று தோன்றியவை) ஏனையவற்றையும் இவ்வாறே கொள்க.

காட்சி, கல்வி, வளர்ச்சி, ஆட்டம் முதலியன இந்தத் தன்வினை, பிறவினை என்னும் பிரிவுகளில் வாரா.

இது வரை நாம் பார்த்த தன்வினை, பிறவினைகளிலிருந்து தன்வினையிலிருந்தே பிறவினை தோன்றுகிறது என்பதையும் அறிய முடிகிறதல்லவா? அப்படித் தோன்றும் போது தன்வினைகளில் என்ன மாற்றம் ஏற்படுகிறது என்பதை இப்போது பார்ப்போம். தன்வினை பிறவினையாக மாறும்போது, அந்த மாற்றத்தை உணர்த்த அதனோடு ஏதேனும் ஓர் எழுத்துச் சேருகிறது. இதனைப் பிறவினை விகுதி என்பர் இலக்கண நூலார்.

எடுத்துக்காட்டு :

தன்வினை	பிறவினை	விகுதி
செய் →	செய்வி	– வி
கல் →	கற்பி	– பி
போ →	போக்கு	– கு
நட →	நடத்து	– து
காய் →	காய்ச்சு	– சு
பயில் →	பயிற்று	– று
சுருள் →	சுருட்டு	– டு
எழு →	எழுப்பு	– பு

தன் வினையில் நிற்கும் மென்றொடர்க் குற்றியலுகரம் வன்றொடர்க் குற்றியலுகரமாக மாறியும் பிறவினை அமைவதுண்டு.

எடுத்துக்காட்டு :

தன்வினை	பிறவினை
அழுந்து →	அழுத்து
நீங்கு →	நீக்கு
குலுங்கு →	குலுக்கு
பொருந்து →	பொருத்து
குழம்பு →	குழப்பு
திரும்பு →	திருப்பு
திருந்து →	திருத்து
நிரம்பு →	நிரப்பு

சில தன் வினைகள் பிறவினையாக மாறும் போது வல்லொற்று இரட்டிக்கும்.

எடுத்துக்காட்டு :

தன்வினை	பிறவினை
உருகு →	உருக்கு
ஓடு →	ஓட்டு
மாறு →	மாற்று
கூடு →	கூட்டு
ஆகு →	ஆக்கு

தன்வினையின் அடிச் சொல்லில் ஏற்படும் மாற்றங்கள் இவை. இவ்வாறின்றி அடிச் சொல்லில் எந்த மாற்றமும் ஏற்படாமலே, தன்வினை பிறவினை ஆவதும் உண்டு. அப்போது தன்வினையாக நிற்கும் வினை முற்றின் மெல்லின இடைநிலை வல்லினமாக மாறும்.

எடுத்துக்காட்டு :

அடிச்சொல்	தன்வினை	பிறவினை
வளர் →	வளர்ந்தான் →	வளர்த்தான்
தேய் →	தேய்ந்தது →	தேய்த்தது
வளை →	வளைந்தது →	வளைத்தது
குழை →	குழைந்தது →	குழைத்தது
அழி →	அழிந்தது →	அழித்தது
நிறை →	நிறைந்தது →	நிறைத்தது
மறை →	மறைந்தது →	மறைத்தது

இவை இறந்த கால வடிவங்கள். இவை நிகழ்காலத்தில் அமையும்போது ஏற்படும் மாற்றம் சிறிது வேறுபடுகிறது. அடிச்சொல் எந்த மாற்றமும் அடைவதில்லை. அதனோடு கால இடைநிலை சேரும்போது தன் வினையில் வல்லினம் மிகுவதில்லை; பிறவினையில் வல்லினம் மிகுகிறது.

எடுத்துக்காட்டு :

அடிச்சொல்	தன்வினை	பிறவினை
வளர் →	வளர்கிறான் →	வளர்க்கிறான்
தேய் →	தேய்கிறது →	தேய்க்கிறது
வளை →	வளைகிறது →	வளைக்கிறது

குழை	→	குழைகிறது	→	குழைக்கிறது
அழி	→	அழிகிறது	→	அழிக்கிறது
நிறை	→	நிறைகிறது	→	நிறைக்கிறது
மறை	→	மறைகிறது	→	மறைக்கிறது

இவை எதிர்காலத்தில் அமையும் போது தன்வினை, பிறவினைகளின் இடைநிலைகள் வேறுபடுகின்றன.

எடுத்துக்காட்டு :

அடிச்சொல்		தன்வினை		பிறவினை
வளர்	→	வளர்வான்	→	வளர்ப்பான்
தேய்	→	தேயும்	→	தேய்க்கும்
வளை	→	வளையும்	→	வளைக்கும்
குழை	→	குழையும்	→	குழைக்கும்
அழி	→	அழியும்	→	அழிக்கும்
நிறை	→	நிறையும்	→	நிறைக்கும்

'செய்' சேர்ந்து பிறவினை

காட்டு, கண்டிடச் செய் என்னும் பிற வினைகளை முன்பு வள்ளலார் பாடலில் பார்த்தோம். இந்த இரண்டுக்கும் என்ன வேறுபாடு என்பதை இப்போது பார்ப்போம்.

''மாற்றறியாப் பொன்னே
நின் வடிவது **காட்டாயோ!''**

என்னும் தொடர் ''மாற்றுக் குறையாத் தங்கமே உன் வடிவை எனக்குக் காட்டு'' என்று பொருள் தருகிறது.

''கரை கடந்த பெரும்போகம்
கண்டிடச் செய்யாயோ!''

என்னும் தொடர் ''எல்லையற்ற பேரின் பத்தை நான் காண உதவிசெய்'' என்னும் பொருளுடையது. இந்த இரண்டையுமே இறைவனிடம்தான் வள்ளலார் வேண்டு கிறார். தன்னுடைய உருவத்தைக் காட்டுவது இறைவன் நேரடியாக நிகழ்த்தும் செயல். ஆனால், எல்லையற்ற பேரின்பத்தை அடைதல் இறைவன் கையில் மட்டுமல்ல; வேண்டுகின்ற பக்தரின் முயற்சியும் அதற்குத் தேவை. அந்த முயற்சியில் வெற்றிபெற்றுப் பேரின்ப நிலையடைய இறைவனின் கருணை தேவை. அதனால் தான் 'பேரின்ப நிலையடைய எனக்கு அருள் புரி' என்னும் கருத்துப்பட 'கரை கடந்த பெரும்போகம் கண்டிடச் செய்வாய்' என்கிறார். இத்தகைய நுட்பமான பொருள் வேறுபாட்டை உணர்த்தச் 'செய்' என்னும் சொல் சேர்ந்து வருவதைக் காண்கிறோம்.

எடுத்துக்காட்டு :

போக்கியது	→	போகச் செய்தது
ஆட்டியது	→	ஆடச் செய்தது
உணர்த்தியது	→	உணரச் செய்தது
நிமிர்த்தினான்	→	நிமிரச் செய்தான்
கற்பித்தான்	→	கற்கச் செய்தான்

வை சேர்ந்து பிறவினை

செய் என்பதற்குப் பதிலாக வை சேர்ந்து பிறவினை அமைவதும் உண்டு.

எடுத்துக்காட்டு :

''பார்த்துப் பார்த்து மயங்கவைத்து
காத்துக் காத்து **நிற்கவைத்த''**

''சிரிக்க வைப்பான் – அறிவை
வளர்த்து வைப்பான் - சுய
சிந்தனையினால் உலகைச்
செழிக்க வைப்பான்''

(கண்ணதாசன்)

மயங்க வைத்து, நிற்கவைத்த, சிரிக்க வைப்பான், செழிக்க வைப்பான் என்பன பிறவினைகள். இவை முறையே மயங்கச் செய்து, நிற்கச் செய்து, சிரிக்கச் செய்வான், செழிக்கச் செய்வான் என்று பொருள் தருவதை நோக்குக. மயங்க, நிற்க, சிரிக்க, செழிக்க என்னும் அகர ஈற்று வினையெச்சங்களைத் தழுவி நிற்கும்போது தான் 'வை' என்பது 'செய்' என்னும் சொல்லுக்கு ஈடாக நின்று பிறவினைப் பொருள் தரும். மற்ற இடங்களில் அதன் பொருள் வேறு.

அறிவை வளர்த்து வைப்பான் என்னும் தொடரிலே அது இந்தப் பொருளில் அமைய வில்லை. 'வளர்த்து' போன்ற வினையெச்ச வடிவைத் தொடர்ந்து வரும்போது அதன் பொருள் வேறு.

எடுத்துக்காட்டு :

''ஆடி ஓடிப் பொருளைத் தேடி
அவனும் திங்காமே **பதுக்கிவைப்பான்**
அதிலே இதிலே பணத்தைச் சேத்து
வெளியிடப் பயந்து **மறச்சு வைப்பான்**
அண்ணன் தம்பி பொண்டாட்டி புள்ளை
ஆருக்கும் சொல்லாமே **பொதச்சு
வைப்பான்**

ஆகக் கடைசியில் குழியைத் தோண்டி
அவனையும் ஒருத்தன் **பொதச்சு**
வைப்பான்

பதுக்கி வைப்பான் முதலான தொடர்கள், சிரிக்க வைப்பான், செழிக்க வைப்பான் என்னும் சொற்களைப் போல் பிறவினையாக அமையவில்லை. சிரிக்க வைப்பான், செழிக்க வைப்பான் என்பவற்றுக்குப் பதிலாகச் சிரிக்கச் செய்வான் செழிக்கச் செய்வான் என்னும் சொற்களை அமைக்கலாம். 'பதுக்கி வைப்பான்' என்பதற்குப் பதிலாகப் 'பதுக்கிச் செய்வான்' என்று சொல்ல முடியாது மற்றத் தொடர்களிலும் இவ்வாறே வைப்பான் என்பதற்கு ஈடாகச் செய்வான் என்னும் சொல்லை அமைக்க முடியாது.

'காண்' என்னும் தன் வினைக்குக் 'காட்டு' என்னும் பிறவினை வடிவம் இருப்பது போலப் 'பார்' என்னும் தன்வினைக்குத் தனியான பிறவினை வடிவம் இல்லை. இத்தகைய சொற்களுக்கும் செய், வை போன்ற துணைச் சொற்களைச் சேர்த்தே பிறவினை உருவாக்க வேண்டும்.

எடுத்துக்காட்டு :

தன்வினை		பிறவினை
பாடு	→	பாடச்செய்
பேசு	→	பேசச்செய்
கூறு	→	கூறச்செய்
தேடு	→	தேடச்செய்
அழு	→	அழச்செய்

(செய்க்குப் பதிலாக வையும் வரலாம்.)

"அழகுள்ள மலர் கொண்டு வந்தே-என்னை
அழஅழச்செய்து பின் 'கண்ணை மூடிக்கொள்
குழலிலே சூட்டுவேன்' என்பான்"
(பாரதியார்)

இங்கே அழு என்பதன் பிறவினையாக அழச்செய்து என்னும் சொல் அமைந் திருப்பதை நோக்குக.

"**ஆட்டுவித்தால்** ஆர் ஒருவர் ஆடாதாரே
அடக்குவித்தால் ஆர் ஒருவர்
அடங்காதாரே"
(திருநாவுக்கரசர்)

ஆடு என்பதன் பிறவினை ஆட்டு என்பது. அதனுடன் வி விகுதி சேர்ந்து **ஆட்டுவி**

என்றாகியுள்ளது. அதே போல **அடங்கு** என்பதன் பிறவினை **அடக்கு** என்பது. இதனு டனும் வி சேர்ந்து **அடக்குவி** என்றமைந் திருக்கிறது. ஆட்டுவி, அடக்குவி, என்னும் சொற்கள் ஆடச்செய், அடங்கச் செய் என்னும் பொருள் தருகின்றன. காட்டு என்பதற்கும் காணச் செய் என்பதற்கும் உள்ள வேறுபாடு போன்றதே இந்தச் சொற்களுக்கிடையே உள்ள வேறுபாடும்.

ஏவல் வினை

ஏவல் வினை என்பது கட்டளை இடுவது அல்லது ஒன்றைச் செய்யும்படி சொல்வது. இது முன்னிலையில் மட்டுமே வரும். அதாவது, நாம் யாரிடம் பேசுகிறோமோ அவரிடம் ஒன்றைச் செய்யச் சொல்வதையே ஏவல் வினை என்று கூறுகிறோம். இது உடன் பாட்டிலும் வரும்; எதிர்மறையிலும் வரும்; ஒருமையிலும் வரும்; பன்மையிலும் வரும். ஏவல் வினை பல்வேறு விகுதிகள் பெற்று அமைவது உண்டு என்றாலும், பொதுவாக ஒருமையில், வினையடிச் சொல்லே ஏவலைக் குறிக்க வரும்.

எடுத்துக்காட்டு :

1) தம்பி, இங்கே **வா**.
2) நண்பா, நான் சொல்வதைக் **கேள்**.
3) ஓடி விளையாடு பாப்பா.
4) நீ சொல்ல வந்ததைச் **சொல்**.
5) வேகமாக **ஓடு**.

வா, கேள், விளையாடு, சொல், ஓடு என்பன ஏவல்வினைகள். இவை உடன் பாட்டு ஏவல் வினைகள். எதிர்மறை ஏவல் வினைகளும் உண்டு.

எடுத்துக்காட்டு :

1) ஒரு குழந்தையை வையாதே பாப்பா.
2) நீ ஒன்றும் பேசாதே.
3) ஈவதைத் தடுக்காதே.
4) தருமத்தை ஒரு நாளும் மறக்காதே.
5) மதியாதார் வாசல் மிதிக்காதே.

ஒருவரைப் பார்த்துப் பேசும்போது ஒருமை ஏவல் வினை வருவது போலப் பலரைப் பார்த்துப் பேசும் போது பன்மை ஏவல் வினை வரும்.

எடுத்துக்காட்டு :

1) எல்லோரும் வாருங்கள்.
2) நீங்கள் அமைதியாக இருங்கள்.
3) சான்றோர்களே, நீங்கள் சொல்லுங்கள்.
4) இன்சொல் பேசுங்கள்.
5) உண்மையைக் கூறுங்கள்.

இவை உடன்பாட்டு ஏவல் வினைகள். ஒன்றைச் செய்ய வேண்டுமென்று இவை கூறுகின்றன. செய்ய வேண்டாமென்று கூறுவது எதிர்மறை ஏவல் வினை. இவையும் பன்மையில் வரும்.

எடுத்துக்காட்டு :

1) வஞ்சகம் பேசாதீர்கள்.
2) சூதை விரும்பாதீர்கள்.
3) துன்பத்தைக் கண்டு அஞ்சாதீர்கள்.
4) நோய்க்கு இடங் கொடுக்காதீர்கள்.
5) பெரியோரை இகழாதீர்கள்.

இலக்கியத்திலும் இந்த வடிவங்களில் ஏவல் வினைகள் அமைவதைக் காண்கிறோம்.

எடுத்துக்காட்டு :

''செல்லாமை உண்டேல் எனக்கு **உரை**
மற்றுநின்
வல்வரவு வாழ்வார்க்கு **உரை**''
(குறள்)

''இது பொறுப்பதில்லை தம்பி!
எரிதழல் **கொண்டுவா**''
(பாரதியார்)

''ஆடவர் முன்னே **செல்லாதே**
அம்பெனும் விழியால் **கொல்லாதே**''
''கண்ணாடி முன்னால் **நில்லாதே** - உன்
கண்ணாலும் உன்னைக் **காணாதே**''
(கண்ணதாசன்)

''பாடுபட்டுத் தேடிப் பணத்தைப்
புதைத்துவைத்துக்
கேடுகெட்ட மானிடரே **கேளுங்கள்**''
(நல்வழி)

''குன்றடைந்த நம் ஆட்கள்
கண்டதுண்டோ!
கூறுங்கள் என்றுரைத்தான் நரிக்கண்
தீயன்!''

''சுரக்கின்ற காதலொடு சென்றான்
தொடாதீர்கள்
என்று சொன்னாள் வஞ்சி; இளையான்
திடுக்கிட்டான்''

''ஓ! என் சகோதரரே!
ஒன்றுக்கும் **அஞ்சாதீர்!**
நாவலந் தீவு நமை
விட்டுப் போகாது''
(பாரதிதாசன்)

முன்னிலைப் பன்மை ஏவல் வினைகளே மரியாதைப் பன்மையாகவும் அமையும்.

இது வரை நாம் பார்த்த ஏவல் வினைகள் உலக வழக்கு, இலக்கிய வழக்கு இரண்டிலும் காணப்படுகின்றன. இலக்கிய வழக்கில் மட்டுமே, குறிப்பாகக் கவிதையிலே காணப்படும் ஏவல் வினைகளை இப்போது பார்ப்போம்.

இ - விகுதி

''அருகு வைக்கத் தகுதியுள்ளானோ?
அவனைவெற்புடைப் **போக்குதி**
அண்ணே!''

''மன்று புனைந்திடச் **செய்தி** நீ - தெய்வ
மண்டபம் ஒத்த நலம் கொண்டே''

''கருதி நின்னை வணங்கிட வந்தேன்
கதிர்கொள் வாண்முகம் **காட்டுதி** சற்றே''
(பாரதியார்)

போக்குதி, செய்தி, காட்டுதி என்பன இ விகுதி பெற்ற ஏவல் வினைகள். இவை முறையே போக்கு, செய், காட்டு என்னும் பொருளுடையவை.

ஐ - விகுதி

''**போகக் கடவை** இப்போ தங்கே-இங்கப்
பொற்றொடி யோடும் வருக நீ''

''நன்று வாழ்ந்திடச் **செய்குவை** ஐயா
ஞாயிற்றின் கண் ஒளிதரும் தேவா!''

''வாது நின்னொடு தொடுக்கிலேன்-ஒரு
வார்த்தை மட்டும் சொலக் **கேட்பையால்**''
(பாரதியார்)

போகக்கடவை, செய்குவை, கேட்பை என்பன ஐ விகுதி பெற்ற ஏவல் வினைகள் இவை போ, செய், கேள் என்னும் பொருள் தருகின்றன. 'கேட்பையால்' என்னும் சொல்லில் நிற்கும் 'ஆல்' அசை.

ஆய் விகுதி

"சொல்லொடும் பொருளாய் ஒன்றினர் - அதனால்
சுகத்தைக் கூறாய்! கூறாய் தும்பி!"

"வாராய் என் தோழி வாராயோ
மணப்பந்தல் காண வாராயோ"
(கண்ணதாசன்)

"கருமணியிற் பாவாய் நீ போதாயாம்
வீழும்
திருநுதற்கு இல்லை இடம்"
(குறள்)

"வல்விதியே கேளாய் நீ"
(பாரதியார்)

கூறாய், வாராய், போதாய், கேளாய் என்பன ஆய் விகுதி பெற்ற ஏவல் வினைகள். இவை முறையே கூறு, வா, போ, கேள், என்னும் பொருள் தருகின்றன.

மின் விகுதி

"பெண்ணால் அறிவிழக்கும்
பித்தரெலாம் கேண்மினோ!"

"காதலினைப் போற்றும்
கவிஞரெலாம் கேண்மினோ!"

"மானமே பெரிதென மதிப்பவர்
இருமின்!"

"கடல்மடுப்பினும் மனம்
கலங்கலர் உதவுமின்!"

கேண்மின், இருமின், உதவுமின் என்பன மின் விகுதி பெற்ற ஏவல் வினைகள். கேளுங்கள், இருங்கள், உதவுங்கள் என்னும் பொருளுடையவை இவை. மின் விகுதி பன்மைக்கு உரியது.

ஈர் விகுதி

"உண்ணீர் உண்ணீர் என்று
உபசரியார் தம் மனையில்
உண்ணாமை கோடி பெறும்"
(ஔவையார்)

"மற்றவரைத் தங்கள்
வளநகர்க்கே செல்லவிடீர்"

"ஊமையராய்ச் செவிடர்களாய்க்
குருடர்களாய்

வாழ்கின்றோம் ஒரு சொற் கேளீர்"
(பாரதியார்)

உண்ணீர், செல்லவிடீர், கேளீர் என்பன ஏவற் பன்மை வினைகள். இவை, முறையே உண்ணுங்கள், செல்லவிடுங்கள், கேளுங்கள் என்று பொருள் தருகின்றன.

ஆய், ஈர் விகுதிகள்
(எதிர்கால வினைவடிவில்)

"வருவாய் வருவாய் கதிரே - தம்
மதியே ஒளியே வருவாய்
திருவே உணர்வே வருவாய் - எம்
செயலின் தெளிவே வருவாய்"
(பாரதிதாசன்)

"நாமமது தமிழரெனக் கொண்டிங்கு
வாழ்ந்திடுதல் நன்றோ சொல்வீர்"
சேமமுற வேண்டுமெனில் தெரு
வெல்லாம்
தமிழ் முழக்கம் செழிக்கச் செய்வீர்"
(பாரதியார்)

வருவாய், சொல்வீர், செய்வீர் என்பன எதிர்கால வினை வடிவில் அமைந்திருக்கின்றன. ஆயினும், இவை ஏவல் பொருளே தருகின்றன.

இத்தகைய வடிவில் அமையும் வினை களுக்கு இடம் நோக்கியே பொருள் கொள்ள வேண்டும்.

ஏவல் + அடா

"புத்தர்போல மனிதர்க்கெல்லாம்
பொறுமை சொல்லடா - தினம்
போர்புரியும் உலகத்துக்கு அமைதி
சொல்லடா
சித்தர்போல வாழ்க்கை நிலை தேர்ந்து
பாரடா-உன்
சிந்தனையைப் பயமில்லாமல் உலகில்
கூறடா"
(கண்ணதாசன்)

சொல்லடா, பாரடா, கூறடா என்பவை ஏவல் வினைகள். சொல், பார், கூறு என்னும் சொற்களுடன் 'அடா', என்னும் ஆண்பாலைக் குறிக்கும் சொல் சேர்ந்திருக்கிறது.

"சுத்த அறிவு நிலையிற் களிப்பவர்
தூயவராம் என்றிங்கு ஊதேடா சங்கம்"
(பாரதியார்)

ஊதேடா என்பதும் ஏவல்வினையே

ஏவல் + அடி

''**நில்லடியோ! நில்லடியோ!**
நினைத்துப் பார்த்துச் **சொல்லடியோ!**''
....

''ஏறிப் பறிக்க மனது வைத்தேன்
முடியவில்லை **பாரடி**''

''உறவு வந்ததை உனக்குச் சொன்னேன்
மனதில் போட்டுக் **கொள்ளடி**''
(கண்ணதாசன்)

நில்லடி, சொல்லடி, பாரடி, போட்டுக் கொள்ளடி என்பவை ஏவல் வினைகள். ஒரு பெண்ணை முன்னிலைப்படுத்திப் பேசுவ தால் 'அடி' என்னும் சொல் சேர்ந்திருக்கிறது.

''என்ன பிழைகளிங்கு கண்டிருக்கின்றான் - அவை
யாவும் தெளிவுபெறக் **கேட்டுவிடடீ**''

''சூழ்ச்சித் திறமை பல காட்டுவதெல்லாம்
வீர மரக்குலத்து மாதரிடத்தே
வேண்டிய தில்லையென்று
சொல்லிவிடடீ''
(பாரதியார்)

கேட்டுவிடடீ, சொல்லிவிடடீ என்னும் சொற்களில் ஈற்றிகரம் நீண்டிருக்கிறது. இப்படி இரண்டு வகையாகவும் அமையும் என்று அறிக.

ஏவல் + ஏன்

இன்றைய உரை நடையில், குறிப்பாகப் பேச்சு வழக்கில், ஏன் விகுதி சேர்ந்து ஏவல் வினை அமைவதைக் காண்கிறோம்.

எடுத்துக்காட்டு :

1) கண்ணா இங்கே **வாயேன்.**
2) அந்தக் கதையைத்தான் **சொல்லேன்,** கேட்போம்.
3) கொஞ்சம் கண்ணைத் திறந்துதான் **பாரேன்.**
4) நீயும் அவனோடு **போயேன்.**
5) புத்தகங்களை ஒழுங்கா **அடுக்கி வையேன்.**

வாயேன், சொல்லேன், பாரேன், போயேன், வையேன் என்பன ஏவல் வினைகள். இவை முறையே வா, சொல், பார், போ, வை என்னும் பொருளில் வழங்குகின்றன.

இதே போல ஏவல் பன்மையிலும் ஏன் விகுதி சேர்ந்து வருகிறது.

எடுத்துக்காட்டு :

1) அதைக் கொஞ்சம் படித்துக் **காட்டுங் களேன்.**
2) சொல்வதைக் கொஞ்சம் காது கொடுத்துக் **கேளுங்களேன்.**
3) உங்கள் பாட்டைக் கேட்க எல்லாருக்கும் ஆசையா இருக்கு. ஒரே ஒரு பாட்டுப் **பாடுங்களேன்.**
4) ஏதாவது கொஞ்சம் **சாப்பிடுங்களேன்.**
5) என்னதான் நடக்குதுன்னு போய்ப் **பாருங்களேன்.**

ஏன் விகுதி பெற்ற சொற்கள் ஏவல் பொருள் உணர்த்துவதை நோக்குக. ஒருமை பன்மை இரண்டிலுமே எதிர்மறை ஏவல் வினை இப்படி ஏன் விகுதி பெற்று வருவதில்லை.

வியங்கோள் வினை

வியங்கோள் வினையும் ஏவல் பொருள் உணர்த்துவதே. ஆனால், இது ஐம்பால், மூவிடங்களுக்கும் பொதுவானது. இதன் விகுதிகள் பல வகைப்படும்.

'க' விகுதி

எடுத்துக்காட்டு :

1) நன்மைகள் பெருகுக.
2) தீமைகள் ஒழிக.
3) வீரர்களே, விரைந்து வருக.
4) நாடு வாழ்க; நாமும் வாழ்க.
5) நீங்கள் எல்லா நலமும் பெறுக.

பெருகுக, ஒழிக, வருக, வாழ்க, பெறுக என்பன வியங்கோள் வினைகள். உரை நடையைவிடக் கவிதையில் இவற்றை மிகுதியாகக் காண்கிறோம்.

எடுத்துக்காட்டு :

''**சொல்லுக** சொல்லிற் பயனுடைய
சொல்லற்க
சொல்லிற் பயனிலாச் சொல்''

இலகு தமிழில் இனிக்கும் தமிழ் இலக்கணம் 513

''இரந்தும் உயிர் வாழ்தல் வேண்டின்
பரந்து
கெடுக உலகியற்றி யான்''
(குறள்)

''இன்றெமை வருத்தும் இன்னல்கள்
மாய்க!
நன்மை **வந்தெய்துக!** தீதெல்லாம் **நலிக!**
அறம் **வளர்ந்திடுக!** மறம் **மடிவுறுக!''**
(பாரதியார்)

''அன்பு கொண்டு யாவரும்
அச்சமின்றி **வாழ்கவே''**
(நாமக்கல் கவிஞர்)

''மாற்றுக என் ஊழியனின் நோயை
என்றான்
மண்டியிட்டு அவர்முன்னே வணங்கி
நின்றான்''
(கண்ணதாசன்)

''ஓதுக இவ்விரண்டில் ஒன்று
மன்னவன் வாய்''
(பாரதிதாசன்)

சொல்லுக, கெடுக, மாய்க, வந்தெய்துக, நலிக, வளர்ந்திடுக, மடிவுறுக, வாழ்கவே, மாற்றுக, ஓதுக ஆகியவை வியங்கோள் வினை முற்றுக்கள். இவை 'க' விகுதி பெற்றுள்ளன.

'இ' விகுதி

இ விகுதி பெற்ற வியங்கோள் வினை பெரும்பாலும் இலக்கிய வழக்கிலேயே காணப்படுகிறது.

எடுத்துக்காட்டு :

''வாயிலோன், **வாழி** எம்
கொற்கை வேந்தே **வாழி''**
(சிலம்பு)

''**வாழி** மழை பொழி வானமொடு வரு
மேழி உழவர் **வாழி வாழி!''**
(நாமக்கல் கவிஞர்)

''**வாழி** என் அன்பு மயிலே,
என்னனப்பார்''
(பாரதிதாசன்)

''சிதைவினை நீக்கும் தெய்வமே **போற்றி!**
புதுவினை காட்டும் புண்ணியா **போற்றி!''**
(பாரதியார்)

வாழி, போற்றி என்பன இகர விகுதி பெற்ற வியங்கோள் வினைமுற்றுக்கள். வாழ், போற்று என்னும் வினையடிச் சொற்களுடன் இ சேர்ந்து அவற்றை வியங்கோளாக மாற்றியிருக்கிறது.

'ய' விகுதி

''வாழ்க இளம் பரிதி!
புத்தாண்டு **வாழியவே!**
பொங்கலோ பொங்கல்
பெரும் பொங்கல் **வாழியவே!''**
(வாணிதாசன்)

''**வாழிய** மனையறம்
வாழிய! வாழிய!''
(கண்ணதாசன்)

''**வாழிய** என் நன்னாடு பொன்னாடாக!
வாழிய நற்பெருமக்கள் உரிமை வாய்ந்தே
வீழிய போய் மண்ணிடையே விண்வீழ்
கொள்ளி
வீழ்வது போல் தனித்தாளும் கொடிய
ஆட்சி''
(பாரதிதாசன்)

வாழிய, வீழிய என்னும் வியங்கோள் வினைகள் யகர விகுதி பெற்றுள்ளன. இவை இகர விகுதியோடு யகர விகுதியும் பெற்று நிற்பதை நோக்குக.

'ர்' விகுதி

''தொல்லை வினையால்
துயருழந்தாள் கண்ணின் நீர்
கொல்ல உயிர்கொடுத்த
கோவேந்தன் **வாழியரோ**
வாழியரோ வாழி
வருபுனல் நீர் வையை
சூழும் மதுரையார்
கோமான்தன் தொல்குலமே'''
(சிலம்பு)

இந்தப் பாடலிலே **வாழியர்** என்னும் சொல் இரண்டு இடங்களிலும் **வாழ்க** என்று பொருள் தருகிறது. இது ர் விகுதி பெற்ற வியங்கோள் வினைமுற்று.

வாழி என்பதை இ விகுதி பெற்ற வியங்கோள் என்றும், வாழிய என்பதையும் வாழியர் என்பதையும் முறையே இய, இயர் விகுதிகள் பெற்றவை என்றும் கொள்வாரும்

உளர். விகுதி எதுவாயினும் ஆகுக. இவை வியங்கோள் என்பதே நாம் கவனிக்க வேண்டியது.

அல் விகுதி

''மிகுதியான் மிக்கவை செய்தாரைத் தாம்தம்
தகுதியான் **வென்று விடல்''**

''மறத்தல் வெகுளியை யார்மாட்டும் தீய
பிறத்தல் அதனான் வரும்''

(குறள்)

வென்று விடல், மறத்தல் என்பன அல் விகுதி பெற்ற வியங்கோள் வினைகள். வென்று விடுக, மறக்க என்பன இவற்றின் பொருள். மறக்க என்பதற்கு 'நினையாதிருக்க' அல்லது கோபம் உள்ளத்திலும் தோன்றா திருக்குமாக என்று பொருள்.

''பயனில் சொல் பாராட்டுவானை **மகன்எனல்**
மக்கட் பதடி எனல்''

(குறள்)

மகன் எனல் என்பதற்கு மகன் என்னற்க (என்று சொல்லற்க) என்று பொருள். **மக்கட் பதடி எனல்** என்பதற்கு **மக்களுள் பதரென்று சொல்லுக** என்று பொருள். முன்னது எதிர்மறை; பின்னது உடன்பாடு. இடம் நோக்கியே இவற்றிற்குப் பொருள் கொள்ள வேண்டும்.

வியங்கோள் - எதிர்மறை

''சொல்லுக சொல்லிற் பயனுடைய **சொல்லற்க**
சொல்லிற் பயனிலாச் சொல்''

(குறள்)

சொல்லுக என்பது உடன்பாட்டு வியங்கோள்; சொல்லற்க என்பது எதிர்மறை வியங்கோள்.

''தன்னுயிர் நீப்பினும் **செய்யற்க** தான் பிறிது
இன்னுயிர் நீக்கும் வினை''

''தன்னெஞ் சறிவது **பொய்யற்க** பொய்த்தபின்
தன்னெஞ்சே தன்னைச் சுடும்''

(குறள்)

செய்யற்க, பொய்யற்க என்பன எதிர்மறை வியங்கோள் வினைகள். செல்க, கொள்க, உண்க முதலியன உடன்பாட்டு வியங்கோள் வினைகள். இவற்றின் எதிர்மறை செல்லற்க, கொள்ளற்க, உண்ணற்க என்பன. ஏனை யனவும் இவ்வாறே அமையும்.

க விகுதி - இன்னொரு வகை

போற்றுக, விளங்குக, காண்க என்பவை ஒரு வகை. அவற்றை இப்போது பார்த்தோம். இந்த வாக்கியங்களை நோக்குக:

1) இயற்கையில் முருகன் பொலிதலை உணர்ந்து அவனை உலகம் **போற்றுமாக.**

2) பல துறையில் உயர்ந்து **விளங்கு வோமாக.**

3) நோன்பைப் பற்றிய தனி நூல்களில் விளக்கம் **காண்பாராக.**

இந்த வாக்கியங்களில் நிற்கும் போற்று மாக, விளங்குவோமாக, காண்பாராக என்பன மற்றொரு வகை. போற்றுக, விளங்குக, காண்க என்னும் சொற்களைப் போலவே இவையும் வியங்கோள் வினையாக அமை கின்றன. ஆனால், இரண்டுக்கும் ஒரு வேறு பாடு உண்டு. ஒன்று இடமும் பாலும் உணர்த்தவில்லை; மற்றொன்று, இந்த இரண்டையும் தெளிவாகக் காட்டுகிறது. போற்றுக, விளங்குக, காண்க முதலிய சொற்களைத் தனியாகப் பார்க்கும்போது, இவை என்ன இடம், என்ன பால், என்ன எண் என்று சொல்ல முடியாது. இவை அமைந் திருக்கும் வாக்கியங்களைக் கொண்டுதான் இவற்றின் இடம், பால், எண் ஆகியவற்றை அறிய முடியும். ஆனால், போற்றுமாக, விளங்குவோமாக, காண்பாராக முதலிய சொல் வடிவங்கள் இடம், எண், பால் ஆகிய வற்றைத் தெளிவாகக் காட்டுகின்றன. இந்தச் சொற்களைப் பொறுத்த வரையில் இடம் நோக்கித்தான் இவற்றை அறிய முடியும் என்ற நிலையில்லை. இதுவே, இந்த இரண்டு வடிவங்களுக்கும் உள்ள வேறுபாடு. இரண்டாம் வகையைத் திரு.வி.க. போன் றோர் உரைநடையில் மிகுதியாகக் காணலாம்.

எடுத்துக்காட்டு :

1) மக்கள் இயற்கைக்கு அரணாகுமாறு வாழ்வு நடத்தப் **பயில்வார்களாக.**

2) என்றும் இளமையுடையவராக வாழ விரும்புவோர் எம்பெருமான் முருகனை எப்போதும் நினைந்த வண்ணம் **இருப்பாராக.**

3) இளமை காக்க விரும்புவோர் என்றும் இளையனாக உள்ள முருகனைப் பொருள் தெரிந்து போற்றி **உய்வாராக.**

4) அவரவர் தத்தம் ஆற்றலுக்கு இயைந் ததும், இயல்பிற்குப் பொருந்தியதுமாக உள்ள ஒவ்வொரு வித வழிபாட்டைக் **கொள்வாராக.**

5) 'பெண்ணின் பெருமை' என்னும் நூலை முற்றும் படித்துப் **பார்ப்பாராக.**

(திரு. வி.க)

வாழ்க என்பது ஐம்பால் மூவிடத்துக்கும் பொதுவாக நிற்கிறது. இதுவே, இடமும் பாலும் உணர்த்தும்போது, வாழ்வாயாக, வாழ்வோமாக, வாழ்வானாக, வாழ்வாராக என்னும் வடிவங்களில் அமைகிறது.

வியங்கோளும் மரபும்

''அவற்றுள்
முன்னிலை தன்மை ஆயீ ரிடத்தொடும்
மன்னாதாகும் வியங்கோள் கிளவி''

என்று தொல்காப்பியம் கூறுகிறது. தன்மை, முன்னிலை ஆகிய இரண்டிடத் தோடும் 'வியங்கோள்' நிலைபெறாது என்பது இதன் பொருள். எனவே, படர்க்கையில் மட்டுமே வியங்கோள் வரும் எனக் கொள்ள இடம் இருக்கிறது. தன்மையிலும் முன்னி லையிலும் 'வராது' என்று சொல்லாமல், நிலைபெறாது - மன்னாது - என்று கூறியதால் சிறுபான்மை வரக்கூடும் என்பதும் குறிப்பால் உணர்த்தப் படுகிறது. தொல்காப்பியர் காலத்தில் படர்க்கையில் பெரும்பான்மை யாகவும் மற்ற இரண்டு இடங்களில் சிறுபான்மையாகவும் வழங்கிய வியங்கோள் நன்னூலார் காலத்தில் தன்மை, முன்னிலை, படர்க்கை ஆகிய மூவிடங்களிலும். ஆண் பால், பெண்பால், பலர்பால், ஒன்றன்பால், பலவின் பால் ஆகிய ஐம்பாலிலும் வழங்கலாயிற்று எனக் கொள்ளலாம். எனினும், இன்று முன்னிலை யிலும் படர்க்கையிலுமே மிகுதியாக வழங்கு வதைக் காண்கிறோம். பிறரை வாழ்த்து வதிலும் போற்றுவதிலுமே வியங்கோள் வினை மிகுதியாகப் பயன்படுகிறது. அதைத் கவனத்திற் கொண்டு பார்த்தால், வியங்கோள் வினை, தன்மையில் ஏன் மிகுதியாக வழங்கவில்லை என்பது புரியும். தன்னைப் புகழ்வதும் போற்றுவதும் 'தமிழ் மரபு அன்று; அது பண்பாடும் ஆகாது. எனவே, வியங்கோள் வினை தன்மையில் சிறு பான்மையாகவே காணப்படுகிறது. அதிலும் தன்னைப் போற்றுவதையும் புகழ்வதையும் காண்பது அரிது.

வியங்கோள் வினைமுற்று பல வகை விகுதிகள் பெற்று அமைவதை இது வரை பார்த்தோம். இவற்றில் பெரும்பாலானவை இலக்கிய வழக்கில் மட்டும் காணப்படு கின்றன. இன்றைய வழக்கில் 'க' விகுதி பெற்ற வாழ்க, வருக போன்ற வியங்கோள் வடிவங்களே மிகுதி. இவையும் எழுத்து வழக்கில், குறிப்பாகக் கவிதையில், மிகுதி யாக இடம் பெறுகின்றன.

வியங்கோளா?

வியங்கோள் வினை பற்றிப் பேசும்போது, கிட்டத்தட்ட வியங்கோள் வினை போலவே வழங்கும் இன்னொரு சொல்லை நாம் மறந்து விட முடியாது. இன்று பேச்சிலும் எழுத் திலும் நிலையான இடம் பெற்றுள்ள சொல் அது. இந்தப் பகுதியை நோக்குக:

''**அழியட்டும்! வீழ்ந்து ஒழியட்டும்!**
நீதி தவறிய பாண்டியா! உன்
களங்கத்தைக் கழுவக் கூடிய
சாதனம் சாவு ஒன்றுதான்!
அழியட்டும்!
ஒழியட்டும்!
என் கணவன் சாவைத் தடுக்க முடியாத
மதுராபுரியே அடியோடு **அழியட்டும்!**
மாளிகைகள் **மண்மேடுகளாகட்டும்!**
பூமி **பிளக்கட்டும்!**
புழுதி **பறக்கட்டும்!**
நெருப்புப் **பரவட்டும்!**
நியாயத்தின் பிழம்பு **தெரியட்டும்!**

(கலைஞர் மு.க.)

கணவனை இழந்த கண்ணகியின் குமுறல் இது. இந்தப் பகுதியிலே அழியட்டும், ஒழியட்டும் முதலிய சொற்கள் அழிக, ஒழிக என்று பொருள் தருகின்றன. அழிக, ஒழிக போன்ற சொற்கள் வைதற் பொருளில் வரும் வியங்கோள் வினைகள். அதே பொருள் தரும்

அழியட்டும், ஒழியட்டும் என்பவற்றையும் வியங்கோளாகக் கொள்ளலாம் அல்லவா? இந்தச் சொற்களும் இவை போன்ற பிற சொற்களும் படர்க்கைக்கு உரியனவாக இருப்பதும் சிந்திக்கத் தக்கது. வியங்கோள் பெரும்பான்மை படர்க்கையிலும் சிறு பான்மை தன்மை, முன்னிலை இடங்களிலும் வரும் என்று தொல்காப்பியர் கூறுவதைக் கொண்டு பார்க்கும்போது வியங்கோள் வினைகளின் பட்டியலில் இதைச் சேர்ப்பது பொருத்தமாகத் தோன்றுகிறது. ஏனைய வியங்கோள் வினைகள் போலவே இதுவும் ஏவல் பொருளில் வரும் என்பதும், எண் வேறுபாடும் பால் வேறுபாடும் இதற்குக் கிடையாது என்பதும் குறிப்பிடத்தக்கவை. கவிதையிலும் இந்தச் சொல் வடிவம் பரவலாக வழங்குகிறது.

எடுத்துக்காட்டு :

''போனால் **போகட்டும்** போடா - இந்தப்
பூமியில் நிலையாய் வாழ்ந்தவர் யாரடா?''

''மலரென்ற முகமின்று **சிரிக்கட்டும்**
மனமென்ற கருவண்டு **பறக்கட்டும்**
உறவுக்கும் நிலவுக்கும் **துடிக்கட்டும்**
உலகத்தை ஒரு முறை **மறக்கட்டும்**''
(கண்ணதாசன்)

''கொண்டுவா யாழை!
குழந்தைகளைப் பாட விடு
பண்டைத் தமிழ் வீரம்
பாடட்டும்; கேட்போம்''
(வாணிதாசன்)

''வாளை உருவி வந்து மன்னன்
எனதுடலை
நாளையே வெட்டி நடுக்கடலில்
போடட்டும்
காளை உன் கைகள் எனைக் காவாமல்
போகட்டும்''

''ஒன்றல்ல; ஆயிரம் நூல்கள்
உரைக்கட்டும்''
''எவ்வளவோ நூலில் எழுதிக்
கிடக்கட்டும்''
(பாரதிதாசன்)

உரை நடையிலும் இது படர்க்கையில்தான் பெரும்பான்மையாக வழங்குகிறது.

எடுத்துக்காட்டு :

1) அவரும் நம்மோடு **வரட்டும்**.
2) அவரே **சொல்லட்டும்**.
3) அது எப்படியோ **போகட்டும்**.
4) அவன் எங்காவது போய்த் **தொலை யட்டும்**.
5) அவர்கள் எப்படி வேண்டுமானாலும் **பேசட்டும்**.
6) அவளே அந்த வேலையைச் **செய் யட்டும்**.
7) ஊர் **சிரிக்கட்டும்**.
8) இந்தப் பொருட்கள் இங்கேயே **இருக் கட்டும்**.
9) அவன் முதலில் **ஓடட்டும்**.
10) எல்லாருக்கும் நன்மை **உண்டாகட்டும்**.

இந்த வாக்கியங்கள் எல்லாம் படர்க்கையில் அமைந்திருக்கின்றன. 'வரட்டும்' முதலான சொற்கள் தன்மை யிலோ, முன்னிலையிலோ வரும் வழக்கம் இல்லை. ஆனால், இவை தன்மையில் வினா வடிவில் வரும்.

எடுத்துக்காட்டு :

1) நான் **வரட்டுமா?**
2) நாங்கள் **படிக்கட்டுமா?**
3) நான் **எழுதட்டுமா?**
4) நான் **கொடுக்கட்டுமா?**
5) நான் **கேட்கட்டுமா?**

செய்வினையும் செயப்பாட்டுவினையும்

செய்பவனுக்கு முதன்மை அளிக்கும் வினையைச் செய்வினை என்றும், செயப்படு பொருளுக்கு முதன்மை அளிக்கும் வினையைச் செயப்பாட்டு வினை என்றும் கூறுகிறோம்.

இந்த வாக்கியங்களை நோக்குக :

1) **அவர்** அக்காவியத்தின் சில நிகழ்ச்சி களை **மாற்றியிருக்கிறார்.**
2) அக்காவியத்தின் **சில நிகழ்ச்சிகள்** அவரால் **மாற்றப்பட்டிருக்கின்றன.**
3) சமூக நீதிக்காக இந்த மாற்றத்தை **ஆசிரியர் செய்தார்.**

4) சமூக நீதிக்காக ஆசிரியரால் இந்த மாற்றம் செய்யப்பட்டது.

5) பாரதிதாசன், சமுதாய விழிப்புணர்வைத் தூண்டும் பாடல்களைப் பாடினார்.

6) சமுதாய விழிப்புணர்வைத் தூண்டும் பாடல்கள் பாரதிதாசனால் பாடப்பட்டன.

இந்த வாக்கியங்களில் நிற்கும் மாற்றியிருக்கிறார், செய்தார், பாடினார் என்பன செய்வினைகள். இந்த வினைகளைப் பயனிலையாகக் கொண்டிருக்கும் வாக்கியங்கள் செய்வினை வாக்கியங்கள் எனப்படும்.

மாற்றப்பட்டிருக்கின்றன, செய்யப்பட்டது, பாடப்பட்டன என்பவை செயப்பாட்டு வினைகள். இவற்றைக் கொண்டு முடியும் வாக்கியங்கள் செயப்பாட்டு வினை வாக்கியங்கள் எனப்படும்.

பாரதிதாசன் சமுதாய விழிப்புணர்ச்சியைத் தூண்டும் பாடல்களைப் பாடினார்.

சமுதாய விழிப்புணர்ச்சியைத் தூண்டும் பாடல்கள் பாரதிதாசனால் பாடப்பட்டன.

என்னும் வாக்கியங்களை மீண்டும் நோக்குக. இந்த இரண்டு வாக்கியங்களும் ஒரே கருத்தையே உணர்த்துகின்றன. வாக்கிய அமைப்புத்தான் மாறியிருக்கிறது; பொருள் மாறவில்லை. **பாடினார்** என்னும் சொல்லைப் பயனிலையாகக் கொண்டு முடியும் வாக்கியம் செய்வினை வாக்கியம். **பாடப்பட்டன** என்னும் சொல்லைப் பயனிலையாகக் கொண்டு முடியும் வாக்கியம் செயப்பாட்டு வினை வாக்கியம். முதல் வாக்கியத்தில் செயப்படு பொருளாக நிற்கும் 'சமுதாய விழிப்புணர்ச்சியைத் தூண்டும் **பாடல்களை**' என்பது இரண்டாவது வாக்கியத்தில் எழுவாயாக அமைந்திருக்கிறது. முதல் வாக்கியத்தில் எழுவாயாக நிற்கும் பாரதிதாசன் என்பது, இரண்டாவது வாக்கியத்தில், மூன்றாம் வேற்றுமை உருபேற்றுப் பாரதிதாசனால் என்று மாறியிருக்கிறது. செய்வினை, செயப்பாட்டு வினையாக மாறும்போது, தொடரில், இப்போது நாம் குறிப்பிட்ட இரண்டு மாற்றங்களும் நிகழும் என்பதைக் கவனத்திற் கொள்க. செய்வினை வாக்கியத்தில் செயப்படுபொருளாக நிற்கும் சொல், செயப்பாட்டுவினை வாக்கியத்தில் எழுவாயாக மாறும். செய்வினையில் எழுவாயாக நிற்கும் சொல் செயப்பாட்டு வினையில் மூன்றாம் வேற்றுமைக்குரிய 'ஆல்' உருபு ஏற்கும். செயப்படுபொருள் எழுவாயாக மாறுவதால், பயனிலையும் அதற்கேற்ப மாறும். அப்போது, பயனிலையாக அமையும் வினை முற்றுடன் படு என்னும் துணை வினையும் சேர்ந்து வரும்.

இலக்கிய வழக்கிலும் இத்தகைய வாக்கிய அமைப்புக்களைக் காணலாம்.

எடுத்துக்காட்டு :

"புறந்தூய்மை நீரான் அமையும்
அகந்தூய்மை
வாய்மையாற் காணப் படும்"

(குறள்)

"அகந் தூய்மை வாய்மையாற் காணப் படும்' என்பது செயப்பாட்டு வினை வாக்கியம். இது செய்வினையாக மாறும் போது, 'வாய்மையானது அகந்தூய்மையைக் காட்டும்' என்றாகும்.

"அவ்விய நெஞ்சத்தான் ஆக்கமும்
செவ்வியான்
கேடும் நினைக்கப்படும்"

(குறள்)

இந்தக் குறள் முழுமையுமே ஒரே வாக்கியமாக அமைந்திருக்கிறது. செயப்பாட்டு வினையைக் கொண்டு முடிவதால் இது செயப்பாட்டு வினை வாக்கியமாகும். 'அவ்விய நெஞ்சத்தான் ஆக்கமும் செவ்வியான் கேடும்' என்பது இதன் எழுவாய். 'நினைக்கப்படும்' என்பது பயனிலை. யாரால் நினைக்கப்படும் என்பது தெரிந்தால்தான் இதனைச் செய்வினை வாக்கியமாக மாற்றல் இயலும். 'யாரால் நினைக்கப்படும்' என்பதற்கு 'அறிஞரால் நினைக்கப்படும்' என்று உரையாசிரியர்கள் விளக்கியுள்ளனர். 'நினைக்கப்படும்' என்பதற்கு ஆராயப்படும். என்று பொருள். இப்போது இதைச் செய்வினை வாக்கியமாக மாற்றினால், 'அவ்விய நெஞ்சத்தான் ஆக்கத்தையும் செவ்வியான் கேட்டையும் அறிஞர்கள் ஆராய்வார்கள்' என்று அமையும்.

ஒரு வாக்கியம் செயப்பாட்டு வினையில் அமைய வேண்டுமென்றால் அந்த வாக்கியத்தில் செயப்படுபொருள் இருக்க வேண்டும். இல்லாவிட்டாலும்கூட அந்த வாக்கியத்தில் செயப்படு பொருள் அமையும்

வாய்ப்பு இருக்க வேண்டும். அப்படிப்பட்ட வினைதான் செயப்படுபொருள் குன்றா வினை. இதனை நாம் முன்பே பார்த்தோம். செயப்படுபொருள் குன்றா வினைகள் தான் செயப்பாட்டு வினைகளாக மாறும்.

எடுத்துக்காட்டு :

1) புகழேந்தி நளவெண்பாவை **இயற்றினார்.**
நளவெண்பா புகழேந்தியால் **இயற்றப் பட்டது.**

2) வேத நாயகம் பிள்ளை 'பிரதாப முதலியார் சரித்திரம்' என்னும் முதல் தமிழ் நாவலை **எழுதினார்.**

'பிரதாப முதலியார் சரித்திரம்' என்னும் முதல் தமிழ் நாவல் வேதநாயகம் பிள்ளையால் **எழுதப்பட்டது.**

இயற்றினார், எழுதினார் என்பன செயப் படுபொருள் குன்றாவினைகள்.

செயப்படுபொருள் சேர்க்க முடியாத வினை செயப்படுபொருள் குன்றிய வினை. இந்த வினையைக் கொண்டு முடியும் வாக்கியத்தைச் செயப்பாட்டு வினை வாக்கிய மாக மாற்ற முடியாது.

எடுத்துக்காட்டு :

1) கோவலனும் மாதவியும் கடற்கரைக்குச் **சென்றார்கள்.**

2) அவர்கள் எல்லோரும் ஒரே இனத்தவர் போல் ஒற்றுமையாக **வாழ்கிறார்கள்.**

3) இந்த இனிய கீதம் எங்கிருந்து **வருகிறது?**

செயப்பாட்டு வினை - வேறு சில வடிவங்கள்

செய்வினையுடன் படு என்னும் துணை வினை சேர்ந்து செயப்பாட்டு வினை அமை வதைப் பார்த்தோம். இதுவே அன்றும் இன்றும் பொதுவான வழக்கமாகும். படு என்பது போலவே பெறு, உண் முதலிய சொற்கள் சேர்ந்தும் செயப்பாட்டு வினை அமைவதை இலக்கியங்களில் காண முடிகிறது.

எடுத்துக்காட்டு :

1) சிலப்பதிகாரம் இளங்கோவடிகளால் **இயற்றப்பெற்றது.**

2) திருமுருகாற்றுப்படை நக்கீரரால் பாடப் **பெற்றது.**

3) கோவலன் மதுரையில் கொலை **யுண்டான்.**

இயற்றப் பெற்றது, பாடப்பெற்றது, கொலையுண்டான் என்னும் வினைகள் முறையே, இயற்றப்பட்டது, பாடப்பட்டது, கொலை செய்யப்பட்டான் என்று பொருள் தருவதை நோக்குக.

■■■

19

முற்று வினை

பலவகை வினைகள் பற்றி முந்திய அத்தியாயத்தில் பார்த்தோம். இவை எல்லா வற்றையும் இரண்டு வகையாகப் பிரிக்கலாம். ஒன்று முற்றுவினை; மற்றொன்று எச்சவினை. கருத்து முடிந்து நிற்பது முற்றுவினை. கருத்து முடியாமல் நிற்பது எச்சவினை. முற்று வினையை இப்போது பார்ப்போம். இதனை வினை முற்று என்றும் சொல்வதுண்டு.

முற்றுவினையானது தன்மை, முன்னிலை, படர்க்கை ஆகிய மூன்று இடங்களிலும் வரும்.

பார்த்தேன் – தன்மை
பார்த்தாய் – முன்னிலை
பார்த்தான் – படர்க்கை

தன்மை

பார்த்தேன் என்னும் சொல் தன்மை இடத்திற்குரியது என்பதை அந்தச் சொல்லைக் கேட்ட மாத்திரத்திலேயே தெரிந்துகொள்ள முடிகிறது. இது முழுவாக்கியமாக அமையும் போது, நான் பார்த்தேன் என்று வரும். நான் தன்மை ஒருமை. எனவே, பார்த்தேன் என்பதும் ஒருமையே. ஆனால், பார்த்தேன் என்னும் சொல் உயர்திணையைக் குறிக்கிறதா, அஃறிணையைக் குறிக்கிறதா, ஆணைக் குறிக்கிறதா, பெண்ணைக் குறிக்கிறதா என்பவற்றை எல்லாம் இந்தச் சொல்லைக் கொண்டு அறிய முடியவில்லை.

பார்த்தேன் என்பதற்குப் பன்மை பார்த்தோம் என்பது. இது வாக்கியமாக அமையும் போது,

நாம் பார்த்தோம்
நாங்கள் பார்த்தோம்
யாம் பார்த்தோம்

என்று அமையும். பார்த்தோம் என்பது தன்மைப் பன்மை என்று மட்டுமே அறிய முடிகிறது. இது என்ன திணை, என்ன பால் என்பவற்றையெல்லாம் இந்தச் சொல் உணர்த்தவில்லை.

முன்னிலை

பார்த்தாய் என்னும் முன்னிலை வினை முற்றும் எண் மட்டுமே காட்டுகின்றது. இது முழு வாக்கியமாக அமையும் போது, நீ பார்த்தாய் என்று வரும். எனவே, இது ஒருமை என்று அறிகிறோம்.

நீர் பார்த்தீர்
நீங்கள் பார்த்தீர்கள்

என்பன நீ பார்த்தாய் என்பதன் பன்மை வடிவங்கள். இவையும் எண் மட்டுமே உணர்த்துகின்றன. திணையும் பாலும் உணர்த்தவில்லை.

திணையும் பாலும்

தன்மை, முன்னிலை வினைமுற்றுக்கள் இடமும் எண்ணும் மட்டுமே காட்டக் கூடியவை. எனினும் இந்த வினைமுற்றுக்களுக்குத் திணையும் பாலும் உண்டு. இந்த இரண்டையும் இடம் நோக்கியே உணர வேண்டும். (பெயர்ச்சொல் வகைகள் பற்றிய அத்தியாயத்தில் விளக்கம் காண்க. அங்கே தன்மை, முன்னிலைப் பெயர்களுக்குக் கூறிய விளக்கம் தன்மை, முன்னிலை வினை முற்றுக்களுக்கும் பொருந்தும்.)

படர்க்கை

பார்த்தான் என்பது படர்க்கை வினை முற்று. இந்தச் சொல்லைக் கேட்டவுடனேயே இது ஒருமை என்பதையும், உயர்திணை என்பதையும், ஆண்பால் என்பதையும் தெரிந்துகொள்கிறோம். படர்க்கை வினை முற்று திணை, பால், எண் ஆகிய மூன்றையும் தெளிவாகக் காட்டும்.

பார்த்தான் என்பதன் பன்மை வடிவம் பார்த்தார்கள் என்பது. இந்தச் சொல்லைக் கேட்டவுடன் இது உயர்திணை என்பதும் பலர்பால் என்பதும் நம் நினைவுக்கு வருகின்றன.

ஒற்றுமையும் வேற்றுமையும்

திணை, பால், எண், இடம் ஆகிய நான்கும் பெயர்ச்சொல், வினைச்சொல் இரண்டுக்கும் பொதுவானவை. பெயர்ச் சொல்லுக்கு இல்லாத, வினைச் சொல்லுக்கு மட்டுமே உரிய மற்றொரு தகுதி அது காலம் காட்டும் என்பது. நாம் இப்போது பார்த்த பார்த்தான் என்னும் வினைமுற்று இறந்த காலம் காட்டுகிறது. பார்க்கிறான் என்பது நிகழ் காலம்; பார்ப்பான் என்பது எதிர்காலம். எனவே, படர்க்கை வினமுற்று திணை, பால், எண், இடம், காலம் ஆகிய ஐந்தையும் தெளிவாகக் காட்டும்.

பெயர்ச் சொல் காலம் காட்டாது; வேற்றுமை ஏற்கும். எனவே, ஒரு பெயர்ச் சொல்லானது திணை, பால், எண், இடம், வேற்றுமை ஆகிய ஐந்தையும் உணர்த்தும்.

திணை, பால், எண், இடம் வேற்றுமை அல்லது காலம் உணர்த்துவது ஒரு சொல்லுக்குரிய இலக்கணமாகும். எனவே இதனைச் சொல்லிலக்கணம் என்பர் இலக்கண நூலார். பின்வரும் அட்டவணையைப் பார்க்க.

சொல்லிலக்கணம்

	சொல்	திணை	பால்	எண்	இடம்	வேற்றுமை	காலம்
பெயர்	நான்	–	–	ஒருமை	தன்மை	முதல்	–
	நாங்கள்	–	–	பன்மை	தன்மை	முதல்	–
	நாம்	–	–	பன்மை	தன்மை	முதல்	–
	நீ	–	–	ஒருமை	முன்னிலை	முதல்	–
	நீர்	–	–	பன்மை	முன்னிலை	முதல்	–
	நீங்கள்	–	–	பன்மை	முன்னிலை	முதல்	–
	அவன்	உயர்திணை	ஆண்பால்	ஒருமை	படர்க்கை	முதல்	–
	அவள்	உயர்திணை	பெண்பால்	ஒருமை	படர்க்கை	முதல்	–
	அவர்கள்	உயர்திணை	பலர்பால்	பன்மை	படர்க்கை	முதல்	–
	அது	அஃறிணை	ஒன்றன்பால்	ஒருமை	படர்க்கை	முதல்	–
	அவை(கள்)	அஃறிணை	பலவின்பால்	பன்மை	படர்க்கை	முதல்	–
வினை	பார்த்தேன்	–	–	ஒருமை	தன்மை	–	இறந்த காலம்
	பார்த்தோம்	–	–	பன்மை	தன்மை	–	இறந்த காலம்
	பார்த்தாய்	–	–	ஒருமை	முன்னிலை	–	இறந்த காலம்
	பார்த்தீர்(கள்)	–	–	பன்மை	முன்னிலை	–	இறந்த காலம்
	பார்த்தான்	உயர்திணை	ஆண்பால்	ஒருமை	படர்க்கை	–	இறந்த காலம்
	பார்த்தாள்	உயர்திணை	பெண்பால்	ஒருமை	படர்க்கை	–	இறந்த காலம்
	பார்த்தார்கள்	உயர்திணை	பலர்பால்	பன்மை	படர்க்கை	–	இறந்த காலம்
	பார்த்தது	அஃறிணை	ஒன்றன்பால்	ஒருமை	படர்க்கை	–	இறந்த காலம்
	பார்த்தன	அஃறிணை	பலவின்பால்	பன்மை	படர்க்கை	–	இறந்த காலம்

ஐம்பால், மூவிடங்களுக்கும் உரிய பெயர்ச் சொற்கள் வேற்றுமை உருபு ஏற்பதையும், ஐம்பால், மூவிடங்களுக்கும் உரிய வினைமுற்றுக்கள் காலம் உணர்த்துவதையும் இந்த அட்டவணை காட்டுகிறது. எல்லாப் பெயர்களுக்கும் எல்லா வினைகளுக்கும் இது பொருந்தும். ஒரு பெயர்ச்சொல் எந்த வேற்றுமை உருபும் ஏற்று வரலாம்; ஒரு வினைச்சொல் எந்தக் காலத்தையும் குறிக்காலம். எனவே, எல்லாப் பெயர்களுக்கும் எல்லா வினைகளுக்கும் இந்த அட்டவணையைப் பயன்படுத்திச் சொல்லிலக்கணம் கூற முடியும். இவன், இவள், இவர்கள், யார், யாவர், எவன், எவள், இது, இவை (கள்,) எது, எவை யாவை என்பவற்றிற்கும் இவ்வாறே கொள்க. இல்லை, உண்டு முதலிய குறிப்பு வினை முற்றுக்களுக்கு இடம் நோக்கியே காலமறிய வேண்டும் என்பதை முன்பு பார்த்தோம். இவை ஐம்பால், மூவிடங்களுக்கும் பொதுவாக வழங்குபவை.

எடுத்துக்காட்டு :

நான் உண்டு
நாங்கள் உண்டு
நாம் உண்டு

நீ உண்டு
நீர் உண்டு
நீங்கள் உண்டு
அவன் உண்டு
அவள் உண்டு
அவர்(கள்) உண்டு
யார் உண்டு
அது உண்டு
அவை(கள்) உண்டு
எது உண்டு
எவை உண்டு

இதே போல இல்லை என்பதும் ஐம்பால் மூவிடங்களுக்கும் பொதுவாக அமையும். இவ்வாறே வேறு முதலான சொற்களும் பொதுவாக அமைவதைக் காணலாம். இத்தகைய சொற்களின் திணை, பால், எண், இடம் ஆகியவற்றை இடம் நோக்கியே அறிய வேண்டும்.

இத்தகைய சொற்களுக்குத் திணை, பால் முதலியன இல்லை என்று பொருள் கொள்ளக் கூடாது. இந்தச் சொற்களில் திணை, பால் முதலியன வெளிப்படையாகத் தோன்ற வில்லை; மறைந்து நிற்கின்றன. குறிப்பு வினையில் காலம் மறைந்திருப்பதைப் போன்றதே இதுவும்.

விகுதி

பார்த்தேன், பார்த்தாய், பார்த்தான் என்னும் சொற்களை மறுபடியும் பாருங்கள்.இந்த மூன்று சொற்களிலும் ஆரம்பத்திலும் இடையிலும் எந்த மாற்றமும் இல்லை. சொல்லின் இறுதியில்தான் மாற்றம் தெரிகிறது. வினைமுற்றின் இறுதியில் அமைந்து அதை முடிப்பது விகுதி எனப்படும்.

பார்த்தேன் என்னும் சொல்லின் விகுதி **ஏன்** என்பது. இது தன்மை இடத்தை உணர்த்து கிறது. **பார்த்தாய்** என்னும் சொல்லின் விகுதி **ஆய்** என்பது. இது முன்னிலையை உணர்த்து கிறது. பார்த்தான் என்னும் சொல்லின் விகுதி **ஆன்** என்பது இது படர்க்கையை உணர்த்து கிறது.

இடத்தை உணர்த்தும் விகுதியின் முக்கிய பணி, செய்தவர், செய்கின்றவர் அல்லது செய்பவர் யார் என்பதைக் காட்டுவதுதான். பார்த்தேன், பார்த்தாய், பார்த்தான் ஆகிய மூன்றிலும் பார்க்கின்ற வினைதான் நிகழ்ந்துள்ளது. மூன்றுமே இறந்த காலத்தைத் தான் காட்டுகின்றன. செய்த செயலும் காலமும் இந்த மூன்றுக்கும் பொதுவாக இருக்கின்றன. இந்த மூன்றிலும் செய்தவர் மட்டுமே வேறுபடுகிறார். செய்தவர் யார் என்பதைக் காட்டுவது எது? விகுதிதானே? இந்த விகுதி இல்லாவிட்டால் நாம் செய்தவர் யார் என்பதைத் தெரிந்து கொள்ள முடியாது. சொல்லிலக்கண அட்டவணையை நன்கு கவனித்தால்; வினைமுற்று விகுதி திணை, பால், எண், இடம் ஆகிய நான்கையும் தெளிவாக உணர்த்துவது புலப்படும். தன்மை, முன்னிலை வினைமுற்றுக்களில் திணையும் பாலும் குறிப்பாக உணர்த்தப்படும்.

தன்மை விகுதிகள் - "ஏன்"

பார்த்தேன் என்னும் சொல்லில் ஏன் விகுதி தன்மை இடத்தையும் ஒருமை எண்ணையும் உணர்த்துவதைக் கண்டோம். இதுவே, இன்று, உரைநடையில் பேச்சு, எழுத்து இரண்டிலும் வழங்குகின்றது. கவிதையிலும் இன்று இதுவே பெருவழக்காக உள்ளது.

எடுத்துக்காட்டு :

''மாலைப் பொழுதில் ஒரு மேடைமிசையே
வானையும் கடலையும் நோக்கி **இருந்தேன்**
மூலைக் கடலினை அவ்வானவளையம்
முத்தமிட்டே தழுவிமுகிழ்த்தல் **கண்டேன்**''

''வாங்கி விடடிகையை ஏடி கண்ணம்மா
மாயம் எவரிடத்தில் என்று **மொழிந்தேன்**''

''ஆசை முகம் மறந்து போச்சே - இதை
ஆரிடம் **சொல்வேன**டி தோழி?''
(பாரதியார்)

''தோகை மயிலே! இதை நீ கேள்
சொல்லுகின்றேன்
நாகம்போல் சீறுகின்ற நாதரிடம் சொல்லிவிடு
பச்சிலைக்குச் சஞ்சீவி பர்வதம் **செல்வேன்**.''

''அவ்விரண்டு மூலிகையில்
ஆரணங்கே நீ ஆசை
இவ்வளவு கொண்டிருத்தல்
இப்போதுதான் **அறிந்தேன்**
கூட்டிப் போய்ப் பச்சிலையைக்
கொய்து **தருகின்றேன்**''

''என்றன் கரத்தால்
இறுக உமைத்தழுவி

நோகாமல் முத்தங்கள்
நூறு கொடுப்பேன் என்றாள்''
(பாரதிதாசன்)

''அரும்பு மீசைக் குறும்புக்காரன்
என்று நினைத்தேன் – அவன்
ஆயர்பாடிக் கண்ணனென்று
மனதினில் வைத்தேன்''
(கண்ணதாசன்)

இருந்தேன், கண்டேன், மொழிந்தேன், சொல்வேன், சொல்லுகின்றேன், செல்வேன், அறிந்தேன், தருகின்றேன், கொடுப்பேன், நினைத்தேன், வைத்தேன் என்பவை ஏன் விகுதி பெற்ற தன்மை ஒருமை வினை முற்றுக்கள்.

அன் விகுதி

தன்மை ஒருமையில் அன் விகுதியும் வருவதுண்டு. இது கவிதையில் மட்டுமே காணப்படுகிறது. அதுவும் இன்று அரிதாகவே காணப்படுகிறது.

''ஆற்றங் கரைதனில்
முன்னம் ஒரு நாள் – எனை
அழைத்துத் தனியிடத்திற்
பேசிய தெல்லாம்
தூற்றி நகர் முரசு
சாற்றுவன் என்றே
சொல்லி வருவையடி
தங்கமே தங்கம்''

''இன்று தருகுவன் வெற்றியே – இதற்கு
இத்தனை வீண்சொல் வளர்ப்பதேன்?''

''வான் பொருள் யாவையும் தோற்றுனைப்
பணி
தொண்டரெனச் செய்திடுவன் யான்''
(பாரதியார்)

சாற்றுவன், தருகுவன், செய்திடுவன் என்பன அன் விகுதி பெற்ற தன்மை ஒருமை வினைமுற்றுக்கள்.

என் விகுதி

இலக்கிய வழக்கில் மட்டும் காணப்படும் மற்றொரு தன்மை ஒருமை விகுதி என் என்பது.

''இடையூற்றுக் கிடையூறா யான்காப்பென்
பெருவேள்விக் கெழுக என்றான்''
(கம்பர்)

காப்பென் என்பது என் விகுதி பெற்ற தன்மை ஒருமை வினைமுற்று. இதுவும் இலக்கியங்களில் அரிதாகவே காணப் படுகிறது.

ஓம் விகுதி

பார்த்தோம், பார்க்கின்றோம், பார்ப்போம் என்னும் தன்மைப் பன்மை வினைமுற்றுக் களில் விகுதியாக நிற்பது ஓம். இன்றைய வழக்கில் உள்ளது இதுவே. உரைநடையில் மட்டுமல்லாமல், கவிதையிலும் இதுவே பெருவழக்காக உள்ளது.

எடுத்துக்காட்டு :

''திறமையால் இங்கு மேல்நிலை
சேர்வோம்
தீய பண்டை இகழ்ச்சிகள் தேய்ப்போம்''

''கன்னம் வைக்கிறோமோ? – பல்லைக்
காட்டி ஏய்க்கிறோமோ?''

''தண்ணீர் விட்டோ வளர்த்தோம்
சர்வேசா – இப்பயிரைக்
கண்ணீராற் காத்தோம்''
(பாரதியார்)

மூன்று காலங்களிலும் ஓம் எனும் தன்மைப் பன்மை விகுதி அமைந்திருப்பதை நோக்குக.

அம் விகுதி

அம் விகுதி கொண்டு முடியும் தன்மைப் பன்மை வினைமுற்றுக்கள் – கவிதையில் மட்டுமே காணப்படுகின்றன.

எடுத்துக்காட்டு :

''விடுதலைக்கு மகளிரெல்லோரும்
வேட்கை கொண்டனம்''

''எதுவும் நல்கி இங்கு எவ்வகையானும்
இப்பெருந்தொழில் நாட்டுவம் வாரீர்''
(பாரதியார்)

கொண்டனம், நாட்டுவம் என்பன அம் விகுதியேற்ற தன்மைப் பன்மை வினை முற்றுக்கள்.

ஏம் விகுதி

ஏம் விகுதி பெற்ற தன்மைப் பன்மைச் சொற்களும் கவிதையில் மட்டுமே காணப்படுகின்றன.

எடுத்துக்காட்டு :

''காணிற் குவளை கவிழ்ந்து
நிலன்நோக்கும்
மாணிழை **கண்ணொவ்வேம்** என்று''

''ஊடி **இருந்தேமாத்** தும்மினார்
யாம் தம்மை
நீடுவாழ் கென்பாக் கறிந்து''
(குறள்)

''ஈங்கெமக் காகும் இவ்வறம் செய்கேம்''
(மணிமேகலை)

ஒவ்வேம், இருந்தேம், செய்கேம் என்பன ஏம் விகுதிபெற்ற தன்மைப் பன்மை வினைமுற்றுக்கள்.

எம், ஆம்

எம், ஆம் விகுதிகள் பெற்று நிற்கும் செய்வெம், செய்வாம் என்னும் தன்மைப் பன்மைகள் மிகவும் அரிதாகவே காணப்படுகின்றன.

முன்னிலை ஒருமை வினைமுற்று

ஆய் விகுதி

பார்த்தாய், பார்க்கின்றாய், பார்ப்பாய் என்பன முன்னிலை ஒருமை வினைமுற்றுக்கள். இவை ஆய் விகுதி பெற்று நிற்கின்றன. ஆய் விகுதி பெற்ற முன்னிலை வினைகளே இன்று எழுத்து வழக்கு, பேச்சு வழக்கு இரண்டிலும் உள்ளன. இன்றைய கவிதையிலும் இவையே மிகுதியாக உள்ளன.

எடுத்துக்காட்டு :

''வானத்துப் புள்ளெல்லாம்
மையலுறப் **பாடுகிறாய்**
ஞானத்திற் புட்களிலும்
நன்கு **சிறந்துள்ளாய்**''

''ஏனடா **மூர்ச்சையுற்றாய்?**
எங்கு **சென்றாய்?** ஏது **செய்தாய்?**''
(பாரதியார்)

''வந்து வந்து கன்னம் **தொட்டாய்**
வள்ளைக் காதில் **முத்தமிட்டாய்**
செந்தாமரை முகத்தினை ஏன் **நாடினாய்?** ஏன்
சீவியதோர் கருங்குழலால் **மூடினாய்?**
மேலுக்கு மேல் குளிரைச் **செய்தாய்**
மிகமிகக் களியைச் **செய்தாய்**
உள்ளுக்குள்ளே கையை **வைத்தாய்**
தென்றலே – என்
உயிருக்குள்ளும் மகிழ்ச்சி **வைத்தாய்**
தென்றலே''
(பாரதிதாசன்)

பாடுகிறாய், சிறந்துள்ளாய், மூர்ச்சையுற்றாய், சென்றாய், செய்தாய், தொட்டாய், முத்தமிட்டாய், நாடினாய், மூடினாய், வைத்தாய் என்பன ஆய் விகுதி ஏற்ற முன்னிலை வினைமுற்றுக்கள்.

ஐ விகுதி

மற்றொரு முன்னிலை ஒருமை விகுதி ஐ ஆகும். காண்கின்றாய் என்பது 'காண்கின்றனை' என்றும் 'கேட்பாய்' என்பது 'கேட்பை' என்றும் அமையும். இப்படி 'ஐ' விகுதி பெற்று வரும் சொற்கள், பெரும்பாலும் இலக்கியங்களிலேயே காணப்படுகின்றன. இன்றைய உரை நடை வழக்கில் இவை இல்லை.

எடுத்துக்காட்டு :

''விண்டுரைக்க அறிய அரியதாய்
விரிந்த வான வெளியென **நின்றனை**
அண்ட கோடிகள் வானில் **அமைத்தனை**
அவற்றில் எண்ணற்ற வேகம்
சமைத்தனை
மண்டலத்தை அணுவணு வாக்கினால்
வரும் எத்தனை அத்தனை யோசனை
கொண்ட தூரம் அவற்றிடை **வைத்தனை**
கோலமே! நினைக் காளியென்
றேத்துவேன்''

'எல்லை இல்லாததோர் வானக் கடலிடை
வெண்ணிலாவே – விழிக்
கின்ப மளிப்பதோர் **தீவென்றிலகுவை**
வெண்ணிலாவே!

''காதலர் நெஞ்சை **வெதுப்புவை** நீ
என்பார் வெண்ணிலாவே – நினைக்
காதல் செய்வார் நெஞ்சிற் **கின்னமுதாகுவை**
வெண்ணிலாவே!''
(பாரதியார்)

நின்றனை, அமைத்தனை, சமைத்தனை, வைத்தனை, இலகுவை, வெதுப்புவை, ஆகுவை என்பன ஐ விகுதி பெற்ற முன்னிலை ஒருமை வினை முற்றுக்கள். இவற்றில் ஐக்குப் பதிலாக ஆய் விகுதி அமைத்தாலும் பொருள் மாறாது. இதுவும் முக்காலத்திலும் வரும்.

இ விகுதி

''பொத்த நூல் கல்லும் புணர்பிரியா
அன்றிலும்போல்
நித்தலும் நம்மைப் பிரியலம் எனறுரைத்த
பொற்றொடியும் போர்த்தகர்க்கோடு
ஆயினள் நல்நெஞ்சே''
நிற்றியோ போதியோ நீ''

(நாலடியார்)

நிற்றியோ போதியோ நீ என்னும் தொடரில் நிற்கும் நிற்றி, போதி என்பன இகர விகுதி பெற்ற முன்னிலை வினைமுற்றுக்கள். 'நிற்றியோ போதியோ' என்பதற்கு 'நிற்பாயோ, போவாயோ' என்று பொருள்.

''மன்று புனைந்திடச் **செய்தி** நீ''

''கதிர்கொள் வாண்முகம் **காட்டுதி**சற்றே''
(பாரதியார்)

செய்தி, காட்டுதி என்பன ஏவல் வினை யாகவும் அமையலாம்; எதிர்கால வினை முற்றாகவும் வரலாம். இகர ஈற்று முன்னிலை வினைமுற்றுக்கள் பெரும்பாலும் எதிர் காலத்திலேயே அமைகின்றன.

முன்னிலைப் பன்மை ஈர் விகுதி

பார்த்தீர், பார்க்கின்றீர், பார்ப்பீர், என்பன முன்னிலைப் பன்மை வினைமுற்றுக்கள். இவை ஈர் விகுதி பெற்று நிற்கின்றன.

எடுத்துக்காட்டு :

''கட்டோடே கனத்தோடே வாழ்கின்றோம்
என்பீர்
கண்ணோடே கருத்தோடே கருத்தனைக்
கருதீர்
பட்டோடே பணியோடே **திரிகின்றீர்**
தெருவில்
பசியோடே வந்தாரைப் பார்க்கவும் நேரீர்
கொட்டோடே முழக்கோடே கோலம்
காண்கின்றீர்
குணத்தோடே குறிப்போடே குறிப்பதைக்
குறியீர்
எட்டோடே இரண்டுசேர்த் தெண்ணவு
மறியீர்
எத்துணை **கொள்கின்றீர்** பித்துலகீரே!''
(வள்ளலார்)

''பாடெல்லாம் **பட்டீர்**
பகலெல்லாம் வெய்யிலிலே''

''சாரலிலே முத்தம் **தரக்கேட்டீர்,**
சாயவில்லை
ஈரமலையிலே யான் தந்தேன்
ஏற்கவில்லை;
சத்தத்தை எண்ணிச் **சலித்தீர்.....**''
(பாரதிதாசன்)

''ஊனமின்று **பெரிதிழைக்கின்றீர்**
ஓங்குகல்வி உழைப்பை **மறந்தீர்**

''**சென்றிடுவீர்** எட்டுத்திக்கும் – கலைச்
செல்வங்கள் யாவும் கொணர்ந்திங்கு
சேர்ப்பீர்''
(பாரதியார்)

என்பீர், திரிகின்றீர், காண்கின்றீர், கொள்கின்றீர், பட்டீர், கேட்டீர், சலித்தீர், இழைக்கின்றீர், மறந்தீர், சென்றிடுவீர், சேர்ப்பீர் என்பன ஈர் விகுதி பெற்ற முன்னிலைப் பன்மை வினைமுற்றுக்கள்.

கருதீர், குறியீர், அறியீர் என்பன ஈர் விகுதி பெற்ற முன்னிலை எதிர்மறை வினைமுற்றுக் கள்.

ஈர் விகுதியோடு கள் விகுதியும் சேர்ந்து முன்னிலைப் பன்மை வினைமுற்றுக்கள் அமைவதே உரைநடையில், பேச்சு, எழுத்து இரண்டிலும், பெருவழக்காக உள்ளது. கள் விகுதி இல்லாமல் முன்னிலைப் பன்மை அமைவதை உரைநடையில் காண்பது அரிது.

என்பீர்கள், திரிகின்றீர்கள், கேட்டீர்கள் என்று அமைவதே இன்றைய உரை நடை வழக்காகும். ஏனைய சொற்களுக்கும் இவ்வாறே கள் சேரும். பன்மைக்குரிய பெயர், வினை இரண்டுமே ஒருவரைக் குறிக்கும் மரியாதைப் பன்மையாகவும் விளங்குகின்றன. மரியாதைப் பன்மையில் நீங்கள் என்பதே பெரு வழக்காகும். எனினும், சம வயதுடையவர்கள் பேசும்போது, நீர் என்று சொல்லும் வழக்கமும் உள்ளது.

அப்போது வினைமுற்றிலும் கள் விகுதி சேர்க்காமல் 'நீர் சொன்னீர்' போன்ற வாக்கியங்களைப் பயன்படுத்துவதைக் காணலாம். ஆனால் பலரைக் குறிக்கும் தொடர்களில் கள் விகுதி சேர்ந்தே வரும்.

படர்க்கை (உயர்திணை) ஆண்பால்

பார்த்தான், பார்க்கின்றான், பார்ப்பான் என்பன ஆண்பால் வினை முற்றுக்கள். எனவே, இவை ஆன் விகுதி பெற்று நிற்கின்றன. இன்றைய உரைநடையில் இவையே வழங்குகின்றன. இவை அன் விகுதி பெற்றும் வருவதுண்டு. அப்போது இவை பார்த்தனன், பார்க்கின்றனன், பார்ப்பன் என்று அமையும். அன் விகுதி பெறும் ஆண்பால் வினைமுற்றுக்கள் பெரும் பாலும் இலக்கிய வழக்கிலேயே, குறிப்பாகக் கவிதையில் காணப்படுகின்றன.

எடுத்துக்காட்டு :

''அவ்வறிஞன் கவி வல்லவன் - விழி
அற்றவ னாயின் நிலாவினை
எவ்விதம் **பார்த்தனன், பாடினன்?** - இதில்
எத்துக்கள் உண்டென ஓடியே''

''மன்னன் இருவிழியும் – பொறி
வழங்கிட **எழுந்தனன். . . . . . .** ''

''கூடிய மட்டிலும் **யோசித்தனன்**—குப்பன்
குள்ளச் சமூகத்தின் கட்டுக்களை''
(பாரதிதாசன்)

பார்த்தனன், பாடினன், எழுந்தனன், யோசித்தனன் என்பன அன் விகுதி பெற்ற வினைமுற்றுக்கள். அன் விகுதி பெற்றவை மட்டுமல்ல; ஆன் விகுதி பெற்ற வினை முற்றுக்களும் இலக்கியத்தில் ஏராளம் உண்டு.

எடுத்துக்காட்டு :

''தெளிவளிக்க இருட் கதவை
உடைத் தெறிந்தான் பரிதி!
திசை மகனை அறிவுலகில்
தழுவுகின்றார் மக்கள்
ஒளியுலகின் ஆதிக்கம் **காட்டுகின்றான்;**
வானில்
உயர்கின்றான்; உதய சூரியன்
வாழ்க நன்றே''
(பாரதிதாசன்)

பெண்பால்

பெண்பால் வினைமுற்றுக்களில் ஆள் விகுதி அமைவதே இன்றைய வழக்கு. பார்த்தாள், பார்க்கின்றாள், பார்ப்பாள், என்னும் வினைமுற்றுக்கள் ஆள் விகுதி பெற்றவை. 'அள் விகுதி பெற்று இவை பார்த்தனள், பார்க்கின்றனள், பார்ப்பள் என்றும் அமையும். இவையும் பெரும்பாலும் இலக்கிய வழக்கில், குறிப்பாகக் கவிதையில் மட்டுமே காணப்படுகின்றன. இவற்றுடன் ஆள் விகுதி பெற்ற வினைமுற்றுக்களும் கவிதையில் இடம் பெறக் காண்கிறோம்.

எடுத்துக்காட்டு :

''தாமரை பூத்த குளத்தினிலே – முகத்
தாமரை தோன்ற **முழுகிடுவாள்**

''. . . . . கட்டழகன் – தந்த
விண்ணப்பம் **ஒப்பினள் . . . .** ''

''சற்றுத் தலைகுனிந்தே **நடப்பாள்''**

''சிற்றிடை வாய் **திறந்தாள்** அதுதான் –
இன்பத்
தேனின் பெருக்கன்று; செந்தமிழே!''

''ஏறிட்டுப் **பார்த்தனள் கூறுகின்றாள் :**
'தன்னந் தனிப்பட நீ இருந்தாய் – எந்தத்
தையல் உன் பொன்னுடல்
அள்ளிவிட்டாள்?
என்றனள்' சுந்தரன் என்னுளத்தைக் கள்ளி
எட்டிப் பறித்தவள் நீ என்றனன்.''
(பாரதிதாசன்)

அள், ஆள் விகுதிகள் பெற்ற வினை முற்றுக்கள் இந்தப் பாடல் வரிகளில் இடம் பெற்றிருப்பதை நோக்குக.

பலர்பால்

பலர் பால் வினைமுற்றுக்கு அர் விகுதியும் ஆர் விகுதியும் வரும். ஆர் விகுதியுடன் கள் விகுதியும் சேர்ந்து வரும் போதுதான் இன்றைய வழக்கில் அது பன்மையைக் குறிக்கிறது. ஆர் விகுதி மட்டும் நிற்கும் போது அது ஒருவரைக் குறிக்கும் மரியாதைப் பன்மையாகும்.

எடுத்துக்காட்டு :

பார்த்தார் – மரியாதைப் பன்மை

பார்த்தார்கள் – **பன்மை**
பார்த்தனர் – **பன்மை**

இவை இறந்த கால வினைமுற்றுக்கள். நிகழ்காலத்திலும் எதிர்காலத்திலும் இவ்வாறே பலர்பால் வினைமுற்றுக்கள் அமையும். இவற்றில் பார்த்தார்கள் என்பதே இன்றைய எழுத்திலும் பேச்சிலும் பெரும் பான்மையாக வழங்குகிறது. பார்த்தனர் என்பது எழுத்து வழக்கில், சிறப்பாகக் கவிதையில் இடம் பெறுகிறது.

ஆர் விகுதி பெற்ற வினைமுற்றும் இலக்கியங்களில் பலரைக் குறிக்கும் பன்மையாக விளங்குகிறது.

எடுத்துக்காட்டு :

''ஊரிலுள்ள **பெண்களெல்லாம்**
உள்ளத்தைப் பூர்த்தி செய்யும்
சீரியர்க்கு மாலையிட்டுச்
சீரடைந்து **வாழ்கின்றார்''**

''மூடப் பழக்கங்கள் எல்லாம் முயற்சி
செய்தே
ஓடச் செய்தால் நமையும்
ஓடச் செய்வார் என்பேன்''
இந்தப் பிரசங்கம் **இவ்விருவர்**
கேட்டார்கள்
சொந்த நிலைக்குத் **துயருற்றார்''**
''பேச்சு வல்ல **அமைச்சர் பலர்**
சென்றழைத்தார்''

''இச்சேதி ஊரில் **எவரும் அறிந்தார்கள்**
அச்சமயம் **எல்லாரும்** அங்கு வந்து
கூடிவிட்டார்
ஆர்ந்த கவியின் அரசனுயிர் இன்றோடு
தீர்ந்ததோ என்று **திடுக்கிட்டார் எல்லாரும்''**

''என்றுரைத்தான். **இரு சேவகர்கள்** – அந்த
ஏந்திழை அண்டை **நெருங்கிவிட்டார்.**

'' . . . . இது கேட்ட தேசமக்கள்
கொடிதென்றார்! கொடுவாளைப்
பறித்தார் அந்தக்
கொலையாளர் உயிர்தப்பி **ஓடலானார்**

''குற்றம் மறுத்திடக் காரணங்கள் - ஒரு
கோடி இருக்கையில் **காதலர்கள்**
கற்றவை யாவையும் உள்ளத்திலே - வைத்துக்
கண்ணிற் **பெருக்கினர்** நீரருவி''

''ஊரார்கள் பார்த்திருந்தார் கரையில்
நின்றே
உளம் துடித்தார் எனினும் அவர் **உயிர்**
வாழ்கின்றார்''
(பாரதிதாசன்)

''நெஞ்சு பொறுக்கு திலையே – இந்த
நிலைகெட்ட மனிதரை நினைந்து
விட்டால்
அஞ்சி அஞ்சிச் சாவார்; – இவர்
அஞ்சாத பொருளில்லை அவனியிலே.
வஞ்சனைப் பேய்கள் **என்பார்;** – இந்த
மரத்தில் **என்பார்;** அந்தக் குளத்தில்
என்பார்;
துஞ்சுது முகட்டில் **என்பார்;** – மிகத்
துயர்ப்படுவார்; எண்ணிப் பயப்படுவார்''
(பாரதியார்)

இந்தப் பாடல் வரிகளில் பலரைக் குறிக்கும் வினைமுற்றுக்கள் பல, கள் விகுதி பெறாமலே நிற்கின்றன. பண்டைய இலக்கி யங்களிலும் பலர்பால் சொற்கள் கள் விகுதி பெறாமல் வருவதே பெரும்பான்மை யாகும். முற்காலத்தில் கள் விகுதி அஃறிணைக்கு மட்டும் உரியதாக இருந்தது.

''கள்ளொடு சிவணும் அவ்வியற் பெயரே
கொள்வழி யுடைய பலவறி சொற்கே''
(தொல்)

ஆனால், இன்று கள் விகுதி இரு திணைக்கும் பொதுவாக வழங்குகிறது. எனவே, உரைநடையில் எங்கே கள் சேர்க்க வேண்டும், எங்கே கள் சேர்க்க வேண்டிய தில்லை என்பதைத் தெளிவாக வரையறை செய்துகொள்வது நல்லது.

மரியாதைப் பன்மையைக் குறிக்க ஆர் விகுதி மட்டும் போதும். சில வேளைகளில் மிகுதியின் பொருட்டு மரியாதைப் பன்மையிலும் ஆருடன் கள்ளும் வரலாம்.

எடுத்துக்காட்டு :

1) **நண்பர் வந்தார்.**
2) **அறிஞர் அண்ணா அவர்கள் கூறினார்கள்.**
3) **கவிஞர்** என்ன **சொன்னார்?**
4) **வள்ளலார் அவர்கள்** சமரச சன்மார்க்கம் **தழைத்தோங்கப் பாடுபட்டார்கள்.**

பலர் பால் வினைமுற்றில் அர் விகுதி வரும். அல்லது, ஆர் விகுதியுடன் கள் விகுதியும் சேர்ந்து வரும்.

எடுத்துக்காட்டு :

1) திருக்குறளைத் திரும்பத் திரும்பப் படிப்பவர்கள் அதன் கருத்தாழம் கண்டு அகம் மகிழ்வார்கள்.
2) தமிழ்ப் பெரியோர்கள் வாழ்க்கையை அகம், புறம் என இரு பெருங் கூறாய்ப் பகுத்திருக்கிறார்கள்.
3) பெரியோர் நம் வாழ்க்கைக்கு நல்வழி காட்டும் அறிவுரைகளைத்தானே கூறு கின்றனர்?
4) எல்லோரும் வந்தவிட்டனரா?
5) புலவர் பலர் கூடித் தமிழ் இலக்கியத்தை ஆராய்ந்தனர்.

இத்தகைய வாக்கியங்கள் இரண்டு விதமாகவும் அமையலாம்.

எடுத்துக்காட்டு :

1) எல்லோரும் வந்து விட்டனரா?
   எல்லோரும் வந்து விட்டார்களா?
2) புலவர் பலர் ஆராய்ந்தனர்
   புலவர் பலர் ஆராய்ந்தார்கள்.
3) திருக்குறளுக்குப் பலர் உரை எழுதியிருக்கின்றனர்.
   திருக்குறளுக்குப் பலர் உரை எழுதியிருக்கிறார்கள்.
4) பண்டைத் தமிழ்ப் புலவர்கள் காலத்தால் அழியாத இலக்கியங்களைப் படைத்தனர்.
   பண்டைத் தமிழ்ப் புலவர்கள் காலத்தால் அழியாத இலக்கியங்களைப் படைத்தார்கள்.
5) பண்டைத் தமிழர்கள் மூவகை மரக் கலத்தைக் கண்டறிந்திருந்தனர்.
   பண்டைத் தமிழர்கள் மூவகை மரக் கலத்தைக் கண்டறிந்திருந்தார்கள்.

இந்த வாக்கியங்களைக் கூர்ந்து கவனித் தால் ஓர் உண்மை புலனாகும். இத்தகைய வாக்கியங்களில் அர் விகுதி கொண்ட வினை முற்று வர வேண்டும்; அல்லது ஆர் விகுதி யுடன் கள் விகுதியும் சேர்ந்த வினை முற்று வர வேண்டும் என்பதே அது.

அஃறிணை வினைமுற்று

ஒன்றன் பால், பலவின்பால் வினை முற்றுகள் அஃறிணைக்குரியவை.

ஆண்பால், பெண்பால் வேறுபாடு அஃறிணையில் கிடையாது. ஒருமையாக இருந்தால் அதை ஒன்றன் பால் என்றும், பன்மையாக இருந்தால் அதைப் பலவின்பால் என்றும் சொல்கிறோம்.

ஒன்றன்பால்

பார்த்தது, பார்க்கின்றது, பார்க்கும் என்பன ஒன்றன்பால் வினைமுற்றுக்கள்.

பார்த்தது	— இறந்த காலம்
பார்க்கின்றது	— நிகழ் காலம்
பார்க்கும்	— எதிர் காலம்

இறந்த கால வினைமுற்றும் நிகழ்கால வினைமுற்றும் து விகுதி பெற்றுள்ளன. பார்க்கும் என்பது ஒன்றன்பால் எதிர்கால வினைமுற்றாக நிற்கிறது. செய்யும் என்னும் வாய்பாட்டு வினைமுற்று இது.

ஒன்றன்பால் இறந்த கால வினைமுற்றுக் களில் சில று விகுதியும் பெற்று வருவதுண்டு.

எடுத்துக்காட்டு :

"பார்த்த வெளியெல்லாம்
    பகல் ஒளியாய் மின்னிற்றே"
(பாரதியார்)

"வானந்தான் பாடிற்றா?
வான் நிலவு பாடிற்றா?
தேனை அருந்திச்
  சிறுதும்பி மேலேறி
நல்லிசை நல்கிற்றா . . ."

"விலகிற்றுக் காரிருள்தான். ."
(பாரதிதாசன்)

மின்னிற்று, பாடிற்று, நல்கிற்று விலகிற்று என்பன று விகுதி பெற்ற ஒன்றன் பால் வினைமுற்றுக்கள். இவை முறையே, து விகுதி பெற்று மின்னியது, பாடியது, நல்கியது என்றும் அமையும். இப்படி இரண்டு விதமாகவும் அமையும் வினைமுற்றுக்கள் பல உண்டு.

எடுத்துக்காட்டு :

"தானையும் தானையும் மோதியதே' பெருந்
தாரையும் கொம்பும் முழங்கியதே!"
(கண்ணதாசன்)

"ஏடெடுத்தேன் கவி ஒன்று வரைந்திட
'என்னை எழுதென்று சொன்னது வான்"
(பாரதிதாசன்)

"தெவிட்டியதோ தேன் அல்லால்
தெளிந்ததுவோ இதயவான்?"

"இக்கடுவன் எங்கிருந்து திருடியது
மதுவை"

"உலகம் ஒன்றிருப்பதையே மறந்துவிட்டு
உடல் கிடத்தி மயங்கிப்போய்
உறங்கியதாம்"
(கலைஞர் மு.க.)

மோதியது, முழங்கியது, சொன்னது, தெவிட்டியது, திருடியது, மயங்கியது என்னும் வினைமுற்றுக்கள் று விகுதி பெறும் போது மோதிற்று, முழங்கிற்று, சொல்லிற்று, தெவிட்டிற்று, திருடிற்று, மயங்கிற்று என அமையும். எல்லா வினை முற்றுக்களும் இப்படி இரண்டு விதமாக அமைவதில்லை.

பேசியது   – பேசிற்று
போனது   – போயிற்று

இந்த இரண்டும் இரண்டு விதமாகவும் அமைந்திருக்கின்றன. பேசியது என்பதில் து வுக்கு முன் ய நிற்கிறது. போனது என்பதில் து வுக்கு முன் ன நிற்கிறது. இவ்வாறு விகுதிக்கு முன் ய வும் ன வும் நிற்கும் வினைமுற்றுக்களே று விகுதி பெறுவதைக் காண்கிறோம்.

எடுத்துக்காட்டு :

ஓடியது	– ஓடிற்று
ஆடியது	– ஆடிற்று
விளங்கியது	– விளங்கிற்று
வீசியது	– வீசிற்று
எண்ணியது	– எண்ணிற்று
கிள்ளியது	– கிள்ளிற்று
வருந்தியது	– வருந்திற்று

ஓடியது, ஆடியது முதலியன ஓடினது, ஆடினது என்றும் அமையும். இவ்வாறே ஏனையவற்றுக்கும் கொள்க. பார்த்தது, படித்தது போன்ற வினைமுற்று வடிவங்கள் று விகுதி பெறுவதில்லை.

பலவின் பால்

பார்த்தன, பார்க்கின்றன, பார்க்கும் என்பன பலவின்பால் வினைமுற்றுக்கள். பார்த்தன, பார்க்கின்றன என்பவை முறையே இறந்த காலத்துக்கும் நிகழ் காலத்துக்கும் உரியவை. இவை அ விகுதி பெற்று நிற்கின்றன. எனவே, பலவின் பால் விகுதி அ என்பதை உணர்க.

பார்க்கும் என்பது எதிர்கால வினைமுற்று. இது ஒன்றன் பால், பலவின் பால் இரண்டுக்கும் பொதுவானது. அஃறிணையில் எண் வேறுபாடு காட்ட இறந்த கால, நிகழ்கால வினைமுற்றுக்களுக்குத் தனித்தனி விகுதிகள் உள்ளன. ஆனால் எதிர்காலத்திற்கு ஒருமை பன்மை வேறுபாடு காட்டத் தனித்தனி வினைமுற்றுக்கள் இல்லை. இறந்த காலத்திலும் நிகழ்காலத்திலும் ஒருமைக்கும் பன்மைக்கும் அவற்றிற்குரிய வினைமுற்றுக்களையே பயன்படுத்தல் வேண்டும்.

எடுத்துக்காட்டு :

அது பார்த்தது

அவை பார்த்தன

அது பார்க்கின்றது

அவை பார்க்கின்றன

அது பார்க்கும்

அவை பார்க்கும்

இவ்வாறே, இது, இவை எது, எவை, யாது, யாவை ஆகிய சுட்டுகளுக்கும் வினாக்களுக்கும் கொள்க. சுட்டு, வினா ஆகியவற்றுக்குக் கூறியது, எல்லா அஃறிணைப் பெயர்களுக்கும் பொருந்தும். உரை நடை, கவிதை இரண்டிலும் இவ்வாறே தொடர்கள் அமையும். முதலில் கவிதையைப் பார்ப்போம்.

எடுத்துக்காட்டு :

"போயின போயின துன்பங்கள் – நினைப்
பொன்னெனக் கொண்ட பொழுதிலே
என்றன்
வாயினிலே அமுதூறுதே – கண்ணம்
மாவென்ற பேர்சொலும் போழ்திலே"

"அத்தருணத்தே பறவை அத்தனையும்
தாம் திரும்பி
சோலைக் கிளையிலெலாம் தோன்றி
ஒலித்தனவால்"

''அல்லலற நும்மோ டளவளாய்
நான் பெறுமிவ்
வின்பத்தினுக்கும் **இடையூறு**
மூண்டதுவே''
(பாரதியார்)

''இற்றைக்கு நின்தலை **அற்றது!''**

''அவள் அழகு வெளிச்சம் **அடித்தது**
என் மேல்''

''மலையினைப் பிளந்திடும் ஓர் – சத்தம்
வந்தது! வந்தனள் அமுதவல்லி!''

''இணங்கென்று **சொன்னது** –
காதலுள்ளம் – தள்
என்றன மூட வழக்க மெலாம்

''பாடம் படித்து நிமிர்ந்த விழி – தனிற்
பட்டுத் **தெரித்தது மானின் விழி''**

''எந்தவிதம் சகிப்பேன்? – கண்ட
இன்பங்கள் அனைத்திலும் **துன்பங்கள்**
சேர்ந்தன''

''கோலங்கள் யாவும் மலைமலையாய்
வந்து **கூவின என்னை''**
(பாரதிதாசன்)

''தங்கரதம் வந்தது வீதியிலே – ஒரு
தளிர்மேனி வந்தது தேரினிலே''

''அழகு **சிரிக்கின்றது**
ஆசை **துடிக்கின்றது''**

''வானம் பொழிகின்றது
பூமி நனைகின்றது''

''என்னைத் தொட்டுச் **சென்றன கண்கள்**
ஏக்கம் தந்தே **சென்றன கைகள்''**
(கண்ணதாசன்)

''அறனெனப் பட்டதே இல்வாழ்க்கை
அஃதும்
பிறன்பழிப்ப தில்லாயின் நன்று''

''குழல்இனிது யாழ்இனிது என்பதம்
மக்கள்
மழலைச்சொல் கேளா தவர்''

''காலத்தினாற் செய்தநன்றி
சிறிதெனினும்
ஞாலத்தின் மாணப் பெரிது''

''கண்டுகேட் டுண்டுயிர்த்து உற்றறியும்
ஐம்புலனும்
ஒண்டொடி கண்ணே **உள''**
(குறள்)

இந்தப் பாக்கள் அனைத்திலும் ஒன்றன் பால் எழுவாய்க்கு ஒன்றன் பால் வினை முற்றும் (பயனிலையும்) பலவின் பால் எழுவாய்க்குப் பலவின் பால் வினைமுற்றும் அமைந்திருப்பதை நோக்குக.

பண்டைய இலக்கியத்திலும் இன்றைய இலக்கியத்திலும் இவை ஒரே விதமாகவே அமைகின்றன.

உரைநடையிலும் இதே நிலைதான்.

எடுத்துக்காட்டு :

1) **என் மனம், அறிவு, புலன்கள், அசைவுகள் ஆகிய யாவுமே** ஒருருவாகிக் கலைத் திறமையைப் **புலப்படுத்தின.**

2) ஒரு மொழியின் **பல்வேறு வகைகளும்** தனித்தனியே வேறுபட்டு **நிற்கின்றனவா?**

ஒரு குழுவினரின் **மொழி இயல்புகள்** மற்றொரு பிரிவினர் பேசும் மொழியில் **கலக்கின்றன.**

4) தமிழைப் பொறுத்த வரையில் பல்வேறு வட்டாரக் கிளை மொழிகள் வெவ்வேறு மொழிகளாய் மாறவில்லை. **அவை எல்லாம்** தமிழின் கிளை மொழிகளாகவே **இருந்துவருகின்றன.**

5) **கிளை மொழிகள்** பல காரணம் பற்றிப் பல வகையாய் **அமைகின்றன.**

6) **அவை** ஓவிய எழுத்துகளின் தோற்றத் திற்குச் சான்றாக **உள்ளன.**

7) **வானொலியும் தொலைக்காட்சிகளும்** அனுதாபச் செய்திகளை அறிவித்த வண்ணம் **இருந்தன.**

8) கட்டடத்தின் **பல பகுதிகள்** தீக்கு **இரையாயின.**

9) **அறிவியல் கண்டுபிடிப்புகள்** மனித வாழ்க்கையைப் பெரிதும் **வளப் படுத்தியுள்ளன.**

10) மருத்துவத்துறையில் கணக்கற்ற முன்னேற் றங்கள் ஏற்பட்டு வரும் இந்நாளில் **நோய்களும் பெருகி வருகின்றன.**

இந்த வாக்கியங்களிலும் பன்மை எழுவாய்க்குப் பன்மைப் பயனிலை அமைந்திருப்பதை நோக்குக. ஒரு வாக்கியத்தில் எழுவாயும் பயனிலையும் திணை, பால், எண், இடம் ஆகியவற்றில் ஒத்திருக்க வேண்டும். ஆனால், இன்று பத்திரிகைகளும், வானொலியும், தொலைக் காட்சியும் இதைக் கவனிப்பதே இல்லை. பன்மை எழுவாய்க்கு ஒருமைப் பயனிலை அமைத்து எழுதுவதையும் பேசுவதையும் காண்கிறோம்.

எடுத்துக்காட்டு :

1) சட்டங்கள் **நிறைவேற்றப்பட்டது.**

2) செய்திகள் **வெளியாயிற்று.**

3) தகவல்கள் **கிடைத்தது.**

4) மூட நம்பிக்கைகள் **தலைவிரித்தாடுகிறது.**

5) தோட்டத்தில் பல வண்ண மலர்ச் செடிகள் **இருக்கிறது.**

இந்த வாக்கியங்கள் பிழை என்பதை நமது செவியே சொல்லிவிடுகிறது. தமிழைக் கேட்டுப் பழகிய செவியால் இவற்றை ஏற்றுக் கொள்ள முடியவில்லை. கற்றவர்களே இத்தகைய பிழை செய்வதுதான் வருத்தம் அளிக்கிறது. இன்னுமொரு வேடிக்கை என்னவென்றால், இப்படிப்பட்ட பிழை செய்பவர்களில் பலர் ஆங்கிலமும் அறிந்தவர்கள். ஆங்கிலத்தில் **and** என்னும் சொல் பயன்படுத்துவதைப் பார்த்து, அதே போலத் தமிழிலும் அமைய வேண்டும் என்று எண்ணி, தமிழ்த் தொடரமைப்புக்கு ஒவ்வாத வகையில் மற்றும் என்னும் சொல்லைப் பயன்படுத்துபவர்கள்தான், இங்கே ஒருமை, பன்மையில் ஏற்படும் பிழையை ஆங்கிலத்தோடு ஒப்பிட்டுப் பார்க்க நினைப்பதில்லை. ஆங்கிலத்தில், **They are** என்று தான் சொல்ல வேண்டும் என்றும் **They is** என்பது மாபெரும் பிழை என்றும் சொல்பவர்கள் தமிழில் அதே பிழையைச் செய்ய இடமளிக்கிறார்கள். இது ஏன் என்று புரியவில்லை. ஒரு மொழியைப் பிழையறப் பேச வேண்டும்; பிழையற எழுத வேண்டும் என்று உண்மையிலேயே உணர்ந்து, அந்த முயற்சியில் ஈடுபடுவதுதான், அந்த மொழியை நாம் மதிப்பதற்கு அடையாளமாகும். இத்தகைய குறைகளைப் போக்கத் தமிழறிந்த பெருமக்கள் தொடர்ந்து முயல வேண்டும்.

எதிர்மறை வினைமுற்று

எதிர்மறை வினைமுற்று ஐம்பால் மூவிடங்களுக்கும் பொதுவாக அமைவதை முன்பு பார்த்தோம். **பார்** என்பதன் எதிர் மறையான **பார்க்கவில்லை** என்பது இறந்த காலத்திலும் நிகழ்காலத்திலும் ஐம்பால் மூவிடத்திற்கும் பொதுவாக அமைவதையும், எதிர்காலத்தில் மட்டிலும் ஐம்பால் மூவிடத்திற்கும் தனித்தனி வடிவம் பெற்று நிற்பதையும் அப்போது கண்டோம். இன்று, எழுத்து, பேச்சு இரண்டிலும் இப்படி அமைவதே பெருவழக்காக உள்ளது. ஆனால், கவிதையில் மட்டும் இவை சற்று மாறுபட்டு நிற்கின்றன. மாறுபட்ட இந்த வடிவங்கள் பழைய வழக்கில் பெரும்பான்மையும் இன்றைய வழக்கில் சிறுபான்மையும் காணப்படுகின்றன.

எடுத்துக்காட்டு :

''கற்புக் கடம் பூண்ட இத்தெய்வ மல்லது
பொற்புடைத் தெய்வம் யாம்கண் **டிலமால்**''

''யானுளம் கலங்கி ஆவது **மறியேன்**''
(சிலம்பு)

''உரைமுடிவு **காணான்** இளமையோன்''
(பழமொழி)

''ஏழைமை வேடன் **இறந்திலன்**
என்றெனை ஏசாரோ''

''முன்னவன் என்று **நினைந்திலன்**
மொய்புலி அன்னான்''
(கம்பர்)

''ஒறுத்தாரை ஒன்றாக **வையாரே** வைப்பர்
பொறுத்தாரைப் பொன்போல் பொதிந்து''

''நாணால் உயிரைத் துறப்பர் உயிர்ப்
பொருட்டால்
நாண்**துறவார்** நாணாள் பவர்''

''ஊழி பெயரினும் தாம் **பெயரார்**
சான்றாண்மைக்கு
ஆழி எனப்படுவார்''
(குறள்)

இவை இலக்கிய வழக்கில் மட்டுமே காணப்படுகின்றன. இன்றைய கவிதைகளில் கூட இவை அவ்வளவு அதிகமாக இல்லை. இன்றைய உரைநடையில் அறவே இல்லை என்று சொல்லலாம். இலக்கியத்தில் இந்த

வடிவங்கள் இருப்பதைத் தெரிந்து கொண்டால் போதும். இவற்றை இன்றைய உரை நடையில் பயன்படுத்தத் தேவை இல்லை.

இடை நிலை

வினைமுற்றின் விகுதி திணை, பால், எண், இடம் ஆகியவற்றைக் காட்டுவது போல வினைமுற்றின் இடைநிலை காலம் காட்டும். ஒரு வினைமுற்று இறந்தகாலமா, நிகழ் காலமா, எதிர்காலமா என்பதை நாம் அறிந்து கொள்ள உதவுவது இந்த இடைநிலைதான். இடைநிலைகளில் பல வகை உண்டு. வினைமுற்றுக்களின் உறுப்புகளைக் காட்டும் பின்வரும் அட்டவணையில் காண்க.

காலம்	வினைமுற்று	பகுதி	இடைநிலை	விகுதி
இறந்தகாலம்	செய்தான்	செய்	த்	ஆன்
	நடந்தான்	நட	த்	ஆன்
	கண்டான்	காண்	ட்	ஆன்
	நின்றான்	நில்	ற்	ஆன்
	எழுதினான்	எழுது	இன்	ஆன்
	போனான்	போ	(இ)ன்	ஆன்
	ஓடியது	ஓடு	இ(ன்)	து
	கற்றான்	கல்	ற்	ஆன்
	பாடிற்று	பாடு	இன்	று
	போயின	போ	இன்	அ
நிகழ்காலம்	நடக்கின்றான்	நட	கின்று	ஆன்
	செய்கிறான்	செய்	கிறு	ஆன்
எதிர்காலம்	பார்ப்பான்	பார்	ப்	ஆன்
	தருவான்	தா	வ்	ஆன்

த், ட், ற், இன் ஆகியவை இறந்த கால இடைநிலைகளாக அமைந்திருக்கின்றன. கிறு, கின்று என்பன நிகழ்கால இடை நிலைகள். ப், வ் இரண்டும் எதிர்கால இடை நிலைகள். இடைநிலைகள் காலம் காட்டு பவை என்றால் ஒரே காலத்திற்கு ஏன் ஒன்றுக்கு மேற்பட்ட இடை நிலைகள் இருக்கின்றன என்னும் ஐயம் தோன்றலாம். தொழிலைக் காட்டும் வினையடிச் சொற் களைப் பொறுத்தே இந்த இடை நிலைகள் வேறுபடுகின்றன.

த் - இடைநிலை - இயல்பு

செய்தான் என்னும் வினைமுற்றில் த் என்னும் இறந்த கால இடைநிலை வந்துள்ளது. செய் என்பது இதன் பகுதி. இதே போன்ற வடிவமுடைய பல சொற்கள் த் என்னும் இடைநிலை பெறுகின்றன.

இந்தச் சொற்களின் பகுதிகளில் இரண்டு எழுத்துகளே உள்ளன. இவற்றில் முதல் எழுத்து, குறில்; கடைசி எழுத்து யகர மெய். தனிக்குறிலை அடுத்து யகர மெய் நிற்கும் சொற்களில் பெரும்பாலானவை தகர மெய்யை இடைநிலையாகப் பெறுகின்றன.

எடுத்துக்காட்டு :

செய்	→	செய்தான்
கொய்	→	கொய்தான்
பெய்	→	பெய்தது
நெய்	→	நெய்தனர்

த் - இரட்டித்தல்

வாக்குப் பொய்த்தது
வண்டுகள் மொய்த்தன

பொய்த்தது, மொய்த்தன என்னும் சொற்களிலும் த் இடைநிலையாக அமைந்திருக்கிறது. இந்தச் சொற்களின் பகுதிகளில் தனிக்குறிலை அடுத்து யகர மெய் நிற்கிறது. பகுதி, இடைநிலை இரண்டிலும் எந்த மாற்றமும் இல்லை. ஆனால்; இந்த இரண்டும் சேரும் போது தகரம் இரட்டித்திருக்கிறது. செய்தது, கொய்தாள் போன்ற வினைமுற்றுகளுக்கும் பொய்த்தது, மொய்த்தன போன்ற வினை முற்றுக்களுக்கும் உள்ள வேறுபாடு இதுவே.

காற்று மரங்களைச் **சாய்த்தது**
காய்கள் **காய்த்தன**
தருணம் **வாய்த்தது**

பொய்த்தது, மொய்த்தன போலவே, சாய்த்தது, காய்த்தன, வாய்த்தது என்னும் வினைமுற்றுக்களும் அமைந் திருக்கின்றன. இவற்றிலும் த் இடை நிலையாக நிற்கிறது. இந்தச் சொற்களின் பகுதியில் நெடிலை அடுத்து யகரம் நிற்கிறது.

ந் - தோன்றல்

அவன் புலிபோல் **பாய்ந்தான்.**
புயலடித்து **ஓய்ந்தது.**
அறிஞர்கள் **ஆய்ந்தனர்.**

பாய்ந்தான், ஓய்ந்தது, ஆய்ந்தனர் என்பனவும் சாய்த்தது, காய்த்தன போலவே பகுதியும் இடைநிலையும் பெற்றிருக்கின்றன. பாய்ந்தான், ஓய்ந்தது, ஆய்ந்தனர் என்னும் வினைமுற்றுக்களில் பகுதியும் இடை நிலையும் சேரும்போது இடை நிலையாகிய தகரத்தின் இனமாகிய நகரம் வந்திருக்கிறது.

நடந்தான் என்பதும் இது போன்றதே. நட என்னும் பகுதியுடன் **த்** என்னும் இடைநிலை சேரும்போது தகரத்தின் இனமாகிய நகரம் வந்துள்ளது. இது சந்தி எனப்படும். **கடந்தது** என்பதும் இந்த வகையில் அமைந்ததுதான். இதே போல, தகர இடைநிலை வரும் சொற்கள் பலவற்றில் பகுதியும் இடை நிலையும் சேரும்போது நகர மெய் தோன்றும்.

எடுத்துக்காட்டு :

குலைந்தனர்
முடிந்தது
உடைந்தது
வாழ்ந்தோம்
அழிந்தது
கலைந்தது
படர்ந்தது
தொடர்ந்தது
உணர்ந்தோம்
அலைந்தன
மகிழ்ந்தோம்
சேர்ந்தது.

பிறவினை - தகரம் இரட்டித்தல்

குலை, முடி, உடை, அழி, கலை சேர் முதலிய சொற்கள் தன்வினை, பிறவினை இரண்டுக்கும் பொதுவானவை. இத்தகைய சொற்கள் பிறவினையாக அமையும்போது, இடைநிலையாகிய தகரம் இரட்டிக்கும்.

எடுத்துக்காட்டு :

குலைத்தனர்
முடித்தது
உடைத்தது
அழித்தது
கலைத்தது
விளைத்தனர்
சேர்த்தனர்
வளர்த்தனர்
வளைத்தோம்

தன்வினை - தகரம் இரட்டித்தல்

சேர், வளர் போன்ற சொற்கள் பிறவினையாக அமையும்போது இடை நிலையாகிய தகரம் இரட்டிப்பது போலத் தன்வினைச் சொற்களிலும் இரட்டிப்பதைக் காண்கிறோம்.

எடுத்துக்காட்டு :

பார்த்தோம்
உழைத்தான்
அழைத்தீர்கள்
முளைத்தது
நினைத்தேன்
கொடுத்தார்
எடுத்தார்

பிடித்தாய்
குடித்தது
கெடுத்தீர்

முதல் குறுகுதல்

வந்தார், தந்தார் என்னும் சொற்களை நோக்குக. இவையும் தகர இடைநிலை பெற்றுள்ளன. பகுதியும் இடைநிலையும் சேரும்போது தகரத்தின் இனமாகிய நகரம் வந்துள்ளது. இன்னொரு மாற்றத்தையும் இந்தச் சொற்களில் காணலாம். வா, தா என்னும் நெடில்கள் குறுகி வ, த என்று நிற்கின்றன. காண் என்பது கண் எனத் திரி வதையும் செத்தது என்பதில் சா என்பது செ எனத் திரிவதையும் நோக்குக.

ட் - இடைநிலை

கண்டான் என்பதில் காலம் காட்டும் இடைநிலை ட் ஆகும். இதே போல ட கர மெய்யை இடைநிலையாகப் பெறும் சொற்கள் பல உண்டு.

எடுத்துக்காட்டு :

உண்டான்
மீண்டனர்
மூண்டது
மாண்டன
கொண்டனர்
ஆண்டோம்

உண், மீள், மூள், மாள், கொள், ஆள் என்னும் சொற்கள் பகுதிகளாக அமைந்துள்ளன. இத்தகைய சொற்களில் டகர மெய் காலம் காட்டும் இடைநிலையாக அமையும்.

ற் - இடைநிலை

நின்றான் என்னும் வினைமுற்றில் காலம் காட்டும் இடைநிலையாக நிற்பது றகர மெய். இதன் பகுதி நில் என்பது. இந்த இரண்டும் சேரும் போது பகுதியின் ஈற்றெழுத்தாகிய லகர மெய், றகரத்தின் இனமான னகரமாக மாறியுள்ளது. இப்படி அமையும் வினை முற்றுக்கள் பல உண்டு.

எடுத்துக்காட்டு :

சென்றான்
வென்றான்
கொன்றான்
மென்றது
அகன்றன
துயின்றனர்
நவின்றான்
புகன்றாள்
பயின்றோம்
முயன்றாய்

கற்றான் என்னும் வினைமுற்றிலும் இடைநிலையாக நிற்பது ற் ஆகும். இங்கே றகரத்தின் இனமாகிய னகரம் தோன்ற வில்லை. பகுதியின் ஈற்றெழுத்தாகிய லகர மெய் றகர மெய்யாக மாறியிருக்கிறது. விற்றார் என்பதும் இது போன்றதே.

இன் - இடைநிலை

எழுதினான் என்பது இன் இடைநிலை பெற்ற வினைமுற்று. எழுது என்னும் பகுதி யும் இன் என்னும் இடைநிலையும் சேரும் போது குற்றியலுகரப் புணர்ச்சி விதியைத் தழுவிச் சேர்ந்திருக்கின்றன. இது போன்ற வினை முற்றுக்கள் பல உண்டு.

எடுத்துக்காட்டு :

கூறினார்
பேசினாள்
ஆடினான்
பாடினாள்
ஓடினர்
கூடினர்
தேடினோம்
நாடினர்
வாடினர்
ஏறினோம்
இறங்கினர்
தூங்கினான்

இடை நிலையாகிய இன் சில இடங்களில் வடிவம் மாறியும் அமைவதைக் காணலாம். அதாவது இ மறைந்து ன் மட்டும் நிற்பதும் உண்டு.

எடுத்துக்காட்டு :

போனான்
ஆனது
சொன்னார்

இன் இடைநிலை இன்னொரு வகை மாற்றமும் அடைவதுண்டு. அதாவது ன்

மறைந்து இ மட்டும் நின்று பகுதியுடன் சேர்வது.

எடுத்துக்காட்டு :

எண்ணியது
ஆடியது
பாடியது
கூறியது
கொஞ்சியது
மாறியது
இறங்கியது
அள்ளியது
அரும்பியது
உறங்கியது

இவையாவும் ஒன்றன்பால் வினை முற்றுக்கள்.

பலவின் பால் வினைமுற்றுக்களில் இன் இடைநிலை எந்த மாற்றமும் அடைவதில்லை.

எடுத்துக்காட்டு :

போயின
சொல்லின
ஆடின
பாடின
தேடின
இறங்கின
உறங்கின
மயங்கின
எண்ணின
தோன்றின

பகுதி திரிதல்

சில வினைமுற்றுக்களில் பகுதி திரிந்து நின்று காலம் உணர்த்தும். தனிக்குறிலை அடுத்துக் குற்றுகரமேறி நிற்கும் வல்லினம் இரட்டித்துக் காலம் காட்டுவதுண்டு.

எடுத்துக்காட்டு :

கெடு → கெட்டன
விடு → விட்டது
தொடு → தொட்டான்
நடு → நட்டார்
சுடு → சுட்டது

இதே போல நெடிலை அடுத்து நிற்கும் குற்றியலுகரமேறிய வல்லினமும் இரட்டித்துக் காலம் காட்டும்.

எடுத்துக்காட்டு :

போடு → போட்டான்

இறந்த கால வினைமுற்றுக்களில் காலம் காட்டும் இடைநிலைகள் பல வகையாக அமைவதை இதுவரை பார்த்தோம். இவை இலக்கிய வழக்கிலும் உலக வழக்கிலும் உள்ளவை. ஒரு சொல்லைப் பார்த்து இன்னொரு சொல்லும் அப்படித்தான் இருக்க வேண்டும் என்று நாமாகக் கற்பனை செய்து வினைமுற்று வடிவங்களை அமைக்கக் கூடாது. மரபையே நாம் பின்பற்ற வேண்டும். முன்னோர் எப்படிச் செப்பினார் அப்படிச் செப்புதல் மரபே என்று நன்னூலார் கூறுவது இதுதான். தொடு என்பது தொட்டான் என்று அமைவது போல எடு என்பதை எட்டான் என்றோ அல்லது எடு என்பது எடுத்தான் என்று அமைவது போலத் தொடு என்பதைத் தொடுத்தான் என்றோ அமைத்தால் அது வழுவாகும் இங்கே சொல்லின் பொருளும் கவனத்திற் கொள்ளப்படல் வேண்டும். தொட்டான் என்பதிலுள்ள தொடு என்பதன் பொருளும் தொடுத்தான் என்பதிலுள்ள தொடு என்பதன் பொருளும் ஒன்று அல்ல. இதே போலக் கெடு என்பது கெட்டான் என்று அமையும்போது அது தன்வினை. இதே சொல்லினின்று தோன்றும் கெடுத்தான் என்பது பிறவினை. இவற்றை எல்லாம் கருத்திற் கொண்டு மரபைப் போற்றுவோமாயின், பிழை நேராது.

நிகழ்கால இடைநிலைகள் கிறு - கின்று

நிகழ்கால இடைநிலைகள் இரண்டேதான். ஒன்று கிறு என்பது; மற்றொன்று கின்று என்பது. ஆநின்று என்னும் இடைநிலை பண்டைய வழக்கில் இருந்தது. இன்றைய வழக்கில் இல்லை. எனவே, இதைப்பற்றி நாம் யோசிக்க வேண்டியதில்லை.

கிறு, கின்று என்னும் நிகழ்கால இடைநிலைகள் ஐம்பால் மூவிடத்திற்கும் பொது வாகும்.

எடுத்துக்காட்டு :

செய்கிறேன் – தன்மை ஒருமை
செய்கிறோம் – தன்மைப் பன்மை
செய்கிறாய் – முன்னிலை ஒருமை

செய்கிறீர் – முன்னிலைப் பன்மை
செய்கிறீர்கள் – ,, ,, ,, ,, ,,
செய்கிறான் – படர்க்கை – ஆண்பால்
செய்கிறாள் – படர்க்கை–பெண்பால
செய்கிறார் – படர்க்கை – பலர்பால் (மரியாதைப் பன்மை)
செய்கிறார்கள் – ,, ,, – பலர்பால்
செய்கிறது – ,, ,, – ஒன்றன்பால்
செய்கின்றன – ,, ,, – பலவின்பால்

கிறு என்பதற்குப் பதிலாகக் கின்று என்னும் இடைநிலையையும் அமைக்கலாம். இரண்டும் ஒன்றுதான். எல்லா வினைகளுக்கும் இது பொருந்தும். **கிறு** என்னும் இடைநிலையே இன்றைய உரைநடையில், குறிப்பாகப் பேச்சு வழக்கில், மிகுதியாக உள்ளது.

எடுத்துக்காட்டு :

1) நான் என்ன **சொல்கிறேன்?**
2) நாங்கள் **எழுதுகிறோம்.**
3) நீ எங்கே **போகிறாய்?**
4) நீங்கள் **படிக்கிறீர்களா?**
5) அவன் கதை **கேட்கிறான்.**
6) அவள் நாடகம் **பார்க்கிறாள்.**
7) அவர் வேலை **செய்கிறார்.**
8) அவர்கள் **விளையாடுகிறார்கள்.**
9) அது **ஓடுகிறது.**

இந்த வினைமுற்றுக்கள் எல்லாவற்றிலும் கிறு என்பதே இடைநிலையாக அமைந்திருக்கிறது. பலவின்பால் மட்டும் இதற்கு விதி விலக்கு. அதில் கின்று மட்டும் தான் இடைநிலையாக வரும் கிறு ஒரு போதும் வாராது.

எடுத்துக்காட்டு :

1) யானைகள் **போரிடுகின்றன.**
2) பறவைகள் **பறக்கின்றன.**
3) மலர்கள் **மலர்கின்றன.**
4) அவை மணம் **தருகின்றன.**
5) உலகில் எத்தனையோ உயிரினங்கள் **வாழ்கின்றன.**

எதிர்கால இடைநிலைகள்: தன்மை - முன்னிலை - படர்க்கை (உயர்திணை)

படிப்பான், செய்வார்கள் என்பன எதிர்கால வினைமுற்றுக்கள். படிப்பான் என்னும் சொல்லில் இடை நிலையாக நிற்பது **ப்** ஆகும். செய்வார்கள் என்னும் சொல்லின் இடைநிலை **வ்** ஆகும். உயர்திணை வினை முற்றுக்கள் எல்லாவற்றிலும், தன்மை முன்னிலை வினைமுற்றுக்களிலும் இந்த இரண்டுமே இடைநிலையாக நின்று காலத்தைக் காட்டுகின்றன.

எடுத்துக்காட்டு :

வ்

1) உண்மையைச் சொல்வேன்
2) நன்மையைச் செய்வோம்.
3) நீ வருவாய்.
4) நீர் பேசுவீர்.
5) நீங்கள் பாடுவீர்கள்.
6) அவன் கூறுவான்.
7) அவள் சொல்லுவாள்.
8) அவர் அறிவார்
9) அவர்கள் தருவார்கள்.

ப்

1) நான் பாப்பேன்.
2) நாங்கள்/நாம் படிப்போம்.
3) நீ கேட்பாய்.
4) நீர் கொடுப்பீர்.
5) நீங்கள் எடுப்பீர்கள்.
6) அவன் நிற்பான்.
7) அவள் சமைப்பாள்.
8) அவர் தடுப்பார்.
9) அவர்கள் பிடிப்பார்கள்.

படர்க்கை (அஃறிணை)

எதிர்கால அஃறிணை வினைமுற்றுக்கள் சற்று மாறுபட்டவை. இவற்றிற்குக் காலம் காட்டும் இடைநிலை கிடையாது. இதனைச் செய்யும் என்னும் வாய்பாட்டு வினைமுற்று என்பர் இலக்கண நூலார். இது ஒன்றன்பால், பலவின்பால் இரண்டுக்கும் பொதுவானது.

எடுத்துக்காட்டு :

''**விடியும் விடியும்** என்றிருந்தோம் – இது
முடியும் பொழுதாய் விடிந்ததடா''

''கேட்டது **கிடைக்கும்**
நினைப்பது **நடக்கும்**''

(கண்ணதாசன்)

விடியும், கிடைக்கும், நடக்கும் என்பன செய்யும் என்னும் வாய்பாட்டு வினை முற்றுக்கள். ஓடும், ஆடும், பறக்கும், செல்லும், நிற்கும், நீந்தும், பார்க்கும் முதலியனவும் அந்த வகையைச் சேர்ந்தவையே.

செய்கு என்னும் வாய்பாட்டு வினை

''இன்று தருகுவன் வெற்றியே – இதற்கு
இத்தனை வீண்சொல் வளர்ப்பதேன்?''

''. . . . . இவன்
மந்த மதிகொண்டு சொல்வதை – அந்த
மாமன் மதித்துரை **செய்குவான்**''

''. . . . . உன்னைச்
சின்னமுறச் **செய்குவேனடா** – கணஞ்
சென்றவளைக் கொணர்வாய் என்றான்''
(பாரதியார்)

தருகுவன், செய்குவான், செய்குவேன் என்பன முறையே தருவேன், செய்வான், செய்வேன் என்னும் பொருளுடையவை. தருவேன், செய்வான், செய்வேன் என்பன வகர இடைநிலை பெற்ற எதிர்கால வினை முற்றுக்கள். தருகுவன், செய்குவான், செய்குவேன் என்னும் சொற்களில் இடையிலே கு நிற்கிறது. இது இடைநிலையா என்னும் ஐயம் ஏற்படுதல் இயல்பு.

இடைநிலையாயின், காலம் உணர்த்த வேண்டும். இந்தச் சொற்களில் வகர மெய் எதிர்காலம் உணர்த்துகிறது. அப்படியானல், கு வின் பணி என்ன? இந்தச் சொற்களில் நிற்கும் கு வைத் தனியாகப் பிரிக்காமல் பகுதியோடு சேர்த்துத் தருகு, செய்கு என ஒரு சொல்லாகக் கொள்ள வேண்டும் என இலக்கணம் கூறுகிறது. செய்கு என்னும் வாய்ப்பாட்டு வினைமுற்று இது. இதற்கு எடுத்துக்காட்டாக உண்கு, உண்குவேன் என்னும் சொற்களைக் குறிப்பிடுவார்கள் உரையாசிரியர்கள். தொல்காப்பியம் செய்கு என்பது தன்மை ஒருமை வினைமுற்று என்று கூறுகிறது. தொல்காப்பியர் காலத்தில் இது தன்மை வினை முற்றாக வழங்கியிருத்தல் கூடும். இன்று அது வழக்கில் இல்லை. அதனுடன் தன்மை, படர்க்கை விகுதிகள் சேர்ந்து, செய்குவேன், செய்குவான் முதலிய சொற்கள் தோன்றி யுள்ளன. எனினும், இவை கவிதை வழக்கில் மட்டுமே காணப்படுகின்றன. உரைநடையில் இவற்றைக் காண்பது அரிது.

■■■

20

எச்சவினை

பெயரெச்சம்

கருத்து முடியாமல் நிற்கும் வினை – கருத்து முடிய வேறொரு சொல்லை எதிர்நோக்கி நிற்கும் வினை – எச்சவினை எனப்படும். இந்த எச்சவினை பெயர்ச் சொல்லைக் கொண்டு முடியுமானால் அது பெயரெச்சம் எனப்படும். இது மூன்று காலங்களிலும் வரும்.

வளர்ந்த கலை	–	**இறந்தகாலம்**
வளர்கின்ற கலை	–	**நிகழ்காலம்**
வளரும் கலை	–	**எதிர்காலம்**

முக்காலத்திற்கும் உரியதைக் குறிக்க நிகழ்கால, எதிர்காலப் பெயரெச்சங்கள் வருவது வழக்கம்.

எடுத்துக்காட்டு :

''**இலகும்** எந்த வேற்றுமைக்கும்
ஈசன் ஒன்றே என்பதை

''இடைவிடாமல் **காட்டும்** எங்கள்
இனிமையான தமிழ் மொழி

''கொலை **மறுக்கும்** வீரதீரக்
கொள்கை சொல்லும் பொன்மொழி

''கொடியவர்க்கும் நன்மை செய்யக்
கூறுகின்ற இன்மொழி''

''நிலைதளர்ந்து மதிமயங்க
நேருகின்ற போதெலாம்

''நீதி சொல்லி நல்லொழுக்கம்
பாதுகாக்கும் தமிழ்மொழி
(நாமக்கல் கவிஞர்)

இந்தப் பாடலில் நிற்கும் நிகழ்கால எதிர்காலப் பெயரெச்சங்கள் முக்காலத்துக்கும் பொருந்துவதை நோக்குக. கால வழுவமைதியில் (சொல்லியல் அத்தியாயம் 7) வினை முற்றுக்குக் கூறியவற்றையும் நோக்குக.

வினைமுற்றானது திணை, பால், எண், இடம், காலம் ஆகியவற்றை உணர்த்தும். காலம் தவிர்த்த மற்ற நான்கையும் வினை முற்றின் விகுதி உணர்த்துகிறது. பெயரெச்சத்தில் அந்த விகுதி இல்லை. எனவே, பெயரெச்சம் காலம் மட்டும் உணர்த்தும். நிகழ்கின்ற வினை என்ன, நிகழும் காலம் எது என்பவற்றை மட்டுமே பெயரெச்சத்தைக் கொண்டு உணர முடியும். வினை நிகழ்த்தியவர் அல்லது நிகழ்த்துபவர் யார் என்பதை அறிய முடியாது. வினை முற்றுக்கும் பெயரெச்சத்திற்கும் உள்ள வேறுபாடு இது தான்.

எதிர்மறைப் பெயரெச்சம்

செயல் நிகழ்வதைக் காட்டுவது உடன்பாடு; அது நிகழாமையைக் காட்டுவது எதிர்மறை. எதிர்மறை வினைமுற்றுப் போலவே, எதிர்மறைப் பெயரெச்சமும் உண்டு.

எடுத்துக்காட்டு :

''**அஞ்சாத நெஞ்சம்** வேண்டின்
அசையாத ஞானம் வேண்டின்
ஆடாத கொள்கை வேண்டின்
ஓடாத உறுதி வேண்டின்
கெஞ்சாத வாழ்க்கை வேண்டின்
கேடிலா எண்ணம் வேண்டின்
கேளாத கலைகள் வேண்டின்
மாளாத உழைப்பு வேண்டின்
நஞ்சான பேர்கள் யாரும்
நடுங்குமோர் நடத்தை வேண்டின்
நாணாத செயல்கள் வேண்டின்
கோணாத குணங்கள் வேண்டின்
செஞ்சாறு வார்த்தை வேண்டின்
திலகனார் சரிதை தன்னில்
தெரியாத நீதி எல்லாம்
தெரியலாம் தெளிவா யங்கே''
(நாமக்கல் கவிஞர்)

அஞ்சாத, அசையாத, ஆடாத, ஓடாத, கெஞ்சாத, கேளாத, மாளாத, நாணாத, கோணாத, தெரியாத ஆகியவை எதிர்மறைப் பெயரெச்சங்கள். எதிர்மறைப் பெயரெச்சம் காலம் காட்டது.

ஈறுகெட்ட எதிர்மறைப் பெயரெச்சம்

எதிர்மறைப் பெயரெச்சத்தின் கடைசியில் நிற்கும் த மறைந்து நின்று பொருள் தருவது ஈறுகெட்ட எதிர்மறைப் பெயரெச்சமாகும்.

எடுத்துக்காட்டு :

''சொல்லுக சொல்லிற் பயனுடைய
சொல்லற்க
சொல்லிற் **பயனிலாச் சொல்**''

''எல்லா விளக்கும் விளக்கல்ல
சான்றோர்க்குப்
பொய்யா விளக்கே விளக்கு''
(குறள்)

''ஆசைப் பொருளை **அடையாத்**
துயரோ?''

''**மாறாக் கொடிய மரணத் துயரோ?**''

''உயிர்கள் அடையும் **ஓயாத் துயரோ?**''
(கவிமணி)

''குடிமக்கள் நலம் **பேணாக்**
கொடுங் கோல் மன்னன் எனக்
குவலயம் எனைத் தூற்றட்டும்''

''உற்றார் அனைய எளியோரின் துயர் போக்க
உதவிட **முடியா நிலை** எனை
வந்தடையட்டும்''
(கலைஞர். மு.க.)

''கொன்று பழிதேட வேண்டாம்
ஐயா!-இனிக்
கொல்லா விரதம் மேற்கொள்ளும் ஐயா!''
(கவிமணி)

''**தீராக் கோபம்** போரா முடியும்''
நேரா நோன்பு சீராகாது''
(கொன்றை வேந்தன்)

பயனிலா, பொய்யா, அடையா, மாறா, ஓயா, பேணா, முடியா, கொல்லா, தீரா, நேரா ஆகியவை ஈறுகெட்ட எதிர்மறைப் பெயரெச்சங்கள்.

வினைத்தொகை

காலம் காட்டாத பெயரெச்சம் வினைத் தொகை எனப்படும். இதில் வினைச் சொல்லின் பகுதி நிலை மொழியாகவும், அது தழுவி நிற்கும் பெயர் வருமொழியாகவும் அமையும். நிலைமொழியாக நிற்கும் வினையடிச் சொல் பெயரெச்சத்தின் பொருளைத் தரும். அது என்ன காலம் என்பதை இடம் நோக்கியே உணர வேண்டும்.

எடுத்துக்காட்டு :

"அருவிகள் வயிரத் தொங்கல்
    அடர்கொடி பச்சைப் பட்டே
குருவிகள் தங்கக் கட்டி
    குளிர்மலர் மணியின் குப்பை"
(பாரதிதாசன்)

அடர்கொடி என்பது அடர்ந்த கொடி என்றும், குளிர்மலர் என்பது குளிர்ந்த மலர் என்றும் விரியும்.

"ஏர்தரும் விளைபொருள்
    யாவையும் நிறைந்தே"

"பார்புகழ் உழவினைப்
    பணிந்திட என்றே"
(நாமக்கல் கவிஞர்)

"தளரா வளர்தெங்கு தாளுண்ட நீரைத்
தலையாலே தான்தருத லால்"

"ஓடுமீன் ஓட உறுமீன் வருமளவும்
வாடி யிருக்குமாம் கொக்கு"
(மூதுரை)

"வானுயர் தோற்றம் எவன் செய்யும்
    தன்நெஞ்சம்
தானறி குற்றப் படின்"

"விண்ணின்று பொய்ப்பின் விரிநீர்
    வியனுலகத்
துள்நின்று உடற்றும் பசி"
(குறள்)

விளை பொருள், பார் புகழ் உழவு, வளர்தெங்கு, ஓடுமீன் என்பன முறையே விளைகின்ற பொருள், பார் புகழ்கின்ற உழவு, வளர்கின்ற தெங்கு, ஓடுகின்ற மீன் எனப் பொருள் தருகின்றன. வானுயர் தோற்றம், தானறி குற்றம், விரிநீர் என்பன முறையே வான் போன்ற உயர்ந்த தோற்றம், தானறிந்த குற்றம், விரிந்த நீர் என்று பொருள் தருகின்றன. வினைத் தொகைகள் என்ன காலம் உணர்த்துகின்றன என்பதை இடம் நோக்கியே அறிய வேண்டும்.

குறிப்புப் பெயரெச்சம்

இல்லை, உண்டு, நன்று, தீது, அரிது முதலான குறிப்பு வினைகளினின்று தோன்றும் பெயரெச்சங்கள் குறிப்புப் பெயரெச்சங்கள் எனப்படும். குறிப்பு வினை முற்றுப் போலவே குறிப்புப் பெயரெச்சமும் காலம் காட்டாது.

எடுத்துக்காட்டு :

"தேடரிய செல்வமே!
    தெவிட்டாத தெள்ளமுதே!"
(நாமக்கல் கவிஞர்)

"சிறு விழி குறுநகை சுவைதரும்
    மழலையின்
சொல்லே இசை தரும் வீணையே!"
(கண்ணதாசன்)

"நாற்கோணத் துள்ள பல நத்தத்து
    வேடர்களும்"

"சென்று வருவீர் எனத் தேறாப்
    பெருந்துயரம்
கொண்டு சிறுகுயிலும் கூறி மறைந்
    ததுகாண்"
(பாரதியார்)

"அன்பகத் தில்லா உயிர் வாழ்க்கை
    வன்பாற்கண்
வற்றல் மரம்தளிர்த் தற்று"
(குறள்)

"நல்ல குடிப் பிறந்தார் நல்கூர்ந்தா
    ரானாலும்
இல்லையென மாட்டார் இசைந்து"
(நல்வழி)

அரிய செல்வம், சிறு விழி, குறு நகை, உள்ள பல, பெருந்துயரம், சிறுகுயில், இல்லா உயிர், நல்ல குடி என்பன குறிப்புப் பெயரெச்சங்கள்.

வினையெச்சம்

ஒரு வினைச்சொல் தன் கருத்து நிறைவு பெற இன்னொரு வினைச் சொல்லைத் தழுவி

நிற்குமாயின் அது வினையெச்சம் எனப்படும். செய்து, செய்ய, செய்யின், செய்தால், என்னும் வாய்பாட்டு வினையெச்சங்கள் இன்றைய வழக்கில் உள்ளன. இவற்றுள் செய்யின் அல்லது செயின் என்பது இலக்கிய வழக்கில் மட்டுமே காணப்படுகிறது.

பெயரெச்சம் தொழிலும் காலமும் உணர்த்துவதை முன்பு பார்த்தோம். வினை யெச்சம் காலம் உணர்த்துமா என்பது ஆராய்ச்சிக்குரியது. வந்த, வருகின்ற, வரும் என்னும் பெயரெச்சங்கள் பிற சொல்லின் உதவியின்றித் தாமே காலத்தைக் காட்டு கின்றன. ஆனால், வினையெச்சங்கள் அவ்வாறு காலம் உணர்த்துவதாகக் கூற முடிய வில்லை. செய்து என்னும் வாய்பாட்டு வினை யெச்சம் இறந்த காலமும், செய்ய என்னும் வாய்பாட்டு வினையெச்சம் நிகழ் காலமும், செய்யின் என்னும் வாய்பாட்டு வினையெச்சம் எதிர்காலமும் உணர்த்தும் என்று இலக்கண நூல்கள் கூறுகின்றன. ஆனால் இவை தனித்து நின்று காலம் உணர்த்துகின்றன என்பது பொருந்தவில்லை. இவற்றை அடுத்து நிற்கும் வினைகளே இவற் றின் காலத்தை முடிவு செய்ய உதவுகின்றன.

இன்றைய வழக்கில் இவற்றின் நிலையைக் கவனித்தால் இதனைத் தெளிவாக உணரலாம்.

எடுத்துக்காட்டு :

1) நான் அந்த வேலையைச் செய்து முடித்து விட்டேன்.
2) அவரிடம் கேட்டுப் பார்க்கலாம்.
3) தேடிக் கண்டுபிடி.
4) செய்து காட்டுங்கள்.
5) அழுது புலம்பினாள்.

முதல் வாக்கியத்திலும் கடைசி வாக்கியத் திலும் செய்து, அழுது என்னும் வினை யெச்சங்கள் இறந்த காலத்தைக் காட்டுகின்றன என்று கொள்ளலாம். ஆனால், மற்ற மூன்று வாக்கியங்களிலும், அவை இறந்த கால வடிவத்தில் இருந்தாலும், செயல் நிகழ்ந்து முடிந்ததை உணர்த்தவில்லை. இனி நடக்கப் போவதையே உணர்த்துகின்றன. இந்த வாக்கியங்களை நன்கு கவனித்தால், இவற்றின் காலத்தை முடிவு செய்வது வினை முற்றுக்களே என்பது தெரியும்.

செய்ய என்னும் வாய்பாட்டு வினை யெச்சம் நிகழ்காலம் உணர்த்தும் என்பது இலக்கண விதி. இந்த விதிக்கு மாறாக வாக்கியங்கள் அமைவதையும் காண்கிறோம்.

எடுத்துக்காட்டு :

1) படித்தவர்கள் சொல்லக் கேட்டிருக் கிறேன்.
2) எடுக்க எடுக்கக் குறையவில்லை.
3) எல்லோரும் எழுதப் படிக்கக் கற்றுக் கொண்டார்கள்.
4) நாளை நடக்கப் போவதை யார் அறிவார்.
5) போகப் போகத் தெரியும்.

முதல் வாக்கியமும் மூன்றாவது வாக்கிய மும் இறந்த காலம் காட்டுகின்றன. நாலும் ஐந்தும் எதிர்காலம் காட்டுகின்றன. இரண்டா வது வாக்கியம் நிகழ்காலமாகவோ இறந்த காலமாகவோ இருக்கலாம்.

இந்த வாக்கியங்களை நோக்குக :

1) அவர் கேட்டுச் சொல்லுவார்.
2) அவன் பாடிக் காட்டுவான்.
3) அவள் படித்துப் பார்ப்பாள்.

இவை எதிர்காலம் உணர்த்துகின்றன.

1) அவர் கேட்டுச் சொன்னார்.
2) அவன் பாடிக் காட்டினான்
3) அவள் படித்துப் பார்த்தாள்.

இவை இறந்த காலம் உணர்த்துகின்றன. இந்த இருவகை வாக்கியங்களிலும் வினை யெச்சம் எந்த மாற்றமும் அடையவில்லை. இவற்றை நிகழ்கால வாக்கியங்களாக மாற்றினாலும் வினையெச்சம் எந்த மாற்றமும் அடையாது.

1) அவர் கேட்டுச் சொல்கிறார்.
2) அவன் பாடிக் காட்டுகிறான்.
3) அவள் படித்துப் பார்க்கிறாள்.

இந்த வாக்கியங்களையும் நோக்குக :

1) பார்க்க வந்தேன்.
2) பார்க்க வருகிறேன்.
3) பார்க்க வருவேன்.

இலக்கிய வழக்கிலும் இதே நிலைதான்.

எடுத்துக்காட்டு :

''பாடாத பாட்டெல்லாம் பாட வந்தாள்
காணாத கண்களைக் காண வந்தாள்
பேசாத மொழியெல்லாம் பேச வந்தாள்
பெண்பாவை நெஞ்சிலே
ஆட வந்தாள்''

''முதல் முதல் திருடும் காரணத்தால்
முழுசாய்த் திருட மறந்துவிட்டேன்''

''கட்டழகு வாலிபர் தொட்டுப் பார்க்க
கவிஞர்கள் தமிழால் தட்டிப் பார்க்க
பொட்டுவைத்த பூவையர் போட்டிபோட
பொல்லாத பருவத்தைக் கல்லாக்கியே
சிலையெடுத்தான் ஒரு சின்னப்
பெண்ணுக்கு''

''கண்ணன் என்னும் மன்னன் பேரைச்
சொல்லச் சொல்லக்
கல்லும் முள்ளும் பூவாய் மாறும்
மெல்ல மெல்ல''

''அம்மம்மா காற்று வந்து
ஆடை தொட்டுப் பாடும்''

''என்ன சொல்லிப் பாடுவேன்
என்ன வார்த்தை கூறுவேன்''
(கண்ணதாசன்)

செய்யின், செய்தால் என்பன ஒரே பொருளுடைய சொற்கள். செய்யின் என்பது பழைய வழக்கு; செய்தால் என்பது இன்றைய வழக்கு. இவை எதிர்காலம் காட்டுவன என்று உறுதியாகச் சொல்லமுடியவில்லை.

எடுத்துக்காட்டு :

1) நீங்கள் கேட்டால் கொடுத்திருப்பேன்.
2) அவர் இருந்தால் இப்படி நடந்திருக்குமா?
3) பட்டால்தான் தெரியும்.

மூன்றாவது வாக்கியம் எதிர்காலம் காட்டுகிறது. மற்ற இரண்டும் எதிர்காலத்தைக் காட்டவில்லை. இந்த வாக்கியங்களை, குறிப்பாக இந்த வினைசெயச்சங்களை, முடிக்கும் சொற்களாகிய வினைமுற்றுக்களே காலத்தை நிர்ணயிக்கின்றன. எனவே, வினையெச்சங்களின் காலத்தை ஆராய வேண்டியதில்லை.

செய்யின்

செய்யின் என்னும் வாய்பாட்டு வினையெச்சம் இன்றைய உரைநடையில், குறிப்பாகச் பேச்சு வழக்கில், இல்லை எனலாம். என்றாலும், இந்தச் சொல்வழக்கு இலக்கியத்தில் காணப்படுகிறது.

எடுத்துக்காட்டு :

''தினைத்துணை நன்றி செயினும் பனைத்
துணையாக்
கொள்வர் பயன்தெரிவார்''

''அல்லவை தேய அறம் பெருகும்
நல்லவை
நாடி இனிய சொலின்''

''வீழ்நாள் படாஅமை நன்றாற்றின்
அஃதொருவன்
வாழ்நாள் வழியடைக்கும் கல்''
(குறள்)

செயின், சொலின், ஆற்றின் என்பன செய்யின் என்னும் வாய்பாட்டு வினையெச்சங்கள். செயின், செய்யின் இரண்டும் ஒன்றே.

இன்றைய கவிதையிலும் செய்யின் என்னும் வாய்பாட்டு வினையெச்சத்தைக் காணலாம்.

எடுத்துக்காட்டு :

''அஞ்சாத நெஞ்சம் வேண்டின்
அசையாத ஞானம் வேண்டின்
ஆடாத கொள்கை வேண்டின்
ஓடாத உறுதி வேண்டின்''
(நாமக்கல் கவிஞர்)

''ஏற்றதொரு கருத்தை எனது
உள்ளம் என்றால்
எடுத்துரைப்பேன்; எவர்வரினும்
நில்லேன்! அஞ்சேன்!''
(கண்ணதாசன்)

வேண்டின், வரின் என்பன செய்யின் என்னும் வாய்பாட்டு வினையெச்சங்கள். செய்யின் என்பது செய்யில் என்றும் அமைவதுண்டு.

எடுத்துக்காட்டு :

''பிறப்பினால் எவர்க்கும் – உலகில்
பெருமை வராதப்பா!
சிறப்பு வேண்டுமெனில் – நல்ல
செய்கை வேண்டுமப்பா!''

''நம்பியிருப்பவர் கும்பி **எரிந்திடில்**
நன்மை உமக்குவருமோ ஐயா?''
(கவிமணி)

''எண்ணி எண்ணிப் **பார்த்திடில்** ஓர்
எண்ணமிலை நின்சுவைக்கே''
(பாரதியார்)

வேண்டுமெனில், எரிந்திடில், பார்த்திடில் என்பன அந்த வகையைச் சேர்ந்தவையே. இவற்றை வேண்டுமெனின், எரிந்திடின், பார்த்திடின் என்று மாற்றினாலும் பொருள் மாறாதிருப்பதை நோக்குக.

எதிர்மறை வினையெச்சம்

செய்யாது, செய்யாமல் என்பன எதிர்மறை வினையெச்ச வாய்பாடுகள். இவற்றுள் செய்யாது என்பது இலக்கிய வழக்கிலே மிகுதியாக உள்ளது. செய்யாமல் என்பது இலக்கிய வழக்கு, உலக வழக்கு இரண்டிலும் உள்ளது.

எடுத்துக்காட்டு :

''**செய்யாமல்** செய்த உதவிக்கு
வையகமும்
வானகமும் ஆற்றல் அரிது''

''கருமம் **சிதையாமல் கண்ணோட**
வல்லார்க்கு
உரிமை உடைத்திவ் வுலகு''
(குறள்)

''வாய் முத்தம் **தாராமல்**
மழலை **யுரை யாடாமல்**
சேய்கிடத்தல் கண்டெனக்குச்
சிந்தை தடுமாறு தையா!''

முகம் பார்த்துப் **பேசாமல்**
முலைப்பாலும் **உண்ணாமல்**
மகன் கிடக்கும் கிடைகண்டு
மனம் பொறுக்கு தில்லை ஐயா!''
(கவிமணி)

''ஆடிடும் போதென் இதயமும் சேர்ந்தே
நில்லாமலே மகிழ்ந்தாடுமே
வேதனை நினைவுகள் உன்முகம் கண்டால்
சொல்லாமலே பறந்தோடுமே''

''**பேசாமல்** பேசும் புருவங்கள் கண்டால்
பேசாத சிற்பங்கள் ஏதுக்கம்மா?''
(கண்ணதாசன்)

செய்யாமல், சிதையாமல், தாராமல், உரையாடாமல், பேசாமல், உண்ணாமல், நில்லாமல், சொல்லாமல் என்னும் எதிர்மறை வினையெச்சங்களை நோக்குக.

உரைநடையிலும் இந்த வகை வினை யெச்சமே மிகுதியாக வழங்குகிறது.

எடுத்துக்காட்டு :

1) பொருள் வரும் வழி சிறியதாக இருந்தாலும் கவலை இல்லை. பொருள் போகும் வழி அதைவிடப் **பெருகாமல்** இருக்க வேண்டும்.
2) நோவு **தெரியாமல்** உடல் நல்ல நிலையில் இருந்தால் அளவோடு பொருந்திய உழைப்பு என்று அறியலாம்.
3) இன்னா **செய்யாமல்** இருப்பதற்கு வழி மற்ற உயிரின் துன்பத்தைத் தன் துன்பம் போல் உணர்வதாகும்.
4) எக்காலத்திலும் யாருக்கும் மனத்தாலும் தீமை **விளைக்காமல்** இருப்பதே அறங்களில் தலையானது.
5) அறமான செய்கை எது என்றால் ஒருயிரையும் **கொல்லாமல்** இருப்பதே ஆகும்.

(டாக்டர் மு.வ.)

செய்யாது என்னும் வாய்பாட்டு வடிவங்கள் பெரும்பாலும் இலக்கிய வழக்கிலேயே காணப்படுகின்றன.

எடுத்துக்காட்டு :

''**நாடாது** நட்டலிற் கேடில்லை நட்டபின்
வீடில்லை நட்பாள் பவர்க்கு''

''ஒல்லும் வகையான் அறவினை **ஓவாதே**
செல்லும்வா யெல்லாம் செயல்''
(குறள்)

''நிமிர்ந்து **நோக்காது நிலத்தையே**
நோக்க''

''நிலையில் **நில்லாது அலையச்**
செய்தது''

''வழங்கும் பரிசினை **வாங்கிடாது ஓடி''**
(கவிமணி)

''**பிறவாதிருக்க** வரம் தரல்
வேண்டும்; பிறந்து விட்டால்

இறவாதிருக்க மருந்துண்டு''
(பட்டினத்தார்)

நாடாது, ஓவாது, நோக்காது, நில்லாது, வாங்கிடாது, பிறவாது, இறவாது என்பன இந்த வகையைச் சார்ந்தவை.

மே விகுதி

செய்யாது, செய்யாமல் என்னும் வினையெச்சங்கள் போன்றதே செய்யாமே என்னும் வாய்பாட்டு வினையெச்சமும் கவிதை யிலும் பேச்சு வழக்கிலும் காணப்படும் இந்த வடிவம் எழுத்து வழக்கில், குறிப்பாக உரை நடையில் இல்லை. அன்றைய இலக்கியத் திலும் இன்றைய இலக்கியத்திலும் இதனைக் காணலாம்.

எடுத்துக்காட்டு :

''பிறராற் பெருஞ்சுட்டு வேண்டுவான் யாண்டும்
மறவாமே நோற்பதொன்று உண்டு''
(நீதிநெறி விளக்கம்)

''அஞ்சன வண்ணன் என் ஆருயிர் நாயகன் **ஆளாமே**
வஞ்சனையால் அரசெய்திய மன்னரும் வந்தாரே''
(கம்பர்)

''அல்லாதென் வார்த்தை அவர் சிறிதும் **நம்பாமே**
புல்லாக எண்ணிப் புறக்கணித்துப் போய்விட''

''சோலைக் கிழுத்திட நான் சொந்தவுணர் **வில்லாமே**
சோலையிலே வந்து நின்று சுற்று முற்றும் தேடினேன்''
(பாரதியார்)

''தெரிஞ்சும் **தெரியாமே** நடந்திருந்தா அது
திரும்பவும் **வராமே** பார்த்துக்கோ!''

''கருத்தும் **புரியாமே** படிப்பும் **வளராமே**
திருந்து திருந்துன்னா திருந்திடுமா?''
(பட்டுக்கோட்டையார்)

மறவாமே, ஆளாமே, நம்பாமே, இல்லாமே, தெரியாமே, வராமே, புரியாமே, வளராமே என்பன மே விகுதி பெற்ற எதிர் மறை வினையெச்சங்கள். அன்றாடப் பேச்சு வழக்கில் இந்த வடிவத்தை மிகுதியாகக் காணலாம்.

எடுத்துக்காட்டு :

1) **காணமே** போயிற்று.
2) கடைக்குப் **போகாமே** பொருள் வாங்க முடியுமா?
3) அவன் **சாப்பிடாமே** போய்விட்டான்.
4) **பார்க்காமே** போவேனா?
5) **சொல்லாமே** இருப்பேனா?
6) **பேசாமே** படியுங்கள்.
7) சத்தம் **போடாமே** இருங்கள்.
8) கண்ணன் **படிக்காமே** விளையாடுகிறான்.
9) ஒன்றும் **செய்யாமே** இருக்கலாமா?
10) பூக்களைத் **தொடாமே** பாருங்கள்.

எதிர்மறைக்குறிப்பு வினையெச்சம்

இல்லாமல், இல்லாது, அல்லாமல், அல்லால், அல்லாது, அன்றி, இன்றி முதலியன எதிர்மறைக் குறிப்பு வினை யெச்சங்கள்.

எடுத்துக்காட்டு :

''பிள்ளைக் குயிலினதோர்
பேச்சன்றி வேறறியேன்''

''சென்றே மனைபோந்து சித்தம் **தனதின்றி''**
''அல்லாதென் வார்த்தை அவர் சிறிதும் நம்பாமே''
''. . . . . . . சாதிக்குயில்களைப் போல்
இல்லாமல் என்றன் இயற்கை பிரிவாகி
எல்லார் மொழியும் எனக்கு விளங்குவதேன்?''

''பத்தினியாய் **வாழ்வதல்லால்**
பார்வேந்தர்தாம் எனினும்
நத்தி விலைமகளா நாங்கள்
குடிபோவதில்லை''
(பாரதியார்)

அன்றி, இன்றி, அல்லாது, இல்லாமல், அல்லால் என்பன எதிர்மறைக் குறிப்பு வினை யெச்சங்கள். இன்று, உரைநடையில் மிகுதியாக வழங்குவது இல்லாமல் என்னும் சொல்லே. பேச்சு மொழியில் இல்லாமே என்பதும் வழங்குகிறது.

உடன்பாட்டுக் குறிப்பு வினையெச்சம்

நன்று, இனிது முதலிய குறிப்பு வினை முற்றுக்கள் எச்சமாகவும் அமைவதுண்டு. இவை வடிவம் மாறாமல் அமைவதை இலக்கியங்களில் காணலாம்.

எடுத்துக்காட்டு :

"முகத்தா னமர்ந்து **இனிது** நோக்கி
அகத்தானாம் இன்சொல் இனிதே அறம்"
(குறள்)

இனிது நோக்கி என்பதற்கு **இனிதாக** நோக்கி என்று பொருள். எனவே, இது குறிப்பு வினையெச்சம்.

"தாம்வீழ்வார் மென்தோள் துயிலின் **இனிதுகொல்**
தாமரைக் கண்ணான் உலகு"
(குறள்)

இங்கே **இனிது** என்பது குறிப்பு வினை முற்றாக அமைந்துள்ளது. **இனிதுகொல்** என்பதற்கு இனிமையானதோ என்று பொருள்.

இத்தகைய சொற்களுக்கு இடம் நோக்கியே பொருள் கொள்ள வேண்டும். அந்தப் பொருளை அடிப்படையாகக் கொண்டே அது என்ன வினை என்பதை முடிவு செய்ய வேண்டும். ஆனால், இன்று இந்த மயக்கம் ஏற்படாதிருக்கக் குறிப்பு வினைகளுடன் ஆக அல்லது ஆய் என்னும் இடைச்சொல் சேர்த்து எச்சமாக வழங்குகிறோம். இத்தகைய சொற்களை வினையடை என்றும் சொல்வதுண்டு.

எடுத்துக்காட்டு :

"மின்னற் சுவைதான் **மெல்லிதாய்**
மிகவினிதாய்
வந்து பரவுதல் போல்"
(பாரதியார்)

மெல்லிதாய், **இனிதாய்** என்னும் சொற்களை நோக்குக.

நன்றாய், அரிதாய், எளிதாய், பெரிதாய், சிறிதாய் முதலியனவும் இவ்வாறு அமைந்தவையே. ஆய் என்பதற்குப் பதிலாக ஆக என்னும் சொல்லும் சேரலாம். அப்போது இவை, முறையே மெல்லிதாக, இனிதாக, நன்றாக, அரிதாக, எளிதாக, பெரிதாக, சிறிதாக என்று அமையும்.

குறிப்பு வினைமுற்றுக்கள் மட்டுமன்றி வேறு பல பெயர்களுடனும் ஆய், ஆக என்னும் சொற்கள் சேர்ந்து வருவதுண்டு. அப்போது அந்தப் பெயர்கள் வினையடை போல் நின்று வினையைக் கொண்டு முடியும்.

எடுத்துக்காட்டு :

"மண்ணுக்கும் **கேடாய்**
மதித்தீரோ பெண்ணினத்தை"

"புலனற்ற **பேதையாய்ப்**
பெண்ணைச் செய்தால்"

"நாம் மலைக்கக் குப்பன்
விரைவாய் நடந்தானோ?"

"**நெஞ்சம் வசமாக**
நேரில் அவர் பேசுதல் போல்"

"எல்லாரும் **நன்றாய்**
இருக்க நினைத்திடுவான்"

"**நல்லவனாய்** நானிருக்க
நாளும் விரும்புகிறேன்"

"சாரற்ற **சக்கையாய்ச்**
சத்துடம்பைக் குன்றவைத்து"

"**செவ்வையாய்** யோசித்துச்
செப்பாயோ ஓர் மார்க்கம்?"

"நம்புங்கள் **மெய்யாய்**
நடக்கும் விஷயங்கள் இவை"

"**செம்மையாய்** நாளைக்குச்
செப்புகின்றேன் மற்றவற்றை"

"...... **தற்செயலாய்**
அஞ்சும் நிலைமையே
அங்கே நிகழ்ந்ததுண்டாம்"

"நீயேன் இதையெல்லாம்
நிச்சயமாய்ச் சொல்லவில்லை?"
(பாரதிதாசன்)

கேடாய், பேதையாய், விரைவாய், வசமாக, நன்றாய், நல்லவனாய், சக்கையாய், செவ்வையாய், மெய்யாய், செம்மையாய், தற்செயலாய், நிச்சயமாய் என்னும் சொற்களை நோக்குக. ஆய் என்பதற்குப் பதிலாக ஆக என்பதைச் சேர்த்தாலும் இவற்றின் பொருள் மாறாது.

பெயர்களுடன் சேர்ந்து நிற்கும் ஆய், ஆக என்பவை ஈறு குறைந்து வழங்குவதும் உண்டு. அப்போதும் இவற்றின் பொருளில் எந்த மாற்றமும் நிகழ்வதில்லை.

எடுத்துக்காட்டு :

''சோலைப் பறவை **தொகை தொகையாத் தாமொலிக்க**''

''**ஆடவனாத் தோன்றியதன்** பயனை இன்று பெற்றேன்''

''**பத்தினியா வாழ்வதல்லால்** பார்வேந்தர் தாமெனினும்''

''நத்தி **விலைமகளா நாங்கள்** குடிபோவதில்லை''

''**மானிடனாத் தோன்றி** வளருகின்றான்''

''தோன்றி மறையும் **தொடர்பாப்** பல **அனந்தம்**''
(பாரதியார்)

''விருந்து **புறத்ததாத் தானுண்டல்** சாவா மருந்தெனினும் வேண்டற்பாற் றன்று''
(குறள்)

தொகை தொகையா, ஆடவனா, பத்தினியா, விலைமகளா, மானிடனா, தொடர்பா, புறத்ததா என்னும் சொற்கள் ஈறு குன்றி நிற்கின்றன. இவற்றுடன் ய், அல்லது க சேரும் போது இவை முழுமை பெறும். அதாவது தொகை தொகையாய், ஆடவனாய், பத்தினியாய், விலைமகளாய், மானிடனாய், தொடர்பாய், புறத்ததாய் என்று இவை விரியும். தொகை தொகையாய் என்பது தொகை தொகையாக என்றும் அமையலாம். எப்படி அமைந்தாலும் பொருள் ஒன்றே. ஏனைய சொற்களுக்கும் இவ்வாறே கொள்க.

ஆய், ஆக என்பவற்றின் ஈற்றெழுத்து மறைந்து நிற்கும் சொல்வழக்கு பேச்சுத் தமிழிலே மிகுதி.

எடுத்துக்காட்டு :

1) அவன் **நல்லவனா** நடந்துகொள்ள **வில்லையே.**

2) **மனிதராப் பிறந்தால்** மட்டும் போதுமா? **மனிதரா வாழ வேண்டாமா?**

3) அவர் **நேர்மையா** நடப்பதால்தான்.

4) இந்தப் புத்தகத்தைப் **பத்திரமா வைத்திரு.**

5) ஒருவன் **படித்தவனா இருக்கலாம். ஆனால் பண்புள்ளவனா இல்லா விட்டால்** அவனுடைய படிப்பால் என்ன பயன்?

நல்லவனா, மனிதரா, நேர்மையா, பத்திரமா, படித்தவனா, பண்புள்ளவனா என்பவை ஈறு குறைந்து நிற்கும் சொற்கள். பேச்சு வழக்கில் இந்த வடிவம்தான் உள்ளது. ஆனால், உரை நடை எழுத்து வழக்கில் இது இடம் பெற வில்லை.

அடுக்கி வருதல்

வினையெச்சங்கள் ஒன்றுக்கு மேலும் சேர்ந்தாற்போல் வரலாம்.

''கண்டுகேட்டு உண்டு உயிர்த்து உற்றறியும் ஐம்புலனும்
ஒண்டொடி கண்ணே உள''
(குறள்)

கண்டு, கேட்டு, உண்டு, உயிர்த்து, உற்று என்னும் ஐந்து வினையெச்சங்கள் இந்தக் குறளில் அடுக்கி வந்திருக்கின்றன. இந்தப் பாடல் தொடர்களையும் நோக்குக.

''சுற்றுமுற்றும் **பார்த்துத் துடித்து வருகையிலே**''

''**சிந்தக் கருதி** உடைவாளிற்கை சேர்த்தேன்''

''**கூடிக் குடித்துக் குதித்தாலும்**''

''வாலைக் **குழைத்து வளைத்தடிக்கும்** நேர்மையும்''

''நாலுபுறமும் எனை நண்பர் **வந்து சூழ்ந்து நின்றார்**''
(பாரதியார்)

உரை நடையிலும் இத்தகைய தொடர் களைக் காணலாம்.

எடுத்துக்காட்டு :

1) அவள் வாய் **திறவாமால் குனிந்து நின்றாள்.**

2) இயற்கையில் உறையும் அழகைக் **கண்டு ஆராய்ந்து தெளிந்தனர்** பழந்தமிழ்ப் புலவர்கள்.

3) இயற்கையை உள்ளத்தில் **பதித்து, அதனோடு ஒன்றி வாழ்ந்துவரின்,** இயற்கைப் பேரழகு புலனாகும்.

4) இயற்கை எத்துணைக்காலம் எவ்வெவ் வழியில் தொழிற்படினும் அது இளைத்துச் சலித்துச் சாய்வதில்லை.

5) என்றும் இளையனாக உள்ள முருகனைப் பொருள் தெரிந்து போற்றி உய்வாராக.

இவ்வாறு வினையெச்சங்கள் அடுக்கி வருவதைப் பேச்சு மொழியிலும் காணலாம்.

எடுத்துக்காட்டு :

1) போய்ப் பார்த்து வா.

2) சிந்தித்துப் பார்த்து எழுதுங்கள்.

3) நடந்து போய்த் திரும்பினேன்.

4) நீங்கள் கேட்டுச் சொல்ல முடியுமா?

5) கண்ணன் எவ்வளவோ வற்புறுத்திச் சொல்லியும் வேலன் கேட்கவில்லை.

எத்தனை வினையெச்சங்கள் வேண்டு மானாலும் அடுக்கிவரலாம். அடுக்கி வரும் வினையெச்சங்களுக்கு இடையில் வேறு சொல் வந்தாலும் இவற்றின் இயல்பு மாறாது.

எடுத்துக்காட்டு :

1) என்னுடன் சில நாள் இருந்திட நின்னை வேண்டி நிற்கின்றேன்; வேண்டுதல் மறுத்தே என்னை நீ துன்பம் எய்துவித் திடாமே இவ்வுரைக் கிணங்குவாய் என்றேன்''

(பாரதியார்)

இங்கே வினையெச்சத் தொடர்களில் வினையெச்சங்களுக்கிடையே வேறு சொற்கள் நிற்பதை நோக்குக.

தமிழிலே வினையெச்சத்தின் பணி மிக அருமையானது. வினையெச்சத்தைப் பயன் படுத்தித் தமிழ் மரபும் மொழி அமைதியும் பொருள் தெளிவும் குன்றாமல் எவ்வளவு நீண்ட வாக்கியத்தையும் அமைக்க முடியும். மறைமலையடிகளார் போன்றோரின் நடை யில் இத்தகைய வாக்கியங்களைக் காணலாம்.

எடுத்துக்காட்டு :

தமிழர்க்குத் தொல்காப்பிய மொன்றுமே மிகப்பழைய நூலென்பது, உரையாசிரியர் நச்சினார்க்கினியர், 'சில்வாழ்நாட் பல் பணிச் சிற்றறிவினோர் அறிதல் வேண்டி வியாதர் வேதங்களை நான்கு கூறாகப் பகுக்கு முன்னரே தொல்காப்பிய மியற்றப்பட்டது' என்று ஓதுமாற்றால் நன்குணரப்படும். இங்ஙனம் மிகப் பழையதான தொல் காப்பியம் நூல் எழுத்துச் சொல்லியல்புகளை நன்காராய்ந்துணர்த்திய பின், மக்களுயிர்க் குறுதியென நாடப்படும் எல்லாப் பொருள் களையும் அகம், புறம் எனப் பகுத்து முறை வழாது தெரிவித்துச் செவ்விதின் விளக்கி, அவ்வாறு விளக்கும் பகுதிக்குப் பொருளியல் என்னும் பெயருங் காட்டித் திகழுகின்றது; அது மக்கள் மனவறிவு புறத்தே விரிந்து சென்றறியும் பொருட்பகுதியினை இனிது விதக்குமாறு போலவே, அவ்வறிவு அகத்தே குவிந்து மடங்கி உலகிற்கு முழு முதற் பொருளான இறைவன்பால் ஒருங்குபட்டு நிற்றன்மரபும், அங்ஙனம் ஒருங்குபட்டு நிற்றற்கு நிலைக் களனான அம்முதற் பொருள் 'ஒரு பற்றுக்கோடின்றி அருவாகித் தானே நிற்கும் தத்துவங்கடந்த பொருளாங்கந் தழியினியற்கையுந்' தெளிவு பெறக் குறித்து நின்றது. இவ்வாறு நுனித்தறியப்படும் பொருள் மலிந்து பாகுபாடுற்று நடைபெறுந் தொல்காப்பிய முழுமுதனூலோடு ஒத்துப் பார்க்குமிடத்து, ஆரியர்க்கு மிகப்பழைய தாயுள்ள இருக்கு வேதம் மிகத்தாழ்ந்த தொன்றேயாதல் நடுநிலையாளர்க்கெல்லாம் நன்கு விளங்கும்.

(மறைமலையடிகள்)

■■■

வினையடிச்சொல்
(பகுதி)
செய்
வினைமுற்று
எச்சவினை
தொழிற்பெயர்
வினையாலணையும் பெயர்
தன்மை
முன்னிலை
படர்க்கை
ஒருமை
பன்மை
செய்தேன்
செய்கிறேன்
செய்வேன்
செய்தோம்
செய்கிறோம்
செய்வோம்
ஒருமை
பன்மை
செய்தாய்
செய்கிறாய்
செய்வாய்
செய்தீர்கள்
செய்கிறீர்கள்
செய்வீர்கள்
உயர்திணை
அஃறிணை
ஒருமை
பன்மை
செய்தான்
செய்கிறான்
செய்வான்
செய்தாள்
செய்கிறாள்
செய்வாள்
செய்தார்கள்
செய்கிறார்கள்
செய்வார்கள்
ஒருமை
பன்மை
செய்தது
செய்கிறது
செய்யும்
செய்தன
செய்கின்றன
செய்யும்
பெயரெச்சம்
வினையெச்சம்
செய்த
செய்கின்ற
செய்யும்
செய்யாத
(எ.ம)
செய்து
செய்ய
செய்தால்
செய்யாமல்
(எ.ம)
செய்தல்
செயல்
செய்கை
செய்தமை
செய்யாமை
(எ.ம)
செய்தவன் / செய்தவர்
செய்கின்றவன் / செய்கின்றவர்
செய்பவன் / செய்பவர்
செய்தது / செய்தவை
செய்வது / செய்பவை
செய்யாதவன்
செய்யாதவர்
செய்யாதது
செய்யாதவை
(எ.ம)

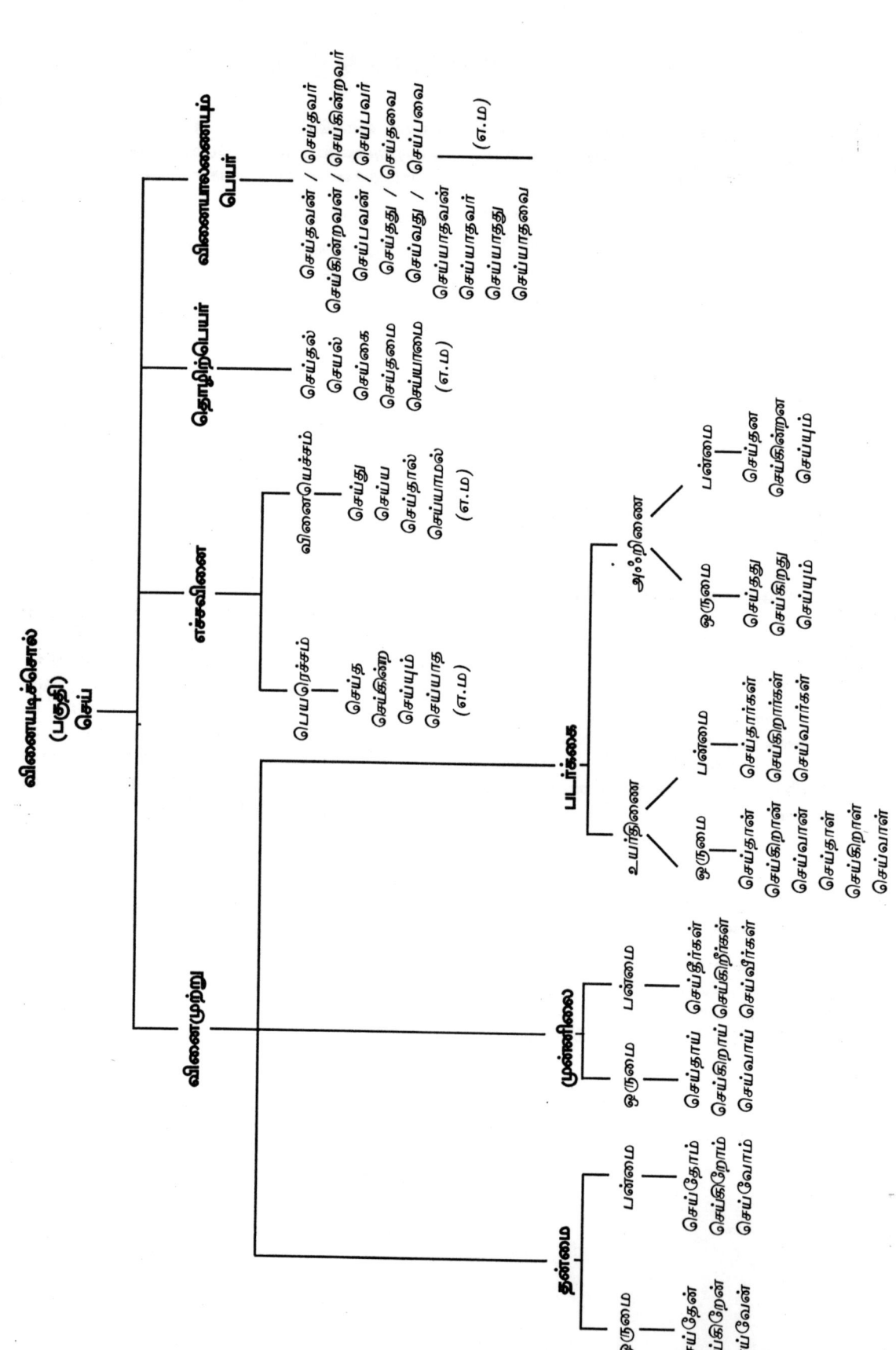

21

ஆம், போம் முதலிய சொற்கள்

ஆய், ஆக என்னும் சொற்களின் ஈற்றெழுத்துத் தொக்கி நின்று பொருள் தருவது போல் **ஆகும்**, **போகும்** முதலான சொற்களின் நடுவில் நிற்கும் கு மறைந்து, **ஆம்**, **போம்** என நின்றும் பொருள் தருவது உண்டு.

எடுத்துக்காட்டு :

''நன்றே தரினும் நடுவி கந்து **ஆம்**
ஆக்கத்தை
அன்றே ஒழிய விடல்''

''ஏவவும் செய்கலான் தான்தேறான்
அவ்வுயிர்
போ ஓம் அளவும்ஓர் நோய்''

''யாதானும் **நாடாமால் ஊராமால்**
என்னொருவன்
சாந்துணையும் கல்லாத வாறு''
(குறள்)

''சாந்தனையும் தீயனவே செய்திடினும்
தாமவரை
ஆந்தனையும் காப்பர் அறிவுடையோர்''
(மூதுரை)

''காய்முற்றின் தின்தீங் **கனியாம்**
இளந்தளிர்நாள்
போய்முற்றின் என்னாகிப் **போம்''**
(நன்னெறி)

இந்தப் பாடல் வரிகளில் நிற்கும் **ஆம்**, **போம்**, **சாம்** என்னும் சொற்கள் **ஆகும்**, **போகும்**, **சாகும்** என்பவற்றின் தொகுத்தல் விகாரமாகும். இந்தச் சொற்களில் இடையெழுத்துத் தொக்கி நிற்றலே தொகுத்தல் விகாரம் எனப்படுகிறது. இன்றைய இலக்கியங்களிலும் இத்தகைய வடிவங்களைக் காணலாம்.

எடுத்துக்காட்டு :

''புதுச்சேரி என்று சொல்லிப்
போம் வழி கேட்டேன்''
(பாரதிதாசன்)

'போம்' என்பது போகும் என்னும் சொல்லின் தொகுத்தல் விகாரமாகும். இந்த எடுத்துக்காட்டுக்கள் சிலவற்றில் இவை எச்சமாகவும் சிலவற்றில் முற்றாகவும் நிற்கின்றன.

நடுவிகந்து ஆம் ஆக்கம்
போம் அளவும்
சாம்துணையும்
சாம்தனையும்
ஆம்தனையும்
போம் வழி

இந்தத் தொடர்களில் நிற்கும் ஆம், போம், சாம் என்பன பெயரெச்சங்கள்.

நாடு ஆம்
ஊர் ஆம்
கனி ஆம்
என்னாகிப் போம்

என்னும் தொடர்களில் நிற்கும் **ஆம்**, **போம்** என்பன வினைமுற்றுக்கள். எல்லாச் சொற்களும் இப்படித் தொக்கி வருவன அல்ல. எனவே, மரபை நோக்குக. மேலும், இவை செய்யுளுக்கு மட்டுமே உரியவை.

போம் - ஏவல்

போ, போங்கள் என்னும் ஏவல் வினைகள் போலப் போம் என்பதும் ஏவல் வினையாக அமையும்.

எடுத்துக்காட்டு :

நீ போ
நீர் போம்
நீங்கள் போங்கள்

தொகுத்தல் விகாரமாய் அமையும் போம் வேறு; ஏவலாக அமையும் போம் வேறு. இவற்றிற்கு இடம் நோக்கியே பொருள் கொள்ள வேண்டும்.

''**போம்** அங்கே! பாரும் அந்தப்
புன எலுமிச்சை என்றான்''
(பாரதிதாசன்)

இங்கே போம் என்பது ஏவல் வினையாக அமைந்துள்ளது. பாரும் என்பதும் ஏவல் வினையே.

நீர் கூறும்

நீர் சொல்லும்
நீர் கேளும்
நீர் காட்டும்

என்பனவும் ஏவல் வினைகளே.

22
துணை வினைகள்

இடு, இரு, கொள் முதலிய துணை வினைகள் முதல் வினையோடு சேர்ந்து நின்று, முதல் வினையின் பொருளில் சிறிது மாற்றம் ஏற்படக் காரணமாகின்றன.

இடு

இப்போது வருவான்
இப்போது வந்திடுவான்

என்னும் இரு தொடர்களையும் ஒப்பிட்டுப் பார்த்தால் இந்த வேறுபாட்டை அறியலாம். வருவான் என்பதும் வந்திடுவான் என்பதும் ஏறத்தாழ ஒரே பொருள் தருவன போல் தோன்றினாலும், அவற்றின் தொனி வேறு படுகிறது. வருவான் என்பதைவிட வந்திடு வான் என்பதிலே ஓர் அழுத்தம் – ஓர் உறுதி – தொனிக்கிறது. அது மட்டுமல்ல, விரைவுக் குறிப்பும் தோன்றுகிறது.

இடு என்னும் துணைவினை பெற்ற சொற் களை இலக்கிய வழக்கு, உலக வழக்கு இரண்டிலும் காணலாம்.

எ.டு :

"தெய்வம் யாவும் உணர்ந்திடும் தெய்வம்
தீமைகாட்டி விலக்கிடும் தெய்வம்"

"செய்வம் என்றொரு செய்கை எடுப்போர்
செம்மை நாடிப் பணிந்திடும் தெய்வம்"
(பாரதியார்)

"பொறியின் ஆசையைக் குறைத்திடவே
பொருந்திய நூல்கள் உரைத்திடுவான்"

"தானம் வாங்கிடக் கூசிடுவான்
தருவதுமேல் எனப் பேசிடுவான்"
(நாமக்கல் கவிஞர்)

"ஆண்டாளும் வந்தாள்
அழைத்திட்டாள் தன் மகனை"

"துன்புறும் பேச்சுக்கள் பேசி – எனைத்
துன்பத்திலும் ஆழ்த்திடுகின்றாய்"
(பாரதிதாசன்)

உரைநடையிலும் இடு என்னும் துணை வினை சேர்ந்த சொற்களைக் காணலாம்.

எ.டு :

1) குயிலுக்குக் கோட்டான் இசை கற்றுக் கொடுக்கிறது என்றால் நம்பிடுவரோ நல்லறிவு படைத்தோர்?

2) வீரர் வேல்கொண்டு போரிட்டுத் தம் வீரத்தைக் காட்டிடுவர்.

3) படைமுகத்துச் சேதி சொல்வதற்கு முன் பாய்ந்து வந்து தழுவிடுவாய் என எண்ணி ஓடி வந்தேன்.

4) தோட்டம் அமைத்து, துரவு எடுத்து, நீர் பாய்ச்சி, தரு வளர்த்திடும் செயலே முக்கியமானது.

5) மரத்தில் பழம் குலுங்கிடும் வேளை யிலே, மந்தி தாவுமானால் கனி உதிர்ந்திடும்.

கடைசி வாக்கியத்தில் உதிர்ந்திடும் என்பதிலே நிற்கும் 'இடும்' என்னும் துணை வினை உறுதிப் பொருள் தருகிறது. ஆனால் அதே வாக்கியத்தில் குலுங்கிடும் என்னும் சொல்லில் நிற்கும் இடும் என்பது பொருளில் மாற்றம் எதையும் ஏற்படுத்துவதாகத் தெரிய வில்லை. இதனை ஓசை நயத்திற்காக வரும் அசை என்று சொல்லலாம். ஏனெனில் இது மொழிக்கு இனிமை தருகிறது. மூன்றாவது வாக்கியத்தில் 'தழுவிடுவாய்' என்பது விரைவுப் பொருள் உணர்த்துகிறது.

பெயருடன் இடு என்னும் துணைவினை சேர்ந்து, அதற்கு வினையின் தன்மையைக் கொடுக்கிறது.

எடுத்துக்காட்டு :

''கன்னத்தில் **முத்தமிட்டால்** – உள்ளந்தான்
கள்வெறி கொள்ளுதடீ''

''**வட்டமிட்டுப்** பெண்கள்
வளைக் கரங்கள் தாமொலிக்க''
(பாரதியார்)

முத்தம், வட்டம் என்னும் பெயர்களுடன் **இடு** சேரும்போது அவை வினையாகின்றன.

வெளியிடு – **முறையிடு**
ஓலமிடு – **செலவிடு**
போரிடு – **அறுதியிடு**

முதலியனவும் இவ்வாறு அமைந்தவையே. இவை ஒரு சொல் தன்மையுடையவை. இவற்றை இரு தனிச் சொற்களாகக் கருத முடியாது.

இரு

இரு என்னும் துணைவினையும் முதல் வினையோடு சேர்ந்து அதன் பொருளிலே மாற்றம் ஏற்படச் செய்கிறது.

நான் அவரிடம் **சொன்னேன்.**
நான் அவரிடம் **சொல்லியிருக்கிறேன்.**

இந்த இரண்டு வாக்கியங்களும் ஒரே பொருள் தரவில்லை. முதல் வாக்கியம் சொல்வதாகிய செயல் நடந்து முடிந்ததைக் காட்டுகிறது. இரண்டாவது வாக்கியம் செல்வதாகிய செயல் நடந்ததைக் காட்டு வதோடு நிற்கவில்லை. அதன் தொடர்பாக எதிர்பார்ப்பதை அல்லது நிகழக்கூடியதைக் குறிப்பாக உணர்த்துகிறது.

இந்த உரையாடலை நோக்குக :

எடுத்துக்காட்டு :

''என்னப்பா அவரிடம் பேசினாயா?
என்ன சொன்னார்? நாம் கேட்ட
விலை கிடைக்குமா?''

''நான் எல்லாவற்றையும் விவரமாச்
சொன்னேன். ஒரு வாரம் அவகாசம்
கேட்டிருக்கிறார்.''

இந்த உரையாடலின் கடைசி வாக்கியத்தில் நிற்கும் **கேட்டிருக்கிறார்** என்பதில் இரு என்னும் துணைவினை பொருள் தெளிவுக்கு அவசியமாகிறது.

ஒரு வாரம் அவகாசம் **கேட்டார்**
ஒரு வாரம் அவகாசம் **கேட்டிருக்கிறார்.**

என்னும் இரு வாக்கியங்களும் ஒரே பொருளைத் தரவில்லை. கேட்டார் என்று சொன்னால், அதை மற்றவர் ஒப்புக் கொண்டாரா என்னும் கேள்வி எழுகிறது. ஏனெனில், கேட்டார் என்று சொல்லும் போது, அது முடிவு பெறாமல் நிற்பது போல் தோன்றுகிறது. கேட்டிருக்கிறார் என்பது அத்தகைய ஐயப்பாட்டிற்கு இடம் தரவில்லை.

இந்த நூலை மேசையின்மேல் வை
இந்த நூலைப் பத்திரமாக வைத்திரு

என்னும் இரு தொடர்களுக்கும் உள்ள பொருள் வேறுபாட்டை நோக்குக.

இரு என்னும் துணைவினை சேர்ந்த சொற்களைக் கவிதைகளிலும் மிகுதியாகக் காணலாம்.

எடுத்துக்காட்டு :

''**பொறுத்திருப்பார் வாழ்ந்திருப்பார்!**
இந்த நாட்டில்
புகுந்திருப்பார் இங்கிருப்பார் தம்மை
எல்லாம்
நிறுத்திருப்பார், இலே சென்று
நினைத்திருப்போர்''
நிகழ்வதைக் கண்டிருப்பாது **பார்த்திருப்பார்**
குறித்திருப்பார் ஆத்தாவைத் தீயோள் என்று
குளிர்ந்திருப்பார் அவளிறந்தால்!
செம்மல்வேலன்
மறந்திருப்பார் வைகாணாதிருப்பார்,
காண்பார்!
மறைந்திருப்பார், கையிருப்பார் அறிவார்
என்றான்
(பாரதிதாசன்)

நுட்பமான கால வேறுபாடுகளை உணர்த்தவும் இந்தத் துணைவினை பயன்படுகிறது.

எடுத்துக்காட்டு :

1) வானத்தில் கருமுகில்கள் **சூழ்ந்தன.**
வானத்தில் கருமுகில்கள் **சூழ்ந்திருந்தன.**

2) கண்ணன் இன்று வெளியூர் **போகிறான்.**
கண்ணன் இன்று வெளியூர் **போயிருக்கிறான்.**

3) இளங்கோ இந்த வேலையைச் செய்து **முடிப்பான்.**

இளங்கோ இந்த வேலையைச் செய்து **முடித்திருப்பான்.**

இந்தக் கால வேறுபாட்டை டாக்டர் மு. வரதராசனார் அவர்கள் பின்வருமாறு வகைப்படுத்துகிறார்.

சூழ்ந்தன – இறப்பு
சூழ்ந்திருந்தன – இறப்பில் இறப்பு
போகிறான் – நிகழ்வு
போயிருக்கிறான் – இறப்பில் நிகழ்வு
முடிப்பான் – எதிர்வு
முடித்திருப்பான் – இறப்பில் எதிர்வு

ஒரு வினையுடன் **கொண்டு** என்னும் துணைவினை சேரும்போது அது தொடர் செயலை உணர்த்தும். **இரு** என்னும் துணை வினை காலம் காட்டும்.

எடுத்துக்காட்டு :

படித்துக்கொண்டிருந்தான் – தொடர் இறப்பு
படித்துக்கொண்டிருக்கிறான் – தொடர் நிகழ்வு
படித்துக்கொண்டிருப்பான் – தொடர் எதிர்வு

கொண்டு என்னும் துணைவினை சேராத போது முதல் வினையின் பொருள் வேறு படுவதையும் நோக்குக :

கேட்டிருந்தேன்
கேட்டுக்கொண்டிருந்தேன்
கேட்டிருக்கிறேன்
கேட்டுக்கொண்டிருக்கிறேன்
கேட்டிருப்பேன்
கேட்டுக்கொண்டிருப்பேன்.

உள்ள, உள்ளது முதலியன

உண்டு என்னும் குறிப்பு வினை முற்றினின்று தோன்றும் உள்ள முதலிய சொற்களும் துணைவினையாக அமைவ துண்டு.

எடுத்துக்காட்டு :

''ஞானத்திற் புட்களிலும்
நன்கு **சிறந்துள்ளாய்''**

''மாண்டகு திறல் வீமன் – தட
மார்பிலும் எனதிகழ் **வரைந்துளதே''**
(பாரதியார்)

சிறந்துள்ளாய், வரைந்துளதே என்னும் சொற்களில் நிற்கும் **உள்ளாய், உளதே** என்னும் துணைவினைகள் 'இரு' என்னும் துணைவினை தரும் பொருளையே தருவதை நோக்குக. **செய்துள்ள, அருளியுள்ள, செய்துள்ளார், வந்துள்ளார், செய்யவுள்ள, காணவுள்ள** முதலிய சொற்களையும் காண்க. இவை முக்காலத்திற்கும் உரியதைக் குறிப்பதாகவோ அல்லது நிகழ்காலத்தைக் குறிப்பதாகவோ அமையும். இறந்த காலத்தை இவை குறிப்பதில்லை.

விடு

விடு என்னும் துணை வினையும் முதல் வினையுடன் சேர்ந்து நின்று, உறுதிப் பொருளும் விரைவுப் பொருளும் உணர்த்தும்.

எடுத்துக்காட்டு :

''கண்ணின் கடைப்பார்வை
காதலியர் **காட்டிவிட்டால்**
மண்ணில் குமரருக்கு
மாமலையும் ஓர் கடுகாம்''

''தூக்கிவிட்டான்! தூக்கிவிட்டான்
தூக்கிப் போய்த் தூளாக
ஆக்கிச் சமுத்திரத்தில்
அப்படியே போட்டிடுவான்''

''அச்சமயம் எல்லாரும்
அங்குவந்து **கூடிவிட்டார்''**
(பாரதிதாசன்)

''ஆசைக் குயிலே அரும்பொருளே
தெய்வதமே
பேசமுடியாப் பெருங்காதல்
கொண்டுவிட்டேன்''

''பேணுமனை வந்தேன்,
பிரக்கினைபோய் **வீழ்ந்துவிட்டேன்''**

''வானம் வெளிறுமுன்னே
வைகறையிலே தனித்துச்
சென்றனை என்கின்றார்
செய்தி என்னே ஊணின்றி
நின்ற தென்னே என்று
நெரித்துவிட்டார் கேள்விகளை''
(பாரதியார்)

''சித்திரம்போல் **பிறந்துவிட்டால்**
சிரிக்கக் கூடாது
சிரித்துவிட்டால் பெண்மையிலே
மதிப்பிருக்காது''

"நான் என்ன சொல்லிவிட்டேன் - நீ
ஏன் மயங்குகிறாய்?"

"உன்னை மறந்துவிடு
உள்ளம் திறந்துவிடு
ஒன்றாய்க் கலந்துவிடு"

(கண்ணதாசன்)

காட்டிவிட்டால் என்பது விடு என்னும் சொல் சேராத போது காட்டினால் என்ற மையும். இவ்வாறே மற்றச் சொற்களும் அமையும்.

தூக்கிவிட்டான்	— தூக்கினான்
கூடிவிட்டார்	— கூடினார்
கொண்டுவிட்டேன்	— கொண்டேன்
வீழ்ந்துவிட்டேன்	— வீழ்ந்தேன்
நெரித்துவிட்டார்	— நெரித்தார்
பிறந்துவிட்டால்	— பிறந்தால்
சிரித்துவிட்டால்	— சிரித்தால்
சொல்லிவிட்டேன்	— சொன்னேன்
மறந்துவிடு	— மற
திறந்துவிடு	— திற
கலந்துவிடு	— கல

இந்தச் சொற்களைக் கூர்ந்து நோக்கினால் விடு என்னும் சொல் சேரும்போது முதல் வினையின் தொனியிலே மாற்றம் நிகழ்வதைக் காணலாம். இந்த மாற்றம் உறுதியையோ, விரைவையோ அல்லது நடந்து முடிந்து விட்ட ஒன்றையோ உணர்த்துகிறது. இத்தகைய பொருள் வேறுபாட்டை உணர்த்த உரைநடையிலும் விடு என்னும் துணை வினை முதல் வினையுடன் சேர்ந்து வரும்.

எடுத்துக்காட்டு :

1) நாட்கள் ஓடிவிட்டன.
2) காலத்துக் கொவ்வாத கருத்துக்கள் மதிப்பிழந்துவிட்டன.
3) போர் முடிந்துவிட்டது.
4) காலம் மாறிவிட்டது.
5) நாம் விடுதலை பெற்றுவிட்டோம்.

படு

செய்வினையோடு படு என்னும் துணைவினை சேர்ந்து செயப்பாட்டு வினை அமைவதை முன்பு பார்த்தோம்.

வேறு சில சொற்களுடனும் இந்தச் சொல் சேர்ந்து நின்று பொருள் தருவதைக் காணலாம். உலக வழக்கு, இலக்கிய வழக்கு இரண்டிலும் இந்த வகையில் அமைந்த சொற்களைக் காண முடிகிறது.

வினைப்படுத்தும் வினை

சில வகைப் பெயர்களோடும் வினையடிகளோடும் சேர்ந்து அவற்றிற்கு வினைத் தன்மையைத் தரும் சொல்லாகவும் படு என்னும் துணைவினை விளங்குகிறது.

"காதல் திருடர் பயப்படமாட்டார்
அறிவாயா தோழி?"

(கண்ணதாசன்)

பயம் என்னும் பண்புப் பெயருடன் படு என்னும் துணைவினை சேர்ந்து பயப்படு என்னும் வினையாகிப்பின் அதுவே பயப்பட என்னும் எச்சமாகியுள்ளது. இத்தகைய சொற்கள் பலவற்றை இலக்கிய வழக்கிலும் உலக வழக்கிலும் காண்கிறோம்.

எடுத்துக்காட்டு :

"பார்வையில் எதிரிகள் பயப்படுவார்
பாவையர் யாவரும் வசப்படுவார்"

"நூறுபடை கூறுபட வீறு கொடு மாந்தர் -
அரசு நிலை
மாறுபடு சேரரை வதைத்த மறவேந்தர்
காடுகெட வேங்கையை மிதித்த இளமாதர்
இனிய தமிழ்
நாடுவளம் நாடநிதம் பாடுபடு வீரர்"

"இமய வரம்பினில் மீன்கொடி ஏற்றி
இசைபட வாழ்ந்தான் பாண்டியனே!"

(கண்ணதாசன்)

"இதந்தரு மனையின் நீங்கி
இடர்மிகு சிறைப்பட்டாலும்"

"மாறுபட்ட வாதமே ஐந்நூறு
வாயில் நீள ஓதுவாய் போ போ போ"

(பாரதியார்)

"ஒன்றுபட்ட பின்னர்
உயர்வென்ன? தாழ்வென்ன?"

(பாரதிதாசன்)

"கடன்பட்டார் உள்ளம் போல்
கலங்கினான் இலங்கை வேந்தன்"

(கம்பர்)

"கொலைக்களப்பட்ட கோவலன்
மனைவி
கண்ணகி என்பது என் பெயரே என"

(சிலம்பு)

இந்தச் சொற்களையும் நோக்குக :

அடிமைப்படு
செயற்படு
கேள்விப்படு
கட்டுப்படு
ஆட்படு
துன்பப்படு
உட்படு
வெளிப்படு
சிரமப்படு
கவலைப்படு

இவை ஐம்பால் மூவிடங்களிலும் வருவதோடு, எச்சமாகவும், தொழிற் பெயராகவும் வினையாலணையும் பெயராகவும் அமையும்.

பிறவினை வடிவம்

படு என்பது தன்வினை; **படுத்து** என்பது பிறவினை. பின்வரும் சொற்கள் அந்த வகையைச் சேர்ந்தவை :

செயற்படுத்து
நியாயப்படுத்து
ஒழுங்குபடுத்து
பண்படுத்து
சரிப்படுத்து
உட்படுத்து
வெளிப்படுத்து
வேறுபடுத்து
குணப்படுத்து
பக்குவப்படுத்து

இவையும் படு என்பது போலப் பலவகை வினைமுற்றுக்களாகவும் எச்சங்களாகவும் தொழில், வினையாலணையும் பெயர்களாகவும்அமையும். **ஆற்றுப்படுத்துதல்** என்னும் பொருளில் அமைந்த இலக்கியம் **ஆற்றுப்படை** எனப்படுவதும் நினைவுகூரத் தக்கது.

ஆடு

ஆடு என்னும் சொல்லும் பல வகைப் பெயர்களோடு சேர்ந்து நின்று அவற்றிற்கு வினைவடிவம் கொடுக்கிறது.

எடுத்துக்காட்டு :

''கல்லா ஒருவன் தகைமை தலைப்பெய்து
சொல்லாடச் சோர்வு படும்''
(குறள்)

''**சொல்லாடாள் சொல்லாடாள்**
நின்றாள் அந்நங்கைக்குச்
சொல்லாடும் சொல்லாடும் தான்''
(சிலம்பு)

''சேலாடும் விழியோடு
ஜெகம் யாவும் **உறவாட**''

''அடைக்கலம் தருவான் நடப்பது நடக்கும்
அமைதியுடன் நீ **நடமாடு**''
(கண்ணதாசன்)

உரையாடு, வாதாடு, போராடு, நகையாடு, நீராடு போன்றவையும் இவ்வாறு அமைந்த சொற்களே.

வை

வினையியலில் (வினைவகைகள்) 'வை சேர்ந்த பிறவினை' என்னும் பகுதியில் இதன் விளக்கம் காண்க.

பார்

பார் என்னும் சொல்லும் துணை வினையாக அமைந்து முதல் வினையில் நுட்பமான பொருள் வேறுபாடு ஏற்படச் செய்கிறது.

எடுத்துக்காட்டு :

''**சிந்தித்துப் பார்த்துச்** செய்கையை மாத்து
– தவறு
சிறிசா இருக்கையில் திருத்திக்கோ''

''. . . . . நான்
சொல்லப் போற வார்த்தையை நல்லா
எண்ணிப்பாரடா – நீ எண்ணிப்பாரடா!''
(பட்டுக்கோட்டையார்)

''கேட்டது கிடைக்கும் கிடைத்தது
சுவைக்கும்
கேட்டுப்பார் இந்தப் பதுமையிடம்''
(கண்ணதாசன்)

''**சிந்தித்துப்பார்த்து, எண்ணிப்பார், கேட்டுப்பார்** என்பன பார் என்னும் துணை வினை பெற்ற சொற்கள். இவ்வாறு அமையும் சொற்கள் பல உண்டு.

எடுத்துக்காட்டு :

சொல்லிப்பார்
கொடுத்துப் பார்
செய்து பார்

எழுதிப்பார்
படித்துப்பார்

அகர ஈற்று வினையெச்சத்தைத் தழுவியும் பார் என்னும் சொல் வரும்.

எடுத்துக்காட்டு :

எடுக்கப்பார்த்தான்
கொடுக்கப் பார்த்தோம்
சொல்லப் பார்த்தோம்
பறிக்கப் பார்க்கிறான்
அழிக்கப் பார்க்கிறார்கள்
சீர்திருத்தப்பார்த்தேன்

கொள்

கொள் என்னும் துணைவினை முதல் வினையோடு சேர்ந்து அதன் பொருளில் மாற்றத்தை ஏற்படுத்துகிறது.

எடுத்துக்காட்டு :

"உறவு வந்ததை உனக்குச் சொன்னேன்
மனதில் போட்டுக்கொள்ளடி"

"மெள்ள மெள்ள வந்தானடி – என் செல்லம்மா
அள்ளிக்கொண்டு போனானடி!"

"ஒருவரை ஒருவர் உணர்ந்துகொண்டால்
உள்ளத்தை நன்றாய்ப் புரிந்து
கொண்டால்"

"மன்னன் வந்தான் மெல்ல – பூ
மாலை சூட்டிக்கொள்ள"

"திறந்த மனதைப் புரிந்துகொண்டேன்
அதில்
தெரிந்த உருவம் அறிந்துகொண்டேன்"
(கண்ணதாசன்)

போட்டுக்கொள்ளடி
அள்ளிக்கொண்டு
உணர்ந்துகொண்டால்
புரிந்துகொண்டால்
சூட்டிக்கொள்ள
புரிந்துகொண்டேன்
அறிந்துகொண்டேன்

கொள் என்னும் துணைவினை பெற்ற சொற்கள் இவை. போட்டுக்கொள்ளடி என்னும் சொல்லைப் பாருங்கள். போடு என்னும் முதல் வினையுடன் கொள் என்னும் துணைவினை சேர்ந்து போட்டுக்கொள் என்று அமைந்திருக்கிறது. போடு என்பதற்கும் போட்டுக்கொள் என்பதற்கும் உள்ள பொருள் வேறுபாட்டை நோக்குக. இவ்வாறே ஏனைய சொற்களும் பொருள் மாற்றமடைவதைக் காண்க.

எடு	–	எடுத்துக்கொள்
பார்	–	பார்த்துக்கொள்
கேள்	–	கேட்டுக்கொள்
வை	–	வைத்துக்கொள்
சொல்	–	சொல்லிக்கொள்
தடு	–	தடுத்துக்கொள்
பிடி	–	பிடித்துக்கொள்
தேடு	–	தேடிக்கொள்
எழுது	–	எழுதிக்கொள்
செய்	–	செய்துகொள்

இந்தச் சொற்களிலும் கொள் சேரும்போது பொருள் மாறுவதை நோக்குக :

'அந்தப் புத்தகத்தை எடு'
'அந்தப் புத்தகத்தை எடுத்துக்கொள்'

இந்த இரு தொடர்களும் ஒரே பொருள் தரவில்லை. காரணம் கொள் என்னும் சொல்லே

"அந்தக் குழந்தையைப் பார்; எவ்வளவு அழகாக இருக்கிறது!"
"குழந்தையைப் பத்திரமாகப் பார்த்துக்கொள்"

இந்த இரண்டு வாக்கியங்களையும் கவனித்தால், பார் என்பதற்கும் பார்த்துக்கொள் என்பதற்கும் உள்ள வேறுபாடு தெளிவாகத் தெரியும்.

கொள் என்பது கொண்டு என்று திரிந்து, முதல் வினையோடு சேர்ந்து தொடர் செயலை உணர்த்தும்.

எடுத்துக்காட்டு :

படித்துக்கொண்டிருந்தான்
படித்துக்கொண்டிருக்கிறான்
படித்துக்கொண்டிருப்பான்

இங்கே கொண்டு என்பது பொருள் மாற்றத்தைக் குறிக்கவில்லை. படித்தலாகிய வினை தொடர்ந்து நிகழ்வதையே குறிக்கிறது. எனவே, கொண்டு என்பது படித்து

என்பதற்குப் பின்னொட்டாக அமைகிறது. எனவே, படித்துக்கொண்டு என்பது ஒரு சொல்லாகும். இதை ஒரு போதும் பிரித்து எழுதக்கூடாது. இதே போல, வேறு எந்த வினையோடு சேர்ந்து வந்தாலும் சேர்த்தே எழுதவேண்டும்.

கொடு

கொடு என்னும் துணைவினை சில சொற்களோடு சேர்ந்து பொருள் மாற்றம் ஏற்படச் செய்கிறது.

எடுத்துக்காட்டு :

கல் – கற்றுக்கொடு
சொல் – சொல்லிக்கொடு
காட்டு – காட்டிக்கொடு

உறு

உறு என்னும் துணைவினை பெயருடன் சேர்ந்து அதற்கு வினைத் தன்மையைக் கொடுக்கிறது. அதனால் இதை வினைப் படுத்தும் வினை என்றும் சொல்வதுண்டு.

எடுத்துக்காட்டு :

"ஒற்றைக்குயில் சோகமுற்றுத் தலைகுனிந்து
வாடுவது கண்டேன். . . . ."

"மாயச் சொல் கூற மனந்தீயுற நின்றேன்"

"வானத்துப் புள்ளெல்லாம்
மையலுறப் பாடுகிறாய்"

"நாவும் மொழிய நடுக்க முறும்
வார்த்தைகளை"

"ஒன்றே அதுவாய் உலகமெலாம்
தோற்றமுற"

"வேறெதைச் செய்தாலும்
வேகமுறப் பாய்வதிலே"

"வானரர் போலாவரோ?
வாலுக்குப் போவதெங்கே?
ஈனமுறும் கச்சை
இதற்கு நிகராமோ?"

(பாரதியார்)

சோகமுற்று, தீயுற, மையலுற, நடுக்க முறும், தோற்றமுற, வேகமுற, ஈனமுறும் என்பன உறு என்னும் துணை வினை பெற்ற சொற்கள். சோகம், தீ முதலிய பெயர்கள் உறு என்னும் துணைவினை பெற்று வினையாக மாறியுள்ளன.

"இன்பம் விழையான் இடும்பை
                இயல்பென்பான்
துன்ப முறுதல் இலன்"

(குறள்)

துன்பம் என்னும் பெயர் உறுதல் என்னும் தொழிற் பெயரேற்றுத் துன்பமுறுதல் என்று அமைந்திருக்கிறது. உறு என்னும் சொல்லி னின்று பிறந்ததே உறுதல் என்னும் தொழிற்பெயர். உறு என்னும் சொல் சேர்ந்து வினையாகும் பெயர்கள் பல உண்டு.

எடுத்துக்காட்டு :

இன்புறுதல்
மகிழ்வுறுதல்
கண்ணுற்றேன்
வளமுற்ற
ஊனமுற்ற

முதல் வினையோடு துணைவினை சேர்ந்து அதன் பொருளிலும் காலத்திலும் சில நுட்பமான வேறுபாடுகளை உணர்த்துவதைக் கண்டோம். துணைவினைகள் பற்றிப் பேசும் போது, நாம் ஒரு விஷயத்தை எப்போதும் நினைவிற்கொள்ள வேண்டும்.

முதல் வினையும் துணைவினையும் சேரும் போது அந்த இரண்டும் ஒரு சொல்லாகி விடுகின்றன. இதனையே ஒரு சொல் தன்மையுடைத்து என்று இலக்கண நூலார் கூறுவர். ஒரு சொல் தன்மை உடையது என்றால் என்ன? ஒரு தொடரிலுள்ள இரண்டு சொற்களைப் பிரித்துப் பார்க்கும்போது, அவை ஒரு தொடராக அமையும்போது தந்த பொருளையே தருமானால், அவை சேர்ந்து நிற்கும் தொடரும் இரு சொல் கொண்ட தொடராகவே கருதப்படும்.

அவ்வாறின்றி, அவற்றைப் பிரித்துப் பார்க்கும் போது, அவை சேர்ந்து நிற்கும் போது தந்த பொருளைத் தரவில்லையென்றால், அப்போது அந்தத் தொடர் ஒரு சொல் தன்மையுடையதாகும். அப்போது தான் முதல் வினையை அடுத்து நிற்கும் வினை துணைவினை என்னும் தகுதியைப் பெறும். மேலும், எத்தனையோ சொற்கள் முதல் வினையாகவும் துணைவினையாகவும் அமையக் கூடியவை. ஒரு சொல் முதல்

வினையா, துணை வினையா என்பதை முடிவு செய்யவும் இந்த முறை உதவுகிறது.

எதிர்மறை

துணை வினைகள் சேர்ந்து நிற்கும் எல்லாச் சொற்களும் எதிர்மறையிலும் வரும்.

எடுத்துக்காட்டு :

தங்கிடாதே, நின்றிடவில்லை, பேசிடாது, கேட்டுக்கொள்ளவில்லை, பார்த்திருக்க மாட்டார், கேள்விப்பட்டதில்லை, கண்ணுற வில்லை, காட்டிக்கொடுக்க மாட்டோம், நகையாடவில்லை, போராடாது, கேட்டுப் பார்க்காமல், சொல்லிவைக்காது, கண்டிடாத.

■■■

23

இடைச்சொல்

''இடையெனப் படுப பெயரொடும் வினையொடும்
நடைபெற் றியலும் தமக்கியல் பிலவே''

(தொல்)

மொழிக்கு முதன்மையாக விளங்கும் பெயர்ச் சொல்லோடும் வினைச் சொல் லோடும் சேர்ந்து நின்று அவற்றின் பொருள் விளக்கத்திற்குக் காரணமாக அமைபவை இடைச் சொற்கள் என்பதையும், இந்த இடைச் சொற்கள் தனித்து நின்று பொருள் தரும் ஆற்றலுடையவை அல்ல என்பதையும் மேற்காணும் நூற்பா விளக்குகிறது.

வேற்றுமை உருபுகள், காலம் காட்டும் இடைநிலைகள், பால் காட்டும் விகுதிகள், அசை நிலைகள், சாரியைகள், உவமை உருபுகள் முதலியன இடைச்சொற்களாகும். வேற்றுமை உருபுகள் முதலான பலவற்றை முன்பே பார்த்தோம். ஏனையவற்றை இனிக் காண்போம்.

1 – உம்மை

உம்மை இடைச்சொற்களில் ஒன்று. இது எட்டு வகைப்படும். அவையாவன :

எச்சவும்மை
சிறப்பும்மை
ஐயவும்மை
எதிர்மறையும்மை
முற்றும்மை
எண்ணும்மை
தெரி நிலையும்மை
ஆக்கவும்மை

''எச்சம் சிறப்பே ஐயம் எதிர்மறை
முற்றே எண்ணே தெரிநிலை ஆக்கமென்று
அப்பால் எட்டே உம்மைச் சொல்லே''

(தொல்)

(1.) முற்றும்மை

முற்றும்மை என்பது எதையும் விடாமல், எல்லாவற்றையும் சேர்த்துக் குறிக்கும்போது வரும்.

எடுத்துக்காட்டு :

அனைவரும் வந்துவிட்டனர்
எல்லாருக்கும் தெரியும்
யாருக்கும் தெரியாது
எங்கும் ஒளிமயம்
அத்தனையும் கிடைத்துவிட்டன
எல்லாப் பொருளும் இருக்கின்றன
ஒருவரும் வரவில்லை
யாதும் ஊரே; யாவரும் கேளிர்
ஒரு போதும் மறக்க முடியாது
இரு கண்ணும் சிவந்தன

இந்தத் தொடர்களில் நிற்கும் உம்மை முற்றும்மை. எதையும் அல்லது யாரையும் விடாமல், எல்லாவற்றையும் அல்லது எல்லோரையும் சேர்த்து ஒட்டுமொத்தமாகக்

குறிப்பிடுவதால் இது முற்றும்மை எனப்படுகிறது.

இலக்கிய வழக்கிலும் இதே நிலைதான்.

எடுத்துக்காட்டு :

"சொல்லுதல் யார்க்கும் எளிய அரியவாம்
சொல்லிய வண்ணம் செயல்"
(குறள்)

"கோல முழுதும் காட்டிவிட்டால் காதற்
கொள்ளையிலே இவ்வுலகம் சாமோ?"
(பாரதிதாசன்)

"எவர்க்கும் பொதுவாம் என எண்ணி
வருவார் போவார் யாவர்க்கும்
வழங்கல் ஒன்றே அவரறிவார்"
(வாணிதாசன்)

"ஒவ்வொரு மொழிக்கும் ஒவ்வொரு நாடு
உலகம் யாவும் மானிடர் வீடு"
(கண்ணதாசன்)

"இரைபோடும் மனிதருக்கே இரையாகும்
வெள்ளாடே
இதுதான் உலகம் வீண் அனுதாபம் கண்டுநீ
ஒரு நாளும் நம்பிடதே"
(பட்டுக்கோட்டையார்)

எண்ணுப் பெயருடன் முற்றும்மை

இரு கண்ணும் சிவந்தன என்னும் தொடரில் நிற்கும் உம்மை முற்றும்மை. இங்கே முற்றும்மை வரக் காரணம் என்ன? ஒருவருக்கு இரண்டு கண்கள்தான் உண்டு. அந்த இரண்டு கண்களுமே சிவந்துவிட்டன என்பதை உணர்த்த முற்றும்மை அவசியமாகிறது. ஒரு கண் மட்டும் சிவந்தது என்றால் அப்போது முற்றும்மை தேவையில்லை. எத்தனை பொருட்கள் இருக்கின்றனவோ அத்தனை பொருட்களையும் குறிக்கும்போது எஞ்சியது எதுவுமில்லை என்பதைக் காட்ட முற்றும்மை உதவுகிறது.

எடுத்துக்காட்டு :

1) ஆயிரத்து முந்நூற்று முப்பது குறளும் அவனுக்குத் தெரியும்.

2) கடவுள் வாழ்த்து என்னும் அதிகாரத்திலுள்ள பத்துக் குறட்பாக்களையும் நான் மனப்பாடம் செய்திருக்கிறேன்.

3) குழந்தையைப் பிரிந்திருந்த ஐந்து நாட்களும் அவளுக்கு ஐந்துயுகங்களாகத் தோன்றின.

4) அவர்கள் இருவரையும் அழைத்து வாருங்கள்.

5) புற நானூற்றிலே உள்ள நானூறு பாடல்களும் தமிழ்ப் பண்பாட்டைப் பறை சாற்றிக்கொண்டிருக்கின்றன.

'ஆயிரத்து முந்நூற்று முப்பது குறளும் அவனுக்குத் தெரியும்' என்பது முதல் வாக்கியம். குறளும் என்பதில் உள்ள உம்மையை நீக்கிவிட்டு, 'ஆயிரத்து முந்நூற்று முப்பது குறள் அவனுக்குத் தெரியும் என்று சொன்னால், அதன் பொருள் வேறு. உம்மை சேர்ந்த வாக்கியம் மொத்தம் உள்ள குறட்பாக்கள் ஆயிரத்து முந்நூற்று முப்பது' என்பதையும், அவை அத்தனையும் அவனுக்குத் தெரியும் என்பதையும் தெளிவாகக் காட்டுகிறது. உம்மை இல்லாவிட்டால், ஆயிரத்து முந்நூற்று முப்பது குறளுக்கு மேல் உள்ளது என்றும், அவற்றில் அவனுக்குத் தெரிந்தது ஆயிரத்து முந்நூற்று முப்பது குறள் என்றும் பொருள்படும். எனவே, உள்ள அத்தனையையும் குறிக்கும் போது கட்டாயம் உம்மை சேர்க்கவேண்டும். மற்ற வாக்கியங்களுக்கும் இவ்வாறே கொள்க.

முற்றும்மை எண்களுடன் சேர்ந்து வருவதை இலக்கியத்திலும் காணலாம்.

எடுத்துக்காட்டு :

"அஞ்சாமை ஈகை அறிவு ஊக்கம்
இந்நான்கும்
எஞ்சாமை வேந்தர்க்கு இயல்பு"

"எண்ணென்ப ஏனை எழுத்தென்ப
இவ்விரண்டும்
கண்ணென்ப வாழும் உயிர்க்கு"

"கண்டுகேட்டு உண்டுயிர்த்து உற்றறியும்
ஐம்புலனும்
ஒண்டொடி கண்ணே உள"
(குறள்)

"ஏழுலகும் இன்பத்தீ ஏற்றும்
திறனுடையாய்!"

"நாலுபுறமும் எனை நண்பர் வந்து
சூழ்ந்துநின்றார்"

"காலைத் துயிலெழுந்து காலிரண்டும்
முன்போலே"

"சென்றிடுவீர் எட்டுத்திக்கும் – கலைச்
செல்வங்கள் யாவும் கொணர்ந்திங்கு
சேர்ப்பீர்"

(பாரதியார்)

முற்று – எச்சம்

முற்றும்மை சில இடங்களில் எச்சப் பொருளும் தரும். யாரும் வரவில்லை என்பது முற்று. எல்லாரும் வரவில்லை என்பது எச்சம். ஏனெனில், சிலர் வந்தனர் என்னும் பொருளும் இதில் தொக்கி நிற்கிறது. முற்றும்மை எச்சமாவது எதிர்மறையில் மட்டுமே. பெயர்ச் சொல்லில் 11-ஆம் அத்தியாயத்தில் (எல்லாம் – ஒன்றும்) விளக்கம் காண்க.

ஐந்தையும் கொடுக்காதே, இரண்டையும் எடுத்துக்கொள்ளாதே என்னும் தொடர்களையும் நோக்குக.

(2.) எண்ணும்மை

பல பொருட்களைப் பட்டியலிட்டுக் காட்டும்போது, அவற்றை இணைத்து, எண்ணுவதற்கு உதவும் உம்மை எண்ணும்மை எனப்படும்.

எடுத்துக்காட்டு :

1) எண்ணும் எழுத்தும் இரு கண்ணாகும்.

2) நாலும் இரண்டும் சொல்லுக்குறுதி.

3) காக்கையும் குருவியும் எங்கள் சாதி என்றார் பாரதியார்.

4) சிங்கப்பூர்ப் பள்ளிகளில் ஆங்கிலத் தோடு தமிழும் சீனமும் மலாயும் கற்பிக்கப்படுகின்றன.

5) பெற்று வளர்த்த தாயையும் தந்தை யையும், அறிவுக் கண்ணைத் திறந்து வைத்த ஆசானையும் தெய்வமாக மதிப்பவர்கள் நாம்.

இந்த வாக்கியங்களில் நிற்கும் உம்மை எண்ணும்மையாகும்.

உரைநடையில் மட்டுமல்ல; கவிதையிலும் இத்தகைய தொடர்களைக் காணலாம்.

எடுத்துக்காட்டு :

"கவறும் கழகமும் கையும் தருக்கி
இவறியார் இல்லாகி யார்"

"குணனும் குடிமையும் குற்றமும் குன்றா
இனனும் அறிந்தியாக்க நட்பு"

(குறள்)

"கோட்டை வாயிற்புறத்தே வாள் அதிர்ப்பும்
குதிரைகளின் குளம்படியின் ஒலியும்,
யானைக்
கூட்டத்தின் மோதலும், தேர் அதிர்ப்பும்
கொலையுண்ணும் மறவர் விழும் ஒலியும் நன்கு
கேட்டிருந்தாள் இளமங்கை வள்ளைக்காதில்"

(பாரதிதாசன்)

"மலரும் கொடியும் பெண்ணென்பார்
மதியும் நதியும் பெண்ணென்பார்"

(கண்ணதாசன்)

"இனி வஞ்சமும் பஞ்சமும் இல்லை
நெஞ்சை வாட்டிடும் கவலைகள் இல்லை
கொடும் வாதைக்கும் போதைக்கும்
வேலையில்லை"

"பொறுமை ஒரு நாள் புலியாகும் – அதற்குப்
பொய்யும் புரட்டும் பலியாகும்"

"வம்பும் கலகமும் சிக்கலும் தீர்ந்தால்
மனிதனை மனிதன் நம்பிடுவான்"

(பட்டுக்கோட்டையார்)

"கானப் பறவை கலகலெனும் ஓசையிலும்
காற்று மரங்களிடைக் காட்டும்
இசைகளிலும்
ஆற்று நீரோசை அருவி ஒலியினிலும்
நீலப் பெருங்கடல் எந்நேரமுமே தானிசைக்கும்
ஓலத்திடையே உதிக்கும் இசையினிலும்
மானுடப் பெண்கள் வளருமொரு காதலினால்
ஊனுருகப் பாடுவதில் ஊறிடும்
தேன் வாரியிலும்"

இந்தக் கவிதைகளில் நிற்கும் உம்மை எண்ணும்மையாகும்.

எண்ணும்மை – வினையுடன்

"வினையொடு நிலையினும்
எண்ணுநிலை திரியா
நினையல் வேண்டும் அவற்றவற்
றியல்பே"

(தொல்)

எண்ணும்மை வினையோடும் சேர்ந்து வரும் என்பதை இந்த நூற்பா உணர்த்துகிறது. வினையொடு என்று சொல்லும் போது தொல் காப்பியர் வினையெச்சத்தையே குறிப்பிடு கிறார் என்பது உரையாசிரியர்களின் கருத்து. இலக்கிய வழக்கும் இதை உறுதிப்படுத்து கிறது. வினைமுற்றோடும் பெயரெச்சத் தோடும் ஒரு போதும் உம்மை சேர்ந்து வாராது. வினையெச்சத்தோடு உம்மை சேர்ந்து விரியாகவோ தொகையாகவோ அமையலாம்.

எடுத்துக்காட்டு :

''மெல்ல இதழ் தொட்டும்
வேகமுற அணைத்தும்
பல்லைக் கடித்தபடி
படித்த நூல் எங்கேடி!''

(கண்ணதாசன்)

தொட்டும் அணைத்தும் என்பவை எண்ணும்மை பெற்ற வினையெச்சங்கள். உரைநடையிலும் இதே நிலைதான்.

எடுத்துக்காட்டு :

1) ஆடியும் பாடியும் வந்தார்கள்.

2) ஆடலைக் கண்டும் பாடலைக் கேட்டும் மகிழ்ந்தோம்.

3) உண்ணவும் உறங்கவும் நேரமில்லை.

தொகை

1) ஆடியும் பாடியும் மகிழ்ச்சியாகப் பொழுது போக்கினார்.

2) ஆடிப்பாடி மகிழ்ச்சியாகப் பொழுது போக்கினார்.

இந்த இரண்டு வாக்கியங்களும் ஒரே பொருளைத் தருகின்றன. முதல் வாக்கியத்தில் உம்மை சேர்ந்து நிற்கிறது. அடுத்த வாக்கி யத்தில் உம்மை மறைந்து நின்று பொருள் தருகிறது. இத்தகைய தொகை நிலைத் தொடர் களை இலக்கியங்களிலும் காண்கிறோம்.

எ.டு :

''கண்டு கேட்டு உண்டு உயிர்த்து உற்று
அறியும் ஐம்புலனும்
ஒண்டொடி கண்ணே உள''

(குறள்)

கண்டு கேட்டு உண்டு உயிர்த்து உற்று என்னும் தொடரில் உம்மை தொக்கி நிற்கிறது. கண்டும் கேட்டும் உண்டும் உயிர்த்தும் உற்றும் என இது விரியும். இது எண்ணும்மை.

''நீல வானத்தில் நிலவு சிரித்திட
நித்திரை விழிமேவ மறுத்திடக்
கோல மார்பினைத் தென்றல் வதைத்திடச்
சாலமேனியின் தனியொரு பாகமும்
தணல்படிந்து மெய்வேர்த்து விதிர்த்திட
ஆலமுண்டவன் போல மேல்மனை
அணையிலே கிடந்தான் அடலேறரோ!''

(கண்ணதாசன்)

சிரித்திட, மறுத்திட, வதைத்திட, வேர்த்து விதிர்த்திட என்னும் வினையெச்சங்களில் எண்ணும்மை தொக்கி நிற்கிறது. உம்மை சேரும் போது, இவை முறையே சிரித்திடவும், மறுத்திடவும், வதைத்திடவும், வேர்த்து விதிர்த்திடவும் என அமையும். தொடரியலில் உம்மைத்தொகை பற்றிய பகுதியையும் காண்க.

எல்லா இடங்களிலும் வினையெச்சம் எண்ணும்மை பெறாது.

எடுத்துக்காட்டு :

1) தேடிப் பார்த்துக் கொண்டுவா.

2) அவரைக் கேட்டுச் சொல்லச் சொன் னேன்.

3) அவன் நேரில் வந்து சொல்லிவிட்டுப் போனான்.

4) படித்துப் பார்த்துத்தான் சொல்கிறேன்.

5) ஓடி ஓடி உழைக்க வேண்டும்.

தேடிப் பார்த்து, கேட்டுச் சொல்ல, வந்து சொல்லிவிட்டு, படித்துப் பார்த்து, ஓடி ஓடி என்னும் தொடர்கள் ஒவ்வொன்றிலும் இரண்டு வினையெச்சங்கள் நிற்கின்றன. இத்தகைய தொடர்களில் வினையெச்சங்கள் உம்மை பெறா. இவற்றில் உம்மையைச் சேர்த்துப் பார்த்தாலும் பொருள் இருக்காது.

(3.) ஐயவும்மை

இதுவாகவும் இருக்கலாம்; அதுவாகவும் இருக்கலாம்; இப்படியும் நடக்கலாம்; அப்படியும் நடக்கலாம் போன்ற ஐயத்திற்

குரிய நிலையைக் காட்டுவது ஐயவும்மை எனப்படும்.

நாளை அவர் வந்தாலும் வரலாம் என்னும் வாக்கியத்தில் நிற்கும் வந்தாலும் என்பது ஐயத்தைப் புலப்படுத்துகிறது. இந்தக் கவிதை வரிகளை நோக்குக :

''பூவைப் போல அழகை அள்ளிப்
போடலாம்
தொட்டுத் தேனைப் போலப் பேசினாலும்
பேசலாம்
கண்ணில் சேற்றை வாரி வீசினாலும் வீசலாம்''
(பட்டுக்கோட்டையார்)

''குடைநிழ லிருந்து குஞ்சரம் ஊர்ந்தோர்
நடைமெலிந் தோரூர் நண்ணினும் நண்ணுவர்
சிறப்பும் செல்வமும் பெருமையும் உடையோர்
அறக்கூழ்ச் சாலை அடையினும் அடைவர்
அறத்திடு பிச்சை கூவி இரப்போர்
அரசோடிருந்து அரசாளினும் ஆளுவர்
குன்றத் தனையிரு நிதியைப் படைத்தோர்
அன்றைப் பகலே அழியினும் அழிவர்
எழுநிலை மாடம் கால்சாய்ந் துக்குக்
கழுதை மேய்பாழ் ஆயினும் ஆகும்
பெற்றமும் கழுதையும் மேய்ந்த அப்பாழ்
பொற்றொடி மகளிரும் மைந்தரும் கூடி
நெற்பொலி நெடுநக ராயினும் ஆகும்''
(நறுந்தொகை)

பேசினாலும், வீசினாலும், நண்ணினும், அடையினும் முதலான சொற்களில் நிற்கும் உம்மை ஐயவும்மை. குறிப்பிட்ட செயல் நடக்கலாம் அல்லது நடக்காமலும் போகலாம் என்பதை இந்த உம்மை புலப்படுத்துகிறது.

பேசினாலும் பேசலாம் என்பது பேசாமலும் இருக்கலாம் என்னும் பொருளையும் உள்ளடக்கியிருப்பதால், இதனை எதிர்மறை உம்மை என்று கூறுவாரும் உள்ர். பேசாமலும் இருக்கலாம் என்பது திட்ட வட்டமாகச் செயல் நிகழா நிலையைக் குறிக்கவில்லை அதிலும் ஐயப்பொருளே தொனிக்கிறது. எனவே, இதனை ஐயவும்மையாகக் கொள்வதே பொருத்தமாகும்.

ஐயவும்மையில் ஐயத்திற்குரிய இன்னொரு தொடர்,

ஐந்தாயினும் பத்தாயினும் கொடு

என்பது. ஐந்தாவது பத்தாவது கொடு என்பது இதன் பொருள். ஐந்தேனும் பத்தேனும் கொடு என்றாலும் அதே பொருள்தான். இந்தத் தொடர்களில் நிற்கும் ஆயினும், ஆவது, ஏனும் என்னும் சொற்களே ஐயப்பொருள் உணர்த்துகின்றன. எனவே, இவற்றிலிருந்து உம்மையைப் பிரித்துப் பார்ப்பதில் பொருளில்லை. ஐந்தாவது பத்தாவது என்பதிலே 'ஆவது' என்பது ஒரு முழுச் சொல். அது போலவே, 'ஏனும்' 'ஆயினும்' என்பனவும் முழுமையான தனிச் சொற்கள். இவற்றிலிருந்து உம்மையை மட்டும் தனியே பிரித்துப் பார்ப்பது பொருத்த மாகத் தெரியவில்லை. இந்தத் தொடரில் ஐயப் பொருள் உணர்த்துவன 'ஏனும்', 'ஆயினும்' என்னும் சொற்களே. இந்த இரு சொற்களும் 'ஆவது' என்னும் பொருளில் வழங்குவதை மிகுதியாகக் காண்கிறோம்.

'யாரேனும் பகர்ந்ததுண்டா?' 'எங்கேனும் கேட்டதுண்டா?' என்னும் வாக்கியங்களில் 'ஏனும், என்னும் சொல்லுக்குப் பதிலாக 'ஆவது' என்னும் சொல்லை அமைத்தால், அப்போது 'யாராவது பகர்ந்ததுண்டா?' 'எங்காவது கேட்டதுண்டா?' என இத்தொடர்கள் அமையும். இருவகைத் தொடர்களும் ஒரே பொருளே தருகின்றன. இதேபோல யாராயினும் பார்த்ததுண்டா என்றுதான் அமையும். யாராயின் பார்த்த துண்டா என்று வாராது.

(4.) எச்சவும்மை

எச்சம் என்றால் எஞ்சி நிற்பது அல்லது தொக்கி நிற்பது என்று பொருள். மறைந்து நிற்கும் (தொடர்புடைய) பொருளை விளக்கும் உம்மை எச்சவும்மை எனப்படும்.

வேலனும் வந்துவிட்டான்

என்னும் வாக்கியத்தில் வேலனும் என்னும் சொல்லில் நிற்கும் உம்மை எச்சவும்மை யாகும். வரவேண்டியவர்களிலே, வேலன் தவிர மற்ற எல்லாரும் முன்பே வந்து விட்டார்கள். வேலன் வராததே குறையாக இருந்தது. இதோ அவனும் வந்து விட்டான் என்ற பொருளில்தான் வேலனும் வந்து விட்டான் என்னும் வாக்கியம் அமைந் திருக்கிறது. இப்படி மறைந்துள்ள பொருளை உணர்த்துவது வேலன் என்னும் சொல்லோடு சேர்ந்து நிற்கும் உம்மை.

''அறத்திற்கே அன்பு சார்பென்ப அறியார்
மறத்திற்கும் அஃதே துணை''
(குறள்)

இந்தக் குறளிலே இரண்டு தொடர்கள் நிற்கின்றன :

1) **அறத்திற்கே அன்பு சார்பென்ப அறியார்.**
2) **மறத்திற்கும் அஃதே துணை.**

இரண்டாவது தொடர் முதல் தொடரைத் தழுவி நிற்கிறது. இப்படித் தழுவி நிற்பதை எது உணர்த்துகிறது? இந்த இரு தொடர்களுக்கும் பாலமாக அமைந்து அவற்றை இணைப்பது எது? மறத்திற்கும் அஃதே துணை என்னும் தொடரில் நிற்கும் உம்மையே.

அறத்திற்கு மட்டுமல்ல; மறத்திற்கும் அன்பே துணை என்று மறைந்து நிற்கும் – தொக்கி நிற்கும் – பொருளையும் புலப் படுத்துவது இந்த உம்மைதான். இவ்வாறு எஞ்சி நிற்பதையும் வெளிப்படுத்துவதால் இது எச்சவும்மை எனப்படுகிறது.

ஒருவர், **'நான் கோலாலம்பூர் செல்கிறேன்'** என்று கூறுகிறார். அதற்கு மற்றொருவர், **'நானும் அங்கேதான் போகிறேன்'** என்று சொல்கிறார்.

இரண்டாவது வாக்கியத்தில் நானும் என்னும் சொல்லில் நிற்கும் உம்மை எச்சவும்மை. முதல் வாக்கியத்தைத் தழுவி நிற்கிறது இரண்டாவது வாக்கியம். **உங்களைப் போலவே நானும் கோலாலம் பூருக்குத்தான் போகிறேன்** என்பதே நானும் என்னும் சொல்லில் நிற்கும் உம்மை தரும் விளக்கமாகும்.

தொக்கி நிற்கும் பொருளை விளக்கி, முன்னதற்கும் பின்னதற்கும் கருத்துத் தொடர்பை உண்டாக்கி, இரண்டையும் இணைக்கும் பணியைச் செய்கிறது. எச்சவும்மை.

(5.) சிறப்பும்மை

எட்டு வகை உம்மைகளுள் ஒன்று சிறப்பும்மை. இவற்றைத் தொல்காப்பியர் பட்டியலிட்டுக் காட்டியது போலவே, நன்னூலாரும் பட்டியலிடுகிறார்.

''எதிர்மறை சிறப்பு ஐயம் எச்சம் முற்று
அளவை
தெரிநிலை ஆக்கமொடு உம்மை எட்டே''

(நன்னூல்)

தொல்காப்பியம், நன்னூல் இரண்டுமே சிறப்பும்மை என்று பொதுவாகவே குறிப்பிடு கின்றன. **மற்ற அனைத்தையும் விட மிகச் சிறந்த ஒரு பொருளைக் கூறி, மற்ற வற்றைக் குறிப்பாக உணர்த்த உதவுவதால் இது சிறப்பும்மை எனப்படுகிறது.** ஆனால், நன்னூல் உரையாசிரியர்கள் சிறப்பும்மையை இரண்டு வகையாகப் பிரித்திருக்கின்றனர். ஒன்று, உயர்வு சிறப்பும்மை; மற்றொன்று இழிவு சிறிப்பும்மை. சிறப்பு என்பதற்குப் பல பொருள் உண்டு. உயர்வு, முதன்மை, இன்பம், மதிப்பு, செல்வம், ஒன்றிற்கே உரியது, பொதுத்தன்மையினின்று மாறு பட்டது. இப்படிப் பல பொருள் உடையது சிறப்பு என்னும் சொல். பொதுத் தன்மை யினின்று மாறுபட்டு நிற்பதைச் சிறப்பு' என்னும் சொல்லால் குறிப்பிடுவதை இலக்கியங்களில் காணுகிறோம். பொதுப் பெயர், சிறப்புப் பெயர், பொதுப் பாயிரம், சிறப்புப்பாயிரம், பொதுவிதி, சிறப்புவிதி, பொதுவியல்பு, சிறப்பியல்பு இப்படி அடுக்கிக் கொண்டே போகலாம்.

இந்தத் தொடர்களில் 'சிறப்பு' என்னும் சொல் என்ன பொருளில் அமைந்திருக் கிறதோ, அதே பொருளில்தான் தொல்காப் பியர், நன்னூலார் இருவருமே 'சிறப்பு' என்னும் சொல்லைக் கையாண்டுள்ளனர். பொதுத்தன்மையினின்று வேறுபட்டு நிற்பதைக் குறிக்கவே சிறப்பும்மை பயன்படு கிறது என்பதற்குத் தொல்காப்பியம் நன்னூல் இரண்டிலும் குறிப்பிடப்பட்டிருக்கும் எடுத்துக்காட்டே நல்ல சான்றாக அமைந் திருக்கிறது.

'குறவரும் மருளும் குன்றத்துப்படினே' என்னும் மலைபடுகடாம் பாடல் வரியை இரண்டு நூல்களின் உரையாசிரியர்களுமே சிறப்பும்மைக்கு எடுத்துக் காட்டாகக் குறிப்பிடுகின்றனர். 'குறவரும் மருளும் குன்றம்' என்பதால், 'ஏனையோரையும் மருளச் செய்யும் குன்றம்' என்பது சொல்லா மலே புரியும். 'குறவரும்' என்னும் சொல்லில் நிற்கும் 'உம்' குறவரின் சிறப்பியல்பை, அதாவது, குன்றத்தைக் கண்டு மருளாத குறவரின் தனித்தன்மையை. உணர்த்துவ தாலேயே இதைச் சிறப்பும்மை என்று கூறுகிறோம்.

குறவர் குன்றத்தைக் கண்டு மருளும் இயல்புடையவர் அல்லர் என்பதற்கு என்ன காரணம்? மலையும் மலைசார்ந்த இடமும் குறிஞ்சி எனப்படும். குறிஞ்சி நில மக்கள் குறவர். தம் வாழ்வோடு பின்னிப் பிணைந்த மலையைக் கண்டு மருளுவரோ குறவர்? எனவே, குறவரும் மருளும் குன்றம் என்பதில் நிற்கும் உம்மை சிறப்பும்மை எனப்படும்.

உலக வழக்கு, இலக்கிய வழக்கு இரண்டிலுமே சிறப்பும்மை தனியிடம் பெற்று விளங்குகிறது.

எடுத்துக்காட்டு : (இலக்கிய வழக்கு) :

''நெடுங்கடலும் தன்நீர்மை குன்றும் தடிந்தெழிலி
தான்நல்கா தாகி விடின்''

''சிறப்பொடு பூசனை செல்லாது வானம்
வறக்குமேல் வானோர்க்கும் ஈண்டு''

''தன்னுயிர் நீப்பினும் செய்யற்க தான்பிறிது
இன்னுயிர் நீக்கும் வினை''

''அன்பிலார் எல்லாம் தமக்குரியர் அன்புடையார்
என்பும் உரியர் பிறர்க்கு''

(குறள்)

எடுத்துக்காட்டு : (உலக வழக்கு)

1) பெண்கள் மனத்தையும் கவர்ந்திழுக்கும் தன்மை உடையது அவளுடைய அழகு.

2) கோழையையும் சினம் கொள்ளச் செய்யும் உமது பேச்சால் அந்த எண்ணத்தை மாற்றிக் கொண்டேன்.

3) பாமர மக்களின் வாழ்வை நாசமாக்கி எக்காளமிட்ட அந்தச் சதிகாரர்கள், பாம்பினும் கொடியவர்கள்.

4) 'சங்க காலத் தமிழ் நெஞ்சம் கொண்டவரே நாம் அஞ்சாதே! சாவாலும் நம்மைப் பிரிக்க இயலாது!' என்றான்.

5) கிரேக்கத்து எழிலாளும் யவனத்துப் பெருமகளும் தமிழகத்துக் கரையோரம் இவர்களைக் கண்டதனால் மறுமூச்சு வாங்குதற்கும் மறந்துபோனார்.

6) பால் வகுத்துக் குறள் வகுத்த வள்ளுவனும் காணாத பேரழகைப் பெண் வடிவில் கண்டுவிட்டோம் எனக் களித்து எழுதலுற்றான்!

7) கல் நெஞ்சத்தையும் கரைய வைக்கும் ஆற்றல், நல்ல கவிதைக்கு உண்டு.

8) 'முருகன்' என்னும் சொல்லில் பொதிந்து கிடக்கும் நுட்பமான பொருளைக் கற்றவரும் உணராமற் போயினர்.

9) பகைவர்க்கும் தீங்கு எண்ணாத மனமே உயர்ந்த மனம்.

10) பாம்பைக் கண்டால் படையும் நடுங்கும்.

இந்த வாக்கியங்களில் 'உம்மை' ஏற்று நிற்கும் தொடர்களை நோக்குக. இந்தத் தொடர்களில் நிற்கும் உம்மையும் சிறப்பான – முதன்மையான – ஒரு பொருளைச் சுட்டிக் காட்டி, மற்றவற்றைக் குறிப்பால் உணர்த்துகிறது.

(6.) தெரிநிலையும்மை

''வெற்றிவேல் தடக்கைக் கொற்றவையும் அல்லள்; அறுவர்க்கு இளைய நங்கையும் அல்லள்; இறைவனை ஆடல் கண்டருளிய அணங்கும் அல்லள்; சூருடைக் கானகம் உகந்த காளியும் அல்லள்; தாருகன் பேருரம் கிழித்த பெண்ணும் அல்லள்''

இது எப்போது, யாரால் கூறப்பட்டது என்பதைத் தெரிந்துகொண்டால், இது என்ன உம்மை என்பதைத் தெளிவாகப் புரிந்து கொள்ளலாம். இது சிலப்பதிகாரம் வழக்குரை காதையிலே, வாயிற் காவலன் கூற்றாக அமைந்திருக்கிறது. வாயிற் காவலன், எந்தச் சூழலில், யாரிடம் இவ்வாறு கூறுகிறான்? கணவனை இழந்த கண்ணகி, பாண்டியன் நெடுஞ்செழியனிடம் நீதி கேட்க வருகிறாள். எங்கிருந்து வருகிறாள்? எப்படி வருகிறாள்? கொலைக்களத்திலிருந்து வருகிறாள்; வெட்டுண்டு கிடந்த கணவனின் உடலில் வடிந்த இரத்தத்தை எடுத்துத் திலகமிட்டுக் கொண்டு, அரசவைக்குச் செல்கிறாள்.

''மெய்யிற் பொடியும், விரித்த கருங் குழலும், கையில் தனிச் சிலம்பும், கண்ணீரும் கண்ட காவலனுக்குக் கண்ணகியின் தோற்றம், இவர்களுடைய தோற்றத்தை ஒத்திருக்கிறது. ஆனால், இவர்களில் யாரும் அல்லள் அவள் என்பதும் தெரிகிறது.

''வெற்றிவேல் தடக்கை . . . .
. . . . பெண்ணும் அல்லள்''

என்னும் பகுதியில் நிற்கும் உம்மையே அங்கு வந்திருப்பவள் இவர்களில் யாருமே அல்லள் என்பதைப் புலப்படுத்துகிறது. இவர்களைப் போலத் தோற்றமளித்தாலும், அந்தப் பெண் இவர்களில் யாரும் அல்லள் என்பதைத் தெளிவாகப் தெரியப்படுத்த உதவுவதால் இது தெரிநிலையும்மை எனப்படுகிறது.

இப்பொழுது எடுத்துக்காட்டிய பகுதியில் பல தனி வாக்கியங்கள் இருக்கின்றன. ஒவ்வொரு வாக்கியத்திலும் உம்மை இடம் பெற்றிருக்கிறது. அவ்வாறு அமைந்திருப்பதே பொருள் தெளிவு பெற உதவுகிறது! ஒன்றுக்கு மேற்பட்ட பொருட்களை ஒரே வாக்கியத்தில் அமைத்து, அவற்றுடன் உம்மை சேர்க்கும் போது, பொருள் மயக்கம் ஏற்பட வாய்ப்பு இருக்கிறது. இந்த வாக்கியத்தைக் கவனி யுங்கள்: **'அவனிடம் வீரமும் விவேகமும் இல்லை'.** இந்த வாக்கியம் எதை உணர்த்து கிறது? வீரம், விவேகம் இரண்டுமே இல்லை என்பதை உணர்த்துவதாகவும் கொள்ளலாம். இந்த இரண்டில் ஏதாவது ஒன்று மட்டும் இருப்பதை உணர்த்துவதாகவும் கொள்ளலாம். **'அவனிடம் வீரமும் விவேகமும் இல்லை; வீரம் மட்டும்தான் இருக்கிறது'** என்று கூறும்போது இரண்டில் ஒன்று இருக்கிறது என்பதையே 'வீரமும் விவேகமும் இல்லை' என்னும் தொடர் உணர்த்துகிறது. இந்தப் பொருள் கொள்ள அடுத்து நிற்கும் 'வீரம் மட்டும் தான் இருக்கிறது' என்னும் தொடர் உதவுகிறது.

'அவனிடம் வீரமும் இல்லை; விவேகமும் இல்லை' என்று கூறும்போது, பொருள் மயக்கத்திற்கு இடமில்லை. வீரம் விவேகம் இரண்டுமே இல்லை என்பது தெளிவாக உணர்த்தப்படுகிறது. **'இராமனும் ஆள வில்லை; பரதனும் ஆளவில்லை'** என்னும் வாக்கியத்திலும் இராமன்,பரதன் இருவருமே ஆளவில்லை என்பது தெளிவாகத் தெரிகிறது. **'இராமனும் பரதனும் ஆளவில்லை'** என்று அமைத்தால்,இரு வகையாகவும் பொருள் கொள்ள வாயப்பு இருக்கிறது. 'இருவருமே ஆளவில்லை' என்றும் கொள்ளலாம். இருவரில் ஒருவர் ஆண்டதாகவும் கொள்ள லாம். இந்த ஒருவரோடு வேறு யாரேனும் ஒருவர் சேர்ந்து ஆண்டதாகவும் கொள்ளலாம். 'இராமனும் பரதனும் ஆளவில்லை' என்றால், 'இராமன் மட்டும் ஆண்டான் என்று கொள்ள வும் இடமிருக்கிறது. 'இராமனும் இலட்சு மணனும் ஆண்டதாக வைத்துக்கொள்வோம். அப்போது என்ன சொல்வோம்? 'இராமனும் பரதனும் ஆளவில்லை; இராமனும் இலக்கு வனும் தான் ஆண்டார்கள் என்று தானே சொல்வோம்? இப்படி வெவ்வேறு பொருள் கொள்ள இடம் தராமல், அதாவது, மயக்கத் திற்கு இடம் அளிக்காமல் தெளிவாகவும் திட்டவட்டமாகவும் பொருள் உணர்த்தத் தெரிநிலையும்மை பயன்படுகிறது. தெரி நிலையும்மை என்னும் பெயரே இதனால் தான் அமைந்தது.

இதுவரை நாம் பார்த்த தெரிநிலையும்மைத் தொடர்கள்யாவும் எதிர்மறையில் அமைந் திருக்கின்றன. 'இராமனும் ஆளவில்லை; பரதனும் ஆளவில்லை' என்பது திட்ட வட்டமாகப் பொருள் உணர்த்துவது போல 'இராமனும் பரதனும் ஆளவில்லை என்னும் தொடர் உணர்த்தவில்லை என்பதைச் சற்று முன்பு பார்த்தோமல்லவா? இத்தகைய மயக்கத்திற்கு உடன்பாட்டுத் தொடரில் இடமில்லை.

'இராமனும் பரதனும் ஆண்டார்கள்', 'அவனிடம் வீரமும் விவேகமும் இருக்கின் றன' போன்ற உடன்பாட்டுத் தொடர்களில் நிற்கும் உம்மை எண்ணும்மை. இங்கே பொருள் தெளிவாகத் தெரிகிறது; மயக்கத் திற்கு இடமில்லை. எதிர்மறையில், இவ்வாறு தொடர் அமையும் போது, மயக்கம் ஏற்பட வாய்ப்பு இருப்பதால், அந்த மயக்கத்தைப் போக்கிப் பொருள் உணர்த்தத் தெரிநிலையும்மை உதவுகிறது, இலக்கண நூலார் எதிர்மறைத் தொடர்களையே தெரிநிலையும்மைக்கு எடுத்துக்காட்டாகக் கூறுவதும் கவனிக்கத்தக்கது. பல வகைப் பொருள் உணர்த்த மட்டுமன்றி, நுட்பமான பொருள் வேறுபாடுகளைக் காட்டவும் உம்மை பயன்படுகிறது. தெரிநிலையும்மை இதற்குச் சான்றாக விளங்குகிறது.

இன்றைய கவிதையிலும் இத்தகைய தொடர்கள் அமைவதைக் காணலாம்.

எடுத்துக்காட்டு :

''இனிக் காடுமேடு சொந்தம்
காணும் யாவும் சொந்தம்
கூடுமில்லை; குஞ்சுமில்லை
என்ன ஆனந்தம்!

இரு காலிருந்தும் கையிருந்தும் பாரிலே
ஒரு வாலுமில்லை; தலையுமில்லை
வாழ்விலே
இனிக் காற்று மழையில் இன்பம்
கல்லு முள்ளில் இன்பம்
பூட்டுமில்லை; கதவுமில்லை
எந்தன் வீட்டுக்கே
நான் எண்ணி எண்ணிக்
கதறி என்ன உலகிலே
ஒரு இனிப்புமில்லை;
கசப்புமில்லை முடிவிலே''
(பட்டுக்கோட்டையார்)

இந்தத் தெரிநிலையும்மைத் தொடர்களைக் கூர்ந்து கவனித்தால், இவை தெளிவை மட்டு மல்ல; பொருளுக்கு ஓர் அழுத்தத்தையும் கொடுப்பதை உணரலாம்.

(7.) ஆக்கவும்மை

ஆக்கவும்மை உலக வழக்கில் மட்டுமல்ல; இலக்கிய வழக்கிலும் மிக அரிதாகவே காணப்படுகிறது.

''பால் உணவும் ஆயிற்று'' என்னும் தொடரையே இலக்கண நூலார் இதற்குச் சான்றாகக் காட்டுகின்றனர். 'பால் உணவும் ஆயிற்று என்பது' 'பால் மருந்தும் ஆயிற்று என்றும் பொருள் தருவதால் இது ஆக்கவும்மை எனப்படுகிறது. இந்த ஆக்கப் பொருள் வெளிப்படையாகத் தோன்றுவ தில்லை. இடம் நோக்கியே இவ்வாறு பொருள் கொள்ள வேண்டும். இன்றைய வழக்கில் இவ்வாறு ஊகத்திற்கு இடமளிக் காமல், 'பால் உணவுமாயிற்று; அதுவே மருந்தும் ஆயிற்று' என்றும், 'பால்', உணவாக மட்டுமன்றி மருந்தாகவும் பயன்படுகிறது' என்றும் தெளிவுபடக் கூறுவதே பெரும் பான்மையாகும். எனவே, ஆக்கவும்மை பற்றி இந்த அளவு தெரிந்துகொண்டால் போதும்.

(8.) எதிர்மறையும்மை

ஒரு தொடரில் நிற்கும் உம்மை அந்தத் தொடர் உணர்த்தும் கருத்துக்கு எதிர்மறை யான கருத்தையும் மறைமுகமாக உணர்த்து மாயின், அது எதிர்மறை உம்மை எனப்படும்.

''தலைவர் என்கிற முறையில் **கருத்துச் சொல்லாமல் இருக்கவும்** எனக்கு **உரிமையுண்டு**''

இந்த வாக்கியத்தில் நிற்கும் உம்மை எதிர்மறையும்மை. சொல்லாமல் இருக்கவும் உரிமையுண்டு என்னும் தொடரில் **சொல்லவும் உரிமையுண்டு** என்னும் பொருளும் தொக்கி நிற்கிறது. சொல்லப்படும் கருத்துக்கு மாறான கருத்தையும் உள்ளடக்குவதை உணர்த்தும் உம்மை எதிர்மறையும்மை எனப்படும். அதாவது உடன்பாடு எதிர் மறையிலும், எதிர்மறை உடன் பாட்டிலும் தொக்கி நிற்கும்.

பின்வரும் நறுந்தொகைத் தொடர்களை நோக்குக :

1) **அடினும்** ஆவின்பால் தன்சுவை குன்றாது
2) **சுடினும்** செம்பொன் தன்னொளி கொடாது.
3) **அரைக்கினும்** சந்தனம் தன்மணம் அறாது.
4) **புகைக்கினும்** காரகில் பொல்லாங்கு கமழாது.
5) **கலக்கினும்** தண்கடல் சேறாகாது.
6) **அடினும்** பால்பெய்து கைப்பறாது பேய்ச் சுரைக்காய்.
7) **ஊட்டினும்** பல்விரை உள்ளி கமழாதே.

அடினும் ஆவின்பால் தன்சுவை குன்றாது என்பது முதல் தொடர்: 'காய்ச்சினாலும் பசுவின் பால் சுவை குறையாது' என்பது இதன் பொருள். **காய்ச்சினாலும் சுவை குறையாது** என்பதில் காய்ச்சாவிட்டாலும் **சுவை குறையாது** என்பது தொக்கி நிற்கிறது. இவ்வாறே மேற்காணும் தொடர்கள் அனைத்தும் எதிர்மறைப் பொருளையும் மறை முகமாக உணர்த்துகின்றன. இந்தத் தொடர் களில் நிற்கும் உம்மையே எதிர்மறைப் பொருள் உணர்த்துகிறது. இந்த உம்மை இல்லாவிட்டால், எதிர்மறைப் பொருள் கொள்ள முடியாது. உலக வழக்கிலும் இதே நிலைதான்.

எடுத்துக்காட்டு :

1) அவன் **கேட்டாலும்** கொடுக்கமாட்டான்
2) உனக்குச் **சொன்னாலும்** புரியாது
3) அழுது **புரண்டாலும்** மாண்டார் மீளப் போவதில்லை
4) கல்வி **கொடுத்தாலும்** குறையாது

5) பிச்சை புகினும் கற்கை நன்றே

9. உம்மை: வேறு சில பொருள்

உம்மை - உடன்

இதுவரை கூறிய எட்டு வகைப் பொருளே யல்லாமல், வேறு சில பொருளிலும் இன்று உம்மை வழங்கிவருகிறது. அத்தகைய பொருள்களில் ஒன்று உடன் என்பது.

எடுத்துக்காட்டு :

1) கோவலன் வாயிற்படியை **மிதித்ததும்**, சித்ராபதியும் கூனியும் எதிர்வந்து ஆரத்தியெடுக்கிறார்கள்.

2) அவர் **வந்ததும்** சொல்லியனுப்புகிறேன்.

3) அவரைப் **பார்த்ததும்** போய்விட்டான்.

4) நிகழ்ச்சி **முடிந்ததும்** கூட்டம் கலைந்து விட்டது.

5) கடிதத்தை அஞ்சற் பெட்டியில் **போட்ட தும்**தான் முகவரி எழுத வில்லை என்பது நினைவுக்கு வந்தது.

இந்த வாக்கியங்களில் நிற்கும் மிதித்ததும், வந்ததும், பார்த்ததும், முடிந்ததும், போட்டதும் என்னும் சொற்கள் முறையே மிதித்தவுடன், வந்தவுடன் பார்த்தவுடன் முடிந்தவுடன் போட்டவுடன் என்று பொருள் தருவதை நோக்குக. உம்,உடன் என்னும் சொற்கள் விரைவுப் பொருள் உணர்த்து கின்றன. சற்றும் தாமதிக்காமல், செயல் உடனே நிகழ்வதை இவை புலப்படுத்துகின்றன.

உம்மை - கூட

உம்மை கூட என்னும் பொருளும் தரும். கூட என்பதற்கு அதிகம் என்னும் பொருளும் உண்டு; மூன்றாம் வேற்றுமைக்குரிய உடன் நிகழ்ச்சிப் பொருளும் உண்டு. உம்மைப் பொருள் தரும் கூட என்பது இந்த இரண்டு பொருளும் தரவில்லை.

இந்த உம்மை தரும் பொருளறிய இந்தக் கவிதை வரிகளை நோக்குக :

''**காலைப் பொழுதிலும்** கோடித் துயரங்கள்
காவிரி நீரென ஓடியதால்''

(கண்ணதாசன்)

காலைப் பொழுதிலும் என்பதற்குக் காலைப் பொழுதில்கூட என்ற பொருள். மேலும் சில எடுத்துக்காட்டுக்களைப் பார்ப்போம்.

''ஆடும் கொடிய **நாகங்களும்**
அசைந்து வரும் நோம்''

''**விண்மீனும்** கண்ணே உன்
கண்ணாகுமா?''

''வீதியில் **நடக்கும்போதும்**
பாட்டுளார் ஆதிதாளம்
படித்திட நடப்பா யன்றோ?''

''**கருணையும்** மறையுமென்றால்
காலமோர் உண்மையாமோ?
பொறுமையும் அழியுமாயின்
பூதலம் உறுதியாமோ?''

(கண்ணதாசன்)

நாகங்களும், விண்மீனும், நடக்கும் போதும், கருணையும், பொறுமையும் என்னும் சொற்களில் உம்மைக்குப் பதிலாகக் கூட என்னும் சொல்லை வைத்தாலும் பொருள் மாறாது.

''**மழைகூட** ஒரு நாளில் தேனாகலாம்
மணல்கூட ஒரு நாளில் பொன்னாகலாம்''

(கண்ணதாசன்)

மழைகூட, மணல்கூட என்னும் சொற் களில் கூட என்பதற்குப் பதிலாக உம்மை வைத்தாலும் அதே பொருள்தான் தரும்.

எடுத்துக்காட்டு :

''**மழையும்** ஒரு நாளில் தேனாகலாம்
மணலும் ஒரு நாளில் பொன்னாகலாம்''

உம், கூட என்னும் சொற்கள் ஒன்றுக் கொன்று ஈடாக வருவது மட்டுமல்ல; இந்த இரண்டும் சேர்ந்தும் வரலாம்.

எடுத்துக்காட்டு :

1) அந்த நாளில் **நானும்கூட** இவற்றை உண்மை என்று நம்பினேன்.

2) புலவர் பாடிய அழகெல்லாம் பொய்; புகழ்ந்து கூறிடும் **உவமையும்கூடப்** பொய்யே.

3) பேரெழில் வாய்ந்த **பெண்களாலும்கூட** அவனை மயக்க முடியாது.

4) தேப்பாடும் புலவோர்க்குத் தெய்வம் காதல்; தென்பாங்கு மகளார்க்கும்கூட அஃதே தெய்வம்.

5) உனக்கும்கூடத் தெரியாதா?

இந்த வாக்கியங்களில் 'உம்மை'யுடன் 'கூட' என்னும் சொல்லும் இடம் பெற்றிருக் கிறது. 'உம்மை' மட்டும் இருந்தால் என்ன பொருளோ, அதே பொருளைத்தான். இந்த இரண்டு சொற்களும் சேர்ந்து நிற்கும் போதும் தருகின்றன.

கூட என்னும் சொல் உம்மைப்பொருள் தருவது இன்றைய வழக்கு. முன்னாளில் உம்மைச் சொல் மட்டுமே வழக்கில் இருந்தது.

எடுத்துக்காட்டு :

''நுண்ணிய நூல்பல கற்பினும் மற்றும்தன்
உண்மை அறிவே மிகும்''

''சிறப்புஈனும் செல்வம் பெறினும்
பிறர்க்கின்னா
செய்யாமை மாசற்றார் கோள்''

(குறள்)

''பெற்ற தாய்தனை மக மறந்தாலும்
பிள்ளையைப் பெற்ற தாய் மறந்தாலும்
உற்ற தேகத்தை உயிர் மறந்தாலும்
உயிரை மேவிய உடல் மறந்தாலும்
கற்ற நெஞ்சகம் கலை மறந்தாலும்
கண்கள் நின்றிமைப்பது மறந்தாலும்
நற்றவத்தவர் உள்ளிருந்தோங்கும்
நமச்சிவாயத்தை நான் மறவேனே''

(வள்ளலார்)

உம் - உறுதி

வள்ளலாரின் இந்தப் பாடலில் நிற்கும் உம்மை, இந்தப் பாடலின் இறுதியில் நிற்கும் 'நமச்சிவாயத்தை நான் மறவேனே' என்னும் தொடருக்கு மேலும் அழுத்தம் கொடுக்கிறது. இதை ஒரு வகையில் தேற்றப் பொருள் என்றும் சொல்லலாம். இது எதிர்மறைத் தொடரிலேயே வரும்.

எடுத்துக்காட்டு : (உலக வழக்கு)

1) கடவுளே வந்தாலும் அவனைத் திருத்த முடியாது.

2) நீ தலை கீழாக நின்றாலும் எதுவும் நடக்காது?

3) யார் சொன்னாலும் அவன் கேட்க மாட்டான்.

(இலக்கிய வழக்கு)

'கேட்பினும் கேளாத் தகையவே
கேள்வியால்
தோட்கப் படாத செவி''

(குறள்)

''ஆனவரையு மவர் முயன்று பார்த்தாலும்
பட்டுமயிர் மூடப்படாத தமதுடலை
எட்டுடையால் மூடி எதிருமக்கு வந்தாலும்
மீசையையும் தாடியையும் விந்தைசெய்து
வானரர்தம்
ஆசை முகத்தினைப் போல் ஆக்க
முயன்றிடினும்
ஆடிக் குதிக்கும் அழகிலுமை நேர்வதற்கே
கூடிக் குடித்துக் குதித்தாலும் கோபுரத்தில்
ஏறத் தெரியாமல் ஏணிவைத்துச்
சென்றாலும்
வேறெதைச் செய்தாலும் வேகமுறப்
பாய்வதிலே
வானரர்போ லாவரோ? வாலுக்குப்
போவதெங்கே?''

(பாரதியார்)

இந்தத் தொடர்களை நோக்குக:

''நட்டாலும் நண்பல்லார் நண்பல்லர்
கெட்டாலும் மேன்மக்கள் மேன்மக்களே''

(மூதுரை)

முதல் தொடர் எதிர்மறையில் அமைந்துள் ளது. இதுவரை பார்த்த தொடர்களைப் போன்றதே இதுவும். ஆனால், அடுத்த தொடர் எதிர்மறையில் இல்லை. எனினும், எதிர்மறைப் பொருள் உணர்த்துகிறது. கெட் டாலும் மேன் மக்கள் கீழ்மக்கள் ஆகமாட் டார்கள் என்பது இதன் பொருள். எனவே, இதுவும் மற்றத் தொடர்களைப் போன்றதே. இந்த உம்மையும் உறுதியுணர்த்தும் உம்மையே.

உம் - அறவே இல்லாமை

உம் என்பது சிறிது கொஞ்சம் என்னும் சொற்களுடன் சேர்ந்து எதிர்மறை வாக்கியத்தில் வரும் போது அறவே இல்லை என்னும் பொருள் தரும்.

எடுத்துக்காட்டு :

1) அவனுக்குக் கொஞ்சமும் பயமில்லை.

2) எவ்வளவு துன்பம் வந்தாலும் அவர் சிறிதும் மனம் கலங்கமாட்டார்.

3) எள்ளளவும் ஐயமில்லை.

4) சற்றும் தாமதிக்காதே.

இந்தத் தொடர்களில் உம்மைக்குப் பதிலாகக் கூட என்னும் சொல்லை வைத்தாலும் பொருள் மாறாது.

சில சமயங்களில் உம் என்னும் சொல்லுடன் சேர்ந்து நிற்கும்போதே, கூட என்னும் சொல் பொருள் உடையதாக அமைகிறது.

''நாடு முன்னேறப் பலர் நல்லதொண்டு
செய்வதுண்டு
நல்லதைக் கெடுக்கச் சிலர் நாசவேலையும்
செய்வதுண்டு''

''ஓடெடுத்தாலும் சிலர் ஒற்றுமையாய்
இருப்பதில்லை
இந்த உண்மை தெரிந்திருந்தும்
நீ ஒருவரையும் வெறுப்பதில்லை''

''இதைப் படித்திருந்தும் மனக்குரங்கு
பழைய கிளையைப் பிடிக்குது''

(பட்டுக்கோட்டையார்)

நாச வேலையும், ஓடெடுத்தாலும் என்னும் தொடர்களில் உம்மையோடு கூட என்னும் சொல்லையும் அமைக்கலாம். உம்மையை நீக்கிவிட்டுக் கூட என்னும் சொல்லை மட்டும் அமைக்கலாம். எப்படி அமைத்தாலும் பொருள் மாறாது. ஆனால்; தெரிந்திருந்தும், படித்திருந்தும் என்னும் சொற்களில் உம்மையுடன் சேர்ந்தே கூட என்னும் சொல் வரும். உம்மையின்றி இது தனியே வராது.

கூட - உடன் நிகழ்ச்சிப் பொருள்

கூட என்னும் சொல் இன்றைய வழக்கில் உடன் நிகழ்ச்சிப் பொருளிலும் வழங்குகிறது. உடன், ஓடு என்னும் மூன்றன் உருபுகளுக்கு ஈடாக வருகிறது.

எடுத்துக்காட்டு :

1) நான் அவர்கூடப் போகவில்லை.

2) ராதாவும் என்கூட வீணை வாசித்தால் நன்றாக இருக்கும்.

3) மாணவர்கள் ஆசிரியர்கூடச் சென்றனர்.

4) நான் உன்கூட வரட்டுமா?

5) நீங்களும் எங்கள்கூட வரலாம்.

இந்த வாக்கியங்களில் நிற்கும் கூட என்னும் சொல்லுக்குப் பதிலாக உம் சேர்க்க முடியாது. இவை இரண்டும் முற்றிலும் வேறான பொருள் உடையவை.

கூட என்னும் சொல் உடன் என்னும் பொருள் தரும்போது, நான், நீ முதலிய தன்மை முன்னிலைப் பெயர்கள் என், உன் என்று மாறும். உம்மைப் பொருளில் கூட என்னும் சொல் சேரும்போது அவை எந்த மாற்றமும் அடையா.

உம்மை - முரண்பாடு

'பாலுக்கும் காவல்; பூனைக்கும்தோழன்' என்னும் தொடரை நோக்குக. ஒரே சமயத்தில் ஒருவன், பாலுக்குக் காவலாகவும் பூனைக்குத் தோழனாகவும் இருப்பது முடியாது. இரண்டில் ஏதாவது ஒன்றைத்தான் செய்ய முடியும். பாலுக்குக் காவலாக இருந்தால், பூனைக்குத் தோழனாக இருக்க முடியாது. பூனைக்குத் தோழனாக இருந்தால் பாலுக்குக் காவலாக இருக்க முடியாது. பாலுக்குக் காவலாக இருக்கும்போது, பூனை பாலைக் குடிக்காமல் காப்பது அவனுடைய கடமையாகிறது. அந்தக் கடமையைச் செய்யும் போது அவன் பூனைக்கு எதிரியாகத்தான் இருக்க முடியுமே தவிர, தோழனாக இருக்க முடியாது. இத்தகைய முரண்பாட்டை உணர்த்துவதே இந்தத் தொடரில் நிற்கும் உம்மையின் பணி. 'தொடையையும் கிள்ளிவிட்டுத் தொட்டிலையும் ஆட்டி விடுதல்' என்பதும் இது போன்றதே.

பலவகை உம்மை சேர்ந்துவரல்

ஒன்றுக்கு மேற்பட்ட உம்மை வகைகள் ஒரே வாக்கியத்தில் அமையலாம்.

1) பால் பாகுபாடும் எண் பாகுபாடும் எல்லா மொழிகளிலும் காணப்படுகின்றன.

2) வடமொழி நிகண்டு நூலாரும் இலக்கண நூலாரும் தமிழ்ப் புலவர்களைப் போல்

நடுநின்று சொற்களை ஆராயாமல் வடசொல் என்று குறிப்பதில் ஆர்வம் கொண்டிருந்தனர்.

3) எல்லோரும் வந்தாலும் வரலாம்.
4) யார்க்கும் மறந்தும் கேடு நினைத்தல் கூடாது.
5) குமரி என்பது இக்காலத்தில் ஒரு முனைக்கு வழங்கப்பட்டாலும், பழந் தமிழ் நூல்களில் அது ஓர் ஆற்றுக்கு வழங்கப்பட்டு வந்தது என்றும் மற்று மோர் ஆறு ஓடியது என்றும் குறிப்பிடப் பட்டுள்து கவனிக்கத் தக்கது.

இலக்கியத்திலும் இத்தகைய தொடர்களைக் காணலாம்.

எடுத்துக்காட்டு :

"சிறப்பும் செல்வமும் பெருமையும்
உடையோர்
அறக்கூழ்ச் சாலை அடையினும் அடைவர்"
(நறுந்தொகை)

"பாலும் தெளிதேனும் பாகும் பருப்புமிவை
நாலும் கலந்துனக்கு நான் தருவேன்"
(நல்வழி)

"எனைத்தானும் எஞ்ஞான்றும் யார்க்கும் மனத்தானாம்
மாணா செய்யாமை தலை"
(குறள்)

முன்பு குறிப்பிட்ட வாக்கியங்களிலும் இந்தச் செய்யுள் வரிகளிலும் ஒன்றுக்கு மேற்பட்ட உம்மை வகைகள் அமைந்திருப்பதை நோக்குக. ஒரு தொடரில் நிற்கும் உம்மையின் பொருளை அறிந்தால் தான் அது எந்த வகையைச் சேர்ந்தது என்பதை முடிவு செய்ய முடியும்.

உம் - தனிச்சொல்

உம் என்னும் இடைச்சொல் பெயரோடும் வினையோடும் சேர்ந்து நின்று பொருள் தருவதைக் கண்டோம். பெரும்பாலும் இது தான் தழுவி நிற்கும் சொற்களின் பின்னொட்டாகவே அமைகிறது. தனிச் சொல்லாக நின்று இது பொருள் உணர்த்தும்போது, நாம் இப்போது பார்த்த உம்மையினின்று வேறுபடுகிறது. இதைக் குறிப்பு மொழி என்று சொல்லலாம். எப்படி இருந்தாலும், இதுவும் இடைச்சொல்லே.

எடுத்துக்காட்டு :

"ஊமையா? பேசம்மா! உம்.. உம் என்றால்
உண்டென்றும் இல்லையென்றும்
பொருள்கள் உண்டே"
(கண்ணதாசன்)

ஒருவர் சொல்வதற்கு உம் போடும்போது அவர் சொல்வதை ஏற்கிறோமா, மறுக்கிறோமா என்பதை எல்லாம் அது காட்டுவதில்லை. அவர் சொல்வதைக் கேட்டுக்கொண்டிருக்கிறோம் என்பதையே அது குறிப்பாக உணர்த்துகிறது. எனினும், கேட்பவரின் தொனி, முக பாவம் முதலியவற்றைக் கொண்டு, அந்த உம் ஒப்புதலின் அடையாளமா, மறுப்பின் குறிப்பா என்பதை ஓரளவு ஊகிக்க முடியும். அதனால் தான் கவிஞர் அடுத்த வரியில் 'உண்டென்றும் இல்லையென்றும் பொருள்கள் உண்டே' என்று கூறுகிறார். இதனை உம் கொட்டுதல் என்பர்.

கோபத்தையோ, வெறுப்பையோ காட்டும் வகையில் அமையும் முகத்தோற்றத்தையும் உம் குறிக்கும்.

எடுத்துக்காட்டு :

ஏன் உம்மென்று இருக்கிறாய்?

2. ஆம்

பிறர் சொல்லக் கேட்டதைக் குறிப்பிடும் போது, வினைமுற்றுடன் ஆம் சேர்த்துச் சொல்லுதல் வழக்கம்.

எடுத்துக்காட்டு :

"சாத்திரங்கள் பல பல கற்பாராம்
சவுரியங்கள் பல பல செய்வாராம்
மூத்த பொய்ம்மைகள் யாவும் அழிப்பாராம்
மூடக்கட்டுக்கள் யாவும் தகர்ப்பாராம்
காத்து மானிடர் செய்கை அனைத்தையும்
கடவுளர்க்கு இனிதாகச் சமைப்பாராம்
ஏத்தி ஆண்மக்கள் போற்றிட வாழ்வாராம்
இளைய நங்கையின் எண்ணங்கள்
கேட்டீரோ!"
(பாரதியார்)

புதுமைப் பெண்கள் என்னென்ன செய்வார்கள் என்பதைப் பட்டியலிடுகிறார் கவிஞர். அவற்றை அவர்கள் சொல்வதாகவே

குறிப்பிடுகிறார். 'இளைய நங்கையின் எண்ணங்கள் கேட்டீரோ' என்னும் கடைசி வரி இதைப் புலப்படுத்துகிறது. இவை யாவும் புதுமைப் பெண்ணின் கூற்று என்பதை ஒவ்வொரு வினைமுற்றுடனும் சேர்ந்து நிற்கும் **ஆம்** என்னும் சொல் புலப்படுத்துகிறது.

அவர் நேற்றுத்தான் வந்தார் என்று கேள்விப்பட்டேன், அவர் நேற்றுத்தான் வந்ததாகச் சொன்னார்கள், அவர் நேற்றுத் தான் வந்ததாகத் தெரிகிறது என்னும் வாக்கியங்களைக் கவனியுங்கள். இந்த மூன்று வாக்கியங்களும் ஏறத்தாழ ஒரே கருத்தைத் தான் உணர்த்துகின்றன. **'அவர் நேற்றுத்தான் வந்தாராம்'** என்னும் வாக்கியமும் அதே கருத்தைத்தான் உணர்த்துகிறது. ஆனால், அவர் நேற்றுத்தான் வந்தாராம் என்னும் வாக்கியம் முன்னாலே சொன்ன மூன்று வாக்கியங்களைக் காட்டிலும் எளிமையாகவும் சுருக்கமாகவும் இருக்கிறதல்லவா?

உணர்ச்சியைப் புலப்படுத்த உதவும் சொற்களில் ஒன்று ஆம் என்பது. 'உணர்ச்சியை வெளிப்படுத்த மட்டுமல்லாமல், நுட்பமான பொருள் வேறுபாடு உணர்த்தவும் இந்தச் சொல் பயன்படுகிறது.

''கேழ்வரகிலே நெய் வடிகிறது
என்பார்களாம்;
அதை நான் நம்ப **வேண்டுமாம்**''

என்னும் தொடரைப் பாருங்கள். இங்கே இரண்டு வாக்கியங்கள் இருக்கின்றன. ''கேழ்வரகிலே நெய் வடிகிறது **என்பார் களாம்**'' என்பது ஒன்று; ''அதை நான் நம்ப **வேண்டுமாம்**'' என்பது மற்றொன்று. இந்த வாக்கியங்களின் இறுதியில் நிற்கும் சொற்கள் **என்பார்களாம், வேண்டுமாம்** என்பன. என்பார்கள், வேண்டும் என்னும் சொற் களுடன் **ஆம்** சேர்ந்து நிற்கிறது. 'ஆம்' என்னும் சொல் இல்லாவிட்டாலும், வாக்கியம் நிறைவுபெறும். 'கேழ்வரகிலே நெய் வடிகிறது என்பார்கள்; அதை நான் நம்ப வேண்டும் என்று சொல்லும் போது. 'ஆம் சேர்ந்த வாக்கியம் கொடுத்த பொருளைக் கொடுக்கவில்லை. அப்படியென்றால் 'ஆம்' என்னும் சொல்லுக்கு என்ன பொருள்? இங்கே 'ஆம்'என்னும் சொல்லை மட்டும் தனியே பார்த்தால் அதற்குப் பொருள் சொல்லுவது சிரமம். இந்த இரு வாக்கியங் களையும் சேர்த்துப் பார்க்கும்போதுதான் இந்த 'ஆம்' என்னும் சொல் என்ன பொருள் தருகிறது என்பதை உணர முடிகிறது. அப்படிச் சேர்த்துப் பார்க்கும்போது, 'ஆம்' என்னும் சொல் ஏளனப் பொருள் தருவதை எளிதில் அறிந்து கொள்ளலாம். இகழ்தல் பொருள் மட்டுமன்று; எதிர்மறைப் பொருளும் இதில் அடங்கியிருக்கிறது.

மாதவியும் கோவலனும் உரையாடுவதை நோக்குக :

மா	:	கோபத்தினாலா?
கோ	:	கோபமில்லை கோகிலமே! ... நீ அதிகம் ஆடக்கூடாதென்று எனக்குத் தெரியும்.
மா	:	ஏன்? . . . . . எதற்காகவாம்?
கோ	:	ஊகூம் . . . நான் சொல்ல மாட்டேன் உனக்கு வெட்க மாயிருக்கும்.

இந்த உரையாடலிலே இடம் பெற்றிருக் கும் **'ஏன்? எதற்காகவாம்?'** என்னும் தொடரில் குறிப்பாக, எதற்காகவாம் என்னும் சொல்லிலே, கொஞ்சுகின்ற தொனி – சிணுங்குகின்ற பாவனை – தெரிகிறதல்லவா? இந்த உணர்ச்சியைப் புலப்படுத்துவது எது? இறுதியில் நிற்கும் **ஆம்** என்னும் சொல்லே.

''வாளேந்தி, தமிழகத்தில் புகழேந்தி வாழும் வேங்கைப் புலிகளே! வந்து விட்டது உங்களுக்கெல்லாம் அழைப்பு! மீண்டும் ஓர் முறை நம் வீரத்தை நிலை நாட்ட நல்லதோர் வாய்ப்பு! இமயத்திலே பொறித்திருக்கும் நம் சின்னங்களைப் **பழித்தார்களாம்** சிறுமதி கொண்டோர் சிலர். புலியைக் கேலி **செய்தானாம்** போர்முனை காணாப்புல்லன்! வில்லை **இகழ்ந்தானாம்** வீரத்தை விலை கேட்கும் வீணன்! கயலைப் **பழித்தானாம் களம்புகு கதைகளைக் கேட்டறியாக் கசடன்! உத்திரனாம் – விசித்திரனாம் – சிவேதனாம் – பைரவனாம்** – விழிக்காதீர்கள்! மனிதர்களின் பெயர்கள்தான் இவை! இந்த மண்டூக மன்னர்களுக்குத் **தலைவர்களாம் – கனகனாம்! விசயனாம்!** கங்கைக் கரை வாழ் காவலர்கள் காவிரிக் கரைக்கு அறைகூவல் **விடுத்தார்களாம்!** தோழர்களே! புத்தி புகட்டுவோம் அவர்களுக்கு! புறப்படுங்கள்!''

(கலைஞர் மு.க.)

வீரம் பொங்க, கோபம் கொப்பளிக்க எதிரியை இகழ்ந்துரைப்பதை இந்தப் பகுதியிலே காண்கிறோம். இந்த உணர்ச்சி களைப் புலப்படுத்துவதிலே பெயருடனும் வினையுடனும் சேர்ந்து நிற்கும் ஆம் என்னும் சொல்லுக்குப் பெரும் பங்கிருக்கிறது. உணர்ச்சிகளை மட்டுமன்றி, இன்னொன்றையும் ஆம் என்னும் சொல் குறிப்பால் உணர்த்துகிறது. அது என்ன?

அவன் எந்தச் சூழலில் இப்படிப் பேசுகிறான் என்பதை அறிந்து கொண்டால், ஆம் என்னும் சொல் உணர்த்தும் சிறப்புப் பொருள் புரியும். வடக்கேயிருந்து வந்த முனிவர்கள் வடபுலத்து மன்னர்கள் தமிழரசர்களை இகழ்ந்துரைத்தார்கள் என்று கூறியதைக் கேட்ட சேரன் செங்குட்டுவன் அந்த மன்னர்களுக்குப் பாடம் புகட்டப் படையெடுத்துச் செல்லும்போதுதான் இப்படிக் கூறுகிறான். வடபுலத்து மன்னர்கள் இகழ்ந்துரைத்தார்கள் என்பதை முனிவர்கள் சொல்லித்தான் அறிகிறானே தவிர, அவர்கள் அவ்வாறு இகழ்ந்துரைத்ததை அவன் நேரில் கேட்கவில்லை. சேரன் செங்குட்டுவனின் பேச்சிலே இடம் பெற்றிருக்கும். ஆம் இதைத்தான் குறிப்பாக உணர்த்துகிறது.

ஒருவர் கூறுவதை ஆமோதிப்பதற்குப் பயன்படுவதும் 'ஆம்' என்னும் சொல்லே. இவ்வாறு பல பொருள் தரும் இடைச்சொல் ஆம் என்பது.

செய்யலாம் முதலிய சொற்கள் பல பொருள் தருவதை முன்பு பார்த்தோம். இவற்றின் விகுதியாக அமைவதும் ஆம் என்னும் இடைச்சொல்லே.

3. இன்னும் சில...

(1.) படி - ஆறு

படி, ஆறு என்னும் இடைச் சொற்கள் பெயரெச்சங்களோடு சேர்ந்து அவற்றை வினையடைகளாக மாற்றுகின்றன.

எடுத்துக்காட்டு :

1) புரியும்படி சொல்லுங்கள்.
2) அமங்கலச் செய்தியை அமங்கலச் சொற்களால் சொல்லாமல், மங்கலம் போலத் தோன்றும்படி சொல்வதை மங்கல வழக்கு என்பர்.
3) பிறர் நம்மைத் தவறாக எண்ணாதபடி பேச வேண்டும்.
4) எல்லாரும் புரிந்துகொள்ளும்படி தொல் காப்பியம் போன்ற நூல்களை எளிமைப் படுத்தி வெளியிடல் வேண்டும்.
5) தமிழ் மன்றத்தினர் புலவர் மாறனைச் சிலப்பதிகாரம் பற்றிப் பேசும்படி கேட்டுக் கொண்டனர்.
6) அவர் உள்ளதை உள்ளபடி சொல்ல வில்லை.
7) அவன் சொன்னபடி செய்யவில்லை.
8) மற்றவர் குற்றம் காணாதபடி நாம் நடந்துகொள்ள வேண்டும்.
9) ஒரு குறையும் இல்லாதபடி நிகழ்ச்சி சிறப்பாக நடைபெற்றது.
10) மற்றவர்களுக்குக் கேட்காதபடி அவர்கள் இரகசியமாகப் பேசினார்கள்.

இந்த வாக்கியங்களில் தெரிநிலை, குறிப்பு, எதிர்மறை ஆகிய மூவகைப் பெயரெச்சங்களும் படி என்னும் சொல்லேற்று வினையடைகளாக மாறியிருக்கின்றன.

படி என்னும் சொல்லுக்குப் பதிலாக ஆறு என்னும் சொல் அமைந்தாலும் இவற்றின் பெருள் மாறாது.

எடுத்துக்காட்டு :

புரியும்படி – புரியுமாறு
தோன்றும்படி – தோன்றுமாறு

எல்லாச் சொற்களும் இவ்வாறே அமையும்.

பெயரெச்சங்களோடு மட்டுமன்றி, வேறு சில சொற்களுடனும் படி என்னும் சொல் சேர்ந்து அவற்றிற்கு வினையின் தன்மையைக் கொடுக்கிறது.

எடுத்துக்காட்டு :

1) இந்தப் பத்திரங்கள் சட்டப்படி செல்லத் தக்கவை அல்ல.
2) விதிப்படிதான் பிரிக்க வேண்டும்.

3) மறுபடியும் இப்படி நடக்காமல் பார்த்துக் கொள்ளுங்கள்.

4) எண்ணப்படி எல்லாம் நடக்கும்

5) இன்றைய நிலவரப்படி தங்கத்தின் விலை குறைந்திருக்கிறது.

இந்தச் சொற்களில் படி என்பதற்குப் பதிலாக ஆறு என்பது வராது. இங்கே படி என்பது ஒவ்வோரிடத்திலும் ஒவ்வொரு விதமாகப் பொருள் தருகிறது. எனவே, இடம் நோக்கியே இதன் பொருளை அறிய வேண்டும்.

(2.) சும்மா

இது பல பொருள் தரும் இடைச்சொல்.

எடுத்துக்காட்டு :

1) சும்மா தொந்தரவு செய்யாதே.

2) எதுவும் சும்மா கிடைக்காது.

3) அவன் கொஞ்ச நேரங்கூடச் சும்மா இருக்கமாட்டான்.

4) நான் சும்மா சொன்னேன். நீங்கள் அதைப் புரிந்துகொள்ளாமல் இப்படி வருத்தப்படு கிறீர்களே.

5) நீ கொஞ்சம் சும்மா இரு. எல்லாம் சரியாகிவிடும்.

முதல் வாக்கியத்தில் சும்மா என்பது அடிக்கடி, எப்போதும், வீணாக என்னும் பல பொருளுடையது.

சும்மா நாளைக் கழிக்காதீர் என்பது வீணாக நாளைக் கழிக்காதீர் என்று பொருள் தருவதையும் நோக்குக.

'நீ ஏன் சும்மா அங்கே போகிறாய்?' என்னும் வாக்கியத்தில் சும்மா என்பதற்கு வீணாக, அடிக்கடி என்று இரு விதமாகவும் பொருள் கொள்ளலாம். இதே போல, 'அவன் சும்மா அலைந்துகொண் டிருக்கிறான்' என்பதிலும் சும்மா என்பதற்கு இரண்டு வகைப் பொருள் உண்டு. ஒன்று எப்போதும் என்பது; மற்றொன்று, வீணாக என்பது.

எதுவும் சும்மா கிடைக்காது என்பது அடுத்த வாக்கியம். இங்கே சும்மா என்பதற்கு இலவசமாக அல்லது இனாமாக என்று பொருள். கீழ்க்காணும் வாக்கியங்களும் இது போன்றவையே :

1) யாரும் சும்மா எதுவும் செய்ய மாட்டார்கள்.

2) நான் அதைச் சும்மா பெற விரும்ப வில்லை.

3) நான் அதை அவருக்குச் சும்மாதான் கொடுத்தேன்.

4) எந்தப் பொருளும் சும்மா வந்தால் அதற்கு மதிப்பிருக்காது.

அவன் கொஞ்ச நேரம்கூட
சும்மா இருக்கமாட்டான்.

இது அடுத்த வாக்கியம். இங்கே சும்மா என்பதற்கு எதுவும் செய்யாமல் என்று பொருள். பின்வரும் வாக்கியங்களும் இதைப் போன்றவையே.

1) சும்மா இருப்பது சோம்பலுக்கு அடையாளம்.

2) அவன் இப்போது சும்மாதான் இருக்கிறான்.

3) எத்தனை நாளைக்குத்தான் சும்மா இருக்க முடியும்?

நான் சும்மா சொன்னேன். நீங்கள் அதைப் புரிந்துகொள்ளாமல் இப்படி வருத்தப்படு கிறீர்களே.

இந்த இரண்டு வாக்கியங்களும் நான்காவ தாக உள்ளன. சும்மா என்பதற்குப் பொருள் காண இந்த இரண்டு வாக்கியங்களையும் சேர்த்துப் பார்க்க வேண்டும். சும்மா என்பதற்கு இங்கே விளையாட்டாக என்று பொருள். இத்தகைய தொடர்களில் சில சமயம் நோக்கம் இல்லாமல், காரணம் இல்லாமல் என்ற பொருளிலும் சும்மா என்னும் சொல் அமையலாம். 'அவன் சும்மா வந்தான்' என்னும் வாக்கியத்தைக் கேட்ட வுடன் 'அவன் எந்த நோக்கத்தோடும் வரவில்லை' அல்லது 'அவன் எந்த வேலையை முன்னிட்டும் வரவில்லை' என்பது தெளிவாகப் புரிகிறது. ஆனால், 'அவன் சும்மா சொன்னான்' என்ற வாக்கியம் 'அவன் எந்த நோக்கத்தோடும் சொல்ல வில்லை' என்றும் பொருள் தரலாம். 'அவன் விளையாட்டாகச் சொன்னான்' என்றும் பொருள் தரலாம்.

இப்பொழுது **'நீ கொஞ்சம் சும்மா இரு; எல்லாம் சரியாகி விடும்'** என்னும் வாக்கியத்தில் உள்ள 'சும்மா' என்னும் சொல்லுக்கும் பல பொருளுண்டு. ஒன்றும் செய்யாமல், பேசாமல், அமைதியாக இப்படிப் பல பொருள் கொள்ளலாம். இங்கே பேசுபவர், கேட்பவர், பேசப்படும் சூழல் முதலியவற்றைக் கவனித்தே இதற்குப் பொருள் கொள்ள வேண்டும்.

இப்பொழுது, **''நீங்கள் சும்மா உள்ளே போகலாம்''** என்னும் வாக்கியத்தைக் கவனியுங்கள். இங்கே **சும்மா** என்பதற்குத் **தயங்காமல்** என்று பொருள். **'சும்மா உள்ளே வாருங்கள்', 'சும்மா போய்ப்பாருங்கள்', 'சும்மா கேளுங்கள்', 'சும்மா சொல்லுங்கள்', 'சும்மா பேசுங்கள்', 'சும்மா சாப்பிடுங்கள்'** என்னும் வாக்கியங்களிலும் 'சும்மா' என்னும் சொல் 'தயங்காமல்' என்று பொருள் தருகிறது. **'நீ அவரைப் பார்க்கப் போகும்போது சும்மா போகாதே',** என்னும் வாக்கியத்திலுள்ள 'சும்மா' என்னும் சொல் நாம் இது வரை கூறிய பொருள்களினின்று முற்றிலும் மாறு பட்ட ஒரு பொருளைத் தருகிறது. இங்கே 'சும்மா போகாதே' என்பதற்கு 'வெறுங் கையுடன் போகாதே' என்று பொருள்.

''இந்த அநியாயத்தைப் பார்த்துக்கொண்டு எத்தனை நாளைக்குத்தான் சும்மா இருக்க முடியும்'' என்ற வாக்கியத்தில் **'சும்மா'** என்பது 'பொறுமையாக' என்னும் பொருள் தருகிறது. அன்றாடப் பேச்சு வழக்கிலே அடிக்கடி காணப்படும் இந்தச் 'சும்மா' என்னும் இடைச்சொல் ஒவ்வோர் இடத்தி லும் ஒவ்வோர் பொருள் தரும் இயல் புடையது.

சும்மா என்னும் சொல் கவிதையிலும் நிலையான இடம்பெற்றுள்ளது.

எடுத்துக்காட்டு :

''சிந்தையை அடக்கியே
சும்மா இருக்கின்ற திறமரிது''

(தாயுமானார்)

''சும்மா கெடந்த நிலத்தைக் கொத்தி
சோம்பலில்லாமே ஏர் நடத்தி''

''சும்மா என்னைச் சோளக்கொல்லை
பொம்மை போல எண்ணாதே''

(பட்டுக்கோட்டையார்)

''தூக்கணாங் குருவிக்கூடு
தூங்கக் கண்டான் மரத்திலே
சும்மா போன மச்சானுக்கு
என்ன நெனைப்பு மனசிலே!''

''அம்மான் வீட்டுப் பெண்ணானாலும்
சும்மா சும்மா கெடைக்குமா?''

(கண்ணதாசன்)

'சும்மா சும்மா கெடைக்குமா?' என்னும் தொடரில் சும்மா என்பது அடுக்கி வந்திருக்கிறது. இங்கே இசை நயத்திற்காக இரண்டு முறை வந்திருக்கிறது. அடிக்கடி என்ற பொருளிலும் இந்தச் சொல் அடுக்கி வருவதுண்டு.

(3) வாளா

சும்மா என்னும் சொல் தரும் எல்லாப் பொருளையும் தராவிட்டாலும், ஒன்றும் செய்யாமல், அமைதியாக என்னும் இருபொருளையும் தரும் இன்னோர் இடைச்சொல் **வாளா** என்பது.

எல்லாவற்றையும் கேட்டுக்கொண்டு அவன் வாளா இருந்தான். தன் நண்பனுக்கு நேர்ந்த துன்பத்தை அறிந்து அவன் வாளா இருக்கிறானே என்னும் வாக்கியங்களில் வந்துள்ள **வாளா** என்னும் சொல் **அமைதி யாக, ஒன்றும் செய்யாமல்** என்று பொருள் தருவதைக் கவனியுங்கள். இந்த வாக்கியங் களில் **வாளா** என்னும் சொல்லுக்குப் பதிலாகச் **சும்மா** என்னும் சொல்லை அமைத்தாலும் பொருள் மாறாது. இந்த இரண்டும் ஒரு பொருள் தரும் சொற்களாகும். **சும்மா** என்பது உலக வழக்கில் மிகுதியாகக் காணப்படுகிறது. ஆனால், வாளா என்பது இலக்கிய வழக்குடன் நின்றுவிட்டது.

(4) வெறுமனே

சும்மா, வாளா என்னும் சொற்களைப் போலவே பயனின்மைப் பொருளில் வழங்கும் இன்னொரு சொல் **வெறுமனே** என்பது. இப்பொழுது இந்த வாக்கியங்களைக் கவனியுங்கள் :

1) அவன் **வெறுமனே** அலைந்துகொண் டிருக்கிறான்.
2) நீ ஏன் **வெறுமனே** உட்கார்ந்திருக்கிறாய்?
3) அவன் **வெறுமனே** போய்விட்டு வந்தான்.

இந்த வாக்கியங்களில் வந்திருக்கும் வெறுமனே என்னும் சொல் சும்மா அல்லது வாளா என்னும் பொருள் தருகிறது.

(5) ஆவது

ஆவது என்பதும் ஓர் இடைச்சொல்லே. பிற சொற்களுடன் சேர்ந்து நுட்பமான பொருள் வேறுபாடு உணர்த்தும் சொல் இது. இந்த வாக்கியங்களை நோக்குக :

1) நீங்கள் **கட்டுரையாவது கதையாவது** எழுதிக்கொடுங்கள்.

2) அவர் **இன்றைக்காவது நாளைக்காவது** வருவார்.

3) **பேனாவாவது பென்சிலாவது** எடுத்துக் கொண்டு வா.

கட்டுரையாவது கதையாவது, இன்றைக் காவது நாளைக்காவது, பேனாவாவது பென்சிலாவது என்னும் சொற்களில் **ஆவது** என்பது அல்லது என்ற பொருளில் அமைந் திருக்கிறது. இவற்றிற்கு முறையே கட்டுரை அல்லது கதை, இன்றைக்கு அல்லது நாளைக்கு, பேனா அல்லது பென்சில் என்று பொருள், குறிப்பிட்ட இரண்டில் ஏதேனும் ஒன்று என்னும் பொருளில் வரும்போது ஆவது என்னும் சொல் அந்த இரண்டு சொற்களோடும் சேர்ந்து வரும்.

ஆதல், ஆயினும், ஏனும், என்னும் சொற்களும் ஆவது என்னும் பொருளில் வரும்.

எடுத்துக்காட்டு :

ஐந்தாதல் பத்தாதல்
ஐந்தாயினும் பத்தாயினும்
ஐந்தேனும் பத்தேனும்

இவை இலக்கிய வழக்கிலேயே பெரும் பான்மையாக உள்ளன. இன்றைய உரை நடையில், எழுத்து, பேச்சு இரண்டிலும் மிகுதியாக வழங்குவது ஆவது என்னும் சொல்லே.

இன்னொரு வகையிலும் இந்தச் சொல் பயன்படுகிறது. இந்த வாக்கியங்களை நோக்குக :

1) **ஆறாவது மாரிக் காலத்தைப்** புத்தர் பெருமான், மகுள மலையில் கழித்தார்.

2) உருவ அழகில் நீ செருக்குற்றிருப்பது எவ்வளவு பிசகு என்பதை **இப்பொழு தாவது** தெரிந்துகொள்.

3) **யாராவது** மரணத்தைத் தவிர்க்க முடியுமா?

4) இருவரில் **யாராவது** ஒருவருக்குத்தான் பரிசு கிடைக்கும்.

5) நீ **சிறிதாவது** முயன்று பார்த்திருக்க லாமே?

6) உனக்குக் **கொஞ்சமாவது** இரக்கமிருக் கிறதா?

முதல் வாக்கியத்தில் ஆறாவது என்னும் சொல்லில் நிற்கும் ஆவது எண்ணுப் பெயருடன் சேர்ந்து வந்திருக்கிறது. இதனை முன்பே பார்த்தோம்.

''உருவ அழகில் நீ செருக்குற்றிருப்பது எவ்ளவு பிசகு என்பதை **இப்பொழுதாவது தெரிந்துகொள்''** என்னும் வாக்கியத்தில் உள்ள 'இப்பொழுதாவது தெரிந்து கொள்' என்பது, நீ இது வரை தெரிந்து கொள்ளாமல் இருந்தாலும் 'இப்பொழுது தெரிந்துகொள்' என்னும் பொருளைத் தருகிறது. **'இப்பொழு தாவது அவர்களுக்குப் புரிகிறதே', 'இப்பொழுதாவது வந்தாயே', 'இப்பொழு தாவது செய்யக் கூடாதா', 'இப்பொழுதாவது அவன் நன்றாகப் படிக்கிறனா'** என்னும் வாக்கியங்களும் இது போன்றவையே. எப்போதோ நடந்திருக்க வேண்டியது இப்போதாவது நடைபெறுகிறதே என்ப தையே இந்த வாக்கியங்களில் இப்போது என்னும் சொல்லுடன் சேர்ந்து நிற்கும் ஆவது என்னும் சொல் உணர்த்துகிறது.

'யாராவது மரணத்தைத் தவிர்க்க முடியுமா?' என்னும் வாக்கியம் எதிர்மறைப் பொருள் உணர்த்துகிறது. **'யாராலும் மரணத் தைத் தவிர்க்க முடியாது'** என்பது இதன் பொருள். முதல் வாக்கியம் வினா வாக்கியம். இந்த வாக்கியம் எதிர்மறைப் பொருள் உணர்த்தக் காரணமாக இருப்பது ஆவது என்னும் சொல்.

இருவரில் யாராவது ஒருவருக்குத்
தான் பரிசு கிடைக்கும்

என்பது பரிசு பெறுபவர் யார் என்பதைத் தீர்மானிக்க முடியாத நிலையில் ஐயப் பொருள் உணர்த்துகிறது.

நீ சிறிதாவது முயன்று பார்த்திருக்க லாமே?

உனக்குக் கொஞ்சமாவது இரக்கம் இருக்கிறதா?

இந்த இரண்டும் வினா வாக்கியங்கள் ஆனால், இவை முறையே,

'நீ சிறிது கூட முயன்று பார்க்கவில்லையே'

'உனக்குக் கொஞ்சம்கூட இரக்கமில்லையே'

என்று எதிர்மறைப் பொருள் உணர்த்துகின்றன. இதற்குக் காரணம் இந்தத் தொடர்களில் நிற்கும் ஆவது என்னும் இடைச்சொல்.

யார் வந்தார்கள்?
யாராவது வந்தார்களா?

இந்த வாக்கியங்கள் ஒரே பொருளுடையவை அல்ல. யாரோ வந்திருக்கிறார்கள் என்பதை அறிந்த பிறகு எழும் கேள்வி 'யார் வந்தார்கள்?' என்பது. 'யாரும் வந்தார்களா?' என்பதே தெரியாத நிலையில் எழும் கேள்வி 'யாராவது வந்தார்களா?' என்பது. இங்கே நுட்பமான பொருள் வேறுபாட்டை ஆவது என்னும் சொல் உணர்த்துகிறது.

"கல்யாணிக்காகவாவது என் பேச்சுக்குக் கொஞ்சம் காது கொடுங்கள்"

இந்த வாக்கியம் வேண்டுகோளாக அமைந்திருக்கிறது. வெறும் வேண்டுகோள் என்பதை விடக் கெஞ்சிக் கேட்டுக் கொள்ளும் பாணியில் அமைந்திருக்கிறது எனலாம். கல்யாணிக்காகவாவது என்னும் சொல்லே, இந்த உணர்ச்சியை வெளிப்படுத்துகிறது. வேறு யாருக்காகவும் இல்லையென்றாலும் கல்யாணிக்காகவாவது என் பேச்சைக் கேளுங்கள் என்பது இதன் பொருள்.

நீயாவது நான் சொல்வதைச் சற்றுச் சிந்தித்துப்பார், கொஞ்சம் பாலாவது அருந்துங்கள் போன்ற வேண்டுகோள் வாக்கியங்களும் ஒருவரை அல்லது ஒரு பொருளைத் தனிப்படுத்திக் காட்டுவதைக் கவனியுங்கள். 'ஆவது' என்னும் சொல்லே இவ்வாறு தனிப்படுத்திக் காட்டுகிறது.

"அக்கா! சுந்தராம்பாள் ஒன்றும் என் மைத்துனரின் மனைவியல்லள்; வடிவையும்

நான் முறைப்படி கல்யாணம் செய்து கொள்ளப் போவதில்லை. இருவரும் நடனக்காரிகள். இதில் வரையாவது முறையாவது!"

இந்த வாக்கியத்தின் இறுதியில் நிற்கும் வரையாவது முறையாவது என்னும் தொடர் வரையுமில்லை முறையுமில்லை என்று எதிர்மறைப் பொருள் உணர்த்துவதை நோக்குக.

(6.) ஆயினும்

ஆயினும் என்னும் சொல் ஆவது என்னும் பொருள் தருவதைக் கண்டோம். இந்தச் சொல் கூட என்னும் பொருள் தருவதைப் பண்டைய இலக்கியங்களில் காண்கிறோம்.

எடுத்துக்காட்டு :

"முரசுகெழு தாயத்து அரசோ தஞ்சம்
இன்னுயிராயினும் கொடுக்குவென்"
(இன்னுயிராயினும் – இன்னுயிரைக்கூட)

(புறநானூறு)

"நல்லது செய்தல் ஆற்றீராயினும்
அல்லது செய்தல் ஓம்புமின்"

(புறநானூறு)

ஆற்றீராயினும் என்பதற்கு ஆற்றா விட்டாலும் என்று பொருள். இன்றைய உரை நடை வழக்கில் இவை இல்லை.

(7.) இந்தா

இந்தா என்பது ஓர் இடைச்சொல். இதனை விளியிடைச்சொல் என்றும், குறிப்புமொழி என்றும் கூறுவர் இலக்கண நூலார். இதோ, இதோபார், இங்கே வா, இதைப் பெற்றுக்கொள் எனப் பல பொருளுடையது இந்தச் சொல். ஆடு, மாடு போன்ற பிராணிகளை விரட்டும்போதும் இந்தா என்னும் சொல்லைப் பயன்படுத்துவதைக் காணலாம். "தமிழா! இந்தா! உன் சொத்து" என்ற தலைப்பில் தென்னிந்திய சைவ சித்தாந்த நூற்பதிப்புக் கழகம் ஒரு நூல் வெளியிட்டிருக்கிறது. இதன் ஆசிரியர் எம். ஆர். அடைக்கலசாமி அவர்கள்.

பல பொருள் தரும் இந்தச் சொல் இலக்கிய வாழ்வும் பெற்றுத் திகழ்கிறது.

எடுத்துக்காட்டு :

" '**இந்தா**' வென்றே இயற்கை அன்னை
வானில்
எழில்வாழ்வைச் சித்திரித்த
வண்ணம்தானோ?"

"**இந்தா** குழந்தாய் என்று நகைமுத்துக்கு
ஈந்து போவான் இன்னமும் வாங்கிட"

"அதோ அக் கருங்குயில் கூவியது-ஆயிழை
இதோ தன் தோழியை '**இந்தா**' என்றாள்.
குயிலினும் கோதை குரலே இனிது"

"**இந்தா** உன்றன் எள்ளடை! உண்பாய்!"

(பாரதிதாசன்)

"அரிசி எடைப் பொடி
இயற்கை இறைத்தாள் – **இந்தா**
உன்வரிசை செல்லா
தென்று அழகன் சொன்னான்"

"பெண்வேட்டைப் பரிசு
இந்தா என்று கையில்
பிடித்திருந்த வாளோடு
முதுகில் பாய்ந்தான்"

(வாணிதாசன்)

இந்தா என்பது முன்னிலையில் மட்டுமே வரும். இது முன்னிலை ஒருமை, இந்தாரும், இந்தாருங்கள் என்பன இதன் பன்மை வடிவங்கள். இவை முன்னிலை வினை முற்றுப் போலத் தோன்றினாலும், முக்கால வினைமுற்று வடிவங்கள் இவற்றிற்கு இல்லை. ஏனெனில், இவை குறிப்பு மொழிகள்.

(8.) தோறும்

தோறும் என்னும் சொல் பெயர்களோடு சேர்ந்து அவற்றின் பன்மைப் பொருளை உணர்த்தும். அப்போது இது ஒவ்வொரு அல்லது எல்லாம் என்னும் பொருள் தரும்.

எடுத்துக்காட்டு :

"**வீடுதோறும்** கலையின் விளக்கம்
வீதிதோறும் இரண்டொரு பள்ளி"

(பாரதியார்)

"சிமிழ்க்காத கண்ணோடு **தெருக்கள்தோறும்**
சிற்றூர்கள் மற்றுமுள இடத்திலெல்லாம்"

(பாரதிதாசன்)

உரைநடையிலும் இவ்வாறே.

எடுத்துக்காட்டு :

1) இயற்கை படியும் **இடந்தோறும்** அழகெனும் முருகன் எழுந்தருள்வான்.
2) வள்ளலாருக்கு **ஆண்டுதோறும்** விழா நடத்துவதுமட்டும் போதாது. அவருடைய கருத்துக்களை **நாள்தோறும்** நம் மனத்தில் பதிய வைக்க வேண்டும்.

தொடர் செயலைப் புலப்படுத்தச் செய்யும் என்னும் வாய்பாட்டுப் பெயரெச்சத்துடன் சேர்ந்து வரும், தோறும் என்னும் சொல்.

எடுத்துக்காட்டு :

"**நவில்தொறும்** நூல்நயம் போலும்
பயில்தொறும்
பண்புடை யாளர் தொடர்பு"

(குறள்)

நவில்தொறும், பயில்தொறும் என்பன அவ்வாறு அமைந்தவை. இவை முறையே **நவிலுந்தொறும் பயிலுந்தொறும்** என விரியும். **தொறும், தோறும்** என்பன ஒரு பொருட் சொற்கள். தொறும் என்பது இலக்கிய வழக்கில் மட்டும் காணப்படுகிறது. தோறும் என்பதே இன்று இலக்கிய வழக்கிலும் உலக வழக்கிலும் பெரும் பான்மையாக உள்ளது. நவிலுந்தோறும் பயிலுந்தோறும் என்பன **படிக்குந்தோறும், பழகுந்தோறும்** என்னும் பொருள் தருகின்றன. இவற்றை முறையே படிக்கப் படிக்க, பழகப்பழக என்றும் சொல்லலாம்.

"**படிக்கப் படிக்க** நெஞ்சிலினிக்கும்
பருவ மென்ற காவியம்
பார்க்கப் பார்க்க வளருமே
காதலின்ப ஓவியம்"

(பட்டுக்கோட்டையார்)

படிக்கப் படிக்க, பார்க்கப் பார்க்க என்று அடுக்கி வரும் வினையெச்சங்கள் படிக்குந் தோறும், பார்க்குந்தோறும் என்று பொருள் தருகின்றன. அகர ஈற்று வினையெச்சங்கள் இரட்டித்து நிற்கும் போது மட்டுமே இந்தப் பொருளில் அமையும்.

எடுத்துக்காட்டு :

"**எண்ண எண்ண** இனிக்குது
ஏதோதோ நினைக்குது"

(கண்ணதாசன்)

எண்ண எண்ண என்பதும் அத்தகையதே.

தோறும் என்னும் சொல் சேர்ந்து வருவது இன்று எழுத்து வழக்கில் மட்டுமே உள்ளது. அதுவும் பெரும்பான்மை என்று சொல்ல முடியாது. பேச்சு வழக்கில் இது இல்லை என்றே சொல்லலாம். அதற்குப் பதிலாகப் பெயருக்கு முன் ஒவ்வொரு என்னும் சொல் வருகின்றது. வினையாயின், அகர ஈற்று வினையெச்சம் அடுக்கி வருகிறது.

எடுத்துக்காட்டு :

''நாடுதோறும் – ஒவ்வொரு நாடும்
சொல்லுந்தோறும் – சொல்லச் சொல்ல

(9.) ஏனையவை

அந்தோ, ஐயோ, சீச்சீ, என்னே போன்ற – உணர்ச்சிகளைக் காட்டும் – சொற்களும், வேற்றுமை உருபுகளும், உவம உருபுகளும், சுட்டுக்களும் வினாக்களும், அசையாகவும் சாரியையாகவும் நிற்கும் சொற்களும், காலமும் இடமும் உணர்த்தும் மேல் கீழ், முன்பின் போன்ற சொற்களும், சற்று, இனி, வரை முதலிய சொற்களும் இவை போன்ற பிறவும் இடைச் சொற்களாகும். இவை எழுத்தியலிலும் புணரியலிலும் விளக்கப்பட்டுள்ளன.

வேற்றுமை உருபும், தான் என்னும் இடைச் சொல்லும், பல பொருள் தரும் ஏ என்னும் இடைச்சொல்லும் சொல்லியலில் *(அத்தியாயம் 5, 14)* விளக்கப்பட்டுள்ளன.)

குறிப்பிடைச் சொற்கள்

சோவென, கோவென, கடகடென, நறுநறுவென முதலியன ஒலிக்குறிப்புப் பொருளை உணர்த்தும் சொற்கள்.

எடுத்துக்காட்டு :

1) கோவலன் கொலையுண்ட செய்தி கேட்டுக் கண்ணகி **கோவென்று** கதறினாள்.

2) மழை **சோவென்று** பெய்தது.

3) பள்ளி முடிந்ததும் மாணவர்கள் மாடிப் படிகளில் **திடுதிடுவென** இறங்கினார்கள்.

4) அவன் **நறுநறுவெனப்** பல்லைக் கடித்தான்.

5) அருவி நீர் **சலசலவென்று** ஓடிக்கொண்டிருக்கிறது.

ஒளி, மிருதுத்தன்மை போன்றவற்றை உணர்த்தும் சொற்களும் குறிப்பிடைச் சொற்களே.

எடுத்துக்காட்டு :

1) தரை **வழவழப்பாக** இருக்கிறது.

2) கண்ணாடி **பளபளவென** மின்னுகிறது.

விரைவு, அச்சம் முதலிய உணர்ச்சிகளைப் புலப்படுத்தும் குறிப்பிடைச் சொற்களும் உண்டு.

எடுத்துக்காட்டு :

''மென்மலர்க் கரத்தாலே – சென்று
மீட்டனள் **வெடுக்கெனத்** தாட்டிகத்தால்''
(பாரதிதாசன்)

வெடுக்கென என்பது விரைவுக்குறிப்பு உணர்த்தும் சொல். திடீரெனத் தோன்றலையும், கடுமையையும்கூட உணர்த்தும்.

''**திடுதிப்பென்று** விருந்தினர் வந்ததால்
கையும் ஓடவில்லை; காலும் ஓடவில்லை''

திடுதிப்பென்று என்னும் சொல் எதிர்பாராத நிலையைக் காட்டுகிறது.

''அவர்கள் **மளமளவென்று** வேலையைச் செய்தார்கள்.''

மளமளவென்று என்னும் சொல் விரைவுக் குறிப்பாகும்.

இந்தக் குறிப்பிடைச் சொற்களில் பல இரட்டைக் கிளவிகளாக இருத்தலையும் நோக்குக. *(புணரியலில் அத். 49-இல் இரட்டைக்கிளவி என்னும் பகுதியையும் காண்க)*

■■■

24
உரிச்சொல்

புணரியலில் உரிச்சொல் தொடர் பற்றிய பகுதியில் (பக்கம்-195) உரிச்சொல் பற்றி விரிவாக விளக்கப்பட்டுள்ளது. இலக்கியத்திலும், குறிப்பாகக் கவிதையிலுமே இது மிகுதியாக வழங்கி வருகிறது. இன்றைய கவிதையில் சால, உறு, தவ, நனி, கழி, மா, தட என்னும் உரிச் சொற்களில் எல்லாம் வழங்குவதாகச் சொல்ல முடியாது. இவற்றுள் **சால, மா** போன்ற சொற்கள் இன்றைய உரை நடையிலும் கவிதையிலும் வழங்குகின்றன. இன்று பெருவழக்காக உள்ளது **மா** என்னும் சொல்லே.

எடுத்துக்காட்டு :

1) நேற்று நடைபெற்ற **மா**பெரும் கூட்டத்திலே அறிஞர் பலர் உரையாற்றினர்.
2) **மா**பெரும் ஊர்வலம் நடைபெற்றது.
3) மகாத்மா காந்தி ஒரு **மா**மனிதர்.
4) ஐன்ஸ்டீன் ஒரு **மா**மேதை.
5) செங்குட்டுவன் ஒரு **மா**வீரன்.

மாபெரும், மாமனிதர், மாமேதை, மாவீரன் போன்ற தொடர்களில் நிற்கும் **மா** உரிச்சொல். இது இன்றைய வழக்கில் பெரும் பான்மையாக உள்ளது.

எடுத்துக்காட்டு :

மாநகர்	மாமன்னர்
மாமன்றம்	மாதவம்
மாமறை	மாகவிஞர்
மாநிலம்	மாபாதகம்

இத்தகைய தொடர்கள் அன்றும் இன்றும் இலக்கிய வழக்கில் இடம்பெற்றுள்ளன.

எடுத்துக்காட்டு :

"**மா**மழை போற்றுதும் **மா**மழை
 போற்றுதும்"
(சிலம்பு)

"**மா**மலையிலுள்ள மருந்தே பிணிதீர்க்கும்"
(மூதுரை)

"வன்ன **மா**மலர் முகமதின் இணையடி
 வருடி"
(உமறுப்புலவர்)

"எம்மாதவரும் தொழுதேத்த
 எழிலார் கமலத் தெழுந்தோனே!"
(கவிமணி)

"**மா**பெரும் வீரர் மானம் காப்போர்
 சரித்திரம் தனிலே நிற்கின்றார்"
(கண்ணதாசன்)

"இந்த **மா**நிலத்தைப் பாராய் மகனே"
(பட்டுக்கோட்டையார்)

இந்த **மா** என்னும் சொல்லை இலக்கண நூலார் சிலர் உரிச்சொல் பட்டியலில் சேர்த்துள்ளனர்; சிலர் சேர்க்கவில்லை. எவ்வாறாயினும் ஆகுக. இந்தச் சொல் இன்று பெருவாரியாக வழக்கில் இருப்பதால், அதன் பயன்பாட்டை அறிந்துகொள்வது அவசிய மாகும்.

சால என்னும் சொல் இன்றைய உரை நடையில் அரிதாகவே காணப்படுகிறது. மேலும், இந்தச் சொல் பெரும்பாலும் சிறந்தது, பொருந்தும் போன்ற சொற்களுடனேயே சேர்ந்து வருகின்றது.

எடுத்துக்காட்டு :

1) கலைமகளைப் பாரதியார் போற்றும் முறை **சால**ச் சிறந்ததாகும்.
2) இயற்கவியும், இன்னிசையும், கவின் மிகு ஓவியமும் சிற்பமும் அறிவுத் தெய்வம் உறையும் இடங்களாகும் என்பது **சால**வும் பொருத்தமானதன்றோ?
3) தமிழ்நாட்டிலே கடற்கரை நகரங்கள் பல உண்டு. அவற்றுள்ளே **சால**ச் சிறந்தது சென்னை மாநகரம்.
4) வள்ளுவர் கருத்துக்கள் இன்றைக்கும் **சால**ப் பொருந்துகின்றன.

25
வாக்கியம்

சொல் தொடர்

எழுத்துகளால் சொல்லும் சொற்களால் தொடரும் அமைகின்றன. தனித்து நின்று முழுமையான கருத்தைத் தெரிவிக்கும் தொடரை முற்றுத் தொடர் அல்லது வாக்கியம் என்று சொல்கிறோம்.

வாக்கியத்திற்கு இரண்டு கூறுகள் அடிப்படையானவை. ஒன்று எழுவாய், மற்றொன்று பயனிலை. வாக்கியம் அல்லது முற்றுத் தொடருக்கும் ஏனைய தொடர்களுக்கும் உள்ள வேறுபாடு இது தான்.

1) கலை யழகு வாய்ந்த ஓவியம்.
2) கலை யழகு வாய்ந்தது ஓவியம்

இந்த இரு தொடர்களுக்கும் உள்ள வேறுபாடு என்ன? முதல் தொடர் முற்றுப் பெறாதது. இரண்டாவது தொடர் முற்றுப் பெற்றது.

கலையழகு வாய்ந்த ஓவியம் என்னும் தொடரில் எழுவாயும் இல்லை; பயனிலையும் இல்லை. இதனைச் சிறிது மாற்றி,

கலையழகு வாய்ந்தது ஓவியம்

என்று சொன்னால், அது முற்றுப்பெற்ற தொடராக வாக்கியமாக மாறிவிடுகிறது. வாய்ந்த என்னும் பெயரெச்சம் வாய்ந்தது என்னும் வினை முற்றாக மாறியிருக்கிறது. இந்த வினை முற்றே இந்த வாக்கியம் முழுமை பெறக் காரணமாகிறது.

கலையழகு வாயந்தது ஓவியம்
ஓவியம் கலையழகு வாய்ந்தது

இப்படி இரண்டு விதமாகவும் சொல்லலாம். எப்படிச் சொன்னாலும் இந்த வாக்கியத்தை முடிக்கும் சொல் - இதை நிறைவான வாக்கியம் ஆக்கும் சொல் - வாய்ந்தது என்னும் வினைமுற்றே. சொல் நிற்கும் இடம்தான் மாறியிருக்கிறதே தவிர, வாக்கியத்தை முடிக்கும் அதன் பணி மாறவில்லை. இந்தச் சொல் இல்லாமல் அது முழு வாக்கியமாக அமையாது.

பயனிலை

இவ்வாறு வாக்கியத்தை முழுமை பெறச் செய்யும் சொல் பயனிலை எனப்படும். தெரிநிலை வினை முதல் ஏவல் வினை வரையுள்ள எல்லா வினைமுற்றுக்களும் பயனிலையாக அமையும்.

எடுத்துக்காட்டு :

1) தமிழனுடைய வீரத்திற்குத் தக்க சான்று இருக்கிறது.
2) பாட்டிலே எளிமையும் இனிமையும் மட்டுமன்றி, எழுச்சியும் கலந்திருக்கிறது.
3) நாம் நம் தாய்த் தமிழைக் காப்போம்.
4) கவிமணி அவர்கள் தம் உள்ளக் கருத்தை வெளிப்படுத்துகிறார்.
5) பாரதிதாசன் தரும் இலக்கியச்சுவையை இலக்கணம் கற்காமலே நாம் உணர முடியும்.
6) இலக்கணக் கட்டுப்பாட்டுக்குப் பயப்படாமல் பாடு.
7) எழுவாய் பயனிலை கற்பிக்கும் வாய்ப்பு எனக்கு ஒரு நாள் கிடைத்தது.
8) வெவ்வேறு வகையான விடைகள் வந்தன.
9) மறைமலையடிகளார் எழுதிய நூல்களைக் கற்றேன்.
10) உண்மை மேலும் விளங்கிற்று.

வினைச் சொல் பற்றிய அத்தியாயத்தில் பல வகை வினைச் சொற்களும் கொடுக்கப் பட்டுள்ளன. மேற்காணும் வாக்கியங்களில் பயனிலைகளாக அமைந்திருப்பவை அவற்றுள் சில. ஏனைய வினைமுற்றுக்களும் இவ்வாறே பயனிலையாக வரும். ஐம்பால் மூவிடங் களுக்கும் முக்காலங்களுக்கும் உரிய

எல்லா வினைமுற்றுக்களும் இவற்றுள் அடங்கும்.

உரை நடையில் மட்டுமன்று; கவிதையிலும் இதே நிலைதான்.

எடுத்துக்காட்டு :

''இளந் தமிழா! உன்னைக் காண
இன்ப(ம்) மிகவும் பெருகுது!
இது வரைக்கும் எனக்கிருந்த
துன்பம் சற்றுக் குறையுது!
வளந் திகழ்ந்த வடிவினோடும்
வலிமை பேசி வந்தனை
வறுமை மிக்க அடிமை நீங்க
வந்த ஊக்கம் கண்டு நான்
தளர்ந் திருந்த சோகம் விட்டுத்
தைரியம் கொண்டே னடா!
தமிழர் நாட்டின் மேன்மை மீளத்
தக்க காலம் வந்ததே!
குளிர்ந்த என்றன் உள்ளம் போலக்
குறை விலாது நின்று நீ
குற்றமற்ற சேவை செய்து
கொற்ற மோங்கி வாழ்குவாய்!''

(நாமக்கல் கவிஞர்)

பெயர்ப் பயனிலை

பெயர்ச் சொற்கள் பயனிலையாக அமையும் இடங்களும் உண்டு.

எடுத்துக்காட்டு :

1) ''இயற்கை பல அழகிய வடிவங்களாய்க் காட்சியளிக்கிறது. அக்காட்சியை மறுப்பவர் யார்? இயற்கையைக் கூர்த்த மதியால் ஆராய ஆராய அதன் உள்ளுறை ஒன்று உணர்வில் உறுகிறது. இயற்கை உடல்; அதன் உள்ளுறை உயிர்; அந்த உயிரே முருகு; முருகனும் அதுவே. இந்த உடலையும், உயிரையும் உலகம் ஆராய்ந்த வண்ணம் இருக்கிறது. அவரவர் ஆராய்ச்சியிற் போந்த உண்மைகளும் பலப் பல. இன்னும் ஆராய்ச்சி வளர்ந்து வருகிறது. முருகின் இயல்புகளை உணர்ந்த புலவர் பலர். அவர்களுள் பழையவர் நக்கீரனார்.

2) ஒவ்வோர் உயிரிடத்தும் முனைப்பு உண்டு. இதை நிகழ்ச்சியில் உணர்கிறோம். முனைப்பால் விளைவது நன்மையா? தீமையா? தீமை என்பது வெள்ளிடை மலை.

3) மக்கள் அனைவரும் இசைக் கலைஞரா? மக்கள் ஒலியெல்லாம் இசையா?

4) முருகன் எவன்? முருகையுடையவன் முருகன். முருகு என்பது எது? முருகு என்பது பல பொருள் குறிக்கும் ஒரு சொல். அழியா அழகு என்பதே அதன் பொருள். அழியா அழகில் மனமும், இளமையும், இறைமையும் கலந்து நிற்றல் இயல்பு.

பெயர்ப் பலனிலை அமைந்த தொடர்களைக் கவிதையிலும் காணலாம்.

எடுத்துக்காட்டு :

''மலர்க்காடு பசியடக்கும் நல்லுணவு;
பூத்த
மலர்பாடும் தேன் வண்டு செவிக்குணவு;
பாய்ந்தே
இலைதழுவி வருதென்றல் உடற்கின்பம்;
தோகை
மயிலினத்தின் பெருநடமோ
இருவிழிக்குத்தேனாம்!''

(வாணிதாசன்)

''நெற்சேர உழுது பூழுது பயன் விளைக்கும்
நிறையுழைப்புத் தோள்களெல்லாம்
எவரின் தோள்கள்?''

''கற்பிளந்து மலைபிளந்து கனிகள் வெட்டிக்
கருவியெலாம் செய்துதந்த கைதான்
யார் கை?''

''பொற்றுகளைக் கடல் முத்தை மணிக்
குலத்தைப்
போயெடுக்க அடக்கிய மூச்சு
எவரின் மூச்சு?''

(பாரதிதாசன்)

பெயர்ப் பயனிலை என்று சொல்லும் போது அது எதைக் குறிக்கிறது? அது எல்லாப் பெயர்களையும் குறிக்கிறது. பெயர்ச்சொல் பற்றிய அத்தியாயத்தில் கூறப்பட்ட பெயர் வகைகள் யாவும் பெயர்ப் பயனிலையாக அமையும்.

எழுவாய்

ஒரு வாக்கியத்தின் முக்கிய கூறுகள் எழுவாயும் பயனிலையும் என்று முன்பே குறிப்பிட்டோம். வாக்கியத்தை நிறைவாக்கும் சொல் பயனிலை என்று கண்டோம். எழுவாயைக் கண்டுபிடிப்பது எப்படி? **கலையழகு வாயந்தது ஓவியம்** என்னும் வாக்கியத்தைப் பார்ப்போம். இந்த வாக்கியத்தின் பயனிலை வாய்ந்தது என்பது நமக்குத் தெரியும். இதைக் கொண்டுதான் எழுவாயை அறிய வேண்டும்.

'எது கலையழகு வாய்ந்தது?' என்று கேட்டால், ஓவியம் என்னும் விடை கிடைக்கும். எனவே ஓவியம் எழுவாய். வாக்கியத்தை முடிக்கும் சொல்லாகிய பயனிலையுடன் யார், எது, எவை என்னும் வினாக்களைச் சேர்த்துக் கேட்கும்போது கிடைக்கும் விடை எழுவாயாகும். எனவே, முழுமை பெற்ற வாக்கியத்தில் எழுவாய், பயனிலை இரண்டும் இருக்கும். இந்த இரண்டும் இல்லாவிட்டால், அது முழுமையான வாக்கியமாகாது. அதாவது, அது சொற்களாலான முற்றுப் பெறாத தொடராகவே இருக்கும்.

கலையழகு வாய்ந்த ஓவியம் என்பது இவ்வாறு அமைந்த தொடர். அதாவது, முற்றுப் பெறாத தொடர்.

'தமிழனுடைய வீரத்திற்குத் தக்க சான்று இருக்கிறது' என்னும் வாக்கியத்தில் **பயனிலை இருக்கிறது** என்பது, **எது இருக்கிறது** என்று கேட்டால் **சான்று இருக்கிறது** என்ற விடை கிடைக்கும். எனவே, இந்த வாக்கியத்தின் **எழுவாய் சான்று** என்பது.

பாட்டிலே எளிமையும் இனிமையும் மட்டுமன்றி, எழுச்சியும் கலந்திருக்கிறது.

இந்த வாக்கியத்தின் **பயனிலை கலந்திருக்கிறது** என்பது. **எது கலந்திருக்கிறது** என்னும் கேள்விக்குக் கிடைக்கும் பதில் **எழுச்சி** என்பது. எனவே, இந்த வாக்கியத்தின் **எழுவாய் எழுச்சி** என்று சொல்கிறோம். **நாம் நம் தாய்த்தமிழைக் காப்போம்** என்னும் வாக்கியத்தின் பயனிலை **காப்போம்** என்பது, **யார் காப்போம்** என்னும் வினாவிற்கு விடையாக அமையும் **நாம்** என்பது எழுவாயாகும்.

சற்று முன்பு எடுத்துக்காட்டிய வாக்கியங்களில் சில இவை. இவ்வாறே மற்ற வாக்கியங்களுக்கும் **பயனிலையோடு யார், எது, எவை** என்னும் வினாக்களில் பொருத்தமான ஒன்றைச் சேர்த்துக் கேட்கும்போது எழுவாய் எது என்று அறியலாம்.

பெயர்ப் பயனிலைகளோடும் யார், எது, எவை என்னும் கேள்விகளைச் சேர்த்துக் கேட்டால் எழுவாய் விடையாகக் கிடைக்கும்.

மேற்காணும் பகுதியில், அக்காட்சியை மறுப்பவர் யார்? என்பது பெயர்ப் பயனிலை கொண்ட வாக்கியம். இதில் **'யார்'** என்னும் வினா பெயர்ப் பயனிலையாக அமைந்திருக்கிறது. இதனுடன் **யார்** என்னும் வினாவைச் சேர்த்து, **யார் யார்?** என்று கேட்டால், வருகின்ற விடை **மறுப்பவர் யார்?** என்பது.

இயற்கை உடல் என்னும் வாக்கியத்தை நோக்குக. இங்கே பயனிலையாக அமைந்திருப்பது உடல் என்னும் பெயர். **எது உடல்?** என்று கேட்டால், **இயற்கை உடல்** என்னும் விடை கிடைக்கும்.

இவ்வாறே மற்ற வாக்கியங்களுக்கும் எழுவாய் காண முடியும்.

எழுவாய் பயனிலை இயைபு

எழுவாயும் பயனிலையும் திணை, பால்,எண், இடம் ஆகிய நான்கிலும் ஒத்திருக்க வேண்டும்.

மாதவி ஆடலும் பாடலும்
கற்றுத் தேர்ந்தாள்.

என்னும் வாக்கியத்தை நோக்குக. இந்த வாக்கியத்தில் **மாதவி எழுவாய், கற்றுத் தேர்ந்தாள்** பயனிலை. இந்த இரண்டுமே **உயர்திணை, பெண்பால், ஒருமை எண், படர்க்கை இடம்.**

கோவலன் கண்ணகியின் கணவன்

இந்த வாக்கியத்தில் **கோவலன் எழுவாய், கணவன்** பெயர்ப் **பயனிலை**. இந்த இரண்டுமே **உயர்திணை, ஆண் பால், ஒருமை எண், படர்க்கை இடம்.**

எழுவாயும் பயனிலையும் திணை, பால், எண், இடம் ஆகிய நான்கிலும் ஒத்திருக்க

வேண்டும் என்பதை அடுத்த பக்கத்தில் உள்ள அட்டவணை தெளிவாகக் காட்டுகிறது. இந்த அட்டவணையில் இறந்த கால வினை முற்றுக்களே பயனிலையாக வந்துள்ளன. நிகழ்கால வினைமுற்றுக்களுக்கும் இது பொருந்தும். எதிர்கால வினைமுற்றுக்களில் அஃறிணை ஒருமை பன்மை இரண்டுக்கும் பயனிலையாகிய வினைமுற்று ஒன்றாகவே இருக்கிறது.

எடுத்துக்காட்டு :

1) அது வரும்
2) அவை வரும்

எதிர்காலப் பயனிலை மட்டுமே அஃறிணையில் இவ்வாறு அமையும்.

பயனிலையாக எதிர்மறை வினைமுற்று

எதிர்மறை வினைமுற்றுக்கள் பயனிலை யாக அமையும் போது, திணை, பால் முதலிய வேறுபாடு காட்டாமல், ஐம்பால் மூவிடங் களுக்கும் பொதுவாக அமைகின்றன. (வினை வகைகள் என்னும் அத்தியாயத்தில் எதிர்மறை பற்றிய பகுதியில் கொடுக்கப்பட்டுள்ள அட்டவணையைக் காண்க.)

உடன்பாட்டுவினை எதிர்காலத்தில் அமையும்போது அஃறிணை ஒருமைக்கும் பன்மைக்கும் ஒன்றாக இருப்பதை முன்பு கண்டோம். எதிர்மறை வினைமுற்றோ அதற்கு மாறாக அமைகிறது. இது எதிர்காலத்தைக் குறிக்கும்போது ஒருமை வினை வேறாகவும் பன்மை வினை வேறாகவும் அமைகின்றன.

எடுத்துக்காட்டு :

1) அது வாராது.
2) அவை வாரா.
3) மீன் நிலத்தில் வாழாது.
4) மீன்கள் நிலத்தில் வாழா.
5) வறுமையுற்ற நாட்டில் கலை வளராது.
6) வறுமையுற்ற நாட்டில் கலைகள் வளரா.
7) நாட்டுப்பற்று உடையவர்கள் உள்ள நாடு தாழ்நிலை அடையாது.
8) நாட்டுப்பற்று உடையவர்கள் உள்ள நாடுகள் தாழ்நிலை அடையா.
9) பருவம் மாறாது. பருவங்கள் மாறா.
10) எது செல்லாது? எவை செல்லா.

எதிர்கால எதிர்மறை வினைகளின் ஒருமை பன்மை வேறுபாட்டை நினைவிற்கொள்வது மிகவும் அவசியமாகும். ஏனெனில், இங்கே தான் பெரும்பாலும் பிழைகள் நேர்கின்றன.

இறந்தகால, நிகழ்கால உடன்பாட்டு வினைகள் ஒருமைக்கு வேறாகவும் பன்மைக்கு வேறாகவும் அமையும் என்பதை முன்பே பார்த்தோம், அதனை மீண்டும் நினைவு படுத்திக்கொள்வோம். ஏனென்றால், இங்கேதான் பலரும் பிழை செய்கின்றனர். உயர்திணையில் ஒருமை பன்மை வேறுபாடு உணர்ந்து எல்லோரும் சரியாகவே பேசு கிறோம், எழுதுகிறோம். ஆனால், அஃறிணை யில்தான் இதைப் பலரும் மறந்து விடுகின்ற னர். வாக்கியத்தில் எழுவாய் ஒருமையாக இருந்தால், பயனிலைக்கும் ஒருமை வினைமுற்றையும், எழுவாய் பன்மையாக இருந்தால், பயனிலைக்கும் பன்மை வினை முற்றையும் பயன்படுத்த வேண்டும்.

எடுத்துக்காட்டு :

1) பறவை பறந்தது.
2) பறவைகள் பறந்தன.
3) பறவை பறக்கின்றது.
4) பறவைகள் பறக்கின்றன.
5) காடு அழிந்தது.
6) காடுகள் அழிந்தன.
7) காடு அழிகிறது.
8) காடுகள் அழிகின்றன.
9) மரம் வளர்ந்தது.
10) மரங்கள் வளர்ந்தன.
11) மரம் வளர்கிறது.
12) மரங்கள் வளர்கின்றன.
13) தொழில் பெருகியது.
14) தொழில்கள் பெருகின.
15) தொழில் பெருகுகிறது.
16) தொழில்கள் பெருகுகின்றன.

எழுவாய்	திணை	பால்	எண்	இடம்	பயனிலை
அவன் →	உயர்திணை	ஆண்பால்	ஒருமை	படர்க்கை	← வந்தான்
அவள் →	உயர்திணை	பெண்பால்	ஒருமை	படர்க்கை	← வந்தாள்
அவர் →	உயர்திணை	பலர்பால்	பன்மை	படர்க்கை	← வந்தார்
அவர்கள் →	உயர்திணை	பலர்பால்	பன்மை	படர்க்கை	← வந்தார்கள்
அது →	அஃறிணை	ஒன்றன்பால்	ஒருமை	படர்க்கை	← வந்தது
அவை(கள்) →	அஃறிணை	பலவின்பால்	பன்மை	படர்க்கை	← வந்தன
நான் →	–	–	ஒருமை	தன்மை	← வந்தேன்
நாங்கள் →	–	–	பன்மை	தன்மை	← வந்தோம்
நாம் →	–	–	பன்மை	தன்மை	← வந்தோம்
நீ →	–	–	ஒருமை	முன்னிலை	← வந்தாய்
நீர் →	–	–	பன்மை	முன்னிலை	← வந்தீர்
நீங்கள் →	–	–	பன்மை	முன்னிலை	← வந்தீர்கள்

குறிப்பு : அவர், அவர்கள், நீர், நீங்கள் ஆகியவை ஒருவரைக் குறிக்கும் மரியாதைப் பன்மையாகவும் அமையும்.

ஒருமை பன்மை வேறுபாடு உணர்ந்து நாம் பயன்படுத்தும்போது தான் எழுவாயும் பயனிலையும் ஒத்திருக்கும்; வாக்கிய அமைதியும் கெடாது.

குறிப்பு வினை பயனிலையாக அமையும் போதும் எழுவாயும் பயனிலையும் ஒரே எண்ணாக இருக்க வேண்டும்.

எடுத்துக்காட்டு :

1) **அது நல்லது.**
அவை நல்லவை.

2) **எது இனியது?**
எவை இனியவை?

3) **மரம் பெரியது?**
மரங்கள் பெரியவை.

4) **செடி சிறியது.**
செடிகள் சிறியவை.

5) **களவு கொடியது.**
கொலையும் களவும் கொடியவை.

6) **இது அரியது.**
இவை அரியவை.

7) **இந்தச் சொல் எளியது.**
இந்தச் சொற்கள் எளியவை.

பெயர்ச் சொல் பயனிலையாக அமையும் போதும் எழுவாயும் பயனிலையும் திணை, பால், எண், இடம் ஆகிய நான்கிலும் இயைந்து செல்ல வேண்டும்.

எடுத்துக்காட்டு :

1) **திருக்குறள் மிக உயர்ந்த அறநூல்.**

2) **இவை ஐம்பெருங் காப்பியங்கள்.**

3) **மாமல்லபுரத்திலுள்ள பஞ்ச பாண்டவர் தேர்கள் என்று கூறப்படுபவை ஒற்றைக் கற்கோயில்களே.**

4) **தொல்காப்பியம் இடைச்சங்க காலத்தில் தோன்றிய இலக்கண நூல்.**

5) **மனப்பக்குவமே உண்மையான பண்பாடு.**

6) **அன்பு, நாண், ஒப்புரவு, கண்ணோட்டம், வாய்மை ஆகியவற்றில் சிறந்திருத்தலே சான்றாண்மைக்கு அடிப்படை.**

7) **மேற்குத் தொடர் மலையிலுள்ள குடகு நாடு காவிரியின் பிறப்பிடம்.**

8) **கல்வியறிவால் உண்டாகும் நன்மைகள் பல.**

9) **முன்னேற்றத்திற்குத் தடையாக இருப் பவை யாவை?**

10) **வாய்மை எனப்படுவது யாது?**

இந்த வாக்கியங்களில் பெயர்ச்சொற்கள் பயனிலையாக நிற்கின்றன. இந்தப் பயனிலை யோடு எது, அல்லது எவை என்னும் சொல்லைச் சேர்த்துக் கேட்டால் கிடைக்கும் விடையே எழுவாய், **திருக்குறள் மிக உயர்ந்த அறநூல்** என்பது முதல் வாக்கியம். *'எது மிக உயர்ந்த அறநூல்?'* என்று கேட்டால் **'திருக்குறள்'** என்னும் விடை கிடைக்கும். எனவே, திருக்குறள் எழுவாய். திருக்குறள் என்னும் எழுவாயும், அறநூல் என்னும் பயனிலையும் ஒரே எண்ணில், அதாவது ஒருமையில் அமைந்திருப்பதை நோக்குக.

மாமல்லபுரத்திலுள்ள பஞ்சபாண்டவர்
தேர்கள் என்று கூறப்படுபவை
ஒற்றைக்கற் கோயில்களே

என்பது இரண்டாவது வாக்கியம். **ஒற்றைக் கற்கோயில்களே** என்பது இந்த வாக்கியத்தின் பயனிலை. **'எவை ஒற்றைக் கற்கோயில் கள்?'** என்னும் கேள்விக்கு **மாமல்லபுரத் திலுள்ள பஞ்சபாண்டவர் தேர்கள் என்று கூறப்படுபவை** என்னும் விடை கிடைக்கும். எனவே, இது எழுவாய். எழுவாய், பயனிலை இரண்டும் பன்மையில் அமைந்திருப்பதை நோக்குக. இதே போல மற்ற வாக்கியங் களிலும் எழுவாயும் பயனிலையும் ஒரே எண்ணில் அமைந்திருப்பதைக் காண்க.

இப்போது ஆறாவது வாக்கியத்தை நோக்குக.

அன்பு, நாண், ஒப்புரவு, கண்ணோட்டம், வாய்மை ஆகியவற்றில் சிறந்திருத்தலே சான்றாண்மைக்கு அடிப்படை.

சான்றாண்மைக்கு அடிப்படை என்பது இந்த வாக்கியத்தின் பயனிலை. இது ஒருமையில் அமைந்திருக்கிறது. எனவே, இதனுடன் எது என்னும் வினாவைச் சேர்த்து, **எது சான்றாண்மைக்கு அடிப்படை?** என்று கேட்கும் போது, அன்பு, நாண், ஒப்புரவு, கண்ணோட்டம், வாய்மை ஆகியவற்றில் சிறந்திருத்தல் என்னும் விடை சிறிது மயக்கம்

தரலாம். அதாவது பன்மைபோல் தோன்றலாம். இத்தகைய மயக்கமும் பிழைக்குக் காரணமாக அமைகிறது. எது எழுவாய் என்பதைத் தெளிவாக உணர்ந்தால் மயக்கத்திற்கு இடமிருக்காது. பிழையும் நேராது. இந்த வாக்கியத்தில் **சிறந்திருத்தல்** என்பதே எழுவாய். அதற்கு முன்னால் நிற்கும் சொற்கள் இந்த எழுவாய்க்கு விளக்கமாக அமைந்திருக்கின்றன.

கீழ்க்காணும் வாக்கியங்களை நோக்குக :

1) அந்த ஊரிலுள்ள கோயில்கள் சோழர் காலக் கட்டடக் கலையின் பெருமையைப் பறைசாற்றும் **சின்னங்கள்.**

2) இது இந்த வட்டாரத்திலுள்ள கோயில்களில் மிகப் பெரிய கோயில்.

முதல் வாக்கியத்தில் சின்னங்கள் பயனிலை. எவை சின்னங்கள் என்று கேட்டால் கோயில்கள் என்ற விடை கிடைக்கும். எனவே கோயில்கள் எழுவாய்.

கோயில்கள் என்னும் எழுவாய்க்கு முன்னால் உள்ள சொற்கள் கோயில்கள் என்னும் எழுவாயை விளக்க வந்தவை. அதே போலச் **சின்னங்கள்** என்னும் பயனிலைக்கு முன்னால் நிற்கும் சொற்கள் பயனிலையை விளக்க வந்தவை.

இரண்டாவது வாக்கியத்தில் மிகப் பெரிய கோயில் என்பது பயனிலை. எது மிகப் பெரிய கோயில் என்று கேட்டால் **இது** என்னும் விடை கிடைக்கும்.

எனவே, **இது** என்பது எழுவாய். பயனிலைக்கு முன்னால் நிற்கும் சொற்கள் பயனிலையின் தன்மையை விளக்குகின்றன.

முதல் வாக்கியத்தில் எழுவாயும் பயனிலையும் பன்மையிலும், இரண்டாவது வாக்கியத்தில் அவை ஒருமையிலும் அமைந்திருக்கின்றன. இந்த வாக்கியங்களில் எழுவாயும் பயனிலையும் எண்ணில் மட்டு மன்று; திணை, பால், இடம் ஆகியவற்றிலும் ஒத்திருப்பதை நோக்குக. எழுவாயும் பயனிலையும் எண்ணில் ஒத்திருக்கும்போது, மற்ற மூன்றிலும் - திணை, பால், இடம் ஆகியவற்றிலும் - ஒத்திருத்தல் இயல்பு.

எது எழுவாய்?

வாக்கியத்தின் எழுவாய் காண்பதில் நமக்கு மயக்கம் தரும் இடமும் உண்டு. இந்தப் பாடலை நோக்குக :

"பிறநாட்டு நல்லறிஞர் சாத்திரங்கள்
தமிழ்மொழியிற் பெயர்த்தல் வேண்டும்;
இறவாத புகழுடைய புதுநூல்கள்
தமிழ்மொழியில் இயற்றல் வேண்டும்;
மறைவாக நமக்குள்ளே பழங்கதைகள்
சொல்வதிலோர் மகிமை இல்லை;
திறமான புலமையெனில் வெளிநாட்டார்
அதை வணக்கம் செய்தல் வேண்டும்''

இந்தப் பாடலில் நிற்கும் பெயர்த்தல் வேண்டும், இயற்றல் வேண்டும், செய்தல் வேண்டும் என்னும் தொடர்களில் வேண்டும் என்பது மட்டும் பயனிலையா, அல்லது அதற்கு முன் நிற்கும் தொழிற்பெயரும் சேர்ந்து பயனிலையாகிறதா என்பதே நம் முன் நிற்கும் கேள்வி. கவிதையில் மட்டுமன்று; உரைநடையிலும் இத்தகைய வாக்கியங்கள் அமைவதுண்டு.

எடுத்துக்காட்டு :

1) தொல்காப்பியர் காலம் ஐயாயிரம் ஆண்டுகளுக்கு முன்னர் **இருத்தல் வேண்டும்.**

2) தமிழர்கள் மலைநிலத்தில் வாழ்ந்த வேளையில் அவர்கள் முருகன் வழி பாட்டைத் தொடங்கிப் பயிற்சி பெற்றிருத்தல் வேண்டும்.

3) உள்ளம் மட்டும் இயற்கை முதல் மீது படிந்து கிடத்தல் வேண்டும்.

4) தொடக்கத்தில் சிறு முயற்சி செய்தல் வேண்டும்.

நம்முடைய கேள்விக்குப் பதில் காண்பதற்கு முன்பு டாக்டர். மு. வரதராசனர் அவர்கள் இது பற்றிக் கூறும் விளக்கத்தைப் பார்ப்போம்.

"எழுவாய் பயனிலை கற்பிக்கும் வாய்ப்பு எனக்கு ஒரு நாள் கிடைத்தது.' 'அவருடைய புகழை எவராலும் சொல்ல முடியாது' என்பது வாக்கியம். மாணவரைக் கேட்டேன். வெவ்வேறு வகையான விடைகள் வந்தன. எல்லாம் தவறே. 'முடியாது - எது' என்று கேள்வி கேட்குமாறு வழிகாட்டினேன்''

அப்போதும் பலரும் திகைத்தனர். ஒருவன் எழுந்து 'சொல்வது - எழுவாய்' என்றான். 'வாக்கியத்தில் இல்லையே' என்றேன் மற்றொருவன் 'தோன்றா எழுவாய்' என்றான். 'தோன்றா எழுவாயினைச் சேர்த்துப் படித்தால், வாக்கியம் நிரம்ப வேண்டும், இது மிகையாகின்றது. ஆகையால் தோன்றா எழுவாய் ஆகாது. 'சொல்ல' என்பதை எழுவாயாகக் கொள்ள வேண்டும் என்று கற்பித்தேன். இன்னொரு மாணவன் எழுந்தான். 'சொல்ல – வினையெச்சம் என்று சொல்லிக் கொடுத்தீர்கள்' என்றான். மற்றொருவன் எழுந்து ஏதோ கேட்க முயன்று வாளா அமர்ந்தான். இன்னொருவன், 'பெயர்ச் சொல்தானே எழுவாயாக வரும்? வினை யெச்சம் எழுவாயாகுமா?' என்று கேட்டான்.

''மாணவர் மூளையை எண்ணி வியந்தேன். இது போன்ற வாக்கியம் என் ஆறாம் வகுப்புக் கல்வி முதற்கொண்டே என் உள்ளத்தைக் கலக்கித் தெளிவித்திருப்பதால் அன்று மாணவர் உள்ளம் கொள்ளுமாறு விளக்க முடிந்தது.

''என் உயர்நிலைப் பள்ளிக் கல்வி முடிந்த பின்பு, திரு.வி. கல்யாணசுந்தரனாரின் உரை நடை கற்கும் வாய்ப்பு எனக்குக் கிடைத்தது.

''தீண்டாமைப் பேய் இந்நாட்டினின்றும் **ஒழிதல் வேண்டும்;** சாதி வேற்றுமை என்னும் தொற்று நோய் **தொலைதல் வேண்டும்.** பெண்ணடிமை ஒழிந்து பண்டைத் தமிழ் நாட்டிற்போல் பெண்ணுரிமை **ஓங்கல் வேண்டும்''** என்பன போன்ற வாக்கியங்கள் என் நினைவில் பதிந்தன. 'ஒழிய வேண்டும்', 'தொலைய வேண்டும்', 'ஓங்க வேண்டும்' என்று பிறர் எழுதும் இடங்களில், 'ஒழிதல் வேண்டும்', 'தொலைதல் வேண்டும்', 'ஓங்கல் வேண்டும்' என்று திரு.வி.க. எழுது வதைக் கூர்ந்து ஆய்ந்தேன். வினையெச்சம் என்று யான் கருதியவற்றை அவர் தொழிற் பெயர் ஆக்கி எழுதியிருத்தல் கண்டேன்.

பின்னர், மறைமலையடிகளார் எழுதிய நூல்களைக் கற்றேன்; உண்மை மேலும் விளங்கிற்று. திருக்குறள் பரிமேலழகர் உரை கற்றேன்; உண்மை தெளிவாயிற்று. சங்க இலக்கியங்களைக் கற்கும் வாய்ப்பு, பின்னர் ஏற்பட்டது. ஐயங்கள் அனைத்தும் பறந் தொழிந்தன.

''ஆதலின், மாணவரிடம் 'சொல்ல' என்பது தொழிற்பெயர் என்றும், 'சொல்லல் என்பதன் ஈறு சிதைந்தது என்றும், பாண்டிய நாடு என்பது பாண்டி நாடு என்று ஆனாற்போல், 'சொல்லல் வேண்டும்' என்பது சொல்ல வேண்டும்' என்று ஆவது மரூஉ எனக் கொள்ள வேண்டும் என்றும் விளக்கினேன்.''

இப்படி விளக்கிய டாக்டர் மு.வ. அவர்கள் இந்த முடிவை உறுதிப்படுத்த வேறு சில எடுத்துக்காட்டுக்களையும் தருகிறார்.

''மொழியியல் என்பது மேனாட்டவர் சென்ற நூற்றாண்டில் வளர்க்கத் தலைப்பட்ட தோர் உயர்ந்த அறிவியல் துறை. அத்துறையில் யான் முதன் முதலாகக் கேட்டுக் கண்டு கற்ற நூல் கால்டுவெல் பெரியார் எழுதிய ஒப்பிலக்கணமாகும். அது மேலும் பல நூல் களைக் கற்கத் தூண்டியது. அவற்றுள், 'ஆறு மொழிகளில் சொற்றொடரிலக்கணம் (syntax in six Languages) என்பது ஒன்று. அதனுள் தொழிற்பெயர் நிலையில் உள்ள சொல் எச்ச வடிவிற்கு மாறுவதைப் பற்றிய ஆராய்ச்சி உள்ளது. தொழிற்பெயர் அவ்வாறு எச்சமாக மாறுதல் லத்தீன் மொழியில் காணப்படுகிறது என்றும், ஜெர்மனி மொழியிலும் அது உள்ளது என்றும் பிரஞ்சு மொழியில் அது வினை யெச்சமாக மாறிய பின்னும் எழுவாயாகவும் செயப்படு பொருளாகவும் அமைதல் உண்டு என்றும், ஆராய்ந்து எழுதியுள்ளார். ஒரு நாள் சென்னை டிராம் வண்டி ஒன்றில், சுற்றிலும் எழுதப்பட்டுள்ளவற்றைப் பார்த்து வந்தேன். **நிற்பது கூடாது** என்ற தொடர் தெரிந்தது. மற்ற எழுத்துகள் நெடியவர் ஒருவர் தலையால் மறைந்திருந்தன.

அவர் திரும்பி அசைந்தார். 'பிரயாணிகள் டிரைவர் பிளாட்பாரத்தில் நிற்பது கூடாது' என்று முழுமையும் தெரிந்தது. மேற்கூறிய இலக்கண நினைவுகள் எல்லாம் வந்தன.

''நிற்கக் கூடாது என்று பேச்சு வழக்கில் உள்ளதை நிற்பது கூடாது என்று தொழிற் பெயர் வாய்பாட்டால் எழுதியவர் போற்றத் தக்கவரே. முன்னது எளியது என்பதும், பின்னது அரியது என்பதும் உண்மையே. ஆயினும், 'நிற்க' என்னும் பேச்சுச் சொல்லை 'நிற்பது' என்று திருத்திய அவர் நோக்கம் தான் யாதோ? யாதாயினும் ஆகுக. அவர் 'வினை

யெச்சம் எழுவாயாகுமா' என்றும், 'தொழிற் பெயர் இவ்வாறு சிதைந்ததோ' என்றும் ஐயுறும் இலக்கணக் கல்வி பெற்றிலராயினும் ஆகுக. இவ்வாறு எழுதிய அவர் மூளை தமிழ் வடிவினது; அவருடைய தாய்மொழி தமிழ் என்று துணிந்து கூறலாம்.''

டாக்டர் மு.வ. அவர்களின் செய்ய வேண்டும், சொல்ல முடியாது, நிற்கக் கூடாது போன்ற தொடர்கள் பற்றிய ஆராய்ச்சி நமக்கு எதை உணர்த்துகிறது? இரண்டு விஷயங்களை நாம் இதிலிருந்து தெரிந்து கொள்கிறோம்.

செய்தல் வேண்டும்
சொல்லல் முடியாது.
நிற்றல் கூடாது.

போன்ற தொடர்களில் முதலில் நிற்கும் தொழிற்பெயராகிய செய்தல், சொல்லல், நிற்றல் முதலியன எழுவாயாக அமையும் என்பது ஒன்று. மற்றொன்று, எழுவாயாக நிற்கும் தொழிற்பெயர் திரிந்து வினையெச்ச வடிவிலும் அமையலாம் என்பது.

நாம் தொடக்கத்தில் குறிப்பிட்ட பாரதியார் பாடலில் நிற்கும் 'பெயர்த்தல் வேண்டும்', 'இயற்றல் வேண்டும்', 'செய்தல் வேண்டும்', என்னும் தொடர்களில் முதலில் நிற்கும் தொழிற்பெயர் எழுவாய் என்பதும், அடுத்து நிற்கும் 'வேண்டும்' என்னும் சொல் பயனிலை என்பதும் இப்போது தெளிவாகிற தல்லவா?

இந்த வாக்கியங்களைக் கவனியுங்கள் :-

1) 'அழகு எப்படி இருக்கிறது' என்று கேட்டால் அதைச் சொல்லால் சொல்ல இயலாது.

2) அழகின் இருப்பை எங்ஙனம் மறுக்கக் கூடும்?

3) இயற்கைத் துணையால் இளமையைக் காக்க முயல வேண்டும்.

4) அந்தச் சொல்வழக்கு இந்நாளையது என்று எவராலும் வரையறுத்துக் கூற இயலாது.

5) இந்த விரிந்த ஆராய்ச்சியில் இப்போது நுழைய வேண்டாம்.

6) முதல் முதல் மலையிடை வாழ்வு துவங்கிய மக்கள், காய் கறிகளைப் பசுமையாகவே உண்டிருக்க வேண்டும்.

7) மக்களினத்தில் கடவுள் அறிவு அரும்பிய காலத்திலேயே 'முருகு' என்னும் சொல் வழக்குத் தோன்றியிருக்க வேண்டும்.

8) புலன்களை ஒடுக்கி அழிக்கக் கூடாது. அவற்றைத் தூய்மைப்படுத்த வேண்டும்.

9) புலன்களை நன்னெறியில் திருப்பும் நோக்கத்துடனேயே பெரியோர்கள் 'புலன்களை அடக்க வேண்டும்; ஒடுக்க வேண்டும்' என்று கூறினர்.

10) 'அர்ச்சனை பாட்டேயாகும்' என்று தமிழ்க் கடவுள் தமிழ்ப்பாட்டையே விழைந்து நிற்கிறது என்பதை நாம் உணர வேண்டும்.

இந்த வாக்கியங்களில் முதல் வாக்கியத்தைப் பாருங்கள். '' 'அழகு எப்படி இருக்கிறது. என்று கேட்டால் அதைச் சொல்லால் சொல்ல இயலாது'' என்பது முதல் வாக்கியம். இந்த வாக்கியத்தில் நிற்கும் 'சொல்ல இயலாது' என்பதைச் 'சொல்லல் இயலாது' என்று அமைத்தாலும் பொருள் மாறாதிருப்பதை நோக்குக.'' 'அழகு எப்படி இருக்கிறது' என்று கேட்டால், அதைச் சொல்லால் சொல்லல் இயலாது'' என்று அமையும் போதும் வாக்கியத்தின் பொருள் மாறவில்லை. 'சொல்லல் இயலாது' என்பதே இங்கே ஈறு சிதைந்து சொல்ல இயலாது என்று நிற்கிறது. இவ்வாறே மற்ற வாக்கியங் களிலும் தொழிற்பெயர் ஈறுகெட்டு வினை யெச்ச வடிவில் அமைகிறது. இவற்றை மீண்டும் தொழிற்பெயர் வடிவில் அமைக்கும் போதும் இவற்றின் பொருள் மாறுவதில்லை.

மறுக்கக் கூடும் → மறுத்தல் கூடும்
முயல வேண்டும் → முயலல் வேண்டும்
கூற இயலாது → கூறல் இயலாது
நுழைய வேண்டாம் → நுழைதல் வேண்டாம்
உண்டிருக்க வேண்டும் → உண்டிருத்தல் வேண்டும்
தோன்றியிருக்க வேண்டும் →
    தோன்றியிருத்தல் வேண்டும்.
தூய்மைப்படுத்த வேண்டும் → தூய்மைப்படுத்தல் வேண்டும்
அடக்க வேண்டும் → அடக்கல் வேண்டும்
ஒடுக்க வேண்டும் → ஒடுக்கல் வேண்டும்
உணர வேண்டும் → உணரல் வேண்டும்

இப்போது எடுத்துக்காட்டிய வாக்கியங்களில் நிற்கும் வினையெச்ச வடிவங்களைத் தொழிற்பெயராக்கி அந்த வாக்கியங்களில் அமைத்துப் பார்த்தால் தெளிவு உண்டாகும்.

இந்தத் தொடர்களில் **வேண்டும்** என்பது தொடரை முடிக்கும் சொல்லாக நிற்கிறது. இதே போல, **வேண்டாம், கூடாது** போன்ற சொற்கள் அமையும்போதும், அவற்றிற்கு முன் நிற்கும் வினையெச்சம் தொழிற்பெயராக மாறி, எழுவாயாக அமையும்.

எடுத்துக்காட்டு :

''பொய் **சொல்லக் கூடாது** பாப்பா –
என்றும்
புறஞ் **சொல்ல லாகாது** பாப்பா''

(பாரதியார்)

பொய் சொல்லக் கூடாது என்னும் தொடரில் நிற்கும் **சொல்லக் கூடாது** என்பது நாம் சற்று முன்பு பார்த்த தொடர்களைப் போன்றது. **சொல்லல் கூடாது** என்பதே ஈறு சிதைந்து **சொல்லக் கூடாது** என்று நிற்கிறது. **புறஞ் சொல்லலாகாது** என்பது அடுத்த தொடர். இந்தத் தொடரில் தொழிற்பெயர் வடிவம் சிதையாமல் நிற்பதையும் நோக்குக.

இந்தக் கவிதை வரிகளையும் காண்க :

''நாடும் குடிகளும் செல்வமும் - ஒரு
நாழிகைப் போதினிற் சூதினால் - **வெல்லக்
கூடும்** எனிற் பிறி தெண்ணல் ஏன்?

(பாரதியார்)

''கண்கள் இரண்டில் ஒன்று போனால்
காண முடியாதே! – நல் அழகைக்
காண முடியாதே!''

(கண்ணதாசன்)

வெல்லக் கூடும் என்பது **வெல்லல் கூடும்** என்றும், காண முடியாது என்பது **காணல் முடியாது** என்றும் அமையும் போதும் பொருள் மாறாதிருப்பதை அறிக.

இந்த வாக்கியத்தை நோக்குக :

**ஒத்த ஒன்றை ஒத்த ஒன்றுடன்
பொருத்துவது அருமையா?**

இந்த வாக்கியத்தின் பயனிலை அருமையா என்பது. எது அருமையா என்று கேட்டால், பொருத்துவது என்ற பதில் கிடைக்கும். எனவே, பொருத்துவது என்பது எழுவாய். முன்பு நாம் பார்த்த தொழிற்பெயர்கள் போல இது வினையெச்சமாகத் திரியாது. இத்தகைய வடிவில் அமைந்த முற்றுத் தொடர்களைக் கவிதை, உரைநடை இரண்டிலும் காணலாம்.

எடுத்துக்காட்டு (கவிதை) :

''பச்சை விளம்பரம் காணப் – பொருள்
பற்றிக் **கொடுப்பது வீணே!**''

''தாழிட்ட வீட்டினில் நின்று – பூசை
தந்தைக்குச் **செய்வதே நன்று**''

(கண்ணதாசன்)

''பெண்ணடிமை தீருமட்டும்
பேசும் திருநாட்டு

''மண்ணடிமை தீர்ந்து
வருதல் முயற்கொம்பே''

''இழை புரிச் சிற்றிடை அமுதவல்லிக்குள்ள
இன்னல் **மறப்பதுண்டோ?**''

''அன்னவன் பிழையிலனாம் – அதற்கு
அணங்கெனைத் **தண்டித்தல் முறை**''

(பாரதிதாசன்)

''பட்டத்து யானை இது
நரியைப் போல் பதுங்கி இங்கே
பாட்டனே உந்தன் பொறுப்பில்
பலநாள் **இருத்தல் தீது**''

(கலைஞர் மு.க.)

''அமிழ்ந்து பேரிருளாம் அறியாமையில்
அவலமெய்திக் கலையின்றி வாழ்வதை
உமிழ்ந்து தள்ளுதல் பெண்ணற மாகுமாம்''

(பாரதியார்)

''**உள்ளத்தால் உள்ளலும் தீதே** பிறன்
பொருளைக்
கள்ளத்தால் கள்வேம் எனல்''

''எல்லார்க்கும் **நன்றாம் பணிதல்** அவருள்ளும்
செல்வர்க்கே செல்வம் தகைத்து''

''திறனல்ல தற்பிறர் செய்யினும் நோநொந்து
அறனல்ல **செய்யாமை நன்று**''

''அகழ்வாரைத் தாங்கும் நிலம்போலத் தம்மை
இகழ்வார்ப் **பொறுத்தல் தலை**''

''நன்றி **மறப்பது நன்றன்று** நன்றல்லது
அன்றே **மறப்பது நன்று**''

(குறள்)

('எல்லார்க்கும் நன்றாம் பணிதல்' என்பதை 'எல்லார்க்கும் பணிதல் நன்றாம்' என்று மாற்றிக் கொள்க.)

இந்தப் பாடல்களில் நிற்கும் கொடுப்பது, செய்வது, மறப்பது என்னும் தொடர்களும் கொடுத்தல், செய்தல், மறத்தல் என்னும் பொருள் தருவனவாகும்.

எடுத்துக்காட்டு (உரை நடை)

1) இயற்கையோடு இயைந்த வாழ்வு நடத்துதல் நன்று.
2) சொல்லுதல் எளிது; செய்தல் அரிது.
3) மக்களில் உயர்ந்தவர் தாழ்ந்தவர் என்ற நிலை இருத்தல் நல்லதா?
4) அழகிய பொருளால் ஆனந்தம் அடைதல் இயல்பு.
5) எதையும் முடிவு செய்வதற்குமுன் அது பற்றிய எல்லா விவரங்களையும் ஆராய்தல் அவசியமாகும்.
6) பொய் சொல்லுதல் தீது.
7) உண்மை பேசுதல் நன்று.
8) காலையில் நீராடுதலே சிறந்தது.
9) உடற்பயிற்சி செய்தல் இன்றியமையாதது.
10) கற்றலிற் கேட்டலே நன்று.

தோன்றா எழுவாய்

சில நேரங்களில் எழுவாய் மறைந்து நிற்பதும் உண்டு. இதை நாம் தோன்றா எழுவாய் என்று சொல்லுகிறோம். எழுவாய் மறைந்து நிற்கும் வாக்கியங்களில் எழுவாய் இல்லை என்று சொல்ல முடியாது. இருக்கிறது; ஆனால், கண்ணுக்குத் தோன்றாமல் மறைந்து நிற்கிறது. வேற்றுமைத் தொகையில் வேற்றுமை உருபு மறைந்து நிற்பதைப் போன்றதே இதுவும். வேற்றுமைத் தொகையில் உருபைச் சேர்த்து விரியாக அமைக்கும் போதும் பொருந்தி நின்று பொருள் தருவது போலவே, மறைந்து நிற்கும் எழுவாயைச் சேர்த்துப் படிக்கும் போதும் பொருள் மாறாதிருக்க வேண்டும்.

இன்று போய் நாளை வா என்பது அனைவரும் அறிந்த தொடர். இந்தத் தொடரின் பயனிலை வா என்பது. இந்தத் தொடரின் எழுவாய் எது? அது வெளிப் படையாகத் தோன்றவில்லை. தொக்கி அல்லது மறைந்து நிற்கிறது. ஒரு வாக்கியத்திற்கு முக்கிய மானவை எழுவாயும் பயனிலையும் என்பதை முன்பு கண்டோம். எனவே, எழுவாய் இல்லாமல் வாக்கியம் அமைய முடியா தல்லவா? எனவே, அது மறைந்து நிற்கிறது என்று சொல்கிறோம். மறைந்து நிற்கும் எழுவாயை எப்படித் தெரிந்து கொள்வது? எழுவாய் காண நாம் முன்பு பின்பற்றிய முறையைத் தான் இப்போதும் பின்பற்ற வேண்டும். ஆம், பயனிலையைக் கொண்டு தான் எழுவாயைக் கண்டறிய வேண்டும். பயனிலையோடு யார், எது போன்ற வினாக் களில் ஒன்றைச் சேர்த்துக் கேட்டால் எழு வாயை அறியலாம். இந்த வாக்கியத்தைப் பொறுத்த வரையில் நமது பணி மிகவும் எளிது. இங்கே வா என்பது பயனிலை. இது ஏவல் ஒருமை வினைமுற்று. யாரேனும் ஒருவரையோ, ஏதேனும் ஒன்றையோ முன்னி லைப்படுத்திப் பேசும்போதுதான் ஏவல் ஒருமை வினைமுற்று வரும். எனவே, பயனிலை முன்னிலை ஒருமையாக இருக்கும் போது எழுவாயும் முன்னிலை ஒருமை யாகவே இருக்கும் எனவே, இந்த வாக்கியத்தின் எழுவாய் நீ என்பது சொல்லாமலே விளங்கும். எழுவாய் சேர்த்துச் சொல்லும்போது இந்த வாக்கியம்.

நீ இன்று போய் நாளை வா என்றமையும்.

மேலும், பயனிலையைக் கொண்டு பார்க்கும்போது, எழுவாயைத் தெளிவாகக் காணக்கூடிய வகையிலே தான் தோன்றா எழுவாய் வாக்கியங்கள் அமையும். எழுவாய் சேர்க்கும் போதும் அந்த வாக்கியத்தின் பொருளில் எந்த மாற்றமும் நேராது.

எடுத்துக்காட்டு :

1) கதை எழுது (நீ)
2) கவிதை புனை (நீ)
3) எல்லோரும் பாடுங்கள் (நீங்கள்)
4) நாளை வருகிறேன் (நான்)
5) கவிதை படைப்போம் (நாம்/நாங்கள்)
6) நேற்று வந்தார்கள் (அவர்கள்)
7) கலை பயில்வோம் (நாம்/நாங்கள்)
8) எங்கே போனீர்கள்? (நீங்கள்)

9) இங்கே வருவானா? (அவன்)
10) நன்றாக ஆடினாள் (அவள்)
11) மிருகங்களைக் கொன்று தின்றது (அது)
12) வேகமாக ஓடுகின்றன (அவை)

இவை தோன்றா எழுவாய் வாக்கியங்கள். இவற்றில் மறைந்து நிற்கும் எழுவாய்ப் பெயர்கள் அடைப்புக் குறியில் கொடுக்கப் பட்டிருக்கின்றன.

இறந்த கால, நிகழ்கால வாக்கியங்கள் எதிர்மறையில் அமையும்போது தோன்றா எழுவாய் வாக்கியங்களாக அமைவதில்லை. ஏனெனில், அவற்றின் எழுவாயை இடம் நோக்கியே காண வேண்டியிருக்கும். அந்த வாக்கியங்களை மட்டும் கொண்டு எழுவாய் காண்பது இயலாத ஒன்று. எதிர்மறை வாக்கியங்களில் ஐம்பால் மூவிடத்திற்கும் பயனிலை பொதுவாக அமைவதே இதற்குக் காரணம்.

இந்த வாக்கியங்களை நோக்குக :

1) நேற்று வந்தார்கள்
2) நன்றாக ஆடினாள்
3) வேகமாக ஓடுகின்றன

இவை உடன்பாட்டு வாக்கியங்கள். இவற்றின் பயனிலையைக் கொண்டு எழு வாயைக் காண்பது எளிது.

இவற்றை எதிர்மறையில் அமைக்கும் போது இவை முறையே

1) நேற்று வரவில்லை
2) நன்றாக ஆடவில்லை
3) வேகமாக ஓடவில்லை

என்றாகும். பயனிலையாக நிற்கும் இந்த எதிர்மறை வினைமுற்றுக்களுடன் யார், எது, எவை என்னும் கேள்விகளைச் சேர்த்துக் கேட்டால் சரியான விடை கிடைக்காது. இந்த வாக்கியங்கள் அமைந்திருக்கும் சூழலைக் கொண்டு ஒருவாறு விடை காணலாம்.

கற்றறிந்தோர் ஏற்றும் கலித் தொகையைக் கற்றவரிடமும் காண முடியவில்லை; பரிபாடலைப் பார்க்கவே முடியவில்லை.

இந்தத் தொடர்களும் எதிர்மறை வினை முற்றைக் கொண்டு முடிகின்றன. **காண முடியவில்லை, பார்க்கவே முடியவில்லை** என்னும் பயனிலைகளைக் கொண்டு எழுவாயைக் காண்பது எளிதன்று. இடம் நோக்கி இவற்றின் எழுவாயை ஊகித்தறிய லாம். இடம் நோக்கிப் பார்க்கும்போது, இந்தத் தொடர்களில் நாம் என்பது தோன்றா எழுவாயாக நிற்பதை உணரலாம். இங்கே இன்னொன்றையும் நாம் கவனத்தில் கொள்ள வேண்டும்.

இத்தகைய தொடர்களில் எழுவாயைப் பற்றி நாம் அதிகம் கவலைப்பட வேண்டிய தில்லை. ஏனெனில், இங்கே எழுவாய் எது என்று தெரிந்தால்தான் பொருள் புரியும் என்னும் நிலை இல்லை.

எதிர்மறைத் தொடர்கள் மட்டுமல்ல; வேறு பல தொடர்களும் இவ்வாறு அமைகின்றன.

எடுத்துக்காட்டு :

சங்க இலக்கியங்களின் இன்பங்களைச் சொல்லிக் கொண்டிருந்தால் இன்று முழுவதும் சொல்லிக் கொண்டிருக்க லாம். சங்க இலக்கிய நுட்பத்தை – சங்க இலக்கியம் தரும் இன்பத்தை – நமக்கு ஏற்ற எளிய முறையில் அளித்தவர் பாரதிதாசன். அந்தத் துறையில் அவர் நாட்டுக்கும் நமக்கும் செய்துள்ள தொண்டினை மறந்தாலும் மறக்கலாம். ஆனால் மறுக்க முடியாது. பாரதிதாசன் தரும் இலக்கியச் சுவையை அனுப விக்க இலக்கணம் கற்றிருக்க வேண்டியதில்லை. பாரதிதாசன் பாக்களைப் படித்தவுடன், அவை நமது இரத்தத்தோடு இரத்தமாகக் கலக் கின்றன. உணர்ச்சி நரம்புகளிலே ஊறுகிறது.

இப்பொழுது, இந்தப் பகுதியின் முதல் வாக்கியத்தைப் பார்ப்போம்.

சங்க இலக்கியங்களின் இன்பங்களைச் சொல்லிக்கொண்டிருந்தால் இன்று முழுவதும் சொல்லிக்கொண்டிருக்க லாம்.

இந்த வாக்கியம் சொல்லிக்கொண் டிருக்கலாம் என்னும் வினைமுற்றைக் கொண்டு முடிகிறது. அதாவது, இந்த வாக்கியத்தின் பயனிலை சொல்லிக் கொண் டிருக்கலாம் என்பது. இந்தப் பயனிலையைக் கொண்டு முடியும் வாக்கியத்திற்கு எழுவாய்

எதுவாகவும் இருக்கலாம். நான் சொல்லிக் கொண்டிருக்கலாம், நாம் சொல்லிக்கொண் டிருக்கலாம், நீ சொல்லிக்கொண்டிருக்க லாம், நீங்கள் சொல்லிக்கொண்டிருக்கலாம், அவன் சொல்லிக்கொண்டிருக்கலாம், அவள் சொல்லிக்கொண்டிருக்கலாம், அவர் சொல்லிக்கொண்டிருக்கலாம், அவர்கள் சொல்லிக்கொண்டிருக்கலாம், அது சொல் லிக்கொண்டிருக்கலாம், அவை சொல்லிக் கொண்டிருக்கலாம் –

இப்படி மூவிடப் பெயர்களில் எதுவும் பொருந்தும்: இடம் நோக்கியே எது எழுவாய் என்று அறிய வேண்டும்.

> சங்க இலக்கியங்களின் இன்பங்களைச் சொல்லிக்கொண்டிருந்தால் இன்று முழுவதும் சொல்லிக்கொண்டிருக்கலாம்.

என்னும் வாக்கியத்திற்கு இடம் நோக்கிப் பொருள் கொண்டால், இந்த இடத்தில் **'நாம்'** என்னும் சொல் தோன்றா எழுவாயாக நிற்கிறது என்பது தெளிவாகத் தெரிகிறது.

> பாரதிதாசன் நாட்டுக்கும் நமக்கும் செய்துள்ள தொண்டினை மறந்தாலும் **மறக்கலாம்; ஆனால் மறுக்க முடியாது.**

இந்த வாக்கியமும் நாம் சற்று முன்பு பார்த்த வாக்கியத்தைப் போன்றதே. இங்கே இரண்டு முற்றுத்தொடர்கள் நிற்கின்றன; இரண்டும் தோன்றா எழுவாய்த் தொடர்கள். முதல் தொடரின் பயனிலை **மறக்கலாம்** என்பது. இரண்டாவது தொடரின் பயனிலை **மறுக்க முடியாது** என்பது. இந்த இரண்டு தொடர்களிலும் எதையும் எழுவாயாக அமைக்கலாம். ஆனால், இடம் நோக்கிப் பொருள் கொள்ளும்போது, **நாம்** என்னும் எழுவாயே பொருத்தமாக அமைகிறது.

ஏவல் வினை பயனிலையாக நிற்கும் வாக்கியங்களில் எழுவாய் பெரும்பாலும் மறைந்து நின்றே பொருள் தரும். அதாவது, இந்த வாக்கியங்கள் தோன்றா எழுவாய் வாக்கியங்களாகவே இருக்கும்.

சற்று முன்பு எடுத்துக் காட்டிய வாக்கியங் களில் பின்வருபவை, ஏவல் வினைமுற்றைப் பயனிலையாகக் கொண்ட வாக்கியங்கள் :

இன்று போய் நாளை வா
கதை எழுது
கவிதை புனை

ஔவையார், பாரதியார், ஆகியோரின் ஆத்திசூடியில் இத்தகைய வாக்கியங்கள் நிறைய உள்ளன.

எடுத்துக்காட்டு :

1) **அறம் செய விரும்பு**
2) **ஐயம் இட்டு உண்**
3) **ஞயம்பட உரை**
4) **இணக்கம் அறிந்து இணங்கு**
5) **தந்தை தாய்ப் பேண்**
6) **பருவத்தே பயிர் செய்**
7) **இளமையில் கல்**
8) **கடிவது மற**
9) **கீழ்மை அகற்று**
10) **கெடுப்பது ஒழி**

(ஔவையார்)

1) **அச்சம் தவிர்**
2) **உடலினை உறுதி செய்**
3) **ஐம்பொறி ஆட்சிகொள்**
4) **ஓய்தல் ஒழி**
5) **கற்றது ஒழுகு**
6) **குன்றென நிமிர்ந்து நில்**
7) **ஊண்மிக விரும்பு**
8) **ஏறுபோல் நட**
9) **கைத்தொழில் போற்று**
10) **சோதிடந்தனை இகழ்**

(பாரதியார்)

பன்மை ஏவல் வினைமுற்று பயனிலை யாக நிற்கும் வாக்கியங்களும் பெரும்பாலும் தோன்றா எழுவாய் வாக்கியங்களாகவே அமைவதைக் காண்கிறோம்.

இந்தப் பகுதியை நோக்குங்கள் :

''முருகனுக்கு ஏராளமான கோயில்கள் இருக்கின்றன. அவனுக்கு இனிப் புதிய கோயில்கள் கட்டுதல் வேண்டா; எங்கும் நிறைந்துள்ள அவனுக்கு எக்கோயிலும் வேண்டா. அவன் செந்நெறியை வளர்க்கக் கழகங்கள் **காணுங்கள்;** கல்லூரி **அமையுங்கள்;** அறநிலையம் **நிறுவுங்கள்;** திருப்புகழைப் பொருளுணர்ந்து **ஓதுங்கள்;**

இயற்கையில் உள்ள அவன் அழகை நூல்களாக **எழுதுங்கள்;** பாட்டாகப் **பாடுங்கள்;** போலி ஞானம் பேசி முருகனிடத்துள்ள அன்பை - நம்பிக்கையை - மன உறுதியைக் **கெடுத்துக் கொள்ளா தேயுங்கள்;** முருகன் பெயரால் பிணியை ஓட்ட **முயலுங்கள்;** உறுதிக் கொள்கையை **வளருங்கள்; நோன்பிருங்கள்;** பெண்ணைப் போற்றி இல்லறம் **நடத்துங்கள்;** முருகன் திருவருளால் பிணி, மூப்பு, சாக்காடு எனும் கட்டுகளை **அறுத்துக்கொள்ளுங்கள்;** கொள்ளின் இயற்கை மணமும், மாறா இளமையும், அழியா அழகும், கடவுள் தன்மையும் உங்கள் பால் பொலியும்; பொலியும்.''

(திரு.வி.க.)

இந்தப் பகுதியில் நிற்கும் **காணுங்கள், அமையுங்கள், நிறுவுங்கள்** முதலியன ஏவல் பன்மை வினைமுற்றுக்கள். இவை இந்தத் தொடர்களில் பயனிலையாக அமைந்திருக் கின்றன. இந்தத் தொடர்களின் எழுவாய் **நீங்கள்** என்பது. அது தோன்றா எழுவாயாக நிற்கிறது. பயனிலையாகிய வினைமுற்றைக் கேட்ட மாத்திரத்திலே அதன் எழுவாயை நாம் உணர முடிகிறது.

எதிர்மறை ஏவல் வினையைப் பயனிலை யாகக் கொண்ட தொடர்களும் பெரும்பாலும் தோன்றா எழுவாய்த் தொடர்களாகவே அமைகின்றன.

எடுத்துக்காட்டு :

1) **தீயதை எண்ணாதே**
2) **தீயதைப் பேசாதே**
3) **தீயதைச் செய்யாதே**
4) **மூட நம்பிக்கை கொள்ளாதே**
5) **உயிர்களைக் கொல்லாதே**

இந்தத் தொடர்களில் நீ என்னும் எழுவாய் மறைந்து நிற்கிறது.

பழைய ஆத்திசூடி, புதிய ஆத்திசூடி இரண்டிலுமே இத்தகைய தொடர்கள் நிறைய உண்டு.

எடுத்துக்காட்டு :

1) இயல்வது **கரவேல்**
2) ஈவது **விலக்கேல்**
3) உடையது **விளம்பேல்**
4) ஊக்கமது **கைவிடேல்**
5) எண்ணெழுத்து **இகழேல்**
6) ஓதுவது **ஒழியேல்**
7) கண்டொன்று **சொல்லேல்**
8) நன்றி **மறவேல்**
9) வஞ்சகம் **பேசேல்**
10) சூது **விரும்பேல்**

(ஔவையார்)

1) ஆண்மை **தவறேல்**
2) கீழோர்க்கு **அஞ்சேல்**
3) ஏமலிபோல் **வாழேல்**
4) தோல்வியிற் **கலங்கேல்**
5) நோற்பது **கைவிடேல்**

(பாரதியார்)

கரவேல், விலக்கேல், விளம்பேல், கைவிடேல் முதலியவற்றிற்கு முறையே கரவாதே, விலக்காதே, விளம்பாதே, கைவிடாதே என்று பொருள். (கரவேல் என்பதற்கு ஒளிக்காதே என்று பொருள்) இந்தத் தொடர்கள் யாவும் தோன்றா எழுவாய்த் தொடர்களாக நிற்பதை நோக்குக.

பன்மையிலும் எதிர்மறை ஏவல்வினை முற்றுக்களைப் பயனிலையாகக் கொண்ட தொடர்கள் பெரும்பாலும் தோன்றா எழுவாய்த் தொடர்களாக அமைவதைக் காணலாம். சற்று முன்பு குறிப்பிட்ட பகுதியில் நிற்கும் இந்த வாக்கியத்தை நோக்குக.

> ''போலி ஞானம் பேசி முருகனிடத்துள்ள அன்பை – நம்பிக்கையை – மன உறுதி யைக் **கெடுத்துக்கொள்ளாதேயுங்கள்**''

கெடுத்துக்கொள்ளாதேயுங்கள் என்பதற்குக் கெடுத்துக் கொள்ளாதீர்கள் என்று பொருள். இது எதிர்மறை ஏவல் பன்மை வினைமுற்று. இது தோன்றா எழுவாய்த் தொடர். நீங்கள் என்னும் எழுவாய் தொக்கி நிற்கிறது. எழுத்து, பேச்சு இரண்டிலும் இத்தகைய தொடர்களை மிகுதியாகக் காணலாம். மரியாதைப் பன்மைக்கும் இது பொருந்தும்.

எடுத்துக்காட்டு :

1) இங்கே **வராதீர்கள்**
2) அங்கே **போகாதீர்கள்**
3) கூச்சல் **போடாதீர்கள்**
4) உயிர்களைக் **கொல்லாதீர்கள்**

5) யாருக்கும் தீங்கு நினைக்காதீர்கள்
6) எவ்வுயிருக்கும் துன்பம் செய்யாதீர்கள்
7) பேராசை கொள்ளாதீர்
8) நடந்ததை எண்ணி வருந்தாதீர்
9) நன்மை செய்ய மறவாதீர்
10) உள்ளொன்று வைத்துப் புறமொன்று பேசாதீர்

இந்தப் பகுதியைக் கவனியுங்கள் :

''கவிதாரசத்துடனே அவை கல்லூரி மாணவர்களின் நெஞ்சில் நஞ்சைப் பாய்ச்சுகின்றன. அதனால் தான் நமது புரட்சிக்கவி அவற்றை வெட்டு என்கிறார்; வாளைக் கூராக்கு என்கிறார்; படி இல்லாத குளத்திற்குப் படி கட்டு என்கிறார்; குன்று இல்லாத இடத்திலே செய்குன்றாவது செய் என்கிறார்; கூனாதே, நிமிர்ந்து நட என்கிறார், மேகத்திலிருக்கும் நிலவொளி வெளியே வரட்டும் என்கிறார்; அந்த லோகத்தைப் பற்றிப் பாடாதே; இந்த லோகத்தைப் பற்றிப் பாடு என்கிறார். இலக்கணக் கட்டுப்பாட்டுக்குப் பயப்படாமல் பாடு என்கிறார்; அதனால்தான் அவரைப் புரட்சிக் கவி என்றழைக்கிறோம்; உயிர்க் கவி, உண்மைக் கவி என்றழைக்கிறோம்''.

இந்தப் பகுதியிலே உள்ள வாக்கியங்களில் பெரும்பாலானவை தோன்றா எழுவாய் வாக்கியங்கள்.

இந்த வாக்கியங்கள் ஒவ்வொன்றிலும் வாக்கியத்துள் வாக்கியமாக இன்னொரு வாக்கியம் அமைந்திருக்கிறது. இந்த இரண்டுமே தோன்றா எழுவாய் வாக்கியங்களாக அமைந்திருப்பதுதான் இந்த வாக்கியங்களின் தனித்தன்மை என்று சொல்லலாம். அத்தகைய வாக்கியங்களில் ஒன்று, 'நிமிர்ந்து நட என்கிறார்' என்பது. இந்த வாக்கியத்தின் பயனிலை 'என்கிறார்' என்பது. எனவே, இந்த வாக்கியத்தில் மறைந்து நிற்கும் எழுவாய் 'அவர்' என்பது. எழுவாய் சேர்க்கும் போது, இது, 'அவர்' 'நிமிர்ந்து நட' என்கிறார்' என்று அமையும். இந்த வாக்கியத்தினுள் வாக்கியமாக நிற்பது 'நிமிர்ந்து நட' என்பது. இந்த வாக்கியத்தில் தோன்றா எழுவாயாக நிற்பது 'நீ' என்னும் முன்னிலைப் பெயர். 'நீ' 'நிமிர்ந்து நட' என்பது முழு வாக்கியம்.

இதே போல் அமைந்த மற்ற வாக்கியங்களையும் கவனியுங்கள் :

'வாளைக் கூராக்கு' என்கிறார்.

'படி இல்லாத குளத்திற்குப் படி கட்டு' என்கிறார்.

'குன்று இல்லாத இடத்திலே செய் குன்றாவது செய்' என்கிறார்.

'அந்த லோகத்தைப் பற்றிப் பாடாதே; இந்த லோகத்தைப் பற்றிப் பாடு' என்கிறார்.

'இலக்கணக் கட்டுப்பாட்டுக்குப் பயப் படாமல் பாடு' என்கிறார்.

இந்த வாக்கியங்கள் ஒவ்வொன்றிலும் வாக்கியத்துள் வாக்கியமாக இன்னொரு வாக்கியம் அமைந்திருப்பதையும், இந்த இரண்டுமே, தோன்றா எழுவாய் வாக்கியங்களாக அமைந்திருப்பதையும் நோக்குக. முழு வாக்கியத்தின் தோன்றா எழுவாய் அவர் என்பது. உள்வாக்கியத்தின் தோன்றா எழுவாய் நீ என்பது. 'நிமிர்ந்து நட' என்கிறார், என்னும் வாக்கியத்தைப் போன்றவையே இவையும் உள்வாக்கியத்தின் பயனிலை ஏவல், வினை என்பதும் குறிப்பிடத்தக்கது.

தோன்றா எழுவாய்த் தொடர்கள் கவிதையிலும் நிறைய உண்டு.

எடுத்துக்காட்டு :

'' . . . . வஞ்சி அது கேட்டே

'அன்னியர்கள் பேசுவதில்
அன்பைச் செலுத்துங்கள்
கன்னத்தை மாத்திரம்
என்கையிற் கொடுங்கள்' என்றாள்.

''இனி அந்தச் சத்தத்தில்
எண்ணம் செலுத்தாதீர்''

''ஏனிங்கு நின்றீர்?
எடுத்து வருவீர் மலையை''

''அம்மலையை ஓர் நொடியில்
தூக்கி வந்து ஐயாவே
உம்எதிரில் வைக்கின்றேன்.''

''என்றன் உயிருக்கே எமனாக வாய்த்தாயே!
உன்றன் உயிரைத்தான் காப்பாற்றிக்
கொண்டாயா?''
(பாரதிதாசன்)

''ஊருக்கு நல்லது சொல்வேன் – எனக்கு
உண்மை தெரிந்தது சொல்வேன்''

''ஆதர வுற்றிங்கு வாழ்வோம் – தொழில்
ஆயிரம் மாண்புறச் செய்வோம்''

''பெண்க ளறிவை வளர்த்தால் – வையம்
பேதமை யற்றிடும் காணீர்''

''இடம்பெரி துண்டு வையத்தில் – இதில்
ஏதுக்குச் சண்டைகள் செய்வீர்?''

''அந்தப் பொருளை அவனிக்
குரைத்திடுவேன்
விந்தைக் குரலுக்கு, மேதினியீர்,
என்செய்கேன்!''

''காதலை வேண்டிக் கரைகின்றேன்,
இல்லையெனில்
சாதலை வேண்டித் தவிக்கின்றேன்'
என்றதுவால்''

''நாலு புறமும் எனை நண்பர்வந்து
சூழ்ந்துநின்றார்
'ஏனடா மூர்ச்சையுற்றாய்? எங்கு சென்றாய்?
ஏது செய்தாய்

வானம் வெளிறுமுன்னே வைகறையிலே
தனித்துச் சென்றனை என்கின்றார் அச்
செய்தி என்னே? ஊணின்றி நின்ற
தென்னே? என்று தெரித்துவிட்டார்
கேள்விகளை''
(பாரதியார்)

''துன்பங்களைச் சோதனையாய்க்
கொள்ளுவோம் – அந்தச்
சோதனையை நம்பிக்கையால் வெல்லுவோம்''

''கண்கொடுத்துக் கண்ணெடுத்தான்
கடவுளே – அவனைக்
கண்ணில்லாமல் காணுகிறோம் உலகிலே''

''அரும்புமீசைக் குறும்புக்காரன்
என்று நினைத்தேன் – அவன்
ஆயர்பாடிக் கண்ணனென்று
மனதினில் வைத்தேன்
கரும்பு பெய்த சொல்லமுதைக்
கேட்க மறந்தேன் – இன்று
கண்ணெதிரே கண்டவுடன்
என்னை மறந்தேன்''

''பார்த்தேன், சிரித்தேன்
பக்கத்தில் அழைத்தேன் – அன்று
உனைத் தேன் என நான் நினைத்தேன்
– அந்த
மலைத் தேன் இதுவென மலைத்தேன்''
(கண்ணதாசன்)

''சொந்தமொழிக் கலைகளெல்லாம்
சுருங்கித் தேயப்
பார்த்திருந்தும் சோம்புவதும்
அறிவோ சொல்வீர்?''

''நாதமெனும் பிரமத்தைப் பணிவோம்;
ஆனால்
நாமறியா மொழியில் நமக்கேது நாதம்?''

'''சங்கீதம் பாடுதற்கும் மொழிக்கும் என்ன
சம்பந்தம்?' என்றெவரும் சாதிப்பாரேல்
இங்கேதும் தடையில்லை; ஏற்றுக்
கொள்வோம்;
எல்லாமே தமிழ்ப் பாட்டாய் இருந்தால்
என்ன?''
(நாமக்கல் கவிஞர்)

''தாயே நின் மனக்கவலை ஒழிந்திடத்
தக்கநல் மருந்தளிப்பேன்!
சேயினை எழுப்பிடுவேன்! - விளையாடித்
திரியவும் செய்திடுவேன்!''

''ஊரெலாம் அலைந்தேன்; ஒவ்வொரு
மனையும்
ஏறியிறங்கினேன்; என்குறை
உரைத்தேன்''
(கவிமணி)

''திருமணமாகி ஒரு கணமாகிலும்
திருமுகம் காணாதிருந்தீரே
திரையில் மறைந்து கரந்தனில் முத்தம்
சிந்தியதோடு பிரிந்தீரே!
பெரும்படை வென்று திரும்புவேனென்று
இடும்தடை கடந்து சென்றீரே!
திறம்பட நின்று வரும்பகைகொன்று களந்தனில்
அமைதி கொண்டீரே – என்று

சிரந்தனை மோதி அழுதாளே
தியாக வீரனைத் தொழுதாளே"

(பட்டுக்கோட்டையார்)

இந்தக் கவிதைகளில் நிற்கும் தோன்றா எழுவாய்த் தொடர்களைக் கவனித்தால் ஓர் உண்மை புலப்படும். இந்தத் தொடர்களின் எழுவாய் எது என்பதை யோசிக்காமலே சொல்லிவிடலாம். பெரும்பாலான தோன்றா எழுவாய்த் தொடர்கள் இவ்வாறு அமைந்தவையே.

தோன்றாப் பயனிலை

தோன்றாப் பயனிலை என்பது வியப்பளிக்கிறதா? இது நீங்கள் இது வரை கேட்காத பெயராக இருக்கலாம். எழுவாய் மறைந்து நிற்பது போலவே பயனிலையும் மறைந்து நிற்பதுண்டு. அதனையே தோன்றாப் பயனிலை என்னும் இந்தப் புதிய பெயர் குறிக்கிறது.

இந்த வாக்கியங்களை நோக்குக :

1) ஒரு புறம் செல்வம்; அதனைச் சூழ வறுமை.

2) ஒரு புறம் பளபளப்பான பட்டினங்கள்; கோடியிலே வறுமை நெளியும் சேரிப் புறங்கள்.

3) ஒரு புறம் அறநெறி நிலையங்கள்; பிறிதொருபுறம் சுரண்டல்காரர், சூதுமதியினர், பதுக்கல்காரர், கள்ளச் சந்தையினர்.

(அறிஞர் அண்ணா)

இந்த வாக்கியங்கள் முழுமையானவை; பொருள் தெளிவும் உடையவை. ஆனால், இந்த வாக்கியங்களில் ஏதோ ஒன்று மறைந்திருக்கிறது. அது என்ன?

ஒரு புறம் செல்வம் என்பது முதல் வாக்கியம். ஒரு புறம் செல்வம் என்பது ஏழாம் வேற்றுமைத் தொகை. ஒரு புறத்தில் செல்வம் என இது விரியும். இதை ஒரு முழு வாக்கியமாகக் கொண்டால் ஒரு புறம் செல்வம் குவிந்திருக்கிறது என்று அமையும். இங்கே மறைந்திருப்பது குவிந்திருக்கிறது என்னும் வினைமுற்று. குவிந்திருக்கிறது என்பது பயனிலை என்பது நாம் அறிந்ததே. 'எது குவிந்திருக்கிறது'? என்று கேட்டால் 'செல்வம் குவிந்திருக்கிறது' என்னும் விடை கிடைக்கும். எனவே, செல்வம் எழுவாய்.

ஒரு புறம் செல்வம் என்னும் வாக்கியத்தில் பயனிலை மறைந்திருந்தாலும், பொருள் தெளிவுக்கு அது தடையாக அமையவில்லை. மறைந்து நிற்கும் எழுவாயைத் தோன்றா எழுவாய் என்று சொல்வது போல மறைந்து நிற்கும் பயனிலையையும் தோன்றாப் பயனிலை என்று சொல்வது பொருத்தம் அல்லவா?

அதனைச் சூழ வறுமை என்பது அடுத்த வாக்கியம். இங்கேயும் பயனிலை மறைந்திருக்கிறது. பயனிலை சேரும்போது, அதனைச் சூழ வறுமை நிலவுகிறது என்று இது அமையும். பயனிலை மறைந்திருந்தாலும், பொருள் தெளிவு சிறிதும் குன்றாமல் இருப்பதே இந்த வாக்கியங்களின் தனித்தன்மை யாகும்.

ஒரு புறம் பளபளப்பான பட்டினங்கள் என்பது, ஒரு புறம் பளபளப்பான பட்டினங்கள் உள்ளன என்றும் கோடியிலே வறுமை நெளியும் சேரிப்புறங்கள் என்பது, கோடி யிலே வறுமை நெளியும் சேரிப்புறங்கள் உள்ளன என்றும், ஒரு புறம் அற நெறி நிலையங்கள் என்பது, ஒரு புறம் அறநெறி நிலையங்கள் உள்ளன என்றும், பிறிதொரு புறம் சுரண்டல்காரர், சூது மதியினர், பதுக்கல்காரர், கள்ளச் சந்தையினர் என்பது, பிறிதொரு புறம் சுரண்டல்காரரும், சூது மதியினரும், பதுக்கல்காரரும், கள்ளச் சந்தையினரும் உள்ளனர் என்றும் அமையும். சுரண்டல்காரர், சூதுமதியினர், பதுக்கல்காரர், கள்ளச் சந்தையினர் என்பது உம்மைத் தொகை.

இவ்வாறு பயனிலை மறைந்து நிற்கும் தொடர்களை இலக்கிய வழக்கு, உலக வழக்கு இரண்டிலும் காண்கிறோம்.

எடுத்துக்காட்டு :

1) அழகிய தோட்டம்! அங்கே பல வகை மரம் செடி கொடிகள்! அவற்றில் கண்ணைப் பறிக்கும் வண்ண மலர்கள்!

2) சிங்கத்தின் குகையிலே சிறு நரிகள்

3) அறிஞர் அண்ணாவின் வேலைக்காரி நாடகத்திலே ஒரு காட்சி

4) சூடத் தெரியாதவள் கையிலே சொகுசு முல்லை

5) வாழ்க்கை என்னும் பொய்கையிலே விசாரம் என்னும் நஞ்சு கலக்கப்படாத பருவம்

6) வெள்ளிச் செம்பு. அதனுள்ளே கற்கண்டு பொடி போட்டுக் காய்ச்சிய பசும்பால்

7) அகத்திலே அருவிபோல் ஆர்வம், முகத்திலே வீரக்களை, செயலிலே துடிதுடிப்பு

8) மறுபடியும் வெளி நாட்டுக்கா?

9) படைக்கப்பட்ட பொருள் ஒவ்வொன்றும் பயன்படத்தானே?

10) மாயாவாதமும் மனமருட்சியும் எங்க ளிடமா?

பயனிலை மறைந்துநிற்கும் இத்தகைய தொடர்களை இன்றைய சிறுகதை, நாவல், கவிதை ஆகியவற்றிலும், குறிப்பாகப் பேச்சு வழக்கிலும் காணலாம். இந்த மாதிரித் தொடர்களில் மறைந்து நிற்கும் பயனிலையை முன்பே குறிப்பிட்டதுபோல இடம் நோக்கியே முடிவு செய்ய வேண்டும். பயனிலை வினைமுற்றாக இருந்தால், அதன் காலத்தைக் கூடச் சந்தர்ப்ப சூழ்நிலையைக் கொண்டே தீர்மானிக்க வேண்டும். இந்த வாக்கியத்தைப் பாருங்கள் :

அவருக்கு இரண்டு பிள்ளைகள்.

இதன் பயனிலை **இருந்தார்கள்** என்று இறந்த காலத்திலோ, அல்லது **இருக்கிறார்கள்** என்று நிகழ்காலத்திலோ அமையலாம்.

பின்வரும் வாக்கியங்களையும் நோக்குக :

''புலவரே! எப்படி அரண்மனை
அலங்காரம்?''

''நமது அரண்மனைக்குள்ளே
எழுந்தருளியிருக்கிறாளே
திரௌபதியம்மன், **அந்த**
அம்மனுக்கு இன்றைக்குத்
தீமிதித் திருவிழா!''

''ஒரே வழிதான் இருக்கிறது''
என்ன வழி? சொல்லும்''

(கலைஞர் மு.க.வின் ''கண்ணகி; மன்னித்து விடு!'' என்னும் சிறுகதையில் வரும் தொடர்கள்)

செயப்படு பொருள்

ஒரு வாக்கியத்தில் எழுவாயும் பயனிலையும் கட்டாயம் இருக்கும். செயப்படு பொருள் இருக்கலாம்; இல்லாமலும் இருக்கலாம். பயனிலையோடு யாரை அல்லது எதை என்னும் கேள்வியைக் கேட்க முடியும் என்றால்; அந்த வாக்கியத்தில் செயப்படு பொருள் இருக்கும்; இல்லாவிட்டால் கூடச் செயப்படுபொருளை அந்த வாக்கியத்தில் சேர்க்க முடியும். இத்தகைய வினையைச் செயப்படுபொருள் குன்றாவினை என்கிறோம். யாரை அல்லது எதை என்னும் கேள்வியைக் கேட்க முடியாத வினைகளும் உண்டு. அவை செயப்படு பொருள் குன்றிய வினை எனப் படும். வினை வகைகள் பற்றிய அத்தி யாயத்தில் *(18)* செயப்படு பொருள் குன்றா வினை, செயப்படு பொருள் குன்றிய வினை என்னும் பகுதியில் விளக்கம் காண்க.

செயப்பாட்டுவினை

செய்வினையையும் செயப்பாட்டு வினையையும் பற்றி முன்பு பார்த்தோம். செய்வினை வாக்கியத்தில் நிற்கும் செயப்படு பொருள் செயப்பாட்டு வினை வாக்கியத்தில் எழுவாயாக மாறுவதையும் அப்போது கண்டோம்.

(வினைச்சொல் பகுதியில் (18) வினை வகைகள்)

எனவே, செயப்பாட்டு வினை வாக்கியத் தில் செயப்படுபொருள் இருக்காது. இதுவும் செயப்படுபொருள் குன்றிய வினை போன்றதே.

எடுத்துக்காட்டு : (செய்வினை)

1) இளங்கோவடிகள் சிலப்பதிகாரத்தை **இயற்றினார்.**

2) செயங்கொண்டார் கலிங்கத்துப் பரணியை **இயற்றினார்.**

3) **யார்** வானொலியைக் கண்டுபிடித்தார்?

4) **கண்ணன்** கதை எழுதினான்.

5) இந்த இனிய பாடலைப் பாடியவர் யார்?

(செயப்பாட்டு வினை)

1) **சிலப்பதிகாரம்** இளங்கோவடிகளால் **இயற்றப்பட்டது.**

2) கலிங்கத்துப் பரணி செயங்கொண்டாரால் இயற்றப்பட்டது.
3) வானொலி யாரால் கண்டு பிடிக்கப் பட்டது?
4) கண்ணனால் கதை எழுதப்பட்டது.
5) இந்த இனிய பாடல் யாரால் பாடப் பெற்றது?

செய்வினையில் செயப்படுபொருளாக நிற்கும் சொல் செயப்பாட்டு வினையில் எழுவாயாக மாறியிருப்பதைக் காண்க.

எதிர்மறை வாக்கியம்

உடன்பாட்டு வாக்கியங்களுக்குக் கூறிய விதிகள் அனைத்தும் எதிர்மறை வாக்கியங்களுக்கும் பொருந்தும். ஆனால், ஒரு சிறு வேறுபாடு. எதிர்மறை வினை முற்றுக்கள், இறந்தகாலம், நிகழ்காலம் இரண்டிலும், ஐம்பால் மூவிடங்களுக்கும் பொதுவாக அமைவதை முன்பு பார்த்தோம். எனவே, இந்த இரு காலங்களிலும் அமையும் எதிர்மறை வாக்கியங்களில் எழுவாய் மறைந்து நின்றால் அதனை இடம் நோக்கியே உணர வேண்டும்.

வந்தான் என்றால் மறைந்து நிற்கும் எழுவாய் அவன் என்பது தெளிவாகத் தெரிவதுபோல, வரவில்லை என்று மட்டும் சொன்னால் அதன் எழுவாய் எது என்பது தெரியவில்லை.

இத்தகைய தொடர்கள் நிற்கும் சூழலைப் பொறுத்தே எழுவாய் காண முடியும்.

எதிர்மறை வாக்கியங்கள், குறிப்பாக உயர்திணை வாக்கியங்கள், இன்னொரு விதமாகவும் அமைவதுண்டு. அப்போது, அவற்றின் தோன்றா எழுவாய் எது என்பது தெளிவாகப் புலனாகும். திரு.வி.க. போன்ற அறிஞர்களின் நடையிலே இத்தகைய வாக்கியங்களைக் காணலாம்.

எடுத்துக்காட்டு :

1) அன்னார் புலன்களைக் கெடுத்தொழிக்கு மாறு ஒரு போதும் அறிவுறுத்தினாரில்லை.

2) தொல்காப்பியர் காலம் இத்துணை ஆயிரம் ஆண்டுகளுக்கு முன்னர் என்று ஆராய்ச்சியாளர் கூறுகிறாரேயன்றி, ஏறக் குறைய ஆதல் இக்காலம் என்று எவரும் அறுதியிட்டுக் கூறினாரில்லை.

3) புலன்களைத் தீய வழியினின்றும் காத்து, அவற்றை நல்வழிப்படுத்த அப்பர் முயன்றாரேயன்றி, அவற்றை அழித்துத் தாமும் அவற்றுடன் அழிய முயன்றாரில்லை.

(திரு.வி.க.)

4) ஆகாயத் தாமரையைப் பறித்துக் கொடுத்திடும் அற்புதம் அவர் காட்டினாரில்லை.

5) காணும் பொருளுக்குக் காணாப் பொருளை உவமை காட்டி, குருடனைக் கொண்டு குருடனை அழைத்துச் செல்லச் சொன்னாரில்லை.

6) காலை வெயில் என்று கூறினாரில்லை – வெயிலில் காய்ந்தது என்று சொன்னாரில்லை – பசு வெயில் என்கிறார்.

7) இயற்கை வளம் காட்டுவதுடன் நின்றாரில்லை.

(அறிஞர் அண்ணா)

இத்தகைய எதிர்மறை வினைமுற்றுக் களைப் பயனிலையாகக் கொண்ட வாக்கியங் களில் எழுவாய் மறைந்து நிற்குமானால், அதனைக் கண்டறிவது எளிதாகும். இத்தகைய வாக்கியங்கள் இன்று இலக்கிய வழக்கோடு நின்று விட்டன.

எழுவாய், பயனிலை போலவே, ஒரு வாக்கியத்திற்குத் தேவையான வேறு சில சொற்களும் சில சமயங்களில் மறைந்து நிற்கலாம்.

எடுத்துக்காட்டு :

நண்பரைச் சந்தித்துப் பேசிக் கொண்டிருந்தேன்.

இந்த வாக்கியத்தில் பயனிலை பேசிக் கொண்டிருந்தேன் என்பது; நான் என்பது தோன்றா எழுவாய். இந்த வாக்கியத்தில் நிற்கும் நண்பரை என்னும் சொல் இரண்டாம் வேற்றுமை உருபேற்ற சொல். எனவே, இது செயப்படுபொருள். பயனிலையோடு யாரை என்னும் வினாவைச் சேர்த்துக் கேட்டால் செயப்படுபொருள் கிடைக்க வேண்டும். பேசிக்கொண்டிருந்தேன் என்னும் பயனிலை

யோடு யாரை என்னும் கேள்வியைச் சேர்க்க முடியாது.

எனவே, நண்பரை என்னும் செயப்படு பொருள் பேசிக்கொண்டிருந்தேன் என்னும் பயனிலையைத் தழுவி நிற்கவில்லை என்பது புலனாகிறது. வேறு எதைத் தழுவி நிற்கிறது. இந்த வாக்கியத்தை நன்கு கவனித்தால், இது சந்தித்து என்னும் எச்ச வினையைத் தழுவி நிற்பதை உணரலாம். இங்கே இரண்டு கருத்துக்கள் உணர்த்தப்படுகின்றன.

1) **நண்பரைச் சந்தித்தேன்.**

2) **அவரோடு பேசிக் கொண்டிருந்தேன்.**

இந்த இரண்டு வாக்கியங்களையும் சேர்த்து, ஒரு வாக்கியமாக்கும்போது,

நண்பரைச் சந்தித்து, அவரோடு
பேசிக் கொண்டிருந்தேன்.

என்று அமையும்.

'நண்பரைச் சந்தித்துப் பேசிக் கொண் டிருந்தேன்' என்னும் வாக்கியத்தில் 'அவரோடு' என்னும் சொல் இல்லாவிட் டாலும் இந்த வாக்கியம் கருத்தைத் தெளிவாக உணர்த்துகிறது. பொருள் உணர்வதற்கு இடையூறு ஏற்படாத இடங்களில் இப்படிச் சொற்கள் மறைந்து நிற்பதுண்டு.

எடுத்துக்காட்டு :

1) **அவரைப் பார்த்துச் செய்தியைத் (அவரிடம்) தெரிவித்தார்**

2) **அவரைப் பார்க்க (அவர்) வீட்டுக்குப் போனேன்**

3) **அவருக்குத் தெரியும் என்று நினைத்து (அவரை)க் கேட்டேன்**

4) **அதனால் எந்தப் பயனும் இல்லை என்பது பிறகுதான் (எனக்குத்) தெரிந்தது**

5) **'உனக்குத் தெரியுமா'? என்று (என்னைக்) கேட்டார். நான் (எனக்குத்) தெரியாது என்று சொன்னேன்**

இந்த வாக்கியங்களில் அடைப்புக் குறிக்குள் நிற்கும் சொற்கள் பெரும்பாலும் தொக்கி நின்றே பொருள் தரும். இவை மறைந்து நிற்பதால் பொருள் கொள்வதில் எந்தக் குழப்பமும் ஏற்படுவதில்லை. வாழ்விலே இன்பம் துன்பம் (ஆகிய) இரண்டும் உண்டு. என்னும் வாக்கியத்திலே ஆகிய என்ற சொல் மறைந்து நிற்கிறது.

இவ்வாறு சொற்கள் மறைந்து நின்று பொருள் உணர்த்தும் வாக்கியங்களை எழுத்து வழக்கு, பேச்சு வழக்கு இரண்டிலும் காண லாம். பல வகை உரைநடை நூல்களையும் படித்தால் இத்தகைய நுட்பங்களை உணர முடியும். இப்படி மறைந்து நிற்கும் சொற்கள் கருத்தைப் புரிந்துகொள்வதற்குத் தடையாக இல்லை. மாறாக, நம் உள்ளத்திலே கருத்து எளிதாகப் பதிவதற்கு ஏற்ற வகையிலே அவை அமைந்திருக்கின்றன. எழுவாயும் இன்ன பிற சொற்களும் மறைந்து நிற்கும் இந்தப் பகுதியை நோக்குக :

''இதைவிட இடையூறு நேரிட்டபோது, பின்வாங்கி ஓடிவிடாமல் ஒரு சிலராவது வேலை செய்ததால்தான், பார்வதி! உலகம் இயங்குகிறது. எரிமலை நெருப்பைக் கக்கும், சுற்று வட்டாரத்தையே அழித்துவிடும். ஆனால், அதற்குப் பயந்து அதனருகே வாழாமலா இருக்கிறார்கள்? கவிழ்ந்தால் உயிர் போகும் என்பதைத் தெரிந்து கொள்ளாமலா கடலிலே பிரயாணம் செய்கிறார்கள்! பார்வதி! பயப்படாதே! பூகம்பங்கள் எவ்வளவோ ஏற்பட்ட பிறகுந் தானே பூமியிலே நாம் வாசம் செய்கிறோம்!!

பொது வாழ்விலே, எரிமலை, அலைகடல், பூகம்பம், தீ எல்லாம் உண்டு. அவற்றிலே வெந்தும் சாம்பலாகாத சித்தம் இருக்க வேண்டும். அதற்கான சக்தியைப் பெற வழிதேடு, ஓடாதே! எதிர்த்துச் செல்! போராடி வெற்றிபெறு!! மலரைப் பறிக்க வேண்டு மென்றாலும், சிரமம் இருக்கிறதே. மக்களைத் திருத்துவது சுலபத்திலா முடியும்! தேனீக்க ளைப் பாரடி திகைத்துக் கிடக்கும் பெண்ணே! மற்றவர்களுக்கு ஏன் இந்தத் தேனீக்கள் இப்படி அலைகின்றன, என்ன சாதிக்க முடியும் இவற்றால் என்றுதான் தோன்றும்.

அந்தத் தேனீக்களால் அலைந்து அலைந்து தான் தேனைத் திரட்ட முடிகிறது. அதைக் காண்போரால் இதனை உணர முடிவ தில்லை. தேனைப் பருகும்போது தேனீக் களின் நினைப்பே கூட மக்களுக்கு இருப்ப தில்லை. நன்றி கெட்டவர்கள் நடமாடும் இடமாயிற்றே. இங்கே நாம் ஏன் அலைந்து கிடக்க வேண்டும் என்று தேனீக்கள்

ஒத்துழையாமையை அனுஷ்டிப்பதில்லை. பிறருக்கு இன்பம் தேட, யார் அந்த இன்பத்தைப் பெற இருக்கிறார்களோ அவர்களே தூற்றிக் கொண்டும், கேலி செய்து கொண்டும் இருக்கும்போது பணிபுரியும் பண்பினர் சிலராவது இருப்பதால்தானே உலகிலே வாழ்க்கையின் வசதிகள் கிடைக்கின்றன. அப்படித்தான் என்ன, நீ அதிக சிரமப்பட்டு விட்டாயா? உன்னுடைய கஷ்டநஷ்டம் கண்ணீரோடு தீர்ந்துவிடும்.

இரத்தம், இரத்தமாகக் கக்கிக் கஷ்டப் படுபவர்கள் இருக்கிறார்கள் இந்த உலகத்திலே! அதோ! உழவனைப் பார்! தைலம் தீர்ந்துபோன கட்டைபோலிருக்கும் அவன் உடலைக் கவனித்தாயா, அவன் தானே உணவு தருகிறான், உல்லாசிகளுக்கு. காலிலே பார்த்தாயா, எவ்வளவு சேறு! கஞ்சிக் கலயத்தைப் பாரடி; புளித்த கூழ் இருக்கிறது உள்ளே. அவன் மனைவி அதோ புல் சுமக்கிறாள்! பிள்ளைகள் எருமை மேய்க் கின்றனர்! கோயில் பூசாரி கூப்பிடு தூரத்தில் இருக்கிறார்! வாழ்வின் கோணலைப் பொருட்படுத்தாமல் அவன் ஏரைச் செலுத்துகிறான், நீர் பாய்ச்சுகிறான், களை எடுக்கிறான். அதைவிடவா நீ பிரமாத கஷ்டப்பட்டுவிட்டாய்? வெட்கமாக இல்லையா, சலித்துக்கொள்ள! பார்வதி சுய நலத்துக்கு நீ அடிமைப்படவில்லை. அதுதான் உனக்கும் உனது தொண்டுக்காக எதிர்பார்த்துக் கொண்டிருப்பவர்களுக்கும் இடையே உள்ள ஒரு வித்தியாசம். இது பெரிதல்ல! உனக்காவது, சலிப்பும் சோகமும், கோபமும் துக்கமும் வருகிற சமயத்திலெல்லாம், சே! ஏன் நமக்கு இந்தத் தொல்லை!! சௌகரியமாக வாழ நமக்கு வழியா இல்லை? என்று நினைக்க முடிகிறது. அந்த நினைப்புக் கொள்ளும் பாக்யம்கூடப் பாட்டாளிக்குக் கிடையாது, பார்வதி.

கலப்பையைக் கீழே போட்டு விட்டு, கை களைக் கழுவிக் கொண்டு, வயலிலே இனி நாம் வேலை செய்து விலாவை முறித்துக் கொள்வானேன், நமக்கு வேண்டாம் இந்தச் சங்கடம் என்று அவனால் கூற முடியுமா? அதை எண்ணிப்பார். அப்படி உழைக்கா விட்டால் உலகத்திலே வாழ முடியாதே என்ற எண்ணம், அவனுக்குச் சவுக்காக இருக்கிறது, அந்தக் கசையடி உனக்கு இல்லை. கர்வப்படவும் உனக்கு உரிமை இல்லை, கவலைப்பட வேண்டிய அளவு நீ பாடுபடவு மில்லை. மோர் கடைகிறாய், வெண்ணெய் வேண்டு மென்று!'' இதுபோல இடித்துக் கூறலாயிற்று, பார்வதியின் பொதுத் தொண்டின் ஆர்வம்.

(அறிஞர் அண்ணா)

ஒவ்வொரு என்னும் தொடர்

வாக்கியத்தில் ஒவ்வொரு என்னும் தொடர் பெயருக்கு அடையாகவோ, அல்லது விகுதி பெற்றுத் தனித்தோ எழுவாயாக அமையும் போது, அது ஒருமையா, பன்மையா என்கிற ஐயம் பலருக்கும் ஏற்படுகிறது. இது பற்றி டாக்டர் **மு.வரதராசனார் அவர்கள் மொழி யியற் கட்டுரைகள்** என்னும் நூலில் விரிவாக விளக்கியிருக்கிறார்கள். அந்தக் கட்டுரையின் ஒரு பகுதி இது :

''ஒவ்வொரு மொழியும் வாக்கிய அமைப் பில் ஒவ்வொரு வகையாக இருக்கிறது'' – ஒவ்வொரு மொழியும் (எழுவாய்); இருக்கிறது (பயனிலை). எழுவாய் ஒருமையா பன்மையா? (ஒருமையுள்ளதா? பன்மை யுள்ளதா எனப் பண்பியாக எழுதின், கேட்கும் செவிக்குத் தமிழ் இனிமையாக ஒலிக்க வில்லை.) எழுவாய் ஒருமையாயின் வாக்கியம் வழாநிலை; பன்மையாயின் வழு. எழுவாய் பன்மையாயின், பயனிலை ''இருக்கின்றன'' என்று அமைய வேண்டும் அன்றோ?

''ஒவ்வொரு மொழியும்'' என்னும் எழுவாய் ஒருமைக்கும் பன்மைக்கும் பொது. மொழி என்பது பால்பகா அஃறிணைப் பெயர். ஒரு மரம் பத்துமரம் என்பவற்றில் மரம் ஒருமையாகவும் பன்மையாகவும் வருதல்போல், ஒரு மொழி, பல மொழி என்று மொழி இருவகையிலும் வரலாம். பன்மை தெளிவாக உணர்த்த வேண்டு மானால், பல மொழிகள் என்று கூற வேண்டும். இவ்வாறு பன்மை விகுதியாகிய ''கள்'' சேர்த்துக் காணின், ''ஒவ்வொரு மொழி களும்'' என்னும் தொடர் பொருந்தாமற் போகிறது. இது கொண்டு, ''ஒவ்வொரு மொழி'' என்பது ஒருமை என்று கூற இடம் உள்ளது. இது பொருந்துமாயின் ''ஒவ்வொரு மொழியும்... இருக்கிறது'' என்ற வாக்கியம் வழாநிலை எனலாம்.

உடனடியாக முடிவுக்கு வருதல் கூடாது.

வேறு சில வாக்கியங்களைக் காண்போம்.

1) என் நண்பர்களில் ஒவ்வொருவனும் நல்லவன்.

2) என் நண்பர்களில் ஒவ்வொருவரும் நல்லவர்.

3) என் நண்பர்களில் ஒவ்வொருவரும் நல்லவர்கள்.

4) என் நண்பர்கள் ஒவ்வொருவனும் நல்லவன்.

5) என் நண்பர்கள் ஒவ்வொருவரும் நல்லவர்.

6) என் நண்பர்கள் ஒவ்வொருவரும் நல்லவர்கள்.

மூன்று நான்கு ஐந்தாம் வாக்கியங்கள் வழு என்று தமிழ்ச் செவி சொல்லிவிடும். மற்ற மூன்று வாக்கியங்களும் வழாநிலை எனலாம்.

முதல் மூன்று வாக்கியங்களில் நண்பர்கள் எனத் தொகுதியாக்கிக் கருதும் கருத்து இல்லாமல் ஒவ்வொருவராகப் பிரித்துப் பிரித்துப் பார்க்கும் கருத்து உள்ளது. (மனத்தின் எண்ணங்களுக்கு வடிவங்களே வாக்கியங்கள்; எண்ணங்களின் இயைபை ஒட்டியே வாக்கியங்களின் இலக்கணமும் அமைவதாகும். ஆகையால் கருத்துப் போக்கை ஆராய்ந்தால் இலக்கணம் தெளிவாகும்). அவ்வாறு பிரித்துப் பிரித்துத் தனித் தனியே நண்பர்களிடையே பார்க்கும் கருத்து இருப்பதால்தான், ''என் நண்பர்களில் என்று ஏழாம் வேற்றுமை உருபு சேர்ந்துள்ளது.

ஆகவே, ''நண்பர்கள்'' எழுவாய் ஆகாமல், ''ஒவ்வொருவனும்'' அல்லது ''ஒவ்வொரு வரும்'' எழுவாய் ஆகிறது. தொகுதியாகப் பார்க்காமல் தனித் தனியே பார்க்கும் கருத்து இருப்பதால் எழுவாய் ஒருமை ஆகிறது. ''ஒவ்வொருவனும்'' என்னும் எழுவாய்க்கு ஏற்ப, ''நல்லவன்'' என்ற பயனிலை பொருந்து கிறது. ''நண்பன்'' ''அவன்'' என்று கருதாமல், ''நண்பர்'' ''அவர்'' என்று உயர்வாகக் கருதும் போது, ஒருமையே ஆயினும் (உயர்சொற் கிளவி என்னும் தமிழ் மரபின்படி) சொல்லின் வடிவுமட்டும் பன்மையாய் உள்ளது. ''ஒவ்வொருவரும் நல்லவர்'' என்ற அமைப்பு அதனால் பொருந்துகிறது. மூன்றாம் வாக்கியத்தில் – தனித் தனியாகக் கருதும் நிலையில் – 'நல்லவர்கள்' என்று பன்மைப் பயனிலை அமைவது பொருந்தவில்லை.

ஆராய்ச்சிக்கு எடுத்துக்கொள்ளப்பட்ட ''ஒவ்வொரு'' என்ற தொடர் பொருந்திய வாக்கியங்களுள், நான்கு ஐந்து ஆறாம் வாக்கியங்களில் அடிப்படையில் தொகுதி யாகப் பார்க்கும் கருத்துப் போக்கே உள்ளது. ''நண்பர்கள் நல்லவர்கள்; எல்லோரும் நல்லவர்கள்; ஒவ்வொருவராக ஆராய்ந்தாலும் எல்லோரும் நல்லவர்கள்'' என்ற கருத்தே உள்ளது. ஆகவே, ''நல்லவர்கள்'' என்ற பயனிலை கொண்ட ஆறாம் வாக்கியமே வழாநிலை.

''நல்லவர்'' என்ற பயனிலை பன்மை எனக் கொள்ளத் தக்கதே எனினும், எழு வாயில் ''கள்'' விகுதி உள்ளமையால் பயனிலையிலும் ''கள்'' விகுதி இருந்தால் பன்மை என்ற தெளிவு ஏற்படும். ''நல்லவர்'' என்பது ஒருமைபோல் ஒலித்தலால் செவி அதனைப் பன்மையாக ஏற்பதில்லை. ஆதலின் ஐந்தாம் வாக்கியம் வழு.

நான்காம் வாக்கியம் ''வழு'' என்பது மேற்கூறிய காரணத்தால் விளங்குவதாகும்.''

ஒவ்வொன்றும், ஒவ்வொருவரும், ஒவ்வொரு மனிதரும் என்பன எழுவாயாக அமையும்போது, இவை ஒருமையைக் குறிக்கின்றனவா, பன்மையைக் குறிக்கின் றனவா என்பதைப் பொறுத்தே இவற்றின் எண்ணை நிர்ணயம் செய்ய வேண்டும்.

பத்திரிகை முதலியன

வாக்கியத்திற்கு எழுவாயும் பயனிலையும் இன்றியமையாதவை. இவை வெளிப் படையாக அமைந்தாலும் சரி, மறைந்து நின்றாலும் சரி, வாக்கியத்தை முழுமையாக்கு பவையும் பொருளுடையதாகச் செய்பவை யும் இவைதான். எனவே, வாக்கியத்தில் எழுவாயும் பயனிலையும் சரியாக அமையும்போதுதான் வாக்கியமும் சரியாக இருக்கும்.

பத்திரிகை முதலான பொதுத் தொடர்புச் சாதனங்கள் இதில் முழுக்கவனம் செலுத்த

வேண்டும். ஏனெனில்; மக்களுக்கு, மற்றத் துறைகளைப் போலவே மொழித்துறையிலும் வழிகாட்ட வேண்டிய கடமை இவற்றுக்கு இருக்கிறது. ஆனால்; அவை அந்தக் கடமையைச் செய்கின்றனவா என்பதுதான் நம் முன்னுள்ள கேள்வி.

இந்தச் சாதனங்கள் இவற்றில் போதுமான கவனம் செலுத்துவதில்லை என்பதற்கு எத்தனையோ சான்றுகள் காட்டலாம்.

எடுத்துக்காட்டு :

உடல் தானம் என்பது யார் தானம்
செய்ய விரும்புகிறாரோ அவர்
உயில் எழுதிப் பதிவு செய்துவிடலாம்.

இந்த வாக்கியத்தின் பயனிலை **பதிவு** செய்து விடலாம் என்பது. யார் **பதிவு** செய்து விடலாம் என்று கேட்டால், **யார் தானம் செய்ய விரும்புகிறாரோ அவர்** என்னும் விடை கிடைக்கும். எனவே, **யார் தானம் செய்ய விரும்புகிறாரோ அவர்** என்பது எழுவாய்.

இந்த வாக்கியம் **உடல் தானம் என்பது** என்று ஆரம்பிக்கிறது. இங்கே, **உடல் தானம்** என்பது என்ன? எழுவாயா? இல்லை. ஏனெனில் இது பயனிலையோடு ஒத்துப் போகவில்லை.

உடல் தானம் என்பது
பதிவு செய்துவிடலாம்

என்றால் வாக்கிய அமைதியும் இல்லை; பொருள் தெளிவும் இல்லை. எனவே, **உடல் தானம் என்பது யார் தானம் செய்ய விரும்பு கிறாரோ அவர் உயில் எழுதிப் பதிவு செய்து** விடலாம் என்ற வாக்கியம் குறையுடைய தாகிறது. என்ன குறை? வாக்கிய அமைப்புக்குரிய இலக்கண முறையைத் தழுவி இது அமையவில்லை. இப்போது, இரண்டாவது பகுதியைப் பார்ப்போம்.

யார் தானம் செய்ய விரும்புகிறாரோ
அவர் உயில் எழுதிப் பதிவு செய்து
விடலாம்

இந்த வாக்கியம் இலக்கண விதிப்படி அமைந்திருக்கிறது. எழுவாயும் பயனிலையும் முறையாக அமைந்து, தம் பணியைச் செய்கின்றன. ஆனால்; இதிலும் ஒரு குறையுண்டு. இங்கே பொருள் தெளிவுக்கு வேறு ஒரு தகவல் தேவைப்படுகின்றது. **யார் தானம் செய்ய விரும்புகிறாரோ அவர்** என்னும் தொடர் எழுவாயாக நிற்பதைக் கண்டோம். ஆனால் என்ன தானம் செய்ய விரும்புகிறார் என்று தெரியவில்லை.

எனவே, உடல்தானம் என்பது எங்காவது ஓரிடத்தில் வரவேண்டும். (முந்திய வாக்கியத் திலும் இருக்கிறது. ஆனால், முறைப்படி இல்லை.) அப்போது இந்த வாக்கியம் எப்படி அமைய வேண்டும்? இதை இரண்டு விதமாக அமைக்கலாம்.

1) **யார் உடல் தானம் செய்ய விரும்பு கிறாரோ அவர் (தம் விருப்பத்தை) உயில் எழுதிப் பதிவு செய்துவிடலாம்.**

2) **உடல் தானம் செய்ய விரும்புகிறவர் (தம் விருப்பத்தை) உயில் எழுதிப் பதிவு செய்து விடலாம்.**

இந்த வாக்கியங்களின் அமைப்பும் முறையாக இருக்கிறது; இவற்றின் பொருளும் தெளிவாக இருக்கிறது.

இப்பொழுது இந்த வாக்கியத்தைப் பாருங்கள் :

இது தீவிரவாதிகளின் செயலாக இருக்கு மென்று சந்தேகிக்கப்படுகிறது.

இந்த வாக்கியத்தின் பயனிலை **சந்தேகிக் கப்படுகிறது** என்னும் வினைமுற்று! எது **சந்தேகிக்கப்படுகிறது** என்ற கேள்விக்குச் சரியான விடை கிடைக்கவில்லை. **இது சந்தேகிக்கப்படுகிறது** என்று சொல்ல முடியாது. ஏனென்றால், **இது தீவிரவாதி களின் செயலாக இருக்கும்** என்னும் முற்றுத் தொடரில் இருக்கும் என்பது பயனிலை. எது **இருக்கும்** என்று கேட்டால், **இது இருக்கும்** என்ற பதில் கிடைக்கும். எனவே, **இருக்கும்.** என்னும் பயனிலைக்கு எழுவாயாக அமைகிறது இது என்னும் சொல். எனவே, சந்தேகிக்கப்படுகிறது என்னும் பயனிலைக்கு எழுவாய் வெளிப்படையாகவோ, மறைந்தோ நிற்கவில்லை. ஆகவே, இந்த வாக்கியம் குறையுடையது. குறை இல்லாமல் இருக்க வேண்டும் என்றால், வாக்கியம் எப்படி அமைய வேண்டும்? இந்த வாக்கியத்தைச் சிறிது மாற்றியமைத்தால் போதும்; குறை நீங்கிவிடும்.

இது தீவிரவாதிகளின் செயலாக இருக்கும் என்ற சந்தேகம் ஏற்பட்டுள்ளது

என்று மாற்றியமைக்கும் போது, இந்த வாக்கியம் குறை நீங்கி நிறைவுடையதாக அமைகிறது. இந்த வாக்கியத்தின் பயனிலை ஏற்பட்டுள்ளது என்பது. எது ஏற்பட்டுள்ளது என்ற கேள்விக்குச் சந்தேகம் ஏற்பட்டுள்ளது என்ற பதில் கிடைக்கிறது. எனவே, சந்தேகம் என்பது இங்கே எழுவாயாக நிற்கிறது.

நாளிதழ், தொலைக்காட்சி முதலான தொடர்புச் சாதனங்களில் காணப்படும் இன்னொரு வகைப்பிழை எழுவாயும் பயனிலையும் இயைந்து நில்லாமையாகும். இந்த வாக்கியத்தை நோக்குக :

பல குழுக்கள் கலந்து கொண்டனர்.

இந்த வாக்கியத்தின் எழுவாய் குழுக்கள்; பயனிலை கலந்து கொண்டனர். குழுக்கள் அஃறிணை, கலந்து கொண்டனர் உயர் திணை. எழுவாயும் பயனிலையும் ஒரே திணையில் அமைய வேண்டும். இந்த வாக்கியம் அவ்வாறு அமையவில்லை. எனவே, இது பிழையான வாக்கியமாகும். இந்தப் பிழை நீங்கிச் சரியாக அமைய வேண்டுமானால்,

பல குழுக்கள் கலந்துகொண்டன என்று கூற வேண்டும், அல்லது,

பல குழுவினர் கலந்துகொண்டனர் என்று கூற வேண்டும்.

வாக்கிய அமைப்பு முறையையும் அடிப்படை விதிகளையும் கவனத்திற் கொண்டால், இப்போது எடுத்துக் காட்டியவை போன்ற குறைகளைத் தவிர்க்க முடியும். இவற்றை மட்டுமல்ல; இன்ன பிற பிழை களையும் அகற்ற முடியும்.

வேற்றுமை உருபும் எண்ணும்மையும்

எண்ணும்மைத் தொடர்கள் வேற்றுமை உருபு ஏற்றும் ஏற்காமலும் வரலாம். வேற்றுமை உருபு ஏற்கும்போது எல்லாச் சொற்களிலும் வேற்றுமை உருபு சேர்க்க வேண்டும்.

எடுத்துக்காட்டு :

புத்தகத்தையும் பேனாவையும் எடுத்துக் கொண்டேன். இது வேற்றுமைத் தொகையாக அமையும் போது,

புத்தகமும் பேனாவும் எடுத்துக் கொண்டேன் என்று வரும்.

புத்தகமும் பேனாவையும் எடுத்துக் கொண்டேன் என்று பேசுவதும் எழுவதும் தவறாகும்.

ஆங்கிலத்தையும் பிரஞ்சையும் கற்றுக் கொண்டேன்

ஆங்கிலமும் பிரஞ்சும் கற்றுக் கொண் டேன்.

என்பன வழாநிலை வாக்கியங்கள். ஆங்கிலத்தையும் பிரஞ்சும் கற்றுக் கொண்டேன் என்பது வழுவாகும்.

ஒரு வேற்றுமைக்குப் பதிலாக இன்னொரு வேற்றுமை வருவது வேற்றுமை மயக்கம் என்பதை முன்பே விளக்கியிருக்கிறோம். மூன்றாம் வேற்றுமையும் ஏழாம் வேற்றுமை யும் ஒன்றுடன் ஒன்று மயங்கி வருவது உண்டு. இருந்தாலும், எண்ணும்மைத் தொடரில் இரு சொற்களிலும் ஏதாவது ஓர் உருபைத்தான் பயன்படுத்த வேண்டும்.

எடுத்துக்காட்டு :

கல்லாலும் செம்பாலும் சிலை செய் தார்கள்

அல்லது

கல்லிலும் செம்பிலும் சிலை செய்தார்கள்.

இந்த இரண்டும் வழாநிலை வாக்கி யங்கள்.

கல்லாலும் செம்பிலும் சிலை செய்தார்கள் என்பது வழுவாகும்.

இத்தகைய தொடர்கள் வேற்றுமைத் தொகையாக அமையலாம்; வேற்றுமை விரியாகவும் அமையலாம். தொகையாக அமையும்போது எல்லாச் சொற்களும் வேற்றுமை உருபு பெறாமலே இருக்கும்; விரியானால்; எல்லாச் சொற்களும் உருபு பெறும். அது மட்டுமல்ல; எல்லாச் சொற் களிலும் ஒரே வேற்றுமை உருபுதான் சேர வேண்டும்; பல உருபுகள் கலந்து வரக்கூடாது.

பல வகை உரை நடை

மொழி கருத்துப் பரிமாற்றக் கருவி என்பதை நாம் அறிவோம். மொழியின்

அடிப்படைக் கூறுகள், இலக்கண அமைப்பு முறைகள் முதலியன பொதுவாக இருந்தாலும் எல்லோருடைய நடையும் ஒரே மாதிரி அமைவதில்லை. அதே போல எல்லாக் காலங்களிலும் ஒரே விதமாக அமைவதில்லை. மொழியின் அமைப்பு முறை சிதையாமலே சிறு சிறு மாற்றங்கள் ஏற்படுகின்றன.

அப்படிப்பட்ட மாற்றங்களுக்கு இடம் தரும் மொழியே நிலைத்து வாழும் மொழியாகிறது. தமிழ்மொழி அந்த வகையைச் சேர்ந்தது. அதனால்தான், அது கால வெள்ளத்தில் எதிர் நீச்சல் போட்டு வாழ்ந்து கொண்டிருக்கிறது. பல்வேறு கால கட்டங்களில் வழங்கிய உரை நடையைக் கவனித்தால் இந்த உண்மை புலனாகும். ஒரே காலத்தில் வாழ்ந்த அறிஞர்களின் நடைகூட வேறுபட்டு அமைவதைக் காண்கிறோம்.

ஒருவர்தம் நடைகூட வெவ்வேறு சூழல்களில், வெவ்வேறு தருணங்களில் வெவ்வேறு விதமாக அமையலாம். ஒருவர் கதை எழுதும்போது அமையும் நடையும் கட்டுரை எழுதும்போது அமையும் நடையும் ஒரே விதமாக இருப்பதில்லை. அவர் எடுத்துக்கொண்ட பொருளின் தன்மைக்கு ஏற்பவும் நடை அமையலாம். எத்தகைய வாசகர்களை மனத்திற்கொண்டு எழுதுகிறார் என்பதும் மொழி நடையைத் தீர்மானிக்கும் கூறுகளில் ஒன்றாகும். மேலும், காலத்திற்கு ஏற்பவும் நடை மாறலாம். இப்படி ஒருவரது எழுத்திலே பல வகை நடைகளைக் காணலாம். இவை அனைத்தும் இலக்கண விதிகளையும் மொழி மரபையும் ஒட்டியே அமைகின்றன என்பது குறிப்பிடத்தக்கது.

பின்னிணைப்பு

1. பல்வகை உரைநடை

(1) ''சந்தனமும் சண்பகமும் தேமாவும் தீம்பலாவும் ஆசினியும் அசோகமும் கோங்கும் வேங்கையும் குரவமும் விரிந்து, நாகமும் திலகமும் நறவும் நந்தியும் மாதவியும் மல்லிகையும் மௌவலொடு மணங்கமழ்ந்து, பாதிரியும் பாவை ஞாழலும் பைங்கொன்றையும் பிணியவிழ்ந்து, பொரிப்புன்கும் புன்னாகமும் முருக்கொடு முகை சிறந்து, வண்டறைந்து தேனார்ந்து வரிக்குயில்கள் இசைபாட, தன்தென்றல் இடைவிராய்த் தனியவரை முனிவு செய்யும் பொழிலது நடுவண், ஒரு மாணிக்கச் செய்குன்றின்மேல், விசும்பு துடைத்து, பசும்பொன் பூத்து, வண்டு துவைப்பத் தண்தேன் துளிப்பதோர் வெறியுறு நறுமலர் வேங்கை கண்டாள்; கண்டு, பெரியதோர் காதல் களிகூர்ந்து, தன் செம்மலர்ச் சீரடிமேல் சிலம்பு கிடந்து சிலம்பு புடைப்ப, அம்மலர் அணிக்கொம்பர் நடை கற்பதென நடந்து சென்று, நறைவிரி வேங்கை நாள் மலர் கொய்தாள்; கொய்தவிடத்து, மரகத விளிம்பு அடுத்த மாணிக்கச் சுனை மருங்கினதோர் மாதவி வல்லி மண்டபத்துப் போது வேய்ந்த பூநாறு கொழுநிழற்கீழ்க் கடிக்குருக்கத்திக் கொடி பிடித்துத் தகடுபடு பசும்பொற் சிகரங்களின் முகடு தொடுத்து வந்து இழிதரும் அருவி, பொன் கொழித்து, மணி வரன்றி, மாணிக்கத்தொடு வயிரம் உந்தி, அணிகிளர் அருவி ஆடகப் பாறைமேல், அதிர் குரல் முரசின் கண்ணிரட்ட, வண்டும் தேனும் யாழ் முரல, வரிக்குயில்கள் இசை பாடத் தண் தாது தவிசுபடப் போர்த்ததோர் பளிக்குப் பாறை மணித்தளத்துமிசை, நீல ஆல வட்டம் விரித்தாற் போலத் தன் கோலக் கலாவம் கொள விரித்து, முளை இளஞாயிறு இளவெயிலெறிப்ப, ஓர் இளமயிலாடுவது நோக்கி நின்றாள்''.

– இறையனார் அகப்பொருளுரை

(2) ''அற்றேல், கண்ணிந்திரியம் எதிர்முக மாத்திரையானன்றிச் சென்றியைந்து காண்ப தாயின், மரத்தின் நுனிக்கொம்பினையும் சேய்மைக் கண்ணதாகிய சந்திரனையும் ஒருங்கு காண்டலும், பளிங்கு முதலியவற்றின் உள் வைத்த பொருளைத் தடையின்றிக் காண்டலுங் கூடுமாறென்னையெனின், கூறுதும் : கண் முதலிய இந்திரியங்கள் விளக்கொளி போல விடயத்தின் இயைந்தன்றி விளக்குதலின்மை யானும், இயைபு வேண்டாத வழிச் சுவர் முதலியவற்றான் மறைந்த பொருளையும் காண்டல் வேண்டுமென்பது மேற்கூறினா மாகலானும் கண்ணிந் திரியத்திற்குக் காணுங்கால் விடயத் தோடியைபுண்மை நியமமென்பது பெறப்பட்டது; படவே, நுனிக் கொம்பினையுங் காண்டலும், பளிக்கு முதலியவற்றின் உட்பொருளைக் காண்டலும் இயைந்தே காணுமென்பது பெற்றாம். ஆண்டு நுனிக்கொம்பினையுந் திங்களினையும் ஒருங்கு கண்டேனென்று அநுபவ நிகழ்தல், தாமரை யிதழ் நூற்றினையும் ஊசியான் ஒருங்கே போழ்ந்தேனென நிகழும் அநுபவம் போல விரைந்து செல்லுங் காலநுட்ப மறியா மையின் நிகழும் அபிமான மாத்திரையே எனவும், பளிங்கு முதலியன தூயவாகலாற் சுவர் முதலியன போலத் தடை செய்வன வன்மையின், அதிசூக்குமமாகிய கண்ணொளி விளக்கொளி போல அவற்றின் உட்சேறல் கூடுமெனவும் நுண்ணுணர்வான் ஓர்ந்துணர்க''.

– சிவஞான முனிவர்

(3) ''வேதநூன் முதலெவ்வகை நூலுங் கல்லாதுணரவுஞ் சொல்லாலுணர்த்தவும் வல்லவராகி, மெய்ஞ்ஞானத் திருக்கடலாகிய வொருமெய்க் கடவுடன் றிருவடிமலரே தலைக்கணியெனக் கொண்டேத்தி, இருளிரா விடத்து விளங்கிய வொருமீன் போலவும், பாலைச்சுரத்தரிதலர்ந்த பதுமம் போலவும் மெய்யாஞ் சுருதி விளக்காதிருளே மொய்த்த நாட்டின் கண்ணுங் கடவுளேற்றிய ஞானத் திருவிளக்கெரிப்பத் தெளிந்து, உணர்ந் தெங்கும் ஒரு விளக்கென நின்றுயர்ந்த திருவள்ளுவருரைத்த பல்வற்றொன்றை நான் தெரிந்துரைப்பத் துணிந்தேன். அந்நாயனார் தந்த 'பயன்' எனும் பெருங்கடலாழத்தின் மூழ்கி யாங்குடையருமணி யொருங்கெடுத் தொருசிறு செப்பினடைத்தாற் போலத் திருவள்ளுவரது பயனெல்லாம் விரித்துப் பகரும்படி நான் வல்லனல்லேனாகையின், அக்கடற்றுறை சேர்ந்தொரு மணியெடுத்துக் காட்டலுணர்ந்தேன். அவர் சொன்ன குறளினொன்றே யிங்ஙன நான் விரித் துரைப்பத் துணிந்தேன். அஃதாவது,

''மனத்துக்கண் மாசில னாதல்

லனைத்தறன்

ஆகுல நீர பிற''

என்பது. இல்லறந்துறவறமென்ற இவ் விரண்டனுள்ளும் அடங்கி நிற்கு மெல்லா வறங்களும் மனத்தின் தூய்மையாற் பெறும் பெருமையே தருமமெனவும், மனத்தினுள் மாசு கொண்டவன் செய்யுந் தவமுந் தானமுமற்றை யாவுமறத்தினரவமாவதன்றி யறத்தின் பயனுள வல்லவெனவு மக்குறளிரு பயனிவை யென விரித்துக் காட்டுதும். விரிப்பவே, மெய்யும் பொய்யும் விளக்கி யுட்பயன்றரு மெய்யறத்தின் நன்மையே வெளியா விஃதொன்றுணர்ந்து நாமதற் கொப்பநடந்தாலிது வீடெய்தும் வழியெனக் காணப்படும். பெரும் பொரு ணேர்ந்து பொய்ம்மணி கொள்வது கேடாயினும் பொருளை நேர்ந்தும் உடலினை வாட்டியும் உயிரை வருத்தியு மேற்கதி வீட்டிற் செல்லாச் சில பொய்யறங்களையிட்டு வத்தலும் கேடாமன்றோ? இதனை விலக்கித் தனது உயிராக்கங் காப்பது வேண்டி யிக்குறட் பயனாராய்வது நன்றே''.

– வீரமாமுனிவர்

(4) ''எழுத்துஞ் சொல்லும் மிகுந்தும் குறைந்தும் பிறழ்ந்தும் திரிந்தும் பலவாறு வேறுபட்டுக் கிலமுற்றிருந்த இந்நூலுரைப் பழைய பிரதிகள் பலவற்றையும் பலகால் ஒப்பு நோக்கி இடையறாது பரிசோதனை செய்து வந்த பொழுது, கவிகளின் சுத்த வடிவத்தையும் உரையின் சுத்த வடிவத்தையும் கண்டுபிடிப்பதற்கும், உரையிலும் விசேட உரை இன்னது, பொழிப்புரை இன்னதென்று பிரித்தறிதற்கும், மேற்கோள்களின் முதலிறுதி களைத் தெரிந்துகோடற்கும், பொழிப்பு ரையை மூலத்தோடு இயைத்துப் பார்த்தற்கும், பிழையைப் பிழையென்று நிச்சயித்துப் பரிகரித்தற்கும், பொருள் கோடற்கும் எடுத்துக் கொண்ட முயற்சியும் அடைந்த வருத்தமும் பல. அப்படியடைந்தும், சிலவிடத்துள்ள இசைத்தமிழ் நாடகத்தமிழின் பாகுபாடு களும், மற்றுஞ்சில பாகமும் நன்றாக விளங்கவில்லை. அதற்குக் காரணம் அவ்விசைத்தமிழ் நாடகத்தமிழ் நூல் முதலியவைகள் இக்காலத்துக் கிடையா மையே.''

– டாக்டர் உ.வே.சா.

(5) ''இங்ஙனம் அந்த அம்மையைத் தொலைவி லிருந்தே அறிதுயிலிற் செலுத்தித் தாம் எண்ணிய எண்ணங்களின்படி அவள் எண்ணவுஞ் செய்யவும் புரிந்து, அம்மருத்து வரும் அவர் தோழரும் அவள்பால் ஆராய்ந்து பார்த்த இருபத்தைந்து ஆராய்ச்சிகளிற் பதினெட்டு நிகழ்ச்சிகள் செவ்வையாகவே முடிந்தன; மற்ற ஏழு மட்டும் சிறிது வழு வின. இவைகளைக் கொண்டு தொலைவி லிருந்தே பிறர்க்கு அறிதுயில் வருவித்துத் தாம் எண்ணியபடியே அவரும் எண்ணுமாறும் நடக்குமாறுஞ் செய்தல் சிலர்க்கு இயலு மென்பது நன்கு பெறப்படுதல் காண்க''.

– மறைமலையடிகள்

(6) ''இங்ஙனம் இழுமென் மொழியான் விழுமியது நுவலும் நோக்கம் இல்லாதவன் நூலெழுதப் புகுதற்பாலன் அல்லன். அவன் அது செய்வது வெறுஞ்சட்டி தாளிப்பதே. தனது மனத்தின் இயல்பான போக்குக்கு மாறான பொருள்களின் கூறுபாடுகளை விரித்தற்பொருட்டும் ஒருவன் நூலெழுதப் புகுதற்பாலன் அல்லன். அவன் அது செய்தல் அகாரியமே. மனப்போக்கொடு மாறு

கொள்ளாமல் பொருந்திய விடத்தும், கூறலுற்ற பொருளில் கூறுபாடுகளைப் பூர்வோத்திரமாய்த் தீர்க்கமாக அறியாதவன் எழுதலான நூல், சென்று தேய்ந்திறுதலாகும். அந்நூல் குறை குடமே. பிறருடைய நடையின் போலியாக எழுதப் புகுவது, அன்ன நடை நடக்கப்போய்த் தன்னடையும் கெடுவதே. பிறர் பின்பற்றத்தக்க நூனடை தீர்ந்த நடையாகக் கொள்ளப்படாது. பிறர் நடையைப் பின்பற்றிய நூல், திட்பமு நுட்பமும் இல்லாததேயாகும். பிற நூற்பொருளையும் பிற நூல் நடையையும் பின்பற்றித் தொகுத்த நூல்கள், ஒட்டிட்டுத் தைத்த உடைகள் போலாம். அவை ரம்மியம் தருவதும் இல்லை; நூற்கணக்கில் வைத்து எண்ணப்படுவதும் இல்லை.''

– திரு. செல்வக்கேசவராய முதலியார்

(7) ''ஆங்குக் கானல் வரிப்பாடல் கேட்ட மானெடுங்கண் மாதவியும், 'மன்னும் ஓர் குறிப்பு உண்டு, இவன் தன் நிலை மயங்கினான்', எனக் கலவியால் மகிழ்ந்தாள் போல் புலவியால் யாழ் வாங்கித் தானும் ஓர் குறிப்பினள் போல, கானல் வரிப் பாடல்பாணி, நிலத்தெய்வம் வியப்பு எய்த நீள் நிலத்தோர் மனம் மகிழ, கலத்தொடு புணர்ந்து அமைந்த கண்டத்தால் பாடத் தொடங்குமன்.

''எனக்கேட்டு, 'கானல் வரி யான் பாடத் தான் ஒன்றின்மேல் மனம் வைத்து, மாயப் பொய் பல கூட்டும் மாயத்தாள் பாடினாள்'' என, யாழ் இசை மேல் வைத்துத் தன் ஊழ்வினை வந்து உறுத்தது ஆகலின், உவவுற்ற திங்கள் முகத்தாளைக் கவவுக்கை நெகிழ்ந்தனனாய், 'பொழுது ஈங்குக் கழிந்தது; ஆகலின் எழுதும்,' என்றுடன் எழாது, ஏவலாளர் உடன் சூழ்தரக் கோவலன் தான் போன பின்னர்.''

– சிலப்பதிகாரம்

(8) ''இசை இயற்கையில் பரந்து நிற்கிறது. எல்லாம் இசை மயமென்று மேலே சொல்லப்பட்டது. முனிவரர் போல அடங்கித் தலைசாய்த்து நிற்குஞ் செஞ்சாலிகள் மென்காற்றில் ஒன்றோடொன்று கொஞ்சிக் கொஞ்சி இசை பாடுகின்றன. வானுற ஓங்கி வளம்பெற வளர்ந்து மழை தவழும் மூங்கில்கள் ஒன்றோடொன்று அளவளாவி இசை பாடுகின்றன. வண்டுகள் பாண் மிழற்று கின்றன. வலம்புரிகள் சங்கீதம் முழக்கு கின்றன. பறவைகளின் பாட்டொலியை என்னென்று பகர்வேன். அழகிய வானம்பாடி, உன் பாட்டை என்னென்பேன். வானத்தில் நீ இவரும் போதும், இழியும்போதும் உன்னிசையும்,முறையே இவர்ந்தும் (ஆரோகணம்) இழிந்தும் (அவரோகணம்) உலகிற் கூட்ட உனக்கு எவரே கற்பித்தார்? 'கீதமினிய குயிலே' உன்பால் இனிமையை எவரே அமைத்தார்? குழந்தைகளின் மழலை இசைக்கு நிகருண்டோ? ஆ! ஆ! பெண் தெய்வங்களின் இவ்விசையுடன் இசைவதே பாணன் இசையும்.''

– திரு.வி.க.

(9) ''காவிரியாறு கடலொடு கலக்கும் இடத்தில் சோழநாட்டுப் பழைய துறைமுக நகரம் ஒன்று அமைந்திருந்தது. காவிரிப் பூம்பட்டினம் என்பது அதன் பெயர். கடற்கரை நகரத்தைப் பட்டினம் என்ற சொல்லாற் குறிப்பது பழந்தமிழ் வழக்கு. அந்த முறையிலே காவிரியின் கழிமுகத்தில் எழுந்த திருநகரம் காவிரிப்பூம்பட்டினம் என்னும் பெயர் பெற்றது. பழங்காலத்துச் சோழ மன்னர்களுள் புலவர் பாடும் புகழுடைய கரிகால் சோழன் என்னும் திருமாவளவன் காவிரிப்பூம்பட்டினத்தைத் திருத்தினான்; பெருக்கினான்; தலைநகர மாக்கினான்; 'குணகடலின் கோமகன்' என்று பிற நாட்டாரும் புகழத் தக்க ஏற்றமும் தோற்றமும் அளித்தான். இதனால் வாணிகம் சிறந்தது; செல்வம் செழித்தது; கடல் வழியாகவும் தரை வழியாகவும் பல நாட்டுப் பொருள்கள் காவிரிப்பூம் பட்டினத்தில் வந்து குவிந்த வண்ணமாயிருந்தன.''

– ரா.பி. சேதுப்பிள்ளை

(10) ''உலகியல் இனிது நடைபெறுவதற்கு இன்றியமையாத நால் நிலைமையும் இல்லறமுந் துறவறமும் அரசியலும் கணவன் மனைவியர் காமவின்பமும் பற்றி, உண்மையாகவும் நடுநிலைமையாகவும் எல்லார்க்கும் ஒப்ப முடிந்த வகையிலும், தலைசிறந்த பாவாலும் சிறந்த சொற்களாலும் இலக்கண வழுவின்றி இருவகையணி களுடன், சுருங்கச் சொல்லி விளங்க வைக்கும் நூல் திறக்குறள் ஒன்றே. இருமைக்கும் உதவும்

விழுமிய பொருளை அணிமிக்க குறள் வெண்பாவாற் பாடியிருப்பது, பன்மணி பதித்த ஓவிய வேலைப்பாட்டுப் பொற் கலத்தில் அரசர்க்குரிய அறுசுவையுண்டியைப் படைத்தாற் போலும். குறள் வெண்பாவால் ஆனதினாலும், வீடுபேற்று வழியைக் கூறி மறைத்தன்மை பெற்றதனாலும், திருக்குறள் என அடையடுத்த ஆகுபெயர் பெற்றது.''

– தேவநேயப் பாவாணர்

(11) ''தன்னலம் இழந்து தொண்டு செய்விக்கும் ஆற்றல் காதலுக்கு இருப்பதால், காதலர் பலர் தொண்டராக வாழ நேர்கின்றது. எடுத்துக்காட்டாகக் கூறத் தக்க வாழ்க்கை புத்தர் பெருமான் வாழ்க்கை. காதல் வாழ்க்கையில் பண்பட்ட அவர், பிற உயிர்கள் படும் துன்பத்தைக் கண்டு வாளா இருக்க முடியவில்லை; உயிர்களின் துன்பத்தைப் போக்க ஏதேனும் வழி காண வேண்டும் என்று போராடினார். பல நாள் எண்ணி எண்ணித் துணிந்தார்; காதலை வெறுக்காமல், மனைவியையும் மகவையும் வெறுக்காமல் துறக்கத் துணிந்தார்; பல ஆண்டுகள் ஓயாமல் பாடுபட்டார்; தவம்கிடந்தார்; உண்மை கண்டார்; உலகறியத் தொண்டாற்றினார்.''

– டாக்டர் மு.வ.

(12) ''வெடித்துக் கிடக்கும் வயல், படர்ந்து போகும் நிலையில் உள்ள விளக்கு, பட்டுக்கொண்டே வரும் நிலையில் உள்ள மரம், உலர்ந்து கொண்டு வரும் கொடி, வற்றிக்கொண்டிருக்கும் குளம் – இவைபோல சமுதாயத்தின் நிலையும் நினைப்பும் நடவடிக்கையும் ஆகிவிடும்போது, இந்த அவல நிலையைப் போக்கியாக வேண்டும் என்ற ஆர்வமும், போக்க முடியும் என்ற நம்பிக்கையும், போக்கக்கூடிய அறிவாற்றலும் கொண்டு ஒரு சிலர் முன் வருகிறார்கள், அறிவுப்பண்ணைக்குப் பணியாற்ற. அவர்களை நாடு வரவேற்பதில்லை நையாண்டி செய்யும்; மதிப்பளிப்பதில்லை – மாச்சரியத்தை வாரி வீசும்; துணை புரிவதில்லை – தொல்லை தரும். எனினும், அந்த ஒரு சிலர் ஓயாது உழைத்து, சலிப்பு, கோபம், வெறுப்பு, பகை எனும் உணர்ச்சி களுக்குப் பலியாகிவிடாமல், புன்னகையும் பெருமூச்சும் கலந்த நிலையில் பணிபுரிந்து, பட்டமரம் துளிர் விடும்வரை, படர்ந்து போக இருந்த விளக்கு மீண்டும் ஒளிவிடும் வரை யில் பாடுபட்டு வெற்றி கண்டு மறுமலர்ச்சி உண்டாக்கி வைக்கிறார்கள்.''

– அறிஞர் அண்ணா

(13) ''வெற்றி பெற்று விரைவில் வாரீர். கத்து கடல் விளைகின்ற முத்தெடுத்து மாலை தொடுத்து வைக்கின்றேன். எந்தன் தென் பாண்டித் தேவே, நீர் திரும்புவரை இங்கேயே நிற்கின்றேன். இல்லையேல், இக்கடற்கரையே எனக்கமைந்த கல்லறையாம்.

''சிப்பியிலே விளையாத சிரிப்பு முத்து காட்டிடுவாய், என் சிந்தையிலே உறவாடும் செந்தமிழின் நலம் பாடித் திரும்புகின்றேன்' எனப் பிரிந்தான் – கடற்கரையின் வெண் மணலில் காரிகையைத் தனியே விடுத்து . . . . அழகுச் சிப்பிகளால் முத்தளித்து, ஆடும் அலைகளால் உப்பளித்து, உயர்வளிக்கும் பெருங்கடல் நீர், வாய் கொப்பளிப்பதற்குப் பயனில்லை என்பதற்காக வெறுப் பாருண்டோ? அஃதே போல் நாட்டுக்கு உழைக்கின்ற உத்தமனாம் பெருவீரன், தன்னை உடனே தழுவிடவில்லையென்று வெறுக்கவில்லை அந்த வேல் விழியாள்.''

– கலைஞர் மு.க.

■■■

2. நாம் - நாங்கள்

நான் தன்மை ஒருமை; நாம், நாங்கள் என்பவை தன்மைப் பன்மை. நாம், நாங்கள் என்னும் இரு சொற்களும் தன்மைப் பன்மை என்றாலும் இவற்றிற்கு இடையிலே நுட்பமான வேறுபாடு உண்டு.

- நாம் என்பது ஒருவர் யாரிடம் பேசுகிறாரோ அவரையும் உள்ளடக்கு கிறது.

- நாங்கள் என்பது ஒருவர் யாரிடம் பேசுகிறாரோ அவரை விலக்கிப் பேசுபவரையும் அவரைச் சேர்ந்த பிறரையும் குறிக்கிறது.

வகுப்பிலே ஆசிரியர் மாணவரிடம் பேசும் போது,

''நாம் நேற்று விமான நிலையத்திற்குச் சென்றோம்'' என்று கூறினால், அவர் அந்த வகுப்பு மாணவர்களையும் சேர்த்துக் குறிப்பிடுகிறார் என்று பொருள்.

அவர் **நாம்** என்று சொல்லாமல் **நாங்கள்** என்று சொன்னால், அந்த வகுப்பு மாணவர்கள் நீங்கலாக வேறு சிலரைத் தம்மோடு சேர்த்துக் கூறுகிறார் என்று பொருள்படும்.

இந்த உரையாடலை நோக்குக :

ஆசிரியர் : நீங்கள் என்ன செய்கிறீர்கள்?

மாணவர் : நாங்கள் படிக்கிறோம்.

ஆசிரியர் : நாம் இப்போது என்ன செய்யலாம்?

மாணவர் : நாம் இப்போது பந்து விளையாடலாம்.

நீங்கள் என்று குறிப்பிட்டுக் கேள்வி கேட்கும் போது **நாங்கள்** என்ற பதில் வருகிறது. **நாம்** என்று குறிப்பிடும் போது பதிலும் **நாம்** என்றே வருகிறது. இந்த இரண்டுக்குமுள்ள நுண்ணிய வேறுபாட்டை உணர்க.

■■■

3. ஒருமையைக் குறிக்கும் பன்மை

நாம் என்னும் பன்மைப் பெயர் சில சமயங்களில் ஒருமையையும் குறிக்கும்.

எடுத்துக்காட்டு :

''உடம்பொடு உயிரிடை என்னமற் றன்ன
மடந்தையொடு **எம்மிடை** நட்பு''

''கருமணியிற் பாவாய் நீபோத(ய்)**யாம்** வீழும்
திருநுதற்கு இல்லை இடம்''

''**யாமும்** உளேங்கொல் அவர்நெஞ்சத்து
எம்நெஞ்சத்து
ஓஒ உளரே அவர்''

''**நாம்**காதல் கொண்டார் நமக்கெவன்
செய்பவோ தாம்காதல் கொள்ளாக் கடை''

(குறள்)

இந்தக் குறட்பாக்களில் நிற்கும் **எம், யாம், நாம், நமக்கு** என்னும் தன்மைப் பன்மைப் பெயர்கள் முறையே என், யான், நான், **எனக்கு** என்னும் பொருள் தருகின்றன. இவை தலைவனின் கூற்றாகவும், தலைவியின் கூற்றாகவும் அமைந்துள்ளன. முதல் இரண்டு குறளும் தலைவனின் கூற்றாக அமைந்திருக் கின்றன. அடுத்த இரண்டும் தலைவியின் கூற்று. இங்கே தன்மைப் பன்மை தன்மை ஒருமையைக் குறிப்பது தெளிவாகத் தெரிகிறது.

இன்றைய இலக்கியங்களிலும் **நாம், யாம்** என்னும் சொற்கள் **நான், யான்** என்னும் ஒருமையைக் குறிக்க வருவதைக் காணலாம்.

எடுத்துக்காட்டு :

''**யாம**றிந்த மொழிகளிலே
தமிழ்மொழிபோல்
இனிதாவ தெங்கும் காணோம்''

(பாரதியார்)

''இமைநோக என்னை நோக்கி
இருப்பாள் கண் திருப்பமாட்டாள்
சுமைக்குடம் தூக்கி அந்தச்
சுடர்க்கொடி காத்திருந்தால்
நமக்கென்ன என்றிருத்தல்
ஞாயமா? . . . .''

(பாரதிதாசன்)

''நன்றெனஓர் சிறுவார்த்தை மெல்லப்போட்டு
நடந்தான் நல் அடலேறு தெருவை நோக்கி
'இன்று நாம் சென்ற வழி சரியே அல்ல!'
என்பதுபோல் அவன்நெஞ்சம் இடித்துக்காட்டும்''

(கண்ணதாசன்)

யாம், நமக்கு, நாம் என்பவை இங்கு யான், எனக்கு, நான் என்று பொருள் தருகின்றன.

உரைநடையிலும் இவ்வாறு அமைவதைக் காணலாம்.

எடுத்துக்காட்டு :

இயற்கைக் காட்சியைக் காண்கிறார் புலவர், களிப்பு அவருக்கு. என்ன அழகான காட்சி என்று எண்ணுகிறார். 'நாம் காண்கிறோம்; மகிழ்ச்சி பெறுகிறோம் இதனைக் காணாதார் பலர் உளரே; அவர்கள் எத்தகைய மகிழ்ச்சியை இழந்துவிடுகின்ற னர்!' என்று நினைக்கிறார்.

அவர் கண்ட காட்சியை மற்றவர்களும் காணும்படி கவிதையாக்கித் தருகிறார்.

'நாம் கண்ட காட்சியை மற்றவர்களும் காணும் விதத்தில் கவிதை வடிவில் தந்து விட்டோம்' என்ற திருப்தி ஏற்பட்டதா புலவருக்கு? அதுதான் இல்லை. காட்சி தெரியும் கவிதை வடிவில்! காண அழகாகவும் இருக்கும். ஏனெனில் கண்டதைக் காணத்தக்க விதமாகக் தந்துள்ளோம். ஆனால், இந்தக் காட்சியைக் கண்டதும் நமக்கு வேறோர் காடசியுமன்றோ தோன்றுகிறது. அது போலல்லவா இது இருக்கிறது என்றும் எண்ணுகிறோமே அதனையு மன்றோ மற்றவர்க்கும் வழங்குதல் வேண்டும். சுவையும் பயனும் அப்போதுதானே கிடைக்கும் என்று எண்ணுகிறார்.

(அறிஞர் அண்ணா)

இந்தப் பகுதியில் நிற்கும் தன்மைப் பன்மைப் பெயர்களும் வினைகளும் பலரைக் குறிக்கவில்லை; தன்மை ஒருமையை, அதாவது ஒருவரையே குறிக்கின்றன. புலவர் தம்முடைய எண்ணத்தை வெளியிடும் போது நான் என்னும் ஒருமையைப் பயன் படுத்தாமல், நாம் என்னும் பன்மையைப் பயன்படுத்துகிறார்.

நான் என்னும் ஒருமைக்குப் பதிலாக நாம் என்னும் பன்மையைப் பயன்படுத்தும் மரபு பேச்சு வழக்கு, எழுத்து வழக்கு இரண்டிலும் உள்ளது. அதுவும் தொன்றுதொட்டு இருந்து வருகிறது.

■■■

4. ஆகட்டும் என்னும் சொல்

ஆகட்டும் என்னும் சொல் பல பொருள் உடையது.

எடுத்துக்காட்டு :

1) **ஆகட்டும்,** பார்க்கலாம்.

2) அப்படியே **ஆகட்டும்.**

இந்த வாக்கியங்களில் ஆகட்டும் என்பது நடக்கட்டும் என்னும் பொருள் தருகிறது.

ஆகட்டும், முயன்று பார்க்கிறேன். என்னும் வாக்கியத்தில் ஆகட்டும் என்பது இசைவு அல்லது இணக்கக் குறிப்பை உணர்த்துகிறது.

காலையாகட்டும் மாலையாகட்டும் என்னும் தொடர் காலையாக இருந்தாலும் அல்லது மாலையாக இருந்தாலும் என்னும் பொருள் தருகிறது. காலையாக இருந்தாலும் சரி, மாலையாக இருந்தாலும் சரி என்றும் பொருள் கொள்ளலாம். இலக்கிய வழக்கு, உலக வழக்கு இரண்டிலும் இத்தகைய தொடர் களைக் காணலாம்.

எடுத்துக்காட்டு :

1) **இரவாகட்டும் பகலாகட்டும்**

2) **பொன்னாகட்டும் பொருளாகட்டும்**

3) **தந்தையாகட்டும் தாயாகட்டும்**

4) **நன்மையாகட்டும் தீமையாகட்டும்**

5) **புகழாகட்டும் இகழாகட்டும்**

இப்படித் தொடர்ந்து நிற்கும் இரண்டு சொற்களோடும் **ஆகட்டும்** என்னும் சொல் சேர்ந்து வரும்போதுதான் இந்தப் பொருள் தருகிறது. **வினாப்பெயர்கள்** மட்டும் இதற்கு விதி விலக்கு. இவை தனித்து நிற்கும் போது **ஆகட்டும்** என்னும் சொல் சேர்ந்து இதே பொருள் தரும். **யாராகட்டும், எதுவாகட்டும்** என்னும் தொடர்களை நோக்குக.

ஏனைய சொற்கள் தனித்து நிற்கும்போது ஆகட்டும் என்னும் சொல் சேர்ந்து இடத்திற் கேற்பப் பொருள் தரும்.

எடுத்துக்காட்டு :

1) **பொன்னாகட்டும் – பொன்னாக மாறட்டும்**

2) **தாயாகட்டும் – தாய்மை நிலை அடையட்டும்.**

3) **இரவாகட்டும் – இரவு வரட்டும்**

4) **இலக்கிய மாகட்டும் – இலக்கியமாக அமையட்டும்**

இப்படிப் பல பொருள் தரும் சொல் இது.

■■■

குறிப்புகள்

குறிப்புகள்

உறவுகள் மேம்பட...

குடும்பத்திலும் சரி, அலுவலகத்திலும் சரி, மனித உறவுகளில் விரிசல்கள் ஏற்படாமல் இருக்கவும், ஏற்பட்ட விரிசல்கள் மேலும் பெரிதாகாமல் இருக்க :

- நானே பெரியவன், நானே சிறந்தவன் என்ற அகந்தையை (Ego) விடுங்கள்.
- அர்த்தமில்லாமலும் பின்விளைவு அறியாமலும் பேசிக் கொண்டேயிருப்பதை விடுங்கள். (Loose Talk)
- எந்த விஷயத்தையும் பிரச்சனையையும் நாசுக்காக கையாளுங்கள். (Diplomacy) விட்டுக் கொடுங்கள் (Compromise)
- சில நேரங்களில் சில சங்கடங்களைச் சகித்துத்தான் ஆக வேண்டும் என்பதை உணருங்கள் (Tolerance)
- எல்லோரிடத்திலும் எல்லா விஷயங்களையும், அவர்களுக்கு சம்பந்தம் உண்டோ, இல்லையோ சொல்லிக் கொண்டிருக்காதீர்கள்.
- உங்கள் கருத்துகளில் உடும்புப் பிடியாய் இல்லாமல், கொஞ்சம் தளர்த்திக் கொள்ளுங்கள். (Flexibility)
- மற்றவர்களுக்குரிய மரியாதையை காட்டவும், இனிய, இதமான சொற்களைப் பயன்படுத்தவும் தவறாதீர்கள் (Courtesy)
- புன்முறுவல் காட்டவும், சிற்சில அன்புச் சொற்களை சொல்லவும்கூட நேரமில்லாதது போல் நடந்து கொள்ளாதீர்கள்.
- பிரச்சினைகள் ஏற்படும் போது அடுத்தவர் முதலில் இறங்கி வர வேண்டும் என்று காத்திருக்காமல் நீங்களே பேச்சைத் துவக்க முன் வாருங்கள்.

இந்த இனிய,
என்றும் பயன் தரும்
நூலை பரிசாக
வழங்குவதில்
பெரு மகிழ்வு கொள்ளும்
தங்கள் அன்புள்ள....

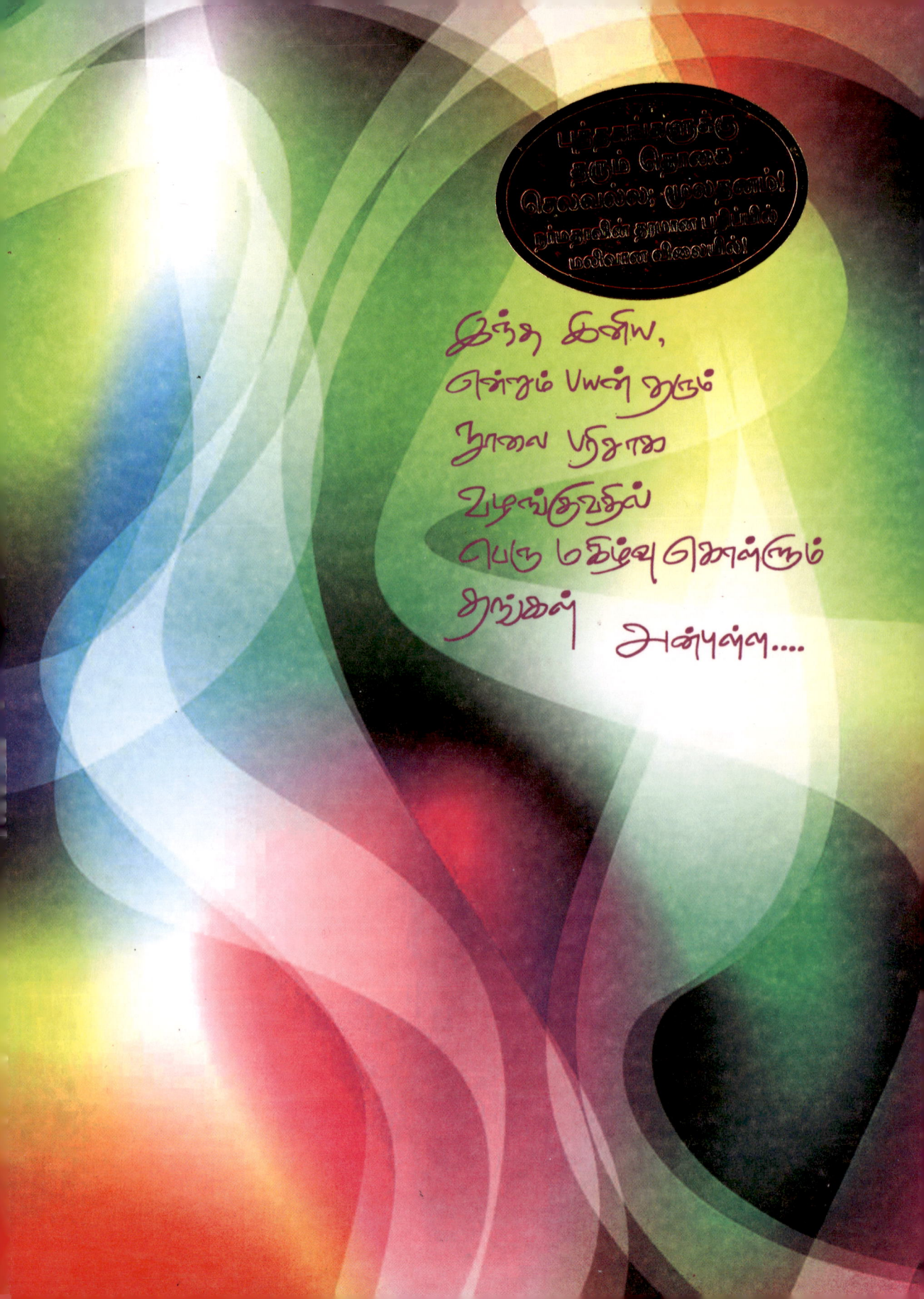